ആരാച്ചാർ

കെ.ആർ. മീര

സ്വതന്ത്ര പത്രപ്രവർത്തകയും എഴുത്തുകാരിയുമായ കെ.ആർ. മീര 1970-ൽ കൊല്ലം ജില്ലയിലെ ശാസ്താംകോട്ടയിൽ കെ.എൻ. രാമചന്ദ്രൻ പിള്ളയുടെയും എ.ജി. അമൃതകുമാരിയുടെയും മകളായി ജനിച്ചു. കേരള സർവ്വകലാശാലയിൽ നിന്നു ബിരുദവും ഗാന്ധിഗ്രാം റൂറൽ ഇൻസ്റ്റിറ്റ്യൂട്ടിൽ നിന്നു ബിരുദാനന്തര ബിരുദവും നേടി. 1993-ൽ മലയാള മനോരമയിൽ പത്രപ്രവർത്തകയായി ചേർന്നു. 2006-ൽ ചീഫ് സബ് എഡിറ്ററായിരിക്കെ ജോലി രാജി വച്ചു. 2001 മുതൽ കഥകളെഴുതുന്നു. *ആവേ മരിയ* കേരളസാഹിത്യ അക്കാദമി അവാർഡ് നേടി. ഗീതാഹിരണ്യൻ അവാർഡ്, ലളിതാംബിക അന്തർജ്ജനം സ്മാരക അവാർഡ്, അങ്കണം അവാർഡ്, തോപ്പിൽ രവി സ്മാരക അവാർഡ്, പി. പത്മരാജൻ സ്മാരക അവാർഡ്, വി.പി. ശിവകുമാർ സ്മാരക കേളി അവാർഡ് എന്നിവ ലഭിച്ചിട്ടുണ്ട്. *ആരാച്ചാർ* വയലാർ അവാർഡ്, ഓടക്കുഴൽ അവാർഡ്, കേരളസാഹിത്യ അക്കാദമി അവാർഡ്, കേന്ദ്രസാഹിത്യ അക്കാദമി അവാർഡ്, നൂറനാട് ഹനീഫ അവാർഡ് എന്നിവയ്ക്ക് അർഹമായി. കഥകളും നോവലുകളും പല ഭാഷകളിലേക്കും പരിഭാഷ ചെയ്യപ്പെട്ടിട്ടുണ്ട്.

കെ.ആർ. മീരയുടെ ഞങ്ങൾ പ്രസിദ്ധീകരിച്ച കൃതികൾ

കഥ
ഭഗവാന്റെ മരണം
മോഹമഞ്ഞ
ഓർമ്മയുടെ ഞരമ്പ്
കഥകൾ
പെൺപഞ്ചതന്ത്രം മറ്റു കഥകളും
എന്റെ പ്രിയപ്പെട്ട കഥകൾ

നോവൽ
ആരാച്ചാർ
മീരാസാധു
ആ മരത്തെയും മറന്നു മറന്നു ഞാൻ
മാലാഖയുടെ മറുക് - കരിനീല
മീരയുടെ നോവെല്ലകൾ
സൂര്യനെ അണിഞ്ഞ ഒരു സ്ത്രീ
യൂദാസിന്റെ സുവിശേഷം
ഖബർ
നേത്രോന്മീലനം
ഘാതകൻ

ഓർമ്മ
എന്റെ ജീവിതത്തിലെ ചിലർ

ഡി സി ബുക്സ് പ്രസിദ്ധീകരിച്ച കെ.ആർ. മീരയുടെ പുസ്തകങ്ങൾക്കായി ക്യു ആർ കോഡ് സ്കാൻ ചെയ്യൂ.

കെ. ആർ. മീര

ആരാച്ചാർ

2013–ൽ ഓടക്കുഴൽ അവാർഡും കേരള സാഹിത്യ അക്കാദമി
അവാർഡും 2014–ൽ വയലാർ അവാർഡും 2015–ൽ കേന്ദ്ര
സാഹിത്യ അക്കാദമി അവാർഡും നേടിയ കൃതി

 ഡിസിബുക്സ്

MALAYALAM LANGUAGE
Aarāchār

LITERATURE/NOVEL
by K.R. Meera

Rights Reserved
First Published November 2012
This edition - August 2021

ILLUSTRATIONS
Bhagyanath

PUBLISHERS
D C Books, Kottayam 686 001
Kerala State, India
Literature News Portal: www.dcbooks.com
Online Bookstore: www.dcbookstore.com
e-bookstore: ebooks.dcbooks.com
Customercare: customercare@dcbooks.com, 7290092216

DISTRIBUTORS
D C Books-Current Books
INDIA

D C BOOKS LIBRARY CATALOGUING IN PUBLICATION DATA
Meera, K.R.
Aarachar/ K.R. Meera.
552 p., 21 cm.
ISBN 978-81-264-3936-2.
1. Malayalam novel. I. Title.
894.812 3-dc22.

ISBN 978-81-264-3936-2

Printed in India
at D C Press, Kottayam, INDIA.

D C BOOKS - THE FIRST INDIAN BOOK PUBLISHING HOUSE TO GET ISO CERTIFICATION

423/21-22-Sl.No. 21900-dcb 5285-(43) 2000-11298-09-21-hn 60-p as-r(t)bm-d(t) ra

വയലാർ രാമവർമ്മ സാഹിത്യ അവാർഡ് നേടിയ ശ്രീമതി കെ.ആർ. മീരയ്ക്ക് സമർപ്പിക്കുന്ന പ്രശസ്തിപത്രം

വയലാർ പുരസ്കാരത്താൽ ബഹുമാനിതയാകുന്ന കെ.ആർ മീരയ്ക്ക് ഈ സുമുഹൂർത്തത്തിൽ ഞങ്ങൾ അഭിനന്ദനങ്ങളർപ്പിക്കുന്നു.

തികച്ചും വ്യത്യസ്തമായ കവനവ്യക്തിത്വം വെളിപ്പെടുത്തിക്കൊണ്ടാണ് കെ.ആർ. മീര സാഹിത്യലോകത്ത് പ്രത്യക്ഷപ്പെടുന്നത്. ആഖ്യാനകലയിലും ഭാവോന്മീലനത്തിലും ഒരുപോലെ, മീരയുടെ കഥകളിൽ, സർഗ്ഗാത്മകചൈതന്യം സ്ഫുരിക്കുന്നത് അനുവാചകലോകം ആദ്യം മുതൽ ശ്രദ്ധിച്ചുപോന്നു. വിചിത്രമായ സ്വന്തം ആന്തരികലോകം സംക്രമണയോഗ്യമാംവിധം അവതരിപ്പിക്കുന്നതിലൂടെ മീര സഹൃദയരെ എപ്പോഴും വശീകരിച്ചുകൊണ്ടിരുന്നു. കഥകളിൽ കരുത്തായി കലർന്നിരുന്ന സ്ത്രീപക്ഷവീക്ഷണത്തോട് പൊരുത്തപ്പെടാത്തവർപോലും അവയിൽ തുളുമ്പി നിൽക്കുന്ന ഇന്ദ്രജാലശക്തിയുടെ വശ്യതയ്ക്ക് വഴങ്ങിപ്പോയി എന്നതാണ് വാസ്തവം.

ചെറുകഥകളും നോവലുകളും മാത്രമല്ല, തൂലികാചിത്രങ്ങളും പ്രബന്ധങ്ങളും കൂടി കെ.ആർ. മീരയുടെ തൂലികയിൽനിന്ന് മലയാളത്തിനു ലഭിച്ചിട്ടുണ്ട്. അവയൊക്കെയും ഒന്നിനൊന്നു മികച്ചതായി വരുന്നത് ശ്രദ്ധാലുവായ സഹൃദയന്റെ നിപുണ നേത്രങ്ങൾക്ക് സ്പഷ്ടമായി കാണാവുന്നതാണ്. മലയാളത്തിന്റെ വിശിഷ്ടസമ്പത്താണവയെന്ന് അനുവാചകർ ഇതിനകം തിരിച്ചറിഞ്ഞിരിക്കുന്നു.

ഇപ്രകാരം പലതരം രചനകളിൽക്കൂടി കെ.ആർ. മീര നേടിയെടുത്ത കൈത്തഴക്കവും രൂപശില്പനിർമ്മാണവൈഭവവും ആരാച്ചാർ എന്ന ബൃഹത്തായ നോവലിൽ സമഞ്ജസമായി സമ്മേളിക്കുന്നു. തികച്ചും വിചിത്രമായ ഒരു പ്രമേയത്തിലാണ് നോവൽ പ്രതിഷ്ഠിതമായിരിക്കുന്നത്. ആ പ്രമേയമെന്തെന്ന് നോവലിന്റെ പേരുതന്നെ സൂചിപ്പിക്കുന്നു.

ഇരുപത്തിരണ്ടു വയസ്സുകാരിയായ ചേതനാ ഗൃദ്ധാമല്ലിക് ആരാച്ചാരുടെ ജോലി ഏറ്റെടുക്കാൻ സന്നദ്ധയാവുന്നു. വിഭിന്നവികാരങ്ങളോടുകൂടിയല്ലാതെ ആർക്കും അതു കാണാൻ കഴിയുകയില്ല (ചരിത്രത്തിൽ ആദ്യമായാണ് ഒരു സ്ത്രീ അതിനു തുനിയുന്നത്). ആരാച്ചാരന്മാരുടെ പാരമ്പര്യം ആ തൊഴിൽ ഏറ്റെടുക്കാൻ ചേതനയെ പ്രേരിപ്പിച്ച സാഹചര്യങ്ങളിലൊന്നുമാത്രം. ആ പാരമ്പര്യവും അതിലൂടെ രൂപപ്പെട്ട മാനസികഘടനയുമാണ് ഏറെ പ്രധാനം. ക്രിസ്തുവിനുമുമ്പ് നാനൂറിലേറെ വർഷങ്ങളിൽ വേരുകളൂന്നിയിട്ടുള്ള ആ പാരമ്പര്യത്തെക്കുറിച്ച് പിതാവായ ഫണി ഭൂഷൺ ഗൃദ്ധാമല്ലിക് അഭിമാനത്തോടെ വിവരിക്കുന്നതു കേട്ടാണ് അവൾ വളർന്നത്. പ്ലസ് ടു പരീക്ഷയിൽ ഉന്നതവിജയം നേടിയ ചേതനയുടെ വ്യക്തിത്വം സാമാന്യാധി

കമായ ബുദ്ധിശക്തിയുടെയും ആത്മാഭിമാനത്തിന്റെയും തന്റേടത്തിന്റെയും സംയോഗമാണെന്നോർക്കണം.

യതീന്ദ്രനാഥ് ബാനർജിയെ തൂക്കിക്കൊല്ലുക എന്ന ചുമതലയാണ് ചേതനാ ഗൃദ്ധാമല്ലിക് എന്ന ആ യുവതിക്ക് ആദ്യമായി ഏറ്റെടുക്കേണ്ടിവന്നത്. ഏറ്റെടുത്തതിനുശേഷം ആ കൃത്യം നിർവ്വഹിക്കുന്നതുവരെയുള്ള ഏതാനും ദിവസങ്ങളിൽ കഥയുടെ കാലപരിധി ഒതുങ്ങുന്നു. പക്ഷേ, ഭൂതകാലത്തെ സംബന്ധിക്കുന്ന വിവിധ വികാരസങ്കീർണ്ണമായ സ്മരണകളും ഭാവിയോടു ബന്ധപ്പെട്ട പലതരം വിചാരവികാരങ്ങളും ആ കാലപരിധിക്ക് വിസ്തൃതിയരുളുന്നു. ഇതിനിടെ തന്റെ പിതാവും ഒരു ദൃശ്യമാധ്യമസ്ഥാപനവുമായുണ്ടാക്കുന്ന കരാറനുസരിച്ച് ചേതന ആ ചാനലിൽ അഭിമുഖം ഏറ്റെടുക്കുകയും ഏതാനും ദിവസം അത് തുടരുകയും ചെയ്യുന്നു. അങ്ങനെ ചേതന സമകാലികസംഭവങ്ങളുമായി ബന്ധപ്പെടുന്നു. അതിനിടയിലുണ്ടാകുന്ന അനുരാഗബന്ധം അവളുടെ ആത്മാഭിമാനഭരിതമായ വ്യക്തിത്വത്തിൽ സ്നേഹദ്വേഷസമ്മിശ്രമായ തീവ്രവികാരമായി ജ്വലിക്കുകയും ചെയ്യുന്നു.

ചേതനയുടെ ഗഹനഭാവമാർന്ന അന്തരംഗത്തിലൂടെയാണ് നോവലിലെ സംഭവപരമ്പരകൾ ചിത്രീകൃതമായിരിക്കുന്നത്. ചരിത്രവും സമകാലിക വാർത്തകളും മാത്രമല്ല, മരണം, ആത്മഹത്യ പുണ്യപാപങ്ങൾ, വധശിക്ഷ മുതലായ സനാതനസമസ്യകളും ആഖ്യാനത്തിന്റെ ഭാഗമായിത്തീരുന്നു. കേന്ദ്രവർത്തിയായ ഭാവമേഖലയ്ക്ക് ഇവയൊക്കെയും പോഷകമായി ഭവിക്കുന്നു എന്നതാണ് ആരാച്ചാർ എന്ന നോവലിന്റെ സമാദരണീയമായ വൈശിഷ്ട്യം.

ഒരു മഹാക്ഷേത്രത്തിന്റെ ബൃഹത്തായ ശില്പഗോപുരത്തെയാണ് കെ.ആർ. മീരയുടെ ഈ ഗഹനമായ നോവൽ അനുസ്മരിപ്പിക്കുന്നത്. അനേകമനേകം കഥാസന്ദർഭങ്ങൾ ആവിഷ്കൃതമായിരിക്കെത്തന്നെ, അവയൊക്കെയും വാസ്തുശില്പത്തിന്റെ സമഗ്രമായ ഭാവലാവണ്യത്തിൽ അവിഭാജ്യമാംവിധം ലയിച്ചുചേർന്നിരിക്കയും ചെയ്യുന്നു.

കാലത്തെ അതിലംഘിക്കാൻ കെൽപ്പുള്ള ഈ നോവലിന്റെ രചയിതാവായ കെ.ആർ. മീരയ്ക്ക് ഭാവുകങ്ങൾ നേർന്നുകൊണ്ട് ഞങ്ങൾ 2014-ലെ വയലാർ അവാർഡ് സമർപ്പിച്ചുകൊള്ളുന്നു.

വയലാർ രാമവർമ്മ മെമ്മോറിയൽ ട്രസ്റ്റ്
തിരുവനന്തപുരം
2014 ഒക്ടോബർ 27

BHAGYANATH

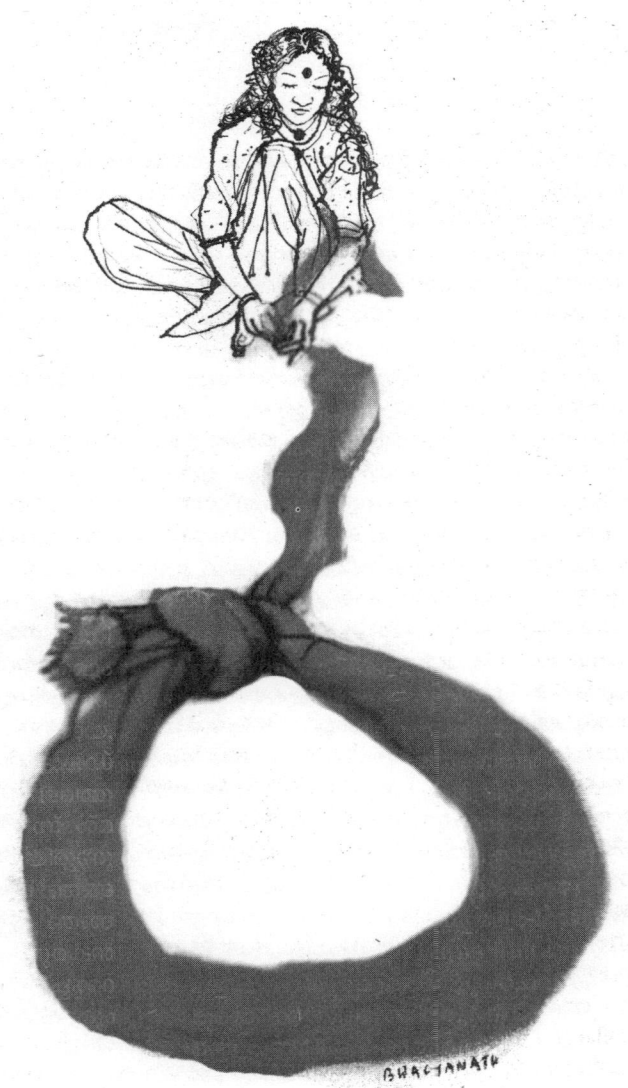

ഒന്ന്

യതീന്ദ്രനാഥ് ബാനർജിയുടെ ദയാഹർജി ഗവർണർ തള്ളിയെന്ന വാർത്ത ടിവിയിൽ ആദ്യം കേട്ടപ്പോൾ ഗംഗാതീരത്തെ ശ്മശാനത്തിലേക്കു നീളുന്ന സ്ട്രാൻഡ് റോഡിൽ ഒരു ബാർബർ ഷോപ്പും അഴുക്കുപിടിച്ച ഒറ്റമുറിക്കോവിലും ചെറിയ മൺകോപ്പകൾ നിരത്തി വച്ച ചായക്കടയും ചേർന്ന ഞങ്ങളുടെ വീടിനു മുമ്പിലൂടെ നീംതല ഘാട്ടിലേക്കുള്ള അന്നത്തെ ആദ്യ ശവവണ്ടി കടന്നു പോയിട്ടേയുണ്ടായിരുന്നുള്ളൂ. ഞങ്ങളുടെ വീടിരുന്ന ചിത്പൂർ എല്ലാക്കാലത്തും കറുത്തവരുടെ പ്രദേശമായിരുന്നു. കൊൽക്കൊത്തയെ യൂറോപ്യൻമാർ വെളുത്ത പട്ടണവും കറുത്ത പട്ടണവുമാക്കിയതിനും മുമ്പേ, ബസക്കുമാരും സേട്ടുമാരും ഹൂഗ്ലി നദിയുടെ തീരത്ത് ജനപദമുണ്ടാക്കിയതിനും എത്രയോ മുമ്പേ ഞങ്ങൾ ഇവിടെത്തന്നെയാണ് അധിവസിച്ചിരുന്നത്. ഇന്നു പായൽ മൂടിയതും ഇടുങ്ങിയതും വൃത്തിഹീനവുമാണെങ്കിലും ചിത്പൂരിന്റെ ഹൃദയം രബീന്ദ്രനാഥ ടാഗോറിന്റെ തറവാടുവീടായ ജൊരൊഷൊങ്കോ ഠാക്കൂർ ബാടിയാണ്. ലാൽ ബസാറിൽനിന്നു തുടങ്ങി, ഠാക്കൂർ ബാടിക്കു മുമ്പിൽ, ട്രാമുകൾ ഇഴയുന്ന രബീന്ദ്ര സരണയിലൂടെ നടന്ന് മദൻ ചാറ്റർജി ലെയ്നിലൂടെ അച്ചടിപ്രസുകളും പിച്ചാത്തിക്കടകളും തബലക്കടകളും പിന്നിട്ടാൽ, 'ജാത്രപാരാ' എന്ന നാടകക്കമ്പനി ഓഫിസുകൾ കാണാം. നേരെ നടന്നാൽ, സൊനാഗച്ഛി എന്ന ചുവന്ന തെരുവും അതിനപ്പുറം ദേവീദേവൻമാരുടെ വിഗ്രഹങ്ങൾ വിൽക്കുന്ന കൊമാർതുളിയും. വലത്തേക്കു തിരിഞ്ഞാൽ മൽസ്യം വിൽക്കാത്ത, പഴങ്ങളുടെ ചന്തയായ, മച്ഛുവാ ബസാർ. ഇടത്തേക്കു തിരിഞ്ഞു നീംതല ഘാട്ട് തെരുവിലൂടെ സ്ട്രാൻഡ് റോഡിലേക്കു കയറിയാൽ, എല്ലാവരും ഒടുവിലെത്തിച്ചേരുന്ന ഗംഗാതീരത്തെ നീംതല ഘാട്ട് എന്ന പുരാതന ശ്മശാനം. സ്ട്രാൻഡ് റോഡിൽനിന്ന് ശ്മശാനത്തിലേക്കുള്ള ഇടവഴി തിരിയുന്നിടത്തെ മുക്കാലി ജംക്ഷനിലായിരുന്നു വടക്കോട്ടു ചായപ്പീടികയും കിഴക്കോട്ടു സലൂണും കോവിലുമുള്ള ഞങ്ങളുടെ ആവാസവ്യവസ്ഥ. രാത്രിയെന്നോ പകലെന്നോ ഭേദമില്ലാതെ ഞങ്ങളുടെ വീടിനു മുമ്പിലൂടെ വിലാപയാത്രക്കാരും ചുമട്ടുകാരും ക്ഷുരകൻമാരും ചെരുപ്പുകുത്തികളും ചെവിത്തോണ്ടിക്കാരും കച്ചവടക്കാരും പിച്ചക്കാരുമൊക്കെ തിക്കിത്തിരക്കി നീംതല ഘാട്ടിലേക്ക് ഒഴുകി. മോട്ടോർവണ്ടികളും ഉന്തുവണ്ടികളും കുതിരവണ്ടികളും വഴിയോര ക്ഷേത്രങ്ങളിലെ മണിയൊച്ചകളും ബലിമൃഗങ്ങളുടെ കരച്ചിലും സർക്കുലാർ ട്രെയിനുകളേക്കാൾ ശബ്ദമുണ്ടാക്കി. നെയ്യിലും സൂര്യകാന്തിയെണ്ണയിലും മൊരിയുന്ന മധുരപലഹാരങ്ങളുടെയും വിറകിൻചിതയിലെരിയുന്ന മൃതദേഹങ്ങളുടെയും ഗന്ധം ഇടകലർന്നു ഞങ്ങളെ ചൂഴ്ന്നു.

അന്ന് ആദ്യം പോയ തുറന്ന ശവവണ്ടിക്കൊപ്പം ‘ഹരേ രാമ’ പാടിക്കൊണ്ട് ഒരു കൂട്ടം സന്ന്യാസിമാരാണ് ഉണ്ടായിരുന്നത്. കാവി പുതച്ച താടി വളർത്തിയ വെളുത്തു മെല്ലിച്ച ചെറുപ്പക്കാരായിരുന്നു അക്കൂട്ടത്തിലധികവും. അവർ രാമനാമം ജപിക്കുകയും പരസ്പരം സംസാരിക്കുകയും തമാശ പറഞ്ഞു ചിരിക്കുകയും ചെയ്തു കൊണ്ട്, വഴിയോരക്കാഴ്ചകൾ നോക്കി നടന്നപ്പോൾ, ‘ഓം’ എന്ന് നാലു ഭാഗത്തും എഴുതിവച്ച വണ്ടിക്കുള്ളിലെ കാവി പുതച്ച മൃതദേഹത്തിനരികിൽ നരച്ച താടിയും കട്ടിക്കണ്ണടയുമുള്ള ഒരു സന്ന്യാസി പരുഷമായ മുഖത്തോടെ എഴുന്നേറ്റു നിന്നിരുന്നു. അലക്കിക്കൊണ്ടിരുന്ന തുണിയിൽ നിന്നു കയ്യിൽ പറ്റിയ സോപ്പുപത കുടഞ്ഞു കൊണ്ട്, വണ്ടിയിൽ കിടക്കുന്നതാണോ നിൽക്കുന്നതാണോ മൃതദേഹം എന്നു സംശയിച്ച നേരത്താണ്, ദയാഹർജി തള്ളിയ വാർത്ത പറയാൻ മുഖം നിറയെ ചിരിയുമായി സലൂണിൽനിന്ന്, ഞാൻ ‘കാക്കു’ എന്നു വിളിക്കുന്ന സുഖ്ദേവ് ചിറ്റപ്പൻ ഓടിയെത്തിയത്. അദ്ദേഹത്തിന്റെ ചിരി കണ്ട് ഞാൻ ബാബാ എന്നു വിളിക്കുന്ന, എന്റെ അച്ഛൻ ഫണിഭൂഷൺ ഗൃദ്ധാ മല്ലിക് ക്രുദ്ധനായി ഗർജ്ജിച്ചു: “ഛീ, മൃഗമേ! മനുഷ്യനായാൽ വകതിരിവു വേണം...!”

അതെത്തുടർന്ന്, അവർ രണ്ടുപേരും തമ്മിൽ കലഹമുണ്ടായി. പത്തു പന്ത്രണ്ടു കൊല്ലം കൂടി ഒരു ജോലി കിട്ടിയപ്പോൾ അതു പറയാൻ വന്നതാണോ വല്യ കുറ്റം എന്ന് സുദേവ്കാക്കു മുറുമുറുത്തു. അച്ഛൻ അദ്ദേഹത്തെ ‘ബുദ്ധിയില്ലാത്ത പൊട്ടൻ’ എന്ന് അധിക്ഷേപിച്ചു. ശബ്ദം കേട്ട്, ഞാൻ ഠാക്കുമാ എന്നു വിളിക്കുന്ന നൂറു വയസ്സു പിന്നിട്ട, അച്ഛന്റെ കൈത്തണ്ടയോളം മാത്രം വലിപ്പമുള്ള അച്ഛമ്മ ഭുവനേശ്വരീ ദേവി കീറലുകൾ നിറഞ്ഞ സാരിത്തലപ്പു തലയിലൂടെ വലിച്ചിട്ട് പ്രാഞ്ചി പ്രാഞ്ചി അങ്ങോട്ടു വന്നു. ഞാനപ്പോൾ, ഞങ്ങളുടെ മുറികൾക്കെല്ലാം പൊതുവായുള്ള, ഛാത്താൾ എന്നു വിളിക്കാവുന്ന സിമന്റടർന്ന പായൽ പടർന്ന, മുറ്റത്തെ കല്ലിൻമേൽ വച്ച് രാമുദായുടെ വസ്ത്രങ്ങൾ അലക്കുന്നതു തുടർന്നു. സുദേവ് കാക്കു സലൂണിലേക്കു പോയിക്കഴിഞ്ഞപ്പോൾ ബാബാ തന്റെ നരച്ച കൊമ്പൻമീശ തഴുകിക്കൊണ്ട് തന്നോടു തന്നെ മന്ദഹസിച്ചു. അപ്പോഴാണ്, കിട്ടിയ നേരത്ത് ദുപ്പട്ടയുടെ തലപ്പുകൊണ്ടു ഞാനൊരു കുടുക്ക് നിർമിച്ചു കഴിഞ്ഞെന്നു ഞാൻ തിരിച്ചറിഞ്ഞത്. ദുപ്പട്ട നരച്ചു പിന്നിയതായിരുന്നെങ്കിലും കുടുക്ക് ലക്ഷണമൊത്തതായിരുന്നു. ഞങ്ങളുടെ കുടുംബത്തിലെ ശിശുക്കൾക്കു പോലും ജനിച്ചു വീഴുന്നമാത്രയിൽത്തന്നെ കുറ്റമറ്റ വിധം കുടുക്കിടാൻ സാധിച്ചു. ഞങ്ങൾ ഗൃദ്ധാമല്ലിക്കുമാരെല്ലാം കൈകൾ കൊണ്ട് ചെയ്യാൻ പഠിച്ച ആദ്യത്തെ കാര്യം അതുതന്നെയാണ്.

മേയ് മാസം പതിനെട്ടാം തീയതിയായിരുന്നു അത്. ആകാശത്തു മേഘങ്ങളുടെ വെൺമ മങ്ങിത്തുടങ്ങുകയും ചെറിയ ചെറിയ ഇടിമുഴക്കങ്ങൾ കാലവർഷം അടുത്തു എന്ന് ഓർമ്മിപ്പിക്കുകയും ചെയ്തു. ആകാശങ്ങൾക്കപ്പുറത്തെ ഏതോ നിലവറ തുറക്കുന്നതുപോലെയുള്ള ഇടിമുഴക്കം. വൈകാതെ ആലിപ്പഴം പൊഴിയുമെന്ന് അതു പ്രത്യാശിപ്പിച്ചു. കുട്ടിക്കാലത്ത്, ആലിപ്പഴം പെറുക്കാൻ രാമുദായും ഞാനും തെരുവിലേക്കോടിയിരുന്നു. ആകാശത്തിന്റെ ചില്ലുമേൽക്കൂരയുടെ ഓടുകൾ പോലെ വലിയ പരന്ന ചീളുകളാണ് ഒടു

വിൽ പൊഴിഞ്ഞത്. അപ്പോഴേക്ക് മുതിർന്ന പെൺകുട്ടിയായിക്കഴിഞ്ഞിരുന്നതിനാൽ ഞാൻ ഭിത്തിയിൽ ചാരി ദുപ്പട്ടയിലൊരു കുടുക്കിട്ടുകൊണ്ട് അവ ഉരുകുന്നതു കണ്ടു നിന്നതേയുള്ളൂ. അന്ന്, ആകാശത്ത് കാക്കകൾ നിലവിളിച്ചു കൊണ്ട് വളഞ്ഞും പുളഞ്ഞും പറന്നു. ഒരു തിത്തിരിപ്പക്ഷി ഭാരിച്ച ഒരു മഞ്ഞു കട്ടയ്ക്കൊപ്പം എന്റെ മുമ്പിൽ വന്നു വീണു പിടഞ്ഞു. കോൺക്രീറ്റ് അടർന്നു പോയ റോഡിൽ മങ്ങിയ വെയിലിൽ കിടന്ന് ഐസ് കട്ടകൾ ധൃതിയില്ലാതെ ഉരുകി. മഴ തീർന്നപ്പോൾ അവയ്ക്കു മേലെ ആദ്യം ഉരുണ്ടു വന്നത് പൂക്കളും റീത്തുകളും വച്ച് സമൃദ്ധമായി അലങ്കരിച്ച വിലപിടിച്ച ഒരു ശവവണ്ടി ആയിരുന്നു. പക്ഷേ, കരഞ്ഞു കൊണ്ടോ അല്ലാതെയോ ശ്മശാനത്തിലേക്ക് അനുയാത്ര ചെയ്യാൻ അതിനൊപ്പം ആരുമുണ്ടായിരുന്നില്ല. സ്വർണവും വെള്ളിയും പതിച്ചതെന്നു തോന്നിയ ആ വണ്ടി ഒന്നു കൂടി കാണാൻ ഞാൻ പുറത്തിറങ്ങി. ചുവന്ന കാശിപ്പട്ടു സാരിയുടുത്ത ഒരു സ്ത്രീ പുഷ്പങ്ങൾക്കു മേൽ അക്ഷമയോടെയും അഹന്തയോടെയും കൈകൾ അലസമായി മാറിൽ വച്ച് നിവർന്നു കിടന്നു. എന്റെ അത്രതന്നെ ഉയരമുള്ള, മിനുത്ത മുഖമുള്ള ഒരു സ്ത്രീ. വണ്ടി കടന്നു പോയപ്പോൾ പിൻവശത്തെ ചില്ലിൻമേൽ ലില്ലിപ്പുഷ്പങ്ങൾക്കിടയിലൂടെ അവരുടെ തള്ളവിരലുകൾ മുറുക്കെക്കൂട്ടിക്കെട്ടിയ ചുവന്ന പാദങ്ങൾ അമർന്നു കണ്ടു. അന്നത്തെ രാത്രി മുഴുവൻ, എന്റെ കാലിലെ തള്ളവിരലുകൾ മുറിഞ്ഞു പോയതായി ഞാൻ സംഭ്രമിച്ചു.

സത്യത്തിൽ അമ്മയുടെ ഗർഭപാത്രത്തിൽത്തന്നെ ഞരമ്പുകളാൽ കൂട്ടിക്കെട്ടി കിടക്കുകയായിരുന്നു ഞാൻ. ഡോക്ടർമാർ അമ്മയുടെ വയറുകീറിയാണ് എന്നെ പുറത്തെടുത്തത്. ഭ്രൂണാവസ്ഥയിൽപ്പോലും ഞാനുണ്ടാക്കിയത് ലക്ഷണമൊത്ത കുടുക്കു തന്നെയായിരുന്നു എന്നു ഠാക്കുമാ വീമ്പിളക്കി. അതു കേട്ടപ്പോഴൊക്കെ, വെളുത്തു മെലിഞ്ഞ് നരച്ച മുടിയിൽ സിന്ദൂരം വാരിത്തൂവിയ സച്ചിൻമയീ ദേവി എന്ന എന്റെ അമ്മ വഴക്കിനു തുടക്കമിട്ടു:

“തന്തയ്ക്കു പിറന്നതല്ലേ? അവളതു സ്വന്തം കഴുത്തിൽത്തന്നെയിടുകയും ചെയ്തു..!”

കഴുതേ, ഗൃദ്ധാ മല്ലിക്കിന്റെ വിലയെന്താണെന്നു നീ ഈ നാട്ടിലെ സർക്കാരിനോടു പോയി ചോദിക്ക് എന്നു ഠാക്കുമാ വെല്ലുവിളിച്ചു. അപ്പോൾ, മെലിഞ്ഞ് ഉണങ്ങിയ ഉയർന്ന മൂക്കും കുഴിഞ്ഞു താണ കണ്ണുകളുമുള്ള മാ പതിവുപോലെ തന്റെ തുറുപ്പു ചീട്ടു പുറത്തെടുത്തു :

“വിലയെന്താണെന്ന് സോനാഗാച്ചിയിലെ മറ്റവളുമാരോടു ചോദിക്ക്... അവളുമാരൊന്നും പോരാഞ്ഞിട്ടാണല്ലോ, വയസ്സുകാലത്ത് എന്നെക്കൊണ്ട് ഭാരം ചുമപ്പിച്ചത്...”

ഇരുപത്തിമൂന്നു വർഷം മുമ്പ്, ഏഴു പേരെ കൊന്ന ഒരു പരമ്പരക്കൊലയാളിയെ തൂക്കിലേറ്റി തിരിച്ചു വന്ന ദിവസം അച്ഛൻ എന്നെ ജനിപ്പിച്ച കഥയാണ് മാ സൂചിപ്പിച്ചത്. പുലർച്ചെ ജോലി തീർത്തതു മുതൽ കുടിച്ചു കുടിച്ചു ബോധം കെട്ട നിലയിൽ അച്ഛൻ, പച്ചക്കറി വാങ്ങിക്കൊണ്ടു നിന്ന അമ്മയെ കയറിപ്പിടിച്ചു ചന്തയിൽ വച്ചു തന്നെ പ്രാപിക്കാൻ ശ്രമിച്ചു. അച്ഛന് അന്ന് അറുപത്തഞ്ചു വയസ്സായിരുന്നു. നാൽപ്പത്തിനാലാം വയസ്സിൽ മാ എന്നെ പ്രസവിച്ചു. അതിനു ശേഷം അച്ഛനു രണ്ടു മൂന്നു തവണ കൂടിയേ

ജോലി ലഭിച്ചുള്ളൂ. എന്നിട്ടും അഞ്ചു വയസ്സു തികയും മുമ്പു തന്നെ കയറിൽ കുടുക്കിടുന്ന വിധം ഞാൻ കണ്ടുപഠിച്ചു. അതെങ്ങനെയാണ് കഴുത്തിലിടേണ്ട തെന്ന് അയൽപക്കത്തെ ഒരു ചെറിയ കുട്ടിയിൽ പരീക്ഷിക്കുകയും ചെയ്തു. അതു വളരെ രസകരമായ കഥയാണ്. വഴിയേ പറയാം. കാരണം, എല്ലാവർക്കും കേൾക്കാൻ ഇഷ്ടം അച്ഛന്റെ കഥയാണ്. എന്റെ കഥ അതിന്റെ തുടർച്ച മാത്രമാണ്.

സൂദേവ് കാക്കൂ സലൂണിലേക്കു പിൻവാങ്ങിയതിനുശേഷം ഞാൻ തുണിയലക്കി അമ്പലത്തിനും സലൂണിനും മുമ്പിൽത്തന്നെ തോരാനിട്ടു. അകത്ത് മായുടെയും ഥാക്കുമായുടെയും കലപില ഉയർന്നു. നേരത്തെ കണ്ട സന്ന്യാസിയുടെ ശരീരമാകാം, അന്തരീക്ഷത്തെ ദുർഗന്ധപൂരിതമാക്കി. ആരുടെയോ ബന്ധുക്കൾ ശവദാഹം കഴിഞ്ഞ് ഗംഗയിൽ മുങ്ങി ഈറനോടെ ഞങ്ങളുടെ ചായക്കടയിലേക്ക് ഇരമ്പിക്കയറി. പണമിടുന്ന മേശയ്ക്കു പിന്നിൽ പതിവുപോലെ അച്ഛൻ തലയുയർത്തിപ്പിടിച്ച് അഭിമാനത്തോടെ ഇരുന്നു. പിന്നിലെ ചുവരിൽ ചില്ലിട്ട നിലയിൽ അദ്ദേഹത്തെക്കുറിച്ച് ആയിരത്തിത്തൊള്ളായിരത്തി അറുപതിൽ ആദ്യമായി വാർത്ത അച്ചടിച്ചു വന്ന സ്റ്റേറ്റ്സ്മാൻ പത്രത്തിന്റെ താൾ തുരുമ്പു പിടിച്ച നീണ്ട കമ്പിയിൽ തൂങ്ങിനിന്നു. ആ താൾ മഞ്ഞിച്ച് അന്നു വളരെ ചെറുപ്പക്കാരനായിരുന്ന അച്ഛന്റെ മുഖവും കുടുക്കും അവ്യക്തമായപ്പോൾ, പതിനഞ്ചു കൊല്ലം മുമ്പ് ഒരു ഇംഗ്ലീഷ് മാസികയിൽ പ്രസിദ്ധീകരിച്ച വാർത്ത കൂടി അതിനു താഴെ അച്ഛൻ ചില്ലിട്ടു തൂക്കി. അതിൽ ഒരു കളർ ചിത്രമായിരുന്നു. ചായ കുടിക്കാനെത്തുന്നവരിൽ ചിലർ ബന്ധുവിയോഗത്തിന്റെ ദുഃഖവും ശവദാഹത്തിന്റെ ക്ഷീണവും മറന്ന് ചുവരിലേക്കു കണ്ണോടിക്കുമ്പോൾ അച്ഛൻ ചാടി വീണു ചോദിക്കും:

"എന്താ ദാദാ, അക്ഷരം അറിയില്ലേ? "

എന്നിട്ട് അച്ഛൻ എന്നെയോ രാമുദായെയോ വിളിക്കും:

"ഒന്നു വായിച്ചു കൊടുക്ക് മക്കളേ.."

അവർക്കു വേണ്ടി 'ഓൾ സെറ്റ് ഫോർ ഹാങ്ങിങ് : ഗൃദ്ധാ മല്ലിക്' എന്നോ 'ഹാങ്ങിങ് ഈസ് നോ ചൈൽഡ്സ് പ്ലേ സേയ്സ് ഗൃദ്ധാമല്ലിക്" എന്നോ ഞാനും രാമുദായും ഉറക്കെ വായിക്കും. ബംഗ്ലായിൽ അതിന്റെ അർഥം അച്ഛൻ വിശദീകരിക്കും. അച്ഛനെക്കുറിച്ചുള്ള വാർത്തകൾ വായിച്ചു ഞാനും രാമുദായും ഇംഗ്ലീഷ് പഠിച്ചു. അങ്ങനെയാണ് അച്ഛനും ഇംഗ്ലീഷ് പഠിച്ചത്. ചിലപ്പോഴൊക്കെ ആളുകൾ ചായക്കോപ്പയിലേക്കു മിഴികൾ താഴ്ത്തി ദുഃഖിതരായി ഇരുന്നു. അങ്ങനെയുള്ളവരെ ഡസ്കിലടിച്ച് വിളിച്ച് അച്ഛൻ പറഞ്ഞു:

"ഭായീ, മരണം ഒരു നിത്യ സത്യമാണ്. നിങ്ങളുടെ പ്രിയപ്പെട്ട ഒരാൾ പോയി, അല്ലേ? അദ്ദേഹത്തിനു പോകാനുള്ള സമയമെത്തിയിരുന്നു. തടഞ്ഞു നിർത്താൻ നമ്മളാരെങ്കിലുമാണോ? നോക്ക്, നാനൂറ്റത്തമ്പത്തൊന്നു പേരെ തൂക്കിക്കൊന്ന ആരാച്ചാരെന്ന നിലയിൽ ഞാൻ പറയുന്നത് ശ്രദ്ധിക്ക്–മരണം ഒരിക്കലും നമ്മുടെ കയ്യിലല്ല."

അതു കേട്ട നൂറിൽ നൂറു പേരും ഞെട്ടിയിട്ടുണ്ട്. 'ആരാച്ചാർ' എന്ന വാക്ക് അത്ര നാടകീയതയോടെയാണ് അച്ഛൻ ഉച്ചരിച്ചിരുന്നത്. ഭിത്തിയിലെ ചിത്രത്തിലേക്ക് അവർ കണ്ണുകൾ ഉയർത്തുമ്പോൾ ജാത്രകളിൽ അഭിനയിക്കുമ്പോഴുള്ള അതേ നാടകീയതയോടെ അച്ഛൻ നരച്ച കൊമ്പൻമീശ തടവി കണ്ണുകളുരുട്ടി :

"ഒന്നും രണ്ടുമല്ല, നാനൂറ്റമ്പത്തിയൊന്ന്..!"

പക്ഷേ, യതീന്ദ്രനാഥ് ബാനർജിയുടെ ദയാഹർജി തള്ളിയ ദിവസം അച്ഛൻ ചായ കുടിക്കാനെത്തിയവരെ നോക്കുകയോ സംസാരിക്കുകയോ ചെയ്തില്ല. ഇടത്തെ ചുമലിലെ ചുവപ്പും പച്ചയും കളങ്ങളുള്ള നരച്ച തോർത്ത് ഇടയ്ക്കിടെ ഇളക്കിയിട്ട്, വലത്തെ കയ്യിലെ ഇടയ്ക്കിടെ അഴിഞ്ഞു കൊണ്ടിരുന്ന പുരാതനമായ ആ സ്റ്റീൽ വാച്ച് വീണ്ടും മുറുക്കി, കനത്ത മുഖത്തോടെ അദ്ദേഹം ചിന്താധീനനായി ഇരുന്നു. ഒന്നോ രണ്ടോ തവണ എഴുന്നേറ്റ് അകത്തെ മുറിയിൽ പോയി കാളീമാതാവിന്റെ ഫ്രെയിം ചെയ്ത ഫോട്ടോയ്ക്കു പിന്നിൽവച്ച കുപ്പിയെടുത്ത് അൽപം വീതം കുടിച്ചു. ഒന്നിനു പിറകെ ഒന്നായി സിഗററ്റ് വലിച്ചു. കടയിൽ അന്നു പതിവിലും തിരക്കുണ്ടായിരുന്നു. മായും സൂദേവ് കാക്കുവിന്റെ ഭാര്യ, ഞാൻ കാക്കിമാ എന്നു വിളിക്കുന്ന ശ്യാമിളീദേവിയും മാറി മാറി ചായ കൂട്ടി. ചായ കുടിക്കാനുള്ള ചെറിയ മാടിർഖുഡികൾ കടയുടെ മുമ്പിൽ റോഡരികിൽ ഉടഞ്ഞും ഉടയാതെയും തുരുതുരാ വലിച്ചെറിയപ്പെട്ടു. ഞാൻ രാമുദായ്ക്ക് വെള്ളം പകർന്നു കൊടുക്കുമ്പോൾ അച്ഛന്റെ മുറിയിൽ ഞങ്ങളുടെ കറുത്ത ഫോൺ ട്റിംം ട്റിംം എന്നു ബെല്ലടിച്ചു. അച്ഛൻ അകത്തേക്ക് ഓടി വന്നു ഫോണെടുത്തു. അപ്പുറത്തെ ശബ്ദം തിരിച്ചറിഞ്ഞപ്പോൾ ചുണ്ടിൽനിന്ന് അപ്പോഴും കത്തിക്കാത്ത സിഗററ്റ് പിൻവലിച്ചു. അത് ഭവ്യതയുടെ അടയാളമായിരുന്നു. അല്ലെങ്കിൽ ആ സിഗററ്റ് അതേപടി ചുണ്ടിൽ വച്ച് ആക്രോശിക്കാൻ പോലും അച്ഛനു നിഷ്പ്രയാസം സാധിച്ചിരുന്നു.

"ബാബൂ, കേട്ടു ബാബൂ... പക്ഷേ, കാര്യം വല്ലതും നടക്കുമോ ബാബൂ? അതോ തൊണ്ണൂറ്റിനാലിലെപ്പോലെ അവസാനം കാക്ക കൊത്തിപ്പോകുമോ?"

ശബ്ദം കേട്ട് സലൂണിൽനിന്ന് ഓടിയെത്തിയ കാക്കൂ അപ്പുറത്ത് ജയിൽ സൂപ്രണ്ടോ ഡി.ജി.പിയോ മറ്റോ ആയിരിക്കുമെന്ന് മുറ്റത്തുനിന്ന എന്നോട് രഹസ്യമായി മന്ത്രിച്ചു. ദുർമേദസ്സുണ്ടെങ്കിലും അറുപത്തഞ്ചു പിന്നിട്ട സൂദേവ് കാക്കു, ആറടി രണ്ടിഞ്ച് ഉയരവും കറുത്ത നിറവും ഒത്ത വണ്ണവുമുള്ള അച്ഛന്റെ മുമ്പിൽ അശുവാണ്. പക്ഷേ, നിറത്തിലും ഉരുണ്ട കണ്ണുകളുടെ കാര്യത്തിലും അവർക്കു സാദൃശ്യമുണ്ട്. രാജഭരണകാലം മുതൽ അവർ ഗൃദ്ധാ മല്ലിക്കുമാർ എന്ന് അറിയപ്പെടാൻ കാരണംതന്നെ വിശപ്പു പ്രതിഫലിപ്പിക്കുന്ന ആ ഉരുണ്ടു തള്ളിയ കണ്ണുകളാണ്. അച്ഛൻ ഞങ്ങളെ ശ്രദ്ധിക്കാതെ തുടർന്നു സംസാരിച്ചു:

"അയ്യോ.. എന്താണു ബാബൂ, അങ്ങ് ഈ പറയുന്നത്? ഭഗവാൻ മഹേശ്വരൻ സാക്ഷിയായി, എനിക്കീ പാപം ചെയ്തു മടുത്തു... ഞാനൊരു കലാകാരനാണ്, ബാബൂ, കലാകാരൻ... ഇതു പിന്നെ ഗവൺമെന്റിന്റെ കാര്യമാണ്...നമ്മുടെ കുലത്തൊഴിലാണ്... ഇരുപതിനായിരം രൂപയും എന്റെ

മോൾക്കൊരു ജോലിയും ബഡാ ഡിമാൻഡ് ആണെങ്കിൽ മറ്റാരെയെങ്കിലും കണ്ടുപിടിച്ചോളൂ, ബാബൂ... എനിക്ക് എൺപത്തെട്ടു വയസ്സായി. ഇന്നു ഞാൻ വീണു പോയാൽ ഈ കുടുംബത്തിന്റെ ഭാരം താങ്ങാൻ ഒരു ആൺതരി പോലുമില്ല... അതെന്തുകൊണ്ടാണ് എന്ന് അങ്ങയോടു പിന്നെയും പിന്നെയും പറഞ്ഞു തരണ്ട കാര്യമില്ലല്ലോ.. ഭഗ്ബാൻ മഹാദേബ് അങ്ങയെ അനുഗ്രഹിക്കട്ടെ..."

സംസാരിക്കുന്നതിനിടയിൽ, നാനൂറ്റമ്പത്തൊന്നു കഴുത്തുകളിൽ കുടുക്കിട്ട ആ വലതുകൈ, ചൂണ്ടുവിരലിലും നടുവിരലിനുമിടയിൽ ഒരു സിഗററ്റ് പിടിച്ചു കൊണ്ടു തന്നെ തോളിൽ കിടന്ന ടവൽ വലിച്ചെടുത്ത് പുറത്തെ വിയർപ്പു തുടച്ചു.

"ഇതിൽ പണം മാത്രമാണോ ബാബൂ, പ്രശ്നം? ഞാൻ ഒരു ലക്ഷം രൂപ തരാം. ബാബുവിന് ചെയ്യാമോ ഈ പണി? ഒരു ലിവറു വലിക്കുന്ന കാര്യമല്ലേയുള്ളൂ? ബാബൂ, മറ്റേ ലോകത്തു ചെല്ലുമ്പോൾ ഭഗ്ബാൻ എന്നോടു ചോദിക്കും, ഫൊണീ, നിന്നോട് ഒരു തെറ്റും ചെയ്യാത്ത ഒരു മനുഷ്യനെ നീയെന്തിനു തൂക്കിക്കൊന്നെടാ? വയ്യെന്നു നിനക്കു പറയാൻ വയ്യായിരുന്നോ എന്ന്.. അന്ന് എനിക്കൊരു മറുപടി വേണ്ടേ ബാബു? ഭഗ്ബാൻ, എന്റെ വീട്ടിൽ പുരനിറഞ്ഞു നിന്ന യുവതിയായ പുത്രിക്ക് ഒരു ജീവിതം നൽകാൻ, എന്റെ വയസ്സായ, സ്നേഹനിധിയായ, മാതാവിനു മരുന്നു വാങ്ങാൻ, പുത്രനെ ചികിൽസിക്കാൻ, ഞാൻ ജീവനുതുല്യം സ്നേഹിക്കുന്ന എന്റെ സഹധർമിണിക്ക് വസ്ത്രവും ഭക്ഷണവും നൽകാൻ —വേണ്ടിയാണ് ഞാനിതൊക്കെ ചെയ്തത്. അതല്ലാതെ എനിക്ക് വേറെന്തു ന്യായം പറയാനുണ്ട്? ശരി, ശരി ബാബൂ. ഞാൻ അങ്ങോട്ടു വരാം..."

പിന്നീട് തലയൊന്നു തിരിക്കുക പോലും ചെയ്യാതെ അച്ഛൻ ഒരു അഭിനേതാവിനെപ്പോലെ ശബ്ദമുയർത്തി.

"സൂദേബ്, ഇങ്ങോട്ടു വാടാ.. ചൊക്രോബർത്തി ബാബുവിനെ കാണാൻ നമുക്ക് ഇന്നുതന്നെ പോകണം. നീ നേരത്തെ റെഡിയാകണേ...! അപ്പോൾ അങ്ങനെയാകട്ടെ ബാബൂ. വന്നു കണ്ട് നമുക്കു കാര്യങ്ങൾ ചർച്ച ചെയ്തു തീരുമാനിക്കാം..."

ഫോൺ വച്ച് തിരിഞ്ഞപ്പോഴാണ് അച്ഛൻ കാക്കൂവിനെ കണ്ടത്. ഒരു ഭാവഭേദവുമില്ലാതെ അച്ഛൻ ഞങ്ങളെ നോക്കി മീശ മിനുക്കി ചുണ്ടുകൾ വക്രിപ്പിച്ചു.

"ഗൃദ്ധാ, എന്താ പണമാണോ ലോകത്തിലെ വലിയ കാര്യം! പറയുന്നതു കേട്ടാൽത്തോന്നും ഇയാളൊക്കെ മാസം തോറും ഗവൺമെന്റിന് കാശ് അങ്ങോട്ടു കൊടുത്തിട്ടു നാട്ടുകാരെ സേവിക്കുകയാണെന്ന്... കള്ളൻമാർ.."

ഞാൻ അച്ഛനെത്തന്നെ നോക്കി നിന്നു. അദ്ദേഹത്തെക്കുറിച്ച് എപ്പോഴുമെന്നതുപോല എനിക്ക് അനിശ്ചിതത്വവും അഭിമാനവും തോന്നി. എന്റെ അച്ഛനെപ്പോലെ ഒരു അവതാരകനെ ഒരു ടിവി പരിപാടിയിലും ഞാൻ കണ്ടിട്ടില്ല. അദ്ദേഹത്തെപ്പോലെ ഒരു കഥാപാത്രത്തെ ഒരു സിനിമയിലും നാടകത്തിലും കണ്ടിട്ടില്ല. അദ്ദേഹം എപ്പോൾ എന്തു പറയുമെന്ന് ആർക്കും പ്രവചിക്കാൻ സാധിച്ചില്ല. പക്ഷേ, അച്ഛന്റെ വാക്കുകൾ എപ്പോഴും കൃത്യമായിരുന്നു.

ഓരോ സാഹചര്യത്തിലും കേൾക്കാൻ ആഗ്രഹിക്കപ്പെട്ടിരുന്നതെന്തോ അതു തന്നെയാണ് അദ്ദേഹത്താൽ പറയപ്പെട്ടത്. അതുകൊണ്ട്, പിൽക്കാലത്ത് എനിക്കു സംസാരിക്കേണ്ടി വന്നപ്പോഴൊക്കെ ആ സ്ഥാനത്ത് അച്ഛ നായിരുന്നെങ്കിൽ എന്തു സംസാരിക്കുമായിരുന്നു എന്നു ഞാൻ തലപുകച്ചു.

രാമുദായുടെ കട്ടിലിനരികിൽ ഉരഞ്ഞുരഞ്ഞ് വെളുത്തു തുടങ്ങിയ ചുവന്ന പ്ലാസ്റ്റിക് കസേരയിലിരുന്നു ഞാൻ കാക്കൂവിന്റെ മകൾ ചമ്പ എന്ന സുനെയ്നയുടെ കഴിഞ്ഞ വർഷത്തെ ഇംഗ്ലീഷ് പുസ്തകം മറിച്ചു. പണ്ടൊക്കെ കുടുംബത്തിൽ ആഹ്ലാദം നിറയുമായിരുന്ന അവസരമായിരുന്നു ഇത്. തൂക്കിക്കൊലകൾ അപൂർവമായപ്പോൾ ഞങ്ങളുടെ കുടുംബത്തിന്റെ വരുമാനം അടഞ്ഞു. പുറത്ത് ഒരു നിലവിളി ഉച്ചത്തിൽ മുഴങ്ങിയപ്പോൾ ഞാൻ വാതിൽപ്പടിയിൽ ചെന്ന് എത്തി നോക്കി. ഒന്നിനു പിറകെ ഒന്നായി നാലോ അഞ്ചോ ശവവണ്ടികൾ കടന്നു പോകുകയായിരുന്നു. ആദ്യത്തേതു രണ്ടും വിലപിടിച്ചവയായിരുന്നു. അവയ്ക്കൊപ്പം വെളുത്തു കൊഴുത്തു സ്വർണക്കണ്ണട വച്ച പുരുഷൻമാരും പട്ടുസാരിയുടുത്തു സ്ലീവ് ലെസ് ബ്ലൗസിട്ട സ്ത്രീകളും നിശ്ശബ്ദരായി നടന്നു. പിന്നാലെ വന്ന ഇടത്തരക്കാരുടെ കുടുംബത്തിലെ പത്തോ പന്ത്രണ്ടോ വയസ്സുള്ള ഒരു പെൺകുട്ടിയുടെ നിലവിളിയായിരുന്നു നേരത്തെ കേട്ടത്.

“ഇന്നു നല്ല കച്ചോടമാണെന്നു തോന്നുന്നു...”

രാമുദാ കണ്ണു തുറക്കാതെതന്നെ മന്ത്രിച്ചു. പകലിനു നല്ല ചൂടുണ്ടായിരുന്നു. തോരാനിട്ട തുണികൾ വെള്ളം വലിഞ്ഞ് ഉണങ്ങിത്തുടങ്ങി. രണ്ടു വീടിനപ്പുറത്തുള്ള ചെറിയ കാളീ ക്ഷേത്രത്തിൽനിന്നു മണിയടി ഉയർന്നു.

“ഇന്നലെ രാത്രി മുഴുവൻ വണ്ടികൾ പോയ്ക്കൊണ്ടിരുന്നു.”

രാമുദാ വീണ്ടും പറഞ്ഞു. സ്ട്രാൻഡ് റോഡിൽ വണ്ടികൾ പോകാതിരിക്കണമെങ്കിൽ മരണങ്ങൾ നിലയ്ക്കണം. എന്റെ ഇരുപത്തിരണ്ടു വർഷത്തെ ഓർമയിൽ ഈ വഴിയിൽ ശവവണ്ടികൾ ഒഴിഞ്ഞിട്ടേയില്ല. ഒന്നുകിൽ മോട്ടോർ വണ്ടികൾ. അവ പാഞ്ഞു വന്ന് റോഡിലെ പുരാതനമായ കുണ്ടുകളിലും കുഴികളിലും വീണ് ശബ്ദമുണ്ടാക്കി ഞങ്ങളെ അലോസരപ്പെടുത്തി. ഉന്തുവണ്ടികൾക്ക് അത്രയേറെ ശബ്ദമുണ്ടായിരുന്നില്ല. വളരെ സാധുക്കളായവരുടെ മൃതദേഹങ്ങൾ കൈവണ്ടികളിലും ആക്രി വണ്ടികളിലുമാണെത്തിയത്. പണത്തിനു കൂടുതൽ ആവശ്യം വരുമ്പോഴൊക്കെ മായും കാക്കിമായും രാത്രി മുഴുവൻ ചായ വിറ്റു. പക്ഷേ അത് വല്ലപ്പോഴുമേ സംഭവിച്ചുള്ളൂ. ‘സൊനാഗച്ചിയിലെ തേവിടികൾക്കു മടിശ്ശീല നിറയ്ക്കാൻ വേണ്ടി ചോര നീരാക്കാൻ എന്റെ തലയ്ക്ക് ഓളമൊന്നുമില്ല...’ എന്നായിരുന്നു മായുടെ നിലപാട്. രണ്ടു തിരിവുകൾക്കപ്പുറത്തായിരുന്നു സൊനാഗച്ചി. പച്ചക്കറിച്ചന്തയും ഇരുവശത്തും മധുരപലഹാരങ്ങൾ വിൽക്കുന്ന തെരുവും പിന്നിട്ടാൽ സൊനാഗച്ചിയുടെ ഗലികൾ തുടങ്ങുകയായി. ഞങ്ങളുടെ കുടുംബത്തിൽ അധികമുണ്ടായ ഓരോ ചില്ലിയും സമുദ്രത്തിലേക്കു കുതിക്കുന്ന ഗംഗയിലെ നീർമണികൾ പോലെ സൊനാഗച്ചിയിൽ വിലയം പ്രാപിച്ചു.

പന്ത്രണ്ടേ കാലിന്റെ പ്രിൻസെപ് ഘാട്ട് ട്രെയിൻ പോയ സമയത്താണ് അച്ഛനെ തേടി ജയിൽ ഐ.ജി. അജോയ് ചക്രൊബർത്തിയുടെ ആളെത്തി

യത്. ജനക്കൂട്ടത്തിനും ശവവണ്ടികൾക്കുമിടയിലൂടെ കുലുങ്ങിക്കുലുങ്ങി വന്ന പോലീസ് ജീപ്പ് കണ്ടപ്പോൾ അച്ഛന്റെ മുഖത്തു വിജയമന്ദഹാസം വിടർന്നു. മൂന്നു റോഡുകളിലും ഗതാഗതക്കുരുക്കുണ്ടാക്കി പോലീസുകാർ ജീപ്പിൽ ചാരി അച്ഛനു വേണ്ടി കാത്തുനിന്നു. അച്ഛൻ വെളുത്ത ജൂബയും ധോത്തിയും ധോത്തിക്കു മേൽ അദ്ദേഹത്തിന്റെ കൈപ്പത്തിയോളം വീതി യുള്ള കറുത്ത തുകൽ ബെൽറ്റും കെട്ടി യാത്രയ്ക്കിറങ്ങി. കറുത്ത കള്ളി ഷർട്ടിന്റെ കൈകൾ മടക്കി വച്ചു കാക്കു അച്ഛനോടൊപ്പമെത്താൻ പാഞ്ഞു. ഞാൻ ദുപ്പട്ടയിൽ കുടുക്കിട്ടും അഴിച്ചും ഭിത്തിയിൽ ചാരി വെറുതെ നിന്നു. ഥാക്കുമാ നമ:ശിവായ ജപിച്ചു കൊണ്ട് കൈകൾ കൂപ്പി പ്രാർഥിച്ചു. അകത്തെ മുറിയിൽ രാമുദാ ഭിത്തിക്കു നേരെ മുഖം ചെരിച്ച് കണ്ണടച്ചു കിടന്നു. പൊരിയുന്ന ചൂടായിരുന്നു പുറത്ത്. സൂര്യൻ കത്തിജ്വലിച്ചു. ശരീരം വിയർത്തൊഴുകി. മുറുക്കെയടച്ച അടുക്കളപ്പാത്രത്തിനുള്ളിൽ തിളയ്ക്കുന്ന ആവി പോലെ എന്തോ ഒന്ന് എന്റെ ഹൃദയത്തിലും ശരീരത്തിലും വിങ്ങി.

അച്ഛൻ മടങ്ങിയെത്തുന്നതിനു മുമ്പു തന്നെ ആദ്യത്തെ പത്രലേഖകൻ ഞങ്ങളുടെ വീട്ടുമുറ്റത്തെത്തി. ആനന്ദ് ബസാർ പത്രികയുടെ പ്രാദേശിക ലേഖകൻ നരേന്ദ്ര ചൗധരിയായിരുന്നു അത്. കുറച്ചു കാലം മുമ്പ് ഞാൻ പ്ലസ് ടു പാസ്സായപ്പോൾ 'ആരാച്ചാരുടെ മകൾക്ക് പ്ലസ് ടുവിന് ഹൈ ഡിസ്റ്റിങ്ഷൻ' എന്ന വാർത്ത കൊടുത്തത് അദ്ദേഹമാണ്. പക്ഷേ ആ വാർത്തയോടൊപ്പം പോലും എന്റെ ചിത്രം പ്രസിദ്ധീകരിക്കാൻ അച്ഛൻ അനുവദിച്ചില്ല.

"അച്ഛനെ ജയിലീന്നു വിളിപ്പിച്ചു, ബാബൂ."

ഞാൻ ഭവ്യതയോടെ ഇറങ്ങിച്ചെന്നു.

"ഓ, ഇനി അയാൾക്കു തിരക്കായി.. അല്ല, നീ പിന്നെ പഠിത്തം തുടർന്നില്ല?"

അദ്ദേഹം എന്നെ സഹതാപത്തോടെ നോക്കി.

"പ്രസിൽ ജോലിക്കു പോകുന്നുണ്ടായിരുന്നല്ലോ? "

"ഇപ്പോൾ എവിടെയും പോകുന്നില്ല, ബാബൂ.."

ഞാൻ പറഞ്ഞു. അദ്ദേഹം തിരക്കിലൂടെ സ്കൂട്ടറോടിച്ചു തിരിച്ചു പോയപ്പോൾ പ്ലസ് ടൂ പാസ്സായതിനു തൊട്ടുപിന്നാലെ മദൻ ചാറ്റർജി ലെയ്നിലെ ശ്രീ മാരുതി പ്രസിൽ പ്രൂഫ് നോക്കിയ കഥ ഞാൻ ഓർത്തു. അമ്പതു രൂപയായിരുന്നു ശമ്പളം. രണ്ടാഴ്ചയേ ഞാൻ ജോലി ചെയ്തുള്ളൂ. ഠാക്കൂർ ബാടിക്കു മുമ്പിലുള്ള ബൊയ് കടകളുടെ ഗന്ധം ആസ്വദിച്ച് നടന്നു പോകുന്നത് എനിക്ക് വളരെ സന്തോഷകരമായിരുന്നു. ഇരുനൂറ്റമ്പതുകൊല്ലം പഴക്കമുള്ള കെട്ടിടത്തിന്റെ കുമ്മായം അടർന്ന ഭിത്തികളുള്ള ചെറിയ മുറിയിൽ ഇരുമ്പഴികളുള്ള ജനാലയ്ക്കരികിലുള്ള തടിക്കസേരയിലിരുന്ന് എഴുത്തു പലകമേൽ വച്ച കയ്യെഴുത്തും ആദ്യ ഡ്രാഫ്റ്റും തമ്മിൽ ഞാൻ ഒത്തു നോക്കി. ഒരു ദിവസം, 'ജോഡി തോർ ഡാക് ഷുനെ കെവു ന അഷെ തൊബെ ഏക്‌ലാ ഛലോ രേ..' എന്ന വരികളിലെ തെറ്റു തിരുത്തുമ്പോൾ പിന്നിൽനിന്ന് രണ്ടു കരങ്ങൾ എന്റെ കക്ഷങ്ങളിലൂടെ മാറിടങ്ങളിലേക്കു പടർന്നു. രൂക്ഷമായ പാൻ നാറ്റവും വിയർപ്പുനാറ്റവും മൂക്കു തുളച്ചതുകൊണ്ടു തിരിഞ്ഞു നോക്കാതെ തന്നെ അതു മാരുതി പ്രസാദ് യാദവ് ആണെന്ന് എനിക്കു മനസ്സി

ലായി. ഞാൻ സാവധാനം തിരിഞ്ഞ് അയാളുടെ കണ്ണുകളിൽ നോക്കി. ഭയത്തിനും പരിഭ്രമത്തിനും പകരം എനിക്ക് ചിരിയാണു വന്നത്. എഴുത്തുപലക മാറ്റി വച്ച് ഞാൻ എഴുന്നേറ്റു. ഗൃദ്ധാമല്ലിക്കുമാരുടെ കുടുംബത്തിലെ എല്ലാവരെയും പോലെ എനിക്കും അസാമാന്യമായ പൊക്കവും പുഷ്ടമായ ശരീരവും മുഴച്ചുരുണ്ട കണ്ണുകളുമുണ്ട്. എഴുന്നേറ്റു നിന്നപ്പോൾ അയാൾക്ക് എന്നെക്കാൾ രണ്ടിഞ്ചു കുറവായിത്തോന്നി. ഞാൻ ദുപ്പട്ട സാവധാനം മാറിൽ നിന്നെടുത്തു. അയാൾ എന്റെ മാറിടത്തിലേക്ക് ആർത്തിയോടെ നോക്കി. കണ്ണിമ വെട്ടുംമുമ്പേ ഞാനൊരു കുടുക്കുണ്ടാക്കി, ചിരിച്ചുകൊണ്ട്, വരണമാല്യം പോലെ അയാളുടെ കഴുത്തിൽ അണിയിച്ചു. അയാൾ എന്നെ ചേർത്തു പിടിക്കുംമുമ്പേ, ഞാൻ കുടുക്കു വലിച്ചു മുറുക്കി ദുപ്പട്ടയുടെ മറ്റേ അറ്റം ജനാലയഴികളിലൊന്നിലൂടെ കടത്തി ശക്തിയോടെ വലിച്ചു . അയാളുടെ വായ പിളർന്നു. കണ്ണുകൾ തുറിച്ചു. പുറത്തു ചാടിയ നാവിൽനിന്നു പാൻ ചുവന്ന ചോര പോലെ ഒഴുകി. അയാൾ ശക്തിയോടെ കുതറി. പക്ഷേ, എന്റെ ഇടതു കയ്യിൽ ഞാൻ ആ ബലം മുഴുവൻ താങ്ങി. അയാൾ പിടഞ്ഞു. കൃഷ്ണമണികൾ പുറത്തേക്കുന്തി. നാവ് താടിയോളം നീണ്ടു. ഞാൻ സാവധാനം പിടി അയച്ചു. അയാൾ കിതച്ചു കൊണ്ട് താഴേക്കു വീണു. അയാളുടെ ബോധം നശിച്ചിരുന്നു. അയാളെ താങ്ങി ഇരുത്തിയപ്പോൾ എനിക്ക് അച്ഛനെ ഓർമ വന്നു. പത്രക്കാരുടെ ചോദ്യങ്ങൾക്ക് മറുപടി പറഞ്ഞു കഴിയുമ്പോൾ അച്ഛൻ അവരോടു ചോദിക്കാറുള്ള ഒരു ചോദ്യമുണ്ടായിരുന്നു : ഡയലോഗ് റൈറ്റ് ഹൈ, ന? എനിക്കും ഒരു ഡയലോഗ് പറയണമെന്നു തോന്നി. അതുകൊണ്ടു ഞാൻ അയാളോടു പറഞ്ഞു: 'തൂക്കുകയർ പശുവിനെ കെട്ടാനുള്ളതല്ല.' അയാൾ മയങ്ങിപ്പോകുന്ന കണ്ണുകൾ മിഴിച്ച് എന്നെ നോക്കി. ശക്തിയില്ലാതെ അയാളുടെ കണ്ണുകൾ വീണ്ടും അടഞ്ഞു. അപ്പോൾ എനിക്ക് ഒരു ഡയലോഗ് കൂടി പറയണമെന്നു തോന്നി. അയാളുടെ കഴുത്തിൽനിന്നു കുടുക്കഴിച്ച് കുടഞ്ഞ് വീണ്ടും ദുപ്പട്ടയാക്കിമാറ്റിക്കൊണ്ട് അതും ഞാൻ പറഞ്ഞു: 'കോഴിയെ കൊല്ലാൻ ആരാച്ചാരുടെ ആവശ്യമില്ല.'

അതു നല്ല ചൂടുള്ള വേനൽക്കാലമായിരുന്നു. സൂര്യൻ നാൽപത്തഞ്ചു ഡിഗ്രിയിലോ മറ്റോ ജ്വലിച്ചു. വേനലോ കത്തുന്ന സൂര്യനോ എന്നെ ബാധിച്ചില്ല. എന്നാൽ, പ്രസിൽ നിന്നിറങ്ങി ബസ് സ്റ്റോപ്പിലേക്കു നടക്കുമ്പോഴും ഇരുപത്തിരണ്ടാം നമ്പർ ബസ് പിടിക്കുമ്പോഴും എന്റെ കഴുത്തിൽ ഒരു കുടുക്കു മുറുകി. സ്വന്തം കൈകളിലേക്കു നോക്കാൻ ഞാൻ ഭയന്നു. ഇത്രയും ശക്തിയും പരുപരുപ്പും എന്റെ കൈകൾക്കുണ്ടെന്നു ഞാൻ അതുവരെ തിരിച്ചറിഞ്ഞിരുന്നില്ല. മായുടെ വെളുത്ത നിറവും ചുരുണ്ടിടതൂർന്ന മുടിയും എനിക്കുമുണ്ടായിരുന്നു. പക്ഷേ, ശരീരവും മായുടേതു പോലെ മെലിഞ്ഞതും ഉയരം കുറഞ്ഞതും ദുർബലവുമായിരുന്നെങ്കിൽ എന്നു ഞാൻ തീവ്രമായി ആഗ്രഹിച്ചു.

വീട്ടിലെത്തുമ്പോൾ ഠാക്കുമാ ശ്മശാനത്തിലായിരുന്നു. മാ തന്റെ ചേച്ചിയുടെ മകളുടെ കുഞ്ഞിനെ കാണാൻ ഡംഡമിലേക്കു പോയി. നേരത്തേ വന്നതെന്തുകൊണ്ടാണെന്ന് രാമുദാ കണ്ണുകൾ കൊണ്ട് അന്വേഷിച്ചപ്പോൾ ഞാൻ പറഞ്ഞു :

"ഞാൻ ഗൃദ്ധാമല്ലിക്കിന്റെ മകളാണെന്നു തെളിയിച്ചു..."

അതു കേട്ടു കൊണ്ട് അപ്പുറത്തെ മുറിയിൽനിന്ന് അച്ഛൻ കടന്നു വന്നു. മാരുതി പ്രസാദ് യാദവ് എന്നെ ഉപദ്രവിക്കാൻ ശ്രമിച്ചത് എനിക്കു തുറന്നു പറയേണ്ടി വന്നു. അച്ഛനു വിശ്വാസം വന്നില്ല. കറുത്ത മുഖത്ത് ചുവപ്പും മഞ്ഞയും നിറങ്ങൾ മിന്നിമാഞ്ഞു. പിന്നീട് കണ്ണുകൾ നിറഞ്ഞു. അച്ഛൻ ക്ഷോഭം അടക്കാനെന്നതുപോലെ പുറത്തു പോയി. രാമുദായുടെ കണ്ണുകളിൽ സഹതാപം നിറഞ്ഞു. അൽപം കഴിഞ്ഞ് അച്ഛൻ മടങ്ങി വന്നു.

"എങ്ങനെയാണ് നീ കുടുക്കുണ്ടാക്കിയത്?"

അദ്ദേഹത്തിന്റെ മുഴങ്ങുന്ന ശബ്ദത്തിൽ ക്ഷീണം കലർന്നിരുന്നു. ഞാൻ ദുപ്പട്ട വീണ്ടുമെടുത്ത് കുടുക്കുണ്ടാക്കി. അച്ഛൻ അതു കയ്യിലെടുത്തു പരിശോധിച്ചു. അദ്ദേഹത്തിന്റെ ചുവന്നുരുണ്ട കണ്ണുകളിൽ അദ്ഭുതഭാവം പ്രത്യക്ഷപ്പെട്ടു. എന്റെ കഴുത്തിൽ ഞാനത് ഇട്ടു കാണിച്ചു. അച്ഛൻ ദുപ്പട്ടയുടെ വാലറ്റത്തു പിടിച്ച് ഒന്നു വലിച്ചപ്പോൾ കുടുക്ക് മുറുകി. ഞാൻ പിടഞ്ഞു ചാടിയപ്പോൾ അച്ഛന്റെ മുഖത്ത് ചിരിവിടർന്നു. അദ്ദേഹം കുടുക്കിന്റെ വാല് പിടിച്ചയച്ചു.

"ജാദൊബിന്റെ നാക്ക് പുറത്തു ചാടി, അല്ലേ?"

അച്ഛൻ ചോദിച്ചു. ഞാൻ കഴുത്തു തിരുമ്മി കിതച്ചു കൊണ്ട് ഉവ്വെന്ന് തലയാട്ടി. അപ്പോഴാണ് അച്ഛൻ എന്റെ കഴുത്തിൽ താടിക്കു താഴെ തൊണ്ടക്കുഴിക്കു മുകളിൽ സിഗററ്റിന്റെ മഞ്ഞക്കറ വീണ ചൂണ്ടുവിരൽ കൊണ്ട് അടയാളം കാട്ടിത്തന്നത്.

"ഇവിടെ, ഇവിടെയാണ് അതിന്റെ സ്ഥാനം. അങ്ങോട്ടോ ഇങ്ങോട്ടോ മാറിയാൽ പുള്ളി ശ്വാസം മുട്ടി പിടഞ്ഞ് തുള്ളിയേ ചാകൂ... അത് ആരാച്ചാർക്ക് നാണക്കേടാണ്..."

അച്ഛൻ എന്റെ കഴുത്തിൽനിന്നു ദുപ്പട്ട അഴിച്ചെടുത്ത് നിവർത്തി എന്റെ ശരീരത്തിലേക്ക് ഇട്ടുതന്നു. അതോടെ അന്നത്തോടെ എന്റെ ഉദ്യോഗം അവസാനിച്ചു. പിന്നീടൊരിക്കലും വീടിനു പുറത്തു തനിച്ചു പോകാൻ അച്ഛൻ അനുവദിച്ചില്ല. അന്ന്, മേയ് പതിനെട്ടിന്, സന്ധ്യയോടെ അച്ഛൻ പോലീസ് ജീപ്പിൽ മടങ്ങിവന്നപ്പോഴാണ് അപ്പോൾ ധരിച്ചിരുന്ന ആ ദുപ്പട്ട തന്നെയാണ് പണ്ടു മാരുതി പ്രസാദ് യാദവിന്റെ കഴുത്തിൽ മുറുക്കിയത് എന്നു ഞാൻ ശ്രദ്ധിച്ചത്. അഞ്ചു വർഷത്തിനിടയിൽ എനിക്ക് ഒന്നോ രണ്ടോ വസ്ത്രങ്ങൾ കൂടിയേ വാങ്ങാൻ സാധിച്ചിരുന്നുള്ളൂ.

അച്ഛൻ ക്ഷീണിച്ചാണ് കടന്നു വന്നത്. നന്നായി മദ്യപിച്ചിരുന്നു. അടുത്തു ചെന്ന മായോട് ഒരാവശ്യവുമില്ലാതെ തട്ടിക്കയറിയിട്ട് അച്ഛൻ സ്വന്തം മുറിയിലേക്കു പോയി. ആ മുറിയാണ് പിൽക്കാലത്തു നിങ്ങൾ രണ്ടു മൂന്നു ഡോക്യുമെന്ററി സിനിമകളിലും ധാരാളം ടിവി പരിപാടികളിലും കണ്ടിട്ടുള്ളത്. ആസ്ബസ്റ്റോസ് ഷീറ്റ് കൊണ്ടുള്ള മേൽക്കൂരയും തേക്കാത്ത വെട്ടുകല്ലിന്റെ ചുവരുകളും പടിഞ്ഞാറെ ഭിത്തിയിൽ തറച്ച സ്റ്റാൻഡിൽ കാളിമാതാവിന്റെയും മഹാദേവന്റെയും പിന്നെ ദാദു പുരുഷോത്തം മല്ലിക്കിന്റെയും മാലയിട്ട ചിത്രങ്ങളും. കിഴക്കും വടക്കും തെക്കും ചുവരുകൾ നിറയെ അച്ഛനെക്കുറിച്ചുവന്ന പത്രവാർത്തകൾ ചില്ലിട്ടു ഫ്രെയിം ചെയ്തു തൂക്കിയിരുന്നു.

മുറിക്കു കുറുകെ ഭിത്തിക്കു ബലം കൊടുക്കുന്ന കമ്പിയിൽ അച്ഛന്റെ പഴയ തോർത്തും ഷർട്ടും തൂങ്ങി. നരച്ചു കീറിയ കൈലിയുടുത്ത് അധികം വീതിയില്ലാത്ത പലകക്കട്ടിലിൽ നിവർന്നു കിടന്നപ്പോൾ, ദേഹത്തെ എല്ലാ രോമങ്ങളും നരച്ചതു കാരണം അച്ഛൻ വെളുത്ത ബനിയൻ ധരിച്ചിട്ടുണ്ടെന്നു തോന്നി.

“അവൻമാരെ കുടിച്ച വെള്ളത്തിൽപ്പോലും വിശ്വസിക്കാൻ കൊള്ളില്ല. ആരാച്ചാരുടെ മക്കൾക്ക് ജോലി കൊടുക്കാൻ നിയമമില്ലെന്ന്... ങ്ഹും, ഗൃദ്ധാ മല്ലിക്കിനോടാണോ കളി? ”

അച്ഛൻ ആരോടെന്നില്ലാതെ ആക്രോശിച്ചു. കേട്ടില്ലെന്ന മട്ടിൽ ഞാൻ ടിവി ഓൺ ചെയ്തു. സോണിയ ഗാന്ധി പ്രധാനമന്ത്രിക്കസേര വേണ്ടെന്നു പ്രഖ്യാപിക്കുന്ന രംഗമാണ് തെളിഞ്ഞത്. ഒരു വനിതാപ്രധാനമന്ത്രിയെക്കൂടി കിട്ടാൻ രാജ്യത്തിനു ഭാഗ്യമില്ലാതെ പോയി എന്ന് വലിയ പൊട്ടുതൊട്ട ഒരു സ്ത്രീ വാർത്താവായനക്കാരിയോടു പരിതപിച്ചു. ടിവി സ്ക്രീനിൽ കണ്ടവരെല്ലാം വെളുത്തു ചുവന്നവരായിരുന്നു. ഞാനവരെയൊന്നു വേണ്ടത്ര കാണുകയും കേൾക്കുകയും ചെയ്യുംമുമ്പേ, ഭിത്തിക്കപ്പുറത്ത് സലൂണിൽ നിന്ന് കാക്കൂ ഉറക്കെ വിളിച്ചു:

“ഓ..ചേതൂ....!”

ഞാൻ പുറത്തുചെന്നു. അലക്കു കല്ലിനടുത്തു നനവുപറ്റി രണ്ടു പൂച്ചകൾ കിടപ്പുണ്ടായിരുന്നു. അവയെ മറികടന്ന് അപ്പോഴും ഊഷ്മളമായ അന്നത്തെ വേനൽ സന്ധ്യയുടെ ചുവന്ന വെളിച്ചത്തിലേക്ക് ഇറങ്ങിച്ചെന്ന നിമിഷമാണ് എന്റെ ജീവിതം മാറി മറിഞ്ഞത്. വൈകാതെ, എനിക്ക് ആലിപ്പൂർ സെൻട്രൽ ജയിലിലേക്കു പോകേണ്ടി വന്നു. പുഷ്പങ്ങളാൽ തീർത്ത ഒരു ശവവണ്ടിയിൽ പാദങ്ങളുടെ തള്ള വിരലുകൾ കൂട്ടിക്കെട്ടി എന്നെയും ഒരുവൻ വിചിത്രമായൊരു ശ്മശാനത്തിലേക്ക് ആനയിച്ചു. ഇത്രയും കാലത്തെ അനുഭവത്തിൽനിന്നു പറയാം: ഭൂമിയിൽ മരണത്തേക്കാൾ അനിശ്ചിതത്വം പ്രണയത്തിനു മാത്രമേയുള്ളൂ.

രണ്ട്

നന്ദ രാജാക്കൻമാരുടെ കാലത്തുതന്നെ ഞങ്ങൾ ആരാച്ചാർമാരായിരുന്നു. ക്രിസ്തുവിനും നാനൂറ്റി ഇരുപതു കൊല്ലം പിറകിലേക്ക് ഞങ്ങളുടെ വേരുകൾ ആഴ്ന്നു കിടക്കുന്നു. ദക്ഷയാഗവേദിയിൽ ആത്മാഹുതി ചെയ്ത സതിയുടെ ശരീരവും കൊണ്ട് പരമശിവൻ താണ്ഡവമാടിയതിനും മഹാവിഷ്ണു ആ ശരീരം സുദർശന ചക്രം കൊണ്ടു ഛിന്നഭിന്നമാക്കിയതിനും സതീദേവിയുടെ ശരീരം പതിനെട്ടിടത്തു തെറിച്ചു വീണതിനും മാത്രമേ നമ്മുടെ കുടുംബക്കാർ ദൃക്സാക്ഷികളാകാതെയുള്ളൂ എന്ന രാമുദാ പരിഹസിച്ചു. അതു കേട്ട് ഥാക്കുമാ കോപിച്ചു.

"പോടാ അവിടുന്ന്! ഭഗ്ബാൻ മഹാവിഷ്ണു ചക്രം കൊണ്ട് മുറിച്ചെറിഞ്ഞപ്പോൾ ദേവി സതിയുടെ വലതു കാലിലെ തള്ളവിരൽ വീണ സ്ഥലമാണെടാ കാളീഘട്ട്.. ഈ കാളീഘട്ടിലെ ആദ്യത്തെ താമസക്കാർ പിന്നെ ആരായിരുന്നെന്നാ നിന്റെ വിചാരം?"

ചാതുർവർണ്യവ്യവസ്ഥ പോലും പിന്നീടാണുണ്ടായത് എന്നു ഥാക്കുമാ അഭിമാനിച്ചു. ഭാരതം ഭാരതമാകുന്നതിനും കൊൽക്കൊത്ത ഹൂഗ്ലിയുടെ തീരത്തെ ചതുപ്പിനും വനത്തിനുമിടയിലെ മൂന്നു ചെറിയ ഗ്രാമങ്ങളിൽനിന്നു കൊൽക്കൊത്തയാകുന്നതിനും മുമ്പേ രാജ്യത്ത് അധികാരവും കുറ്റകൃത്യങ്ങളും വധശിക്ഷയുമുണ്ടായിരുന്നു. കുടുംബത്തിലെ ആ ആദ്യത്തെ ആരാച്ചാരുടെ പേര് രാധാരമൺ മല്ലിക് എന്നായിരുന്നു. അദ്ദേഹം കൊട്ടാരം വൈദ്യനായിരുന്നു. ആ വലിയ വലിയ വലിയ വലിയ വലിയ വലിയ പിതാമഹൻ ജ്വരചികിൽസയ്ക്കെത്തിയ ഒരു സ്ത്രീയെ കണ്ട് പ്രേമവിവശനായി. രാജ്യത്തെ യഥാർഥ കിരീടാവകാശിയുടെ പ്രേമഭാജനമായിരുന്നു അവർ. ആ സ്ത്രീക്കു വേണ്ടി പൂർവ പിതാമഹൻ ആരാച്ചാരായിത്തീർന്നു. അങ്ങനെ കുട്ടിക്കാലത്ത് ഞങ്ങൾ കേട്ടിരുന്ന മുത്തശ്ശിക്കഥകളത്രയും പല തരം മരണങ്ങളെക്കുറിച്ചായി.

പൂവരശുകൾ പൂത്തുനില്ക്കുന്ന വലിയൊരു വളപ്പിലായിരുന്നു ആ ആദ്യ ആരാച്ചാർ പിതാമഹന്റെ വീട്. ധനികനും സുന്ദരനുമായിരുന്നു അദ്ദേഹം. എന്നിട്ടും ആ സ്ത്രീയുടെ പ്രേമം നേടിയെടുക്കാൻ അദ്ദേഹത്തിനു കഴിഞ്ഞില്ല. മഹാനന്ദിൻ രാജാവ് തീപ്പെട്ടപ്പോൾ അദ്ദേഹത്തിന് ദാസിയിൽ ജനിച്ച മഹാപത്മനന്ദ യഥാർഥ കിരീടാവകാശിയെ പുറത്താക്കി. യുദ്ധം നടന്നു. മുറിവേറ്റ രാജകുമാരൻ പിതാമഹന്റെ അടുത്ത് ചികിൽസയ്ക്കു ചെന്നു. പിതാമഹൻ അദ്ദേഹത്തെ ഭേദപ്പെടുത്തി. അതിനുശേഷം മഹാപത്മനന്ദയ്ക്കു കൈമാറി. പൊതുസ്ഥലത്ത് അദ്ദേഹത്തെ തൂക്കിക്കൊല്ലാൻ പുതിയ രാജാവു കൽപ്പിച്ചു. ആ കൃത്യം താൻ നിർവഹിച്ചോട്ടെ എന്ന് അപേ

BHAGYANATH '11

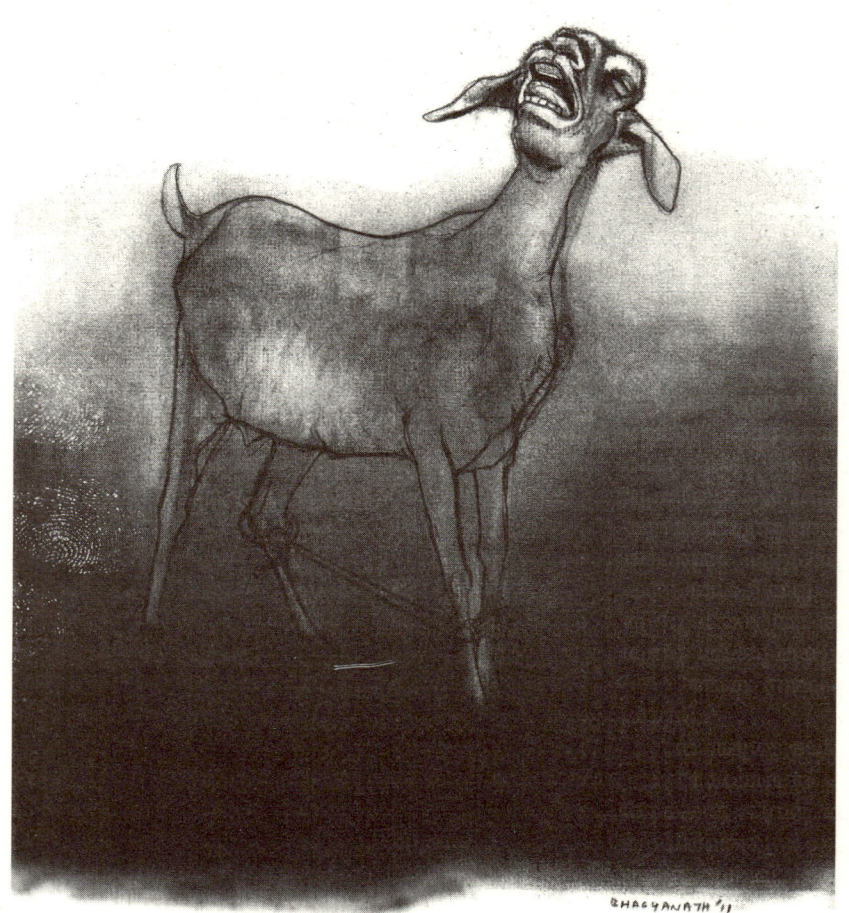

ക്ഷിച്ചു രാധാരമൺ മല്ലിക് രാജകൊട്ടാരത്തിലെത്തി. ആരാച്ചാരാകാൻ സ്വമേധയാ മുന്നോട്ടു വന്ന ആദ്യത്തെയാളായിരുന്നു അദ്ദേഹം. രാജാവ് അനുവദിച്ചു. ആദ്യത്തെ തവണ കഴുത്തിൽ കുടുക്കിട്ടപ്പോൾ രാജകുമാരൻ പിടഞ്ഞതല്ലാതെ മരണം സംഭവിച്ചില്ല. പിതാമഹൻ അദ്ദേഹത്തെ താഴെയിറക്കി. പിന്നീട് ഇന്നു ഞങ്ങളുടെ കുടുംബത്തിലെ രീതി പോലെ കഴുത്തിൽ മൂന്നാമത്തെയും നാലാമത്തെയും കശേരുക്കൾക്കിടയിൽ കുരുക്കിട്ടു. രണ്ടാമത്തെ തവണ ഒന്നു വലിച്ചപ്പോൾത്തന്നെ ഒരു പൂവരശിന്റെ പൂവൊടിക്കുന്നതിനെക്കാൾ എളുപ്പം ശിരസ്സ് ഒടിഞ്ഞു. അതിനു മുമ്പ് ആ മനുഷ്യൻ പിതാമഹനെ നോക്കി പല്ലിറുമ്മി : 'നിനക്ക് അവളെ ഒരിക്കലും കിട്ടില്ല'. പക്ഷേ, മറിച്ചാണു സംഭവിച്ചത്. പ്രതിഫലം എന്തു വേണമെന്നു ചോദിച്ച രാജാവിനോട് രാധാരമൺ മല്ലിക് ആ സ്ത്രീയെ ആവശ്യപ്പെട്ടു. അവരെ അദ്ദേഹത്തിനു ലഭിക്കുകയും ചെയ്തു. പക്ഷേ, ആ ആദ്യ തൂക്കിക്കൊലയുടെ മികവു കാരണം അദ്ദേഹത്തിനു പിന്നീടുള്ള ജീവിതം മുഴുവൻ ആരാച്ചാരായി ജോലി ചെയ്യേണ്ടിവന്നു. അന്ന് ദിവസേനയെന്നോണം തൂക്കിക്കൊലകളുണ്ടായിരുന്നു. രാത്രികളിൽ നീരുകെട്ടിയ കൈകളുമായി പിതാമഹൻ വീട്ടിലേക്കു മടങ്ങി. ചിൻമയീദേവിയെന്ന ആ സ്ത്രീ അദ്ദേഹത്തിന്റെ പത്തു മക്കളെ പ്രസവിച്ചു.

ഥാക്കുമാ ആ കഥ പറഞ്ഞ രാത്രി ഒരു മുഷിഞ്ഞ പായയിൽ ഒന്നിച്ച് ഉറങ്ങാൻ കിടക്കുമ്പോൾ പതിനെട്ടു വയസ്സു വയസ്സുകാരനായിരുന്ന രാമുദാ എന്നോടു പറഞ്ഞു, ഞാനൊരു പെണ്ണിനെയും പ്രേമിക്കില്ല. ഞാനും–ഞാൻ ആവർത്തിച്ചു. 'ഒരു നാൾ ഞാനും ഏട്ടനെപ്പോലെ വളരും വലുതാകും' എന്ന പരസ്യപ്പാട്ട് കേട്ടിരുന്ന കാലമാണത്. അയൽപക്കത്തെ ഭൂപൻചൊക്രൊബർത്തിയുടെ വീട്ടിൽ ടിവി കാണാൻ പത്തു പൈസ കൂലിയുണ്ടായിരുന്ന അന്ന് ആ പാട്ട് ഞാൻ ചുണ്ടുകൾ കൊണ്ടു മാത്രമല്ല, ഹൃദയം കൊണ്ടും ഏറ്റുപാടി. ഥാക്കുമാ തൂക്കിക്കൊലയെ ഒരിക്കലും നികൃഷ്ടമായി കണക്കാക്കിയില്ല. എന്റെ മുത്തച്ഛന്റെ അച്ഛന്റെ സഹോദരിയുടെ മകളായിരുന്നു ഥാക്കുമാ. ഒരു ആരാച്ചാരെത്തന്നെ വിവാഹം കഴിക്കണമെന്നതായിരുന്നു ഥാക്കുമായുടെ കുട്ടിക്കാലത്തേയുള്ള പ്രാർഥന.

"അതു നമ്മുടെ തൊഴിലാണ്... നമ്മൾ കൊല്ലുന്നത് നീതിക്കു വേണ്ടിയാണ്..."

ഥാക്കുമാ ഓർമിപ്പിച്ചു.

"രാധാരമൺ പിതാമഹൻ വൈദ്യനായിരുന്നപ്പോൾ അദ്ദേഹം സേനാനായകന്റ ജീവൻ രക്ഷിച്ചു. ആരാച്ചാരായപ്പോൾ അയാളെ കൊന്നു... തന്റെ മുമ്പിലെത്തുന്ന ശത്രുവിനെയും ചികിൽസിച്ചു ഭേദപ്പെടുത്തുകയാണ് വൈദ്യന്റെ ജോലി.. തെറ്റു ചെയ്താൽ സ്വന്തം മകനായാലും വധിക്കുകയാണ് ആരാച്ചാരുടെ ജോലി..ഒരു ജോലിയും മോശമല്ല.ഒരു ജോലിയും പാപവുമല്ല.പിന്നെ ഈ ജോലി ചെയ്യാൻ —"

ഥാക്കുമായുടെ ശബ്ദത്തിൽ അഭിമാനം നിറഞ്ഞു.

"സാധാരണക്കാർക്കു സാധിക്കില്ല....മനസ്സിലുറപ്പു വേണം... കൈക്കു കരുത്തും തലയിൽ മൂളയും വേണം.."

"കൊല്ലാനെന്തിനാ ഥാക്കുമാ, മൂള?"

ഞാൻ അന്വേഷിച്ചു. ഥാക്കുമാ ഉറക്കെച്ചിരിച്ചു.

"ഇതൊരു നിസ്സാര കാര്യമാണെന്നാണോ നീ വിചാരിക്കുന്നത്? എന്റെ ദാദുവിന്റെ ബാബാ, അതായതു നിന്റെ ദാദുവിന്റെ മായുടെ ദാദാ-യോഗേന്ദ്ര മല്ലിക് പറയുമായിരുന്നു, ഒറ്റ നോട്ടത്തിൽ പ്രതിയുടെ തൂക്കം കണക്കാക്കണം.. പിന്നെ തൊണ്ടക്കുഴി അളക്കണം.."

"അതെന്തിനാ ഥാക്കുമാ?"

"തൊണ്ടക്കുഴിയിലാണു മോളേ, ജീവൻ... മനുഷ്യർ പലതരമാണ്.... ചിലരുടെ തൊണ്ടക്കുഴിയിലെ എല്ലുകൾക്കു നല്ല ബലമായിരിക്കും.. പെട്ടെന്ന് ഒടിയില്ല.. അപ്പോൾ കുടുക്ക് അതനുസരിച്ച് ഇടണം.."

ഒരു നൂറു തവണ താനതു ചെയ്തിട്ടുണ്ടെന്ന മട്ടിലാണ് ഥാക്കുമാ സംസാരിച്ചിരുന്നത്. തൂക്കിക്കൊലയുടെ കഥകൾ പറയുമ്പോഴൊക്കെ ഥാക്കുമായുടെ കൈകൾ വാക്കുകൾക്കൊപ്പം സാങ്കൽപ്പികമായൊരു കയറിൽ കുടുക്കിടുകയും അഴിക്കുകയും ചെയ്തു. അതു ഞങ്ങൾ മല്ലിക്കുമാരുടെ കുടുംബത്തിലെ എല്ലാ സ്ത്രീകളുടെയും ശീലമായിരുന്നു. അവർ സംസാരിക്കുമ്പോഴൊക്കെ സാരിയാകട്ടെ, ദുപ്പട്ടയാകട്ടെ, വസ്ത്രത്തിന്റെ തലപ്പുകൊണ്ട് കുടുക്കുകൾ ഉണ്ടാക്കി, അഴിച്ചു. അതു ഞങ്ങൾക്കു മാനസികമായ ഒരാവശ്യമായിരുന്നു. ഒരിക്കൽമാത്രമേ ഞങ്ങളുടെ കുടുംബത്തിൽനിന്നൊരു സ്ത്രീ ആരാച്ചാരുടെ തൊഴിൽ സ്വീകരിച്ചിട്ടുള്ളൂ. വിശ്വസിക്കാൻ പ്രയാസമാണ്, അതവർ ചോദിച്ചു വാങ്ങുകയായിരുന്നു.

ഥാക്കുമാ കുടുംബചരിത്രം പറഞ്ഞു തന്ന രാത്രികളിൽ, പൂവരശുകൾ പൂത്തു നിന്ന വളപ്പിലെ വലിയ കൊട്ടാരത്തെക്കുറിച്ച് അഭിമാനത്തോടെയും നഷ്ടബോധത്തോടെയും ഞാൻ ഉറങ്ങാൻ കിടന്നു. നാലാം ക്ലാസിൽ പഠിക്കുമ്പോൾ സ്കൂളിൽ നിന്ന് ഞങ്ങളെ ഠാക്കൂർ ബാടിയിലേക്കു പഠന യാത്രയ്ക്കു കൊണ്ടുപോയി. ജീവിതത്തിൽ ഞാൻ കാൽ കുത്തിയിട്ടുള്ള ഏറ്റവും വലിയ വീടാണത്. മദൻ ചാറ്റർജി ലെയിനിലൂടെ മുഷിഞ്ഞതും പഴയതുമായ വസ്ത്രങ്ങൾ ധരിച്ച കുട്ടികളുടെ നിരയിലൊരാളായി നടക്കുമ്പോൾ എന്റെ കണ്ണുകളിൽ ചുവന്ന കല്ലുകൾ കൊണ്ടു പടുത്ത പുരാതന കെട്ടിടങ്ങൾ തെളിഞ്ഞു. ഠാക്കൂർ ബാടി പോലെയൊരു വീടാണ് രാധാരമൺ പിതാമഹനു വേണ്ടി ഞാൻ അഭിലഷിച്ചത്. സിമന്റ് തേച്ച വലിയൊരു ഫുട്ബോൾ മൈതാനത്തോളം വരുന്ന നടുമുറ്റത്തിനു ചുറ്റുമുള്ള തൂണുകൾക്കിടയിൽ ഞാനും രാമുദായും ഒളിച്ചു കളിക്കുന്നതു സങ്കൽപ്പിക്കുക സന്തോഷകരമായിരുന്നു. സങ്കൽപ്പത്തിൽ, വീടിന്റെ മട്ടുപ്പാവിൽനിന്നു ഞാൻ റോഡിലേക്കു നോക്കി. സ്വർണത്തിൽ പണിത ട്രാമുകൾ ചോരച്ചുവപ്പു വെളിച്ചവുമായി വെള്ളിപ്പാളത്തിലൂടെ ഇഴഞ്ഞു പോയി. യാഥാർഥ്യം ആ പ്രായത്തിൽ സങ്കൽപ്പത്തിന്റെ തൊണ്ടക്കുഴിയിലിട്ട കുടുക്കു പോലെയാണ്. ഠാക്കൂർ ബാടിയുടെ ചുവന്നു മിനുങ്ങുന്ന നിലത്തുനിന്ന് ഞാൻ എപ്പോഴും ഞങ്ങളുടെ എലിമാളം പോലെയുള്ള വീട്ടിൽ ഥാക്കുമായുടെ കയർക്കട്ടിലിനു ചുവട്ടിലേക്കു പിടഞ്ഞുണർന്നു. ഏതു നിമിഷവും ഇറുന്നു വീഴാവുന്ന തരം പുരാതനമായിരുന്നു ഞങ്ങളുടെ വീടും. സ്ട്രാൻഡ് റോഡിലെ ഏറ്റവും പഴയ കെട്ടിടങ്ങളിലൊന്ന്.

എന്നും ഗംഗയിൽ കുളിക്കാൻ വേണ്ടി തന്റെ ദാദുവിന്റെ ബാബാ പണികഴിപ്പിച്ച വീടിന്റെ തൊഴുത്തിലാണ് നമ്മളിപ്പോൾ താമസിക്കുന്നതെന്ന് ഥാക്കുമാ നെടുവീർപ്പിട്ടു. മധുരപലഹാരങ്ങളുടെയും പച്ചക്കറിച്ചന്തയുടെയും ആരവങ്ങൾ കടന്ന് ശ്മശാനത്തിന്റെ തിരക്കിലേക്കു തിരിയുന്നിടത്ത്, മൂന്നു റോഡുകളുടെ സംഗമസ്ഥാനത്ത് റോഡിലേക്ക് ലേശം തള്ളി നിൽക്കുന്ന ചായക്കടയുടെയും സലൂണിന്റെയും പിന്നിൽ, ഒരു ഭിത്തിക്കപ്പുറത്തെ പോർട്ട് ട്രസ്റ്റിലെ തൊഴിലാളികളുടെ ജീർണിച്ച ക്വാർട്ടേഴ്സുകളുടെ അഴുക്കുചാൽ ദുർഗന്ധമുയർത്തുന്ന വഴിയോരത്തോടു കലഹിച്ച്, ഞങ്ങളുടെ മുറികൾ അപകർഷതയോടെ പിൻവലിഞ്ഞു നിന്നു. രാത്രി കിടക്കുമ്പോൾ സർക്കുലാർ ട്രെയിനിന്റെ കട കട ശബ്ദത്തിൽ നിലം വിറച്ചു. മഹാറാണി പാൻ കവറുകൾ തോരണം പോലെ തൂക്കിയിട്ട ഹരിദായുടെ ഭേൽപൂരി കടയിൽ രാത്രി രഹസ്യമായി വിൽക്കുന്ന ചാരായം കഴിച്ചവരാരെങ്കിലും മറ്റാരെയെങ്കിലും ഉച്ചത്തിൽ തെറി വിളിക്കുന്നതും ഹേമന്ത് മല്ലിക്കിന്റെ കാളീ ക്ഷേത്രത്തിൽ ഏതെങ്കിലും മൃഗം ആർത്തു നിലവിളിക്കുന്നതും ഭിത്തികൾ പ്രതിധ്വനിപ്പിച്ചു. അപ്പോഴൊക്കെ ഞാൻ കണ്ണടച്ച് ഠാക്കൂർ ബാടിയിലെ നീണ്ട താടിയും പാദങ്ങൾക്കൊപ്പമെത്തുന്ന കുപ്പായവുമുള്ള പിതാമഹനെ സങ്കൽപ്പിച്ചു സമാധാനിച്ചു.

മേയ് പതിനെട്ടിന്, കാക്കൂവിന്റെ വിളി കേട്ടു പുറത്തിറങ്ങുമ്പോൾ ഞങ്ങളുടെ പടിക്കൽ ആൾക്കൂട്ടത്തിന്റെ ആരവം ദുസ്സഹമായി. ഇടുങ്ങിയ വഴിയിൽ ശവവണ്ടികൾക്കും ആംബുലൻസുകൾക്കുമിടയിൽ അതേ ഛായയുള്ള ഒരു വണ്ടി നിർത്തിയിട്ടിരുന്നതു ഞാൻ ശ്രദ്ധിച്ചതേയില്ല. കാക്കൂ സലൂണിന്റെ തിണ്ണയിൽ നിൽക്കുകയായിരുന്നു. ആരവം ഘാട്ടിലേക്കു നീങ്ങി അന്തരീക്ഷം അൽപം ശാന്തമായപ്പോൾ എന്തിനാണ് വിളിച്ചതെന്നു ഞാൻ അന്വേഷിച്ചു. കാക്കൂ ഒരു കള്ളലക്ഷണത്തോടെ ചിരിച്ചു. പോക്കറ്റിൽനിന്നു പത്തു രൂപ എടുത്തു നീട്ടി പാൻ വാങ്ങി വരാൻ ആവശ്യപ്പെട്ടു. അതു പതിവില്ലാത്തതായിരുന്നു. അദ്ഭുതം തോന്നിയെങ്കിലും 'പോയിട്ടു വാ' എന്ന് അദ്ദേഹം നിർബന്ധിച്ചപ്പോൾ ഞാൻ അനുസരിച്ചു. വീടിനു മുമ്പിൽനിന്ന് വലത്തോട്ടു തിരിഞ്ഞ് ഥാക്കുമായുടെ ശിവക്ഷേത്രവും ഹേമന്ത് മല്ലിക്കിന്റെ കാളീക്ഷേത്രവും പിന്നിട്ട് മുന്നോട്ടു നടക്കുമ്പോൾ ഘാട്ടിന്റെ എതിർവശത്തു കാണാവുന്ന കടയിൽനിന്ന് പാൻ വാങ്ങാനാണ് ഞാൻ പുറപ്പെട്ടത്. പക്ഷേ, കാക്കൂ എന്നെ തടഞ്ഞു. വലത്തോട്ടു തിരിയുന്നതിനു പകരം നേരെ നടന്ന് ഭേൽപൂരി വിൽക്കുന്ന ഹരിദായുടെ കടയിൽ പോകാൻ അദ്ദേഹം നിർദ്ദേശിച്ചു. ഞാൻ, പ്രേമബന്ധത്തിൽപ്പെടാത്ത ഒരു ഇറുപത്തിരണ്ടുകാരിക്കു കഴിയുന്ന ലാഘവത്തോടെ ആൾത്തിരക്കിനെ വകവയ്ക്കാതെ കൈകൾ മുന്നോട്ടാട്ടി തമ്മിൽ പിണച്ചും അഴിച്ചു പിന്നോട്ടാട്ടിയും ഹരിദായുടെ കടയിലേക്കും തിരിച്ചു വീട്ടിലേക്കും ഉല്ലാസത്തോടെ നടന്നു. ഏഴു മണിയുടെ വാർത്തയിൽ ശവഘോഷയാത്രയുടെ പശ്ചാത്തലത്തിൽ ഒരു ചെറുപ്പക്കാരൻ മൈക്കുമായി നിൽക്കുന്നതു കാണും വരെ എനിക്ക് അപകടം മനസ്സിലായില്ല. തിരഞ്ഞെടുപ്പിൽ സീറ്റുകളുടെ എണ്ണം ഒന്നായി ചുരുങ്ങിയതിനു കാരണം മമത ബാനർജി നരേന്ദ്രമോഡിയെ പുകഴ്ത്തിയതാണെന്ന് മുസ്ലിം നേതാക്കൾ

കുറ്റപ്പെടുത്തിയെന്ന വാർത്തയ്ക്കു തൊട്ടുപിന്നാലെയായിരുന്നു അത്. കണ്ടു കണ്ട് മടുത്തിരുന്ന ഞങ്ങളുടെ വീടും പരിസരവും 'അബിനാശ് ചാറ്റർജിക്കു വോട്ടു ചെയ്യുക' എന്ന നീലം ചാലിച്ചെഴുതിയ ചുവരെഴുത്തുള്ള മതിലും ടിവിയിൽ കണ്ടപ്പോൾ അച്ഛൻ പക്ഷേ, ഇളകിച്ചിരിച്ചു. 'നോക്ക്, നോക്ക്'–അച്ഛൻ സന്തോഷത്തോടെ ഞങ്ങളോടു പറഞ്ഞു. ആറു മണിയായപ്പോൾത്തന്നെ അച്ഛൻ സിഎൻസി ചാനലിന് മുന്നിൽ ഇരുപ്പുറപ്പിച്ചതിന്റെ അർഥം എനിക്ക് പിടികിട്ടി.

"പന്ത്രണ്ടു വർഷത്തിനു ശേഷം ഇന്ത്യയിൽ ആദ്യമായി നടത്തുന്ന തൂക്കിക്കൊലയാണ് യതീന്ദ്രനാഥ് ബാനർജിയുടേത്. പക്ഷേ താൻ മുന്നോട്ടു വച്ച ആവശ്യങ്ങൾ അംഗീകരിക്കാതെ ജോലി ചെയ്യാൻ തയാറല്ലെന്ന് ആരാച്ചാരായ ഫണിഭൂഷൺ ഗൃദ്ധാ മല്ലിക് വ്യക്തമാക്കിയതോടെ യതീന്ദ്രനാഥിന്റെ തൂക്കിക്കൊല വിവാദമാകുകയാണ്"- സുമുഖനായ ഒരു ചെറുപ്പക്കാരൻ എന്റെ കണ്ണുകളിലേക്കു നോക്കി അറിയിച്ചു.

തുടർന്നു ടിവിയിൽ അച്ഛന്റെ മുഖം തെളിഞ്ഞു. വീർത്ത കവിളുകളിലൂടെ തൂങ്ങിക്കിടക്കുന്ന സമൃദ്ധമായ നരച്ച മീശ തടവി അച്ഛൻ വലതുകയ്യിലെ ചൂണ്ടുവിരലിലും നടുവിരലിനുമിടയിൽ തൊടുത്തു വച്ച കത്തിക്കാത്ത സിഗററ്റുമായി സംസാരിച്ചു തുടങ്ങി.

"ആയിരത്തിത്തൊള്ളായിരത്തി എൺപത്തിരണ്ടിൽ ജബ്ബാർ സിങ്ങിനെ തൂക്കാൻ തീരുമാനിച്ച സമയത്ത് അവർ എനിക്ക് എഴുതിത്തന്നതാണ്, എന്റെ മക്കൾക്ക് സർക്കാർ ജോലി.. പക്ഷേ, എന്റെ മകൻ രാംദേബ് ഗൃദ്ധാ മല്ലിക്കിന് ഒരു അപകടം സംഭവിച്ചു... അതോടെ അവർ ആ വാഗ്ദാനം സൗകര്യപൂർവം മറന്നു കളഞ്ഞു... അവന് എങ്ങനെയാണ് അപകടം സംഭവിച്ചത്? അത് ഗവൺമെന്റ് ഓർക്കേണ്ടതായിരുന്നു. ഞാൻ ഈ നാടിനു വേണ്ടി എന്റെ ജീവിതവും എന്റെ കുടുംബത്തിന്റെ ജീവിതവും ബലിയർപ്പിച്ചിരിക്കുകയാണ്. അപ്പോൾ ഗവൺമെന്റിന് എന്നോട് ഒരു കടപ്പാടില്ലേ? നിങ്ങളെന്താ വിചാരിച്ചിരിക്കുന്നത്? ഈ തൂക്കിക്കൊലയെന്നു വച്ചാൽ അത് പിക്നിക് പോകുന്നതുപോലെയാണെന്നാണോ? നമ്മൾ കയറിടുന്നത് ഒരു കോഴിയുടെയോ പാമ്പിന്റെയോ കഴുത്തിലല്ല, ബാബൂ. ഒരു മനുഷ്യന്റെ കഴുത്തിലാണ്. നോക്ക്, നുള്ളി നോക്ക്, ഞാൻ ഇരുമ്പും കല്ലുമൊന്നുമല്ല. നിങ്ങളെപ്പോലെ ഒരു പച്ചമനുഷ്യനാണ്. എനിക്കും ഒരു കുടുംബമുണ്ട്. ഭാര്യയുണ്ട്, മക്കളുണ്ട്, കൊച്ചുമക്കളുണ്ട്. അവന്, ഞാൻ തൂക്കിക്കൊല്ലേണ്ട പ്രതിക്ക്, എന്റെ മകനാകാനുള്ള പ്രായം പോലുമില്ല. അവന്റെ ജീവിതം ഞാൻ അവസാനിപ്പിക്കുകയാണ്. എന്താ,അത് ഈ സിഗററ്റ് വലിക്കുന്നതുപോലെയാണോ? അല്ല, ബാബൂ, അല്ല..."

അച്ഛൻ സിഗററ്റ് കത്തിച്ച് പുകവിട്ടു. ക്യാമറ വശത്തേക്കു നീങ്ങിയപ്പോൾ പിന്നിലുള്ള ആലിപ്പൂർ സെൻട്രൽ ജയിൽ വ്യക്തമായി. ജയിൽ ഐ.ജിയെ കാണാൻ പോയി വരികയായിരുന്നു അച്ഛൻ. പുക ഊതിവിട്ടു കൊണ്ട് നാടകീയമായി ഒന്നു ചെരിഞ്ഞ് വളരെ അകലെയുള്ള എന്തിനെയോ ഭക്തിയോടെ വണങ്ങിയതിനുശേഷം അച്ഛൻ തുടർന്നു:

“ഞാൻ ദിവസവും ദൈവത്തെ വിളിക്കുന്ന ആളാണ്. ഈ ജൻമം കഴിഞ്ഞാൽ എന്താണെന്ന് എനിക്കറിഞ്ഞുകൂടാ. നാനൂറ്റമ്പത്തിയൊന്നു പേരെ എന്റെ ഈ കൈകൾ കൊണ്ട് തൂക്കിലേറ്റിയിട്ടുണ്ട്.നാനൂറ്റമ്പത്തിയൊന്നു പേരിൽ ഒരുത്തൻ പോലും മരണം എന്നു വച്ചാൽ എന്താണെന്നോ അതു കഴിഞ്ഞാലെന്താണെന്നോ പറഞ്ഞു തരാൻ തിരിച്ചു വന്നിട്ടില്ല. എനിക്ക് വയസ്സായി. ഇന്നു വേണമെങ്കിൽ ഇന്നു പോകാം. പോയാൽ, അവിടെ ചെന്നാൽ, ഈ നാനൂറ്റമ്പത്തിയൊന്നു പേരും എന്നെ കാത്തു നിൽക്കുമോ? എനിക്കറിഞ്ഞുകൂടാ. എന്നെ അവർ എണ്ണയിലിട്ടു പൊരിക്കുമോ? അതും അറിഞ്ഞുകൂടാ. മരിച്ചാൽ പിന്നെ എല്ലാം തീർന്നെന്നു നമ്മളോട് ശാസ്ത്രജ്ഞരൊക്കെ പറയുന്നു. പക്ഷേ അത് അങ്ങനെയാണോ എന്നറിയാൻ നമ്മൾതന്നെ പോകണം.”

“താങ്കൾ മരണാനന്തര ജീവിതത്തിൽ വിശ്വസിക്കുന്നുണ്ടോ?”

“അതല്ല, ബാബൂ.. മരണാനന്തരം ജീവിതമുണ്ടോ ഇല്ലയോ എന്നതല്ല ഇവിടുത്തെ പ്രശ്നം... പ്രശ്നം ഞാൻ എടുക്കുന്ന വലിയ റിസ്കാണ്.. റിസ്ക്, ബാബൂ, റിസ്ക്...”

അച്ഛൻ സിഗററ്റ് ക്യാമറയുടെ നേരെ ചൂണ്ടി വീണ്ടും ഒന്നാഞ്ഞു വലിച്ചു. ചുമലിൽ നിന്നു ടവൽ എടുത്ത് വിയർപ്പു തുടച്ചു.

“താങ്കൾ ഏതു ക്ലാസ് വരെ പഠിച്ചു?”

“കണ്ടോ? ഇതാണ് നിങ്ങളുടെ കുഴപ്പം... ഞാനേതു ക്ലാസ് വരെ പഠിച്ചു എന്ന് നിങ്ങളെന്തിനാണ് വേവലാതിപ്പെടുന്നത്? എനിക്ക് എത്ര അറിവുണ്ട് എന്ന് അന്വേഷിച്ചാൽ പോരേ? എനിക്ക് ഒരു ഇംഗ്ലീഷ് പത്രം വായിക്കാൻ മാത്രം അറിവുണ്ട്, മനസ്സിലാക്ക്. എന്റെ ജോലി ചെയ്യാൻ ആവശ്യമുള്ള കണക്കും കെമിസ്ട്രിയും ഫിസിക്സും ഒക്കെ എനിക്ക് അറിയാം...എന്താ, അത്രയും പോരേ?”

അച്ഛൻ പരിഹാസത്തോടെ ചിരിച്ചു. അദ്ദേഹത്തിന്റെ കൺപോളകൾ മലർക്കെ തുറന്നു. ആ സമയത്ത് അച്ഛന്റെ മുഖം ശരിക്കും ഒരു കഴുകന്റേതായി.

“താങ്കൾ പറഞ്ഞു വരുന്നത്, മരണാനന്തര ജീവിതത്തിൽ സംഭവിക്കാനിടയുള്ള പീഢനങ്ങൾക്കുള്ള കോംപൻസേഷൻ കൂടി ഗവൺമെന്റ് താങ്കൾക്കു നൽകണമെന്നാണോ?”

“ഞാൻ പറഞ്ഞത് മരണാനന്തര ജീവിതത്തെക്കുറിച്ച് നമുക്കൊന്നും അറിയില്ലെന്നാണ്.. മരണം വരെയുള്ള ജീവിതത്തിന്റെ കാര്യത്തിൽത്തന്നെ നമുക്കു റിസ്ക് ഉണ്ട്.”

“എന്തു റിസ്ക് ആണ് നിങ്ങൾക്കുള്ളത്?”

“എന്റെ മകൻ രാംദേബ്. ആയിരത്തിത്തൊള്ളായിരത്തി തൊണ്ണൂറിൽ ഞാൻ തൂക്കിക്കൊന്ന ഒമർത്യ ഘോഷിന്റെ അച്ഛൻ വെട്ടിവീഴ്ത്തിയതാണ് എന്റെ മകനെ...”

അച്ഛൻ എരിഞ്ഞു കൊണ്ടിരുന്ന സിഗററ്റ് ഒന്നാഞ്ഞു വലിച്ചു. എന്റെ മനസ്സ് പെട്ടെന്നു മ്ലാനമായി. ആ ദിവസത്തെക്കുറിച്ച് ഞങ്ങളാരും തുറന്നു സംസാരിക്കുമായിരുന്നില്ല. ആയിരത്തിത്തൊള്ളായിരത്തി തൊണ്ണൂറിൽ

രാമുദായ്ക്ക് ഇപ്പോഴത്തെ എന്റെ പ്രായം തന്നെയായിരുന്നു. ഇരുപത്തിരണ്ടു വയസ്സ്. അച്ഛന്റെ ഉയരവും സമൃദ്ധവും കട്ടിയുള്ളതുമായ മുടിയും മീശയും മായുടെ വെളുത്ത നിറവും സൗമ്യമായ കണ്ണുകളും രാമുദായെ സുന്ദരനാക്കി. ചുറ്റുവട്ടത്തുള്ള എല്ലാ പെൺകുട്ടികളും ആഗ്രഹം വഴിയുന്ന നോട്ടങ്ങൾ കൊണ്ട് അദ്ദേഹത്തിന്റെ കഴുത്തിൽ കുടുക്കുകളിട്ടു. രാമുദാ പഠിക്കാൻ സമർഥനായിരുന്നു. ആരാച്ചാരാകാൻ വിമുഖനും. അച്ഛനും രാമുദായും തമ്മിൽ അതു സംബന്ധിച്ചു നടന്ന വാഗ്വാദങ്ങൾ ഞങ്ങളുടെ രാത്രികളെ മുഖരിതമാക്കി.

ഇരുപത്തിനാലു മണിക്കൂർ ചാനലുകൾ അന്ന് പ്രചാരത്തിലായിരുന്നില്ല. അതു പത്രങ്ങളുടെ പുഷ്കലകാലമായിരുന്നു. അമർത്യ ഘോഷിന്റെ തൂക്കിക്കൊലയെക്കുറിച്ച് വാർത്തകൾ വന്നു കൊണ്ടിരുന്നു. രണ്ടു മൂന്നു വർഷം കൂടി ഒരു ജോലി കിട്ടിയതിന്റെ ആഹ്ലാദം ഞങ്ങളുടെ കുടുംബത്തിൽ അലയടിച്ചു. പക്ഷേ രണ്ടു ദിവസത്തിനുശേഷം കോളജിൽനിന്നു മടങ്ങുകയായിരുന്ന രാമുദായെ അമർത്യയുടെ വൃദ്ധപിതാവ് വെട്ടിയരിഞ്ഞു വീഴ്ത്തി. അദ്ദേഹത്തിന്റെ വെളുത്തു മെലിഞ്ഞ മൃദുവായ കൈകാലുകൾ ആ വൃദ്ധൻ കൊത്തിനുറുക്കി.

“രാംദേവിന്റെ നേരെയുണ്ടായ അക്രമത്തിന് ഗവൺമെന്റ് നഷ്ടപരിഹാരം നൽകിയില്ലേ?”

ചെറുപ്പക്കാരൻ അച്ഛനെ ചോദ്യം ചെയ്തു.

“അന്ന് ആയിരത്തിയഞ്ഞൂറു രൂപതന്നു. ഇപ്പോൾ വികലാംഗ പെൻഷനുണ്ട്...”

അച്ഛൻ സിഗററ്റ് കുറ്റി വലിച്ചെറിയുന്ന ദൃശ്യം ടിവിയിൽ തെളിഞ്ഞു.

അത് അവിടെ വച്ച് അവസാനിക്കുമെന്നാണു ഞാൻ കരുതിയത്. പക്ഷേ ഇല്ല, ചെറുപ്പക്കാരന്റെ ശബ്ദം വീണ്ടും ഉയർന്നു.

“താങ്കളുടെ മകന് മാത്രമേ വൈകല്യം സംഭവിച്ചിട്ടുള്ളൂ. ആരോഗ്യവതിയായ മകൾ ഇപ്പോഴുമുണ്ട്. സ്വന്തം ജോലി മകളെ ഏൽപ്പിക്കാൻ താങ്കൾക്ക് താൽപര്യമില്ലേ?”

ഞാൻ സ്തബ്ധയായി. അച്ഛനും ഒന്നു ഞെട്ടി.

“അതിനെക്കുറിച്ച് ഞാൻ ആലോചിച്ചിട്ടില്ല..”

അച്ഛൻ ഒരു സിഗററ്റ് കൂടിയെടുത്തു തീ കൊളുത്തി വലിച്ചു സമയം പാഴാക്കാതെ തുടർന്നു :

“ങ്ഹാ.. എന്തു കൊണ്ടു പാടില്ല? അവൾക്ക് അതു ചെയ്യാവുന്നതേയുള്ളൂ.. പക്ഷേ ഞാനല്ലല്ലോ ബാബൂ, അതൊക്കെ തീരുമാനിക്കേണ്ടത്... ഗവൺമെന്റ് അല്ലേ?”

ഞാനും മായും രാമുദായും തരിച്ചിരിക്കെ അച്ഛൻ ഒരു പുഞ്ചിരിയോടെ ഞങ്ങളെ തിരിഞ്ഞു നോക്കി. തുടർന്നു ഞങ്ങൾ സ്ക്രീനിൽ കണ്ട ദൃശ്യങ്ങൾ ഇവയായിരുന്നു :

ചെറുപ്പക്കാരന്റ മുഖം:

“തന്റെ മകൾക്ക് എന്തെങ്കിലും സർക്കാർ ജോലി നൽകുന്നതുവരെ കോടതി ഉത്തരവ് കൈപ്പറ്റുകയില്ലെന്നും ജോലി നിർവഹിക്കുകയില്ലെന്നും

ഗൃദ്ധാ മല്ലിക് വ്യക്തമാക്കി. ആരാച്ചാരുടെ മക്കൾക്ക് അതേ ജോലി മാത്രമേ നൽകാൻ സാധിക്കൂ എന്ന നിലപാടിൽ ഉറച്ചുനിൽക്കുമ്പോൾത്തന്നെ, തന്റെ മകനെയല്ലെങ്കിൽ മകളെ ഈ ജോലി ഏൽപ്പിക്കണമെന്ന ഗൃദ്ധാ മല്ലിക്കിന്റെ ആവശ്യം അംഗീകരിക്കാനാവില്ലെന്നു നിയമമന്ത്രി പല്ലവ ദാസ് ഗുപ്ത അറിയിച്ചു."

മന്ത്രിയുടെ മുഖം:

"നോ നോ നോ... ഒരു സ്ത്രീക്കു ചെയ്യാൻ കഴിയുന്ന ജോലിയല്ല അത്... ഇറ്റ് റിക്വയേഴ്സ് എ ലോട്ട് ഓഫ് സ്ട്രെങ്ത്.. - ഓഫ് മൈൻഡ് ആൻഡ് ബോഡി..."

ചെറുപ്പക്കാരന്റ മുഖം:

"സ്ത്രീകൾക്ക് ശാരീരികമായും മാനസികമായും ശക്തിയില്ലെന്നാണോ താങ്കൾ പറയുന്നത്?"

മന്ത്രി:

"അങ്ങനെയല്ല.. പക്ഷേ എല്ലാ ജോലിയെയും പോലെയല്ലല്ലോ ഈ ജോലി..."

ചെറുപ്പക്കാരന്റെ മുഖം വീണ്ടും:

"ഇതോടെ ഇതു കേവലം നീതി നിർവഹണത്തിന്റെ പ്രശ്നം മാത്രമല്ലാതായിത്തീർന്നിരിക്കുകയാണ്. വധശിക്ഷ ലോക രാഷ്ട്രങ്ങളിൽ പലതും നിരോധിക്കുന്ന സാഹചര്യം നിലനിൽക്കെത്തന്നെ, ഒരു സ്ത്രീയ്ക്ക് ആരാച്ചാരുടെ ജോലി ചെയ്യാൻ അവകാശമുണ്ടോ ഇല്ലയോ എന്ന ചോദ്യം സ്ത്രീസംവരണ വാദത്തിന്റെ പശ്ചാത്തലത്തിൽ തള്ളിക്കളയാനാകാത്തതാണ്. ഇന്നു സിഎൻ സി. 'ഫെയ്സ് ടു ഫെയ്സ്' പരിപാടിയിൽ ചർച്ച ചെയ്യുന്നത് ഈ വിഷയമാണ്. പ്രേക്ഷകർക്കും തൽസമയം ഇതിൽ പങ്കെടുക്കാം. ചോദ്യം ഇതാണ്, സ്ത്രീകളെ ആരാച്ചാരായി നിയമിക്കാമോ? പങ്കെടുക്കാൻ വിളിക്കേണ്ട ഫോൺ നമ്പർ..."

ഞാൻ ഞെട്ടിത്തരിച്ച് നിന്നു. അപ്പോഴെങ്കിലും അത് അവസാനിച്ചു എന്നു കരുതി. പക്ഷേ, ഇല്ല. ചെറുപ്പക്കാരൻ തുടർന്നു :

"രാജ്യത്തെ ഏറ്റവും പ്രസിദ്ധനായ ആരാച്ചാരായ ഗൃദ്ധാ മല്ലിക്കിന്റെ വീട്ടിലെത്തിയപ്പോൾ അദ്ദേഹത്തിന്റെ ആദ്യത്തെ നിബന്ധന തന്റെ കുടുംബാംഗങ്ങളിലാരുടെയും ചിത്രങ്ങൾ പരസ്യപ്പെടുത്തരുതെന്നായിരുന്നു. പക്ഷേ അദ്ദേഹത്തിന്റെ മകളുടെ ദൃശ്യങ്ങൾ സിഎൻസി ചാനലിനു രഹസ്യമായി ലഭിച്ചു. പ്ലസ് ടൂ ഉയർന്ന മാർക്കോടെ പാസ്സായതിനുശേഷം സാമ്പത്തിക ബുദ്ധിമുട്ടുകൾ കാരണം പഠിത്തം നിർത്തിയ ഈ യുവതിയുടെ ഭാവി സുരക്ഷിതമാക്കാനാണ് എൺപത്തെട്ടിലെത്തിയ ഫണിഭൂഷൺ ഗൃദ്ധാ മല്ലിക് ഗവൺമെന്റിനോടു വില പേശുന്നത്."

തുടർന്നു ടിവിയിൽ എന്റെ രൂപം തെളിഞ്ഞു. കാക്കൂവിന്റെ കയ്യിൽ നിന്നു പണം വാങ്ങി വലത്തോട്ടു തിരിയാൻ തുടങ്ങുന്ന ഞാൻ പിന്നീട് ഇടത്തോട്ടു തിരിയുന്നു. ക്യാമറയുടെ നേരെ നടന്നു ചെല്ലുന്നു. കൈകൾ അഴിച്ചും പിണച്ചും ഉല്ലാസത്തോടെ ഞാൻ ക്യാമറയെ കടന്നു പോകുന്നു. ഹരിദായുടെ കട വരെ ക്യാമറ എന്റെ പിൻഭാഗം പ്രദർശിപ്പിക്കുന്നു. തിരികെ വരു

മ്പോൾ എന്റെ നരച്ചു പിഞ്ഞിയ ദുപ്പട്ടയും അതു പൂർണമായി മറയ്ക്കാത്ത മാറിടങ്ങളും വ്യക്തമായി. എന്റെ മുഖം ക്യാമറയിൽ വളരെ വലുതായി തെളിഞ്ഞു. മൂക്കിൽ ഇടതുവശത്തെ ചെറിയ അരിമ്പാറയും പുരികത്തിലെ കറുത്ത മിനുങ്ങുന്ന രോമങ്ങളും അച്ഛന്റെ അതേ ഉരുണ്ട കണ്ണുകളും മറ്റുള്ള വർ കാണുന്നതെങ്ങനെയെന്ന് ഞാൻ നേരിട്ടു കണ്ടു. ഞാൻ പകച്ചിരിക്കെ, ചെറുപ്പക്കാരൻ ഇങ്ങനെ അവസാനിപ്പിച്ചു :

– “സിഎൻസി ചാനലിനു വേണ്ടി ഭവാനിപൂരിൽനിന്ന് ക്യാമറാമാൻ അതുൽ കിഷൻ ചന്ദ്രയോടൊപ്പം സഞ്ജീവ് കുമാർ മിത്ര.”

“സഞ്ജീവ് കുമാർ മിത്ര... !”

അച്ഛൻ രോഷാകുലനായി ചാടിയെഴുന്നേറ്റു.

“അവന്റെ മരണം എന്റെ കൈ കൊണ്ടായിരിക്കും... !”

അച്ഛന് തെറ്റിപ്പോയി. അയാൾ മരിക്കേണ്ടത് എന്റെ കൈ കൊണ്ടായിരുന്നു. അതുകൊണ്ടാണ് എനിക്ക് അയാളോട് ആ നിമിഷം തന്നെ ആകർഷണം അനുഭവപ്പെട്ടത്. നല്ല ഉയരവും സമൃദ്ധമായ കോലൻ മുടിയും നീണ്ടുയർന്ന മൂക്കും അയാളുടെ പ്രത്യേകതകളായിരുന്നു. ആ സമയത്ത് അയാളോട് എനിക്ക് തോന്നിയ വികാരത്തെയാണ് ജനങ്ങൾ പ്രണയം എന്നു വിളിച്ചിരുന്നതെന്ന് ബോധ്യം വരാൻ പിന്നെയും ഏറെക്കാലമെടുത്തു. കഴുത്തിലെ മൂന്നും നാലും കശേരുക്കൾക്ക് ഇടയിൽ ഉറപ്പിച്ച കുടുക്കു പോലെയായിരുന്നു ഞങ്ങളുടെയെല്ലാം പ്രണയങ്ങൾ. കുടുക്ക് ഒന്നുകിൽ മുറുകി, ആൾ മരിച്ചു. ഇല്ലെങ്കിൽ കയർ പൊട്ടി ആൾ രക്ഷപ്പെട്ടു. പക്ഷേ കയർ പൊട്ടിച്ചവർക്കും കഴുത്തിൽ നിന്ന് കുടുക്ക് ഒരിക്കലും ഊരിക്കളയാൻ സാധിച്ചില്ല. രാധാരമൺ മല്ലിക്കിനെ വിവാഹം കഴിച്ച ചിൻമയീദേവിയെപ്പോലെ ഞങ്ങൾ ആജീവനാന്തം ശ്വാസംമുട്ടി പിടഞ്ഞു.

മൂന്ന്

പൂർബസ്ഥലിയിൽ തലേന്നു രാത്രി തൃണമൂൽ കോൺഗ്രസിന്റെ ജാഥയ്ക്കു നേരെ സി.പി.എം. നടത്തിയ ആക്രമണത്തിൽ രണ്ടുപേർ കൊല്ലപ്പെട്ടു എന്ന വാർത്ത ടിവിയിൽ കണ്ടപ്പോഴാണു സഞ്ജീവ് കുമാർ മിത്ര ഒരു സുമുഖനാണെന്ന് എനിക്കു ബോധ്യപ്പെട്ടത്. ഉയർന്ന മൂക്കും കട്ടിയുള്ള പുരികങ്ങളും വിശാലമായ നെറ്റിയുമുണ്ടായിരുന്നു അയാൾക്ക്. ലേശം കറുപ്പു ഛവി കലർന്ന കണ്ണടയാണ് അയാൾ ധരിച്ചിരുന്നത്. അതുകൊണ്ട് അയാളുടെ കണ്ണുകൾ ഞാൻ കണ്ടില്ല. എന്റെ ചിന്തകളിലെല്ലാം അയാൾ മാത്രമായിരുന്നു. കയ്യെത്തുംദൂരത്ത് അയാളുണ്ടെന്ന ഓർമ ഹൃദയത്തിൽ തരിപ്പുണർത്തി. പുലർച്ചെ, പുഷ്പച്ചന്തയായ മല്ലിക് ഘാട്ടിൽനിന്ന് സ്ട്രാൻഡ് റോഡ് വഴി ശ്മശാനത്തിനു മുമ്പിലെ കടകളിലേക്കു പുഷ്പവണ്ടികൾ ഇരമ്പിയപ്പോൾത്തന്നെ ഞാൻ ഉണർന്നു ടിവി ഓൺ ചെയ്തു. എന്റെ പ്രാർഥന പോലെ വാർത്തയ്ക്കിടയിൽ അയാൾ പ്രത്യക്ഷനായി. മൈക്ക് പിടിച്ച് അയാൾ പറഞ്ഞതൊന്നും മനസ്സിൽ പതിഞ്ഞില്ല. പക്ഷേ അയാളുടെ ശബ്ദം എന്നെ ദുർബലയാക്കി. ഞാൻ അയാളെ നേരിൽക്കാണാൻ ആഗ്രഹിച്ചു. കാണുമ്പോൾ പറയാനുള്ളതു ഹൃദയത്തിൽ ഉരുവിട്ടു. വിത്തുപൊട്ടി മുള വീശി ഇലകൾ വിരിയുന്നത് ശരീരം അനുഭവിച്ചു. എല്ലാം പുതിയതായിരുന്നു. അയാളുടെ റിപ്പോർട്ട് അവസാനിച്ചതും ഞാൻ നെടുവീർപ്പോടെ ടിവി നിർത്തി. ഏതോ വണ്ടി പങ്കജ് മല്ലിക്കിന്റെ 'ആയി ബഹാർ ആജ്' എന്ന ഗാനം ഉച്ചത്തിൽ കേൾപ്പിച്ചു കടന്നുപോയി. അതു കേട്ടു രാമുദാ കണ്ണു തുറക്കാതെ തലയാട്ടി താളം പിടിച്ചപ്പോൾ എന്റെ കൈകൾ വീണ്ടും ടിവിക്കു നേരെ നീണ്ടു.ആഹ്ലാദം എന്നെ അസ്വസ്ഥയാക്കി. ആ നേരത്താണ് പുറത്ത് ഒരു ഗർജ്ജനം കേട്ടത്.

"ഗൃദ്ധാദാ, നിങ്ങൾക്കെന്താ ഭ്രാന്താണോ?"

ഞാൻ അടുക്കളയിലേക്കു നടന്നു ജനാല വഴി എത്തിനോക്കി. നൂറ്റിയിരുപതാണ്ടു പഴക്കമുള്ള 'ഭവിഷ്യ'ത്തിന്റെ എഡിറ്റർ മാനൊബേ ബോസ് ആയിരുന്നു അത്. അദ്ദേഹത്തെ കാണുമ്പോഴൊക്കെ എന്റെ ഹൃദയത്തിൽ സംഭ്രമാദരങ്ങൾ നിറഞ്ഞിരുന്നു.

"അവൾ ചെറിയ കുട്ടിയല്ലേ? ഇത്തരമൊറു അവസ്ഥയിൽ അവളെ എത്തിക്കേണ്ടിയിരുന്നില്ല..."

അദ്ദേഹം അച്ഛനെ ശകാരിച്ചു. കിണറ്റിൽ വീണ കടുവയുടെ അലർച്ച പോലെ അലയടിക്കുന്ന തരം ശബ്ദമായിരുന്നു അത്. ചിത്പൂർ റോഡിൽ ഠാക്കൂർ ബാടിയുടെ തൊട്ടടുത്ത മൃദംഗക്കടയ്ക്കു പിന്നിലാണു ഭവിഷ്യത്തിന്റെ ഓഫിസ്. മാരുതി പ്രസാദ് യാദവിന്റെ പ്രിന്റിങ് പ്രസിൽ ജോലി

ചെയ്തിരുന്ന ദിവസങ്ങളിൽ, ആ വഴി പോകുമ്പോഴൊക്കെ, മൃദംഗക്കടയ്ക്കു മുമ്പിലുള്ള തേലേ ഭജാ വാലായുടെ കയ്യിൽ നിന്ന് ഫുലൂരിയോ പിയാജിയോ വാങ്ങി തിന്നു കൊണ്ടു ഞാൻ ബ്രിട്ടീഷുകാരുടെ കാലത്തെ ഇരുമ്പു കൈവരികളും ഗ്രില്ലുകളുമുള്ള ആ പുരാതന കെട്ടിടത്തിന്റെ, പത്രക്കടലാസുകൾ തിങ്ങിയ ഉൾഭാഗത്തേക്ക് എത്തി നോക്കി. വെളുത്ത മുഖത്ത് വെളുത്ത താടിമീശയും മുഖത്തേക്കു വീണു കിടക്കുന്ന നരച്ച കോലൻമുടിയുള്ള ബോസ് ബാബു അടിയന്തരാവസ്ഥക്കാലത്ത് പോലീസ് തല്ലിയൊടിച്ച വലതു കാലുമായി പാഞ്ഞു നടക്കുന്ന ദൃശ്യം കൗതുകകരമായിരുന്നു. എല്ലാ മാസവും അദ്ദേഹം കാക്കുവിന്റെ സലൂണിൽ മുടിവെട്ടാനെത്തി. കാക്കു തൂത്തുകളയുന്ന മുടിക്കെട്ടിൽ ബോസ് ബാബുവിന്റെ കട്ടിയുള്ള വെളുത്ത മുടിയിഴകൾ വെള്ളി പോലെ വേറിട്ടു മിനുങ്ങി.

“തൂക്കുമരത്തിന് കുട്ടിയെന്നോ വൃദ്ധനെന്നോ ആണെന്നോ പെണ്ണെന്നോ ഉണ്ടോ, ബോസ് ബാബു? കൊല്ലുന്നത് ആണായാലും പെണ്ണായാലും മരിക്കുന്നവനെന്താ?”

അച്ഛൻ പത്രത്താളുകൾ ശബ്ദത്തോടെ മറിച്ചു. അച്ഛൻ ചായ കഴിഞ്ഞ് സിഗററ്റ് വലിച്ചു കൊണ്ടു പത്രങ്ങൾ വായിക്കുകയായിരുന്നു. കടുത്ത ദാരിദ്ര്യത്തിലും പത്രം വാങ്ങുന്ന പതിവ് അച്ഛൻ അവസാനിപ്പിച്ചില്ല. ഇംഗ്ലീഷ് പത്രങ്ങൾ വിലയ്ക്കു വാങ്ങിയില്ല. തലേന്നു വിൽക്കാത്തത് ഏജന്റ് അച്ഛനു വായിക്കാൻ കൊടുത്തു. വായിച്ചതിനുശേഷം അച്ഛനതു ഭദ്രമായി തിരികെ നൽകി.

“തൂക്കിലേറ്റുന്നതിന് മുമ്പ് പ്രതിയുടെ കൈകളും പാദങ്ങളും ഭദ്രമായി കെട്ടണം. മുഖംമൂടിയിടണം. പിന്നെ കഴുത്തിൽ കുടുക്കിടണം. ഇത്രയും ചെയ്യാൻ സൂദേബ് ഉണ്ടല്ലോ, ബോസ് ബാബൂ. ആരാച്ചാർക്ക് ആകെ ചെയ്യാനുള്ളത് കുടുക്കു ശരിയാണോ എന്നു നോക്കുക മാത്രമാണ്.. പിന്നെന്താ ലിവർ വലിക്കണം.. അതേതു കൊച്ചു കുഞ്ഞിനും വലിക്കാം.. എന്റെ ദാദു ബ്രിട്ടീഷുകാരുടെ കൂടെ ആദ്യമായിട്ട് ജോലിക്കു ചേരുമ്പോൾ പതിനൊന്നു വയസ്സേയുണ്ടായിരുന്നുള്ളൂ.. അറിയാമോ? കാളീചരൺ ഗൃദ്ധാ മല്ലിക്. ബഡാ ആർട്ടിസ്റ്റ്! ദാദുവിനെ ആളുകൾ ബഹുമാനപൂർവം വിളിച്ചിരുന്നത് മഹാ മല്ലിക് എന്നാണ്..അറിയാമോ?”

“എന്നാലും- എത്ര മിടുക്കിയായിരുന്നു അവൾ. അവളെ കുരുതി കൊടുക്കേണ്ട കാര്യമുണ്ടായിരുന്നില്ല, ഗൃദ്ധാദാ...”

“ഞങ്ങളുടെ പരമ്പരയുടെ ചോരയിൽ ധൈര്യവും ശക്തിയും എന്നുമുണ്ടായിരുന്നു ബോസ് ബാബൂ...പേടിക്കാൻ ഇതിലൊന്നുമില്ല.. ഇതു ഞങ്ങളുടെ ദൗത്യമാണ്.. അവൾ എന്റെ മകളാണ്.. അവളുടെ രക്തത്തിലും എന്റെയും എന്റെ പ്രപിതാമഹൻമാരുടെയും ധൈര്യവും കാളിമാതാവിന്റെ അനുഗ്രഹവുമുണ്ടാകും...”

‘ഡയലോഗ് റൈറ്റ് ഹൈ ന’ എന്ന് അച്ഛൻ ചോദിച്ചേക്കുമെന്ന് ഞാൻ പ്രതീക്ഷിച്ചു. ഒരു മാത്രയ്ക്കു ശേഷം അച്ഛൻ പറഞ്ഞു.

“സർക്കാർ അവളെയിപ്പോൾ നിയമിച്ചാൽ ഒന്നും പേടിക്കാനില്ല. ഞാനുണ്ട്.. അവൾ പേരിന് വന്നാൽ മാത്രം മതി.. പിന്നെ, ഒരു തൂക്കിക്കൊല കൂടി നടക്കുമെന്നതിന് എന്താ ഉറപ്പ്? കുറ്റവാളികളെ തൂക്കിക്കൊല്ലുന്നതിന്

നാട്ടുകാർ മുഴുവൻ എതിരല്ലേ? മനുഷ്യാവകാശങ്ങൾ പോലും! ങ്ഹും.. മരിക്കുന്നവനില്ലാത്ത എന്തു മനുഷ്യാവകാശമാണ് കൊല്ലുന്നവന്? വെറുതെ, ഞങ്ങൾ ആരാച്ചാർമാരുടെ കഞ്ഞിയിൽ പാറ്റയിട്ടു..മാസം ഇരുപതും ഇരുപത്തഞ്ചും തൂക്കിക്കൊലകളുണ്ടായിരുന്നതാണ്. വന്നു വന്ന് ..."

അച്ഛനതു പൂർത്തിയാക്കിയില്ല. ചായക്കോപ്പ നിലത്തു വച്ച് ഞാൻ തിരിഞ്ഞപ്പോഴാണ് പേടിച്ച കണ്ണുകളോടെ ഉറ്റുനോക്കുന്ന മായുടെ മുഖം കണ്ണിൽപ്പെട്ടത്.

"നിന്റെ തന്തയ്ക്കു ഹൃദയമെന്നൊന്നു പണ്ടേയില്ല.. അല്ലെങ്കിൽ ആകെയുള്ള ഒരു പെൺതരിയെ ഇങ്ങനെയൊരു ജോലിക്കു വിടുന്ന കാര്യം ചിന്തിക്കുമോ? കള്ളൻമാരും കൊലപാതകികളും നിറഞ്ഞ ജയിലിൽ പോകുക, അവരെ തൂക്കിക്കൊല്ലുക! പേടിയാകുകയില്ലേ മോളേ, നിനക്ക്? ഇതെന്താ കുട്ടിക്കളിയാണോ?"

മാ സങ്കടപ്പെട്ടു. ഞാൻ ഒന്നു ദീർഘമായി നിശ്വസിച്ചു. മായ്ക്ക് എന്നെ സംബന്ധിച്ച് ഏറെയൊന്നും അറിയുകയില്ല. എങ്കിലും മേയ് മാസത്തിലെ ആ പ്രഭാതത്തിൽ മാ ചോദിച്ച ആ ചോദ്യം എന്നെ ചിന്തിപ്പിച്ചു. തൂക്കിക്കൊല കുട്ടിക്കളിയാണോ? ഭിത്തിയിൽ ചാരിയിരുന്ന്, ഞാൻ അതുവരെ ഥാക്കുമായുടെയും പത്രങ്ങളിൽ അച്ചടിച്ചു വന്ന അച്ഛന്റെയും വാക്കുകളിലൂടെ മനഃപാഠമായ ആ പ്രക്രിയ സങ്കൽപ്പിക്കാൻ ശ്രമിച്ചു. രാത്രി പൂജ കഴിഞ്ഞ് അച്ഛനും കാക്കൂവും യാത്ര പറഞ്ഞിറങ്ങുന്ന രംഗംവരെ ഞാൻ നേരിൽ കണ്ടിട്ടുണ്ട്. ആലിപ്പൂർ സെൻട്രൽ ജയിലിന്റെ ചിത്രങ്ങൾ പത്രത്താളുകളിലും ടിവിയിലും മാത്രമേ പരിചയമുള്ളൂ. ഉയരമുള്ള കമ്പിവലയിട്ട ചുവന്ന മതിലുകൾ. ചുറ്റോടു ചുറ്റ് കത്തുന്ന തെരുവുവിളക്കുകൾ. അതിനുള്ളിലെവിടെയോ ഈട്ടിത്തടിയിൽ തീർത്ത തൂക്കുമരം. ഉയരമുള്ള തൂണിൽ നിന്നു താഴേക്കു നീളുന്ന കയർ. വെളുത്ത വട്ടം വരച്ച കറുത്ത പലക. എന്റെ അച്ഛന്റെയും നൂറ്റാണ്ടുകളിലൂടെ ഈ മണ്ണിൽ ജനിച്ചു മരിച്ച പിതാമഹൻമാരുടെയും കൈത്തലം ഉരുമ്മി ഉരുമ്മി മിനുസമായിത്തീർന്ന ലിവർ. അതു വലിക്കുമ്പോൾ പൊട്ടിപ്പിളരുന്ന പലകയ്ക്കടിയിൽ പ്രത്യക്ഷപ്പെടുന്ന ഇരുട്ടു നിറഞ്ഞ നിലവറ. ലിവർ വലിക്കുമ്പോഴുള്ള ശബ്ദം ആകാശത്തും ഭൂമിയിലും വലിയ പെരുമ്പറ പോലെ പ്രതിധ്വനിക്കും. അതാണ് മരണത്തിന്റെ ശബ്ദം. ഞാനൊരു പ്രതിയെ തൂക്കിക്കൊല്ലുന്നത് എങ്ങനെയായിരിക്കുമെന്ന് ഒരു മാത്ര ഞാൻ സങ്കൽപ്പിച്ചു. എന്റെ വലതു കൈ വെട്ടിവിറച്ചു.

ഞങ്ങളുടെ കുടുംബത്തിലെ ഏറ്റവും പേരെടുത്ത ആരാച്ചാർ ധർമരാജ മല്ലിക് പിതാമഹനായിരുന്നു. അദ്ദേഹത്തെ ആളുകൾ മോഷ് ഗൃദ്ധാ മല്ലിക് എന്നു വിളിച്ചു. അദ്ദേഹത്തിന്റെ രൂപം കാട്ടുപോത്തിനെ ഓർമിപ്പിച്ചിരുന്നു. പക്ഷേ, അദ്ദേഹത്തോളം ദാനശീലൻമാർ ഞങ്ങളുടെ കുടുംബത്തിൽ ജനിച്ചിട്ടില്ല. അഞ്ചു രാജവംശങ്ങളുടെ ഭരണകാലത്തിന് ദൃക്സാക്ഷിയായി, അദ്ദേഹം. ഓരോ തൂക്കിക്കൊലയ്ക്കും അന്നു നല്ല തുക ലഭിച്ചിരുന്നു ആരാച്ചാർക്ക്. അതു മുഴുവൻ പാവപ്പെട്ടവർക്കും അനാഥർക്കും അദ്ദേഹം ദാനം ചെയ്തു. ദിവസവും ജോലി കഴിഞ്ഞു തിരികെ വന്നു കുളിച്ച് കുറിയിട്ട് മഹേശ്വരനും കാളിമാതാവിനും പൂജ നടത്തി കൈക്കോട്ടുമായി പാടത്തേക്കു

പോയി. തൂക്കിക്കൊലയ്ക്കു മുമ്പ് അദ്ദേഹം വധിക്കപ്പെടുന്നയാൾക്കു വേണ്ടി ഹൃദയമുരുകി പ്രാർഥിച്ചു. നെറുകയിൽ ചുംബിച്ചു. കുടുക്കിടും മുമ്പ് തലയിൽ കൈവച്ച് മന്ത്രിച്ചു :

"മകനേ ഭയക്കരുത്."

സ്നേഹിച്ചും ലാളിച്ചും പേടിക്കണ്ടെന്നു സാന്ത്വനിപ്പിച്ചും സ്വന്തം മകനെ പള്ളിക്കൂടത്തിൽ ചേർക്കുന്ന അച്ഛന്റെ കരുതലോടെ അദ്ദേഹം പ്രതിയെ മരണത്തിന്റെ ലോകത്തേക്ക് ആനയിച്ചു. 'പേടിക്കരുത്, ഞാനുണ്ട്' എന്നു മന്ത്രിച്ചു കൊണ്ട് തൂക്കുപലകമേലേക്ക് നടത്തി. 'പ്രഭോ, നിന്റെ മകനെ കരയിപ്പിക്കരുതേ' എന്ന് പ്രാർഥിച്ചു കൊണ്ട് കുടുക്ക് കഴുത്തിൽ ഇട്ടു. മുഖംമൂടിയും നിലവറയുമില്ലാതിരുന്ന അക്കാലത്ത് മോഷ് പിതാമഹൻ ആയിരത്തൊന്നുപേരെ തൂക്കിലേറ്റി. അദ്ദേഹത്തിന്റെ കീർത്തി മറ്റു നാടുകളിലും പരന്നു. പലപ്പോഴും അടുത്തുള്ള നാട്ടുരാജ്യങ്ങൾ ഭയങ്കര കുറ്റവാളികളെ തൂക്കിക്കൊല്ലാൻ പിതാമഹനെ ആളയച്ചു വരുത്തി. അദ്ദേഹത്തിന്റെ കൈകൊണ്ടു മരിക്കുന്നതു വലിയ അഭിമാനവും പുണ്യവുമായി. പണമായി കൊടുക്കുന്നതെല്ലാം ദാനം ചെയ്യുമെന്നതിനാൽ ഗ്വാളിയർ രാജാവ് പിതാമഹന്റെ വീടു പുതുക്കിപ്പണിയുകയും പിതാമഹിക്കു നൂറു സ്വർണക്കിഴികൾ സമ്മാനം നൽകുകയുംചെയ്തു. അതിലൊരു സ്വർണനാണയം ഥാക്കുമായുടെ പക്കൽ ഉണ്ടായിരുന്നു. ചെല്ലപ്പെട്ടിയിൽ പുകയിലയുടെയും കറുപ്പിന്റെയും തരികൾ പറ്റി നിറം മങ്ങിപ്പോയ സ്ഥിതിയിൽ അതു ഥാക്കുമാ സൂക്ഷിച്ചു വച്ചു. വാസ്തവത്തിൽ രണ്ടായിരത്തിലേറെ കൊല്ലങ്ങൾ നീണ്ട കുടുംബ പാരമ്പര്യത്തിന്റെ തെളിവായി ആ ക്ലാവു പിടിച്ച സ്വർണനാണയം മാത്രമേ ഞങ്ങൾക്കുണ്ടായിരുന്നുള്ളൂ.

ബംഗ്ലാ പത്രങ്ങളിൽ പേരു കണ്ടു പരിചയമുള്ള വനിതാസംഘടനയുടെ വണ്ടി വീട്ടുപടിക്കലെത്തിയപ്പോൾ മാനൊബേന്ദ്ര ബോസ് യാത്ര പറഞ്ഞു.

"ഗൃദ്ധാജീ, ഇതു സംബന്ധിച്ച് ഒരു കേസ് കൊടുക്കണം, കോടതിയിൽ... സ്ത്രീക്കും പുരുഷനും തുല്യ അവസരം എന്നത് ഭരണഘടനയിലുള്ളതാണ്... അത് വിട്ടുകൊടുക്കരുത്.."

വനിതാ സംഘടനയുടെ നേതാവ് സുമതി സിങ് ഹിന്ദിയിൽ ഉറക്കെ പറഞ്ഞു. ദില്ലിയിൽനിന്നു തിരക്കിട്ട് കൊൽക്കൊത്തയിൽ പറന്നെത്തിയതായിരുന്നു, സുമതി സിങ്. അവരുടെ വില പിടിച്ച പരുത്തിസാരിയും അതിനു ചേരുന്ന തടിയിൽ തീർത്ത ആഭരണങ്ങളും അഴിച്ചിട്ട മുടിയും അടുക്കളയിൽ നിന്ന് എത്തി നോക്കിയ എനിക്കു നന്നേ ഇഷ്ടപ്പെട്ടു.

"അയ്യോ, മേഡം, കേസൊന്നും നടത്താൻ ഞങ്ങൾക്കു പണമില്ല... ഞങ്ങളുടെ കുലത്തൊഴിൽ ചെയ്യാൻ അവൾ ആഗ്രഹിക്കുന്നു.. അത് ഗവൺമെന്റും ഈ നാട്ടിലെ നല്ലവരായ ജനങ്ങളും സമ്മതിച്ചാൽ മാത്രം... മരണവും ജീവിതവും തീരുമാനിക്കുന്നത് സർവേശ്വരനാണു മേഡം... ആര് ആരുടെ കൈകൊണ്ടു മരിക്കണമെന്നും ആര് ആരെ കൊല്ലണമെന്നും തീരുമാനിക്കുന്നത് ആ വലിയ ആരാച്ചാരാണ്.."

അച്ഛൻ നാടകീയമായി ആകാശത്തേക്കു കൈകളുയർത്തി.

"പക്ഷേ ഒരു സ്ത്രീയായതുകൊണ്ടു മാത്രം ചേതനയ്ക്ക് അവസരം നഷ്ടപ്പെട്ടു കൂടാ.."

“ഇതൊക്കെ ദൈവം തീരുമാനിക്കുന്നതാണ് മേഡം.. അവളുടെ തലയിൽ വരയുണ്ടെങ്കിൽ അതു നടക്കും.. ഇല്ലെങ്കിൽ ഇല്ല.. സംഭവിക്കുന്നതെല്ലാം നല്ലതിന്.. സംഭവിക്കാതിരിക്കുന്നതും നല്ലതിന്..”

അച്ഛൻ പെട്ടെന്നു തന്നെ ഫോമിലായി.

“സ്വന്തം മകളുടെ കൈകൾ കൊണ്ട് ഒരു തൂക്കുമരത്തിന്റെ ലിവർ വലിക്കണമെന്ന് ഒരു പിതാവും ആഗ്രഹിക്കുകയില്ല, മേഡം.. പക്ഷേ എന്റെ മകൾ അങ്ങനെയൊരു തീരുമാനമെടുത്താൽ എനിക്കതു നിഷേധിക്കാനും സാധ്യമല്ല... നോക്ക്, പിതാവിന്റെ നോട്ടത്തിൽ മകളുടെ കൈകൾ മൃദുവായിരിക്കും.. പക്ഷേ, ഒരു വ്യക്തിയെന്ന നിലയിൽ അവളാണ് തീരുമാനിക്കേണ്ടത്. ബാബാ, എന്റെ കൈകൾക്ക് നല്ല ശക്തിയുണ്ട്, എനിക്ക് ഈ ജോലി ചെയ്യാൻ സാധിക്കും എന്ന് അവൾ എന്നോടു പറഞ്ഞു. ശരി, മകളേ, ഈ നാട്ടിൽ സ്ത്രീകൾക്ക് ജനാധിപത്യപരമായി തുല്യാവകാശമുണ്ട്, നിന്റെ ഇഷ്ടം പോലെ എന്നു ഞാനും പറഞ്ഞു...!”

“ഈ കാര്യത്തിൽ ചേതനാജിയ്ക്കു വേണ്ടി വക്കീലിനെ ഏർപ്പെടുത്താൻ ഞങ്ങൾ തയാറാണ്... നോക്കൂ, ദില്ലിയിൽനിന്ന് ഞങ്ങളുടെ സംഘടനയുടെ അധ്യക്ഷ ഇക്കാര്യത്തിൽ വലിയ താൽപര്യമെടുക്കുന്നുണ്ട്...”

“നോ കേസ്, മേഡം... കേസു നടത്താൻ പണമുണ്ടെങ്കിൽ അത് ഞങ്ങൾക്കു നേരിട്ടു തരൂ.. എന്റെ മകളുടെ വിവാഹം നടത്താൻ അത് ഉപയോഗിക്കാം..”

“പെൺകുട്ടികളുടെ ജീവിതം വിവാഹത്തിൽ അവസാനിക്കുന്നില്ല, ഗൃദ്ധാജീ...”

“മേഡം, അത് അപ്പോൾ ആരംഭിക്കുന്നതേയുള്ളൂ.. ഏതായാലും അവളെക്കൊണ്ട് ഒരു കടലാസിലും ഞാൻ ഒപ്പുവയ്പിക്കുകയില്ല...”

പിന്നെയും അവർ എന്തൊക്കെയോ സംസാരിച്ചു. ആ നേരത്താണു ഞാൻ ശ്രദ്ധിച്ചത്. വീണ്ടും, ദുപ്പട്ടയുടെ തലപ്പു കൊണ്ട് ഞാൻ ഒരു കുടുക്ക് നിർമിച്ചു കഴിഞ്ഞിരുന്നു. ചെറുതെങ്കിലും കുറ്റമറ്റത്.

“അവർക്ക് നിന്നെ കാണണമെന്ന്...”

അകത്തേക്കു വന്ന അച്ഛൻ തോളിൽ കിടന്നിരുന്ന കളംകളം ടവൽ കൊണ്ട് നഗ്നമായ മാറും പുറവും തുടച്ചു. നല്ല ചൂടുള്ള ദിവസമായിരുന്നു അതും. മഴ ഉടനെയൊന്നും പെയ്യുകയില്ലെന്ന് ആകാശം തുറന്നു സമ്മതിച്ചു. അച്ഛൻ അപൂർവമായ ആർദ്രതയോടെ എന്റെ ചുമലിൽ കൈ വച്ചു.

“ഷോട്ദീ, മാരുതി പ്രസാദിന്റെ കഴുത്തിൽ കുടുക്കിട്ടതുപോലെയല്ല, തൂക്കുമരത്തിൽ ഒരുത്തന്റെ കഴുത്തിൽ കുടുക്കിടുന്നത്...”

അച്ഛൻ എന്റെ കണ്ണുകളിലേക്ക് ഉറ്റു നോക്കി. എനിക്ക് അതിന്റെ അർഥം മനസ്സിലായി. മാരുതിപ്രസാദിന്റെ കഴുത്തിൽ കുടുക്കിടാൻ എളുപ്പമായിരുന്നു. കാരണം അയാൾ ശ്വാസംമുട്ടി പിടഞ്ഞ് നാവു പുറത്തേക്കു ചാടിയ നിമിഷം പിടി അയയ്ക്കാൻ എനിക്കു സ്വാതന്ത്ര്യമുണ്ടായി. ആലിപ്പൂർ ജയിലിനകത്ത് അതു സാധ്യമല്ല. കുടുക്കിട്ടാൽ ലിവർ വലിക്കണം. ലിവർ വലിച്ചാൽ ആൾ ചാകണം.

ഞാൻ പുറത്തേക്കു ചെന്നു. ഞങ്ങളുടെ ചായക്കടയ്ക്കു മുമ്പിൽ ആളു കൾ തടിച്ചു കൂടി. അവർക്കു മുമ്പിൽ ഒരു വേദിയിലെന്നതുപോലെ ഭംഗിയു ള്ളവരും മേയ്ക്കപ്പിട്ടവരും സുഗന്ധം പരത്തുന്നവരുമായ ആ മൂന്നു സ്ത്രീ കൾ ഇരുന്നു.

"ചേതനാ ഗൃദ്ധാ മല്ലിക്, ആരാച്ചാരായി ജോലി ചെയ്യാൻ നിങ്ങൾക്ക് ഇഷ്ടമാണോ?"

നീണ്ട മൂക്കും ഉയർന്ന നെറ്റിയും ചുവന്ന ചുണ്ടുകളുമുള്ള സുമതി സിങ് അന്വേഷിച്ചു.

"ഇഷ്ടവുമില്ല, ഇഷ്ടക്കേടുമില്ല.."

"നിങ്ങളുടെ പിതാവ് നിങ്ങളെ നിർബന്ധിക്കുന്നുണ്ടോ?"

"എനിക്കു ചെയ്യാൻ സാധിക്കാത്ത കാര്യമാണെങ്കിൽ ആരു നിർബന്ധി ച്ചിട്ടും പ്രയോജനമില്ല, ഉണ്ടോ?"

അവർ പരസ്പരം നോക്കി. നിരക്ഷരനായ ഒരു ആരാച്ചാരുടെ മകളിൽ നിന്ന് അവർ ഇത്തരം ഉത്തരങ്ങൾ പ്രതീക്ഷിച്ചിരുന്നില്ല.

"ഭരണഘടന അനുസരിച്ച് നിങ്ങൾക്ക് ജോലി നിഷേധിക്കാൻ ഗവൺ മെന്റിന് അനുവാദമില്ലെന്ന് അറിയാമോ?"

"അറിയാം..."

ഞാൻ പറഞ്ഞു. ഉത്തരങ്ങളുടെ ശരി തെറ്റുകളെക്കാൾ അച്ഛനെപ്പോലെ സംസാരിക്കാൻ ഒരവസരം കിട്ടി എന്നത് എന്നെ ആവേശം കൊള്ളിച്ചു. ആ അവസരം എന്നെ ഉൻമത്തയാക്കി.സ്ത്രീകൾ പരസ്പരം എന്തോ മന്ത്രിച്ചു. അതിനുശേഷം സുമതി സിങ് എഴുന്നേറ്റ് എന്റെ അടുത്തു വന്നു.

"ചേതനാജീ, ഞങ്ങൾ ഇന്ത്യയിലെ ഏറ്റവും വലിയ വനിതാ സംഘടന യാണ്.. അങ്ങനെ പറഞ്ഞാൽ എന്താണെന്നു നിങ്ങൾക്ക് അറിയാമോ?"

"ഞാൻ ടിവി കാണാറുണ്ട്..."

"ദാറ്റ്സ് ഫൈൻ. അപ്പോൾ നിങ്ങളുടെ കാര്യത്തിൽ സജീവമായി ഇട പെടാൻ ഞങ്ങൾ തീരുമാനിച്ചു കഴിഞ്ഞു.. ഈ കാര്യത്തിൽ ഗവൺമെന്റ് അനുകൂലമായ നിലപാടെടുത്താൽ ലോകത്ത് ആരാച്ചാരായി ജോലി ചെയ്യുന്ന ഏക സ്ത്രീയും ആദ്യത്തെ സ്ത്രീയും നിങ്ങളായിരിക്കും.."

"എന്റെ കുടുംബത്തിൽത്തന്നെ ഒരു സ്ത്രീ മുമ്പ് ആരാച്ചാരായിട്ടുണ്ട്.."

സ്ത്രീകൾ അമ്പരപ്പോടെ പരസ്പരം നോക്കി.

"ശരി.. ഏതായാലും മറ്റൊരു രാജ്യത്തും ഒരു സ്ത്രീയും ആരാച്ചാരായി ജോലി ചെയ്യുന്നില്ല. ആ സ്ഥിതിക്ക് നിങ്ങളുടേത് ഒരു ലോക റെക്കോർഡ് ആയിരിക്കും.. ഞങ്ങളുടെ അഭിപ്രായം, നിങ്ങൾ ഈ തീരുമാനത്തിൽനിന്നു പിന്നോക്കം പോകരുതെന്നാണ്... കാരണം, ഇതു മുഴുവൻ സ്ത്രീ ലോകത്തി ന്റെയും അഭിമാനത്തിന്റെ പ്രശ്നമാണ്.. സ്ത്രീകൾക്കു ചെയ്യാൻ കഴിയാത്ത ജോലികളൊന്നുമില്ല എന്നു ലോകത്തോടു വിളംബരം ചെയ്യാൻ നമുക്കു സാധിക്കും..."

ഞാൻ മറുപടി പറഞ്ഞില്ല. ചായക്കടയുടെ ഇത്തിരി വട്ടത്തിലേക്ക് ആൾ ക്കൂട്ടം അതിക്രമിച്ചു കയറി. ടിവി ക്യാമറക്കാരും പത്രക്കാരും പോകാനിറ ങ്ങിയ സുമതി സിങ്ങിനെയും കൂട്ടുകാരികളെയും വളഞ്ഞു.

“മാഡം, നിങ്ങൾ ഡെത് പെനൽറ്റിയെ അനുകൂലിക്കുകയാണോ?”

“ഒരിക്കലുമല്ല.. ഞങ്ങൾ അനുകൂലിക്കുന്നത് ഒരു സ്ത്രീക്ക് പുരുഷനോടൊപ്പം തുല്യ അവസരം നൽകുന്നതിനെ മാത്രമാണ്..”

“വധശിക്ഷ നിർത്തലാക്കുന്നതിനെക്കുറിച്ച് എന്താണു നിങ്ങളുടെ അഭിപ്രായം?”

“അതല്ല, ഇവിടെ ചർച്ചാ വിഷയം...”

അവർ പോയപ്പോൾ ആൾക്കൂട്ടം എന്നെ വളഞ്ഞു. എന്റെ നേരെ ക്യാമറകളും ടിവി ക്യാമറകളുടെ മൈക്കുകളും നീണ്ടു. തോക്കു ചൂണ്ടിയ കമാൻഡോകൾക്കിടയിൽപ്പെട്ട തീവ്രവാദിയെപ്പോലെ ഞാൻ അവരെ നേരിട്ടു.

“ജൊതീന്ദ്രനാഥിനെ തൂക്കിക്കൊല്ലുമ്പോൾ സ്ത്രീയെന്ന നിലയിൽ നിങ്ങളുടെ കൈ വിറയ്ക്കുകയില്ലേ?”

“കൈവിറയ്ക്കുകയില്ല.. പക്ഷേ പാഴായിപ്പോയ ആ ജീവിതത്തെ ഓർത്ത് എന്റെ ഹൃദയം തീർച്ചയായും വിറയ്ക്കും..”

“അയാൾക്ക് ഒരു ഭാര്യയും കുട്ടികളുമുണ്ട് എന്ന് ഓർമയുണ്ടോ? ”

“അത് അയാളായിരുന്നില്ലേ ഓർക്കേണ്ടത്?”

“നിങ്ങൾ വധശിക്ഷയെ അനുകൂലിക്കുകയാണോ?”

“ഞാൻ അനുകൂലിക്കുന്നില്ല... ഇന്നലെ രാത്രി രണ്ടു പേർ ജാഥയ്ക്കിടെ കൊല്ലപ്പെട്ടില്ലേ? അതിനെയും ഞാൻ അനുകൂലിക്കുന്നില്ല...ജാഥയെ ആക്രമിച്ചവരെയും അനുകൂലിക്കുന്നില്ല, ജാഥയെയും അനുകൂലിക്കുന്നില്ല..”

പാർലമെന്റ് തിരഞ്ഞെടുപ്പിൽ തൃണമൂൽ സ്ഥാനാർഥിക്ക് നടാൻഘട്ട് നിയമസഭാമണ്ഡലത്തിൽമാത്രം രണ്ടായിരത്തിമുന്നൂറ്റി എഴുപത്തേഴ് വോട്ടിന്റെ ഭൂരിപക്ഷം ലഭിച്ചതിനു നടത്തിയ വിജയജാഥയാണ് ആക്രമിക്കപ്പെട്ടത്. തിരഞ്ഞെടുപ്പിൽ തൃണമൂൽ സ്ഥാനാർഥി ഒരു ലക്ഷത്തി നാൽപ്പത്തിമൂവായിരത്തി മുന്നൂറ്റി നാൽപ്പത്തിയൊമ്പതു വോട്ടുകൾക്കു പരാജയപ്പെട്ടു. പരാജയപ്പെട്ട ഒരു തിരഞ്ഞെടുപ്പിന്റെ പേരിലുള്ള വിജയജാഥയെ ആക്രമിച്ചവർ ഇരുപത്തഞ്ചും ഇരുപത്താറും വയസ്സുള്ള ബുട്ടു ഷെയ്ക്കിനെയും സഹേദുൾ ഷെയ്ക്കിനെയും വെടിവച്ചും കുത്തിയും കൊന്നു. മരിച്ചവർ രണ്ടുപേരും അക്ഷരമറിയാത്ത സാധുക്കളായിരുന്നു. കൊന്നവരും അങ്ങനെ തന്നെയായിരുന്നു.

“പിന്നെന്തിനു നിങ്ങൾ ആരാച്ചാരുടെ ജോലിക്ക് അപേക്ഷിക്കണം?”

“അങ്ങനെയൊരു ജോലി ഉണ്ടായതു കൊണ്ട്..”

“കൊള്ളാം, മറ്റൊരാളെ കൊന്നിട്ടു നിങ്ങൾ ജീവിക്കുന്നതു ശരിയാണോ?”

“കൊല്ലുന്നതു ഞാനല്ല... ഗവൺമെന്റാണ്... ഞാൻ ഒരു ഉപകരണം മാത്രം...”

അവരെല്ലാം നിശ്ശബ്ദരായി. അപ്പോഴാണ് സഞ്ജീവ് കുമാർ മിത്ര പിന്നിൽനിന്നു വിളിച്ചു ചോദിച്ചത്:

“ഭൂമിയിൽ മറ്റെന്തെല്ലാം തൊഴിൽ ചെയ്തു ജീവിക്കാം?”

ആ ശബ്ദം ഞാൻ എവിടെ കേട്ടാലും തിരിച്ചറിയും. ഒരു നിമിഷം അതെന്നെ നിശ്ശബ്ദയാക്കി. എന്റെ ഹൃദയത്തിൽ ഒരു പക്ഷി ആഞ്ഞു ചിറകടിച്ചു. ഞാൻ കഴിയുന്നത്ര ശാന്തതയോടെ പറഞ്ഞു:

"ആദ്യം എനിക്കു കുറച്ചു ഭൂമി തരൂ.."

അപ്പോഴേക്ക് എന്നെ പിന്നിലേക്കു മാറ്റി അച്ഛനും കാക്കുവും മുന്നോട്ടു നീങ്ങി. പത്രക്കാർ ചത്ത എലിക്കു ചുറ്റും കാക്കകളെന്ന പോലെ അവർക്കു ചുറ്റും കലപില കൂട്ടി. ഓരോരുത്തരായി സാവധാനം പിരിഞ്ഞു പോയി. സഞ്ജീവ് കുമാർ മിത്ര മാത്രം അവശേഷിച്ചു. ഞാൻ അടുക്കള ജനാലയിലൂടെ അയാളെത്തന്നെ നോക്കി. അയാൾ വിചാരിച്ചതിലും സുന്ദരനായിരുന്നു. കറുത്ത കണ്ണടയ്ക്കുള്ളിൽ നിന്ന് അയാളുടെ കണ്ണുകളെ പുറത്തെടുക്കാൻ ഞാൻ വെമ്പി. അയാൾ ചിരിക്കുന്നതും സംസാരിക്കുന്നതും ചിരിക്കുമ്പോൾ അയാളുടെ മുടി നിര തെറ്റി നെറ്റിയിലേക്കു വീഴുന്നതും ഹൃദയത്തിൽ പകർത്തി. എന്റെ കഴുത്തിൽ ആഹ്ലാദകരമായ ഒരു കയർക്കുടുക്കു മുറുകി. ആ കയറിന്റെ മറ്റേ അറ്റത്തും ഒരു കുടുക്കുണ്ടായിരുന്നു. ആ കുടുക്കിൽ മറ്റൊരാളുണ്ടായിരുന്നു. രണ്ടറ്റത്തും കുടുക്കുകളുള്ള ഒരു തൂക്കുകയർ. ഞാൻ ആനന്ദത്തോടെ കഴുത്തു തടവി. അയാൾ അച്ഛന്റെ മുറിയിൽ കയറി വാതിലടച്ചു. എന്നിട്ടും ഞാൻ അവിടവിടെ ചുറ്റി നടന്നു. അച്ഛൻ ഇടയ്ക്കിടെ പുറത്തു വന്ന് മൽസ്യമോ നിലക്കടലയോ ആവശ്യപ്പെട്ടു. മുറിക്കു ചുറ്റും പരന്ന ഗന്ധം അസുഖകരമല്ലാത്തതിനാൽ മദ്യം വിലകൂടിയതാണെന്നു ഞാൻ ഊഹിച്ചു. സന്ധ്യ മയങ്ങിയപ്പോൾ സഞ്ജീവ് കുമാർ മിത്ര പുറത്തിറങ്ങി വാതിൽ ചാരി. അച്ഛൻ ബോധംകെട്ട് ഉറങ്ങിത്തുടങ്ങിയെന്ന് എനിക്കു ബോധ്യമായി. അയാൾ അനുവാദം ചോദിക്കാതെ ഞങ്ങളുടെ മുറിയിൽ പ്രവേശിച്ച് ആ പഴയ കസേര വലിച്ചിട്ടിരുന്നു ഥാക്കുമായോടു കൊച്ചുവർത്തമാനം തുടങ്ങി. പിടയ്ക്കുന്ന ഹൃദയത്തോടെ ഞാൻ അടുക്കളയിലേക്കു വലിഞ്ഞു. പാൻ സൂക്ഷിച്ച ചെല്ലം തുറന്നു മുമ്പിൽ വച്ച് ഥാക്കുമാ കഥകൾ ആരംഭിച്ചു. എന്റെ കഴുത്തിലെ കുടുക്കിന്റെ തുമ്പ് അയാളുടെ കയ്യിലായിരുന്നു. അയാൾ അത് ഇടയ്ക്കിടെ വലിച്ചു. പ്രതിരോധം നഷ്ടപ്പെട്ട് ഞാൻ ഇടയ്ക്കിടെ വാതിൽക്കലെത്തി. അയാൾ എന്നെ ശ്രദ്ധിച്ചില്ല. നിരാശയോടെ കഴുത്തു കുടഞ്ഞ് ഞാൻ പിൻവാങ്ങി. വീണ്ടും വലിച്ചിഴയ്ക്കപ്പെട്ടു. ഒരിക്കൽ പക്ഷേ, എനിക്കു പിൻവലിയാൻ സാധിച്ചില്ല. മുറിയിൽ കണ്ട കാഴ്ച എന്നെ സ്തബ്ധയാക്കി. സഞ്ജീവ് കുമാർ മിത്ര രാമുദായെ തന്റെ ക്യാമറയിൽ പകർത്തുകയായിരുന്നു. തടയാൻ കൈകളില്ലാത്തതിനാൽ രാമുദാ പുരികങ്ങളും കണ്ണുകളും മുറുക്കെയടച്ച് മുഖം മറയ്ക്കാൻ പണിപ്പെട്ടു. എന്റെ രക്തം തിളച്ചു. ഞാൻ പാഞ്ഞു ചെന്ന് ആ ക്യാമറ തട്ടിയെറിഞ്ഞു. അത് അയാളുടെ പിടിവിട്ടു നിലത്തു തലകുത്തി ചെരിഞ്ഞു വീണു. ഞങ്ങളുടെ പൊട്ടിപ്പൊളിഞ്ഞ നിലത്തെ മൺതരികൾ അതിൽ പറ്റിപ്പിടിച്ചു. മുറി പെട്ടെന്നു നിശ്ചലമായി.

"വീടിനകത്തു കയറി തോന്നിവാസം കാണിക്കുന്നോ?"

ഞാൻ കോപത്തോടെ ചോദിച്ചു. കണ്ണടയൂരി കയ്യിൽപ്പിടിച്ച്, അയാൾ എന്നെ തറപ്പിച്ചു നോക്കി. അപ്പോഴാണ് ഞാൻ അയാളുടെ കണ്ണുകൾ ആദ്യമായി കണ്ടത്. അയാളും എന്നെ ആദ്യമായി കാണുകയായിരുന്നു. അയാളുടെ ചുണ്ടുകളിൽ ചിരി വിടർന്നു. പക്ഷേ, പച്ച നിറത്തിൽ തിളങ്ങിയ കണ്ണുകൾ എന്നെ നോക്കി പകയോടെയും വെറുപ്പോടെയും പല്ലിറുമ്മി. ക്യാമറയെടുത്ത്

തട്ടിത്തൂത്ത് സഞ്ചിക്കുള്ളിലിട്ട് അയാൾ ഥാക്കുമായുടെ കാൽ തൊട്ടു തൊഴുതു. അതിനിടെ ഥാക്കുമായുടെ വെറ്റിലച്ചെല്ലം വീണു സാധനങ്ങൾ ചിതറി. അയാൾ അതെല്ലാം പെറുക്കി പാത്രത്തിലാക്കി അടച്ച് ഥാക്കുമായെ ഏൽപ്പിച്ചു കവിളിൽ അരുമയായി ഉമ്മ വച്ചു പുറത്തേക്കു നടന്നു. എനിക്ക് സ്വബോധം വീണ്ടു കിട്ടി. പശ്ചാത്താപം എന്നെ വരിഞ്ഞു മുറുക്കി. ഒരു വീണ്ടു വിചാരത്തോടെ ഞാൻ പിന്നിലേക്കു നീങ്ങി ഇരുട്ടിൽ അലക്കു കല്ലി നടുത്തു പരുങ്ങി. എന്റെ അരികിലെത്തിയതും അയാൾ നിന്നു. എന്റെ ഹൃദയമിടിപ്പുകൾ ലോകത്തിനു മുഴുവൻ കേൾക്കാമായിരുന്നു. സ്നേഹ ത്തോടെയുള്ള ക്ഷമാപണമാണ് ആ നേരത്ത് ഞാൻ ആഗ്രഹിച്ചത്. പക്ഷേ, വീണ്ടും കത്തുന്ന നോട്ടത്തോടെ എനിക്കു മാത്രം കേൾക്കാൻ അയാൾ മന്ത്രിച്ചു:

"എനിക്കു നിന്നെ ഒരിക്കലെങ്കിലും ഒന്ന് അനുഭവിക്കണം...!"

എന്റെ അസ്ഥികളിലൂടെ ഒരു പുളിരസം പാഞ്ഞു. ആകാശത്തു നിന്നു ഞാൻ ഭൂമിയിലേക്കു വീണു. അന്നത്തെ അവസാനത്തെ സർക്കുലാർ ട്രെയിൻ ഭൂമിയെ വിറപ്പിച്ചു. ഏതോ പാപിയായ മനുഷ്യന്റെ ചിതയുടെ ദുസ്സഹ ദുർഗന്ധം ആ പ്രദേശമാകെ വ്യാപിച്ചു. റയിൽവേ ഗേറ്റു തുറക്കാൻ കാത്തുകിടന്ന ശവവണ്ടികൾ കിലുക്കത്തോടെ പാളം മുറിച്ചു. സഞ്ജീവ് കുമാർ മിത്ര ഇരുട്ടിൽ മറഞ്ഞു. ഇതിനെല്ലാമിടയിൽ, ഥാക്കുമായുടെ നിലവി ളിയും ഉയർന്നു:

"ഈഷ്! മാ കാളീ, എന്റെ സ്വർണനാണയം എവിടെ?"

മോഷ് ഗൃദ്ധാ മല്ലിക് പിതാമഹന്റെ ഓർമ്മയ്ക്ക് കുടുംബത്തിൽ അവ ശേഷിച്ചിരുന്ന വിലമതിക്കാനാകാത്ത ആ നാണയം നഷ്ടപ്പെട്ടിരുന്നു. ഞങ്ങ ളെല്ലാവരും നോക്കിനിൽക്കെത്തന്നെ സഞ്ജീവ് കുമാർ മിത്ര അതു മോഷ്ടിച്ചു. പക്ഷേ അയാൾ അതു മോഷ്ടിക്കുമെന്ന് ഞാനൊഴികെ ആരും വിശ്വസിച്ചില്ല. അയാൾ പോയത് എന്റെ കഴുത്തിൽ സ്ഥാനം തെറ്റിയ ഒരു കുടുക്കിട്ടതിനുശേഷമാണ്. കശേരുക്കൾ തെറ്റിപ്പോയി. കഴുത്ത് ഒടിഞ്ഞില്ല. പക്ഷേ ശ്വാസംമുട്ടി. എന്റെ ശരീരത്തോട് എനിക്ക് ആദ്യമായി വെറുപ്പു തോന്നി. അന്നു രാത്രി, അയാളെ തൂക്കു പലകമേൽ നിർത്തി മുഖംമൂടി ധരി പ്പിച്ച് കഴുത്തിൽ കുടുക്കിട്ട് ലിവർ ആഞ്ഞു വലിക്കുന്നത് ഞാൻ എഴുനൂറ്റി ഇരുപത്തേഴു വിധത്തിൽ സങ്കൽപ്പിച്ചു.

നാല്

വധശിക്ഷ നീതി നടപ്പാക്കൽ മാത്രമല്ല, അധികാരത്തിന്റെ അടയാളപ്പെടുത്തൽ കൂടിയാണെന്നു ഥാക്കുമാ ഭുവനേശ്വരീ ദേവി ഇടയ്ക്കിടെ ഞങ്ങളെ ഓർമിപ്പിച്ചു. ഭീഷ്മ ഗൃദ്ധാ മല്ലിക് പ്രപിതാമഹന്റെ കഥയായിരുന്നു ഉദാഹരണം. പാലാ രാജവംശത്തിന്റെ കാലത്താണ് ഭീഷ്മ പിതാമഹൻ ജീവിച്ചിരുന്നത്. എട്ടാം നൂറ്റാണ്ടിൽ ബംഗാൾ ഭരിച്ചിരുന്ന പാലാ രാജാക്കൻമാർ ബുദ്ധമതക്കാരായിരുന്നു. അവരിൽ ആദ്യത്തെ രാജാവായ ഗോപാല ഒരു ജനാധിപത്യ തിരഞ്ഞെടുപ്പിലൂടെയാണ് അധികാരത്തിലേറിയത്. മഹായാന മതക്കാരായിരുന്ന പാലാ രാജാക്കൻമാരുടെ കാലത്ത് നാട്ടിൽ സമ്പത്തും സമാധാനവും കളിയാടി. പക്ഷേ അതിന്റെ രഹസ്യം ഭീഷ്മ മല്ലിക്കിന്റെ പ്രതിഭാവിലാസം തന്നെയായിരുന്നു. ഇറച്ചിവെട്ടുകാരനെക്കാൾ വേഗത്തിലും കൃത്യതയോടെയും പിതാമഹൻ ദിവസേന നൂറു കണക്കിനാളുകളെ തലവെട്ടിയും തൂക്കിലേറ്റിയും ശിക്ഷിച്ചു. അക്കാലത്ത് ഒരു ഹിന്ദു സന്ന്യാസി വധശിക്ഷയ്ക്കു വിധിക്കപ്പെട്ടു. ബുദ്ധ മത വിശ്വാസത്തിനെതിരെ സംസാരിച്ചു എന്നതായിരുന്നു കുറ്റം. വധശിക്ഷയ്ക്കു തലേന്നാൾ ആരാച്ചാരെ വിളിച്ച് പണക്കിഴി നൽകുന്ന പതിവുണ്ടായിരുന്നു അന്ന്. സന്ന്യാസിയെ വധിക്കുന്നതു ബുദ്ധമത വിശ്വാസപ്രകാരം ശരിയല്ലെന്ന് പിതാമഹൻ ഉണർത്തിച്ചു. പക്ഷേ, മതം വേറെ, രാഷ്ട്രീയം വേറെ എന്നു സദസ്സിലെ മന്ത്രിമാർ ഒരേ സ്വരത്തിൽ അറിയിച്ചു. സന്ന്യാസി ചിരിച്ചു കൊണ്ടു പറഞ്ഞു, മഹാരാജൻ, നിങ്ങൾക്ക് എന്നെ കൊല്ലാൻ സാധിക്കില്ല. എനിക്കിപ്പോൾ നാൽപതു വയസ്സേയുള്ളൂ. എന്റെ ഗ്രഹനില അനുസരിച്ച് നൂറു വയസ്സു പൂർത്തിയായിട്ടേ മരണമുള്ളൂ.

രാജാവിന് വാശിയായി. എത്രയും വേഗം സന്ന്യാസിയെ കാലപുരിക്ക് അയയ്ക്കാൻ അദ്ദേഹം ആക്രോശിച്ചു. സന്ന്യാസിക്ക് മരണലക്ഷണങ്ങൾ കാണാനില്ലെന്നു പിതാമഹൻ പറഞ്ഞു നോക്കി. രാജാവ് ചെവിക്കൊണ്ടില്ല. അവസാനനിമിഷം, സന്ന്യാസിയെ തൂക്കുമരത്തിൻ കീഴിലെത്തിച്ച അതേ നിമിഷം, രാജ്ഞിമാരിലൊരാൾ പ്രസവിച്ചതായി വാർത്ത വന്നു. ജ്യോതിഷികളുടെ നിർദ്ദേശപ്രകാരം വധശിക്ഷ മാറ്റി. തൊണ്ണൂറു ദിവസത്തിനു ശേഷം വീണ്ടും വധശിക്ഷ നിശ്ചയിച്ചു. അന്നു രാജ്ഞി മരിച്ചു. തുടർന്നു നാൽപ്പത്തൊന്നു ദിവസം ദു:ഖാചരണമായി. വധശിക്ഷ മുടങ്ങി. രാജാവിന് വാശി വർധിച്ചു. ദു:ഖാചരണം തീർന്ന ദിവസം പുലർച്ചെ വീണ്ടും വധശിക്ഷ നിശ്ചയിച്ചു. തലേന്നു രാത്രി രാജാവിന്റെ വളർത്തമ്മ മരിച്ചു. അങ്ങനെ ഏഴു തവണ വധശിക്ഷ നിശ്ചയിച്ചെങ്കിലും ഏഴു തവണയും മാറി. എട്ടാമത്തെ തവണ വധശിക്ഷ നടപ്പാക്കുന്നതിനു തലേന്ന് തൂക്കുപുള്ളിയെ പിതാമഹൻ ആചാരപ്രകാരം സന്ദർശിച്ചപ്പോൾ വാശിക്കാരനായ രാജാവ് ഒപ്പം എഴുന്നള്ളി.

"ഭീഷ്മ, അതു നാളെ നടക്കുമോ?"

രാജാവ് ഭീഷണിയുടെ ശബ്ദത്തിൽ അന്വേഷിച്ചു.

"മരണലക്ഷണങ്ങൾ കാണാനില്ല, മഹാരാജൻ."

പിതാമഹൻ വിഷമത്തോടെ അറിയിച്ചു. അതു കേട്ടു സന്ന്യാസി പൊട്ടിച്ചിരിച്ചു. രാജാവ് കൂടുതൽ കോപാകുലനായി.

"നാളെ അതു നടന്നില്ലെങ്കിൽ നിന്റെ അന്ത്യമാണ്, ഭീഷ്മ..."

"ഇല്ല, മഹാരാജൻ.."

പിതാമഹൻ ശാന്തനായി പ്രതിവചിച്ചു.

"നാളെ മരിക്കേണ്ട ലക്ഷണങ്ങളൊന്നും എനിക്കുമില്ല..."

അന്നു രാത്രി തിരിച്ചു വീട്ടിലെത്തിയ പിതാമഹന് കുളിരും പനിയുമുണ്ടായി. വസൂരി പിടിപെട്ട് അദ്ദേഹം മാസങ്ങളോളം കിടപ്പിലായി. പിതാമഹനെ വധിക്കാൻ രാജാവിന് സാധിച്ചില്ല. വേദനയ്ക്കും മയക്കത്തിനുമിടയിൽ തൂങ്ങിയാടുമ്പോൾ പിതാമഹൻ ജീവിതത്തിന്റെ വിചിത്രമായ ഗതിവിഗതികളോർത്തു നിസ്സംഗനായി. വൈദ്യനായി തുടങ്ങി ആരാച്ചാരായി അവസാനിച്ച പൂർവ പിതാമഹനെക്കുറിച്ച് അദ്ദേഹം ഒരു കാവ്യം രചിച്ചു. കാവ്യ രചന തീർന്ന ദിവസം രാജ്യത്ത് ഉത്കല ദേശക്കാരുടെ ആക്രമണമുണ്ടായി. തടവറ തകർത്ത് അവർ തടവുകാരെ മോചിപ്പിച്ചു. അക്കൂട്ടത്തിൽ സന്ന്യാസി രക്ഷപ്പെട്ടു. ധർമപാല രാജാവ് പരാജയം സമ്മതിച്ചു. അധികം വൈകാതെ അദ്ദേഹം കാലപുരി പ്രാപിച്ചു.

ധർമപാല രാജാവിനു ശേഷം ദേവപാല സിംഹാസനമേറി. അക്കാലമായപ്പോഴേക്ക് പിതാമഹനു തൊണ്ണൂറു വയസ്സായി. ദേവപാല രാജാവ് ഉത്കല ദേശം ആക്രമിച്ച് ആ നാട്ടുകാരെ കൊന്നൊടുക്കി. ജനങ്ങളെ അവർ കൂട്ടത്തോടെ ആട്ടിത്തെളിച്ച് പിതാമഹന്റെ മുമ്പിൽ തള്ളി. വൃദ്ധനായ പിതാമഹൻ വിറയ്ക്കുന്ന കൈകളോടെ ഓരോ കഴുത്തിലായി കുടുക്കിട്ടു മുന്നോട്ടു പോയി. ഒടുവിൽ തന്നെപ്പോലെ ഒരു പടുവൃദ്ധന്റെ അടുത്തെത്തി. അദ്ദേഹം ചോദിച്ചു,

"ഭീഷ്മ, ഒടുവിൽ എന്റെ സമയമെത്തി, അല്ലേ?"

പിതാമഹൻ ഞെട്ടി. അത് ആ സന്ന്യാസിയായിരുന്നു. അദ്ദേഹത്തെ വെറുതെ വിട്ടുകൂടേ എന്നു പിതാമഹൻ രാജാവിനോട് ചോദിച്ചു. പക്ഷേ, പല തവണ രാജശാസനം തെറ്റിച്ച ആ മനുഷ്യനെ എത്രയും വേഗം തൂക്കിലേറ്റണമെന്ന് രാജാവ് വിധിച്ചു. പിതാമഹൻ സന്ന്യാസിയുടെ നാഡിപിടിച്ചു നോക്കി. നാഡികൾ പൊള്ളുന്നുണ്ടായിരുന്നു. സമയമായി–പിതാമഹൻ പറഞ്ഞു. സമയമായി–സന്ന്യാസി ആവർത്തിച്ചു. അങ്ങനെ പിതാമഹൻ കയർ വലിച്ചു. ഒന്നു പിടയുക പോലും ചെയ്യാതെ സന്ന്യാസി മരിച്ചു. അന്നുരാത്രി തിരിച്ചു വീട്ടിൽ ചെന്ന് എണ്ണ തേച്ചു കുളി കഴിഞ്ഞ് കാളി മാതാവിനു മുമ്പിൽ അദ്ദേഹം വലതു കയ്യിലെ തള്ള വിരൽ മുറിച്ചു രക്തം വീഴ്ത്തി പൂജ നടത്തി. പിന്നീട് വയറു നിറയെ ഭക്ഷണം കഴിച്ച് ഉറങ്ങാൻ കിടന്നു. ഉറക്കത്തിൽ ഭീഷ്മ മല്ലിക് പിതാമഹൻ ശാന്തനായി മരിച്ചു.

ഈ കഥ, അച്ഛൻ ജബ്ബാർ സിങ്ങിനെ തൂക്കിലേറ്റാൻ പോയ ദിവസത്തെക്കുറിച്ചു പറയുമ്പോഴൊക്കെ, ഠാക്കുമാ ആവർത്തിച്ചു. അന്നു തൂക്കിക്കൊല

നടന്നില്ല. അവസാന നിമിഷം മാറ്റി വയ്ക്കപ്പെട്ടു. ഒരാഴ്ചയായി കയർ ശരിപ്പെടുത്തിയും മണൽച്ചാക്കു കൊണ്ടു ഡമ്മി പരീക്ഷണം നടത്തിയും രാത്രി മുഴുവൻ പൂജ നടത്തിയും ക്ഷീണിച്ച അച്ഛൻ ആലിപ്പൂർ സെൻട്രൽ ജയിലിലെത്തിയതിനു ശേഷമാണ് തൂക്കിക്കൊല നിർത്തി വച്ച ഉത്തരവു വന്നത്. ഞങ്ങളുടെ കുടുംബത്തിലാകെ മ്ലാനത നിഴലിച്ചു. എന്റെ മൂത്ത ദീദി നീഹാരികയുടെ വിവാഹം നടത്താൻ പണം സ്വരൂപിക്കാനുള്ള യത്നത്തിലായിരുന്നു അച്ഛൻ. രണ്ടായിരത്തിയഞ്ഞൂറു രൂപ അച്ഛൻ പ്രതിഫലമായി ആവശ്യപ്പെട്ടു. ഒപ്പം അന്നു പതിനാലുകാരനായിരുന്ന രാമുദായ്ക്ക് മുനിസിപ്പാലിറ്റിയിൽ ജോലിയും. അവസാനം ആയിരം രൂപയ്ക്ക് ഗവൺമെന്റ് സമ്മതിച്ചു. ആ തുകയുമായി വന്നു കയറുന്ന അച്ഛനെ കാത്തിരുന്ന കുടുംബത്തെ ഇരുട്ടിലാഴ്ത്തി അവസാന നിമിഷം ജബ്ബാറിന്റെ ദയാഹർജി രാഷ്ട്രപതി ഗ്യാനി സെയിൽ സിങ് അനുവദിച്ചു. 'നീ മരണലക്ഷണം നോക്കിയില്ലേടാ' എന്ന് ഥാക്കുമാ അച്ഛനെ ശകാരിച്ചു.

"അവൻ വായിൽക്കൂടി ശ്വാസമെടുത്തു തുടങ്ങിയിരുന്നു. നാഡി മിടിപ്പ് തീവ്രമാണെന്ന് ഡോക്ടർമാർ പറഞ്ഞു. പതിനഞ്ചു ദിവസത്തിനുള്ളിൽ മരിക്കേണ്ടവനാണ് അവൻ."

അച്ഛൻ ആണയിട്ടു. വളർന്നപ്പോൾ ഞാൻ അമ്പരപ്പോടെ കണ്ടെത്തി, അതു വളരെ ശരിയായിരുന്നു! ജബ്ബാർ സിങ്ങിനെ തൂക്കിലേറ്റാൻ അച്ഛന് സാധിച്ചില്ല. പക്ഷേ, പതിനഞ്ചു ദിവസത്തിലേറെ അയാൾ ജീവിച്ചതുമില്ല. ജയിലറയിൽ ഒരു പ്രഭാതത്തിൽ അയാൾ ഒരു വശം ചുവരിലിടിച്ച് പാതി നിൽക്കുകയും പാതി ഇരിക്കുകയും ചെയ്ത നിലയിൽ മരിച്ചു. അവൻ എനിക്കു കിട്ടാനുള്ള ആയിരം തട്ടിത്തൂവി എന്ന് അച്ഛൻ പകുതി തമാശയായും പകുതി കാര്യമായും പരിതപിച്ചു. നീഹാരികയുടെ നിശ്ചയിച്ച വിവാഹം മുടങ്ങി. കൊള്ളപ്പലിശയ്ക്കു കടം വാങ്ങി മറ്റൊരു കല്യാണം നടത്തി. വീട്ടിനുള്ളിൽ സദാ വഴക്കും ദാരിദ്ര്യവും നിറഞ്ഞു. പിന്നീട് സ്ത്രീധനത്തുക പോരാതെ വന്നതിന്റെ പേരിൽ നീഹാരിക വീട്ടിലേക്കു മടങ്ങി. എനിക്ക് അഞ്ചു വയസ്സുണ്ടായിരുന്നപ്പോൾ, അവൾ അച്ഛന്റെ മുറിയിൽ തോർത്തും ബനിയനും മറ്റും വിരിച്ചിടുന്ന കമ്പിയിൽ കെട്ടിത്തൂങ്ങി. അവളുടേതായിരുന്നു, ഞാൻ ആദ്യമായി കണ്ട തൂങ്ങിമരണം.

സഞ്ജീവ് കുമാർ മിത്ര ഥാക്കുമായുടെ സ്വർണ നാണയം മോഷ്ടിച്ചതിന്റെ പിറ്റേന്നു പുലർച്ചെ അച്ഛൻ ഉണരാൻ വളരെ വൈകി. മാ പതിവു പോലെ ചായയുമായി ചെന്ന് അച്ഛനെ ശകാരിച്ചു. അച്ഛൻ മായുടെ തന്തയ്ക്കു വിളിച്ചു. മാ അച്ഛന്റെ അവിഹിതബന്ധങ്ങളെ ഭർത്സിച്ചു. ഥാക്കുമാ കാണാതായ സ്വർണനാണയം തിരഞ്ഞു. രാമുദായ്ക്ക് ചായ കോരിക്കൊടുക്കുമ്പോൾ, എല്ലാ ദിവസത്തെയും പോലെ, എനിക്ക് കുശലം പറയാൻ സാധിച്ചില്ല. എന്റെ കാതുകളിൽ 'എനിക്കു നിന്നെ ഒരിക്കലെങ്കിലും അനുഭവിക്കണം' എന്ന വാക്കുകൾ മുഴങ്ങി. മാരുതി പ്രസാദ് യാദവ് പിന്നിൽനിന്നു കടന്നുപിടിച്ച ദിവസം ഞാനോർത്തു. ആ പ്രവൃത്തി ഒരു കയ്യേറ്റമായി അവഗണിക്കാനും അതിജീവിക്കാനും എളുപ്പമായിരുന്നു. പക്ഷേ ശരീരത്തിൽ സ്പർശിക്കാതെതന്നെ വാക്കുകൾ കൊണ്ട് മുറിപ്പെടുത്തിയതിന്റെ അപമാനം എന്നെ

എരിയിച്ചു. അനുഭവിക്കുക എന്ന വാക്കാണോ ഒരിക്കലെങ്കിലും എന്ന വാക്കാണോ അതോ അയാൾ അതു പറഞ്ഞ രീതിയാണോ എന്നെ കൂടുതൽ മുറിപ്പെടുത്തിയത് എന്നു മാത്രം വ്യക്തമായില്ല. എന്തു പറ്റി എന്നു രാമുദാ എന്നോട് ചോദിച്ചു. വെയിലും കാറ്റും കൊള്ളാതെ അദ്ദേഹത്തിന്റെ മുഖം വിളറി വെളുത്തിരുന്നു. ആ മുഖത്തു നോക്കിയപ്പോൾ ഞാൻ അമർത്യ ഘോഷിനെ ഓർത്തു.

അമർത്യ ഘോഷിനെ ഞാൻ കണ്ടിട്ടുള്ളത് അച്ഛന്റെ മുറിയിൽ ചില്ലിട്ടു തൂക്കിയ പത്രത്താളുകളിൽത്തന്നെയാണ്. അയാൾ നാലു പേരെ കൊന്ന കേസിലെ പ്രതിയായിരുന്നു. സൗത്ത് കൽക്കട്ടയിലെ വ്യവസായിയായ ചന്ദ്ര സേന ഘോഷിനെയും അയാളുടെ പത്തും ആറും മൂന്നും വയസ്സുള്ള കുഞ്ഞു ങ്ങളെയുമാണ് അമർത്യ കൊലപ്പെടുത്തിയത്. ചന്ദ്രസേന ഘോഷിന്റെ വീട്ടിലെ ജോലിക്കാരനായിരുന്നു അയാൾ. അമർത്യ സുന്ദരനായിരുന്നു. ചന്ദ്രസേനന്റെ ഭാര്യ ദേവപ്രിയയുമായി അയാൾ പ്രണയത്തിലായി. ബന്ധം ഗാഢമായ ഘട്ടത്തിൽ തന്നോടൊപ്പം താമസിക്കാൻ അമർത്യ ആവശ്യപ്പെട്ടു. ദേവപ്രിയ വിസമ്മതിച്ചു. അമർത്യ ക്ഷുഭിതനായി. അയാൾക്കു പ്രണയ ത്തിന്റെ ഭ്രാന്തിളകി. ഒരു രാത്രി ചന്ദ്രസേനൻ ദേവപ്രിയയുടെ മുറിയിൽ കടന്നു വാതിലടച്ചപ്പോൾ അമർത്യയുടെ നിയന്ത്രണം വിട്ടു. ചന്ദ്രസേനന്റെ മുറിയിൽനിന്നു തോക്കെടുത്ത് അയാൾ മുകൾ നിലയിലേക്കു ചെന്നു. കുട്ടി കളുടെ മുറിയുടെ വാതിൽ തുറന്നു, ലൈറ്റ് ഇട്ടു. മൂന്നു കുട്ടികളും ഒരേ മുറിയിൽ ഉറങ്ങുകയായിരുന്നു. വാതിൽക്കൽ നിന്നുകൊണ്ടുതന്നെ അയാൾ ഒന്നിനു പിറകെ ഒന്നായി നിറയൊഴിച്ചു. മൂത്ത കുട്ടി നിലവിളിച്ചു. മൂന്നു വയ സ്സുള്ള കുഞ്ഞിന് അതിനും സമയം കിട്ടിയില്ല. ശബ്ദം കേട്ട് ഓടിയെത്തിയ ചന്ദ്രസേനന്റെ മാറിലേക്കായിരുന്നു അടുത്ത വെടി. ദേവപ്രിയ ബോധം കെട്ടു വീണു. ജോലിക്കാരും കാവൽക്കാരും ഓടിയെത്തിയപ്പോഴേക്ക് അയാൾ രക്ഷപ്പെട്ടു. മാസങ്ങളോളം അമർത്യ ഒളിവിൽ കഴിഞ്ഞു. പിന്നീട് പട്ടിണി കൊണ്ട് എല്ലും തോലുമായ നിലയിൽ അയാളെ പോലീസ് അറസ്റ്റ് ചെയ്തു. തെളിവുകളുടെ അടിസ്ഥാനത്തിൽ കോടതി പ്രതിക്കു വധശിക്ഷ വിധിച്ചു. ഹൈക്കോടതിയും സുപ്രീംകോടതിയും ശിക്ഷ ശരി വച്ചു. ദയാ ഹർജി രാഷ്ട്രപതി ആർ. വെങ്കിട്ടരാമൻ തള്ളി. 1990 ജൂലൈ നാലിന് വധ ശിക്ഷ തീരുമാനിക്കപ്പെട്ടു.

അതു വരെയുള്ള കഥയിൽ ഞങ്ങളാരുമില്ല. പക്ഷേ അതു കഴിഞ്ഞ് അമർത്യയുടെ കഥ ഞങ്ങളുടെ കഥയായി. തീയതി തീരുമാനിക്കപ്പെട്ട ദിവസം പുലർച്ചെ ഒരു വൃദ്ധൻ അച്ഛനെ കാണാനെത്തി. മുറി അടച്ചിട്ട് അവർ തമ്മിൽ കുറേ നേരം സംസാരിച്ചു. അച്ഛന്റെ ശബ്ദം ഉയർന്നു.

"അമി കി കോർബോ? നിങ്ങളുടെ ഭാര്യ വേറെ പ്രസവിച്ചില്ലെന്നു വച്ച്, ഞാൻ എന്റെ ജോലി കളയണോ? ദാദാ, ഇത് ഇന്നോ ഇന്നലെയോ തുട ങ്ങിയ തൊഴിലല്ല... ഭാരതം ഉണ്ടാകുന്നതിനു മുമ്പേ ഞങ്ങളുടെ കുടുംബം ഈ പണി ചെയ്തിരുന്നതാണ്.. മറക്കരുത്.. ഞങ്ങളുടെ കുടുംബത്തിന്റെ ചരിത്രം ബംഗാളിന്റെയും മുഴുവൻ ഭാരതത്തിന്റെയും ചരിത്രമാണ്. അറി യാമോ? നിങ്ങൾ മകനെ നന്നായി വളർത്തണമായിരുന്നു... നിങ്ങളുടെ നക്കാപ്പിച്ചയ്ക്കു വേണ്ടി എന്റെ കുടുംബത്തിന്റെ ചരിത്രം തീറെഴുതിത്തരാൻ ഈ ഫൊണിഭൂഷൺ ഗൃദ്ധാ മല്ലിക് തയാറല്ല, ദാദാ.."

"അവൻ ഒരു സാധു, ഗൃദ്ധാദാ.. അവളു ദുർമന്ത്രവാദം ചെയ്ത് അവന്റെ തലയിൽ പിശാചു കയറി..."

വൃദ്ധന്റെ ചുക്കിച്ചുളിഞ്ഞ കവിളുകളിലൂടെ കണ്ണുനീരൊഴുകി.

"ഒന്നും രണ്ടുമല്ല, നാലു പേർ.. മൂന്നു പിഞ്ചു കുഞ്ഞുങ്ങൾ..അവനൊരു മനുഷ്യനാണോ? മൃഗമല്ലേ? അല്ല, മൃഗങ്ങൾക്കു പോലും കാണും, കുഞ്ഞു ങ്ങളോട് അലിവ്.."

അച്ഛൻ കൂടുതൽ ക്ഷോഭിച്ചു.

"അവന് അവളെന്തോ മരുന്നു കൊടുത്തു മയക്കിയിട്ടാണ് ഗൃദ്ധാദാ... ഇനിയൊരിക്കലും അവന് ഒരു തെറ്റും പറ്റുകയില്ല.. തടവറയ്ക്കകത്തല്ലേ അവൻ? അവിടെ കിടന്നോട്ടെ.. എന്നാലും ജീവിച്ചിരിക്കുമല്ലോ... അവനു കൊള്ളി വച്ചിട്ട് ഞങ്ങൾക്കു പിന്നെ ജീവിക്കാൻ പറ്റില്ല, ഗൃദ്ധാദാ.."

അയാൾ യാചിച്ചു. അച്ഛൻ വാതിൽ തുറന്ന് തോർത്തു കൊണ്ട് വിയർപ്പു തുടച്ചു പുറത്തു പോയി. നല്ല ചൂടു കാലമായിരുന്നു അത്. അലക്കു കല്ലിൻ മേൽ വച്ച് മാ മൽസ്യം വൃത്തിയാക്കി. ഈസ്റ്റ് ബംഗാൾ ക്ലബിന്റെ അടിയുറച്ച ആരാധകനായിരുന്ന രാമുദാ ഫുട്ബോൾ ജ്വരത്തിൽ പത്രറിപ്പോർട്ടുകൾ വീണ്ടും വീണ്ടും വായിച്ചു. അത് പതിനാലാമത് ലോകകപ്പിന്റെ ദിവസങ്ങ ളായിരുന്നു. ഞാൻ കണക്കു പുസ്തകത്തിൽ ലസാഗു കാണുന്ന വിധം പഠി ക്കാൻ ശ്രമിച്ചു. എനിക്ക് പുസ്തകത്തിൽ ശ്രദ്ധിക്കാൻ സാധിച്ചില്ല. ഒരു എട്ടു വയസ്സുകാരിയുടെ ഹൃദയത്തെപ്പോലും ഉലയ്ക്കാൻ മാത്രം ദൈന്യം ആ വൃദ്ധ നുണ്ടായിരുന്നു. കരഞ്ഞു കൊണ്ട് അയാൾ ഏറെ നേരം ഞങ്ങളുടെ വീടിന്റെ മുറ്റത്തു നിന്നു. പിന്നീട് എപ്പോഴോ പോയി. പക്ഷേ, വീണ്ടുമെത്തി. വീണ്ടും അപേക്ഷിച്ചു. അപ്പോഴും അച്ഛൻ അയാളുടെ അപേക്ഷ നിരസിച്ചു. മൂന്നാ മത്തെ തവണ അയാൾ എത്തിയത് കാറ്റടിച്ചാൽ വീണു പോകുന്നത്ര മെലി ഞ്ഞുണങ്ങിയ ഒരു സ്ത്രീയെയും കൊണ്ടാണ്. അവർ എന്റെ മായുടെയും ഠാക്കുമായുടെയും കാൽക്കൽ വീണു ദയ യാചിച്ചു. വധശിക്ഷയുടെ തലേന്ന് അച്ഛൻ അസുഖം അഭിനയിച്ചാൽ മതിയെന്നായിരുന്നു അവരുടെ യാചന. ഞങ്ങൾക്ക് ആകെയുള്ള മകനാണ്, ദാദാ, അവനെ കൊല്ലരുത് എന്ന് ആ സ്ത്രീ ഹൃദയം നൊന്തു നിലവിളിച്ചു. ഠാക്കുമാ അവരെ ഉപദേശിക്കാൻ ശ്രമിച്ചു. മാ കണ്ണു തുടച്ച് അകത്തേക്കു പോയി. അച്ഛൻ പക്ഷേ, വഴങ്ങിയില്ല. വധക്ഷശിക്ഷയ്ക്കു തലേന്ന് അയാൾ കുടിച്ചു ബോധമില്ലാതെ വീണ്ടുമെത്തി. അതുവരെയുള്ള ദൈന്യത്തിനു പകരം അയാളുടെ മുഖത്തും വാക്കുകളിലും ക്രോധം ജ്വലിച്ചു.

"എന്റെ മകനെന്തെങ്കിലും സംഭവിച്ചാൽ നോക്കിക്കോ... നീ പശ്ചാത്ത പിക്കും.. !"

അയാളുടെ ഭീഷണി ഗംഗയിലും ഠാക്കൂർ ബാടിയിലും അതിനപ്പുറത്തെ മാർബിൾ കൊട്ടാരത്തിലും വരെ പ്രതിധ്വനിച്ചു. അച്ഛന് കാവൽ നിന്ന പോലീസുകാർ പിടിച്ചു കൊണ്ടു പോയിട്ടും അയാളുടെ വിറച്ച ദുർബലമായ ശബ്ദം എന്റെ കാതുകളിൽ ബാക്കിനിന്നു. ഒടുവിൽ രാത്രിയായി. രണ്ടു മണി യോടെ ജീപ്പ് വന്നു. അച്ഛനും കാക്കൂവും പുറപ്പെട്ടു. അച്ഛൻ അന്നു വളരെ അസ്വസ്ഥനായിരുന്നു. പോകും മുമ്പ് എന്റെയും റേഡിയോയിൽ ലോകകപ്പ്

ഫുട്ബോളിലെ ഇറ്റലിയും അർജന്റിനയും തമ്മിലുള്ള മൽസരത്തിന്റെ വിവരണം കാതോർക്കുകയായിരുന്ന രാമുദായുടെയും തലയിൽ തലോടി. പോലീസ് ജീപ്പിന്റെ പിൻസീറ്റിലിരുന്ന് കൺമറയുന്നതു വരെ അച്ഛൻ ഞങ്ങളെയും വഴിനടുവിലേക്കിറങ്ങി നിന്നു ഞങ്ങൾ അച്ഛനെയും നോക്കി. മറ്റുള്ളവരുടെ മരണം കൊണ്ട് ഉപജീവനം നടത്തുന്നവരുടെ വ്യഥകൾ അനുഭവിക്കാത്തവർക്ക് മനസ്സിലാകുകയില്ല.

അച്ഛന്റെ മുറിയിൽ ഫ്രെയിം ചെയ്തു വച്ച അക്കാലത്തെ പത്രവാർത്തകൾ ഇവയായിരുന്നു:

'തന്റെ ജീവൻ രാജ്യത്തിനുള്ളത് എന്നു ഗൃദ്ധാ.

കൊൽക്കൊത്ത: തനിക്കു മരണത്തെ ഭയമില്ലെന്നും സ്വന്തം കടമ നിർവഹിക്കുന്നതിനിടയിൽ കൊല്ലപ്പെട്ടാൽ അതു രാജ്യത്തിനു വേണ്ടിയുള്ള ആത്മബലിയായി കണക്കാക്കുമെന്നും ആരാച്ചാരായ ഫണിഭൂഷൺ ഗൃദ്ധാ മല്ലിക് അറിയിച്ചു. താൻ ഗവൺമെന്റിന്റെ ഉപകരണം മാത്രമാണ്.ഗവൺമെന്റ് എന്തു പറയുന്നോ അതു നടപ്പാക്കുകയാണ് തന്റെ ദൗത്യം. അല്ലാതെ തന്റെ ജോലിയിൽ വ്യക്തിപരമായ ഇഷ്ടാനിഷ്ടങ്ങളോ തീരുമാനങ്ങളോ ഇല്ല. ഇന്നലെ അമർത്യ ഘോഷിനെ തൂക്കിലേറ്റുന്നതിനു മണിക്കൂറുകൾക്കു മുമ്പു പത്രലേഖകരോടു സംസാരിക്കുകയായിരുന്നു, ഗൃദ്ധാമല്ലിക്. അമർത്യയുടെ ബന്ധുക്കളിൽനിന്ന് ആരാച്ചാർക്ക് വധഭീഷണിയുള്ളതായി റിപ്പോർട്ടുകൾ ഉണ്ട്. ചരിത്രാതീത കാലം മുതൽ തന്റെ കുടുംബം ഈ രാജ്യത്ത് ആരാച്ചാരായി ജോലി ചെയ്യുകയാണ്. ഈ ജോലി തങ്ങളുടെ ചരിത്രപരവും സാംസ്കാരികവുമായ അവകാശമാണ്. ഇതിൽനിന്ന് തന്നെ പിന്തിരിപ്പിക്കാൻ നിയമത്തിനും നീതിപീഠത്തിനും മാത്രമേ സാധിക്കുകയുള്ളൂ. ഒരു തൂക്കുപുള്ളിയുടെ കുടുംബാംഗങ്ങളുടെ ഭീഷണിക്കു മുമ്പിൽ പതറുന്നവരല്ല മല്ലിക്കുമാർ എന്നും ഗൃദ്ധാ അറിയിച്ചു. ബംഗാളിയിൽ ഗൃദ്ധാ എന്ന വാക്കിന് അർഥം കഴുകൻ എന്നാണ്. ഉരുണ്ട കണ്ണുകളും തടിച്ച കൺപോളകളുമുള്ളതിനാൽ പൊതുവെ ഗൃദ്ധാ മല്ലിക്കുമാർ എന്നാണ് ഇവർ അറിയപ്പെടുന്നത്. എഴുപത്തഞ്ചുകാരനായ ഫണിഭൂഷൺ ഇതിനകം നാനൂറ്റി നാൽപ്പത്തിയഞ്ചു പേരെ തൂക്കിലേറ്റിയിട്ടുണ്ടെന്ന് അവകാശപ്പെടുന്നു. പിതാവ് പുരുഷോത്തം ഗൃദ്ധാ മല്ലിക്കിന്റെയൊപ്പം പത്തൊമ്പതാം വയസ്സിലാണ് ഫണിഭൂഷൺ ആരാച്ചാരായി ജോലി ആരംഭിച്ചത്. ഇതിനിടെ വധശിക്ഷയുടെ തീയതി അടുത്തു വന്നതോടെ അമർത്യ ഘോഷിന്റെ മനോനില തകരാറിലായെന്ന് ജയിലിൽ നിന്നു സ്ഥിരീകരിക്കാത്ത റിപ്പോർട്ടുകളുണ്ട്. സന്ദർശിക്കാനെത്തിയ വൃദ്ധ മാതാപിതാക്കളെ കെട്ടിപ്പിടിച്ചു വാവിട്ടു നിലവിളിച്ച അമർത്യയെ തിരികെ സെല്ലിലേക്കു കൊണ്ടുപോകാൻ ജയിലർമാർ നന്നേ പണിപ്പെട്ടു. അന്ത്യാഭിലാഷമായി അമർത്യ ആവശ്യപ്പെട്ടത് താൻ വെടി വച്ചു കൊന്ന ചന്ദ്രസേന ഘോഷിന്റെ ഭാര്യ ദേവപ്രിയയെ കാണണമെന്നാണ്. പക്ഷേ ഈ ആവശ്യം ഇപ്പോൾ ഡൽഹിയിൽ മാതാപിതാക്കളോടൊപ്പം കഴിയുന്ന ദേവപ്രിയ അവഗണിച്ചു. തന്റെ സ്നേഹനിധിയായ ഭർത്താവിനെയും ഒന്നുമറിയാത്ത ഓമനക്കുഞ്ഞുങ്ങളെയും കൊലപ്പെടുത്തിയ അമർത്യ ഒരു പിശാചാണെന്നും അയാളുടെ ഓർമ പോലും തനിക്ക് അസഹ്യമാണെന്നും അവർ വ്യക്തമാക്കി....

- ആ വാർത്തയോടൊപ്പം ഒരു ഫോട്ടോയും പ്രസിദ്ധീകരിച്ചിരുന്നു. സമർഥനായ ഫോട്ടോഗ്രഫർ അച്ഛൻ ഉയർത്തിപ്പിടിച്ച കുടുക്കിനുള്ളിലൂടെ പിന്നിൽ മാറി ഭിത്തിയിൽ ചാരി ചിന്താധീനനായി നിൽക്കുന്ന രാമുദായുടെ മുഖം പിടിച്ചെടുത്തു. വെളുത്ത ജൂബ്ബയും ലുങ്കിയും ധരിച്ച ഇരുപത്തിരണ്ടു കാരനായ ഒരു യുവാവ്. ആറടി ഉയരം. മെലിഞ്ഞ വെളുത്ത ശരീരം. സമൃദ്ധമായ മുടിയും ഉയർന്ന മൂക്കും വിടർന്ന കണ്ണുകളും. ഒറ്റ നോട്ടത്തിൽ അദ്ദേഹത്തെ അച്ഛൻ തൂക്കി നിർത്തിയിരിക്കുകയാണെന്നു തോന്നും. ആ ചിത്രത്തിന്റെ അടിക്കുറിപ്പ് ഇങ്ങനെയായിരുന്നു: വധശിക്ഷയ്ക്കു വിധിക്കപ്പെട്ട അമർത്യ ഘോഷിനു വേണ്ടി തയ്യാറാക്കിയ തൂക്കുകയർ പ്രദർശിപ്പിക്കുന്ന ആരാച്ചാർ ഫണിഭൂഷൺ ഗൃദ്ധാ മല്ലിക്. പിന്നിൽ നിൽക്കുന്നത് അദ്ദേഹത്തിന്റെ ഏക മകൻ ന്യൂ പ്രോവിഡൻസ് കോളജിൽ എം.എ. രണ്ടാം വർഷ സാഹിത്യ വിദ്യാർഥിയായ രാംദേവ് ഗൃദ്ധാ മല്ലിക്.

അമർത്യയുടെ മൃതദേഹം സംസ്കരിച്ചത് നീംതല ഘാട്ടിൽത്തന്നെയായിരുന്നു. കണ്ണുനീർ വറ്റിയ മുഖങ്ങളോടെ അയാളുടെ അച്ഛനമ്മമാർ ഞങ്ങളുടെ വീടിനു മുമ്പിൽക്കൂടി ആ ശരീരം ചുമന്നു കൊണ്ടു പോയി. മൃതദേഹം ചിതയിൽവച്ചപ്പോൾ അമർത്യയുടെ വൃദ്ധമാതാവ് ഒപ്പം ചാടി ആത്മാഹുതിക്കു ശ്രമിച്ചു. ഗുരുതരമായി പൊള്ളലേറ്റ് അവർ ആശുപത്രിയിൽ വച്ചു മരിച്ചു. രണ്ടു ദിവസം കഴിഞ്ഞ് കോളജിൽനിന്നു ഫുട്ബോൾ കളി കഴിഞ്ഞ് ലോക കപ്പിനെക്കുറിച്ച് ആഹ്ലാദത്തോടെ സംസാരിച്ചു കൊണ്ടു മടങ്ങുകയായിരുന്ന രാമുദായെ അമർത്യയുടെ അച്ഛൻ കാത്തുനിന്ന് ആക്രമിച്ചു. വലിയൊരു കൊത്തുവാൾ കൊണ്ട് അയാൾ രാമുദായുടെ കൈകാലുകൾ ഛേദിച്ചു. അച്ഛന് അന്നു കിട്ടിയ കൂലി മുഴുവൻ ആശുപത്രിയിൽ ചെലവായി. അതിനുശേഷം കുടുംബത്തിൽ മറ്റാരുടെയും ചിത്രങ്ങൾ പ്രസിദ്ധീകരിക്കരുതെന്ന് അച്ഛൻ ശാഠ്യം പിടിച്ചു. രാമുദായുടെ ചിത്രം പ്രസിദ്ധീകരിച്ച പത്രത്തിന്റെ ഓഫിസിൽ പോയി അച്ഛൻ വലിയ ബഹളമുണ്ടാക്കി. അവർ ഒരു കുപ്പിയും നൂറു രൂപയും കൊടുത്തു. അതിനുശേഷം അച്ഛൻ വാർത്തകൾക്കു ഫീസ് നിശ്ചയിച്ചു തുടങ്ങി. യതീന്ദ്രനാഥ് ബാനർജിയുടെ കാലമെത്തിയപ്പോൾ അച്ഛൻ പത്രക്കാരിൽനിന്ന് അഞ്ഞൂറു രൂപയും ചാനലുകാരിൽനിന്ന് ആയിരം രൂപയും ഈടാക്കി. അച്ഛന്റ കട്ടിലിനടിയിലും സ്റ്റാൻഡിൽ തറച്ചു വച്ച കാളി മാതാവിന്റെയും മുത്തച്ഛൻ പുരുഷോത്തം ഗൃദ്ധാ മല്ലിക്കിന്റെയും ചിത്രങ്ങൾക്കു പിന്നിലും കുപ്പികൾ നിരന്നു.

മാ അടുക്കളയിൽ ലുചിക്കു മാവു കുഴയ്ക്കുമ്പോൾ ഞാൻ ആലൂ നന്നാക്കാനിരുന്നു. അപ്പോൾ കാക്കിമാ വേവലാതിപ്പെട്ടു പാഞ്ഞു വന്നു.

“അവർ വേറെ ആളെ നോക്കുന്നു..!.”

കാക്കിമാ തന്റെ വിയർത്ത മുഖം തുടച്ചു കൊണ്ട് അറിയിച്ചു. കുറച്ചു കാലമായി അവരുടെ യുവത്വം നിറഞ്ഞ മുഖത്തു നിറയെ അല്ലലായിരുന്നു. അച്ഛൻ കൂടുതൽ ഡിമാൻഡുകൾ വച്ചതിൽ കോപിച്ച് ഗവൺമെന്റ് മറ്റു സംസ്ഥാനങ്ങളിലെവിടെയെങ്കിലും നിന്ന് ആരാച്ചാരെ ഇറക്കുമതി ചെയ്യാൻ ശ്രമിക്കുന്നു എന്നാണ് കാക്കിമാ പറഞ്ഞത്. മാ മാവു കുഴയ്ക്കുന്നതു നിർത്തി. എന്റെ കയ്യിൽനിന്ന് ആലൂ ഉരുണ്ടു പോയി. മാ കാളീ എന്നു

വിളിച്ച് ദീർഘനിശ്വാസം വിട്ടു മാ വീണ്ടും മാവു കുഴയ്ക്കാൻ ആരംഭിച്ചു. ഞാനും ടിവിയിൽ ചിലപ്പോൾ കാണുന്നതു പോലെ ഒരു നിമിഷത്തെ നിശ്ച ലതയ്ക്കു ശേഷം ഒന്നും സംഭവിക്കാത്തതുപോലെ ആലു നന്നാക്കുന്നതു തുടർന്നു. അത് അത്ര നല്ല ആലൂ ആയിരുന്നില്ല. പെട്ടെന്നു വേവാത്തതും മധുരമില്ലാത്തതുമായിരുന്നു അത്. സിംഗൂരിലെ കൃഷി മോശമായിരുന്നതി നാൽ കൃഷിക്കാർ കൂട്ടമായി ആത്മഹത്യ ചെയ്യുന്ന വിദർഭയിൽനിന്നാണ് ഇത്തവണ ഉരുളക്കിഴങ്ങെന്ന് ഓർത്തപ്പോൾ എനിക്കെന്തോ തൊണ്ടയിൽ തടഞ്ഞു.

“ദാദാ ആവശ്യമില്ലാതെ വാശിപിടിച്ചിട്ടാണ്.. ബാക്കിയുള്ളവർക്കു കിട്ടാ നുള്ളതും പോയി.. ...”

കാക്കിമാ പിറുപിറുത്തു.

“എന്നാൽപ്പിന്നെ നിന്റെ ഭർത്താവിനോടു ചെന്നു പറയെടീ, തൂക്കിക്കൊ ടുക്കാൻ..”

വെള്ളമെടുക്കാൻ ഓർക്കാപ്പുറത്തു കയറി വന്ന അച്ഛൻ ഗർജ്ജിച്ചു.

“ആ കിഴങ്ങനെക്കൊണ്ട് ഒരു കോഴിയെക്കൊല്ലാനെങ്കിലും സാധിച്ചെ ങ്കിൽ നന്നായിരുന്നു... കൂടപ്പിറപ്പല്ലേ, വല്ലതും കിട്ടിക്കോട്ടെ എന്നു കരുതി കൂടെക്കൂട്ടിയതിന് എനിക്കിതു തന്നെ കിട്ടണം.. !”

അച്ഛൻ ഗർജ്ജിച്ചു. പിന്നീട് മൊന്തയിൽ വെള്ളം മുക്കിയെടുത്ത് അകത്തു പോയി അധികം വൈകാതെ ചുണ്ടു തുടച്ചു കൊണ്ടു വീണ്ടും വന്നു.

“നിങ്ങളെല്ലാവരും നോക്കിക്കോ.. ഈ ഫൊണിഭൂഷൺ ഗൃദ്ധാ മല്ലിക് തന്നെ ജൊതീന്ദ്രനാഥിനെ തൂക്കിക്കൊല്ലും.. അതെനിക്കുറപ്പുണ്ട്.. അവന്റെ പേര് എന്റെ അക്കൗണ്ട് ബുക്കിലുള്ളതാണ്..”

ഞാൻ നിശ്ശബ്ദയായി ആലൂ കഴുകി. മാ നിശ്ശബ്ദയായി ലുചി പരത്തി. കാക്കിമാ കരുവാളിച്ച മുഖത്തോടെ വിഴുപ്പു തുണികളുമായി പുറത്തു പോയി. കഴുകിയ ഉരുളക്കിഴങ്ങുകൾ പാത്രത്തിലിട്ടു വച്ച് ഞാൻ പുറത്തേക്കു ചെന്നു. മൂന്നു വശം മാത്രമുള്ള ഇടുങ്ങിയ പെട്ടി പോലെയായിരുന്നു ഞങ്ങ ളുടെ വീട്. ചായപ്പീടികയ്ക്കും സലൂണിനും അടുക്കളയ്ക്കും തടിയിൽ തീർത്ത മച്ചുണ്ട്. ബാക്കിയൊക്കെ ആസ്ബസ്റ്റോസ് മേൽക്കൂരകൾ. ചായ പ്പീടികയും അതിനോടു ചേർന്ന സലൂണും മാത്രമേ പുറത്തു നിന്നു കാണാൻ സാധിക്കുകയുള്ളൂ. സലൂണിന്റെയും ചായപ്പീടികയുടെയും ഭിത്തി കൾ പങ്കിട്ടു കൊണ്ടാണ് അച്ഛന്റെ മുറി. അച്ഛന്റെ മുറിയുടെ ഒരു വാതിൽ ഞാനും രാമുദായും ഥാക്കുമായും കിടക്കുന്ന മുറിയിലേക്കു തുറക്കും. അവിടെനിന്ന് മുറ്റത്തേക്കും തൊട്ടടുത്ത അടുക്കളയിലേക്കും വാതിലുണ്ട്. അടുക്കളയ്ക്ക് എതിരേ കാക്കുവിന്റെ മുറി. എല്ലാ മുറികൾക്കും വിലക്ഷണ മായ ഭിത്തികളും സിമന്റ് ക്രാസികളുമുണ്ട്. എത്രയോ വർഷങ്ങൾ മുമ്പേ പൊട്ടിപ്പൊളിഞ്ഞതാണ് അടുക്കളയുടെ നിലം.

ഞാൻ കുളി കഴിഞ്ഞിറങ്ങുമ്പോൾ അന്തരീക്ഷത്തിലാകെ പുകയും ചിതാഗന്ധവും വ്യാപിച്ചിരുന്നു. നീംതല ഘാട്ടിൽ അന്നു പതിവിലേറെ

ചിതകളെരിഞ്ഞു. മുടിയിലെ വെള്ളം തട്ടിക്കൊണ്ട് അകത്തേക്കു വരുമ്പോൾ കണ്ണുകൾ അച്ഛന്റെ മുറിയിലെ ചില്ലിട്ട പത്രത്തിലേക്കു പാളി. ദേവപ്രിയ ഇപ്പോൾ എവിടെയായിരിക്കുമെന്നും അവരെക്കണ്ടാൽ എങ്ങനെയുണ്ടാകുമെന്നും ഞാൻ ചിന്തിച്ചു. അപ്പോൾ അച്ഛൻ തുറന്നുവച്ച ടിവിയിൽ, എന്നെ ഞെട്ടിച്ചു കൊണ്ട് സഞ്ജീവ് കുമാർ മിത്ര പ്രത്യക്ഷപ്പെട്ടു.

"അമർത്യയുടെ ജീവനു വില നൽകേണ്ടി വന്നത് ഒരു തെറ്റും ചെയ്യാത്ത രാംദേവ് ഗൃദ്ധാ മല്ലിക്കാണ്. ചന്ദ്രസേന ഘോഷിന്റെ മരണത്തിനു ശേഷം ഒരു വ്യവസായിയോടൊപ്പം ജീവിച്ച ദേവപ്രിയ മൂന്നു വർഷത്തിനുള്ളിൽ ആ ബന്ധം ഉപേക്ഷിച്ച് ലണ്ടനിൽ വ്യവസായിയായ ഇപ്പോഴത്തെ ഭർത്താവിനെ വിവാഹം കഴിച്ചു. ദേവപ്രിയയെ സ്വന്തമാക്കാൻ വേണ്ടിയാണ് അമർത്യ മൂന്നു പിഞ്ചു കുഞ്ഞുങ്ങൾ ഉൾപ്പെടെ നാലു പേരെ കൊന്നത്. അമർത്യയ്ക്ക് സ്വന്തം ജീവൻ പകരം നൽകേണ്ടി വന്നു. അതിന് നിയോഗിക്കപ്പെട്ട ഗൃദ്ധാ മല്ലിക്കിന്റെ മകൻ രാംദേവിനോടാണ് അമർത്യയുടെ കുടുംബം പക വീട്ടിയത്. ചുരുക്കത്തിൽ അമർത്യ ദേവപ്രിയയെ ആഗ്രഹിച്ചതിന് ഏറ്റവും വലിയ നഷ്ടം സഹിച്ചത് അവരെ ഒരിക്കൽപ്പോലും നേരിൽ കണ്ടിട്ടില്ലാത്ത രാംദേവ് എന്ന ചെറുപ്പക്കാരനാണ്. പക്ഷേ, ഇന്നിപ്പോൾ മക്കളിലൊരാൾക്കെങ്കിലും സർക്കാർ ജോലി എന്ന ആവശ്യം മുന്നോട്ടു വച്ച പാവം ഗൃദ്ധാ മല്ലിക്കിനെ ഒഴിവാക്കാനാണ് ഗവൺമെന്റ് ശ്രമിക്കുന്നത്.യതീന്ദ്രനാഥിന്റെ വധശിക്ഷ നടപ്പാക്കാൻ ഇന്ന് ഇന്ത്യയിലുള്ള പേരെടുത്ത നാല് ആരാച്ചാർമാരെ സംസ്ഥാന ഗവൺമെന്റ് സമീപിച്ചു കഴിഞ്ഞു. പക്ഷേ ഫ്ളൈറ്റ് ടിക്കറ്റും പഞ്ചനക്ഷത്ര താമസസൗകര്യവും ഉൾപ്പെടെ ഭാരിച്ച ഡിമാൻഡുകളാണ് അവർ നാലുപേരും മുന്നോട്ടു വയ്ക്കുന്നത്. ഗവൺമെന്റിന് നഷ്ടം വരുത്തുന്ന അത്തരം ഏർപ്പാടുകൾ വച്ചു നോക്കുമ്പോൾ മകൾക്കൊരു സർക്കാർ ജോലി എന്ന ഗൃദ്ധാ മല്ലിക്കിന്റെ ആവശ്യം ന്യായയുക്തമാണെന്ന വാദം ശക്തമാണ്. ചേതനാ ഗൃദ്ധാ മല്ലിക്കിനെ ആരാച്ചാരായി നിയമിച്ചാൽ ലോകത്താദ്യമായി ഔദ്യോഗികമായി ഒരു സ്ത്രീയെ ഈ ജോലിക്കു നിയോഗിച്ച ഗവൺമെന്റ് എന്ന ഖ്യാതി സംസ്ഥാന ഗവൺമെന്റിനു ലഭിക്കുകയും ചെയ്യും. ക്യാമറാമാൻ അതുൽ കിഷൻ ചന്ദ്രയോടൊപ്പം സഞ്ജീവ് കുമാർ മിത്ര, സി..എൻ.സി.."

രാമുദാ കണ്ണുകൾ ഇറുക്കിയടച്ച് മുഖം ഭിത്തിക്കു നേരെ തിരിച്ചു. അദ്ദേഹത്തിന് ചലിപ്പിക്കാൻ കഴിയുന്ന ഏക ശരീരഭാഗം ശിരസ്സാണ്. ഞാൻ പതറിപ്പോയി. അധികം വൈകാതെ, അച്ഛന്റെ കറുത്ത ടെലിഫോൺ ടിർണിം ടിർണിം ബെല്ലടിച്ചു. ആരോ എവിടെയോ മരിക്കുകയാണ് എന്ന ഭീതി എന്റെ ഹൃദയത്തിൽ നിറഞ്ഞു. അച്ഛൻ മുഖത്തു നിറയെ ചിരിയോടെ ഓടി വന്നു:

"ചേതൂ, രാമൂ, നമ്മൾ ജയിച്ചു! കോർട്ട് ഓർഡർ വാങ്ങിക്കാൻ ഐജി ബാബു വിളിക്കുന്നു.. !"

ഞാൻ എന്തു പറയണമെന്നറിയാതെ നിന്നു. രാമുദാ സഹതാപത്തോടെ അച്ഛനെ ഒന്നു നോക്കി കണ്ണുകൾ അടച്ചു. അടഞ്ഞ കൺപോളകൾക്കുള്ളിൽ അദ്ദേഹത്തിന്റെ കൃഷ്ണമണികൾ രണ്ടു ചെറിയ ഫുട്ബോളുകൾ പോലെ ഉരുണ്ടു. അച്ഛൻ അതിനകം ഓഫ് ചെയ്തിരുന്ന ടിവിയുടെ വെളിച്ചമണഞ്ഞ

സ്ക്രീനിലേക്ക് ആദരവോടെ നോക്കി തല കുലുക്കി പല്ലുകൾ മുഴുവൻ പുറത്തു കാട്ടി ചിരിച്ചു.

"കള്ള ലക്ഷണമുണ്ടെങ്കിലും വാർത്തയുണ്ടാക്കേണ്ടതെങ്ങനെയെന്ന് അവനറിയാം.. !"

കോടതി ഉത്തരവു കൈപ്പറ്റാൻ വിളിപ്പിക്കുകയെന്നു പറഞ്ഞാൽ അച്ഛന്റെ ആവശ്യങ്ങൾ ഗവൺമെന്റ് അംഗീകരിച്ചു എന്നാണ് അർഥം. അതിനർഥം, എനിക്ക് ആരാച്ചാരായി ജോലി ചെയ്യേണ്ടിവരുമെന്നാണ്. ഒരു ശവവണ്ടി കൂടി മണി കിലുക്കി മുറ്റത്തുകൂടി കടന്നു പോയി. അണച്ചു വച്ചിട്ടും കറുത്ത ടിവി സ്ക്രീനിൽനിന്ന് സഞ്ജീവ് കുമാർ മിത്രയുടെ പച്ച നിറമുള്ള കണ്ണുകൾ എന്നെ നോക്കി പല്ലിറുമ്മി. ആരുടെയെങ്കിലുംമൊക്കെ മരണം എല്ലാവർക്കും ആവശ്യമുണ്ട്. -സ്വന്തം അധികാരം അടയാളപ്പെടുത്താൻ.

അഞ്ച്

വധശിക്ഷയുടെ ആദ്യപടി തീയതി നിശ്ചയിക്കലാണ്. തൂക്കാനുള്ള തീയതി കോടതി പ്രഖ്യാപിക്കുന്നു. ഉത്തരവിന്റെ ഒരു കോപ്പി പ്രതിക്കു നൽകുന്നു. ഒപ്പം ആരാച്ചാർക്കും അറിയിപ്പു ലഭിക്കുന്നു. അതു കഴിഞ്ഞാൽ ആരാച്ചാർക്കു രണ്ടോ മൂന്നോ തവണ ജയിലിലേക്കു പോകേണ്ടിവരും. ജയിൽ ഐ.ജിയിൽനിന്നു കരാർ ഒപ്പിട്ടു വാങ്ങണം. പുള്ളിയുടെ ശാരീരികവും മാനസികവുമായ അവസ്ഥ അന്വേഷിക്കണം. ഒരുക്കങ്ങൾ വിലയിരുത്തണം. – ഇതൊക്കെ ഞങ്ങളുടെ അയൽക്കാർക്കു പോലും മനഃപാഠമാണ്.

"ജയിലിലേക്കു ചേതനയ്ക്കും പോകേണ്ടി വരുമോ?"

മാ വേവലാതിയോടെ അന്വേഷിച്ചു.

"പോകേണ്ടി വന്നാൽ പോകണം.. തനിച്ചൊന്നുമല്ലല്ലോ. അവളുടെ ബാബയും കാക്കുവും കൂടെയില്ലേ?"

കാക്കിമാ നിസ്സാരഭാവത്തിൽ പ്രതികരിച്ചു. കുറച്ചു കാലമായി കാക്കിമാ പാടെ മാറിയിരുന്നു. അവരുടെ മുഖത്തും വാക്കുകളിലും പാരുഷ്യവും വെറുപ്പും വിങ്ങി. കാക്കിമാ മിക്കപ്പോഴും ബജ് ബജിലെ സ്വന്തം വീട്ടിലേക്കു പോയി ദിവസങ്ങളോളം അവിടെ തങ്ങി. മുമ്പ് അവർ സ്നേഹവതിയായിരുന്നു. ചമ്പയെയും രാരിയെയും മടിയിൽക്കിടത്തി ഞാനും മായും കാക്കിമായും ചിലപ്പോഴൊക്കെ ഥാക്കുമായും കാക്കുവും രാമുദായുടെ കട്ടിൽക്കീഴിൽ നിലത്തു വട്ടമിട്ടിരുന്നു നാട്ടുവർത്തമാനങ്ങളും സിനിമാക്കഥകളും പറഞ്ഞിരുന്നു. പൂട്ടിയ പരുത്തി മില്ലിലെ ജോലിക്കാരനായിരുന്നു അവരുടെ അച്ഛൻ. അർബുദം ബാധിച്ച് അദ്ദേഹത്തിന്റെ രണ്ടു കവിളുകളും ദ്രവിച്ചു. എസ്.എസ്.കെ.എം. ആശുപത്രിയിൽവച്ചായിരുന്നു അദ്ദേഹത്തിന്റെ മരണം. നീംതലഘാട്ടിലാണ് അദ്ദേഹത്തെ സംസ്കരിച്ചത്. അന്ന് എന്നെ കെട്ടിപ്പിടിച്ചു കരഞ്ഞ കാക്കിമാ മറ്റൊരു സ്ത്രീയായിരുന്നു.

അടുക്കളയിൽനിന്നു പുറത്തു കടന്നപ്പോൾ ഞാൻ ടിവിക്ക് അരികിലാണെത്തിയത്. സ്വിച്ച് ഓൺ ചെയ്തിട്ടും ദൃശ്യങ്ങൾ തെളിയാൻ വൈകി. അതിന്റെ തലയ്ക്കിട്ടൊന്നു കൊടുക്ക് എന്നു രാമുദാ തമാശ പറഞ്ഞു. മുകളിലും വശത്തും ആഞ്ഞടിച്ചപ്പോൾ പെട്ടെന്ന് ഒരു കുലുക്കത്തോടെ ടിവിയിൽ സി.എൻ.സി. ചാനൽ തെളിഞ്ഞു. എന്റെ ഹൃദയം പിടച്ചു. കേന്ദ്ര മന്ത്രിസഭയിൽ ചേരാനുള്ള കോൺഗ്രസിന്റെ ക്ഷണം സി.പി.എം. തള്ളി എന്ന വാർത്തയ്ക്കു പിന്നാലെ ഭവാനിപ്പൂരിലെ ഒരു വീട്ടിൽ ജോലിക്കു നിന്ന പതിനേഴുകാരിയുടെ തൂങ്ങിമരണ വാർത്തയുമായി സഞ്ജീവ് കുമാർ മിത്ര ടിവിയിൽ തെളിഞ്ഞു. ഒരു ഫ്ളാറ്റിനു മുമ്പിൽ പത്തഞ്ഞൂറു പേർ തടിച്ചുകൂടി ബഹളം വച്ചു. ക്യാമറ ഫ്ളാറ്റിന്റെ പുറം ഭാഗത്തുകൂടി നാല് എ അപാർട്ട്

മെന്റിന്റെ ജനാലയിലേക്ക് ഉയർന്ന് അവിടെ ഒരു വട്ടം വരച്ചു. അവിടെയായിരുന്നു പെൺകുട്ടിയുടെ ജഡം. വാർത്തയ്ക്കു പിന്നാലെ, കിഴക്കൻ മിഡ്നാപ്പൂരിലെ ഈഗ്രയിൽനിന്ന് നഗരത്തിലേക്കു ജോലി തേടിയെത്തുന്ന പെൺകുട്ടികളെക്കുറിച്ച് പ്രത്യേക പരിപാടിയും അയാൾ അവതരിപ്പിച്ചു. ഏറെക്കഴിയുംമുൻപെ, ഒരു ശവഘോഷയാത്രയ്ക്കു പിന്നാലെ അയാൾ റോഡ് മുറിച്ചു കടന്നു വന്നപ്പോൾ എന്റെ അസ്ഥികൾ ആവിയായി. ഞാൻ എരിപൊരി കൊണ്ടു. രാമുദാ മച്ചിൻമേൽ നോക്കിക്കിടക്കുകയായിരുന്നു. ഇരിക്കപ്പൊറുതിയില്ലാതെ മുറിയിൽ ചുറ്റി നടന്ന് ഒടുവിൽ കട്ടിലിനു താഴെ വെറും നിലത്തിരുന്നപ്പോൾ അദ്ദേഹം എന്നെ ചോദ്യഭാവത്തിൽ നോക്കി. ഞാൻ പുതപ്പു വലിച്ചിട്ട് അദ്ദേഹത്തിന്റെ നഷ്ടപ്പെട്ടു പോയ കരങ്ങളുടെ ശൂന്യത മറച്ചു.

"എന്തു പറ്റി?"

രാമുദാ ശ്രമപ്പെട്ട് അന്വേഷിച്ചു. രാമുദായുടെ മുഖത്ത് നരച്ച രോമങ്ങൾ പ്രത്യക്ഷപ്പെട്ടു തുടങ്ങിയെന്ന് അപ്പോഴാണ് ഞാൻ ശ്രദ്ധിച്ചത്. ഇത്ര പെട്ടെന്ന് അദ്ദേഹം നരയ്ക്കാൻ തുടങ്ങിയത് എന്നെ വ്യാകുലപ്പെടുത്തി. അച്ഛൻ സഞ്ജീവ് കുമാർ മിത്രയെ സ്വന്തം മുറിയിലേക്കു പ്രവേശിപ്പിച്ചു വാതിൽ ചാരിക്കഴിഞ്ഞിരുന്നു. അവിടെ നിന്ന് മദ്യത്തിന്റെ ഗന്ധവും സിഗററ്റിന്റെ പുകയും ഉയർന്നു. 'അവന്റെ മരണം എന്റെ കൈ കൊണ്ടായിരിക്കും' എന്ന് വീമ്പിളക്കിയ അച്ഛനെ അയാൾ ദ്രുതഗതിയിൽ മയക്കിയെടുത്തു. ഥാക്കുമായുടെ സ്വർണനാണയം മോഷ്ടിച്ചെടുത്തതുപോലെ ആളുകളുടെ ഹൃദയം മോഷ്ടിക്കാനും അയാൾ സമർഥനായിരുന്നു.

മാ സാരിത്തലപ്പു തലയിലൂടെ വലിച്ചിട്ട് അയാൾക്കു വെള്ളം കൊണ്ടുപോയി കൊടുത്തു. കുറേ നേരം എന്നോടു മല്ലിട്ടു പരാജയപ്പെട്ട ഞാൻ വാതിൽക്കൽ ചെന്ന് അകത്തേക്ക് എത്തി നോക്കി. അച്ഛൻ അയാൾക്കു മുമ്പിൽ ഞങ്ങളുടെ കുടുംബത്തിന്റെ അതിപുരാതന ചരിത്രരേഖകൾ നിറച്ച തടിപ്പെട്ടി തുറക്കുകയായിരുന്നു.

"ഇതു കണ്ടോ? ഇതാണ് കൊൽക്കൊത്തയുടെ പിതാവ് എന്നറിയപ്പെട്ട ജോബ് ചാർണോക്കിന്റെ ഭാര്യയുടെ ശവകുടീരത്തിൽ കോഴിയെ ബലികൊടുക്കാൻ ഉപയോഗിച്ച കത്തിയുടെ പിടി... പതിനേഴാം നൂറ്റാണ്ടിൽ ജീവിച്ചിരുന്ന ഞങ്ങളുടെ ശിവരാജ ഗൃദ്ധാ മല്ലിക് എന്ന പിതാമഹനാണ് ബലി നടത്തിയത്. കത്തി ദ്രവിച്ചു പോയി. ഇപ്പോൾ തേക്കിൽ തീർത്ത ഈ പിടി മാത്രമേയുള്ളൂ..."

അച്ഛൻ കൊത്തുപണികളുള്ള വിണ്ടുകീറിയ തടിക്കഷ്ണം നീട്ടി. ഭർത്താവിന്റെ ചിതയിൽ സതി അനുഷ്ഠിക്കാൻ ബന്ധുക്കൾ ബലമായി തള്ളിയിട്ട അതിസുന്ദരിയായ സ്ത്രീയെ രക്ഷിച്ച സായ്പ് എന്ന നിലയിലാണു ഞാൻ ജോബ് ചാർണോക്കിനെ സ്മരിച്ചത്. അവരെ വിവാഹം കഴിച്ചശേഷം അദ്ദേഹം ഇന്ത്യക്കാരുടെ ജീവിതരീതികൾ സ്വാംശീകരിച്ചു. കുർത്തയും പൈജാമയും ധരിച്ച് മരത്തണലിൽ ഹൂക്ക വലിച്ചിരുന്ന ഇന്ത്യൻ സായ്പിനെ മറ്റു സായ്പുമാർക്കു പുച്ഛമായിരുന്നു. ചാർണോക് ഭാര്യയെ മതപരിവർത്തനം ചെയ്യിച്ചില്ല. പക്ഷേ, പേരു മാറ്റി മരിയ എന്നാക്കി. പത്തൊമ്പതു വർഷത്തെ ദാമ്പത്യത്തിനുശേഷം അവർ മരിച്ചപ്പോൾ ക്രിസ്തുമതാചാര പ്രകാരം ശവ

സംസ്കാരവും നടത്തി. പക്ഷേ അപ്പോഴും ആ കല്ലറയിൽ ഒരു കോഴിയുടെ തലയറുത്ത് ബലിയർപ്പിച്ചു.

"ഒരു കാര്യമുണ്ട്, സൊഞ്ജൂ ബാബൂ... കൊൽക്കത്തയുണ്ടാക്കാൻ ഒരു സായ്പിന്റെ ആവശ്യമൊന്നുമുണ്ടായിരുന്നില്ല.. ഈ ചിത്പൂർ ചാർണോക് ജനിക്കുന്നതിനും നൂറ്റമ്പതു വർഷം മുമ്പേയുണ്ടായിരുന്നു. അന്നു ഗുരുനാനാക് വന്ന് താമസിച്ച് സിഖ് മതം പ്രചരിപ്പിച്ച സ്ഥലത്താണ് ഇപ്പോൾ ഗുരുദ്വാരയുള്ളത്. നമ്മുടെ ഈ ചിത്പൂരുണ്ടല്ലോ ബാബു, മഹാഭാരതം പോലെയാണ്.. ഇവിടെയുള്ളത് മറ്റെവിടെയെങ്കിലുമൊക്കെ കണ്ടേക്കാം. പക്ഷേ ഇവിടെയില്ലാത്തത് - ഇല്ല. ഒരിടത്തുമില്ല!"

അച്ഛൻ ആവേശഭരിതനായി സിഗററ്റ് ആഞ്ഞു വലിച്ച് എന്തോ ആലോചിച്ചു.

"ചേതൂ, ഇവിടെ വരൂ.. ..."

അച്ഛൻ ഉറക്കെ വിളിച്ചു. ജാള്യത്തോടെ ഞാൻ മുന്നോട്ടു നീങ്ങി. സഞ്ജീവ് കുമാർ തടിപ്പെട്ടിക്കുള്ളിൽ തിരയുകയും അച്ഛൻ ഒരു വലിയ മദ്യക്കുപ്പി കയ്യിലെടുത്തു പരിശോധിക്കുകയുമായിരുന്നു. എനിക്ക് എന്തെന്നില്ലാത്ത അപമാനവും അപകർഷവുമുണ്ടായി. കുറച്ചു മദ്യവും പണവും നൽകി ഞങ്ങളുടെ അമൂല്യമായ കുടുംബപാരമ്പര്യവും ചരിത്രവും അയാൾ തട്ടിയെടുക്കുകയാണെന്ന് ഞാൻ അസ്വസ്ഥയായി.

"ചേതൂ, ഈ ബാബുവിന് നിന്റെ ഒരു ഇന്റർവ്യൂ വേണം... ഇദ്ദേഹം ടിവിയിൽ ഷൂട്ട് ചെയ്യുക മാത്രമല്ല, പത്രത്തിൽ എഴുതുകയും ചെയ്യും.. ബാവ്റോ മാനുഷ്..! "

അച്ഛൻ മദ്യക്കുപ്പിയെ ലാളിച്ച് കട്ടിൽക്കീഴിലേക്കു നീക്കി വച്ചു.

"സൊഞ്ജൂബാബൂ, ചോദിച്ചോളൂ.. ഉത്തരങ്ങൾ ഞാൻ പറഞ്ഞു തരാം... അവൾ കേട്ടു പഠിക്കട്ടെ.. ഇനിയിപ്പോൾ ഇതുപോലെ പലർക്കും ഇന്റർവ്യൂ കൊടുക്കേണ്ടി വരില്ലേ? എല്ലാക്കാലത്തും ഞാൻ കാണുമോ പറഞ്ഞു കൊടുക്കാൻ? എനിക്കു വയസ്സ് എൺപത്തിയെട്ടായി..."

സഞ്ജീവ് കുമാർ മിത്രയുടെ മുഖത്ത് ഒരു പുഞ്ചിരി വിടർന്നു. അയാൾ എന്നെ അടിമുടി വീക്ഷിച്ചു. ഞാൻ ചെറിയ ക്ഷോഭത്തോടെ ഭിത്തി ചാരി നിന്നപ്പോൾ അയാളുടെ കണ്ണുകളിൽനിന്നു പച്ച നിറമുള്ള ആ നോട്ടം എന്റെ മാറിടങ്ങൾ തുളച്ചു. ഞാൻ ഈർഷ്യയോടെ എന്റെ നരച്ചു കീറിയ ദുപ്പട്ട നേരെയിട്ട് ഭിത്തിയിൽ ഫ്രെയിം ചെയ്തു തൂക്കിയ ദാദുവിന്റെ ബ്ലാക് ആൻഡ് വൈറ്റ് ഫോട്ടോയിൽ കണ്ണുകൾ തറച്ചു. ദാദുവിന് ഛബ്ബി ബിശ്വാസിന്റെ ഛായയുണ്ടായിരുന്നു. അദ്ദേഹത്തിന് പറ്റിയ ജോലി ആരാച്ചാരുടേതായിരുന്നില്ല. സിനിമാനടന്റേതോ പ്രൈമറി സ്കൂൾ അധ്യാപകന്റേതോ ആയിരുന്നു.

"ശരി, എന്റെ ആദ്യത്തെ ചോദ്യം ഇതാണ്... - ചേതനാദീ, താങ്കൾ ഒരു വലിയ കുടുംബ പാരമ്പര്യത്തിന്റെ ഉടമയാണ്... അതിനെക്കുറിച്ച് എന്താണു പറയാനുള്ളത്?"

സഞ്ജീവ് കുമാർ മിത്ര ചോദിച്ചു. ഞാൻ എന്തെങ്കിലും പറയുന്നതിനു മുമ്പ് അച്ഛൻ പറഞ്ഞു തുടങ്ങി:

"എന്താണു പറയാനുള്ളതെന്നോ? എന്തൊരു ചോദ്യമാണിത്, ബാബൂ. എന്റെ കുടുംബത്തിന്റെ കഥയ്ക്ക് ഈ രാജ്യത്തേക്കാളും പ്രായമുണ്ട്... വില്യം മാർവുഡ് എന്നു കേട്ടിട്ടുണ്ടോ? അദ്ദേഹമാണ് ഇന്ന് ലോകത്തെങ്ങും മനുഷ്യരെ തൂക്കിക്കൊല്ലാൻ ഉപയോഗിക്കുന്ന ലോങ് ഡ്രോപ് രീതി കണ്ടു പിടിച്ചത്. പക്ഷേ അദ്ദേഹം അതു പഠിച്ചതെവിടെ നിന്ന് എന്നു ചോദിക്ക്.. എന്റെ അച്ഛൻ ഫൊണിഭൂഷൺ ഗൃദ്ധാ മല്ലിക്കിന്റെ അച്ഛൻ പുരുഷോത്തം ഗൃദ്ധാ മല്ലിക്കിന്റെ അച്ഛൻ കാളീചരൺ ഗൃദ്ധാമല്ലിക്കിന്റെ അച്ഛൻ ജ്ഞാന നാഥ ഗൃദ്ധാ മല്ലിക്കിന്റെ അടുത്തുനിന്നാണ്.. ആ പിതാമഹൻ ഗണിത ശാസ്ത്രത്തിൽ വിശാരദനായിരുന്നു എന്നു പറഞ്ഞാൽ വിശ്വസിക്കാമോ? അദ്ദേഹം ഈ ജോലി വേണ്ടെന്നു വച്ച് ഗ്രാമത്തിൽ കണക്കു മാസ്റ്ററായി കൂടി. ആ സമയത്ത് അവിടെ വച്ചു കണ്ടുമുട്ടിയ ഒരു സായ്പ് അദ്ദേഹത്തെ ലണ്ടനിൽ കൊണ്ടുപോയി. അവിടെ വച്ച് അദ്ദേഹം മാർവുഡിനെ പരിചയ പ്പെട്ടു. ഒരു ക്രിസ്മസിന് കറിവയ്ക്കാൻ വാങ്ങി വന്ന ശീമപ്പന്നിയെ കൊല്ലാൻ പാടു പെട്ട സായ്പിനെ നോക്കി പിതാമഹൻ ചിരിച്ചു. ഒരു ചെറിയ കുടുക്കുണ്ടാക്കി പന്നിയെ കെട്ടിത്തൂക്കി. കഴുത്തു പിന്നിലേക്കൊടിഞ്ഞ് ഒരു നിമിഷം കൊണ്ട് പന്നി ചത്തു. മാർവുഡ് ആകെ അമ്പരന്നു പോയി. ശ്ശെടാ, ഒരു ഇന്ത്യക്കാരൻ ദരിദ്രവാസിക്ക് ഇത്ര ബുദ്ധിയോ? ഞങ്ങൾ തല മുറകളായി ആരാച്ചാർമാരാണെന്നും കുടുക്കിടാൻ ഞങ്ങൾക്കു പരമ്പരാഗ തമായി പ്രത്യേകമായൊരു ശാസ്ത്രമുണ്ടെന്നും പിതാമഹൻ വെളിപ്പെടുത്തി. മാർവുഡിന് അതു വളരെ ഇഷ്ടപ്പെട്ടു. പിതാമഹൻ അദ്ദേഹത്തെ തൂക്കി ക്കൊലയുടെ വിശദാംശങ്ങൾ പഠിപ്പിച്ചു. ഒരാളെ കെട്ടിത്തൂക്കുമ്പോൾ അയാ ളുടെ ഭാരം കണക്കിലെടുത്തു വേണം കയറിന്റെ നീളം നിശ്ചയിക്കാൻ. അത് ഞങ്ങളുടെ ആദ്യത്തെ ആരാച്ചാരായ രാധാരമൺ മല്ലിക്കിന്റെ കണ്ടുപിടിത്ത മാണ്. നീളം കൃത്യമാണെങ്കിൽ കഴുത്തിലെ എല്ലൊടിയുകയേയുള്ളൂ. ഒന്നു രണ്ടു നിമിഷങ്ങൾക്കകം മരണം സംഭവിക്കും. നീളം തെറ്റിയാൽ ആൾ കിടന്നു പിടയും. നാവു കടിച്ചു പറിക്കും. മരണവെപ്രാളത്തിൽ തൂക്കു മരം കൂടി ഉലയും... ചിലപ്പോൾ തല അപ്പാടെ പറിഞ്ഞു പോയെന്നും വരും..."

അച്ഛൻ ഒന്നു നിർത്തി ഒരു സിഗററ്റ് എടുത്തു കത്തിച്ച് പുകയൂതി വിട്ടു. സഞ്ജീവ് കുമാർ മിത്ര താൽപര്യത്തോടെ ഇരുന്നു. അയാൾ അതിനിടയിലും എന്റെ നേരെ ആ വല്ലാത്ത നോട്ടം നോക്കുകയും ചെയ്തു.

"എന്തിനധികം പറയുന്നു, മാർവുഡ് പിറ്റേന്നു തന്നെ തന്റെ കണ്ടു പിടിത്തവുമായി ജയിൽ അധികൃതരെ സമീപിച്ചു... അദ്ദേഹം ആരാച്ചാരായി രുന്നില്ല. എന്നിട്ടും ഈ പുതിയ രീതി പരീക്ഷിക്കാൻ അനുവദിക്കണമെന്ന് ആവശ്യപ്പെട്ടു. ജയിലിലെ അധികാരികൾ സമ്മതിച്ചു. അതനുസരിച്ച് മാർ വുഡ് ഈ പുതിയ രീതിയിൽ കുറ്റവാളിയെ തൂക്കിക്കൊന്നു... അയാളുടെ ഭാരം കണക്കാക്കിയത് എന്റെ പിതാമഹനാണ്. ഒറ്റ നോട്ടത്തിൽ അദ്ദേഹം പറഞ്ഞു, നൂറ്റിയിരുപത്തേഴ് പൗണ്ട്. കെട്ടിത്തൂക്കേണ്ട കയറിന്റെ നീളം അളന്നു കൊടുത്തതും കുരുക്കിട്ടു കൊടുത്തതും പിതാമഹനാണ്. ഒരു മിനിറ്റ് കൊണ്ട് കാര്യം കഴിഞ്ഞു. ബ്രിട്ടീഷുകാരൻമാർക്കു സന്തോഷമായി. അവൻമാർ മാർവുഡിനെ ആരാച്ചാരായി നിയമിച്ചു. പിന്നെ പത്തിരുനൂറു തൂക്കിക്കൊല അങ്ങേരു നടത്തി..."

"അപ്പോൾ ജ്ഞാനനാഥ ഗൃദ്ധാ മല്ലിക്കോ?"

"അക്കാലത്ത് അവിടെയുണ്ടായിരുന്ന ഒരു മദാമ്മയുമായി പിതാമഹൻ അടുത്തു. അവർ തമ്മിൽ ബന്ധപ്പെട്ടു. പക്ഷേ മദാമ്മ അദ്ദേഹത്തെ സ്നേഹിച്ചില്ല. അവർ മാർവുഡിന്റെ പിന്നാലെ പോയി. ഹൃദയം തകർന്ന് പിതാമഹൻ നാട്ടിലേക്കു പോന്നു. അക്കാലത്ത് പിതാമഹന്റെ ബാബായും ദാദായും ആരാച്ചാർമാരായി ജോലി ചെയ്യുകയായിരുന്നു. പക്ഷേ വൈകാതെ പിതാമഹന്റെ ദാദായ്ക്ക് ക്ഷയരോഗം പിടിച്ചു. അദ്ദേഹത്തെ അവർ കാശിയിൽ കൊണ്ടുപോയി മരിക്കാൻ ഉപേക്ഷിച്ചു. തിരിച്ചു വന്നപ്പോൾ പിതാമഹന് കുലത്തൊഴിൽ സ്വീകരിക്കേണ്ടി വന്നു. പക്ഷേ, അപ്പോഴേക്ക് അദ്ദേഹത്തിന്റെ സ്വഭാവം ആകെ മാറി. തനിക്ക് അവകാശപ്പെട്ടത് മാർവുഡ് തട്ടിയെടുത്തു എന്ന തോന്നൽ അദ്ദേഹത്തെ വല്ലാതെ തളർത്തി. അദ്ദേഹം കറുപ്പിൽ അഭയം കണ്ടെത്താൻ ശ്രമിച്ചു. നിരന്തരമായ കറുപ്പടി അദ്ദേഹത്തെ ഭ്രാന്തനാക്കി ത്തീർത്തു. പക്ഷേ, എത്ര ഭ്രാന്താണെന്നു പറഞ്ഞാലും തൂക്കുമരത്തിന്റെ അടുത്തെത്തിയാൽ ആൾ പിന്നെ പ്രഫഷനലായിരുന്നു, ബാബൂ, പ്രഫഷനൽ...!"

"ഭ്രാന്തെന്നു വച്ചാൽ?"

"വളരെ പ്രയാസപ്പെട്ട ഒരു ഗണിതശാസ്ത്ര പ്രശ്നത്തിന് പരിഹാരം കാണുകയാണ് താൻ എന്നായിരുന്നു അദ്ദേഹത്തിന്റെ വിശ്വാസം.. എല്ലാ ചുവരുകളിലും അദ്ദേഹം കരിക്കട്ട കൊണ്ട് കണക്കുകൂട്ടി.. ആലിപ്പൂരിലെ തൂക്കു മരത്തിന് പിന്നിലുള്ള ജയിൽ ഭിത്തിയിൽ കുറച്ചു കാലം മുമ്പു വരെ അതുണ്ടായിരുന്നു, അറിയാമോ? എന്റെ അച്ഛൻ ഫൊണി ഭൂഷൺ ഗൃദ്ധാ മല്ലിക് ആ കയ്യക്ഷരം തിരിച്ചറിഞ്ഞിട്ടുണ്ട്..."

അച്ഛൻ ചിരിച്ചു കൊണ്ട് സിഗററ്റ് പിന്നെയും വലിച്ചു.

"'എന്റെ അച്ഛൻ ഫൊണിഭൂഷൺ ഗൃദ്ധാ മല്ലിക്' എന്നു പറഞ്ഞതിന്റെ അർഥം മനസ്സിലായല്ലോ-ഞാനീ പറഞ്ഞതൊക്കെ ചേതന പറയുന്നതായിട്ടു വേണം, നിങ്ങൾ അച്ചടിക്കാൻ..."

"ഹാഹാഹാ! ഗൃദ്ധാദാ, താങ്കൾ ഒരു അസാധ്യ മനുഷ്യൻ തന്നെ!"

സഞ്ജീവ് കുമാർ മിത്ര പൊട്ടിച്ചിരിച്ചു. ഇതിപ്പോഴാണോ മനസ്സിലായത് എന്ന മട്ടിൽ അച്ഛൻ കൃത്രിമമായ ഉദാസീനതയോടെ സിഗററ്റിന്റെ പുക വായിൽ തടഞ്ഞു വച്ച് അയാളെ നോക്കി. ഒരു മാത്രയ്ക്കു ശേഷം പുക പുറത്തേക്കു വിട്ടു കൊണ്ട് അച്ഛൻ സാവധാനം മന്ദഹസിച്ചു.

"അപ്പോൾ ചേതനാദീ, താങ്കളുടെ അച്ഛൻ ഫണിഭൂഷൺ ഗൃദ്ധാ മല്ലിക്കിനെ കുറിച്ച് എന്താണ് അഭിപ്രായം?"

സഞ്ജീവ് കുമാർ ചോദിച്ചു. ഞാൻ ഭിത്തിയിൽ ചാരി അസ്വസ്ഥതയോടെ നിന്നു. വാസ്തവത്തിൽ ആ ചോദ്യവും അതു ചോദിച്ചപ്പോഴുള്ള അയാളുടെ കുസൃതി കലർന്ന നോട്ടവും ഇഷ്ടപ്പെടാൻ മാത്രം നർമബോധമൊക്കെ എനിക്കുണ്ടായിരുന്നു. എന്നിട്ടും എനിക്ക് വല്ലാത്ത പിരിമുറുക്കം അനുഭവപ്പെട്ടു. അയാൾ ഏതോ നീചമായ വിധത്തിൽ എന്റെ ശരീരത്തെ ആക്രമിക്കുകയാണെന്ന് എനിക്ക് തോന്നി. എന്നെ ഗാഢമായി ആഗ്രഹിക്കുകയും ആദരിക്കുകയും ചെയ്യുന്ന ഒരാൾക്കു മാത്രം സമർപ്പിക്കുവാൻ

ഞാൻ കരുതി വച്ച എന്റെ ശരീരത്തിന്റെ രഹസ്യങ്ങൾ അയാൾ അശ്ലീലമായ നോട്ടങ്ങളും വാക്കുകളും കൊണ്ട് അശുദ്ധപ്പെടുത്തി. അതേ സമയം, എനിക്ക് അയാളോടു തീവ്രമായ ആകർഷണവും അനുഭവപ്പെട്ടു. കാരണം വ്യക്തമായിരുന്നു. അയാളിൽ ചൈതന്യവത്തായ ഒരാത്മാവ് തുടിച്ചു. അയാളുടെ ചിരിയിൽ, സംഭാഷണത്തിൽ, എന്തിന്, പച്ചനിറമുള്ള ആ നോട്ടത്തിൽപ്പോലും. എന്റെ ഞരമ്പുകളിലെ ആരാച്ചാരുടെ രക്തം അയാളുടെ ജീവന്റെ ഊർജസ്വലത സ്വകാര്യമായി അഭിലഷിച്ചു.

"എന്റെ ബാബാ ഫൊണിഭൂഷൺ ഗൃദ്ധാ മല്ലിക് ..."

അച്ഛൻ നാടകീയമായി ഞാൻ പറയേണ്ട വാക്കുകൾ പറഞ്ഞുകൊടുത്തു തുടങ്ങി.

"എന്റെ ബാബാ ഫൊണിഭൂഷൺ ഗൃദ്ധാ മല്ലിക്കിനെ ഞാൻ ആരാധിക്കുന്നു.. എന്റെ ബാബാ എന്റെ ദൈവമാണ്..."

അച്ഛൻ എന്നെ നോക്കി പകുതി കുസൃതിയും പകുതി സംശയവും നിഴലിക്കുന്ന ഒരു ചിരി പാസ്സാക്കി.

"എന്താ ചേതൂ, സത്യമല്ലേ?"

ആ നേരത്ത് ഞാനറിയാതെ പുഞ്ചിരിച്ചു. എനിക്ക് അച്ഛനോട് വാൽസല്യം അനുഭവപ്പെട്ടു. അച്ഛൻ ഇതൊക്കെയാണ് സ്വകാര്യമായി അഭിലഷിക്കുന്നതെന്ന് ഞാൻ തിരിച്ചറിയുകയായിരുന്നു. ദൈവം പോലും! പാവം അച്ഛൻ.

"ങ്ഹാ.. ബാബൂ, താങ്കൾ റെക്കോഡ് ചെയ്തോളൂ.. – അതായത് എന്റെ ബാബാ പറയുന്നതിനപ്പുറം എനിക്കൊരു തീരുമാനവുമില്ല.. കാരണം അദ്ദേഹം എൺപത്തെട്ടു വയസ്സായ മനുഷ്യനാണ്. അദ്ദേഹം പത്തൊമ്പതാം വയസ്സിൽ ബംഗാൾ സംസ്ഥാനത്തിന്റെ ആരാച്ചാരായി. ഭാരതത്തിന്റെ വിവിധ പ്രദേശങ്ങളിൽ അദ്ദേഹം ജോലിചെയ്തു. ഈ ജോലിയിൽ അദ്ദേഹത്തോളും മികച്ച മറ്റൊരാളെയും നമുക്കു സങ്കൽപ്പിക്കാൻ സാധിക്കുകയില്ല. ഈ ലോകത്ത് നിയമവും നീതിയും നിലനിർത്തേണ്ടത് അത്യാവശ്യമാണ്. നിയമവും നീതിയുമില്ലെങ്കിൽ രാജ്യമില്ല, ഗവൺമെന്റില്ല, നമ്മളാരുമില്ല. പട്ടാളവും പോലീസും കോടതിയും ഒക്കെ ചെയ്തുവരുന്ന ആ കടമയുടെ അവസാനത്തെ കണ്ണിയാണ് ഒരാച്ചാർ. ആരാച്ചാർ ഒരു വാടകക്കൊലയാളിയല്ല. ഉത്തരവാദിത്തമുള്ള ഗവൺമെന്റ് ഉദ്യോഗസ്ഥനാണ്.ബാബൂ, രാജ്യത്തിനു വേണ്ടി ഒരു തഹസീൽദാർ കർഷകന്റെ ഭൂമി പിടിച്ചെടുത്തെന്നിരിക്കും. റോഡ് പണിയാനോ അല്ലെങ്കിൽ സ്കൂളു പണിയാനോ. ആരാച്ചാർ ചെയ്യുന്ന പണിയും അതുതന്നെയാണ്. ഗവൺമെന്റിനു വേണ്ടി ഒരാളുടെ ജീവൻ പിടിച്ചെടുക്കുന്നു. നീതി നടപ്പാക്കുന്നു..."

അച്ഛൻ സിഗററ്റ് വലിച്ചൂതി എങ്ങനെയുണ്ട് എന്ന മട്ടിൽ അയാളെ നോക്കി.

"അതല്ല ചേതനാദീ, താങ്കൾക്ക് ചെറുപ്പമാണ്. ഈ ജോലിയിൽ തുടർന്നാൽ താങ്കളെ ആരു വിവാഹം കഴിക്കും?"

"എന്നെ സ്നേഹിക്കുന്ന ഒരാളെയാണ് എന്റെ ജോലിയെ സ്നേഹിക്കുന്ന ഒരാളെയല്ല, എനിക്ക് ആവശ്യം..."

ഞാൻ പറഞ്ഞു. സഞ്ജീവ് കുമാർ മിത്ര എന്നെ വീണ്ടും ചുഴിഞ്ഞു നോക്കി.

"ഒരാളുടെ വ്യക്തിത്വത്തെ അയാളുടെ ജോലിയിൽനിന്നു പിരിച്ചെടു ക്കാൻ കഴിയുമോ?"

എനിക്ക് ഉത്തരംമുട്ടി. അപ്പോൾ സഞ്ജീവ് കുമാർ മിത്ര തന്റെ ഹാൻഡി ക്യാം ഓഫ് ചെയ്ത് എഴുന്നേറ്റ് അച്ഛനു നേരെ കൈ നീട്ടി. കാര്യമറിയാതെ അതു ഗ്രഹിച്ച അച്ഛനോട് എന്നെ നോക്കാതെ അയാൾ പറഞ്ഞു :

"ഗൃദ്ധാദാ, ഈ തിരക്കൊക്കെ ഒഴിയുമ്പോൾ, മറ്റു വിരോധമൊന്നുമില്ലെ ങ്കിൽ, ചേതനയെ എനിക്കു തന്നേക്കൂ... എന്റെ ഭാര്യയായി..."

അച്ഛൻ സ്തബ്ധനായി. ഞാൻ നിസ്സംഗതയോടെ നിന്നു. സാവധാനം എന്റെ ഹൃദയം പുകഞ്ഞു തുടങ്ങി. എനിക്ക് കരച്ചിൽ വന്നു. അയാൾ എന്നെ ങ്കിലും അത് ആവശ്യപ്പെടുമെന്ന് എന്റെ ഹൃദയം പ്രതീക്ഷിച്ചിരുന്നു. പക്ഷേ അത് ഒരിക്കലെങ്കിലും എന്നെ അനുഭവിക്കാൻ പ്രതിജ്ഞാബദ്ധനായതുകൊണ്ടു മാത്രമാണെന്ന് ഊഹിക്കാൻ മാത്രം പ്രായമോ പരിചയമോ എനിക്കുണ്ടായി രുന്നില്ല. അച്ഛന്റെ കണ്ണുകൾ നിറഞ്ഞു. അപ്രതീക്ഷിതമായ സന്തോഷത്ത ള്ളലിൽ എല്ലാ പുരുഷൻമാരെയും പോലെ അദ്ദേഹം ദുർബലനായി. ചാടി യെഴുന്നേറ്റു വന്ന് അദ്ദേഹം സഞ്ജീവ് കുമാർ മിത്രയെയും എന്നെയും മാറി മാറി നോക്കി. ഭിത്തിയിൽ തറഞ്ഞിരിക്കുന്ന ദാദുവിനെയും കാളി മാതാവിനെയും തൊഴുതു. അതു കഴിഞ്ഞ് എന്റെ നേരെ ഒരു ടിവി സീരിയ ലിലെ അച്ഛൻ കഥാപാത്രത്തെപ്പോലെ കൈമലർത്തി :

"ദാ, നിൽക്കുന്നു, സൊഞ്ജൂ ബാബൂ, എടുത്തോ താങ്കളുടെ പെണ്ണിനെ..."

നിറഞ്ഞ കണ്ണുകൾ തോളിൽ കിടന്ന ആ പിഞ്ഞിയ കളംകളം തോർത്തു വച്ചു തുടച്ചു കൊണ്ട് അച്ഛൻ പെട്ടെന്നു മുറി വിട്ടിറങ്ങിപ്പോയി. അടുക്കള യിൽ ചെന്ന് അച്ഛൻ തേങ്ങിക്കരഞ്ഞെന്ന് പിന്നീട് മാ പറഞ്ഞു. ആ നേരത്ത് മുറിയിൽ ഞാനും സഞ്ജീവ് കുമാറും മാത്രമായി. എന്റെ ശരീരം ആരോ പട്ടുനൂൽക്കയറിൽ വരിഞ്ഞു മുറുക്കി. മൃദുലവും സ്നിഗ്ധവുമായ കയറിഴ കൾ എന്നെ ശ്വാസംമുട്ടിക്കുകയും ഇക്കിളിപ്പെടുത്തുകയും ചെയ്തു. സഞ്ജീവ് കുമാർ മിത്ര എന്റെ തൊട്ടു മുമ്പിൽ വന്നു നിന്ന് എന്നെ തറപ്പിച്ചു നോക്കി. തല ചെരിച്ചു ചുറ്റുപാടും അവലോകനം ചെയ്തു. പിന്നീട് ഒരു കൂസലു മില്ലാതെ അയാൾ എന്റെ ഇടതു മാറിടം പിടിച്ചു ഞെരിച്ചു. എന്താണു സംഭ വിക്കുന്നതെന്നു ഞാൻ തിരിച്ചറിയും മുമ്പേ അയാൾ ഇങ്ങനെ മന്ത്രിച്ചു:

"ആ ക്യാമറയ്ക്ക് എത്ര ലക്ഷമായിരുന്നു, വില... !"

എന്റെ അസ്ഥിയിലൂടെ പുളിരസം വീണ്ടും പാഞ്ഞു. അയാളുടെ കൈ തട്ടി മാറ്റി ഞാൻ പുറത്തു ചാടി. എന്റെ മുറിയിൽ രാമുദായുടെ അടുത്തെ ത്തിയപ്പോഴേക്കു ഞാൻ കിതച്ചു. കീറിയ പുതപ്പു കൊണ്ടു മൂടിയിട്ട അദ്ദേ ഹത്തിന്റെ കൈകാലുകളില്ലാത്ത ശരീരം കണ്ട് എനിക്ക് ആശ്വാസം തോന്നി. ഭാഗ്യം, ഈ പുരുഷന് അയാളെ സ്നേഹിക്കാൻ ആഗ്രഹിക്കുന്ന ഒരു സ്ത്രീയെ, വേണമെന്നു വച്ചാലും വേദനിപ്പിക്കാൻ സാധ്യമല്ല.

അന്നു രാത്രി ആ വർഷത്തെ ആദ്യത്തെ മഴ പെയ്തു. ചിതയുടെ ഗന്ധ
ത്തേക്കാൾ രൂക്ഷമായ ഒരു ഗന്ധം മൂക്കു തുളച്ചു. മഴയുടെ ഇരമ്പലിൽ
പുറത്തെ ആരവങ്ങൾ മുങ്ങി. ഇടുങ്ങിയ ഗലികളിൽ കൂട്ടിയിട്ട ചപ്പു ചവറുകൾ
നനഞ്ഞു നാറി. എന്റെ ഹൃദയം നനഞ്ഞു കുതിർന്ന കീറച്ചാക്കുപോലെ ഭാരി
ച്ചു തൂങ്ങി. ഗ്രാമത്തിൽനിന്ന് നഗരത്തിലേക്കു വീട്ടുപണിക്കെത്തി തനിയെ
കുടുക്കിട്ടു തൂങ്ങി മരിച്ച പെൺകുട്ടിയെ ഞാൻ കാരണമില്ലാതെ ഓർത്തു.
മായുടെ പഴയൊരു സാരിത്തുണ്ട് അടപ്പായും തിരശ്ശീലയായും ഉപയോഗി
ക്കുന്ന ജനാലയ്ക്കരികിൽ പായ വിരിച്ചു കിടക്കുമ്പോൾ തൂവാനം എന്റെ
വിയർത്ത നെറ്റിമേൽ തെറിച്ചു വീണു. എനിക്ക് അന്ന് ഇരുപത്തിരണ്ടു വയസ്സ്.
സ്നേഹമില്ലാതെ സ്പർശിക്കുന്ന പുരുഷന്റെ കരങ്ങൾ എത്ര പരുപരുത്ത
താകാമെന്നും അയാളുടെ ദുർഗന്ധങ്ങൾ എത്ര അരോചകമാകാം എന്നും
ഒരിക്കൽ മാത്രം തിരിച്ചറിഞ്ഞതൊഴിച്ചാൽ ലോകമെന്തെന്ന് എനിക്ക് അറി
യുമായിരുന്നില്ല. മാരുതിപ്രസാദിന്റെ സ്പർശത്തിൽ ആർത്തിയാണുണ്ടായി
രുന്നത്. സഞ്ജീവ് കുമാർ മിത്രയുടേതിൽ അഹങ്കാരവും അധീശത്വവും.
ആർത്തിയോടു ക്ഷമിക്കാൻ എനിക്കു സാധിക്കും. പക്ഷേ അധീശത്വത്തോട്
– സാധ്യമല്ല. ഞാൻ പുതപ്പു വലിച്ചെറിഞ്ഞു. തൂവാനത്തുള്ളികൾ കല്ലുകൾ
പോലെ എന്റെ മുഖത്തു പതിച്ചു. ഇതാണ് എന്റെ ദൈവം എന്നു പറയാൻ ഒരു
പുരുഷനെയും എനിക്കു ലഭിച്ചില്ല. എല്ലാവരും ആരാധന ആവശ്യപ്പെട്ടു.
ആരും അതിന് അർഹത തെളിയിച്ചില്ല. ഹൃദയത്തിൽ കുടുക്കിട്ട് എത്ര മുറു
ക്കിയിട്ടും ചൂടു കണ്ണുനീർ ചൂടു മഴത്തുള്ളികളോട് ഇടകലർന്നൊഴുകി. ഇട
തു മാറിടം പഴുത്തുവിങ്ങിയതുപോലെ വേദനിച്ചപ്പോൾ പുകച്ചിലോടെ ഞാൻ
തീരുമാനിച്ചു : കൃത്യമായ അളവിൽ അയാൾക്കു വേണ്ടി ഞാൻ കയർ അളന്നെ
ടുക്കും. ഒരിഞ്ചു കൂടുകയില്ല; കുറയുകയുമില്ല. അയാളെ എനിക്കും ഒരിക്ക
ലെങ്കിലും അനുഭവിക്കണം.

ആറ്

'സൂറത്ത് ഉദ്ധാർ' എന്ന ജാത്രയിൽ ആഭി ഭൂഷൺ ഭട്ടാചാര്യയുടെ വിവേക് കഥാപാത്രം പാടിയ 'നിന്റെ സ്വന്തം ഹൃദയത്തിനുള്ളിലേക്കു നോക്കി മുന്നോട്ടു പോകുക, ഇതാണ് പറ്റിയ സമയം' എന്ന വരികൾ ഉറക്കെ പാടിക്കൊണ്ടാണ് അച്ഛൻ രാവിലെ പുറത്തുവന്നത്. കഥാപാത്രങ്ങളുടെ മന:സാക്ഷിയായിരുന്നു വിവേക്. ഉലഞ്ഞ മുടിയും കെട്ടുപിണഞ്ഞ താടിയും നഗ്നപാദങ്ങളുമായി വെളുപ്പോ കറുപ്പോ കാവിയോ നിറമുള്ള നീണ്ട കുപ്പായം ധരിച്ച് ചുവന്ന കണ്ണുകളും ഭ്രാന്തമായ ഭാവവുമായി വിവേക് കഥാപാത്രം ദർബാറിലും കിടപ്പറയിലും നരകത്തിലും സ്വർഗത്തിലും ശ്മശാനത്തിലും ക്ഷേത്രത്തിലുമൊക്കെ അനുവാദമില്ലാതെ പ്രവേശിക്കുകയും നിഷ്ക്രമിക്കുകയും ചെയ്തു. വിവേക് എന്ന ആശയം കാളീചരൺ പിതാമഹന്റേതായിരുന്നു എന്നു ഥാക്കുമാ വീമ്പിളക്കി. ഞങ്ങളുടെ കുടുംബത്തിൽ ജനിച്ച ഏറ്റവും മഹാനായ കലാകാരനായിരുന്നു കാളീചരൺ പിതാമഹൻ.

അന്നു സഞ്ജീവ് കുമാർ മിത്ര എത്തുന്നതുവരെയും എത്തിക്കഴിഞ്ഞും അച്ഛൻ മദ്യപിച്ചു. രാവിലെ മുതൽ മാ ചായയുണ്ടാക്കി വിറ്റ നാണയത്തുട്ടുകൾ തട്ടിയെടുത്തു. അതിന്റെ പേരിൽ അച്ഛനും മായും തമ്മിൽ പിടിവലിയും തെറിവിളിയുമുണ്ടായി. അച്ഛൻ മായുടെ മുഖമടച്ച് അടിച്ചു. ഞാൻ തടസ്സം പിടിച്ചെങ്കിലും അടി മായുടെ മൂക്കിന്റെ പാലത്തിൽത്തന്നെ കൊണ്ടു. മൂക്കിൽനിന്നു ചോര കുതിച്ചൊഴുകി. ഞാൻ ഐസ് തേടി ഘാട്ടിലേക്കോടി. ശ്മശാനത്തിനെതിർ വശത്തെ ചെറിയ പെട്ടിക്കടകൾക്കിടയിലൂടെ ആൾക്കൂട്ടത്തെ വകഞ്ഞു മാറ്റി ഐസ് വിൽക്കുന്ന നബനീത് ദായെ കണ്ടെത്തി. അൽപം മുമ്പു ശവദാഹം നടത്തിയ ജഡത്തോടൊപ്പം വന്ന കുട്ടികൾക്ക് ഐസ് വിൽക്കുകയായിരുന്നു അദ്ദേഹം. കളറൈസിന്റെ രണ്ടു കമ്പുകളുമായി തിരിച്ചോടുമ്പോൾ ദ്രവിച്ച ഒരു ഇരുമ്പു വണ്ടിയിൽ ഞാൻ ചെന്നിടിച്ചു. വണ്ടി ചെരിഞ്ഞു. വണ്ടിയ്ക്കുള്ളിലെ മുഖം മറയ്ക്കാത്ത ശവം ഊർന്നുപോയി. എനിക്ക് മരിച്ചു പോയ സർക്കാർ മാമന്റെ ഓർമ്മയുണ്ടായി. ഞാൻ പകച്ചു നിൽക്കെ, കീറത്തുണിയുടുത്ത വണ്ടിക്കാരൻ എന്നെ ശകാരിച്ചുകൊണ്ടു ശവത്തെ പിടിച്ചു നേരെയിട്ടു. ക്ഷമ പറഞ്ഞ് ഞാൻ വീണ്ടും ഓടി. ഹേമന്ത് മല്ലിക്കിന്റെ കാളീ ക്ഷേത്രത്തിൽ പൂജ നടക്കുകയായിരുന്നു. വഴിയോരത്ത് അരമുഴം വലിപ്പമുള്ളതാണ് ഹേമുദായുടെ ക്ഷേത്രം. ഹേമുദായും കാളിയും കൂടിയിരുന്നാൽ പിന്നെ ഒരു കോഴിക്കോ ആടിനോ സ്ഥലം കഷ്ടിച്ചേയുള്ളൂ. അതിനുള്ളിൽ വച്ചിരിക്കുന്ന കാളീബിംബത്തിൽ ആളുകൾ പട്ടു നേദിക്കാറുണ്ട്. ബിംബത്തിനു മുമ്പിൽ വളരെ പുരാതനമായ ഒരു അറവുയന്ത്രമുണ്ട്. ഒരു കുടത്തിന്റെ ആകൃതിയിൽ തടിയിൽ വെട്ടിയെടുത്ത യന്ത്ര

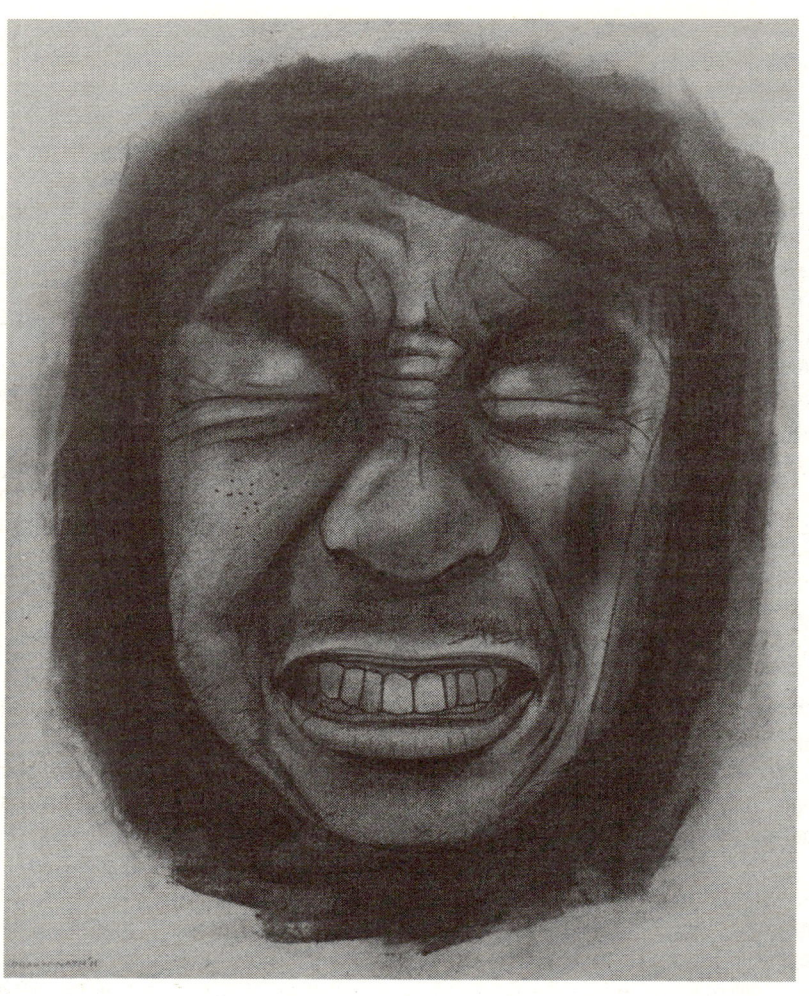

മാണത്. മൃഗത്തിന്റെ കഴുത്ത് ചെറിയ വൃത്തത്തിനുള്ളിൽ കടത്തി വച്ചാൽ പിന്നെ ചലിക്കാനാകാതെ അതു തല വെട്ടാൻ പാകത്തിന് അടങ്ങി നിൽക്കും. ഹേമുദാ ഒറ്റ വെട്ടിന് കഴുത്തറുക്കും. ബലി കണ്ട് ആർത്തുവിളിക്കുന്ന ആൾക്കൂട്ടം എന്റെ വഴി പിന്നെയും മുടക്കി. ഞാൻ വീട്ടിലെത്തിയപ്പോഴേക്ക് മാ മീൻ നന്നാക്കാൻ ആരംഭിച്ചിരുന്നു. ഞാൻ വിയർപ്പു തുടച്ച് തളർച്ചയോടെ, ചമ്പയുടെ അടുത്തു ചമ്രം പടിഞ്ഞിരുന്നു. അവൾ പഠിക്കുകയായിരുന്നു. അവളുടെ അനിയത്തി രാരിയെ കാക്കിമാ ശകാരിക്കുന്ന ശബ്ദം പുറത്തെവിടെയോ കേട്ടു. ചമ്പ എന്നോട് എന്തോ ചോദിച്ചപ്പോൾ ഞാൻ ദേഷ്യപ്പെട്ടു. അവൾ പുസ്തകവുമായി പിണങ്ങിപ്പോയി. അപ്പോൾ രാമുദാ എന്നെ കാരുണ്യത്തോടെ നോക്കി.

"അയാൾ ഏതു ദേശക്കാരനാണ്?"

രാമുദാ ചോദിച്ചു. സഞ്ജീവ് കുമാർ മിത്ര എത്തിക്കഴിഞ്ഞെന്ന് എനിക്ക് അപ്പോഴാണ് മനസ്സിലായത്. എന്റെ മുഖത്ത് ഭാവവ്യത്യാസമുണ്ടായി. ആ സമയത്ത് അച്ഛൻ എന്നെ സ്വന്തം മുറിയിലേക്കു വിളിച്ചു. എന്റെ രോമങ്ങൾ എഴുന്നു. അയാളുടെ മുമ്പിലേക്കു പോകുന്നതോർത്ത് ശരീരത്തിൽ മുള്ളുകൾ തറഞ്ഞു.

"ങ്ഹാ., ഛോടട്ദീ, വാ.. പറയട്ടെ.."

വാതിൽക്കൽ തല കാട്ടിയപ്പോൾ എന്നെ അച്ഛൻ ഉൻമത്തതയോടെ കയ്യാട്ടി വിളിച്ചു. സഞ്ജീവ് കുമാർ മിത്ര എന്നെ ഗൗരവത്തിൽ നോക്കി. കറുപ്പു ഛായയുള്ള കണ്ണടയിൽ അയാളുടെ ഇളം പച്ച ഷർട്ട് പ്രതിഫലിച്ചു. മുടിയിഴകൾ ഇടയ്ക്ക് അയാളുടെ നെറ്റിയിലേക്ക് ഇടറി വീണു. നനഞ്ഞ തുണിയുടെ ഗന്ധം നിറഞ്ഞ ദരിദ്രമായ മുറി തനിക്ക് യോജിച്ചതല്ലെന്ന് അയാളുടെ ഇരിപ്പും ഗന്ധവും വ്യക്തമാക്കി.

"വിവാഹക്കാര്യത്തിൽ നീയൊന്നും തീർത്തു പറഞ്ഞിട്ടില്ലെന്നാണ് ഇദ്ദേഹത്തിന്റെ പരാതി."

അച്ഛൻ ആനന്ദാതിരേകത്തോടെ പറഞ്ഞു.

"എന്നെ ഇഷ്ടമല്ലെങ്കിൽ ചേതന അതു തുറന്നു പറയണം.."

സഞ്ജീവ് ഊർന്നിറങ്ങുന്ന കണ്ണടയ്ക്കിടയിലൂടെ എനിക്കു മാത്രം അർഥം മനസ്സിലാകുന്ന നോട്ടം നോക്കി. ഞാൻ അതു കേട്ടതായി ഭാവിച്ചില്ല.

"ഡോണ്ട് വറീ, സൊഞ്ജൂബാബൂ.. അവൾക്ക് നിങ്ങളെ ഇഷ്ടമാണ്.. എന്റെ മകൾ അധികം സംസാരിക്കുകയില്ല. കുട്ടിക്കാലം മുതലേ അവളുടെ ശീലം അതാണ്..."

അച്ഛൻ കുഴഞ്ഞാടി.

"ചേതൂ, ഐ.ജി. ബാബുവിനെ കാണാൻ ചെല്ലുമ്പോൾ ചിലപ്പോൾ നിന്നെ അവർ ഇന്റർവ്യൂ ചെയ്യും.. മനസ്സിലായോ? ഇന്റർവ്യൂ.. ഉദാഹരണത്തിന് കയറിൽ കുടുക്കിടാൻ നിനക്ക് അറിയാമോ എന്ന് .."

അച്ഛൻ കട്ടിലിനടിയിൽനിന്ന് ഒരു കയർക്കഷ്ണം എനിക്കു നീട്ടി. ഞാൻ മുഖമുയർത്താതെ അതു വാങ്ങി. സഞ്ജീവ് കുമാർ മിത്രയെ നോക്കാതെ തലപ്പു വളച്ച് ഞൊടിയിടയിൽ ഒരു വലയം മാത്രമുള്ള ഒരു കുടുക്കുണ്ടാക്കി. അച്ഛൻ വിജയശ്രീലാളിതനായി അതു പിടിച്ചെടുത്ത് സഞ്ജീവ് കുമാറിനു മുമ്പിൽ പ്രദർശിപ്പിച്ചു.

"കണ്ടോ, കണ്ടോ സൊഞ്ജൂബാബൂ? എത്ര ഭംഗിയായി അവൾ കുടുക്കുണ്ടാക്കി.. ഞാൻ പറഞ്ഞില്ലേ? ഞങ്ങളുടെ പരമ്പരയ്ക്ക് ഭാരതദേശത്തേക്കാളും പഴക്കമുണ്ട്.. ഞങ്ങളുടെ ചോരയിൽ ഈ ധൈര്യവും ശക്തിയും നീതിബോധവും കലർന്നു കിടക്കുന്നു.."

അയാളുടെ മുമ്പിൽ വച്ച് അച്ഛൻ എന്നെ കയറൊരുക്കുവാൻ പഠിപ്പിച്ചു. കുടുക്കു നിർമിച്ച് അതിന്റെ വട്ടം നെയ്യും പഴവും സോപ്പും തേച്ചു പിടിപ്പിച്ചു മയപ്പെടുത്തുന്നത് കാട്ടിത്തന്നു. ഞാനത് ആദ്യ കാഴ്ചയിൽത്തന്നെ പഠിച്ചു. അച്ഛൻ പറഞ്ഞതു സത്യമായിരുന്നു. ഇതൊക്കെയും ഞങ്ങളുടെ രക്തത്തിൽ നേരത്തെതന്നെ കലർന്നിട്ടുണ്ട്. ഞാൻ നിർമിച്ചു മിനുസപ്പെടുത്തിയ കയർക്കുരുക്ക്, സഞ്ജീവ് കുമാർ മിത്ര സ്വന്തം കഴുത്തിലിട്ട് എന്നെ നോക്കി.

"ഒന്നു പരീക്ഷിക്കുന്നോ?"

അയാൾ എന്നെ പരിഹസിക്കുന്നതുപോലെ ചോദിച്ചു. മാരുതി പ്രസാദ് യാദവിന്റെ മുഖം എന്റെ കൺമുന്നിൽ തെളിഞ്ഞു. എന്റെ കൈ തരിച്ചു.

"നിങ്ങൾക്ക് ആറടി ഉയരമുണ്ട്... എട്ടടി രണ്ട് ഇഞ്ച് വേണം നിങ്ങളെ തൂക്കാൻ.. ആ കയർ അഞ്ചടി പത്തിഞ്ചുകാരനെ ഉദ്ദേശിച്ചുള്ളതാണ്..."

സഞ്ജീവ് കുമാർ എന്നെ വിശ്വാസംവരാതെ നോക്കി.

"ഈ കയർ കൊണ്ട് എന്നെ തൂക്കിയാൽ എന്താണു കുഴപ്പം?"

"സമയം പാഴാകും."

"ശരി, ചേതനയ്ക്ക് എത്രയ്ക്ക് അടി നീളമുള്ള കയർ വേണം?"

ഞാൻ ഒരു നിമിഷം നിശ്ശബ്ദയായി. യതീന്ദ്രനാഥ് ബാനർജിയുടെ അതേ ഉയരമായിരുന്നു എനിക്കും. അതുകൊണ്ട് ആ കയർ എന്റെ പാകത്തിനുള്ളതായിരുന്നു.

"പണ്ടൊക്കെ കയർ ഒരുക്കുന്നത് വലിയ ചടങ്ങായിരുന്നു, സൊഞ്ജൂബാബൂ. കയർ കൊണ്ടു വരുന്ന ദിവസം തന്നെ ശക്തി പൂജ ആരംഭിക്കും. നെയ്യും വെണ്ണയും പഴവും തേച്ച് മിനുസപ്പെടുത്തിയാലുടൻ വലിയ തടിപ്പെട്ടിയിൽ പൂട്ടി വയ്ക്കും. അല്ലെങ്കിൽ എലി കരളും. അറംഗസീബിന്റെ കാലത്താണെന്നാണ് ബാബാ പറഞ്ഞു കേട്ടിട്ടുള്ളത്, കയർ എലി കരണ്ടു പോയി. ബ്രിട്ടീഷുകാർ വന്നതിനുശേഷമാണ് ഇതു വയ്ക്കാൻ ഇരുമ്പലമാര ഉണ്ടാക്കിയത്. ഇപ്പോപ്പിന്നെ ഗവൺമെന്റിന്റെ കസ്റ്റഡിയിലാണു കയറ്.. ഞങ്ങൾ ഒരാഴ്ച മുമ്പേ ചെല്ലും. ബലം പരിശോധിക്കും. അതു കഴിഞ്ഞ് തിരിച്ചുവന്ന് പൂജ നടത്തി രാത്രി വീണ്ടും പുറപ്പെടും..."

മകളെ വിവാഹം കഴിക്കാൻ പോകുന്ന ചെറുപ്പക്കാരനെന്ന ആദരവ് അച്ഛന്റെ ശബ്ദത്തിൽ പ്രതിധ്വനിച്ചു. സഞ്ജീവ് കുമാർ മിത്രയുടെ മുഖത്ത് വിജയഭാവമായിരുന്നു. അപമാനിക്കുന്ന പുഞ്ചിരിയാണ് അയാൾക്ക് എനിക്കു സമ്മാനിച്ചതൊക്കെയും. തിരിച്ച് അയാൾക്കും അത്തരമൊരു പുഞ്ചിരി സമ്മാനിക്കാൻ ഞാൻ അതിയായി ആഗ്രഹിച്ചു. പക്ഷേ എത്ര ശ്രമിച്ചിട്ടും എനിക്കു ചിരിക്കാൻ സാധിച്ചില്ല. ഹൃദയം നീളം തെറ്റിയ കയറിൽ തൂങ്ങിയ പുള്ളിയെപ്പോലെ, മരിക്കാതെയും കയർ പൊട്ടാതെയും പിടയുന്നതു തുടർന്നു.

"പല തരത്തിലായിരുന്നു പണ്ടൊക്കെ കൊലകൾ.. പക്ഷേ, സൊഞ്ജൂബാബൂ, നോക്കൂ, ഇതാണ് ലോകത്തിലെ ഏറ്റവും ഡീസന്റായ ശിക്ഷ... അത്

ഡീസന്റാക്കുന്നത് ആരാച്ചാരുടെ കഴിവാണ്.. ചേതൂ, നീ കൂടി കേൾക്കാനാണു പറയുന്നത്... സെല്ലിനകത്തു നിന്ന് പുള്ളിയെ ഇറക്കുമ്പോൾ മുതൽ സംഗതി കഴിയുന്നതുവരെ സമയം നീട്ടിക്കൊണ്ടു പോകരുത്.. നമ്മൾ തൂക്കാൻ പോകുന്നത് കോഴിയെയോ പാമ്പിനെയോ അല്ലെന്ന് എപ്പോഴുമോർക്കണം... അതൊരു മനുഷ്യനാണ്. മരിക്കാൻ ഇനി നിമിഷങ്ങളേയുള്ളൂ എന്ന് അയാൾക്കറിയാം... അയാൾ വിചാരിക്കും, ഞാൻ ഇനി പത്തു മിനിറ്റ് കൂടി ജീവിച്ചിരിക്കും.. പക്ഷേ നമ്മുടെ കഴിവ് അയാളെ അഞ്ചു സെക്കൻഡിനകം കൊല്ലുന്നതിലാണ്. അഞ്ചു സെക്കൻഡ്.. ഒന്ന്, രണ്ട്, മൂന്ന്, നാല്, അഞ്ച്.. – തീരണം, അപ്പോഴേക്കും.. എന്റെ ദാദു കാളീചരൺ ഗൃദ്ധാ മല്ലിക്കിന് അര സെക്കൻഡ് പോലും വേണ്ടായിരുന്നു ജോലി തീർക്കാൻ... അത്ര കൃത്യമായിരുന്നു അദ്ദേഹത്തിന്റെ കുടുക്കുകൾ...”

“താങ്കൾക്കോ ഗൃദ്ധാബാബൂ?”

അച്ഛൻ ചിരിച്ചു.

“അരമിനിറ്റ് മുതൽ ഒരു മിനിറ്റ് വരെ.. അതിൽ കൂടുതൽ ഒരിക്കലേ വേണ്ടി വന്നുള്ളൂ. അത് പക്ഷേ ബ്രിട്ടീഷുകാരുടെ കാലത്തായിരുന്നു...”

അച്ഛൻ ഒരു നിമിഷം മൂകനായി. പിന്നീട് എന്നെ ആജ്ഞാപിച്ചു :

“ചേതൂ, നീ അകത്തു പോ.. ഞാൻ വിളിക്കുമ്പോൾ വന്നാൽ മതി..”

ഞാൻ പുറത്തേക്കു നീങ്ങി. അച്ഛന്റെ ശബ്ദം അകത്തുനിന്ന് ഉയർന്നു.

“ആ സംഭവം എനിക്ക് ഓർക്കാൻ ഇഷ്ടമല്ല, സൊഞ്ജൂബാബൂ... കാരണം ആരാച്ചാരാകുന്നതിനു മുമ്പ് ഞാൻ ഒരു ഗായകനും നടനുമായിരുന്നു.. അക്കാലത്ത് എനിക്കൊരു കാമുകിയുണ്ടായിരുന്നു. അതു കേൾക്കണ്ടെന്നു കരുതിയാണ് ഞാൻ ചേതനയോട് അകത്തു പോകാൻ പറഞ്ഞത്...”

നിലത്ത് കുപ്പി ഉരഞ്ഞു. അച്ഛൻ വീണ്ടും മദ്യം കഴിക്കാൻ തുടങ്ങി.

“അവളുടെ പേര് ആഷാപൂർണ എന്നായിരുന്നു. ഞങ്ങൾ അഭിനയിച്ചിരുന്ന ഷസ്ടി കി ഷാന്തി എന്ന ജാത്രയിൽ അവൾ ഗായികയും ഞാൻ വില്ലനുമായിരുന്നു. നായകനായി അഭിനയിച്ചിരുന്നത് സൊത്യപാൽ ക്രൊബവർത്തി എന്ന നടനാണ്. അതി സുന്ദരൻ. അരങ്ങിൽ അയാൾ വരുമ്പോൾ സദസ്സു മുഴുവൻ കോരിത്തരിച്ച് ശ്ശ്ശ് എന്നു പറയും. സ്വന്തം നിലയിൽത്തന്നെ ഒരു അരങ്ങായിരുന്നു, അയാൾ...”

പതിനാറു വയസ്സു മാത്രമുള്ളപ്പോൾ ഉരുണ്ട കണ്ണുകളും തടിച്ചു കൊഴുത്ത കവിളുകളുമായി അച്ഛൻ വില്ലൻ റോളുകളിൽ തിളങ്ങി. വെളുത്തു ചുവന്ന നായകനും കറുത്ത വില്ലനും അരങ്ങിൽ നിറഞ്ഞു നിന്നു. അച്ഛൻ ആഷാപൂർണയെ പ്രേമിച്ചു. ആഷാപൂർണ സത്യപാലിനെ പ്രേമിച്ചു. ഒരു വലിയ കലാകാരനാകുന്നതു സ്വപ്നം കണ്ടു നടന്ന അച്ഛനെ കഴിയുന്നിടത്തു വച്ചെല്ലാം സത്യപാൽ പരിഹസിക്കുകയും അടിച്ചു താഴ്ത്തുകയും ചെയ്തു. ആഷാപൂർണയെ അയാൾ കൂടെത്താമസിപ്പിച്ചു. ഹൃദയം നൊന്ത് അച്ഛൻ ആ കമ്പനി ഉപേക്ഷിച്ച് കുറച്ചു കാലം ബോംബെയിൽ പോയി. രണ്ടു വർഷം കഴിഞ്ഞു മറ്റൊരു നാടകക്കമ്പനിക്കാർ അച്ഛനെ നായകനാകാൻ വിളിച്ചു. കൽക്കട്ടയിൽ ഒരു പരിപാടി കഴിഞ്ഞു തിരിച്ചിറങ്ങുമ്പോൾ തെരുവിൽ വച്ച് ആഷാപൂർണയെ കണ്ടു. അവൾ ഒരു അഭിസാരികയായിക്കഴിഞ്ഞിരുന്നു.

– കഥ പറഞ്ഞ് അച്ഛൻ വിങ്ങിക്കരയുന്നത് ഞാൻ വ്യക്തമായിക്കേട്ടു.

"ഞാനവളെ ഒരുപാടു സ്നേഹിച്ചിരുന്നു,സൊഞ്ജുബാബൂ. അന്ന് തമ്മിൽ കണ്ടപ്പോൾ അവൾ പൊട്ടിക്കരഞ്ഞു കൊണ്ട് എന്നോടു മാപ്പു ചോദിച്ചു. ഞാൻ അപ്പോഴും അവളെ സ്വീകരിക്കാൻ തയാറായി. പക്ഷേ അവൾ അനുവദിച്ചില്ല. ഞാൻ നോക്കി നിൽക്കെ അവൾ ഒരു കാളവണ്ടിക്കാരനോടൊപ്പം അന്നത്തെ ആഹാരം തേടിപ്പോയി. പതിനെട്ടു വയസ്സിൽ ഒരു ചെറുപ്പക്കാരനു സഹിക്കാൻ പറ്റാവുന്ന വേദനയായിരുന്നോ സൊഞ്ജുബാബൂ, അത്?"

അച്ഛൻ ചിരിക്കുകയും കരയുകയും ചെയ്തു. ഞാൻ തരിച്ചു നിന്നുപോയി.

"എന്നാണ് താങ്കൾ ആരാച്ചാരായത്, ഗൃദ്ധാദാബൂ?"

"നാടകക്കമ്പനി നടത്തുന്ന കാലത്ത് എന്റെ മറ്റൊരു സഹോദരനായിരുന്നു ബാബയെ സഹായിച്ചിരുന്നത്. അദ്ദേഹം മഞ്ഞപ്പിത്തം പിടിപെട്ടു മരിച്ചുപോയി. രണ്ടാമത്തെ ദാദാ നാഗഭൂഷൺ മല്ലിക്കിനെ സർവീസിൽനിന്നു ബ്രിട്ടീഷുകാർ പിരിച്ചു വിട്ടു. അതു വേറൊരു കഥയാണ്. പിന്നെ പറയാം. സഹായിക്കാൻ ആളില്ലാതെ വന്നപ്പോൾ ബാബാ എന്നെ വിളിച്ചു വരുത്തി. അക്കാലത്ത് മാതാപിതാക്കളുടെ അടുത്ത് പറ്റില്ല എന്നു പറയാനുള്ള ധൈര്യമൊന്നും മക്കൾക്കില്ല. ആദ്യമായി ഞാൻ ബാബയോടൊപ്പം ഒരു വധശിക്ഷ നടപ്പാക്കാൻ പുറപ്പെട്ടു. ദൈവത്തെ ശപിച്ചു കൊണ്ടാണ് ഞാൻ പുറപ്പെട്ടത്. അക്കാലത്ത് ഒരു ദിവസം തന്നെ നാലും അഞ്ചും ജോലിയുണ്ട്. വർഷം ആയിരത്തിത്തൊള്ളായിരത്തി മുപ്പത്തിനാല് – മുപ്പത്തിയഞ്ച് ആണെന്ന് ഓർക്കണം. ഞങ്ങൾ ജയിലിലെത്തി. ഫൊണീ, നീ അതു ചെയ്യ്, ഇതു ചെയ്യ് എന്നൊക്കെ ബാബാ പറഞ്ഞു. ഞാൻ അതൊക്കെ ചെയ്തു. അപ്പോഴേക്കു തടവുപുള്ളി വന്നു. 'കൈകൾ കൂട്ടിക്കെട്ട് ഫൊണീ' എന്ന് ബാബാ പറഞ്ഞു. ഞാൻ പെട്ടെന്ന് ആളെ ചേർത്തു പിടിച്ച് പിന്നിൽക്കെട്ടി. മുഖം മൂടി ഇടുവിക്കാൻ ബാബാ അടുത്തേക്കു ചെന്നതും പുള്ളി പെട്ടെന്ന് എന്നെ തല ചെരിച്ചു നോക്കി, ഫൊണിഭൂഷൺ എന്നു വിളിച്ചു. ഞാൻ ഞെട്ടിപ്പോയി, സൊഞ്ജുബാബൂ. അതാരായിരുന്നു എന്നറിയാമോ? അയാൾ.. സാക്ഷാൽ സൊത്യപാൽ ക്രൊബവർത്തി.... !"

വീണ്ടും ഒരു കവിൾ കുടിക്കുന്നതിന്റെയോ സിഗററ്റ് കത്തിക്കുന്നതിന്റെയോ ഇടവേളയുണ്ടായി.

"ഹോ, ആ സമയത്തെ എന്റെയൊരു അവസ്ഥ! ഇന്നും അതോർക്കുമ്പോൾ എന്റെ രോമങ്ങൾ എഴുന്നേറ്റുനിൽക്കും. ഫൊണീ, എനിക്കു ജീവിക്കണം—അയാൾ കണ്ണുനീരോടെ പറഞ്ഞു. എനിക്ക് അനങ്ങാൻ പറ്റാതായിപ്പോയി. പക്ഷേ എന്റെ ബാബാ, പെട്ടെന്നു തന്നെ മുഖംമൂടിയും കഴുത്തിൽ കുടുക്കുമിട്ടു. ബാബായ്ക്ക് അല്ലെങ്കിലും മിന്നൽ വേഗമാണ്. ജയിലർമാർ അദ്ദേഹത്തെ മിന്നൽ മല്ലിക് എന്നു വിളിച്ചതു പിന്നെ വെറുതെയാണോ? ഛടപടാന്ന് കഴുത്തിൽ കുടുക്കിട്ട് ബാബാ എന്നോടു ലിവർ വലിക്കാൻ പറഞ്ഞു. പക്ഷേ ആ സമയത്ത് എന്നെ ഒരു പ്രേതം ആവേശിച്ചു. അക്കാലത്ത് കയറിന്റെ നീളം കുറയ്ക്കാനും കൂട്ടാനും ഒരു ചെറിയ കൊളുത്തുണ്ടായി

രുന്നു തൂക്കുമരത്തിൽ. ഞാൻ പെട്ടെന്ന് ആ കൊളുത്തിലൂടെ കയറൊന്നു കൂടി വലിച്ചു. എന്തിനാണ് ഞാനതു ചെയ്തതെന്ന് എനിക്കിന്നും അറിയില്ല. കാരണം എന്തെങ്കിലും ചിന്തിക്കാനോ പ്രവർത്തിക്കാനോ കഴിയാത്ത വിധം ഞാൻ ആകെ ഞെട്ടിപ്പോയെന്നതാണു സത്യം. എന്റെ സൊഞ്ജുബാബൂ, ബാബാ എന്നോടു പറഞ്ഞു, ലിവർ വലിക്കെടാ, ഫൊണീ... ഞാൻ ലിവർ വലിച്ചു. പലക തെന്നി മാറി. പുള്ളി വീണു. പക്ഷേ കയറിന്റെ നീളം കുറഞ്ഞതു കാരണം നിലവറദ്വാരത്തിനു മുകളിലായിരുന്നു അയാളുടെ തല. സാധാരണ അതങ്ങു താഴെയായിരിക്കും. നമ്മൾ പുള്ളിയുടെ തലയും പിടച്ചിലും കാണുകയില്ല. കയറിന്റെ വെട്ടൽ മാത്രമേ അറിയൂ. കയറിൽ തൊട്ടു നോക്കിയാലറിയാം സംഗതി തീർന്നോ എന്ന്. എന്റെ കൺമുന്നിൽ തറ നിരപ്പിൽ കിടന്ന് അയാളുടെ തല മാത്രം പിടഞ്ഞു. അതൊരു വല്ലാത്ത കാഴ്ചയായിരുന്നു. ബാബാ ഞെട്ടിപ്പോയി.സൊത്യപാൽ മരിക്കാൻ കൃത്യം അരമണിക്കൂറെടുത്തു. പക്ഷേ അയാൾ അവിടെക്കിടന്നു പിടഞ്ഞു തുള്ളുന്ന അത്രയും നേരം ഞാൻ കല്ലു പോലെ നിന്നു. എനിക്ക് എന്റെ ആഷയ്ക്കു വേണ്ടി അത്രയെങ്കിലും ചെയ്യാൻ കഴിഞ്ഞു എന്ന സന്തോഷമായിരുന്നു അപ്പോൾ..."

അച്ഛൻ മൂക്കു തുടച്ചു.

"ഞാനിതു പറഞ്ഞാൽ നിങ്ങൾക്കു മനസ്സിലാകുകയില്ല, സൊഞ്ജു ബാബൂ... അവൾ ഒരു ദേവതയെപ്പോലെയായിരുന്നു... അവളുടെ ചുണ്ടുകളുടെ ഭംഗി പിന്നീട് ഒരു സ്ത്രീക്കും ഞാൻ കണ്ടിട്ടില്ല.. അവളുടെ നടപ്പും ഇരിപ്പും ചിരിയും...ആ മുഖത്തു നോക്കിയാൽ നമ്മുടെ മനസ്സിൽ ഒരു തണുത്ത കാറ്റടിക്കുന്നതുപോലെ തോന്നുമായിരുന്നു. അത്രയ്ക്ക് അഴകു തികഞ്ഞ മുഖം, അത്രയ്ക്ക് ആരും സ്നേഹിച്ചു പോകുന്ന പെരുമാറ്റം. ആ പെണ്ണിനെയാണ് ഇവൻ,ഈ കുലദ്രോഹി ഒരു ബേഷ്യയാക്കി മാറ്റിയത്. അതു ഞാനെങ്ങനെ സഹിക്കും?"

അച്ഛന്റെ ശബ്ദം ഉയർന്നു.

"എന്റെ ബാബാ പുരുഷോത്തം ഗൃദ്ധാ മല്ലിക് കൈവീശി എന്റെ കരണത്തൊന്നു തന്നു. ഞാൻ പക്ഷേ അനങ്ങിയില്ല. എന്റെ മുമ്പിൽ കയർ പിടഞ്ഞു വെട്ടി. പിന്നെ മെല്ലെ മെല്ലെ അതു നിശ്ചലമായി. ഞാൻ കയറിൽ തൊട്ടുനോക്കി. എല്ലാം കഴിഞ്ഞിരുന്നു. ബാബാ 'ഡോക്ടർ ബാബൂ' എന്ന് ഉറക്കെ വിളിച്ചു. എനിക്കു പിന്നെയും കലി പൊട്ടിയുയർന്നു. ഞാൻ കയർ ഠപ്പേന്നു പിടിച്ചയച്ചു. ശരീരം ഠപ്പേന്നു താഴെ വീണു. അപ്പോഴും ബാബാ എന്നെ തല്ലാനോങ്ങി. എത്ര അടി കൊണ്ടാലും വേദനിക്കാത്തതുപോലെ സന്തോഷവും സംതൃപ്തിയുമായിരുന്നു എനിക്ക്. പക്ഷേ പുറത്തു വന്നപ്പോൾ – എല്ലാ സന്തോഷവും പോയി, സൊഞ്ജുബാബൂ. ശരീരം പുറത്തേക്കെടുത്തപ്പോൾ ഏറ്റുവാങ്ങാൻ കാത്തുനിന്നയാളിനെ കണ്ട് ഞാൻ തകർന്നു പോയി. അത് ആഷയായിരുന്നു. അവളും അവളുടെ കാലു തളർന്ന ഒരു കുഞ്ഞും. അവൾ ആ ശരീരത്തിനു മുകളിൽ വീണ് നെഞ്ചത്തലച്ചു കരഞ്ഞു. എനിക്ക് ചത്താൽ മതിയെന്നു തോന്നിപ്പോയി, സൊഞ്ജുബാബൂ. സത്യം പറയാമല്ലോ, എനിക്കിന്നും സ്ത്രീ എന്നു പേരുള്ള ഈ ജന്തുവിനെ മനസ്സി

ലായിട്ടില്ല. എത്രയോ പെണ്ണുങ്ങളെ ഇതിനകം കണ്ടു. പക്ഷേ, ഈ ജന്തു എപ്പോൾ ആരെ എന്തു കൊണ്ടു സ്നേഹിക്കും, എന്തിനു വെറുക്കും – ഈ എൺപത്തെട്ടാം വയസ്സിലും, ങ്ഹേഹേ, എനിക്കു മനസ്സിലായിട്ടില്ല...”

അച്ഛൻ വീണ്ടും മൂക്കു പിഴിഞ്ഞു.

“അതിനുശേഷം താങ്കളുടെ ജീവിതത്തിൽ മറ്റു സ്ത്രീകളുണ്ടായിട്ടില്ലേ ഗൃദ്ധാദാ?”

“ഓ.. പിന്നില്ലാതെ! പക്ഷേ ഞാൻ ആഷയെപ്പോലെ ആരെയും സ്നേഹിച്ചിട്ടില്ല...”

“അവർക്കു പിന്നീടെന്തു സംഭവിച്ചു?”

“അറിയില്ല.. പിന്നീടൊരിക്കലും ഞാൻ അവളെ കണ്ടിട്ടില്ല...”

“എന്തു തരം സ്ത്രീകളുമായിട്ടായിരുന്നു നിങ്ങളുടെ ബന്ധം? അഭിസാരികകൾ?”

“ഇല്ല.. എനിക്ക് പണം കൊടുത്ത് സ്ത്രീയെ വാങ്ങുന്നത് ഇഷ്ടമല്ല.. ഇഷ്ടം തോന്നണം.. ങ്ഹാ, ഇവൾ കൊള്ളാം എന്ന് മനസ്സിൽ തോന്നണം.അപ്പോഴേ എനിക്ക് അവളെ സ്വീകരിക്കാൻ കഴിയൂ..”

അച്ഛൻ പറഞ്ഞു. അതൊരു ജാത്രയായിരുന്നെങ്കിൽ ഒരുപക്ഷേ വിവേക് പ്രവേശിക്കുമായിരുന്നു. ചായപ്പീടികയിൽ കൂടുതൽ വരവുള്ള ദിവസങ്ങളിൽ അച്ഛൻ വെളുത്ത ജൂബയിട്ട് ബെൽറ്റ് കെട്ടി മീശയും മുടിയും മിനുക്കി നടന്നുപോയിരുന്നതു സൊനാഗച്ചിയിലേക്കാണെന്ന് മുഴുവൻ ബംഗ്ലായിലും പരസ്യമായിരുന്നു.

“ചേതനയുടെ അമ്മയെ നിങ്ങൾ കണ്ടുമുട്ടിയതെവിടെയാണ്? ”

“ഹേയ്.. അത് ബാബാ കണ്ടുപിടിച്ച പെണ്ണല്ലേ? കഥയെന്താണെന്നു വച്ചാൽ ബാബാ വിവാഹം കഴിക്കാനാഗ്രഹിച്ച പെണ്ണായിരുന്നു അവളുടെ അമ്മ. പക്ഷേ അതു നടന്നില്ല... വർഷങ്ങൾക്കുശേഷം അവർ മരിച്ചു പോയി. ഈ പെണ്ണ് അവളുടെ രണ്ടാനമ്മയുടെ കീഴിൽ നരകിക്കുന്നതു കണ്ട് ബാബാ എന്റെ തലയിൽ കെട്ടിവച്ചു. സത്യം പറയാമല്ലോ, ഇന്നു വരെ ആ നായീന്റെ മോൾക്ക് എന്റെ വില മനസ്സിലായിട്ടില്ല. ഇനിയൊട്ടു മനസ്സിലാകുകയുമില്ല...”

“അപ്പോൾ താങ്കളുടെ വില മനസ്സിലായിട്ടുള്ള മറ്റാരോ ഉണ്ട്...?”

“ഓ.. നാലു പേരുണ്ട് !”

അച്ഛൻ ചിരിച്ചു.

“ങ്ഹേ? ദൈവമേ, താങ്കൾ ആളു മോശമല്ലല്ലോ...”

“എന്തു ചെയ്യാം, ഞാനൊരു പുരുഷനായിപ്പോയില്ലേ? വയസ്സ് എൺപത്തെട്ടായി...എന്നെക്കാൾ ഇരുപത്തിമൂന്ന് വയസ്സു കുറവാണ് എന്റെ ഭാര്യയ്ക്ക്... ഇരുപത്തഞ്ചായപ്പോൾത്തന്നെ അവൾക്ക് നടുവേദനയും മൂക്കുവേദനയുമായി. അപ്പഴേക്ക് ഞാൻ മാലതിയെ കണ്ടു. അവൾക്ക് അന്നു മുപ്പത്തഞ്ചായിരുന്നു പ്രായം. അതൊരു പത്തു കൊല്ലം പോയി. അപ്പഴേക്ക് അവൾക്കും തുടങ്ങി നടുവേദന... പിന്നെ അവളുടെ കുട്ടികളൊക്കെ വളർന്നു പോലും.. ആ സമയത്ത് എനിക്ക് അമ്പത്തഞ്ചു കഴിഞ്ഞു. പക്ഷേ, സൊഞ്ജുബാബു, അമ്പത്തഞ്ചിൽ ഒരു പുരുഷന്റെ ജീവിതം തുടങ്ങുന്നതല്ലേയുള്ളൂ? സാബിത്രിയെ കണ്ടത് ആ സമയത്താണ്. മുപ്പതു വയസ്സായപ്പോൾ വിധവയായ ഒരുത്തി.

പാവം ഒരുപാടു കഷ്ടപ്പെട്ടാണു കുട്ടികളെ വളർത്തിയത്.. അവൾക്കു ഞാനൊരു വലിയ സഹായമായിരുന്നു... പതിനഞ്ചു കൊല്ലം അങ്ങനെ പോയി. ഒരു ദിവസം അവൾ പറഞ്ഞു, മക്കളിൽ മൂത്തവന് ബോംബെയിൽ ജോലി കിട്ടി, അവന്റെ കൂടെ പോകുകയാണെന്ന്. ഞാൻ പിന്നെയും തനിച്ചായി. അപ്പോഴേക്ക് വയസ്സൊക്കെ കൂടി. പക്ഷേ എന്നാലെന്താ, മനസ്സിലല്ലേ ആണുങ്ങളുടെ പ്രായം? ഭാഗ്യത്തിന് അപ്പോൾ സുദക്ഷിണയെ കണ്ടു. അവൾക്ക് ഇപ്പോൾ അമ്പതായി.. എന്നാലും—ങ്ഹാ.. ഒപ്പിക്കാം."

"ഇതൊക്കെ ചേതനയുടെ അമ്മയ്ക്ക് അറിയാമോ?"

"ഓ.. പെണ്ണല്ലേ? ഞാൻ പറഞ്ഞത് വേണമെങ്കിൽ എഴുതി വച്ചോ, ഈ ഭാര്യ എന്നു പറയുന്ന വർഗമുണ്ടല്ലോ, നമ്മുടെ ഏഴയലത്തുകൂടി വേറൊരുത്തി പോയാൽ മണത്തറിയും..."

മദ്യത്തിന്റെയും അടുക്കളയിൽ വേവുന്ന മൽസ്യത്തിന്റെയും ശ്മശാനത്തിൽ എരിയുന്ന ചിതയുടെയും കൂടിക്കുഴഞ്ഞ ഗന്ധങ്ങൾ എന്റെ മൂക്കിലേക്ക് ഇരച്ചു കയറി. ഇടയ്ക്കിടെ ചോരയൊലിക്കുന്ന മൂക്കുമായി മാ അച്ഛനു വേണ്ടി അടുക്കളയിൽ മൽസ്യം പാകം ചെയ്യുകയായിരുന്നു.

"അപ്പോൾ ഗൃദ്ധാബാബൂ, നാളെ ജയിലിൽ ഐജിയെ കാണാൻ പോകണ്ടേ? ഞാൻ വണ്ടിയുമായി വരാം.."

സഞ്ജീവ് കുമാർ മിത്ര എഴുന്നേറ്റു മൂരി നിവർത്തി. അയാൾക്ക് ബോറടിച്ചെന്ന് വ്യക്തമായിരുന്നു.

"വേണമെന്നില്ല, സൊഞ്ജുബാബൂ. ഞങ്ങളിവിടെ നിന്ന് ഒരു റിക്ഷ പിടിച്ച്.. അല്ലെങ്കിൽ ഓട്ടോറിക്ഷയിൽ പോയ്ക്കോളാം.."

അച്ഛൻ വിനയാന്വിതനായി.

"ങ്ഹാ.. അക്കാര്യം പറയാനാണു ഞാൻ വന്നത്... അതായത്, ചേതനയ്ക്ക് ഈ ജോലി വാങ്ങിത്തരുന്ന കാര്യം ഞാൻ, അതായത് എന്റെ ചാനൽ, ഏറ്റു കഴിഞ്ഞു.."

"ങ്ഹേ? സത്യമാണോ സൊഞ്ജുബാബൂ? ചേതൂ, ഓ, ചേതൂ, ഓടി വാ ഇവിടെ.. "

അച്ഛൻ ആവേശഭരിതനായി. ഒരു നിമിഷത്തിനു ശേഷം ഞാൻ അങ്ങോട്ടു നീങ്ങിനിന്നു.

"നീയിതു കേട്ടോ, നിനക്ക് ജോലി വാങ്ങിത്തരുന്ന കാര്യം സൊഞ്ജുബാബൂവിന്റെ ചാനൽ ഏറ്റെന്ന്.. നമ്മൾ രക്ഷപ്പെട്ടു മോളേ..അച്ഛൻ പറയുന്നത് നീ ശ്രദ്ധിച്ചു കേൾക്ക്.. ഒരിക്കലും ഈ മനുഷ്യനെ നീ മറക്കരുത്.. ഇദ്ദേഹം നമ്മുടെ ദൈവമാണ്.. നമ്മുടെ രക്ഷകനാണ്.."

അച്ഛൻ സഞ്ജീവ് കുമാറിന്റെ കൈകൾ കൂട്ടിപ്പിടിച്ച് വിങ്ങിക്കരയാൻ ആരംഭിച്ചു.

"ഛെ.. എന്താണിത് ഗൃദ്ധാദാ.. ഞാൻ പറഞ്ഞു തീരട്ടെ.."

അയാൾ അച്ഛനെ പിടിച്ചു കട്ടിലിൽ ഇരുത്തി അരികിൽ ഇരുന്ന് എന്റെ നേരെ താൽപര്യമില്ലാതെ കണ്ണയച്ചു.

"ചേതനയ്ക്ക് ജോലി വാങ്ങിത്തരും... ഡെത് പെനൽറ്റിക്ക് എതിരെ വലിയ പ്രക്ഷോഭം നടക്കുന്നുണ്ടെങ്കിലും ഇന്ത്യയിലെ മിക്ക ന്യായാധിപൻമാരും തൂക്കിക്കൊല നിലനിർത്താൻ ആഗ്രഹിക്കുന്നവരാണ്... അതുകൊണ്ട്

ചേതനയ്ക്ക് ജോലി നഷ്ടപ്പെടുമെന്ന പേടി വേണ്ട.. ഇനി നഷ്ടപ്പെട്ടാൽ തന്നെ പേടിക്കണ്ട, ഞാനുണ്ട്.. എന്റെ ഭാര്യയ്ക്കു ചെലവിനു കൊടുക്കാൻ എനിക്കറിയാം..”

“സൊഞ്ജുബാബൂ, നിങ്ങൾ ചോദിക്ക്.. ഇതിനൊക്കെ പകരം, എന്റെ ജീവൻ വേണമെങ്കിൽ അതും ഞാൻ തരും..”

അച്ഛൻ കൂടുതൽ വികാരവിവശനായി.

“ജീവനല്ല, ഞങ്ങൾക്കു വേണ്ടത്.. നിങ്ങളുടെ ജീവിതമാണ്..”

“ജീവിതമോ?”

“അതായത്, ജീവിത കഥകൾ..”

അച്ഛൻ പെട്ടെന്നു നിശ്ശബ്ദനായി. ഉൻമത്തനായിരുന്നെങ്കിലും അച്ഛന്റെ കണ്ണുകളിൽ ഒരു കണക്കുകൂട്ടൽ മിന്നി.

“മനസ്സിലായില്ലേ? താങ്കളുടെ ജീവിതത്തിലെ ഇതുവരെയുള്ള തൂക്കിക്കൊലകളുടെ കഥകൾ.. ഞങ്ങളുടെ ചാനൽ നടത്തുന്ന കമ്പനിക്ക് സ്വന്തമായി നൂറ്റിയിരുപത്തേഴു പ്രസിദ്ധീകരണങ്ങളുണ്ടെന്ന് താങ്കൾക്ക് അറിയാമോ എന്ന് എനിക്കറിഞ്ഞു കൂടാ. അവർ പുതുതായി തുടങ്ങുന്ന മാസികയിൽ താങ്കളുടെ ആത്മകഥ പ്രസിദ്ധീകരിക്കാൻ ആഗ്രഹിക്കുന്നു..”

അച്ഛൻ ഒന്നു താടി തടവി.

“ഒരു ലക്കത്തിലേക്കാണെങ്കിൽ ഞാൻ തരാം...”

“പോരാ.. തുടർച്ചയായി വേണം...”

“അതൊന്നും എനിക്ക് ഓർമയില്ല, സൊഞ്ജുബാബൂ..”

“എങ്കിൽപ്പിന്നെ ചേതനയ്ക്ക് ജോലി വാങ്ങിക്കൊടുക്കുന്നത് ബുദ്ധിമുട്ടാകും..”

സഞ്ജീവ് കുമാറിന്റെ മുഖത്ത് പാരുഷ്യം നിറഞ്ഞു.

“പഴയ കാര്യങ്ങൾ ഞാൻ നിങ്ങൾക്കു പറഞ്ഞു തരാം, സൊഞ്ജുബാബൂ.. പക്ഷേ എഴുതി അച്ചടിക്കാൻ എനിക്ക് ആഗ്രഹമില്ല.. പലതും വളരെ സ്വകാര്യമായ അനുഭവങ്ങളാണ്...”

അച്ഛൻ ദു:ഖം അഭിനയിച്ചു. സഞ്ജീവ് കുമാർ മിത്ര പിന്നെയും കുറേ നേരം നിർബന്ധിച്ചു. പക്ഷേ അച്ഛൻ സ്വന്തം നിലപാടിൽ ഉറച്ചു നിന്നു.

“ഒരു കാര്യം ചെയ്യാം.. തൂക്കിക്കൊല കഴിഞ്ഞാൽ ഞാൻ നിങ്ങളുടെ ചാനലിലേക്ക് ആദ്യം വരാം.. എക്സ്ക്ലൂസീവ് ഇന്റർവ്യൂ... ലണ്ടനിലും അമേരിക്കയിലും നിന്നുള്ള ചാനലുകൾ ലക്ഷങ്ങൾ എനിക്ക് ഓഫർ ചെയ്യുന്നുണ്ട്.... വേണ്ട, നിങ്ങളെനിക്ക് ഒരു ചില്ലി പോലും തരണ്ട, കാരണം സൊഞ്ജുബാബൂ, താങ്കൾ എന്റെ മരുമകനാകാൻ പോകുകയാണല്ലോ..എന്താ?”

സഞ്ജീവ് കുമാർ മിത്ര അൽപം ആലോചിച്ചു.

“അങ്ങനെയാണെങ്കിൽ, നിങ്ങൾ വേണ്ട.. ചേതന മതി..”

എന്റെ ഇടത്തെ മാറിടത്തിലെ വിങ്ങൽ വീണ്ടും അധികരിച്ചു.

“ചേതനയുടെ ഇനിയുള്ള ദിവസങ്ങൾ ഞങ്ങളുടെ ചാനലിനു വേണ്ടി മാത്രമാണ്.. അതായത് മറ്റൊരു പത്രസ്ഥാപനത്തോടോ ചാനലിനോടോ സംസാരിക്കാൻ പാടില്ല.. ചേതന പോകുന്നിടത്തെല്ലാം ഞങ്ങൾ കൂടെ വരും.. തൂക്കിക്കൊലയുടെ തലേന്നു വരെ..”

അച്ഛൻ വായ പിളർന്നിരുന്നു.

"ഉദാഹരണത്തിനു ജയിൽ ഐജിയെയും ഡിജിപിയെയും കാണാൻ പോകണം, ആലിപ്പൂർ ജയിലിൽ പോകണം.. എല്ലായിടത്തും ഞങ്ങളുണ്ടാകും. ഇനിയങ്ങോട്ട് ചേതനയുടെ യാത്രകൾ മുഴുവൻ ഞങ്ങൾ പർച്ചേസ് ചെയ്യുകയാണ്... – വെറുതെയല്ല, മാന്യമായ തുക നൽകിക്കൊണ്ടുതന്നെ.."

അയാൾ പോക്കറ്റിൽനിന്ന് ഒരു മുദ്രക്കടലാസ് എടുത്തു നിവർത്തി വച്ചു. അങ്ങനെയാണ് ഞാൻ ആദ്യമായി ഒരു മുദ്രപ്പത്രം നേരിൽക്കണ്ടതും ഒപ്പു വച്ചതും :

> "ഞാൻ, ഫണിഭൂഷൺ ഗൃദ്ധാ മല്ലിക്കിന്റെ മകൾ ചേതനാ ഗൃദ്ധാ മല്ലിക്, ഇതിനാൽ സമ്മതിച്ച് ഒപ്പു വയ്ക്കുന്നതെന്തെന്നാൽ, ഗവൺമെന്റ് പ്രഖ്യാപിച്ച യതീന്ദ്രനാഥ് ബാനർജിയുടെ തൂക്കിക്കൊല നടക്കുന്ന ജൂൺ ഇരുപത്തിനാലു വരെയുള്ള ദിവസങ്ങളിൽ എന്നെ ചിത്രീകരിക്കാനും എന്റെ അഭിമുഖം സംപ്രേഷണം ചെയ്യാനും അച്ചടിക്കാനുമുള്ള എല്ലാ അവകാശവും സി.എൻ.സി. പബ്ലിഷിങ് ഹൗസിനു കീഴിലുള്ള സി.എൻ.സി. ചാനലിനു മാത്രമായിരിക്കുന്നതാകുന്നു. പ്രസ്തുത കാലയളവിൽ സി.എൻ.സി. ചാനലിനോടോ അവർ നിർദ്ദേശിക്കുന്ന കക്ഷികളോടോ അല്ലാതെ ഞാൻ സംസാരിക്കാൻ തയാറാകുകയില്ലെന്നു സമ്മതിച്ചു കൊള്ളുന്നു. ഇതിനു പ്രതിഫലമായി അയ്യായിരത്തൊന്നു രൂപ നിശ്ചയിച്ചിട്ടുള്ളതും അഡ്വാൻസ് ആയി ആയിരത്തൊന്നു രൂപ കൈപ്പറ്റിയിട്ടുള്ളതുമാകുന്നു.
>
> വിധേയ
>
> ഒപ്പ്.

സാക്ഷി ഒന്ന് : ഫണിഭൂഷൺ ഗൃദ്ധാ മല്ലിക്
സാക്ഷി രണ്ട് : സഞ്ജീവ് കുമാർ മിത്ര.

അച്ഛൻ എന്നോട് അഭിപ്രായമൊന്നും ചോദിച്ചില്ല. ഒപ്പു വയ്ക്കാൻ ആജ്ഞാപിച്ചു. ഞാൻ ഒപ്പുവച്ചു. സഞ്ജീവ് കുമാർ മിത്ര ആയിരത്തിയൊന്നു രൂപ എണ്ണിയെടുത്തു. ആയിരം രൂപ അച്ഛനെ ഏൽപ്പിച്ചു. ഒരു രൂപ എനിക്കും നീട്ടി. അതു നീട്ടുമ്പോൾ അയാൾ മനഃപൂർവം എന്റെ കൈവിരലുകളിൽ വിരലോടിച്ചു. വിടരാൻ കൊതിക്കുന്ന താമരപ്പൂവിന്റേതായിരുന്നു എന്റെ പ്രായം. ഒരു ചെറിയ കരപരിലാളനയിൽ അതു പൂത്തുലഞ്ഞേനെ. അയാളുടേതു പക്ഷേ ലാളനയായിരുന്നില്ല. ഞാൻ വിരൽ പിൻവലിച്ചു. ഒരു രൂപ തുട്ട് എന്റെ കൈ പൊള്ളിച്ചു. ഞാൻ വെട്ടിത്തിരിഞ്ഞു പോകാനൊരുങ്ങി. പക്ഷേ വിചാരിച്ചത്ര വേഗത്തിൽ നടക്കാൻ സാധിച്ചില്ല. തള്ളവിരലുകൾ ഇറുന്നു വീഴുന്നതുപോലെ പാദങ്ങൾ വേദനിച്ചു. മാംസം തുളച്ച് ഒരു പുഴു അകത്തേക്കു നുളയ്ക്കുന്നതുപോലെ എനിക്ക് അനുഭവപ്പെട്ടു. അയാൾ നിന്ദയോടെ സ്പർശിച്ച ആ ഇടത്തെ മാറിടത്തിൽത്തന്നെ.

ഏഴ്

"ഉവ്വോ? അദ്ദേഹം സ്പീക്കറാകാൻ സമ്മതിച്ചോ? ഗ്രേറ്റ് ന്യൂസ്! നോക്കിക്കോളൂ, ഇതൊരു ഹിസ്റ്റോറിക് മോമെന്റാണ്.."

ചാനൽ വണ്ടിയിൽ മുൻ സീറ്റിലിരുന്ന സഞ്ജീവ് കുമാർ മിത്ര ഫോണിൽ ആവേശഭരിതനായി.

"കേട്ടോ, അതുൽ, ഗൃദ്ധാദാ, സോമുദാ ലോക് സഭാ സ്പീക്കറാകാൻ സമ്മതിച്ചു... ഇന്നലെ മുഴുവൻ ചർച്ച നടക്കുകയായിരുന്നില്ലേ? പക്ഷേ, വൈകിട്ട് ആറരയ്ക്കേ അവർ അത് അനൗൺസ് ചെയ്യുകയുള്ളൂ.."

തലേന്നു രാവിലെ മുതൽ ടിവിയിൽ പുതിയ പാർലമെന്റിൽ സി.പി.എം. സ്പീക്കർ സ്ഥാനം സ്വീകരിക്കണോ വേണ്ടയോ എന്ന ചർച്ചകൾ ആവർത്തിക്കുകയായിരുന്നു. രണ്ടു ദിവസം മുമ്പു വരെ സി.പി.എം. മന്ത്രിസഭയിൽ ചേരണോ വേണ്ടയോ എന്നതിനെപ്പറ്റിയായിരുന്നു ചർച്ചകൾ. യതീന്ദ്രനാഥ ബാനർജിയെക്കുറിച്ചോ എന്റെ നിയമനത്തെക്കുറിച്ചോ വല്ലതുമുണ്ടോ എന്നറിയാൻ വേണ്ടി ഈ ദിവസങ്ങളിലെല്ലാം ടിവിയിൽ കണ്ണു നട്ടിരുന്നതു കൊണ്ട് അനുകൂലിച്ചും പ്രതികൂലിച്ചുമുള്ള വാദമുഖങ്ങൾ ഥാക്കുമായ്ക്കു പോലും മനഃപാഠമായി. ചർച്ചകൾ എന്നെ ഭ്രാന്തുപിടിപ്പിച്ചു. ജീവിതം കൈവിട്ടു പോകുന്നത് എന്നെ പരവശയാക്കി. രാജഭരണത്തിനും മുമ്പേ ഈ രാജ്യത്ത് അധിവസിച്ചിട്ടുള്ള കുടുംബത്തിലെ അംഗമെന്ന നിലയിൽ അധികാരത്തിന്റെ ഉപകരണങ്ങൾ മാത്രമാണ് നമ്മൾ എന്നു ഥാക്കുമാ എന്നെ ഉപദേശിച്ചു. ജയിൽ ഐജിയുടെ ഓഫിസിലേക്കുള്ള യാത്രയിൽ നരച്ചൊരു സാൽവാർ കമ്മീസ് ധരിച്ച് മുടി രണ്ടായി പിന്നിയിട്ട് പിൻസീറ്റിൽ അസ്വസ്ഥതയോടെയും അപമാനത്തോടെയും കൂനിപ്പിടിച്ചിരിക്കുമ്പോൾ സോണിയ ഗാന്ധിയാകട്ടെ ജ്യോതി ബസുവാകട്ടെ, പ്രധാനമന്ത്രിയാകുന്നതും ആകാതിരിക്കുന്നതും തമ്മിൽ എനിക്കൊരു വ്യത്യാസവും അനുഭവപ്പെട്ടില്ല.

ഞാൻ വളരെക്കാലത്തിനുശേഷം നഗരം കാണുകയായിരുന്നു. വെയിലും തിരക്കും പഴയതും പുതിയതുമായ കെട്ടിടങ്ങളും ഞാൻ അവിശ്വാസത്തോടെ കണ്ടു. വളരെ അപൂർവമായി മാത്രമേ ചിത്പൂർ വിട്ടു ഞാൻ യാത്ര ചെയ്തിട്ടുള്ളൂ. സ്കൂളിൽ പഠിക്കുന്ന കാലത്ത് ഒന്നോ രണ്ടോ തവണ പണച്ചെലവില്ലാത്ത പഠന യാത്രകളും കാളീഘട്ടിലെ ദുർഗാപൂജയും ഒഴിച്ചാൽ ഞാൻ എവിടെയും പോയിട്ടില്ല. തൊട്ടുമുമ്പിലൂടെ സർക്കുലാർ ട്രെയിനുകൾ ആർത്തലച്ചു കടന്നു പോകുമ്പോഴൊക്കെ, മഴയിൽ പോകുന്ന തീവണ്ടിയുടെ മുകളിൽനിന്നു ജലത്തുള്ളികൾ പുക പോലെ പരക്കുമ്പോഴൊക്കെ, ഞാൻ വൃത്തത്തിലല്ലാതെ നേരെയോടുന്ന തീവണ്ടികളും അവയെത്താവുന്ന വിദൂരദിക്കുകളും സങ്കൽപ്പിച്ചു. സഞ്ജീവ് കുമാർ മിത്രയുടെ വണ്ടിയിൽ

നല്ല തണുപ്പുണ്ടായിരുന്നു. ഥാക്കുമായുടെ കാൽ തൊട്ടു തൊഴുത്, രാമു ദായോടും മായോടും യാത്ര പറഞ്ഞ് വണ്ടിയിൽ കയറുമ്പോഴേക്കു വിയർ ത്തൊലിച്ചിരുന്ന എനിക്ക് തണുപ്പ് ആശ്വാസകരമായി. ക്യാമറാമാൻ ചൂണ്ടി ക്കാണിച്ച ഇടങ്ങളിൽ ഞാനും അച്ഛനും ഇരുന്നു. വണ്ടിയോടിത്തുടങ്ങുന്ന തിനു മുമ്പു തന്നെ ക്യാമറാമാൻ ഞങ്ങളെ ഷൂട്ട് ചെയ്തു തുടങ്ങി. എനിക്കു ക്യാമറ കണ്ടിട്ട് ഒരു വികാരവും തോന്നിയില്ല. മറ്റുള്ളവരുടെ കണ്ണിൽ ഞാനെങ്ങനെയാണ് കാണപ്പെടുന്നതെന്ന് ആദ്യം തിരിച്ചറിഞ്ഞ നിമിഷം മുതൽ എനിക്ക് എന്നെക്കുറിച്ചുള്ള എല്ലാ അപകർഷബോധവും മാറി. സഞ്ജീവ് കുമാറിന്റെ കണ്ണട പോലെ കറുപ്പു ഛവി കലർന്ന ചില്ലിലൂടെ നഗരം എന്നെ നോക്കി വായ് പിളർന്നു. പോകും വഴിയിലെ മതിലുകളിലെല്ലാം അരിവാൾ ചുറ്റികനക്ഷത്രത്തിന്റെ ചിത്രങ്ങളും ആർക്കെങ്കിലുമൊക്കെ വോട്ടു ചെയ്യാ നുള്ള ആഹ്വാനവും കണ്ടു. പൊട്ടിപ്പൊളിഞ്ഞ മതിലുകൾ. ഇടിഞ്ഞു പൊളിഞ്ഞ റോഡുകൾ. റിക്ഷ വലിച്ചോടുന്ന എല്ലിച്ച മനുഷ്യക്കോലങ്ങൾ. കുഞ്ഞുങ്ങളെ മാറാപ്പിലാക്കി ഭിക്ഷ യാചിക്കുന്ന സ്ത്രീകൾ. വണ്ടിക്കു പിന്നാലെ അഴിഞ്ഞുലഞ്ഞ മുടിയും ചുവന്ന കണ്ണുകളുമുള്ള ഒരു ഭ്രാന്തി ഓടിവന്നു. അവർ എന്തോ വിളിച്ചു കൂവി. ഞാൻ വേവലാതിയോടെ തിരി ഞ്ഞു നോക്കി. ജാത്ര പാരയിൽ വിവേക് എന്ന മന:സാക്ഷി റോൾ സൃഷ്ടി ച്ചതു ഗായകസംഘത്തെ ഒഴിവാക്കി പാട്ടുകൾ നിലനിർത്താൻ വേണ്ടിയായി രുന്നു. പാട്ടുപാടി മന:സാക്ഷി കച്ചവടം ഭംഗിയാക്കി. പിന്നാലെ ഓടി വന്ന ഭ്രാന്തി എന്റെ ജീവിതജാത്രയിലെ വിവേക് കഥാപാത്രമാണെന്നു തോന്നി. അവർ പാട്ടു പാടിയില്ല. പക്ഷേ, നിലവിളിച്ചു. എനിക്ക് വീണ്ടുവിചാരമുണ്ടായി.

"ജ്യോതിബാബു അന്നു ചെയ്തതു പക്ഷേ മണ്ടത്തരമായിപ്പോയി.."

അച്ഛൻ മീശ തടവിക്കൊണ്ടു പറഞ്ഞു. പിന്നീട് വിടർന്ന ചിരിയോടെ സഞ്ജീവ് കുമാറിനെ നോക്കി.

"കേട്ടോ സൊഞ്ജുബാബൂ, എഴുതിവച്ചോളൂ.. എന്റെ മരണത്തിനുശേഷം എന്റെയും ജ്യോതിബാബുവിന്റെയും നാമവും ജീവിതവും ഭാരതത്തിലും മുഴുവൻ ലോകത്തും അനശ്വരമായിത്തീരും.."

"ഗൃദ്ധാദാ, താങ്കൾ ഒരു വലിയ രസികൻ തന്നെ.."

സഞ്ജീവ് കുമാർ മിത്ര ഉറക്കെച്ചിരിച്ചു. എനിക്ക് ചിരി വന്നില്ല. തൂക്കു മരച്ചോട്ടിലേക്കു നടക്കുന്ന പുള്ളിയുടേത് എന്റെ അപ്പോഴത്തെ മാനസികാ വസ്ഥ തന്നെയായിരിക്കുമെന്ന് എനിക്കു തോന്നി. അടുത്തതെന്ത് എന്ന ഭീതി. എന്റെ കൈകൾ എവിടെയെങ്കിലും ഒളിച്ചു വയ്ക്കാൻ ഞാൻ ആഗ്രഹിച്ചു. ഒരാളെ കൊല്ലാൻ കരുത്തുണ്ടെന്നു ബോധ്യപ്പെട്ട ദിവസം മുതൽ ഞാനെന്റെ കൈകളെ ഭയന്നു. ഭയം എന്നെ മരവിപ്പിച്ചു. വണ്ടിയിൽനിന്നിറങ്ങുമ്പോൾ ഞാൻ ആധിയോടെ ബാബാ എന്നു വിളിച്ചു. അച്ഛൻ തിരിഞ്ഞു നിന്നു.

"ങ്ഹും?"

ഞാൻ അച്ഛനെ നിസ്സഹായതയോടെ നോക്കിനിന്നു. എന്റെ വായ ഉണങ്ങി വരണ്ടു.

"വേണ്ടായിരുന്നു ബാബാ.."

ഞാൻ വല്ലപാടും മന്ത്രിച്ചു.

"എന്താ? എന്തു പറ്റി? ചേതനയ്ക്ക് പേടിയായിത്തുടങ്ങിയോ?"

പാന്റ്സിന്റെ പോക്കറ്റിൽനിന്നെടുത്ത ചുവന്ന വട്ടച്ചീപ്പു മുടിയിലോടിച്ചു കൊണ്ട് അടുത്തുവന്ന സഞ്ജീവ് കുമാർ മിത്ര അന്വേഷിച്ചു.

"പേടിക്കണ്ട, ചേതനാ... ഇതിൽ ഭയപ്പെടാനൊന്നുമില്ല..."

അയാളുടെ മുഖത്തു സഹതാപവും ശബ്ദത്തിൽ കാരുണ്യവും നിറഞ്ഞു. ഞാൻ സങ്കടത്തോടെ നിന്നു. അച്ഛൻ മീശ തടവി എന്നെ രൂക്ഷ മായി നോക്കി. സഞ്ജീവ്കുമാർ ഞങ്ങൾക്കിടയിലേക്കു നീങ്ങി.

"ഇത്രയുമെത്തിയിട്ട് ഇനി പിൻവാങ്ങിയാൽ അതു വലിയ നാണക്കേ ടാകും. നോക്ക് ചേതനാ, ബുദ്ധിമോശം കാണിക്കരുത്. ഒരു ചേതവുമി ല്ലാതെ സർക്കാർ ജോലി കിട്ടുകയാണ്. ഇതു വേണ്ടെന്നു വയ്ക്കരുത്. തൽ ക്കാലം കരാർ ജോലിയാണെങ്കിലും ഞാൻ ഉറപ്പുതരുന്നു – നമുക്ക് വേണ്ടതു ചെയ്ത് ഇതു സ്ഥിരപ്പെടുത്താം. അതോടെ നിങ്ങളുടെ കുടുംബത്തിന് ഒരു സ്ഥിര വരുമാനമാകും."

"ഭൂമിയിൽ മറ്റെന്തൊക്കെ ജോലികളുണ്ട് ?"

സഞ്ജീവ് കുമാർ മിത്ര ഉറക്കെ ചിരിച്ചു.

"വിഡ്ഢിത്തം പറയാതെ ചേതനാ. പ്ലസ് ടൂ മാത്രം പാസ്സായ നിനക്ക് എന്തു ജോലി കിട്ടാനാണ്? കിട്ടിയത് ഭാഗ്യമെന്നു കരുതൂ."

"ഇതിലിപ്പോ നിനക്കു പേടിക്കാനൊന്നുമില്ല. ഞാനില്ലേ കൂടേ? കൂടാതെ സൂദേബ് ഇല്ലേ? കൃത്യം നടക്കുമ്പോൾ നീ വെറുതെ അവിടെ വന്നു നിന്നാൽ പോരേ? നോക്ക്, ഇതു നമ്മുടെ കുലത്തൊഴിലാണ്. ഇതിൽ ഭയപ്പെടാനോ കുറ്റബോധം തോന്നാനോ യാതൊന്നുമില്ല. മര്യാദയ്ക്ക് കൂടെ വാ. ഇല്ലെ ങ്കിൽ എന്റെ വിധം മാറും."

അച്ഛൻ അരിശത്തോടെ പറഞ്ഞു. ആഞ്ഞു ചവിട്ടി അദ്ദേഹം മുന്നോട്ടു നടന്നപ്പോൾ സഞ്ജീവ് കുമാർ മിത്ര എന്നെ നോക്കി.

"ചേതനയെക്കൊണ്ട് അതു സാധിക്കും. യൂ ആർ സ്ട്രോങ്. നിനക്ക് അതിനുള്ള ധൈര്യമുണ്ട്. കരുത്തും. ബീ ബോൾഡ്. ഞാനെപ്പോഴും കൂടെ യുണ്ട്. ധൈര്യമായി വരൂ."

അയാളുടെ ശബ്ദം ആർദ്രമായി. എനിക്ക് അതു കേട്ടു കരച്ചിൽ വന്നു. മുമ്പ് എന്നെ വരിഞ്ഞു മുറുക്കിയതും ഞാൻ കൊന്നു കളയാൻ ശ്രമിച്ചതു മായ പ്രണയം എന്റെയുള്ളിൽ വീണ്ടും പത്തിയുയർത്തി. നിസ്സഹായതയിലും ആശയക്കുഴപ്പത്തിലും ഹൃദയം ദുർബലമായി. അയാളുടെ കണ്ണുകളിലേക്കു ഞാൻ പ്രതീക്ഷയോടെ നോക്കി. കറുത്ത ചില്ലുകൾ അവ മറച്ചിരുന്നു. അയാൾക്ക് എന്നോടു സ്നേഹമുണ്ടെന്നു വിശ്വസിക്കാൻ ഞാൻ ആഗ്രഹിച്ചു. ആ വിശ്വാസത്തിന്റെ ശക്തിയിൽ ഞാൻ അച്ഛനെ പിന്തുടർന്നു.

റൈറ്റേഴ്സ് ബിൽഡിങ്ങിന്റെ ഇ ബ്ലോക്കിലെ നാലാം നിലയിൽ എ.ഡി. ജി.പി ആൻഡ് ഐ.ജി. സി. എസ്. എന്ന ബോർഡെഴുതിയ ഓഫിസിനു മുമ്പിൽ വരെ ക്യാമറാമാൻ ഞങ്ങളോടൊപ്പം വന്നു. അതിനുശേഷം അയാ ൾക്കു പ്രവേശനമുണ്ടായില്ല. ടിവി സീരിയലുകളിലേതു പോലെ സുന്ദരമായ കെട്ടിടമായിരുന്നു എന്റെ സങ്കൽപ്പത്തിലെ ഐ.ജി. ഓഫിസ്. ഒഴിഞ്ഞ വെള്ളക്കുപ്പികളും ഉടഞ്ഞ ചായക്കോപ്പകളും ചിതറിക്കിടന്ന മുറ്റവും പെയിന്റ്

ചെയ്തിട്ട് ഒരുപാടു കാലമായ പുരാതന കെട്ടിടവും എന്നെ അമ്പരപ്പിച്ചു. മുകൾ നിലയിലെ ഒരു മുറിയിൽനിന്നു രക്തം കോരിയൊഴിച്ചതുപോലെ താംബൂലത്തിന്റെ പാടുകൾ ഭിത്തിയിൽ ഉണങ്ങിപ്പിടിച്ചു. ഒരു മണിക്കൂറോളം കാത്തിരിക്കേണ്ടി വന്നു. അമ്പത്തേഴ് ഐ.പി.എസുകാരെ കൂട്ടമായി സ്ഥലം മാറ്റിയതിന്റെ തിരക്കിലാണ് ഐ.ജി. എന്ന് സഞ്ജീവ് കുമാർ മിത്ര അച്ഛനോടു പറഞ്ഞു. പതിനൊന്നര കഴിഞ്ഞ്, ഇഷ്ടമില്ലാതെ സ്കൂളിൽ വരുന്ന വിദ്യാർഥിയെപ്പോലെ ചുവടുകൾ വലിച്ചു വച്ച് മുഖത്ത് ഉദാസീനതയോടെ വായിൽ മുറുക്കാൻ ചവച്ചു കൊണ്ടാണ് ഐ.ജി. കറക്ഷനൽ സർവീസസ് അജോയ് ചക്രവർത്തി കയറി വന്നത്. അച്ഛൻ ചാടിയെഴുന്നേറ്റു തൊഴുതു. ഐ.ജി. എന്നെത്തന്നെ അടിമുടി നോക്കി.

"എന്താ ഫൊണീ, ഇതാണോ നിന്റെ മകൾ?"

പ്രത്യേക രീതിയിൽ ചവച്ചു കൊണ്ട് ഐ.ജി. അന്വേഷിച്ചു. സഞ്ജീവ് കുമാർ മിത്ര മുന്നോട്ടു നീങ്ങി അദ്ദേഹത്തിനു ഹസ്തദാനം നൽകി. അവർ തമ്മിൽ കുശലം പറഞ്ഞു. വൈകാതെ ഞങ്ങളെ അകത്തേക്കു വിളിച്ചു. ഐ.ജി. സഞ്ജീവ് കുമാർ മിത്രയ്ക്ക് കസേര ചൂണ്ടിക്കാട്ടി. അച്ഛൻ ആവശ്യത്തിലധികം വിനയത്തോടെ ഓച്ഛാനിച്ചു നിന്നു. അച്ഛന്റെ പിന്നിൽ പകുതി മറഞ്ഞ് ഞാൻ നിരാലംബതയോടെ നിന്നു.

"നിന്റെ പേരെന്താ?"

ഐ.ജി. എന്നെ എത്തി നോക്കി.

"ചേതന.."

അച്ഛൻ മറുപടി പറഞ്ഞു.

"അവള് നല്ല സുന്ദരിയാണല്ലോ.. എന്തിനാ ഈ പണിക്കു വിടുന്നത്?"

ഐ.ജി. കസേരയിൽ ചാഞ്ഞിരുന്ന് കാലുകളാട്ടി.

"പ്ലസ് ടൂവിന് ഹൈ ഡിസ്റ്റിങ്ഷനോടെ പാസ്സായതാണു ചേതന.."

സഞ്ജീവ് കുമാർ മിത്ര ഇടപെട്ടു. അയാൾ എന്നെ മതിപ്പോടെ നോക്കി. എന്റെ ഇടത്തെ മാറിടത്തിലെ വിങ്ങൽ വർധിച്ചു.

"പിന്നെ പഠിപ്പിക്കാൻ സാധിച്ചില്ല, ബാബൂ... എങ്ങനെ പഠിപ്പിക്കും? അറിഞ്ഞൂകൂടേ എന്റെ വീട്ടിലെ അവസ്ഥ?"

"കൂടുതൽ സംസാരിക്കണ്ട, ഫൊണീ.. അല്ലെങ്കിലും നിനക്കു കുറച്ചു വാചകം കൂടുതലാണ്.."

അച്ഛന്റെ പകുതി മാത്രം പ്രായമുള്ള ഐ.ജി. ശബ്ദമുയർത്തി. അച്ഛൻ വിനയപൂർവം തല കുനിച്ചു. എന്റെ രക്തത്തിൽ ഭയം ഇരമ്പിക്കയറി. ഞാൻ ഇറങ്ങിത്തിരിച്ചിരിക്കുന്നതു വല്ലാത്ത ലോകത്തേക്കാണെന്ന് വ്യക്തമായി. അച്ഛന്റെ ബലത്തിൽ ഇറങ്ങിവരാൻ പറ്റിയ ലോകമായിരുന്നില്ല, അത്.

ഐ.ജി. ഒരു ഫയലെടുത്ത് മേശപ്പുറത്ത് വച്ച് സഞ്ജീവ് കുമാറിനെ നോക്കി.

"വല്ലാത്തൊരു വിഷമസന്ധിയിലാണ് നിങ്ങളെന്നെ കൊണ്ടെത്തിച്ചിരിക്കുന്നത്, സൊഞ്ജീബ്ബാബൂ.."

"എങ്ങനെയെങ്കിലും പരിഗണിക്കണം, അജോയ്ബാബൂ... ഗൃദ്ധാദായ്ക്ക് വേണ്ടി ഇത്രയെങ്കിലും ചെയ്യാൻ ഗവൺമെന്റിനു കഴിയേണ്ടതല്ലേ? പാർട്ടിയുടെ സപ്പോർട്ടർ കൂടിയല്ലേ, അദ്ദേഹം?"

“അതൊക്കെ ശരി.. പക്ഷേ നോക്ക്, ആരാച്ചാരുടെ നിയമനം സംബന്ധിച്ച നിയമങ്ങൾ വായിച്ചു നോക്ക്..”

എന്നിട്ട് അദ്ദേഹം അത് ഉറക്കെ ഇംഗ്ലീഷിൽ വായിച്ചു :

“ക്വാളിഫിക്കേഷൻ : ആപ്ലിക്കന്റ് ഷുഡ് ബീ ആൻ അഡൾട്ട്, ഓവർ ഫൈവ് ഫീറ്റ് ഫോർ ഇഞ്ചസ് ടാൾ. ഒൺലി മെയിൽസ് നീഡ് അപ്ലൈ..”

എന്നിട്ട് അദ്ദേഹം ഞങ്ങളെ മാറി മാറി നോക്കി.

“മനസ്സിലായോ? ഈ ജോലിക്ക് നമ്മുടെ മുമ്പിലുള്ള നിയമപ്രകാരം ഒറ്റ യോഗ്യതയേ വേണ്ടൂ – അഞ്ചടി നാലിഞ്ചിൽ കൂടുതൽ ഉയരമുള്ള ഒരു പുരുഷനായിരിക്കണം എന്നു മാത്രം..”

അദ്ദേഹം ഞങ്ങൾ മൂവരെയും മാറി മാറി നോക്കി.

“പക്ഷേ, സ്ത്രീകളെക്കൂടി പരിഗണിക്കാൻ ഗവൺമെന്റിന്റെ സ്പെഷൽ ഓർഡർ നമ്മൾ വാങ്ങിയല്ലോ... പിന്നെന്താ തടസ്സം?”

സഞ്ജീവ് കുമാർ കണ്ണടയെടുത്തു തുടച്ച് വീണ്ടും മൂക്കിൻമേൽ വച്ചു.

“ഇതു സാധാരണ ജോലി പോലെയല്ലല്ലോ, ആരാച്ചാരുടെ ഏറ്റവും വലിയ യോഗ്യത ഉറച്ച മനസ്സാണ്.. അവിടെ തൂക്കുമരത്തിനു മുമ്പിൽ ചെന്നു നിൽക്കുമ്പോൾ അയ്യോ, എന്നെക്കൊണ്ടു വയ്യ എന്ന് പറഞ്ഞാൽ ആരാച്ചാർ ജയിലിൽ പോകും.. – അറിയാമല്ലോ?”

“ചേതനയെ കുറിച്ച് ബാബുവിന് അറിയാഞ്ഞിട്ടാണ്.. നമ്മൾ ആണുങ്ങളെക്കാൾ മനക്കരുത്തുള്ള പെണ്ണാണ് അവൾ..”

ഓർക്കാപ്പുറത്ത് സഞ്ജീവ് കുമാർ വീണ്ടും മതിപ്പുറ്റ കടാക്ഷമെയ്തു. നിയന്ത്രിച്ചിട്ടും എന്റെ മുഖം ചുവന്നു.

“പെണ്ണുങ്ങളെന്നു പറഞ്ഞാലേ വീണ്ടുവിചാരക്കാരാണ്.. അവളുമാർക്ക് ഈ പണി പറ്റിയതല്ല..”

“ഈ പറഞ്ഞത് ഫെമിനിസ്റ്റുകൾ കേൾക്കണ്ട..”

സഞ്ജീവ് കുമാർ മിത്ര ഐ.ജിയെ നോക്കി പുഞ്ചിരിച്ചു.

“ഐജി ബാബു അനുവദിച്ചാൽ, ഈ പാവം ഫൊണി ഒരു കാര്യം പറഞ്ഞോട്ടെ..”

അച്ഛൻ കുറച്ചുകൂടി കൂനി വളഞ്ഞു കൊണ്ടു ചോദിച്ചു.

“ഞാൻ അവളെക്കൊണ്ട് ഇതെല്ലാം ചെയ്യിപ്പിച്ചു കാണിച്ചു തരാം.. പോരേ?”

ഐ.ജി. ഞങ്ങളെ രണ്ടുപേരെയും മാറി മാറി നോക്കി.

“നിന്റെ അച്ഛൻ പറയുന്നതു ശരിയാണോ?”

അദ്ദേഹം വീണ്ടും എന്നെ നോക്കി മുറുക്കാൻ ചവച്ചു. ഞാൻ തല കുനിച്ച് അതെ എന്ന മട്ടിൽ നിന്നു.

“ഇതു സ്ഥിര ജോലിയല്ല, സൊഞ്ജീബ്ബാബു.”

ഐ.ജി. വീണ്ടും സഞ്ജീവിനെ നിരുൽസാഹപ്പെടുത്തുന്നവിധം നോക്കി.

“എല്ലാം അറിയാം അജോയ്ബാബു... സ്ഥിര ജോലിയല്ല, കോൺട്രാക്ട് ആണ്..മാസം എഴുപത്തഞ്ചു രൂപ അലവൻസ് മാത്രമാണ് ശമ്പളം.. ഏതു സമയത്തു ജോലിക്കു വിളിച്ചാലും എത്തിയിരിക്കണം.. –എല്ലാം ചേതനയ്ക്കു സമ്മതമാണ്..”

"അപ്പോൾ സുഖ്ദേബ് മല്ലിക്കിന്റെ കാര്യമോ?"

"അവനെക്കൊണ്ട് എന്തിനു കൊള്ളാം, ഐജി ബാബൂ?.. ലിവറു വലിക്കാൻ തുടങ്ങുമ്പോൾ അവൻ ബോധം കെട്ടു വീഴും.. പിന്നെന്താ, അല്ലറ ചില്ലറ പണി നടത്തിക്കാം..അത്രേയുള്ളൂ.."

അച്ഛൻ പരിഭവിച്ചു.

"എന്നാൽപ്പിന്നെ അവനെന്തിനാ എഴുപത്തഞ്ചു രൂപ മന്ത്‌ലി അലവൻസ്? അതങ്ങു നിർത്തിയേക്കാം.."

ഐ.ജി. ക്ഷോഭിച്ചു.

"ഐജി ബാബൂ, ഇങ്ങനെ പറയുന്നത് കഷ്ടമാണ് ഐജി ബാബൂ, ഒരു കുടുംബത്തിന്റെ ആശ്രയമല്ലേ അവൻ? കൊച്ചു കൊച്ചു പണികൾക്കൊക്കെ അവൻ വേണം.. ഒരു ആരാച്ചാർക്ക് രണ്ട് അസിസ്റ്റന്റ്സ് വേണം, ബാബൂ.. അതു ഞാനെപ്പോഴും പറയുന്നതല്ലേ?..പിന്നൊരു കാര്യമുണ്ട്, ഐ ജി ബാബൂ, ഞങ്ങൾ ഗൃദ്ധമല്ലിക്ക് ഫാമിലിയിൽ ഒരു സമയം ഒരാളേ സ്റ്റാറായി തിളങ്ങൂ... അതാണു ഞങ്ങളുടെ ചരിത്രം.."

അച്ഛൻ കഥയ്ക്കു തുടക്കമിടുന്നതിന്റെ ഹരത്തിൽ സഞ്ജീവ് കുമാറിനെ നോക്കി.

"കേട്ടോ, സൊഞ്ജൂബാബൂ, ഇരുപത്തിമൂന്നിലെ ബംഗ്ലാ കരാറിന്റെ കാലം. ഞാനന്ന് ആറേഴു വയസ്സുള്ള കൊച്ചു ചെക്കനാണ്. ദാദുവിന്റെ കൂടെ കോടതിയിൽ പോകുമായിരുന്നു ഞാൻ. ദേശബന്ധു ചിത്തരഞ്ജൻ ദാസ് ബാബു അന്നു വലിയ വക്കീലാണ്. അദ്ദേഹം എന്നെ കാണുമ്പോഴൊക്കെ ഒരു അണ സമ്മാനിക്കുമായിരുന്നു. അദ്ദേഹത്തെ കേട്ടിട്ടുണ്ടോ ബാബൂ? വലിയ മനുഷ്യൻ... പക്ഷേ, എന്തു ചെയ്യാൻ, ഹിന്ദുക്കൾക്ക് അദ്ദേഹത്തിന്റെ മഹത്വം മനസ്സിലായില്ല. ഹിന്ദുക്കളുടെ ജാഥ മുസ്‌ലിം പള്ളിയുടെ മുമ്പിൽ ചെല്ലുമ്പോൾ പാട്ടു നിർത്തണമെന്ന് അദ്ദേഹം കരാറിൽ എഴുതിവച്ചു. പിന്നെ വേണമെങ്കിൽ പശുക്കളെ കൊല്ലാൻ സമ്മതിക്കണമെന്നും.. എന്റമ്മോ. എന്തായിരുന്നു അതിന്റെ പേരിൽ ബഹളം.! അതിന്റെ പേരിൽ ഒന്നും രണ്ടും പറഞ്ഞ് ഒരു മുസൽമാനെ തല്ലിക്കൊന്നതിനാണ് ബ്രിജേന്ദ്രസിങ്ങിനെ തൂക്കിക്കൊല്ലാൻ വിധിച്ചത്. അന്നൊക്കെ അച്ഛനോടൊപ്പം ജോലിക്കു പോയിരുന്നത് എന്റെ ദാദാ നാഗഭൂഷൺ മല്ലിക്കായിരുന്നു. ബിജേന്ദ്രസിങ്ങിനെ തൂക്കിക്കൊല്ലാൻ ഉത്തരവു കിട്ടിയ ദിവസം ബാബാ പനി പിടിച്ചു കിടപ്പിലായി. പകരം നാഗുദായാണു പോയത്. അദ്ദേഹം രാവിലെ മുതൽ മറ്റേതു തുടങ്ങി. രാത്രി വൈകിയും കുടിച്ചു. അവസാനം വെളുപ്പിനെ കാലു നിലത്തുറയ്ക്കാൻ വയ്യാത്തതുപോലെ ആടിത്തുടങ്ങി. ഒരു വിധത്തിൽ പോലീസുകാർ രാവിലെ മൂന്നരയ്ക്കു വിളിച്ചെഴുന്നേൽപ്പിച്ചു. കണ്ണു തുറക്കാൻ പോലും വയ്യാതെ നാഗുദാ തൂക്കുമരച്ചുവട്ടിൽ ആടിയാടി നിന്നു. നാലു മണിക്കു പുള്ളിയെ തൂക്കുമരച്ചുവട്ടിൽ കൊണ്ടുവന്നു. നാഗുദായ്ക്ക് ആളിന്റെ തലയെവിടെ കാലെവിടെ എന്നു പോലും തിരിച്ചറിയാൻ പറ്റാത്ത സ്ഥിതിയാണ്.. വല്ലപാടും മുഖംമൂടിയിട്ടു. അത് നേരെയായില്ല. അതു ശ്രദ്ധിക്കാതെ നാഗുദാ കുടുക്കു തലയിലിട്ടു.. അതും നേരെയായില്ല. ഈ ബിജേന്ദ്രസിങ്ങുണ്ടല്ലോ, ആളുകൾ അയാളെ മൂങ്ങയെന്നാണു വിളിച്ചിരുന്നത്.

അത്ര കുറിയ കഴുത്തും പരന്ന മൂക്കും. മൂക്കെന്നു പറയാൻ ഒന്നുമില്ല. പക്ഷേ നാഗുദായുടെ കുടുക്ക് അയാളുടെ പരന്നമൂക്കിൽ കുടുങ്ങി നിന്നു. ആടിയാടി നാഗുദാ ലിവറങ്ങു വലിക്കുകയും ചെയ്തു.."

അച്ഛൻ ഒരു മാത്ര നാടകീയതയോടെ നിർത്തി ഞങ്ങളെ നോക്കി.

"ഹോ... സാധാരണ ഗതിയിൽ കുടുക്കങ്ങ് ഊരിപ്പോരേണ്ടതാണ്. പക്ഷേ, ലിവറു വലിച്ചതും പലക മാറി, പുള്ളി മൂക്കിൽ തൂങ്ങി നിന്നു. കാലൊന്നു കുടഞ്ഞു. പിന്നെ അനങ്ങാതായി. കണ്ടോണ്ടു നിന്ന ബ്രിട്ടീഷുകാരും ഡോക്ടറും ഒക്കെ തരിച്ചു നിന്നു. കാരണം, ആ കുടുക്കു കാരണം ആളു മരിക്കാൻ ഒരു സാധ്യതയുമില്ല. ഡോക്ടറു നിലവറേൽ ഇറങ്ങിച്ചെന്നു നോക്കിയപ്പോ അങ്ങേര് അദ്ഭുതപ്പെട്ടു പോയി... ഭഗ്ബാൻ! കഴുത്തിലെ ഒടിവു കിറുകൃത്യം...! ബ്രിട്ടീഷുകാർ കുരിശു വരച്ചു. അന്നത്തെ കണക്കിന് നൂറുപവൻ അവരദ്ദേഹത്തിനു സമ്മാനം കൊടുത്തു. ഒരു കാര്യം ബാബു എഴുതിവച്ചോ—ഞങ്ങൾ ഗൃദ്ധാമല്ലിക്കുമാർ ഉറക്കത്തിൽ വന്നു തൂക്കിക്കൊന്നാലും ഒരു കൈപ്പിഴ - ങ്ഹേ ഹേ..."

അച്ഛൻ ഞങ്ങളെ മാറി മാറി നോക്കി. എനിക്ക് അഭിമാനം തോന്നി. എന്റെ അച്ഛനെപ്പോലെ കഥ പറയാൻ ആർക്കും സാധിക്കുകയില്ല. കാരണം, ജേട്ടുവിന് നൂറു ബ്രിട്ടീഷ് പവൻ സമ്മാനം കിട്ടിയതു മാത്രമേ അച്ഛൻ പറഞ്ഞുള്ളൂ. അപ്പോൾത്തന്നെ അവരദ്ദേഹത്തെ സർവീസിൽനിന്നു പിരിച്ചുവിട്ടത് വെളിപ്പെടുത്തിയില്ല. മേലിൽ തൂക്കുമരത്തിന്റെ പരിസരത്തു കാണരുതെന്നാണ് അന്നത്തെ ജയിൽ സൂപ്രണ്ട് ജേട്ടുവിനോടു ഗർജ്ജിച്ചത്. അതുകൊണ്ടാണ്, നടനും ഗായകനുമായിരുന്ന അച്ഛന് മുഖത്തെ ചായം മായ്ച്ചു കളഞ്ഞ് തൂക്കുകയർ കയ്യിലെടുക്കേണ്ടി വന്നത്.

"ശരി, ശരി...പോയി ഷിബ്ദേബിനെ കാണ്.. ഇനിയിപ്പോൾ അധികം ദിവസമൊന്നുമില്ല...അറിയാമല്ലോ..."

ഐ.ജി. ഒരു കടലാസ് വലിച്ചു കീറി ഒപ്പിട്ട് സഞ്ജീവ് കുമാറിനു നീട്ടിക്കൊണ്ട് മറ്റേക്കയ്യാൽ ഈച്ചയെ ആട്ടുന്നതുപോലെ ഒരു ആംഗ്യം കാട്ടി. അച്ഛനോടൊപ്പം ഞാൻ പുറത്തിറങ്ങി. സഞ്ജീവ് കുമാർ ഐ.ജിയോടെന്തോ പറയാനായി അവിടെത്തന്നെയിരുന്നു.

"ഞാനേ, ചിത്തരഞ്ജൻ ബാബുവിനെപ്പോലെയുള്ളവരെ നേരിട്ടു കണ്ടിട്ടുള്ള ഒരുത്തനാ, അറിയാമോ? അദ്ദേഹം മരിച്ചപ്പോൾ ദാർജീലിങ്ങിൽനിന്ന് ട്രെയിൻ വരുന്നതും കാത്ത് മഴ നനഞ്ഞ് മൂന്നു ലക്ഷം പേർ കൊൽക്കൊത്ത റയിൽവേ സ്റ്റേഷനിൽ കാത്തുനിന്നു. ഒമ്പതാം വയസ്സിൽ ഞാനും നിന്നു, ആ ആൾക്കൂട്ടത്തിൽ ദിവസം മുഴുവൻ. അതൊന്നും ഇവർക്കൊന്നും പറഞ്ഞാൽ മനസ്സിലാകുകയില്ല. ഇതാ, ഈ റൈറ്റേഴ്സ് ബിൽഡിങ്ങു തന്നെ, എത്രയോ വലിയ വലിയ ആളുകൾ ഇരുന്നിട്ടുള്ള സ്ഥലമാണ്. ഇതുവഴി വരുമ്പോഴൊക്കെ നീ അതോർക്കണം. ഈ മണ്ണ് തൊട്ടു കണ്ണിൽ വയ്ക്കണം."

അച്ഛൻ കുറേ നേരം ഏതോ ആലോചനയിൽ മുങ്ങി. പിന്നീട് എന്നെ ഗൗരവത്തിൽ നോക്കി.

"നല്ല മിടുക്കൻ ചെറുക്കൻ.. അവനെ കിട്ടിയാൽ നിന്റെ ഭാഗ്യമാണ് അതെന്നു കൂട്ടിക്കോ.."

ഞാൻ മറുപടിയൊന്നും പറഞ്ഞില്ല. എന്റെ ഹൃദയം ഐ.ജി. ഒപ്പുവച്ച കടലാസ് പോലെ വിറച്ചു. അതേസമയം, നെഞ്ചിൻകൂടിനു മേൽ ഒത്ത ഒരു പുരുഷന്റെ ശരീരം കെട്ടിവച്ചതുപോലെ ശ്വാസംമുട്ടുകയും ചെയ്തു. തോക്കുകൾ പിടിച്ചു കൊണ്ട് രണ്ടു പോലീസുകാർ സൊറ പറയുന്ന താഴത്തെ നിലയിലെത്തിയപ്പോഴേക്കു ഞാൻ വിയർപ്പിൽ കുതിർന്നു.

"ഇതും ഒരു ഹിസ്റ്റോറിക് മോമെന്റാണ്..."

വണ്ടിയിലേക്ക് ചുറുചുറുക്കോടെ ഓടിക്കയറി വർഷങ്ങളായി അടുപ്പമുള്ള സുഹൃത്തിനോടെന്നതുപോലെ സഞ്ജീവ് കുമാർ മിത്ര തന്റെ കയ്യിലിരുന്ന കടലാസ് എന്നെ വീശിക്കാണിച്ചു.

"ഈ അവസരം വേണ്ടെന്നു വച്ചിരുന്നെങ്കിൽ അതു ഹിസ്റ്റോറിക് ബ്ലണ്ടർ ആയേനെ..."

കണ്ണുകൾ ഉയർത്താൻ എനിക്കു സാധിച്ചില്ല. എടുത്താൽ പൊങ്ങാത്ത ചുമടു ചുമന്ന കഴുതയെപ്പോലെ കണ്ണുകൾ നിലത്തുറപ്പിച്ചു നടക്കുമ്പോൾ എന്റെ മാംസം ഞെരിച്ചപ്പോഴുള്ള അയാളുടെ മുഖത്തെ ഭാവവും ശബ്ദവും വിസ്മരിക്കാൻ ഞാൻ തീവ്രമായി ആഗ്രഹിച്ചു.

"എന്റെ മരണത്തിനുശേഷം എന്റെ നാമവും ജീവിതവും ഭാരതത്തിലും മുഴുവൻ ലോകത്തിലും അനശ്വരമാക്കിത്തീർക്കുന്നത് ഇവളായിരിക്കും, സൊഞ്ജൂബാബൂ.. അതിന് നിങ്ങളോടു ഞാൻ കടപ്പെട്ടിരിക്കുന്നു.."

വണ്ടിയിൽ കയറിയിരുന്നപ്പോൾ അച്ഛൻ നാടകീയമായി സഞ്ജീവ് കുമാർ മിത്രയെ തൊഴുതു. പിന്നീട് ഡയലോഗ് പറഞ്ഞു തീർത്തു ഗ്രീൻ റൂമിൽ തിരിച്ചെത്തിയ നടനെപ്പോലെ കഴുത്തും മുഖവും തുടച്ചു കൊണ്ട് ടവൽ എടുത്തു വീശി.

"ഹോ.. എന്തൊരു ചൂട്! ഈ നശിച്ച മഴ എവിടെപ്പോയിക്കിടക്കുന്നു?"

"മഴ പെയ്യുന്നതും പെയ്യാതിരിക്കുന്നതും തമ്മിൽ എന്താണിവിടെ വ്യത്യാസം? പെയ്താലും വിയർക്കും, പെയ്തില്ലെങ്കിലും വിയർക്കും.മഴയൊക്കെ എന്റെ നാട്ടിലെ മഴ പോലെ വേണം. ഒന്നു പെയ്താൽ ഭൂമി തണുക്കും..."

പോക്കറ്റിൽനിന്ന് ഒരു നീല കർച്ചീഫ് വലിച്ചെടുത്തു മുഖം ഒപ്പിക്കൊണ്ട് സഞ്ജീവ് കുമാർ എന്നെ നോക്കി പറഞ്ഞു. എന്റെ ഹൃദയത്തിൽ ഒരു ചലനമുണ്ടായി. വാക്കുകൾ കൊണ്ടും സ്പർശം കൊണ്ടും എന്നെ വേദനിപ്പിക്കുകയും അവഹേളിക്കുകയും ചെയ്ത ഒരുവനായിരുന്നില്ല, അയാളപ്പോൾ.

"അപ്പോൾ താങ്കളുടെ നാട് ബംഗ്ലാ അല്ലേ സഞ്ജുബാബൂ?"

അച്ഛൻ അമ്പരപ്പോടെ അന്വേഷിച്ചു.

"ഞങ്ങൾ ജേണലിസ്റ്റുകൾ ഏതു നാട്ടിൽ ജനിച്ചാലും ഒരുപോലെയാണ്, ഗൃദ്ധാദാ..."

"എന്നാലും ജൻമനാട് എന്നു പറയാനൊരിടം ആർക്കും കാണുമല്ലോ?"

"ബംഗാൾ പോലെ മറ്റൊരു നാട്.. പക്ഷേ, ഇത്രയും മോശമല്ല.. ഇത്രയും നല്ലതുമല്ല.."

അയാൾ ഏതോ ചിന്തയിൽ മുങ്ങിക്കൊണ്ടു പറഞ്ഞു.

"ഭഗ്ബാൻ! താങ്കൾ ബംഗ്ലാ പറയുന്നതു കേട്ടാൽ ബംഗാളിയല്ലെന്ന് ആരു പറയും?"

"എന്റെ അമ്മ ബംഗാളിയായിരുന്നു..."

സഞ്ജീവ് കുമാർ മിത്ര ചിരിക്കാൻ ശ്രമിച്ചു. പക്ഷേ, ചുണ്ടുകൾ കോടിപ്പോയി. കറുത്ത കണ്ണട അയാളുടെ കണ്ണുകളെ മറച്ചിട്ടുണ്ടായിരുന്നെങ്കിലും അവയിൽ വെളിപ്പെടുത്താനിഷ്ടമില്ലാത്തതെന്തോ തുളുമ്പി.

"താങ്കളുടെ മാ ഇപ്പോഴെവിടെയുണ്ട്?"

അച്ഛൻ വീണ്ടും അന്വേഷിച്ചു.

"മരിച്ചു പോയി.."

അയാൾ കാര്യമാത്ര പ്രസക്തമായി പറഞ്ഞു. പിന്നീട് അൽപ സമയത്തെ നിശ്ശബ്ദതയ്ക്കു ശേഷം തിരിഞ്ഞ് എന്നെ നോക്കി പുഞ്ചിരിച്ചു :

"ചുവന്ന കാശിപ്പട്ടു സാരിയുടുപ്പിച്ച്, കിട്ടാവുന്നതിലേറ്റവും വിലയേറിയ ശവമഞ്ചത്തിൽ അമ്മയെ ഞാൻ ശ്മശാനത്തിലേക്ക് യാത്രയാക്കി.."

അയാളുടെ ശബ്ദം ഇടറി. എന്റെ കാൽവിരലുകൾ പെരുത്തു. വർഷങ്ങൾക്കു മുമ്പ് ആലിപ്പഴങ്ങൾക്കു മേലേ ആദ്യമുരുണ്ടു പോയ ശവവണ്ടിയിൽ കിടന്ന സ്ത്രീ സഞ്ജീവ് കുമാറിന്റെ അമ്മയാണെന്ന് ഞാൻ ഭയന്നു. കണ്ണട മാറ്റി നീളമുള്ള പാതി മയങ്ങിയ കണ്ണുകൾ വെളിപ്പെടുത്തി അയാൾ എന്നെ നോക്കി മന്ദഹസിച്ചു. പുരുഷൻ താൻ സ്നേഹിക്കുന്ന സ്ത്രീയെ നോക്കുന്ന നോട്ടമാണത് എന്നു ഞാൻ വിഭ്രമിച്ചു. അപ്പോൾ മന:സാക്ഷി പ്രത്യക്ഷപ്പെട്ടില്ല; മരണത്തിനു ശേഷം എന്റെയും, നാമവും ജീവിതവും ഭാരതത്തിലും മുഴുവൻ ലോകത്തും അനശ്വരമായിത്തീരുമെങ്കിൽ അത് ഹൃദയരക്തം ചിന്തി മാത്രം സാക്ഷാൽക്കരിക്കാൻ സാധിക്കുന്ന ഈ നശിച്ച പ്രണയത്തിന്റെ പേരിലായിരിക്കുമെന്ന് മുന്നറിയിപ്പു നൽകിയതുമില്ല.

എട്ട്

ജയിലും, പുറത്തെ ലോകം പോലെ തന്നെ, പുരുഷൻമാരുടേതു മാത്രമായിരുന്നു. അതിന്റെ നിറം ചുവപ്പുമായിരുന്നു. രണ്ടാൾ പൊക്കത്തിലുള്ള പുറം മതിലിനും കോട്ടവാതിൽ പോലെയുള്ള ഗേറ്റ് കടന്ന് ചെന്നപ്പോൾ അകത്തു കണ്ട ഉൾമതിലിനും ചുവന്ന നിറം തന്നെയായിരുന്നു. മൂന്നു ഗേറ്റുകൾ പിന്നിട്ടു വേണം തൂക്കുമരത്തിന് അടുത്തെത്താൻ എന്ന് അച്ഛൻ ഓർമിപ്പിച്ചു. ഓരോ ഗേറ്റിലും കാവൽക്കാരുണ്ട്.

"ഷിബ് ദേബ് ബാബു അകത്തുണ്ടോ? ആരാച്ചാർ ഗൃദ്ധാ വന്നിരിക്കുന്നെന്ന് പറയൂ, ബാബൂ.."

ആദ്യ ഗേറ്റിന്റെ പുറത്തുനിന്ന് അകത്തു നിൽക്കുന്ന പോലീസുകാരോട് അച്ഛൻ വിനയപൂർവം അപേക്ഷിച്ചു. കുറച്ചു നേരം കഴിഞ്ഞപ്പോൾ ഗേറ്റ് തുറന്നു. ഞങ്ങളോടൊപ്പം സഞ്ജീവ് കുമാർ മിത്രയും അകത്തു കടന്നു. വളപ്പിലേക്കു പ്രവേശിച്ചപ്പോൾ അച്ഛൻ ഉൽസാഹഭരിതനായി.

"മൂന്നാമത്തെ ഗേറ്റിനുള്ളിലാണ് ജയിലും തൂക്കുമരവും എല്ലാം..."

ഒരു പോലീസ് ജീപ്പ് സൂപ്രണ്ടിന്റെ ഓഫിസിനു മുന്നിലെത്തി. കയ്യാമം വച്ച ഒരാൾ മുമ്പിലെ ജീപ്പിൽനിന്നിറങ്ങി. ഞങ്ങളെ അവഗണിച്ച് അയാൾ ഉല്ലാസത്തോടെ കടന്നു പോയി. സഞ്ജീവ് കുമാർ മിത്ര കണ്ണട ഊരിമാറ്റി എന്നെ നോക്കി പുഞ്ചിരിച്ചു.

"ചിലപ്പോൾ ചേതനയുടെ ഒരു ഇരയായിരിക്കും, അത്.."

"ഹേയ്.. !"

അച്ഛനാണ് അതിനു മറുപടി പറഞ്ഞത്.

"ഇനിയുള്ള കാലത്ത് തൂക്കിക്കൊല നടക്കാൻ സാധ്യതയില്ല, സൊഞ്ജു ബാബൂ... നോക്കിക്കോ, ചിലപ്പോൾ ജൊതീന്ദ്രനാഥായിരിക്കും അവസാനത്തേത്.. ലോകത്തു മുഴുവൻ വധശിക്ഷയ്ക്കെതിരെ ബഹളം നടക്കുകയല്ലേ?"

"എന്റെ അച്ഛന്റെ കാലത്ത് മാസം ഇരുപത്തഞ്ചും മുപ്പതും ചിലപ്പോൾ അമ്പതും ജോലികളുണ്ടായിരുന്നു. അന്ന്, തൂക്കിക്കൊല്ലാൻ കൊലക്കുറ്റം തന്നെ വേണമെന്നില്ല.. എന്റെ ചെറുപ്പത്തിലും അങ്ങനെ തന്നെ.. പക്ഷേ ഇപ്പോഴിപ്പോൾ എന്താണു സ്ഥിതി? നോക്ക്, പത്തുപതിമൂന്നു കൊല്ലമായി, ഞാനൊരു ജോലി ചെയ്തിട്ട്....അതുകൊണ്ടെന്താ, ആളുകൾ കുറ്റം ചെയ്യാതെ ഇരിക്കുന്നുണ്ടോ? ഇല്ല.. പണ്ടൊക്കെ ഒരു കൊലക്കുറ്റം വർഷത്തിലൊരിക്കലായിരിക്കും. ഇപ്പോഴിപ്പോ ദിവസവും എത്രയെണ്ണമാണ്...ഞാൻ പറഞ്ഞതായി ആരോടും പറയണ്ട, സൊഞ്ജുബാബൂ, പക്ഷേ, ഭൂമിയുടെ ഭാരം കുറയ്ക്കാൻ ദുഷ്ടൻമാരെ കൊന്നൊടുക്കണമെന്നു പുരാണങ്ങളിൽപ്പോലും

പറയുന്നുണ്ട്.. വ്യാസനും വാൽമീകിയും ഒക്കെയെന്താ ബോധമില്ലാത്തവരായിരുന്നോ? ഭഗവാൻ കൃഷ്ണനെന്താ വിവരദോഷിയായിരുന്നോ? ”

“ചേതനാ, നിങ്ങളുടെ അച്ഛനെ ഞാൻ സമ്മതിച്ചു തന്നിരിക്കുന്നു. ഈ പ്രായത്തിലും ലോകത്തു നടക്കുന്ന എല്ലാ കാര്യങ്ങളെക്കുറിച്ചും അദ്ദേഹത്തിനു നല്ല വിവരമുണ്ട്..”

“ങ്ഹാ.. അതിന്റെ കാരണമെന്താ? ഞാൻ ദിവസവും ആനന്ദ് ബസാർ പത്രിക അരിച്ചു പെറുക്കി വായിക്കും. ടിവിയിൽ വാർത്ത കാണും.. ടിവിക്കു മുമ്പിൽ പാവപ്പെട്ടവനെന്നോ വിദ്യാഭ്യാസമില്ലാത്തവനെന്നോ വ്യത്യാസമുണ്ടോ, സൊഞ്ജുബാബൂ?”

ചുമലിൽ കിടന്ന തോർത്തെടുത്ത് മുഖം തുടച്ചു കൊണ്ട് അച്ഛൻ ആഞ്ഞു നടന്നു. രണ്ടാമത്തെ ഗേറ്റ് കടന്നപ്പോൾ വലതു വശത്ത് സൂപ്രണ്ടിന്റെ ഓഫിസ് കണ്ടു. അച്ഛൻ ചിരപരിചിതനെപ്പോലെ കയറിപ്പോയി. ഞാൻ നടവഴിയിൽതന്നെ നിന്നു. ഇടതു വശത്തെ ജയിലറുടെ ഓഫിസിൽനിന്ന് ഒരു ജീപ്പ് പുറത്തേക്കു നീങ്ങി. നേരെ മുന്നിലുള്ള മൂന്നാമത്തെ ഗേറ്റിനുള്ളിൽ ഒരു രണ്ടു നിലക്കെട്ടിടം കാണാമായിരുന്നു. നേരത്തെ കണ്ട പ്രതി അതിനു നേരെ നടന്നു നീങ്ങി. കെട്ടിടത്തിന്റെ മുകൾ വരാന്തയിലൂടെ വെളുത്ത വസ്ത്രം ധരിച്ച തടവുകാർ അലസമായി നടന്നു. എന്റെ ഹൃദയത്തിൽ ഭീതി പെരുകി. തണുത്ത, ഭാരിച്ച ഇരുട്ട് എല്ലായിടത്തും നിറഞ്ഞു നിന്നു. മുമ്പ് ഞാൻ കണ്ടിട്ടുള്ള ഏറ്റവും വലിയ വീട് ഠാക്കൂർ ബാടിയാണ്. മദൻ ചാറ്റർജി ലെയ്നിലെ ചിലയിടത്തൊക്കെ പച്ചപ്പായൽ പടർന്ന കെട്ടിടങ്ങൾക്കും ചുവന്ന നിറം തന്നെയായിരുന്നു. ഠാക്കൂർ ബാടിയിലേക്കു കാൽ കുത്തിയപ്പോൾ എന്റെ ആത്മാവ് ജല തരംഗമുതിർത്തു. ആലിപ്പൂർ കറക്ഷനൽ ഹോമിലേക്കു കടന്നു ചെന്നപ്പോൾ അതു തണുത്തുറഞ്ഞു. നീം തലഘാട്ടിലാണ് മുമ്പ് അങ്ങനെ സംഭവിച്ചിട്ടുള്ളത്. ജീവൻ പോലെ, മനുഷ്യരെ മനുഷ്യരാക്കുന്നതെന്തിന്റെയോ ശ്മശാനമായിരുന്നു, ജയിൽ.

“ങ്ഹാ... ഗൃദ്ധാദാ... എന്തുണ്ടു വിശേഷം? സുഖമല്ലേ?”

അകത്തേക്കു വിളിക്കപ്പെട്ടപ്പോൾ സൂപ്രണ്ട് ശിബ്ദേബ് ഘോഷ് സൗഹൃദഭാവത്തിൽ കൈകൾ നീട്ടി ഞങ്ങളെ സ്വീകരിച്ചു. തെളിഞ്ഞ മുഖമുള്ള ഒരു അമ്പതുകാരനായിരുന്നു ശിബ്ദേബ് പച്ച മുള കീറി ശവമഞ്ചമുണ്ടാക്കുന്ന നാരായൺദായുടേതു പോലെ സദാ പ്രസന്നമായ മുഖം. എനിക്ക് അദ്ദേഹത്തെ ഒറ്റ നോട്ടത്തിലേ ഇഷ്ടപ്പെട്ടു. അദ്ദേഹത്തിന്റെ മുമ്പിലും സഞ്ജീവ് കുമാറിന് കസേര കിട്ടി. ഞങ്ങൾ ഭിത്തിയിൽ ചാരി നിന്നു. അത് ഐ.ജിയുടെ മുറിയെക്കാൾ ചെറുതും ഇടുങ്ങിയതുമായിരുന്നു. അരപ്പൊക്കത്തിലുള്ള നാല് ഇരുമ്പലമാരകളൊഴികെ അവിടെ മറ്റൊന്നുമുണ്ടായിരുന്നില്ല.

“അങ്ങയുടെ അനുഗ്രഹത്താൽ എല്ലാം ഭദ്രമായിരിക്കുന്നു, ഷിബ്ദേബ് ബാബൂ”

അച്ഛൻ വിനയാന്വിതനായി. നരച്ച തലയുടെ ഇടതു വശം ചൊറിഞ്ഞു കൊണ്ട് ശിബ്ദേബ് ബാബു എന്നെ നോക്കി പുഞ്ചിരിച്ചു.

“ങ്ഹാ... ആരാച്ചാർക്ക് എഴുപത്തഞ്ചു രൂപയാണ് അലവൻസ്... മനസ്സിലായോ?”

BHAGVANATH-11

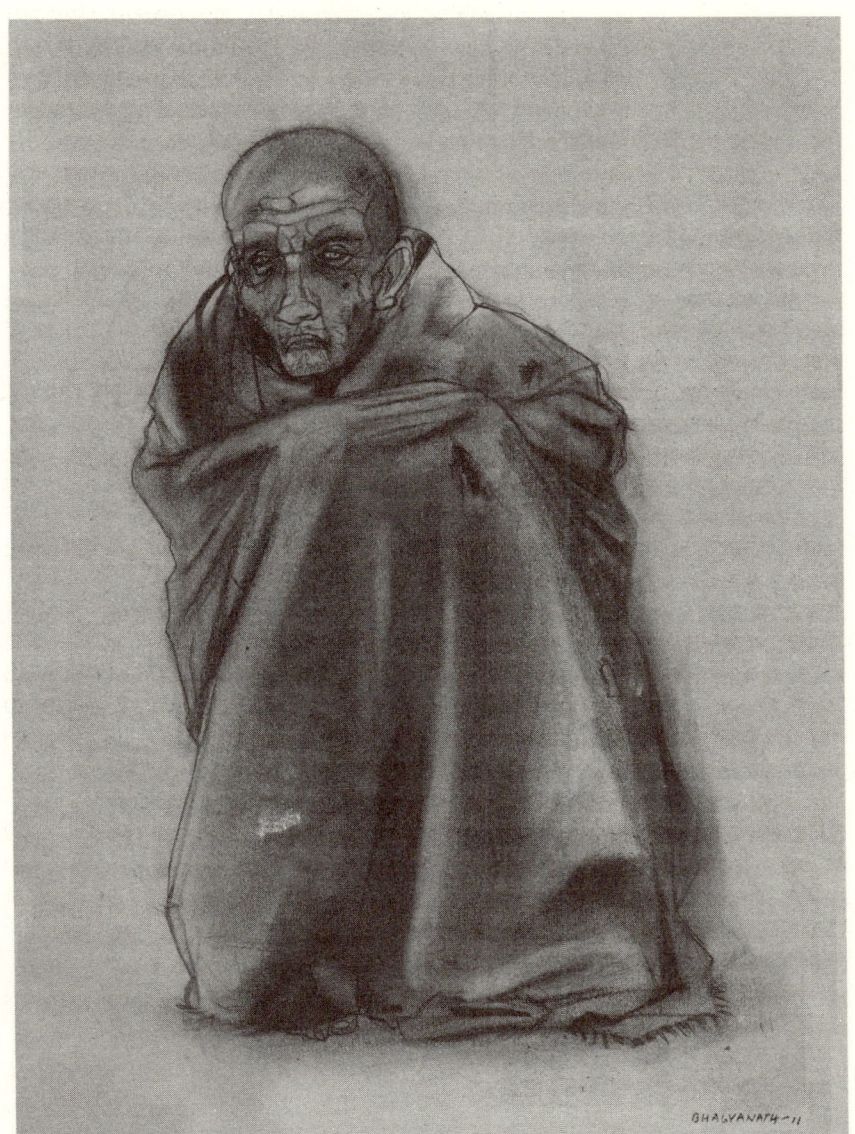

ഞാൻ ജാള്യത്തോടെ ചിരിച്ചു.

"ഇരുപത്തിനാലാം തീയതിയിലേക്കാണ് ശിക്ഷ തീരുമാനിച്ചിരിക്കുന്നത്... ഇനി കൃത്യം ഇരുപത്തൊമ്പതു ദിവസം..."

അദ്ദേഹം ചുവപ്പു നാട കെട്ടിയ ഒരു ഫയലെടുത്തു തുറന്ന് ഒരു കടലാസെടുത്ത് ഒപ്പു വച്ച് എനിക്കു നീട്ടി.

"ഇതു നിന്റെ നിയമന ഉത്തരവാണ്... - മനസ്സിലായോ?"

ഞാൻ ഒരു വിഡ്ഢിയെപ്പോലെ അതു കൈനീട്ടി വാങ്ങി.

"മോളേ, ചേതനാ, നിന്റെ അച്ഛൻ നിന്നോടു പറയുന്നു, ജീവിതത്തിലുടനീളം ഈ മനുഷ്യനെ നീ ദൈവത്തെപ്പോലെ ബഹുമാനിക്കണം, കേട്ടോ.."

അച്ഛൻ പെട്ടെന്നു പഴയ നാടകക്കാരനായി ഡയലോഗ് ഉരുവിട്ടു.

"ഇദ്ദേഹമുണ്ടല്ലോ, ഈ ഷിബ്ദേബ് ബാബൂ, ഇദ്ദേഹം അച്ഛനെ സംബന്ധിച്ചിടത്തോളം ഒരു ദേവദൂതനാണ്... അദ്ദേഹമാണ് നമ്മുടെ അലവൻസ് അമ്പതു രൂപയിൽനിന്ന് എഴുപത്തഞ്ചാക്കിത്തന്നത്..."

"ഛെ... എഴുപത്തഞ്ചു രൂപയെന്നു പറയുന്നതു വളരെ കുറവല്ലേ ശിബ്ദേബ് ബാബൂ?"

സഞ്ജീവ് കുമാർ മിത്ര ഇടപെട്ടു.

"നിയമപ്രകാരം അത്രയേ അനുവദിച്ചിട്ടുള്ളൂ... തുക കൂട്ടിയാൽ ബുദ്ധിജീവികൾ ബഹളമുണ്ടാക്കും. പിന്നെ ജോലി എപ്പോഴുമില്ലല്ലോ. ഉള്ള സമയത്ത് ഗൃദ്ധാദാ ഇതിനൊക്കെ കണക്കു പറഞ്ഞു വാങ്ങിക്കുകയും ചെയ്യും. ഇപ്പോൾത്തന്നെ ദാ, ഇരുപതിനായിരമാണ് ചോദിച്ചിട്ടുള്ളത്.."

"അതിലൊരു അണ പൈ കുറയാൻ ഞാൻ സമ്മതിക്കില്ല.."

അച്ഛൻ കൊഞ്ചലോടെ പറഞ്ഞു. ഒരു നേർത്ത ചിരിയോടെ ശിബ്ദേബ് ബാബു താക്കോൽക്കൂട്ടവുമായി എഴുന്നേറ്റു. തോർത്തെടുത്തു വീണ്ടും ചുമലിടുകയും മുഖം അമർത്തിത്തുടയ്ക്കുകയും ചെയ്തുകൊണ്ട് അച്ഛൻ എന്നോട് ഒപ്പം ചെല്ലാൻ ആംഗ്യം കാട്ടി. ഞങ്ങളോടൊപ്പം സഞ്ജീവ് കുമാറും ചാടിയിറങ്ങി. ശിബ്ദേബ് ഘോഷ് സൗമ്യത വിടാതെ അയാളെ നോക്കി.

"പുറത്തുനിന്നാരെയും അവിടെ അനുവദിക്കാൻ പാടില്ലെന്നാണ് നിയമം..."

"നിയമങ്ങൾ ലംഘിക്കലല്ലേ ശിബ്ദേബ് ബാബൂ, ഞങ്ങളുടെ ജോലി? ഡി.ജി.പിയെക്കൊണ്ടു ഞാൻ വിളിപ്പിച്ചല്ലോ. അതുകൊണ്ട് താങ്കൾക്കു റിസ്കൊന്നുമില്ല.."

സഞ്ജീവ് കുമാർ ചിരിച്ചു. ശിബ്ദേബ് ബാബു പിന്നെ എതിർത്തില്ല. മൂന്നാമത്തെ ഗേറ്റിനു നേരെയാണ് അദ്ദേഹം നടന്നത്. അതു തുറന്ന് അകത്തു കയറുമ്പോൾ ഒരു പോലീസുകാരൻ ഓടിയെത്തി അദ്ദേഹത്തെ സല്യൂട്ട് ചെയ്തു ഞങ്ങളോടൊപ്പം ചേർന്നു. വലതു വശത്ത് പ്രിന്റിങ് പ്രസും സ്കൂളും അടുക്കളയും പിന്നിട്ട് ഞങ്ങൾ ഗോഡൗണിലേക്കു നടന്നു.

"ബ്രിട്ടീഷുകാരുടെ കാലത്തെ ജയിലാണ്... നോക്കൂ, അതിന്റെ കൺസ്ട്രക്ഷൻ.."

സഞ്ജീവ് കുമാർ മിത്ര പറഞ്ഞു. അയാൾ എന്നെ സൗഹൃദത്തോടെ നോക്കി. വീണ്ടും എന്റെ ഹൃദയം ഇളകി. അതുവരെ പറഞ്ഞതും ചെയ്തതും മായ്ച്ചുകളഞ്ഞ് മറ്റൊരാളായി സംസാരിച്ചപ്പോൾ രോഷത്തോടൊപ്പം പരി

ഭ്രമവുമുണ്ടായി. മതിൽക്കെട്ടുകൾക്കുള്ളിൽ ആകാശത്തിനു താഴെ അയാളോടൊപ്പം നടക്കുമ്പോൾ മറ്റേതോ ലോകത്തുകൂടി സഞ്ചരിക്കുകയാണെന്ന് തോന്നി. രണ്ടു നിലക്കെട്ടിടം ഇപ്പോൾ വളരെ അടുത്തു കണ്ടു. ചുവന്ന വരാന്തകൾ, ചുവന്ന ചായം തേച്ച ചുവരുകൾ. കരിങ്കല്ലിൽ തീർത്ത ഭീമൻ തൂണുകൾ. മുറികളുടെ അഴിയുള്ള വാതിലുകൾ തുറന്നു കിടന്നിരുന്നു. പക്ഷേ, വിശാലമായ കോമ്പൗണ്ടിലൊരിടത്തും തടവുപുള്ളികളെ കാണാനുണ്ടായിരുന്നില്ല. എവിടെ നിന്നോ ആരോ ശ്രമപ്പെട്ടു ചുമയ്ക്കുന്ന ശബ്ദം വളപ്പിനുള്ളിൽ പ്രതിധ്വനിച്ചു. നെഞ്ചു പറിയുന്ന ചുമയായിരുന്നു അത്. പതിമൂന്നാം നമ്പർ സെല്ലിൽ കറുത്തു കീറിയ കമ്പിളി പുതച്ചിരുന്ന ഒരു പടുവൃദ്ധനാണു ചുമച്ചത്. അയാളുടെ മൊട്ടയടിച്ച തലയും കുഴിഞ്ഞ കണ്ണുകളും ഞാൻ വ്യക്തമായി കണ്ടു. എനിക്കു പിന്നെയും ഭയം തോന്നി.

കറുത്തു തടിച്ച താക്കോലായിരുന്നു ഗോഡൗണിന്റേത്. ആദ്യം അകത്തു കയറിയ പോലീസുകാരൻ നാലഞ്ചു തവണ തുമ്മി. പിന്നീട് അയാൾ ലൈറ്റിട്ടു. മഞ്ഞ വെട്ടത്തിൽ ആ വലിയ മുറി തെളിഞ്ഞു. വലിയ നാല് ഇരുമ്പു പെട്ടികൾ ഒന്നിനു മീതെ ഒന്നായി അടുക്കിവച്ചിരുന്നു. അവയ്ക്കുള്ളിൽ എന്താണെന്ന് എനിക്ക് മനസ്സിലായി. എന്റെ ശരീരം വിറച്ചു.

"ങ്ഹാ... ഈ പെട്ടി തന്നെ. ഇതു മതി..."

അച്ഛൻ നഷ്ടപ്പെട്ട കളിപ്പാട്ടം കിട്ടിയ സന്തോഷത്തോടെ പറഞ്ഞു. പോലീസുകാർ വീണ്ടും താക്കോൽക്കൂട്ടങ്ങളിൽ തിരഞ്ഞ് ഒരു താക്കോൽ കണ്ടെടുത്തു മുകളിലിരുന്ന പെട്ടി തുറന്നു.

"ചേരാട്ദീ, നീ നോക്ക്. .."

അച്ഛൻ വാൽസല്യത്തോടെ ആജ്ഞാപിച്ചു. ഞാൻ വിറയ്ക്കുന്ന പാദങ്ങൾ അകത്തേക്കു വച്ചു. തളം കെട്ടി കിടന്ന ജീർണവായുവിന്റെ ഗന്ധം എന്നെ ആക്രമിച്ചു. ഞാനും നാലഞ്ചു തവണ തുമ്മി. അതു ശ്രദ്ധിക്കാതെ അച്ഛൻ പെട്ടിയുടെ മൂടി വലിച്ചു തുറന്നു. മുട്ടയിടാൻ തയാറെടുക്കുന്ന കാളസർപ്പങ്ങളെപ്പോലെ നൂറ്റാണ്ടിന്റെ പഴക്കമുള്ള വലിയ കയറുകൾ വട്ടത്തിൽ ചുറ്റിച്ചുറ്റിയിരിക്കുന്നതു ഞാൻ കണ്ടു. എന്റെ രോമങ്ങൾ എഴുന്നു.

"ഇതു മതി... ഷിബ്ദേബ് ബാബൂ..ഇതേതാണെന്നറിയാമോ, നമ്മൾ രണ്ടെണ്ണത്തെ ഒന്നിച്ചു തൂക്കിയ കയറാണ്... ബെസ്റ്റ് സാധനം.. !"

അച്ഛൻ അഭിമാനത്തോടെ ഒരു ചുറ്റെടുത്തു നിവർത്തി. അഞ്ചു കെട്ടുകളുണ്ടായിരുന്നു അതിന്. ശ്വാസമെടുക്കാൻ പ്രയാസപ്പെട്ട് ഞാനതു നോക്കി നിന്നു.

"ബുക്സാർ കയർ വേറെയുണ്ട്..."

ശിബ്ദേബ് ജി തിരിഞ്ഞ് സഞ്ജീവ് കുമാറിനെ നോക്കി പുഞ്ചിരിച്ചു.

"ബിഹാറിൽ ബുക്സാർ ജയിലിൽ ഈ കയറുണ്ടാക്കുന്നുണ്ട്... നല്ല ഈടുള്ള സാധനമാണ്... പക്ഷേ ഗൃദ്ധാദായ്ക്ക് അത്ര പോരാ..."

"ഇതു ഗംഗ റോപ്സ് കമ്പനിക്കാരുടേതാണ് സൊഞ്ജുബാബൂ... ആ കമ്പനി നിർത്തിപ്പോയി... പക്ഷേ അവരുണ്ടാക്കുന്നത്ര നല്ല കയറ് എന്റെ ജീവിതത്തിൽ പിന്നെ കണ്ടിട്ടില്ല... നോക്ക്, നാൽപതു കിലോ തൂക്കം...

അറുപതടി നീളം... ഇതിൽ തൂങ്ങാൻ തന്നെ വേണം, സൊഞ്ജുബാബൂ, ഒരു യോഗം..."

അച്ഛൻ കയറിൽ സ്നേഹത്തോടെ ചുംബിച്ചു.

"ഒരിക്കൽ തൂക്കിക്കൊന്ന കയർ വീണ്ടും തൂക്കാൻ ഉപയോഗിക്കുമോ?"

സഞ്ജീവ് കുമാർ സംശയിച്ചു.

"അത് ആരാച്ചാരുടെ സ്വത്താണ് എന്നാണു സങ്കൽപ്പം... പല സ്ഥലങ്ങളിലും ആരാച്ചാർ അതു വീട്ടിൽ കൊണ്ടുപോയി മുറിച്ചു മുറിച്ചു വിൽക്കും... അതു കത്തിച്ച ചാരം കലക്കിക്കുടിച്ചാൽ മാറാ രോഗങ്ങൾ മാറുമെന്നാണു വിശ്വാസം.."

ശിബ്ദേബ് പറഞ്ഞു നിർത്തും മുമ്പേ അച്ഛൻ കയ്യുയർത്തി തടഞ്ഞു.

"അതൊക്കെ ചുമ്മാ... അന്ധവിശ്വാസം...! ഈ കയർ കൊണ്ട് ഇനിയൊരു നൂറെണ്ണത്തെക്കൂടി തൂക്കാം... വെറുതെ വെട്ടിമുറിച്ചു കത്തിച്ചു കളയണോ?"

അച്ഛൻ പെട്ടി വീണ്ടും ചികഞ്ഞ് ഏറ്റവും അടിയിൽ മടക്കി വച്ചിരിക്കുന്ന മറ്റൊരു കയർ ചുറ്റെടുത്തു.

"ഇതെന്റെ ബാബായുടെ കാലത്തേയുള്ളതാണ്.. കണ്ടില്ലേ ഇതിന്റെ അറ്റത്തെ കെട്ട്..ഈ കെട്ട് ഇത്ര ഭംഗിയായി ബാബായ്ക്കു മാത്രമേ ഇടാൻ പറ്റൂ.."

അച്ഛൻ ആ കയറിനെ ആദരവോടെ നോക്കി.

"ഓ... അതെ, എനിക്കോർമയുണ്ട്... - ദിനേശ് ചന്ദ്ര ഗുപ്തയെ തൂക്കിക്കൊന്ന കയറാണ് ഇത്, അറിയാമോ?"

അച്ഛൻ ഒന്നു നെടുവീർപ്പിട്ടു.

"അന്നാണ് എന്റെ അച്ഛൻ കരയുന്നതു ഞാൻ ആദ്യമായി കണ്ടത്. ഇഷ്ടമില്ലാതെ അച്ഛൻ ചെയ്ത ഒരേയൊരു ജോലി അതായിരുന്നു. ദാ, ഇതേ ജയിലിൽത്തന്നെയാണ് അദ്ദേഹത്തെ തൂക്കിയത്. പാവം. പത്തൊമ്പതു വയസ്സേയുണ്ടായിരുന്നുള്ളൂ. സ്വാതന്ത്ര്യ സമരത്തിനു വേണ്ടി ജീവൻ കളയാൻ ഞങ്ങൾക്കൊക്കെ പ്രചോദനമായത് അവരെപ്പോലെയുള്ള ചെറുപ്പക്കാരായിരുന്നു, സൊഞ്ജുബാബൂ... അതൊരു വലിയ കഥയാണ്... ഞാനതു നിങ്ങൾക്കു സൗകര്യം പോലെ പറഞ്ഞു തരാം... ആ കഥ വച്ചുതന്നെ നിങ്ങളുടെ മാസികയ്ക്ക് ഒരു നൂറ് ലക്കം ചൂടപ്പം പോലെ വിറ്റഴിക്കാം..."

അച്ഛൻ നെടുവീർപ്പോടെ ആ കയർ ചുറ്റു വീണ്ടും പെട്ടിയിൽത്തന്നെ വച്ച് ആദ്യത്തെ ചുറ്റു വീണ്ടും കയ്യിലെടുത്തു.

"അപ്പോൾ ഷിബ്ദേബ് ബാബൂ, ഇതു മതി, ജൊതീന്ദ്രനാഥിന്... ഇതു നമുക്കുറപ്പിക്കാം.."

"ഗൃദ്ധാദായുടെ ഇഷ്ടം.."

ശിബ്ദേബ് ബാബു ചിരിച്ചു. അച്ഛൻ കയറെടുത്ത് പുറത്തു വച്ചതിനു ശേഷം എന്നെ നോക്കി.

"നമുക്കിനിയും രണ്ടു തവണ കൂടി വരേണ്ടി വരും... തൂക്കുന്നതിന് ഒരാഴ്ച മുമ്പും പിന്നെ തലേന്നും... തൂക്കു മരവും നിലവറയും ലിവറുമൊക്കെ പരിശോധിക്കാൻ...പിന്നെ മണൽ ചാക്ക് വച്ചും നടത്തണം. ബാബൂ, അവന്റെ വെയ്റ്റ് എത്രയാണെന്നാ പറഞ്ഞത്?"

"കഷ്ടിച്ച് അമ്പത് കിലോ തൂക്കം അഞ്ചടി പത്തിഞ്ച് ഉയരം... അവനൊരു അശുവാണ്.."

ശിബ്ദേബ് ബാബു പറഞ്ഞു.

"അപ്പോൾ എത്ര കിലോയുടെ ഭാരം വച്ചു വേണം നമുക്കു തൂക്കിനോക്കാൻ, ചേതൂ?"

അച്ഛൻ എന്റെ വിജ്ഞാനം പരിശോധിക്കാനും പ്രദർശിപ്പിക്കാനും വേണ്ടി അന്വേഷിച്ചു.

"ഭാരത്തിന്റെ ഒന്നര ഇരട്ടി... -എഴുപത്തഞ്ചു കിലോ..."

ഞാൻ പറഞ്ഞു.

"ശരി, കയറിന്റെ നീളമോ?"

അച്ഛൻ വിജഗീഷുവായി ചോദിച്ചു.

"ഏഴടി രണ്ടിഞ്ച്.."

"നീയൊരു കുടുക്കിട്ട് ബാബുവിനെ കാണിക്ക്.."

ഞാൻ നിസ്സഹായയായി. പേഴ്സ് താഴെ വച്ച് ഞാൻ ആ വലിയ കയറിൽ സാവധാനം തൊട്ടു. കയറിന്റെ രോമങ്ങൾ കൂർത്തു മൂർച്ചയേറിയ മുള്ളുകൾപോലെ എന്റെ കയ്യിൽ തുളഞ്ഞു. നല്ല ഭാരമുണ്ടായിരുന്നു കയറിന്. ഞാൻ സാവധാനം അതെടുത്തുയർത്തി. ശിബ്ദേബ് ബാബുവിനെയും പോലീസുകാരെയും ഒന്നു നോക്കി. അവർ ആകാംക്ഷയോടെ എന്നെത്തന്നെ നിരീക്ഷിച്ചു. അച്ഛൻ തോർത്തെടുത്തു വിയർപ്പു തുടച്ചു. ഞാൻ കയർ വളച്ച് സാവധാനം ഒരു കുടുക്കുണ്ടാക്കി അച്ഛനു നീട്ടി.

"ഹാ, പെർഫെക്ട്.."

അച്ഛൻ സന്തോഷത്തോടെ അതു കയ്യിൽ വാങ്ങി എല്ലാവരെയും ഉയർത്തിക്കാട്ടി.

"കണ്ടോ, കണ്ടോ ഷിബ്ദേബ് ബാബൂ? കണ്ടോ സഞ്ജുബാബൂ? ഞാൻ പറഞ്ഞില്ലേ, ഇതെന്റെ പരമ്പരയുടെ ചോരയിലുള്ളതാണ്... അവൾ പെണ്ണാണെന്ന് നിങ്ങൾ തള്ളിക്കളയുകയൊന്നും വേണ്ട... അവളെന്റെ മകളാണ്... ഗൃദ്ധാമല്ലിക്കുമാരുടെ മുഴുവൻ ശക്തിയും പ്രതിഭയും അവൾക്കുണ്ട്.."

ശിബ്ദേബ് ബാബുവും സഞ്ജീവ് കുമാറും പോലീസുകാരും തലകുലുക്കി സമ്മതിച്ചപ്പോൾ എന്റെ മനസ്സു മ്ലാനമായി. ജീവിതത്തിൽ കിട്ടാതെ പോയ ഒരുപാട് അംഗീകാരങ്ങൾക്കു പകരം ഒരു കയർക്കുടുക്കാണ് വിധി സമ്മാനിച്ചതെന്ന ചിന്ത എന്നെ അലട്ടി. ഞാൻ ദുപ്പട്ടയുടെ അറ്റം കൊണ്ടു കഴുത്തും നെറ്റിയും തുടച്ചു.

"അപ്പോൾ ശരി... നമുക്ക് അടുത്ത പതിനെട്ടാം തീയതി വന്ന് ബാക്കി കാര്യങ്ങൾ നോക്കാം.."

അച്ഛൻ പെട്ടെന്ന് എന്തോ ഓർത്തതുപോലെ ഉറക്കെ പ്രസ്താവിച്ചു.

"അല്ല... തൂക്കുമരം കാണാൻ പോകണ്ടേ?"

സഞ്ജീവ് കുമാർ മിത്ര അന്വേഷിച്ചു.

"സൊഞ്ജുബാബൂ, ഇതല്ല, അതിനുള്ള സമയം.."

അച്ഛൻ ഉദാസീനനായി. അതിനെന്തോ കാരണമുണ്ടെന്ന് ഞാൻ ഊഹിച്ചു. പക്ഷേ, അതെന്തായിരുന്നു എന്നു പിറ്റേന്നാണ് വ്യക്തമായത്.

ജയിലിൽനിന്നു ഞങ്ങൾ പുറത്തു കടന്നത് ക്യാമറയുടെ ലെൻസിലേക്കാണ്. ഞാനും അച്ഛനും ഇറങ്ങിച്ചെല്ലുന്നതു ഷൂട്ട് ചെയ്യാൻ സഞ്ജീവ് കുമാറിന്റെ ക്യാമറാമാൻ തക്കം പാർത്തിരിക്കുകയായിരുന്നു. സഞ്ജീവ് കുമാർ മിത്ര പോക്കറ്റിൽനിന്ന് ഒരു പൗഡർ ചെപ്പെടുത്ത് അതിലെ കണ്ണാടിയിൽ നോക്കി പൗഡർ തേച്ച്, മുഖം മിനുക്കി ചീപ്പെടുത്തു മുടി ചീകി ക്യാമറാമാന്റെ കയ്യിൽനിന്നു മൈക്കെടുത്ത് സംസാരിക്കാൻ ആരംഭിച്ചു:

"അങ്ങനെ ലോകത്താദ്യമായി ഒരു സ്ത്രീ ആരാച്ചാർ തസ്തികയിൽ നിയമിതയായിരിക്കുകയാണ്. ബംഗാളിലെ പ്രശസ്ത ആരാച്ചാർ ഫണിഭൂഷൺ ഗൃദ്ധാ മല്ലിക്കിന്റെ എല്ലാ ഡിമാൻഡുകളും അംഗീകരിച്ചു കൊണ്ടു സർക്കാർ മല്ലിക്കിന്റെ മകൾ ചേതനാ ഗൃദ്ധാ മല്ലിക്കിനെ ആരാച്ചാർ തസ്തികയിൽ നിയമിച്ചു കഴിഞ്ഞു. നിയമന ഉത്തരവു കൈപ്പറ്റിയ ചേതന ഗൃദ്ധാ മല്ലിക് ജയിൽ ഐ.ജിയെയും ആലിപ്പൂർ കറക്ഷനൽ ഹോം സൂപ്രണ്ടിനെയും സന്ദർശിക്കുകയും തൂക്കിക്കൊലയുടെ തയാറെടുപ്പുകളുടെ ആദ്യ ഘട്ടം പൂർത്തിയാക്കുകയും ചെയ്തു. ജയിലിൽനിന്നു ചേതനയും പിതാവും പുറത്തു കടക്കുന്ന ദൃശ്യങ്ങളാണ് നിങ്ങളിപ്പോൾ കണ്ടു കൊണ്ടിരിക്കുന്നത്. ചേതന ഗൃദ്ധാ മല്ലിക് ഉയർന്ന മാർക്കോടെ പ്ലസ് ടൂ പാസ്സായിട്ടുണ്ട്. ചേതനാ ദീ, സി.എൻ.സിയിലേക്കു സ്വാഗതം, എന്തു പറയുന്നു, പുതിയ ജോലിയെപ്പറ്റി? ആരാച്ചാരായി ജോലി ചെയ്യാൻ പേടി തോന്നുന്നുണ്ടോ?"

സഞ്ജീവ് കുമാർ ഓർക്കാപ്പുറത്ത് എന്നോടു ചോദിച്ചു.

"ഞങ്ങൾ ഗൃദ്ധാമല്ലിക്കുമാർക്കു പേടിയെന്താണെന്ന് അറിയില്ല.."

ഞാൻ ആലോചിക്കാതെ വേഗം ഉത്തരം പറഞ്ഞു. അച്ഛൻ അതു കേട്ടു വിടർന്നു ചിരിച്ചു.

"ജോലി കിട്ടിയതിൽ സന്തോഷമുണ്ടോ?"

"ഇതു മുഴുവൻ ലോകത്തെയും സ്ത്രീകൾക്ക് അഭിമാനിക്കാവുന്ന നിമിഷമാണ്.."

"നിങ്ങൾ ആരാച്ചാരായാൽ മുഴുവൻ സ്ത്രീകൾക്കും അഭിമാനിക്കാൻ സാധിക്കുമെന്നു പറയുന്നതിന് അടിസ്ഥാനമുണ്ടോ?"

"സ്ത്രീകൾക്കു ചെയ്യാൻ സാധിക്കാത്ത ജോലിയൊന്നുമില്ലെന്ന് ഇതോടെ തെളിയിക്കപ്പെടും...."

"നിങ്ങളൊരു ഫെമിനിസ്റ്റാണോ?"

"എനിക്കറിഞ്ഞുകൂടാ... താങ്കൾക്കെന്തു തോന്നുന്നു?"

ആ ഉത്തരം അയാൾ പ്രതീക്ഷിച്ചിരുന്നില്ല .

"താനൊരു ഫെമിനിസ്റ്റാണോ എന്ന ചോദ്യം നമുക്കു നേരെ ഉയർത്തിക്കൊണ്ടാണ് ചേതനാ ഗൃദ്ധാ മല്ലിക് സംസ്ഥാനത്തിന്റെ ഔദ്യോഗിക വനിതാ ആരാച്ചാർ എന്ന ജോലി ഏറ്റെടുക്കാനൊരുങ്ങുന്നത്. ചരിത്രത്തിലാദ്യമായി വളയിട്ട കൈകളൊരുക്കുന്ന കുടുക്കു കഴുത്തിലണിഞ്ഞ് കാലപുരി പൂകുവാനുള്ള ഭാഗ്യം അതോടെ യതീന്ദ്രനാഥ് ബാനർജിക്കു കൈവന്നിരിക്കുകയാണ്... പ്രേക്ഷകരോട് ഒരു കാര്യം അറിയിക്കാൻ സി.എൻ.സി. ചാനലിന് അഭിമാനമുണ്ട്. യതീന്ദ്രനാഥ് ബാനർജിയുടെ തൂക്കിക്കൊല വരെയുള്ള എല്ലാ ദിവസങ്ങളിലും ഇനി ചേതന ഗൃദ്ധാ മല്ലിക് സി.എൻ.സി.

ചാനലിന്റെ കൂടെത്തന്നെയുണ്ടാകും.കാത്തിരിക്കുക, നാളെ ഏഴരയുടെ ബുള്ളറ്റിനിൽ യതീന്ദ്രനാഥ് ബാനർജിയെക്കുറിച്ച് പ്രത്യേക പരിപാടി. തുടർന്ന് ജൂൺ ഒന്നാം തീയതി മുതൽ എല്ലാ ദിവസവും യതീന്ദ്രനാഥ് ബാനർജിയുടെ തൂക്കിക്കൊല സംബന്ധിച്ച ഒരുക്കങ്ങളെക്കുറിച്ച് മുഖ്യ ആരാച്ചാരുടെ സഹായിയായി നിയമിതയായ ചേതന ഗൃദ്ധാ മല്ലിക് അന്നന്നുള്ള പുതിയ വിവരങ്ങൾ നൽകും. ഓർക്കുക, ചേതന ഗൃദ്ധാ മല്ലിക് നിങ്ങളുടെ സി. എൻ.സി. ചാനലിൽ മാത്രം. ആലിപ്പൂർ കറക്ഷനൽ ഹോമിനു മുമ്പിൽനിന്ന് ക്യാമറാ മാൻ അതുൽ കിഷൻ ചന്ദ്രയോടൊപ്പം സഞ്ജീവ് കുമാർ മിത്ര..."

അയാൾ ക്യാമറ ഓഫാകാൻ ഒരു നിമിഷം കാത്തതിനു ശേഷം മൈക്ക് ക്യാമറാമാന്റെ കയ്യിൽ കൊടുത്തു ഞങ്ങൾക്കരികിലേക്കു തിരിച്ചു വന്നു.

"ചേതനാ, യൂ വേർ മാർവലസ്... ഗൃദ്ധാദാ... താങ്കളുടെ മകൾ ഒരു അസാധാരണ സ്ത്രീയാണ്... ചേതനയുടെ പഠിത്തം തുടരണം... എന്നെക്കൊണ്ടാകുന്ന എന്തു സഹായവും ഞാൻ ചെയ്യാം.."

"സൊഞ്ജുബാബൂ, ഇതിനൊക്കെ നന്ദി പറയാൻ എനിക്കു വാക്കുകളില്ല."

അച്ഛൻ ആനന്ദാശ്രുക്കൾ ഒപ്പി.

"ബുധനാഴ്ച ഏഴരയുടെ ബുള്ളറ്റിനിൽ ലൈവായി നമുക്കു ചേതനയുടെ അഭിമുഖം സംപ്രേഷണം ചെയ്യണം... ഏഴു മണിക്കെങ്കിലും സ്റ്റുഡിയോയിൽ എത്തണം. ആറു മണിക്കു ഞാൻ വണ്ടി അയയ്ക്കും. ചേതന തയാറായിരിക്കുക."

"തീർച്ചയായും സൊഞ്ജുബാബൂ... ഞാൻ എന്റെ ഇത്രയും കാലത്തെ അനുഭവത്തിൽനിന്ന് ഒരു കാര്യം പറഞ്ഞോട്ടെ?"

അച്ഛൻ വിനയാന്വിതനായി. .

"സത്യം പറഞ്ഞാൽ നിങ്ങളുടെ ടിവി ചാനലുകളാണ് ഞങ്ങളെപ്പോലെയുള്ള പാവപ്പെട്ടവർക്കു സ്വാതന്ത്ര്യവും സമത്വവും നൽകുന്നത്... പണ്ടൊക്കെ ഞങ്ങളുടെ കഥ കേൾക്കാൻ ആരുമുണ്ടായിരുന്നില്ല. ഇന്ന് അത് അങ്ങനെയല്ല. അല്ലെങ്കിൽ എന്റെ മോളുടെ കാര്യം തന്നെയെടുക്കൂ. അവൾക്ക് ഇങ്ങനെയൊരു വലിയ പദവി ഇത്ര അനായാസമായി കിട്ടുമായിരുന്നോ? ഇല്ല. കിട്ടിയാൽത്തന്നെ അവൾക്ക് ലോകത്തിന്റെ മുമ്പിൽ ഇത്ര വലിയ ഒരു അംഗീകാരം കിട്ടുമായിരുന്നോ? ഒരിക്കലുമില്ല."

സഞ്ജീവ് കുമാർ മിത്രയുടെ ചുണ്ടുകളിൽ ഒരു പരിഹാസച്ചിരിയാണു വിടർന്നത്.

"താങ്കൾ പറഞ്ഞതു വളരെ ശരിയാണ് ഗൃദ്ധാദാ... എനിക്ക് ഈ സീഡി എത്രയും വേഗം ചാനലിൽ എത്തിക്കേണ്ടതുണ്ട്. അതുകൊണ്ട് നിങ്ങൾക്കു വീട്ടിലേക്കു തനിച്ചു പോകാമോ? "

"താങ്കൾ ധൈര്യമായി പോയ്ക്കോളൂ, സൊഞ്ജുബാബൂ. ഒന്നാം തീയതിയുടെ പരിപാടിയിൽ പറയേണ്ടതെന്തെന്ന് ചേതനയെ ഞാൻ പഠിപ്പിച്ചുകൊള്ളാം.."

അച്ഛൻ തോർത്തെടുത്തു നെറ്റി തുടച്ചു കൊണ്ട് യാത്ര പറയുന്നതു പോലെ കൈകൾ ഉയർത്തി.

"അതിന്റെ ആവശ്യമുണ്ടെന്നു തോന്നുന്നില്ല...അണ്ണാൻ കുഞ്ഞിനെ മരം കയറാൻ പഠിപ്പിക്കേണ്ടതില്ലല്ലോ?"

വണ്ടിയിൽ കയറാൻ തിടുക്കപ്പെട്ടു നീങ്ങിയ സഞ്ജീവ് കുമാർ മിത്ര ഗൗരവത്തിൽ പറഞ്ഞു. അച്ഛൻ ഉറക്കെച്ചിരിച്ചു. പിന്നീട് കയ്യുയർത്തി യാത്ര പറഞ്ഞു. ഞാൻ ചുവന്ന മതിൽക്കെട്ടിലേക്ക് കണ്ണുനട്ടു നിന്നു. പുറത്തു നിൽക്കെ എന്റെ വഴിയിലെ ഏറ്റവും വലിയ രക്ഷാമാർഗം ആ ചുവന്ന മതിൽ ക്കെട്ടായിരുന്നു. അകത്തു കയറിയപ്പോൾ അതെന്റെ വഴിയിലെ ഏറ്റവും വലിയ പ്രതിബന്ധമായി. മാറിടത്തിലെ വിങ്ങൽ കുറഞ്ഞു. പക്ഷേ പുഴുവ രിക്കുന്ന അനുഭവം തുടർന്നു. യാത്ര പറയുമ്പോൾ ഞാൻ അയാളെ നോക്കി യില്ല. എന്നെപ്പോലെ ഒരു അശക്തയ്ക്ക് അയാളെപ്പോലെ ഒരു പ്രതാ പിയോടു ചെയ്യാവുന്ന ആകെ പ്രതികാരം അതു മാത്രമായിരുന്നു. പൂർണ മായ അവഗണന. പക്ഷേ, ഞാൻ ജാള്യത്തോടെ സമ്മതിക്കട്ടെ- നിങ്ങൾക്ക് അതൊരുപക്ഷേ, സങ്കൽപ്പിക്കാൻ സാധ്യമല്ല-അപ്പോഴും, എന്റെ ഹൃദയം മഴ യിൽ നനഞ്ഞ താമരമൊട്ടു പോലെ ക്ഷമാപൂർവമായ ഒരു കരപരിലാളന യിൽ വിടരാൻ വ്യഗ്രതപ്പെട്ടു. ചിതയുടെ തലയ്ക്കൽ അടുപ്പുകൂട്ടാൻ ആഗ്ര ഹിക്കുന്നതുപോലെ തീർത്തും അനാശാസ്യമായ ഒരു വ്യഗ്രത.

ഒമ്പത്

ശബ്ദായമാനവും ഇടുങ്ങിയതും വൃത്തിഹീനവും തിരക്കേറിയതുമായ ചിത്പൂർ റോഡിലെ പഴയ പായൽ മൂടിയ ഗുഡ്സ് വെയർഹൗസ് കെട്ടിടത്തിനു മുകളിൽ പടർന്നു പന്തലിച്ച പേരാൽ എന്റെ തലയിൽ മുളച്ചു നിൽക്കുന്നതു സ്വപ്നം കണ്ടാണു ഞാൻ ഞെട്ടിയുണർന്നത്. മുടിയിഴ കൾക്കു പകരം തവിട്ടു വേരുകൾ ശിരസ്സിൽനിന്ന് അരയറ്റം നീണ്ടു കിടന്നു. അറ്റം ചവന്നു തുടുത്ത വേരുകളിൽ ഞാൻ പരിഭ്രമത്തോടെ സ്പർശിച്ചു. അപ്പോൾ ഇടയിലെ കെട്ടുകൾ കയ്യിൽത്തടഞ്ഞു. അവ വേരുകളായിരുന്നില്ല. സോപ്പും പഴവും മെഴുകും തേച്ചു മയപ്പെടുത്തിയ തൂക്കുകയറുകളായിരുന്നു. പായയിൽനിന്നു ഞാൻ പിടഞ്ഞെഴുന്നേറ്റു. അഞ്ചു മണി കഴിഞ്ഞിട്ടേയുണ്ടാ യിരുന്നുള്ളൂ. പക്ഷേ, പുറത്തു സൂര്യപ്രകാശം പരന്നിരുന്നു. ചായ കൊടു ക്കുമ്പോൾ ഥാക്കുമായോട് ഞാൻ ആ സ്വപ്നത്തെ കുറിച്ചു പറഞ്ഞു. ഥാക്കുമാ എന്നെ വ്യാകുലപ്പെട്ടു നോക്കി. ആ സ്വപ്നം മരണലക്ഷണമായി രുന്നു. എന്റെ തലയിൽ ഒരു അമ്പതു പൈസ നാണയമുഴിഞ്ഞ് ഥാക്കുമാ പ്രാഞ്ചി പ്രാഞ്ചി ശ്മശാനത്തിലേക്കു പുറപ്പെട്ടു. തിരികെ വന്നത് ഒരു ചുവന്ന ചരടും ഏതോ ചുടലയിലെ ഭസ്മവും കൊണ്ടാണ്. ഭസ്മം എന്റെ നെറുക യിൽ ചാർത്തി ചരട് എന്റെ കഴുത്തിൽ കെട്ടി ഥാക്കുമാ കണ്ണുകളടച്ചു പ്രാർഥിച്ചു.

വീടിനുള്ളിൽ സംഘർഷം നിറഞ്ഞ ദിവസമായിരുന്നു അത്. ഞാനും അച്ഛനും മടങ്ങിയെത്തിയതു മുതൽ വീടിനകം സ്ട്രാൻഡ് റോഡിനെക്കാൾ ബഹളമയമായി. 'അവസാനം കാര്യം വരുമ്പോൾ സ്വന്തം ചോരയാണു വലുത്' എന്നു കാക്കിമാ ഒച്ചവച്ചു. ഒരു പെൺകുട്ടിയെ ഇങ്ങനെയൊരു ജോലിക്ക് വിടേണ്ട കാര്യമില്ലെന്ന് കാക്കു ഏറ്റുപിടിച്ചു. ഥാക്കുമാ രാമനാമം ജപിച്ചു കൊണ്ട് രാമുദായുടെ മുറിയിലെ ചൂടിക്കട്ടിലിൽ ബ്ലാങ്കറ്റ് പുതച്ചു കിടന്നു. മാ കണ്ണുനീർ ഒപ്പി മൂക്കു പിഴിഞ്ഞ് അടുക്കളയിലും പുറത്തും ജോലിയിൽ മുഴുകി. പരസ്പരവിരുദ്ധമായ അനുഭവങ്ങളാൽ ഞാൻ തകർന്നു. രാമുദായ്ക്ക് ഭക്ഷണം കൊടുത്തപാടെ ഞാൻ വിരിച്ചു കിടന്നു. ഇംഗ്ലീഷിന്റെ പാഠങ്ങൾ പറഞ്ഞു കൊടുക്കാൻ ചമ്പയും കണക്കിന്റെ സംശയം ചോദിച്ച് രാരിയുമെ ത്തിയപ്പോൾ 'നാളെയാകട്ടെ' എന്നു ഞാൻ പറഞ്ഞതും കേസായി. കാക്കി മാ ഉറഞ്ഞുതുള്ളി. രാമുദാ നിശ്ശബ്ദനായി ആസ്ബസ്റ്റോസ് ഷീറ്റിൽ കണ്ണു നട്ടു കിടന്നു. കണ്ണും കാതും കൊട്ടിയടച്ച് എല്ലാം മറന്ന് ഉറങ്ങാനാണ് ഞാൻ ആഗ്രഹിച്ചത്. പക്ഷേ ഹേമുദായുടെ കാളിക്ഷേത്രത്തിൽ ഒരു മൃഗം ഇടതടവില്ലാതെ നിലവിളിച്ചു. രാവിലെ കാക്കിമാ ഉണർന്നെഴുന്നേറ്റു പുറ ത്തു വന്നപ്പോൾ കണ്ടത് വാതിൽക്കൽ ഇറ്റുകിടന്ന രക്തത്തുള്ളികളാണ്.

BHAGYANATH '11

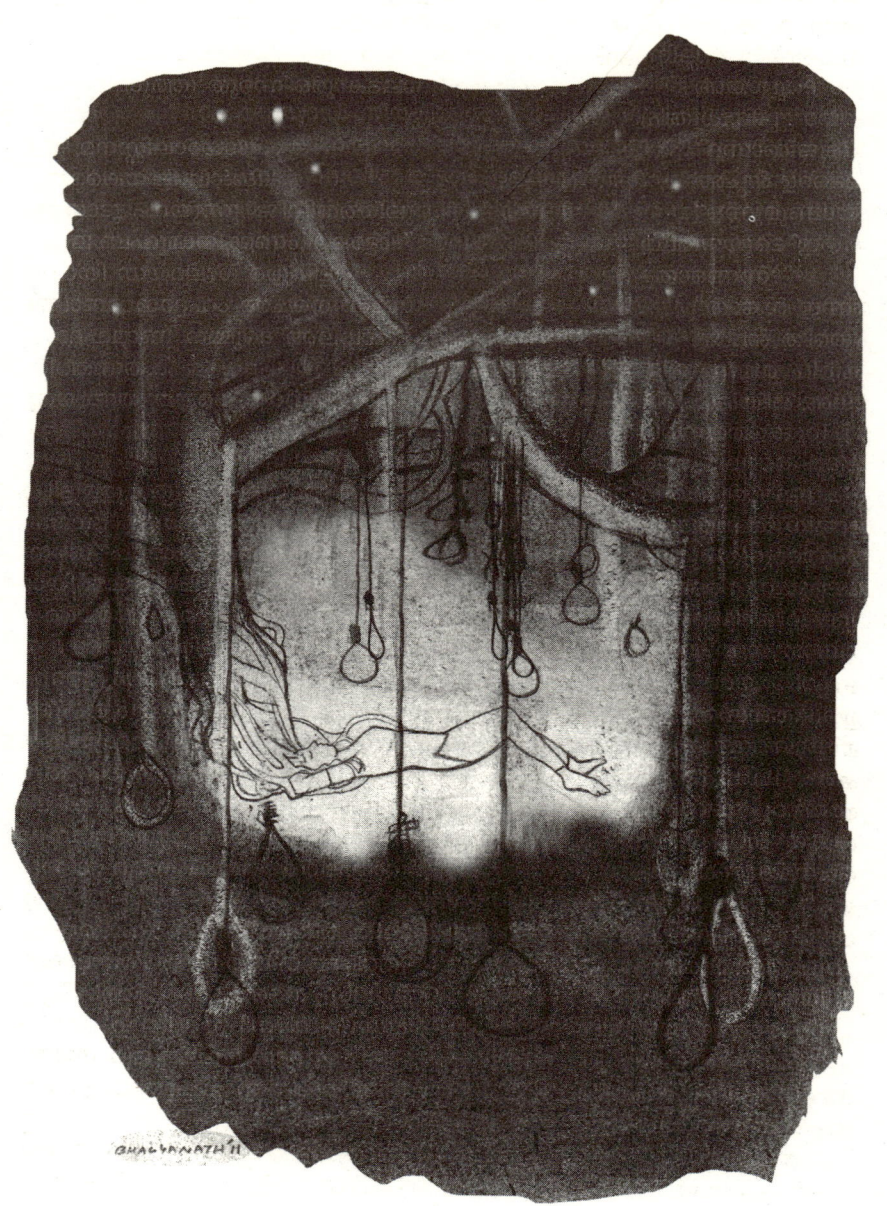

ചീത്തശകുനം എന്ന് അവർ നിലവിളിച്ചു. ശബ്ദം കേട്ട് വന്ന അച്ഛൻ അവരെ ശകാരിച്ചു. ആരാച്ചാർക്കു രക്തത്തേക്കാൾ നല്ല ശകുനമില്ലെന്ന് സമർഥിച്ചു. ചോര കണ്ട് പേടിച്ച കാക്കുവിനെ അച്ഛൻ ആക്ഷേപിച്ചു.

"സ്വന്തമായി ഒരു കോഴിയെക്കൊല്ലാൻ പോലും ധൈര്യമില്ലാത്ത പൊട്ടൻ! എടാ, നിന്നെ രക്ഷിക്കാൻ വേണ്ടി ഞാനെന്റെ മോളെ ബലി കൊടുക്കുകയാണെന്ന് നീ മനസ്സിലാക്കേണ്ടതായിരുന്നു.."

"ഓ... എന്നെ രക്ഷിക്കാൻ ദാദാ അത്രയൊന്നും പ്രയാസപ്പെടണ്ടാ... ചേതന ഒരു പെണ്ണാണ്... കല്യാണം കഴിച്ച് കുടുംബമായി ജീവിക്കേണ്ടവളാണ്... അത് മറന്നു പോകരുത്.."

കാക്കു രോഷാകുലനായി.

"അവളെ കൊത്തിക്കൊണ്ടു പോകാൻ ആമ്പിള്ളേർ ഇഷ്ടംപോലെ വരും, നോക്കിക്കോ.."

അച്ഛൻ പൊട്ടിച്ചിരിച്ചു.

"ഇപ്പത്തന്നെ ആ വന്നവൻ അവളെ കല്യാണം ആലോചിച്ചു എന്നു പറഞ്ഞല്ലോ..അതു ശരിയാണോ?"

കാക്കിമാ ഇടപെട്ടു.

"ങ്ഹാ.. അവൻ ആലോചിച്ചു... പക്ഷേ അതു നമ്മൾ തീരുമാനിച്ചിട്ടൊന്നുമില്ല.. അവളെന്താ ചിലവാനക്കാരിയാണോ ഇപ്പോൾ? ലോകത്തിലാദ്യമായാണ് ഒരു പെണ്ണ് ആരാച്ചാരാകുന്നത്... ശക്തിയുടെയും സ്വാഭിമാനത്തിന്റെയും പ്രതീകമാണ്, മുഴുവൻ ലോകത്തിനും ഇന്നവൾ. അത് മറന്നു കൂടാ... ചേതൂദീ, നീ റെഡിയാക്... നമുക്ക് ഒരിടത്ത് പോകണം.."

ഒന്നാം തീയതി ചാനലിൽ പോകും വരെ മറ്റെവിടെയെങ്കിലും പോകേണ്ടി വരുമെന്ന് എനിക്കു ധാരണയുണ്ടായിരുന്നില്ല. അതെങ്ങോട്ടാണ് എന്ന് ഊഹിക്കാനും സാധിച്ചില്ല. പതിനൊന്നു മണിയോടെ അച്ഛൻ മുടി മിനുക്കി മീശ തലോടി ധൃതികൂട്ടിയപ്പോൾ ഞാൻ മുടി പിന്നി മടക്കിക്കെട്ടി അവശേഷിച്ച ഏക നല്ല വസ്ത്രമായ വയലറ്റ് സാൽവാർ കമ്മീസ് ധരിച്ച് യാത്രയ്ക്കൊരുങ്ങി. അറുപത്തിരണ്ടാം നമ്പർ ബസിൽ നല്ല തിരക്കുണ്ടായിരുന്നു. അകലെ വീണ്ടും ആലിപ്പൂരിന്റെ ചുവന്ന ചായം തേച്ച മതിലുകൾ കണ്ടപ്പോൾ എന്റെ ഉള്ളു കാളി. കരാർ പ്രകാരം സഞ്ജീവ് കുമാർ മിത്രയെ അത് അറിയിക്കേണ്ടതല്ലേ എന്നു ഞാൻ സംശയിച്ചു. എന്റെ മനസ്സു വായിച്ചതു പോലെ അച്ഛൻ ഗൗരവത്തിൽ പറഞ്ഞു:

"അവൻ മിടുക്കനാണ്. നമുക്ക് ഉപകാരിയുമാണ്. സംശയമില്ല. പക്ഷേ, ചില കാര്യങ്ങളിൽ പത്രക്കാരെ വിശ്വാസത്തിലെടുക്കാൻ സാധിക്കില്ല.."

എനിക്കു മനസ്സിലായില്ല.

"നിന്നെ ഗവൺമെന്റ് ഒരു ജോലിക്കു നിയോഗിച്ചിരിക്കുകയാണ്. ഗവൺമെന്റാണ് നിന്റെ യജമാനൻ. ഗവൺമെന്റിനോടുള്ളതിൽക്കൂടുതൽ കടപ്പാടോ നന്ദിയോ മറ്റാരോടും പാടില്ല..."

ജയിൽ കവാടം കടന്ന് അകത്തു ചെല്ലും വരെ അച്ഛൻ കൂടുതലൊന്നും പറഞ്ഞില്ല. ശിബ്ദേബ് ബാബുവിന്റെ ഓഫിസിനു പുറത്തു ഞാൻ കാത്തു നിൽക്കെ, ഒരു പോലീസുകാരനും അച്ഛനും പുറത്തേക്കു വന്നു. എവിടേ

ക്കാണു പോകുന്നതെന്നു തീർച്ചയില്ലാതെ ഞാൻ അവരെ അനുഗമിച്ചു. ഇത്തവണ രണ്ടാമത്തെ ഗേറ്റ് കടന്ന് ഇടത്തോട്ടാണ് അച്ഛൻ തിരിഞ്ഞത്. എന്താണ് അദ്ദേഹത്തിന്റെ ലക്ഷ്യമെന്ന് എനിക്ക് ഊഹിക്കാൻ സാധിച്ചില്ല.

"അങ്ങോട്ടു നോക്ക്... ആ കാണുന്നതൊക്കെ കണ്ടം സെല്ലുകളാണ്...."

അച്ഛൻ കൈചൂണ്ടി. ഞാൻ കൺമിഴിച്ച് അവിടേക്കു നോക്കി. മൂന്നു തടവു മുറികൾ ഞാൻ വ്യക്തമായി കണ്ടു. ഒരിക്കൽക്കൂടി എന്റെ രോമങ്ങൾ എഴുന്നു. കത്തിക്കിടക്കുന്ന മഞ്ഞ ബൾബിന്റെ പ്രകാശം എന്റെ കണ്ണുകളിൽ കുത്തിക്കയറി. ആ ജയിലഴികളെക്കുറിച്ചു പിന്നീടു ചിന്തിച്ചപ്പോഴൊക്കെ കത്തി നിൽക്കുന്ന മഞ്ഞ വെളിച്ചം മാത്രമേ ഓർത്തെടുക്കാൻ സാധിച്ചിട്ടുള്ളൂ. ഞങ്ങളെത്തിയത് രക്തസാക്ഷി മണ്ഡപം പോലെയൊരിടത്താണ്. ഉയർന്ന സ്റ്റേജിൽ കുത്തി വച്ച കൊടി മരം പോലെ ഒരു തടിക്കഷ്ണം ആകാശ ത്തേക്ക് ഉയർന്നു നിന്നു. അച്ഛൻ ശബ്ദം താഴ്ത്തി മന്ത്രിച്ചു:

"ഫൻസി കാത്.."

തൂക്കുമരം! ഞാൻ ഒരാന്തലോടെ നോക്കി. പുരാതനമായ, കറുത്ത ഈട്ടി ത്തടിയാണ് ആദ്യം കണ്ടത്. അത് ആകാശത്തിനു താഴെ, കുറിയ ഇടംകാൽ നീണ്ട വലംകാലിൽ കുത്തി തപസ്സു ചെയ്യുന്ന ശിരസ്സു നഷ്ടപ്പെട്ട മനുഷ്യ നാണെന്നു തോന്നി. ഇതാ, ഇവിടെയാണ് കയർ കൊരുക്കുവാനുള്ള കൊളുത്ത്, ഇവിടെയാണ് കയർ തൂക്കുവാനുള്ള കപ്പി, കുടുക്ക് ദാ ഇവിടെ വേണം എന്നൊക്കെ അച്ഛൻ എന്നെ പഠിപ്പിച്ചു. ഞാൻ കൊളുത്തിനു നേരെ താഴെ നിന്ന് മുകളിലേക്കു നോക്കി. ആ നിമിഷം അദൃശ്യമായ ഒരു പക്ഷി എന്റെ ഇടത്തെ നെഞ്ചു വഴി ഉള്ളിൽക്കടന്ന് ചിറകടിക്കാൻ ആരംഭിച്ചു. ചിറകടികൾ നെഞ്ചിനുള്ളിൽ വ്യക്തമായി മുഴങ്ങി. കൂർത്ത കൊക്കും കാൽനഖങ്ങളും തട്ടി എവിടെയൊക്കെയോ ചോരപൊടിഞ്ഞു.

"ദാ, ഇതാണ് ലിവർ..."

അച്ഛൻ പറഞ്ഞു. ഞാൻ സാവധാനം അടുത്തു ചെന്ന് ലിവറിൽ തൊട്ടു. അതു തണുത്തും തുരുമ്പു പിടിച്ചും ഇരുന്നു. കാഴ്ച മങ്ങിയ കണ്ണുക ളോടെ ഞാനതിൽ ഉറ്റുനോക്കി. നൂറ്റാണ്ടുകളായി എന്റെ പിതാമഹൻമാരുടെ വിരൽപ്പാടുകൾ പതിഞ്ഞ ഇരുമ്പു ദണ്ഡ്. ജോലിയിൽനിന്നു പിരിഞ്ഞു മര ണത്തിലേക്കു പോകുമ്പോഴൊക്കെ പകരം ഒരാളെ അവർ നീതിനിർവഹണ ത്തിനായി ലോകത്തിനു സമർപ്പിച്ചു ദൗത്യം മുടങ്ങാതെ കാത്തു. അവസാനം ഇതാ, ദൗത്യം പൂർത്തീകരിക്കാൻ ഞാൻ നിയോഗിക്കപ്പെട്ടിരിക്കുന്നു. എന്താണ് ആ ദൗത്യമെന്ന് ഞാൻ വ്യാകുലപ്പെട്ടു. ഞാൻ ലിവറിൽ സാവ ധാനം തലോടി. പിന്നീട് അതു പിടിച്ചുയർത്താൻ ശ്രമിച്ചു. പക്ഷേ തുരുമ്പു കാരണം അത് അനങ്ങിയില്ല. നോക്കട്ടെ എന്ന് പറഞ്ഞ് അച്ഛനും ശ്രമിച്ചു. അപ്പോഴും അത് അനങ്ങിയില്ല. 'എണ്ണ വേണം ബാബു, ആകെ തുരുമ്പെടു ത്തിരിക്കുകയാണ്' എന്ന് അച്ഛൻ പോലീസുകാരനോട് പരാതി പറഞ്ഞു. 'ഇപ്പോൾ കൊണ്ടു വരാം' എന്നു പറഞ്ഞ് പോലീസുകാരനും പിറകെ അച്ഛനും താഴെയിറങ്ങി വന്ന വഴിയേ നടന്നു. ഞാനും തൂക്കുമരവും തനി ച്ചായി. ചാരനിറമുള്ള ആകാശത്തിനു കീഴെ മങ്ങിയ വെയിലിൽ തൂക്കുമരം അപൂർണ ശിൽപം പോലെ കാണപ്പെട്ടു. പിന്നിലെ മതിലിന്റെ ഇരുണ്ട ചുവരു

കളിൽ കുമ്മായം ഇളകിയടർന്നിരുന്നു. എന്റെ ഏതോ ഒരംശം എത്രയോ തലമുറകളിലൂടെ യാത്ര ചെയ്ത് ഈ നിമിഷത്തിൽ എത്തിച്ചേർന്നു എന്നു ചിന്തിച്ചപ്പോൾ വല്ലാത്ത മന:ശാന്തി അനുഭവപ്പെട്ടു. ഇതായിരിക്കാം, ഞങ്ങളുടെ പരമ്പരയുടെ സമുദ്രം. ഗംഗയിലെ ജല കണികകൾ പോലെ ഞങ്ങളെല്ലാം കുതിച്ചു വന്നത് ഈ സമുദ്രം തേടിയാണ്. ആരാച്ചാരുടെ തൊഴിൽ യാന്ത്രികമായ ഒരു സർക്കാർ ജോലിയല്ലെന്ന് എനിക്ക് അപ്പോൾതോന്നി. അവനവനെ യുദ്ധം ചെയ്തു പരാജയപ്പെടുത്താതെ ഈ ലിവർ വലിക്കാൻ മനുഷ്യസ്ത്രീകളിൽ പിറന്നവർക്കാർക്കും സാധ്യമല്ല. പിന്നിലാരോ നിൽക്കുന്നതുപോലെ അനുഭവപ്പെട്ടു ഞാൻ തിരിഞ്ഞു. അച്ഛൻ എന്നെ നിരീക്ഷിച്ചുകൊണ്ടു നിൽക്കുകയായിരുന്നു. അച്ഛന്റെ മുഖത്ത് ചിരി വിടർന്നു.

"ഇന്നലെ എല്ലാവരുടെയും മുമ്പിൽ വച്ച് നിന്നെ ഇവിടേക്കു കൊണ്ടുവരാൻ എനിക്കു പേടിയുണ്ടായിരുന്നു.."

അച്ഛൻ പറഞ്ഞു.

"ഇതു കണ്ടു നീ ഭയന്നാൽ അവരുടെയെല്ലാം മുമ്പിൽ നമുക്ക് വലിയൊരു അടിയായിരുന്നേനെ... ഇപ്പോൾ എനിക്കു സമാധാനമായി, ചേതൂ... നീ ധൈര്യശാലിനി തന്നെ.."

ഞാൻ ഒന്നും പറയാതെ തല കുനിച്ചു നിന്നു. അതു ധൈര്യത്തിന്റെ പ്രശ്നമായിരുന്നില്ല, മറിച്ചു നിവൃത്തികേടിന്റേതായിരുന്നു. എന്റെ അവസാനത്തെ രക്ഷാമാർഗമായിരുന്നു, തൂക്കുമരം.

"എത്രയോ കൊല്ലമായി ഞാനിവിടെ വന്നിട്ട്... പക്ഷേ ഇപ്പോഴും വന്നു കയറുമ്പോൾ ഞാൻ ഇന്നലെയും ഇവിടെത്തന്നെയുണ്ടായിരുന്നെന്നു തോന്നും..."

അച്ഛൻ ചുറ്റും നോക്കി തോർത്തെടുത്തു വിയർപ്പു തുടച്ചു.

"ദാ, കണ്ടോ, എത്ര വർഷം പഴക്കമുള്ള നിലമാണിത്... നോക്ക്, ഇവിടെ പണ്ടൊരു ഭിത്തിയുണ്ടായിരുന്നു. ഇവിടെയൊക്കെ നമ്മുടെ പിതാമഹൻ കണക്കുകൂട്ടിയതിന്റെ പാടുകൾ കാണാമായിരുന്നു.. പണ്ടൊക്കെ ഇവിടെ ഒരു വാതിൽ കൂടിയുണ്ടായിരുന്നു. സായ്പൻമാർ ഇവിടെ വന്നു നിന്നാണ് തൂക്കിക്കൊല കണ്ടിരുന്നത്... നോക്ക്, ഇവിടെയാണ് ജയിൽ ഡിജിപിയും സൂപ്രണ്ടും മജിസ്ട്രേട്ടും നിൽക്കുന്നത്. പുള്ളിയെ അകത്തു കൊണ്ടുവന്ന് മുഖംമൂടിയിട്ട് കയ്യും കെട്ടിക്കഴിഞ്ഞാൽ ഉടനെ മജിസ്ട്രേട്ട് ഒരു ചുവന്ന തൂവാല താഴേക്കിടും... അതാണ് നമ്മുടെ അടയാളം... ആ നേരത്ത് ലിവർ വലിക്കണം..."

ഞാൻ അച്ഛനെ നോക്കി ശബ്ദിക്കാനാകാതെ നിന്നു.

"മനസ്സാന്നിദ്ധ്യമാണ് ആരാച്ചാർക്ക് അത്യന്താപേക്ഷിതമായ ഗുണം... മറ്റൊരു ചിന്തയും പാടില്ല. എല്ലാം മറക്കണം. ലിവറും ആ ചുവന്ന തൂവാലയും മാത്രം കാണണം. ബുദ്ധിയും പ്രജ്ഞയും അതിൽ സമർപ്പിക്കണം."

അച്ഛൻ ഒന്നു നെടുവീർപ്പിട്ടു.

"നീതി നടപ്പാക്കുക മാത്രമാണു നമ്മൾ ചെയ്യുന്നത്. നമ്മളിപ്പോൾ ശിക്ഷിക്കാൻ പോകുന്ന ജൊതീന്ദ്രനാഥിന്റെ കാര്യത്തിൽത്തന്നെ, അവൻ കൊലപ്പെടുത്തിയ ആ പെൺകുട്ടിയെ ഓർക്കുക. അമ്മയ്ക്ക് മരുന്നു വാങ്ങാൻ പോയതാണ് അവൾ. ഉപദ്രവിക്കല്ലേ എന്ന് അവൾ കരഞ്ഞു

പറഞ്ഞു കാണും. അയാൾ ആ നേരത്ത് അതു ചെവിക്കൊണ്ടില്ല. ഒരു നിമിഷം അയാൾ കൊടും ദുഷ്ടത കാണിച്ചു. അതിനു പരിഹാരം ചെയ്യേണ്ടത് ഗവൺമെന്റിന്റെ ജോലിയാണ്. അനീതി ചെയ്തവന്റെ ജീവൻ ജപ്തി ചെയ്യാൻ നമ്മളെ അയയ്ക്കുന്നു—അത് നമ്മുടെ ധർമ്മമാണ്. ”

അച്ഛൻ തലയുയർത്തി പുരാതനമായ ആ തൂക്കുമരത്തെ രണ്ടു മൂന്നു നിമിഷങ്ങൾ ഉറ്റു നോക്കി.

“ടിക് എന്നൊരു ശബ്ദം മാത്രമേ കുടുക്കു മുറുകുമ്പോൾ കേൾക്കുകയുള്ളൂ. കഴുത്തെല്ലൊടിയുന്ന ശബ്ദമാണ് അത്. അതോടെ തലച്ചോറിലേക്കുള്ള ഞരമ്പുകൾ മുറിഞ്ഞു പോകും. അപ്പോൾ ബോധം കെടും. ചെറിയൊരു പാളിച്ച സംഭവിച്ചാൽ, ആ ഒരു നിമിഷത്തെ വെപ്രാളത്തിൽ അയാളുടെ നഖങ്ങൾ നീളും. ശരീരത്തെ മാന്തിപ്പറിക്കും. മലവും മൂത്രവും മറ്റും പോകും...”

എന്റെ ജീവൻ പോയി! ഞാനേറ്റെടുത്തുപോയ ദൗത്യം ശിരസ്സിൽ മുളച്ചു പന്തലിച്ച പേരാൽ പോലെ അതിന്റെ വേടുകളാൽ എന്റെ കഴുത്തിനു ചുറ്റും വരിഞ്ഞു. സേനാ രാജാക്കൻമാരുടെ കാലത്ത്, ചിത്തൊസ്വരൂപ് ഗൃദ്ധാ മല്ലിക് ആയിരുന്നു ആരാച്ചാർ. പാലാ രാജവംശത്തിലെ അവസാന രാജാവ് മദനപാലയെ സേനാ രാജാക്കൻമാർ പരാജയപ്പെടുത്തി. പരാജയപ്പെട്ട രാജാവിനെ തൂക്കിലേറ്റാൻ ചിത്തൊ സ്വരൂപ് പിതാമഹനെയാണു വിളിച്ചത്. അധികാരത്തിലിരിക്കുമ്പോൾ സിംഹത്തെപ്പോലെ വാണിരുന്നു, മദനപാല. ചങ്ങലകളിൽ തളയ്ക്കപ്പെട്ടപ്പോൾ അദ്ദേഹം കുറുക്കനെപ്പോലെയായി. ഒടുവിൽ, മരണത്തെ മുഖാമുഖം കണ്ട നിമിഷം പഴയ മഹാരാജാവ് ചാവാലിപ്പട്ടിയെപ്പോലെ മോങ്ങി. മഹാരാജാക്കൻമാരുടെ പ്രൗഢി അധികാരത്തിന്റെ മായാവിനോദമാണെന്ന് ഓർമിപ്പിക്കാൻ ഥാക്കുമാ ഇടയ്ക്കിടെ ഈ കഥ പറഞ്ഞു. നന്ദകുമാർ മഹാരാജാ മാത്രമായിരുന്നു അപവാദം. പക്ഷേ അദ്ദേഹം യഥാർഥത്തിൽ മഹാരാജാവായിരുന്നുമില്ല. ആരാച്ചാരുടെ കൈ പിഴയ്ക്കുമ്പോൾ, ആ അവസാന നിമിഷത്തെ വെപ്രാളത്തിൽ ദുർബലരായി മലവും മൂത്രവും വിസർജ്ജിച്ചവരിൽ ചക്രവർത്തികളെന്നോ പിച്ചക്കാരെന്നോ ഭേദമുണ്ടായില്ലെന്ന് ഓർത്തപ്പോഴൊക്കെ എന്റെ ഹൃദയം പടപടാ മിടിച്ചു.

അച്ഛൻ കൂടുതലെന്തോ പറയാൻ തുടങ്ങിയെങ്കിലും മടങ്ങിവന്ന പോലീസുകാരനെ കണ്ട് സംസാരം നിർത്തി. അച്ഛനും അയാളും ചേർന്ന് ലിവറിന്റെ സ്ക്രൂവിൽ എണ്ണയിട്ടു. ഞാൻ വീണ്ടും തൂക്കുമരത്തിന്റെ കീഴിലേക്കു നീങ്ങി മുഖമുയർത്തി നോക്കി. തൂക്കുമരത്തിന്റെ മുകൾ ഭാഗത്ത് ത്രികോണാകൃതിയിൽ പഴകിയ മാറാല വലകൾ പടർന്നിരുന്നു. കറുപ്പിൽ പുള്ളികളുള്ള ഒരു പെൺചിലന്തി അതിനുള്ളിൽ സ്വസ്ഥമായി ഉറങ്ങി. അതിന്റെ വെളുത്ത അടിവയർ വലിയൊരു മുട്ടയാണെന്ന് എനിക്കു തോന്നി. ആ സമയത്താണ് കനത്ത കാലൊച്ച മുഴങ്ങിയത്. ഞാൻ ഞെട്ടിത്തിരിഞ്ഞു. അത് അയാൾ തന്നെയായിരുന്നു. സഞ്ജീവ് കുമാർ മിത്ര. ഞാൻ സ്തബ്ധയായി. നേരത്തെ ഉള്ളിൽക്കടന്ന പക്ഷി ക്രമാതീതം ചിറകടിച്ച് എന്നെ മുറിപ്പെടുത്തി.

"ഹതു ശരി..ഒരു കരാർ എഴുതി ഒപ്പിട്ടു തന്നതിന്റെ അടുത്ത ദിവസം തന്നെ അതു ലംഘിക്കുകയാണല്ലേ? ഗൃദ്ധാദാ, ഇതെന്നോടു വേണ്ടിയിരുന്നില്ല...!"

അയാളുടെ ശബ്ദം കമഴ്ത്തി വച്ച പാത്രത്തിൽ നിന്നെന്നതു പോലെ പ്രതിധ്വനിച്ചു. വേവലാതിയോടെ ഞാൻ അച്ഛനെ നോക്കി.

"സൊഞ്ജുബാബൂ, അതിനിപ്പോൾ ഇവിടെന്തുണ്ടായി?"

അച്ഛൻ ഉറക്കെ ചിരിച്ചു കൊണ്ടു ജോലി തുടർന്നു.

"ഒന്നുമുണ്ടായില്ലേ? വളരെ വ്യക്തമായി ഞാൻ പറഞ്ഞിരുന്നതല്ലേ, ചേതനയുടെ ഇനിയുള്ള ദിവസങ്ങൾ ഞങ്ങളുടെ ചാനലിന് അവകാശപ്പെട്ടതാണെന്ന്?"

"താങ്കൾ ഇന്നത്തെ ദിവസം വേണമെന്ന് ആവശ്യപ്പെട്ടിരുന്നില്ലല്ലോ?"

അച്ഛൻ തീരെ പതറാതെ അന്വേഷിച്ചു.

"നമ്മൾ പിരിയുമ്പോൾ താങ്കൾ ആവശ്യപ്പെട്ടത് ഒന്നാം തീയതിയുടെ പരിപാടിയിൽ അവൾ പങ്കെടുക്കണമെന്നു മാത്രമാണ്... അല്ലാതെ, ഇന്നത്തെ ദിവസത്തെക്കുറിച്ച് നമ്മൾ തമ്മിൽ എന്തെങ്കിലും സംസാരമുണ്ടായിട്ടുണ്ടോ? കാര്യമില്ലാതെ ദേഷ്യപ്പെടരുത്, സൊഞ്ജുബാബൂ... ഞങ്ങൾ ഗവൺമെന്റ് ജീവനക്കാരാണ്... ഞങ്ങളുടെ ജോലി ഇതാണ്. ചാനലിന് വേണ്ടി ഷൂട്ട് ചെയ്യേണ്ടത് നിങ്ങളുടെ ജോലിയാണ്. തിരിയുന്നതും മറിയുന്നതും തുമ്മുന്നതും തൂറുന്നതും നിങ്ങളെ അറിയിക്കാമെന്ന് ഞാനൊരു വാക്കും തന്നിട്ടില്ല. അങ്ങനെ നമ്മുടെ കരാറിലില്ല. ഉണ്ടെങ്കിലും അതു പ്രായോഗികവുമല്ല.."

സഞ്ജീവ് കുമാറിന്റെ മുഖത്ത് കോപം അലയടിച്ചു. സ്വയം നിയന്ത്രിക്കാൻ അയാൾ നിമിഷങ്ങളെടുത്തു.

"അയ്യായിരം രൂപ എണ്ണിത്തന്നത് മറന്നു പോയോ, ഗൃദ്ധാദാ?"

"സൊഞ്ജുബാബൂ, താങ്കൾ എണ്ണിത്തന്നത് വെറും ആയിരത്തൊന്നു രൂപയാണ്..ബാക്കി കൂടി എണ്ണിത്തരൂ... എന്നിട്ടു നമുക്കു സംസാരിക്കാം..."

"പക്ഷേ, പണത്തേക്കാൾ വിലയുള്ള ചിലതു കൂടി ലോകത്തില്ലേ, ഗൃദ്ധാദാ? ഉദാഹരണത്തിന്, വാക്ക്?"

"ഞാൻ നൽകിയ വാക്ക് എന്നും പാലിച്ചിട്ടുണ്ട്... നൽകാത്ത വാക്കു പാലിക്കണമെന്നാണു സൊഞ്ജുബാബൂ, താങ്കൾ ഇപ്പോൾ ആവശ്യപ്പെടുന്നത്.."

സഞ്ജീവ് കുമാർ ഒരു നിമിഷം അച്ഛനെയും എന്നെയും മാറി മാറി നോക്കി. അയാളുടെ ചെന്നിയിലെ ഞരമ്പുകൾ ക്രമാതീതം തുടിച്ചു. അയാൾ ശ്രമപ്പെട്ടു പുഞ്ചിരിച്ചു.

"മറ്റൊരാളായിരുന്നെങ്കിൽ ഞാനിങ്ങനെയാവില്ല, പെരുമാറുന്നത്... പക്ഷേ ഗൃദ്ധാദാ, താങ്കൾ എനിക്ക് ആരെങ്കിലുമൊരാളല്ലല്ലോ. ഞാൻ വിവാഹം കഴിക്കാൻ ആഗ്രഹിക്കുന്ന പെൺകുട്ടിയുടെ അച്ഛനല്ലേ? എന്റെ ഭാവി ശ്വശുര നോടുള്ള ബഹുമാനം എനിക്കു മറന്നു കളയാൻ സാധിക്കില്ലല്ലോ...

"അതു കരാറിലില്ല..!"

എന്റെ ശബ്ദം എന്നെപ്പോലും അദ്ഭുതപ്പെടുത്തി. സഞ്ജീവ് കുമാർ ഞെട്ടിപ്പോയി. അച്ഛൻ ലിവറിന് എണ്ണയിടുന്ന പണി തുടർന്നു. സഞ്ജീവ്

കുമാർ മിത്ര എന്നെ തറപ്പിച്ചു നോക്കി. എന്റെ ഇടത്തേ മാറിടം വീണ്ടും വേദനിച്ചു. ആ പഴയ പുഴു അതിന്റെ ലോലമെങ്കിലും മൂർച്ചയുള്ള പല്ലുകൾ കൊണ്ട് എന്റെ മാംസം തുളച്ചു.

"അവൾ പറഞ്ഞതു ശരിയല്ലേ? വിവാഹം കഴിക്കും എന്നു നിങ്ങൾ പറഞ്ഞു. പക്ഷേ, എന്താണു രേഖ? എന്താണ് ഉറപ്പ്? അതു നമ്മുടെ എഗ്രിമെന്റിലുണ്ടോ? അതല്ല, നിങ്ങൾ തമ്മിൽ പ്രേമത്തിലാണോ? എന്റെ മകൾ നിങ്ങളെ മാത്രമേ വിവാഹം കഴിക്കൂ എന്ന് ഒരിക്കലും പറഞ്ഞിട്ടില്ല, സൊഞ്ജുബാബൂ... പറഞ്ഞത് നിങ്ങളാണ്... പക്ഷേ പറഞ്ഞതല്ലാതെ അതിനുള്ള ഒരുക്കമൊന്നും ഇതുവരെ കണ്ടതുമില്ല.."

"അതു കരാറിലില്ല...!"

ഞാൻ ആവർത്തിച്ചു. ആ സമയത്ത് എനിക്കും കഠിനമായ ക്ഷോഭം അനുഭവപ്പെട്ടു. പറിഞ്ഞു പോകുന്നത്ര, ഇടത്തെ മാറിടം വേദനിച്ചു. അയാളുടെ നോട്ടത്തിലും ഭാവത്തിലും ശബ്ദത്തിലും ഞാനൊരു പിശാചിനെ കണ്ടു. ഞാൻ അയാളെ വെറുക്കാൻ ആഗ്രഹിച്ചു.

"ഇതു ശരിയായെന്നു തോന്നുന്നു.."

അച്ഛൻ പറഞ്ഞു.

"വലിച്ചു നോക്കിയാലേ അറിയൂ.."

അച്ഛനെ സഹായിച്ചു കൊണ്ടു നിന്ന പോലീസുകാരൻ അഭിപ്രായപ്പെട്ടു. ഓർക്കാപ്പുറത്ത് സഞ്ജീവ് കുമാർ അങ്ങോട്ടു നീങ്ങി.

"ഓ... ഇതാണല്ലേ ആ ലിവർ? നോക്കട്ടെ.."

അയാൾ അതിലൊന്നു തൊട്ടു. പിന്നെ കൗതുകം വഴിയുന്ന മുഖത്തോടെ അച്ഛനെയും പോലീസുകാരനെയും നോക്കി കണ്ണിറുക്കി ചിരിച്ച്, ലിവർ ആഞ്ഞു വലിച്ചു. വയറു നിറയുമ്പോഴുള്ള ഒരു എക്കിൾ ശബ്ദം ലിവറിൽ നിന്നുണ്ടായി. പെട്ടെന്ന് എന്റെ വലതു കാൽക്കീഴിൽനിന്ന് ഭൂമി തെന്നിമാറി. ദിഗന്തങ്ങൾ നടുങ്ങുന്ന ഒരു ശബ്ദം ഉയർന്നു. വീഴാതിരിക്കാൻ ഞാൻ ശ്രമിച്ചെങ്കിലും സാധിച്ചില്ല. ഒരു നിലവിളിയോടെ, കഴുത്തിൽ കുടുക്കില്ലാതെ തന്നെ, ഞാൻ അനേകായിരം മനുഷ്യജീവിതങ്ങൾ നിപതിച്ചിട്ടുള്ള ആ പാതാളത്തിലേക്ക് ആഴ്ന്നു. സഞ്ജീവ് കുമാർ മിത്ര എനിക്കൊപ്പം ചാടി. തൂക്കിക്കൊല്ലപ്പെട്ട ഒരായിരം മനുഷ്യരുടെ മലമൂത്രാദികൾ ഭക്ഷിച്ചു വളരുന്ന ക്ഷുദ്രജീവികളുടെ ജീർണഗന്ധങ്ങൾ നിറഞ്ഞ ഇരുട്ടു മൂടിയ കുഴിയിൽ അയാളെന്റെ ശരീരം കൈകൾ കൊണ്ട് ഞെരിച്ചു തകർത്തു. അസ്ഥികളിൽ പേരാലുകൾ വേടുകളാഴ്ത്തുന്ന വേദന ഞാൻ അനുഭവിച്ചു. ഠാക്കുമാ സൂചിപ്പിച്ച മരണലക്ഷണത്തിന്റെ അർഥം എനിക്കു വ്യക്തമായി.

"അതു കരാറിലില്ല, അല്ലേ?"

എന്റെ ചുണ്ടുകൾ കടിച്ചു വലിച്ചു കൊണ്ട് അയാൾ ചോദിച്ചു. അത് ആ നിലവറയിൽ പ്രേതങ്ങളുടെ ആക്രോശം പോലെ പ്രതിധ്വനിച്ചു. അയാൾ എന്റെ ശരീരത്തെ ചവിട്ടി ഞെരിച്ചു. ദു:ഖത്തേക്കാൾ അപമാനവും രോഷവും എന്നെ തകർത്തു. കുടുക്കിന്റെ സ്ഥാനവും കയറിന്റെ നീളവും തെറ്റിയാൽ,

പിടഞ്ഞു മരിക്കുന്ന പുരുഷൻമാർ മലവും മൂത്രവും വിയർപ്പും മാത്രമല്ല, രേതസ്സും വിസർജ്ജിക്കുമെന്ന് എനിക്ക് അന്നു മനസ്സിലായി. ആരും പറഞ്ഞു തന്നില്ല. പക്ഷേ, അത്തരം കാര്യങ്ങൾ ഒരു സ്ത്രീക്ക് പ്രത്യേകം പഠിപ്പിച്ചു കൊടുക്കേണ്ടതില്ല. എന്റെ കഥയിലെ വഴിത്തിരിവ് അതായിരുന്നു. അതിൽ പ്പിന്നെ അയാളെ വിട്ടുകളയാൻ എനിക്കു മനസ്സു വന്നില്ല.

പത്ത്

അച്ഛന് ഏറെക്കാലം ക്ഷൗരം ചെയ്തു കൊടുത്തിരുന്നതു സ്ട്രാൻഡ് റോഡിൽ വഴിയോരത്തിരുന്ന അബിനാശ് സർക്കാരായിരുന്നു. ഞങ്ങൾ അദ്ദേഹത്തെ സർക്കാർ മാമൻ എന്നാണു വിളിച്ചത്. പ്രൈമറി ക്ലാസിൽ പഠിക്കുന്ന കാലത്ത് ശ്മശാനത്തിനപ്പുറത്തുള്ള സ്കൂളിലേക്കു നടക്കുമ്പോഴൊക്കെ ശ്മശാനത്തിനു മുമ്പ്, റയിൽവേ പാളത്തിനു ശേഷം, നാരായൺ ദായുടെ ശവമഞ്ചക്കടയ്ക്കു തൊട്ടു മുമ്പിലുള്ള വഴിയോരത്ത്, വളഞ്ഞ കമ്പി പോലെയുള്ള ശരീരത്തിൽ മുഷിഞ്ഞു കീറിയ ബനിയൻ നെഞ്ചിലേക്കു ചുരുട്ടി സ്ത്രീകളുടെ ബ്ലൗസ് പോലെയാക്കി, അദ്ദേഹം ആളുകളുടെ മുഖം വടിക്കുകയോ മുടി വെട്ടുകയോ ചെയ്തിരുന്നു. അദ്ദേഹം പാർട്ടി കൊടിമരത്തിൽ ആണിയടിച്ചു തൂക്കിയിട്ട, നെടുകെ ഒരു മിന്നൽ പാഞ്ഞതുപോലെ പിളർന്ന, കണ്ണാടിയിലെ പ്രകാശം പാളത്തിനിപ്പുറത്തു നിന്നേ ദൃശ്യമായി. പുറം തിരിഞ്ഞിരുന്ന ജോലി ചെയ്യുന്ന സർക്കാർ മാമനെ ഞങ്ങൾ ആ കണ്ണാടിയിലൂടെയാണു മുഖാമുഖം കണ്ടത്. 'സർക്കാർ മാമന് ഒരു നമസ്കാരം പറഞ്ഞിട്ടു പോ ചേതൂമാ' എന്ന് അദ്ദേഹം തിരിഞ്ഞു നോക്കാതെ വിളിച്ചു പറയുകയും ഒട്ടിയ കവിളുകൾ വിടർത്തി കറുപ്പു പടർന്ന പല്ലുകൾ കാട്ടി കണ്ണാടിയിലൂടെ ചിരി സമ്മാനിക്കുകയും ചെയ്തു. വീട്ടിൽ വന്നപ്പോൾ അദ്ദേഹം എനിക്കു പുളി മിഠായികൾ തന്നു. ജോലി കഴിഞ്ഞാലുടൻ സർക്കാർ മാമൻ ചായപ്പീടികയിൽ അച്ഛനെ കാണാനെത്തി. അവർ പരസ്പരം പത്രം വായിച്ചു കേൾപ്പിക്കുകയും റേഡിയോ വാർത്തകൾ കേട്ട് രാഷ്ട്രീയം ചർച്ച ചെയ്യുകയും ചെയ്തു. ഒരു പ്രഭാതത്തിൽ റയിൽവേ ട്രാക്കിലെ തുരങ്കത്തിനടുത്ത് ഒരു പെണ്ണു മരിച്ചു കിടക്കുന്നെന്ന വാർത്ത കേട്ടാണ് ഞാൻ ഉണർന്നത്. അതു കാണാൻ ഞങ്ങളെല്ലാവരും ഓടി. ആളുകൾ വട്ടം കൂടി നിൽക്കുകയായിരുന്നു. എനിക്കൊന്നും കാണാൻ സാധിച്ചില്ല. ഞാൻ വിഷമത്തോടെ തിരിച്ചു നടക്കുമ്പോൾ ഗേറ്റിനപ്പുറത്ത് വഴിയോരത്തിരുന്ന് ഏതോ അപരിചിതന് ക്ഷൗരം ചെയ്യുകയായിരുന്ന സർക്കാർ മാമൻ കണ്ണാടിയിലൂടെ എന്നെ നോക്കി സമാധാനിപ്പിച്ചു- 'സാരമില്ല ചേതൂ, അടുത്ത തവണ നിന്നെ മാമൻ തോളിലെടുത്തു കാണിക്കാം...'എന്നിട്ട് അദ്ദേഹം മടിക്കുത്തിൽനിന്ന് രണ്ടു പുളി മിഠായികൾ നീട്ടി. പിന്നീടുള്ള ദിവസങ്ങളിൽ സ്ത്രീയുടെ ശരീരം സംബന്ധിച്ച വാർത്തകൾ കേൾക്കാൻ ഥാക്കുമായും മായും ആറോ ഏഴോ വയസ്സു മാത്രമുണ്ടായിരുന്ന ഞാനുമെല്ലാം വാതിൽക്കൽ തിക്കിത്തിരക്കി.

-തുരങ്കത്തിൽ കാണപ്പെട്ട സ്ത്രീയുടെ ശരീരം തിരിച്ചറിഞ്ഞില്ലെന്നു പോലീസ്.

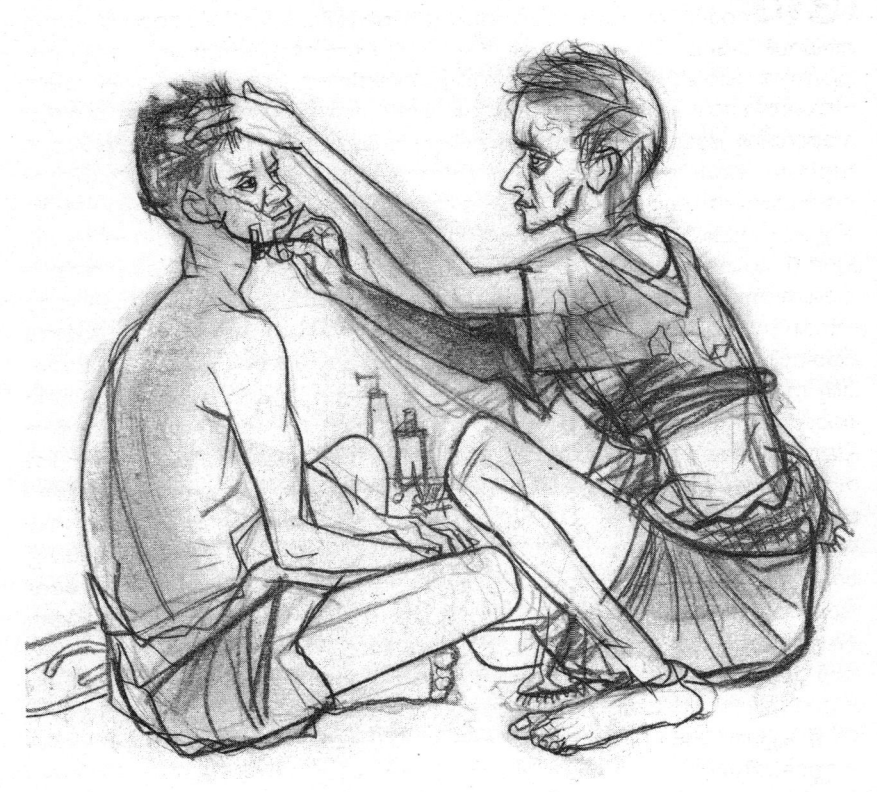

-തുരങ്കത്തിൽ കണ്ട ശരീരം സൊനാഗച്ചിയിൽ നിന്നു കാണാതായ വിജയമല്ലികയുടേതെന്നു പോലീസ്.

-തുരങ്കത്തിൽ കൊല്ലപ്പെട്ട സ്ത്രീയുടെ ഘാതകൻ ഉടനെ വലയിലാകുമെന്നു പോലീസ്.

-ഓരോ ദിവസവും ഞങ്ങൾക്ക് അദ്ദേഹം വാർത്തകൾ വായിച്ചുതന്നു. 'തുരങ്കത്തിൽ കൊല്ലപ്പെട്ട സ്ത്രീ: ഭർത്താവ് പിടിയിൽ' എന്നു പത്രത്തിൽ വന്ന ദിവസം സർക്കാർ മാമൻ അച്ഛനെ കളിയാക്കുക പോലും ചെയ്തു:

"ഗൃദ്ധാ, നിനക്കു പണിയായെടാ.."

അച്ഛനും കേട്ടുനിന്നവരും ഒക്കെ പൊട്ടിച്ചിരിച്ചു. രണ്ടു മാസം കഴിഞ്ഞു വീണ്ടുമൊരു സ്ത്രീ മരിച്ചു. ഇത്തവണ അത് ഭവാനിപ്പൂരിൽ വഴിയോരത്തായിരുന്നു. അതിനു പിറ്റേന്ന് രാവിലെ മുറ്റത്തു നിന്ന് മാ എന്റെ മുടി ചീകിക്കെട്ടുമ്പോൾ ദൂരെനിന്ന് ആൾക്കൂട്ടത്തിന്റെ ആരവം കേട്ടു. വെളുത്ത ബനിയനും കാക്കി പാന്റും ധരിച്ച ഒരാളെ പിടിച്ചു വലിച്ചു കൊണ്ട് ഒരു വലിയ നായ ഓടി വരികയായിരുന്നു. അവർക്കു പിന്നാലെ നാലഞ്ചു പോലീസുകാരും അവർക്കു പിന്നാലെ ഒരു സംഘം ആളുകളും ഓടി വന്നു. 'പോലീസ്, പോലീസ്' എന്ന് മാ പേടിച്ചു സാരിത്തലപ്പു വലിച്ചു തലയിലിട്ട് അകത്തു കയറി. നായ എന്റെ മുമ്പിൽക്കൂടി റയിൽപ്പാളത്തിനടുത്തേക്കോടി. ഒരു വശം മാത്രം പിന്നിയ മുടിയുമായി ഞാനും അവർക്ക് പിന്നാലെ ഓടി. ട്രെയിൻ വന്ന സമയമായിരുന്നു അത്. നായ പാളത്തിനിപ്പുറം നിന്ന് തീവണ്ടിയെ അക്ഷമയോടെ നോക്കി കുരച്ചു. തീവണ്ടി യാത്രക്കാർ എത്തി നോക്കി കാഴ്ച ആസ്വദിച്ചു. വണ്ടി പോയിക്കഴിഞ്ഞ് പാളത്തിന്റെ മിടിപ്പുകൾ അവസാനിക്കും മുമ്പേ നായ അപ്പുറം ചാടിക്കടന്നു. തിരിഞ്ഞിരുന്ന് ഒരാളുടെ താടിയിൽ സോപ്പു പതപ്പിച്ചുകൊണ്ടിരുന്ന സർക്കാർ മാമന്റെ ശരീരത്തിലേക്ക് അതു ചാടി വീണു. നിലവിളിയോടെ നിലത്തു വീണുരുണ്ട സർക്കാർ മാമനെ അതു കടിച്ചു കുടഞ്ഞു. പോലീസുകാർ അദ്ദേഹത്തെ വളഞ്ഞു. ഒരു കുട്ടിക്ക് ഒരിക്കലും താങ്ങാനാകാത്ത അവിശ്വസനീയതയാണ് എന്റെ കൺമുമ്പിൽ സംഭവിച്ചത്. പോലീസുകാർ തല്ലിയും തള്ളിയും അദ്ദേഹത്തെ ഞങ്ങളുടെ മുമ്പിലൂടെ കൊണ്ടുപോയി. രക്ഷപ്പെടാൻ കുതറുമ്പോൾ സർക്കാർ മാമൻ എന്നെ കണ്ടു. 'ചേതൂഷോട്ദീ, മാമനെ വിടാൻ പറ മോളേ' എന്ന് അദ്ദേഹം നിലവിളിച്ചു. എനിക്ക് ക്ഷോഭവും നിസ്സഹായതയും അനുഭവപ്പെട്ടു. പോലീസുകാർക്കു പിന്നാലെ ഓടിച്ചെന്ന് അവരെ മാന്തിപ്പൊളിച്ചോ അവരുടെ കയ്യിൽ കടിച്ചോ അദ്ദേഹത്തെ വിടുവിക്കാൻ എനിക്ക് ആഗ്രഹം തോന്നി. കുറച്ചു കഴിഞ്ഞ് ആൾക്കൂട്ടത്തിന്റെ ആരവം തിരിച്ചു വന്നു. അങ്ങിങ്ങായി കൂടി നിന്നു സംസാരിച്ചവരിൽ ഒരാളിൽനിന്ന്, രാമുദായാണ് ആദ്യം ആ വാർത്ത കൊണ്ടുവന്നത് :

"ആ പെണ്ണുങ്ങളെ കൊന്നത് അയാളായിരുന്നെന്ന്! എല്ലാ കുറ്റവും സമ്മതിച്ചു... !"

ഞാൻ നടുങ്ങി. സോനാഗാച്ചിയിൽനിന്ന് കാണാതായ നാലോളം സ്ത്രീകളെ സർക്കാർ മാമൻ കൊന്നു പലയിടത്തായി ഉപേക്ഷിച്ചിരുന്നതിന്റെ കഥകൾ പിന്നീട് പത്രങ്ങളിൽ വന്നു. തൂക്കുമരത്തിന്റെ നിലവറയിൽനിന്നു

പുറത്തെത്തി കണ്ണു തുറക്കവെ, സർക്കാർ മാമനെ വീണ്ടും ഓർക്കാൻ എനിക്കു കാരണമുണ്ടായി. ബോധക്ഷയത്തിൽനിന്ന് ഉണരുമ്പോൾ അച്ഛൻ എന്റെ അരികിൽ പരവശനായി ഇരിപ്പുണ്ടായിരുന്നു. ഏതാനും പോലീസു കാർ ഞങ്ങൾക്കു ചുറ്റും കൂടി നിന്നു. വൃദ്ധനായ ഡോക്ടർ എന്റെ നാഡി പിടിച്ചു നോക്കി കുഴപ്പമില്ലെന്നു പറഞ്ഞു. എന്റെ ശരീരത്തിനു വലിയ ക്ഷത മൊന്നും സംഭവിച്ചിരുന്നില്ല. ആകെയുണ്ടായിരുന്ന നല്ല വസ്ത്രത്തിന്റെ പിൻഭാഗം കീറി. രണ്ടു കൈകളിലെയും കുപ്പിവളകൾ ഉടഞ്ഞു. തുടയിലും നട്ടപ്പുറത്തും വളക്കഷ്ണങ്ങൾ തുളഞ്ഞു കയറി. അത്രമാത്രം. ചുണ്ടിലും മാറിലും വയറ്റിലുമുള്ള മുറിവുകൾ ആരും കണക്കാക്കിയില്ല. ആത്മാവിനേറ്റ മാരക ക്ഷതങ്ങൾ കണ്ടതുമില്ല.

“എന്താ ഇവിടെ? നിയമം ലംഘിക്കുന്നതിന് ഒരു പരിധിയുണ്ട്, സൊഞ്ജീബ്ബാബൂ... നിങ്ങൾ വിചാരിച്ചാൽ എന്റെ തൊപ്പി തെറിപ്പിക്കാ മെന്ന് എനിക്കറിയാം... പക്ഷേ, ക്ഷമയ്ക്ക് ഒരു അതിരുണ്ട്..”

വിവരമറിഞ്ഞു പാഞ്ഞെത്തിയ ശിബ്ദേബ് ബാബു ക്ഷോഭിച്ചു.

“ഞാൻ ക്ഷമ ചോദിക്കുന്നു, ശിബ്ദേബ് ബാബൂ..”

സഞ്ജീവ് കുമാർ എഴുന്നേറ്റിരുന്നു കൈകൂപ്പി. അയാളുടെ നെറ്റിയിൽ വലിയൊരു ചുവന്നു നീലിച്ച പാടുണ്ടായിരുന്നു.

“ചേതനയുടെ ഇനിയുള്ള ദിവസങ്ങളെല്ലാം ഞങ്ങളുടെ ചാനലിനുവേണ്ടി കരാറാക്കിയതായിരുന്നു. പക്ഷേ എന്നെ അറിയിക്കാതെ ഇത്രയും പ്രധാന പ്പെട്ട ഒരു യാത്ര അവർ നടത്തിയെന്നു കേട്ടപ്പോൾ എല്ലാം മറന്നു പോയി.”

“ഷിബ് ദേബ് ബാബൂ, ഇതു ഞങ്ങളുടെ ജോലിയാണ്... ഞങ്ങൾ ജോലി യെടുക്കുന്നതു ചാനലിനു വേണ്ടിയല്ല, ഗവൺമെന്റിനു വേണ്ടിയാണ്...”

“ഗൃദ്ധാദാ ആ പറഞ്ഞതിൽ കാര്യമുണ്ട്, സൊഞ്ജീബ് ബാബു.”

സഞ്ജീവ് കുമാർ എഴുന്നേറ്റ് തളർച്ചയോടെ ഇരുന്ന എന്നെ ചൂണ്ടി.

“ഞാൻ ഈ പെൺകുട്ടിയെ വിവാഹം കഴിക്കാൻ ആഗ്രഹിക്കുന്നു, ശിബ്ദേബ് ബാബൂ... ഇവളെ ആദ്യമായി കണ്ട ദിവസം മുതൽ ഇവൾ മാത്ര മേയുള്ളൂ എന്റെ മനസ്സിൽ...”

അയാൾ അച്ഛനെയും വെല്ലുന്ന ഒരു നടന്റെ ചാതുര്യത്തോടെയാണ് ആ നേരത്തു സംസാരിച്ചത്. എന്റെ മുഖം നിയന്ത്രിച്ചിട്ടും വിവർണമായി.

“ഹാഹഹ! അതു ശുഭവാർത്തയാണല്ലോ?എന്തു പറയുന്നു, ഗൃദ്ധാദാ?”

അച്ഛൻ എന്റെ നേരെ ഒന്നു പാളി നോക്കിയതിനുശേഷം പുഞ്ചിരിച്ചു.

“എനിക്കു വിരോധമില്ല... പക്ഷേ, വിവാഹം കഴിക്കണം കഴിക്കണം എന്നു കുറേനാളായി പറഞ്ഞു കൊണ്ടിരിക്കുന്നു. അതിനെന്തെങ്കിലും ഒരു രേഖയോ തെളിവോ ഒക്കെ വേണ്ടേ?”

സഞ്ജീവ് കുമാർ മിത്ര തന്റെ പോക്കറ്റിൽ കയ്യിട്ട് ഒരു ചെപ്പു പുറത്തെ ടുത്തു. അതു തുറന്ന് അയാൾ ഒരു സ്വർണ മോതിരം കയ്യിൽ ഉയർത്തിപ്പി ടിച്ചു. ഒരു ചെറിയ വൈരക്കല്ല് അതിൻമേൽ വെട്ടിത്തിളങ്ങി. എന്റെ സമീപ ത്തെത്തി നേരത്തെ അയാൾ പിടിച്ചു ഞെരിച്ച വേദന അപ്പോഴും വിങ്ങുന്ന എന്റെ വലതു കൈ വിരൽ പിടിച്ചെടുത്ത് ആ മോതിരം അണിയിച്ചു.

"ഉത്തരവാദിത്തപ്പെട്ട പോലീസ് ഉദ്യോഗസ്ഥരുടെയും ഡോക്ടറുടെയും പെൺകുട്ടിയുടെ അച്ഛന്റെയും സാന്നിധ്യത്തിൽ ഞാനെന്റെ സ്നേഹത്തിനു തെളിവു സമർപ്പിച്ചു കഴിഞ്ഞു.."

എന്റെ ശ്വാസം നിലച്ചു. അയാൾ എന്റെ കഴുത്തിലോ കയ്യിലോ ആണ് ഒരു ആഭരണമണിയിച്ചിരുന്നതെങ്കിൽ എനിക്കിത്ര മേൽ നടുക്കം ഉണ്ടാകുമായിരുന്നില്ല. ശിബ്ദേബ് ഘോഷും പോലീസുകാരും ഡോക്ടറും കയ്യടിച്ചു. അച്ഛൻ സാവധാനം പുഞ്ചിരിച്ചു. ഞാൻ പിടഞ്ഞെഴുന്നേറ്റു.

"വേണ്ട... എനിക്കിതാവശ്യമില്ല.."

എന്റെ ശബ്ദം വിറച്ചു. സഞ്ജീവ് കുമാർ മിത്ര ഉറക്കെ ചിരിച്ചു.

"എന്തൊരു ഇരുട്ടായിരുന്നു അതിനുള്ളിൽ... എനിക്കാണെങ്കിൽ ഇരുട്ടിനെ എത്ര പേടിയാണെന്ന് അറിയാമോ? പക്ഷേ, ചേതനയെ എങ്ങനെയെങ്കിലും രക്ഷിക്കണമെന്നു മാത്രമേയുണ്ടായിരുന്നുള്ളൂ എന്റെ മനസ്സിൽ... അല്ലെങ്കിൽ ഒരാൾ പൊക്കത്തിൽ നിന്നു താഴേക്കു ചാടാൻ എനിക്കെന്താ ഭ്രാന്തുണ്ടോ?"

ആർക്കും ഉത്തരമുണ്ടായിരുന്നില്ല. ഞാൻ സഹായത്തിനു വേണ്ടി അച്ഛനെ നോക്കി. പക്ഷേ അച്ഛൻ കോപത്തോടെ കണ്ണുരുട്ടി. അച്ഛന്റെ നോട്ടം കണ്ട് എനിക്കു ഭയം തോന്നി. അച്ഛനോട് എതിർവാക്കു പറയരുതെന്നാണ് സ്കൂളിലും വീട്ടിലും ഞാൻ പഠിച്ചിരുന്നത്. അതുകൊണ്ട്, ദേഹമാസകലം ഒടിഞ്ഞു നുറുങ്ങുന്ന വേദന കടിച്ചമർത്താൻ മാത്രമേ സാധിച്ചുള്ളൂ. വീട്ടിലെത്തുന്നതുവരെ അച്ഛൻ സംസാരിച്ചില്ല. കുളിച്ചിട്ടേ അകത്തു കയറാവൂ എന്നു മാത്രം പറഞ്ഞു. വീട്ടിലെത്തിയ പാടെ ഞാൻ കുളിച്ചു. ശരീരം മുഴുവൻ ഉരഞ്ഞു നീറി. വളരെ ഉയരത്തിൽനിന്ന് താഴേക്കു വീഴുന്ന ആ ഓർമ പിന്നീടുള്ള ജീവിതമത്രയും എന്റെ പേടി സ്വപ്നമായി. ചിരിച്ചു കൊണ്ട് ശരീരത്തെ ഭേദിക്കുന്ന പുരുഷനെക്കാൾ ഭീകരനായ മറ്റൊരാളെയും എനിക്കു സങ്കൽപ്പിക്കാൻ സാധിച്ചില്ല. ഞങ്ങളെത്തുംമുമ്പു തന്നെ കാക്കുവും കാക്കിമായും കുട്ടികളെയും കൊണ്ടു ബജ് ബജിലേക്കു പോയിരുന്നു. വീട്ടിലെത്തിയ പാടെ അച്ഛൻ മദ്യപാനം തുടങ്ങി. ആ കുപ്പി അച്ഛന് സഞ്ജീവ് കുമാർ സമ്മാനിച്ചതാണെന്നോർത്ത് എന്റെ ക്ഷോഭം ഇരട്ടിച്ചു. കുളി കഴിഞ്ഞെത്തിയപ്പോൾ ഠാക്കുമാ കാളീക്ഷേത്രത്തിൽനിന്നു കുങ്കുമം കൊണ്ടുവന്നു നെറ്റിയിൽ ചാർത്തി. ഞാനെന്റെ ചതഞ്ഞ വിരലിൽനിന്ന് സ്വർണ മോതിരം വലിച്ചൂരി മായെ ഏൽപ്പിച്ചു.

"അയാൾ വരുമ്പോൾ ഇതു കൊടുത്തേക്ക്. എനിക്കു വേണ്ട.."

"ഭഗ്ബാൻ! ഇതു വൈരക്കല്ലല്ലേ?"

മാ അമ്പരപ്പോടെ ചോദിച്ചു.

"കാണട്ടെ, കാണട്ടെ.."

ഠാക്കുമാ ഓടി വന്നു.

"അവനൊരു നല്ല ചെക്കനാണ്..സ്നേഹമുള്ള പ്രകൃതം.പക്ഷേ നമ്മുടെ ചേതൂന് അതു വേണ്ടാ.."

ഠാക്കുമാ പറഞ്ഞു. അവൾക്കു കിട്ടാവുന്ന ഏറ്റവും വലിയ ഭാഗ്യമാണതെന്ന് മാ എതിർത്തപ്പോൾ ഠാക്കുമാ ദേഷ്യപ്പെട്ടു.

"എടീ, രണ്ടായിരം കൊല്ലമായി ആരാച്ചാർ കുടുംബമാണു നമ്മുടേത്... ഫൊണിയുടെ കാലം കഴിഞ്ഞ് ആ ജോലി ചെയ്യാൻ യോഗ്യനായ ഒരു ആൺ കുട്ടിയെ വേണം. ഇല്ലെങ്കിൽ നമ്മുടെ കുലം മുടിയും."

"നിങ്ങളല്ലേലും അങ്ങനെയേ പറയൂ... അവൻ നല്ല പഠിപ്പുള്ള ചെക്കൻ.. എന്റെ മോള് ഈ നശിച്ച നിലവറക്കുഴീന്നു രക്ഷപ്പെടട്ടേന്നാണ് എന്റെ ആഗ്രഹം.."

മാ തീർത്തു പറഞ്ഞു.

"അയാളെ എനിക്കു പേടിയാണ്.."

രാമുദായോടു ഞാൻ പറഞ്ഞു.

"അവൻ നിന്നെ സ്നേഹിക്കുകയില്ല.."

രാമുദാ മന്ത്രിച്ചു.

"പക്ഷേ നിന്നെ അവൻ വേട്ടയാടിക്കൊണ്ടിരിക്കും... അതിനെ സ്നേഹ മെന്നു വിളിക്കുകയും ചെയ്യും.."

"പഴയ സർക്കാർമാമനെ ഓർമയുണ്ടോ രാമുദായ്ക്ക്?"

മുടിയഴിച്ചു ചീകുമ്പോൾ ഞാൻ ചോദിച്ചു. രാമുദാ നെടുവീർപ്പിട്ടു.

"മനുഷ്യരെ മനസ്സിലാക്കാൻ നമുക്കൊരിക്കലും സാധിക്കുകയില്ല.."

മനുഷ്യർ എന്നത് മറ്റേതോ ജീവജാതിയാണെന്ന മട്ടിലാണ് രാമുദാ പറഞ്ഞത്. അറസ്റ്റ് ചെയ്ത് ആറു മാസം കഴിഞ്ഞ് ഒരു ദിവസം സർക്കാർ മാമൻ വീണ്ടും ചായക്കടയിൽ എത്തി. അച്ഛൻ അദ്ദേഹത്തെ കണ്ടപാടെ ചീത്ത വിളിച്ചു.

"കള്ളൻമാർക്കും കൊലപാതകികൾക്കും നിരങ്ങാനുള്ളതല്ല, ഗൃദ്ധാ മല്ലിക്കിന്റെ വീട്... ഇറങ്ങെടാ ഇവിടെ നിന്ന്.."

"ഫൊണീ, നീയെന്നെ തള്ളിക്കളയരുത്... നീയല്ലാതെ എനിക്കിപ്പോൾ വേറാരും ആശ്രയമില്ല... ഒന്നും ഞാനറിഞ്ഞതല്ല. ഫൊണീ... അവൻമാർ എന്നെക്കൊണ്ടു തല്ലി സമ്മതിപ്പിച്ചതാണ്.."

അദ്ദേഹം കരഞ്ഞു കൊണ്ടു കൈകൂപ്പി. വാതിൽക്കൽ അരിശത്തോടെ നിന്ന മായും ഥാക്കുമായുമെല്ലാം അപ്പോഴേക്ക് അലിഞ്ഞു.

"ചിലപ്പോ ശരിയായിരിക്കും... അയാള് ഒരു പാവമായതുകൊണ്ട് പോലീസുകാർ തല്ലിച്ചതച്ചു കാണും.."

കേട്ടു കൊണ്ടു വന്ന കാക്കുവും പറഞ്ഞു.

"അതെയതെ... മനുഷ്യർക്ക് അങ്ങനെയൊക്കെ അഭിനയിക്കാൻ പറ്റു മോ? ഇത്രയും പേരെ കൊന്നിട്ട് ഒന്നും സംഭവിക്കാത്തതുപോലെ നടക്കാൻ അയാൾക്കു പറ്റുമോ?"

മാ നിഷ്കളങ്കമായി പിന്താങ്ങി.

"നീ പോടീ, മണ്ടത്തരം പറയാതെ... അതും പറ്റും, അതിന്റെ അപ്പുറോം പറ്റും... പക്ഷേ ഇവൻ പാവം... ചെലപ്പോ ആലോചനയില്ലാതെ ചെയ്തു പോയതായിരിക്കും.."

ഥാക്കുമാ പറഞ്ഞു. പക്ഷേ, അച്ഛൻ സ്വന്തം നിലപാടിൽ ഉറച്ചു നിന്നു. ഗവൺമെന്റ് ജീവനക്കാരായ തന്റെ മുമ്പിൽ കുറ്റവാളികൾ വരാൻ പാടില്ല എന്ന് അച്ഛൻ തീർത്തു പറഞ്ഞു. സർക്കാർമാമൻ കുറ്റക്കാരനല്ല എന്നു വിശ്വ സിക്കാനായിരുന്നു എനിക്കിഷ്ടം. പിന്നീടുള്ള കുറേ മാസങ്ങൾ അദ്ദേഹം

ശ്മശാനത്തിനു മുമ്പിൽത്തന്നെ ജോലി ചെയ്തു. ഒരു ദിവസം ഞാൻ അടുത്തു ചെന്ന്, 'ശരിക്കും മാമൻ അതു ചെയ്തോ' എന്നു ചോദിച്ചപ്പോൾ അദ്ദേഹം കുറച്ചു ഷേവിങ് ക്രീം എന്റെ മൂക്കിൻമേൽ പുരട്ടി ഉറക്കെ ചിരിച്ചു.

"ചേതുമാ, നോക്കിക്കോ, മാമൻ കേസു ജയിക്കും. എന്നിട്ട് തിരിച്ചു വന്ന് ഈ പോലീസുകാരൻമാരെയൊക്കെ ഒരു പാഠം പഠിപ്പിക്കും.."

പിന്നീട് കേസിന്റെ അവധിക്ക് ഓരോ തവണയും കോടതിയിൽ പോയി തിരിച്ചു വന്നപ്പോൾ അദ്ദേഹം സന്തോഷത്തോടെ പറഞ്ഞു:

"എല്ലാ സത്യവും ഇന്നു തെളിഞ്ഞിട്ടുണ്ട്... മാമൻ പറഞ്ഞില്ലേ, മാമന് ഒരു കുറ്റവും ചെയ്തിട്ടില്ല... ആ പോലീസുകാരൻമാർ വെറുതെ എന്നെ കുടുക്കിൽ പെടുത്തി.."

വിധി കേൾക്കുന്നതിനു തലേന്ന് സർക്കാർ മാമൻ സ്കൂൾ വിട്ടു വരികയായിരുന്ന എന്നെ കാത്തു നിന്നിരുന്നു.

"നാളെ മാമന്റെ കേസിന്റെ വിധി വരും, കേട്ടോ, ചേതുമാ.."

അദ്ദേഹം പറഞ്ഞു.

"കോടതി മാമനെ വെറുതെ വിടും. അതു കഴിഞ്ഞിട്ടു വേണം, എനിക്ക് എന്നെ കുടുക്കിയ അവൻമാരെയൊക്കെ ഒരു പാഠം പഠിപ്പിക്കാൻ.... ചേതുവിന് മാമൻ ഒരു കൂടു നിറയെ ചോക്ലേറ്റ് മിഠായി കൊണ്ടു വരാം, കേട്ടോ..."

ഞാൻ അദ്ദേഹത്തെ പ്രതീക്ഷയോടെ നോക്കി. അപ്പോൾ അദ്ദേഹം മടിക്കുത്തിൽനിന്ന് ഒരു ചെറിയ തുണിക്കിഴി എനിക്കു നീട്ടി.

"ഇത് ചേതുവിന് മാമന്റെ സമ്മാനമാണ്... വളർന്നു നീ കല്യാണം കഴിക്കുമ്പോഴുള്ള സ്ത്രീധനമായി ഇതു സൂക്ഷിച്ചു വയ്ക്ക്..."

വീട്ടിലാരുമറിയാതെ ഇതെവിടെയെങ്കിലും ഒളിപ്പിച്ചു വയ്ക്കണമെന്ന് മാമൻ നിർദേശിച്ചു. നാളെ കേസു ജയിച്ചു നിരപരാധിത്വം തെളിയിച്ചു മാമൻ തിരിച്ചു വരുമ്പോൾ മറ്റൊരു വലിയ സമ്മാനം കൊണ്ടുവരുമെന്നും എനിക്ക് ഉറപ്പു തന്നു. പിരിയുമ്പോൾ അദ്ദേഹം ഉമ്മയ്ക്കായി എന്റെ നേരെ കവിൾ നീട്ടി. ഞാൻ മടിച്ചു മടിച്ച് ആ ഒട്ടിയ, നരച്ച കുറ്റി രോമങ്ങൾ നിറഞ്ഞ കവിളിൽ ഉമ്മ വച്ചു. അദ്ദേഹം എന്റെ മുടിയിൽ തഴുകി കറുത്ത പല്ലുകൾ കാട്ടി സന്തോഷത്തോടെ ചിരിച്ചു. റയിൽപ്പാളത്തിന് അപ്പുറം വരെ മാമൻ എന്റെ കൂടെ വന്നു. തുണിക്കിഴി പുസ്തകങ്ങൾക്കിടയിൽ ഒളിപ്പിച്ച് ഞാൻ വീട്ടിലേക്കു പോയി. രാമുദായുടെ പഴയ പുസ്തകങ്ങൾ സൂക്ഷിച്ചിരുന്ന വലിയ പീഞ്ഞപ്പെട്ടിയിൽ ഞാൻ അത് ഒളിപ്പിച്ചു. പിറ്റേന്നു ഞാൻ സ്കൂളിൽ നിന്നെത്തിയപ്പോൾ ചായപ്പീടികയിൽ അച്ഛനു ചുറ്റും ആൾക്കൂട്ടമുണ്ടായിരുന്നു. അബിനാശ് സർക്കാരെ തൂക്കാൻ വിധിച്ച വാർത്തയാണ് അവരെല്ലാം ചർച്ച ചെയ്തത്. ഞാൻ തകർന്നു പോയി. എനിക്ക് അതു വിശ്വസിക്കാൻ സാധിച്ചില്ല. ഞാൻ ഏങ്ങലടിച്ചു കരഞ്ഞു. അദ്ദേഹത്തെപ്പോലെ നിഷ്കളങ്കനായ ഒരു മനുഷ്യനെ കുടുക്കിയ പോലീസുകാരെ എന്റെ കൈ കൊണ്ടു തൂക്കിക്കൊല്ലുമെന്ന് കരച്ചിലിനിടയിൽ ഞാൻ രാമുദായെ ഭീഷണിപ്പെടുത്തി.

"പോലീസുകാരെന്തു പിഴച്ചു? എല്ലാ കുറ്റവും അങ്ങേരു കോടതിയിൽ സമ്മതിച്ചു... അയാൾ നേരത്തെ കൊന്ന രണ്ടു പേരെ കുഴിച്ചിട്ട സ്ഥലവും കാണിച്ചു കൊടുത്തു..."

വായിച്ചു കൊണ്ടിരുന്ന പുസ്തകത്തിൽനിന്നു തലയുയർത്തി രാമുദാ കോപിച്ചു. ഞാൻ കൂടുതൽ തകർന്നു. എന്റെയുള്ളിൽ ഒരു കെട്ടു മുറുകിക്കഴിഞ്ഞിരുന്നു. അതെന്നെ ശ്വാസംമുട്ടിച്ചു. എല്ലാ കുറ്റവും കോടതിയിൽ ഏറ്റു പറഞ്ഞെങ്കിൽ എന്തിനാണ് എന്നോടു കള്ളം പറഞ്ഞതെന്ന ലളിതമായ കാര്യം എനിക്ക് മനസ്സിലായില്ല. സർക്കാർ മാമനെ ഞാൻ വെറുക്കാൻ ശ്രമിച്ചു. അദ്ദേഹം തന്ന പൊതിയെക്കുറിച്ച് ആരോടെങ്കിലും പറയാൻ ഞാൻ അധൈര്യപ്പെട്ടു. മാസങ്ങൾക്കുള്ളിൽ സർക്കാർ മാമന്റെ തൂക്കിക്കൊല നടന്നു. മേല്ക്കോടതിയിൽ അപ്പീൽ നൽകുകയോ ദയാഹർജി അയയ്ക്കുകയോ സർക്കാർ മാമൻ ചെയ്തില്ല. അതുകൊണ്ട് വേഗം തൂക്കിക്കൊല്ലാൻ തീയതി നിശ്ചയിക്കപ്പെട്ടു. തീയതി അടുക്കുന്തോറും ഞാൻ അസ്വസ്ഥയായി. തലേന്നു വൈകിട്ട് പതിവുപോലെ അച്ഛൻ കാളീപൂജ ആരംഭിച്ചപ്പോൾ ഞാൻ ആവശ്യമില്ലാത്ത കാര്യങ്ങൾക്ക് മായോടു വാശി പിടിച്ചു.

കാളീ പൂജ കഴിഞ്ഞ്, ഞങ്ങളുടെ പുരാതന രേഖകൾ സൂക്ഷിച്ച പെട്ടിമേൽ തൊട്ടു തൊഴുത്, പുരുഷോത്തം ദാദുവിന് മദ്യം നിവേദിച്ച്, ഥാക്കുമായുടെ കാൽക്കൽ തൊട്ടു തൊഴുത്, വായിൽ മദ്യം ഒഴിച്ചു കൊടുത്ത്, ഞങ്ങളെ ഒന്നു നോക്കി അച്ഛൻ പുറത്തേക്കിറങ്ങി. കാക്കു അനുസരണയോടെ അനുഗമിച്ചു. അച്ഛൻ കയറിയ പോലീസ് ജീപ്പ് അകന്നുപോയപ്പോൾ എനിക്കു കരച്ചിൽ പൊട്ടി. രാത്രി പാർട്ടിയുടെ കൊടിമരത്തിൽ തൂക്കിയിട്ട പൊട്ടിയ കണ്ണാടിയിൽ ഒരു പിശാച് ക്ഷൗരം ചെയ്യുന്നതു കണ്ട് ഞാൻ നിലവിളിച്ചു. 'കുട്ടിക്കു പ്രേതം കൂടി' എന്ന് നിലവിളിച്ച് ഥാക്കുമാ എന്റെ തലയ്ക്ക് നാണയമുഴിഞ്ഞു. മായുടെ നെഞ്ചിൽ ചേർന്നു കിടന്ന് ഞാൻ ഏങ്ങലടിച്ചു കരഞ്ഞ് തളർന്നുറങ്ങി. രാവിലെ എനിക്കു കലശലായി പനിച്ചു. അന്നു ഞാൻ സ്കൂളിൽ പോയില്ല. പുറത്തു പറയാൻ സാധിക്കാത്ത സങ്കടങ്ങൾ പനിയുടെ മറവിൽ ഞാൻ കരഞ്ഞു തീർത്തു. വെയിൽ മൂത്തു നിന്ന പകലിൽ നിന്ന് ഗംഗയിൽ മുങ്ങിയതുപോലെ വിയർത്തൊലിച്ച് അച്ഛൻ കടന്നു വന്നു. ആ ഒരു ദിവസം മാത്രമാണ്, ജോലി കഴിഞ്ഞു മദ്യപിക്കാതെ അച്ഛനെ ഞാൻ കണ്ടിട്ടുള്ളത്.

"ഹോ... വല്ലാത്തൊരു ദിവസം.."

അപ്പോഴേക്ക് തിരിച്ചു വന്നു കയറിയ ഥാക്കുമായോട് അച്ഛൻ തളർച്ചയോടെ പറഞ്ഞു.

"കുട്ടിക്കാലം മുതൽ ഒപ്പം കളിച്ചുവളർന്ന ഒരുത്തനാണ്..അവനെയും ഈ കൈ കൊണ്ട് തന്നെ വേണ്ടി വന്നു.."

"കർമഫലം.."

ഥാക്കുമാ ആശ്വസിപ്പിച്ചു.

"മുഖംമൂടിയിടാൻ അടുത്തു ചെന്നപ്പോൾ അവൻ ചിരിച്ചു. അവസാനം, ഫൊണീ, നിനക്കു ഞാൻ പണിയുണ്ടാക്കി, അല്ലേ എന്ന ചോദിച്ചു. എനിക്ക് ഒന്നും പറയാനുണ്ടായിരുന്നില്ല. പക്ഷേ വല്ലപാടും ഞാൻ പറഞ്ഞു, ഇതാണ് എന്റെ അന്നം, ഒബിനാശ്ദാ, നീ എനിക്കു മാപ്പു തരണം. അവൻ ചിരിച്ചു കൊണ്ട് കണ്ണുകളടച്ചു മുഖം നീട്ടിത്തന്നു."

അച്ഛന്റെ ശബ്ദത്തിൽ മന:ക്ഷോഭം കലർന്നിരുന്നു. മിടിക്കുന്ന ഹൃദയത്തോടെ കണ്ണടച്ച് അച്ഛന്റെ വാക്കുകൾക്കു കാതോർത്ത എന്റെ അടുത്തു വന്ന് അച്ഛൻ നെറ്റി മേൽ തൊട്ടു നോക്കിയിട്ട് കൽപ്പിച്ചു.

“വേഗം എഴുന്നേൽക്ക്... നമുക്കു സർക്കാർ മാമനെ യാത്രയാക്കാൻ പോകാം..”

ഞാൻ അമ്പരന്നു കണ്ണുകൾ വലിച്ചു തുറന്ന് അച്ഛനെ നോക്കി.

“പാവം... അവനെ ഏറ്റുവാങ്ങിക്കാൻ ആരുമില്ലായിരുന്നു അവിടെ... കളഞ്ഞിട്ടു പോരാൻ പറ്റുമോ?”

“എന്നാലും! ഒരു ദുഷ്ടൻ! നാലു പേരെ കൊന്ന പാതകി !”

മാ പ്രതിഷേധിച്ചു.

“നാലല്ല, നാൽപതു പേരെ കൊന്നാലും കുറ്റവാളിക്ക് ഒരു തവണയേ മരിക്കാൻ സാധിക്കൂ... മരണത്തേക്കാൾ വലിയ പാപപരിഹാരമില്ല..”

അച്ഛൻ അൽപം മ്ലാനമായ ശബ്ദത്തോടെ പ്രസ്താവിച്ചു.

“കുട്ടിക്കു പനിയാണ്... അവളിവിടെ കിടന്നോട്ടെ..”

മാ വീണ്ടും എതിർത്തു.

“ഇല്ല... അവൾ തന്നെ വേണം, ഫൊണീ, നമ്മുടെ ചേതൂനെക്കൊണ്ട് എനിക്കൊരു പിണ്ഡം വയ്പിക്കണേ എന്നാണ് അവൻ അവസാനം എന്നോടു പറഞ്ഞത്..”

അച്ഛന്റെ ശബ്ദം ഇത്തവണ വീണ്ടും ഇടറി. എല്ലാവരും മൂകരായി. ഞാൻ മാത്രം പേടിച്ചു വിറച്ചു. അച്ഛൻ ശവദാഹത്തിന് ഒരുക്കങ്ങൾ ചെയ്യാൻ പോയി. ഥാക്കുമാ കൂനിക്കൂനി പിന്നാലെ പോയി. അന്ന് വിറകിൻചിതകൾ മാത്രമേ നീംതല ഘാട്ടിലുണ്ടായിരുന്നുള്ളൂ. സർക്കാർമാമനെ തൂക്കിക്കൊന്നപ്പോൾ കിട്ടിയ കൂലിയിൽനിന്ന് അദ്ദേഹത്തെ ദഹിപ്പിക്കാനുള്ള വിറക് അച്ഛൻ വില കൊടുത്തു വാങ്ങി. മാ എന്റെ പൊള്ളുന്ന കൈ പിടിച്ച് എഴുന്നേൽപ്പിച്ചു. പിന്നെ അടുക്കളയിൽ തിളച്ചു കൊണ്ടിരുന്ന കറി അടുപ്പിൽ നിന്നിറക്കി വയ്ക്കാനും ചായപ്പീടിക അടയ്ക്കാനും പോയി. ആ നേരത്ത് ഞാൻ ആ തുണിക്കിഴി പുറത്തെടുത്തു തുറന്നു. ചുവന്ന കരയുള്ള ഒരു മുണ്ടിൻ കീറിൽ ചെറിയ തുണിത്തുണ്ടുകളിൽ പൊതിഞ്ഞ നാലു മോതിരങ്ങൾ എന്നെ നോക്കി പല്ലിളിച്ചു. ഞാനതെന്റെ ഫ്രോക്കിന്റെ പോക്കറ്റിൽ ഒളിപ്പിച്ചു. കിടുകിടു ശബ്ദമുള്ള ഒരു ഠേലാവണ്ടിയിൽ കൊണ്ടുവന്ന മൃതദേഹം നാരായൺദായുടെ കടയിൽനിന്നു വാങ്ങിയ മുളങ്കോലുകൾ കൂട്ടിക്കെട്ടിയ ശവമഞ്ചത്തിലേക്ക് എടുത്തു വച്ചപ്പോൾ എനിക്കു വീണ്ടും കരച്ചിൽ പൊട്ടി. ചിതയ്ക്കു വലം വയ്ക്കുമ്പോൾ ഞാൻ കരഞ്ഞു കൊണ്ടിരുന്നു. ചിത കത്തിത്തുടങ്ങിയപ്പോൾ ഞങ്ങൾ ഗംഗയിൽ മൂന്നു തവണ മുങ്ങി നിവർന്നു. മൂന്നാമത്തെ തവണ മുങ്ങുമ്പോൾ ഞാനാ കിഴി രഹസ്യമായി വെള്ളത്തിലിട്ടു. എനിക്ക് അദ്ഭുതകരമായ മന:ശാന്തി അനുഭവപ്പെട്ടു. തിരിച്ചു വീട്ടിലെത്തുമ്പോഴേക്ക് എന്റെ പനി പാടെ ഭേദമായി.

മുടിയിൽ ഉടക്കിവലിച്ചപ്പോൾ സഞ്ജീവ് കുമാർ മിത്ര ഞെരിച്ചു വേദനിപ്പിച്ച എന്റെ വലതു കയ്യിലെ മോതിര വിരൽ വേദനിച്ചു. സർക്കാർ മാമൻ ഉൾപ്പെടെ, നമുക്കൊരിക്കലും മനസ്സിലാക്കാൻ കഴിയാതെ തൂക്കിലേറ്റപ്പെട്ട

നൂറുകണക്കിന് പുരുഷൻമാരുടെ രേതസ്സു വീണിട്ടുണ്ടാകാവുന്ന നിലവറ ക്കുഴിയിൽ വച്ച് ശരീരത്തിലും ആത്മാവിലുമേറ്റ ക്ഷതങ്ങളുടെ അഴുക്കുകൾ ഗംഗയിൽ കഴുകാൻ ഞാൻ വെമ്പി. ഗംഗയിലെറിഞ്ഞതോടെ സർക്കാർ മാമന്റെ മോതിരങ്ങൾ എന്നെ വിട്ടു പോയി. പക്ഷേ സഞ്ജീവ് കുമാർ മിത്ര അണിയിച്ച മോതിരം ഊരിമാറ്റിയിട്ടും വിരലിൽ കുടുങ്ങിക്കിടന്നു. സർക്കാർ മാമനെ ഞാൻ സ്നേഹിച്ചിരുന്നു. പക്ഷേ അഞ്ചോ ആറോ വയസ്സുള്ള ഒരു പെൺകുഞ്ഞിന് തന്റെ സ്മരണയ്ക്കായി അദ്ദേഹം കൈമാറിയത് തന്റെ കുറ്റകൃത്യത്തിന്റെ ഒരു പങ്കായിരുന്നു. പത്തു പതിനാറു വർഷങ്ങൾക്കുശേഷം സഞ്ജീവ് കുമാർ മിത്രയും അതുതന്നെ ചെയ്തു. സ്വന്തം കുറ്റകൃത്യങ്ങ ളുടെ പങ്ക് അയാളും എന്നെ അടിച്ചേൽപ്പിച്ചു.

പതിനൊന്ന്

ജൂൺ ഒന്നിനു രാവിലെ അച്ഛൻ ഉണരാൻ വൈകി. ഉണർന്ന പാടെ വീണ്ടും മദ്യപാനം തുടങ്ങി. വൈകിട്ട് ആറു മണിക്ക് ചാനലിന്റെ വണ്ടിയെത്തിയപ്പോൾ അച്ഛൻ ബോധം കെട്ട് ഉറങ്ങുകയായിരുന്നു. 'ഒരുങ്ങി യില്ലേ ഇതുവരെ' എന്നു വണ്ടിയുടെ ഡ്രൈവർ അക്ഷമനായി. ഞാൻ ഒറ്റ യ്ക്കു പോകാനിറങ്ങി. സഹജമായ ധൈര്യമായിരുന്നില്ല, നിവൃത്തികേടായി രുന്നു, ഞങ്ങളുടെ പ്രേരകശക്തി. ശരീരത്തിലും മനസ്സിലുമേറ്റ ക്ഷതങ്ങൾ നീറിപ്പുകഞ്ഞു. എന്റെ ജീവിതജാത്രയിലെ 'വിവേക്' ആ വണ്ടിക്കു പിന്നാലെ നിലവിളിച്ച് ഓടി. അശുതോഷ് മുഖർജി റോഡിൽ ഗുൽമോഹർ മരങ്ങൾ നിറഞ്ഞ വളപ്പിലായിരുന്നു സി.എൻ.സി. സ്റ്റുഡിയോ. അതും ഞാൻ ആദ്യ മായി കാണുകയായിരുന്നു. ധാരാളം മുറികളും തിളങ്ങുന്ന നിലങ്ങളും പല തിരക്കുകളിൽ മുഴുകിയ, ഭംഗിയായി വസ്ത്രം ധരിച്ച സ്ത്രീപുരുഷൻമാരും. സുന്ദരിയായ വഴികാട്ടിക്കു പിന്നാലെ അകത്തേക്കു നടക്കുമ്പോൾ ഭിത്തി യിൽ ഘടിപ്പിച്ച അസംഖ്യം ടെലിവിഷനുകൾ കലപിലയുയർത്തി. അങ്ങനെ ഞാൻ ആദ്യമായി മേയ്ക്കപ് ചെയ്തു. മേയ്ക്കപ് മുറിയിലെ കണ്ണാടികളും കസേരകളും കാക്കുവിന്റെ സലൂണിനെ ഓർമിപ്പിച്ചു. കാക്കുവിന്റെ സലൂണിലും ചുവരിൽ ഘടിപ്പിച്ച ടിവിയുണ്ടായിരുന്നു. ഒരു നോട്ട്ബുക്കോളം വലിപ്പ മുള്ളത്. അതിൽനിന്ന് എപ്പോഴും പ്രണയഗാനങ്ങൾ ഉയർന്നു. മേയ്ക്കപ് റൂമിലെ ടിവിയിൽ പ്രധാനമന്ത്രി ഒരു ഷോപ്പിങ് മാൾ അല്ലെന്നു മുഖ്യമന്ത്രി ഭട്ടാചാര്യ പ്രസ്താവിച്ചു. ആയിരത്തിത്തൊള്ളായിരത്തി തൊണ്ണൂറ്റിയൊ മ്പതു മുതൽ പരിഹാരം തേടുന്ന പ്രശ്നങ്ങൾ പലതും ബംഗാളിനെ വേട്ട യാടുകയാണെന്നും ഗംഗയിലേക്കുള്ള മണ്ണൊലിപ്പ്, പരുത്തി മില്ലുകളുടെ അടച്ചുപൂട്ടൽ, ദാരിദ്ര്യം, ചെറുകിട നിക്ഷേപങ്ങൾക്കുള്ള പലിശ വെട്ടിക്കുറ യ്ക്കൽ എന്നിവയെല്ലാം ജനജീവിതം ദുസ്സഹമാക്കിയെന്നും അദ്ദേഹം പറഞ്ഞു. ഗംഗ നികന്നു പോകുന്നതോർത്തു ഞാൻ വിഹ്വലയായി. വെള്ളം വറ്റി മണൽ ത്തട്ടു തെളിഞ്ഞാൽ ആടുമാടുകളുടെയും സ്ത്രീപുരുഷൻമാരുടെയും അസ്ഥികൂടങ്ങൾക്കൊപ്പം സർക്കാർ മാമന്റെ തുണിക്കിഴിയും ലോകത്തിനു മുമ്പിൽ വെളിപ്പെടും. വലിയ കണ്ണാടിയിൽ തെളിഞ്ഞ ചായം തേച്ച മുഖ ത്തേക്കു നോക്കിയപ്പോൾ എനിക്കു കരച്ചിൽ വന്നു.

വെളുത്തു മെലിഞ്ഞു ചുരുണ്ട മുടി പിന്നിൽക്കെട്ടിവച്ച ഒരു യുവാവാണ് എന്നെ സ്റ്റുഡിയോയിലേക്കു നയിച്ചത്. വെളുത്ത പ്രതലമുള്ള മേശയ്ക്കു പിന്നിൽ സഞ്ജീവ് കുമാർ മിത്ര കാത്തിരിപ്പുണ്ടായിരുന്നു. അയാൾ പ്രസരി പ്പോടെ എന്നെ സ്വീകരിച്ചു. അയാളുടെ നെറ്റിയിലെ രക്തം ചത്ത പാട് കാണാനുണ്ടായിരുന്നില്ല. ശരീരത്തെ അസഹ്യമായും ആത്മാവിനെ അക്ഷന്ത്യ

മായും മുറിവേൽപ്പിച്ച പുരുഷനു മുമ്പിൽ ഒന്നും സംഭവിക്കാത്തതുപോലെ എനിക്ക് ഇരിക്കേണ്ടി വന്നു. ശക്തിയുള്ള ലൈറ്റുകൾ ചുറ്റും പ്രകാശിച്ചു. എന്റെ കണ്ണുകൾ നീറി. ചുമക്കാൻ കഴിയാത്തത്ര ഭീമാകാരമായ ഒരു വൃക്ഷം ശിരസ്സിൽ വളർന്നു. അതിന്റെ വേടുകൾ തൊണ്ടയിലും ഹൃദയത്തിലും ആഴ്ന്നിറങ്ങി. വേടുകൾക്കിടയിൽ ഒരു പക്ഷി പ്രാണഭീതിയോടെ ചിറകടിച്ചു. മാ തിരക്കിട്ടു തുന്നിത്തന്ന പിഞ്ഞിയ ദുപ്പട്ടയും നരച്ച സൽവാർ കമ്മീസും ധരിച്ച് ഞാൻ, ഏതു നിമിഷവും അയാൾ ലിവർ വലിക്കുമെന്ന കരുതലോടെ ചോദ്യങ്ങൾക്കായി കാത്തു.

"ലോകമെങ്ങും വധശിക്ഷ നിരോധിക്കാൻ മുറവിളി ഉയരുകയാണ്. പക്ഷേ, ബംഗാൾ ഗവൺമെന്റ് യതീന്ദ്രനാഥ് ബാനർജിയുടെ വധശിക്ഷയുമായി മുന്നോട്ടു പോകാനാണ് തീരുമാനിച്ചിരിക്കുന്നത്. കുറ്റവാളിയുടെ മനുഷ്യാവകാശത്തേക്കാൾ ഗവൺമെന്റ് വിലയിടുന്നത് ഇരയുടെ മനുഷ്യാവകാശത്തിനാണെന്ന മുഖ്യമന്ത്രി ഗൗതംദേബ് ഭട്ടാചാര്യയുടെ പ്രസ്താവനയും വിവാദമുയർത്തിക്കഴിഞ്ഞു. കൂടാതെ, ഇന്ത്യയിൽ ആദ്യമായി ആരാച്ചാർ പദവിയിൽ ഒരു സ്ത്രീയെ ബംഗാൾ സർക്കാർ നിയോഗിക്കുകയും ചെയ്തു. മുഖ്യ ആരാച്ചാർ ഫണിഭൂഷൺ ഗൃദ്ധാമല്ലിക്കിന്റെ അസിസ്റ്റന്റായി അദ്ദേഹത്തിന്റെ മകൾ ചേതനാ ഗൃദ്ധാ മല്ലിക്കിന്റെ നിയമനം ലോകമെങ്ങുമുള്ള സ്ത്രീസംഘടനകൾ സഹർഷം സ്വാഗതം ചെയ്തിരിക്കുകയാണ്. തൂക്കിക്കൊല നടപ്പാക്കുന്ന തീയതി വരെ, ഓരോ ദിവസവുമുള്ള സംഭവവികാസങ്ങൾ ചേതന നമ്മെ അറിയിക്കും. നമുക്കിനി ചേതനയോടു നേരിട്ടു സംസാരിക്കാം. നമസ്കാരം ചേതനാദീ, താങ്കളെ ആരാച്ചാരായി പരിഗണിച്ചിട്ടു രണ്ടാഴ്ചയായി. ഇപ്പോൾ നിയമന ഉത്തരവും കൈപ്പറ്റി. കഴിഞ്ഞ രണ്ടാഴ്ചത്തെ അനുഭവങ്ങൾ എങ്ങനെയുണ്ടായിരുന്നു?"

"രണ്ടാഴ്ചത്തെ അനുഭവങ്ങൾ എന്ന ചോദ്യം അപ്രസക്തമാണ്. എന്റെ അനുഭവങ്ങൾ രണ്ടായിരം വർഷത്തിനപ്പുറത്തേക്കു നീണ്ടു കിടക്കുന്നു..."

ഞാൻ ഹൃദയത്തെ നിയന്ത്രിക്കാൻ പണിപ്പെട്ടു. അച്ഛൻ ജാത്രയിൽ പാടുകയും അഭിനയിക്കുകയും ചെയ്ത അതേ അവസ്ഥയിലൂടെ കടന്നുപോകുകയായിരുന്നു ഞാൻ. ആളുകൾക്ക് ആവശ്യം ലളിതമായ സത്യങ്ങളല്ല. മധുരമായ പച്ചക്കള്ളങ്ങളാണ്. സഞ്ജീവ് കുമാർ മിത്രയുടെ മുഖത്തെ അപ്പോഴത്തെ അവിശ്വസനീയത എനിക്ക് ഇഷ്ടമായി. അയാളുടെ നെഞ്ചിടിപ്പാണ് ഞാൻ കേൾക്കുന്ന ധക് ധക് ശബ്ദമെന്ന് ഉറപ്പായി. അയാൾ എന്നെ ചുഴിഞ്ഞു നോക്കി.

"ജനിച്ചു വീണതു മുതൽ പിതാമഹൻമാരുടെ കഥകൾ കേട്ടാണു ഞാൻ വളർന്നത്. അവരുടെ അനുഭവങ്ങൾ ഞങ്ങളുടെ കുടുംബത്തിന്റെ മൊത്തം സമ്പാദ്യമാണ്. ഉദാഹരണത്തിന്, ഞങ്ങളുടെ കുടുംബത്തിൽ ഏറ്റവും കൂടുതൽ ദുഷ്പേരു കേൾപ്പിച്ച പിതാമഹനായിരുന്നു കാലാഗൃദ്ധാമല്ലിക്. തൂക്കിലേറ്റുമ്പോൾ ഒരു പ്രതി കാലുയർത്തി അദ്ദേഹത്തിന്റെ നെഞ്ചിൽ തൊഴിച്ചു വീഴ്ത്തി. വീണു കിടന്നിടത്തുനിന്ന് അദ്ദേഹം ലിവർ വലിച്ചു. തൂക്കിക്കൊല കൃത്യ സമയത്തുതന്നെ നടന്നു. പക്ഷേ പിതാമഹന്റെ ഇടുപ്പെല്ലിന് സാരമായ ക്ഷതം പറ്റി. അന്നൊക്കെ ദിവസവും ജോലിയുണ്ടായിരുന്നതിനാൽ

ചികിൽസയ്ക്കു സമയം കിട്ടിയില്ല. അദ്ദേഹത്തിന്റെ ശരീരം ഒരു വശത്തേക്ക് ചെരിഞ്ഞു പോയി. അതിൽപ്പിന്നെ പുള്ളികളെ തൂക്കിലേറ്റിക്കഴിഞ്ഞ് അവർ മരിക്കാൻ വൈകിയാൽ തലയ്ക്കടിച്ചു കൊല്ലാൻ അദ്ദേഹം ഒരു ഇരുമ്പു ദണ്ഡ് കയ്യിൽ കരുതി...."

സഞ്ജീവ് കുമാർ മിത്രയുടെ മുഖത്ത് താൽപര്യം നിറഞ്ഞു. എനിക്ക് ആത്മവിശ്വാസം അനുഭവപ്പെട്ടു. മരണത്തെക്കുറിച്ച് പറയുമ്പോൾ പറയുന്നയാൾ എത്ര ചെറിയവനായാലും വാക്കുകൾക്കു വിലയുണ്ട്. വലിയ വലിയ ആളുകൾ അവിടെയിരുന്നു പറഞ്ഞിട്ടുള്ള കാര്യങ്ങളുടെ വലിപ്പവും അർഥവും വാസ്തവത്തിൽ ഞങ്ങളെപ്പോലെയുള്ള ചെറിയ ചെറിയ മനുഷ്യർ സങ്കൽപ്പിച്ചെടുത്തതായിരുന്നു. ഥാക്കുമാ പറഞ്ഞതിനേക്കാൾ വലിയ കാര്യങ്ങളൊന്നും ആ കസേരയിൽ എനിക്കു മുമ്പേ ഇരുന്നിട്ടുള്ള വലിയ വലിയ മനുഷ്യർ പറഞ്ഞിട്ടില്ല.

"ചേതനാദീ, നിങ്ങൾ എപ്പോഴെങ്കിലും ആരുടെയെങ്കിലും കഴുത്തിൽ കുടുക്കിട്ടു നോക്കിയിട്ടുണ്ടോ?"

"ഞങ്ങളുടെ കുടുംബത്തിലെ കുഞ്ഞുങ്ങൾ ഗർഭപാത്രത്തിൽ വച്ചുതന്നെ പഠിക്കുന്ന കലയാണതെന്നാണു പണ്ടു കാലത്തെ വയറ്റാട്ടികളും ഇക്കാലത്തെ ഡോക്ടർമാരും പറയാറുള്ളത്."

സഞ്ജീവ് കുമാർ മിത്ര വീണ്ടും അന്തം വിട്ടു.

"എന്തൊക്കെയാണ് താങ്കൾ കഴിഞ്ഞ രണ്ടു ദിവസങ്ങളിൽ നടത്തിയ ഒരുക്കങ്ങൾ?"

"കോടതി ഉത്തരവു കിട്ടുന്നതു വരെ എനിക്കൊന്നും ചെയ്യാൻ സാധിക്കില്ലായിരുന്നു. ഉത്തരവു കിട്ടിയ ഉടനെ തന്നെ ഞാൻ അച്ഛനോടൊപ്പം ജയിൽ ഐ.ജിയെ കണ്ടു. പിന്നീട് ആലിപ്പൂർ കറക്ഷനൽ ഹോമിൽ പോയി തൂക്കുമരവും കയറും പരിശോധിച്ചു. ബാക്കി ജോലികൾ കൃത്യത്തിന് ഒരാഴ്ച മുമ്പേ ചെയ്യേണ്ടതുള്ളൂ..."

"പുരുഷൻമാർക്കു പോലും പേടി തോന്നിപ്പിക്കുന്ന ജോലിയാണിത്. ചേതനാദിയെപ്പോലെ ഒരു പെണ്ണിന് ഇതു ചെയ്യാൻ സാധിക്കുമെന്നു തോന്നുന്നുണ്ടോ?"

"സ്ത്രീകൾക്കു ചെയ്യാൻ സാധിക്കാത്തതൊന്നുമില്ല...."

സഞ്ജീവ് കുമാർ മിത്ര വീണ്ടും എന്നെ ചൂഴ്ന്നു നോക്കി.

"ഒരാളെ കൊല്ലുന്നതിൽ പാപബോധം തോന്നുന്നില്ലേ?"

"ഞാൻ കൊല്ലുന്നില്ല. ലിവർ വലിക്കുന്നതേയുള്ളൂ."

സഞ്ജീവ് കുമാർ മിത്ര തമാശ കേട്ടതുപോലെ ചിരിച്ചു.

"ഹഹഹ... അതൊരു ഒഴികഴിവു മാത്രമാണെന്ന് എല്ലാവർക്കും അറിയാം..."

"പ്രതിക്കെതിരെ കേസെടുത്തതും അന്വേഷണം നടത്തിയതും അറസ്റ്റ് ചെയ്തതും ഗവൺമെന്റിന്റെ പോലീസ്. ശിക്ഷ വിധിച്ചതു ഗവൺമെന്റിന്റെ കോടതി. അതു ശരി വച്ചതു ഗവൺമെന്റിന്റെ തലപ്പത്തെ രാഷ്ട്രപതി. തൂക്കാനുള്ള തീയതി നിശ്ചയിച്ചതു വീണ്ടും ഗവൺമെന്റിന്റെ കോടതി. പ്രതിയെ സൂക്ഷിക്കുന്നതു ഗവൺമെന്റ് നടത്തുന്ന ജയിൽ. ഇതെല്ലാം

കഴിഞ്ഞ് രാവിലെ നാലരമണിക്ക്, ഒരു ചുവന്ന തൂവാല താഴെയിടുന്നതു പോലും ഗവൺമെന്റ് നിയോഗിച്ച മജിസ്ട്രേട്ട്."

അദ്ഭുതപ്പെടുത്തിയ ഊർജ്ജത്തോടെ വാക്കുകൾ ഒഴുകിവന്നു. എന്നെപ്പോലെ ഒരു പ്ലസ് ടൂക്കാരി, ആ നിലവറക്കുഴിയിലെ അനുഭവത്തിനുശേഷവും തളർന്നു പോകാതെ പിടിച്ചു നിന്നതു കൊണ്ടാകാം, സഞ്ജീവ് കുമാർ മിത്ര ലേശം പതറി.

"പക്ഷേ, ചേതനാദീ, ആരാച്ചാർ ലിവർ വലിക്കുന്നതുവരെ പ്രതി ആക്ചലായി ചാകുന്നില്ല... അതാണ് അതിലെ വ്യത്യാസം..."

"ആരാച്ചാർ തൂക്കുക മാത്രമേ ചെയ്യുന്നുള്ളൂ. മരണം വരെ കഴുത്തിൽ തൂക്കുക എന്ന് നിർദ്ദേശിക്കുന്നത് കോടതിയാണ്..."

സഞ്ജീവ് കുമാർ വീണ്ടും ദീർഘമായി നിശ്വസിച്ചു.

"അപ്പോൾ നിങ്ങൾ ചെയ്യുന്നതിൽ യാതൊരു തെറ്റുമില്ല എന്നാണോ പറയുന്നത്?"

"നമ്മൾ ചെയ്യുന്നതിൽ എന്താണ് തെറ്റ്, എന്താണു ശരി എന്ന് എങ്ങനെ തിരിച്ചറിയാൻ സാധിക്കും? അങ്ങനെ സാധിച്ചാൽ നമ്മളൊക്കെ ദൈവങ്ങളായിത്തീരുകയില്ലേ? ചിലപ്പോൾ ഞാൻ ചെയ്യുന്നതു തെറ്റാകാം. പക്ഷേ ആ തെറ്റ് നിലവിലുള്ള വ്യവസ്ഥയിൽ തെറ്റല്ല എന്ന് ഭരണകൂടവും നീതിപീഠവും പറയുന്നു. അപ്പോൾ എന്നെപ്പോലെ വലിയ വിദ്യാഭ്യാസമില്ലാത്ത ഒരു പെണ്ണിന് അത് വിശ്വസിക്കുകയേ മാർഗമുള്ളൂ..."

"ചേതനാദീ, നിങ്ങൾ വളരെ നന്നായി സംസാരിക്കുന്നുണ്ട്..."

"ഞാനെന്നും നിങ്ങളുടെ ചാനലിലെ ചർച്ചകൾ ശ്രദ്ധിച്ചു കേൾക്കാറുണ്ട് സൊഞ്ജീബ് ബാബൂ..."

പരിപാടി അവസാനിപ്പിക്കാൻ സമയമായി എന്നു മുടി കെട്ടിവച്ച യുവാവ് ക്യാമറയ്ക്കു പിന്നിൽനിന്ന് ആംഗ്യം കാട്ടി. സഞ്ജീവ് കുമാർ മിത്ര ക്യാമറയ്ക്കു നേരെ തിരിഞ്ഞ് പ്രേക്ഷകർക്കു വേണ്ടിയുള്ള തന്റെ വിടർന്ന ചിരി പുറത്തെടുത്തു.

"വളരെ ചിന്തിപ്പിക്കുന്ന ആശയങ്ങളുമായി ചേതനാ ഗൃദ്ധാ മല്ലിക് നമ്മോടൊപ്പം നാളെ മുതൽ എല്ലാ ദിവസവും സി.എൻ.സി. ചാനലിലുണ്ടായിരിക്കും. ചേതനയുമായി സംസാരിക്കാൻ ആഗ്രഹിക്കുന്നവർക്ക് നാളെ ഇതേ സമയം ഫോണിൽ വിളിക്കാവുന്നതാണ്. എയർസെൽ വരിക്കാർ വിളിക്കേണ്ട നമ്പർ 977777. ബി.എസ്.എൻ.എൽ വരിക്കാർ വിളിക്കേണ്ട നമ്പർ 444444. ഹച്ച് വരിക്കാർ വിളിക്കേണ്ട നമ്പർ 666666. നാളെ ഇതേ സമയം വീണ്ടും കാണാം, നന്ദി, നമസ്കാരം."

മുഖത്തെ ചായം തുടച്ചു കളഞ്ഞു പുറത്തു വന്നപ്പോൾ, സഞ്ജീവ് കുമാർ മിത്ര എന്നെ, 'ഡയറക്ടർ, പ്രോഗ്രാംസ്' എന്നെഴുതിയ മുറിയിലേക്കു നയിച്ചു. നന്നേ വെളുത്ത, അക്ഷമ ഭാവം മുഖത്തു തുടിച്ചു നിൽക്കുന്ന മധ്യവയസ്കൻ ഫോണിൽ സംസാരിക്കുന്നതിനിടെ ഇരിക്കാൻ ആംഗ്യം കാണിച്ചു. സഞ്ജീവ് കുമാർ കസേര വലിച്ചിട്ട് ഇരുന്നു. എന്നോട് സഞ്ജീവ് കുമാറോ അയാളുടെ മേലുദ്യോഗസ്ഥനോ ഇരിക്കാൻ പറഞ്ഞില്ല. ഞാൻ വാതിൽക്കൽത്തന്നെ നിന്നു.

"ഹരീഷ് ബാബൂ, ഇതാണ്, ഞാൻ പറഞ്ഞ ചേതനാ ഗൃദ്ധാമല്ലിക്... സെപ്റ്റംബറിൽ വിവാഹം നടത്തണമെന്നാണ് ആഗ്രഹം..."

"ങ്ഹാ ഹാ.."

ഫോൺ വച്ച ശേഷം ഹരീഷ് നാഥ് അക്ഷമയോടെ തന്നെ ചിരിച്ചു.

"പരിപാടിയെക്കുറിച്ച് നല്ല അഭിപ്രായമാണ് ഇതുവരെ... ചേതന നന്നായി പാർട്ടിസിപ്പേറ്റ് ചെയ്യുന്നുണ്ട്.."

സഞ്ജീവ് കുമാർ പറഞ്ഞു. ഏതോ നാടകത്തിൽ ഡയലോഗ് പറയുകയാണ് അയാൾ എന്നെനിക്ക് തോന്നി.

"ശരി... ഓൾ ദ് ബെസ്റ്റ് ഫോർ ദ് പ്രോഗ്രാം, ആൻഡ് ഓൾ ദ് ബെസ്റ്റ് ഫോർ എ ഹാപ്പി മാരീഡ് ലൈഫ്..."

"താങ്ക് യൂ ഹരീഷ് ബാബൂ..."

സഞ്ജീവ് കുമാർ മിത്ര പറഞ്ഞു. പുറത്തിറങ്ങിയതും അയാൾ എന്നെ താൽപര്യത്തോടെ നോക്കി.

"ചേതനയ്ക്ക് വീട്ടിലേക്കു പോകാൻ ടാക്സി ഏർപ്പാടു ചെയ്തിട്ടുണ്ട്..."

"ഞാൻ ബസിൽ പോയ്ക്കോളാം..."

എന്റെ വാക്കുകളിൽ അനിഷ്ടം നിറഞ്ഞു.

"ഇതൊക്കെ നമ്മുടെ കരാറിൽ ഉൾപ്പെടുന്നതാണ്..."

അയാൾ എന്റെ കണ്ണുകളിലേക്കുറ്റു നോക്കി. ഞാൻ കണ്ണുകൾ പിൻവലിച്ചു. ടാക്സിയിൽ കയറിയപ്പോൾ പിൻസീറ്റിൽ അയാളും കയറി. അയാളുടെ സാമീപ്യവും ഗന്ധവും എന്റെ ഹൃദയമിടിപ്പു വർധിപ്പിച്ചു. ആശയും നിരാശയും ഒരേ അളവിൽ എന്നെ പരവശയാക്കി. എന്റെ കൈകൾ തരിച്ചു. കീറിപ്പറിഞ്ഞതും മാ തുന്നി ശരിയാക്കിയതുമായ ദുപ്പട്ടയിൽ ഞാൻ സ്വയമറിയാതെ കുടുക്കിട്ടു തുടങ്ങി. വീണ്ടും വേദനിപ്പിച്ചാൽ അയാളെ ഒരു പാഠം പഠിപ്പിക്കുമെന്നു ഞാൻ ദൃഢനിശ്ചയമെടുത്തു.

ടാക്സി മുന്നോട്ട് നീങ്ങി. നഗരം, അണഞ്ഞതും അണയാത്തതുമായ മൺചെരാതുകൾ പൊന്തിക്കിടക്കുന്ന ഇരുട്ടിന്റെ നദി പോലെ ഒഴുകി. വലുതും ചെറുതുമായ കടകൾ. പഴയതും പുതിയതുമായ ഫ്ളാറ്റുകൾ. തിരക്കിട്ടു കച്ചവടം നടത്തുന്ന വഴിയോര വാണിഭ ശാലകൾ. വസ്ത്രങ്ങൾ അയ കെട്ടി വിരിച്ചിട്ട വെയ്റ്റിങ് ഷെഡുകൾ. ഫുട്പാത്തുകളിൽ കത്തിച്ച അടുപ്പുകൾ. കൈവരികളിൽ ആടുന്ന കീറത്തുണിത്തൊട്ടിലുകൾ. എനിക്കു തല പെരുത്തു. പണ്ടെന്നോ കുഴിച്ചിട്ട ഒരു കരച്ചിൽ പുറത്തു ചാടാൻ വെമ്പി.

സഞ്ജീവ് കുമാർ മിത്ര വണ്ടി നിർത്താൻ ആവശ്യപ്പെട്ടു. പണം കൊടുത്തശേഷം പുറത്തിറങ്ങി എനിക്കു വേണ്ടി അയാൾ വാതിൽ തുറന്നു പിടിച്ചു.

"ഇതേതു സ്ഥലമാണ്?"

ഞാൻ അമ്പരപ്പോടെ അന്വേഷിച്ചു.

"അറിയില്ലേ, ലാൽ ബസാർ...!"

സഞ്ജീവ് കുമാർ മിത്ര നിസ്സാരമായി പറഞ്ഞു. അയാൾക്കു പിന്നാലെ നടക്കുമ്പോൾ ഞാൻ ചുറ്റും നോക്കി. ഇംഗ്ലീഷുകാരനായ ജോബ് ചാർണോക് കപ്പലിറങ്ങുന്നതിനും മുമ്പേ നെയ്ത്തും കൃഷിയും മൽസ്യക്കച്ചവടവും നടത്തിയിരുന്ന കാളിഘട്ട, സുട്ടനുട്ടി, ഗോവിന്ദപ്പൂർ, ചിത്പൂർ എന്ന നാലു

ഗ്രാമങ്ങളെക്കുറിച്ച് ഥാക്കുമായുടെ കണ്ണാൽക്കണ്ടതുപോലെയുള്ള വർണ്ണന കൾ എനിക്ക് ഓർമ വന്നു. ഹൂഗ്ലിയുടെ തീരത്തെ ഗോവിന്ദ്പൂരിലാണ് പരി ശ്രമശാലികളായ സേട്ടുമാർ ആദ്യമെത്തിയത്. നദീതീരത്തെ കാട് വെട്ടിത്തെ ളിച്ച് അവർ ഗ്രാമമുണ്ടാക്കി, കുടുംബ പരദേവതയായ ഗോവിന്ദ്ജിക്ക് ക്ഷേത്രം പണിതു. സേട്ടു കുടുംബത്തിന്റെ ഒരു താവഴി വടക്കോട്ട്, അന്നു ഞങ്ങളുടെ കുടുംബക്കാരുടേതായിരുന്ന കാളീഘട്ടയിലേക്ക്, ചേക്കേറി. അവരവിടെ വീടുകൾ പണിതു, ഗ്രാമമുണ്ടാക്കി. അന്നു ചിത്പൂരിൽനിന്നു കാളീഘട്ടിലേക്കുള്ള വഴി കൊടുംകാടിനു നടുവിലൂടെയായിരുന്നു. വഴിയിൽ ചൗരങ്ഗിനാഥ് എന്ന ഉപേക്ഷിക്കപ്പെട്ട രാജകുമാരൻ സ്ഥാപിച്ച ശിവക്ഷേ ത്രമുണ്ടായിരുന്നു. അന്ന് ഗംഗയ്ക്ക് സ്ട്രാൻഡ് റോഡും കവിഞ്ഞ് വീതിയു ണ്ടായിരുന്നു. സേട്ടുമാരും ബസക്കുകളും ലാൽദിഗിയുടെ പടിഞ്ഞാറു വശത്തു കുടിയേറി. ഞങ്ങളെപ്പോലെയുള്ള പാവങ്ങൾ സേട്ടുമാർക്കു വേണ്ടികാടു വെട്ടിത്തെളിച്ചുണ്ടാക്കിയ ഗ്രാമങ്ങൾ അവർ പിന്നീട് ബ്രിട്ടീഷു കാർക്കു വൻവിലയ്ക്കു വിറ്റു. ഞങ്ങളുടെ വയലേലകളും നെയ്ത്തുശാല കളും ബ്രിട്ടീഷുകാരുടെ മൈദാൻ ആയി. പിതാമഹൻമാരെക്കുറിച്ചുള്ള കഥകൾ കൊൽക്കൊത്തയുടെ കഥകളായിരുന്നതു കൊണ്ട്, ഥാക്കുമായുടെ കഥകളിൽ മരണവും പ്രേമവും മാത്രമല്ല, ഭൂമിയുമുണ്ടായി. ഞാൻ എട്ടാം ക്ലാസിൽ പഠിച്ചിരുന്ന കാലത്താണു ജ്യോതിബസു ശിൽപായൻ നടത്താ നൊരുങ്ങിയത്. അന്നു ഥാക്കുമാ കോപാകുലയായി. കച്ചവടക്കാരുടെ വരവ് എന്നും ജലത്തിലൂടെയായിരുന്നെന്നും കച്ചവടത്തിന് ഏറ്റവും ആവശ്യം അധികാരമാണെന്നും ഥാക്കുമാ പിച്ചും പേയും പറഞ്ഞു.

നഗരത്തിന്റെ ആരവത്തിനിടെ കടുകെണ്ണയുടെയും മസാലയുടെയും ഗന്ധം എന്നെ ചൂഴ്ന്നു. തൊട്ടടുത്തുതന്നെ ഒരു ഖാൽമൂറി വിൽപ്പനക്കാര നുണ്ടായിരുന്നു. എന്റെ മനസ്സു വായിച്ചിട്ടെന്നതുപോലെ സഞ്ജീവ് കുമാർ മിത്ര രണ്ടു പൊതി വാങ്ങി ഒന്നെനിക്കു നീട്ടി. പൊരിയും മസാലയും കപ്പ ലണ്ടിയും കശുവണ്ടിയും ചേർന്ന ഖാൽമൂറിക്ക് ഹൃദ്യമായ വാസനയും നല്ല എരിവുമുണ്ടായിരുന്നു. ചുറ്റും ഇരമ്പുന്ന ആൾക്കൂട്ടത്തിൽ നിശ്ശബ്ദരായി നി ന്ന് അതു കഴിക്കുമ്പോൾ എനിക്കു പിന്നെയും കരച്ചിൽ വന്നു. സ്നേഹി ക്കുന്ന പുരുഷനോടൊപ്പം ഹൃദയംതുറന്നു ചിരിച്ചു കൊണ്ട് ഖാൽമൂറി ഭക്ഷി ക്കാൻ ഞാൻ മോഹിച്ചിരുന്നു. എന്റെ ഹൃദയം സഞ്ജീവ് കുമാർ മിത്ര കണ്ടില്ല. അയാളുടെ ഹൃദയം കാണാൻ എനിക്കും സാധിച്ചില്ല. ഖാൽമൂറി തീർത്ത് കൈലേസിൽ കൈ തുടച്ചു കൊണ്ട് സഞ്ജീവ് കുമാർ മിത്ര ധൃതി യിൽ നടന്നു. വെള്ള ബോർഡിൽ വയലറ്റ് അക്ഷരങ്ങൾ തിളങ്ങുന്ന ഒരു വസ്ത്രശാലയ്ക്കു മുമ്പിൽ അയാൾ എനിക്കു വേണ്ടി കാത്തുനിന്നു.

“ചേതനയ്ക്ക് ഇരുപത്തിനാലാം തീയതി വരെ ദിവസവും ചാനലി ലേക്കു വരേണ്ടി വരും. ഒരേ വസ്ത്രം ധരിച്ചു വരുന്നത് അനുവദിക്കാനാകു കയില്ല...”

സഞ്ജീവ് കുമാർ മിത്ര പഴയ അധീശ ഭാവത്തോടെ എന്നെ നോക്കി. എനിക്ക് അരിശം വന്നു.

“നിങ്ങൾ വാങ്ങുന്ന വസ്ത്രം എനിക്കാവശ്യമില്ല....”

എന്റെ ധാർഷ്ട്യം സഞ്ജീവ് കുമാർ മിത്രയ്ക്കും ഇഷ്ടപ്പെട്ടില്ല.

"പുതിയ കാലത്ത് ഒരാളുടെ വ്യക്തിത്വം അയാളുടെ വസ്ത്രങ്ങളാണ്... ചേതനയെ ലോകം മുഴുവൻ ഉറ്റുനോക്കുന്നുണ്ടെന്നു മറക്കരുത്..."

അപ്പോൾ ഞാനൊന്നു പതറി.

"കരാറിൽ അതില്ലല്ലോ എന്നാണോ? അതു പ്രത്യേകം കരാറിൽ പറയേണ്ടതില്ല. പിന്നെ, ഞാൻ ആദ്യമായാണ് ഒരു പെൺകുട്ടിക്ക് വസ്ത്രം വാങ്ങിക്കൊടുക്കുന്നത് എന്നു ചേതന മനസ്സിലാക്കണം..."

അയാൾ കണ്ണടയൂരിയപ്പോൾ നഗരത്തിന്റെ വെളിച്ചങ്ങൾ അയാളുടെ കണ്ണുകൾക്കും തിളക്കം വർധിപ്പിച്ചു. എന്റെ ശരീരത്തിൽ ലോലമായ കയർച്ചുറ്റുകൾ മുറുകി.

"അമ്മ ജീവിച്ചിരിക്കുമ്പോൾ ഒരിക്കൽപ്പോലും എനിക്ക് വസ്ത്രം വാങ്ങിക്കൊടുക്കാൻ സാധിച്ചില്ല...."

അയാൾ വീണ്ടും എന്റെ കണ്ണുകളിലേക്കു നോക്കി പുഞ്ചിരിച്ചു. ഞാൻ പ്രാണരക്ഷാർഥം മുന്നോട്ടു നടന്നു. ആ മനുഷ്യനെ ഞാൻ തീവ്രമായി ഭയന്നു. 'എനിക്കു നിന്നെ ഒരിക്കലെങ്കിലും ഒന്നനുഭവിക്കണ'മെന്ന ഭീഷണിയും മാറിടത്തിലെ വേദനയും തൂക്കുമരച്ചുവട്ടിലെ നിലവറക്കുഴിയിൽ അയാളേൽപ്പിച്ച അസംഖ്യം മുറിവുകളും പത്തികൾ വിടർത്തി. സർക്കാർ മാമൻ ആ നാലു സ്ത്രീകളെയും സമീപിച്ചത് ഇതേ വിധത്തിലായിരുന്നോ എന്നു ഞാൻ സംശയിച്ചു. ഞാൻ ഓടി രക്ഷപ്പെടാൻ ആഗ്രഹിച്ചു. നഗരത്തിന്റെ ഇരുട്ടും നിയോൺ വെളിച്ചങ്ങളും എന്നെ അധൈര്യപ്പെടുത്തി. നീം തല ഘാട്ടിലെ തിരക്കിനിടയിൽ എനിക്കൊരിക്കലും ഭയം തോന്നിയിട്ടില്ല. പക്ഷേ, വിശാലമായ രാജവീഥിയിൽ നിൽക്കെ, വലിയ കെട്ടിടങ്ങൾ ശിരസ്സിൽ ഇടിഞ്ഞു വീഴുമെന്നും വലിയ വണ്ടികൾ എന്നെ ഇടിച്ചു തെറിപ്പിക്കുമെന്നും ഞാൻ ഭയന്നു. നഗരം ഒരുപാടു വെളിച്ചങ്ങളുള്ള നിലവറക്കുഴി പോലെ തോന്നി. വീട്ടിലേക്കുള്ള വഴി എനിക്ക് മനസ്സിലായില്ല. എങ്ങോട്ടു പോകണമെന്നു തീർച്ചയില്ലാതെ നിൽക്കെ, വഴിയിൽ തൊട്ടുമുമ്പിലിരുന്ന കോളർ പിഞ്ഞിയ ഷർട്ടും ഇറക്കം കുറഞ്ഞ പാന്റും ധരിച്ച വൃദ്ധനായ വളക്കച്ചവടക്കാരൻ 'വരൂ, വന്നു നോക്കൂ മാഡം' എന്ന് യാചിച്ചു. പേഴ്സിൽ പണമുണ്ടായിരുന്നില്ലെങ്കിലും ഞാൻ ആ വളകളിലേക്കു നോക്കി.

"ഈ വള എടുക്കൂ മാഡം, ജോഡിക്ക് മുന്നൂറ്... അസൽ ഹാൻഡ്മെയ്ഡ് വളയാണു മാഡം... നോക്ക് ഈ മുത്തുകൾ നോക്ക്... ഒരിക്കലും ഇളകി പോകുകയില്ല."

അയാൾ ഏതാനും വളകൾ എന്റെ കയ്യിൽ പിടിപ്പിച്ചു കൊണ്ട് അഭ്യർഥിച്ചു. രക്തച്ചുവപ്പിൽ വെള്ളയും പച്ചയും കല്ലുകൾ പതിപ്പിച്ച വളകളുടെ തണുപ്പും ഭാരവും ഞാൻ ആസ്വദിച്ചു.

"ഏതു വളയാണ് ചേതനയ്ക്ക് വേണ്ടത്?"

പിന്നിൽനിന്നു സഞ്ജീവ് കുമാർ മിത്രയുടെ ശബ്ദം കേട്ടപ്പോൾ ഞാൻ പതറി.

"ഒന്നും വേണ്ട..."

ഞാൻ വളകൾ മുന്നിലുള്ള വളക്കൂമ്പാരത്തിനു മുകളിൽ തിരികെ വച്ചു പരുഷമായി പറഞ്ഞു.

"മാഡത്തിന് ഇതാണ് ഇഷ്ടപ്പെട്ടത് ബാബൂ... നല്ല സാധനമാണ് ബാബൂ... വെറും മുന്നൂറു രൂപ..."

"ഇതെന്താ സ്വർണവളയോ?"

സഞ്ജീവ് കുമാര് മിത്ര അതു വാങ്ങി പരിശോധിച്ച ശേഷം ധാർഷ്ട്യത്തോടെ ചോദിച്ചു.

"ബാബു... ഞാൻ ഇരുനൂറ്റി എഴുപത്തഞ്ചിനു തരാം..."

"അമ്പതാണെങ്കിൽ മതി..."

സഞ്ജീവ് കുമാർ മിത്ര പറഞ്ഞു. എനിക്കതു കേട്ടു വല്ലായ്മ തോന്നി. ആ വളയ്ക്ക് അമ്പതു രൂപ വില പറയുന്നത് അയാളെ മാത്രമല്ല, ആ വളയെക്കൂടി അധിക്ഷേപിക്കലായിരുന്നു.

"വേണ്ട..നമുക്കു പോകാം..."

ഞാൻ ധൃതി കൂട്ടി. പക്ഷേ വളക്കച്ചവടക്കാരനോട് തമാശ പറഞ്ഞുകൊണ്ടു കുറച്ചു നേരം കൂടി വളകൾക്കിടയിൽ പരതിയശേഷമാണു സഞ്ജീവ് കുമാർ എഴുന്നേറ്റത്.

"ശരി ശരി... ചേതനയ്ക്കു വേണ്ടെങ്കിൽ വേണ്ട..."

അയാൾ എന്നെക്കാൾ ധൃതിയിൽ നടന്നു ടാക്സിക്കു കൈനീട്ടി. അയാൾ മുൻസീറ്റിലാണ് ഇരുന്നത്. അയാൾ പിന്നീട് സംസാരിച്ചില്ല. ടാഗോർ സ്ട്രീറ്റ് കടന്ന് സ്ട്രാൻഡ് റോഡിലേക്കു തിരിയുന്നിടത്ത് ടാക്സി പാർക്ക് ചെയ്യാൻ ഡ്രൈവറോട് ആവശ്യപ്പെട്ടപ്പോൾ മാത്രമാണ് അയാളുടെ ശബ്ദം കേട്ടത്. വീടു വരെ അയാൾ എന്റെ ഒപ്പം വന്നു. റയിൽവേ ഗേറ്റ് അടച്ചിരുന്നതിനാൽ വാഹനങ്ങളുടെ നീണ്ട നിര റോഡിൽ നെടുകെ മതിൽ പണിതിരുന്നു. വീട്ടിലേക്കു മുറിച്ചു കടക്കാൻ ശവവണ്ടികൾക്കിടയിൽ ഞാൻ പഴുതുതേടി.

"ഒരു മിനിറ്റ്..."

പിന്നാലെ വന്ന സഞ്ജീവ് കുമാർ ഇരുട്ടിൽ എന്റെ കയ്യിൽ പിടിച്ചു നിർത്തി. നിലവറയിൽ വച്ച് കുപ്പിവളക്കഷ്ണങ്ങൾ കുത്തിക്കയറിയ മുറിവുകൾ പഴുത്തു തുടങ്ങിയ കൈത്തണ്ടയിൽ വിരലുകൾ അമർന്നു. ഞാൻ ഔ എന്നു ഞരങ്ങി.

"എന്റെ പ്രായശ്ചിത്തം..."

തടയാനാകുന്നതിനു മുമ്പേ അയാൾ എന്റെ കൈകൾ പിടിച്ച് വളകൾ അണിയിച്ചു. പിന്നീട് രണ്ടു കൈത്തലങ്ങളും പിടിച്ചു നിവർത്തി കൈവെള്ളയിൽ മൃദുവായി മീശരോമങ്ങൾ ഉരുമ്മും വിധം ഉമ്മ വച്ച് നടന്നു പോയി. എന്റെ കൈത്തലങ്ങൾ പൊള്ളി, തണുത്തുറഞ്ഞു. നിലത്താകെ വിറയൽ പടർത്തി തെക്കോട്ടുള്ള സർക്കുലാർ ട്രെയിൻ പാഞ്ഞു. ഫ്ലാറ്റിലേക്കു പോകാൻ കാത്തുനിൽക്കുകയായിരുന്ന വണ്ടികൾ നീങ്ങി. ഒരു ആംബുലൻസിന്റെ വെളിച്ചത്തിൽ ഞാൻ എന്റെ കൈത്തണ്ടകൾ കണ്ടു. വായിൽ ഉമിനീർ വറ്റി. എല്ലാ മുറിവുകളും പഴുത്തു വിങ്ങി. രക്തച്ചുവപ്പിൽ പച്ചയും വെള്ളയും കല്ലുകൾ പതിപ്പിച്ച മൺവളകൾ. വില കൊടുത്തു വാങ്ങുന്നതിനു പകരം എന്റെയും വിൽപനക്കാരന്റെയും മുഴുവൻ നഗരത്തിന്റെയും കൺമുമ്പിൽ, മന:സാക്ഷിക്കുത്തില്ലാതെ മോഷ്ടിച്ചവ. സഞ്ജീവ് കുമാർ മിത്രയെ മനസ്സിലാക്കാൻ എനിക്കൊരിക്കലും സാധിച്ചില്ല. അയാൾ, ഗംഗയിലെന്ന

തുപോലെ, സ്വന്തം മാലിന്യങ്ങൾ എന്റെ ശരീരത്തിൽ നിമജ്ജനം ചെയ്തു. സ്വന്തം പുണ്യം ഉറപ്പാക്കിയ ശേഷം മണ്ണൊലിപ്പുകളെക്കുറിച്ചു വ്യാകുലപ്പെട്ടു. അത്രയേറെ നിന്ദിക്കപ്പെടാൻ എന്തു തെറ്റാണ് ഞാൻ ചെയ്തതെന്ന് എനിക്കു മനസ്സിലായില്ല. അപമാനവും രോഷവും കൊണ്ട് എനിക്കു ഭ്രാന്തി ളകി. പിൽക്കാലത്ത്, അയാളോടു പക വീട്ടിയതിനുശേഷവും ആ ദിവസ ത്തെക്കുറിച്ചോർക്കുമ്പോഴൊക്കെ മൈദാനിൽ ദുപ്പട്ട കഴുത്തിൽ മുറുക്കപ്പെട്ട നിലയിൽ മരിച്ചുകിടന്ന യുവതിയുടേതായി കേട്ട നിലവിളി പോലെ അമാർ സാതെ തുമി എരോകോം കൊർത്തേ പരോ നാ എന്നു നിലവിളിക്കാൻ എനിക്കും തോന്നി. നിങ്ങൾ എന്നോടിങ്ങനെ ചെയ്യരുതായിരുന്നു....!

പന്ത്രണ്ട്

“ഞങ്ങളൊക്കെ പഴയ തരം ആളുകളാണ് ഗൃദ്ധാദാ...”

ചായപ്പീടികയിൽ മാനൊബേന്ദ്ര ബോസിന്റെ മുഴക്കമുള്ള ശബ്ദം ഉയർന്നപ്പോൾ വേദന വിങ്ങുന്ന ശരീരത്തോടെ ഞാൻ അടുക്കളയിൽ പഴന്തുണിക്കെട്ടുപോലെ ചടഞ്ഞിരിക്കുകയായിരുന്നു. നിനക്കെന്തു പറ്റി എന്നു ഥാക്കുമായും മായും എന്നോടു പലതവണ ചോദിച്ചു. ‘ഉപദ്രവിക്കാതെ’ എന്നു ഞാൻ ദേഷ്യപ്പെട്ടു. നിലവറക്കുഴിയിൽനിന്നു കുട്ടിയുടെ ശരീരത്തിൽ വല്ലതും കേറിയോ എന്ന് മാ അടക്കം ചോദിച്ചു. ഥാക്കുമാ വേവലാതിയോടെ കാളീക്ഷേത്രത്തിലും ശ്മശാനത്തിനടുത്തുള്ള ശിവക്ഷേത്രത്തിലുംപോയി കുങ്കുമവും ഭസ്മവും വാങ്ങി വന്ന് എന്നെ അണിയിച്ചു. എന്നിട്ടും, എന്റെ നെഞ്ചിലെന്തോ ഭാരിച്ചു തൂങ്ങി. പഴയതുപോലെ ഗംഗയിൽ മൂന്നു തവണ മുങ്ങി നിവർന്നാൽ നഷ്ടപ്പെടുന്നതായിരുന്നില്ല ആ ഭാരം. വിറകിൻ ചിതയെരിയുന്നതിനടുത്ത് പുതുതായി സ്ഥാപിക്കപ്പെട്ട വൈദ്യുതി ശ്മശാനത്തിൽ നിന്നുള്ള ചിതാഭസ്മവും ആളുകൾ ഗംഗയിൽത്തന്നെ കലക്കുന്നതിനാൽ ജലത്തേക്കാൾ കൂടുതൽ ചെളിയായിത്തീർന്ന ഗംഗയെയും എനിക്കു ഭയം തോന്നി. നീംതലഘാട്ടിലെ ഗംഗ, താങ്ങാൻ മഹാദേവന്റെ ജട തന്നെ വേണമെന്നു ശാഠ്യം പിടിച്ച ഗംഗയുടെ പ്രേതമായിരുന്നു. ഏതാൾക്കും എത്ര തവണയും മുങ്ങി നിവരാനും ഏത് അഴുക്കും നിമജ്ജനം ചെയ്യാനും സർവസന്നദ്ധയായി അത് കറുത്ത് ഓളംവെട്ടിക്കിടന്നു.

“ഒരാളെ വിലയ്ക്കെടുക്കുക, അതിനു കരാർ വയ്ക്കുക എന്നൊക്കെ കേട്ടിട്ട് എനിക്ക് അദ്ഭുതം തോന്നുന്നു. ഇടതു പക്ഷം ഭരിക്കുന്ന ബംഗാളിലാണോ ഈ ബോണ്ടഡ് ലേബർ?”

ബോസ് ബാബുവിന്റെ ശബ്ദം വീണ്ടും ഉയർന്നു.

“ഹഹഹ... ബോസ് ബാബൂ, ഇപ്പോഴെന്നല്ല, എപ്പോഴും ഭരണം നടത്തുന്നതു നിങ്ങളൊക്കെതന്നെയല്ലേ? പാർട്ടിയും ഗവൺമെന്റും വെറും കളിപ്പാവകൾ... മാധ്യമങ്ങൾ വിചാരിച്ചാൽ നടക്കാത്തതു വല്ലതും ഇന്ത്യാ മഹാരാജ്യത്തുണ്ടോ?”

“ഞാനങ്ങനെ എന്റെ ജോലിയെക്കുറിച്ച് ഒരിക്കലും കരുതിയിട്ടില്ല..”

ബോസ് ബാബുവിന്റെ വാക്കുകളിൽ നിരാശ നിറഞ്ഞു.

“ചേതന എവിടെ? ഇന്നലെ ടിവിയിൽ അവൾ വളരെ നല്ലതുപോലെ സംസാരിച്ചു. എത്ര കഴിവുള്ള കുട്ടിയാണ്, അവൾ. ഗൃദ്ധാദാ. ഈ തരം ചപ്പടാച്ചിക്കു വിട്ടു കൊടുക്കുന്നതിനു പകരം അവൾക്കു നല്ല വിദ്യാഭ്യാസം കൊടുത്തിരുന്നെങ്കിൽ...”

"ഭഗ്ബാൻ...! ബോസ് ബാബൂ... താങ്കളെന്താണ് ഈ പറയുന്നത്? കുറച്ചു കൂടി പഠിച്ച്, കൂടിയാൽ ഒരു ഡിഗ്രിയെടുത്ത് വല്ലപാടും ഒരു സർക്കാർ ജോലി കിട്ടി പിന്നെ ഭാഗ്യത്തിന് ഒരു കല്യാണവും കിട്ടി ജീവിച്ചാൽ അവളെ ആരറിയും? ഇന്നു നോക്കൂ, അവൾ ആരായിത്തീർന്നിരിക്കുന്നു! ഭാരതത്തിനും മുഴുവൻ ലോകത്തിനും മുമ്പിൽ ശക്തിയുടെയും സ്വാഭിമാനത്തിന്റെയും പ്രതീകമായിത്തീർന്നില്ലേ, അവൾ?"

"ഇതെല്ലാം അവളുടെ സ്വന്തം തീരുമാനമായിരിക്കുന്നിടത്തോളം മാത്രമേ അതങ്ങനെയായിത്തീരുകയുള്ളൂ..."

അച്ഛൻ ഒരു നിമിഷം എന്തോ ആലോചിച്ചു.

"എന്നുവച്ച് ബോസ് ബാബുവിന് വിഷമമൊന്നും തോന്നരുത്... മുഖ്യ ആരാച്ചാർ ഇപ്പോഴും ഞാൻ തന്നെയാണല്ലോ. ജൊതീന്ദ്രനാഥിന്റെ തൂക്കിക്കൊല വരെ ഞാൻ മറ്റൊരു പത്രത്തോടും സംസാരിക്കുകയില്ല. പകരം നിങ്ങളെനിക്ക് പതിനായിരം രൂപ തന്നാൽ മതി. എന്തു പറയുന്നു?"

മറുപടി കേൾക്കാത്തതുകൊണ്ട് ഞാൻ എഴുന്നേറ്റ് അടുക്കളയിലെ മൺ ജനാലയിലൂടെ ചായപ്പീടികയിലേക്ക് എത്തി നോക്കി. ബോസ് ബാബു അച്ഛന്റെ മുഖത്തേക്ക് ഉറ്റു നോക്കിയിരിക്കുകയായിരുന്നു. പിന്നീട് അദ്ദേഹം നിരാശയോടെ ചിരിച്ചു കൊണ്ട് എഴുന്നേറ്റു.

"ഇല്ല, ഗൃദ്ധാദാ..താങ്കൾക്കു പണം ലഭിക്കുന്നത് എനിക്കു സന്തോഷമാണ്... പക്ഷേ പണം കൊടുത്തു വാർത്ത വാങ്ങുന്നത് ഞങ്ങളുടെ തലമുറയ്ക്ക് ദഹിക്കാറില്ല..."

"എന്താ അതിൽ തെറ്റ്? നിങ്ങളുടെ വിൽപനയ്ക്ക് ആവശ്യമുള്ളതു ഞാൻ തരുന്നു... എന്റെ ഉപജീവനത്തിന് ആവശ്യമുള്ളതു നിങ്ങൾ തരുന്നു... രണ്ടു കൂട്ടരും ഒരുപോലെ രക്ഷപ്പെടുകയല്ലേ?"

"ഞാൻ ഈ ജോലി സ്വീകരിച്ചത് ഇതിന്റെ അനുഭൂതിക്കു വേണ്ടിയാണ്. പണം കൊടുത്ത് സന്തോഷമോ അംഗീകാരമോ വാങ്ങുന്നതിൽ എനിക്കു അനുഭൂതിയില്ല. അതു സൊനാഗച്ചിയിൽ പോകുന്നതു പോലെയാണ്... സൊനാഗച്ചിയിലെ ഒരു പെൺകുട്ടിയോടൊപ്പം കഴിയാൻ എനിക്കു വിഷമമില്ല. പക്ഷേ അവളുടെ മുറിയിലേക്കു ഞാൻ പോകണമെങ്കിൽ അവളെ എനിക്കു സ്നേഹിക്കാൻ കഴിയണം. പണം വാങ്ങാതെ എന്നോടൊപ്പം കിടക്കാൻ അവളും തയാറാകണം..."

"ബോസ് ബാബൂ... എങ്കിൽ നിങ്ങളുടെ കാര്യം നടന്നതു തന്നെ!"

അച്ഛൻ പൊട്ടിച്ചിരിച്ചു.

"ബോസ് ബാബൂ... താങ്കൾക്ക് എന്നെക്കാൾ പഠിപ്പുണ്ട്, ലോക പരിചയമുണ്ട്... ഞാനോ ഒരു പാവം ആരാച്ചാർ. പക്ഷേ ഒരു കാര്യമുണ്ട്, ലക്ഷ്യം മാർഗത്തെ സാധൂകരിക്കുന്നു എന്നെനിക്കറിയാം. സൊനാഗച്ചിയിലായാലും വീട്ടിനകത്തായാലും പെണ്ണിനെക്കൊണ്ട് ബാബുവിനുള്ള ആവശ്യം ഒന്നു തന്നെയല്ലേ? ഒരുത്തിയെ ഭാര്യ എന്നു വിളിക്കുന്നു. അതല്ലാതെ എന്തു വ്യത്യാസമാണുള്ളത്? അതുപോലെയാണ് ഇതും. നിങ്ങൾക്കു വാർത്ത വേണം. ഞാനതു തരാം. ഈ സ്ട്രാൻഡ് റോഡിൽ ദാ, ഈ ആംബുലൻസിനും ശവമഞ്ചത്തിനും പിന്നാലെ പാഞ്ഞു നടന്ന് രഹസ്യമായി പടമെടുത്തു

വാർത്ത വേണമെങ്കിൽ കൊടുക്കാം. ആ പ്രയാസമൊന്നുമില്ലാതെ ഞാൻ തരുന്ന ചായയും കുടിച്ച് എന്റെ കഥ ടേപ് റെക്കോർഡറിൽ പിടിച്ചു കൊണ്ടു പോയി പ്രസിദ്ധീകരിക്കുകയും ചെയ്യാം... രണ്ടും ഒന്നു തന്നെ... രണ്ടാമത്തേത് കുറച്ചു കൂടി എളുപ്പം."

അദ്ദേഹം എഴുന്നേറ്റപ്പോൾ അച്ഛൻ കൂടെ എഴുന്നേറ്റു.

"ബോസ് ബാബൂ, നിങ്ങൾ ആ പയ്യനെ ഒന്നു പരിചയപ്പെടണം... സൊഞ്ജീബ് കുമാർ മിത്ര... എന്തൊരു മിടുക്കനാണ് അവൻ... ഒരു കാര്യം എങ്ങനെ വാർത്തയാക്കണമെന്ന് അവനറിയാം... ചേതനയുടെ ജോലി ശരിയാ ക്കിയതു പോലും അവനാണ്... ജോലി കിട്ടിയതും ഉടനെ അവൻ പോക്ക റ്റിൽനിന്ന് മുദ്രപ്പത്രം എടുത്തു. സത്യം പറഞ്ഞാൽ ഞാൻ അവനെ നമിച്ചു പോയി!"

ബോസ് ബാബു അച്ഛനെ നോക്കി പുഞ്ചിരിച്ചു.

"ഇത് അവരുടെ കാലമല്ലേ ഗൃദ്ധാദാ? നാഷിപൂരിൽ നാലു കുഞ്ഞുങ്ങൾ ജലദോഷം പിടിച്ചു മരിച്ചു. ഞാൻ അങ്ങോട്ടൊന്നു ചെല്ലട്ടെ..."

"ജലദോഷമോ? പുതിയ തരം പനിയാണെന്നാണല്ലോ ഇന്നലെ ടിവി യിൽ കേട്ടത്..."

ബോസ് ബാബു ചിരിച്ചു.

"പാവപ്പെട്ട കുഞ്ഞുങ്ങളല്ലേ? പോഷകാഹാരക്കുറവു കാരണം ഒരു കാറ്റടിച്ചാലും അവർ മരിച്ചു പോകും... പക്ഷേ അവരെക്കൊണ്ടു കരാറൊ പ്പിടുവിക്കാൻ നിങ്ങളുടെ മിത്രാബാബുമാർക്ക് താൽപര്യം കാണുകയില്ല. അവരുടെ മുഖങ്ങൾ ടിവിയിൽ കാണിക്കാൻ കൊള്ളുകയില്ല.."

അച്ഛന്റെ മറുപടിക്കു കാക്കാതെ അദ്ദേഹം ഒടിഞ്ഞ കാൽ വലിച്ചു കൊണ്ടു റോഡ് മുറിച്ചു കടന്നു ശവവണ്ടികൾക്കപ്പുറം മറഞ്ഞു. വൈകാതെ പ്രസ് സ്റ്റിക്കർ ഒട്ടിച്ച രണ്ടു വണ്ടികൾ പാഞ്ഞെത്തി. ആദ്യം വന്ന വണ്ടിയിൽ നിന്ന് ആളിറങ്ങുന്നതിനു മുമ്പു തന്നെ രണ്ടാമത്തെ വണ്ടിയിൽനിന്ന് രണ്ടു ചെറുപ്പക്കാർ ഓടി ഉള്ളിൽ വന്നു. ആദ്യത്തെ വണ്ടിയിൽനിന്നിറങ്ങിയവർ പരസ്പരം കുറ്റപ്പെടുത്തി അകലെത്തന്നെ നിന്നു. മാ എന്റെ പിന്നിൽ വന്ന് ജനാലയിലൂടെ എത്തി നോക്കി ആരാത് എന്ന് അന്വേഷിച്ചു.

"ചായ കുടിക്കാനല്ല..."

ഞാൻ മന്ത്രിച്ചു. എന്റെ ഊഹം ശരിയായിരുന്നു. അവർ അച്ഛനും അച്ഛൻ അവർക്കും കൈ കൊടുത്തു. അവർ എന്തോ അച്ഛനോടു മന്ത്രിച്ചു.

"അയ്യോ... അതു സാധിക്കില്ല... അയ്യായിരമോ പതിനായിരമോ എന്ന തല്ല പ്രശ്നം... ഒരു വാക്കു പറഞ്ഞാൽ വാക്കാണ്... വാക്കു പാലിക്കാത്തവൻ മരിച്ചവനാണ്... അവനെ പിന്നെ തൂക്കിക്കൊല്ലാൻ പോയിട്ടു തൂങ്ങി മരിക്കാൻ പോലും കൊള്ളുകയില്ല."

അച്ഛൻ തോർത്തെടുത്ത് വീശി ചുമലിലിട്ടു. റോഡിൽത്തന്നെ നിൽക്കു കയായിരുന്ന ആദ്യത്തെ വണ്ടിക്കാരെയും അതിനിടെ പാളി നോക്കി. അവർ അച്ഛനെ നോക്കി കൈ കാണിച്ചു. ഒരു മിനിറ്റ് എന്നു പറഞ്ഞ് അച്ഛൻ അടുക്കള ജനാലയ്ക്കടുത്തുള്ള വരാന്തയുടെ അറ്റത്തേക്കു വന്ന് അവർക്കും ചെവി കൊടുത്തു.

"ബാബൂ, ചേതനയെ പറ്റില്ല... അത് എഗ്രിമെന്റായിക്കഴിഞ്ഞു..."

അച്ഛന്റെ ശബ്ദം ഉയർന്നു. അവർ ശബ്ദം താഴ്ത്തി അച്ഛനോട് ദീനമായി അപേക്ഷിച്ചു. അച്ഛൻ അവരോടു കുറച്ചു കഴിഞ്ഞു വരാൻ നിർദ്ദേശിച്ചു തിരികെ കസേരയിൽ ഇരുന്നു. പിന്നീട്, രണ്ടാമത്തെ വണ്ടിക്കാരെ നോക്കി ചിരിച്ചു:

"അവർ പറയുന്നത് ഞാൻ ചെന്നാൽ മതിയെന്നാണ്... കാരണം ഞാനാണല്ലോ മുഖ്യ ആരാച്ചാർ... ചേതന എന്റെ അസിസ്റ്റന്റ് മാത്രമല്ലേ? അവൾക്കാണെങ്കിൽ അനുഭവങ്ങളൊന്നുമില്ല താനും..."

ഞാൻ ജനാലയ്ക്കൽനിന്നു പിൻതിരിഞ്ഞു പുറത്തേക്കു വരുമ്പോൾ മാരാമുദായെ കമഴ്ത്തി കിടത്തിയിരുന്നു. അദ്ദേഹത്തിന്റെ വെളുത്ത സുന്ദരമായ പുറത്ത് ചുവന്ന പാടുകൾ തെളിഞ്ഞു കണ്ടു. ഞാൻ അടുത്തു വെറും നിലത്തു ചെന്നിരുന്നപ്പോൾ രാമുദാ തല ചെരിച്ച് എന്റെ നേരെ കൗതുകത്തോടെ നോക്കി.

"ഇന്നലെ ടിവിയിൽ നിന്നെ കാണാൻ നല്ല ഭംഗിയുണ്ടായിരുന്നു..."

എന്റെ മുഖത്ത് ഞാനറിയാതെ ഒരു ചിരി വിടർന്നു.

"ഞാൻ വിചാരിച്ചു, നീ വലിയ സ്റ്റാറായിത്തീർന്നല്ലോ എന്ന്..."

അദ്ദേഹം ഒന്നു ദീർഘമായി നിശ്വസിച്ചു.

"ഇതൊക്കെ ഇരുപത്തിനാലാം തീയതി കഴിഞ്ഞാൽ അവസാനിച്ചുപോകും... അതെപ്പോഴും ഓർമ വേണം..."

ചിരിക്കാൻ പണിപ്പെടുന്ന എന്റെ മുഖത്തു നോക്കി രാമുദാ എന്തോ പറയാൻ തുടങ്ങിയപ്പോൾ ഛാത്താളിനടുത്ത് കാക്കുവിന്റെ സംസാരം കേട്ടു. ഞാൻ തല നീട്ടി ശ്രദ്ധിച്ചു. കാക്കൂ രണ്ടു ചെറുപ്പക്കാരോടു സംസാരിക്കുകയായിരുന്നു.

"അതൊക്കെ ഞാൻ പറഞ്ഞു ശരിയാക്കാമെന്നേ... പക്ഷേ ഒരു കാര്യം... എന്റെ കമ്മീഷൻ ആദ്യം തരണം..."

കാക്കു പറഞ്ഞു.

"ചേതനയെ എന്തിനു കൊള്ളാം? ഈ ലോകം മുഴുവൻ അറിയുന്ന ആരാച്ചാർ എന്നു പറഞ്ഞാൽ അതിപ്പോഴും ഫൊണീദാ തന്നെയല്ലേ? ഇന്ത്യ മുഴുവൻ അദ്ദേഹം പ്രസിദ്ധനാണ്. മറ്റൊന്നും കൊണ്ടല്ല.ഒരു ചെറിയ പിഴ പോലും ഇന്നു വരെ അദ്ദേഹത്തിനു വന്നിട്ടില്ല..."

അവർ എന്തോ പറയാൻ തുടങ്ങിയപ്പോഴാണ് കാക്കു എന്നെ കണ്ടത്. അദ്ദേഹം വേഗം അവിടെ നിന്നു മാറി. രാമുദാ പുഞ്ചിരിച്ചു.

"എല്ലാ സ്ഥലത്തും വ്യാപാരം തന്നെ... വാങ്ങുന്നവർ തന്നെ വിൽക്കുന്നു...വിൽക്കുന്നവർ വീണ്ടും വാങ്ങുന്നു..."

അന്നു വൈകിട്ട് ആറു മണിക്ക് അച്ഛനെ തേടി ഒരു ചാനലിന്റെ വണ്ടിയെത്തി. പിന്നാലെ മറ്റൊരു വണ്ടി കാക്കൂവിനെ കൊണ്ടുപോകാനെത്തി. പിന്നാലെ സി.എൻ.സി. ചാനലിന്റെ വണ്ടി എന്നെത്തേടിയും എത്തി. ഇനി മായെയും കാക്കിമായെയും ഥാക്കുമായെയും ഒക്കെ അന്വേഷിച്ച് കൂടുതൽ വണ്ടികൾ എത്തുമായിരിക്കും എന്ന് രാമുദാ തമാശ പറഞ്ഞു. അന്നു ചൂടു കൂടുതലായിരുന്നു. എല്ലാവരും വിയർത്തൊലിച്ചു. എയർ കണ്ടീഷൻചെയ്ത

ചാനൽ വണ്ടി ഗതാഗതക്കുരുക്കിലൂടെ വല്ലപാടും ഇഴയുമ്പോൾ അത്രയും നേരം ചൂടിൽനിന്ന് രക്ഷയായല്ലോ എന്നു ഞാൻ സമാധാനിച്ചു.

സ്റ്റുഡിയോയിലെത്തി മുഖത്തു ചായം തേച്ചു കഴിഞ്ഞപ്പോൾ മേയ്ക്കപ്പ് മാൻ ഒരു പുതിയ ഉടുപ്പ് നീട്ടി.

"ചേതനാദീ, ഇതു വേണം ഇടാനെന്നു സൊഞ്ജീബ് ബാബു പറഞ്ഞു..."

സലൂണിലേക്ക് കാക്കു തുരുമ്പെടുത്ത ഒരു കസേര വാങ്ങിയ ദിവസമാണ് എനിക്ക് ഓർമ വന്നത്. അദ്ദേഹം അതിന്റെ പഴകിയ നീലനിറത്തിനു മേൽ ചുവന്ന നിറം വാരിപ്പൂശി പുത്തനാക്കിത്തീർത്തു. എല്ലാ ഉപകരണങ്ങൾക്കും അതിനു വിധേയരാകാൻ ബാധ്യതയുണ്ടെന്ന ആത്മനിന്ദയോടെ ഞാൻ നിശ്ശബ്ദയായി ആ ഉടുപ്പെടുത്ത് അവൻ കാട്ടിത്തന്ന മുറിയിലേക്കു പോയി. കഴുത്തിലും കയ്യിലും കസവു കിന്നരി പിടിപ്പിച്ച തേയില നിറമുള്ള ഒരുടുപ്പായിരുന്നു അത്. അതിട്ടപ്പോൾ എന്റെ മുറിവുകൾ വേദനിച്ചെങ്കിലും ഞാൻ മറ്റാരോ ആയിത്തീർന്നതുപോലെ അനുഭവപ്പെട്ടു. പുറത്തു ചെന്നപ്പോൾ സഞ്ജീവ് കുമാർ എന്നെ ഒന്നിരുത്തി നോക്കി.

"യൂ ലുക് ഗുഡ്..."

അയാൾ പറഞ്ഞു.

"ഇനി കുറച്ചു സീരിയസായി സംസാരിക്കുകയും വേണം... ഇരുപത്തിനാലാം തീയതി വരെ ആളുകളുടെ ആകാംക്ഷ പിടിച്ചു നിർത്തുന്നതെങ്ങനെങ്കിലും നമുക്കു കൂടിയേ തീരൂ..ജയിലിനകത്തു പോയി ഷൂട്ട് ചെയ്യാൻ സാധ്യമല്ല. അതുകൊണ്ടാണ്, ആരാച്ചാരെ ഞങ്ങൾ ഫോക്കസ് ചെയ്യുന്നത്."

അപ്പോൾ ഒരു പ്യൂൺ എത്തി സഞ്ജീവ് കുമാറിന് ഒരു കുറിപ്പു കൈമാറി. അയാൾ അവിശ്വാസത്തോടെ എന്നെ നോക്കി.

"ഗൃദ്ധാമല്ലിക് എ.വി.എ. ചാനലിൽ പരിപാടിയിൽ പങ്കെടുക്കുന്നെന്ന്... സത്യമാണോ?"

അപ്പോഴും ഞാൻ മറുപടി പറഞ്ഞില്ല.

"ആണെങ്കിൽ, അവർക്കു ടി.ആർ.പി. ഉയരാതെ നോക്കണ്ടതു ചേതനയുടെ ജോലിയാണ്..."

ചില്ലു ചുവരിനപ്പുറത്തെ ടിവികളിലൊന്നിൽ അച്ഛൻ കണ്ണും കയ്യുമിളക്കി സംസാരിക്കുന്നത് ഞങ്ങൾ രണ്ടു പേരും കണ്ടു.

"ചേതനയുടെ ബാബായ്ക്ക് നന്നായി സംസാരിക്കാനറിയാം... കാണികളെ പിടിച്ചിരുത്താനും അവർക്കു വേണ്ടതെന്താണെന്നറിഞ്ഞു നൽകാനും അദ്ദേഹത്തിനു സാധിക്കും. അതുതന്നെയാണ് ഞാൻ ചേതനയിൽനിന്നു പ്രതീക്ഷിക്കുന്നത്... ഗൃദ്ധാമല്ലിക്കിൽനിന്നു കിട്ടാത്തതെന്തെങ്കിലും ചേതനയിൽനിന്നു ലഭിക്കണം..."

അത് ആജ്ഞയുടെ സ്വരമായിരുന്നു. സഞ്ജീവ് കുമാർ മിത്ര അസ്വസ്ഥനാണെന്നു വ്യക്തമായിരുന്നു. ലേശം ആത്മവിശ്വാസക്കുറവോടെയാണ് അയാൾ പരിപാടി തുടങ്ങിയത്.

"തൂക്കുമരത്തിലേക്കുള്ള അകലം വീണ്ടും കുറഞ്ഞു, ചേതനാദീ. ഈ ദിവസങ്ങളിൽ എന്തൊക്കെയായിരുന്നു നിങ്ങൾ നടത്തിയ തയാറെടുപ്പുകൾ?"

"ഞങ്ങൾ ജയിലിൽ പോയി കയറുകൾ പരിശോധിച്ചു. യതീന്ദ്രനാഥിനു വേണ്ടി കയർ തിരഞ്ഞെടുത്തു. ആ കയർ മുമ്പ് രണ്ടുപേരെ തൂക്കിലേറ്റിയ

കയറാണ്.പക്ഷേ ഇക്കാലമത്രയും ഒരു കുഴപ്പവും കയറിനു വന്നിട്ടില്ല. അതു കൊണ്ടാണ് അതുതന്നെ ഉപയോഗിക്കാമെന്ന് ഞങ്ങൾ തീരുമാനിച്ചത്...”

ഞാൻ ശബ്ദത്തിൽ കഴിയുന്നത്ര ഗൗരവം കലർത്തി.

“കയർ കയ്യിലെടുത്തപ്പോൾ എനിക്കു ഭയം തോന്നിയെങ്കിലും എന്റെ ബാബായും ദാദുവും അദ്ദേഹത്തിന്റെ ദാദുവും ഒക്കെ കൈകൊണ്ടു തൊട്ട താണ് അതെന്നു ചിന്തിച്ചപ്പോൾ വലിയ അഭിമാനം തോന്നി. ആരാച്ചാരുടെ പണി എളുപ്പമല്ല.ആരാച്ചാരെന്നു കേട്ടാൽ ഭയക്കുന്നവരുണ്ട്. പക്ഷേ ഒരു കാര്യം അവർ മറക്കുന്നു. ഇതൊരു ജോലിയാണ്....”

“ഒരു നിമിഷം ചേതനാദീ... ഇപ്പോൾ ഒരു പ്രേക്ഷകൻ നമ്മുടെ ലൈ നിലുണ്ട്. അദ്ദേഹത്തിനു പറയാനുള്ളതെന്താണെന്നു നമുക്കു കേൾക്കാം... ഹലോ, ആരാണ് സംസാരിക്കുന്നത്?”

“ഹലോ, ഞാൻ ബിശ്വാസ് ചൊക്രബൊർത്തി. എനിക്കു ചേതനാദീ യോടാണ് ചോദിക്കാനുള്ളത്... മാഡം, നിങ്ങളെപ്പോലെ ഒരു ചെറുപ്പക്കാരി ഇത്ര ഉത്തരവാദിത്തമില്ലാതെ ടിവിയിലിരുന്നു പ്രസംഗിക്കുന്നതു കഷ്ടമാണ്. ലോകത്തുള്ള കുറ്റവാളികളെയൊക്കെ കൊന്നൊടുക്കുകയാണോ വേണ്ടത്? അവരെ നല്ല മനുഷ്യരാക്കി പരിവർത്തനം ചെയ്യിക്കുകയല്ലേ? നമുക്കു വേണ്ടത് പരിവർത്തനമാണ് മാഡം, പരിവർത്തനം...”

സഞ്ജീവ് കുമാർ മിത്ര എന്നെ നോക്കി. ഭാവഭേദമില്ലാതെ ഞാൻ പറഞ്ഞു:

“വധശിക്ഷയില്ലാതെ ഒരാളെ നന്നാക്കാൻ സാധിക്കുമെങ്കിൽ ഞാൻ അതിനെ സ്വാഗതം ചെയ്യുന്നു. പക്ഷേ പലപ്പോഴും അതു സംഭവിക്കുന്നില്ല. കുറ്റവാളിയായ ഒരാളുടെ മരണം മറ്റ് അനേകം പേരെ പരിവർത്തനം ചെയ്യു മെങ്കിൽ അതിലെന്താണു തെറ്റ്?”

പിന്നീട് ഞാൻ സഞ്ജീവ് കുമാറിനു നേരെ തിരിഞ്ഞു.

“എന്റെ ദാദുവിന് ഉത്തർപ്രദേശിലെ യമുനാ കമ്പനിയുടെ കയറായിരുന്നു പ്രിയം. ആ കമ്പനി ഇപ്പോഴില്ല. അതു പൂട്ടിപ്പോയി. അതിന്റെ ഉടമസ്ഥന്റെ ഏക മകൻ ഒരു പെൺകുട്ടിയെ പ്രേമിച്ചിരുന്നു. പിതാവ് ആ ബന്ധത്തെ എതിർത്തപ്പോൾ അയാൾ കാമുകിയോടൊപ്പം ഒളിച്ചോടാൻ ശ്രമിച്ചു. പിതാവ് ആളെ അയച്ച് അയാളെ പിടിച്ചു കൊണ്ടുവന്ന് വീട്ടിലടച്ചിട്ടു നാലു വശത്തും കാവൽ ഏർപ്പാടാക്കി. വൈകിട്ട് അയാൾ മുറി തുറന്നു നോക്കുമ്പോൾ മകൻ തൂങ്ങിനിൽക്കുകയായിരുന്നു. അതും സ്വന്തം കമ്പനിയുടെ കയറിൽ... !”

സഞ്ജീവ് കുമാർ മിത്രയുടെ കണ്ണുകളിലേക്കു നോക്കി ഒന്നും സംഭവി ക്കാത്തതുപോലെ പുഞ്ചിരിക്കാൻ ഞാൻ യത്നിച്ചു.

“ആ പിതാവ് അതോടെ തകർന്നു പോയി. ഏറെക്കാലം പൂട്ടിയിട്ട കമ്പ നി വാങ്ങാൻ ബോംബെയിൽനിന്ന് ഒരു സേട്ടുവെത്തി. ഗ്രാൻഡ് ഹോട്ടലിൽ താമസിച്ച സേട്ടുവിന്റെ മുറിയിൽ പോയി വിൽപ്പന കരാർ ഒപ്പുവച്ച ശേഷ മാണ് കമ്പനിയുടമ സേട്ടുവിന്റെ ഭാര്യയെ കണ്ടത്. അദ്ദേഹത്തിന്റെ മകൻ പ്രേമിച്ചിരുന്ന അതേ പെൺകുട്ടി. പഴയ പ്രേമബന്ധത്തിന്റെ പേരിൽ അവൾ അനുഭവിക്കുന്ന യാതന നേരിൽക്കണ്ട് ആ മനുഷ്യൻ പരവശനായി. സേട്ടു വിന്റെ കയ്യിൽനിന്നു പണം വാങ്ങാൻ പോലും നിൽക്കാതെ അദ്ദേഹം മടങ്ങി. രണ്ടു ദിവസങ്ങൾക്കു ശേഷം അദ്ദേഹവും തൂങ്ങി മരിച്ചു.”

ആളുകൾക്ക് ലേശം നാടകീയത എപ്പോഴും ഇഷ്ടമാണെന്നതു കൊണ്ട് അച്ഛനെ സ്മരിച്ച് ഞാനൊരു മാത്ര സംഭാഷണം നിർത്തി. സഞ്ജീവ് കുമാർ നിർന്നിമേഷനായി എന്നെത്തന്നെ നോക്കിയിരുന്നു. ഒരു ദീർഘനിശ്വാസത്തിനു ശേഷം തീർത്തും തണുത്ത ശബ്ദത്തിൽ ഞാൻ തുടർന്നു.

"അദ്ദേഹം തൂങ്ങിയതും സ്വന്തം കമ്പനിയുടെ കയറിൽത്തന്നെയാണ്.!"

"ഹോ... ഇതിനൊക്കെ രേഖകളുണ്ടോ?"

ഒരു നെടുവീർപ്പോടെ സഞ്ജീവ് കുമാർ അന്വേഷിച്ചു.

"എല്ലാ കഥകൾക്കും രേഖകൾ ആവശ്യമില്ല..."

ഞാൻ ഒരു നിമിഷം നിശ്ശബ്ദത പാലിച്ചതിനു ശേഷം തുടർന്നു.

"കമ്പനിയുടമയ്ക്ക് കയറുണ്ടാക്കാനല്ലാതെ കുടുക്കിടാൻ അറിയുമായിരുന്നില്ല. മരിക്കാൻ തീരുമാനിച്ചതിനുശേഷം അദ്ദേഹം ദാദുവിനെ കാണാൻ ഞങ്ങളുടെ വീട്ടിലെത്തി."

സഞ്ജീവ് കുമാറിന്റെ മുഖത്ത് താൽപര്യം നിറഞ്ഞു.

"പക്ഷേ ദാദു അന്നു വീട്ടിലുണ്ടായിരുന്നില്ല. വീട്ടിൽ കളിച്ചു കൊണ്ടു നിന്ന കാക്കൂ മാത്രമേ ഉണ്ടായിരുന്നുള്ളൂ. ഥാക്കുമായ്ക്ക് വയസ്സുകാലത്ത് പിറന്ന മകനായിരുന്നു എന്റെ കാക്കൂ സുഖദേബ്. അച്ഛനേക്കാൾ ഇരുപത്തി മൂന്നു വയസ്സിന് ഇളയ അനിയൻ. കമ്പനിയുടമ കാറിൽ വന്ന് വീട്ടിൽ ഇറങ്ങി. അദ്ദേഹത്തിന്റെ ജോലിക്കാരൻ കയർച്ചുറ്റു താങ്ങി മുറ്റത്തു വച്ചു. അതിൽ ഒരു കുടുക്കിട്ടു നോക്കി ഗുണമേൻമ നിശ്ചയിക്കാനാണ് താൻ വന്നതെന്ന് അദ്ദേഹം ഥാക്കുമായോടു പറഞ്ഞു. അവർ സംസാരിക്കുമ്പോൾ കാക്കൂ ആ കയറിൻമേൽ കയറിയിരുന്നു കളിച്ചു. അച്ഛൻ നാടകത്തിൽ അഭിനയിക്കാൻ പോയിരിക്കുകയാണെന്നും വരാൻ വൈകുമെന്നും പറഞ്ഞ് ഥാക്കുമാ തിരിഞ്ഞു നോക്കുമ്പോൾ കണ്ടത് അഞ്ചോ ആറോ വയസ്സുണ്ടായിരുന്ന കാക്കൂ കയറിൽ കുടുക്കിട്ടു കഴിഞ്ഞതാണ്..."

"എന്നിട്ട്?"

"അദ്ദേഹത്തിനു സന്തോഷമായി. ഒരുപാടു സമ്മാനങ്ങൾ നൽകിയിട്ടാണ് അദ്ദേഹം പോയത്. പക്ഷേ, പിന്നീടു കേട്ടത് അദ്ദേഹത്തിന്റെ മരണവാർത്തയാണ്. കാക്കു ആറാം വയസ്സിൽ എന്തിനാണെന്നറിയാതെ ഇട്ടു കൊടുത്ത കുടുക്കിൽ തൂങ്ങിയാണ് അദ്ദേഹം മരിച്ചതെന്ന് എല്ലാവർക്കും പിന്നീടേ മനസ്സിലായുള്ളൂ..."

"ഇതു വാസ്തവത്തിൽ സംഭവിച്ചതാണോ?"

അപ്പോൾ മുമ്പിലിരിക്കുന്നത് മനസ്സിന്റെ ഒരു കോണിൽ ഞാൻ ആഗ്രഹിക്കുകയും ബാക്കി വെറുക്കുകയും ഭയക്കുകയും ചെയ്യുന്ന ഒരുവനാണെന്നതു മറന്ന് ഞാൻ ചിരിച്ചു. കയർക്കമ്പനി ഉടമസ്ഥൻ ആത്മഹത്യ ചെയ്തതു സത്യമായിരുന്നു. കാക്കു കുടുക്കുണ്ടാക്കിയതും സത്യമായിരുന്നു. പക്ഷേ കയർക്കമ്പനി ഉടമസ്ഥൻ മരിച്ചത് ആ കുടുക്കിലായിരുന്നില്ല. മാറാവ്യാധിയാൽ വലഞ്ഞ നീംതലഘാട്ടിലെ ഒരു കച്ചവടക്കാരനാണ് കാക്കുവിന്റെ കുടുക്ക് പ്രയോജനപ്പെട്ടത്. കാക്കുവിനെ അയാൾ തന്റെ കടയിലേക്കു വിളിച്ച് എണ്ണയിൽ തിളച്ചു കൊണ്ടിരുന്ന ജിലേബി തിന്നാൻ കൊടുത്തിട്ട് പകരം ഒരു കുടുക്കിട്ടു വാങ്ങി. കടയിൽ അയാൾ തൂങ്ങി നിൽക്കുന്നതു കാണാൻ

തിക്കിത്തിരക്കിയ ആളുകളുടെ നിര ഞങ്ങളുടെ മുറ്റത്തോളമെത്തി. പോലീസ് കാക്കുവിനെ അന്വേഷിച്ചു വന്നു. അന്നു തട്ടിയ പേടി കാരണം പിന്നീടൊരിക്കലും ഒരു കുടുക്കു ഭംഗിയായിടാൻ കാക്കുവിനു കഴിഞ്ഞില്ലെന്നു ഥാക്കുമാ സങ്കടപ്പെട്ടു.

പരിപാടി കഴിഞ്ഞയുടനെ ചായം തുടച്ചു കളഞ്ഞു ഞാനെന്റെ നരച്ച പഴയ വസ്ത്രങ്ങൾ ധരിച്ചു. പുറത്തെത്തിയപ്പോൾ സഞ്ജീവ് കുമാറിനോടു സംസാരിച്ചു കൊണ്ടു നിന്ന ഹരീഷ് നാഥ് എനിക്കു നേരെ തിരിഞ്ഞു. അയാളുടെ മുഖത്ത് വക്രിച്ച ഒരു പുഞ്ചിരിയുണ്ടായി.

“റേറ്റിങ് വരുമ്പോൾ നിങ്ങൾ അച്ഛനും മകളും ചിറ്റപ്പനും ഒക്കെക്കൂടി ഒരു കോംപറ്റീഷനായിരിക്കും... ആരാണു ജയിക്കുകയെന്നു നമുക്കു കാണാം...”

“ബാബായ്ക്ക് ഒരുപാടു ജീവിതാനുഭവങ്ങളുണ്ട്...”

ഞാൻ തല കുനിച്ചു കൊണ്ടു പറഞ്ഞു.

“ടെലിവിഷനിൽ അനുഭവങ്ങളല്ല, അതു പറയുന്ന രീതിയാണു പ്രധാനം...”

അയാൾ നീരസത്തോടെ പറഞ്ഞു. അന്നും സഞ്ജീവ് കുമാർ മിത്ര ചാനലിന്റെ വണ്ടി എനിക്കു തിരിച്ചു പോകാൻ ഏർപ്പാടാക്കി. എന്നെ യാത്രയാക്കാനെന്നതുപോലെ അയാൾ അടുത്തുവന്നപ്പോൾ സർവ മന:ശക്തിയും സംഭരിച്ച് കഴിയുന്നത്ര ഊഷ്മളതയോടെ ഞാൻ ചോദിച്ചു:

“വരുന്നില്ലേ?”

ആ ചോദ്യം പ്രതീക്ഷിക്കാത്തതുകൊണ്ട് സഞ്ജീവ് കുമാർ മിത്ര എന്നെ സൂക്ഷിച്ചു നോക്കി.ഞാൻ ഒരിക്കൽക്കൂടി അയാളെ നോക്കി പുഞ്ചിരിച്ചു. പുറത്തെ മഞ്ഞ വെട്ടം കാരണം തവിട്ടു നിഴൽ വീശിയ അയാളുടെ മുഖത്ത് ചെറിയൊരു ഭാവമാറ്റമുണ്ടായി. പിൻസീറ്റിലേക്കു കയറുമ്പോൾ ഞാൻ അയാളെ കണ്ണുകളാൽ ക്ഷണിച്ചു. ഒന്നു സംശയിച്ചതിനുശേഷം സഞ്ജീവ് കുമാർ ഒപ്പം കയറി. അയാൾ തലേന്നു കയറിയ വസ്ത്രവ്യാപാര ശാലയുടെ വെള്ളയിൽ വയലറ്റ് അക്ഷരങ്ങളുള്ള ബോർഡ് തെളിഞ്ഞപ്പോൾ ഞാൻ വണ്ടി നിർത്താൻ ആവശ്യപ്പെട്ടു. വണ്ടി നിന്നതും ഞാൻ ഇറങ്ങി. കടയുടെ മുമ്പിൽ പഴയ അതേ സ്ഥാനത്ത് ആ വളക്കച്ചവടക്കാരൻ വിൽപന തുടരുന്നുണ്ടായിരുന്നു. വരൂ എന്നു വീണ്ടും ഞാൻ സഞ്ജീവ് കുമാർ മിത്രയെ ക്ഷണിച്ചു. ആ സമയത്ത് എന്റെ ശരീരം അടിമുടി വേദനിച്ചു. വളക്കച്ചവടക്കാരന്റെ മുമ്പിൽ നാലഞ്ച് യുവതികൾ തിക്കിത്തിരക്കി. സുന്ദരിമാരും സമ്പന്നരുമാണ് അവരെന്ന് അവർക്കു ചുറ്റും പരന്നിരുന്ന ഹൃദ്യമായ പരിമളം ഉദ്ഘോഷിച്ചു. ഞാൻ അവർക്കിടയിലൂടെ നൂഴ്ന്നു കയറി വളക്കച്ചവടക്കാരനെ വിളിച്ചു.

“ദാദാ, ഇന്നലെ നിങ്ങളുടെ കടയിൽനിന്ന് വളകൾ മോഷണം പോയില്ലേ? അതു തിരിച്ചു തരാനാണ് ഞാൻ വന്നത്.”

വളക്കച്ചവടക്കാരൻ ഞാൻ നീട്ടിയ വളകൾ ചാടിപ്പിടിച്ചു. അതു തന്റെ കടയിൽനിന്നു കാണാതായ വളകൾ തന്നെയാണെന്നു ബോധ്യം വന്നതും അയാൾ രോഷാകുലനായി. എനിക്കു പിന്നിൽ ആകെ തരിച്ചു നിന്ന

സഞ്ജീവ് കുമാർ മിത്രയെ അയാൾ തറപ്പിച്ചു നോക്കി. പിന്നീട് അയാൾ സഞ്ജീവ് കുമാറിന്റെ ഷർട്ടിന്റെ കോളറിൽ പിടിച്ച് ഉലച്ചു.

"കള്ളൻ... വെളുത്ത ഷർട്ടും പാന്റും ഇട്ടോണ്ട് കക്കാനിറങ്ങിയാൽ ആരും പിടിക്കില്ല, അല്ലേ? ഞങ്ങളെപ്പോലെയുള്ള പാവങ്ങളുടെ പിച്ചച്ചട്ടിയിൽനിന്നു വേണോ നിനക്കൊക്കെ കയ്യിട്ടു വാരാൻ?"

അവിടെ നിന്ന പെൺകുട്ടികൾ ഒന്നു തിരിഞ്ഞു നോക്കി.

"ഓ... ഗോഡ്... സൊഞ്ജീബ് കുമാർ മിത്ര!"

ആളെ തിരിച്ചറിഞ്ഞ അവർ ആഹ്ലാദത്തോടെ ആർത്തു വിളിച്ചു. സഞ്ജീവ് കുമാർ മിത്ര ഥാക്കുമായുടെ കഥയിലെ സേനാ രാജാവിനെ പോലെ തകർന്നു പോയി. വളക്കച്ചവടക്കാരന്റെ കൈ തട്ടി മാറ്റി അയാൾ ഓടിയ ഓട്ടം ഞാൻ മറക്കുകയില്ല. ബഹളത്തിനിടയിൽ ഇരുട്ടിലും തിരക്കിലും മറഞ്ഞു ഞാനും വണ്ടിക്കരികിലെത്തി.

"സൊഞ്ജു ബാബു എവിടെ?"

ഡ്രൈവർ അന്വേഷിച്ചു.

"അദ്ദേഹം വരില്ല... നമുക്ക് സ്ട്രാൻഡ് റോഡിലേക്കു പോകാം..."

ഞാൻ പറഞ്ഞു. വീട്ടിലെത്തിയപ്പോൾ കടുകും പച്ചമുളകും ചേർന്ന ഷോർഷെ ബാതർ ഖാലിൽ കിടന്നു മൽസ്യം വേവുന്ന ഗന്ധമാണ് എന്നെ സ്വീകരിച്ചത്. ചെന്ന പാടെ ഞാൻ വിസ്തരിച്ചു കുളിച്ചു. നഷ്ടപ്പെട്ട സ്വർണ നാണയത്തെക്കുറിച്ചു തന്നോടു തന്നെ പിറുപിറുക്കുകയായിരുന്ന ഥാക്കുമായെ ആശ്വസിപ്പിച്ചു. രാമുദായോടും മായോടും ചാനലിലെയും നഗരത്തിലെയും വിശേഷങ്ങൾ പങ്കുവച്ചു. മീൻ കറി കൂട്ടി പൊറോത്ത കഴിച്ചു. ഗംഗയിൽ മൂന്നു തവണ മുങ്ങി മോഷണ മുതൽ നിമജ്ജനം ചെയ്ത അതേ ആശ്വാസത്തോടെ അന്നു ഞാൻ ഉറങ്ങാൻ കിടന്നു. വിജയാഹ്ലാദത്തിൽ എനിക്ക് ഒരു പാട്ടു മൂളാൻ തോന്നി. മാരുതി പ്രസാദ് യാദവിന്റെ പ്രിന്റിങ് പ്രസിൽ വച്ച് ഞാനൊടുവിൽ പ്രൂഫ് തിരുത്തിയ അതേ വരികൾ. ജോഡി തോർ ഡാക് ഷുനെ കേവു ന അഷെ തൊബെ ഏക്ല ചരലോരേ... പെട്ടെന്നാണ് എനിക്കോർമ വന്നത്, അടിയന്തരാവസ്ഥക്കാലത്ത് മാനൊബേവന്ദ്ര ബോസിന്റെ വലതുകാൽ തല്ലിയൊടിക്കപ്പെട്ടത് ആ ഗാനം ഉറക്കെപ്പാടിയതിനായിരുന്നു. അതു രബീന്ദ്രനാഥ് ടാഗോറിന്റെ ഗാനമായിരുന്നു. അക്കാലത്ത് ആകാശവാണി ടാഗോറിന്റെ ഇരുപത്തിയാറു ഗാനങ്ങൾ നിരോധിച്ചിരുന്നു. നിന്റെ വിളി കേട്ട് അഥവാ ആരും വരുന്നില്ലെങ്കിൽ തനിച്ചുതന്നെ പോകുക എന്നായിരുന്നു ആ വരികളുടെ അർഥം.

പതിമൂന്ന്

"ഇതേതു സ്ഥലമാണ് ദാദാ?"

പിറ്റേന്നു വൈകിട്ട്, കത്തിത്തീർന്ന ചാണകവറളി പോലെ വെളിച്ച മണഞ്ഞ സൂര്യനു കീഴിൽ, വണ്ടികളുടെ കണ്ണികളില്ലാത്ത ചങ്ങലയുടെ നടുവിൽ കുടുങ്ങിക്കിടന്നു മടുത്തപ്പോൾ ഞാൻ ചാനൽ വണ്ടിയുടെ ഡ്രൈവറോടു ചോദിച്ചു. ഇതു പോലും അറിയില്ലേ എന്ന മട്ടിൽ അയാൾ എന്നെ ഒന്നു നോക്കി.

"ലാൽ ബസാർ.."

ഞാൻ ഉത്സാഹത്തോടെ പുറത്തേക്കു നോക്കി. ജനാലപ്പടികളിലും പൈപ്പ് ലൈനുകളിലും ചെറിയ ആൽമരങ്ങൾ വളർന്നു തുടങ്ങിയ പഴയ രണ്ടു നിലക്കെട്ടിടവും അതിനരികിൽ പുതുതായി പണിതുകൊണ്ടിരിക്കുന്ന കണ്ണാടി പതിച്ച അഞ്ചു നില മന്ദിരവും കണ്ണിൽപ്പെട്ടു. വിയർത്തൊലിക്കുന്ന മനുഷ്യർ തിരക്കിട്ട് അങ്ങോട്ടുമിങ്ങോട്ടും നടന്നു. ബാഗുകളും ബെൽറ്റുകളും വിൽക്കുന്ന കടകളുടെ നീണ്ട നിരയ്ക്കു മുന്നിൽ ആളുകൾ തിക്കിത്തിരക്കി. സ്കൂളിൽ പഠിച്ചിരുന്ന കാലത്ത് ഞാൻ കൊതിച്ചിരുന്ന ബുരിർ ഭൂൽ കെട്ടുമായി ഒരു മെലിഞ്ഞുണങ്ങിയ പയ്യൻ ആൾത്തിരക്കിൽ അലഞ്ഞു. കുറേ വർഷങ്ങൾക്കു മുമ്പ്, മായുടെ കയ്യിൽനിന്ന് വല്ലപ്പോഴും കിട്ടുന്ന ചില്ലിപ്പൈസയ്ക്കു നരച്ച തലമുടി പോലെയുള്ള ആ മിഠായി വായിലിട്ട് അലിയിച്ചു കൊണ്ട് ഘാട്ട് റോഡിലൂടെ സന്തോഷത്തോടെ നടന്നു പോയിരുന്ന ചെറിയ പെൺകുട്ടിയെ ഓർത്തപ്പോൾ എനിക്കു ദു:ഖവും സഹതാപവും തോന്നി. എയർ കണ്ടീഷൻ ചെയ്ത വണ്ടിയുടെ സുഖകരമായ സീറ്റിൽ ഒരു ധനികയെപ്പോലെ ചാരിക്കിടന്ന് ഞാൻ ആ വളക്കച്ചവടക്കാരനെ തിരഞ്ഞു. അടുത്തെവിടെയോ ആയിരുന്നു കൂലി ബസാർ. മഹാരാജാ പട്ടം കിട്ടിയ നന്ദകുമാർ എന്ന ഇന്ത്യക്കാരനെ തൂക്കിലേറ്റിയ ഇടമായിരുന്നു അവിടം. അദ്ദേഹത്തെ തൂക്കിലേറ്റിയ ദിവസം ഞങ്ങളുടെ കുടുംബത്തിലെ എല്ലാവരും ഉപവസിച്ചു പ്രാർഥിച്ചു. അന്നത്തെ ആരാച്ചാർ മനോഹർ ദേവ് ഗൃദ്ധാ മല്ലിക് പിതാമഹൻ ഏഴു ദിവസം മൗനാചരണവും ഉപവാസവും നടത്തി. നീതിയുടെ സൂര്യൻ അസ്തമിച്ചു, ആരാച്ചാർ വെറും കൂലിക്കൊലയാളിയായി അധ:പതിച്ചു എന്നു വിലപിച്ച് അദ്ദേഹം സ്വന്തം ജോലിയിൽ നിന്നു വിരമിക്കുകയും തുടർന്നുള്ള കാലം കർഷകനായി ജീവിക്കുകയും ചെയ്തു. നാൽപ്പത്തിനാലു വർഷം അദ്ദേഹം ആരാച്ചാരായിരുന്നു. ജോലി ഉപേക്ഷിക്കുമ്പോൾ അദ്ദേഹത്തിന് അറുപതു വയസ്സേയുണ്ടായിരുന്നുള്ളൂ. പിന്നീട് ഒരു നാൽപത്തിനാലു വർഷം കൂടി അദ്ദേഹം കൃഷിക്കാരനായി ജീവിച്ചു.

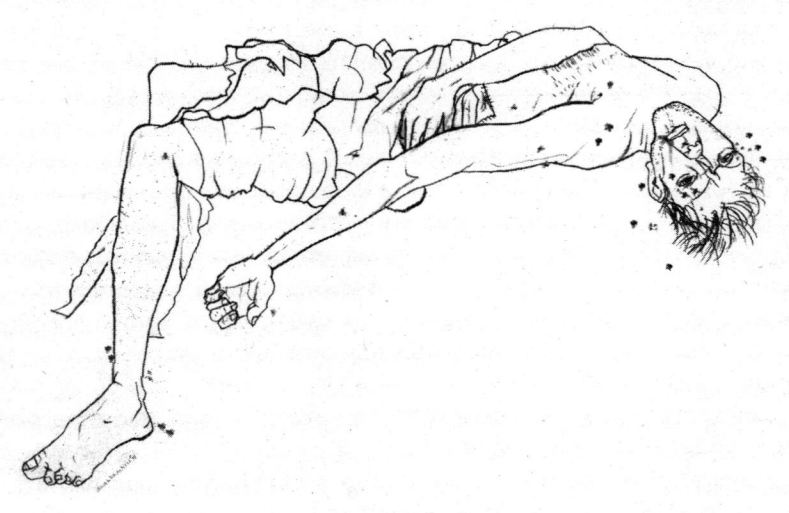

ഥാക്കുമാ വിങ്ങലോടെ മാത്രം പറഞ്ഞു തന്ന കഥയായിരുന്നു നന്ദകുമാർ മഹാരാജാവിന്റേത്. ചതിയനായ മിർ ജാഫിർ നവാബിന്റെ കാലത്ത്, ബംഗാളിലാകെ ആദരിക്കപ്പെട്ട നന്ദകുമാറിന് മഹാരാജാ പട്ടം ലഭിച്ചു. നവാബിന്റെ വിധവ മുന്നി ബീഗത്തിൽനിന്നു ഗവർണർ ജനറൽ വാറൻ ഹേസ്റ്റിങ്സ് കൈക്കൂലി ആവശ്യപ്പെട്ടതിൽ ക്ഷുഭിതനായി ഗവർണർ ജനറലിനും ഈസ്റ്റ് ഇന്ത്യ കമ്പനിയുടെ ബംഗാൾ കൗൺസിലിനും നന്ദകുമാർ പരാതി അയച്ചു. നാൽപതു ലക്ഷം രൂപ വാറൻ ഹേസ്റ്റിങ്സ് അവിഹിതമായി സമ്പാദിച്ചതിന് തെളിവു നൽകാമെന്നും അദ്ദേഹം കത്തിൽ അറിയിച്ചു. പക്ഷേ, തെളിവുകൾ കൃത്രിമമായി ചമച്ചെന്ന് ആരോപിച്ച് ഹേസ്റ്റിങ്സ് സായ്പ് നന്ദകുമാറിനെ തടവിലാക്കി. സുപ്രീംകോടതി ചീഫ് ജസ്റ്റിസ് സർ എലിയ ഇംപെയും പത്ത് ഇംഗ്ലീഷുകാരും രണ്ടു മറ്റു രാജ്യക്കാരും അടങ്ങുന്ന ജൂറി വാദം കേട്ടു. നന്ദകുമാറിന്റെ മൂന്നു സാക്ഷികളെയും വിശ്വസിക്കാനാവില്ലെന്നു വിധിയെഴുതി. കള്ളമൊഴി പറഞ്ഞതിന് സാക്ഷികളെയും ശിക്ഷിച്ചു. ഓഗസ്റ്റ് അഞ്ചാം തീയതി കൂലി ബസാറിനരികിൽ പ്രത്യേകമായി ഉയർത്തിയ കഴുമരത്തിൽ അദ്ദേഹത്തെ തൂക്കിക്കൊന്നു. ജയിലിൽനിന്നു തൂക്കുമരത്തിലേക്കു മഹാരാജാവിനു ചേർന്ന അന്തസ്സോടെ അദ്ദേഹം നടന്നു ചെന്നു. വെളുപ്പാൻ കാലമായിരുന്നിട്ടും വധശിക്ഷ കാണാൻ ആയിരക്കണക്കിനാളുകൾ കൂലിബസാറിൽ തടിച്ചു കൂടി. കുടുക്കിടാൻ ചെന്നപ്പോൾ മഹാരാജാവിന്റെ കൈകളിൽ പിടിച്ചു പിതാമഹൻ തേങ്ങിക്കരഞ്ഞു. മഹാരാജാവ് മന്ദഹാസത്തോടെ 'നീ നിന്റെ ജോലി ചെയ്യൂ' എന്ന് ആജ്ഞാപിച്ചു. പിതാമഹൻ വിങ്ങലോടെ കുടുക്കിട്ടു. പീഠം മറിച്ചു. അര സെക്കൻഡിൽ എല്ലാം കഴിഞ്ഞു. ജോലി കഴിഞ്ഞ് കൂലി വാങ്ങാൻ നിൽക്കാതെ പിതാമഹൻ ഗംഗയിലേക്കോടി. ആയിരത്തെട്ടു തവണ മുങ്ങി നിവർന്നിട്ടും അദ്ദേഹത്തെ ശ്വാസംമുട്ടൽ വിട്ടൊഴിഞ്ഞില്ല. ഈ സംഭവം വിവരിച്ചതിനുശേഷം ഥാക്കുമാ അതിലെ പ്രധാനപ്പെട്ട ഗുണപാഠങ്ങൾ പറഞ്ഞു :

"വലിയ ആളുകളുടെ ഔദാര്യം വാങ്ങിക്കരുത്. പിന്നെ അവരുടെ കൊള്ളരുതായ്മകൾക്കെല്ലാം കൂട്ടു നിൽക്കേണ്ടി വരും."

ഥാക്കുമായുടെ കഥകൾ എന്റെ മനസ്സിൽ ചോദ്യങ്ങൾ ഉയർത്തി:

"ലാൽ ദിഗി ശരിക്കും കുഴിച്ചത് ലാൽമോഹൻ സേട്ടായിരുന്നോ?"

"പിന്നെ! അതല്ലേ അതിനു ലാൽ ദിഗി എന്നു പേരു വന്നത്?"

"ലാൽദിഗിയുടെ ഒരു വശത്ത് പിന്നീട് ബ്രിട്ടീഷുകാർ ചുവന്ന മതിലുള്ള ഫോർട്ട് വില്യം പണിതു. അതിന്റെ ചുവന്ന നിറം വെള്ളത്തിൽ പ്രതിഫലിച്ചിരുന്നു. അതുകൊണ്ടാണ് അതിന് ലാൽദിഗി എന്നു പേരു വന്നത്..."

കേട്ടിരുന്ന രാമുദാ തർക്കിച്ചു.

"ലാൽ മോഹൻ സേട്ട് ഒറ്റയ്ക്കായിരുന്നോ കുഴിച്ചതെന്ന്?"

"അല്ലല്ല... അദ്ദേഹത്തിന് ആയിരക്കണക്കിന് പണിക്കാരുണ്ടായിരുന്നു... നമ്മുടെ കുടുംബത്തിൽനിന്നും പാവപ്പെട്ടവർ അതു കുഴിക്കാൻ പോയിട്ടുണ്ടായിരുന്നു..."

"പിന്നെങ്ങനെ അതു ലാൽ മോഹൻ സേട്ടിന്റെ പേരിലാകും?"

"എടീ മോളേ, എപ്പോഴും പണം മുടക്കുന്നവന്റെ പേരു മാത്രമേ ആളുകൾ ഓർത്തു വയ്ക്കൂ... പണിയെടുക്കുന്നവർ ഒരുപാടു പേരുണ്ട്. പണം മുടക്കുന്നവർ കുറച്ചേ കാണൂ... ഓർത്തു വയ്ക്കാൻ അതാണ് എളുപ്പം..."

ഥാക്കുമാ പറഞ്ഞു. എനിക്ക് അത് അന്നും ഇന്നും ബോധ്യപ്പെട്ടിട്ടില്ല. പണിയെടുക്കുന്നവർക്ക് ന്യായമായ കൂലി നൽകിയാൽ ആർക്കും പണക്കാരാകാൻ സാധിക്കുകയില്ലെന്ന് ഞാൻ ഏഴാം ക്ലാസിൽ ലാഭവിഹിതം കണക്കുകൂട്ടാൻ പഠിച്ചപ്പോൾ ആലോചിച്ചു കണ്ടുപിടിച്ചിരുന്നു. എല്ലാക്കാലത്തും പാവപ്പെട്ടവർക്ക് ഒരേ ജീവിതമായിരുന്നു എന്നു ഞാൻ കഥകളിൽനിന്നാണ് മനസ്സിലാക്കിയത്. മനോഹർ ദേവ് മല്ലിക് പിതാമഹനും ധർമരാജ മല്ലിക് പിതാമഹനും ജീവിച്ചിരുന്ന ആയിരത്തിയെഴുന്നൂറുകളിൽ ഓരോ സായ്പിന്റെയും ബംഗ്ലാവിൽ മുപ്പതും നാൽപതും മുതൽ നൂറും ഇരുനൂറും വരെ ജോലിക്കാരുണ്ടായിരുന്നു. ലാൽ ദിഗിയിൽനിന്ന് അവർ തുകൽസഞ്ചികളിൽ യജമാനൻമാർക്കു വേണ്ടി വെള്ളം ചുമന്നു. എച്ചിൽപ്പാത്രങ്ങൾ കഴുകി. അവരുടെ ശമ്പളത്തിനെന്ന പേരിൽ സായ്പൻമാർ ലണ്ടനിൽനിന്നു വൻതുക വാങ്ങി. കൊൽക്കൊത്തയിൽ കാലു കുത്തിയ സായ്പൻമാരെല്ലാം പതിനായിരക്കണക്കിനു പവന്റെ സമ്പാദ്യമുണ്ടാക്കി. കച്ചവടക്കാരെ സൂക്ഷിക്കണം എന്ന് ഥാക്കുമാ വീണ്ടും ഓർമിപ്പിച്ചു. വിലയ്ക്കെടുക്കാൻ പാവപ്പെട്ടവരില്ലെങ്കിൽ ആരും ധനികരാകുകയില്ലെന്നു രാമുദാ കൂട്ടിച്ചേർത്തു.

തലേന്നത്തെ സംഭവത്തിന്റെ പശ്ചാത്തലത്തിൽ വൈകിട്ട് ചാനലിന്റെ വണ്ടി വരില്ലെന്നായിരുന്നു എന്റെ ധാരണ. എങ്കിലും ഞാൻ തയാറായി നിന്നു. അച്ഛൻ ഉച്ചയ്ക്കു തന്നെ മറ്റൊരു ചാനലിന്റെ വണ്ടിയിൽ കയറി. കാക്കു ആദ്യ ദിവസത്തെ പ്രകടനത്തിനു ശേഷം ജോലിയില്ലാതെ വീണ്ടും സലൂണിൽ മുടി വെട്ടി. എന്റെ പ്രതീക്ഷ തെറ്റിച്ച് ആറു മണിക്കു തന്നെ സി.എൻ.സി. ചാനലിന്റെ വണ്ടി എത്തി. സ്റ്റുഡിയോയിൽ ഞാൻ ചെന്നു കയറുമ്പോൾ ടിവിയിൽ മന്നാ ഡേയും ഇന്ദ്രാണിസെന്നും രബീന്ദ്ര സംഗീതം പാടി. ടോളിഗഞ്ജ് ചെഷയർ ഹോമിലെയും ശാന്തിനികേതനിലെ ശിശുതീർത്ഥയിലെയും പാവപ്പെട്ട കുട്ടികൾക്കു വേണ്ടി ധനസമാഹരണം ലക്ഷ്യമിടുന്ന പരിപാടിയായിരുന്നു അത്. 'അലോകേർ ഓയി ഖാർനധാരൈ' 'എന്ന വരികൾ കേട്ടു കൊണ്ട് ഞാൻ മേയ്ക്കപ്മാനു മുന്നിൽ ചായം തേക്കാൻ ഇരുന്നു. നീല നിറമുള്ള പുതിയ വസ്ത്രം ധരിച്ച് ക്യാമറയ്ക്കു മുമ്പിലേക്കു ചെന്നപ്പോൾ പക്ഷേ, അവതാരകന്റെ കസേരയിൽ മറ്റൊരാളെയാണ് കണ്ടത്. എനിക്ക് ഇച്ഛാഭംഗം അനുഭവപ്പെട്ടു. മുമ്പ് സഞ്ജീവ് കുമാർ സമ്മാനിച്ച അതേ ചിരികൾ മടക്കി നൽകി അയാൾക്കു മുമ്പിൽ ഇരിക്കണമെന്നു ഞാൻ ആഗ്രഹിച്ചിരുന്നു. സാധിച്ചില്ല. സൊഞ്ജുദായ്ക്ക് കുറച്ചു തിരക്കുണ്ട്, അതുകൊണ്ട് വന്നിട്ടില്ല എന്ന വിശദീകരണത്തിനുശേഷം സൗമ്യനായ പുതിയ അവതാരകൻ ഹാങ് വുമൺസ് ഡയറി ആരംഭിച്ചു.

"വധശിക്ഷ ഒരു രാജ്യത്തും കുറ്റകൃത്യങ്ങളുടെയോ കുറ്റവാളികളുടെയോ എണ്ണത്തിൽ കുറവുണ്ടാക്കിയിട്ടില്ല. ആ സ്ഥിതിക്ക് ഒരു മനുഷ്യനു ജീവിക്കാനുള്ള അവകാശം നിഷേധിക്കുന്നതു വഴി വലിയൊരു അപരാധമല്ലേ മാനവരാശിയോടു ഭരണകൂടം ചെയ്യുന്നത്? അത്തരമൊരു ജോലി

ചെയ്യാൻ തയ്യാറാകുന്നതോടെ അതിൽ പങ്കാളിയാകുകയാണ്, ചേതനാദീയും—
ശരിയല്ലേ?"

എന്റെ ശരീരത്തിൽക്കൂടി ഒരു മിന്നൽ പാഞ്ഞു. തുണിക്കിഴിയിൽ
കെട്ടിയ നാലു മോതിരങ്ങളുടെ ഓർമയും മുറിഞ്ഞ കൈത്തണ്ടകളിൽ ഉരുണ്ടു
കളിച്ച കല്ലു പതിച്ച മൺവളകളുടെ ഓർമയും എന്നെ അസ്വസ്ഥയാക്കി.

"നാമെല്ലാം ദിവസവും ആരുടെയെല്ലാം കുറ്റകൃത്യങ്ങളിൽ ഏതെല്ലാം
തരത്തിൽ പങ്കാളിയാകുന്നു... അതിൽനിന്നെല്ലാം ഓടിയൊളിച്ചു ജീവിക്കണ
മെങ്കിൽ ഹിമാലയത്തിൽ പോയി തപസ്സു ചെയ്യേണ്ടി വരും..."

ഞാൻ മൃദുവായി ചിരിച്ചു.

"ഏതെല്ലാം കുറ്റകൃത്യങ്ങളാണ് താങ്കൾ ഉദ്ദേശിക്കുന്നത് ചേതനാദീ?"

"എല്ലാം... രാവിലെ ഉണരുന്നതു മുതൽ ഉറങ്ങുന്നതു വരെ എന്തൊക്കെ
അനീതികൾ ഏറ്റുവാങ്ങുന്നു, പ്രതിഷേധിക്കാതെ കടന്നു പോകുന്നു.
അതാണ് ഏറ്റവും വലിയ കുറ്റകൃത്യം..."

"ശരി, ചേതനാദീയുടെ ബാബായെക്കുറിച്ചു പറയൂ..."

"ബാബാ ഈ ജോലിയെ വളരെ സ്നേഹിക്കുന്നയാളാണ്. ജയിലിൽ
എന്നെയുംകൊണ്ട് ആദ്യമായി ചെന്നപ്പോൾത്തന്നെ അദ്ദേഹത്തിന്റെ
ആവേശം കാണണമായിരുന്നു. ജയിൽ വളപ്പിനുള്ളിലെ താഴിട്ടു പൂട്ടിയ
സ്ട്രോങ് റൂമിൽ വലിയ പെട്ടികളിൽ അടുക്കിവച്ചിരുന്ന കയർ കണ്ടപ്പോൾ
കുട്ടികൾക്ക് കളഞ്ഞു പോയ കഥാപുസ്തകം കിട്ടുന്നത്ര സന്തോഷമായിരുന്നു
ബാബായ്ക്ക്."

"നിങ്ങൾ വീട്ടിൽ മരണത്തെക്കുറിച്ചു സംസാരിക്കാറുണ്ടോ?"

"മരണം ഞങ്ങളുടെ വീട്ടിൽ മൽസ്യക്കറിയുടെയോ നെയ്യിൽ വറുത്തെ
ടുത്ത ലുചിയുടെയോ മണം പോലെ തങ്ങി നിൽക്കുന്നു... മരണത്തെക്കുറിച്ചു
പറയാതെ ഞങ്ങളുടെ പിതാമഹൻമാരെ ഒരിക്കലും ഓർക്കാൻ സാധിക്കുക
യില്ല. പിതാമഹൻമാരെക്കുറിച്ചു പറയാതെ മരണത്തെക്കുറിച്ചു സംസാരി
ക്കാനും സാധ്യമല്ല..."

ഞാൻ ഒന്നു ദീർഘമായി നിശ്വസിച്ചു.

"ബുദ്ധിയുറച്ച കാലം മുതൽ ഞാൻ മരണത്തെക്കുറിച്ചു കേൾക്കുന്നു.
കൂടാതെ ഞങ്ങൾ താമസിക്കുന്നത് നീംതല ഘാട്ടിനു നേരെ മുമ്പിലാണ്.
ശ്മശാനത്തിലേക്കുള്ള ശവവണ്ടികളുടെ കുടുക്കവും ഇരമ്പലും മണി മുഴ
ക്കവും കേട്ടാണ് ഞങ്ങൾ ഉറങ്ങുന്നതും ഉണരുന്നതും. ചില ദിവസങ്ങളിൽ
നൂറ്റമ്പതു പേരെയെങ്കിലും അവിടെ സംസ്കരിക്കുന്നുണ്ട്. അതായത് ഓരോ
മണിക്കൂറിലും ഏറ്റവും കുറഞ്ഞത് ആറു മൃതദേഹങ്ങൾ. തൊട്ടടുത്ത
റയിൽവേ പാളത്തിലൂടെ സർക്കുലാർ ട്രെയിനുകൾ പാഞ്ഞു പോകുന്നതു
പോലെ കൃത്യമായ ഇടവേളകളിലല്ല, മരണങ്ങൾ. അത് ആർക്കും പ്രവചി
ക്കാൻ സാധിക്കില്ല. എന്റെ കുട്ടിക്കാലത്ത് സംഭവിച്ച, ഞങ്ങളുടെ വീടിനു
തൊട്ടടുത്ത് ശവമഞ്ചം ഉണ്ടാക്കുന്ന നാരായൺദായുടെ അച്ഛൻ അലോക്
നാഥ് ദാദുവിന്റെ മരണം എനിക്കൊരിക്കലും മറക്കാൻ സാധിക്കുകയില്ല.
അദ്ദേഹം വലിയ അധ്വാനിയായിരുന്നു. പുലർച്ചെ മുതൽ വിശ്രമമില്ലാതെ
അദ്ദേഹം മഞ്ചങ്ങളുണ്ടാക്കി ഷെഡിന്റെ തകരഭിത്തിയിൽ ചാരി വച്ചു. ഒരു

ദിവസം പതിനൊന്നു മണിയോടെ ഞങ്ങളുടെ ചായപ്പീടികയിൽ വന്ന് അദ്ദേഹം ചായ കുടിച്ചു. ഒഴിഞ്ഞ മാടിർഖുഡി ഉയർത്തിപ്പറഞ്ഞു, മനുഷ്യരുടെ കാര്യം ഇത്രയേയുള്ളൂ- മൺമയം. മണ്ണിൽനിന്ന് വരും. തിരിച്ചു മണ്ണിലേക്കു പോകും. അതിനിടയിൽ കുറച്ചു പേർക്ക് ചായ കുടിക്കാനും മരുന്നു കഴിക്കാനും പിന്നെ വേണമെങ്കിൽ വിഷം കഴിക്കാനും കൊള്ളാം. എന്നിട്ട് അദ്ദേഹം തന്റെ കടയിലേക്കു പോയി മുളയിലുണ്ടാക്കിയ ഒരു മഞ്ചത്തിൽ കിടന്നു. ഉറങ്ങുകയാണെന്നാണ് എല്ലാവരും വിചാരിച്ചത്. മഞ്ചം വാങ്ങാൻ വന്നവർ തട്ടി വിളിച്ചപ്പോൾ അദ്ദേഹം മരിച്ചുകിടക്കുകയായിരുന്നു...”

അവതാരകൻ അമ്പരപ്പോടെ എന്നെ നോക്കി.

“എന്നെ ഏറ്റവും കൂടുതൽ ബാധിച്ച സംഭവം ഇതാണ്. കാരണം അന്ന് അദ്ദേഹം ചായ കുടിക്കാൻ വന്നപ്പോൾ അടുക്കളയിൽ ഇരുന്നു കൊണ്ട് എന്റെ ഠാക്കുമാ, ഭുവനേശ്വരീ ദേവി പറഞ്ഞു, ഒലോക്നാഥ് ദായ്ക്ക് പോകാറായി. കണ്ടില്ലേ, അദ്ദേഹത്തെ ഇപ്പോഴേ ഈച്ചകൾ തിന്നു തുടങ്ങുന്നത്?”

ഞാൻ ഒന്നു കൂടി നിർത്തി. അവതാരകന് ശബ്ദമെടുക്കാൻ സാധിച്ചില്ല.

“അന്നെനിക്കു ആറേഴു വയസ്സേയുണ്ടായിരുന്നുള്ളൂ. ഞാൻ ഓടി പീടികയിൽ വന്നു നോക്കുമ്പോൾ ശരിയായിരുന്നു, അദ്ദേഹത്തിന്റെ മുതുകിലും തുടയിലും ഈച്ചകൾ എന്തോ പരതി. മാത്രമല്ല, തലയ്ക്കു ചുറ്റും കൂടുതൽ ഈച്ചകൾ തക്കം പാർത്തു പറക്കുന്നുമുണ്ടായിരുന്നു.”

ഞങ്ങൾ രണ്ടു പേരും ഒരു നിമിഷം നിശ്ശബ്ദരായി പരസ്പരം നോക്കി.

“മനുഷ്യരുടെ മരണം ഈച്ചകൾക്ക് നേരത്തെ തിരിച്ചറിയാം. ഈച്ചകൾക്കു മാത്രമല്ല, ഉറുമ്പുകൾക്കും. നിങ്ങൾ ഞങ്ങളുടെ ഭക്ഷണമായിത്തീരാൻ സമയമായി എന്ന് മനുഷ്യരോട് അവയെല്ലാം പല വിധത്തിൽ ഓർമിപ്പിച്ചുകൊണ്ടിരിക്കും... എന്റെ ഠാക്കുമായ്ക്ക് ഒരു വർഷത്തിനുശേഷമുള്ള മരണം വരെ മുഖത്തുനോക്കി ഊഹിച്ചെടുക്കാൻ സാധിക്കും...”

അവതാരകൻ വല്ലാതെ ഭയന്നതുപോലെ എന്നെ നോക്കി. മരണത്തിന്റെ ഗന്ധം ആ സ്റ്റുഡിയോയിൽ ലുചിയുടെ ഗന്ധം പോലെ നിറയുന്നുണ്ടെന്ന് എനിക്കു തോന്നി. അരമണിക്കൂർ വളരെ വേഗം കടന്നു പോയി. ക്യാമറയ്ക്കു മുമ്പിൽനിന്ന് എഴുന്നേൽക്കുമ്പോൾ സ്റ്റുഡിയോയിലെ അടുത്ത മേശയുടെ അരികിലേക്ക് മുടി മുറിച്ചിട്ട കോട്ടു ധരിച്ച സുന്ദരിയായ ഒരു പെൺകുട്ടി ധൃതിയിൽ കടന്നു വന്നു. ഞാൻ മേയ്ക്കപ് റൂമിലെത്തുന്നതിനു മുമ്പുതന്നെ അവൾ വാർത്ത വായന ആരംഭിച്ചിരുന്നു.

“-നമസ്കാരം. പ്രധാന വാർത്തകൾ. നിയമസഭയിലെ മൊത്തം അംഗബലത്തിന്റെ പതിനഞ്ചു ശതമാനത്തിലേറെ മന്ത്രിമാർ പാടില്ലെന്ന നിയമം പാലിക്കാൻ സി.പി.എം. രണ്ടു മന്ത്രിമാരെ ത്യജിക്കുമെന്നു മുഖ്യമന്ത്രി അറിയിച്ചു. നഗരത്തിലെ പുരാതന മന്ദിരങ്ങൾ സംരക്ഷിക്കാൻ ഇറ്റലി സഹായം വാഗ്ദാനം ചെയ്തു. മൈദാനിൽ കൊല്ലപ്പെട്ട നിലയിൽ കാണപ്പെട്ട യുവതിയെ തിരിച്ചറിയാൻ സാധിച്ചില്ലെന്നു പോലീസ് അറിയിച്ചു. ...”

വസ്ത്രം മാറി ചായം തുടച്ച് ഞാൻ പോകാൻ തയ്യാറായി. തലേന്ന് അനുഭവപ്പെട്ട ആഹ്ലാദം പാടെ നഷ്ടപ്പെട്ടിരുന്നു. ഭക്ഷണത്തിൽ ഉപ്പിന്റേതുപോലെ എന്തിന്റെയോ അഭാവം എന്നെ അസംതൃപ്തയാക്കി. ഒരു നെടുവീർ

പ്പോടെ ഇടനാഴിയിലേക്ക് ഇറങ്ങിയപ്പോഴും വാർത്താവായന പുരോഗമിക്കു കയായിരുന്നു.

"ഇതിനിടെ, ലാൽ ബസാറിലെ വഴിയോര വാണിഭ ശാലകളിൽ മോഷണം പതിവാകുന്നതായി പരാതി. യുവതികളായ മോഷ്ടാക്കൾക്കായി പോലീസ് വല വിരിച്ചു കഴിഞ്ഞു. കഴിഞ്ഞ ദിവസം ലാൽ ബസാറിലെ ഒരു വളക്കച്ച വടക്കാരന്റെ പക്കൽനിന്നു വളകൾ മോഷ്ടിച്ച ചേതന എന്ന യുവതിയെ നാട്ടുകാർ കയ്യോടെ പിടിച്ചു... ചേതനയുടെ മുഖം ഇരുട്ടത്തു ശരിക്കു കണ്ടി ല്ലെന്നും പിടികൂടിയ ഉടനെ അവൾ ഇരുട്ടിലേക്ക് രക്ഷപ്പെട്ടെന്നും വ്യാപാരി അറിയിച്ചു."

ഞാൻ തണുത്തുറഞ്ഞു. എന്റെ വായിൽ ഉമിനീർ വറ്റുകയും കണ്ണുക ളിൽ ഇരുട്ടു കയറുകയും ചെയ്തു. അപ്പോൾ സ്ക്രീനിൽ വൃദ്ധനായ ആ വ്യാപാരി ഒരു ഇളിഞ്ഞ ചിരിയുമായി നിറഞ്ഞു.

"ങ്ഹാ... ങ്ഹാ... അവൾ വളയുമായി കടക്കാൻ ശ്രമിച്ചു... ഞാൻ ഉടനെ പിടിച്ചു ബാബൂ... പിന്നെ, ഒരുപാടു പേർ കണ്ടു കൊണ്ടു നിൽക്കുമ്പഴല്ലേ? ആളെ കണ്ടാലറിയാം... ഞങ്ങളുടെ ജീവിതം വലിയ കഷ്ടത്തിലാണു ബാബൂ... ആരാണ് ഞങ്ങൾക്കു വേണ്ടി സംസാരിക്കാനുള്ളത്?"

തുടർന്ന് സ്ക്രീനിൽ സഞ്ജീവ് കുമാർ മിത്ര മൈക്കുമായി പ്രത്യക്ഷ പ്പെട്ടു.

"ഒരു നേരത്തെ ഭക്ഷണത്തിനു വേണ്ടി രാപകൽ ഇല്ലാതെ വെയിലും മഴയും കൊള്ളുന്ന ഈ പാവപ്പെട്ടവർ നേരിടുന്ന ഏറ്റവും വലിയ വെല്ലുവി ളിയാണ് മോഷണം. ലാൽ ബസാറിലെ ഈ പാവത്തിന്റെ അനുഭവം ഒറ്റപ്പെ ട്ടതല്ല...."

ഞാൻ മിഴിച്ചു നിന്നു. എന്റെ കണ്ണുകൾ നിറഞ്ഞ് ഇരുട്ടുമൂടി. അന്നു ടാക്സിയിൽ ഞാൻ തനിച്ചേയുണ്ടായിരുന്നുള്ളൂ. മടക്കയാത്രയിൽ ലാൽ ബസാർ കണ്ടപ്പോൾ ഞാൻ സംഭ്രാന്തയായി. വെളുത്തവരുടെ പട്ടണത്തിൽ നിന്നു ഞങ്ങളുടെ കറുത്ത പട്ടണത്തിലേക്കു രക്ഷപ്പെടാൻ ഞാൻ വെമ്പി. അടുത്തെവിടെയോ കൂലി ബസാർ ഉണ്ട്. അവിടെയെവിടെയോ സത്യം പറയാൻ ശ്രമിച്ച ഒരു ബംഗാളിയെ തൂക്കിലേറ്റിക്കൊന്നിട്ടുണ്ട്. അദ്ദേഹത്തിന്റെ സത്യസന്ധതയ്ക്കു വേണ്ടി മുഖപ്രസംഗമെഴുതിയ ബംഗാൾ ഗസറ്റ് എന്ന പത്രത്തിന്റെ എഡിറ്ററെ ഗവർണർ ജനറൽ തുറുങ്കിലടച്ചിട്ടുണ്ട്. ആ പത്രം അടച്ചു പൂട്ടിയിട്ടുണ്ട്. അതേ കാലത്ത്, പത്തു പെനി മോഷ്ടിച്ചതിന്റെ പേരിൽ റാംജോയ് ഘോഷ് എന്ന ഇന്ത്യക്കാരനെ ജയിലിൽ അടയ്ക്കുകയും ലാൽ ദിഗിയിൽനിന്നു ലാൽ ബസാർ വഴി ബൗ ബസർ വരെയും ബരാബ സാറിലേക്കും നാലു മണിക്കൂറോളം വഴി നീളെ ചാട്ടവാറിനടിച്ചു നടത്തു കയും ഒടുവിൽ ചിത്പൂർ പാലത്തിൽനിന്നു വെള്ളത്തിലേക്കെറിയുകയും ചെയ്തിട്ടുണ്ട്. ഞാൻ ഗതാഗതക്കുരുക്കിൽ ശ്വാസംമുട്ടി ഇരുന്നു. വാഹന ങ്ങൾക്കു സമാന്തരമായി സി.പി.എം. പ്രവർത്തകരുടെ ജാഥ തൃണമൂൽ കോൺഗ്രസിനെതിരെ മുദ്രാവാക്യം മുഴക്കി കടന്നു പോയി. അൽപം കഴിഞ്ഞ് തൃണമൂൽ കോൺഗ്രസുകാരുടെ ജാഥ സി.പി.എമ്മിനെതിരെ മുദ്രാവാക്യം വിളിച്ച് അവർക്കു പിന്നാലെ നടന്നു പോയി. രണ്ടു ജാഥകളിലെയും മനു

ഷ്യർക്കെല്ലാം ഒരേ മുഖച്ഛായയാണെന്നും കൊല്ലപ്പെട്ടവർക്കും അതേ ഭായയാണെന്നും ഞാൻ ഭീതിയോടെ തിരിച്ചറിഞ്ഞു. എൺപത്തെട്ടു വയസ്സിനുള്ളിൽ അച്ഛൻ തൂക്കിലേറ്റിയ നാനൂറ്റിയമ്പത്തൊന്നു പേരുടെ മുഖങ്ങൾ ഞാൻ സങ്കൽപ്പിക്കാൻ ശ്രമിച്ചു. അവരിലേറെപ്പേരും മറ്റാരെയെങ്കിലും കൊലപ്പെടുത്തിയവരായിരുന്നു. മറ്റൊരാളുടെ ജീവിക്കാനുള്ള അവകാശം നഷ്ടപ്പെടുത്തിയതിൽ കുറ്റബോധമോ പശ്ചാത്താപമോ അവർക്കുണ്ടായിട്ടുണ്ടോ എന്ന് ഞാൻ സംശയിച്ചു.

ടാക്സിയിലിരുന്നു ഞാൻ വിയർത്തു. പുറത്ത് രാത്രിനഗരം ഇരമ്പി. ജോലി കഴിഞ്ഞ് വീട്ടിലേക്കു പോകുന്ന തളർന്ന മുഖങ്ങളുള്ള സ്ത്രീകളും പുരുഷൻമാരും ഇടകലർന്നു റോഡ് മുറിച്ചു കടന്നു പോയി. ഞാൻ തളർച്ചയോടെ കണ്ണുകൾ അടച്ചു. റോഡിലെത്തിയപ്പോൾത്തന്നെ വീടിനകത്തുനിന്ന് അച്ഛന്റെ കുഴഞ്ഞ ശബ്ദത്തിലുള്ള ചിരി കേട്ടു. അച്ഛന്റെ മുറിയിൽ അയാൾ ഉണ്ടായിരുന്നു. തലേന്ന് രണ്ടു തൃണമൂൽ കോൺഗ്രസ് നേതാക്കളെ അനാശാസ്യ പ്രവർത്തനത്തിന് അറസ്റ്റ് ചെയ്തതായിരുന്നു അവരുടെ സംഭാഷണ വിഷയം.

"വാസ്തവത്തിൽ, സൊഞ്ജുബാബൂ, അവർ തെറ്റു ചെയ്തിട്ടുണ്ടോ?"

അച്ഛൻ അന്വേഷിച്ചു.

"അറിയില്ല... ചിലപ്പോൾ കുടുക്കിയതായിരിക്കും... പെണ്ണുകേസിൽ എതിരാളികളെ കുടുക്കുന്നത് എന്റെ അച്ഛന്റെ നാട്ടിലും പതിവാണ്..."

സഞ്ജീവ് കുമാർ പറഞ്ഞു. അപ്പോഴാണ് അയാൾ എന്നെ കണ്ടത്. അയാൾ കണ്ണടയൂരി പരിഹാസത്തോടെ ചിരിച്ചു. ഞങ്ങളുടെ കണ്ണുകൾ ഇടഞ്ഞു. അയാളുടെ പാതി മയങ്ങിയ കണ്ണുകൾ ഞാൻ ഒരിക്കൽക്കൂടി കണ്ടു. അത്രയും നേരം അനുഭവപ്പെട്ട ശൂന്യത അയാളുടേതായിരുന്നു എന്നെനിക്കു ബോധ്യപ്പെട്ടു. അച്ഛൻ വിളിച്ചപ്പോൾ ഞാൻ അപമാനം കൊണ്ടു വിറയ്ക്കുന്ന ശരീരത്തോടെ കടന്നു ചെന്നു.

"സൊഞ്ജുബാബു നിനക്കു വേണ്ടി കൊണ്ടു വന്നതെന്താണെന്നു കണ്ടോ?"

അച്ഛൻ ഒരു പ്ലാസ്റ്റിക് ചെപ്പു തുറന്നു നീട്ടി. അതിനുള്ളിൽ രണ്ടു സ്വർണവളകൾ വെട്ടിത്തിളങ്ങി. അപ്പോൾ അയാൾ പോക്കറ്റിൽനിന്ന് ഒരു കടലാസ് എനിക്കു നീട്ടി.

"ഇതാ, ബില്ല്... ഞാൻ വില കൊടുത്തു വാങ്ങിയതാണ്..."

അതു വാങ്ങുകയോ അയാളോടു മറുപടി പറയുകയോ ചെയ്യാതെ ഞാൻ മുറിയിലേക്കു പാഞ്ഞു. ഞാൻ വല്ലാതെ കിതച്ചു. കണ്ണുകൾക്കു മുമ്പിൽ കറുപ്പിന്റെ പാടലം നിറഞ്ഞു. കാണാൻ ആഗ്രഹിച്ചതൊന്നും കണ്ടില്ല. എല്ലായിടത്തും ഇരുട്ടായിരുന്നു. എല്ലാവരുടേതുമായ നീതിയുടെ സൂര്യൻ എന്നേ അസ്തമിച്ചു!

പതിനാല്

ഝരി ഝരി ശബ്ദത്തോടെ മഴക്കാലം പെട്ടെന്നാണ് പൊട്ടിവീണത്. ആകാശം ആസുരശക്തിയോടെ ഭൂമിയിലേക്കു സുതാര്യമായ തൂക്കുകയറുകൾ എറിഞ്ഞു. ബർദ്വാനിൽ ഇടിമിന്നലേറ്റ് റാബിയ ഖാതൂം മരിച്ചു. അവൾക്കു പന്ത്രണ്ടു വയസ്സേയുണ്ടായിരുന്നുള്ളൂ. അവളുടെ കൂടെയുണ്ടായിരുന്ന ഒമ്പതു പെൺകുട്ടികളുടെ ശരീരം പൊള്ളി. അവരെല്ലാം പാവപ്പെട്ടവരുടെ കുട്ടികളായിരുന്നു. മഴയെ ഒരു മറയാക്കി പുലർച്ചെ മുതൽ ഞാൻ മൂടിപ്പുതച്ചു കിടന്നു. തലേന്നു രാത്രി ഞാൻ ഉറങ്ങിയില്ല. കരച്ചിൽ പൊട്ടിയുയരുകയും കണ്ണുനീർ പുറത്തുവരാതെ ഉറഞ്ഞു പോകുകയും ചെയ്തു. മുതിർന്ന പെൺകുട്ടിയായതിനുശേഷം ഞാൻ നേരിട്ട ഏറ്റവും വലിയ വെല്ലുവിളി കണ്ണുനീരിന്റേതായിരുന്നു. എനിക്കൊരിക്കലും പൊട്ടിക്കരയാൻ സാധിച്ചില്ല. പുലർച്ചെ പാതിയുറക്കത്തിലെന്നവണ്ണം രാമുദാ 'അമാരെ തുമി അശേഷ് കൊരേ' എന്ന വരികൾ മൂളിയപ്പോൾ എനിക്കു വീണ്ടും സമചിത്തത നഷ്ടപ്പെട്ടു. എന്നെ അങ്ങ് അനശ്വരനാക്കിത്തീർത്തിരിക്കുന്നു എന്നർഥം വരുന്ന ആ വരികളിലാണ് ടാഗോറിന്റെ ഗീതാഞ്ജലി ആരംഭിച്ചിട്ടുള്ളത്. ദു:ഖം നിറഞ്ഞ രാത്രികളിൽ അച്ഛൻ തന്റെ മുറിയിൽ ഭിത്തിയിൽ തൂക്കിയിട്ട ചില്ലിട്ട പത്രത്താളുകളിലേക്കു നോക്കിക്കിടന്ന് അതു മുഴുവൻ ഉറക്കെ പാടാറുണ്ടായിരുന്നു. 'ഈ ജീവിതത്തിന്റെ പാത്രം അങ്ങ് ശൂന്യമാക്കുകയും വീണ്ടും നവചൈതന്യം കൊണ്ട് അതു നിറയ്ക്കുകയും ചെയ്യുന്നു' എന്ന വരി പാടുമ്പോൾ അച്ഛനും ഉൻമേഷവാനായി. പക്ഷേ, രാമുദാ തന്റെ കിടപ്പിലായ ശബ്ദത്തിൽ അതു പാടിയപ്പോൾ മ്ലാനതയും ദു:ഖവുമാണ് ഉണർന്നത്. തലയിണയുടെ ഒരു വശത്ത് ഇളകിയ പഞ്ഞി കൂട്ടിത്തയ്ച്ചിടത്തെങ്ങാൻ നഷ്ടപ്പെട്ട സ്വർണനാണയം തടഞ്ഞിരിപ്പുണ്ടോ എന്നു പരിശോധിക്കുകയായിരുന്ന ഠാക്കുമാ തന്റെ വിറയാർന്ന ശബ്ദത്തിൽ 'ആമാർ ശു ധു ഏക്ടി മുഠി ഭരി ദേതച്ഛ ദാൻ ദിവസ...'—രാവും പകലും അങ്ങ് എന്റെ ചെറിയ കൈകൾ നിറയെ സമ്മാനങ്ങൾ നൽകുന്നു—എന്നു രാമുദായുടെ ഗാനത്തിന്റെ തുടർച്ച ആലപിച്ചു. അതോടെ എന്റെ നിയന്ത്രണം വിട്ടു. എല്ലാവരും അറിഞ്ഞോ അറിയാതെയോ എന്നെ മാത്രം പരിഹസിക്കുന്നതുപോലെ അനുഭവപ്പെട്ടു. 'എത്രയോ യുഗങ്ങളായി നിന്റെ ദാനങ്ങൾ എനിക്കു ലഭിച്ചു കൊണ്ടിരിക്കുന്നു' എന്ന അവസാനത്തെ വരി പൂർത്തിയാക്കാൻ അനുവദിക്കാതെ 'കുറച്ചു സ്വസ്ഥത തരുമോ' എന്നു ഞാൻ പൊട്ടിത്തെറിച്ചു. ഠാക്കുമാ ഗാനം നിർത്തി 'നേരം ഉച്ചയായിട്ടും കിടന്നുറങ്ങുന്നോ പെണ്ണുങ്ങൾ' എന്ന് ശകാരിച്ചു.

"എനിക്കു വയ്യ... ഞാൻ ഒരു മനുഷ്യജീവിയാണ്. എനിക്കു രണ്ടു ദിവസം വിശ്രമിക്കണം..."

BHAGYANATH '11

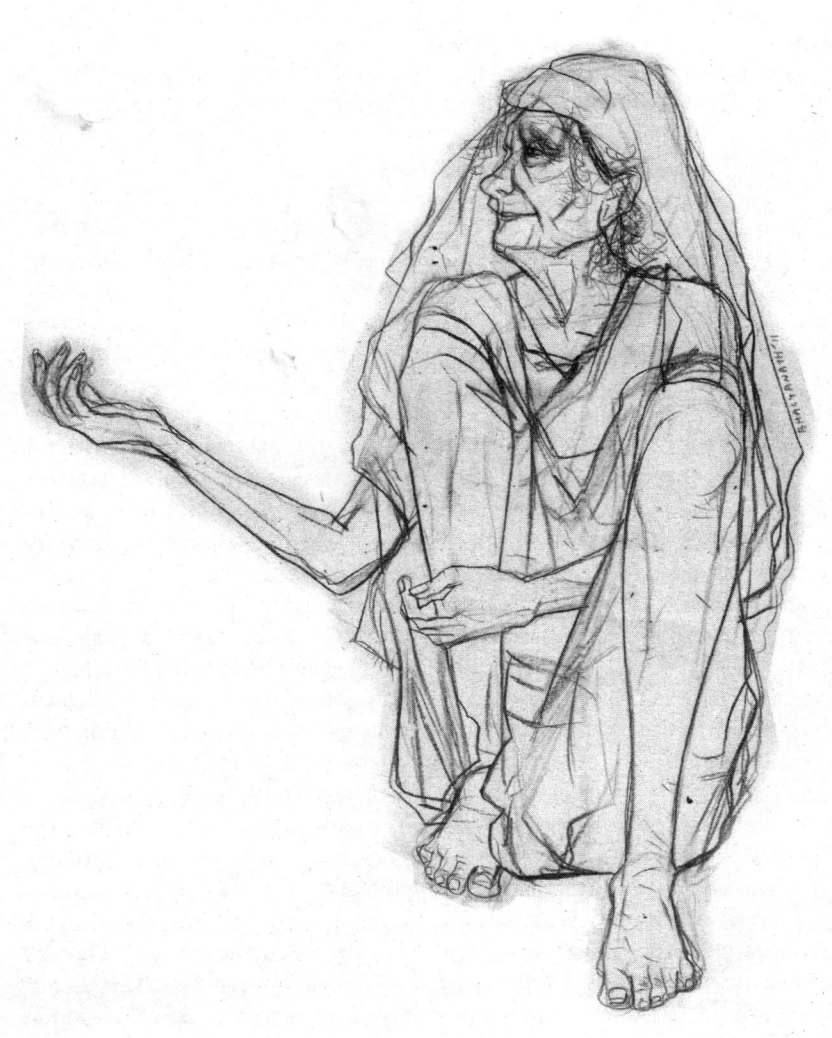

ശബ്ദത്തിൽ നിറഞ്ഞ ക്രോധം എന്നെത്തന്നെ ഞെട്ടിച്ചു.

“അയ്യോ... അപ്പോൾ ടിവിയിൽ പോകണ്ടേ?”

കേട്ടു കൊണ്ടു വന്ന മാ വേവലാതിപ്പെട്ടു.

“പോകാതിരുന്നാൽ അവർ തരാമെന്നേറ്റ പൈസ തരാതിരുന്നാലോ? അതു കിട്ടിയിട്ടു വേണം പൊട്ടിയ ഷീറ്റൊന്നു മാറ്റാൻ... മഴ പെയ്തപ്പോൾ കണ്ടില്ലേ, എല്ലായിടത്തും വെള്ളമായി....”

രാമുദായെ കമഴ്ത്തി കിടത്തുമ്പോൾ മായുടെ ശബ്ദം ഇടറി.

“അവർ പൈസ മുഴുവൻ തരട്ടെ... എന്നിട്ടു പോകാം... അവസാനം പൈസ തന്നില്ലെങ്കിലോ?”

ഞാൻ പുതപ്പു വലിച്ചു മുഖം മൂടിയിട്ടു.

“സത്യത്തിൽ നിനക്കു പനിയാണോ ചേതൂ?”

കുറച്ചു കഴിഞ്ഞു രാമുദാ വാൽസല്യത്തോടെ അന്വേഷിച്ചു. മഴക്കാലത്തു പതിവുള്ളതുപോലെ അദ്ദേഹത്തിന്റെ തല മൊട്ടയടിച്ചിരുന്നു. മൊട്ടത്തലയുമായി കമിഴ്ന്നു കിടന്നപ്പോൾ രാമുദാ ഒരു തവളയെ ഓർമിപ്പിച്ചു. അദ്ദേഹത്തിന്റെ വലിയ ഉരുണ്ട കണ്ണുകളിൽ ദൈന്യം തുടിച്ചു. രാമുദായ്ക്കു കൈകാലുകൾ നഷ്ടപ്പെട്ടിരുന്നില്ലെങ്കിൽ എന്ന ചിന്ത എന്നെ വീണ്ടും വേദനിപ്പിച്ചു. രാമുദായുടെ കൈകാലുകളും നീഹാരികയുടെ ജീവനും നഷ്ടപ്പെട്ടിരുന്നില്ലെങ്കിൽ എന്റെ ജീവിതം മറ്റൊന്നാകുമായിരുന്നു.

“കുട്ടിക്കാലം മുതലേ നിനക്ക് തുറന്നു സംസാരിക്കുന്ന പ്രകൃതമില്ല...”

രാമുദായുടെ ശബ്ദത്തിൽ അലിവു നിറഞ്ഞു. അതു ശരിയായിരുന്നു. പെണ്ണുങ്ങൾ വിഷമം പുറത്തു പറയരുതെന്നത് പിഞ്ചിളം പ്രായത്തിലേ എനിക്കു കിട്ടിയ പാഠമാണ്. തുറന്നു സംസാരിക്കുന്നതിനു മുമ്പ് ഞാൻ വളരെയേറെ ആലോചിച്ചു. വളരെ വൈകിയതിനു ശേഷമുള്ള തുറന്നു പറച്ചിലുകൾ കൊണ്ട് എന്നെത്തന്നെ അപമാനിക്കുകയും ചെയ്തു. അതിനൊരു കാരണം, ‘മനസ്സിലായോ, നമ്മുടെ കുടുംബത്തിലെ ആണുങ്ങൾ എല്ലാക്കാലത്തും പെണ്ണുങ്ങൾ മൂലമാണ് വിഷമിച്ചിട്ടുള്ളത്!’ എന്ന ഠാക്കുമായുടെ സാരോപദേശമായിരുന്നു. ആദ്യത്തെ ആരാച്ചാരായ രാധാരമൺ മല്ലിക്കിൽ തന്നെയാണ് ഠാക്കുമായുടെ ഉദാഹരണങ്ങൾ ആരംഭിച്ചത്. രാധാരമൺ പിതാമഹൻ സ്നേഹിച്ച ചിൻമയിദേവി എന്ന സ്ത്രീ അദ്ദേഹത്തെ ദൈവത്തെപ്പോലെ കണ്ട് പരിചരിച്ചു. അവർ തന്റെ നഷ്ടപ്പെട്ടു പോയ കാമുകനെയോർത്തു ദു:ഖിക്കുകയോ അദ്ദേഹത്തെ കുറ്റപ്പെടുത്തുകയോ ചെയ്തില്ല. പക്ഷേ, ദിവസങ്ങൾ കഴിയുന്തോറും പിതാമഹനിൽ കുറ്റബോധം വളർന്നു. പത്തു മക്കളെ പ്രസവിച്ചിട്ടും ആ സ്ത്രീയുടെ ഹൃദയം തന്റേതാണെന്ന പൂർണമായ ബോധ്യം പിതാമഹന് ഒരിക്കലുമുണ്ടായില്ല. കാരണം, പിതാമഹന്റെ മണിയറയിലേക്ക് കാലെടുത്തു കുത്തിയ നിമിഷം അവർ സംസാരവും ചിരിയും അവസാനിപ്പിച്ചു. രാത്രികളിൽ പിതാമഹൻ എന്തെല്ലാമോ ചോദിച്ചിരിക്കണം. മാപ്പു പറയുകയോ അനുനയിപ്പിക്കുകയോ ചെയ്തിരിക്കണം. പക്ഷേ അവർ ഒരു വാക്കു പോലും പറഞ്ഞില്ല. പത്തു മക്കളെയും അവർ പാലൂട്ടുകയോ കൊഞ്ചിക്കുകയോ ചെയ്തില്ല. അദ്ദേഹത്തിനു നൽകാവുന്ന ഏറ്റവും വലിയ ശിക്ഷ പോലെ അവർ സ്വന്തം നിശ്ശബ്ദതയിൽ അഭയം

തേടി. കിടക്കയിൽ അവളുടെ അവയവങ്ങൾ ചലിക്കുമ്പോൾ വലിയ കണ്ണുകൾ മരിച്ചതുപോലെ ജീവസ്സറ്റ് നിശ്ചലമായിരുന്നു എന്ന് രാധാരമൺ മല്ലിക് ഒരു ഭൂർജപത്രത്താളിലെഴുതിയതായി അദ്ദേഹത്തിന്റെ ആദ്യഭാര്യയിൽ ജനിച്ച് പിൽക്കാലത്ത് ആരാച്ചാരുടെ തൂക്കുകയർ ഏറ്റെടുത്ത ദേവവ്രത മല്ലിക് പിതാമഹൻ പറഞ്ഞതായി ശുംഗ വംശ ഭരണകാലത്തു ജീവിച്ചിരുന്ന കുമാര ചന്ദ്ര മല്ലിക് രേഖപ്പെടുത്തിയിട്ടുണ്ട്.

കുമാരചന്ദ്രമല്ലിക് ജീവിച്ചിരുന്നത് പുഷ്യമിത്ര ശുംഗ രാജാവിന്റെ കാലത്തായിരുന്നു. ബ്രഹദ്രഥ രാജാവിനെ വധിച്ചിട്ടാണു പുഷ്യമിത്ര ശുംഗ രാജാവ് അധികാരത്തിലേറിയത്. അദ്ദേഹത്തിന്റെ പ്രൊപിതാമഹൻ അഗ്നിമിത്ര മല്ലിക് പിതാമഹൻ അശോക ചക്രവർത്തിയുടെ കാലത്താണു ജീവിച്ചത്. അദ്ദേഹം ആറു സ്ത്രീകളെ വിവാഹം കഴിച്ചു. അഞ്ചു പേരിലും കുട്ടികളുണ്ടായില്ല. ആറാമത്തെ ഭാര്യ ഗർഭിണിയായി. അവർ പ്രസവത്തിൽ മരിച്ചു. ഈ കുട്ടിയുടെ ഉടമസ്ഥതയ്ക്കു വേണ്ടി അഞ്ചു ഭാര്യമാരും തമ്മിൽ കലഹമായി. പിതാമഹന് മകനെ വളർത്താൻ വീണ്ടും ഒരു യുവതിയെ വിവാഹം കഴിക്കേണ്ടിവന്നു. ആ സ്ത്രീ കുട്ടിയെ ഉപേക്ഷിച്ച് കാമുകന്റെ കൂടെ ഒളിച്ചോടി. പിന്നീട് പിതാമഹൻ ചക്രവർത്തിയോടൊപ്പം ബുദ്ധമതം സ്വീകരിച്ചു.

അഗ്നിമിത്ര മല്ലിക്കിന്റെ മകൻ ഉദയമിത്ര മല്ലിക് തന്റെ ജീവിതകാലത്ത് ആറു രാജാക്കൻമാരെ കണ്ടു. ബുദ്ധമതത്തിന്റെയും അഹിംസയുടെയും അക്കാലത്തും തടവറയും വധശിക്ഷയും തുടർന്നു. അഗ്നിമിത്ര പിതാമഹന് ഏഴു മക്കളുണ്ടായി. പക്ഷേ, അദ്ദേഹത്തിന് സ്വന്തം ഭാര്യയിൽ ഒരു മകനേ ഉണ്ടായിരുന്നുള്ളൂ. ബാക്കി മക്കളെ പ്രസവിച്ചത് അക്കാലത്തു കുപ്രസിദ്ധയായിരുന്ന ഒരു വേശത്തരുണിയാണ്. ഓരോ കുട്ടിയും ജനിച്ചപ്പോൾ അവൾ അതിനെ പിതാമഹന്റെ പടിക്കൽ ഉപേക്ഷിച്ചു. ഓറോ കുട്ടിയെയും പിതാമഹി എടുത്തു സ്വന്തം മകനായി വളർത്തി. ഏഴു പേരും ആരാച്ചാർമാരായി. ബുദ്ധമല്ലിക്കായിരുന്നു വിക്രമാദിത്യ മഹാരാജാവിന്റെ കാലത്ത് ആരാച്ചാർ. ബുദ്ധ പിതാമഹൻ വിവാഹം കഴിച്ച സ്ത്രീക്ക് മറ്റൊരു ബന്ധമുണ്ടായിരുന്നു. അവർ അദ്ദേഹത്തെ കൊല്ലാൻ പലതവണ ശ്രമിച്ചു. അവസാനം അദ്ദേഹത്തിനുള്ള ഭക്ഷണത്തിൽ വിഷം കലക്കിക്കൊടുത്തു. അതു കഴിച്ചിട്ടും അദ്ദേഹം മരിച്ചില്ല. മരിച്ചെന്നു ധരിച്ച് അവർ കുഞ്ഞിനെയുമെടുത്ത് കാമുകനോടൊപ്പം ഓടിപ്പോയി. അയാൾ അവരുടെ സ്വർണവും പണവും അപഹരിച്ച് കൊലപ്പെടുത്തി കാട്ടിൽ ഉപേക്ഷിച്ചു. പിതാമഹൻ മയക്കം വിട്ടുണർന്ന് ഭാര്യയെ തിരഞ്ഞു. കാട്ടിനുള്ളിൽ അമ്മയുടെ മൃതദേഹത്തിനരികിൽ കരഞ്ഞു കൊണ്ടു നിന്ന മകനെയും കൊണ്ട് അദ്ദേഹം വീട്ടിലേക്കു മടങ്ങി. ആ പിതാമഹൻ പിന്നീടു സന്ന്യാസിയായി.

"അപ്പോൾ അക്കാലത്തെ പെണ്ണുങ്ങൾക്കൊന്നും ഒരു വിഷമവും ഉണ്ടായിരുന്നില്ലേ?"

വളരെ കുട്ടിയായിരുന്ന ഞാൻ ആത്മാർഥമായ കൗതുകത്തോടെ അന്വേഷിച്ചു. അപൂർവമായി മാത്രമേ ഞങ്ങളുടെ കുടുംബത്തിൽ പെണ്ണുങ്ങളുടെ ചരിത്രം രേഖപ്പെടുത്തപ്പെട്ടിട്ടുള്ളൂ.

"വിഷമം മനസ്സിലടക്കുന്നവരാണെടീ നല്ല പെണ്ണുങ്ങൾ...."

"പക്ഷേ, മനസ്സിൽ അടങ്ങാത്ത വിധം വലിയ വലിയ വലിയ വിഷമം തോന്നിയാലോ?"

"ഓ... അതിനും മാത്രം എന്തു വിഷമമാണ് വീട്ടിലിരുന്ന് ഉണ്ടുറങ്ങിക്കഴിയുന്ന പെണ്ണുങ്ങൾക്ക്? കൊച്ചുങ്ങളെ പ്രസവിച്ചു വളർത്തുന്ന പാടൊഴിച്ചാൽ പെണ്ണിനെന്താ വിഷമം?"

ഥാക്കുമാ ഉറക്കെ ചിരിച്ചു.

"ഥാക്കുമായ്ക്ക് ഒരു വിഷമവും ഉണ്ടായിട്ടില്ലേ?"

"വിഷമമൊക്കെ വിഷമമാകുന്നത് അത് വിഷമമാണെന്ന് നമ്മൾ വിചാരിക്കുമ്പഴാണ്... വിഷമം തോന്നുമ്പോഴൊക്കെ ഞാൻ വിചാരിക്കും, ഞാൻ ഗൃദ്ധാമല്ലിക്കിന്റെ മകളാണ്. ലോകമുണ്ടായ കാലം മുതൽ നമ്മൾ ആരാച്ചാർമാർ ഉണ്ടായിരുന്നു. ആരാച്ചാരില്ലാതെ രാജാക്കൻമാരാകട്ടെ, ചക്രവർത്തിമാരാകട്ടെ, ബ്രിട്ടീഷുകാരാകട്ടെ, എല്ലാം കഴിഞ്ഞു വന്ന സർക്കാരാകട്ടെ—ആർക്കും നിലനിൽക്കാൻ സാധിച്ചിട്ടില്ല."

ഇതിനിടെ പുറത്തുനിന്നു മഴത്തുള്ളികൾ തട്ടിക്കളഞ്ഞ് കടന്നു വന്ന് പാൻ കൈവെള്ളയിലൊരുക്കുന്ന ഥാക്കുമായെ നോക്കിക്കിടക്കെ എനിക്കു പഴയ കഥകൾ ഓർമ വന്നു.

"ങ്ഹും? നീയെന്താ ഇത്രയ്ക്കു ചിന്തിക്കുന്നത് ചേതൂ?"

പാൻ ചവച്ചു കൊണ്ട് ഥാക്കുമാ എന്നെ സൂക്ഷിച്ചു നോക്കി.

"ദാദൂ ഥാക്കുമായെ സ്നേഹിച്ചിരുന്നില്ലേ?"

ഞാൻ പതിഞ്ഞ ശബ്ദത്തിൽ ചോദിച്ചു. ഥാക്കുമാ ചിരിച്ചു.

"പുരുഷന്റെ സ്നേഹവും സ്ത്രീയുടെ സ്നേഹവും രണ്ടാണ്. ആഹ്ലാദിപ്പിക്കുന്നവളെ മാത്രമേ പുരുഷനു സ്നേഹിക്കാൻ കഴിയൂ. സ്ത്രീക്ക് അവളെ വേദനിപ്പിക്കുന്നവനെയും സ്നേഹിക്കാൻ സാധിക്കും..."

രാമുദാ ഉറക്കെച്ചിരിച്ചു. പക്ഷേ എനിക്കു ചിരി വന്നില്ല. ദാദുവിന്റെ പ്രേമം മായുടെ അമ്മയോടായിരുന്നു എന്ന കഥ ഞാൻ കുട്ടിക്കാലത്തേ കേട്ടതാണ്. കിഴക്കൻ ബംഗാളിലേക്കു വിവാഹിതയായിപ്പോയ കളിക്കൂട്ടുകാരിയെ ഓർത്തു ദാദു ജീവിതം മുഴുവൻ ഉരുകി.ദാദുവിന്റെ പ്രണയനൈരാശ്യം കണ്ടിട്ടാണ് ശരത്ചന്ദ്ര ചാറ്റർജി 'ദേവദാസ്' എഴുതിയതെന്ന് അച്ഛൻ വീമ്പിളക്കി. നോവലിലെ നായികയുടെ പേരുതന്നെയായിരുന്നു ദീദിമായ്ക്കും—പാർവതി. ദാദുവും ദീദിമായും അയൽക്കാരും കളിക്കൂട്ടുകാരുമായിരുന്നു. ദീദിമായ്ക്കു പന്ത്രണ്ടു വയസ്സുള്ളപ്പോൾ ദീദിമായുടെ അച്ഛൻ അന്നു പതിനേഴുകാരനായിരുന്ന ദാദുവിന്റെ വീട്ടിൽപ്പോയി വിവാഹം ആലോചിച്ചു. ജാതി വേറെയാണെന്നതിനാൽ കാളീചരൺ ഗൃദ്ധാ മല്ലിക് പിതാമഹൻ ക്ഷുഭിതനായി. തന്നെ കൈവിടരുതെന്നു ദീദിമാ അന്നു ദാദുവിനോട് അപേക്ഷിച്ചെങ്കിലും ദാദുവിന് വീട്ടുകാരെ ധിക്കരിക്കാൻ ധൈര്യമുണ്ടായില്ല. ദാദു വീടുവിട്ട് ബർമയിലേക്കു പോയി. അവിടെ വച്ച് ശരത് ചന്ദ്ര ചാറ്റർജിയെ കണ്ടുമുട്ടി. പ്രണയ കഥ കേട്ട് ശരത്ചന്ദ്ര ചാറ്റർജി അദ്ദേഹത്തോടു നാട്ടിലേക്കു മടങ്ങാൻ ആവശ്യപ്പെട്ടു. ധൈര്യം സംഭരിച്ച് ദാദു മടങ്ങിയെത്തിയപ്പോഴേക്ക് ദീദിമാ വിവാഹിതയായി കിഴക്കൻ ബംഗാളിലേക്കു പുറപ്പെടുകയായിരുന്നു. ദീദിമാ പോയ വഴിയിൽ വീണു ദാദു തല തല്ലിക്കരഞ്ഞു. ദേവദാസിലെ

നായകനെപ്പോലെ കുറേക്കാലം അദ്ദേഹം മദ്യത്തിലും കറുപ്പിലും അഭയം തേടിയെങ്കിലും കാളീചരൺ പിതാമഹൻ മകനെ കയ്യോടെ പിടിച്ച് തന്റെ അനന്തരവളെക്കൊണ്ടു വിവാഹം കഴിപ്പിച്ചു. ഥാക്കുമായുടെ ദീദിയായിരുന്നു ദാദുവിന്റെ ആദ്യ വധു. രണ്ട് ആൺമക്കളെ പ്രസവിച്ച ശേഷം അവർ മരിച്ചു പോയി. പിന്നീട് ദാദു ഥാക്കുമായെ ഭാര്യയാക്കി.

"കാണുമ്പോൾ കുഴഞ്ഞാടി കണ്ണുനീർ വാർക്കാൻ നല്ല മിടുക്കായിരുന്നു, നിന്റെ ദീദിമായ്ക്ക്. നിന്റെ ദാദു ഒരു പൊട്ടൻ. അതു കണ്ട് അങ്ങേരങ്ങ് അലിഞ്ഞ് ഇല്ലാതായി. പക്ഷേ, മറ്റൊരു പെണ്ണിന്റെ ശാപം വാങ്ങിയാൽ അച്ച ട്ടാണ് മോളേ, ഇരുന്നു വാഴാൻ പറ്റില്ല. മാ കാളി എന്റെ കണ്ണുനീർ കണ്ടു. അതല്ലേ അവളെ മുസ്‌ലിംകൾ വെട്ടിക്കൊന്നത്?"

ഥാക്കുമാ ചവയ്ക്കുകയും ഉറക്കെ ചിരിക്കുകയും ചെയ്തു.

"അതെയതെ. മാ കാളിയല്ലേ രാജ്യം വിഭജിച്ചത്? എന്റെ മായെക്കുറിച്ച് വല്ലതും പറഞ്ഞാലുണ്ടല്ലോ? നിങ്ങളുടെ പ്രായമൊന്നും ഞാൻ ഓർക്കുക യില്ല. നല്ല മനുഷ്യർ വേഗം പോകും. അവരെ വിളിക്കാൻ ദൈവം എന്തെ ങ്കിലും ഒരു വഴി കാണും. നിങ്ങളെപ്പോലെയുള്ളവർ നൂറു തികഞ്ഞാലും നരകിക്കും..."

മാ ഏറ്റുപിടിച്ചു. അവർ തമ്മിൽ വഴക്കു മൂർച്ഛിച്ചപ്പോൾ രാമുദാ എന്നെ നോക്കി പുരികം ചുളിച്ചു.

"നിനക്കു തൃപ്തിയായില്ലേ?"

ഞാൻ പുതപ്പു വലിച്ചു തലമൂടി. പുരുഷന് തന്നെ ആഹ്ലാദിപ്പിക്കുന്ന വളെ മാത്രമേ സ്നേഹിക്കാൻ സാധിക്കൂ എന്ന ഥാക്കുമായുടെ വാക്കുകൾ കാതിൽ മുഴങ്ങി. ദാദുവിനെ ആഹ്ലാദിപ്പിക്കാൻ ദീദിമായ്ക്കു മാത്രം എങ്ങനെ കഴിഞ്ഞു എന്നു ഞാൻ തലപുകച്ചു. അതറിഞ്ഞാൽ ഒരുപക്ഷേ, സഞ്ജീവ് കുമാർ മിത്രയെ ആഹ്ലാദിപ്പിക്കാനുള്ള മാർഗം എനിക്കും തെളിഞ്ഞു കിട്ടി യേനെ. അയാളെ ആഹ്ലാദിപ്പിക്കാൻ ആഗ്രഹം തോന്നിയതു പോലും എന്നെ ലജ്ജിപ്പിച്ചു. കുറ്റബോധത്തിന്റെ ലേശം പോലുമില്ലാതെ മോഷ്ടിക്കുന്ന ഒരു ത്തനെ ഞാനെന്തിന് ആഹ്ലാദിപ്പിക്കണമെന്ന് വിവേകം എന്നെ ചോദ്യം ചെയ്തു. എനിക്ക് അതിന്റെ ഉത്തരം കിട്ടിയില്ല.

"ഷോട്ദീ, നിനക്കെന്താ അസുഖം?"

ഥാക്കുമാ വീണ്ടും പുറത്തു പോയ നേരത്ത് കടന്നുവന്ന അച്ഛൻ പതി വില്ലാത്ത ആർദ്രതയോടെ അന്വേഷിച്ചു. അച്ഛനൊരിക്കലും എന്നെ ലാളിച്ചി രുന്നില്ല. അവൾക്കെന്റെ പേരക്കുട്ടിയാകാനുള്ള പ്രായമേയുള്ളൂ എന്നാണ് അച്ഛൻ പറഞ്ഞിരുന്നത്. മാ പ്രസവിച്ച ആദ്യത്തെ നാലു മക്കൾ പ്രസവസമ യത്തുതന്നെ മരിച്ചു. തൊട്ടുപിന്നാലെ ജനിച്ച നീഹാരികയെപ്പോലും അച്ഛൻ ലാളിച്ചില്ല. നീഹാരികയ്ക്കുശേഷം വീണ്ടും രണ്ടു കുട്ടികൾ ജനിക്കുകയും മരിക്കുകയും ചെയ്തതിനു ശേഷമായിരുന്നു രാമുദായുടെ ജനനം. അച്ഛനും മായ്ക്കും വാർധക്യത്തിൽ ജനിച്ച എന്നെ നീഹാരികയാണ് ഏറ്റെടുത്തു വളർ ത്തിയത്. മായുടെ സ്ഥാനത്ത് പിച്ച നടത്തിയതും കുളിപ്പിച്ചൊരുക്കിയതും ദീദിയാണ്.

"ചാനലിൽ നീ നന്നായി സംസാരിക്കുന്നുണ്ട്... എന്നെക്കാൾ നന്നായി..."

കിടക്കയിൽ കമഴ്ന്നു തന്നെ കിടക്കുകയായിരുന്ന രാമുദായെ ഒന്നേറു കണ്ണിട്ടു നോക്കി, അച്ഛൻ കട്ടിലിന്റെ അറ്റത്ത് സ്ഥലമുണ്ടാക്കി ഇരുന്നു. ആ ഇരിപ്പിൽപ്പോലും ഒരു നടന്റെ ചലനങ്ങൾ അദ്ദേഹം കാത്തു സൂക്ഷിച്ചു. രണ്ടു കാൽമുട്ടുകളിലും കൈത്തലങ്ങൾ കമഴ്ത്തി വച്ച് നിവർന്നിരുന്നപ്പോൾ അദ്ദേഹം അദൃശ്യമായ ഒരു സിംഹാസനത്തിൽ ഇരിക്കുകയാണെന്ന് എനിക്കു തോന്നി.

“പക്ഷേ ഒരു കാര്യം മനസ്സിലാക്കണം. നമ്മുടെ അനുഭവങ്ങളാണ് അവർക്കു വേണ്ടത്. ഇത്രയേയുള്ളൂ എന്റെ അനുഭവം എന്ന മട്ടിൽ എല്ലാം പറഞ്ഞു തീർക്കരുത്. അങ്ങനെ തീർന്നു എന്നു തോന്നുന്ന നിമിഷം നിന്നെ അവർക്കു വേണ്ടാതാകും...”

രാമുദായുടെ മുഖത്ത് നിന്ദാഗർഭമായ പുഞ്ചിരി വിടർന്നു.

“പറയാത്തതു ചിലതു ബാക്കിയുണ്ട് എന്ന തോന്നലുണ്ടാക്കുമ്പോഴേ മനുഷ്യർ നമ്മളെ ബഹുമാനിക്കൂ. പറയാൻ വേറെയും പലതുണ്ട് എന്ന് അവരെ ബോധ്യപ്പെടുത്താൻ നമുക്കു കഴിയണം...”

അച്ഛൻ എഴുന്നേറ്റു.

“ഞാൻ ആരാച്ചാരായതു കൊണ്ടാണ് ഇവിടെ അവർ തടിച്ചു കൂടുന്ന തെന്നാണോ നിന്റെ വിചാരം?”

ഇത്തവണ ഞാൻ അച്ഛനെ നേർക്കു നേരെ നോക്കി.

“അല്ല... ഞാൻ നന്നായി സംസാരിക്കുന്നതു കൊണ്ടാണ്... നൃത്തം ചെയ്യാൻ കഴിവുള്ള കുരങ്ങന്റെ മുമ്പിൽ ആളുകൾ എത്ര നേരം വേണമെ ങ്കിലും കാത്തിരിക്കും... പക്ഷേ നൃത്തം എപ്പോൾ അവസാനിപ്പിക്കണമെന്ന് നീ എപ്പോഴും മനസ്സിലാക്കി വയ്ക്കണം...”

“അവൾക്ക് അയാളെ ഇഷ്ടമല്ല...”

രാമുദാ ശ്രമപ്പെട്ട് ശബ്ദമെടുത്തു. അദ്ദേഹത്തിന്റെ തൊണ്ട ടാക്സിക്കാ റിന്റെ തുരുമ്പിച്ച വാതിൽ പോലെ കിരുകിരുപ്പുയർത്തി. അച്ഛൻ അനിഷ്ട ത്തോടെ കണ്ണുകൾ ഉരുട്ടി നോക്കി.

“അയാൾ ശരിയല്ല. വേണ്ട ബാബാ... അവളെ അയാൾക്കു കൊടുത്താൽ നമ്മൾ പിന്നീടു ദു:ഖിക്കും... ദീദിയെയോ നമുക്കു നഷ്ടപ്പെട്ടു. ഇനി ഇവളെ ക്കൂടി...—അതു വേണ്ട...”

“രാമൂ, നമുക്ക് ആഗ്രഹിക്കാൻ കഴിയുന്ന ബന്ധമല്ല അത്...”

അച്ഛന്റെ ശബ്ദത്തിൽ ആവേശമുണ്ടായിരുന്നു.

“അവൻ ഡബിൾ എം.എയാണ്. പിന്നെ ജേണലിസം പഠിച്ചു. അവൻ മിടുക്കനാണ്. സ്വന്തം ജോലി അറിയാം. അവന് നല്ല എ.സി. ഫ്ളാറ്റും കാറു മുണ്ട്. അവൻ നാലഞ്ചു ഭാഷകൾ സംസാരിക്കും. ഈ നരകത്തിൽനിന്ന് ഇവളെങ്കിലും രക്ഷപ്പെടട്ടെ.”

രാമുദാ എല്ലാത്തിനും ഇഷ്ടക്കേടോടെ തലയാട്ടി.

“ചേതൂന് അയാളെ ഇഷ്ടമാണ്... അല്ലെങ്കിൽ നീ ചോദിച്ചു നോക്ക്.”

അച്ഛൻ എന്നെ തറപ്പിച്ചു നോക്കി. ഞാൻ ചുവന്നു തുടുത്തു. അല്ല എന്നു പറയാൻ ഞാൻ ആഗ്രഹിച്ചു. പക്ഷേ വാക്കുകൾ പുറത്തു വന്നില്ല. എന്നെ ദ്രോഹിക്കുമ്പോഴും ഹൃദയം അയാളെ ആഗ്രഹിച്ചു.

മഴ തുടങ്ങിയതോടെ ശവവണ്ടികളുടെ എണ്ണം വർധിച്ചിരുന്നു. തിരക്കു കാരണം പുറത്തിറങ്ങാൻ നിവൃത്തിയില്ലെന്ന് കാക്കിമാ പരാതിപ്പെട്ടു. കിടന്ന കിടപ്പിൽ ഞാൻ ഉറങ്ങിപ്പോയി. ഉച്ചയ്ക്ക് മാ ഭക്ഷണം കഴിക്കാൻ വിളിച്ചുണർത്തിയപ്പോൾ എനിക്ക് തലവേദനയും കുളിരും ആരംഭിച്ചിരുന്നു. വൈകിട്ട് ചാനലിൽനിന്നു വണ്ടി വന്നപ്പോഴേക്ക് അതു കടുത്ത പനിയായി.

"അവൾക്കു സുഖമില്ല... പനി പിടിച്ചു കിടക്കുകയാണ്..."

മാ ഡ്രൈവറോടു പറഞ്ഞു. ഡ്രൈവർ പക്ഷേ, പോകാൻ കൂട്ടാക്കിയില്ല. മാ എന്നെ വന്ന് കുത്തിപ്പൊക്കാൻ ശ്രമിച്ചു. ഞാൻ പനിച്ച മുഖമുയർത്തി വാതിൽക്കൽ നിന്ന അയാളെ ഒന്നു നോക്കി. എന്റെ നീരു കെട്ടിയതുപോലെ വീർത്തു ചുവന്ന മുഖവും ഉറക്കച്ചടവാർന്ന ഭാവവും കണ്ട് അയാൾ കൂടുതലൊന്നും പറയാതെ മടങ്ങി. പിറ്റേന്നു രാവിലെ സഞ്ജീവ് കുമാർ മിത്ര നേരിട്ടു വന്നു.

"ഇന്നലെ പരിപാടി മുടങ്ങിയതിനെക്കുറിച്ച് മാനേജ്മെന്റ് വളരെ അസ്വസ്ഥരാണ്..."

വന്ന പാടെ അയാൾ മുറിയിൽ കടന്നു വന്ന് ഥാക്കുമായുടെ കട്ടിലിൽ ഇരുന്നു കുറ്റപ്പെടുത്തി. പായയിൽ കിടന്ന ഞാൻ രാമുദായ്ക്കു നേരെ മുഖം തിരിച്ചു.

"ഇന്നലെ സീ ചാനലിൽ ഗൃദ്ധാദായുടെ പരിപാടിക്കായിരുന്നു റേറ്റിങ്. ഇതുവരെ നമ്മുടെ ചാനലിൽ ചേതനയ്ക്കായിരുന്നു ഏറ്റവും റേറ്റിങ്. ഇന്നലത്തോടെ അവർ നമ്മളെ കടത്തി വെട്ടി."

എനിക്കു മറുപടിയുണ്ടായില്ല.

"ഇന്നെങ്കിലും ചേതന വന്നേ പറ്റൂ. ഇന്നും വന്നില്ലെങ്കിൽ റേറ്റിങ് പിന്നെയും താഴെപ്പോകും..."

"എനിക്കു സുഖമില്ല... കണ്ണുകണ്ടു കൂടെ നിങ്ങൾക്ക്?"

തലയുയർത്തി തിരിഞ്ഞു നോക്കി ഞാൻ പരുഷമായി അന്വേഷിച്ചു.

"നമുക്കിടയിൽ ഒരു കരാറുള്ളതു മറന്നു പോയോ?"

"കരാർ തെറ്റിച്ചതിന് നിങ്ങൾ പോയി കേസു കൊടുക്കൂ..."

എനിക്കു കലശലായ ദേഷ്യം വന്നു.

"ചേതന പങ്കെടുത്തില്ലെങ്കിൽ അതെന്റെ ജോലിയെയായിരിക്കും ബാധിക്കുക.."

"നന്നായിപ്പോയി..."

"അങ്ങനെ പറയരുത്. പണം വാങ്ങിയ സ്ഥിതിക്ക്, ചേതന വരാതിരിക്കുന്നതു ധാർമികമായി ശരിയല്ല..."

അയാൾ വീണ്ടും കുറ്റപ്പെടുത്തി. അപ്പോൾ ഞാൻ എഴുന്നേറ്റിരുന്നു.

"ധാർമികതയുടെ കാര്യമൊന്നും നിങ്ങൾ കൂടുതൽ പഠിപ്പിക്കണ്ട. ബാക്കി പണം കിട്ടാതെ പരിപാടി തുടരാൻ എനിക്കു താൽപര്യമില്ല... മാത്രമല്ല, നിങ്ങളെനിക്കു തരാമെന്നു പറഞ്ഞ പണം വളരെക്കുറവാണു താനും..."

"ബാക്കി പണം തൂക്കിക്കൊല കഴിയുന്ന ദിവസമേ തരാൻ കഴിയൂ..."

"അതു കഴിഞ്ഞാൽ നിങ്ങളതു തരുമെന്ന് എനിക്കു വിശ്വാസമില്ല..."

"ഞാൻ വാക്കുതന്നതാണല്ലോ?"

"വാക്കോ? നിങ്ങളുടെ വാക്കിന് എന്തു വിലയാണുള്ളത്?"

ഞാൻ പരിഹാസത്തോടെ ചിരിച്ചു. സഞ്ജീവ് കുമാർ മിത്ര ഭാവഭേദമി
ല്ലാതെ എന്നെത്തന്നെ നോക്കി.

"നിങ്ങളെപ്പോലെ സത്യസന്ധതയില്ലാത്ത ഒരുത്തനെയും ഞാൻ കണ്ടി
ട്ടില്ല. കാണാൻ ആഗ്രഹിക്കുന്നുമില്ല. എനിക്ക് നിങ്ങളെ കാണുന്നതേ ഇഷ്ട
മല്ല."

ഞാൻ വീണ്ടും കിടന്നു കീറിയ പുതപ്പു കൊണ്ട് എന്നെ മറച്ചു.

"പക്ഷേ, ചിരിക്കുമ്പോൾ ചേതനയെ കാണാൻ നല്ല ഭംഗിയുണ്ട്. ആ
ചിരി എന്നെ പരിഹസിക്കുന്നതാണെങ്കിൽക്കൂടി..."

പുതപ്പിനടിയിൽ മുഖം ഒളിപ്പിച്ചു കിടന്ന എന്റെ ഹൃദയം പടപടാ മിടിച്ചു.
എന്നെപ്പോലും അദ്ഭുതപ്പെടുത്തി അയാളുടെ മനശ്ശക്തിയെ അഭിനന്ദിച്ചു
കൊണ്ട് എന്റെയുള്ളിൽ ഒരു ചിരി വിടർന്നു. സഞ്ജീവ് കുമാർ മിത്ര കുറച്ചു
നേരം കൂടി ഇരുന്നതിനു ശേഷം യാത്ര പറയാതെ പോയി.

"അയാൾ പോയി..."

രാമുദാ മന്ത്രിച്ചു. ഞാൻ പുതപ്പു നീക്കി അദ്ദേഹത്തെ നോക്കി.

"ഞാനിങ്ങനെ ഒരു മാംസപിണ്ഡം ഇവിടെ കിടക്കുന്നതായി അയാളുടെ
കണ്ണിൽപ്പെട്ടതേയില്ല..."

രാമുദാ നെടുവീർപ്പിട്ടു. എനിക്ക് വേദനയോടൊപ്പം കുറ്റബോധവും
തോന്നി. അദ്ദേഹത്തിന്റെ അവസ്ഥയിൽ എനിക്കും ഒരു പങ്കുണ്ട് എന്ന് ആരോ
കുറ്റപ്പെടുത്തി.

ദിവസങ്ങൾ പെട്ടെന്നു കടന്നു പോയി. ചാനലിന്റെ വണ്ടി എന്നെ വിളി
ക്കാൻ വരികയും ഞാൻ സുഖമില്ലെന്ന പല്ലവിയോടെ മടക്കി അയയ്ക്കു
കയും ചെയ്തു. മൂന്നാമത്തെ ദിവസം നാലായിരം രൂപയുമായി സഞ്ജീവ്
കുമാർ മിത്ര വീണ്ടുമെത്തി. ഞാൻ അടുക്കളയിലിരുന്ന് പച്ചക്കറി നന്നാക്കു
കയായിരുന്നു. അയാൾ നേരെ അടുക്കളയിലേക്കു വന്നു. മായും കാക്കി
മായും തലവഴി സാരി വലിച്ചിട്ട് ഒതുങ്ങി നിന്നു. വന്നയുടനെ അയാൾ
കുറേ നോട്ടുകൾ നീട്ടി.

"ഇതാ... ഇന്നെങ്കിലും ചേതന വരണം..."

"ഇത്രയും പോരാ..."

ഞാനയാളുടെ കണ്ണുകളെ നേരിട്ടില്ല.

"നിങ്ങളുടെ ചാനൽ ഓരോ പരിപാടിക്കും എപ്പിസോഡ് കണക്കാക്കി
എത്ര രൂപയാണ് ഓരോരുത്തർക്കും കൊടുക്കുന്നത്? എനിക്കു നല്ല തുക
കിട്ടിയേ തീരൂ..."

സഞ്ജീവ് കുമാറിന്റെ മുഖത്തെ പേശികൾ ചെറുതായി ചലിച്ചു.

"നോക്കൂ, ചേതനാ, ഇതു കുട്ടിക്കളിയല്ല... ചേതനയ്ക്ക് ജോലി കിട്ടാൻ
വേണ്ടി ഞങ്ങളുടെ ചാനലാണ് ഏറ്റവുമധികം ശ്രമം നടത്തിയത്. അതു
മറന്നു കളയരുത്..."

"അതു കൊണ്ട് എനിക്കെന്താണു ലാഭം? മാസം എഴുപത്തഞ്ചു രൂപ...
പക്ഷേ, ഈ രണ്ടു മാസം കൊണ്ടു നിങ്ങൾക്കോ?"

അടുക്കളയിൽ അപ്പോൾ കായത്തിന്റെ ഗന്ധം നിറഞ്ഞിരുന്നു.

"ഇത്രയും നേരം ഞാൻ മര്യാദയ്ക്കു പറഞ്ഞു..പക്ഷേ, എന്റെ ക്ഷമയ്ക്ക്
ഒരു പരിധിയുണ്ട്..."

അയാൾ മന്ത്രിച്ചു.

"എന്റെ ക്ഷമയ്ക്കും...!"

പച്ചക്കറിപ്പാത്രം തട്ടിമറിച്ച് ഞാൻ കത്തിയുമായി ചാടിയെഴുന്നേറ്റു.

"എന്താണു നിങ്ങൾ വിചാരിച്ചു വച്ചിരിക്കുന്നത്? നിങ്ങൾക്ക് എന്തുമാകാമെന്നോ? എന്റെ ശരീരം നിങ്ങൾക്ക് തോന്നുംമാതിരി ഉപയോഗിക്കാനുള്ള കളിപ്പാട്ടമാണെന്നോ? എനിക്കു പണത്തിനേ കുറവുള്ളൂ... അഭിമാനത്തിനില്ല... പണത്തിനു വേണ്ടി ശരീരം വിൽക്കേണ്ട ആവശ്യം എനിക്കില്ല..."

മായും കാക്കിമായും പകച്ചു നിന്നു. മാ എന്നെ വട്ടം പിടിച്ചു കത്തി പിടിച്ചു വാങ്ങി.

"ഛീ... വായടയ്ക്കെടീ... ആണുങ്ങളോട് ഇങ്ങനെയാണോ സംസാരിക്കേണ്ടത്?"

മാ എന്നെ ശകാരിച്ചു.

"മാ, ഇയാൾ പലതവണ എന്നെ ഉപദ്രവിച്ചു. ഞാൻ ഓരോ തവണയും ക്ഷമിച്ചു. ഇനി വയ്യ... എനിക്കിയാളെ കാണണ്ട...."

ഞാൻ ക്ഷോഭത്തോടെ അടുത്ത മുറിയിലേക്കോടി രാമുദായുടെ കട്ടിലിൽ ചാരി നിലത്തിരുന്നു കിതച്ചു. മായോ കാക്കിമായോ എന്നെ ആശ്വസിപ്പിക്കുമെന്നു ഞാൻ പ്രതീക്ഷിച്ചു. പക്ഷേ ഇല്ല, അവർ, അടുക്കളയിൽ, കണ്ണടയൂരി കണ്ണു തുടച്ച അയാളെ ആശ്വസിപ്പിക്കുന്ന തിരക്കിലായിരുന്നു. പുരുഷന്റെ കണ്ണുനീരിനാണ് എപ്പോഴും കൂടുതൽ വില.

രാമുദാ എന്നെ കണ്ണു തുറന്നു നോക്കാതെ സാവധാനം മൂളി: ക്ലാന്തി അമാർ, ഖൊമാ കൊരോ പ്രഭോ... അദ്ദേഹം എന്നെ പരിഹസിക്കുകതന്നെയായിരുന്നു. ഞാൻ തളർന്നു കഴിഞ്ഞു, മാപ്പു തരണം പ്രഭോ എന്ന വരികൾ അല്ലെങ്കിൽ ആ നേരത്ത് പാടേണ്ട ആവശ്യമുണ്ടായിരുന്നില്ല. ശക്തിയായ ഒരു ഇടിമിന്നലിൽ ഞങ്ങളുടെ വീട് കുടുങ്ങി. മിന്നലേറ്റ് ബർദ്വാനിലെ റാബിയയ്ക്കു പകരം സഞ്ജീവ് കുമാർ മിത്ര കരിഞ്ഞു പോയിരുന്നെങ്കിൽ എന്നു ഞാൻ പ്രണയതീവ്രതയിൽ ശപിച്ചു. കുട്ടിക്കാലത്തെക്കാൾ വാശിയോടെ കണ്ണുകളിൽ കണ്ണുനീരും ചുണ്ടുകളിൽ സങ്കടം നിറഞ്ഞ ചിരിയുമായി ഞാൻ ദുപ്പട്ട വലിച്ചെടുത്ത് എന്റെ സ്വന്തം കഴുത്തിൽത്തന്നെയിട്ടു കുടുക്കു മുറുക്കി രാമുദായെ നോക്കി വെല്ലുവിളിയോടെ മൂളി : ആർ ആമായ് ആമി നിജേർ ശിരെ ബഇബ നാ....രാമുദാ പാട്ടു നിർത്തി ഒരു വെമ്പലോടെ ചാടിയെഴുന്നേൽക്കാൻ ശ്രമിച്ചു തലയിട്ടുരുട്ടിയപ്പോൾ ഞാൻ പിടി അയച്ചു കുരുക്ക് അഴിച്ച്, അദ്ദേഹത്തിന്റെ പകച്ച കണ്ണുകളിൽ നോക്കി ബാക്കി കൂടി പാടാൻ ശ്രമിച്ചു : ആർ നിജേർ ദ്വാരെ കാങാല്ഹയെ രഇബ നാ. എന്റെ പടിവാതിൽക്കൽ ഭിക്ഷയ്ക്കായി ഞാൻ നിൽക്കുകയുമില്ല... പക്ഷേ അത്രയും പാടിയപ്പോൾ എന്റെ കണ്ണുകൾ നിറഞ്ഞൊഴുകി.

പതിനഞ്ച്

ഒരു വർഷം മാത്രം ആരാച്ചാരായി ജോലി ചെയ്ത കാലാ ഗൃദ്ധാമല്ലിക് പിതാമഹനെക്കുറിച്ച് രസകരമായ കഥകളാണ് ഠാക്കുമായ്ക്കു പറയാനുണ്ടായിരുന്നത്. കാലാ പിതാമഹൻ മനോഹർ ഗൃദ്ധാമല്ലിക്കിന്റെ മകനും ജ്ഞാനനാഥ ഗൃദ്ധാമല്ലിക്കിന്റെ സഹോദരനുമായിരുന്നു. കാലാ മല്ലിക് പിതാമഹനാണ് ഞങ്ങളുടെ കുടുംബത്തിൽ ആദ്യമായി വധശിക്ഷയെ കാണാൻ കൂടിയുള്ള ഒന്നാക്കി മാറ്റിയെടുത്തത്. പൊതുസ്ഥലങ്ങളിൽ വച്ചുള്ള വധശിക്ഷയുടെ കാലത്താണ് കാലാഗൃദ്ധാമല്ലിക് പിതാമഹൻ ആരാച്ചാരായി ജോലി ചെയ്തത്. മനോഹർ പിതാമഹന്റെ മൂത്ത മകനായിരുന്നു അദ്ദേഹം. വികൃതിയും അലസനുമായിട്ടാണ് കുട്ടിക്കാലം മുതൽ അദ്ദേഹത്തെ എല്ലാവരും കരുതിയിരുന്നത്. മനോഹർ പിതാമഹൻ അദ്ദേഹത്തിന്റെ അച്ഛൻ ധർമ രാജമല്ലിക് പിതാമഹനോടൊപ്പം ജോലി ചെയ്യുകയായിരുന്നു അക്കാലത്ത്. ധർമരാജ മല്ലിക് പിതാമഹൻ പേരുകേട്ട ആരാച്ചാർ ആയിരുന്നു. എൺപതു വർഷം അദ്ദേഹം ജോലി ചെയ്തു. ധർമരാജ് പിതാമഹന്റെ മരണശേഷം മനോഹർ പിതാമഹന്റെ സഹായിയായിട്ടാണ് കാലാ പിതാമഹൻ തൂക്കുമരം കാണാൻ പോയത്. അന്ന് ആറു തൂക്കിക്കൊലകളുണ്ടായിരുന്നു. പുലർച്ചെനാലു മണിക്കാണ് ആദ്യത്തെ പുള്ളിയെ തൂക്കുമരത്തിലേക്കു കൊണ്ടുവന്നത്. സുന്ദർബനു സമീപം വഴിയാത്രക്കാരെ പതിയിരുന്ന് ആക്രമിച്ച് പണം കവരുകയും സ്ത്രീകളെ ആക്രമിക്കുകയും ചെയ്ത കേസിലായിരുന്നു അയാൾ ശിക്ഷിക്കപ്പെട്ടത്. അത് ഒരു ജൂൺ മാസമായിരുന്നു. തൂക്കു മരം സ്ഥാപിച്ച പ്ലാറ്റ്ഫോമിലേക്കു കയറിയപ്പോൾ തലേന്നു പെയ്ത മഴവെള്ളത്തിൽ പിതാമഹന്റെ കാലിടറി തെന്നി വീണു. ഇടതുകാലിന്റെ കുഴയ്ക്ക് പൊട്ടലുണ്ടായി.

“ബാബാ, വീട്ടിലേക്കു പോയി വിശ്രമിച്ചോളൂ. ഇതു ഞാൻ നോക്കിക്കോളാം...”

കാലാ പിതാമഹൻ ഉൽസാഹത്തോടെ പറഞ്ഞു. മനോഹർ പിതാമഹൻ നോക്കിയിരിക്കെ കാലാ പിതാമഹൻ ഉൽസാഹത്തോടെ ചാടിക്കയറി പുള്ളിയുടെ കഴുത്തിൽ കുടുക്കിട്ടു. ലിവർ വലിച്ചു. പലകകൾ രണ്ടു വശത്തേക്കു പിളർന്നു. പുള്ളി വീണു. മരിച്ചു. ഒന്നു കണ്ണു ചിമ്മുന്ന വേഗത്തിൽ കാര്യം കഴിഞ്ഞു. മനോഹർ പിതാമഹന് മകന് ജോലിയിലുള്ള വൈദഗ്ധ്യം കണ്ട് സമാധാനമായി. അദ്ദേഹം വീട്ടിലേക്കു മടങ്ങി. കാലാ പിതാമഹൻ ഒറ്റയ്ക്ക് ബാക്കി ഓരോരുത്തരെയായി തൂക്കിക്കൊന്നു. മൂന്നാമത്തെ പുള്ളിയെ തൂക്കിലേറ്റിക്കഴിഞ്ഞപ്പോൾ കാലാ പിതാമഹന് ലേശം അഹങ്കാരം അനുഭവപ്പെട്ടു. അതുകൊണ്ട് നാലാമനെ തൂക്കുമരത്തിലേക്കു കൊണ്ടുവന്നപ്പോൾ പിതാമഹൻ ചോദിച്ചു:

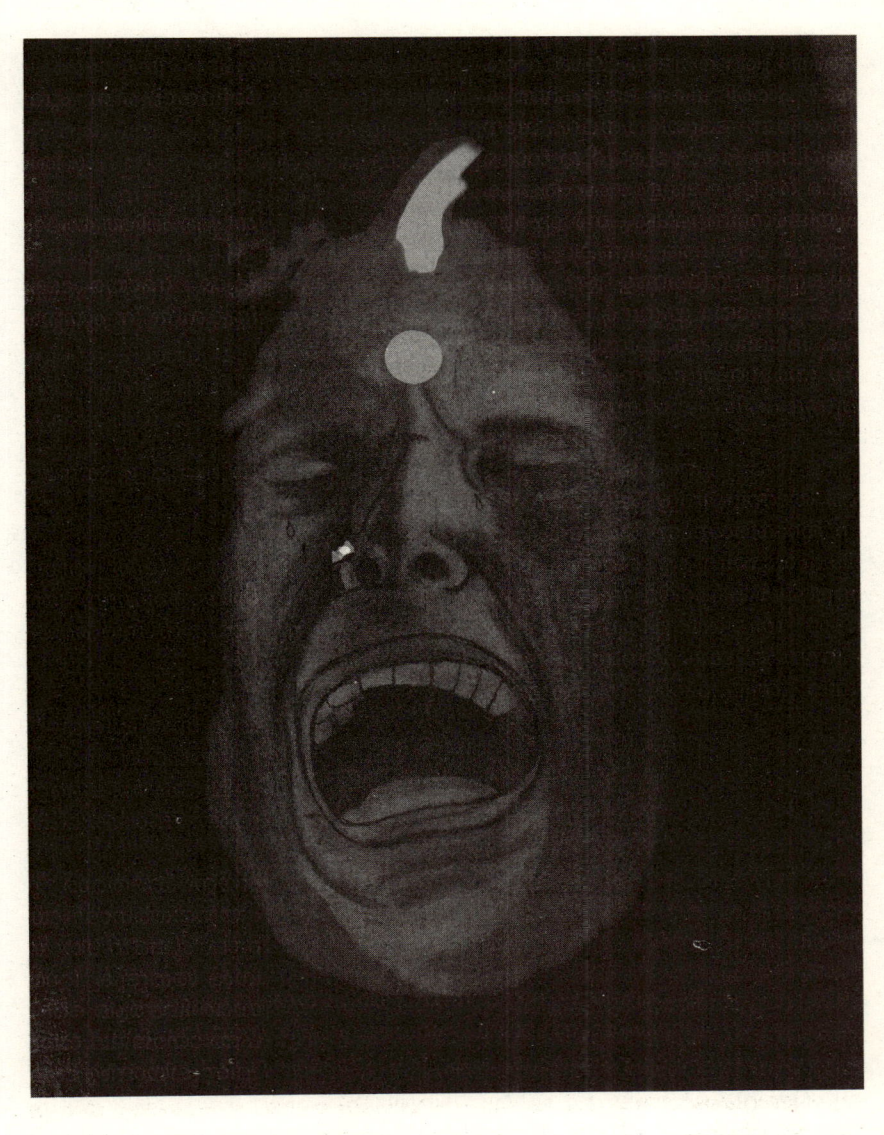

"നീ പശ്ചാത്തപിക്കുന്നുണ്ടോ?"

ഒരു പതിനാറുകാരൻ പയ്യന്റെ എല്ലാ നിഷ്കളങ്കതയോടെയുമായിരുന്നു ആ ചോദ്യം.

"ഇല്ല..."

തടവുപുള്ളി പറഞ്ഞു. അയാൾ തന്റെ ഭാര്യയെയും മക്കളെയും കൊലപ്പെടുത്തിയ കേസിൽ പ്രതിയായിരുന്നു. പുള്ളിയുടെ ധിക്കാരം നിറഞ്ഞ മറുപടി പിതാമഹനെ പ്രകോപിപ്പിച്ചു. എന്നാൽ ശരി, നിന്നെ ഞാൻ കാണിച്ചുതരാം എന്ന് പിതാമഹൻ മന്ത്രിച്ചു. പിന്നീട് കയറിന്റെ നീളം കുറച്ച് പുള്ളിയെ തൂക്കിലേറ്റി. സ്വാഭാവികമായും കഴുത്തിലെ കശേരുക്കൾ ഒടിഞ്ഞില്ല. പകരം ശ്വാസംമുട്ടി പിടഞ്ഞു. മുഖംമൂടിക്കിടയിലൂടെ ആർത്ത നാദം മുഴങ്ങി. അങ്ങു ലാൽദിഗിയും പഴയ കത്തീഡ്രലിന്റെ അൾത്താരയും വരെ ആ ശബ്ദം പ്രതിധ്വനിച്ചു.

"ഇവനെയൊക്കെ ഇങ്ങനെ വേണം കൊല്ലാൻ..."

അന്നത്തെ കൊൽക്കൊത്ത പോലീസ് ഇൻസ്പെക്ടർ ദിനേശ് ദേവ്ചൗധരിയോട് കാലാ പിതാമഹൻ പറഞ്ഞു. പോലീസുകാർക്കു പുറമേ നാലഞ്ചാളേ ആ സമയത്ത് വധശിക്ഷ കാണാനുണ്ടായിരുന്നുള്ളൂ. അവർ സ്തബ്ധരായി നിൽക്കെ പുള്ളി മരണവെപ്രാളത്തോടെ പിടഞ്ഞു. വലിയൊരു റാന്തൽ അവിടെ സ്ഥാപിച്ചിരുന്നു. മഞ്ഞവെട്ടത്തിൽ കൈകൾ പിന്നിലും കാലുകൾ പാദങ്ങളിലും ബന്ധിക്കപ്പെട്ട ശരീരത്തിന്റെ പുളച്ചിൽ കയറിൻമേൽ തൂങ്ങിയുള്ള മെയ്യഭ്യാസം പോലെ ആസ്വാദ്യമായി. ആൾക്കൂട്ടം നിശ്ശബ്ദരായി. ചെറിയൊരു ചിരിയോടെ തൂക്കുമരത്തിന്റെ തട്ടിൻമേൽനിന്നു കാലുകൾ താഴോട്ടിട്ട് ആട്ടിയാട്ടിയിരുന്നു കാലാ പിതാമഹൻ പാൻ ചവച്ചു. പത്തു മിനിറ്റോളമെടുത്തു പുള്ളി മരിക്കാൻ.

"അവന് പശ്ചാത്താപമില്ല പോലും..."

കാലാ പിതാമഹൻ വിളിച്ചു പറഞ്ഞു. ജനക്കൂട്ടം ആരവം മുഴക്കി. അവരിൽ പലരും അദ്ദേഹത്തിനു നേരെ പണമെറിഞ്ഞു. അന്ന് ആറാമത്തെ പുള്ളിയെ തൂക്കാറായപ്പോഴേക്കു നേരം നന്നേ പുലർന്നു. ആദ്യമുണ്ടായിരുന്ന പത്തോ പതിനഞ്ചോ പേരടങ്ങുന്ന സംഘം പത്തിരുനൂറു പേരടങ്ങുന്ന ജനക്കൂട്ടമായി പരിണമിച്ചു. തൂക്കിക്കൊല അസ്ഥികൾ മരവിപ്പിക്കുന്നതാണെന്ന് അവർക്ക് അന്നാണു ബോധ്യപ്പെട്ടത്. മറ്റൊരാളുടെ മരണവും അവസാനത്തെ പിടച്ചിലും ആർത്ത നാദവും ജനം താൽപര്യത്തോടെ ആസ്വദിച്ചു. നോക്കെടാ, അവന്റെ പിടച്ചിൽ, ഹോ, അവനതു തന്നെ വേണം എന്നൊക്കെ ജനം വിളിച്ചു കൂവി. ഒരു വലിയ ഉൽസവം കഴിഞ്ഞ സന്തോഷത്തോടെയും ലാഘവത്തോടെയുമാണ് ആറാമത്തെ തൂക്കിക്കൊലയ്ക്കു ശേഷം ജനക്കൂട്ടം പിരിഞ്ഞു പോയത്. ജോലി കഴിഞ്ഞു വിയർത്തു കുളിച്ച് കാലാ പിതാമഹൻ തട്ടിൽനിന്നു താഴെയിറങ്ങിയപ്പോൾ ജനം അദ്ദേഹത്തെ പൊതിഞ്ഞു. പലരും അദ്ദേഹത്തിന്റെ കൈത്തലത്തിൽ നാണയത്തുട്ടുകൾ വച്ചുകൊടുത്തു. കാലാപിതാമഹനെ സംബന്ധിച്ചിടത്തോളം അദ്ദേഹത്തിന്റെ ജീവിതത്തിലെ ഏറ്റവും സന്തോഷകരമായ ദിവസമായിരുന്നു അത്. ആദ്യ

മായി സദസ്സിൽ കച്ചേരി നടത്തി വിജയിപ്പിച്ച ഗായകനെപ്പോലെ അദ്ദേഹം വിജിഗീഷുവായി വീട്ടിലേക്കു മടങ്ങി.

അതൊരു തുടക്കമായി. അഞ്ചു ദിവസം കഴിഞ്ഞായിരുന്നു അടുത്ത തൂക്കിക്കൊല. പുലർച്ചെ മൂന്നു മണിക്കു തന്നെ വലിയൊരു ജനക്കൂട്ടം കൃത്യത്തിനു സാക്ഷ്യം വഹിക്കാൻ എത്തി. അന്നു രണ്ടു പേരെയാണ് തൂക്കിക്കൊല്ലാനുണ്ടായിരുന്നത്. അതിലൊരാൾ കവർച്ചക്കാരനും മറ്റേയാൾ കൊലപാതകിയുമായിരുന്നു. എന്നെ കൊല്ലല്ലേ എന്നു രണ്ടാമത്തെയാൾ അലറിക്കരഞ്ഞു. അയാളുടെ കരച്ചിൽ കാലാപിതാമഹനെ ഹരം കൊള്ളിച്ചു. കയറിന്റെ നീളം കുറച്ച്, 'നീ നിന്റെ ശരീരം കൊണ്ടു കരയെടാ' എന്ന് പിതാമഹൻ അയാളെ വെല്ലുവിളിച്ചു. കൈകാലുകൾ ബന്ധിക്കപ്പെട്ട പുള്ളിയുടെ കണ്ഠത്തിൽനിന്ന് ദീനരോദനം ഉയർന്നു. പിതാമഹൻ തലയാട്ടി രസിച്ചു. പിന്നീട് ഇടയ്ക്ക് പുള്ളിയുടെ കാലുകളിൽ തൂങ്ങി. ജനക്കൂട്ടം പൊട്ടിച്ചിരിച്ചു. പുള്ളിയുടെ പിടച്ചിലിനൊത്ത് പിതാമഹൻ കോമാളിത്തരങ്ങൾ തുടർന്നു. പോലീസുകാരും ജനക്കൂട്ടവും ചിരിച്ചു കുഴഞ്ഞു. രണ്ടു കൊലകൾ കഴിഞ്ഞപ്പോഴേക്ക് ലാൽ ബസാർ വരെ ജനക്കൂട്ടം തിങ്ങി. രണ്ടാമത്തെ പുള്ളിയുടെ ശിക്ഷ നേരിട്ടു കാണാൻ അന്നത്തെ കൽക്കട്ട കൗൺസിൽ അംഗങ്ങളായിരുന്ന മക്കീ സായ്പും ലാറൻ സായ്പും കുതിരമേൽ തിരക്കിട്ടു വന്നു. അവരുടെ ഭാര്യമായ മദാമ്മമാർ പല്ലക്കിനുള്ളിലിരുന്നു തിരശീല മാറ്റി രംഗം ആസ്വദിച്ചു. മക് കീ സായ്പ് പിതാമഹനെ വിളിച്ചു വരുത്തി വലിയൊരു പണക്കിഴി സമ്മാനിക്കുകകൂടി ചെയ്തു. വധശിക്ഷ കണ്ട് ആസ്വദിക്കാനുള്ള ചടങ്ങായി. പുള്ളികളെ തൂക്കിക്കൊന്ന കയർ വീട്ടിൽ കൊണ്ടു വന്നു വിൽപന നടത്താനും കാലാ പിതാമഹൻ തുനിഞ്ഞു. കാലൊടിഞ്ഞു ചികിൽസയിലായിരുന്ന മനോഹർ പിതാമഹൻ ഇതെല്ലാമറിഞ്ഞപ്പോഴേക്ക് അമ്പതോളംപേരെ ഈ വിധം കാലാ പിതാമഹൻ തൂക്കിലേറ്റിക്കഴിഞ്ഞിരുന്നു. വടി കുത്തി നടക്കാമെന്ന അവസ്ഥയിൽ മകൻ ചെയ്യുന്നതെന്താണെന്നു കാണാൻ മനോഹർ പിതാമഹൻ കഴുമരത്തിനടുത്തു ചെന്ന് ആൾക്കൂട്ടത്തിൽനിന്നു. കാലാപിതാമഹന്റെ വിക്രിയകൾ കണ്ട് അദ്ദേഹം സ്തബ്ധനായി. ജനത്തെ ചിരിപ്പിക്കാനും കയ്യടിപ്പിക്കാനും വേണ്ടി തൂക്കിലേറ്റിയ പുള്ളിയുടെ കാലുകളിൽ തൂങ്ങി ഊഞ്ഞാലാടുന്ന മകനെ കണ്ട് ക്രുദ്ധനായി അദ്ദേഹം തട്ടിൻമേൽ കയറിച്ചെന്ന് മകനെ പിടിച്ചിറക്കി രണ്ടു കരണത്തും അടി വച്ചുകൊടുത്തു. ജനക്കൂട്ടം ക്ഷുഭിതരായി. അവർ ആളെ തിരിച്ചറിയാതെ മനോഹർ പിതാമഹനെ തല്ലിക്കൊല്ലാൻ തുനിഞ്ഞു. ഒടുവിൽ പോലീസും കുതിരപ്പട്ടാളവും ഇടപെട്ട് ആരാച്ചാർമാരെയും പുള്ളികളെയും അവിടെ നിന്നു മാറ്റി. അന്ന് തൂക്കിക്കൊല്ലേണ്ടിയിരുന്ന പുള്ളികളുടെ ശിക്ഷ മാറ്റി വച്ചു. മനോഹർ പിതാമഹൻ അന്നത്തെ ഗവർണർ ജനറൽ സായ്പിനെ കണ്ട് പരാതി പറഞ്ഞു. മനസ്സില്ലാമനസ്സോടെയാണെങ്കിലും തൂക്കിക്കൊല പൊതുസ്ഥലത്തു നടത്തുന്നതു സായ്പ് നിരോധിച്ചു. ജയിലിനുള്ളിൽ തിരഞ്ഞെടുക്കപ്പെട്ട ജനപ്രതിനിധികൾക്കു മാത്രം കാണാൻ അവകാശമുള്ള ഒന്നാക്കി മാറ്റി.

ചാനലിലെ പരിപാടി മുടങ്ങിയിട്ട് നാലു ദിവസം കഴിഞ്ഞിരുന്നു. അച്ഛനെ കാണാൻ സഞ്ജീവ് കുമാർ മിത്രയോടൊപ്പം മേലുദ്യോഗസ്ഥൻ കൂടി എത്തിയപ്പോൾ ഞാനോർത്തത് ഥാക്കുമായുടെ ' മരിക്കുന്നതു കാണാനും അതെക്കുറിച്ചു കേൾക്കാനും ആളുകൾക്കു വലിയ ഇഷ്ടമാണ്' എന്ന വാക്കുകളാണ്.

"അവർ പണം കൊണ്ടുവന്നിട്ടുണ്ട്... ഇന്നെങ്കിലും നീ ചാനലിൽ ചെല്ലണം..."

അച്ഛൻ നിറഞ്ഞ ചിരിയോടെ അകത്തു വന്നു പറഞ്ഞു.

"ബാബാ പോയാൽ മതി..."

എന്റെ നാവിൽനിന്ന് എതിർവാക്കു കേട്ടതിന്റെ ആഘാതത്തിൽ അച്ഛൻ സ്തബ്ധനായി.

"എനിക്കു വയസ്സായി. അവർക്ക് ആവശ്യം ചെറുപ്പക്കാരെയാണ്... മാത്രമല്ല, നീയിപ്പോൾ ഭാരതത്തിന്റെയും മുഴുവൻ ലോകത്തിന്റെയും സ്ത്രീശക്തിയുടെയും സ്വാഭിമാനത്തിന്റെയും പ്രതീകമാണ്..."

അച്ഛൻ വികാരാധീനനായി.

"എനിക്കു വയ്യ. ."

ഞാൻ പറഞ്ഞു.

"ഒറ്റയടി വച്ചു തരും, ഞാൻ. തർക്കുത്തരം പറയുന്നോ? ഈ വീട്ടിൽ പെണ്ണുങ്ങളുടെ ശബ്ദം കേട്ടാലുണ്ടല്ലോ...!"

അച്ഛൻ എന്റെ നേരെ കയ്യോങ്ങി.

"അവരിപ്പോൾ അയ്യായിരം തന്നു... ഇനി ഒരയ്യായിരം കൂടി തരും... ജോലിയുടെ തലേന്ന് പണം മുഴുവൻ കിട്ടിയിട്ടേ നമ്മളു സ്റ്റുഡിയോയിൽ പോകേണ്ടതുള്ളൂ... എല്ലാം ആ കൊച്ചന്റെ മിടുക്കാണ്... അവന് നിന്നോട് ഇഷ്ടം തോന്നിയത് നമ്മുടെ ഭാഗ്യം..."

അച്ഛൻ ക്ഷുഭിതനായി.

"പണ്ടു ജാതിയായിരുന്നു വലിയ കാര്യം... രാജകുലത്തിൽ ജനിച്ചാൽപ്പിന്നെ പേടിക്കാനില്ലായിരുന്നു. പക്ഷേ ഇന്നതു പോരാ... ഏതു കുലത്തിൽ ജനിച്ചാലും കയ്യിൽ പണമുണ്ടോ നിനക്കെല്ലാമുണ്ട്... ഇല്ലെങ്കിൽ ഒന്നുമില്ല. അതുകൊണ്ട്, ഭഗവാൻ നിനക്കൊരു അവസരം തന്നിരിക്കുകയാണ്. അതു വേണ്ടെന്നു വയ്ക്കാൻ ഞാൻ സമ്മതിക്കുകയില്ല."

വീണ്ടും എനിക്കു ചാനലിൽ പോകേണ്ടി വന്നു. ഭാരതത്തിന്റെയും മുഴുവൻ ലോകത്തിന്റെയും സ്ത്രീശക്തിയുടെയും സ്വാഭിമാനത്തിന്റെയും പ്രതീകമായി തുടരാൻ അങ്ങനെ ഞാൻ നിർബന്ധിതയായി. വീണ്ടും ചാനലിൽ ചെന്ന ദിവസം അവരെന്റെ മുടിക്കെട്ടിന്റെ രീതി മാറ്റി, കൂടുതൽ ഭംഗിയുള്ള വസ്ത്രങ്ങൾ നൽകി. സഞ്ജീവ് കുമാർ മിത്ര വളരെ ആത്മവിശ്വാസത്തിലാണ് എന്നെ നേരിട്ടത്. ഒരു മോഷ്ടാവിന്റെ പരിഭ്രമമോ ലജ്ജയോ അപകർഷതയോ അയാളുടെ പെരുമാറ്റത്തിലോ ചലനങ്ങളിലോ ഉണ്ടായിരുന്നില്ല. അയാളുടെ മുഖത്തു നോക്കുന്തോറും എനിക്കു ഭ്രാന്തിളകി.

"ദിവസം അടുത്തടുത്തു വരുന്നു.ഈ സമയത്ത് ചേതനാദീ, താങ്കളുടെ മനസ്സിലൂടെ കടന്നു പോകുന്ന വിചാരങ്ങളെന്തെല്ലാമാണ്?"

ചായം തേച്ച മുഖത്ത് ഇടതു പുരികം മാത്രം ഉയർത്തി, ജാത്രകളിലെ നടൻമാരെ അനുസ്മരിപ്പിക്കുന്ന ഭാവപ്രകടനത്തോടെ അയാൾ അന്വേഷിച്ചു.

"എനിക്ക് വളരെ ടെൻഷൻ ഉണ്ട്..."

ഞാൻ പറഞ്ഞു. അതു വാസ്തവമായിരുന്നു. പക്ഷേ അതു തൂക്കിക്കൊലയെ കുറിച്ചു ചിന്തിച്ചിട്ടായിരുന്നില്ല എന്നു മാത്രം.

"എന്തു ടെൻഷനാണ് ചേതനാദീ, നിങ്ങൾക്കുള്ളത്?"

"പലതും... ഉദാഹരണത്തിന് പാഴായിപ്പോയ ആ ജൻമത്തെക്കുറിച്ച് ആലോചിച്ചിട്ടുള്ള ടെൻഷൻ... എന്നെ ദ്രോഹിച്ചിട്ടുള്ള ഒരുത്തനെ ഒന്നും ചെയ്യാൻ കഴിയാതിരിക്കുകയും ദ്രോഹിക്കാത്ത ഒരാളുടെ മരണത്തിൽ പങ്കാളിയാകുകയും ചെയ്യുന്നതിന്റെ ടെൻഷൻ അനുഭവിച്ചാലേ മനസ്സിലാകൂ..."

ഞാൻ സഞ്ജീവ് കുമാർ മിത്രയെ തറപ്പിച്ചു നോക്കി. ഞാനെന്താണ് ഉദ്ദേശിച്ചതെന്ന് മനസ്സിലായതു പോലെ അയാളുടെ ചുണ്ടുകളിൽ തണുത്ത ഒരു പുഞ്ചിരി വിടർന്നു.

"യതീന്ദ്രനാഥ് ബാനർജിയുടെ കുടുംബത്തെക്കുറിച്ച് താങ്കൾ എപ്പോഴെങ്കിലും ആലോചിച്ചിട്ടുണ്ടോ?"

"ഈ നിമിഷം ഞാൻ അവരെക്കുറിച്ചാണ് ആലോചിക്കുന്നത്..."

"യതീന്ദ്രനാഥ് ബാനർജിയെ താങ്കൾ എപ്പോഴെങ്കിലും കണ്ടിട്ടുണ്ടോ?"

ഞാൻ ഒന്നു ദീർഘമായി നിശ്വസിച്ചു. അച്ഛനെ ധ്യാനിച്ച് ഞാൻ സഞ്ജീവ് കുമാറിന്റെ ജാത്ര അഭിനയത്തിന് ഊർജം പകർന്നു:

"ഞാൻ തൂക്കുമരം കാണാൻ ആദ്യമായി പോയ ദിവസത്തെക്കുറിച്ച് പറയേണ്ടി വരും. എനിക്ക് ഇതിനു മുമ്പൊരിക്കലും തൂക്കുമരം കാണാൻ സാധിച്ചിരുന്നില്ല. അതുവരെ തൂക്കുമരത്തെക്കുറിച്ചു പറഞ്ഞു കേട്ടപ്പോൾ മനസ്സിലുണ്ടായ ചിത്രത്തിൽനിന്നു പാടെ വിഭിന്നമായിരുന്നു യഥാർഥത്തിലുള്ളത്. ജയിൽ വളപ്പിനുള്ളിൽ മറ്റൊരു മതിൽക്കെട്ടിനുള്ളിലെ തുറന്ന ഒരിടത്തായിരുന്നു തൂക്കുമരം. അതിനു തൊട്ടടുത്തായിരുന്നു കണ്ടംഡ് സെല്ലുകൾ. വധശിക്ഷയ്ക്കു വിധിക്കപ്പെട്ടവരെയും അപകടകാരികളായ തടവുപുള്ളികളെയുമാണ് അവിടെ താമസിപ്പിക്കുന്നത്. മൂന്നാം നമ്പർ സെല്ലിനു മുമ്പിലൂടെ നടക്കുമ്പോൾ അതിനുള്ളിൽ ആരോ ഇറിക്കുന്നതു ഞാൻ കണ്ടു. അത് യതീന്ദ്രനാഥ് ബാനർജിയായിരുന്നു എന്ന് എനിക്കു പിന്നീട് പത്രം വായിച്ചപ്പോഴാണു മനസ്സിലായത്."

സഞ്ജീവ് കുമാർ മിത്ര താൽപര്യത്തോടെ കേട്ടിരുന്നു.

"ചേതനാദീ, താങ്കൾ ഒരു കുടുക്ക് ഉണ്ടാക്കാൻ തയാറെടുക്കുമ്പോൾ ജയിലിനകത്ത് ആ മനുഷ്യൻ എന്തു ചെയ്യുകയാണ് എന്നു ചിന്തിക്കാറുണ്ടോ?"

മറ്റൊരു തരം ആക്രമണമായിരുന്നു അയാളുടെ ആ വക ചോദ്യങ്ങൾ. ജാത്രയ്ക്കു കൊഴുപ്പു പകരാൻ ഞാൻ ഒരു മാത്ര കണ്ണുകളടച്ച് ആലോചിച്ചു. പിന്നീട് ദീർഘനിശ്വാസത്തോടെ അയാളെ നോക്കി.

"സഞ്ജീവ് കുമാർ ബാബു, ഞാൻ ഇന്നലെ കിടക്കുമ്പോൾക്കൂടി അയാളെക്കുറിച്ചാണു ചിന്തിച്ചത്. ഒരു വിധത്തിൽ ചിന്തിക്കുമ്പോൾ എനിക്ക് ആ മനുഷ്യനെക്കുറിച്ചു സഹതാപം തോന്നും. എനിക്കു പത്തു വയസ്സുള്ളപ്പോ

ഴാണ് അയാൾ കുറ്റകൃത്യം ചെയ്തത്. അന്നു മുതൽ ഇന്നു വരെ അയാൾ ശിക്ഷ കാത്തു കിടക്കുകയായിരുന്നു. തൂക്കിലേറ്റാനായിരുന്നെങ്കിൽ ഇത്രയും കാലം എന്തിന് സംരക്ഷിച്ചു എന്നതാണ് എന്റെ ചോദ്യം. ഇത്രയും കാലം സംരക്ഷിച്ച സ്ഥിതിക്ക് ജയിലിൽത്തന്നെ തുടരാൻ അയാളെ അനുവദിക്കാ മായിരുന്നില്ലേ എന്നതാണ് മറ്റൊരു ചോദ്യം."

പരിപാടി കഴിഞ്ഞപ്പോൾ ഞാൻ തളർന്നു. ജാത്രയിൽ അഭിനയിക്കുന്ന തിനേക്കാൾ ദുഷ്കരമാണ് ഈ വിധം സംസാരിക്കുന്നതെന്നു ഞാൻ കണ്ടെ ത്തി. മനസ്സു കൊണ്ടും ശരീരം കൊണ്ടും ആത്മാവു കൊണ്ടും അതു വലിയ അധ്വാനമായിരുന്നു. അയാൾ അപ്രതീക്ഷിതമായ വഴിത്തിരിവുകൾ സൃഷ് ടിച്ചു. രംഗങ്ങൾ മാറ്റി മറിച്ചു. ഡയലോഗുകൾ എനിക്കു തന്നെ തയ്യാറാ ക്കേണ്ടി വന്നു. അതും ഓർക്കാപ്പുറത്തുള്ള അടികൾ തടുക്കുന്നതിനിടയിൽ. തുടർന്നുള്ള ഓരോ ദിവസവും ഏഴര മണിക്ക് ഇത് ആവർത്തിച്ചു. സംസാ രിച്ചു കൊണ്ടിരിക്കെ കുപ്പായത്തിൽ കുത്തിയ മൈക്കിന്റെ വയർ കൊണ്ട് സ്വയമറിയാതെ ഞാനൊരു കുടുക്കിട്ടത് അവർ സ്ക്രീനിൽ വലുതാക്കി കാണിച്ചു.

"ചേതനാദീ, എന്നെക്കൂടി ഇതുപോലെ ഒരു കുടുക്കിടാൻ പഠിപ്പിച്ചു തരൂ..."

അയാൾ തന്റെ മൈക്കിന്റെ വയർ എനിക്കു നേരെ നീട്ടി. ഞാൻ അയാളെ തറപ്പിച്ചു നോക്കി ഗൗരവത്തോടെ തലയാട്ടി.

"ഇതു കളിയാക്കാനും തമാശ പറയാനുമുള്ള ഒരു കാര്യമല്ല, സഞ്ജീവ് ബാബൂ... ലോകത്തെ ഏറ്റവും വലിയ ജനാധിപത്യ രാഷ്ട്രത്തിന്റെ നീതി നിർവഹണത്തിന്റെ പ്രശ്നമാണ്..."

സഞ്ജീവ് കുമാറിന്റെ മുഖത്ത് ജാള്യം പടർന്നു. 'ശരി ശരി... ചേതനാ ദീ, വളരെ ശരിയാണ്' എന്നു വിനയപൂർവം അയാൾ അന്നത്തെ പരിപാടി അവസാനിപ്പിച്ചു. പക്ഷേ, പിറ്റേന്ന് എ.വി.എ. ചാനലിൽ അച്ഛൻ കുടുക്കിടുന്ന വിധം അവതരിപ്പിച്ചു. അതിന് നല്ല ടി.ആർ.പി. കിട്ടുകയും ചെയ്തു. അതി നടുത്ത ദിവസം ഷോ തുടങ്ങുംമുമ്പ് ഹരീഷ് നാഥ് എന്നെ വിളിപ്പിച്ചു.

"ചേതന കുറച്ചൊന്നു സഹകരിച്ചിരുന്നെങ്കിൽ നമുക്ക് അവരെ കടത്തി വെട്ടാമായിരുന്നു..."

ഞാൻ സഞ്ജീവ് കുമാറിനെയും ഹരീഷ് നാഥിനെയും മാറി മാറി നോക്കി.

"ബാബുവിന് കുട്ടികളുണ്ടോ?"

"ഒരാൾ... അഞ്ചു വയസ്സ്..."

"എനിക്ക് അഞ്ചു വയസ്സുള്ളപ്പോഴാണ് റിപ്പർ ഘോഷിന്റെ വധശിക്ഷ തീരുമാനിച്ചത്. അന്നു ഫോട്ടോയെടുക്കാൻ വന്ന പത്രക്കാർക്കു മുമ്പിൽ അച്ഛൻ കുടുക്കിട്ടു കാണിക്കുന്നതു കണ്ട് ഞാനും ഒരു കുടുക്കുണ്ടാക്കി നോക്കി..."

ഹരീഷ് നാഥിന്റെ മുഖത്ത് ചെറിയൊരു വിളർച്ച പടർന്നു. എനിക്ക് ആ സമയത്ത് ചിരി വന്നു.

"അതു ഞാൻ പരീക്ഷിച്ചത് അടുത്ത വീട്ടിലെ മൂന്നു വയസ്സുള്ള കുഞ്ഞി ന്റെ കഴുത്തിലാണ്..."

"എന്നിട്ട്?"

അവർ രണ്ടു പേരും ആകാംക്ഷയോടെ എന്നെ നോക്കി.

"അതൊരു കഥയാണ്. ..."

"അതൊക്കെ ശരി... പക്ഷേ, നമുക്കു പ്രധാനം ടി.ആർ.പി. ആണ്..."

ഹരീഷ് നാഥ് തമാശ പറയാൻ ശ്രമിച്ചു.

"ചേതന ഇത്തരം ചെറിയ കാര്യങ്ങളിൽ കടുംപിടിത്തം പിടിച്ചാൽ ഞങ്ങൾക്കു കുറച്ചു കൂടി കടുത്ത മാർഗങ്ങൾ തേടേണ്ടി വരും..."

സഞ്ജീവ് കുമാർ ഭീഷണിപ്പെടുത്തി. അതിന്റെ അർഥം പിറ്റേന്നു സ്റ്റുഡിയോയിൽ എത്തിയപ്പോൾ വ്യക്തമായി. മുഖത്തു ചായം തേച്ച് കുപ്പായം മാറി മാറിൽ മൈക്ക് കുത്തി വച്ച് പതിവു കസേരയിൽ ഇരുന്നപ്പോൾ സ്റ്റുഡിയോയിലെ പയ്യൻമാർ ഒരു കസേര കൂടി എന്റെ അരികിൽ സ്ഥാപിച്ചു. വെളുപ്പിൽ കറുത്ത കരയുള്ള സാരിയുടുത്ത, മൂക്കുത്തി ധരിച്ച ഒരു നാട്ടിൻപുറത്തുകാരിയെ സഞ്ജീവ് കുമാർ മിത്ര ആ കസേരയിലേക്ക് ആനയിച്ചിരുത്തി. അവരുടെ മുഖത്തും ചായം പൂശിയിരുന്നു. അവരുടെ നെറ്റിയിൽ വലിയൊരു സ്റ്റിക്കർ ബിന്ദിയും സീമന്തരേഖയിൽ ആവശ്യത്തിൽക്കൂടുതൽ സിന്ദൂരവും ഉണ്ടായിരുന്നു. മെലിഞ്ഞുണങ്ങിയ കണ്ണുകൾക്കു താഴെ കരിമാംഗല്യം പടർന്ന ആ മുഖത്ത് ദാരിദ്ര്യത്തിന്റെ തീവ്രമായ അടയാളങ്ങൾ പടർന്നിരുന്നു. ഞാൻ അമ്പരന്നു നോക്കിയിരിക്കെ സഞ്ജീവ് കുമാർ മിത്ര തന്റെ സിംഹാസനം പോലെയുള്ള കറങ്ങുന്ന കസേരയിൽ ഇരുന്നു:

"നമസ്കാരം. സി.എൻ. സിയുടെ ഹാങ് വുമൺസ് ഡയറിയിലേക്കു സ്വാഗതം. രണ്ടു സ്ത്രീകളുടെ ബന്ധം ആവിഷ്കരിക്കുന്ന ഗേൾഫ്രണ്ട് എന്ന സിനിമ ഇന്നലെ റിലീസ് ചെയ്തതിന്റെ വിവാദങ്ങൾ തിരയടിക്കുകയാണ് രാജ്യത്തെവിടെയും. ഇന്നത്തെ ഹാങ് വുമൺസ് ഡയറിയിലും രണ്ടു സ്ത്രീകളുണ്ട്. യതീന്ദ്രനാഥ ബാനർജിയുടെ തൂക്കിക്കൊലയ്ക്ക് ഇനി വെറും പത്തു ദിവസങ്ങൾ മാത്രം അവശേഷിക്കെ അവസാന ഘട്ട തിരക്കുകളിൽ വ്യാപൃതയാകുന്ന ചേതന ഗൃദ്ധാ മല്ലിക് എന്ന രാജ്യത്തെ ആദ്യ വനിതാ ആരാച്ചാരോടൊപ്പം ഒരു അതിഥി കൂടി നമ്മോടൊപ്പം ചേരുന്നു. തൂക്കിക്കൊല്ലാൻ വിധിക്കപ്പെട്ട യതീന്ദ്രനാഥ് ബാനർജിയുടെ ഭാര്യ കോകില."

ഞാൻ സ്തബ്ധയായി. സ്റ്റുഡിയോയിലെ ശക്തി കൂടിയ എസിയിൽ ഞാനിരുന്നു തണുത്തു വിറച്ചു. കോകില ബാനർജി തന്റെ സ്റ്റിക്കർ ബിന്ദി ഒന്നിളക്കി ഒട്ടിച്ച് നേരെ ഇരുന്നു. അവരുടെ മുമ്പിലിരുന്നു തൂക്കിക്കൊലയെക്കുറിച്ചു സംസാരിക്കുന്നതോർത്ത് എന്റെ നാവു വരണ്ടു. അവരുടെ മുഖം കല്ലു പോലെ കഠിനമായിരുന്നു. പ്രതീക്ഷകളും ഭീതികളുമില്ലാത്ത നിർവികാരവും നിസ്സംഗവുമായ അവരുടെ കണ്ണുകളിൽ വെറുപ്പു തിരയിളക്കുന്നുണ്ടോ എന്നു ഞാൻ സംശയിച്ചു. തൊണ്ട ശരിയാക്കി പുരികങ്ങൾ ഉയർത്തി വിഷാദത്തിന്റേതായ ഒരു ഭാവാഭിനയത്തോടെ സഞ്ജീവ് കുമാർ കോകിലയെ നോക്കി:

"കോകിലാദീ, ഇനി വെറും പത്തു ദിവസങ്ങളേയുള്ളൂ, ആ കുങ്കുമപ്പൊട്ടിന്റെ ആയുസ്സ്... – അതിനെക്കുറിച്ചു നിങ്ങൾ ചിന്തിക്കാറുണ്ടോ?"

മുള ചീന്തും പോലെ ഒരു പൊട്ടിക്കരച്ചിലായിരുന്നു മറുപടി. എനിക്ക്
എന്തു വേണമെന്നു മനസ്സിലായില്ല. സഞ്ജീവ് കുമാറിന്റെ കണ്ണുകളിലൂടെ
ഒരാഹ്ലാദം മിന്നി. അയാൾ കസേരയിൽ മുഖം ഇടതു കൈ കൊണ്ടു മറച്ച്
ദു:ഖഭാരം കൊണ്ടു വീർപ്പുമുട്ടുന്നതുപോലെ ഇരുന്നു. ഞാനും അസ്ത
പ്രജ്ഞയായി. കോകില വീണ്ടും വീണ്ടും കരഞ്ഞു. അന്നത്തെ അരമണി
ക്കൂർ പരിപാടിയിൽ ഇരുപതു മിനിറ്റും കോകിലയുടെ കണ്ണുനീരിൽ ഒഴുകി.
എന്നോട് ഒരു ചോദ്യം മാത്രമേ സഞ്ജീവ് കുമാർ മിത്ര ചോദിച്ചുള്ളൂ. അത്
അയാൾ കോകിലയോടു ചോദിച്ച ചോദ്യത്തിന്റെ തുടർച്ചയായിരുന്നു.

"സ്വന്തം ഭർത്താവിനെ കൊല്ലാൻ ഗവൺമെന്റ് നിയോഗിച്ചിരിക്കുന്ന
ഈ സ്ത്രീയെ അടുത്തു കാണുമ്പോൾ എന്തു തോന്നുന്നു, കോകിലാദീ,
നിങ്ങൾക്ക്?"

കോകില രണ്ടു കയ്യും കൂപ്പി എന്നെ നോക്കി. അവർ ഒരക്ഷരം പോലും
മിണ്ടിയില്ല. സഞ്ജീവ് കുമാർ എന്റെ നേരെ തിരിഞ്ഞു :

"കോകിലയെന്ന ഈ സ്ത്രീയെ അടുത്തു കാണുമ്പോൾ എന്തു
തോന്നുന്നു, ചേതനാദീ നിങ്ങൾക്ക്?"

"വേദന..."

ഞാൻ പറഞ്ഞു. ആ ഘട്ടത്തിൽ എന്തെങ്കിലും പറയുന്നതു ശ്രമകരമാ
യിരുന്നു.

"ജോലിയിൽനിന്നു പിൻമാറണമെന്നു തോന്നുന്നുണ്ടോ?"

"ഇല്ല..."

"രണ്ടു സ്ത്രീകളാണ് നമ്മുടെ മുമ്പിൽ. ഒരാൾ മുഴുവൻ സ്ത്രീശക്തി
യുടെയും പ്രതീകമായി ഒരു വലിയ ദൗത്യം ഏറ്റെടുത്തിരിക്കുന്നു. പക്ഷേ
ആ ദൗത്യത്തിന്റെ മുഴുവൻ മുറിവും ഏറ്റുവാങ്ങേണ്ടത് മറ്റൊരു സ്ത്രീയാ
ണെന്നതാണ് ഇവിടെ ആശ്ചര്യകരം. കോകിലയും ചേതനയും മുഖത്തോടു
മുഖം കാണുമ്പോൾ നാം ചോദിക്കേണ്ട ചോദ്യം ഇതാണ്-. യതീന്ദ്രനാഥ്
ബാനർജിയെ വെറുതെ വിടണോ തൂക്കിക്കൊല്ലണോ? പ്രേക്ഷകർക്ക് ഈ
വോട്ടെടുപ്പിൽ പങ്കെടുക്കാം. എസ്.എം.എസ്. അയയ്ക്കേണ്ട നമ്പർ..."

പരിപാടി കഴിഞ്ഞതും ഞാൻ അവിടെ നിന്ന് ഓടിപ്പോയി. മേയ്ക്കപ്പ്
റൂമിൽ ചെന്നു ചായം തുടച്ചു വസ്ത്രം മാറിയെത്തിയപ്പോൾ കോകിലയുടെ
കയ്യിലേക്ക് നാലോ അഞ്ചോ നൂറു രൂപ നോട്ടുകൾ എണ്ണിക്കൊടുക്കുകയാ
യിരുന്നു സഞ്ജീവ് കുമാർ മിത്ര. അവർ മുഖത്തെ ചായം തുടയ്ക്കുക
പോലും ചെയ്യാതെ പോയപ്പോൾ തന്റെ മുറിയിൽനിന്നു പുറത്തേക്കു വന്ന
ഹരീഷ് നാഥ് സഞ്ജീവ് കുമാറിന്റെ കൈ പിടിച്ചു കുലുക്കി:

"വെൽഡൺ, സൊഞ്ജൂ... ആ കരച്ചിലുണ്ടല്ലോ - ടി.ആർ.പി.യിൽ
ഒരഞ്ചു പോയിന്റ് കേറി..."

സഞ്ജീവ് കുമാർ ഉറക്കെച്ചിരിച്ചു.

"ഞാനവരോട് നേരത്തെ പറഞ്ഞിരുന്നു, കൂടുതൽ ചപ്പടാച്ചി അടിക്കാൻ
നിൽക്കാതെ വെറുതെയങ്ങു കരയുന്നതാണു നല്ലതെന്ന്..."

ആ സമയത്ത് എനിക്കും കരച്ചിൽ വന്നു. പക്ഷേ കണ്ണുനീർ വന്നില്ല.
വീടിനകത്ത് പുരുഷന്റെ കണ്ണുനീരിനാണു വിലയെങ്കിലും ടിവി സ്ക്രീനിൽ

സ്ത്രീയുടെ കണ്ണീരിനാണു വില. പുറത്തെത്തിയപ്പോൾ, കോകില ബാനർജി അവരുടെയൊപ്പം വന്ന പുരുഷനോട് എന്തോ പറഞ്ഞു കൊണ്ട് പണം എണ്ണു കയായിരുന്നു. അവരുടെ ചുമലിലൂടെ പുതച്ച സാരിയിൽ ഒരു കീറിത്തുന്നൽ അപ്പോൾ ഞാൻ വ്യക്തമായി കണ്ടു. ആ പുരുഷന്റെ കവിളുകളും ഒട്ടിയി രുന്നു. അയാളുടെ തേഞ്ഞു തേഞ്ഞു പോയ ചെരിപ്പുകളിൽ ഒരു നൂറു ചെരിപ്പു കുത്തികളുടെ കൈവിരൽപ്പാടുകൾ തെളിഞ്ഞു കണ്ടു. അയാൾ യതീന്ദ്ര നാഥ് ബാനർജിയുടെ സഹോദരനാണെന്നു പിന്നീടാണ് മനസ്സിലായത്. ഞാൻ അവരെ നോക്കി അവിടെത്തന്നെ നിന്നു. ആദ്യം അയാളാണ് എന്നെ കണ്ടത്. അയാളുടെ മുഖത്ത് ഭീതിയും തുടർന്നു നിസ്സംഗതയും തെളിഞ്ഞു. അപ്പോൾ കോകില ബാനർജിയും തിരിഞ്ഞു നോക്കി. എന്റെ നിസ്സഹായത കണ്ടിട്ടാകണം, അവരുടെ മുഖം ആർദ്രമായി. ഞാൻ അവരുടെ അടുത്തു ചെന്ന് ആ ഉണങ്ങിയ എല്ലുകൾ മുഴച്ചു നിന്ന കൈത്തലത്തിൽ പിടിച്ചു. എന്നോടു വെറുപ്പു തോന്നരുത് എന്ന് പറയാൻ ശ്രമിച്ചു. പക്ഷേ, വാക്കുകൾ പുറത്തുവന്നില്ല. കോകിലാദി കണ്ണുനീർ മറയ്ക്കാൻ ശ്രമിച്ചുകൊണ്ട് കൈ വിടുവിച്ച് പണം സഹോദരനു നീട്ടിയിട്ട് എന്നെ നോക്കി പുഞ്ചിരിച്ചു.

"നാളെ രാഷ്ട്രപതിക്ക് ഒന്നുകൂടി ഹർജി അയയ്ക്കണം...ഇതു തികയില്ല. എന്നാലും..."

അവർ പറഞ്ഞു.

"പോട്ടെ... ഇനി നിന്നാൽ അവസാനത്തെ ബസും പോകും..."

കൂടുതൽ സംസാരിക്കാൻ നിൽക്കാതെ മുഖം സാരിത്തലപ്പു കൊണ്ടു തുടച്ച് അവർ ആണിരോഗം പിടിച്ച കാലുകൾ പ്രയാസപ്പെട്ടു നിലത്തു കുത്തി ഇഷ കോപ്പിക്കർ ഐറ്റം ഡാൻസ് കളിക്കുന്ന 'ഗേൾഫ്രണ്ടി'ന്റെ പോസ്റ്റർ പതിച്ച മതിലിനു മുന്നിൽ നിന്ന് ഒരു റിക്ഷയ്ക്കു കൈ നീട്ടി. എനിക്കു വീണ്ടും കരച്ചിൽ വന്നു. ഇരുട്ടിലും ഏകാന്തതയിലും സ്ത്രീകളുടെ കണ്ണുനീരിന് പക്ഷേ, എന്തു വില?

പതിനാറ്

നെറ്റി മുതൽ വലതു താടി വരെ നിഴൽ പോലെ നീണ്ടു പരന്ന ഒരു മറുകോടെയാണ് ഞങ്ങളുടെ കുടുംബത്തിൽ പതിമൂന്നാം നൂറ്റാണ്ടിൽ രത്നമാലിക ജനിച്ചത്. ഗൃദ്ധാ എന്ന് ആദ്യമായി അറിയപ്പെട്ട രൺബീർ മല്ലിക്കിന്റെ പിതാവിന്റെ സഹോദരീപുത്രിയായിരുന്നു അവർ. രത്നമാലികയുടെ അച്ഛൻ മരിച്ചപ്പോൾ അവരുടെ പതിനേഴു തികയാത്ത അമ്മ സതി അനുഷ്ഠിച്ചു. അമ്മയെ ചിതയിലേക്കു വലിച്ചിഴയ്ക്കുന്ന ദൃശ്യം കണ്ട് രത്നമാലികയ്ക്ക് അപസ്മാരമിളകി. ഏഴു വയസ്സിൽ വിവാഹം നടത്താൻ ശ്രമിച്ചപ്പോൾ വരന്റെ വീട്ടുകാരുടെ മേൽ ചാണകവെള്ളമൊഴിച്ച് ഞാൻ സതിയല്ല, ചാമുണ്ഡിയാണെന്നു രത്നമാലിക ആക്രോശിച്ചു. വൈകാതെ അവരുടെ മുഖത്തിന്റെ വലത്തെ പകുതിയിൽ കറുത്ത മറുകു പടർന്നു. അത് അവരുടെ മുഖത്തെ വികൃതവും ഭയാനകവുമാക്കി. നന്നേ വെളുത്ത ഒരു പകുതിയും കരടിമുഖത്തെ ഓർമിപ്പിക്കുന്ന മറുപകുതിയും കണ്ടു ഭയന്ന കുട്ടികൾ ഭൂതമെന്ന് ആർത്തു വിളിച്ച് അവരെ എറിഞ്ഞോടിച്ചു. വായിൽനിന്നു നുരയും പതയും ചാടുന്നതിനിടെ രത്നമാലിക ചുറ്റും നോക്കി നിന്നവർക്കു നേരെ തെറിവാക്കുകൾ തുപ്പി. എറിഞ്ഞ കുട്ടികളിലൊരാളുടെ ഗർഭിണിയായ അമ്മയെ നോക്കി നീ ചാപിള്ളയെ പെറും എന്നു ശപിച്ചു. പിറ്റേന്നു പുലർച്ചെ ആ സ്ത്രീയുടെ ഗർഭം അലസി. രത്നമാലികയെ വീട്ടുകാർ തല്ലുകയും തൂക്കുകയർ കരിച്ചു ചാരം കലക്കി കുടിപ്പിക്കുകയും മന്ത്രവാദം നടത്തി ചികിൽസിക്കുകയും തൂണിൽ കെട്ടിയിടുകയും ചെയ്തു. എന്നിട്ടും വളരുന്തോറും രത്നമാലികയ്ക്ക് അപസ്മാരം മൂർച്ഛിച്ചു. വായിൽനിന്നു നുരയും പതയുമൊഴുകി. കണ്ണുകൾ തുറിച്ചു നാവു നീട്ടി മണ്ണിൽ തലയിട്ടുരുട്ടി ഉൻമാദത്തോടെ പ്രവചനങ്ങൾ നടത്തി. ഇന്നേക്ക് ഏഴാം നാൾ പതിനെട്ട് കുതിരപ്പടയാളികളോടൊപ്പം കാൽമുട്ടോളം നീളമുള്ള കൈകളുള്ള പരദേശി വംഗനാട്ടിലെത്തുമെന്നും സ്വർണക്കുഞ്ചിരോമമുള്ള കറുത്ത അറബിക്കുതിരയുടെ കുളമ്പടിയിൽ ഞങ്ങളുടെ വീടു തകരുമെന്നും അവർ പ്രവചിച്ചു. കൃത്യം ഏഴാം നാൾ പതിനെട്ടു കുതിരപ്പടയാളികളോടൊപ്പം മുഹമ്മദ് ബിൻ ബാഖ്തിയാർ ഖിൽജി ബംഗാൾ ആക്രമിച്ചു. ലക്ഷ്മൺ സേൻ രാജാവ് പരാജയപ്പെട്ടു. നബദ്വീപും ഗൗറും കീഴടങ്ങി. പതിനെട്ടു കുതിരകളിലൊന്ന് കറുത്തതായിരുന്നു. കുന്നിറങ്ങി പാഞ്ഞടുത്തപ്പോൾ അതിന്റെ സമൃദ്ധമായ കുഞ്ചിരോമങ്ങൾ കാറ്റിൽ സ്വർണത്തിരകൾ പോലെ ഇളകി.

'എന്റെ ശിരസ്സിൽ ഇനി ഞാൻ എന്നെ ചുമക്കുകയില്ല' എന്ന ദൃഢനിശ്ചയത്തോടെയാണ് സ്റ്റുഡിയോയിലേക്കു ഞാൻ പുറപ്പെട്ടത്. മഴ തോർന്നിരുന്നു. നഗരം കഴുകിയെടുക്കപ്പെട്ടതുപോലെ തിളങ്ങി. മഞ്ഞൾ പൂശിയ

പഴഞ്ചൻ ടാക്സിക്കാറുകളും ഓട്ടോറിക്ഷകളും പുതുതായി പെയിന്റടിച്ചതു പോലെ മിനുങ്ങി.നൂറ്റാണ്ടുകളുടെ പൊടി മൂടിക്കിടന്ന പഴയ കെട്ടിടങ്ങൾ കൂടി വെടിപ്പായി. കുട്ടികൾ ഗതാഗതക്കുരുക്കിനിടയിലൂടെ റോഡിലെ കുഴിയിൽ കെട്ടി നിന്ന ചെളിവെള്ളത്തിൽ ചാടിത്തുള്ളി വെള്ളം തെറിപ്പിച്ചു തിരികെ ഫുട്പാത്തിലേക്ക് ഓടിക്കയറി ഉറക്കെച്ചിരിച്ചു. ഞാനും ചിരിക്കാൻ ആഗ്രഹിച്ചു. മൈദാനിലെ ഫുട്ബോൾ കളിക്കാർ ചെളിയിൽ പുതഞ്ഞു ജീവനുള്ള കളിമൺ പ്രതിമകളെപ്പോലെ തവിട്ടു പന്തിനു പിന്നാലെ ഓടുന്നത് കണ്ട് മനസ്സ് മ്ലാനമായി. ആകുലപ്പെടുത്തുന്ന ചിന്തകളിൽനിന്നു മനസ്സു തിരിക്കാൻ രബീന്ദ്ര സേതുവിലൂടെ ഒരു മഴക്കാല സന്ധ്യയിൽ ഒറ്റയ്ക്കു നടക്കുന്നതായി ഞാൻ സങ്കൽപ്പിച്ചു. കാറുകളും ബസ്സുകളും റിക്ഷകളും ലോറികളും ഭിക്ഷക്കാരും വഴിവാണിഭക്കാരുമില്ലാതെ, ജോലി തേടി നഗരത്തിലേക്കു പ്രവഹിക്കുന്ന ഗ്രാമീണരില്ലാതെ, വിജനമായ പാലത്തിൽ ഞാനും മഴയിൽ തിളയ്ക്കുന്ന ഗംഗയും മാത്രമുള്ള ഒരു സന്ധ്യ. അപ്പോൾ കൊടുങ്കാറ്റിലൂടെ കുന്നിറങ്ങി പാഞ്ഞു വരുന്ന സ്വർണക്കുഞ്ചിരോമങ്ങളുള്ള കറുത്ത അറബിക്കുതിരയെ എനിക്കോർമ വന്നു.

"ഇന്നു നമുക്കൊരു നല്ല കോളൊത്തിട്ടുണ്ട്..."

സ്റ്റുഡിയോയിൽ, കറുത്ത ഷർട്ട് ധരിച്ച് മുഖത്തു ചായം പൂശി തയ്യാറായി നിന്ന സഞ്ജീവ് കുമാർ മിത്ര വിടർന്ന ചിരിയോടെ എന്നെ സ്വീകരിച്ചു.

"ഇന്നും ചേതനയുടെ ബാബായെ നമ്മൾ കടത്തിവെട്ടും..."

ഞാൻ ആശങ്കയോടെ അയാളെ നോക്കി. പ്ലസ് ടു മാത്രമേ പാസ്സായിട്ടുള്ളൂവെങ്കിലും അയാൾ ഒരുക്കുന്ന കുടുക്കിന് എന്റെ കഴുത്തിന്റെ കൃത്യം അളവായിരിക്കും എന്നു പ്രവചിക്കാൻ ബുദ്ധിമുട്ടുണ്ടായില്ല. വസ്ത്രം മാറി ക്യാമറയുടെ മുമ്പിലെ കസേരയിൽ എത്തിയ എന്റെ അരികിലേക്കു സഞ്ജീവ് കുമാർ മിത്ര ഒരു ചെറിയ സ്ത്രീയെ ആനയിച്ചു. അവർക്കൊപ്പം ചാണകത്തിന്റെ നേർത്ത ഗന്ധവും അകത്തു വന്നു. നരച്ച പച്ചസാരിയും നല്ല കാലത്തെന്നോ തയ്പിച്ചതുകൊണ്ടു പാകമാകാത്ത വെള്ള ബ്ലൗസും ധരിച്ച്, ഒഴിഞ്ഞ നെറ്റിയും കഴുത്തും കൈത്തണ്ടകളുമായി പരിഭ്രമോ പതർച്ചയോ ഇല്ലാതെ അവർ നടന്നടുത്തു. സഞ്ജീവ് കുമാർ ചൂണ്ടിക്കാട്ടിയ കസേരയിൽ ഇരുന്നു. വസ്ത്രത്തിൽ മൈക്ക് കുത്തി കവിളൊട്ടി കറുത്തു പോയ മുഖം ഒരുകാലത്ത് വെളുത്തു തുടുത്തതായിരുന്നെന്ന് അവരുടെ അവരുടെ അയഞ്ഞ ബ്ലൗസ് തെന്നി പുറത്തു കണ്ട ചുമൽ വിളിച്ചു പറഞ്ഞു. മായയെപ്പോലെ മറ്റൊരു സ്ത്രീ. പരിചയപ്പെടാൻ ഇട നൽകാതെ സഞ്ജീവ് കുമാർ മിത്ര തന്റെ ഷോ തുടങ്ങി.

"ഹാങ് വുമൺസ് ഡയറിയിലേക്കു സ്വാഗതം. യതീന്ദ്രനാഥ് ബാനർജിയെ തൂക്കിക്കൊല്ലാൻ ഇനി ദിവസങ്ങൾ മാത്രം അവശേഷിക്കെ, തൂക്കിക്കൊലയുടെ നൈതികതയെക്കുറിച്ചു ലോകമെങ്ങും ചർച്ചകൾ തുടരവെ, ബാനർജിയെ തൂക്കിക്കൊല്ലാൻ നിയുക്തയായ ചേതനാ ഗൃദ്ധാമല്ലിക്കിനോടൊപ്പം ഇന്നു പ്രേക്ഷകരുടെ മുമ്പിലെത്തിയിരിക്കുന്നത് അവസാനം തൂക്കിക്കൊല്ലപ്പെട്ട രമേഷ് ചന്ദ്രഘോഷിന്റെ അമ്മ പ്രൊതിമ ഘോഷാണ്..."

അച്ഛൻ തൂക്കിലേറ്റിയ മകന്റെ അമ്മയെ നേരിടേണ്ടി വരുന്ന ഏതു മകളെയും പോലെ ഞാൻ ശ്വാസംമുട്ടി. അച്ഛൻ അവസാനം തൂക്കിലേറ്റിയ രണ്ടു ചെറുപ്പക്കാരിൽ ഒരാളായിരുന്നു രമേഷ് ചന്ദ്രഘോഷ്. പിഞ്ചു കുഞ്ഞുൾപ്പെടെ ഒരു കുടുംബത്തിലെ ആറു പേരെ വെട്ടിക്കൊന്ന കേസിൽ രമേഷിന്റെ പിതാവ് ജിതേന്ദ്ര ഘോഷിനെയും തൂക്കിക്കൊല്ലാൻ കോടതി വിധിച്ചു. പക്ഷേ, വാർധക്യവും രോഗവും പരിഗണിച്ച് ജിതേന്ദ്ര ഘോഷിന്റെ ശിക്ഷ മേൽക്കോടതി ജീവപര്യന്തമാക്കി കുറച്ചു.

"സ്വാഗതം, ചേതനാദീ, സ്വാഗതം പ്രൊതിമാദീ.."

എന്നെ വെല്ലുവിളിക്കുന്ന ആ പുഞ്ചിരിക്ക് അകമ്പടിയായി കറുത്ത കണ്ണടയ്ക്കുള്ളിൽ പല്ലു ഞെരിക്കുന്ന നോട്ടവുമുണ്ടെന്ന് ഓർമിപ്പിച്ചു സഞ്ജീവ് കുമാർ മിത്ര തുടർന്നു.

"രണ്ടു പേർക്കും സി.എൻ.സിയിലേക്കു സ്വാഗതം. പ്രൊതിമാദീ, വധശിക്ഷയ്ക്കു വിധിക്കപ്പെട്ട മകന്റെ അമ്മയെന്ന നിലയ്ക്ക് നിങ്ങൾക്ക് യതീന്ദ്രനാഥിന്റെ തൂക്കിക്കൊലയെക്കുറിച്ച് എന്താണ് അഭിപ്രായം?"

പ്രൊതിമ ഘോഷ് തല ചെരിച്ച് സഞ്ജീവ് കുമാർ മിത്രയെ തറപ്പിച്ചു നോക്കി.

"അഭിപ്രായമോ ബാബൂ? എന്ത് അഭിപ്രായം? എന്റെ മകനെയും അവന്റെ കൂട്ടുകാരനെയും ഇവളുടെ ബാബാ തൂക്കിക്കൊല്ലുമ്പോൾ എന്റെ അഭിപ്രായം ചോദിച്ചോ? വേണ്ട, അവനും അവന്റെ അച്ഛനും എതിരെ കൊലക്കുറ്റത്തിനു കേസെടുക്കുമ്പോൾ എന്റെ അഭിപ്രായം ചോദിച്ചോ? തൂക്കിക്കൊന്ന എന്റെ മകന്റെയോ ജയിലിൽക്കിടന്നു മരിച്ച എന്റെ ഭർത്താവിന്റെയോ ശരീരങ്ങൾ എന്തു ചെയ്യണമെന്ന് എന്നോട് അഭിപ്രായം ചോദിച്ചോ? കൊല്ലമിത്രയും കഴിഞ്ഞ് ഇപ്പോൾ എന്നോട് അഭിപ്രായം ചോദിക്കുന്നോ? ഭ! എഴുപതു വയസ്സായെങ്കിലും മൺവെട്ടി പിടിക്കുന്ന കയ്യാണ് ഇത്. ഇതുകൊണ്ട് ചെപ്പയ്ക്കൊന്നു തരും, ഞാൻ..."

നിർവികാരവും തുളഞ്ഞു കയറുന്നതുമായിരുന്നു അവരുടെ ശബ്ദം. സഞ്ജീവ് കുമാർ മിത്ര അടിയേറ്റതുപോലെ ചുരുങ്ങിപ്പോകുന്നത് ഞാൻ ആനന്ദത്തോടെ കണ്ടു. പക്ഷേ, എങ്ങനെ വീണാലും നാലു കാലിൽ നിൽക്കുന്ന പൂച്ചയുടെ മെയ്വഴക്കത്തോടെ അയാൾ അതിനെ ചിരിച്ചു കൊണ്ടു തന്നെ നേരിട്ടു.

"അതു തന്നെയാണു പ്രൊതിമാദീ ഞാൻ ചോദിക്കുന്നത്... ഇത്രയും കാലത്തിനു ശേഷം, വധശിക്ഷ നിരോധിക്കണമെന്ന ആവശ്യമുയർന്നതിനെക്കുറിച്ച് എന്താണ് നിങ്ങളുടെ അഭിപ്രായം?"

"എന്റെ അഭിപ്രായം വധശിക്ഷ നിരോധിക്കരുതെന്നു തന്നെയാണ്... ഞങ്ങളെപ്പോലെയുള്ള പാവപ്പെട്ടവരെ തൂക്കിക്കൊല്ലുന്നത് ഇട്ടു നരകിപ്പിക്കുന്നതിനേക്കാൾ എത്രയോ ഭേദം! എന്റെ മകൻ മരിച്ചതു നന്നായി എന്നേ ഞാൻ കരുതിയിട്ടുള്ളൂ... ഇല്ലായിരുന്നെങ്കിൽ അവനിന്നു ചത്തു ജീവിച്ചേനെ... അവന്റെ അച്ഛനെക്കൂടി ജയിലിലിട്ടു കൊന്നത് അതിലേറെ നന്നായി... അതുകൊണ്ട് എനിക്ക് മേലു കീഴു നോക്കണ്ട... നിങ്ങളോടൊക്കെ എനിക്കു നന്ദിയേ ഉള്ളൂ..."

“പ്രൊതിമാദീ, ഞങ്ങളല്ലല്ലോ, പോലീസു കേസെടുക്കുകയും കോടതി കുറ്റക്കാരനാണെന്നു കണ്ടെത്തുകയും ചെയ്തതുകൊണ്ടല്ലേ താങ്കളുടെ മകനെ വധശിക്ഷയ്ക്കു വിധിച്ചത്?”

“അതെ, പോലീസും കോടതിയും തന്നെ... എതിർഭാഗത്തിനു പണമുണ്ടായിരുന്നതു കൊണ്ട് പോലീസ് അവന്റെ പേരിൽ കേസെടുത്തു. നല്ല വക്കീലിനെ വച്ചു കേസു വാദിപ്പിക്കാൻ പൈസയില്ലാതിരുന്നതു കൊണ്ട് കോടതി അവൻ കുറ്റക്കാരനാണെന്നു കണ്ടെത്തി. ..”

“പക്ഷേ ആറു പേരെയാണ് താങ്കളുടെ മകൻ...”

“അതെ, ആറു പേരെ. എന്തു കൊണ്ട് എന്നു നിങ്ങളാരെങ്കിലും അന്വേഷിച്ചോ? എട്ടേക്കർ പാടമുണ്ടായിരുന്നു ഞങ്ങൾക്ക്. ഞങ്ങളവിടെ എല്ലുമുറിയെ പണിയെടുത്തു. പതിമൂന്നു കൊല്ലം മുമ്പത്തെ വേനൽ... മഴ കിട്ടിയില്ല. കൃഷി മൊത്തം കരിഞ്ഞു... അടുത്ത കൃഷിയിറക്കാൻ അവൻ പലിശയ്ക്കു കടം വാങ്ങിച്ചു...”

അവർ പറഞ്ഞത് എല്ലാവർക്കും പറയാനുള്ളതും എല്ലാ പത്രങ്ങളിലും വായിച്ചു വായിച്ചും എല്ലാ ടിവിചാനലുകളിലും കേട്ടു കേട്ടും തഴമ്പിച്ച കഥയാണ്. കൃഷി, വേനൽ, നഷ്ടം, കടം, പലിശ, പിഴപ്പലിശ...

“ഉള്ളതത്രയും വിറ്റു കടം വീട്ടിയിട്ടും തീർന്നില്ല. അയാൾ കള്ളക്കണക്കു പറഞ്ഞ് ഞങ്ങളുടെ ഭൂമി തട്ടിയെടുത്തു. ആകെയുള്ള ഭൂമി നഷ്ടപ്പെടുമെന്നു കണ്ടപ്പോൾ അവൻ അയാളുടെ മുമ്പിൽ പോയി യാചിച്ചു. അവസാനം നിയന്ത്രണം വിട്ട് വെല്ലുവിളിച്ചു. അയാൾ ആളെ വിട്ട് അവനെയും അവന്റെ അച്ഛനെയും തല്ലി. അത്രയുമായപ്പോൾ അവന് സ്വബോധം പോയി. കയ്യിൽക്കിട്ടിയതുമെടുത്ത് അവൻ അയാളുടെ വീട്ടിൽ ചെന്നു. അവനെ തടയാൻ വേണ്ടി പോയതാണ് അവന്റെ അച്ഛനും കൂട്ടുകാരനും. പക്ഷേ പിടിവലിക്കിടയിൽ–”

അവർ തലയാട്ടി നിർവികാരതയോടെ പറഞ്ഞു :

“സംഭവിച്ചതു സംഭവിച്ചു...”

“എന്നാലും ആറു പേര്... അതും ഒരു പിഞ്ചു കുഞ്ഞുൾപ്പെടെ...”

സഞ്ജീവ് കുമാർ മിത്ര അവർ കരഞ്ഞു കാണാനുള്ള ആഗ്രഹത്തോടെ ചോദിച്ചു. പക്ഷേ, അവരുടെ മുഖം കൂടുതൽ നിർവികാരമായി.

“അതെ, പിഞ്ചു കുഞ്ഞ്... വെറും ഒമ്പതു മാസം. തിരിച്ചു വന്നിട്ടും എന്റെ മകൻ അലറി വിളിക്കുകയായിരുന്നു. കൊല്ലണം, എല്ലാത്തിനെയും കൊല്ലണം..!. അവനെ ഞാൻ അങ്ങനെ അതിനുമുമ്പൊരിക്കലും കണ്ടിട്ടില്ല. അവന് ആ സമയത്തു ഭ്രാന്തായിരുന്നു. അല്ലെങ്കിൽ അവനൊരിക്കലും ഒരു കുഞ്ഞിനെ നുള്ളി നോവിക്കുക പോലുമില്ല. എല്ലാവരും ചേർന്ന് അവനെ ഭ്രാന്തനാക്കി. അവനെക്കൊണ്ട് ആ കൊടുംക്രൂരത ചെയ്യിച്ചു. അവസാനം ശിക്ഷ അവനു മാത്രമായി...”

അത്രയും പറഞ്ഞപ്പോൾ അവരുടെ കുണ്ടിലാർന്ന കണ്ണിൽനിന്ന് ചോര പോലെയുള്ള ഒരു തുള്ളി കൊഴുത്ത കണ്ണുനീർ പുറത്തേക്കൂറി.

“എന്റെ മകൻ ഇപ്പോഴും ജീവിച്ചിരുന്നേനെ. കൈക്കൂലി കൊടുക്കാൻ കാശുണ്ടായിരുന്നെങ്കിൽ. പാർട്ടി നേതാക്കൻമാർക്കും പോലീസിനും വക്കീ

ലിനും ഒക്കെ ചോദിച്ചതെല്ലാം കൊടുത്തിരുന്നെങ്കിൽ ഇന്ന് എന്റെ മകൻ നെഞ്ചും വിരിച്ച് പുറത്തിറങ്ങി നടന്നേനെ..."

അവർ കണ്ണുനീർ തട്ടിക്കളഞ്ഞ് സഞ്ജീവ് കുമാർ മിത്രയെ നോക്കി.

"അവനു വേണ്ടി ദയാഹർജി അയയ്ക്കാൻ ആരുമുണ്ടായിരുന്നില്ല. അവനു വേണ്ടി സമരം ചെയ്യാൻ സംഘടനകളുമുണ്ടായിരുന്നില്ല. അവൻ ജീവിച്ചിരിക്കണമെന്ന് ആർക്കും നിർബന്ധമുണ്ടായിരുന്നില്ല. ഇപ്പോൾ ജൊതീന്ദ്രനാഥ് ബാനർജിക്കു വേണ്ടി നിങ്ങളെല്ലാം ശബ്ദമുയർത്തുന്നു. ഞാൻ ചോദിക്കട്ടെ, എന്റെ മകൻ അവനുണ്ടായ വലിയൊരു നീതികേടിനു പകരം ചോദിക്കാൻ ചെന്നതാണ്. ഒന്നും മുൻകൂട്ടി തീരുമാനിച്ചതല്ല. അതേ സമയം ബാനർജിയോ? ഒരു കൊച്ചു പെണ്ണിനെ ദിവസങ്ങളോളം തക്കം പാർത്ത് നശിപ്പിച്ച് കൊന്നു കളഞ്ഞു... രണ്ടിലേതാണ് വലിയ തെറ്റ്?"

സഞ്ജീവ് കുമാർ മിത്ര ഉത്തരം മുട്ടിയതു കൊണ്ട് എന്റെ നേരെ നോക്കി.

"ഒരുപക്ഷേ ഈ ചോദ്യത്തിന് താങ്കൾക്കായിരിക്കും ഉത്തരം പറയാൻ കഴിയുക, ചേതനാദീ..."

"വിധി നടപ്പാക്കാനല്ലാതെ, വിധിക്കാൻ ആരാച്ചാർക്ക് അവകാശമില്ല, സഞ്ജീവ് ബാബൂ..."

ഞാൻ പറഞ്ഞു.

"ഒരു പെൺകുട്ടിയെ കൊന്നയാളെ തൂക്കിക്കൊല്ലാൻ അവസരം കിട്ടിയതിൽ താങ്കൾ ആഹ്ലാദിക്കുന്നുണ്ട്, അല്ലേ?"

"കർത്തവ്യത്തിനു മുമ്പിൽ ആണും പെണ്ണുമില്ല, ബാബൂ... അങ്ങനെയാണ് എന്റെ ബാബാ ഫണിഭൂഷൻ ഗൃദ്ധാ മല്ലിക് പഠിപ്പിച്ചിട്ടുള്ളത്. പതിനാലു കൊല്ലം മുമ്പ് ബാബാ തൂക്കിലേറ്റിയ അമർത്യ ഘോഷിന്റെ പിതാവ് എന്റെ ചേട്ടന്റെ കൈകാലുകൾ അരിഞ്ഞു കളഞ്ഞു. അന്ന് രാമുദായ്ക്ക് ഇരുപത്തിരണ്ടു വയസ്സായിരുന്നു. അതു കഴിഞ്ഞു കുറച്ചു കാലത്തിനുള്ളിലാണ് ബാബാ രമേഷ് ഘോഷിന്റെയും ദീപക് ലാലിന്റെയും ശിക്ഷ നടപ്പാക്കിയത്... ബാബാ പറഞ്ഞു, ജോലിയാണു ദൈവം. അതാണ് പ്രാർഥന. പക്ഷേ, രമേഷിന്റെ ശിക്ഷ നടപ്പാക്കി തിരിച്ചു വന്ന ദിവസം ബാബാ അസ്വസ്ഥനായിരുന്നു. ദിവസങ്ങളോളം അദ്ദേഹം ആരോടും സംസാരിച്ചില്ല..."

ഞാൻ പറഞ്ഞതു വാസ്തവമായിരുന്നു. രമേഷ് ചന്ദ്രഘോഷിന്റെ മുഖത്ത് കറുത്ത മൂടി ഇടാനൊരുങ്ങുമ്പോൾ അയാൾ കണ്ണുകൾ താഴ്ത്തി അധ്യാപകന്റെ തല്ലു വാങ്ങാനെന്നതുപോലെ നിന്നു എന്നാണ് അച്ഛൻ പറഞ്ഞത്. രണ്ടു കണ്ണുകളിലും നിന്ന് കണ്ണുനീർ ധാരയായി ഒഴുകി. ദീപക് ലാൽ ബോധംകെട്ടു. അതു കണ്ടു പേടിച്ചു കാക്കുവിനു പേടിച്ചു തല കറങ്ങി. അന്ന് അധിക സഹായത്തിന് കൂടെക്കൊണ്ടുപോയ പുതിയ അസിസ്റ്റന്റാകട്ടെ, പുറത്തേക്കോടി രക്ഷപ്പെട്ടു. മജിസ്ട്രേട്ടും കലക്ടറും എസ്.പിയും ഉൾപ്പെടെ കുറേ പ്രമാണിമാർ വധശിക്ഷ കാണാൻ എത്തിയിരുന്നു. ആ സമയത്തു തനിക്ക് അനുഭവപ്പെട്ട മരണവെപ്രാളത്തെക്കുറിച്ച് ഏറെക്കാലം, മദ്യപിക്കുമ്പോഴൊക്കെ, അച്ഛൻ വർണിച്ചു.

"ചാണകത്തിന്റെ നാറ്റം..."

ഷോ കഴിഞ്ഞു പുറത്തേക്കു ചെല്ലുമ്പോൾ സഞ്ജീവ് കുമാർ മിത്രയുടെ മേലുദ്യോഗസ്ഥൻ ഹരീഷ് നാഥ് ഞങ്ങളെ നോക്കി മൂക്കു ചുളിച്ചു. ഞാൻ വല്ലായ്മയോടെ പ്രൊതിമാദിയെ നോക്കി. അവരുടെ ഭാവം പകർന്നു.

"വഴിയോരത്തു വീണു കിടക്കുന്ന ചാണകം പെറുക്കി വറളിയുണ്ടാക്കി വിറ്റു ജീവിക്കുന്ന ഒരുത്തിക്കു പിന്നെ ചന്ദനത്തിന്റെ മണമോ?"

അവർ പൊട്ടിത്തെറിച്ചു.

"നാട്ടിൻപുറത്ത് നല്ല മണ്ണിന്റെ മണമായിരുന്നു ഞങ്ങൾക്കൊക്കെ. പണി യെടുത്തു ജീവിച്ചവരാണു ഞങ്ങൾ..നിങ്ങളൊക്കെ മൂന്നും നാലും നേരം വെട്ടിവിഴുങ്ങിയത് മഴയിലും വെയിലിലും ഞങ്ങൾ അധ്വാനിച്ചുണ്ടാക്കിയതാണ്. എന്നിട്ട് നന്ദിയില്ലാതെ ആക്ഷേപിക്കുന്നോ?"

ഞൊടിയിടയിൽ അവർ മറ്റൊരാളായി. ഹരീഷ് നാഥും സഞ്ജീവ് കുമാർ മിത്രയും ജാള്യത്തോടെ നിന്നപ്പോൾ ശബ്ദം കേട്ടു സ്റ്റുഡിയോയിൽ നിന്നു പലരും ഓടി വന്നു.

"എന്റെ മോനെ നീയൊക്കെയല്ലേടാ കൊന്നത്? എന്റെ ഭർത്താവിന്റെ ശരീരം എന്നെ കാണിക്കാതെ കുഴിച്ചു മൂടിയില്ലേടാ നീ? അദ്ദേഹത്തിന്റെ സമ്പാദ്യമത്രയും തട്ടിയെടുത്തില്ലേടാ നീ?"

അവർ കയ്യിലുണ്ടായിരുന്ന പ്ലാസ്റ്റിക് ബാഗ് നിലത്തെറിഞ്ഞ് ഹരീഷ് നാഥിനു നേരെ ചാടി വീണു. അയാൾ ഭയന്നു പിന്നോക്കം മാറി. നില തെറ്റി യതുപോലെ പ്രൊതിമാദി രണ്ടു കയ്യും മുടിയിഴകൾ കൊഴിഞ്ഞ് തലയോട്ടി ദൃശ്യമായിത്തുടങ്ങിയ തലയിൽ വച്ച് ഉറക്കെ നിലവിളിച്ചു. എസിയും നിരന്നു കത്തുന്ന ട്യൂബ് ലൈറ്റുകളുമുള്ള പ്രകാശമാനമായ ആ മുറിയിൽ അവരുടെ ശബ്ദം ഭീകരമായി പ്രതിധ്വനിച്ചു. ചില്ലു ചുവരുകൾ പ്രകമ്പനം കൊണ്ടു.

"നീയൊക്കെ വായിൽ മണ്ണടിഞ്ഞു നശിച്ചു പോട്ടെ..! നിന്റെയൊക്കെ അമ്മമാർ ചോര പെടുത്തു ചാകട്ടെ...!"

അവരുടെ ശരീരം വെട്ടിവിറച്ചു താഴെ വീണു. തിളങ്ങുന്ന ടൈൽസ് ഒട്ടിച്ച നിലത്ത് വായിൽനിന്നു നുരയും പതയും ചാടി നിലത്തു പിടിച്ചിട്ട മൽ സ്യത്തെപ്പോലെ പിടഞ്ഞു.

"നീയൊക്കെ നശിച്ചു പോകും...കത്തിച്ചാമ്പലാകും... അന്ത്യവിധിനാളിൽ അല്ലാഹുവിന്റെ കണക്കുകൾക്ക് നീയൊക്കെ ഉത്തരം പറയും... നോക്കിക്കോ... യാ അള്ളാ..!."

അവർ ശരീരവുമായി ബന്ധമില്ലാത്തതെന്നു തോന്നിക്കുന്ന ശബ്ദത്തിൽ അട്ടഹസിച്ചു. എല്ലാവരും പകച്ചു നിൽക്കെ ഞാൻ അവരെ പിടിച്ചെഴുന്നേഴു ന്നേൽപ്പിക്കാൻ ശ്രമിച്ചു. രാമുദായെക്കാൾ ഭാരം കുറവായിരുന്നു അവർക്ക്. വാടിയ ചില്ല പോലെ അവരുടെ ശരീരം എന്റെ കൈകളിൽ ഒതുങ്ങി. ആരോ വെള്ളം കൊണ്ടു വന്നു. ഞാനത് അവരുടെ മുഖത്തു തളിച്ചു. ഏതാനും നിമിഷങ്ങൾക്കകം അവർ എഴുന്നേറ്റിരുന്ന് മുഖം തുടച്ച് എല്ലാവരെയും നോക്കി. പിന്നീട് പഴയതിനേക്കാൾ നിർവികാരതയോടെ എഴുന്നേറ്റു. സാരിയും മുടിയും ശരിയാക്കി നിലത്തു വീണ പ്ലാസ്റ്റിക് കവറിൽനിന്നു തെറിച്ചു വീണ ചില്ലറപ്പൈസകളും മുക്കാലും തീരാറായ ഒരു മെഴുകുതിരിയുടെ കുറ്റിയും തപ്പിയെടുത്തു.

"ആശുപത്രിയിൽ പോകണോ?"

ഹരീഷ് നാഥ് വല്ലായ്മയോടെ ചോദിച്ചു.

"വേണ്ട..."

അവരുടെ ശബ്ദം നിർവികാരമായിരുന്നു.

"എവിടെയാണ് വീട്?"

"മല്ലിക് ബസാറിനടുത്ത്..."

അവർ പറഞ്ഞു.

"കൂടെ ആരുണ്ട്?"

"ആയിരത്തഞ്ഞൂറു പേർ..."

അവരുടെ ശബ്ദത്തിൽ ആരോടൊക്കെയോ ഉള്ള പുച്ഛം ഓളംവെട്ടി.

"എന്നാൽ സൊഞ്ജൂ, ഇവരെ വീട്ടിൽ കൊണ്ടാക്കൂ..."

ക്ഷമകെട്ട് ഹരീഷ് നാഥ് സഞ്ജീവ് കുമാറിനെ നോക്കി പറഞ്ഞു. പിന്നീട് അയാളെ ആംഗ്യം കാട്ടി അടുത്തു വിളിച്ച് എന്തോ ശബ്ദം താഴ്ത്തി മന്ത്രിച്ചു. എനിക്കു പോകാനുള്ള ടാക്സിയിൽത്തന്നെയാണ് അവരെയും കയറ്റിയത്. മുൻസീറ്റിൽ സഞ്ജീവ് കുമാർ മിത്ര കയറി. താൻ ആദ്യമായാണ് കാറിൽ കയറുന്നതെന്ന് അവർ എന്നോടു പറഞ്ഞു. എല്ലാക്കാര്യങ്ങൾക്കും ഒരു ആദ്യതവണയുണ്ടെന്ന് കൂട്ടിച്ചേർത്തുകൊണ്ട് സീറ്റിൽ ചാരിക്കിടന്ന് അവർ തന്നോടു തന്നെ മന്ത്രിച്ചു: യാ അള്ളാ. പിന്നെ, ഇരുട്ടിൽ എന്റെ നേരെ തിരിഞ്ഞ് മനസ്സു വായിച്ചെടുത്തതുപോലെ അവർ സാവധാനം പറഞ്ഞു:

"ഞാൻ മുസ്‌ലിമായിരുന്നു. റുഖിയ... എന്റെ ഭർത്താവിനെ വിവാഹം കഴിക്കാൻ മതം മാറി..."

ഞാൻ ഞെട്ടലോളമെത്തുന്ന അമ്പരപ്പോടെ അവരെ നോക്കി. എന്റെ മനസ്സിൽ മറ്റാരോ തലയിട്ടുരുട്ടി. തുർക്കിയിൽനിന്നെത്തിയ ഇഖ്തിയാറുദ്ദീൻ മുഹമ്മദ് ബിൻ ബാഖ്തിയാർ ഖിൽജിയുടെ കാൽമുട്ടുകളോളം നീണ്ട കൈകൾ ഞാൻ മുന്നിൽക്കണ്ടു. ബിഹാർ പിടിച്ചടക്കിയ ആവേശത്തിൽ ബംഗാളിലേക്കു പടയോട്ടം നടത്തുമ്പോൾ അദ്ദേഹത്തിന്റെ കുതിരയ്ക്കൊപ്പം പറക്കാൻ പതിനെട്ടു പേർക്കേ സാധിച്ചുള്ളൂ. അതുകൊണ്ടാണ് ലക്ഷ്മണ സേൻ രാജാവിനെതിരെയുള്ള യുദ്ധം പതിനെട്ടു കുതിരപ്പടയാളികളുടെ പടയോട്ടമായത്. പതിനെട്ടു കുതിരകളെ സൈന്യമായി കണക്കാക്കാൻ ബുദ്ധിയില്ലാത്ത ദ്വാരപാലകർ വ്യാപാരക്കുതിരകളെന്നു കരുതി കോട്ടവാതിൽ തുറന്നു. ലക്ഷ്മണ സേൻ രാജാവിന് എൺപതു തികഞ്ഞിരുന്നു. അദ്ദേഹം കവിയും പണ്ഡിതനുമായിരുന്നു. അത്താഴം കഴിക്കാനിരിക്കുമ്പോൾ ഖിൽജിയും പതിനെട്ടു പടയാളികളും അദ്ദേഹത്തെ വളഞ്ഞു. വൃദ്ധനായ രാജാവ് തോൽവി സമ്മതിച്ച് തെക്കുകിഴക്കു ദേശത്തേക്കു പിൻവാങ്ങി.

സ്വർണക്കുഞ്ചിരോമമുള്ള കറുത്ത അറബിക്കുതിരമേൽ പടവെട്ടിയ യോദ്ധാവ് അതീവസുന്ദരനായിരുന്നു. തുലുക്കൻമാർ ലക്ഷ്മണ സേൻ രാജാവിനെ തോൽപ്പിച്ചു കൊട്ടാരം പിടിച്ചടക്കിയ വാർത്ത കേട്ടു ഭയന്ന് ഹിന്ദുക്കൾ ഓടിയൊളിച്ചു. നാടു കാണാനിറങ്ങിയ യോദ്ധാവിന്റെ കാതുകളിൽ വിജനമായ വീടിന്റെ നടുമുറ്റത്തെ തൂണിൽ വടത്തിൽ ബന്ധിച്ചിരുന്ന പെൺകുട്ടിയുടെ ഭീകരമായ അലർച്ചകൾ പ്രതിധ്വനിച്ചു. അവളുടെ മുഖത്തിന്റെ

ഒരു പകുതിയിലെ ഭീകരത കണ്ട് അയാൾ നടുങ്ങി. കുതിരപ്പുറത്തെത്തിയ അതിസുന്ദരനെ കണ്ടു മിഴിച്ചപ്പോൾ രത്നമാലികയുടെ ഉത്തരീയം നിലത്തു വീണു. അപ്പോൾ മുഖത്തിന്റെ മറുപകുതിയുടെ സൗന്ദര്യം അയാൾ കണ്ടു. അവളെ കെട്ടിയിരുന്ന തൂണ് വാൾത്തലപ്പു കൊണ്ട് വെട്ടിമുറിച്ചപ്പോൾ ആകാശത്തേക്കുയർന്ന ഭാരിച്ച കയറിന്റെ തുമ്പിൽപ്പിടിച്ച് അയാൾ അവളെ കുതിരമേലിരുത്തി ഓടിച്ചു. വർഷങ്ങൾക്കുശേഷം അതീവ സുന്ദരിയായൊരു മുകില സ്ത്രീ ചന്ദനപ്പല്ലക്കിലേറി കയ്യിലൊരു കുഞ്ഞുമായി ഞങ്ങളുടെ വീട്ടുപടിക്കലെത്തി. അതു രത്നമാലികയായിരുന്നു. അവരുടെ മുഖത്തിന്റെ കരടിപ്പകുതി പാടെ മാഞ്ഞുപോയിരുന്നു. അതെങ്ങനെ സംഭവിച്ചു എന്ന് എനിക്ക് മനസ്സിലായില്ല. ഥാക്കുമാ ഉറക്കെച്ചിരിച്ചു.

"ങ്ഹാ... അതല്ലേ ചേതൂദീ, ഒരു കൈപ്പിടി സ്നേഹമാണ് ഒരടുപ്പു റോട്ടിയെക്കാളും വലുത്..."

"എന്നാലും എങ്ങനെ, ഥാക്കുമാ?"

"ചില പുരുഷൻമാർക്ക് അതൊക്കെ സാധിക്കും..!"

എന്റെ ഇടതു മൂക്കിൽ ഒരു തുള്ളി മഷിപോലെ പറ്റിപ്പിടിച്ചു നിൽക്കുന്ന അരിമ്പാറ കണ്ണീരിൽ അലിഞ്ഞൊഴുകി മുഖമാകെ പരക്കുന്നതു ഞാൻ സങ്കൽപ്പിച്ചു. കറുത്ത പകുതിയിലെ കണ്ണിലൂടെ നോക്കി ചുറ്റും കാണുന്നവരുടെയെല്ലാം നാശം പ്രവചിക്കാൻ എന്റെ നാവു വെമ്പി. ഒടുവിൽ, എന്നെ രാജകുമാരിയാക്കിത്തീർക്കാൻ സുന്ദരനായ പടയാളി കിഴക്കുനിന്നോ വടക്കുനിന്നോ കാറ്റിനേക്കാൾ വേഗത്തിൽ സവാരി ചെയ്തെത്തുന്ന സ്വർണക്കുഞ്ചിരോമമുള്ള കറുത്ത അറബിക്കുതിരയുടെ കുളമ്പടിയൊച്ചകൾക്കായി ഞാൻ പ്രാർഥിച്ചു.

എജെസി റോഡിലൂടെ തിരിഞ്ഞു മല്ലിക് ബസാറിനരികിലെത്തിയപ്പോൾ ഒരു രഥ്മേള സംഘം ഞങ്ങളെ കടന്നു പോയി. രഥ്, രഥ് എന്ന് ഉറക്കെ വിളിക്കുന്ന കുട്ടികളുടെ ആരവം അടങ്ങുവോളം ഞങ്ങൾ കാറിലിരുന്നു. അപ്പോൾ യാചകരായ കുട്ടികളുടെ ഒരു പട കാറിനെ വളഞ്ഞു. ഡോർ തുറന്ന് ഇറങ്ങിയത് പ്രൊതിമാദിയാണെന്നു കണ്ട് അവരെല്ലാം പെട്ടെന്നു പിരിഞ്ഞുപോയി. ഞാനാദ്യമായി ആ ചേരിയിൽ കാൽ കുത്തുകയായിരുന്നു. ഇരുട്ടിൽ പുല്ലും പ്ലാസ്റ്റിക്കും മേഞ്ഞ പട്ടിക്കൂടുകളുടെ അന്തമറ്റ നിരയായിരുന്നു മനസ്സിൽ. ചാണകത്തിന്റെയും മലത്തിന്റെയും മൂത്രത്തിന്റെയും അഴുകിയ ഗന്ധം തല പെരുപ്പിച്ചു. പ്രൊതിമാദിക്കു പിന്നാലെ സഞ്ജീവ് കുമാർ മിത്രയും എത്തി. ബാംഗ്ലയുടെ രൂക്ഷ ഗന്ധം പരത്തുന്ന പുരുഷൻമാരും വിയർപ്പുഗന്ധം പരത്തുന്ന സ്ത്രീകളും ഞങ്ങൾക്കു മുമ്പിലും എതിരേയും നടന്നു. ചിലയിടങ്ങളിൽ ഇലക്ട്രിക് ബൾബുകളുടെ മഞ്ഞ നിറവും ബ്ലാക് ആൻഡ് വൈറ്റ് ടിവികളുടെ വെട്ടലും തെളിഞ്ഞു. എവിടെ നിന്നൊക്കെയോ കുട്ടികളുടെ കരച്ചിൽ ഉയർന്നു. സ്ത്രീകൾ ഉച്ചത്തിൽ സംസാരിച്ചു. പുരുഷൻമാർ അട്ടഹസിച്ചു. ഉച്ചത്തിലുള്ള സംഭാഷണങ്ങളും റേഡിയോയിൽനിന്നുള്ള പാട്ടുകളും അന്തരീക്ഷത്തെ മുഖരിതമാക്കി. നാലു വളവുകൾ തിരിഞ്ഞ് പ്രൊതിമാദി നിന്നു. കയ്യിലിരുന്ന പ്ലാസ്റ്റിക് കവറിനുള്ളിൽനിന്ന് നേരത്തെ സ്റ്റുഡിയോയുടെ നിലത്തു വീണ ആ മെഴുകുതിരിക്കുറ്റി കണ്ടെടുത്ത് അവർ

തീ കൊളുത്തി. ആഞ്ഞൊരു കാറ്റിൽ പറന്നു പോകാൻ മാത്രം ദുർബലമായി ഓലയും ചുള്ളിക്കമ്പുകളും കൊണ്ട് പടുത്തുണ്ടാക്കിയ ഒരു കൂരയായിരുന്നു മുമ്പിൽ. കനം തൂങ്ങുന്ന ഹൃദയത്തോടെ ഞാൻ ആ വീടിനുള്ളിലേക്കു കയറി. പ്രൊതിമാദി മെഴുകുതിരിയിൽ നിന്നു ചെറിയൊരു കുപ്പിവിളക്കു കൂടി കത്തിച്ചു. ഞങ്ങൾക്കിരിക്കാൻ കീറിയ രണ്ട് പുല്ലുപായകൾ വിരിച്ചു. അരണ്ട വെളിച്ചത്തിൽ നന്നായി മെഴുകിയൊരുക്കിയ നിലവും ഒരു വശത്ത് അട്ടിയായി അടുക്കി വച്ച ചാണകവറളികളും ഞാൻ കണ്ടു. ഒരു ചെറിയ അടുപ്പും രണ്ട് ചട്ടികളും. ഭിത്തിക്കു പകരം ചേർത്തടിച്ചിരിക്കുന്ന മുളങ്കോലുകളിലൊന്നിൽ തൂക്കിയിട്ട ഒരു ചെറിയ തുണിക്കെട്ട്, ഒരു മങ്ങിയ ബ്ലാക് ആൻഡ് വൈറ്റ് ഫോട്ടോ. മെക്കയുടെ ചിത്രമുള്ള ഒരു കലണ്ടർ.

പുരുലിയയിലെ ഗ്രാമത്തിൽനിന്നു പ്രൊതിമാദി നഗരത്തിലേക്കു വന്നത് കേസു നടത്താനാണ്. പത്തു കൊല്ലം കേസു നടത്തി. വീടു വിറ്റു. കേസു തോറ്റു. മകനെ തൂക്കിലേറ്റി. ഭർത്താവിന് ജീവപര്യന്തം തടവുകിട്ടി. പുറത്തു വരുന്നതിനു രണ്ടു മാസം മുമ്പ് കണ്ടപ്പോൾ ജയിലിൽ ജോലി ചെയ്തു കിട്ടിയ കുറച്ചു പണമുണ്ടെന്ന് ഭർത്താവ് പറഞ്ഞു. പറഞ്ഞ തീയതി പിന്നിട്ട് ഒരു മാസം കഴിഞ്ഞിട്ടും ആൾ എത്തിയില്ല. അന്വേഷിച്ചു ചെന്നപ്പോൾ മരിച്ചെന്നും ശരീരം ഗംഗയിലൊഴുക്കിയെന്നും അറിഞ്ഞു. ആ പണം ഇന്നും കിട്ടിയിട്ടില്ല. പത്തു രണ്ടായിരം രൂപയെങ്കിലും കണ്ടേനെ. അതു കിട്ടിയിരുന്നെങ്കിൽ എന്ന് അവർ നെടുവീർപ്പിടുന്നതിനിടെ നാലഞ്ച് എലികൾ ഞങ്ങൾക്കിടയിലൂടെ ഓടി. ഞാൻ ചാടിയെഴുന്നേറ്റു.

"എലികളെ കണ്ടിട്ടില്ലേ?"

അരണ്ട വെളിച്ചത്തിൽ അവർ മൂർച്ചയുള്ള നോട്ടമെയ്തപ്പോൾ ഞാൻ വീണ്ടും ഇരുന്നു.അവർ അപ്പോൾ രണ്ടു ഗ്ലാസുകൾ കഴുകി വെള്ളം കൊണ്ടു വന്നു വച്ചു. പിന്നീട് റാന്തലുയർത്തി എവിടെയൊക്കെയോ തപ്പി രണ്ടു മൂന്നു നാണയത്തുട്ടുകൾ കണ്ടെത്തി.

"ഞാൻ ചായ വാങ്ങി വരാം..."

"ഒന്നും വേണ്ടാ ദീദീ..."

"വേണം... ഞാൻ ഇസ്ലാമായതു കൊണ്ടാണെങ്കിൽ വിഷമിക്കണ്ട. ചായയുണ്ടാക്കുന്നത് മേൽജാതിക്കാരൻ ഹിന്ദുവാണ്."

അവർ ഒരു കാറ്റു പോലെ മൂട്ടവിളക്കുമെടുത്തു പുറത്തേക്കു പോയപ്പോൾ ആ കൂരയിൽ ഞാനും മെഴുകുതിരിയും സഞ്ജീവ് കുമാറും മാത്രമായി. അരണ്ട വെട്ടം അയാളുടെ മുഖത്തും മുടിയിഴകളിലും സ്വർണം പൂശി. നേരത്തെ ഓടിപ്പോയ എലികൾ അതേ വഴി തിരിച്ചു വന്നപ്പോൾ ഞാൻ പിടഞ്ഞെഴുന്നേറ്റു മെക്കയുടെ ചിത്രമുള്ള ആ കലണ്ടറിന്റെ മുമ്പിൽ ചെന്നു നിന്നു.

"ഇവർ ശരിക്കും മുസ്ലിമാണെങ്കിൽ ഹിന്ദുവിനെ കല്യാണം കഴിച്ചത് ഗ്രാമത്തിൽ രക്തച്ചൊരിച്ചിലുണ്ടാക്കിക്കാണും..."

എന്റെ തൊട്ടുപിന്നിൽ നിന്നു സഞ്ജീവ് കുമാർ പറഞ്ഞു. പിൻകഴുത്തിലൂടെ മൃദുവായതെന്തോ ഉരുമ്മിയതുപോലെ ഞാൻ അസ്വസ്ഥയായി. 'എന്റെ

പടിവാതിൽക്കൽ ഭിക്ഷയ്ക്കായി ഞാനിനി നിൽക്കുകയുമില്ല' എന്ന വരി മനസ്സിൽ ഉരുവിട്ടു കൊണ്ട് ഞാൻ അയാളിൽ നിന്ന് ബദ്ധപ്പെട്ട് അകന്നു.

"പതിമൂന്നാം നൂറ്റാണ്ടിൽ എന്റെ കുടുംബത്തിൽനിന്നൊരു സ്ത്രീ മുസ്‌ലിമിനെ വിവാഹം കഴിച്ച് ഇസ്‌ലാം മതം സ്വീകരിച്ചിരുന്നു...ബംഗാളിൽ ഞാൻ കാണുന്ന മുസൽമാൻമാരിൽ അവരുടെ സന്തതിപരമ്പരകൾ ഉണ്ടെന്നു ഥാക്കുമാ ഓർമിപ്പിക്കാറുണ്ട്..."

ഞാൻ അരിശത്തോടെ പറഞ്ഞു. എനിക്കു ദേഷ്യം വന്നു. ഖിൽജി രാജവംശത്തിന്റെ കാലം കഴിയുവോളം രത്നമാലിക കൊട്ടാരത്തിൽത്തന്നെ ജീവിച്ചെന്നാണു കഥ. തൂക്കിക്കൊല നടത്താൻ അന്നും ആരാച്ചാർ കൊട്ടാരത്തിലേക്കു വിളിക്കപ്പെട്ടു. വധശിക്ഷ നടത്തി പ്രതിഫലം വാങ്ങാൻ കാത്തു നിൽക്കുമ്പോൾ അന്തഃപുരത്തിനുള്ളിൽനിന്ന് പട്ടിൽ പൊതിഞ്ഞ സമ്മാനങ്ങളുമായി ഏതെങ്കിലുമൊരു ഭടൻ രൺബീർ പിതാമഹനു മുമ്പിലെത്തി. വലിയൊരു കൂട്ടുകുടുംബത്തിന്റെ ഭാരം താങ്ങി വിഷമിക്കുകയായിരുന്ന പിതാമഹന് ആ സമ്മാനങ്ങൾ ആശ്വാസകരമായി. കാൽകുത്തിയ ഇടമെല്ലാം കാൽക്കീഴിലാക്കി തിരിച്ചു ദേവ്കോട്ടിലെത്തിയപ്പോഴേക്ക് ഖിൽജി രോഗബാധിതനായി. വിശ്വസ്തനായ അലി മാർദാൻ ഖിൽജി അദ്ദേഹത്തെ രോഗശയ്യയിൽ വച്ച് വെട്ടിക്കൊന്ന് അധികാരം പിടിച്ചെടുത്തു. ക്രൂരതയുടെ ആൾരൂപമായി അറിയപ്പെട്ടിരുന്ന അലി മാർദാൻ ഖിൽജിയെ പിൽക്കാലത്ത് അദ്ദേഹത്തിന്റെ മന്ത്രിമാർ ശിരച്ഛേദം ചെയ്തു. എട്ടു വർഷത്തിനുശേഷം നസ്റുദ്ദീൻ മഹ്മൂദ് അധികാരം പിടിച്ചെടുത്ത് മമേലുക് വംശം സ്ഥാപിച്ചതോടെ രത്നാബീഗത്തിന്റെ ഭർത്താവ് കൊല്ലപ്പെട്ടു. ഭർത്താവ് മരിച്ച വാർത്ത കേട്ട് അവർ ഹൃദയം പൊട്ടി മരിച്ചു പോയി എന്നതായിരുന്നു ഥാക്കുമായുടെ കഥയുടെ കാതലായ ഭാഗം.

സഞ്ജീവ് കുമാർ മിത്ര മുളങ്കോലിൽ തൂക്കിയിട്ട തുണിക്കെട്ടിൽ കുത്തി നോക്കുന്നതു കണ്ടപ്പോൾ എനിക്ക് ഈർഷ്യ അനുഭവപ്പെട്ടു.

"ഇവിടെ മോഷ്ടിക്കാൻ ഒന്നുമില്ല..."

എന്റെ വാക്കുകൾ പരുഷമായി. സഞ്ജീവ് കുമാർ മിത്ര തിരിഞ്ഞ് എന്നെ തറപ്പിച്ചു നോക്കി. അയാളുടെ മുഖത്ത് ആ പഴയ അധീശത്വം തിളങ്ങി. വീണ്ടും പുല്ലുപായയിൽ ചെന്നിരിക്കാൻ തിരിഞ്ഞതേയുണ്ടായിരുന്നുള്ളൂ ഞാൻ. പെട്ടെന്ന് മെഴുകുതിരി അണഞ്ഞു. ചെറിയ കൂരയ്ക്കുള്ളിൽ ഇരുട്ടും നിശ്ശബ്ദതയും നിറഞ്ഞു. ഞാൻ ജാഗരൂകയായി. എന്റെ കൈകൾ ദുപ്പട്ടയുടെ തുമ്പിൽ തിരുപ്പിടിച്ചു. വലിയ ഭാരം തൂക്കാൻ മാത്രം ഈടുള്ള തുണിയല്ല, അത് എന്നു ഞാൻ ഭയത്തോടെ കണ്ടെത്തി. സതിയാകുന്നതിനു പകരം ചാമുണ്ഡിയാകാൻ ആഗ്രഹിച്ച രത്നമാലികയുടെ മനസ്സ് ആ നേരത്താണ് എനിക്കു വെളിപ്പെട്ടത്. കറുത്തു പടർന്ന ഒരു വലിയ അരിമ്പാറയ്ക്കുള്ളിൽ നിന്നു പുറത്തേക്കു തുറിച്ചു നിൽക്കുന്ന ഉരുണ്ട കണ്ണുമായി ഒരു പകുതി കരടി മുഖം എനിക്കുണ്ടായിരുന്നെങ്കിലെന്നു ഞാൻ തീവ്രമായി അഭിലഷിച്ചു. എന്റെയും ശരീരം അപസ്മാരം ബാധിച്ചതുപോലെ വെട്ടിവിറച്ചു. ഇരുട്ടിൽ സഞ്ജീവ് കുമാർ മിത്ര എന്റെ അരികിലെത്തി കടന്നു പിടിക്കാൻ ശ്രമിച്ച നിമിഷം, തടവുപുള്ളി സംഭവിച്ചതെന്താണെന്നു തിരിച്ചറിയുംമുമ്പേ കയർ

മുറുക്കുന്നതിലാണ് ആരാച്ചാരുടെ പ്രതിഭയെന്ന അച്ഛന്റെ വാക്കുകൾ സത്യ മാക്കി, ഞാനയാളുടെ കഴുത്തിൽ കുടുക്കിട്ടു. പകച്ചു പോയ സഞ്ജീവ് കുമാർ മിത്ര കഴുത്ത് ഊരിയെടുക്കാൻ ശ്രമിച്ചപ്പോൾ അയാളുടെ സുഗന്ധ മുള്ള മുടിയിഴകൾ എന്റെ കഴുത്തിലും കവിളിലും ഉരുമ്മി. എനിക്കു രോമാ ഞ്ചമുണ്ടായി. ഇരുട്ടിൽ എന്റെ ഇടംകയ്യിലെ കടിഞ്ഞാണിൽ കുടുങ്ങി സ്വർണ ക്കുഞ്ചിരോമമുള്ള കറുത്ത അറബിക്കുതിരയുടെ കരുത്തോടെ അയാൾ കുതിക്കുകയും കുളമ്പടിക്കുകയും ചെയ്തു. മുഖത്തിന്റെ കറുത്ത പാതി യിലെ ഒറ്റക്കണ്ണിലൂടെ ഞാൻ ഭാവികാലം ദർശിച്ചു. അത് അലങ്കരിച്ച അന്ത: പുരം പോലെ എണ്ണമറ്റ ദീപങ്ങൾ പ്രകാശിക്കുന്ന ചുവന്ന പട്ടു വിരിപ്പും തിര ശ്ശീലകളുമുള്ള ഒരു കിടക്കറയായിരുന്നു. പക്ഷേ, പട്ടു കിടക്കയിൽ നിറയെ എലികളായിരുന്നു.

പതിനേഴ്

തൂക്കുപുള്ളിയുടെ മുഖത്തു കറുത്ത മൂടി ധരിപ്പിക്കുന്നതാണ് ആരാച്ചാരെ സംബന്ധിച്ചിടത്തോളം ഏറ്റവും ദുഷ്കരമായ കൃത്യം. കണ്ണുകൾ പരസ്പരം ഇടയുന്ന നിമിഷമാണ് അത്. പരലോകത്തേക്ക് ആ മനുഷ്യൻ സമാഹരിക്കുന്ന അവസാനത്തെ സ്മരണ ആരാച്ചാരുടെ കണ്ണുകളിലെ യാന്ത്രികതയോ കുറ്റബോധമോ ക്ഷമാപണമോ ആയിരിക്കും. ചിലപ്പോൾ മുഖംമൂടിയിൽ പുള്ളിയുടെ കണ്ണുനീരിന്റെ നനവു പടരും. കറുത്ത തുണിയിൽ കറുപ്പിന്റെ കനപ്പായി അതു കാണപ്പെടും. കറുപ്പിൽ പടരുന്ന കണ്ണുനീരും രക്തവും വിയർപ്പും പലതരം കറുപ്പുകളായിരിക്കും. ഇരുനൂറ്റമ്പതു കൊല്ലം മുമ്പ്, ബ്രിട്ടനിലാണ് തൂക്കിക്കൊലയ്ക്കു മുമ്പു പുള്ളിയുടെ തല മുഖംമൂടിയാൽ മറയ്ക്കണം എന്ന നിയമമുണ്ടായത്. സ്വന്തം മരണത്തെക്കുറിച്ച് നേരത്തെ തീരുമാനിച്ചുറപ്പിച്ച ഒരു തടവുപുള്ളി അന്ത്യാഭിലാഷമായി, തൂക്കുമ്പോൾ കണ്ണുകൾ മൂടണമെന്ന് ആവശ്യപ്പെട്ടതിൽനിന്നായിരുന്നു നിയമത്തിന്റെ ഉദ്ഭവം. ബ്രിട്ടനിൽ പ്രചാരത്തിലുണ്ടായിരുന്ന നൈറ്റ് ക്യാപ് തന്നെയായിരുന്നു ആദ്യകാലത്തെ മുഖംമൂടി. അതിന്റെ ചെലവു വഹിക്കേണ്ടത് വധിക്കപ്പെടുന്നയാൾ തന്നെയായിരുന്നു. നൈറ്റ് ക്യാപ്പുകൾ പോലെ അക്കാലത്തെ മുഖംമൂടികളും വെള്ളനിറമുള്ളവയായിരുന്നു. മുഖം മറയുന്നതുതന്നെയാണ് തൂക്കുന്നവർക്കും മരിക്കുന്നവർക്കും സൗകര്യമെന്നു കണ്ട് മറ്റു രാജ്യങ്ങളിലും ആ രീതി പ്രചാരത്തിൽ വന്നു. ഞങ്ങൾ ഗൃദ്ധാമല്ലിക്കുമാരുടെ ചരിത്രത്തിൽ ബ്രിട്ടീഷുകാർക്കു മുമ്പും പിമ്പും കറുത്ത മുഖംമൂടി ഉപയോഗിക്കുകയും ഉപയോഗിക്കാതിരിക്കുകയും ചെയ്തിട്ടുണ്ട്. സ്വാതന്ത്ര്യലബ്ധിക്കു ശേഷം, തൂക്കിക്കൊല നടത്തുന്നതിനു മുമ്പ് ജയിലിൽ വാങ്ങേണ്ട സാധനങ്ങളുടെ പട്ടികയിൽ ആദ്യത്തെ ഇനമായിത്തീർന്നു, അത്.–'പുള്ളിയുടെ മുഖം മൂടാൻ തയ്ച്ചെടുത്ത കറുത്ത തുണി–ഒന്ന്.'

മല്ലിക് ബസാർ ബസ്തിയിൽ പ്രൊതിമ ഘോഷിന്റെ വീട്ടിൽ പോയതിനു പിറ്റേന്ന്, സ്റ്റുഡിയോയിൽ വച്ചു കണ്ടുമുട്ടിയപ്പോൾ ഞാനും സഞ്ജീവ് കുമാർ മിത്രയും കറുത്ത മുഖംമൂടികൾ ധരിച്ചതുപോലെ പരസ്പരം നോക്കി. മേയ്ക്കപ്പ് റൂമിൽ, സി.എൻ.സി. ചാനലിന്റെ പരിപാടികൾ നിർത്താതെ പ്രദർശിപ്പിക്കുന്ന ടിവിക്ക് താഴെ, വിശാലമായ കണ്ണാടിക്കു മുമ്പിലിരുന്നു ചായം പൂശുമ്പോൾ അയാൾ എന്നെ അവഗണിക്കാനും ഒഴിവാക്കാനും ശ്രമിച്ചു. ഗൂഢമായ ആനന്ദത്തോടെ ഞാൻ അയാളെ നിരീക്ഷിച്ചു. അയാൾക്ക് കണ്ണടയുണ്ടായിരുന്നില്ല. പ്രൊതിമാദിയുടെ ഒറ്റമുറിയിലെ ഇരുട്ടിൽ ഞാൻ തട്ടിയെറിഞ്ഞപ്പോൾ അത് ഉടഞ്ഞു പോയി. പക്ഷേ, വെറും ഇടതു കൈകൊണ്ടു മാത്രം നിയന്ത്രിക്കാനാവുന്നതിലും ശക്തനായിരുന്നു അയാൾ.

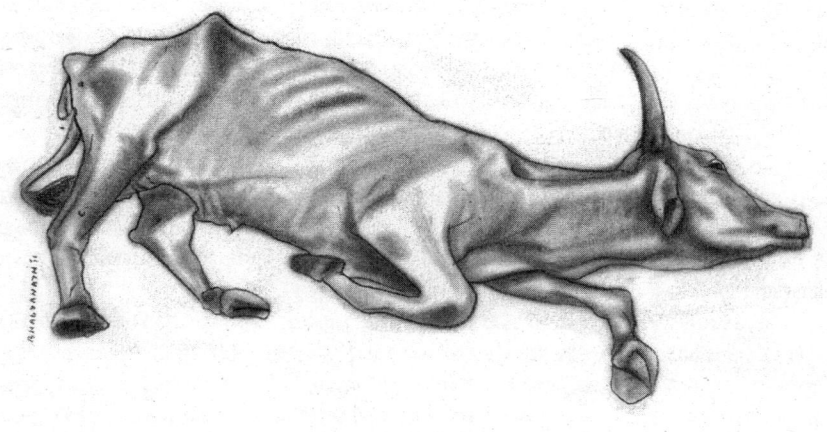

അതുകൊണ്ട് ആദ്യത്തെ ഞെട്ടലിനു ശേഷം അയാൾ കുതറുകയും ആസുര ശക്തിയോടെ ദുപ്പട്ട പിടിച്ചെടുത്ത് മറ്റേ അറ്റം എന്റെ കഴുത്തിൽ ചുറ്റിക്കെട്ടി എന്നെ പിടിച്ചണയ്ക്കുകയും ചെയ്തു. രണ്ടു കൈകളും കൊണ്ട് ഞാന യാളെ പ്രതിരോധിച്ചപ്പോഴാണ് കണ്ണട ദൂരെത്തെറിച്ചത്. അയാൾ എന്റെ ചുമലുകൾ ഞെരിച്ചു. ഞാൻ അയാളുടെ കഴുത്തിലെ കുടുക്കു മുറുക്കി. ഞങ്ങളുടെ കാലുകൾ കുതിരകളെക്കാൾ ശബ്ദമുണ്ടാക്കി. ഒരു കയ്യിൽ മാടിർഖുഡികൾ നിറച്ച തട്ടും മറുകയ്യിൽ വിളക്കുമായി പ്രൊതിമാദി വാതിൽ ക്കൽ എത്തിയതുപോലും ഞാനറിഞ്ഞില്ല. ആ സമയമത്രയും എന്റെ മന സ്സിൽ രത്നമാലികയായിരുന്നു. കുതിരപ്പുറത്തു വാരിയെടുത്തു പറന്നു പോയ യോദ്ധാവ് എങ്ങനെയാണ് അവരുടെ കരടി മുഖം മായ്ച്ചു കളഞ്ഞ തെന്ന് എനിക്ക് വെളിപാടുണ്ടായി. രത്നാബീഗത്തോട് ഞാൻ അസൂയപ്പെട്ടു.

"നിർത്ത്..!"

ചായഗ്ലാസുകളുടെ തട്ട് നിലത്തു വച്ച് പ്രൊതിമാദി ഗർജ്ജിച്ചു. അപ്പോൾ ഞങ്ങൾ അകന്നു മാറി. പക്ഷേ, ദുപ്പട്ടയുടെ നീളക്കുറവു മൂലം തലകൾ വീണ്ടും കൂട്ടിയിടിച്ചു. എന്റെ കഴുത്തിലെ ചുറ്റിൽനിന്നു ഞാൻ വേഗം രക്ഷ പ്പെട്ടു. അയാൾക്കാകട്ടെ, കുടുക്ക് അൽപം അയയ്ക്കാനല്ലാതെ അഴിക്കാൻ സാധിച്ചില്ല. പ്രൊതിമാദി അകത്തു കയറിവന്ന്, വിളക്കു സഞ്ജീവ് കുമാറിന്റെ മുഖത്തിനു നേരെ ഉയർത്തി അയാളുടെ കണ്ണുകളിലേക്ക് ഉറ്റു നോക്കി പുറം കൈ വീശി അയാളുടെ കവിളത്ത് പാതി അടിച്ചു കൊണ്ടു ശകാരിച്ചു:

"പടു വിഡ്ഢി!"

സഞ്ജീവ് കുമാർ ആ നേരത്തു ചുവന്നു തുടുത്തു. കണ്ണാടിയിലൂടെ എന്റെ മുഖത്തേക്കു പാളി നോക്കിയ സഞ്ജീവ് കുമാർ മിത്ര എന്റെ മന്ദ ഹാസം ശ്രദ്ധിച്ച് മുഖം കൂടുതൽ കനപ്പിച്ചു മേയ്ക്കപ്പ് മാനോടു പ്രസ്താവിച്ചു:

"വേഗമാകട്ടെ, ഇന്ന് അധികം സമയമില്ല. അംലഷോളിൽ മരണം അഞ്ചായി."

തലേന്ന്, 'വാ, ഇരിക്ക് ചായ കുടിക്ക്' എന്നു പ്രോതിമാദി ആജ്ഞാപി ച്ചപ്പോൾ അയാൾ തളർച്ചയോടെയാണു പുല്ലുപായയിൽ ഇരുന്നത്. അയാളി രുന്നതിനു തൊട്ടടുത്തുതന്നെ കണ്ണട ഒടിഞ്ഞു കിടന്നു. ചില്ലുകൾക്കു തക രാറില്ലെങ്കിലും കാലുകൾ തകർന്നു പോയ കണ്ണട വിളക്കിന്റെ വെട്ടത്തിലേക്ക് പിടിച്ചു നോക്കിയപ്പോൾ അയാളുടെ മുഖത്തു നിസ്സഹായത പടർന്നു. ഞാനും അവശയായിക്കഴിഞ്ഞിരുന്നു. എന്റെ ഹൃദയത്തിൽ പ്രണയത്തിന്റെ ആദ്യത്തെ കുളമ്പടി കേൾപ്പിച്ച പുരുഷനാണ് അയാളെന്ന ദക്ഷിണ്യം എനിക്ക് അനു ഭവപ്പെട്ടില്ല. ഒരു യുദ്ധം പകുതി നിർത്തി വെള്ളം കുടിക്കാൻ പോകുന്ന യോദ്ധാവിന്റെ അവസ്ഥയിലായിരുന്നു ഞാൻ. രക്തവും മാംസവും അസ്ഥി കളും അങ്കക്കലി കൊണ്ടു തുള്ളി. ചായ കുടിക്കുന്നതിനു മുമ്പും പിമ്പും കഴുത്തിലെ കുടുക്കു വലിച്ചഴിക്കാൻ അയാൾ പ്രയാസപ്പെട്ടു.

"ആരാച്ചാരുടെ കുടുക്ക് അഴിച്ചെടുക്കാൻ സാധിക്കുകയില്ല..."

അയാളുടെ അസ്വസ്ഥത മനസ്സിലാക്കി പ്രൊതിമാദി തന്നോടുതന്നെയെ ന്നതുപോലെ പറഞ്ഞു. കൊൽക്കൊത്തയിൽനിന്ന് അഞ്ഞൂറ്റമ്പതിൽപ്പരം കിലോമീറ്റർ അകലെ കുർസിയോങ്ങിനു സമീപമുള്ള ഗ്രാമത്തിൽ കൂട്ടുകാരന്റെ

കല്യാണം കൂടാനെത്തി വഴി തെറ്റി റുഖിയാബിയുടെ ഗ്രാമത്തിലെത്തിയ ജിതേന്ദ്രഘോഷിനെ കാണാൻ ഞാൻ ആഗ്രഹിച്ചു. റുഖിയാബിയെ കണ്ട പാടെ അയാൾ അവളെ വധുവായി തീരുമാനിച്ചു. റുഖിയാബി ഒപ്പം ചെല്ലാൻ തയാറാകുന്നതുവരെ അയാൾ ആ ഗ്രാമത്തിൽ നിന്നു. മഞ്ഞും വെയിലും മഴയും വകവയ്ക്കാതെ രണ്ടു വർഷം അയാൾ അവളുടെ പിന്നാലെ അലഞ്ഞു. അവളുടെ വീടിന്റെ പിന്നിലെ പൊന്തക്കാട്ടിൽ ചൂളം വിളിയുമായി രാത്രിതോറും കാത്തു. ഒടുവിൽ കൊടും മഞ്ഞു വീഴ്ചയുടെ പതിനാലാമത്തെ രാത്രി, ജിതേന്ദ്രഘോഷിന്റെ അടുത്തേക്ക് റുഖിയാബി ഇറങ്ങിച്ചെന്നു. തണുപ്പിൽ അയാളുടെ വെളുത്ത കാൽപ്പത്തികൾ നീരു വച്ചു നീലിച്ചിരുന്നു. ജീവൻ കയ്യിൽപ്പിടിച്ച് പകലുകളിൽ പൊന്തക്കാട്ടിൽ മറഞ്ഞും രാത്രികളിൽ യാത്ര ചെയ്തും അവർ പുരുലിയയിൽ തിരിച്ചെത്തി. അവിടെ സ്വസ്ഥമായി ജീവിക്കാൻ വേണ്ടി പ്രൊതിമയെന്ന പേരു സ്വീകരിച്ചു. ഉപ്പയുടെ മരണത്തിനു ശേഷം ഉമ്മ രണ്ടാമതും വിവാഹിതയായതു മുതൽ ഇടയ്ക്കിടെയുണ്ടായ അപസ്മാരം പിന്നീട് അവരെ ബാധിച്ചില്ല. വിവാഹത്തിനുശേഷം ഭർത്താവ് ജയിലിൽ മരിച്ചെന്നറിഞ്ഞ ദിവസം അതു വീണ്ടുമുണ്ടായി. ഇടറിയ ശബ്ദ ത്തിൽ അവരതു പറഞ്ഞപ്പോൾ എന്റെ കണ്ണുനിറഞ്ഞു. ആ നേരത്താണ് സഞ്ജീവ് കുമാർ മിത്രയുടെ സെൽ ഫോൺ ശബ്ദിച്ചത്.

“വെറും രണ്ടു പേരോ, ഹരീഷ് ബാബു? അത്രയും ദൂരം രണ്ടു പേർക്കു വേണ്ടി പോകുന്നതു മെനക്കേടല്ലേ? ആ ഗ്യാങ് റേപ്പിന്റെ ഫോളോ അപ് ചെയ്തില്ലേ? പിന്നെ ന്യൂ മാർക്കറ്റിലെ പുതിയ ഷോപ്പിന്റെ വിഷ്വൽ കിട്ടിയോ? ശരി ശരി...”

ദുപ്പട്ടയുടെ കുടുക്ക് അഴിക്കാനുള്ള വിഫല ശ്രമത്തിനുശേഷം ഫോൺ ഓഫ് ചെയ്ത് അയാൾ എന്നെ അസ്വസ്ഥതയോടെ നോക്കി.

“പണ്ടാരമടക്കാൻ അംലഷോളിൽ പട്ടിണി മരണം... എനിക്കുടനെ പോകണം...”

അത്തരമൊരിടത്തിരുന്ന് ആർദ്രതയില്ലാത്ത ആ വാക്കുകൾ കേട്ടപ്പോൾ എന്റെ കണ്ണു വീണ്ടും നിറഞ്ഞു. ജിതേന്ദ്രഘോഷിനെ ഓർത്ത് എനിക്കു പ്രൊതിമാദിയോടും അസൂയയുണ്ടായി. എന്റെ ദുപ്പട്ടയ്ക്കു കുറച്ചുകൂടി ബലമുണ്ടായിരുന്നെങ്കിൽ, പ്രൊതിമാദിയുടെ കൂരയ്ക്കുള്ളിൽ ബലമുള്ള ഒരു അഴിയോ കമ്പിയോ തൂണോ ഉണ്ടായിരുന്നെങ്കിൽ, എന്നു ഞാൻ ആഗ്രഹിച്ചു. എന്റെയുള്ളിലെ ആരാച്ചാരുടെ പ്രണയാസക്തി പോലും ആ വിധത്തിലായി രുന്നു–കഴുത്തിലെ മൂന്നും നാലും കശേരുക്കൾക്കിടയിൽ കൃത്യമായി ഉറ പ്പിച്ച കുടുക്കിന്റെ മുറുക്കം.

ചമയ മേശയ്ക്കു മുന്നിൽനിന്നു സഞ്ജീവ് കുമാർ എഴുന്നേറ്റു. ചായം പൂശിക്കഴിഞ്ഞപ്പോൾ അയാൾ കൂടുതൽ സുന്ദരനായി. കണ്ണടയുടെ തിരശ്ശീല നീങ്ങി പുറത്തു കണ്ട കണ്ണുകൾ പക്ഷേ, ചാരനിറമുള്ള എലികളെപ്പോലെ അങ്ങുമിങ്ങും പാഞ്ഞു. കഴുത്തിൽനിന്നു തൂങ്ങിക്കിടന്ന, ചുവന്ന വട്ടങ്ങൾ ചിതറിയ ദുപ്പട്ടയുമായി തലേന്നു നിസ്സഹായതയോടെ നിന്നപ്പോഴും അയാ ളുടെ കണ്ണുകൾ ഭീരുത്വത്തോടെ ഒഴിഞ്ഞുമാറി. ആ കുടുക്ക് മുറിച്ചെടുക്കുക മാത്രമേ നിവൃത്തിയുണ്ടായിരുന്നുള്ളൂ. ടിവി പരിപാടിക്കു പോകാൻ വേണ്ടി

മാ കാക്കിമായെക്കൊണ്ട് ന്യൂ ബസാറിൽനിന്നു വാങ്ങി തുന്നിയെടുത്ത വില കുറഞ്ഞ തരം സാൽവാർ കമ്മീസിന്റെ ദുപ്പട്ടയായിരുന്നു അത്. പിടിയില്ലാത്ത ഒരു പഴയ കത്തിയാണു പ്രൊതിമാദി എനിക്കു തന്നത്. അയാളുടെ കഴുത്തിന് തൊട്ടു താഴെ വച്ച് ഞാനെന്റെ കുടുക്ക് പ്രയാസപ്പെട്ടു മുറിച്ച് അയാളെ സ്വതന്ത്രനാക്കി, ശേഷിച്ച ദുപ്പട്ട എന്റെ മാറിലിട്ടു. പ്രൊതിമാദിയുടെ കയ്യിലൊന്നു പിടിച്ച് യാത്ര പറയുമ്പോൾ സഞ്ജീവ് കുമാർ മിത്ര നൂറു രൂപയുടെ രണ്ടു നോട്ടുകൾ അവർക്കു നീട്ടി.

"ഇതിരിക്കട്ടെ, ചാനലിന്റെ വകയായി..."

പ്രൊതിമാദി ആ നോട്ടുകളിലേക്കു നോക്കി നിർവികാരതയോടെ തലയാട്ടി.

"വേണ്ടെങ്കിൽ ശരി..."

അവർക്ക് കൊടുക്കുന്നതിനുപകരം മോഷ്ടാവിന്റെ ഭാവത്തോടെ അതു പോക്കറ്റിൽത്തന്നെയിട്ട് അയാൾ തിടുക്കത്തിൽ ഇറങ്ങിപ്പോയപ്പോൾ 'ദീദിക്ക് അതു വാങ്ങാമായിരുന്നു' എന്നു ഞാൻ വിഷമത്തോടെ സൂചിപ്പിച്ചു. അവർ എന്നെ തറപ്പിച്ചു നോക്കി.

"എന്നെക്കൊണ്ട് പിച്ചയെടുപ്പിക്കാൻ ഈ മഹാനഗരം ഒരുപാടു ശ്രമിച്ചിട്ടുണ്ട്... നടന്നിട്ടില്ല... എന്നിട്ടാണോ അവന്റെ ഈ ചാനൽ?"

അവരുടെ മുഖത്ത് ക്ഷോഭത്തിന്റെ കനലുകൾ തിളങ്ങിയപ്പോൾ വീണ്ടും അപസ്മാരമിളകുമോ എന്നു ഞാൻ ഭയന്നു. പക്ഷേ, പേടിക്കണ്ട, പൊയ്ക്കോളൂ എന്ന് അവർ ശാന്തയായി. ഇരുട്ടിൽ സൂക്ഷിച്ചു നടക്കാൻ നിർദ്ദേശിച്ചു. എല്ലുകൾ മാത്രമായ കയ്യാൽ എന്റെ തോളിൽ തട്ടി അവർ നിർവികാരതയോടെ മന്ത്രിച്ചു:

"നിന്നെപ്പോലെ ഒരു പെണ്ണിനെ രൊമേഷ് കൊണ്ടു വരേണ്ടതായിരുന്നു... അതുണ്ടായില്ല..."

ക്യാമറയ്ക്കു മുമ്പിലിരിക്കുമ്പോൾ തലേന്നത്തെ അനുഭവിച്ച ഹൃദയഭാരം വീണ്ടും അനുഭവപ്പെട്ടു. പക്ഷേ, അങ്ങനെയൊരു ദിവസം ജീവിതത്തിൽ സംഭവിച്ചിട്ടേയില്ലാത്തതുപോലെ സഞ്ജീവ് കുമാർ മിത്ര എന്നെ ഗൗരവത്തോടെ നോക്കി.

"ഇന്നെല്ലാവരും അംലഷോളിന്റെ പിറകെയാണ്... നമുക്ക് റേറ്റിങ് വേണമെങ്കിൽ നിങ്ങൾ കുറച്ചുകൂടി എനർജറ്റിക്കാകണം.."

അതു യജമാനൻ അടിമയ്ക്കു നൽകുന്ന നിർദ്ദേശവും വെല്ലുവിളിയുമായിരുന്നു. അതുകൊണ്ട്, ക്യാമറയ്ക്കു മുമ്പിൽ, 'അപ്പോൾ ശരി, ചേതനാദീ, ദിവസം ഇങ്ങടുത്തു, വരുമ്പോൾ എന്തൊക്കെയാണ് വധശിക്ഷ സംബന്ധിച്ച പുതിയ വിവരങ്ങൾ? എന്ന് അയാൾ ചോദിച്ചപ്പോൾ ലാഘവത്തോടെ ഞാൻ പ്രതികരിച്ചു:

"നോക്കൂ സഞ്ജീവ് കുമാർ മിത്ര, നിങ്ങൾക്കു മനസ്സിലാകാത്ത ഒരുപാടു കാര്യങ്ങൾ ഒരു ആരാച്ചാരുടെ ജീവിതത്തിലുണ്ട്..."

തുല്യനോ നിസ്സാരനോ ആയ ഒരാളോടെന്ന പോലെ ഞാൻ തുടങ്ങി.

"തൂക്കുമരമെന്നോ കുടുക്കെന്നോ നിങ്ങൾക്ക് വളരെ നിസ്സാരമായി പറഞ്ഞു തീർക്കാം. പക്ഷേ കുടുക്കു കഴുത്തിൽ വീഴുന്ന അനുഭവമെന്തെന്ന്

അനുഭവിച്ചവർക്കു മാത്രമേ മനസ്സിലാകൂ... നോക്കൂ, എന്റെ ഈ ദുപ്പട്ട കൊണ്ട് കഴുത്തിൽ ചുറ്റിക്കെട്ടിയാലും ഒരാളെ നിസ്സാരമായി കൊല്ലാം. പക്ഷേ, അതല്ല വധശിക്ഷയിൽ ഉത്തരവാദിത്തമുള്ള ഒരു ഗവൺമെന്റിൽനിന്നു പൗരൻമാർ പ്രതീക്ഷിക്കുന്നത്... ഗവൺമെന്റ് നടപ്പാക്കുമ്പോൾ അത് കുറ്റമറ്റ രീതിയിൽ വെടിപ്പോടെ വേണം. ഒരു വാടകക്കൊലയാളി ചെയ്യുന്നതുപോലെ എങ്ങനെ യെങ്കിലും കെട്ടിത്തൂക്കി ജോലി തീർക്കാൻ ഗവൺമെന്റിന്-അതായത് ഒരു ഗവൺമെന്റ് നിയോഗിക്കുന്ന തൊഴിലാളിയെന്ന നിലയിൽ ആരാച്ചാർക്ക് - സാധ്യമല്ല."

ഞാൻ ഗൗരവത്തിൽ തുടർന്നു:

"ഉദാഹരണത്തിന് കയറും കുടുക്കും. കയറില്ലെങ്കിൽ ശിക്ഷയില്ല. കയർ നീതിയുടെ ഉപകരണമാണ്. തോന്നിയ കയർ ഉപയോഗിക്കാനോ തോന്നിയ മാതിരി കുടുക്കിടാനോ സാധ്യമല്ല. അതിനൊക്കെ വ്യക്തമായ നിർദ്ദേശങ്ങ ളുണ്ട്. എന്റെ ബാബായുടെ പിതാമഹൻമാരിലൊരാളായ ജ്ഞാനനാഥ ഗൃദ്ധാ മല്ലിക് കയറിന്റെ അറ്റം കരിച്ച് ഇരുമ്പു വളയം കടത്തിയിട്ടാണു കുടുക്കിട്ടി രുന്നത്. കൃത്യമായി പുള്ളിയുടെ കഴുത്തിലെ കശേരുക്കളിൽത്തന്നെ ആ വളയം ചെന്നു നിൽക്കും വിധം കുടുക്കിടാൻ അസാധാരണ പാടവമായി രുന്നു അദ്ദേഹത്തിന്. അതേ സമയം, കയറിന്റെ ഒരു തലപ്പു വളച്ചെടുത്ത് അതിൽത്തന്നെ കെട്ടി കുടുക്കുണ്ടാക്കുന്ന പ്രവൃത്തി നമ്മുടെ ജീവിതത്തിന്റെ പ്രതീകവും അർഥവുമാണെന്ന് എന്റെ ബാബാ ഫണി ഭൂഷൺ ഗൃദ്ധാമല്ലിക് വിശ്വസിക്കുന്നു. അദ്ദേഹത്തിന്റെ കാഴ്ചപ്പാടിൽ ജീവിതത്തിനും മരണത്തി നുമിടയിൽ ഒരു ഇരുമ്പുവളയത്തിന്റെ ആവശ്യമില്ല.അതുകൊണ്ട് ബാബാ യ്ക്ക് ബ്രിട്ടീഷുകാർ ഹാൾട്ടർ സ്റ്റൈറൽ നൂസ് എന്നു വിളിക്കുന്ന ലളിതമായ കുടുക്കാണിഷ്ടം."

മൂന്നു വർഷം മുമ്പ് ഇന്റർവ്യൂ ചെയ്യാൻ വന്ന ഇംഗ്ലീഷ് നോവലെഴുത്തു കാരന്, അച്ഛൻ സ്വന്തം തോർത്തിൽ ഒരു കുടുക്കിട്ടു കാട്ടിക്കൊടുത്തപ്പോൾ ആ മനുഷ്യൻ അമ്പരപ്പോടെ അതു പിടിച്ചു നോക്കി 'ഹെയ്, ദിസ് ഈസ് ജസ്റ്റ് എ ഹാൾട്ടർ സ്റ്റൈറൽ നൂസ്' എന്ന് ആശ്ചര്യപ്പെട്ടതിൽനിന്നു കിട്ടിയ തായിരുന്നു എനിക്ക് ആ വാക്ക്. സഞ്ജീവ് കുമാർ മിത്ര ജാഗരൂകനായി.

"ബ്രിട്ടീഷുകാരുടെ കാലത്ത് കൊൽക്കൊത്തയിൽ തൂക്കിക്കൊല നട ത്താൻ കുറേക്കാലം ജോൺ എഡ്ഡിങ്ടൺ ആൻഡ് കമ്പനിയുടെ കയറു കൾ വരുത്തിയിരുന്നു. പക്ഷേ ഒരു തവണ കപ്പൽ വിചാരിച്ച സമയത്ത് എത്താതിരുന്നപ്പോൾ കയറുണ്ടാക്കാൻ ഇവിടെത്തന്നെയുള്ള കമ്പനികളെ നിയോഗിച്ചു. ഇറക്കുമതി ചെയ്ത കയർ കാണാൻ ഭംഗിയുള്ളതായിരുന്നു. കയറിന്റെ അറ്റത്ത് ഇഴകൾ എഴുന്നു നിൽക്കാതെ ഭംഗിയായി വിളക്കിച്ചേർ ത്തിരുന്നു. മൂന്ന് ദശാംശം എട്ടു മീറ്റർ നീളവും മുക്കാലിഞ്ചു വ്യാസവുമുള്ള ആ കയറിൽ നാലു കനത്ത ഇഴകളാണുണ്ടായിരുന്നത്. എന്റെ ശശി ജേട്ടു, അതായത് ബാബായുടെ ജ്യേഷ്ഠൻ മരിച്ചു പോയ ശശിഭൂഷൺ ഗൃദ്ധാ മല്ലിക്, ആദ്യമായി തൂക്കിയ കയർ മൊത്തമായി തുകൽ പൊതിഞ്ഞതായിരുന്നു..."

ഒന്നു നിർത്തി ഞാൻ സഞ്ജീവ് കുമാർ മിത്രയെ നോക്കി.

"ശശിഭൂഷൺ ജേട്ടുവിന് ആരാച്ചാരാകാൻ ആഗ്രഹമുണ്ടായിരുന്നില്ല. ഫുട്ബോൾ ആയിരുന്നു അദ്ദേഹത്തിനെല്ലാം. ജൊരാബഗാനു വേണ്ടി അക്കാലത്തെ വലിയ താരമായിരുന്ന ശൈലേഷ് ബോസ് കളിക്കാനിറങ്ങുന്ന ദിവസമായിരുന്നു. ദാദു തല്ലിച്ചതച്ചാണ് ജേട്ടുവിനെ തൂക്കുമരത്തിലേക്ക് തള്ളിവിട്ടിരുന്നത്. കൗമാരം കടന്നിട്ടില്ലാത്ത ജേട്ടു കരഞ്ഞു പിഴിഞ്ഞ് ആദ്യം കണ്ട തടവുകാരന്റെ കഴുത്തിൽ കുടുക്കിട്ടു. കുടുക്കും ഇട്ട സ്ഥലവും കൃത്യമായിരുന്നെങ്കിലും പുതിയ തരം കയറായിരുന്നതിനാൽ അദ്ദേഹത്തിന്റെ കണക്കുകൂട്ടൽ പാളി. അതിനിടെ തുകലുരഞ്ഞ് തൂക്കുപുള്ളിയുടെ കഴുത്തിലെ ഞരമ്പു പൊട്ടി ചോര ധാരയായി ഒഴുകി. കുടുക്ക് ഉദ്ദേശിച്ച സ്ഥലത്തു നിൽക്കാതെ തല അറ്റു ശരീരം വലിയ ശബ്ദത്തോടെ താഴേക്കു വീണു. ശിരസ്സ് മാത്രം കുടുക്കിനുള്ളിൽ ഒരു നിമിഷം തങ്ങി, പിന്നീട് ഒരു തുണിപ്പന്തു പോലെ താഴെ വീണ് ഉരുണ്ടു. ജേട്ടു ഉറക്കെ നിലവിളിച്ചു..."

സഞ്ജീവ് കുമാർ മിത്ര നിശ്ചലനായി ഇരുന്നു. ഒന്നു രണ്ടു നിമിഷം കഴിഞ്ഞാണു ഞാൻ വീണ്ടും സംസാരിച്ചത്.

"അതിൽപ്പിന്നെ അത്തരം കയർ ഉപയോഗിക്കാൻ തയ്യാറല്ലെന്ന് ദാദു ഗവൺമെന്റിനെ അറിയിച്ചു. അതു കഴിഞ്ഞപ്പോൾ തൂക്കുകയറിന്റെ അറ്റം അന്ന് ഗുട്ടാ പെർച്ചാ എന്ന ഒരു മെഴുകു കൊണ്ട് മിനുക്കി മൃദുവാക്കണമെന്നു കൽപന വന്നു. കയർ ഉപയോഗിക്കുന്നതിനുമുമ്പ് മെഴുകു ചൂടാക്കിയില്ലെങ്കിൽ അത് കല്ലുപോലെയിരിക്കും. അതുകൊണ്ടു പുലർച്ചെ നാലു മണിക്കു തൂക്കിക്കൊല്ലണമെങ്കിൽ മൂന്നര മണി മണി മുതൽ കയറിൽ മെഴുകു തേച്ച ഭാഗത്തിനു താഴെ മെഴുകുതിരി കത്തിച്ച് മെഴുകു പാകത്തിനു മൃദുവാക്കേണ്ടിയിരുന്നു. തൂക്കുപുള്ളികൾ ജയിലറയിൽനിന്നു പുറത്തേക്കിറങ്ങുമ്പോൾത്തന്നെ മെഴുകുരുകുന്ന മണം അവർക്കു കിട്ടുമായിരുന്നു. ഒന്നോർത്തു നോക്കൂ സഞ്ജു ബാബൂ, നിങ്ങളാണ് വധശിക്ഷയ്ക്കു വിധിക്കപ്പെട്ട തടവുപുള്ളിയെങ്കിൽ, പുലർച്ചെ മൂന്നു മണിക്ക് നിങ്ങളുടെ ജീവിതത്തിലെ ആ അവസാന നിമിഷങ്ങളിൽ ജയിൽ വളപ്പിലാകെ നിറയുന്ന മെഴുകിന്റെ ഗന്ധം മരണത്തിലേക്കു പോകാറായി എന്നു നിങ്ങളെ ഓർമിപ്പിക്കുന്ന ആ അവസ്ഥ."

സഞ്ജീവ് കുമാർ മിത്രയുടെ മുഖം, പ്രൊതിമാദി 'പടുവിഡ്ഢി' എന്നു ശകാരിച്ചപ്പോഴത്തേക്കാൾ, ചുവന്നു തുടുത്തു. ഞാൻ നേർത്ത ചിരിയോടെ കടിഞ്ഞാൺ പൂർണമായും കയ്യിലൊതുക്കി തുടർന്നു :

"ബ്രിട്ടീഷ് കയറുകളുടെ ഇഴകൾ അക്കാലത്ത് ഇറ്റലിയിൽ നിർമിച്ചവയായിരുന്നു. കുടുക്കിന്റെ സ്ഥാനം മാറാതിരിക്കാൻ തുകൽ കൊണ്ടുള്ള വാഷറിടാൻ അവരൊരു കൽപനയിറക്കി. എന്റെ പിതാമഹൻമാർക്ക് അതിഷ്ടമായിരുന്നില്ല. പിന്നീട് റബർ വാഷർ കണ്ടുപിടിച്ചപ്പോൾ അത് ഉപയോഗിക്കാനായി ഗവൺമെന്റിന്റെ കൽപന. എന്റെ ബാബായെ സംബന്ധിച്ചിടത്തോളം കയർ യമധർമന്റെ പ്രതീകമാണ്. അതിനെ തുകൽ കൊണ്ടോ ലോഹം കൊണ്ടോ അശുദ്ധമാക്കാൻ അദ്ദേഹം സന്നദ്ധനല്ല..."

"നിങ്ങളോ ചേതനാദീ?"

അസ്വസ്ഥതയോടെ സഞ്ജീവ് കുമാർ മിത്ര അന്വേഷിച്ചു.

"ഇതു ജനാധിപത്യ രാജ്യമാണ്, സഞ്ജു ബാബൂ. ജനങ്ങൾ തിരഞ്ഞെടുത്ത ജനങ്ങളുടെ ഗവൺമെന്റാണ് ജനങ്ങൾ എങ്ങനെ ജീവിക്കണമെന്നും മരിക്കണമെന്നും തീരുമാനിക്കേണ്ടത്...."

ഷോ അവസാനിപ്പിച്ചു മേയ്ക്കപ് റൂമിൽ തിരിച്ചെത്തിയപ്പോൾ ഹരീഷ് നാഥ് പിന്നാലെ വന്ന് 'ചേതനാദീ, യൂ വേർ ടെറിഫിക്' എന്ന് എന്നെ അഭിനന്ദിച്ചു. പക്ഷേ, ചായം തുടച്ചു കൊണ്ടിരുന്നപ്പോഴാണ് ടിവിയിൽ അംലഷോളിലെ പട്ടിണി മരണത്തിന്റെ ദൃശ്യങ്ങളിൽ കാഴ്ച ഉടക്കിയത്. പ്രൊതിമാദിയോടു യാത്ര പറഞ്ഞു കാറിനടുത്തേക്കുള്ള വഴി തേടുമ്പോൾ ഉണർന്ന ഭീതി എന്നെ വീണ്ടും ബാധിച്ചു. ട്യൂബ് ലൈറ്റുകൾ നിരന്നു കത്തുന്ന ആ മുറിയിൽ നിൽക്കെ, നെല്ലും ഗോതമ്പും വിളയുന്ന പാടങ്ങൾ വേനലിൽ കരിഞ്ഞു കറുത്തു പോകുന്നതും കന്നുകാലികൾ പാടത്തു ചത്തു വീഴുന്നതും കൺമുമ്പിലെന്നതുപോലെ ഞാൻ കണ്ടു. ചേരിയിലെ നടക്കാൻ മാത്രം വീതിയുള്ള വഴിക്കിരുവശത്തുമുള്ള കൂരകളിൽ അന്തിയുറങ്ങിയിരുന്നവരിലേറെപ്പേരും അങ്ങനെയൊക്കെ നഗരത്തിൽ വന്നെത്തിയവരായിരുന്നു. ഒന്നുകിൽ മഴ ചതിച്ചവർ. അല്ലെങ്കിൽ മതം ചതിച്ചവർ. അവർ കയ്യൊന്നു നീട്ടാൻ സ്ഥലമില്ലാത്ത മുറികൾക്കുള്ളിൽ പത്തോ പന്ത്രണ്ടോ പേരോടൊപ്പം ഉറങ്ങുകയും ഉണരുകയും ജീവിക്കുകയും ചെയ്തു.മഴ പെയ്യുമ്പോൾ ടാർപ്പാളിനോ പരസ്യബോർഡുകളിൽനിന്നു കീറിയെടുത്ത പ്ലാസ്റ്റിക് ഷീറ്റുകളോ ഉപയോഗിച്ച് സ്വയം മൂടിപ്പുതച്ചു. നൂറോ നൂറ്റമ്പതോ പേർക്കു പൊതുവായുള്ള പൈപ്പുകളിൽനിന്നു വെള്ളമെടുക്കുകയും ഇരുട്ടായതിനുശേഷവും വെളിച്ചം വീഴുന്നതിനു മുമ്പും തുറന്ന സ്ഥലങ്ങളിലെവിടെയെങ്കിലും മലമൂത്ര വിസർജ്ജനം നടത്താൻ ശീലിക്കുകയും ചെയ്തു. അവർ എലികൾക്കും പാറ്റകൾക്കും പുഴുക്കൾക്കും കൊതുകുകൾക്കും ഇടയിൽ ഉറങ്ങുകയും ഭക്ഷണം കഴിക്കുകയും ഇണചേരുകയും ചെയ്തു. പട്ടികളും പശുക്കളും പൂച്ചകളും ആടുകളും കോഴികളും അവർക്കിടയിൽ വീർപ്പുമുട്ടി.

അപ്പോൾ ടിവിയിൽ സുന്ദരിയായ അവതാരക വായന ആരംഭിച്ചു:

"അതിനിടെ, അംല ഷോളിൽ അഞ്ചു പേർ മരിച്ചതു പട്ടിണി മൂലമല്ലെന്നും ഭക്ഷണത്തിൽ പോഷകങ്ങളുടെ അളവിലുണ്ടായ ചെറിയ കുറവുകൊണ്ടാണെന്നുമുള്ള പ്രസ്താവന വിവാദമായതിനെത്തുടർന്നു മുഖ്യമന്ത്രി ഗൗതംദേവ് പിൻവലിച്ചു. സംസ്ഥാനത്തിന്റെ ചില ഭാഗങ്ങളിൽ പട്ടിണിയുണ്ടെന്നും ഇത്തരം സംഭവങ്ങൾ ആവർത്തിക്കുകയില്ലെന്ന് ഉറപ്പില്ലെന്നും മുഖ്യമന്ത്രി വ്യക്തമാക്കി..."

സ്ക്രീനിലെത്തിയ മുഖ്യമന്ത്രി പറയുന്നതു കേൾക്കാൻ നിൽക്കാതെ വസ്ത്രം മാറുന്ന മുറിയിലേക്കു പോയപ്പോൾ നീംതല ഘാട്ടിനു സമീപം കഴിഞ്ഞ വേനലിലെത്തിയ ആദിവാസി കുടുംബത്തെയാണ് എനിക്ക് ഓർമ വന്നത്. ഒരൽപം ഭക്ഷണം യാചിച്ച് അവരിലൊരു സ്ത്രീ കൂനിക്കൂടി രണ്ടു കുഞ്ഞുങ്ങളുമായി വീട്ടുപടിക്കൽ വന്നിരുന്നു. കുറച്ചു കുറച്ചു ചോറും റോട്ടിയും മാ അവർ നൽകിയപ്പോൾ കുഞ്ഞുങ്ങൾ ആർത്തിയോടെ നിലവിളിച്ചു. ഒരു മാസമായി മൈനയിറച്ചി മാത്രമാണ് അവർ കഴിച്ചിരുന്നതെന്നു കേട്ടു ഠാക്കുമാ 'ഭഗ്ബാൻ മഹാദേബ്' എന്നു നെഞ്ചിൽ കൈവച്ച് നെടുവീർ

പ്പിട്ടു. രണ്ടോ മൂന്നോ വയസ്സു തോന്നിക്കുന്ന രണ്ടു കുഞ്ഞുങ്ങൾക്കും ആറും എട്ടും വയസ്സു പ്രായമുണ്ടായിരുന്നു. ഥാക്കുമായോളം പ്രായം തോന്നിക്കുന്ന സ്ത്രീക്ക് പക്ഷേ, എന്റെ പ്രായമേയുണ്ടായിരുന്നുള്ളൂ. ആർത്തിയോടെ ഭക്ഷണം കഴിച്ച് നന്ദി പറഞ്ഞ് പോകാൻ തുടങ്ങുമ്പോഴാണ് കീറിപ്പറിഞ്ഞ സാരിക്കിടയിലൂടെ അവരുടെ മാറിടം ഞാൻ കണ്ടത്. വിരലുറകൾ പോലെ തൂങ്ങിക്കിടക്കുന്ന തോലിന്റെ അറ്റം കറുത്ത രണ്ടു തുണ്ടുകൾ.

പുറത്തിറങ്ങുമ്പോൾ ടിവിയിൽ വീണ്ടും അവതാരകയുടെ മുഖം തെളിഞ്ഞു.

"പക്ഷേ അംലഷോളിലെ മരണങ്ങൾ പട്ടിണി മൂലമല്ലെന്നും രോഗം മൂലമാണെന്നും പടിഞ്ഞാറൻമേഖലയുടെ മന്ത്രി പരമേശ്വർ ബർമൻ അറിയിച്ചു."

തുടർന്നു ടിവിയിൽ മൈക്കുകൾക്കു മുമ്പിലിരിക്കുന്ന മന്ത്രിയുടെ മേദസ്സുള്ള വെളുത്ത മുഖം തെളിഞ്ഞു :

"ഈ മരണങ്ങൾ പട്ടിണി മൂലമാണെന്നു പറയുന്നത് ശുദ്ധ അസംബന്ധമാണ്. നിങ്ങളാരെങ്കിലും അവിടെ പോയിട്ടുണ്ടോ? എന്നാൽ, കേട്ടോ, ഞാൻ പോയിട്ടുണ്ട്. അവിടങ്ങനെ പട്ടിണി മരണമുണ്ടാകാൻ വലിയ പ്രയാസമാണ്. അവിടെയൊക്കെ ഇഷ്ടം പോലെ പ്രകൃതി വിഭവങ്ങളല്ലേ? ഉദാഹരണത്തിന് ബാബുയി പുല്ലു കൊല്ലം മുഴുവൻ കിട്ടും. ഈ പുല്ലു വച്ച് കയറുണ്ടാക്കാം. ഈ കയറിന് കിലോയ്ക്ക് പത്തു രൂപ വച്ച് ആദിവാസികൾക്കു സമ്പാദിക്കാം, അറിയാമോ? പിന്നെ ഓരോ വീട്ടിലും ഇഷ്ടം പോലെ കന്നുകാലികളുണ്ട്... ഞാൻ പോയ എല്ലാ വീട്ടിലും പതിനെട്ട് മുതൽ ഇരുപത്തഞ്ച് ആടു വരെയുണ്ടായിരുന്നു..."

"മരിച്ച അഞ്ചുപേരും ദരിദ്രരായിരുന്നില്ല എന്നാണോ ബാബു പറയുന്നത്?" – ആരോ ചോദിച്ചു.

"പിന്നല്ലാതെ... ഞാനവിടെ കണ്ട പയ്യൻമാരൊക്കെ ചെത്തു ഡ്രസാണ് ഇട്ടിരുന്നത്. കയ്യിൽ വാച്ചു പോലുമുണ്ടായിരുന്നു... ഞാനവരോടു ചോദിച്ചപ്പോൾ അവർ പറഞ്ഞത്, ക്രിക്കറ്റ് കളിക്കാൻ പോകും, ടെലിവിഷനിൽ ക്രിക്കറ്റ് കാണുകയും ചെയ്യും എന്നാണ്...അവിടൊന്നും പട്ടിണീമില്ല, ദാരിദ്ര്യവുമില്ല..."

പൗരൻമാർ അർഹിക്കുന്ന മരണം സംബന്ധിച്ച നിസ്സാര കാര്യങ്ങളിൽപ്പോലും ചരിത്രാതീത കാലം മുതൽ ഭരണകൂടങ്ങൾ എത്ര ശ്രദ്ധാലുക്കളാണ് എന്നു ജനിച്ച നാൾ മുതൽ ഞാൻ കേട്ടു വളരുന്നതാണ്. പുറത്തേക്കുള്ള വാതിലിനടുത്തേക്കു തിരിഞ്ഞപ്പോൾ അവതാരക അടുത്ത വാർത്ത തുടങ്ങി:

"ഇതിനിടെ ഇന്ത്യയിലെ കോടീശ്വരൻമാരുടെ എണ്ണം ഇരുപത്തിരണ്ടു ശതമാനം കണ്ടു വർധിച്ചതായി യു.എസ്. ബാങ്ക് നടത്തിയ സർവേയിൽ വ്യക്തമായി. ലോകത്ത് ഇപ്പോൾ ആകെ 77 ലക്ഷം കോടീശ്വരൻമാരാണുള്ളത്. ഇന്ത്യയിൽ ഈ പട്ടികയിൽ 61000 പേർ മാത്രമാണുള്ളതെങ്കിലും വൻ തോതിലാണ് ഇവരുടെ സംഖ്യയിലുള്ള വർധനയെന്നത് ഇന്ത്യയുടെ സാമ്പത്തിക പുരോഗതിക്കു തെളിവാണെന്ന് നിരീക്ഷകർ ചൂണ്ടിക്കാട്ടുന്നു..."

പുറത്തെത്തി എന്റെ വാഹനം തിരയുമ്പോഴാണ് സഞ്ജീവ് കുമാർ മിത്ര അടുത്തു വന്നത്. മുഖത്തെ ചായം അയാൾ അപ്പോഴും തുടച്ചു കള ഞ്ഞിരുന്നില്ല.

"ചേതനാ, എനിക്കു വളരെ ഗൗരവമുള്ള ചില കാര്യങ്ങൾ സംസാരിക്കാ നുണ്ട്..."

ഞാൻ അയാളെ താൽപര്യമില്ലാതെ നോക്കി.

"ഇത്രയുമായ സ്ഥിതിക്ക് ചേതനയെ വിവാഹം കഴിച്ചില്ലെങ്കിൽ എന്റെ ജീവിതത്തിന് ഇനി ഒരർഥവുമില്ല..."

"സമൻമാർ തമ്മിലേ വിവാഹബന്ധം ആകാവൂ..."

"ഞാൻ ചില കുസൃതികൾ കാട്ടിയിട്ടുണ്ട്..പക്ഷേ അതൊക്കെ ചേതന യോടുള്ള സ്നേഹം കൊണ്ടായിരുന്നു എന്നു ദയവായി മനസ്സിലാക്കണം. പ്രൊതിമാ ഘോഷിന്റെ ഭർത്താവ് ജിതേന്ദ്ര ഘോഷിനെ പോലെ ഒറ്റ നോട്ട ത്തിലേ ചേതനയെ വധുവായി തീരുമാനിച്ചതാണു ഞാൻ..."

പ്രൊതിമാദിയെക്കുറിച്ചുള്ള ആ പരാമർശത്തിൽ ഞാൻ തളർന്നു. അയാൾ കൃതഹസ്തനായൊരു ആരാച്ചാരെപ്പോലെ കണ്ണിമചിമ്മുന്ന വേഗ ത്തിൽ എന്റെ കഴുത്തിൽ കുടുക്കിട്ട് മുറുക്കി – കൃത്യമായും മൂന്നും നാലും കശേരുക്കൾക്കിടയിൽ.

പതിനെട്ട്

തൂക്കിക്കൊലയ്ക്ക് എട്ടു നാൾ മാത്രം അവശേഷിക്കെ എന്റെ കഴുത്തിലിട്ട കുടുക്ക് സഞ്ജീവ് കുമാർ മിത്ര ഒന്നു കൂടി മുറുക്കി. അതൊരു വല്ലാത്ത ദിവസമായിരുന്നു. രാത്രി ഇടമുറിഞ്ഞ വാഹനങ്ങളുടെ നിശ്ശബ്ദതയിൽ അകലെയെവിടെയോ മനുഷ്യനെന്നോ മൃഗമെന്നോ വേർതിരിച്ചറിയാൻ സാധിക്കാത്ത 'മാ, ഏക്തു ഫാൻ ദിയോ' എന്ന നിലവിളി ഉയർന്നു. ഥാക്കുമാ പേടിച്ചു ചാടിയെഴുന്നേറ്റു.

"ഭഗ്ബാൻ! ക്ഷാമം... ക്ഷാമം... !"

ഥാക്കുമായുടെ നിലവിളി കേട്ട് ഞാനും രാമുദായും ഞെട്ടിയുണർന്നു. ഉറക്കത്തിൽ ഞാൻ ആലിപ്പൂർ കറക്ഷനൽ ഹോമിന്റെ വലിയ വളപ്പിൽ തൂക്കുമരച്ചുവട്ടിൽ നട്ടുച്ചയ്ക്ക് ഒറ്റയ്ക്കു നിന്ന് ഒരാളെ തൂക്കിലേറ്റുന്നതു സ്വപ്നം കാണുകയായിരുന്നു. കത്തുന്ന വെയിലിൽ എന്റെ കാഴ്ച ഇരുണ്ട് തൂക്കുപുള്ളിയുടെ മുഖം അദൃശ്യമായി. കഴുത്തിറുകി ശ്വാസംമുട്ടിയാണ് ഞാൻ ഉണർന്നത്. ഥാക്കുമായുടെ നിലവിളി കൂടിയായപ്പോൾ സ്വസ്ഥത പാടെ നഷ്ടപ്പെട്ടു. ക്ഷാമം എന്ന വാക്ക് എന്നെ അംലഷോളിനെ ഓർമിപ്പിച്ചു. അംലഷോളിലെ ആദിവാസികൾക്കു മാസങ്ങളായി റേഷൻ കിട്ടിയിരുന്നില്ല. അവരുടെ റേഷൻ കാർഡുകൾ വ്യാപാരിയുടെ കയ്യിലായിരുന്നു. പട്ടിണിമരണ വാർത്ത പുറത്തു വന്നതും അയാൾ ഒളിവിൽപ്പോയി. എത്ര അരി വീതം ഓരോ മാസവും റേഷൻ കിട്ടുമെന്നു പോലും ഗ്രാമീണർക്ക് അറിയില്ലായിരുന്നു. 'ഥാക്കുമാ, ക്ഷാമം വന്നാൽ ഗവൺമെന്റ് ഭക്ഷണം തരും' എന്ന് പാതിയുറക്കത്തിൽ ആശ്വസിപ്പിച്ചു രാമുദാ വീണ്ടും കണ്ണടച്ചപ്പോൾ ഥാക്കുമായുടെ ക്ഷോഭം ഇരട്ടിച്ചു.

"ങ്ഹും. എനിക്കു വലിയ പഠിപ്പൊന്നുമില്ല. പക്ഷേ ഗവൺമെന്റ് തന്നെയാണ് ക്ഷാമമുണ്ടാക്കുന്നതെന്ന് എനിക്കറിയാം... അത് നാൽപ്പത്തിമൂന്നിൽ ഞാൻ കണ്ടതല്ലേ? ഒരു തുള്ളി കഞ്ഞി വെള്ളം തരണേ എന്ന നിലവിളി കേട്ട് എന്റെ മൗഷിമായ്ക്കു ഭ്രാന്തിളകി, അറിയാമോ? രാവിലെയെഴുന്നേറ്റു വാതിൽ തുറക്കുമ്പോൾ കണ്ടിരുന്നത് പട്ടിയും കാക്കയും കൊത്തി വലിക്കുന്ന ശവങ്ങളാണ്..."

ഥാക്കുമായുടെ ശബ്ദം ഇടറി.എന്റെ ഉറക്കം പൂർണമായും മാഞ്ഞു. ബ്രിട്ടീഷുകാരുടെ കാലത്ത് രാജ്യത്തുണ്ടായ ഇരുപത്തിരണ്ടു ക്ഷാമങ്ങളിൽ ഏഴും അനുഭവിച്ചിട്ടുള്ള നമ്മൾ വിശപ്പിനെ ഭയക്കരുതെന്ന് ഒരു നേരത്തെ ഭക്ഷണത്തിന് കുറവു വരുമ്പോഴൊക്കെ അച്ഛൻ ഉപദേശിച്ചിരുന്നു. ആയിരത്തിയൊരുനൂറ്റി എഴുപതിൽ, ബംഗാളിലെ മൂന്നിലൊന്ന് ജനങ്ങളോടൊപ്പം ഗൃദ്ധാമല്ലിക്കുമാരുടെ കുടുംബം ഏതാണ്ട് അന്യം നിന്നു. ഭക്ഷിക്കാൻ

BHAGYANATH '12'

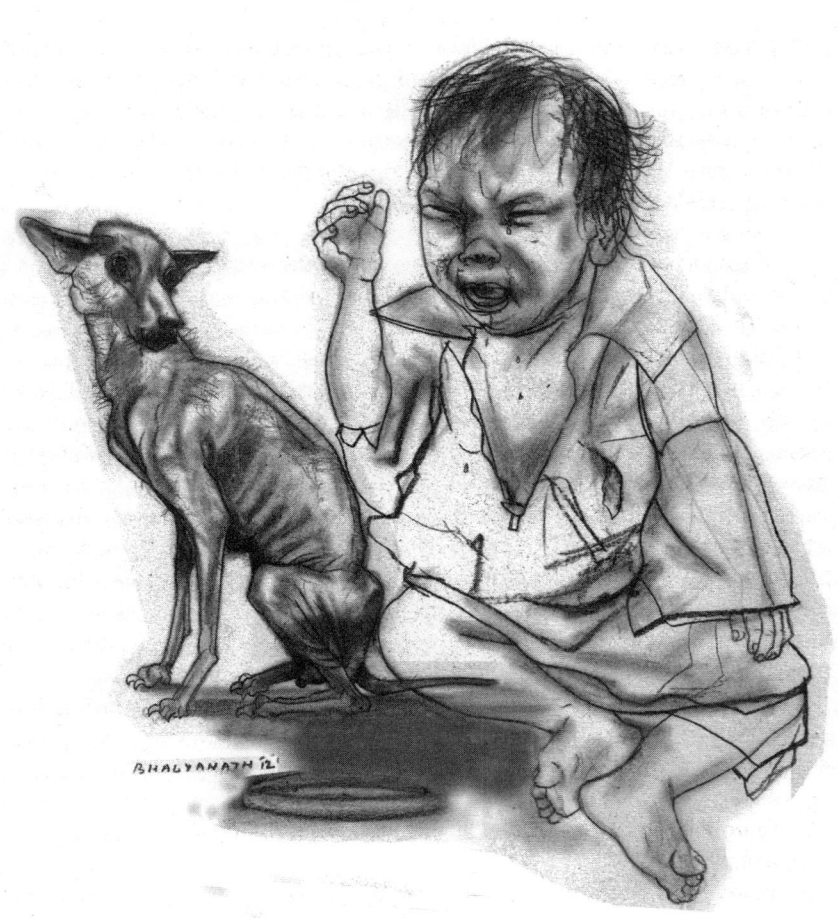

പുല്ലിന്റെ ഉണങ്ങിയ വേരു പോലും കിട്ടാനില്ലാതെ നാൽപതിനുമേൽ പ്രായമുള്ള പുരുഷൻമാരും സ്ത്രീകളും കെട്ടിത്തൂങ്ങി മരിച്ചു. അങ്ങനെയാണ് ഞങ്ങളുടെ കുടുംബത്തിൽ ജനസംഖ്യാനിയന്ത്രണം സാധ്യമായത്.

ആ നിലവിളി വീണ്ടും ഉയർന്നു. കിടക്കാൻ തുനിഞ്ഞ ഥാക്കുമാ, ആരോ വിശന്നിട്ടുതന്നെ കരയുകയാണ് എന്നു വ്യാകുലപ്പെട്ടു വീണ്ടും എഴുന്നേറ്റു. അപ്പോൾ വളരെക്കാലം കൂടി ദാദുവിന്റെ ഇളയ സഹോദരൻ അലോക്നാഥ് ഗൃദ്ധാമല്ലിക് ദാദുവിന്റെ കഥ ഞാൻ ഓർത്തു. അലോക് നാഥ് ദാദു റൈറ്റേഴ്സ് ബിൽഡിങ്ങിൽ തൂപ്പുകാരന്റെ ജോലി ചെയ്തിരുന്നു. മുന്നൂറു രൂപയിൽ താഴെ ശമ്പളമുള്ള ഡൂക്ലി ജീവനക്കാർക്കു താമസിക്കാൻ ബ്രിട്ടീഷുകാർ പണികഴിപ്പിച്ച ആ കെട്ടിടത്തിൽ ജോലി ചെയ്തതിനിടെ തൂപ്പുകാരൻ യജമാനൻമാരുടെ സംഭാഷണം കേട്ടു കേട്ട് പണ്ഡിതനായി. ജവഹർലാൽ നെഹ്റുവിനോട് ഗാന്ധിജിക്ക് പക്ഷപാതമില്ലായിരുന്നെങ്കിൽ ഇന്ത്യയുടെ കഥ മറ്റൊന്നാകുമായിരുന്നു എന്ന് അലോക്നാഥ് ദാദു വിശ്വസിച്ചു. 1938-ലെ ഹരിപുര കോൺഗ്രസിൽ നേതാജി സുഭാഷ് ചന്ദ്ര ബോസിനെ കോൺഗ്രസ് പ്രസിഡന്റായി തിരഞ്ഞെടുത്ത ഗാന്ധിജി അടുത്ത വർഷം അദ്ദേഹത്തെ ഒഴിവാക്കാൻ പട്ടാഭി സീതാരാമയ്യയെ നേതാജിക്കെതിരെ മൽസരിപ്പിച്ചില്ലായിരുന്നെങ്കിൽ കൊൽക്കൊത്തയിൽ ആയിരക്കണക്കിനാളുകൾ മരിക്കുകയില്ലായിരുന്നു എന്ന് ദാദു കുറ്റപ്പെടുത്തി. നേതാജി ജയിച്ചു. ഗാന്ധിജിയുടെ ഗ്രൂപ്പിസത്തിൽ മനംനൊന്ത് നേതാജി രാജി വച്ചു ഫോർവേർഡ് ബ്ലോക് രൂപീകരിച്ചു. ഗവൺമെന്റിനെ അട്ടിമറിക്കാനുള്ള ശ്രമങ്ങളുടെ പേരിൽ അദ്ദേഹം വീട്ടുതടങ്കലിലായി. നാൽപ്പത്തിയൊന്നിൽ അദ്ദേഹം രക്ഷപ്പെട്ട് ജർമനിയിൽ അഭയം തേടി. അവിടെ നിന്ന് മുങ്ങിക്കപ്പലിൽ ജപ്പാനിലേക്കു പോയി. ഇന്ത്യൻ നാഷനൽ ആർമി രൂപീകരിച്ച് ബ്രിട്ടനും സഖ്യകക്ഷികൾക്കുമെതിരെ യുദ്ധം പ്രഖ്യാപിച്ചു. ജപ്പാൻ സൈന്യം ബർമയുടെ ഭൂരിഭാഗവും പിടിച്ചെടുത്തപ്പോൾ ഏഴു കൊല്ലമായി ബർമയിൽ നിന്ന് ഇറക്കുമതി ചെയ്ത അരി കൊണ്ടു ജീവിച്ചിരുന്ന ബംഗാളികൾക്ക് അന്നംമുട്ടി. അപ്പോഴാണ് നാൽപ്പത്തിരണ്ടിലെ മഹാമാരിയിൽ വിള നശിച്ചത്. മിഡ്നാപ്പൂരിലും 24 പർഗാനാസിലുമുള്ള മുഴുവൻ കൃഷിയും നശിച്ചു. കർഷകർ ഉള്ള അരി പൂഴ്ത്തി. അതിനിടെ ബോട്ടുകൾക്കും കാളവണ്ടികൾക്കും നിയന്ത്രണമേർപ്പെടുത്തി. അതോടെ ഒരു പ്രദേശത്തെ ജനങ്ങൾ തീർത്തും ഒറ്റപ്പെട്ടു. മാസങ്ങൾ നീണ്ട പട്ടിണിക്കു ശേഷം എല്ലാ പ്രതീക്ഷയും നശിച്ച് അവർ കൽക്കട്ടയിലേക്ക് പ്രവഹിച്ചു.

"എല്ലായിടത്തും ശവങ്ങളും കഴുകൻമാരും ചെന്നായ്ക്കളും. ആരെയെങ്കിലും വിളിച്ചു ഭക്ഷണം കൊടുക്കാൻ പോലും പേടിയായിരുന്നു. ഒരിക്കൽ എന്റെ ഥാക്കുമാ വിളമ്പിക്കൊടുത്ത ചോറ് കഴിച്ചിട്ട് ഒരു സ്ത്രീ ഞങ്ങളുടെ കൺമുന്നിൽ വയറു പൊട്ടി മരിച്ചു..."

ഥാക്കുമാ ആ ഓർമയിൽ വീണ്ടും കണ്ണുതുടച്ചു. കൃഷി നഷ്ടപ്പെട്ട് കൃഷിയിടവും വീടിന്റെ കഴുക്കോൽ പോലും വിറ്റ് വിൽക്കാൻ ഇനിയൊന്നുമില്ലാത്ത അവസ്ഥയിൽ പതറിപ്പോയ ഒരു കൂട്ടം മനുഷ്യരെ സങ്കൽപ്പിച്ചപ്പോൾ എന്റെ വയറും കാളി. അവർ ആദ്യം അനാഥ ബന്ധുക്കളോടും പിന്നീട് പ്രായം

ചെന്നവരോടും വീടു വിട്ടു പോകാൻ പറഞ്ഞു. പിന്നീട് കുഞ്ഞുങ്ങളെ ധനികരുടെ വീട്ടുപടിക്കൽ ഉപേക്ഷിച്ചു. നാടു വിട്ട് എവിടെയെന്നില്ലാതെ അലഞ്ഞു. പുല്ലും ചവറും തിന്നും ചാണകം പോലും തിന്നും ജീവൻ നിലനിർത്താൻ ശ്രമിച്ചു. അതും കഴിഞ്ഞ് കുഞ്ഞുങ്ങളെ ഒന്നോ രണ്ടോ രൂപയ്ക്കു വിറ്റു. കൽക്കട്ട നഗരത്തിലേക്ക് ഒഴുകിയെത്തിയവരിൽ ഏറെപ്പേരും സ്ത്രീകളായിരുന്നു. ചുഴലിക്കാറ്റിൽ പുരുഷൻമാർ മിക്കവരും മരിച്ചു. അവർക്കു സൗജന്യ അന്നം വിതരണം ചെയ്തപ്പോൾ മാസങ്ങൾ നീണ്ട പട്ടിണിക്കൊടുവിൽ ഭക്ഷണം കഴിച്ചവരുടെ വയറു ബലൂൺ പോലെ വീർത്തു, തൊലി മുട്ടയുടെ വെള്ളപോലെ സുതാര്യമായി. ഒരു നേരമെങ്കിലും ഭക്ഷണം കഴിച്ച സന്തോഷത്തോടെ അവർ വേഗം മരിച്ചു.

അലോക് നാഥ് ദാദുവിന് ഒരു മകളേയുണ്ടായിരുന്നുള്ളൂ. അവർ ചെറുപ്പത്തിലേ മരിച്ചു. അവരുടെ ഏക മകൻ ആനന്ദ മാർഗിയിൽ ചേർന്നു. ഞാൻ ജനിച്ച വർഷം അയാൾ ബിജോൻ സേതുവിൽ മറ്റ് പതിനഞ്ചു സന്ന്യാസിമാരോടും ഒരു സന്ന്യാസിനിയോടും ഒപ്പം ജീവനോടെ കത്തിയെരിഞ്ഞു. ആയിരക്കണക്കിനാളുകളോടൊപ്പം ദാദുവും അതു നോക്കി നിന്നു. കത്തിയെരിയുന്നവരിൽ ഒരാൾ പേരക്കുട്ടിയാണെന്നു ദാദുവിന് അറിയില്ലായിരുന്നു. നേരം പുലരുവോളം 'മാ, ഏക്തു ഫാൻ ദിയോ' എന്ന നിലവിളി ഉയർന്നതിനാൽ ഥാക്കുമാ ഈ പഴയ കഥകൾ പുലമ്പി. നേരം പുലർന്നതും ഥാക്കുമാ നിലവിളിയുടെ ഉറവിടം തേടിപ്പോയി. ഏറെക്കഴിഞ്ഞു ഞാൻ അടുക്കളയിൽ റൊട്ടി കഴിക്കാനിരിക്കെയാണ് ഹരി ദാ വന്ന് ഥാക്കുമാ വിളിക്കുന്നു എന്ന് അറിയിച്ചത്. കഴിക്കാനെടുത്ത ഭക്ഷണം അടച്ചു വച്ച് ഞാൻ പുറത്തു ചെന്നു. ഞങ്ങളുടെ വീട്ടിൽനിന്നു ഘാട്ടിലേക്കു തിരിയുന്നതിനു പകരം ഇടത്തേക്കുള്ള വഴിയാണു ഹരിദാ ചൂണ്ടിക്കാട്ടിയത്. വീടിരിക്കുന്ന അതേ നിര കെട്ടിടത്തിനു ശേഷം അടുത്ത നിര തുടങ്ങുന്നതിനിടയിലായി ഒരാൾക്ക് കൈ നീട്ടി നിൽക്കാൻ മാത്രം ഇടയുള്ള ഒഴിഞ്ഞ സ്ഥലത്തായിരുന്നു ഥാക്കുമാ. അവിടെ നെടുകെ ഒരു ഓട ഒഴുകിയിരുന്നു. അതിനു മേൽ ഒരു കുടുംബം താമസമുറപ്പിച്ചിരുന്നു.

"ചേതൂ ഷോരാട്ദീ... വാ... നോക്ക്..."

ഥാക്കുമാ ആകുലതയോടെ വിളിച്ചു. തല കുനിച്ച് ഒരു കോഴിക്കൂട്ടിലേക്കു കയറുന്ന വിഷമത്തോടെ അകത്തേക്ക് എത്തിനോക്കിയ ഞാൻ അന്ധാളിച്ചു. പത്തുപതിനാലു വയസ്സു പ്രായമുള്ള ഒരു ആൺകുട്ടി നഗ്നനായി കിടന്നിരുന്നു. വലിയ തലയും വീർത്ത വയറുമായി ഒരുപാടു ദിവസം വെള്ളത്തിൽക്കിടന്ന മൃതദേഹം പോലെ ഒരു ശരീരം. അരികിൽ കത്തിച്ചുവച്ച മെഴുകുതിരിയുടെ വെളിച്ചത്തിൽ ആ കാഴ്ച ആദ്യം വ്യക്തമായില്ല. ആ കുട്ടിയുടെ കണ്ണുകളുടെ കോണിൽനിന്നു പുറത്തു വന്നത് പഴുപ്പല്ല, ചിതലുകളാണെന്ന് ഞാൻ ഞെട്ടലോടെ തിരിച്ചറിഞ്ഞു. അവന്റെ മൂക്കിനുള്ളിൽനിന്ന് തവിട്ടു നിറമുള്ള ചെറിയ ശവംതീനിയുറുമ്പുകളും ചെവികളിൽനിന്ന് നീലമണിയനീച്ചകളും പുറത്തു വന്നു. അവൻ ഇടയ്ക്കിടെ കോട്ടുവായോ ഏമ്പക്കമോ ഇടുന്ന ശബ്ദമുണ്ടാക്കി. അപ്പോൾ ചെറിയ ചുവന്ന ചാഴികൾ വായിൽനിന്നു പറന്നു. ഇടയ്ക്ക് അവൻ ഒന്നു ഞെളിഞ്ഞു പിരിഞ്ഞപ്പോൾ അവന്റെ

ലിംഗത്തിൽനിന്ന് മൂത്രത്തിന്റെ നീണ്ട തുള്ളികൾ പോലെ വെള്ളച്ചിറകുള്ള നിശാശലഭങ്ങൾ പുറത്തുവന്ന് മെഴുകുതിരിക്കു നേരെ പറന്നു.

എനിക്കു കണ്ണുകളെ വിശ്വസിക്കാൻ സാധിച്ചില്ല. വയറ്റിനുള്ളിൽനിന്ന് എന്തോ തികട്ടി. വായിൽ കയ്പ് നിറഞ്ഞു. ശരീരത്തിൽനിന്ന് ഈച്ചകൾ പുറത്തു വരുന്ന കുട്ടിയെക്കുറിച്ച് ഒരു വർഷം മുമ്പ് പത്രത്തിലും ടിവിയിലും വാർത്തയുണ്ടായിരുന്നു. മിഡ്നാപ്പൂരിനു സമീപമുള്ള ഗ്രാമത്തിൽ കൃഷി നശിച്ചപ്പോൾ ഉള്ളതെല്ലാം നഷ്ടപ്പെട്ട് ഒരു വർഷം മുമ്പ് നഗരത്തിൽ ഉപജീവനം തേടി വന്ന കുടുംബമായിരുന്നു അവന്റേതും. ഒരു തുണിക്കെട്ടിൽ കൊള്ളാവുന്ന സാധനങ്ങളുമായി ഹൗറ സ്റ്റേഷനിൽ വന്നിറങ്ങി, കടത്തിണ്ണയിലും ബസ് സ്റ്റോപ്പിലും ഒക്കെയായി ഓരോ രാത്രിയായി തള്ളിനീക്കുന്നതിനിടെ ഒരു ദിവസം അവരുടെ മൂത്ത മകൻ രത്തന്റെ ലിംഗത്തിൽനിന്ന് ശലഭങ്ങൾ വമിച്ചു. ആ അത്ഭുതം കാണാൻ ആളുകൾ കൂടി. ഭിക്ഷക്കാരുടെ ഏജന്റുമാരിലൊരാൾ കുറേക്കാലം അവനെയും കൊണ്ട് നഗരം മുഴുവൻ കറങ്ങി പണം പിരിച്ചു. പത്രവാർത്ത വന്നപ്പോൾ കുട്ടിയെ ചികിൽസിക്കാൻ ഗവൺമെന്റ് ഉത്തരവിട്ടു. ഒന്നു രണ്ടാഴ്ച കഴിഞ്ഞപ്പോൾ പത്രക്കാർക്ക് താൽപര്യം നശിച്ചു. കയ്യിൽ തുട്ടില്ലാത്ത അവനെ ഡോക്ടർമാരും ആശുപത്രി ജീവനക്കാരും പെട്ടെന്നു കയ്യൊഴിഞ്ഞു. അവന്റെ രോഗം ഒരിക്കലും കണ്ടുപിടിക്കപ്പെട്ടില്ല. അവനെ പിന്നീടു പത്രക്കാർ തേടിച്ചെന്നതുമില്ല. അപ്പോഴേക്ക് അവന്റെ കണ്ണിൽ നിന്നു ചിതലുകളും മൂക്കിൽനിന്ന് ഉറുമ്പുകളും വന്നു തുടങ്ങി. ചെവിയിൽനിന്നും വായിൽനിന്നും പ്രാണികളുടെ വരവ് ദുസ്സഹമായ വേദനയുണ്ടാക്കി. കടത്തിണ്ണകളിൽനിന്നും ബസ് സ്റ്റോപ്പുകളിൽ നിന്നും മറ്റു കുടുംബങ്ങൾ അവരെ ആട്ടിയോടിച്ചു. ഏതോ ചവറ്റുവീപ്പയിൽ നിന്നു കിട്ടിയ പച്ചക്കറിയുടെ അംശങ്ങളുമായി കയറി വന്ന അവന്റെ അമ്മ മൃൺമയി, മകന്റെ ഉണങ്ങിക്കരിഞ്ഞു പോയ ദേഹത്തുനിന്നു തുരുതുരാ പുറത്തു വന്നു കൊണ്ടിരുന്ന ചിതലുകളെയും ഈച്ചകളെയും നോക്കി എന്നോട് അനുകമ്പയോടെ പറഞ്ഞു :

"പാവം ജീവികൾ! അകത്തു കിടന്നിട്ട് വല്ലതും തിന്നാൻ വേണ്ടേ?"

ഞാൻ വായ വരണ്ടു നിന്നു. അപ്പോൾ ഥാക്കുമാ എന്നോടു മന്ത്രിച്ചു:

"ലക്ഷണ പ്രകാരം ഒരാഴ്ച തികയ്ക്കില്ല... ദൈവത്തിന്റെ കാരുണ്യം!"

അവന് കഞ്ഞി കോരിക്കൊടുത്തപ്പോൾ എല്ലും തോലുമായ അവന്റെ മുഖത്തെ കുണ്ടിലാഴ്ന്ന കണ്ണുകളുടെ കൃഷ്ണമണികളിൽ തന്റെ രൂപം കാണാൻ സാധിച്ചില്ല എന്നതായിരുന്നു ഥാക്കുമാ കണ്ട മരണലക്ഷണം. ഞാൻ സൂക്ഷിച്ചു നോക്കി. എന്റെ നേരെ ദുർബലമായി പുഞ്ചിരിച്ച കണ്ണുകളിൽ എന്റെ മുഖം പോയിട്ട് അവന്റെ കൃഷ്ണമണികൾ പോലും വ്യക്തമായില്ല. നോക്കി നിൽക്കെ അവൻ ഒന്നുകൂടി ഏമ്പക്കമിട്ടു. പിന്നീട് ആരോടെന്നില്ലാതെ പുഞ്ചിരിച്ചു. പുറത്തുവന്ന ഉറുമ്പുകളും ചിതലുകളും അവന്റെ കണ്ണുകളിലേക്കും മൂക്കിലേക്കും തിരിച്ചു പാഞ്ഞു.

അന്നത്തെ ഹാങ് വുമൺസ് ഡയറിയിൽ പങ്കെടുക്കാൻ ചെന്ന എന്നോട്, 'എന്തുപറ്റി ചേതനാ, മുഖം വല്ലാതിരിക്കുന്നല്ലോ' എന്നു ഹരീഷ് നാഥിന്റെ സമീപം നിന്ന സഞ്ജീവ് കുമാർ മിത്ര ലോഹ്യം ഭാവിച്ചു. അയാളുടെ ചായം

തേച്ച മുഖവും പുതുതായി സ്വർണക്കാലുകൾ പിടിപ്പിച്ച പഴയ കറുത്ത കണ്ണട ച്ചില്ലുകളും കണ്ടപ്പോൾ രത്തന്റെ കുണ്ടിലാർന്ന കണ്ണുകൾ ഓർത്ത് എനിക്ക് അപസ്മാരമിളകി.

"ഞങ്ങളുടെ വീടിനടുത്ത് മരണം നടന്നു. ഒരു ആൺകുട്ടി..."

ഞാൻ നിസ്സംഗതയോടെ പറഞ്ഞു.

"ഓ...!"

സഞ്ജീവ് കുമാർ മിത്ര നിസ്സാരഭാവത്തിൽ പ്രതികരിച്ചു.

"അവന്റെ ശരീരത്തിൽനിന്നു പലതരം പ്രാണികൾ പുറത്തു വരുന്നു ണ്ടായിരുന്നു. രാവിലെ ഭക്ഷണം കഴിക്കാനിരിക്കുമ്പോഴാണ് മരണവാർത്ത ഞാൻ കേട്ടത്. അപ്പോൾ ഭക്ഷണം അടച്ചുവച്ച് അവനെ കാണാൻ പോയി. പിന്നീട് കഴിച്ചില്ല..."

സഞ്ജീവ് കുമാർ മിത്രയുടെയും ഹരീഷ് നാഥിന്റെയും മുഖങ്ങളിൽ ചെറിയ മിന്നലാട്ടമുണ്ടായി.

"അതെന്താ??"

"ഭക്ഷണത്തിനുള്ളിൽ പ്രാണികൾ നുരയ്ക്കുന്നു..."

ഇരുവരും ഒരു നിമിഷം നിശ്ശബ്ദരായി. പിന്നീട് ഹരീഷ് നാഥ് ചിരി ക്കാൻ ശ്രമിച്ചു.

"ഓ... യെസ്..അങ്ങനെയെന്തോ ഒരു സ്റ്റോറി കഴിഞ്ഞ വർഷം നമ്മൾ ചെയ്തിരുന്നല്ലോ... സൊഞ്ജൂ, നിങ്ങൾ വരുന്നതിനു മുമ്പായിരുന്നു അത്..."

അതു ശ്രദ്ധിക്കാതെ ഞാൻ വീണ്ടും തുടർന്നു :

"അവന്റെ ശരീരത്തിലെ തൊലി വേനൽക്കാലത്തെ പാടം പോലെയു ണ്ടായിരുന്നു. കണ്ണുകളിൽനിന്ന് മഞ്ഞ ചിതലുകൾ, കാതുകളിൽനിന്ന് മൂളുന്ന മണിയനീച്ചകൾ, മൂത്രനാളിയിൽനിന്നു തൂവെള്ള ശലഭങ്ങൾ..."

ഒന്നു നിർത്തി ഞാൻ ഇരുവരെയും നോക്കി.

"പക്ഷേ, ഏറ്റവും പ്രശ്നമുണ്ടാക്കിയത് വായിൽനിന്നു വന്ന ചാഴിക ളാണ്. ഓരോന്നും പറന്നിറങ്ങുമ്പോൾ എന്തൊരു ദുർഗന്ധമായിരുന്നു. താടി യിലൂടെ തുണിയിട്ടു കെട്ടിവച്ചിട്ടും ചുണ്ടുകൾക്കിടയിൽനിന്ന് അവ തുരു തുരാ പുറത്തു വന്നു..."

"മതി... മതി..."

സഞ്ജീവ് കുമാർ മിത്ര അസഹ്യതയോടെ തടഞ്ഞു. പക്ഷേ, ഞാൻ തുടർന്നു:

"അവനെ അവർ സംസ്കരിച്ചില്ല... അതിനൊന്നും അവർക്കു പണമു ണ്ടായിരുന്നില്ല. അവനെ ഒരു വള്ളത്തിൽ കയറ്റി നദിയുടെ നടുവിലെത്തി തള്ളി താഴെയിട്ടു..."

അംലഷോളിലെ പട്ടിണി മരണത്തിന്റെ ബഹളം ഒടുങ്ങിയതിനാൽ അന്ന് ഹാങ് വുമൺസ് ഡയറിക്കു കൊഴുപ്പു കൂട്ടാൻ ക്ഷണിക്കപ്പെട്ട മനുഷ്യാവകാശ പ്രവർത്തകൻ ശങ്കർ പ്രസാദ് മജുംദാർ കടന്നു വന്നതു കൊണ്ട് ഞങ്ങളുടെ സംഭാഷണം തടസ്സപ്പെട്ടു. വധശിക്ഷയ്ക്കെതിരെ വാദിക്കുന്ന സംഘടനയുടെ പ്രസിഡന്റായിരുന്നു മജുംദാർ. തിളങ്ങുന്ന കോട്ടും സൂട്ടും ധരിച്ച അദ്ദേഹ ത്തിന്റെ ക്ലീൻ ഷേവ് ചെയ്ത മുഖത്തെ ശുഭാപ്തി വിശ്വാസം എന്നെ അലോ സരപ്പെടുത്തി.

"വധശിക്ഷ പ്രാകൃതമായ ഒരു ഏർപ്പാടാണ്... പരിഷ്കൃത രാഷ്ട്രങ്ങളൊന്നും അതിനെ പിന്തുണയ്ക്കുന്നില്ല. ആ സാഹചര്യത്തിൽ മിസ് ചേതനാ ഗൃദ്ധാമല്ലിക്കിനെപ്പോലെ ഇത്രയെങ്കിലും വിദ്യാഭ്യാസമുള്ള ഒരു പെൺകുട്ടി ഒരിക്കലും ആരാച്ചാരായി ജോലി ചെയ്യാൻ സന്നദ്ധത കാണിക്കരുതായിരുന്നു എന്നു ഞാൻ വിശ്വസിക്കുന്നു. ആരാച്ചാരാകാൻ ചേതന തയാറായിരുന്നില്ലെങ്കിൽ ഈ വധശിക്ഷ ഒരുപക്ഷേ നടക്കാതെ പോയേനെ. ഒരു മനുഷ്യജീവിതം കുറച്ചു കൂടി നീട്ടിക്കിട്ടിയേനെ."

ചർച്ചയിൽ അദ്ദേഹം അഭിപ്രായപ്പെട്ടു. സഞ്ജീവ് കുമാർ മിത്ര എന്റെ നേരെ നോക്കി.

"എന്തു പറയുന്നു, ചേതനാദീ?"

"അംലഷോളിൽ പട്ടിണി മരണങ്ങൾ നടക്കുന്നു... കുഞ്ഞുങ്ങൾ പുഴു വരിച്ചും ശരീരത്തിൽനിന്ന് ഈച്ചയും പൂച്ചിയും പുറത്തു ചാടിയും വേദനിച്ചു മരിക്കുന്നു. അവരുടെയൊക്കെ ജീവിതം നീട്ടിക്കിട്ടുന്നതിനെക്കുറിച്ച് മനുഷ്യാവകാശ പ്രവർത്തകർക്കു വേവലാതിയില്ലാത്തതിനെക്കുറിച്ചാണ് എന്റെ അത്ഭുതം. അദ്ദേഹം പറഞ്ഞ അതേ മാനദണ്ഡം വച്ചാണെങ്കിൽ, കുറ്റം ചെയ്തവരേക്കാൾ യാതന കുറ്റം ചെയ്യാത്തവർക്കു രാജ്യം സമ്മാനിക്കുന്നതെന്തുകൊണ്ടാണ്?"

"അംലഷോളിലെ പട്ടിണി മരണത്തെക്കുറിച്ചാണെങ്കിൽ, മിസ് ചേതന മനസ്സിലാക്കാത്ത ചില കാര്യങ്ങളുണ്ട്... അവിടെ ഗവൺമെന്റിന്റെ സഹായം എത്താത്തതല്ല, കുറ്റം. അതു വേണ്ട വിധം വിതരണം ചെയ്യപ്പെടാതെ പോയതാണ്..."

മജുംദാറിന്റെ ഭദ്രലോക് ആത്മവിശ്വാസത്തിനു മുമ്പിൽ എനിക്കു വീണ്ടും ക്ഷമകെട്ടു.

"ഇതേ വാക്കുകൾ നാൽപ്പത്തിമൂന്നിൽ സായ്പുമാരും പറഞ്ഞിട്ടുണ്ട്, മജുംദാർ ബാബു. ഇന്ത്യയിൽ ഭക്ഷണത്തിന് ഒരു കുറവുമില്ല. ആകെയുള്ള പ്രശ്നം റൊട്ടിപ്പുറത്ത് വെണ്ണ ഒരുപോലെ തേയ്ക്കാൻ പറ്റാത്തതാണ് എന്ന്..."

"നമ്മൾ കാടു കയറുന്നു, ചേതനാദീ... ബ്രിട്ടീഷുകാരുടെ കാലത്ത് അങ്ങനെ പലതും നടന്നു കാണും..."

സഞ്ജീവ് കുമാർ മിത്ര അസഹ്യതയോടെ ഇടപെട്ടു.

"അതൊക്കെ മറ്റൊരു വിഷയമാണ്. നമുക്ക് വധശിക്ഷയുടെ കാര്യമെടുക്കാം. ഒന്ന് ആലോചിച്ചുനോക്കൂ, യതീന്ദ്രനാഥ് ബാനർജി പന്ത്രണ്ടു വർഷമായി തടവിൽ കിടക്കുന്നു. അയാളെക്കാൾ കൊടും കുറ്റങ്ങൾ ചെയ്ത മറ്റു പലരുടെയും ശിക്ഷ കോടതി ഇളവു ചെയ്തു കൊടുത്തിട്ടുണ്ട്. ഒരേ കുറ്റത്തിന് പല മനുഷ്യർ പല തരം ശിക്ഷകൾ ഏറ്റു വാങ്ങുന്നത് പരിഷ്കൃത രാജ്യങ്ങൾക്കു ചേർന്നതല്ല..."

മജുംദാർ വാദിച്ചു.

"കോടിക്കണക്കിനു പൗരൻമാർ പട്ടിണി കൊണ്ടു മരിക്കുകയും അറുപത്തോരായിരം പേർ രാഷ്ട്രത്തിന്റെ മൊത്തം വരുമാനത്തേക്കാൾ ആസ്തിയുള്ള കോടീശ്വരൻമാരായി ജീവിക്കുകയും ചെയ്യുന്ന രാജ്യത്ത് കുറ്റവാളികൾക്കു മാത്രം സമത്വം പ്രതീക്ഷിക്കുന്നത് എന്ത് അടിസ്ഥാനത്തിലാണു ബാബൂ?"

“മിസ് ചേതനാ മല്ലിക് ഇപ്പോൾ രണ്ടു കാര്യങ്ങൾ കൂട്ടിക്കുഴയ്ക്കുകയാണ്... ദാരിദ്ര്യം വേറെ, വധശിക്ഷ വേറെ...”

“ഒരിക്കലുമല്ല...എന്റെ ബാബാ നാനൂറ്റി അമ്പത്തിയൊന്നു പേരെ തൂക്കിലേറ്റി. അവരിൽ നാനൂറു പേരും ദരിദ്രരായിരുന്നു... നല്ല വക്കീലിനെ വച്ചു വാദിക്കാൻ ശേഷിയില്ലാതെ പോയവർ...”

“ബാക്കി അമ്പത്തൊന്നു പേരോ?”

“അവർ കൂടുതൽ സമ്പന്നരായവരുടെ പ്രതിയോഗികളായിരുന്നു...”

മജുംദാർ ഇതൊന്നും ശരിയല്ലെന്ന മട്ടിൽ വീണ്ടും തലയാട്ടി.

“മിസ് ചേതന പറയുന്ന പ്രകാരം വധശിക്ഷയ്ക്കു വിധിക്കപ്പെടുന്നവരെല്ലാം ദരിദ്രരാണെങ്കിൽ വധശിക്ഷ നിരോധിക്കുന്നതുവഴി ഗുണം കിട്ടുന്നതു ദരിദ്രർക്കല്ലേ?”

“ദരിദ്രരെ പട്ടിണി മരണം വഴി ഇല്ലാതാക്കുന്നതിനേക്കാൾ നല്ലത് വധശിക്ഷ വഴി ഇല്ലാതാക്കുകയാണെന്നു ഞാൻ വിശ്വസിക്കുന്നു...”

“അതു വളരെ ക്രൂരമായ ഒരു പ്രസ്താവനയാണ്... നോക്കൂ, നോക്കൂ, ഇങ്ങനെയൊക്കെ സംസാരിക്കാൻ നിങ്ങളെപ്പോലെ ഒരു സ്ത്രീക്ക് എങ്ങനെ സാധിക്കുന്നു?”

അദ്ദേഹം കോട്ടിന്റെ കോളർ നേരെയാക്കി.

“കാരണം ഞാൻ വളർന്നത് ദാരിദ്ര്യത്തിന്റെ നടുവിലാണ്... സ്ട്രാൻഡ് റോഡിൽ നീം തല ഘാട്ടിനു സമീപം ഞാൻ കണ്ടിട്ടുള്ളവരിലേറെയും ദരിദ്രരാണ്... ആരുമില്ലാത്തവർ. വഴിയിൽ കിടന്നു ചാകുന്നവർ. പട്ടികൾ കടിച്ചു വലിക്കുന്നവർ... അവരെയൊക്കെ ആ വിധത്തിൽ കൊന്നൊടുക്കുന്നതിലും ഭേദം തൂക്കുമരത്തിൽ അര മിനിറ്റോ ഒരു മിനിറ്റോ മാത്രം നീളുന്ന യാതനയ്ക്കൊടുവിൽ കൊല്ലുന്നതാണെന്ന് ഞാൻ വിശ്വസിക്കുന്നു...”

എന്റെ ശബ്ദം പരുഷമായി. ആ ചർച്ചയുടെ നിരർഥകത എന്നെ അസ്വസ്ഥയാക്കി. ഷോ അവസാനിച്ചപ്പോൾ ആശ്വാസത്തോടെ ഞാൻ നെടുവീർപ്പിട്ടു.

“ചേതന പറഞ്ഞതിനോട് എനിക്കു യോജിപ്പില്ല...”

ഷോ കഴിഞ്ഞ് പോകാൻ ഒരുങ്ങിയിറങ്ങുമ്പോൾ സഞ്ജീവ് കുമാർ മിത്ര പറഞ്ഞു.

“ദാരിദ്ര്യം ഒരു വിധിയാണെന്നു കരുതുന്നവരാണ് നമ്മുടെ രാജ്യത്ത് ഏറെയും... വാസ്തവത്തിൽ അതൊരു വിധിയല്ല... ഒരു ചോയ്സ് ആണ്... ദരിദ്രർ ദരിദ്രരാകുന്നത് പണിയെടുക്കാൻ താൽപര്യമില്ലാത്തതുകൊണ്ടും പണത്തിന്റെ വിലയറിഞ്ഞു പെരുമാറാത്തതുകൊണ്ടുമാണ്.”

ഞാൻ ഇടങ്കണ്ണിട്ട് നോക്കി. കറുത്ത കണ്ണടയ്ക്കുള്ളിൽ അയാളുടെ കണ്ണുകൾ എനിക്കു കാണാൻ സാധിച്ചില്ല. ഞാൻ മടുപ്പോടെ രത്തനെ കുറിച്ചോർത്തു. ഘാട്ടിൽ അവനെ യാത്രയാക്കാൻ ഞാനും പോയി. കരിമ്പനടിച്ചതുപോലെ അഴുക്കുതരികൾ നിറഞ്ഞ വെള്ളത്തിലേക്ക് തള്ളിയിടുമ്പോൾ അവന്റെ ശരീരത്തിൽനിന്ന് പൊടി പടലം പോലെ ഒരായിരം പ്രാണികൾ ആകാശത്തേക്ക് പൊന്തി. ശരീരം ഉള്ളു പൊള്ളയായ തടി പോലെ കുറേ നേരം വെള്ളത്തിൽ പൊന്തിക്കിടന്നു. വളരെ കഴിഞ്ഞിട്ടാണ് സാവധാനം

വെള്ളം അവനെ അകത്തേക്കു വലിച്ചെടുത്തത്. ഒരുപക്ഷേ അവന്റെ ആന്ത രാവയവങ്ങളെല്ലാം ആ പ്രാണികൾ തിന്നു തീർത്തിട്ടുണ്ടാവും. പാവങ്ങൾ, അവന്റെ അമ്മ പറഞ്ഞതുപോലെ, അവന്റെയുള്ളിൽ അവയും പട്ടിണി കിടന്ന് തളർന്നു കാണും.

"ഇറങ്ങി വരൂ... മഹാക്ഷാമത്തിന്റെ കാലം കഴിഞ്ഞു പോയിരിക്കുന്നു..."

പാർക്ക് സ്ട്രീറ്റിൽ ടാക്സി നിർത്തി പുറത്തിറങ്ങി സഞ്ജീവ് കുമാർ മിത്ര വിളിച്ചു.

എന്റെ മനസ്സിൽ ആ വാക്കുകൾ ചലനമുണ്ടാക്കിയില്ല. പക്ഷേ, ഞാൻ അയാളെ എതിർത്തതുമില്ല. അയാൾ എന്നെ സമ്പന്നർക്കു മാത്രമുള്ള ഭക്ഷണശാലയിലേക്കു കൊണ്ടുപോയി. വാതിൽ തുറന്നു ചെന്നപ്പോൾ മദ്യ പിച്ചു കൊണ്ടിരുന്ന പുരുഷൻമാർ തലയുയർത്തി നോക്കി. അടഞ്ഞ ചെറിയ ക്യാബിനുകൾക്കുള്ളിൽനിന്ന് സ്ത്രീകളുടെ ശബ്ദം കേട്ടു.

"ഇവിടെ നല്ല ഭക്ഷണം കിട്ടും..."

സഞ്ജീവ് കുമാർ മിത്ര പറഞ്ഞു. ഏതൊക്കെയോ ഗന്ധങ്ങൾ മൂക്കില ടിച്ചു. എനിക്കു ഭക്ഷണത്തോട് കലശലായ ആർത്തി അനുഭവപ്പെട്ടു. ഭക്ഷണം കാത്തിരിക്കുമ്പോൾ സഞ്ജീവ് കുമാർ മേശമേൽ രണ്ടു കൈകളും പിണച്ചു വച്ച് താടി അവയ്ക്കു മേൽ ചായ്ച്ചു വച്ച് എന്നെ നോക്കി. അയാളുടെ കണ്ണു കളിലെ ലോലഭാവം എന്നെ അസ്വസ്ഥയാക്കി. ഒരിക്കലെങ്കിലും നിന്നെ അനുഭവിക്കണമെന്ന മന്ത്രണം എന്റെ കാതുകളിൽ മുഴങ്ങി.

"വർഷങ്ങൾക്കു മുമ്പ് എനിക്ക് ബിരിയാണി കഴിക്കാൻ വല്ലാത്ത ആഗ്രഹം തോന്നി... എനിക്ക് അന്ന് പത്ത് – അല്ല പന്ത്രണ്ട് – വയസ്സു കാണും. പക്ഷേ, കയ്യിൽ പണമുണ്ടായിരുന്നില്ല..."

അയാളുടെ ശബ്ദം ആർദ്രമായി. അതെന്റെ ഹൃദയത്തെ ഇളക്കി.

"പണമില്ലാത്ത രോഗിയും ദരിദ്രനുമായ ഒരച്ഛന്റെ മകനായിരുന്നു ഞാൻ..."

അയാൾ സാവധാനം കണ്ണട മാറ്റി വച്ച് എന്റെ കണ്ണുകളിലേക്കുറ്റു നോക്കി. അയാളുടെ കണ്ണുകളിൽ മുറിവേറ്റ കുട്ടിയുടെ ദൈന്യത നിഴലിച്ചു.

"ബിരിയാണി കഴിക്കാൻ ഇഷ്ടമാണോ?... മുകളിൽ ഒരു വെളുത്ത മുട്ട കമിഴ്ത്തി വച്ച മഞ്ഞ ബിരിയാണി?"

അയാൾ നെടുവീർപ്പിട്ട് എന്നെ നോക്കി ചിരിച്ചു.

"എൺപത്തെട്ടിൽ. നാൽപതു രൂപയായിരുന്നു അവിടെ അതിന്റെ വില. ബില്ലു കൊണ്ടു വന്നപ്പോൾ എന്റെ കയ്യിൽ പണം തികഞ്ഞില്ല. ബെയറർ എന്റെ കവിളത്തടിച്ചു. മാനേജർ എന്റെ തലയിൽ കിഴുക്കി. ഇവനെ കണ്ടാൽ ത്തന്നെ അറിഞ്ഞുകൂടേ തെണ്ടിയാണെന്ന്, കാശു നേരത്തെ വാങ്ങിക്കാതെ എന്തിന് കൊടുത്തു എന്നു ബെയററോട് ദേഷ്യപ്പെട്ടു. നല്ല ശിക്ഷ കൊടുത്തി ല്ലെങ്കിൽ ഇവൻ വലിയ കള്ളനാകും എന്ന് അവിടെക്കൂടിയവർ എല്ലാവരും പറഞ്ഞു. അവർ എന്നെ അടുക്കളയിലേക്ക് ഉന്തിത്തള്ളി കൊണ്ടു പോയി. എന്റെ ഷർട്ടും പാന്റും ഊരിവാങ്ങിച്ചു. എച്ചിൽപ്പാത്രങ്ങൾ കഴുകാൻ തന്നു..."

അയാൾ കൈ നീട്ടി മേശപ്പുറത്തിരുന്ന എന്റെ കയ്യിൽ സാവധാനം തൊട്ടു. എനിക്ക് കൈ പിൻവലിക്കാൻ സാധിച്ചില്ല. അയാളുടെ സ്പർശം ആ നേരത്ത് എനിക്ക് സുഖകരമായ വിധത്തിൽ മൃദുവും സ്നേഹമസൃണവുമായി.

“പതിനൊന്നര മണി മുതൽ ഞാൻ പാത്രം കഴുകി. നിന്നു നിന്ന് എന്റെ കാൽ കഴച്ചു. നടുവു വേദനിച്ചു. പാത്രം കഴുകിക്കഴുകി കൈപ്പത്തികൾ കുതിർന്ന് ചീർത്തു വിരൽത്തുമ്പുകൾ പൊട്ടിത്തുടങ്ങി. അതെല്ലാം ബിരിയാണിപ്പാത്രങ്ങളായിരുന്നു. ആളുകൾ കടിച്ചീമ്പിയ എല്ലിൻ കഷ്ണങ്ങൾ. പാതി കഴിച്ചിട്ട് ഉപേക്ഷിച്ച മുട്ടകളുടെ ഉണ്ണികളും വെള്ളകളും. തൈരും അച്ചാറും പപ്പടവും ചേർത്തു കുഴച്ച് ബാക്കിയായ നീണ്ട അരികൾ.”

എന്റെ വിരൽത്തുമ്പുകളിൽ അയാളുടെ വിരലുകൾ മൃദുലമായി ഓടി. എനിക്ക് ഓടി രക്ഷപ്പെടാൻ തോന്നി.

“അവിടെ ജോലി ചെയ്തിരുന്ന പയ്യൻമാർ എന്നെ പരിഹസിക്കുകയും അതു വഴി പോകുമ്പോഴൊക്കെ എന്റെ കാലിനടിയിൽ കയ്യിട്ടു പിടിക്കുകയും ചെയ്തു.”

അയാൾ എന്റെ കൈപ്പത്തി സ്വന്തം കൈകൾ കൊണ്ടു പൊതിഞ്ഞു പിടിച്ചു. ഞാൻ കാറ്റിൽ വള്ളിച്ചെടിയെന്ന പോലെ വിറച്ചു.

“ഉച്ചയ്ക്ക് മൂന്നു മുതൽ നാലു വരെ റസ്റ്ററന്റിൽ ലഞ്ച്ബ്രേക്ക് ഉണ്ടായിരുന്നു. എല്ലാവരും ഭക്ഷണം കഴിച്ചു കഴിഞ്ഞപ്പോൾ അവരുടെ പാത്രങ്ങൾ കൂടി എന്നെക്കൊണ്ടു കഴുകിച്ചു. പിന്നീട് എന്നോടു പോയ്ക്കോള്ളാൻ പറഞ്ഞു. ഞാൻ ഷർട്ടും പാന്റും എടുത്തിട്ട് മാനേജരുടെ കൗണ്ടർ കടന്നു പോകുമ്പോൾ മന:പൂർവം അവിടെയിരുന്ന മധുരജീരകത്തിന്റെയും ടൂത്ത് പിക്കുകളുടെയും പാത്രം തട്ടിമറിച്ചിട്ടു. അയാൾ എന്നെ ശകാരിച്ചു കൊണ്ട് അതെടുക്കുന്നതിനിടെ തുറന്നിരുന്ന ഡ്രോയിൽനിന്ന് ഞാൻ കുറേ നോട്ടുകൾ കയ്യിലാക്കി. അതായിരുന്നു എന്റെ ആദ്യത്തെ പ്രതികാരം...”

അയാൾ എന്റെ രണ്ടു കൈപ്പത്തികളും തഴുകുകയായിരുന്നു.എന്റെ ഞരമ്പുകളിലൂടെ രക്തകണങ്ങൾ പുഴുക്കളെപ്പോലെ അരിച്ചു നീങ്ങി. ശരീരത്തിലെ മുഴുവൻ രക്തവും വിരൽത്തുമ്പുകളിൽ കേന്ദ്രീകരിച്ചു. വിരൽത്തുമ്പിൽനിന്ന് ഒരായിരം ശലഭങ്ങൾ പുറപ്പെടുന്നതുപോലെ അനുഭവപ്പെട്ടു.

“അതിനു ശേഷം ഞാനൊരിക്കലും ബിരിയാണി കഴിച്ചിട്ടില്ല... അതിന്റെ മണമടിച്ചാൽ എനിക്ക് പ്രതികാരദാഹമുണ്ടാകും...”

ആ നേരത്ത് അയാൾ മേശയ്ക്കു മുകളിലൂടെ തല നീട്ടി എന്റെ കവിൾ പിടിച്ചടുപ്പിച്ച് വലംകവിളിൽ ചുണ്ടു ചേർത്തു. ഞാൻ തളർന്നു. ശരീരം വിയർത്തു. അപ്പോൾ അയാൾ എന്റെ കൈവെള്ള തുറന്ന് ഥാക്കുമായുടെ ആ പഴയ സ്വർണ നാണയം വച്ചു തന്നു.

“ഇതും ഒരു പ്രതികാരമായിരുന്നു...”

ഞാൻ അതു തിരിച്ചും മറിച്ചും നോക്കി. എനിക്ക് പേടി തോന്നി.

“പ്രതികാരമോ? ഥാക്കുമായോടോ?”

“ചേതനയോട്... നീ എന്നെ എന്റെ ഇല്ലായ്മകൾ ഓർമിപ്പിച്ചു...”

അപ്പോഴേക്ക് സപ്ലയർ ഭക്ഷണവുമായി വന്നു. ഞാൻ ആദ്യമായി അത്തരമൊരു ഹോട്ടലിൽനിന്ന് അത്തരം ഭക്ഷണം കഴിക്കുകയായിരുന്നു. നാൻ, ചിക്കൻ, പുലാവ്.

"ഇനി എട്ടു ദിവസമേയുള്ളൂ, യതീന്ദ്രനാഥിന്റെ തൂക്കിക്കൊലയ്ക്ക്..."

അയാൾ എന്റെ കണ്ണുകളിൽ നോക്കി മന്ത്രിച്ചു. ഭക്ഷണത്തിന്റെ മദിപ്പി ക്കുന്ന ഗന്ധത്തിനു മുമ്പിലും എനിക്ക് ചെടിപ്പുണ്ടായി. വിശപ്പല്ല എന്നെ ഭയപ്പെടുത്തിയത്. ചിതലുകളെ വമിപ്പിക്കുന്ന അയാളുടെ കണ്ണുകളായിരുന്നു. ഭാരിച്ച മഞ്ഞ വെളിച്ചം നിറഞ്ഞ മുറിയിൽ തവിട്ടു നിറത്തിലുള്ളതെല്ലാത്തി നെയും പ്രതിഫലിപ്പിച്ച കണ്ണുകളിൽ എന്റെ പ്രതിബിംബം മാത്രം അദൃശ്യ മായി.

പത്തൊമ്പത്

ഉച്ചയ്ക്ക് സഞ്ജീവ് കുമാർ മിത്രയ്ക്കു വേണ്ടി മാ തയ്യാറാക്കിയ സൽക്കാരത്തിന് ദോയ് വാങ്ങാൻ ഞാനാണ് പോയത്. സലൂണിനു മുന്നിൽ നിന്ന് ഇടത്തേക്കു തിരിഞ്ഞ് വൈകിട്ട് അന്നദാനം നടത്തുന്ന മൃഗാങ്ക ബസുവിന്റെയും ചെരിപ്പു നന്നാക്കുന്ന ഹരിഹരൻ ഝായുടെയും കടകൾക്കപ്പുറമുള്ള പ്രൊസേൻ ദത്തിന്റെ കടയിലേക്കു നടന്നപ്പോൾ ധാരാളം കണ്ണുകൾ എനിക്കു നേരെ തിരിഞ്ഞു. ജനിച്ചു വളർന്ന പരിസരത്തുപോലും ഞാൻ കാണപ്പെടാനുള്ള ഒന്നായി മാറി. അതെന്നിൽ ജാള്യമുണർത്തി.

"ങ്ഹാ... ഹാ... ചേതൂദീ, വാ, വാ, നിന്നെക്കാണണമെങ്കിൽ ഇപ്പോൾ ടെലിവിഷൻ വച്ചു നോക്കണമെന്ന സ്ഥിതിയാണല്ലോ... അവരു നല്ല കാശൊക്കെ തരുന്നുണ്ടല്ലോ, അല്ലേ? നന്നായി... നീ വലിയ നിലയിലെത്തുമെന്ന് എനിക്ക് പണ്ടേ അറിയാമായിരുന്നു... പിന്നെ എല്ലാം നിന്റെ അമ്മയുടെ പ്രാർഥനയാണ് കേട്ടോ... അതൊരിക്കലും മറക്കരുത്... പാവം, സച്ചിൻമയീദീ. അവർക്ക് വലിയൊരു ആശ്വാസമായിരിക്കും അത്. പാവം, എത്ര കാലമായി കിടന്നു കഷ്ടപ്പെടുന്നു... ആകെയുള്ള ഒരാൺതരിയാണെങ്കിൽ വയ്യാതെ കിടക്കുകയും..."

പ്രൊസേൻ ദാ എന്നെ കണ്ടതും മറുക്കാൻ കറ പിടിച്ച കറുത്ത പല്ലുകൾ പുറത്തുകാട്ടി വെളുക്കെ ചിരിച്ചു കൊണ്ട് വർത്തമാനം ആരംഭിച്ചു. അതിനിടെ അദ്ദേഹം തന്റെ മുറിഞ്ഞ വലതുകയ്യുടെ കുഴയിൽ ബാലൻസ് ചെയ്തു നിർത്തിയ ബ്രഷ് കൽക്കരിപ്പൊടി ചാലിച്ചതിൽ മുക്കി പഴയ പത്രക്കടലാസിൽ എന്റെയൊരു രേഖാചിത്രം വരച്ചു. ഒരു വലിയ ചതുരത്തിനുള്ളിൽ ഉരുണ്ട കണ്ണുകൾ ആകാശത്തേക്കുയർത്തി പ്രാർഥിക്കുന്ന മട്ടിലിരിക്കുന്ന രൂപമായിരുന്നു ചിത്രത്തിന്. അപ്പോൾ തൊട്ടടുത്ത കടയിൽ തബല നന്നാക്കുന്ന സലിം ചാച്ചാ ഉറക്കെ വിളിച്ചു :

"സുപർണാദീ, നിങ്ങളുടെ ഭർത്താവ് അറുത്തു കൊല്ലുന്നതിന് മുമ്പ് ഈ കുട്ടിയെ രക്ഷിക്കൂ..."

അതു കേട്ട് 'നിനക്ക് എത്ര പാത്രം വേണം ഷോട്ദീ' എന്നു ചോദിച്ച് അദ്ദേഹത്തിന്റെ ഭാര്യ സുപർണാദീ കൂനിക്കൂടി കടന്നു വന്നു. രണ്ടു പാത്രം തൈരിന്റെ പണം വാങ്ങി ബാക്കി ആറു രൂപ നീട്ടിയെങ്കിലും കയ്യിൽ തരാതെ പ്രൊസേൻദാ വീണ്ടും വെളുക്കെ ചിരിച്ചു.

"സച്ചിൻമയീദീയോട് എന്റെ അന്വേഷണം പറയണം, കേട്ടോ... ശ്യാമിളിദീയെ എന്താ ഇപ്പോൾ കാണാത്തതെന്നു ചോദിച്ചെന്നും പറയണം..."

"പറയാം, ദാദാ."

സുപർണാദി രണ്ടു പാത്രം തൈരു സൂക്ഷ്മതയോടെ എടുത്ത് എനിക്കു നീട്ടിയ നേരത്ത് ഒരു തബലയിൽ ചെവി ചേർത്തു ചെറിയ ചുറ്റിക കൊണ്ടു നാദം പരിശോധിക്കുകയായിരുന്ന സലിം ചാച്ചാ പിന്നെയും ചിരിച്ചു.

"സുപർണാദീ, നിങ്ങളുടെ ഭർത്താവിന് ലോകത്തുള്ള മറ്റെല്ലാവരുടെയും ഭാര്യമാരോട് എന്തൊരു അനുകമ്പയാണ് !"

സുപർണാദി കേട്ടഭാവമില്ലാതെ അകത്തു പോയപ്പോൾ പ്രൊസേൻദാ സലിംചാച്ചയെ നോക്കി വെളുക്കെ ചിരിച്ചു.

"സലിംഭായ്, യത്ര നാര്യസ്തു പൂജ്യന്തേ രമന്തേ തത്ര ദേവതാ..."

"അതെയതെ..."

സലിം ചാച്ചാ കൈകൾ കുത്തി നിരങ്ങി നീങ്ങി മുറിയുടെ ഒരറ്റത്തു നിന്ന് ചെറിയൊരു ഉളിപ്പെട്ടിയുമായി പഴയ സ്ഥാനത്തു വന്നിരുന്നു. അവരുടെ സംഭാഷണം കുട്ടിക്കാലം മുതൽ എന്നെ സന്തോഷിപ്പിച്ചിരുന്നു. ഒരു കൈ നഷ്ടപ്പെട്ട പ്രൊസേൻദായും രണ്ടു കാലും നഷ്ടപ്പെട്ട സലിം ചാച്ചായും അടുത്തടുത്ത കടകളിലിരുന്നു കച്ചവടം നടത്തുന്നതായിരുന്നു സ്ട്രാൻഡ് റോഡിലെ വലിയ നർമം. കാരണം അവർ ഇരുവരും ഗ്രേറ്റ് കൽക്കട്ട കില്ലിങ് എന്നറിയപ്പെട്ട മഹാകലാപത്തിന്റെ ഇരകളായിരുന്നു. ഞാൻ കാണാൻ തുടങ്ങിയ കാലം മുതൽ പ്രൊസേൻദാ തൂവെള്ള തൈരു നിറച്ച മൺകോപ്പകൾ ദുർഗാപൂജയ്ക്ക് പന്തലൊരുക്കുന്നതുപോലെ പല ആകൃതികളിൽ കലാപരമായി നിരത്തി വച്ച് എണ്ണാൻ കഴിയാത്തത്ര തുളകളുള്ള മുഷിഞ്ഞു കറുത്ത ബനിയൻ കുടവയറിനു മേൽ തെറുത്തു കയറ്റി വച്ച് കറുത്ത പല്ലുകൾ വെളിപ്പെടുത്തി പൂച്ചയോടും കാക്കയോടും വരെ ചിരിച്ചു വർത്തമാനം പറയുകയും ചിത്രം വരയ്ക്കുകയും ചെയ്തു. സലിംചാച്ചയാകട്ടെ, ഒരു ധനിക മുസ്‌ലിം കുടുംബത്തിലെ അംഗമായിരുന്നു. കലാപകാരികൾ അദ്ദേഹത്തിന്റെ കുടുംബത്തിലെ എല്ലാവരെയും കൊന്നു വീടിനു തീവച്ചു. പ്രൊസേൻദായും സലിം ചാച്ചയും ആശുപത്രിയിൽ വച്ചാണ് കണ്ടുമുട്ടിയതും സുഹൃത്തുക്കളായതും. സ്വന്തം മുഖത്തും ശരീരത്തിലുമൊഴികെ, പ്രൊസേൻദാ ഒറ്റക്കൈ കൊണ്ടു തൊടുന്നതിലെല്ലാം അവിശ്വസനീയമായ കലാചാതുര്യമുണ്ടായി. സലിം ചാച്ച, സ്ട്രാൻഡ് റോഡിലൂടെ കടന്നുപോകുന്ന മൃതദേഹങ്ങൾ വരെ താളംപിടിക്കും വിധം തബല വായിച്ചു.

"ശ്യാമിളിദിയോട് സൂദേബിനു സ്നേഹക്കുറവൊന്നുമില്ലല്ലോ?"

ചില്ലറ തരുമ്പോൾ പ്രൊസേൻ ദാ അന്വേഷിച്ചു. ഞാനും തബലയിൽ രണ്ടു മൂന്ന് അടി അടിച്ച് സലിംചാച്ചയും ഉറക്കെച്ചിരിച്ചപ്പോൾ പ്രൊസേൻദായും വയറു കുലുക്കി ചിരിച്ചു. മഹാക്ഷാമകാലത്ത്, നൊവാഖലിയിൽ പകൽ മുഴുവൻ ഭക്ഷണം തേടിയലഞ്ഞു തളർന്നവർ വൈകിട്ട് ചന്തയിൽ അടിഞ്ഞു കൂടി അവിടെത്തന്നെ മരിച്ചു വീണിരുന്നു. മുസ്‌ലിംകളായ കർഷകരായിരുന്നു മരിച്ചവരിൽ ഏറെപ്പേരും. രാവിലെ രാവിലെ ഓരോ സംഘമെത്തി മരിച്ചവരിൽ ഹിന്ദുക്കളൊരാ മുസ്‌ലിംകളാരാ എന്നു പരിശോധിക്കുന്ന കാഴ്ച കണ്ടു പേടിച്ചിട്ടുണ്ടെന്ന് അച്ഛൻ പറഞ്ഞു കേട്ടിട്ടുണ്ട്. മുസ്‌ലിംകൾ മുസ്‌ലിം ശവങ്ങൾ മാത്രമെടുത്തിട്ട് ബാക്കിയുള്ളത് അവിടെത്തന്നെയിട്ടു. ഹിന്ദുക്കൾ ഹിന്ദു ശവങ്ങൾ എടുത്തിട്ട് ബാക്കിയുള്ളത് അവിടെയിട്ടു.

മുസ്ലിംകൾ മുസ്ലിം ശവങ്ങളെ ജനാസ് പ്രാർത്ഥനയ്ക്കുശേഷം സംസ്കരിച്ചു. ഹിന്ദുക്കൾ ഹിന്ദു ശവങ്ങളെ ഗംഗയിൽ തള്ളി.

ഡയറക്ട് ആക്ഷൻ ഡേ നടക്കുമ്പോൾ അച്ഛന് മുപ്പതു വയസ്സായിരുന്നു. രണ്ടുപേരെ തൂക്കിലേറ്റി മടങ്ങി വരുമ്പോൾ കലാപം കണ്ണിൽക്കണ്ട കഥ വർണിച്ചിട്ടും വർണിച്ചിട്ടും അച്ഛനു തൃപ്തിയായില്ല. നാൽപ്പത്തിമൂന്നിലെ ക്ഷാമവുമായി ബന്ധപ്പെട്ട കേസിലെ രണ്ടു പേരായിരുന്നു അന്നത്തെ പുള്ളികൾ. ക്ഷാമത്തിനു കാരണം ഗവൺമെന്റല്ല, കരിഞ്ചന്തക്കാരായ വ്യാപാരികളാണ് എന്നു വരുത്താനുള്ള ശ്രമത്തിന്റെ ഭാഗമായിരുന്നു ആ ശിക്ഷകൾ. റാനഡ പ്രസാദ് സാഹയുടെ വിശ്വസ്തനായ ഒരു രമൺ കുമാർ മുഖർജിയെ അറസ്റ്റ് ചെയ്തപ്പോൾ ഒരു ഹിന്ദുവിനെ മാത്രമായി ഇതിന് അറസ്റ്റ് ചെയ്യുന്നത് സാമുദായിക പ്രശ്നങ്ങളുണ്ടാക്കും എന്ന് ആരോ ഓർമിപ്പിച്ചു. അതുകൊണ്ട് ഇരിക്കട്ടെ ഒരു മുസ്ലിമും എന്നു കരുതി മിഡ്നാപ്പൂരിൽനിന്നുള്ള അഹമ്മദ് ഷായെക്കൂടി അറസ്റ്റ് ചെയ്തു. രണ്ടു പേരും കുറ്റക്കാരാണെന്നു കണ്ടെത്തുകയും രണ്ടുപേരെയും തൂക്കിക്കൊല്ലുകയും ചെയ്തു. രാവിലെ നാലു മണിക്കു പ്രസിഡൻസി ജയിലിൽ വച്ചാണു ശിക്ഷ നടപ്പാക്കിയത്. ഹിന്ദുവും മുസ്ലിമും ആരാച്ചാരുടെ കയർക്കുടുക്കിനു മുമ്പിൽ ഒരുപോലെ ക്ഷീണിതരായി. ലിവർ വലിച്ചപ്പോൾ ഒരുപോലെ പിടഞ്ഞു. പതിനഞ്ചു സെക്കൻഡിൽത്തന്നെ ഒരേ അനായാസതയോടെ മരിച്ചു. അതിനുശേഷം, ഗോപാൽദാ എന്നയാളുടെ ചാരായം കിട്ടുന്ന ചായക്കടയിലേക്ക് അച്ഛൻ പരവേശത്തോടെ പാഞ്ഞു.

"വല്ലപാടും കട തുറന്നു തുള്ളി വെള്ളം കുടിക്കാൻ ഒറ്റക്കാലിൽ നിൽക്കുകയായിരുന്നു ഞാൻ. ഗോപാൽ ദാ ആണെങ്കിൽ ഒരു തിടുക്കവുമില്ലാതെ പതുക്കെപ്പതുക്കെ കട തുറക്കുകയാണ്. അപ്പോഴുണ്ട്, ദൂരെ നിന്ന് ഒരു വലിയ ആരവം. ഞാൻ വിചാരിച്ചത് രഥ്മേളയാണെന്നാണ്. പിന്നെയാണ് ശബ്ദം വ്യക്തമായത്. അവർ മുദ്രാവാക്യം വിളിക്കുകയായിരുന്നു - ലാർകെ ലേംഗെ പാക്കിസ്ഥാൻ... -അതു മനസ്സിലായതും ഗോപാൽദാ കട വീണ്ടും അടച്ചു. അങ്ങനെ സംഭവിച്ചാൽ നമ്മൾ ഹിന്ദുക്കളുടെ കാര്യം പോക്കാണ് ഗൃദ്ധാദാ എന്ന് അയാൾ പരിഭ്രാന്തനായി. പിന്നീടെല്ലാം പെട്ടെന്നായിരുന്നു. അയാൾ ഓടി നടന്ന് ആളെക്കൂട്ടി. എല്ലാവരും പിരിവെടുത്തു. മിനിറ്റ് വച്ച് കുറച്ചു ദൂരെയുണ്ടായിരുന്ന അമേരിക്കൻ ക്യാംപിൽ പോയി ഇരുനൂറ്റമ്പതു രൂപയ്ക്ക് രണ്ട് പിസ്റ്റളും ഗ്രനേഡും വാങ്ങി. പെട്ടെന്ന് ഒരു ആൾക്കൂട്ടം രൂപപ്പെട്ടു. ഒരു തലയ്ക്ക് പത്തു രൂപയായിരുന്നു പ്രതിഫലം. കൈയ്ക്കും കാലിനും അഞ്ചു രൂപയും...- ഒരാളെ തൂക്കിക്കൊല്ലുന്നതിന് എനിക്കന്നു ബ്രിട്ടീഷ് സർക്കാർ ഒരു രൂപ തികച്ചു തരാത്ത കാലമായിരുന്നു...കൂടെച്ചെല്ലാൻ അവരെന്നെ നിർബന്ധിച്ചു... പക്ഷേ ഞാൻ പോയില്ല..."

അച്ഛൻ അഭിമാനത്തോടെ മീശ തടവി ആ തീരുമാനത്തിന്റെ കാരണം വ്യക്തമാക്കി :

"യഥാർഥ ആരാച്ചാർക്ക് മരണത്തെ ആ വിധം തൂക്കി വിൽക്കാൻ സാധിക്കുകയില്ല...!"

കൺമുമ്പിൽ ഹിന്ദുക്കളും മുസ്ലിംകളും ഏറ്റുമുട്ടിയപ്പോൾ അച്ഛൻ തുള്ളി വെള്ളം കുടിച്ചിട്ടു വരാമെന്ന് സ്വയം സമാധാനിപ്പിച്ച് അവിടെനിന്നു

രക്ഷപ്പെട്ടു. ആളുകളുടെ നിലവിളിയും കൊലവിളിയും വളരെക്കാലം കാതുകളിൽ മുഴങ്ങിയിരുന്നെന്ന് അച്ഛൻ പറഞ്ഞിട്ടുണ്ട്. ചോര ഉണങ്ങുമ്പോൾ മാംസം അഴുകുന്നതിനേക്കാൾ ഭീകരമായ ഗന്ധമാണെന്ന് അന്നാണു മനസ്സിലായതെന്നും. വീട്ടിലേക്കു നടക്കുമ്പോൾ ഞാൻ കാൽച്ചുവട്ടിലെ കറുത്ത മണ്ണിലേക്കു ഭീതിയോടെ നോക്കി. ഇതുവഴി നടന്നു പോയ നൂറ്റാണ്ടുകളുടെ കാൽപ്പാദങ്ങൾ പതിഞ്ഞു പതിഞ്ഞു ചതഞ്ഞു കറുത്തു കരുവാളിച്ച ഈ മണ്ണ് എത്രയോ മനുഷ്യരുടെ വിയർപ്പും രക്തവും കഫവും ചലവും വലിച്ചുകുടിച്ചു.

സഞ്ജീവ് കുമാർ മിത്രയുടെ ശബ്ദം പുറത്തു വച്ചേ കേട്ടു.

"പട്ടിണി മരണത്തിന്റെ തിരക്കൊക്കെ എപ്പഴേ കഴിഞ്ഞു... ഇനിയിപ്പോൾ നമ്മൾ ചാടി വീഴേണ്ട സമയമാണ്. ഫണീദാ, നിങ്ങളുടെ മറ്റേ ചാനലിലെ പരിപാടി നിർത്തണം, കേട്ടോ... തൂക്കുന്നതിന്റെ തലേന്ന് ഞങ്ങൾക്ക് എക്സ്ക്ലൂസീവ് ലൈവ് ടെലികാസ്റ്റ് വേണം... വധശിക്ഷയുടെ രണ്ടു ദിവസം മുമ്പു മുതൽ ട്വന്റി ഫോർ അവേഴ്സ് ലൈവ് ടെലികാസ്റ്റ് ആയിരിക്കും. നിങ്ങൾ അച്ഛനെയും മകളെയും എനിക്കു വേണം. വെറുതെ വേണ്ട, ആയിരം രൂപയും ഒരു കുപ്പിയും..."

അയാൾ തലേന്ന് അച്ഛൻ വാങ്ങിക്കൊണ്ടുവന്ന സൊന്ദേഷ് നുണയുന്നതിനിടെ എനിക്കു നേരെ ഒരു കടാക്ഷമെയ്തു.

"ങ്ഹും! എന്റെ ചാനലിൽ എനിക്ക് ഓരോ ദിവസവും ആയിരത്തഞ്ഞൂറു രൂപയാണ് പ്രതിഫലം- അറിയാമോ സൊഞ്ജുബാബു?"

സഞ്ജീവ് കുമാർ മിത്ര ഉറക്കെച്ചിരിച്ചു.

"അതിലൊരു പൂജ്യം കുറവല്ലേ ഫണീദാ? നിങ്ങൾക്ക് അവിടെ നിന്നു കിട്ടുന്ന ഓരോ ചില്ലിയും ഞങ്ങൾക്കറിയാം... അല്ല... ഇതു കുറവാണെങ്കിൽ വേണ്ട... ചേതനയ്ക്ക് ഇപ്പോൾത്തന്നെ അയ്യായിരം രൂപ തന്നു കഴിഞ്ഞു... സത്യത്തിൽ നമ്മുടെ കരാർ പ്രകാരം ഒരു ചില്ലിപ്പൈസ പോലും നിങ്ങൾക്കു തരേണ്ട കാര്യമില്ല... പക്ഷേ വീണ്ടും ഒരു അയ്യായിരം കൂടി തരാൻ ഞാൻ തീരുമാനിച്ചിട്ടുണ്ട്. ഇത് ഫണീദായോടുള്ള എന്റെ പ്രത്യേക താൽപര്യ പ്രകാരം ചെയ്യുന്നതാണ്... ആലോചിച്ച് തീരുമാനമെടുക്കുക..."

അയാൾ കയ്യിലിരുന്ന സൊന്ദേഷിൽത്തന്നെ മുഴുവൻ ശ്രദ്ധയും കേന്ദ്രീകരിച്ചു. അച്ഛൻ തന്റെ വലിയ മീശ തടവി അയാളെ ഒന്നു നോക്കി എന്തോ ആലോചിച്ച് മടക്കിക്കുത്തിയിരുന്ന മുണ്ടിനും കാൽമുട്ടിനും ഇടയിലുള്ള ഭാഗത്ത് രണ്ടു കൈകളും കൊണ്ടു തടവി ഇരുന്നതേയുള്ളൂ.

"കുറച്ചുകൂടി പണമുണ്ടാക്കാൻ ഞാൻ ഒരു മാർഗം പറഞ്ഞിട്ട് താങ്കളതു സ്വീകരിച്ചില്ല..."

വിരലിൽ പറ്റിയിരുന്ന തരികൾ കൂടി നക്കിയെടുത്തു കൊണ്ടു സഞ്ജീവ് കുമാർ മിത്ര പരിഭവത്തോടെ പറഞ്ഞു. അച്ഛൻ ഒരു സിഗററ്റ് കത്തിച്ച് വിരലുകൾക്കിടയിൽ വച്ച് അകത്തേക്ക് ഊതിപ്പിടിച്ചിരുന്നിട്ട് സാവധാനം വാ തുറന്നു പുക വിട്ടു.

"ഓർമകളാണ് മനുഷ്യന്റെ കവചം... എല്ലാ ഓർമകളും താങ്കൾക്കു വിൽക്കുന്നതിനേക്കാൾ നല്ലത് തുണിയഴിച്ചിട്ട് തെരുവിൽ പോയി തെണ്ടുന്നതാണ്..."

അച്ഛൻ പുക പുറത്തേക്ക് ഊതി അയാളെ നോക്കി ചിരിച്ചു.

"താങ്കൾക്ക് എന്റെ മകളെ തരുമ്പോൾ ഞാൻ തരുന്നത് ഒരു പെണ്ണിനെ മാത്രമല്ല, സൊഞ്ജുബാബൂ... എന്റെ കുടുംബത്തിന്റെ മൊത്തം ഓർമക ളാണ്... ഞങ്ങൾക്ക് ഓരോരുത്തരുടേതായ ഓർമകൾ ഇല്ല.. എല്ലാം എല്ലാവ രുടേതുമാണ്..."

സഞ്ജീവ് കുമാർ സൊന്ദേഷ് തിന്നു കഴിഞ്ഞ് പോക്കറ്റിൽനിന്നു പുറ ത്തെടുത്ത കറുത്ത തൂവാല കൊണ്ട് ചുണ്ടുകൾ തുടയ്ക്കുകയായിരുന്നു.

"താങ്കളെക്കാൾ കുശാഗ്രബുദ്ധിയാണു താങ്കളുടെ മകൾ, ഫണീദാ..."

ഞാൻ അടുക്കളയിൽ ചെന്നു ദോയ് മായ്ക്കു കൈമാറിയതിനുശേഷം തിരികെ വരുമ്പോൾ സഞ്ജീവ് കുമാറിന്റെ ശബ്ദം വീണ്ടും കേട്ടു.

"ഫണീദാ, നമുക്ക് ഒരു തൂക്കുമരം സ്വന്തമായി നിർമിച്ചാലോ?"

രണ്ടു നിമിഷത്തെ ആലോചനയ്ക്കു ശേഷമാണ് അച്ഛൻ പ്രതികരിച്ചത്.

"എവിടെ? വീട്ടിലോ സ്റ്റുഡിയോയിലോ?"

അച്ഛൻ തന്നെ സ്വന്തം ചോദ്യത്തിന് ഉത്തരം നിർദേശിച്ചു.

"സ്റ്റുഡിയോയിൽ മതി..."

സിഗററ്റ് ഒന്നുകൂടി ആഞ്ഞു വലിച്ച് അച്ഛൻ ഊർജ്ജസ്വലനായി.

"ഇപ്പോഴത്തെ അന്തരീക്ഷത്തിൽ അതു നിങ്ങളുടെ ചാനലിന് ഗുണം ചെയ്യും. ആളുകളുടെ താൽപര്യവും ആവേശവും കാണുന്നില്ലേ? വിവരം കെട്ടവർ വധശിക്ഷയ്ക്കെതിരെ കുരച്ചാലും, സൊഞ്ജുബാബൂ, ഞാൻ പറയുന്നു, ഈ രാജ്യത്ത് അത് ഒരിക്കലും നിരോധിക്കാൻ സാധ്യമല്ല. കാരണം നമ്മുടെയെല്ലാം മനസ്സ് മരണത്തെ ഈ സൊന്ദേഷ് പോലെ നുണഞ്ഞിറക്കു ന്നത് ഇഷ്ടപ്പെടുന്നു."

"നല്ല അസ്സൽ സൊന്ദേഷ്... ഇതെവിടെ നിന്നു വാങ്ങി?"

"ഗാംഗുറാം... എൽജിൻ സ്ട്രീറ്റ്.. ..."

അച്ഛൻ സന്തോഷത്തോടെ പറഞ്ഞു.

"സത്യജിത് റായുടെ പ്രിയപ്പെട്ട കടയാണ് അത്. അദ്ദേഹം ആ കട യിലെ മധുരപലഹാരങ്ങൾ മാത്രമേ കഴിക്കുകയുള്ളൂ, അറിയാമോ?"

"ഇതൊരു വലിയ കണ്ടുപിടിത്തം തന്നെയാണ്, ഗൃദ്ധാദാ. പാൽക്കട്ടിയും നെയ്യും മധുരവും ചേർത്ത് ഇത്ര ലാവണ്യമുള്ള ഒരു പലഹാരം."

മുഖത്ത് മഞ്ഞ മുത്തുകൾ പതിച്ച എണ്ണക്കടലാസിൽ പൊതിഞ്ഞ ഒരു കഷ്ണം എടുത്ത് കയ്യിൽ വച്ച് അതിന്റെ ഭംഗി നോക്കിയതിനു ശേഷം അച്ഛൻ ചിരിച്ചു.

"സൊഞ്ജുബാബൂ, ശരീരത്തിനു ദോഷം ചെയ്യുന്ന സാധനങ്ങൾ ക്കൊക്കെ എന്തുകൊണ്ടാണ് ഇത്ര രുചി എന്നു ചിന്തിച്ചിട്ടുണ്ടോ?... നെയ്യാ യാലും പഞ്ചസാരയായാലും മദ്യമായാലും പെണ്ണായാലും... അതിന്റെ ഉത്തരം കണ്ടെത്തിയാൽ നമുക്കു ജീവിതത്തിന്റെ മുഴുവൻ തത്ത്വവും പിടി കിട്ടും..."

സഞ്ജീവ് കുമാർ ഉറക്കെച്ചിരിച്ചു. പക്ഷേ, അയാൾ സംസാരിച്ചത് ഗൗരവം തുളുമ്പുന്ന ശബ്ദത്തിലാണ്.

"എന്റെ മനസ്സിലുള്ള ആശയം, വധശിക്ഷ നടപ്പാക്കുന്ന ദിവസം നമ്മൾ യഥാർഥമായും ഒരു തൂക്കുമരം ചാനലിൽ ഒരുക്കുക എന്നതാണ്. അന്ന് ഫണീദായും ചേതനയും ഞങ്ങളുടെ സ്റ്റുഡിയോയിൽ വരണം. വധശിക്ഷ എങ്ങനെയായിരുന്നു എന്ന് ഈ തൂക്കുമരത്തിന്റെ പശ്ചാത്തലത്തിൽ നിങ്ങൾ അവതരിപ്പിച്ചു കാണിക്കുന്നത് പ്രേക്ഷകർക്ക് ഒരു വല്ലാത്ത അനുഭവമായിരിക്കും..."

മുഖം തുടച്ചു കൊണ്ട് അയാൾ പറഞ്ഞു.

"സെറ്റിടുന്നതിനു പകരം ഒരു യഥാർഥ തൂക്കുമരം തന്നെ നമുക്കു കാണിക്കാൻ സാധിച്ചാൽ നന്നായിരിക്കും... എന്നുവച്ചാൽ, തൂക്കുമരം നിർമിച്ചെടുക്കുന്ന രീതി സ്റ്റെപ് ബൈ സ്റ്റെപ് ആയി..."

ചുവരിലേക്കു നോക്കി ഊറിച്ചിരിക്കുകയായിരുന്ന രാമുദാ എന്നെ കണ്ടപ്പോൾ കണ്ണുകൾ വെട്ടിച്ച് വിടർന്നു പുഞ്ചിരിച്ചു.

"ചേതു, ഞാൻ മറഡോണയുടെ ആ ഗോൾ ഓർക്കുകയായിരുന്നു... ദൈവത്തിന്റെ കൈ... !"

എന്റെ മുഖത്ത് എത്ര ശ്രമിച്ചിട്ടും പുഞ്ചിരി വന്നില്ല.

"ഇന്നലെ ഞാനൊരു സ്വപ്നം കണ്ടു. എന്റെ കാലുകൾ തിരികെ മുളച്ചു വന്നു എന്ന്. അതു നീയൊന്നു കാണേണ്ടിയിരുന്നു. ചെറിയൊരു വിത്തിനുള്ളിൽനിന്ന് ഇല പുറത്തേക്കു വരുന്നതുപോലെ.. ഞാനോർത്തത് ഇലയുടെ സിരാപടലമായിരിക്കും എന്നാണ്. പക്ഷേ കുറച്ചു കഴിഞ്ഞപ്പോഴാണ് മനസ്സിലായത്, എന്റെ പാദങ്ങളായിരുന്നു അത്. മനുഷ്യന്റെ പാദത്തിനും മരത്തിന്റെ ഇലയ്ക്കുമെല്ലാം ഒരേ ഡിസൈൻ ആണെന്ന് അപ്പോഴാണ് എനിക്കു മനസ്സിലായത്..."

എന്റെ ഹൃദയം കൂടുതൽ മങ്ങി.

"യൂറോ കപ്പിന്റെ കാര്യമെന്തായി? കേബിൾ കമ്പനിക്കാരുടെ സമരം എപ്പോൾ തീരുമെന്നറിഞ്ഞോ?"

സ്പോർട്സ് ചാനലുകളും കേബിൾ നെറ്റ് വർക്കുകളും തമ്മിലുള്ള കലഹം തുടങ്ങിയതിനുശേഷം രാമുദാ അസ്വസ്ഥനായിരുന്നു. അച്ഛന്റെ മുറിയിൽനിന്ന് അപ്പോൾ സഞ്ജീവ് കുമാർ മിത്രയുടെ പൊട്ടിച്ചിരി ഉയർന്നു. രാമുദാ എന്നെ നോക്കി.

"എന്താണ് ഇത്ര വലിയ തമാശ? നിങ്ങളുടെ വിവാഹം?"

"അയാൾക്ക് സ്വന്തമായി ഒരു തൂക്കുമരം പണിയണം..."

"എവിടെ?"

ഞാൻ അറിയില്ലെന്നു കൈമലർത്തിയപ്പോൾ രാമുദായുടെ മുഖത്ത് ഗൗരവം നിറഞ്ഞു.

"എന്തുകൊണ്ടാണ് അടുത്ത കാലത്ത് മനുഷ്യരൊക്കെ ഇങ്ങനെയായി ത്തീർന്നത് എന്ന് ആലോചിക്കുകയാണു ഞാൻ.. എല്ലാവരും മാറിപ്പോയി, ചേതൂ. സൊഞ്ജീബ് കുമാറിനെപ്പോലെ ഒരാളെ നമ്മുടെ ചെറുപ്പത്തിൽ ഒരിക്കലും കണ്ടിട്ടില്ല, ഉണ്ടോ?"

വെളുത്ത മുട്ട പകുതി പൂഴ്ത്തി വച്ച മഞ്ഞ ബിരിയാണിയുടെ ചിത്രമാണ് അപ്പോൾ എന്റെ മനസ്സിൽ തെളിഞ്ഞത്. അതോടൊപ്പം ഥാക്കുമായുടെ

സ്വർണനാണയവും എനിക്ക് ഓർമ വന്നു. എന്റെ പേഴ്സിനുള്ളിൽത്തന്നെയായിരുന്നു അത്. നല്ലവനായിത്തീരാൻ സഞ്ജീവ് കുമാർ മിത്രയ്ക്കു കൂടുതൽ സമയം അനുവദിക്കാൻ ഹൃദയം തുടിച്ചു. അതുകൊണ്ട് രാമുദായ്ക്ക് പുറം തിരിഞ്ഞിരുന്നു കൊണ്ട് പേഴ്സിനുള്ളിൽനിന്ന് ആ സ്വർണനാണയം ഞാൻ മോഷ്ടിച്ചു. മോഷ്ടിച്ച മുതൽ ഉടമയറിയാതെ തിരികെ വയ്ക്കുന്നത് മോഷണത്തേക്കാൾ ദുഷ്കരമാണ്. പ്രയാസപ്പെട്ടാണെങ്കിലും രാമുദാ കാണാതെ ആ നാണയം ഞാൻ ഥാക്കുമായുടെ തലയിണയ്ക്കടിയിലേക്കു തിരുകി. ഞാൻ സ്റ്റുഡിയോയിൽ പോയിക്കഴിഞ്ഞു മാ ആ കിടക്ക കുടഞ്ഞു വിരിക്കുമ്പോൾ നാണയം കിലുക്കത്തോടെ താഴെ വീഴുമെന്നും ഥാക്കുമാ ആഹ്ലാദം കൊണ്ടു തുള്ളിച്ചാടുമെന്നും ഞാൻ പ്രതീക്ഷിച്ചു.

ഉച്ചഭക്ഷണം കഴിഞ്ഞു സഞ്ജീവ് കുമാർ മിത്രയോടൊപ്പം വളരെ നേരത്തെ ഞാൻ പുറപ്പെട്ടു.

"ഇനി ഏഴു ദിവസം മാത്രം..."

വണ്ടി മുന്നോട്ടു പായുമ്പോൾ സഞ്ജീവ് കുമാർ മിത്ര എന്നെ നോക്കി പുഞ്ചിരിച്ചു.

"നാളെ മണൽച്ചാക്കു പരീക്ഷണം നടത്തണമെന്ന് ഫണീദാ പറഞ്ഞു..."

എന്റെ മനസ്സു മ്ലാനമായി.

"ഏഴു ദിവസം കഴിഞ്ഞാൽ മണൽച്ചാക്കിനു പകരം ഒരു മനുഷ്യശരീരം വച്ചായിരിക്കും പരീക്ഷണം..."

"അതിനു പരീക്ഷണം എന്നല്ല പേര്..."

ഞാൻ അസ്വസ്ഥതയോടെ പറഞ്ഞു. സഞ്ജീവ് കുമാർ ഉറക്കെച്ചിരിച്ചു.

"എനിക്ക് അതു കാണണം, ചേതനാ... ഞാൻ അതിന് അനുവാദം ചോദിച്ചിട്ടുണ്ട്..."

"കാണാൻ എത്തുന്ന പലരും ബോധംകെടുകയും ഛർദ്ദിക്കുകയും മറ്റും ചെയ്യാറുണ്ടെന്ന് ബാബാ പറഞ്ഞിട്ടുണ്ട്..."

"എന്നെക്കുറിച്ച് ആ പേടി വേണ്ട..."

സഞ്ജീവ് കുമാർ മിത്ര ആത്മവിശ്വാസത്തോടെ പറഞ്ഞു. ഞങ്ങൾ സ്റ്റുഡിയോയിൽ എത്തിയപ്പോൾ ആളുകൾ തിരക്കിട്ടു പാഞ്ഞു നടക്കുകയായിരുന്നു. മേയ്ക്കപ് റൂമിൽ ചമയം തുടങ്ങും മുൻപേ സഞ്ജീവ് കുമാർ എന്നെ ത്തേടി വന്നു.

"വേണ്ട, ചേതനാ, ഇന്നു ഹാങ് വുമൺസ് ഡയറി ഇല്ല.."

"എന്തു സംഭവിച്ചു?"

"ഗുജറാത്തിൽ മുഖ്യമന്ത്രിയെ കൊല്ലാൻ ശ്രമം. ഒരു കോളജ് വിദ്യാർഥിനി ഉൾപ്പെടെ മൂന്നു പേരെ പോലീസ് കൊന്നു... സൂക്ഷിക്കണം. ഇതു വേണമെങ്കിൽ ഒരു വർഗീയ കലാപമായിത്തീരാം...."

തലയ്ക്കു മുകളിലെ ടിവിയിൽ അനാഥരായ ഏഴ് അംഗങ്ങളുള്ള പെൺകുട്ടിയുടെ കുടുസ്സ് ഫ്ളാറ്റ് പ്രദർശിപ്പിക്കപ്പെടുകയായിരുന്നു. അവളുടെ ബുദ്ധിയുറയ്ക്കാത്ത സഹോദരി ടിവി ക്യാമറ കണ്ട് ആഹ്ലാദത്തോടെ ചിരിക്കുന്നതും വൈദ്യുതിയില്ലാത്ത ഫ്ളാറ്റിൽ മകൾ തിരിച്ചെത്തുമെന്ന പ്രതീക്ഷയിൽ ഉമ്മ കാത്തിരിക്കുന്നതും ആ പെൺകുട്ടി എന്തിനാണ് രണ്ടു ദിവസത്തെ

വസ്ത്രങ്ങളുമായി ഗുജറാത്തിലേക്കു പോയതെന്നതു മാത്രം ദുരൂഹമാണെന്ന് പോലീസ് ഉദ്യോഗസ്ഥൻ അഭിപ്രായപ്പെടുന്നതും മാറി മാറി തെളിഞ്ഞു. എനിക്കു നീഹാരികയെ ഓർമ വന്നു.

“സമയമുണ്ട്... നമുക്ക് ഒന്നു നടന്നിട്ടു വന്നാലോ?”

വീട്ടിലേക്കു മടങ്ങാൻ പുറത്തിറങ്ങിയ എന്നോടു സഞ്ജീവ് കുമാർ മിത്ര ചോദിച്ചു. അത് കൊൽക്കൊത്ത നഗരത്തിലെ മഴക്കാല സന്ധ്യകളിൽ ഏറ്റവും മനോഹരമായിരുന്നു. ചാനൽ കെട്ടിടത്തിനു മുമ്പിൽ പടർന്നുനിന്ന ഗുൽമോഹർ മരത്തിൽനിന്ന് നേരത്തെ പെയ്ത മഴയുടെ തുള്ളികൾ ഇറ്റു വീണു. മഞ്ഞ നിറമുള്ള മൈനകളുടെ ഒരു കൂട്ടം അതിന്റെ താഴ്ന്ന ചില്ലയിൽ കലപില കൂട്ടി. സഞ്ജീവ് കുമാർ മിത്ര അനുവാദം ചോദിക്കാതെ എന്റെ വലതു കൈ സ്വന്തം കൈപ്പത്തിയിലെടുത്തു. ചാറ്റൽമഴയും ചായുന്ന വെയിലും ചേർന്ന് നഗരത്തിനു കാവി പൂശി. ഒരു സൈക്കിൾ റിക്ഷയിലേയ്ക്ക് അയാൾ എന്നെ കൈപിടിച്ചു കയറ്റി. ഇളം ചൂടുള്ള നനഞ്ഞ കാറ്റ് എൻെറ കവിളിൽ തഴുകി കടന്നു പോയി. റിക്ഷയിലിരിക്കെ അയാൾ എന്റെ കയ്യിൽ മൃദുവായി തഴുകി. അതൊരു സ്വപ്നമാണെന്നും യഥാർഥത്തിൽ ഞാൻ കണ്ണുകളിൽ കുത്തികയറുന്ന വെള്ളിവെളിച്ചമുള്ള ലൈറ്റുകൾ നിറഞ്ഞ സ്റ്റുഡിയോയിൽ, ലിവർ വലിക്കാൻ തയ്യാറായി നിൽക്കുന്ന സഞ്ജീവ് കുമാർമിത്രയുടെ മുന്നിൽ, മൂന്നു കാലുള്ള തൂക്കുമരത്തിനു കീഴിൽ നിൽക്കുകയാണെന്നും ഉള്ളിലാരോ നിലവിളിച്ചു. തൂക്കുമരം വാസ്തവത്തിൽ ഒരു വലിയ ക്യാമറ ആയിരുന്നു. നിലവറയിലേയ്ക്കു വീഴുമ്പോൾ ബുദ്ധിയുറയ്ക്കാത്ത കുട്ടിയെപ്പോലെ കാമറയിലേയ്ക്കു കണ്ണുകളുയർത്തി ആഹ്ലാദത്തോടെ ചിരിക്കാൻ ഞാൻ യത്നിച്ചു. ഞാൻ,ചേതനാ ഗൃദ്ധാമല്ലിക്, ഭാരതത്തിന്റേയും മുഴുവൻ ലോകത്തിന്റേയും സ്ത്രീശക്തിയുടേയും സ്വാഭിമാനത്തിന്റേയും പ്രതീകം.

ഇരുപത്

മനുഷ്യരെ തണുപ്പിക്കുന്നതിനു പകരം കൂടുതൽ ഉഷ്ണിപ്പിക്കുന്ന കൊൽക്കൊത്തയിലെ മഴ പോലെയായിരുന്നു എന്റെ പ്രണയവും. സാന്ത്വനിപ്പിക്കുന്നതിനു പകരം അതെന്നെ പരിഭ്രാന്തയാക്കി. തുരുമ്പു പിടിച്ച ഹാൻഡിലിൽ വെയിലും മഴയുമേറ്റ് വരകൾ മാഞ്ഞ ഒരു റബ്ബർ കടുവയെ പിടിപ്പിച്ച സൈക്കിൾ റിക്ഷയിലേക്കാണ് സഞ്ജീവ് കുമാർ മിത്ര എന്നെ കൈപിടിച്ചു കയറ്റിയത്. കാലപ്പഴക്കത്താൽ മധ്യം കീറിപ്പറിഞ്ഞ് ഉള്ളിലെ സ്പോഞ്ചും തുരുമ്പു പിടിച്ച അസ്ഥികൂടവും വെളിയിൽ ചാടിയ സീറ്റിൽ വിറപൂണ്ടിരുന്ന എന്നെ അയാൾ ഇടതു കൈ നീട്ടി ചേർത്തണച്ചു. എന്റെ ഹൃദയം, പറന്നകലാനും എരിഞ്ഞു തീരാനും ശക്തിയില്ലാതെ, തീ പിടിച്ച മരത്തിന്റെ പൊത്തിനുള്ളിലെ പക്ഷിയെപ്പോലെ തൂവലുകൾ എഴുന്നും തൊണ്ട വരണ്ടും നിസ്സഹായയായി. അയാളുടെ നീല ഷർട്ടിനകത്ത് മേദസ്സിനും അസ്ഥികൾക്കുമുള്ളിൽ ഒരു വലിയ തീക്കുണ്ഡമുണ്ടെന്ന് എനിക്കു തോന്നി. ആ യാത്ര സ്വപ്നം തന്നെയായിരുന്നു. ചാര നിറമുള്ള മഴ കുറച്ചു നേരം ചരിഞ്ഞുപെയ്തു താനേ പിൻവാങ്ങി. വഴിയിൽ വാഹനങ്ങളും മനുഷ്യരും തിക്കിത്തിരക്കി. മുഷിഞ്ഞ വസ്ത്രങ്ങളും മുഖങ്ങളുമുള്ള മനുഷ്യർ തിങ്ങിയ അഴുക്കു പിടിച്ച ബസുകൾക്കും, കടകട ശബ്ദത്തോടെ നീങ്ങിയ ഓട്ടോറിക്ഷകൾക്കും, പൗഡറും ലിപ്സ്റ്റിക്കുമിട്ടവർ അലസമായിരുന്ന ആഡംബര കാറുകൾക്കും, റോഡ് മുറിച്ചു കടക്കാൻ കാത്തു നിന്ന കാൽനടക്കാർക്കും ഇടയിൽ അഴുക്കു നിറഞ്ഞ റോഡിലൂടെ ഞങ്ങളുടെ സൈക്കിൾ റിക്ഷ സൗരയൂഥത്തിലെ മറ്റൊരു ഗ്രഹം പോലെ ഭൂമിയുമായി ബന്ധമില്ലാതെ യാത്ര ചെയ്തു. ഇരിക്കുന്നതിനു പകരം എഴുന്നേറ്റു നിന്ന്, നൂറ്റാണ്ടുകളുടെ അഴുക്കും തഴമ്പും പതിഞ്ഞ പാദങ്ങൾ കൊണ്ടു പെഡലുകളിൽ നൃത്തം ചെയ്ത റിക്ഷക്കാരൻ ശൂന്യാകാശത്തിലെ ഏതോ ഭ്രമണപഥത്തിലൂടെ ഞങ്ങളുടെ ഗ്രഹത്തെ ആനയിച്ചു. അയാളുടെ വലതു കൈത്തണ്ടയിൽ കെട്ടിവച്ച ലൈസൻസ് പ്ലേറ്റ് പോലും സ്വപ്നസമാനമായി വെട്ടിത്തിളങ്ങി. എനിക്ക് ഉറക്കം വന്നു. തൂവലുകൾക്കു തീപിടിച്ച പക്ഷിക്ക് സ്ത്രീശക്തിയെക്കുറിച്ചും സ്വാഭിമാനത്തെക്കുറിച്ചും വേവലാതി അനുഭവപ്പെടുകയില്ലെന്ന് ബോധ്യപ്പെട്ടു. ആ നേരത്ത് സഞ്ജീവ് കുമാർ മിത്ര 'ഒരിക്കലെങ്കിലും എനിക്കു നിന്നെ ഒന്നനുഭവിക്കണം' എന്ന് പല്ലിറുമ്മിയ പുരുഷനും ഞാൻ അയാളെ എഴുന്നൂറ്റി ഇരുപത്തേഴു വിധത്തിൽ തൂക്കിലേറ്റിയ സ്ത്രീയും അല്ലാതായി, വായുവിൽ നീന്തുന്ന ഒരു വൃക്ഷത്തിൽ പരസ്പരം തൂവലുകൾ ഉരുമ്മുന്ന രണ്ടു പക്ഷികൾ മാത്രമായി. ചിറകുകളിലെ തീ തല്ലിക്കെടുത്താൻ ഞാൻ എന്നോടു യുദ്ധം ചെയ്തു.

സൈക്കിൾ റിക്ഷ ജനറൽ പോസ്റ്റ് ഓഫീസിനു മുമ്പിൽനിന്നു തെക്കോട്ടു തിരിഞ്ഞ് റോയൽ ഇൻഷുറൻസ് കമ്പനിയുടെ മുമ്പിലെത്തി പടിഞ്ഞാറോട്ടു തിരിഞ്ഞ് കോയിലാഘാട്ടിനെയും ഹാരെ സ്ട്രീറ്റിനെയും ബന്ധിപ്പിക്കുന്ന ബാങ്ക് ഷാൽ സ്ട്രീറ്റിലൂടെ മുന്നോട്ട് ഒഴുകി. മുമ്പു കമ്പനി മന്ദിരം എന്ന് അറിയപ്പെട്ടിരുന്ന കോടതി കെട്ടിടത്തിനരികിലൂടെയാണ് ഞങ്ങൾ നീങ്ങിയത്. എന്റെ ദാദുവിന്റെ ബാബായുടെ കാലത്ത് കച്ചേരി എന്ന് അറിയപ്പെട്ടിരുന്ന ആ കെട്ടിടം സബർണ റോയ് ചൗധരിയുടെ കുടുംബത്തിന്റെ വകയായിരുന്നു. പിൽക്കാലത്ത് ബ്രിട്ടീഷുകാർ അതു സ്വന്തമാക്കി. ചുവന്ന ഇഷ്ടികയിൽ തീർത്ത റയിൽവേ മാനേജരുടെ ഓഫീസ് ഞങ്ങൾ പിന്നിട്ടു. ഗവർണറുടെ വസതിയായിരുന്ന കാലത്ത് അതിനു മുമ്പിൽ ലാൽദിഗി വരെ പരന്നുകിടന്ന ഉദ്യാനത്തിൽ തലയാട്ടിയിരുന്ന ചുവന്ന പനിനീർപുഷ്പങ്ങൾ വില്യം കോട്ട പിടിച്ചെടുത്ത സിറാജ് ഉദ് ദൗളയുടെ പട്ടാളത്തിന്റെ പീരങ്കിക്കു മുമ്പിൽ ചിതറിത്തെറിക്കുന്നതും ബ്രിട്ടീഷുകാർ വീണ്ടും അവിടെത്തന്നെ മറൈൻ ഹൗസ് എന്ന മന്ദിരം പണിയുന്നതും ഞാൻ കൺമുമ്പിൽക്കണ്ടു. ബാൽക്കണികളിൽ തുണികൾ അലക്കി വിരിച്ച തെങ്ങോളം ഉയരമുള്ള കച്ചേരി കണ്ടതും ഞാൻ തല ചെരിച്ച് അതിനെതിരെയുള്ളതായി കേട്ടിട്ടുള്ള ജീർണിച്ച പുരാതനമായ കെട്ടിടം തിരഞ്ഞു. സഞ്ജീവ് കുമാർ മിത്ര എന്നെ ഒന്നുകൂടി ചേർത്തു പിടിച്ചു ചോദ്യഭാവത്തിൽ നോക്കി. ഞാൻ അയാളുടെ ചുമലിലേക്കു ചാഞ്ഞു.

"അതായിരുന്നു പഴയ ക്രൈറ്റീരിയൻ ഹോട്ടൽ. അവിടെനിന്ന് ഒരു ചായ കുടിക്കുകയായിരുന്നു ദാദുവിന്റെ ഏറ്റവും വലിയ സ്വപ്നം..."

തേനീച്ചക്കൂടു പോലെ, ചെറിയ ചെറിയ കടകളുടെ നിരയായി മാറിയ ആ കെട്ടിടത്തിലേക്കു നോക്കി സഞ്ജീവ് കുമാർ മിത്ര പരിഹാസത്തോടെ ചിരിച്ചപ്പോൾ റിക്ഷാക്കാരൻ തിരിഞ്ഞു നോക്കി. എന്റെ അച്ഛന്റേതിനേക്കാൾ നീളമുള്ള കൊമ്പൻമീശയുണ്ടായിരുന്നു അയാൾക്ക്. മെലിഞ്ഞു കറുത്ത് ഒട്ടിപ്പോയ മുഖത്തെ ഉയർന്ന മൂക്കിൽനിന്ന് തൂക്കിലേറ്റപ്പെട്ടതു പോലെ മീശ അയാളുടെ കവിളുകളിലൂടെ തൂങ്ങി.

"ബാബൂ, അതെന്റെ ദാദുവിന്റെ ദാദുവിന്റെ വകയായിരുന്നു..."

അയാൾ ഗൗരവത്തിൽ അറിയിച്ചു. സഞ്ജീവ് കുമാർ മിത്ര ഉറക്കെ ചിരിച്ചപ്പോൾ ഞാൻ നിവർന്നിരുന്നു.

റിക്ഷക്കാരൻ ഒരിക്കൽക്കൂടി ഞങ്ങളെ തിരിഞ്ഞു നോക്കി.

"എന്റെ ദാദുവിന്റെ ദാദു സുൽത്താൻ ആയിരുന്നു, ബാബൂ...."

"സുൽത്താനോ?"

സഞ്ജീവ് കുമാർ മിത്ര വീണ്ടും ഉറക്കെച്ചിരിച്ചു.

"അതെ. മൈസൂറിൽ...."

അയാൾ പെഡലിൽനിന്നിറങ്ങി വണ്ടി ആഞ്ഞു വലിച്ച് പ്രാണവായുവിനായി പ്രയാസപ്പെട്ടു :

"ടിപ്പു സുൽത്താൻ എന്നു കേട്ടിട്ടുണ്ടോ?"

ഞാൻ സ്തബ്ധയായി. സഞ്ജീവ് കുമാർ മിത്ര വീണ്ടും ചിരിക്കാൻ തുടങ്ങി വേണ്ടെന്നു വച്ച് അയാളെ ഉറ്റു നോക്കി. അയാൾ ഒരു ചാവാലിക്കു

തിരയെപ്പോലെ മുന്നോട്ടാഞ്ഞു ഹാൻഡിൽ ഉന്തി ഞങ്ങളെയും വലിച്ചു നടന്നു. കാറ്റിലും വലിവിലും അയാളുടെ ശബ്ദം ചിലമ്പിച്ചു.

"ടിപ്പു സുൽത്താന്റെ മകൻ ഷഹ്സാദാ മുയ്നുദ്ദീൻ സുൽത്താൻ സാഹിബായിരുന്നു എന്റെ ദാദുവിന്റെ ദാദു. എന്റെ ദാദുവിന്റെ ദാദുവിന് ഇവിടെ വലിയൊരു കൊട്ടാരമുണ്ടായിരുന്നു. ദാദു അവിടെയാണു വളർന്നത്. എന്തു പറയാൻ? കൊരോ പൗഷ് മാസ്, കൊരോ ഷൊർബൊനാഷ്...!"

തലയിൽ കെട്ടിവച്ച കീറിയ തുണിയുടെ ചുമലിലേക്കു വീണു കിടക്കുന്ന ഭാഗംകൊണ്ട് കഴുത്തും മുഖവും തുടച്ചതിനുശേഷം ഒന്നാഞ്ഞു വലിച്ചുകൊണ്ട് അയാൾ വീണ്ടും പെഡലുകളിലേക്കു കയറി. അയാളുടെ ശരീരം നൃത്തം പോലെ രണ്ടു പെഡലുകളിലും ഉയർന്നു താഴ്ന്ന് വീണ്ടും ഉയർന്നു താഴ്ന്നു.

ബൗ ബസാറിനു സമീപം റിക്ഷ നിർത്തി ഇറങ്ങിയപ്പോൾ സഞ്ജീവ് കുമാർ മിത്ര റിക്ഷക്കാരനെ നോക്കി സൗഹാർദ്ദത്തോടെ ചിരിച്ചു.

"സുൽത്താൻ സാഹിബ്, ഒരു ചായ കുടിച്ചിട്ടു പോയാലോ?"

"അൻവർ ഷാ... - അതാണെന്റെ പേര്, ബാബൂ..."

കറ പിടിച്ച വലിയ പല്ലുകൾ പുറത്തു കാട്ടി ചിരിച്ചു കൊണ്ട് അയാൾ ഞങ്ങളോടൊപ്പം ചായക്കടയിലേക്കു കയറി. റോഡ് വക്കിലെ ബഞ്ചുകളിലൊന്നിൽ ഇരുന്ന് അയാൾ താൽപര്യത്തോടെ പൂർവകഥകൾ ആരംഭിച്ചു. ടിപ്പു സുൽത്താന് നാലു ഭാര്യമാരും പതിനാറു മക്കളുമുണ്ടായിരുന്നു. സുൽത്താനെ പരാജയപ്പെടുത്തിയ ബ്രിട്ടീഷുകാർ അദ്ദേഹത്തിന്റെ മക്കളെ കൽക്കട്ടയിലേക്കു കയറ്റിയയച്ചു. ഒന്നോ രണ്ടോ തലമുറകൾ അവർ സുൽത്താൻമാരായി ജീവിച്ചു. പിന്നീട് ഗംഗയിലെ വഴുക്കലുള്ള ജലകണികകൾ പോലെ കാലത്തിന്റെ കൈവിരലുകൾക്കിടയിലൂടെ ചോർന്ന് ഞങ്ങളുടെ കറുത്ത മണ്ണിൽ ലയിച്ചു. സുൽത്താന്റെ കൊച്ചുമക്കളിലൊരാൾ ആത്മഹത്യ ചെയ്ത കഥ ഥാക്കുമാ പറഞ്ഞിട്ടുണ്ട്. അദ്ദേഹത്തിന്റെ ഏറ്റവും വലിയ സ്വത്ത് സംഗീതമായിരുന്നു. ബന്ധുക്കൾ തമ്മിലുള്ള സ്വത്തു വഴക്കിൽ എല്ലാം നഷ്ടപ്പെട്ടപ്പോൾ അദ്ദേഹം ഒരു വാടകവീട്ടിലേക്കു മാറി. ഒരു ദിവസം പുറത്തു പോയി മടങ്ങി വന്നപ്പോൾ ആമീനും പോലീസുകാരും തന്റെ സംഗീതോപകരണങ്ങൾ ജപ്തി ചെയ്യുന്നതു കണ്ട സുൽത്താൻ വിവശനായി. ഒരു തംബുരുവെങ്കിലും തന്നിട്ടു പോകൂ എന്നു യാചിച്ച് അദ്ദേഹം അവരുടെ കുതിരവണ്ടിക്കു പിന്നാലെ ഓടി. ഹൃദയം തകർന്നു തിരിച്ചെത്തിയ സുൽത്താൻ വാടക വീടിന്റെ ഭിത്തിയിൽ തൂക്കിയിട്ടിരുന്ന ഇരട്ടക്കുഴൽ തോക്ക് നെറ്റിയിൽ മുട്ടിച്ചു കാഞ്ചി വലിച്ചു. അദ്ദേഹത്തിന്റെ തലപ്പാവിലെ തൂവലുകൾ മുറിയിലാകെ പറന്നു. അദ്ദേഹത്തിന്റെ തലച്ചോറിന്റെ അംശങ്ങൾ വർഷങ്ങളോളം വീടിന്റെ ഭിത്തിയിലും മച്ചിൻമേലും പറ്റിനിന്നു.

"ടിപ്പു സുൽത്താന്റെ മരണശേഷം ടോളിഗഞ്ജിൽ ബ്രിട്ടീഷുകാർ ഞങ്ങൾക്ക് ഭൂമി തന്നു. മുന്നൂറോളം പേരുണ്ടായിരുന്നു, അന്നു മൈസൂരിൽ നിന്നു കൊൽക്കൊത്തയിലെത്തിയ സംഘത്തിൽ..."

കൊമ്പൻ മീശ വകഞ്ഞു മാറ്റി അയാൾ ചായ കുടിക്കുന്ന കാഴ്ച എന്നെ ഉലച്ചു. ടിപ്പുസുൽത്താൻ തലപ്പാവും ഉടവാളുമായി ബൗ ബസാറിലെ വഴി

യോരപ്പീടികയിലിരുന്നു ചായ കുടിക്കുകയാണെന്ന് എനിക്കു തോന്നി. ടിപ്പുവിന്റെ കൊട്ടാരം ഞങ്ങളുടെ വീടിനടുത്തായിരുന്നു.

“സുൽത്താൻ ദാദുവിന് കടുവകളോട് വലിയ ഭ്രമമായിരുന്നു. അദ്ദേഹത്തിന്റെ ഉടവാളുകളിലും പീരങ്കികളിലും തോക്കിലും വരെ കടുവയുടെ രൂപം വരയ്ക്കുകയോ കൊത്തി വയ്ക്കുകയോ ചെയ്തിരുന്നു. ഒരു സായ്പിന്റെ മേൽ കടുവ ചാടി വീണു കടിച്ചു പറിക്കുന്ന യന്ത്രപ്പാവയുണ്ടായിരുന്നു അദ്ദേഹത്തിന്. കടുവ സായ്പിനെ കടിച്ചു പറിക്കുമ്പോൾ സുൽത്താൻ പൊട്ടിച്ചിരിക്കുമായിരുന്നു....”

“അൻവർ ഭായീ, ഈ റിക്ഷ ചവിട്ടാൻ തുടങ്ങിയിട്ട് എത്ര കാലമായി?”

സഞ്ജീവ് കുമാർ മിത്ര അന്വേഷിച്ചു.

“ഓ... ഇതോ? ഇതെന്റെയല്ല. ഇതിന്റെ മുതലാളി ഒരു ബീഹാറിയാണ്. അയാൾക്ക് നൂറ്റിയിരുപത്താറു സൈക്കിൾ റിക്ഷയുണ്ട്. ദിവസം എഴുപത്തഞ്ചു രൂപയാണ് വാടക. ഞാൻ സിംഗൂരിൽ കൃഷി നടത്തുകയായിരുന്നു. എല്ലാം പോയി. വീട്ടിൽ നാലു പെൺമക്കളുണ്ട്. ഭാര്യ രണ്ടു വർഷം മുമ്പു മരിച്ചു പോയി. അതൊരു കണക്കിന് നന്നായി. ഈ സീറ്റിലിരുന്നു ഭാരം ചവിട്ടിച്ചവിട്ടി എന്റെ ബീച്ചിയിൽ നീരും വേദനയുമല്ലാതെ മറ്റൊന്നുമില്ല..”

അയാൾ ഉറക്കെച്ചിരിച്ചു.

“ബ്രിട്ടീഷുകാരോട് യുദ്ധം ചെയ്ത ടിപ്പുസുൽത്താന്റെ അനന്തരാവകാശികൾ ഇന്നു റിക്ഷ വലിച്ചും വീട്ടുജോലിക്കാരായും ജീവിക്കുന്നു. ബ്രിട്ടീഷുകാർക്ക് എല്ലാം അടിയറ വച്ച നൈസാമിന്റെ പിൻഗാമികൾ ഇന്നും സമ്പൽസമൃദ്ധിയിൽ ആറാടുന്നു. എന്തൊരു വിരോധാഭാസമാണു ബാബൂ?”

കോപ്പ വലിച്ചെറിഞ്ഞ് മീശ ഭംഗിയായി തുടച്ച് അൻവർ ഷാ തലപ്പാവു വീണ്ടും കെട്ടി ഒരു സുൽത്താന്റെ അന്തസ്സോടെ നിവർന്നു നിന്നു ചോദിച്ചു. അയാളുടെ മെലിഞ്ഞ ശരീരത്തിനുള്ളിൽ എഴുന്നു നിന്ന എല്ലുകൾ എന്റെ കണ്ണുകളിൽ കുത്തിക്കയറി. ഒടിഞ്ഞു തൂങ്ങിയ ചുമലുകളും അകത്തേക്കു വളഞ്ഞ വയറും വെറും കോലുകൾ മാത്രമായ കാലുകളും. വെയിലും മഴയുമേറ്റു വരകൾ മങ്ങിയ കടുവ അയാളുടെ കുണ്ടിലാഴ്ന്ന കണ്ണുകളിൽ പ്രതിഫലിച്ചു.

“വിധി, അല്ലാതെന്താണ് ഭായി?”

സഞ്ജീവ് കുമാർ മിത്ര നെടുവീർപ്പിട്ടു. വിധിയല്ല, ജനാധിപത്യം എന്ന് ഞാൻ മന്ത്രിച്ചു. ശരീരം സീറ്റിൽ തൊടുവിക്കാതെ എഴുന്നേറ്റു നിന്നു വളഞ്ഞു പുളഞ്ഞു പെഡൽ ചവിട്ടി സുൽത്താന്റെ അനന്തരാവകാശി മടങ്ങിപ്പോയി. അദ്ദേഹത്തിന്റെ മീശയുടെ രണ്ടു തുമ്പുകളും പിന്നിലേക്കു പറന്നു. രാജകീയ പാരമ്പര്യത്തിന്റെ അടയാളമായി നികുതിയില്ലാതെ കൈവശം സൂക്ഷിക്കാൻ അയാൾക്ക് ആ മീശയും റബർ കടുവയും മാത്രമേയുണ്ടായിരുന്നുള്ളൂ.

“ചേതൂ,എന്താണ് ചിന്തിക്കുന്നത്?”

സഞ്ജീവ് കുമാർ മിത്ര പ്രണയത്തോടെ എന്റെ കൈത്തലം കവർന്നു. എനിക്കു വല്ലായ്മതോന്നി. അയാളുടെ സാന്നിധ്യം എന്നെ അലട്ടി. സുൽത്താന്റെ അനന്തരാവകാശിയെ കണ്ടുമുട്ടിയതു മുതൽ എന്റെ സിരകളിൽ തലമുറകളുടെ സ്മരണകൾ ഇരമ്പി.

"നാലും കൂടുന്ന ഈ കവലകളിലെല്ലാം പണ്ടു തൂക്കുമരങ്ങളുണ്ടായിരുന്നു..."

ഞാൻ പറഞ്ഞു. സഞ്ജീവ് കുമാർ മിത്ര പെട്ടെന്ന് എന്റെ കൈത്തലം വിട്ടു.

"ലാൽദിഗിയും ബൗ ബസാറും ചിത്പൂർ റോഡും ബെൻടിക് സ്ട്രീറ്റും കൂടിച്ചേരുന്നിടത്തെല്ലാം വലിയ കഴുമരങ്ങൾ തലയുയർത്തി. എന്റെ പിതാമഹൻമാർ അവിടെയൊക്കെ എത്രയോ പേരെ തൂക്കിക്കൊന്നു...."

സഞ്ജീവ് കുമാർ മിത്ര ദീർഘമായി നിശ്വസിച്ചു.

"ആദ്യകാലത്ത് നല്ലൊരു മരം മതിയായിരുന്നു ആരാച്ചാർക്ക് കുറ്റവാളിയെ കെട്ടിത്തൂക്കാൻ. പിൽക്കാലത്ത് രണ്ടു മരച്ചില്ലകൾ നാട്ടി അതിനു കുറുകെ ഒരു കഴുക്കോലിൽ തൂക്കാൻ തുടങ്ങി. ശാസ്ത്രപുരോഗതിയും വിപ്ലവചിന്തകളും തൂക്കുമരത്തെ സ്വാധീനിച്ചു."

സഞ്ജീവ് കുമാർ മിത്ര എന്നെ അത്ഭുതത്തോടെ നോക്കി.

"കഴുമരങ്ങളെക്കുറിച്ചു പറയാൻ പറ്റിയ നേരം!"

"നിങ്ങൾക്കു സ്വന്തമായി ഒരു തൂക്കുമരം പണിയണ്ടേ?"

ഞാൻ പരിഹാസത്തോടെ അന്വേഷിച്ചു. അയാൾ ജാള്യത്തോടെ ചിരിച്ചു.

"ജോലി അങ്ങനെയായിപ്പോയില്ലേ? നിന്റെ ജോലി നീതി നടപ്പാക്കുകയാണ്. എന്റെ ജോലി ടെലിവിഷനു മുമ്പിൽ ആളുകളെ പിടിച്ചിരുത്തുകയാണ്..."

"കച്ചവടം...!"

"അതെ, കച്ചവടം..."

സഞ്ജീവ് കുമാർ എന്റെ കൈ വീണ്ടും കവർന്നു.

"ഈ സന്ധ്യയിൽ ഞാൻ ചേതനയോടൊപ്പം അലസമായി നടക്കാൻ ആഗ്രഹിക്കുന്നു. കഴുമരങ്ങളെയും കയർക്കുടുക്കുകളെയും വായിൽനിന്നും മൂക്കിൽനിന്നും പ്രാണികൾ പറക്കുന്ന കുട്ടികളെയും കുറിച്ചു ദയവു ചെയ്ത് ഇപ്പോൾ സംസാരിക്കരുത്..."

അയാൾ എന്നെ വീണ്ടും ചേർത്തണച്ചു. കോളജ് സ്ട്രീറ്റിലെ പുസ്തകക്കടകളുടെ നിരയ്ക്കു മുമ്പിലെ തിരക്കിലേക്ക് ഞങ്ങൾ നടന്നു കയറി. പുരാതനമായ കോഫി ഹൗസ് കെട്ടിടത്തിനു മുമ്പിലെത്തിയപ്പോൾ ഉടുപ്പിടാത്ത ചെളിയിൽ മുങ്ങിയ കറുത്ത കുട്ടികൾ പിച്ചപ്പാത്രങ്ങളുമായി വളഞ്ഞു. നഗരം ആവശ്യമില്ലാതെ ഒച്ചവച്ചു.വാഹനങ്ങളുടെയും മനുഷ്യരുടെയും കച്ചവടക്കാരുടെയും പിച്ചക്കാരുടെയും വിദ്യാർഥികളുടെയും ശബ്ദങ്ങളിൽ എനിക്കു തല പെരുത്തു. പുസ്തകത്തിന്റെ പഴയതും പുതിയതുമായ മണം ശ്വസിച്ചു കൊണ്ടു ഞാൻ ധൃതിയിൽ നടന്നു. പ്രധാന തെരുവിൽനിന്ന് പേരേതെന്നു തീർച്ചയില്ലാത്ത ഒരു ചെറിയ ഇടറോഡിലേക്ക് അയാൾ കടന്നു. ബ്രിട്ടീഷുകാരുടെ ഭരണകാലത്തെ പഴയ കെട്ടിടങ്ങൾ ഇരുവശത്തും നിരന്ന പുരാതന വീഥിയായിരുന്നു അത്. പ്രസിദ്ധീകരണശാലകളുടെയും ഏതൊക്കെയോ ഏജൻസികളുടെയും ബോർഡുകൾ തൂക്കിയ മിക്ക വീടുകളും അടഞ്ഞു കിടന്നു. അസ്തമയ സൂര്യൻ മഴമേഘത്തിനു കീഴിൽ ആരോ തിരുകി വച്ച സ്വർണനാണയം പോലെ മുക്കാലും മറഞ്ഞു.

"ഏതു നഗരത്തിനു നടുവിലും ആൽമരങ്ങൾ വളരുന്ന ഒരു ബംഗ്ലാവു ണ്ടാകും..."

ഒരാൾ പൊക്കത്തിൽ വളർന്ന ആൽമരത്തെ ശിരസ്സിൽ വഹിച്ചു നിൽക്കുന്ന ഒരു പഴയ രണ്ടു നില ഹർമ്യത്തിനു മുന്നിൽ യാത്ര അവസാനിപ്പിച്ചു കൊണ്ടു സഞ്ജീവ് കുമാർ പറഞ്ഞു. കെട്ടിടത്തിന്റെ ഗേറ്റുകൾ തകർന്നിരുന്നു. തകർന്ന കിളിവാതിലിനെ ചുറ്റി ആൽമരത്തിന്റെ ഒരു വലിയ വേര് അൻവർഷായുടെ കൊമ്പൻമീശ പോലെ തൂങ്ങിക്കിടന്നു. ആലിലകൾക്കിടയിലൂടെ നീണ്ടു വന്ന പോക്കുവെയിലിൽ സൂര്യബിംബം സ്വർണവലയ്ക്കു നടുവിൽ ഉറങ്ങുന്ന നീലച്ചിലന്തിയായി. സഞ്ജീവ് കുമാർ എന്റെ കൈ പിടിച്ച് അകത്തേക്കു കയറി.

"പത്തൊമ്പതാം നൂറ്റാണ്ടിൽ പണിതതാണ് ഇത്... അന്ന് ഇതിനു വെള്ള ച്ചായമടിച്ചിരുന്നു...."

"ഇവിടെ നിങ്ങൾ മുമ്പു വന്നിട്ടുണ്ടോ?"

ഞാൻ പരിഭ്രമത്തോടെ അന്വേഷിച്ചു. ഒരു കാടിനുള്ളിലേക്കു കടന്നു ചെല്ലുമ്പോഴുള്ള വിജനതയും നിശ്ശബ്ദതയും അവിടെ തങ്ങി നിന്നു. പ്രാചീനമായ കെട്ടിടത്തിന്റെ ഭിത്തികൾ തകർത്ത് ആലിംഗന ബദ്ധരായി നിന്ന നീൽ ലൊതയും നീൽ മണി ലൊതയും ബൻസിമൊർ ചെടിയും നിറയെ പൂത്തുലഞ്ഞിരുന്നു. അകത്തെ മുറികളിലെവിടെയോ കാന്തലി ചെമ്പ പൂവു വിടരാൻ തുടങ്ങുംമുമ്പുള്ള മാദകഗന്ധം പരത്തി. പത്തൊമ്പതാം നൂറ്റാണ്ടിലെ ധനികനായ സായ്പ് ഏതോ ബംഗാളി സുന്ദരിയെ വെപ്പാട്ടിയായി പാർപ്പിച്ച വീടാണതെന്ന് എനിക്കു തോന്നി. കാൽനഖങ്ങളിൽ മൈലാഞ്ചിയും മിഞ്ചിയും പാദസരവുമണിഞ്ഞ, ഉത്തരീയത്താൽ മുഖം മറച്ച, ഒരു സ്ത്രീ നനുത്ത ചുവടുകളോടെ അകത്തെവിടെയോ നടക്കുന്നുണ്ടെന്നു ഞാൻ വിഭ്രമിച്ചു. എന്റെ കയ്യിൽ പിടിച്ച് സാവധാനം അകത്തേക്കു നയിക്കുമ്പോൾ സഞ്ജീവ് കുമാർ മിത്ര മന്ത്രിച്ചു :

"ഇതെന്റെ വീടാണ്...."

ഞാൻ അയാളെ അവിശ്വാസത്തോടെ നോക്കി. ഞങ്ങൾക്കു ചുറ്റും ആ പഴയ വീട് അതിന്റെ തലപ്പാവ് പിഞ്ഞിപ്പോയ മച്ചും കുപ്പായങ്ങളടർന്നു പോയ ചുവരുകളും വിണ്ടുകീറിയ നിലങ്ങളുമായി നിശ്ശബ്ദമായി നിന്നു. സഞ്ജീവ് കുമാർ മിത്ര കണ്ണടയൂരി പോക്കറ്റിലിട്ട് എന്റെ താടിപിടിച്ചുയർത്തി കണ്ണുകളിലേക്കു നോക്കി. ഞങ്ങളുടെ കണ്ണുകൾ പരസ്പരം ഇടഞ്ഞു. എന്റെ പാദങ്ങൾക്കു ചുവടെ നിന്നു നീണ്ടൊഴുകുന്ന പൂക്കളുള്ള ഒരായിരം നീൽ മണി ലൊതകൾ അയാളിലേക്കു വള്ളികൾ നീട്ടി. അയാൾ എന്റെ നെറുകയിൽ ചുണ്ടുകൾ ചേർത്ത് ഏതാനും നിമിഷങ്ങൾ നിശ്ശബ്ദനായി നിന്നു.

"നീയെന്താണ് ഇപ്പോൾ ചിന്തിക്കുന്നതെന്നു ഞാൻ പറയട്ടെ?"

അയാൾ മന്ദ്രസ്വരത്തിൽ ചോദിച്ചു. ഞാൻ കണ്ണുകൾ കൂമ്പി അയാളുടെ മാറിടത്തിൽ ശിരസ്സർപ്പിച്ചു.

"ഞാൻ നിന്നെ വേദനിപ്പിച്ചാൽ എന്റെ കഴുത്തിൽ എങ്ങനെ കുടുക്കിടണമെന്ന്... - ശരിയല്ലേ?"

ഞാൻ തലയുയർത്തി അയാളെ നോക്കി പുഞ്ചിരിച്ചു.

"നമ്മൾ തമ്മിൽ പരിചയപ്പെട്ടതിനുശേഷം നിന്റെ ചുണ്ടുകളിൽ ആദ്യ മായാണ് ഒരു പെണ്ണ് ആണിനു നൽകുന്ന പുഞ്ചിരി ഞാൻ കാണുന്നത്. അതിനർഥം, എന്റെ ഊഹം ശരിയാണ്, അല്ലേ?"

"അല്ല..."

ഞാൻ പറഞ്ഞു. എനിക്കു വല്ലാത്ത ലാഘവം അനുഭവപ്പെട്ടു. ആ വീടി നുള്ളിൽ ഒരായിരം വള്ളിച്ചെടികൾ തഴച്ചു വളരുന്നുണ്ടെന്നു ഞാൻ ആഹ്ലാ ദത്തോടെ കണ്ടെത്തി. സ്ട്രാൻഡ് റോഡിലെ ഞങ്ങളുടെ പരിസരത്തൊന്നും കാണാനില്ലാത്ത ബൻ കലമിയും റാംസോറും ചേഹൂർ ലൊതയും അംഗുലി ലൊതയും മഞ്ഞ ഹൃദയമുള്ള കരിനീല മിച്ചെയും കിട്ടിയ ഇടത്തൊക്കെ ആർത്തലച്ചു വളർന്നു പൂവിടാൻ വ്യഗ്രതപ്പെട്ടു. തകർന്ന ജനാലയിലൂടെ ഒരു കാറ്റ് അകത്തു വന്നപ്പോൾ ഞാൻ കോരിത്തരിച്ചു.

"ഈ പൂവ് എന്റെ അമ്മയ്ക്ക് വളരെ ഇഷ്ടമായിരുന്നു..."

ജനാലയ്ക്കു പുറത്തു നിന്ന് അകത്തേക്കെത്തി നോക്കിയ ഒരു വള്ളി മേൽ കൂമ്പി നിന്ന പൂവു കയ്യിലെടുത്ത് അയാൾ പറഞ്ഞു. പിന്നീട് വീണ്ടും എന്റെ ചുമലിൽ കൈവച്ച് എന്നെ അഭിമുഖമാക്കി നിർത്തി കണ്ണുകളിലേക്കു നോക്കി.

"പറയൂ, നീയെന്താണു ചിന്തിച്ചു കൊണ്ടിരുന്നത്?"

അയാൾ വീണ്ടും ചോദിച്ചു. അയാളുടെ നെഞ്ചിൽ തല ചായ്ച്ചു നിന്ന് തളർന്ന ശബ്ദത്തിൽ ഞാൻ സത്യം പറഞ്ഞു.

"എനിക്കു നിന്നെ ഒരിക്കലെങ്കിലും ഒന്നനുഭവിക്കണം...!"

സഞ്ജീവ് കുമാർ മിത്ര ഞെട്ടി. എന്റെ കണ്ണുകൾ നിറഞ്ഞിരുന്നു. കുറേ നിമിഷങ്ങൾ നാലു ചുവരുകൾക്കുള്ളിലെ ആ കാടിനുള്ളിൽ ഞങ്ങൾ നിശ്ശബ്ദരായി നിന്നു. ഓറഞ്ച് നിറമുള്ള ഒരു ചെറിയ പക്ഷി അകത്തേക്കു വന്ന് ചിലച്ചു കൊണ്ടു വീണ്ടും പറന്നു പോയി. സഞ്ജീവ് കുമാർ മിത്ര എന്റെ കൈപ്പത്തിയെടുത്ത് അയാളുടെ ഇടതുകവിളിൽ ശക്തിയായി അടിച്ചു.

"ഞാൻ മാപ്പു ചോദിക്കുന്നു...."

എന്റെ കണ്ണിൽനിന്ന് ഒരു തുള്ളി കണ്ണുനീർ ഒഴുകി.

"നോക്കൂ ചേതനാ, ആദ്യമായാണ് ഞാൻ ആരോടെങ്കിലും മാപ്പു ചോദി ക്കുന്നത്..."

അയാൾ പറഞ്ഞു. അയാളുടെ മാറിൽ ഞാൻ ഉരുകിച്ചേർന്നു.ആ നിമിഷം അയാളെ സ്നേഹിച്ചതു പോലെ ഞാൻ ഒരിക്കലും ആരെയും സ്നേഹിച്ചി രുന്നില്ല.ഞങ്ങൾ ഏറെ നേരം അവിടെ നിന്നു. പ്രണയ നിമന്ത്രണങ്ങളാൽ അയാൾ എന്നെ തരളിതയാക്കി. എന്റെ മുറിവുകളിൽ മൃദുവായി ചുംബിച്ചു. എങ്ങനെയാണ് ആ തകർന്ന വീട് തന്റേതായിത്തീർന്നതെന്ന് അയാൾ വെളി പ്പെടുത്തിയില്ല. പുറത്തിറങ്ങുമ്പോൾ ഇരുട്ട് നഗരത്തെ കരിമ്പടം കൊണ്ടു മൂടിയിരുന്നു. എന്റെ സിരകളിൽ പ്രണയത്തിന്റെ ശക്തി ഇരമ്പി.

പിറ്റേന്ന്, മണൽചാക്ക് കെട്ടി എന്റെ ആദ്യ റിഹേഴ്സൽ ഞാൻ വിജയ കരമായി പൂർത്തിയാക്കി. യതീന്ദ്രനാഥ ബാനർജിയുടെ അമ്പതു കിലോ യുള്ള ശരീരം തൂക്കാനുള്ള കയറിന്റെ ബലം പരിശോധിക്കാൻ എഴുപത്തഞ്ചു

കിലോ മണൽ നിറച്ച ചാക്ക് തയ്യാറാക്കിയത് കാക്കുവാണ്. തൂക്കുമരത്തിന്റെ ചുവട്ടിൽ മുമ്പൊരിക്കൽ എന്റെ ചുവട്ടടികൾക്കു കീഴിൽനിന്നു തെന്നിമാറിയ നിലവറപ്പലകകൾക്കു മേൽ മുട്ടുകുത്തിയിരുന്നു ഞാൻ മണൽ ചാക്കിൽ തൂക്കുകയറിന്റെ തുമ്പു ഭദ്രമായി കെട്ടി. ലിവറിന്റെ പിടി തണുത്തതായിരുന്നു. മണൽച്ചാക്കിന്റെ സ്ഥാനത്ത് അമ്പതു കിലോ തൂക്കവും അഞ്ചടി പത്തിഞ്ച് ഉയരവുമുള്ള യതീന്ദ്രനാഥിന്റെ ശരീരം ഞാൻ സംഭ്രമത്തോടെ സങ്കൽപ്പിച്ചു.

"ഉം. ധൈര്യമായി വലിക്ക്..."

അച്ഛൻ മീശ തടവി എന്നെ നിരീക്ഷിച്ചു കൊണ്ട് ആജ്ഞാപിച്ചു. എന്റെ കൈപ്പിടി ലിവറിൽ അമർന്നു. നിലവറപ്പലകകൾ പെരുമ്പറയുടെ മുഴക്കത്തോടെ അകത്തേക്കു തുറന്നു. മണൽച്ചാക്ക് ഒരു പിടച്ചിലോടെ താഴേക്കു പതിച്ചു. കയർ വെട്ടിവിറയ്ക്കുന്നതും വിറച്ചു വിറച്ചു സാവധാനം നിശ്ചലമാകുന്നതും ഞാൻ കണ്ടില്ല. രണ്ടു ദിവസമായി പെയ്യുന്ന മഴയുടെ ഫലമായി തൂക്കുമരത്തിന്റെ പ്ലാറ്റ്ഫോമിനു താഴെ വെള്ളം കെട്ടി നിന്നിരുന്നു. ജയിൽപ്പുള്ളികൾ നട്ടുവളർത്തിയ പലതരം സസ്യങ്ങൾ അരയ്ക്കൊപ്പം വെള്ളത്തിൽ നിന്നു സ്വാഭിമാനം പ്രഖ്യാപിച്ചു. എനിക്ക് അപ്പോൾ കൊൽക്കൊത്ത നഗരത്തിലെ പുതിയ ഫ്ളൈ ഓവറുകൾക്കു താഴെ മുങ്ങിയ റോഡുകൾ ഓർമ വന്നു. തലേന്നു സംഭവിച്ചതുപോലെ സഞ്ജീവ് കുമാർ മിത്രയുടെ ഇടതു മാറിൽ ചാരിയിരുന്ന് വെള്ളിമേലാപ്പുള്ള സൈക്കിൾ റിക്ഷയിൽ വെള്ളത്തിൽ മുങ്ങിയ കൊൽക്കൊത്ത ചുറ്റി സഞ്ചരിക്കുന്നതു ഞാൻ സ്വപ്നം കണ്ടു.

കയർ പൊട്ടുകയില്ലെന്ന് ഉറപ്പാക്കാൻ മണൽച്ചാക്ക് ഒന്നര മണിക്കൂറെങ്കിലും തൂക്കിനിർത്തണമെന്നാണു നിയമം. ഞാനും അച്ഛനും കാക്കുവും കാത്തു നിന്നു. ആകാശത്ത് ലിവർ വലിച്ചതിനാൽ തുറന്നു പോയ ഭൂമിയുടെ നിലവറയിലേക്ക് മഴ തല കീഴായി വീണു. പ്രണയം പോലെ ആ മഴയും എന്നെ പരിഭ്രാന്തയാക്കി. നനയാതെ വരാന്തയിലേയ്ക്ക് ഓടിക്കയറുമ്പോൾ തൂക്കുമരത്തിനു താഴെ പടർന്നുകിടന്ന വള്ളിയിൽനിന്നു സഞ്ജീവ് കുമാർ മിത്രയുടെ അമ്മയ്ക്കു പ്രിയപ്പെട്ട പുഷ്പം ജലത്തിന്റെ എണ്ണമറ്റ മുടിനാരുകളിൽ കുടുങ്ങി അടർന്നു വീണു. അത് എനിക്കും പ്രിയപ്പെട്ട പുഷ്പമായിരുന്നു. അതിന്റെ പേര് അപരാജിത എന്നായിരുന്നു.

ഇരുപത്തൊന്ന്

"മാ മാടിർ മാനുഷ് എന്ന ജാത്രയിലാണ് ഞാൻ അവസാനമായി ഒരു മുഴു നീള റോൾ അവതരിപ്പിച്ചത്. അത് ആയിരത്തിത്തൊള്ളായിരത്തി എഴുപത്തി യഞ്ചിലായിരുന്നു. അമ്മ, മണ്ണ്, മനുഷ്യൻ എന്നാണ് അർഥം. മണ്ണ് അമ്മയെപ്പോലെയാണ്, സൊഞ്ജുബാബൂ. ബംഗാളിന്റെയും എന്തിന്, മുഴുവൻ ഭാരതത്തിന്റെയും, ചരിത്രം മണ്ണിനു വേണ്ടിയുള്ള സമരമായിരുന്നു."

കട്ടിലിൽ ഇരുന്ന അച്ഛൻ സിഗററ്റ് ചുണ്ടിൽ വച്ച് ഒന്നൂതി, മടക്കിക്കുത്തിയ ലുങ്കിക്കു താഴെ നഗ്നമായ കാൽമുട്ടിൽ ഇടതു കൈ കൊണ്ടു വട്ടത്തിൽ തിരുമ്മി സഞ്ജീവ് കുമാർ മിത്ര കൗതുകത്തോടെ തലയാട്ടി. ഞാൻ ഭിത്തിയിൽ ചാരിനിന്ന് അവരുടെ സംഭാഷണം കേട്ടു. ഞങ്ങൾ മൂന്നു പേരും ഞങ്ങളുടെ പരമ്പരയുടെ ഭൂതകാലം പലവിധത്തിൽ പ്രദർശിപ്പിക്കപ്പെട്ട മുറിയിലായിരുന്നു. ഉച്ചഭക്ഷണത്തിനു തൊട്ടുമുമ്പു സഞ്ജീവ് കുമാർ മിത്ര കയറി വന്നപ്പോൾത്തന്നെ എന്റെ ശരീരത്തിൽ വള്ളിച്ചെടികൾ മുളപൊട്ടി. അയാൾ ഞെരിച്ചപ്പോഴുള്ള വേദന മാഞ്ഞ് ഇടത്തെ മാറിടം അയാളോടുള്ള ആഗ്രഹത്തിൽ വിങ്ങി. എങ്കിലും അയാളിൽ നിന്നു നോട്ടം പിൻവലിച്ചപ്പോഴൊക്കെ കണ്ണുകൾ മുമ്പു നീഹാരിക തൂങ്ങി നിന്നാടിയ കമ്പിയിലേക്കു മടങ്ങി. അയാളുടെ വീടിന് വേടുകൾ പടർന്ന ആൽമരത്തിന്റെ ഭാരമായിരുന്നെങ്കിൽ ഞങ്ങളുടെ ഓരോ മുറിയിലും അദൃശ്യമായ തൂക്കുമരങ്ങളിൽ ഭൂതകാലത്തിന്റെ ജഡങ്ങൾ തൂങ്ങുന്നുണ്ടെന്നു ഞാൻ ഉൾക്കിടിലത്തോടെ ഓർത്തു.

"ആദ്യമായി തൂക്കുകയർ കയ്യിലെടുത്തപ്പോൾ എന്റെ ശരീരം വിറച്ചു. വളരെ കരുത്തനും ഭീമാകാരനുമായ ഒരാൾ എന്റെ ശരീരത്തിലേക്ക് ശക്തിയായി ശ്വാസോച്ഛ്വാസം ചെയ്യുന്നതുപോലെ അനുഭവപ്പെട്ടു. അതു ജ്വരാസുരനായിരുന്നു. കാരണം, സൊതൃപാൽ ചക്രവർത്തിയെ തൂക്കിലേറ്റി തിരിച്ചു വന്നപ്പോഴേക്ക് എനിക്കു പനി തുടങ്ങി. എന്റെയുള്ളിൽ ആയിരമായിരം പേർ ശ്വാസോച്ഛ്വാസം ആരംഭിച്ചു. എനിക്ക് വല്ലാത്ത വീർപ്പുമുട്ടലുണ്ടായി. ഞാൻ ഒരാൾ മാത്രമല്ലെന്നും അപരിചിതരായ പല മനുഷ്യരുടെ കൂട്ടമാണെന്നും എനിക്ക് മനസ്സിലായി. അവരൊക്കെ എന്റെയുള്ളിൽനിന്നു പുറത്തു കുതിച്ചു, സൊഞ്ജു ബാബൂ. എന്നിട്ട് എന്റെ മാംസം തുളച്ച് തൊലിപ്പുറത്ത് കടുകുമണികൾ പോലെ പൊന്തി...."

അച്ഛൻ കൈത്തണ്ടയിൽ കടുകുമണികൾക്കു വേണ്ടി പരതി. ഞാൻ ഒന്നു ദീർഘമായി നിശ്വസിച്ചു. അന്ന് അച്ഛന്റെ ശരീരത്തിൽ വസൂരി പൊന്തി. വേപ്പില കൊണ്ടു ശരീരം മൂടി അച്ഛൻ വെറും നിലത്ത് കിടന്നു. നാലു കൈകളിലൊന്നിൽ വെള്ളിച്ചൂലും മറ്റൊന്നിൽ മുറവും മൂന്നാമത്തേതിൽ ഗംഗാജലം നിറച്ച കുടവും നാലാമത്തേതിൽ ചെറിയൊരു കിണ്ണവുമായി ദേവി ശീതള

അച്ഛനെ കെട്ടിവലിച്ചു. ദേവിയുടെ കടുകു മണികൾ ഞങ്ങളുടെ വീട്ടിലാകെ മുള പൊട്ടി.

"അഭിനയിക്കാൻ അസറിലേക്കു കയറുന്ന നേരത്ത് പക്ഷേ, തിരിച്ചാണ്. എന്റെ കഴുത്തിൽ ഒരു കുടുക്കു മുറുകും. കൃത്യം അഞ്ചോ പത്തോ സെക്കൻഡ് ഒരു മരണവെപ്രാളം അനുഭവപ്പെടും. പിന്നെ ഞാൻ ഇല്ലാതാകും. വെടി പൊട്ടുന്ന ഒച്ചയിലാണ് ഞാൻ ഡയലോഗ് കാച്ചുന്നതെന്ന് ആളുകൾ പറയാറുണ്ട്. പക്ഷേ, സത്യം പറയാമല്ലോ, ആ നേരത്ത് എന്താണ് പറയുന്നതെന്നോ ചെയ്യുന്നതെന്നോ എനിക്ക് ഓർമയില്ല. ആദ്യത്തെ ഡയലോഗ് പറയുന്ന നിമിഷം മുതൽ ഞാൻ ഫൊണിഭൂഷൺ ഗ്യദ്ധാ മല്ലിക് അല്ലാതാകും. എനിക്കു തോന്നുന്നത്, സെഞ്ജു ബാബൂ, ആ നേരത്ത് ഞാൻ എന്നെത്തന്നെ തൂക്കിലേറ്റി കൊന്നു കഴിഞ്ഞെന്നും കഥാപാത്രമായി പുനർജ്ജനിച്ചെന്നുമാണ്. തൂങ്ങിമരിക്കുന്ന എല്ലാവർക്കും അങ്ങനെയാണോ തോന്നുന്നതെന്ന് അറിഞ്ഞുകൂടാ..."

അച്ഛൻ ദീർഘമായി നിശ്വസിച്ചു.

"ജീവിതത്തിലുടനീളം ഈ കൺഫ്യൂഷൻ എനിക്ക് അനുഭവപ്പെട്ടിട്ടുണ്ട്. ജാത്രയുടെ മൂന്നു വശവും തുറന്ന സ്റ്റേജിൽ മുഖത്തു വൈറ്റ് സിമന്റ് അടിക്കുന്നത്ര മേക്കപ്പുമായി നിൽക്കുമ്പോൾ ഞാൻ മുഖംമൂടി ധരിച്ച തൂക്കുപുള്ളിയാണെന്നു തോന്നും. അതേസമയം, തൂക്കുമരത്തിനു മുമ്പിൽ ലിവർ വലിക്കാൻ നിൽക്കുമ്പോൾ നാടകത്തിൽ മറ്റേതോ കഥാപാത്രമായി അഭിനയിക്കുകയാണെന്നും...."

കഥാപാത്രമായി സംസാരിക്കുന്നത്ര തീവ്രമായ വികാരത്തോടെ അച്ഛൻ പറഞ്ഞു. ഞാൻ നിശ്ശബ്ദയായി നിന്നു. തൂക്കുമരത്തിനു മുമ്പിൽ നിൽക്കുമ്പോൾ ആരാച്ചാർക്ക് രക്ഷപ്പെടാൻ ഭിത്തികളില്ലാത്ത വെളിച്ചത്തിന്റെ തുരുത്ത് കൂടിയേ തീരൂ എന്ന്, തലേന്നു മണൽച്ചാക്കു വച്ചുള്ള പരീക്ഷണവേളയിൽ എനിക്കു ബോധ്യപ്പെട്ടിരുന്നു. മണൽച്ചാക്ക് ശബ്ദത്തോടെ നിലവറയിലേക്ക് വീണുകഴിഞ്ഞ് കയർ ചുറ്റിക്കറങ്ങിയതും അൽപസമയത്തെ പ്രകമ്പനത്തിനു ശേഷം നിശ്ചലമായതും പൊട്ടി വീണ മഴയിൽ നനഞ്ഞ് അത് അലസമായി ആടിയതും മറക്കാൻ ഞാൻ ആഗ്രഹിച്ചു. പകരം മട്ടുപ്പാവിലൂടെ വേടുകളും വാതിലുകളിലൂടെയും ജനാലകളിലൂടെയും ഇലകളും പുറത്തു ചാടിയ ഇടിഞ്ഞു പൊളിഞ്ഞ ആ വീടിനെക്കുറിച്ചാണ് ഞാൻ ഓർത്തത്. കടുംനീല നീൽമൊണി പുഷ്പങ്ങൾ വിടർന്ന വള്ളിച്ചെടികൾ എന്റെ കഴുത്തിലും കാൽവിരലുകളിലും ഉരുമ്മി. കുമ്മായം ഇളകിയടർന്ന വീടിന്റെ ഭിത്തിയിൽ പന്നൽച്ചെടികളുടെയും ഏക കോശ ജീവികളെ ഓർമിപ്പിക്കുന്ന ഒറ്റയില മാത്രമുള്ള ഇത്തിരിച്ചെടികളുടെയും പലതരം പച്ച നിറങ്ങൾ പ്രകാശിച്ചു. ആകാശത്തുനിന്ന് അപൊരാജിതപ്പൂക്കളുടെ നീലിച്ച മഴയ്ക്കിടയിലൂടെ മഞ്ഞനിറമുള്ള കടുവയെ പതിച്ച കത്തുന്ന സൈക്കിൾ റിക്ഷയിൽ വെള്ളിക്കൊമ്പൻമീശയുള്ള അൻവർഷാ തുഴഞ്ഞുവന്നു. അതിന്റെ എരിയുന്ന സീറ്റിലേക്ക് സഞ്ജീവ് കുമാർ മിത്ര എന്നെ കൈനീട്ടി ക്ഷണിച്ചു. അച്ഛനു ചുറ്റും കാണികൾ കയ്യടിക്കുന്ന അതേ ശബ്ദത്തിൽ അയാളുടെ ഹൃദയം എനിക്കു വേണ്ടി സ്പന്ദിച്ചു.

അച്ഛൻ സിഗററ്റ് വലിച്ചു കൊണ്ട് ദാദുവിന്റെ ഫോട്ടോയ്ക്കു പിന്നിലിരുന്ന കുപ്പിയെടുത്ത് ഗ്ലാസിലേക്കു മദ്യം പകർന്നു.

“ഞാൻ തൂക്കിക്കൊന്നിട്ടില്ല, ജാത്രയിൽ അഭിനയിച്ചിട്ടുമില്ല. പക്ഷേ കഴുത്തിൽ കുടുക്കു വീണു മുറുകുന്ന നിമിഷത്തെ മരണവെപ്രാളം എനിക്കു നന്നായി അറിയാം...”

സഞ്ജീവ് കുമാർ മിത്ര കഴുത്തു തടവിക്കൊണ്ട് കണ്ണടയൂരി മാറ്റി എന്നെ നോക്കി കണ്ണിറുക്കി ചിരിച്ചു. എനിക്ക് അയാളുടെ മുഖത്തു നിന്നു കണ്ണെടുക്കാൻ സാധിച്ചില്ല. അയാളുടെ പച്ചനിറമുള്ള കണ്ണുകളിൽ എന്റെ രൂപം നീലിച്ചു പ്രതിഫലിക്കുന്നുണ്ടെന്ന് തോന്നി. ഉള്ളിലൊരു കാനനത്തെ കാത്തു സൂക്ഷിക്കുന്ന ഇടിഞ്ഞു പൊളിഞ്ഞ വീട് ഞാൻ വീണ്ടും വീണ്ടും ഓർത്തു. ഇലകളുടെ മർമരവും ജനാല വഴി അകത്തേക്കു പറന്നു വന്ന ഓറഞ്ച് നിറമുള്ള ചെറിയ കുരുവിയുടെ ചിറകടിയും കേൾക്കാൻ ഞാൻ കൊതിച്ചു. ഒരാളെ കൊല്ലാൻ ശേഷിയുള്ള എന്റെ ഹൃദയം അയാളുടെ ഹൃദയമിടിപ്പുകൾക്കു വേണ്ടി വീണ്ടും വ്യഗ്രതപ്പെട്ടു.

“മാ മാടിർ മാനുഷ് അക്കാലത്തെ വലിയ ഹിറ്റായിരുന്നു. അക്കാലമെന്നു പറഞ്ഞാൽ എസ്.എസ്. റേയുടെ ഭരണം അങ്ങനെ കത്തിക്കയറിയ കാലം. ഭൈരബ് ഗംഗോപാധ്യായയുടെ വെടിക്കെട്ട് ഡയലോഗുകൾ. അത് അക്കൊല്ലം അറുനൂറു സ്റ്റേജിൽ കളിച്ചു. രണ്ടു കൊല്ലത്തിനുള്ളിൽ കമ്യൂണിസ്റ്റുകാർ അധികാരത്തിൽ വന്നു, ജ്യോതിബാബു മുഖ്യമന്ത്രിയുമായി. കാര്യം മനസ്സിലായോ?”

ഗ്ലാസിലുള്ളതു വലിച്ചു കുടിച്ചു സിഗററ്റ് ഒന്നുകൂടി ഊതി സാവധാനം പുക വിട്ടതിനുശേഷം അച്ഛൻ എഴുന്നേറ്റു നിന്ന് സാങ്കൽപ്പികമായ ഒരു ആൾക്കൂട്ടത്തിനു വേണ്ടി ഉറക്കെ അഭിനയിച്ചു :

“കച്ചവടം നടത്താൻ പാട്ടത്തിനു നൽകിയ മണ്ണിൽ അവർ കോട്ടകളും കൊത്തളങ്ങളും പണിയുന്നതു കണ്ടുനിന്നവരാണു നമ്മൾ. ഒടുവിൽ നമ്മുടെ നെഞ്ചിലേക്ക് അവരുടെ പീരങ്കികൾ ഗർജിച്ചപ്പോഴേക്ക് നമുക്ക് എല്ലാം നഷ്ടപ്പെട്ടു കഴിഞ്ഞിരുന്നു. അമ്മേ, പത്തുമാസം വയറ്റിൽ ചുമന്ന് പ്രാണവേദനയോടെ എനിക്കു ജൻമം നൽകിയ മാതാവിന്റെ സ്ഥാനത്താണമ്മേ, എനിക്ക് എന്റെ മണ്ണ്... !”

“ഇത് മാ മാടിർ മാനുഷിലെ ഡയലോഗാണോ?”

“അല്ല, എന്റെ സ്വന്തം ഡയലോഗാണ്. കുറേ സ്റ്റേജുകളിൽ കുറേ കഥാപാത്രങ്ങളെ അവതരിപ്പിച്ചു കഴിയുമ്പോൾ പിന്നെ നടന് മറ്റൊരാൾ എഴുതുന്ന ഡയലോഗുകൾ ആവശ്യമില്ലാതാകും, സൊഞ്ജുബാബൂ.”

സഞ്ജീവ് കുമാർ മിത്ര ചിരിച്ചു കൊണ്ടു കയ്യടിച്ചു. ജാത്രയിലെ അച്ഛന്റെ അഭിനയം ഞാൻ ഒന്നു രണ്ടു തവണയേ കണ്ടിട്ടുള്ളൂ. ഞങ്ങളുടെ വീടിരിക്കുന്ന സ്ട്രാൻഡ് റോഡിൽനിന്നു ചിത്പൂരേർ ട്രാം റോഡിലേക്കു നീളുന്ന വളഞ്ഞു പുളഞ്ഞ വഴിയിൽ ഇരുവശത്തുമായാണ് ജാത്ര പാരാ കമ്പനികൾ. സ്കൂളിൽ പോകുമ്പോഴൊക്കെ, കട്ടിയിൽ ചുവന്ന ലിപ്സ്റ്റിക്കിട്ടവരും മുഖത്ത് പൗഡർ കട്ടിയിൽ തേച്ചു പിടിപ്പിച്ചവരും സ്ലീവ്‌ലെസ് ബ്ലൗസും പട്ടുസാരിയുമുടുത്തവരുമായ സ്ത്രീകളുടെ മുഖങ്ങൾ പതിച്ച, ‘തുമി ബധു, തുമി മാതാ’

എന്നോ 'ഭംഗേ ഖാറേ ഛാദേർ ആലോ' എന്നോ തലക്കെട്ടുള്ള പോസ്റ്ററുകൾ ഞാൻ കൗതുകത്തോടെ നോക്കി. കുട്ടിക്കാലത്ത് മൂന്നു വശവും തുറന്ന അസർ എന്നു വിളിക്കുന്ന ജാത്രാ സ്റ്റേജിനു തൊട്ടുമുമ്പിലിരുന്ന് അച്ഛന്റെ അഭിനയം ആവേശത്തോടെ ഞാൻ ആസ്വദിച്ചിട്ടുണ്ട്. ഒരു ദുർഗാപൂജാകാലത്താണ് കൊമാർ തുളിയിലെ അസറിൽ 'തൂമി ദേശ്' എന്ന ജാത്രയിൽ അച്ഛൻ ജമീന്ദാരുടെ വേഷത്തിൽ അഭിനയിച്ചതു കാണാൻ രാമുദാ എന്നെ കൊണ്ടുപോയത്. രണ്ടരയടി പൊക്കമുള്ള സ്റ്റേജിൽ ഒരുവശത്ത് തബലയും കൈമണിയും മറുവശത്ത് പുല്ലാങ്കുഴലും വയലിനും ഹാർമോണിയവുമായി പക്കമേളക്കാർ നിരന്നിരുന്നു. നാലു കോണിലും നാട്ടിയ തൂണുകളിൽനിന്നുള്ള തീക്ഷ്ണമായ മഞ്ഞ വെളിച്ചത്തിൽ എന്റെ കണ്ണുകൾ മഞ്ചി. സ്റ്റേജിന് പിന്നിലെ ഗ്രീൻറൂമിൽ ആരോ നടക്കുന്നതും ഇരിക്കുന്നതും കർട്ടനു താഴെക്കൂടി കണ്ടു. തിളങ്ങുന്ന പാപ്പാസിട്ട് അച്ഛൻ സ്റ്റേജിലേക്കു കയറി വരും മുമ്പേ കർട്ടനു കീഴിലൂടെ അദ്ദേഹത്തിന്റെ കാലുകൾ ഞാൻ കണ്ടു. എനിക്ക് അച്ഛനെ തിരിച്ചറിയാൻ സാധിച്ചില്ല.

വെളിച്ചത്തിലേക്ക് അദ്ദേഹം കടന്നുവന്നതിനു ശേഷം രാമുദാ 'ബാബാ ബാബാ' എന്ന് ചെവിയിൽ മന്ത്രിച്ചപ്പോൾ ഞാൻ അദ്ഭുതപ്പെട്ടു. അച്ഛന്റെ ആ രൂപം അന്തസ്സുറ്റതായിരുന്നു. പളപളാ തിളങ്ങുന്ന ചുവന്ന സിൽക്ക് കുർത്ത ധരിച്ച്, കൊമ്പൻമീശ മേലോട്ട് തഴുകി ഓമനിച്ച് അച്ഛൻ പ്രവേശിച്ചപ്പോൾ സ്റ്റേജിൽ ആകെയുണ്ടായിരുന്ന കസേര അദ്ദേഹത്തിന്റെ സിംഹാസനമായി. അതേ കസേര മറ്റു ചില കഥാപാത്രങ്ങളുടെ ജനാലയും ചിലരുടെ വാതിലും ചിലരുടെ മരത്തണലും എന്തിന് തൂക്കുമരം പോലുമായി.

"ഞങ്ങളുടെ കാലത്ത് ആയിരം സ്റ്റേജിലൊക്കെ കളിച്ച ജാത്രകളുണ്ടായിരുന്നു. പക്ഷേ പിന്നെപ്പിന്നെ ഓരോ കൊല്ലവും സ്റ്റേജ് കുറഞ്ഞു വന്നു. പത്തിരുപതു കൊല്ലം മുമ്പ് വരെ നൂറ്റമ്പത് – ഇരുനൂറ് സ്റ്റേജ് ഒക്കെ സാധാരണയായിരുന്നു. ഇപ്പഴിപ്പം എഴുപത്തഞ്ച് സ്റ്റേജ് തികച്ചു കളിക്കുന്നത് അപൂർവം..."

അച്ഛൻ തുറന്ന വാതിലിലൂടെ സിഗററ്റ് കുറ്റി പുറത്തെറിഞ്ഞ് അടുത്തതിന് തീ കൊളുത്തി.

"അതെങ്ങനെ, ഇരുപത്തിനാലു മണിക്കൂറും ടിവിയല്ലേ എല്ലാ വീട്ടിലും?"

"ടിവിക്കാരെ കുറ്റം പറയാതെ ഫണീദാ... ഞങ്ങളും ജീവിച്ചു പോയ്ക്കോട്ടെ..."

സഞ്ജീവ് കുമാർ മിത്ര ഉറക്കെച്ചിരിച്ചു.

"ഒരു കാര്യം പറയാതെ വയ്യ. താങ്കൾ ജാത്രയിൽ വലിയ നടനായിരുന്നെങ്കിൽ താങ്കളുടെ മകൾ ടിവിയിൽ വലിയ സ്റ്റാർ ആണ്. ഓരോ ദിവസവും ചേതനയുടെ പ്രകടനം കണ്ട് ഞങ്ങളുടെ എഡിറ്റർമാരും പ്രേക്ഷകരും അന്തം വിടുകയാണ്. പ്ലസ് ടൂ വരെ മാത്രമേ ഈ പെൺകുട്ടി പഠിച്ചിട്ടുള്ളൂ എന്നു പറഞ്ഞിട്ട് ആരും വിശ്വസിക്കുന്നില്ല. എല്ലാം താങ്കളുടെ കഴിവാണ്, ഫണീദാ..."

"ഇന്നലെ പക്ഷേ അവൾ ലേശം ഇടറിയോ എന്നൊരു സംശയം..."

അച്ഛൻ പുരികം ചുളിച്ച് സംശയം അഭിനയിച്ചു.

“സൊഞ്ജു ബാബു, ആ മണൽച്ചാക്കിന്റെ കാര്യം ചോദിച്ചപ്പോൾ അവളുടെ മുഖത്ത് കുറച്ചു കൂടി ഗൗരവം വേണമായിരുന്നു. അതിനു പകരം അവൾ പതിവില്ലാതെ ചിരിച്ചു കളിച്ചാണ് സംസാരിച്ചത്. അതുപാടില്ലായിരുന്നു. ചേതൂ, ഞാൻ ഇക്കാര്യം സൂദേബിനോട് എപ്പോഴും പറയുന്നതു നീ കേട്ടിട്ടില്ലേ? നമ്മൾ ആരാച്ചാർമാർ സംസാരിക്കുന്നത് മരണത്തെക്കുറിച്ചാണ്. മരണത്തെക്കുറിച്ചു സംസാരിക്കുമ്പോൾ നമ്മളെപ്പോഴും ജാഗ്രത പാലിക്കണം. ചിരിച്ചു കൊണ്ട് ഒരിക്കലും മരണത്തെക്കുറിച്ചു സംസാരിക്കരുത്. പറയുമ്പോൾ മുഖത്തും ശബ്ദത്തിലും ഒരു കനം വരണം. മരണത്തെക്കുറിച്ചു പറയുന്നവർ ആളുകളെ സന്തോഷിപ്പിക്കാൻ വേണ്ടിയല്ല സംസാരിക്കേണ്ടത്. മറിച്ച് സ്വന്തം മരണത്തെക്കുറിച്ച് അവരെ ഓർമിപ്പിക്കാൻ വേണ്ടിയാണ്...”

എന്റെ മുഖം വിവർണമായി. തലേന്ന് മണൽച്ചാക്ക് പരീക്ഷണത്തിനുശേഷം ഹാങ് വുമൺസ് ഡയറിയിൽ പങ്കെടുക്കാൻ സഞ്ജീവ് കുമാർ മിത്രയ്ക്കു മുമ്പിലിരിക്കുമ്പോൾ എന്റെ കാതുകളിൽ മുഴങ്ങിയത് ആ ഓറഞ്ച് പക്ഷിയുടെ ഇമ്പമുള്ള ചിറകടിയായിരുന്നു. എനിക്ക് അനിയന്ത്രിതമായ സന്തോഷവും ഉൻമേഷവും അനുഭവപ്പെട്ടു. ഞാൻ ക്യാമറയുടെ സാന്നിധ്യം വിസ്മരിച്ചു. മണൽച്ചാക്കു കെട്ടിത്തൂക്കിയപ്പോൾ ഏതാനും ദിവസങ്ങൾക്കുശേഷം അതിൽ ആടാൻ പോകുന്നത് ഒരു ശരീരമാണെന്ന ഓർമയുണ്ടായില്ലേ എന്ന സഞ്ജീവ് കുമാർ മിത്രയുടെ ചോദ്യം കേട്ടു ഞാൻ വിടർന്നു ചിരിച്ചു.

“പക്ഷേ, നിങ്ങളുടെ കുടുംബത്തിലെ കാലാ ഗൃദ്ധാ മല്ലിക്കിന്റെ കാര്യം മറന്നു പോയോ?”

സഞ്ജീവ് കുമാർ മിത്ര എന്നെ സഹായിക്കാൻ വേണ്ടിയെന്നതു പോലെ അച്ഛനോടു തർക്കിച്ചു.

“കാലാ പിതാമഹനെ നിങ്ങൾ വേണ്ട വിധം മനസ്സിലാക്കിയിട്ടില്ല. അദ്ദേഹം തൂക്കിക്കൊലയെന്ന പ്രവൃത്തിയെ വേറൊരു വിധമാണു നോക്കിക്കണ്ടത്. അന്നത്തെ ജനത്തിന്റെ അറിവും വകതിരിവും അത്രയൊക്കെയേ ഉണ്ടായിരുന്നുമുള്ളൂ. ഇന്നിപ്പോൾ അക്കാലമാണോ സൊഞ്ജുബാബൂ? പുറത്തു പറയുന്ന വാക്കുകൾക്ക് അന്നത്തേക്കാൾ പ്രാധാന്യമുള്ള കാലമല്ലേ ഇത്? നമ്മളൊക്കെ പൊളിറ്റിക്കലി കറക്ട് ആയിരിക്കണം, സൊഞ്ജു ബാബൂ, അതാണ് എന്റെ പോയിന്റ്....”

അച്ഛൻ ഓർമിപ്പിച്ചു.

അന്നും ഞാൻ സഞ്ജീവ് കുമാറിനോടൊപ്പമാണ് സ്റ്റുഡിയോയിലേക്കു പുറപ്പെട്ടത്. എന്റെ ഹൃദയം പടപടാ മിടിച്ചു. അയാളോടൊപ്പം ഉള്ളിൽ ഒരു വനത്തെ മറച്ചു പിടിക്കുന്ന തകർന്ന ബംഗ്ലാവിലേക്കു ഒരിക്കൽക്കൂടി പോകാൻ ഞാൻ അതിയായി മോഹിച്ചു. പച്ചപ്പിനു നടുവിൽ കാറ്റിൽ ഇലകളനങ്ങുന്ന ശബ്ദത്തിനു കാതോർത്ത് അയാളുടെ മാറിൽ തല ചായ്ച്ചു നിൽക്കാൻ എനിക്കു തിടുക്കം തോന്നി. സ്ട്രാൻഡ് റോഡിൽനിന്ന് ബൗ ബസാറിലേക്കുള്ള വഴിയിൽ അയാൾ സൈക്കിൾ റിക്ഷയ്ക്കു കൈ നീട്ടി. റിക്ഷ ഞങ്ങൾക്കു സമീപം നിർത്തിയതിനുശേഷം റിക്ഷക്കാരൻ ദീർഘമായി ചുമച്ചു റോഡരികിലേക്ക് വലിയൊരു കഫക്കട്ട തുപ്പി. സഞ്ജീവ് കുമാർ മിത്ര അയാളെ ചുഴിഞ്ഞു നോക്കി.

"ഭായീ, നിങ്ങൾ ഏതു രാജകുടുംബത്തിലേതാണ്?"

ചുമയടക്കി റിക്ഷക്കാരൻ ഞങ്ങളെ നീരസത്തോടെ നോക്കി.

"എന്താ ബാബൂ, ആളെക്കളിയാക്കുകയാണോ?"

"അയ്യയ്യോ, അല്ല... ഞാനൊരു തമാശ പറഞ്ഞതാണ്..."

സഞ്ജീവ് കുമാർ മിത്ര ചിരിക്കാൻ ശ്രമിച്ചു. റിക്ഷക്കാരൻ ഞങ്ങളെ രണ്ടുപേരെയും സൂക്ഷിച്ചു നോക്കി. അയാൾ ഞങ്ങളെ തിരിച്ചറിഞ്ഞു.

"ഞാൻ രാജാവും ചക്രവർത്തിയുമൊന്നുമല്ല, ബാബൂ. ശൈലേന്ദ്ര. ഞങ്ങൾ പരമ്പരയായി പാവപ്പെട്ടവരാണ്...."

അയാളുടെ ശബ്ദം മൃദുവായി.

"നബ്ഗാവിൽ നാൽപ്പത്തിമൂന്നിലെ ക്ഷാമത്തിനു പിന്നാലെയുണ്ടായ കോളറാ കേട്ടിട്ടില്ലേ? ആയിരം പേരു മരിച്ചു. അതിൽ എന്റെ അമ്മയുടെ കുടുംബവുമുണ്ടായിരുന്നു. അമ്മയ്ക്ക് തെരുവിൽ നിന്ന് നാലു മക്കളുണ്ടായി. അവരിൽ ഏറ്റവും ഇളയവനാണ് ഞാൻ. അത്രയേയുള്ളൂ എന്റെ പാരമ്പര്യം..."

പത്തു വയസ്സുള്ളപ്പോൾ ജൽപായ്ഗുരിയിലെത്തി കൃഷിപ്പണിക്കാരനായി എല്ലുമുറിയെ അധ്വാനിച്ചുണ്ടാക്കിയ പണംകൊണ്ടു പാട്ടക്കൃഷി തുടങ്ങിയെന്ന് അയാൾ പറഞ്ഞു. അതിനിടെ വിവാഹം കഴിച്ചു. മൂന്നു മക്കൾ ജനിച്ചു.

"തൊറോൽപൊരാ ഗ്രാമത്തിൽ ഔഷധക്കൃഷിക്കായി ഗവൺമെന്റ് മുപ്പത്തിനാല് ഏക്കർഭൂമി പൊന്നുംവിലയ്ക്കെടുത്തു, ബാബൂ. എന്റെ മണ്ണും പോയി. ആ മുപ്പത്തിനാല് ഏക്കറിൽ ഗവൺമെന്റ് ഫാക്ടറി ഇട്ടത് വെറും ഒരേക്കറിലാണ്. ബാക്കി ഇന്നും തരിശിട്ടിരിക്കുന്നു. ഭൂമി വിട്ടു കൊടുത്താൽ മക്കൾക്ക് ജോലിയും നഷ്ടപരിഹാരവും നൽകാമെന്നൊക്കെ അന്നു പറഞ്ഞിരുന്നു. പക്ഷേ, ഒക്കെ വെള്ളത്തിലെ വര."

ഒരിക്കൽ പൊന്നു വിളഞ്ഞ ഭൂമിയിൽ കീടനാശിനി ഫാക്ടറിയിലെ മാലിന്യങ്ങളാണ് ഇന്ന്. മൂത്ത മകൻ ചെറുപ്പത്തിലേ മരിച്ചു. രണ്ടാമത്തെ മകൾ വിവാഹം കഴിച്ചു കൊൽക്കൊത്തയിലെത്തി. പട്ടിണി സഹിക്കാതായപ്പോൾ ശൈലേന്ദ്ര ഭാര്യയെയും ഇളയ മകളെയും കൂട്ടി കൊൽക്കൊത്തയിലേക്കു വന്നു. നാലുവർഷം കൈകൊണ്ടു വലിക്കുന്ന റിക്ഷയായിരുന്നു. ഇപ്പോൾ സൈക്കിൾ റിക്ഷയായി.

"നിങ്ങളുടെ പരിപാടി ഞാൻ കാണാറുണ്ട്, ബാബൂ...."

ഞങ്ങൾക്ക് ഇറങ്ങാൻ റിക്ഷ നിർത്തുമ്പോൾ അയാൾ പറഞ്ഞു.

"ദാദാ, അതു കണ്ടിട്ട് തൂക്കിക്കൊല വേണമെന്നോ വേണ്ടെന്നോ നിങ്ങൾക്കു തോന്നുന്നത്?"

പണമെണ്ണി കൊടുക്കുമ്പോൾ സഞ്ജീവ് കുമാർ മിത്ര ചോദിച്ചു. അയാൾ ഒന്നുകൂടി ചുമച്ച് ചോരനിറം കലർന്ന മറ്റൊരു വലിയ കഫക്കട്ട നീട്ടിത്തുപ്പി.

"ബാബൂ, എന്റെ മകളുടെ രണ്ടു കാലും തളർന്നതാണ്. പത്തു കൊല്ലം മുമ്പ് കടത്തിണ്ണയിൽ ഉറങ്ങുമ്പോൾ നാലുപേർ വന്ന് ഞങ്ങളെ അടിച്ചു വീഴ്ത്തി അവളെ തൂക്കിയെടുത്തു കൊണ്ടുപോയി കൊല്ലാക്കൊല ചെയ്തു. ഒമ്പതു കൊല്ലമായി. ആളുകളെ ഞങ്ങൾ കാണിച്ചു കൊടുത്തിട്ടും പോലീസ്

കേസു പോലും റജിസ്റ്റർ ചെയ്തിട്ടില്ല. ഒരേ കുറ്റത്തിന് ഒരാൾക്ക് ശിക്ഷ കിട്ടുമ്പോൾ ബാക്കി എത്രയോ പേർ നെഞ്ചും വിരിച്ചു നടക്കുന്നു? തൂക്കിക്കൊല്ലേണ്ടത് ഞങ്ങളെപ്പോലെയുള്ളവരെയാണ്. ഞങ്ങൾ രക്ഷപ്പെടും. സർക്കാരിനു ലാഭവും കിട്ടും..."

സഞ്ജീവ് കുമാർ മിത്ര സ്തബ്ധനായി. അയാൾ റിക്ഷ ചവിട്ടി അകന്നു പോയിട്ടും ഞങ്ങൾ അവിടെത്തന്നെ നിന്നു.

"ഈ നാട് എന്നെ ഭ്രാന്തു പിടിപ്പിക്കുന്നു..."

സഞ്ജീവ് കുമാർ മിത്ര മുഖം ചുളിച്ചു കൊണ്ടു പറഞ്ഞു.

"എങ്കിൽ എന്തിനാണ് നിങ്ങൾ ഇങ്ങോട്ടു വന്നത്?"

ഞാൻ ഈർഷ്യയോടെ ചോദിച്ചു.

"എന്റെ അമ്മയുടെ നാട് ഇതല്ലേ?"

"ആ തകർന്ന വീട് നിങ്ങളുടേതാണെന്നു പറഞ്ഞത് സത്യമാണോ?"

"അതെ... എന്റെ മുതുമുത്തച്ഛൻ വാങ്ങിയ വീടായിരുന്നു അത്. അവിടെ താമസിക്കുമ്പോഴാണ് അച്ഛൻ അമ്മയെ പരിചയപ്പെട്ടത്. വിവാഹം കഴിച്ച് അമ്മയെ അച്ഛൻ അദ്ദേഹത്തിന്റെ നാട്ടിലേക്കു കൊണ്ടു പോയി. അച്ഛന്റെ ബിസിനസ് തകർന്നു സ്വത്തെല്ലാം നഷ്ടപ്പെട്ടപ്പോൾ അമ്മ ഇവിടേക്കു തിരിച്ചു പോന്നു..."

"എവിടെയാണ് അമ്മയുടെ വീട്?"

ഞാൻ സ്വയമറിയാതെ അന്വേഷിച്ചു. അയാൾ ഒന്നു നെടുവീർപ്പിട്ടു. പിന്നീട് എന്റെ കൈത്തലം അമർത്തി.

"നീ കേട്ടിട്ടുണ്ട്. വളരെ പ്രസിദ്ധമായ സ്ഥലമാണ്."

അച്ഛൻ ജാത്രയിൽ ഡയലോഗ് പറയുന്ന നാടകീയതയോടെ അയാൾ തുടർന്നു :

"സോനാഗച്ചി..."

ഒരു വശത്ത് കുടുംബങ്ങളും മറുവശത്ത് വേശ്യാലയങ്ങളുമുള്ള സോനാഗച്ചിയിലെ തെരുവുകളിൽ ഏതു ഭാഗത്താണ് അയാളുടെ വീടെന്ന് ഞാൻ ചോദിച്ചില്ല. അപ്പോഴേക്ക് അയാൾ ഒരു ടാക്സിക്കു കൈനീട്ടിക്കഴിഞ്ഞിരുന്നു.

സ്റ്റുഡിയോയിലേക്കുള്ള യാത്രയിൽ അയാൾ എന്നെ നോക്കുകയോ സംസാരിക്കുകയോ ചെയ്തില്ല. കറുത്ത കണ്ണടയ്ക്കുള്ളിൽ വേദനയുടെ നീർച്ചാലുകൾ ഓളംവെട്ടുന്നുണ്ടെന്ന് ഞാൻ വിചാരിച്ചു. മുഖത്ത് ചായം തേച്ച് ക്യാമറയ്ക്കു മുമ്പിൽ കണ്ടു പരിചയിച്ച ആളായിരുന്നില്ല, അയാൾ അപ്പോൾ. അയാളും നല്ല അഭിനേതാവായിരുന്നു. ചായം തേച്ചു ക്യാമറയ്ക്കു മുമ്പിലെത്തിയപ്പോൾ ഞാനും അഭിനേത്രിയാണെന്ന് എനിക്കുതോന്നി. മാ മാടിർ മാനുഷിൽ സഞ്ജീവ് കുമാർ മിത്രയുടെ അമ്മയായി അഭിനയിക്കുന്നതു ഞാൻ സങ്കൽപ്പിച്ചു. അമ്മ ഉപേക്ഷിച്ചു പോയ മകൻ അച്ഛന്റെ വീട്ടിലെ ഇരുട്ടിൽ തനിച്ചു കിടന്ന് കണ്ണുനീർ വാർക്കുന്നതു ഞാൻ കണ്ടു. എന്റെ ഇടത്തെ മാറിടം ചുരന്നു.

ഇരുപത്തിരണ്ട്

ഞങ്ങളുടെ കുടുംബത്തിൽ ഒരേയൊരു പെൺ ആരാച്ചാരേ ഉണ്ടായിരുന്നുള്ളൂ. ആ ജോലി അവർ പിടിച്ചു വാങ്ങുകയായിരുന്നു. അവരുടെ പേരു പിംഗളകേശിനി എന്നായിരുന്നു. പതിമൂന്നാം നൂറ്റാണ്ടിൽ തുഘ്റൽ തുഘലൻ ഖാന്റെ ഭരണകാലത്താണ് അവർ ജീവിച്ചത്. ആ പേര് ഒരിക്കലും ശരിയായി ഉച്ചരിക്കുവാൻ ഥാക്കുമായ്ക്കു സാധിച്ചില്ല. അതുകൊണ്ട് ഥാക്കുമാ തുഘലൻ ഖാനെ കൊതിയൻ സുൽത്താൻ എന്നു വിളിച്ചു. തുഘലൻ ഖാന് റസിയ സുൽത്താനയോടു പ്രണയമായിരുന്നെന്നും അതുകൊണ്ട് അവർക്കു ബംഗാൾ അടിയറ വയ്ക്കാൻ ശ്രമിച്ചെന്നും ഥാക്കുമാ കുറ്റപ്പെടുത്തി. രാവിലെ കുളി കഴിഞ്ഞു വന്നു കണ്ണാടിയിൽ നോക്കി പൊട്ടു കുത്തുമ്പോൾ എന്റെ മുഖത്തെ മന്ദഹാസം കണ്ടാണ് ഥാക്കുമാ പിംഗളകേശിനിയെക്കുറിച്ച് ഓർമിപ്പിച്ചത്. രാമുദായെ മാ കുളിപ്പിക്കാൻ കൊണ്ടുപോയിരുന്നതിനാൽ വശങ്ങളിൽ മഞ്ഞ പടർന്ന കണ്ണാടി തൂക്കിയിട്ട ആ ചെറിയ മുറിയിൽ ഞങ്ങൾ തനിച്ചായിരുന്നു. ചേതൂ നീയെന്തിനാണ് വെറുതെ ചിരിക്കുന്നത് എന്ന് കട്ടിലിൽ ഇടതു കയ്യിൽ തല ചായ്ച്ച് ചുരുണ്ടു കിടക്കുകയായിരുന്ന ഥാക്കുമാ അനിഷ്ടത്തോടെ ചോദിച്ചപ്പോൾ ജാള്യം മറയ്ക്കാൻ ഞാൻ വീണ്ടും ചിരിച്ചു.

"എനിക്കു ചിരിക്കാൻ സ്വാതന്ത്ര്യമില്ലേ ഥാക്കുമാ? ഞാൻ സ്ത്രീശക്തിയുടെ പ്രതീകമല്ലേ?"

"പെണ്ണുങ്ങൾ ചിരിക്കരുത്... അതു ദുർന്നിമിത്തമാണ്. ഏതു വീട്ടിൽ പെണ്ണിന്റെ ചിരി ഉയരുന്നോ അവിടം തകരാൻ അധികകാലം വേണ്ട... പിംഗളകേശിനിയുടെ കഥ മറന്നോ?"

"ഒന്നു ചിരിച്ചാൽ തകരുന്ന വീടുകൾ തകരട്ടെ, ഥാക്കുമാ..."

"പിംഗളകേശിനി ചിരിച്ചപ്പോൾ വീടു മാത്രമല്ല, നാടും തകർന്നു...."

ഥാക്കുമായുടെ ശബ്ദത്തിൽ ഭീഷണി നിഴലിച്ചു.

"ഥാക്കുമായുടെ സ്വർണനാണയം തിരിച്ചു കിട്ടിയെന്നു ഞാനിന്നലെ സ്വപ്നം കണ്ടു..."

വിഷയം മാറ്റാൻ ഞാൻ പറഞ്ഞു.

"കിടക്ക കുടഞ്ഞു വിരിക്കുമ്പോൾ അതു താഴെ വീണുരുളുന്നതായിട്ടായിരുന്നു സ്വപ്നം..."

ഥാക്കുമാ വേദനയോടെ നെടുവീർപ്പിട്ടു.

"അതു പോയതുതന്നെ. ആരെങ്കിലും തിരിച്ചു തരുമോ?"

ഞാൻ ഇതികർത്തവ്യതാമൂഢയായി നിന്നു. നാണയം ഥാക്കുമായ്ക്കു തിരിച്ചു കിട്ടിയില്ലെന്ന് എനിക്കു ബോധ്യമായി. ഥാക്കുമായെ കട്ടിലിൽനിന്ന് എഴുന്നേൽപ്പിച്ച് ഞാൻ തലയിണയും കിടക്കയും കുടഞ്ഞു നോക്കിയെങ്കിലും

ഫലമുണ്ടായില്ല. ആരോ അതെടുത്തെന്നു തീർച്ചയായിരുന്നു. എന്റെ കള്ളി വെളിച്ചത്താകാതെ അതെക്കുറിച്ച് അന്വേഷണം നടത്താൻ സാധ്യമായിരുന്നില്ല. ഥാക്കുമായുടെ കിടക്ക സ്ഥിരമായി കുടഞ്ഞു വിരിക്കുന്ന മായ്ക്ക്, മറ്റൊരാളുടെ മുതൽ സ്വന്തമാക്കാനുള്ള മനക്കട്ടി ഇല്ല. മായ്ക്കും രാമുദായ്ക്കും പുറമെ വീട്ടിലുള്ളത് സൂദേവ് കാക്കുവും കാക്കിമായുമാണ്. ചമ്പയും രാരിയും കാക്കിമായുടെ വീട്ടിൽനിന്നു തിരിച്ചെത്തിയിരുന്നില്ല. ആ നാണയം അവരിലാർക്കെങ്കിലും കിട്ടാനുള്ള സാധ്യത കുറവായിരുന്നു.

"അത് അന്നേ നഷ്ടപ്പെട്ടില്ലേ, ചേതുദീ? നീ വെറുതെ വിഷമിക്കണ്ട."

കൂനിക്കൂടി പുറത്തേക്കു നടക്കുമ്പോൾ ഥാക്കുമാ സമാധാനിപ്പിച്ചു. സഞ്ജീവ് കുമാർ മിത്ര അതെനിക്കു തിരിച്ചു നൽകിയെന്നും അയാളുടെ സൽപ്പേരു കളയാതിരിക്കാൻ ഞാൻ അതു രഹസ്യമായി ഥാക്കുമായുടെ തലയിണക്കീഴിൽ വച്ചെന്നും തുറന്നു പറയണമെന്നു ഞാൻ ആഗ്രഹിച്ചു. പക്ഷേ, സഞ്ജീവ് കുമാർ മിത്രയുടെ സൽപ്പേര് എന്റെ ബാധ്യതയായിത്തീർന്നിരുന്നു. എന്തു വില കൊടുത്തും അതു നിലനിർത്താൻ നിർബന്ധിതയായെന്നു ഞാൻ തിരിച്ചറിഞ്ഞു. കുളി കഴിഞ്ഞു രാമുദായും രാവിലത്തെ കറക്കം കഴിഞ്ഞു ഥാക്കുമായും തിരിച്ചെത്തിയിട്ടും എന്റെ അസ്വസ്ഥത മാറിയില്ല. ഥാക്കുമാ ഹരിദായുടെ കടയിൽനിന്നു കൊണ്ടു വന്ന ഭേൽപൂരി, കേബിൾ ചാനൽ സമരം തീർന്നു എന്ന വാർത്തയ്ക്കു വേണ്ടി ദാഹത്തോടെ കാതോർക്കുകയായിരുന്ന രാമുദായുടെ കട്ടിൽക്കാലിൽ ചാരിയിരുന്ന് കഴിക്കുമ്പോഴാണ് പതിനൊന്നരമണിയുടെ വാർത്താബുള്ളറ്റിനിൽ സഞ്ജീവ് കുമാർ മിത്ര പ്രത്യക്ഷപ്പെട്ടത്. ഗുജറാത്തിൽ ഏറ്റുമുട്ടലിൽ കൊല്ലപ്പെട്ട കോളജ് വിദ്യാർഥിനിയെക്കുറിച്ചുള്ള അന്വേഷണ റിപ്പോർട്ട് ആയിരുന്നു അത്. ആ പെൺകുട്ടി എന്തിനാണ് തിരക്കിട്ട് അഹമ്മദാബാദിലേക്കു പോയതെന്ന സഞ്ജീവ് കുമാർ മിത്രയുടെ ചോദ്യത്തിന് ഉത്തരം പറയാൻ അവളുടെ മാതാവിനു സാധിച്ചില്ല. സി.ബി.ഐ. അന്വേഷണം വേണമെന്ന് അവർ കണ്ണുനീരോടെ ആവശ്യപ്പെട്ടതിനു തൊട്ടുപിറകെ, തീവ്രവാദിയെന്നു സംശയിക്കപ്പെടുന്ന ചെറുപ്പക്കാരിൽ ഒരാളുടെ പിതാവ് ടെലിഫോൺ ലൈനിൽ വന്നപ്പോഴാണ് എന്നെ ഞെട്ടിച്ച സംഭവമുണ്ടായത്.

"ശ്രീ പിള്ള, താങ്കളുടെ മകൻ വെടിയേറ്റു മരിച്ച പെൺകുട്ടിയുമായി പ്രണയത്തിലായിരുന്നോ?"

സഞ്ജീവ് കുമാർ മിത്രയുടെ ചോദ്യം കേട്ടു ഞാൻ അന്തംവിട്ടു. കാരണം അയാൾ സംസാരിച്ചത് എനിക്കു പരിചയമില്ലാത്ത ഒരു ഭാഷയിലായിരുന്നു.

"നിന്റെയീ സഞ്ജീവ് കുമാർ മിത്ര ഏതു ദേശക്കാരനാണ്?

രാമുദാ അമ്പരപ്പു മറയ്ക്കാതെ അന്വേഷിച്ചു.

"നാടേതെന്ന് അറിയില്ല, ഭാഷ ഏതെന്ന് അറിയില്ല, വീട്ടിൽ ആരൊക്കെയുണ്ട് എന്നറിയില്ല. വിവാഹം നടത്തുന്നതിനു മുമ്പ്, വേറെ ഭാര്യയും കുട്ടിയുമുണ്ടോ എന്നെങ്കിലും അന്വേഷിക്കണം, കേട്ടോ..."

രാമുദാ ദേഷ്യത്തോടെ തുടർന്നു. എനിക്ക് മറുപടിയുണ്ടായില്ല. ഭേൽപൂരിയുടെ കുറച്ചു മസാല കൈവള്ളയിൽ അവശേഷിച്ചിരുന്നതിലേക്കു

ഞാൻ ശൂന്യമായ മനസ്സോടെ കണ്ണുനട്ടു. ടിവിയിൽ സഞ്ജീവ് കുമാർ മിത്ര തുടർന്നും എന്തൊക്കെയോ സംസാരിച്ചു. കേൾക്കാൻ താൽപര്യമില്ലാതെ ഞാൻ പുറത്തേക്കു നടന്നു. വെടിയേറ്റു മരിച്ച പെൺകുട്ടിയുടെ ജീവിതത്തേക്കാൾ ദുരൂഹത ഞാൻ പ്രണയിക്കുന്ന പുരുഷന്റെ ജീവിതത്തിലാണുണ്ടായിരുന്നത്. എനിക്ക് കഠിനമായ അമർഷവും നിരാശയും അനുഭവപ്പെട്ടു. എന്നോട് സത്യസന്ധത പുലർത്താത്ത ഒരാളുടെ സത്യസന്ധത എന്റെ ബാധ്യതയായിത്തീർന്ന അവസ്ഥയോർത്ത് ഞാൻ പരവശയായി. അന്നു ഹാങ് വുമൺസ് ഡയറിയിൽ പങ്കെടുക്കാൻ സ്റ്റുഡിയോയിലെത്തിയപ്പോൾ എന്റെ മുഖത്തോ മനസ്സിലോ മന്ദഹാസം അവശേഷിച്ചില്ല. ക്യാമറയ്ക്കു മുമ്പിൽ, ഷോ തുടങ്ങുന്നതിനു തൊട്ടുമുമ്പുള്ള ഇത്തിരി നേരത്ത്, എന്താണ് മുഖം വല്ലാതിരിക്കുന്നത് എന്ന് സഞ്ജീവ് കുമാർ മിത്ര അന്വേഷിച്ചപ്പോൾ ചിരി വരുത്താനുള്ള എന്റെ ശ്രമം പരാജയപ്പെട്ടു.

"ആദ്യത്തെ വനിതാ ആരാച്ചാരായി നിങ്ങൾ ചുമതലയേൽക്കുമ്പോൾ, ചേതനാദീ...."

"ഞാൻ പലതവണ പറഞ്ഞു കഴിഞ്ഞതാണ്..."

ചോദ്യം ചോദിക്കാൻ തുടങ്ങും മുമ്പെ ഞാൻ തടസ്സപ്പെടുത്തി.

"...എന്റെ കുടുംബത്തിൽ ആരാച്ചാരായ ആദ്യത്തെ സ്ത്രീ ഞാനല്ല. അത് പതിമൂന്നാം നൂറ്റാണ്ടിൽ ജീവിച്ചിരുന്ന പിംഗള കേശിനിയാണ്. അവരുടെ യഥാർഥ പേരു ത്രിപുരസുന്ദരി എന്നായിരുന്നു. ആരാച്ചാരുടെ ജോലി ഏറ്റെടുത്തപ്പോൾ അവർ പേരും മാറ്റി..."

സഞ്ജീവ് കുമാർ മിത്ര എന്നെ സൗഹൃദത്തോടെ നോക്കി. അയാളെ അവഗണിച്ച് എന്റെ മനസ്സമാധാനത്തിനുവേണ്ടി ഞാൻ നിർത്താതെ സംസാരിച്ചു. പിംഗളകേശിനി അതീവ സുന്ദരിയായിരുന്നു. മണി കിലുങ്ങുന്ന ശബ്ദത്തിലുള്ള അവരുടെ ചിരിക്ക് ഏതു പുരുഷനെയും മോഹിപ്പിക്കാൻ സാധിച്ചു. അക്കാലത്തെ നാട്ടുനടപ്പനുസരിച്ച് ഏഴാം വയസ്സിൽ അവരുടെ വിവാഹം നടത്തി. അവരുടെ വരൻ ധനികനായ ഒരു പ്രഭുവായിരുന്നു. കാളീക്ഷേത്രത്തിൽ ദർശനത്തിനു പോയി വന്ന പിംഗളകേശിനി പല്ലക്കിലിരുന്ന് ഭർത്താവിനോടു തമാശ പറഞ്ഞ് ഉറക്കെച്ചിരിക്കുന്ന ശബ്ദം തുഘ്റൽ തുഘൻ ഖാൻ കേട്ടു. പല്ലക്കു തടഞ്ഞ് അവരെ പുറത്തുവലിച്ചിട്ട തുഘൻ ഖാൻ ആ പെൺകുട്ടിയുടെ സൗന്ദര്യം കണ്ട് ഉൻമത്തനായി. സ്വന്തം ജീവൻ രക്ഷിക്കാൻ ഭർത്താവ് പിംഗളകേശിനിയെ ഖാന്റെ മുമ്പിൽ അടിയറ വച്ചു. തന്റെ അച്ഛനെക്കാൾ പ്രായമുള്ള തുഘൻ ഖാൻ ഇടതുകൈ കൊണ്ട് തൂക്കിയെടുത്തു കുതിരമേൽ കമിഴ്ത്തിയിടുമ്പോൾ ഊർന്നു പോയ മൂടുപടത്തിനിടയിലൂടെ പിംഗളകേശിനി ഭർത്താവിനെ ക്രോധത്തോടെ നോക്കി. തുഘൻ ഖാൻ എറിഞ്ഞിട്ട പണക്കിഴി വാങ്ങി ജീവനും കൊണ്ട് രക്ഷപ്പെടുന്ന തിരക്കിലായിരുന്നു അയാൾ. പിംഗളകേശിനി അപ്പോൾ ആറു മാസം ഗർഭിണിയായിരുന്നു. എന്നിട്ടും തുഘൻ ഖാൻ അവളോടു സൗജന്യം കാട്ടിയില്ല. അവളുടെ സീമന്തരേഖയിലെ കുങ്കുമം തന്റെ മുഖം ചുവപ്പിച്ചതു കണ്ടു കോപാകുലനായ ഖാൻ അവളുടെ മതംമാറ്റി. തുഘൻ ഖാന്റെ അന്തഃപുരത്തിലേക്കു വിളിക്കപ്പെട്ടപ്പോഴൊക്കെ അവളുടെ മുറിഞ്ഞ ശരീരം പടയാളികൾ തൂക്കി

യെടുത്താണു തിരിച്ചെത്തിച്ചത്. മാസംതികയാതെ അവൾ പ്രസവിച്ചു. സ്വർണവിഗ്രഹംപോലെയുള്ള കുഞ്ഞിന്റെ കഴുത്തിൽ പൊക്കിൾക്കൊടി ചുറ്റി തന്റെ സിരകളിലെ ആരാച്ചാരുടെ രക്തത്തിന്റെ ദാഹം അവൾ ശമിപ്പിച്ചു. പത്തു വർഷം തുഘ്‌ലൻ ഖാൻ ബംഗാൾ ഗവർണറായി നാടു ഭരിച്ചു. അതിനിടെ ഒമ്പതു തവണ അവൾ പ്രസവിച്ചു. ഒമ്പതു കുഞ്ഞുങ്ങളെയും പൊക്കിൾക്കൊടി കൊണ്ടു തന്നെ അവൾ തൂക്ക് ലേറ്റി. അക്കാലത്ത് ഒറീസയിലെ നരസിംഹ് ദേവ് രാജാവ് ബംഗാൾ ആക്രമിച്ചു. നരസിംഹ് ദേവിനോടു തിരിച്ചടിച്ച തുഘ്‌ലാൻ ഖാൻ ഒരു കോട്ട പിടിച്ചെടുത്തെങ്കിലും വിജയാഘോഷത്തിനിടെ ഒറിയക്കാരുടെ ആക്രമണം വീണ്ടുമുണ്ടായി. തുഘ്‌ലൻ ഖാൻ തോറ്റോടി. അന്നത്തെ ബംഗാളിന്റെ തലസ്ഥാനമായ ലഖനൗതി വരെ ഒറിയ സൈന്യം തുഘ്‌ലൻ ഖാനെ പിന്തുടർന്നു നഗരം വളഞ്ഞു. ലഖനൗതിയിലെ മുസ്‌ലിംകളെ നരസിംഹ് ദേവ് രാജാവ് കൂട്ടക്കൊല ചെയ്തു. പിംഗളകേശിനിയെ ഒറിയ സൈന്യം പിടിച്ചെടുത്തു. വീണ്ടും ചേലയുടുപ്പിച്ച്, നെറ്റിയിൽ സിന്ദൂരം തൊടുവിച്ച് സൈനികർ അവരെ നരസിംഹ് ദേവിന്റെ കൂടാരത്തിൽ അടച്ചു. അവിടെയും നേരം വെളുത്തപ്പോൾ അവളുടെ ചോരയൊലിച്ച ശരീരമാണ് പടയാളികൾ പുറത്തെത്തിച്ചത്. തുഘ്‌ലൻ ഖാൻ ദൽഹി സുൽത്താന്റെ സഹായം തേടി. ദൽഹിയുടെ ശക്തിക്കു മുമ്പിൽ ഒറിയ സൈന്യം പിൻവാങ്ങിയെങ്കിലും തുഘ്‌ലൻ ഖാന്റെ സ്ഥാനം തെറിച്ചു. അദ്ദേഹത്തിന് ബംഗാൾ വിട്ട് ദൽഹിയിലേക്കു പോകേണ്ടി വന്നു. ആ തക്കം നോക്കി നരസിംഹ് ദേവിന്റെ കൂടാരത്തിൽനിന്ന് ഒളിച്ചോടിയ പിംഗളകേശിനി ഒരു ബുദ്ധവിഹാരത്തിൽ അഭയം പ്രാപിച്ചു. തല മുണ്ഡനം ചെയ്ത് കാവിയുടുത്ത് അവർ ഭിക്ഷുണിയായി. അതിനിടെ, ബംഗാളിൽ ഗവർണർമാർ മാറി മാറി വന്നു. 1272-ൽ ഗവർണറായ അമീൻ ഖാൻ ത്രിപുരസുന്ദരി ജീവിച്ചിരുന്ന ബുദ്ധവിഹാരം തകർത്തു. അപ്പോഴേക്ക് പിംഗളകേശിനിക്ക് അമ്പതു വയസ്സു കഴിഞ്ഞിരുന്നു. പക്ഷേ ആ പ്രായത്തിലും ഉടവു തട്ടാത്ത അവരുടെ യൗവ്വനം കണ്ട് പടയാളികൾ അവരെ പിടിച്ചെടുത്തു. പിംഗളകേശിനി പടയാളികളുടെ വെപ്പാട്ടിയായി. തുഘ്‌ലൻ ഖാൻ വീണ്ടും ബംഗാൾ ആക്രമിച്ച് അമീൻ ഖാനെ പരാജയപ്പെടുത്തി ഗവർണർ സ്ഥാനം വീണ്ടെടുത്തു. കൂടാരങ്ങളിലൊന്നിൽ നിന്ന് സൈനികർക്കൊപ്പം പിംഗളകേശിനിയെയും തുഘ്‌ലൻ ഖാന്റെ പടയാളികൾ കണ്ടെത്തി. തല മുണ്ഡനം ചെയ്ത, കാവിയുടുത്ത പിംഗളകേശിനിയെ തുഘ്‌ലൻ ഖാൻ തിരിച്ചറിഞ്ഞു. അവർക്കു വീണ്ടും മതം മാറേണ്ടി വന്നു.

അടുത്ത ഒമ്പതു വർഷം തുഘ്‌ലൻ ഖാൻ ബംഗാൾ ഭരിച്ചു. ഒമ്പതു വർഷവും പിംഗളകേശിനി ഖാന്റെ വെപ്പാട്ടിയായി ജീവിച്ചു. ശക്തനായിക്കൊണ്ടിരുന്ന തുഘ്‌ലൻ ഖാനെ നിലയ്ക്കു നിർത്താൻ ബാൽബൻ പടയോട്ടം നടത്തി. ആദ്യ രണ്ടു തവണയും തുഘ്‌ലൻ ഖാൻ ജയിച്ചു. മൂന്നാമത്തെ യുദ്ധത്തിനിടെ പിംഗളകേശിനി അന്ത:പുരത്തിൽനിന്നു രക്ഷപ്പെട്ട് നാടോടികളുടെ കൂടാരത്തിൽ അഭയം തേടി. നാടോടികൾക്കിടയിൽനിന്ന് ബാൽബന്റെ സൈനികർ അവരെ കണ്ടെത്തി. അവർ ബാൽബാന്റെ മുമ്പിൽപ്പെട്ടു. ബാൽബാൻ പിംഗളകേശിനിയുടെ കഥ കേട്ടു സ്തബ്ധനായി. തുഘ്‌ലൻ ഖാനെ പരാജയപ്പെടുത്താൻ അവർ സഹായം വാഗ്ദാനം ചെയ്തു. പ്രത്യുപകാരമായി അവർ

തുഘ്ലൻ ഖാന്റെ ശരീരം ആവശ്യപ്പെട്ടു. തുഘ്ലൻ ഖാന്റെയും സൈനികരുടെയും ഭക്ഷണത്തിൽ അവർ കറുപ്പു കലർത്തി തുഘ്ലൻ ഖാനെ ബാൽബാൻ പരാജയപ്പെടുത്തി. പിന്നീട് അദ്ദേഹത്തിന്റെ കൈകാലുകൾ ബന്ധിച്ച് ബാൽബാൻ പിംഗളകേശിനിയുടെ കാൽച്ചുവട്ടിലിട്ടു. ഇനിയെന്തു വേണം എന്നു ചോദിച്ച ബാൽബാനോട് പിംഗളകേശിനി പറഞ്ഞു : പത്തടി നീളമുള്ള ഒരു വലിയ തേക്കിൻ തടി. അതിന്റെ പകുതി നീളമുള്ള മറ്റൊരു തടി, ഒരു ഇരുമ്പു കൊളുത്ത്, കയർ, പിന്നെ ഒരു ആശാരി. പറഞ്ഞതൊക്കെ വന്നപ്പോൾ അവർ വലിയ തടിക്കഷ്ണത്തിൽ ചെറിയ കഷ്ണം ഘടിപ്പിക്കാൻ നിർദ്ദേശിച്ചു. ചെറിയ കഷ്ണത്തിന്റെ അറ്റത്ത് ഇരുമ്പു കൊളുത്തു പിടിപ്പിച്ചു. അതിൽ കയർ കെട്ടിയുറപ്പിച്ചു. നിലത്തു കുഴിയെടുത്ത് വലിയ തടിക്കഷ്ണം ബലമായി ഉറപ്പിച്ചു. നോക്കി നിൽക്കെ കുറ്റമറ്റ ഒരു തൂക്കുമരം കൂടാരത്തിനുള്ളിൽ തയാറായി.

"ഇനിയോ?"

ബാൽബൻ അമ്പരപ്പോടെ അന്വേഷിച്ചു.

"ഇനി എനിക്കെന്റെ ശരീരം മാത്രം മതി."

പിംഗളകേശിനി പറഞ്ഞു. വൃദ്ധനായിത്തീർന്ന തുഘ്ലൻഖാനെ അവർ തൂക്കിയെടുത്ത് തൂക്കുമരച്ചുവട്ടിൽ ഒരു പീഠത്തിൽ നിർത്തി. എല്ലാവരും നോക്കി നിൽക്കെ അവർ സ്വന്തം ചേല അഴിച്ചെടുത്തു കുടുക്കുണ്ടാക്കി തുഘ്ലൻ ഖാന്റെ കഴുത്തിലണിയിച്ചു. പീഠം തട്ടിമറിച്ചു. കഴുത്തൊടിഞ്ഞ് തുഘ്ലൻ ഖാൻ മരിച്ചപ്പോൾ അമ്പതു വർഷത്തിനു ശേഷം പിംഗളകേശിനി ഒരിക്കൽക്കൂടി മണി കിലുങ്ങുന്ന ശബ്ദത്തിൽ പൊട്ടിച്ചിരിച്ചു.

കഥ കേട്ട് ചോദ്യം ചോദിക്കാൻ പോലും മറന്നിരുന്ന സഞ്ജീവ് കുമാർ മിത്രയെ കണ്ടിട്ടും എന്റെ മുഖത്ത് ചിരി തിരികെ വന്നില്ല.

"എന്നിട്ട്?"

സഞ്ജീവ് കുമാർ മിത്ര അമ്പരപ്പോടെ ചോദിച്ചു.

"ഇനിയെന്തു വേണം എന്നു ചോദിച്ച ബാൽബനോട് അവർ ആവശ്യപ്പെട്ടത് ആരാച്ചാരുടെ ജോലിയായിരുന്നു... സുൽത്താൻ അത് അവർക്കു കൊടുത്തു. അവർ പിംഗളകേശിനിയെന്ന പേരു സ്വീകരിച്ച് ആരാച്ചാരായി. തൊണ്ണൂറു വയസ്സു വരെ അവർ ജീവിച്ചിരുന്നു. അക്കാലത്ത് അവർ ആയിരം പേരെ തൂക്കിലേറ്റിയെന്നാണ് ഠാക്കുമാ പറയുന്നത്..."

സഞ്ജീവ് കുമാർ മിത്രയുടെ മുഖത്ത് ഭാവമാറ്റമുണ്ടായി.

"തുഘ്ലൻ ഖാനോടുള്ള രോഷം തീർക്കാൻ അയാളെ കൊന്നത് എനിക്കു മനസ്സിലാക്കാം... അതിന്റെ പേരിൽ എന്തിനാണ് ആരാച്ചാരായിത്തീർന്നത് എന്നു മനസ്സിലാകുന്നില്ല..."

"ചില സ്ത്രീകളുടെ രോഷം ഒരു പുരുഷനെ കൊന്നതു കൊണ്ട് തീരുന്നില്ല എന്നു മാത്രമേ എനിക്ക് അതിനെക്കുറിച്ചു പറയാൻ സാധിക്കൂ..."

ഞാൻ പറഞ്ഞു. സഞ്ജീവ് കുമാർ മിത്രയുടെ പുരികം ചുളിഞ്ഞു.

"ചേതനാദിയുടെ കുടുംബത്തിലുള്ളവരെ മനസ്സിലാക്കാൻ വലിയ പ്രയാസമാണ്..."

അയാൾ പറഞ്ഞു. അന്നത്തെ ഹാങ് വുമൺസ് ഡയറി കഴിഞ്ഞ് എന്നെ അയാൾ പാർക്ക് സ്ട്രീറ്റിലേക്കു കൊണ്ടുപോയി. മഴക്കാലത്തെ പേടിയില്ലാതെ പാർക്ക് സ്ട്രീറ്റ് നുരഞ്ഞു. കഴുത്തിൽ തൂക്കിയിട്ട ഒരു പെട്ടിയിൽനിന്ന് പാൻ വിറ്റു കൊണ്ടിരുന്ന വൃദ്ധന്റെ നിര തെറ്റിയ പല്ലുകൾ നിയോൺ വെളിച്ചത്തിൽ കടുംചുവപ്പായി. നോക്കുന്നിടത്തെല്ലാം കടകളും വലിയ കാറുകളും വിശാലവും വൃത്തിയുള്ളതുമായ റോഡിലൂടെ ഊർജ്ജസ്വലരായി നടക്കുന്ന മനുഷ്യരും നിറഞ്ഞു. അയാൾ എന്റെ കൈ പിടിച്ച് ഫുട്പാത്തിലേക്കു വലിച്ചു കയറ്റി ചേർത്തു പിടിച്ച് മുന്നോട്ടു നടന്നു. എനിക്ക് ഒരേ സമയം കുളിരും ഉഷ്ണവും അനുഭവപ്പെട്ടു. ശബ്ദം കൊണ്ടും വെളിച്ചം കൊണ്ടും വിവിധ തരം ഗന്ധങ്ങൾ കൊണ്ടും പാർക്ക് സ്ട്രീറ്റ് ത്രസിച്ചു. ഇരുട്ടിൽ എതിരെ വന്ന രണ്ടു മൂന്നു തടിയൻമാരെ പിന്നിട്ട് മുന്നോട്ടു നടക്കുമ്പോൾ അയാൾ പറഞ്ഞു:

"നമുക്ക് വല്ലതും കഴിച്ചാലോ? നോക്കൂ, വേണമെങ്കിൽ ട്രിങ്കാസിൽ കയറാം... നോക്കൂ, കൊൽക്കൊത്തയുടെ ഏറ്റവും നല്ല രാത്രികൾ ഇവിടെയാണ്. ബ്ലൂ ഫോക്സ്, ബാർബി ക്യൂ, ഒളിംപിയ... – ഈ സുന്ദര രാത്രി നമുക്ക് പാർക്ക് സ്ട്രീറ്റിൽ ആഘോഷിക്കാവുന്നതേയുള്ളൂ..."

അയാൾ ഉറക്കെച്ചിരിച്ചപ്പോഴും എന്റെ ചിരി തിരികെ കിട്ടിയില്ല. സർ എലിയ ഇംപെയുടെ പുള്ളിമാനുകളെ വളർത്താൻ വേണ്ടി ആരംഭിച്ച പാർക്ക് ആണ് പിന്നീട് പാർക്ക് സ്ട്രീറ്റ് ആയത്. മൈദാനിൽനിന്നു തുടങ്ങി പാർക്ക് സർക്കസ് വരെ നീളുന്ന വെളിച്ചത്തിന്റെ നിരത്തിൽ മാനുകൾക്കും മയിലുകൾക്കും പകരം വാഹനങ്ങളും മനുഷ്യരും തുരുതുരാ യാത്ര ചെയ്തു. മുഷിഞ്ഞ ബസുകൾക്കും വലിയതും ചെറിയതുമായ കാറുകൾക്കും ആംബുലൻസിനും ഇടയിലൂടെ ചുള്ളിക്കമ്പു പോലെയൊരു മനുഷ്യജീവി തടിച്ച ഒരു സ്ത്രീയെ കയറ്റിയ റിക്ഷ ശ്രമപ്പെട്ടു വലിച്ചു. ദാദുവിന്റെ ദാദുവിന് എന്റെ പ്രായമുണ്ടായിരുന്ന കാലത്തെ പല്ലക്കുകളും വില്ലുവണ്ടികളും നിറഞ്ഞ പാർക് സ്ട്രീറ്റ് കാണാൻ ഞാൻ ആഗ്രഹിച്ചു. രാധാ ബസാർ സ്ട്രീറ്റിന്റെയും ഓൾഡ് കോർട്ട് ലെയിനിന്റെയും മൂലയ്ക്കുള്ള എട്ടാം നമ്പർ കെട്ടിടത്തിൽ ബ്രിട്ടനിലെ ചക്രവർത്തിക്കുള്ള വണ്ടികൾ നിർമിച്ചിരുന്ന സ്റ്റുവർട്ട് ആൻഡ് കമ്പനിയിൽ കൊത്തു പണിക്കാരനായിരുന്ന സച്ചിദാനന്ദ ഗൃദ്ധാമല്ലിക് പിതാമഹന് സ്ത്രീകളെ വെറുപ്പായിരുന്നു. സച്ചിദാനന്ദ പിതാമഹൻ അക്കാലത്ത് കൽക്കട്ട സന്ദർശിച്ച ഡച്ച് കലാകാരൻ സോൾവെൻസിന്റെ വീട്ടിൽ സേവകനായി. സച്ചിദാനന്ദ പിതാമഹൻ യഥാർഥ കലാകാരനായിരുന്നു. വെള്ളിയിൽ കൊത്തുപണി ചെയ്ത വണ്ടി നിർമിക്കുന്നതിലും ചുവന്ന വെൽവെറ്റ് പൊതിഞ്ഞ ഇരിപ്പിടത്തിന്റെ അരികുകളിൽ സ്വർണനൂലുകൾ കൊണ്ട് തുന്നൽപ്പണി നടത്തുന്നതിലും അദ്ദേഹം വിദഗ്ധനായിരുന്നു. സോൾവെൻസിന്റെ ഒപ്പം വന്ന മദാമ്മയെ കണ്ട് അദ്ദേഹം അനുരാഗബദ്ധനായി. മൈസൂറിലെ രാജകുമാരൻമാർക്കു വേണ്ടി കോൺവാലിസ് പ്രഭു ഓർഡർ ചെയ്ത രണ്ടു പല്ലക്കുകൾ കാമുകിയുടെ നിർബന്ധത്താൽ സ്വർണത്തിലും വെള്ളിയിലും പണിതു കൊടുത്തത് സച്ചിദാനന്ദ പിതാമഹനാണ്. ഓരോന്നിനും സോൾവെൻസ് ഏഴായിരം രൂപ വീതം പ്രതിഫലം വാങ്ങി. സച്ചിദാനന്ദ പിതാമഹന് ഒരു ബ്രിട്ടീഷ് രൂപ ദാനം കിട്ടി. പണം കയ്യിലെത്തിയപ്പോൾ

സായ്പും മദാമ്മയും സ്വന്തം നാട്ടിലേക്കു മടങ്ങി. പിതാമഹൻ കുടിച്ചു കുടിച്ചു മരിച്ചു.

ചൗരങ്ഗിയിലേക്കാണ് സഞ്ജീവ് കുമാർ മിത്ര എന്നെ നയിച്ചത്. അന്തരീക്ഷത്തിലാകെ ഖാൽമുറിയുടെ ഗന്ധം വ്യാപിച്ചു. സഞ്ജീവ് കുമാർ മിത്ര എനിക്കും അയാൾക്കും വേണ്ടി ഖാൽമുറി വാങ്ങി. എരിവും പുളിയും ചേർന്ന മലർമണികൾ കൊറിച്ചു മുന്നോട്ടു നടക്കുമ്പോൾ നേരത്തെ കണ്ട റിക്ഷക്കാരൻ ഒഴിഞ്ഞ റിക്ഷയുമായി മടങ്ങി വന്നു. നരച്ച താടിരോമങ്ങൾ നിറഞ്ഞ അയാളുടെ കരുവാളിച്ച മുഖം യതീന്ദ്രനാഥ ബാനർജിയെ ഓർമിപ്പിച്ചു. ആഗ്രഹിച്ച പുരുഷനോടൊപ്പം പാർക്ക് സ്ട്രീറ്റിലെ വെളിച്ചങ്ങളിലൂടെ ഖാൽമുറിയും കൊറിച്ചു നടക്കുമ്പോഴും ഹൃദയത്തെ ഭരിക്കുന്നതു പ്രണയത്തേക്കാൾ മരണമാണെന്നോർത്തു ഞാൻ അസ്വസ്ഥയായി.

"ചേതന എന്താണ് ആലോചിക്കുന്നത്?"

സഞ്ജീവ് കുമാർ മിത്ര എന്റെ കൈത്തണ്ടയിലൂടെ അലസമായി വിരലോടിച്ചു.

"എന്തു ഭാഷയാണ് നിങ്ങൾ ഉച്ചയ്ക്കുള്ള വാർത്തയിൽ സംസാരിച്ചത്?"

ഞാൻ ചോദിച്ചു. അയാളുടെ മുഖത്ത് ഭാവവ്യത്യാസമുണ്ടായോ എന്നു മനസ്സിലായില്ല. ഇരുട്ടും കറുത്ത കണ്ണടയും അയാളെ സമർഥമായി മറച്ചു.

"ഓ... അതോ? എന്റെ അച്ഛന്റെ ഭാഷ."

അയാൾ നിസ്സാര ഭാവത്തിൽ പറഞ്ഞു.

"അതൊക്കെ പോകട്ടെ. തൂക്കിക്കൊലയുടെ തലേന്നത്തെ പരിപാടി ഞങ്ങൾ വലിയ രീതിയിൽ പ്ലാൻ ചെയ്യുകയാണ്. അതു വിജയിപ്പിക്കാൻ ചേതനയുടെ സഹായം കൂടിയേതീരൂ. ഫണീദായെ അന്നു നമുക്ക് എങ്ങനെയെങ്കിലും തട്ടിയെടുക്കണം... നോക്ക്, ചേതൂ, ഇതെന്റെ പ്രിസ്റ്റീജ് സംഭവമാണ്. ഇതിനു മുമ്പ് ഇങ്ങനെയൊരു പരിപാടി ആരും ഭാവനയിൽപ്പോലും കണ്ടിട്ടില്ല, മനസ്സിലായോ? നീയെനിക്കു തരേണ്ട വിവാഹസമ്മാനം ഇതാണ്..."

"ഏത്?"

ഞാൻ വല്ലായ്മയോടെ ചോദിച്ചു.

"ഈ ടിവി പരിപാടിയുടെ വിജയം..."

എന്റെ ഹൃദയം വാടി.

"ഥാക്കുമായുടെ സ്വർണനാണയം വീണ്ടും നഷ്ടപ്പെട്ടു..."

ഞാൻ ആരോടെന്നില്ലാതെ പറഞ്ഞു.

"ങ്ഹേ? എങ്ങനെ? നീയതു സൂക്ഷിക്കേണ്ടതായിരുന്നു..."

അയാൾ ദേഷ്യപ്പെട്ടു. മോഷ്ടാവ് ഉടമയെ കുറ്റപ്പെടുത്തുന്നതോർത്ത് എനിക്ക് ചിരി വന്നു. കുറച്ചു നേരം ഞങ്ങൾ പിന്നെയും നിശ്ശബ്ദരായി.

"ആദ്യമായാണ് ഞാൻ പാർക്ക് സ്ട്രീറ്റ് രാത്രി നേരത്തു കാണുന്നത്... എത്ര കടകളാണ്, അല്ലേ?"

ഞാൻ ചുറ്റും നോക്കി. ഞങ്ങളപ്പോൾ സാവേരി സാരി എംപോറിയത്തിനു മുന്നിലായിരുന്നു.

"ചേതനയ്ക്ക് എന്തെങ്കിലും വാങ്ങാനുണ്ടോ? യൂ വാണ്ട് സാരീസ്?"

സഞ്ജീവ് കുമാർ മിത്ര പ്രലോഭിപ്പിക്കുന്ന ശബ്ദത്തിൽ ചോദിച്ചു. ഞാൻ അയാളുടെ കണ്ണുകളിലേക്ക് ഉറ്റു നോക്കി ഗൂഢമായ ഒരു ചിരിയോടെ തലയാട്ടി. പിംഗള കേശിനിക്ക് അവസാനകാലത്തും ഊർജ്ജവും ആരോഗ്യ വുമുണ്ടായിരുന്നു. അവർക്ക് ജയിലിനു സമീപത്തുതന്നെ വലിയൊരു വീട് സുൽത്താൻ അനുവദിച്ചു. മരിക്കുന്നതുവരെ അവർ ദിവസവും ഓരോ പുരുഷനെ വരുത്തി ഒപ്പം ശയിച്ചു. കിടക്കയിൽ തന്നെ പരാജയപ്പെടുത്തുന്ന പുരുഷന് അവർ സമ്മാനം പ്രഖ്യാപിച്ചു. തൊണ്ണൂറാം വയസ്സിൽ അവസാ നത്തെ തൂക്കിക്കൊലയ്ക്കു ശേഷം മടങ്ങിയെത്തി കുളി കഴിഞ്ഞ് വിഭവസമൃ ദ്ധമായ ഭക്ഷണത്തിനുശേഷം, അന്നത്തെ പുരുഷനോടൊപ്പം ശയിച്ചു കൊണ്ടിരിക്കുമ്പോഴായിരുന്നു അവരുടെ മരണം.

"എനിക്ക് ഒരാഗ്രഹമുണ്ട്..."

ഞാനും പ്രലോഭിപ്പിക്കുന്ന ശബ്ദത്തിൽ മന്ത്രിച്ചു. ഒരു കഥയും പൂർണ മായി വെളിപ്പെടുത്തരുതെന്ന അച്ഛന്റെ വാക്കുകൾ ഓർമ വച്ചതുകൊണ്ടു ഹാങ് വുമൺസ് ഡയറിയിൽ ഞാൻ പിംഗളകേശിനിയുടെ കഥയിലെ കാതലായ ഭാഗം നിഗൂഹനം ചെയ്തിരുന്നു. തുഘ്ലൻ ഖാന്റെ കഴുത്തിൽ കുടുക്കിടാൻ സ്വന്തം ചേല അഴിച്ചെടുത്തപ്പോൾ അവർ പൂർണനഗ്നയായി. ആ സമയത്ത് തുഘ്ലൻ ഖാന്റെ കണ്ണുകൾ അവരുടെ ശരീരത്തിൽ പതിഞ്ഞു. പക്ഷേ, രതിക്കു പകരം കണ്ണുകളിൽ ഭീതിയായിരുന്നു. തുഘ്ലൻ ഖാനെ പിംഗള കേശിനി ഒറ്റയടിക്കു തൂക്കിക്കൊല്ലുകയല്ല ഉണ്ടായത്. അവർ അദ്ദേ ഹത്തെ പീഠത്തിൽ കയറ്റി നിർത്തുകയും കഴുത്തിൽ കുടുക്കിട്ട ശേഷം പീഠം തട്ടിമറിക്കുകയും അന്തരീക്ഷത്തിൽ തൂങ്ങി നിന്നാടിയ തുഘ്ലൻ ഖാന്റെ മരണവെപ്രാളംകണ്ട് ആസ്വദിച്ച ശേഷം പീഠം വീണ്ടും കാൽക്കീഴിൽ നിവർത്തി വയ്ക്കുകയും ചെയ്തു. ഒരാശ്വാസത്തോടെ തുഘ്ലൻ ഖാൻ പീഠത്തിനു മുകളിൽനിന്ന് കഴുത്തിലെ കുടുക്ക് അയയ്ക്കാൻ ശ്രമിച്ചു. അപ്പോൾ അവർ വീണ്ടും പീഠം തട്ടി മറിച്ചു. തുഘ്ലൻ ഖാൻ വീണ്ടും തൂങ്ങി യാടി. ആ രാത്രി മുഴുവൻ അത് ആവർത്തിച്ചു.

"എന്താണ് ചേതൂ, നിനക്കു വേണ്ടത് ഞാനതു വിലയ്ക്കു വാങ്ങാം..."

സഞ്ജീവ് കുമാർ മിത്ര എന്റെ കവിളിനും കഴുത്തിനും ഇടയിലൂടെ വിരലോടിച്ചു കൊണ്ട് പ്രണയപൂർവം ചോദിച്ചു.

"വിലയ്ക്കു വാങ്ങണ്ട..."

ഞാൻ കണ്ണുകളടച്ചുകൊണ്ട് പ്രണയപൂർവം മന്ത്രിച്ചു.

"പിന്നെ?"

സഞ്ജീവ് കുമാർ മിത്രയുടെ ശബ്ദം കൂടുതൽ ആർദ്രമായി.

"മോഷ്ടിക്കൂ...!"

ഞാൻ അയാളുടെ കൈപ്പത്തി തലോടിക്കൊണ്ടു മന്ത്രിച്ചു. സഞ്ജീവ് കുമാർ മിത്ര അവിശ്വാസത്തോടെ നോക്കി. അയാൾ ജാള്യത്തോടെ ചിരിച്ചു. എനിക്ക് അറിയേണ്ടത് അയാൾ മോഷണം നടത്തുന്നതെങ്ങനെ എന്നായി രുന്നു. അരമണിക്കൂറായിരുന്നു അയാൾക്കു ഞാൻ നൽകിയ സമയം. പക്ഷേ അഞ്ചു മിനിറ്റിനുള്ളിൽ അയാൾ തിരിച്ചു വന്നു.

"ചേതന കൂടി എന്നോടൊപ്പം വരണം... അല്ലാതെ സാരി മോഷ്ടിക്കാൻ എളുപ്പമല്ല..."

ഞാൻ ഉറക്കെച്ചിരിച്ചു.

"ചില കാര്യങ്ങൾ തനിച്ചു തന്നെ ചെയ്യണം..."

അയാൾ എന്നെ നിസ്സഹായതയോടെ നോക്കി.

"എങ്കിൽ നമുക്കു മറ്റൊരു കടയിൽ പോകാം... പുരുഷൻമാർക്കുള്ള വസ്ത്രങ്ങൾ കൂടി കിട്ടുന്ന ഒരു കടയിൽ...."

അയാൾ വല്ലായ്മയോടെ തല ചൊറിഞ്ഞു.

"ഈ സാരി ഒരു കുഴപ്പം പിടിച്ച വസ്ത്രം തന്നെ..."

സാരിയെക്കുറിച്ച് ഥാക്കുമായും എപ്പോഴും പരാതി പറയാറുള്ളതാണ് ആ നേരത്ത് എനിക്ക് ഓർമ വന്നത്. കേശബ് ചന്ദ്ര സെൻ ബംഗാൾ നവോത്ഥാനത്തിന്റെ പേരിൽ ഇത്രയും ഇറുക്കിപ്പിടിച്ച ഒരു വസ്ത്രം പ്രചരിപ്പിച്ചതിന് തന്റെ മൗഷിമാ മരിക്കുന്നതുവരെ അദ്ദേഹത്തെ ശപിച്ചെന്നു ഥാക്കുമാ പറയാറുണ്ടായിരുന്നു. ഒരറ്റം ഇടുപ്പിൽകെട്ടി മറ്റേയറ്റം ചുമലിലൂടെ വലിച്ചെടുക്കുന്ന പഴയ വസ്ത്രം എത്ര സുഖകരമായിരുന്നു എന്നായിരുന്നു പിതാമഹിയുടെ പരിദേവനം.

"ദാ, നോക്ക്... ലോകത്ത് ഞാനെന്തും അടിച്ചു മാറ്റാം... സാരിയൊഴികെ... അതല്ലെങ്കിൽ ഒരു സ്ത്രീ കൂടി കൂട്ടത്തിലുണ്ടാകണം..."

ഞാൻ തമാശ ആസ്വദിച്ചു ചിരിച്ചു. അയാൾ എന്നെ അമ്പരപ്പോടെ നോക്കി.

"വാസ്തവത്തിൽ നീയെന്തിനാണ് എന്നോടു മോഷ്ടിക്കാൻ ആവശ്യപ്പെട്ടത്?"

"ഞാൻ പറഞ്ഞാൽ അനുസരിക്കുമോ എന്നു പരിശോധിക്കാൻ... പിന്നെ എങ്ങനെയാണു മോഷ്ടിക്കുന്നത് എന്നെനിക്കു കാണണമെന്നുണ്ടായിരുന്നു..."

"അതാരും കാണുകയില്ല. അതിലാണ് മോഷണത്തിന്റെ കലാമർമം. മാജിക് പോലെയാണ് മോഷണം. കയ്യടക്കം വേണം. മറ്റുള്ളവരുടെ ശ്രദ്ധ മാറ്റാനുള്ള വാക്സാമർഥ്യവും...

"നിങ്ങൾ അതു മോഷ്ടിച്ചിരുന്നെങ്കിലും ഞാനതു തിരിച്ചു കൊടുക്കാൻ പറഞ്ഞേനെ."

അയാളുടെ മുഖം കനത്തു.

"ഇല്ല. നിങ്ങളുടെ ആ നാണയം ഒഴികെ ഇന്നുവരെ ഞാൻ എടുത്തതൊന്നും തിരിച്ചു കൊടുത്തിട്ടില്ല. ഇനി കൊടുക്കുകയുമില്ല..."

ഞങ്ങൾ നിശ്ശബ്ദരായി കുറച്ചു ദൂരം മുന്നോട്ടു നടന്നു. പാർക്ക് പ്ലാസ ഹോട്ടലിന്റെ പ്രകാശം വീണു കിടക്കുന്ന ഭാഗത്തെത്തിയപ്പോൾ അയാൾ നിന്നു.

"ഇന്നു നമുക്ക് എന്റെ വീട്ടിലേക്കു പോയാലോ?"

ഇരുട്ടും വെളിച്ചവും ഇടകലർന്ന വഴിയിലൂടെ അലസമായി നടക്കുമ്പോൾ അയാൾ ചോദിച്ചു.

"ചേതനയ്ക്ക് നീ താമസിക്കാൻ പോകുന്ന വീട് കാണണ്ടേ?"

നീൽലൊതകളും അപരാജിതകളും പൂത്തുനിൽക്കുന്ന വീടിന്റെ ഓർമ എന്റെ മനസ്സിളക്കാതിരുന്നില്ല.

"ആ പഴയ വീടോ?"

"അല്ല. അത് അച്ഛന്റെ വീടായിരുന്നു... നമ്മൾ പോകുന്നത് അമ്മയുടെ വീട്ടിലാണ്..."

ഞാൻ അൽപം സംശയത്തോടെ അയാളെ നോക്കി.

"സൊനാഗച്ചിയിൽ..."

അയാളുടെ ശബ്ദം ശാന്തമായിരുന്നു. ഞാൻ എന്തെങ്കിലും ചോദിക്കുന്നതിനു മുമ്പേ അയാൾ ചിരിച്ചു കൊണ്ട് എന്റെ കൈവെള്ളയിൽ മുറുകെപ്പിടിച്ചു.

"അതൊരു വലിയ കഥയാണ്... ഇങ്ങനെ പാർക്ക് സ്ട്രീറ്റിലൂടെ നടന്നുകൊണ്ടു പറയേണ്ടതല്ല അത്. എന്റെ ഭാര്യയാകാൻ പോകുന്ന പെൺകുട്ടി ആ കഥ കേൾക്കേണ്ടത് എന്റെ വീട്ടിലെ കിടപ്പറയിൽ എന്റെ മടിയിൽ തല വച്ചു കിടന്നുകൊണ്ടാണ്...."

"മറ്റൊരു ദിവസമാകാം..."

ഞാൻ പറഞ്ഞു.

"എന്ന്? ദിവസങ്ങൾ പെട്ടെന്നു കഴിഞ്ഞു പോകുന്നു... ഇന്ന് ഇരുപതാം തീയതി കഴിഞ്ഞു. ഇനി കൃത്യം നടക്കാൻ നാലു ദിവസമേയുള്ളൂ... അതു കഴിഞ്ഞാൽ... വിവാഹത്തിനു മുമ്പ് എന്നെ സംബന്ധിക്കുന്ന എല്ലാ കാര്യങ്ങളും ചേതന അറിയണമെന്ന് എനിക്കു നിർബന്ധമുണ്ട്..."

കറുത്ത കണ്ണടയ്ക്കുള്ളിൽ പച്ച നിറമുള്ള കണ്ണുകളിലെ ഭാവം എനിക്കു മനസ്സിലായില്ല. അയാൾ എന്റെ കൈത്തലത്തിൽ വിരലുകൾ കൊണ്ടു വരച്ചപ്പോൾ എനിക്ക് ഈർഷ്യ തോന്നി. മോഷ്ടാവിന്റെ കയ്യടക്കവും കുതന്ത്രബുദ്ധിയുമായിരുന്നു, സ്നേഹിക്കുന്ന സ്ത്രീയോടുള്ള ആർദ്രതയായിരുന്നില്ല, അയാളുടെ വിരൽത്തുമ്പിൽ. എന്റെ ഹൃദയത്തിൽ സംശയത്തിന്റെ ഒരായിരം സർപ്പങ്ങൾ അവയുടെ രണ്ടായി മുറിഞ്ഞ നാവുകൾ പുറത്തേക്കു നീട്ടി ശബ്ദങ്ങൾക്കും ഗന്ധങ്ങൾക്കും വേണ്ടി ജാഗരൂകമായി.

മുന്നോട്ടു നടക്കുമ്പോഴും പലതരം വെളിച്ചങ്ങളുടെ തേനീച്ചക്കൂടു പോലെയുള്ള നഗരത്തിലെ ആ കടയിലേക്ക് അയാൾ വേവലാതിയോടെ നോക്കി. അപ്പോൾ നഷ്ടപ്പെട്ടു പോയ മന്ദഹാസം എനിക്കു തിരിച്ചു കിട്ടി. തന്റെ കവർന്നെടുക്കപ്പെട്ട ചിരി വീണ്ടെടുക്കാൻ. ആ അവസാനത്തെ രാത്രി, പിംഗളകേശിനി തുഘ്ലൻ ഖാനെ വീണ്ടും വീണ്ടും വീണ്ടും തൂക്കിലേറ്റിയിരുന്നു. കൃത്യമായി പറഞ്ഞാൽ, എഴുന്നൂറ്റി ഇരുപത്തേഴു പ്രാവശ്യം.

ഇരുപത്തിമൂന്ന്

എന്റെ വക്കു പൊട്ടിയ സ്ലേറ്റിൽ ഗൗതം ദേബ് വരച്ചത് ഒരു നേർരേഖയാണ്. അതിനു മേൽ തുറന്ന കണ്ണുപോലെ ഒരു വരയും കൺപീലികൾ പോലെ ഏതാനും കുറിയ വരകളും വരച്ചതിനുശേഷം, അവൻ കൊച്ചരിപ്പല്ലുകൾ മുഴുവൻ പുറത്തുകാട്ടി ചിരിച്ചു- ചേതൂദീ, ഇതു നോക്ക്, സൂര്യൻ. ഒന്നോ രണ്ടോ മണിക്കൂറുകൾക്കുശേഷം കുടിലിന്റെ പിൻമുറ്റത്തെ പേരക്കൊമ്പിൽ തൂങ്ങിനിൽക്കുമ്പോൾ അവന്റെ കണ്ണുകൾ വെളുത്ത ആകാശത്ത് തവിട്ടു സൂര്യൻമാർ കണക്കെ ഉദിച്ചു നിന്നു. ഭീതിയും വേദനയുമല്ല, അവന്റെ മുഖത്തു കൗതുകമാണു നിറഞ്ഞുനിന്നത്. തലയിലും ഒക്കത്തും പേറിയ കുടങ്ങളിൽ വെള്ളവുമായി തിരിച്ചു വന്ന അവന്റെ അമ്മ അരുണാദി കുടങ്ങൾ ദൂരെയെറിഞ്ഞ് അവന്റെ കാലുകൾ വാരിയെടുത്തു നെഞ്ചിൽ ച്ചേർത്തു പൊട്ടിക്കരഞ്ഞു. ആൾക്കൂട്ടത്തിൽ നിന്ന എന്നെ നോക്കി 'നിന്റെ തലയിൽ ഇടിത്തീ വീഴട്ടെ' എന്നു ശപിച്ചു. ഞാൻ ചെയ്ത തെറ്റ് എന്താണെന്ന് അന്ന് എനിക്കു മനസ്സിലായില്ല. ഞങ്ങൾ ആരാച്ചാർകളി കളിക്കുകയായിരുന്നു. അവസാനം കളിക്കാരിലൊരാൾ ഇല്ലാതാകുന്ന കളിയാണ് അതെന്ന് വളർന്നതിനുശേഷമേ ഞാൻ മനസ്സിലാക്കിയുള്ളൂ.

അത് ആയിരത്തിത്തൊള്ളായിരത്തി എൺപത്തേഴിലായിരുന്നു. അച്ഛനെ കാണാൻ നരച്ച തലമുടിയും താടിയുമുള്ള ഒരു പത്രപ്രവർത്തകൻ തോളിൽ വലിയൊരു തുകൽ ബാഗ് തൂക്കിയിട്ട മീശയില്ലാത്ത ചെറുപ്പക്കാരനോടൊപ്പം എത്തി. ഡൽഹിയിൽനിന്ന് വിമാനത്തിൽ കൊൽക്കൊത്തയിലെത്തി ടാക്സി കാറിലാണ് അദ്ദേഹം വരുന്നതെന്ന് അച്ഛൻ അഭിമാനത്തോടെ സ്ട്രാൻഡ് റോഡിലെ മുഴുവൻ മൃതദേഹങ്ങളും കേൾക്കെ മുന്നറിയിപ്പു തന്നു. പുകയുന്ന സിഗററ്റ് ദൂരെയെറിഞ്ഞ് അച്ഛൻ ഭവ്യതയോടെ അവരെ എതിരേറ്റു. കാറിൽ നിന്നിറങ്ങിയ പാടെ ചെറുപ്പക്കാരൻ തന്റെ തുകൽ ബാഗ് തുറന്ന് വലിയൊരു ക്യാമറ പുറത്തെടുത്ത് ഞങ്ങളുടെ ചിത്രമെടുക്കാൻ തുടങ്ങി. ഞാനും ഗൗതംദേബും ചമ്പയും അബർണയും അമലേന്ദുവും ലജ്ജയോടെ ഉറക്കെച്ചിരിച്ചു കൊണ്ട് ഓടി രക്ഷപ്പെടാൻ ശ്രമിച്ചു. ഓടുമ്പോഴും ഞങ്ങൾ തിരിഞ്ഞു നോക്കുകയും അയാൾ ചിത്രമെടുക്കട്ടെ എന്ന് ആഗ്രഹിക്കുകയും ചെയ്തു.

"നമുക്ക് ഗൃദ്ധാദാദായുടെ മുറിയിൽ എത്തിനോക്കാം..."

അയാൾ അകത്തേക്കു പോയപ്പോൾ അമലേന്ദു ഞങ്ങളെ നിർബന്ധിച്ചു. രണ്ടു കൊല്ലം കഴിഞ്ഞ് എസ്.എസ്.കെ.എം. ഹോസ്പിറ്റലിൽ വച്ച് അവൻ പനി പിടിച്ചു മരിച്ചു. ഞങ്ങളെല്ലാം ആവേശത്തോടെയും ആഹ്ലാദത്തോടെയും അച്ഛന്റെ മുറിയുടെ കിളിവാതിൽ വഴി അകത്തേക്ക് എത്തി നോക്കി.

വരിഞ്ഞ പ്ലാസ്റ്റിക് അഴിഞ്ഞു തുടങ്ങിയ വട്ടക്കസേരയിൽ നിറഞ്ഞിരുന്ന റിപ്പോർട്ടറുടെ മുഴച്ചു നിന്ന കുടവയറും മുമ്പിൽ വച്ച ടേപ് റെക്കോർഡറും മാത്രമേ എന്റെ ഓർമയിൽ അവശേഷിക്കുന്നുള്ളൂ. അച്ഛന്റെ മീശയും മുടിയും ഇത്ര നരച്ചിരുന്നില്ല. ജാത്രയിൽ ജമീന്ദാറുടെ വേഷം ധരിച്ച അതേ അന്തസ്സോടെ അച്ഛൻ ഒരു പഴയ കയറിന്റെ കഷ്ണം കൊണ്ടു കുടുക്കു തീർത്തു കൊണ്ട് ഉറക്കെ സംസാരിച്ചു.

“ഇതു സാധാരണ തൊഴിലല്ല, ബാബൂ... ഒരു വലിയ കർമമാണ്... ഞങ്ങളുടെ കുടുംബത്തിലെ ആദ്യത്തെ ആരാച്ചാർ രാധാരമൺ മല്ലിക്കിന് അദ്ദേഹത്തിന്റെ കൈ കൊണ്ടു മരിക്കുന്നവർക്ക് സ്വർഗം ലഭിക്കുമെന്നു ഭഗ്ബാൻ മഹാദേബ് വരം നൽകി... അതിന്നും പരമ്പരയാ തുടരുന്നു. ഞങ്ങളുടെ കൈ കൊണ്ടു മരിക്കുന്നവർ സ്വർഗത്തിൽത്തന്നെ പോകും.. അതുകൊണ്ട് സത്യം പറയാമല്ലോ, വിധി വന്നു കഴിയുമ്പോൾ പഴയ ജയിൽ ഐ.ജി. ബസു ബാബു തൂക്കുപുള്ളികളുടെ തോളിൽത്തട്ടി പറയും, നിന്റെ ഭാഗ്യം, ഗൃദ്ധാ മല്ലിക്കിന്റെ കൈ കൊണ്ടല്ലേ തൂങ്ങുന്നത്? നേരെ സ്വർഗത്തിൽ പോകാം....- ദാ, നോക്ക് ബാബൂ, ഇങ്ങനെയിരിക്കും, ഞങ്ങളിടുന്ന കുടുക്ക്... ഈ കുടുക്കിന്റെ പ്രത്യേകത, ഇത് ഗൃദ്ധാമല്ലിക്കുമാർക്കു മാത്രമേ ഇടാൻ സാധിക്കുകയുള്ളൂ. ഞങ്ങളുടെ അടുത്തുനിന്നു ജോലി പഠിക്കാൻ എത്രയോ പേർ ഇവിടെ വന്നിട്ടുണ്ട്. ഞങ്ങളിത് എല്ലാവർക്കും പഠിപ്പിച്ചു കൊടുത്തിട്ടുമുണ്ട്. പക്ഷേ ആർക്കും ഇത്ര ഭംഗിയുള്ള ഒരു കുടുക്ക് - ങ്‌ഹേ ഹേ...”

അച്ഛൻ കുടുക്ക് ഉയർത്തിക്കാണിച്ചു.

“വളരെ കുപ്രസിദ്ധനായ ഒരു കൊലയാളിയാണ് നിങ്ങളുടെ ഇര, ഗൃദ്ധാജീ... പേടിയുണ്ടോ നിങ്ങൾക്ക്?”

“ഹെയ്! എനിക്കെന്തു പേടി? ബാബൂ, ഈ ക്രൂരനായ കൊലയാളിയെ കൊല്ലാൻ ദൈവം എന്നെ തിരഞ്ഞെടുത്തിരിക്കുകയാണ്. എന്റെ നിയോഗമാണ് അത്...”

വിനോദ് ഗൗരവ് എന്ന കൊലയാളിയുടെ തൂക്കിക്കൊലയായിരുന്നു അന്നു തീരുമാനിച്ചിരുന്നത്. അയാൾ കിഴക്കൻ ബംഗ്ലാദേശിൽനിന്ന് വന്ന അഭയാർഥി ആയിരുന്നു. നൂറോളം കുട്ടികളെയാണ് അയാൾ കഴുത്തിൽ റൂമാൽ കുരുക്കി കൊന്നു കളഞ്ഞത്. ഗ്രാമങ്ങൾ തോറും യാത്ര ചെയ്ത് കുട്ടികളെ മിഠായി കൊടുത്തു വശത്താക്കി അവരെ കൊല്ലുകയായിരുന്നു അയാളുടെ വിനോദം. നൂറു പേർ തികഞ്ഞപ്പോൾ അയാൾ പോലീസ് സ്റ്റേഷനിൽ പോയി അഞ്ചു കുഞ്ഞുങ്ങളുടെ കൊലപാതകത്തിന്റെ കുറ്റമേറ്റു. കുഞ്ഞുങ്ങളുടെ ശരീരം ആസിഡ് ഒഴിച്ച് നശിപ്പിച്ചു കളഞ്ഞെന്നും മൊഴി നൽകി.

“കുഞ്ഞുങ്ങൾ ദൈവത്തിന്റെ അവതാരങ്ങളാണ് ബാബൂ... അവരെ കൊന്നവനെ ഒരു തവണ തൂക്കിയാൽ പോരാ. നൂറു തവണ തൂക്കണം... അതാണ് എന്റെ ആഗ്രഹം...”

അതിനിടയിൽ ചെറിയ കിളിവാതിലിലൂടെ എത്തി നോക്കാൻ ഇടമില്ലാതെ ചമ്പയും അബർണയും തമ്മിൽ ഉന്തും തള്ളുമായി. അബർണ ചമ്പയെ മാന്തിയപ്പോൾ അവൾ അബർണയെ കൈവീശി അടിച്ചു. അടി

കൊണ്ടത് അമലേന്ദുവിനാണ്. അവൻ ചാടി വീണു മുടി പിടിച്ചു വലിച്ചപ്പോൾ അവൾ ഉറക്കെ കരഞ്ഞു. അപ്പോൾ അച്ഛൻ അരിശത്തോടെ എഴുന്നേറ്റു വന്ന്, 'പോ പിള്ളേരെ, ശബ്ദമുണ്ടാക്കാതെ' എന്നു ഞങ്ങളെ ആട്ടിപ്പായിച്ചു. ഞങ്ങൾ കിളിവാതിലിനടുത്തു നിന്ന് ഓടി അടുക്കളമുറ്റത്തുകൂടി അബർണയുടെയും ചമ്പയുടെയും അമലേന്ദുവിന്റെയും ക്വാർട്ടേഴ്സുകൾ കടന്ന് ചേരിയിൽ ഗൗതത്തിന്റെ വീടിനു പിന്നിലെത്തി. അത് ഒരു മൺവീടായിരുന്നു. അമലേന്ദുവിന്റെ വീടിന്റെ ഓവറയിൽനിന്നുള്ള അഴുക്കുവെള്ളത്തിന്റെ ചാൽ ചാടിക്കടന്നു ഞങ്ങൾ പേരമരച്ചുവട്ടിലെത്തി കിതച്ചുകൊണ്ടു നിൽക്കെ ഗൗതം നിലത്തു കിടന്ന ഒരു കഷ്ണം കയറെടുത്തു വളച്ച് അമലേന്ദുവിന്റെ കഴുത്തിലിട്ടു കൊണ്ട് ഉറക്കെപ്പറഞ്ഞു:

"ഞാൻ ആരാച്ചാർ ഗൃദ്ധാമല്ലിക്. ഞാനിപ്പോൾ അമൽദായെ തൂക്കിക്കൊല്ലും..."

"അയ്യോ... എന്നെ കൊല്ലല്ലേ ഗൃദ്ധാദാദാ..."

അമലേന്ദു ഭയം അഭിനയിച്ചു ഗൗതമിനെ തൊഴുതു. ഞങ്ങളെല്ലാവരും പൊട്ടിച്ചിരിച്ചു. അങ്ങനെയായിരുന്നു കളിയുടെ തുടക്കം. ഗൗതം ഉണ്ടാക്കിയ കുടുക്ക് അഴിഞ്ഞു പോയി. അമലേന്ദു ശ്രമിച്ചു. പക്ഷേ, ഭംഗിയായില്ല. ഓരോരുത്തരായി പരീക്ഷിച്ചു. ഒന്നും വിജയിച്ചില്ല.ഒടുവിൽ കയർ എന്റെ കയ്യിലെത്തി. ആരോ ഒരു കല്ലെടുത്തു മരച്ചുവട്ടിൽ വച്ചു പീഠമുണ്ടാക്കി. ആദ്യം അമലേന്ദു പീഠത്തിൽ കയറി നിന്നു. ഞങ്ങൾ പീഠമെടുത്തു മാറ്റി. അവൻ കൈകൊണ്ടു പേരക്കൊമ്പിൽ തൂങ്ങി കാലുകൾ ആട്ടി മരിക്കുന്നതു പോലെ അഭിനയിച്ചു. പിന്നീട് ആ ദിവസത്തെക്കുറിച്ചു ചിന്തിക്കുമ്പോഴൊക്കെ എന്റെ രോമങ്ങൾ എഴുന്നു. ആരോ പിടിച്ചെഴുതിച്ചതുപോലെ എന്റെ വിരലുകൾ സ്വമേധയാ കുടുക്കു തീർക്കുകയായിരുന്നു. അമലേന്ദു കുടുക്കു ഗൗതമിന്റെ കഴുത്തിൽ അണിയിച്ചു. ഞാൻ കുടുക്കിന്റെ കെട്ട് അവന്റെ കഴുത്തിൽ ഉറപ്പിച്ചു. അമലേന്ദു അത് പേരക്കൊമ്പിൽ കെട്ടി. ഓരോ ആളും ഊഴമിട്ട് ആരാച്ചാരായി അഭിനയിച്ചു. ഒരു തവണ ചമ്പയും അമലേന്ദുവും തമ്മിൽ ആര് ആരാച്ചാരാകണമെന്നതിനെച്ചൊല്ലി വഴക്കായി. ചമ്പയെ അമലേന്ദു അടിച്ചു. അവൾ കരഞ്ഞു കൊണ്ടോടി. എന്റെ ഓർമയിൽ അതിനുശേഷം സംഭവിച്ചതൊക്കെ ശബ്ദങ്ങളായാണ് അടയാളപ്പെടുത്തിയിട്ടുള്ളത്. ചമ്പയുടെ അമ്മ അമലേന്ദുവിനെ വിളിക്കുന്ന ശബ്ദം, അവന്റെ മണ്ണു പുരണ്ട കറുത്ത കാലടികളുടെ ശബ്ദം, പിന്നീട് അബർണയെ ചമ്പ ഉറക്കെ വിളിക്കുന്ന ശബ്ദം, കറുത്ത പാദസരവുമായി അബർണയുടെ മെലിഞ്ഞ കാലുകൾ ഓടുന്ന ശബ്ദം, എല്ലാവരും പോയപ്പോൾ പെട്ടെന്നു മടുപ്പു തോന്നി വീട്ടിലേക്കു നടന്ന എന്റെ കാലടികൾക്കു താഴെ മണ്ണ് കശകശക്കുന്ന ശബ്ദം, പിന്നിൽനിന്നു ഗൗതം എന്നെ വിളിക്കുന്ന ശബ്ദം. തിരിഞ്ഞു നോക്കുമ്പോൾ കയറിന്റെ ഒരറ്റം പേരക്കൊമ്പിലും ഞാനിട്ട കുടുക്ക് കഴുത്തിലുമായി ഗൗതം പിണക്കത്തോടെയും പരിഭവത്തോടെയും എന്നെ നോക്കി നിൽക്കുകയായിരുന്നു. അവന്റെ നിൽപ്പു കണ്ട് എനിക്കു ചിരി വന്നു. പെട്ടെന്ന് അവന്റെ കാലുകൾ തെറ്റി.അവൻ പിടഞ്ഞു.ഞാൻ നോക്കി നിന്നു. അതുകാണാൻ രസമായിരുന്നു. പിന്നീട് പലരും അലമുറയിട്ടു വിളിക്കുന്ന

ശബ്ദം കേട്ടാണ് ഞാൻ അവിടെ തിരിച്ചു ചെന്നത്. അവന്റെ മരണം കഴിഞ്ഞ് ആഴ്ചകൾക്കുശേഷം ഞാനും ഗൗതംദേബും ചമ്പയും അബർണയും അമലേന്ദുവും ചിരിച്ചു കൊണ്ട് ഓടുന്ന ചിത്രം 'സൺഡേ' എന്ന ഇംഗ്ലീഷ് മാസികയിൽ അച്ചടിച്ചു വന്നു. അതു പലതവണ നോക്കിയതു കൊണ്ട് ഗൗതമിനെക്കുറിച്ച് ഓർക്കുമ്പോഴൊക്കെ മുഖം പാതി ചെരിച്ച് ഓടുന്ന അവന്റെ രൂപമാണ് മനസ്സിൽ പതിഞ്ഞത്. തൂക്കിക്കൊലയ്ക്ക് അഞ്ചു ദിവസമേ അവശേഷിക്കുന്നുള്ളൂ എന്ന് ഓർമിപ്പിച്ച് 'സ്റ്റേറ്റ്സ്മാൻ' പത്രത്തിൽ അടിച്ചു വന്ന യതീന്ദ്രനാഥ ബാനർജിയുടെ ചിത്രവും അതുപോലെയായിരുന്നു. ജീപ്പിനുള്ളിലേക്കു കയറുമ്പോൾ തിരിഞ്ഞു നോക്കുന്ന ഒരാൾ. അയാളുടെ മുഖത്തു പക്ഷേ ചിരിയുണ്ടായിരുന്നില്ല.

രാത്രി എനിക്ക് ഉറക്കം വന്നില്ല. പുറത്ത് ശവവണ്ടികൾ ഊഴം കാത്തു നിന്നു. സംസ്കാരത്തിനുശേഷം ചിലർ നൽകുന്ന സൗജന്യ ഭക്ഷണം വാങ്ങാനുള്ള ക്യൂവും നീണ്ടു. വൈകിട്ടെപ്പോഴോ പെയ്ത മഴയുടെ ഈർപ്പം തങ്ങി നിൽക്കുന്ന മണ്ണിൽ വെറും നിലത്ത് സ്ത്രീകളും പുരുഷൻമാരും നിസ്സംഗതയോടെ കുന്തിച്ചിരിക്കുന്ന കാഴ്ച എന്നെ വ്യാകുലപ്പെടുത്തി. അവർക്കു മുകളിലെ ആകാശത്തു ഗംഗാതീരത്തെ ചിതകളിൽനിന്നുള്ള പുക മൂടൽമഞ്ഞു പോലെ വ്യാപിച്ചു. നാലു ദിവസം കൂടി കഴിയുമ്പോൾ യതീന്ദ്രനാഥ ബാനർജിയുടെ ശരീരവും ഇതുപോലെ ഇതേ ശ്മശാനത്തിൽ വിലയം പ്രാപിക്കുമെന്ന് ആ പുകപടലം മുന്നറിയിപ്പു നൽകി.

"വിവാഹം ഉറപ്പിച്ചിട്ടില്ല.അവൻ വാക്കാൽ പറഞ്ഞതേയുള്ളൂ... എന്നിട്ട് ഇങ്ങനെ അവന്റെ കൂടെ കറങ്ങി നടക്കുന്നത് ശരിയല്ല..."

മാ ആവശ്യത്തിലേറെ ബഹളം വച്ചു.

"നിന്റെ തന്തയ്ക്കാണെങ്കിൽ വകതിരിവില്ല. ഒരു കുപ്പിയും ഒരു നോട്ടും കൊടുത്താൽ അങ്ങേര് കുരങ്ങനെപ്പോലെ മരത്തിൽത്തൂങ്ങി ആടുക പോലും ചെയ്യും.. നീ പഠിപ്പുള്ള പെണ്ണല്ലേ? നിന്റെ ഭാവിയെക്കുറിച്ച് നിനക്കെങ്കിലും ഒരു വിചാരം വേണ്ടേ?"

"എന്തായിരുന്നു എന്റെ ഭാവി, മാ?"

ഞാൻ നിസ്സംഗതയോടെ അന്വേഷിച്ചു. അതിനു മാ ഉത്തരം പറഞ്ഞില്ല. ഒരു കയ്യിൽ ചൂലും ഒരു കയ്യിൽ മുറവും ഒരു കയ്യിൽ ഗംഗാജലം നിറച്ച കുടവും ഒരു കയ്യിൽ വെള്ളം മുക്കിയെടുക്കാനുള്ള ചരുവവുമായി നടക്കുന്ന ദേവി ശീതളയായിരുന്നു മായും. അടിച്ചുവാരലും വെള്ളം തളിക്കലും തിളച്ച എണ്ണയിൽ കടുകുമണി പോലെ പൊട്ടിത്തെറിക്കലുമായി, മായുടെ ജീവിതം. ശീതളയുടെ നിവേദ്യം മായുടെ ഭക്ഷണം പോലെതന്നെ പഴഞ്ചോറായിരുന്നു. ആറിയതും തണുത്തതും പഴകിയതും. രണ്ടു പേരും കഴുതപ്പുറത്ത് അന്തസ്സിൽ നിവർന്നിരുന്നു. അന്ന് അർധരാത്രിയിൽ അച്ഛൻ മായോടു വഴക്കിട്ടപ്പോൾ കടുകുമണികളെ വസൂരിക്കുരുക്കളാക്കാൻ കൂടി മായ്ക്കു സാധിച്ചെങ്കിൽ എന്നു ഞാൻ ആഗ്രഹിച്ചു.

"നിന്നെ കൊള്ളാഞ്ഞിട്ടാണെടീ മൂധേവീ... പെണ്ണുങ്ങളായാൽ ഭർത്താവിനെ സ്നേഹിക്കണം.. ഭർത്താവിനു പ്രയോജനപ്പെടാത്ത ഒരുത്തിക്ക് ജീവിച്ചിരിക്കാൻ അർഹതയില്ലെടീ..."

ഇനി ഏതു നിമിഷവും അമ്മയുടെ ചെകിട്ടത്ത് അടി ഞാൻ പ്രതീക്ഷിച്ചു. ഞെട്ടിയുണർന്ന രാമുദായുടെ മുഖത്ത് രോഷത്തിന്റെ കനൽ എരിഞ്ഞു.

“എന്നെ ചോദ്യം ചെയ്യാൻ വന്നാലുണ്ടല്ലോ, കെട്ടിത്തൂക്കും ഞാൻ...”

“ങ്ഹും... തൂക്കും തൂക്കും... എങ്കിലൊന്നു തൂക്കി നോക്ക്...”

“മാ...”

സഹികെട്ടിട്ടെന്നതുപോലെ രാമുദാ ഉറക്കെ വിളിച്ചു. അതു കേട്ടതും മാ വേഗം പുറത്തു വന്നു.

“നിനക്കെന്താ വെള്ളം വേണോ?”

മാ ഒന്നും സംഭവിക്കാത്തതുപോലെ ചോദിച്ചു.

“വേണ്ട... മനസ്സമാധാനം മതി...”

രാമുദാ ഈർഷ്യയോടെ കണ്ണുകളടച്ചു.

“ശരി, ഞാനൊന്നും പറയുന്നില്ല...”

മാ അടുക്കളയിലേക്കു പോയപ്പോൾ ഏതു നിമിഷവും വഴക്കിന്റെ അടുത്തരംഗത്തിനു തിരശീലയുയരുമെന്ന് എനിക്ക് തോന്നി. ഞാൻ നിലത്തു വിരിച്ച തുണിക്കെട്ടിൽ നിവർന്നു കിടന്നു. പിറ്റേന്നു രാവിലെ അടുക്കളയിൽ മായെ സഹായിച്ചു കൊണ്ടു നിൽക്കെയാണ് കാക്കിമാ ഓടി വന്നത്.

“ദീദീ, നോക്ക്..പൊന്നുങ്കൊടം പോലെയൊരു കുഞ്ഞ്...”

കുഴച്ചു കൊണ്ടിരുന്ന മാവ് അവിടെ വച്ചു ഞാനും പുറത്തേക്കു ചെന്നു. റയിൽവേ ക്രോസ് തുറക്കുന്നതും കാത്ത് വരിവരിയായി നിന്ന വണ്ടികൾക്കിടയിൽ ഘോഷയാത്രയായി വന്ന ജനക്കൂട്ടത്തിന്റെ മുൻ നിരയിൽ നാൽപതോ നാൽപ്പത്തഞ്ചോ വയസ്സുള്ള മെലിഞ്ഞ ഒരാൾ ഒരു കുഞ്ഞിനെ കോരിയെടുത്തു നിന്നു. അവന് അഞ്ചു വയസ്സു തികഞ്ഞിരുന്നില്ല. നെറുകയിൽ മയിൽപ്പീലി കുത്തി നിർത്തി കവിളിൽ വലിയൊരു മറുകും പതിച്ച് അച്ഛന്റെ കൈത്തണ്ടയിൽ തൂങ്ങിക്കിടക്കുകയായിരുന്നു അവൻ. പല സ്ത്രീകളാൽ താങ്ങിപ്പിടിക്കപ്പെട്ടു മുന്നോട്ടു നടക്കുമ്പോൾ അവന്റെ അമ്മ ബോധംകെട്ടതു പോലെ കുഴഞ്ഞു വീണു. എട്ടു മണിയുടെ പ്രിൻസെപ് ഘാട്ട് സർക്കുലാർ ട്രെയിൻ കടകട ശബ്മുണ്ടാക്കി പാഞ്ഞു പോകുകയും വാഹനങ്ങൾ കറുത്ത പുക തുപ്പി ഇരമ്പുകയും ചെയ്തപ്പോൾ അവയ്ക്കിടയിലൂടെ ജീവനില്ലാത്ത ഒരു ശരീരം പോലെ അയാൾ കുട്ടിയെയും കയ്യിൽ തൂക്കി നടന്നു വന്നു. ഇടയ്ക്ക് അയാളുടെ കണ്ണുകൾ എന്റെ മുഖത്തു വീണു. ഒന്നു ഞെട്ടിയതു പോലെ അയാൾ എന്നെത്തന്നെ തറപ്പിച്ചു നോക്കി. എനിക്കു ഭയം തോന്നി. വാഹനങ്ങളുടെയും ആൾക്കൂട്ടത്തിന്റെ ഉന്തിലും തള്ളിലും മുന്നോട്ടു പോകുന്നുണ്ടായിരുന്നെങ്കിലും അയാളുടെ കണ്ണുകൾ എന്റെ നേരെ തന്നെ തിരിഞ്ഞിരുന്നു. അവനും ആരാച്ചാർ കളി കളിച്ചതാണെന്ന് എനിക്ക് മനസ്സിലായി. ഞാൻ സ്തബ്ധയായി. എങ്ങനെയോ വീടിനകത്ത് ഓടിക്കയറി നിലത്തിരുന്നു കിതച്ചപ്പോൾ രാമുദാ ഉൽക്കണ്ഠയോടെ നോക്കി. അദ്ദേഹത്തിന്റെ മുഖത്ത് സഹതാപം നിറഞ്ഞു.

“ഇന്നലെ മാത്രം മൂന്നു കുട്ടികൾ...”

രാമുദായുടെ ശബ്ദത്തിൽ വിഷാദം കലർന്നു. കുട്ടി തൂക്കിക്കൊല അനുകരിക്കാൻ ശ്രമിച്ചതാണെന്നു കേട്ടപ്പോൾ അച്ഛൻ ഉറക്കെച്ചിരിച്ചു.

"ചേതൂദീ, നീയൊന്നു കൊണ്ടും വിഷമിക്കരുത്... നീയോ ഞാനോ നമ്മുടെ കുലമോ തെറ്റൊന്നും ചെയ്തിട്ടില്ല. കൊല്ലുന്നതു നമ്മുടെ ധർമ മാണ്... അതെക്കുറിച്ച് ആയിരം പേരോടു സംസാരിക്കുമ്പോൾ ആറു പേർ ക്കെങ്കിലും മാനസാന്തരം വന്നാൽ അതാണു വലിയ കാര്യം..."

അച്ഛൻ വെള്ളവുമെടുത്തു മുറിക്കുള്ളിലേക്കു മടങ്ങി. ഞാൻ സഞ്ജീവ് കുമാർ മിത്രയെ മോഷണത്തിനു പ്രേരിപ്പിച്ചതുപോലെ ലോകം എന്നെ പലരു ടെയും ജീവൻ മോഷ്ടിക്കാൻ പ്രേരിപ്പിക്കുകയാണെന്ന് തോന്നി. മോഷണ ത്തിലെന്നതുപോലെ, മരണത്തിലും കയ്യടക്കവും ആളുകളുടെ ശ്രദ്ധ തിരി ക്കാനുള്ള വാക് സാമർഥ്യവും അത്യാവശ്യമാണ്. ഒരു വ്യത്യാസം മാത്രമേ ഉണ്ടായിരുന്നുള്ളൂ. മോഷണ മുതൽ ഉടമയ്ക്കും മോഷ്ടാവിനും ഒരു പോലെ നഷ്ടപ്പെടും. ഞാൻ ശൂന്യമായ മനസ്സോടെ രാമുദായുടെ കട്ടിലിൽ ക്കാലിൽ ചാരിയിരുന്നു. നീഹാരികയുടെ പാദങ്ങളിൽ അലുക്കുകളുള്ള ഒരു പാദസരമുണ്ടായിരുന്നു. അവൾ നടക്കുമ്പോൾ അതു ശബ്ദിച്ചു. അച്ഛന്റെ മുറിയിലെ കമ്പിയിൽ അവൾ തൂങ്ങി നിന്നാടിയപ്പോഴും ആ പാദസരത്തിന്റെ അലുക്കുകൾ നേർത്ത ശബ്ദത്തിൽ കിലുങ്ങി. പേരമരക്കൊമ്പിൽ തൂങ്ങി നിൽക്കുമ്പോൾ ഗൗതംദേബ് ചിരിച്ചു. കഴുത്തൊടിഞ്ഞ് അവൻ പെട്ടെന്നു മരിച്ചു. നിലവിളി കേട്ട് ഞങ്ങൾ ഓടിച്ചെല്ലുമ്പോഴേക്ക് അവൻ നിശ്ചലനായി. അവനെ സ്വർഗത്തിലേക്ക് അയച്ചത് എന്റെ കൈകളാൽ ഞാനുണ്ടാക്കിയ ആദ്യത്തെ കയർക്കുടുക്കാണ്. ശ്മശാനത്തിൽ പതിവിലേറെ തിരക്കുണ്ടായി രുന്നു. പുറത്തേക്കു നോക്കിയപ്പോഴൊക്കെ തവിട്ടു സൂര്യൻമാർ ഉദിച്ച കണ്ണു കളുള്ള ചെറിയ കുട്ടികൾ കഴുത്തിൽ കുടുക്കുമായി എന്നെ ആരാച്ചാർ കളി ക്കായി ക്ഷണിച്ചു. എന്റെ കൈകളിലേക്കു ഞാൻ പേടിയോടെ നോക്കി. കളിക്കാരിലൊരാൾ ഇല്ലാതാകുന്ന വധശിക്ഷയുടെ കളി വരാനിരിക്കുന്നതേ യുണ്ടായിരുന്നുള്ളൂ.

ഇരുപത്തിനാല്

'വധശിക്ഷയ്ക്കിനി നാലു ദിനം; ആരാച്ചാർ വിലപേശൽ തുടങ്ങി' എന്ന തലവാചകത്തോടെ 'ദ് ടെലിഗ്രാഫ് ' ഇറങ്ങിയ ദിവസമായിരുന്നു അത്. മ്ലാനത കലർന്ന പിടിവാശി നിഴലിക്കുന്ന മുഖത്തോടെ അച്ഛൻ തന്റെ ആറടി രണ്ടിഞ്ച് ഉയരമുള്ള ശരീരത്തിന്റെ മുഴുവൻ ഗാംഭീര്യവും വ്യക്തമാക്കി ചായപ്പീടികയിലെ കറുത്തു കരുവാളിച്ച തടിക്കസേരയിൽ നിവർന്നിരിക്കുന്ന ചിത്രമായിരുന്നു അതോടൊപ്പം. അച്ഛന്റെ വലതുകൈ വിരലുകൾക്കിടയിലെ പാതിയെരിഞ്ഞ സിഗററ്റിന്റെ പുകയും ചുമലിലിട്ട ചുവന്ന തോർത്തിലെ കീറലും ചിത്രത്തിൽ വ്യക്തമായി കണ്ടു. രാമുദായെ ഞാൻ ആ വാർത്ത വായിച്ചു കേൾപ്പിക്കുമ്പോൾ പുറത്ത് ആൾക്കൂട്ടത്തിന്റെ ഇരമ്പൽ ഉയർന്നു. രണ്ടു ദിവസം മുമ്പു ജംഷഡ്പൂരിൽ വെടിവയ്പിൽ കൊല്ലപ്പെട്ട ബംഗാളിയായ ഫുട്ബോൾ കളിക്കാരൻ പ്രൊണോയ് ചാറ്റർജിയുടെ ശരീരവുമായി എത്തിയ, വെള്ള ഓർക്കിഡുകൾ കൊണ്ട് അലങ്കരിച്ച ആംബുലൻസിനു ചുറ്റും ജനം ഇരമ്പി. പ്രൊണോയ് ചാറ്റർജിയുടെ മാലയിട്ട ചിത്രം ആംബുലൻസിനു മുന്നിലും പിന്നിലും പ്രദർശിപ്പിച്ചിരുന്നു. സ്വന്തം വീട്ടിൽനിന്ന് ഓഫിസിലേക്കു പോകാനിറങ്ങുമ്പോൾ അപരിചിതനായ ഒരാൾ ആരുടെയോ മേൽവിലാസമെഴുതിയ കടലാസുമായി അടുത്തു ചെല്ലുകയും ചാറ്റർജി കടലാസ് വാങ്ങി നോക്കുന്നതിനിടെ അപരിചിതൻ തോക്കെടുത്ത് നിറയൊഴിക്കുകയുമായിരുന്നു. വെടിശബ്ദം കേട്ട് അദ്ദേഹത്തിന്റെ ഭാര്യ പ്രേമലത ചാറ്റർജി ഓടിച്ചെന്നു. നിലവിളിയോടെ അവർ ഭർത്താവിനെ വാരിപ്പുണർന്നു. ആ വഴി വന്ന വാഹനങ്ങൾക്കു പിന്നാലെ കരഞ്ഞു കൊണ്ടോടി. ഒടുവിൽ ഒരു ടാക്സിക്കു കുറുകെ ചാടി വഴി തടഞ്ഞ് ഭർത്താവിനെ ആശുപത്രിയിലെത്തിച്ചു. അദ്ദേഹത്തിന്റെ ജീവൻ രക്ഷിക്കാൻ ഡോക്ടർമാർ ശ്രമിക്കുമ്പോൾ. ഒരു തുള്ളി വെള്ളംപോലും കുടിക്കാതെ ഒരു പോള കണ്ണടയ്ക്കാതെ കാത്തിരുന്ന പ്രേമലതയുടെ പ്രണയത്തെ പത്രങ്ങളും ടിവി ചാനലുകളും പ്രകീർത്തിച്ചു. പ്രൊണോയ് കുമാർ ചാറ്റർജി മരണത്തിനു കീഴടങ്ങിയപ്പോൾ അവർ ആശുപത്രി കിടുങ്ങുന്ന വിധം നിലവിളിച്ചു. നിലവിളിക്കിടയിൽ പോലീസ് നാടകീയമായി രംഗപ്രവേശം ചെയ്ത് അവരുടെ അറസ്റ്റ് പ്രഖ്യാപിച്ചു. വാടകക്കൊലയാളിയെ ഏർപ്പാടാക്കിയത് അവരുടെ കാമുകനായ അയൽക്കാരനായിരുന്നെന്നും അതിനുള്ള ചെലവു വഹിച്ചത് ആ സ്ത്രീ തന്നെയാണെന്നും പത്രങ്ങളും ചാനലുകളും ആഘോഷിച്ചു. ഘാട്ടിലെ ശിവക്ഷേത്രത്തിൽനിന്ന് കൂനിക്കൂടി അകത്തേയ്ക്കു വരുമ്പോൾ ഥാക്കുമാ പിഞ്ഞിയ വെള്ളസാരികൊണ്ട് മുഖം തുടച്ച് ഉറക്കെ പ്രാകി:

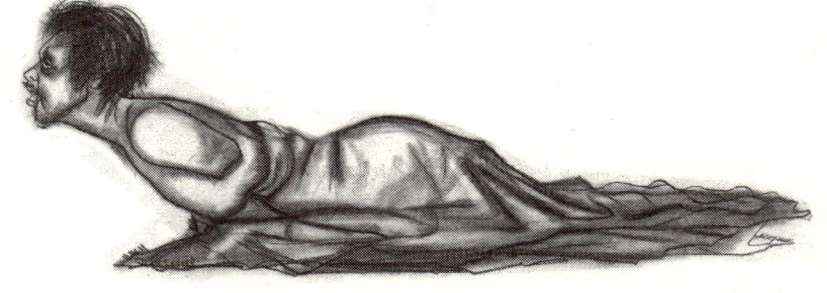

"അവളെയൊക്കെ തൂക്കിക്കൊല്ലണം. അതു നിന്റെ കൈ കൊണ്ടാവണേ എന്നു ഭഗ്ബാൻ മഹാദേബിനോടു പ്രാർഥിക്ക്... '

അതു കേട്ട് ഞാൻ സ്വയമറിയാതെ പുഞ്ചിരിച്ചു. ആ സ്ത്രീ ഒരിക്കലും ശിക്ഷിക്കപ്പെടുകയില്ലെന്ന് എനിക്കു തീർച്ചയായിരുന്നു. സ്വതന്ത്ര ഇന്ത്യയിൽ ഒരിക്കൽപ്പോലും സ്ത്രീകളെ വധശിക്ഷയ്ക്കു വിധേയരാക്കിയിട്ടില്ല. സ്ത്രീകൾക്കു പ്രത്യേക പദവിയെന്ന ആശയം രാഷ്ട്രവും നീതിപീഠവും അക്കാര്യത്തിലാണു സാക്ഷാൽക്കരിച്ചിട്ടുള്ളത്. ആംബുലൻസിനു പിന്നിൽ പ്രദർശിപ്പിച്ചിരുന്ന പ്രൊണോയ് കുമാർ ചാറ്റർജിയുടെ വെളുത്ത ഷോർട്സും ടീഷർട്ടും ധരിച്ച് ഓടുന്ന ചിത്രത്തിൽ പന്ത് അദൃശ്യമായിരുന്നു. നോക്കിനിൽക്കെ ആംബുലൻസും വണ്ടികളും റയിൽവേ പാളം കടന്ന് ശ്മശാനത്തിലേക്കു തിരിഞ്ഞു. വളരെ അപൂർവമായി മാത്രം സംഭവിക്കുന്നതു പോലെ ഞങ്ങളുടെ വീടിനു മുമ്പിലെ ടി ആകൃതിയുള്ള നിരത്ത് ശൂന്യവും വിജനവുമായി. വീടിനു തൊട്ടെതിരേയുള്ള ഫോട്ടോ ഡിവൈൻ എന്ന സൂരജ്ദാസിന്റെ സ്റ്റുഡിയോയും ഗ്യാൻ നാഥ് ദായുടെ മധുരപലഹാരക്കടയും വളരെ ക്കാലത്തിനു ശേഷം ഞാൻ നേർക്കു നേരെ കണ്ടു. ഹേമന്ത് ദായുടെ കാളീക്ഷേത്രത്തിനപ്പുറത്ത് പോർട്ട് ട്രസ്റ്റിലെ ജോലിക്കാർ താമസിക്കുന്ന ബസ്തിയുടെ തുടക്കത്തിലെ ചവറ്റു കൂനയിൽ പരതിക്കൊണ്ടുനിന്ന രണ്ടു തടിച്ച കാളകൾ താട കുലുക്കി റോഡിനു നടുവിലൂടെ നടന്നു വന്നു. നെറ്റിയിൽ സ്വസ്തിക് കുറി തൊട്ട് ഒരു പുതിയ പയ്യൻ പച്ചിച്ച മഞ്ഞ നിറമുള്ള ഒരു പ്ലാസ്റ്റിക് മൊന്തയിൽ ത്രിശൂലവുമായി കടകളിൽ ഭിക്ഷ യാചിച്ചു. ഗൗതം ദേബ് മൂന്നാം വയസ്സിൽ തൂങ്ങി നിൽക്കുന്നതു കണ്ട് അവന്റെ അമ്മ അപർണാദി വലിച്ചെറിഞ്ഞ പ്ലാസ്റ്റിക് കുടത്തിനും അതേ പച്ചിച്ച മഞ്ഞയായിരുന്നു. ഗൗതം യാത്രയായതിനു കുറച്ചു മുമ്പു മുതലാണ് ഞങ്ങളുടെ ജീവിതത്തിൽ പ്ലാസ്റ്റിക് കുടങ്ങൾ പ്രത്യക്ഷപ്പെട്ടത്. ചമ്പയുടെയും അബർണയുടെയും അച്ഛൻ സുബ്രതോദായ്ക്ക് മൺപാത്ര വ്യാപാരമായിരുന്നു. പൊട്ടാത്തതും ഭാരം കുറഞ്ഞതുമായ പ്ലാസ്റ്റിക് കുടങ്ങളും പാത്രങ്ങളും പ്രചാരത്തിലായതോടെ സുബ്രതോദാ കുടുംബത്തെയും കൊണ്ടു നാടു വിട്ടു. പിന്നീടൊരിക്കലും ഞാൻ അവരെ കണ്ടില്ല. രാമുദാ തന്ന മിഠായി നുണഞ്ഞു കൊണ്ട് ഹേമന്ത് ദായുടെ കാളീ ക്ഷേത്രത്തിനു മുമ്പിൽനിന്ന എന്നെ മണ്ണിന്റെ നിറമുള്ള പെറ്റിക്കോട്ടിട്ട കൊച്ചു ചമ്പ തൊട്ടു വിളിച്ചതാണ് അവളെക്കുറിച്ചുള്ള ഒടുവിലത്തെ ഓർമ. എന്റെ വായിൽ കിടന്ന മിഠായിയുടെ കഷ്ണം ജാല്യത്തോടെ യാചിക്കുകയായിരുന്നു അവൾ. വായിൽ മധുരത്തിന്റെ ഓറഞ്ച് കടലുമായി ഞാൻ അവളെ ഈർഷ്യയോടെ നോക്കി. പിന്നീട് മിഠായി കടിച്ചു പൊട്ടിച്ച് ഒറ്റയടിക്കു വിഴുങ്ങി. ഗൗതം ദേബിന്റെ കഴുത്തിൽ കുടുക്കിട്ടതിനേക്കാൾ കുറ്റബോധം എനിക്ക് അതെക്കുറിച്ചു ചിന്തിക്കുമ്പോഴൊക്കെ അനുഭവപ്പെട്ടു. മനുഷ്യരെ ദുർബലരാക്കുന്നത് അവരുടെ ഭൂതകാലമാണ്.

പൈപ്പിൽ വെള്ളം വന്നത് പതിനൊന്നര കഴിഞ്ഞിട്ടായതു കൊണ്ട് എന്റെ കുളി വൈകി. വീടിനു പിന്നിലെ, ഒരാൾക്കു നിൽക്കാൻ മാത്രം ഇടയുള്ള കുളിമുറിയിൽ നിന്ന് ഇറങ്ങുമ്പോഴാണ് ചായപ്പീടികയിൽ നിന്ന് അച്ഛൻ വിളിച്ചത്. ഫ്രെയിം ചെയ്തു തൂക്കിയ 'ഹാങ്ങിങ് ഈസ് നോ ചൈൽഡ്സ് പ്ലേ:

ഗൃദ്ധാ മല്ലിക്' എന്നെഴുതിയ റിപ്പോർട്ടിനു താഴെയിരുന്ന് ഗൗരവം നിറഞ്ഞ മുഖത്തോടെ അച്ഛൻ അടുക്കള വാതിൽക്കൽ നിന്ന എന്നെ നോക്കി മേശപ്പുറത്തുനിന്ന് ഒരു സിഗററ്റെടുത്ത് തീകൊളുത്തി ചുണ്ടിൽ വച്ചു.

"ഇനിയുള്ള ദിവസങ്ങൾ നമുക്കു തിരക്കായിരിക്കുമെന്നും നാളെ മുതൽ ടിവി ഷോയ്ക്കു ചെല്ലാൻ സാധിക്കുകയില്ലെന്നും ചാനലുകാരോടു പറയാൻ മറക്കണ്ട..."

മുടി തോർത്തിക്കൊണ്ട് ഞാൻ അച്ഛനെ നോക്കി. അദ്ദേഹം എന്തോ മനസ്സിൽ കണ്ടു കൊണ്ടാണു സംസാരിക്കുന്നതെന്ന് ഉറപ്പായിരുന്നു.

"ചാനലുമായുള്ള കരാർ..."

ഞാൻ പിറുപിറുത്തപ്പോൾ അച്ഛൻ കണ്ണുകൾ ഉരുട്ടി.

"കരാറോ? എന്തു കരാർ? ചേരാട്ദീ, ഇതാണ് നമ്മുടെ സമയം... ഇരുപത്തഞ്ചാം തീയതി കഴിഞ്ഞാൽ നമുക്ക് ഒരു വിലയുമില്ല... മനസ്സിലായോ?"

അദ്ദേഹത്തിന്റെ വായിൽനിന്ന് വലിയൊരു പുകച്ചുരുൾ ആകാശത്തേക്കുയർന്നു. അച്ഛന്റെ ഈ നാടകത്തിൽ എന്റെ റോൾ എന്തായിരിക്കുമെന്ന് എനിക്കു വ്യക്തമായില്ല. കൂടുതൽ തർക്കിക്കാതെ ഞാൻ അച്ഛന്റെ മുമ്പിൽ നിന്നു പിൻവാങ്ങി കണ്ണാടിക്കു മുമ്പിലെത്തി. മുമ്പു ഞങ്ങളുടെ പുഴുക്കുത്തു വീണ കണ്ണാടിക്കു വശത്തുറപ്പിച്ച സ്റ്റാൻഡിൽ ഒരു കുട്ടിക്കൂറ പൗഡർ മാത്രമേയുണ്ടായിരുന്നുള്ളൂ. ഇപ്പോൾ ആ സ്ഥാനത്ത് ഫെയ്സ് പൗഡറും ടാൽകം പൗഡറും മാത്രമല്ല, പോണ്ട്സ് ക്രീം കൂടി സ്ഥാനം പിടിച്ചിരുന്നു. ഞാൻ മുഖം മിനുക്കുന്ന നേരത്ത് ചായപ്പീടികയിൽ അച്ഛന്റെ ശബ്ദം വീണ്ടും ഉയർന്നു.

"ഇല്ല. ഇന്റർവ്യൂവും ഇല്ല, ഒരു കുന്തവും ഇല്ല. എനിക്കെന്താ തലയിലൂടെ വണ്ടിയോടുന്നോ ആവശ്യമില്ലാതെ ചെലച്ചു കൊണ്ടിരിക്കാൻ? നോക്ക്, ഇന്നിവിടെ ഒരുപാടു പണിയുള്ള ദിവസമാണ്. നിങ്ങൾ എന്റെ സമയം മെനക്കെടുത്താതെ പോകുന്നതാണ് നല്ലത്...."

ഏതോ പത്രത്തിന്റെയോ ചാനലിന്റെയോ ലേഖകനോട് അച്ഛൻ ജാഡ കാട്ടുകയായിരുന്നു. ഞാൻ നെറ്റിയിൽ ഒരു വലിയ പൊട്ടു തൊട്ടു. കണ്ണാടിയിൽ എന്റെ മുഖം മഷിത്തുള്ളികൾ തെറിച്ചു വീണ ജലച്ചായ ചിത്രം പോലെ കാണപ്പെട്ടു. സ്വന്തം സൗന്ദര്യം ഒന്നുകൂടി വിലയിരുത്താൻ എനിക്ക് ആഗ്രഹം തോന്നി. പക്ഷേ പാതിയടഞ്ഞ കണ്ണുകളോടെ കിടക്കുന്ന രാമുദാ എന്നെ നിരീക്ഷിക്കുകയാണെന്നു ഞാൻ സംശയിച്ചു. ബിഗ് ബ്രദർ ഈസ് വാച്ചിങ് യൂ എന്ന ചൊല്ല് എന്റെ കാര്യത്തിൽ വാസ്തവമാണെന്നു തെളിയിച്ചു രാമുദാ കണ്ണുകൾ പാതി വിടർത്തി.

"ഇനിയുള്ള സമയം പോയിക്കിട്ടാനാണ് ബുദ്ധിമുട്ട്..."

"ങ്ഹാാ...?"

ഞാൻ ബംഗാളികൾക്ക് പതിവുള്ള നീട്ടലോടെ ചോദിച്ചു.

"അല്ല... അച്ഛൻ അസറിൽ കയറിക്കഴിഞ്ഞു..."

ഞാൻ പേഴ്സും കുടയും തപ്പിയെടുക്കുമ്പോൾ രാമുദാ ദീർഘമായി നിശ്വസിച്ചു.

“പത്രങ്ങളിലൊക്കെ നിന്നെക്കുറിച്ച് എന്നും വാർത്തയുണ്ട്... ഇന്ത്യയുടെ ചരിത്രത്തിൽ ആരാച്ചാർ ആയി ജോലി ചെയ്യുന്ന ആദ്യത്തെ സ്ത്രീ! ലോകത്തു തന്നെ മറ്റൊരിടത്തും സ്ത്രീകൾ ഈ തൊഴിൽ ചെയ്യുന്നില്ല. അങ്ങനെ നീ ചരിത്രത്തിൽ സ്ഥാനം പിടിച്ചു കഴിഞ്ഞു, ചേതൂ...”

“എനിക്കു ചരിത്രത്തെ ഭയമാണ്...”

“എല്ലാ സ്ത്രീകൾക്കും അങ്ങനെ തന്നെ...”

രാമുദാ മന്ദഹസിച്ചു. പറഞ്ഞതിൽ ലേശം പിശകുണ്ടെന്ന് എനിക്ക് അപ്പോൾ തോന്നി. ചരിത്രത്തെ സ്ത്രീകളല്ല, സ്ത്രീകളെ ചരിത്രമാണു ഭയക്കുന്നത്. അതുകൊണ്ടാണു ചരിത്രത്തിൽ വളരെക്കുറച്ചു സ്ത്രീകൾ മാത്രം സ്ഥാനം പിടിച്ചിട്ടുള്ളത്. യതീന്ദ്രനാഥ ബാനർജിയുടെ കഴുത്തിൽ കുടുക്കിടുകയും അയാൾ കുറ്റമറ്റവിധം കൊല്ലപ്പെടുകയും ചെയ്താൽ മാത്രമേ ചരിത്രത്തിൽ എന്റെ സ്ഥാനം ഉറപ്പാകുകയുള്ളൂ. പുറത്തേക്കിറങ്ങിയപ്പോൾ മൃതദേഹങ്ങളുമായി ഒന്നിനു പുറകെ ഒന്നായി മൂന്നു ഠേലാ ഗാഡികൾ കടന്നുപോയി. പിഞ്ഞിയതും മുഷിഞ്ഞതുമായ സാരിയുടുത്ത കരയുന്ന സ്ത്രീകളുടെയും ഗ്രാമീണരായ ഒരു സംഘം പുരുഷൻമാരുടെയും നിര അവയോടൊപ്പമുണ്ടായിരുന്നു. അവർക്കിടയിലൂടെ ആരെയും ശ്രദ്ധിക്കാതെ കോപം ജ്വലിക്കുന്ന ഭാവത്തോടെ സഞ്ജീവ് കുമാർ മിത്ര വരുന്നതു കണ്ട് ഞാൻ അദ്ഭുതപ്പെട്ടു. അയാളെ ആ നേരത്തു ഞാൻ പ്രതീക്ഷിച്ചിരുന്നില്ല. എന്താണു സംഭവിക്കുന്നതെന്നറിയാൻ ഞാൻ സലൂണിന്റെ തിണ്ണയിലൂടെ പീടികയുടെ വശത്തേക്കു ചെന്നു.

“ഫണീദാ, അമാർ സാതെ തുമി എരോകോം കോർത്തേ പരോനാ.. !”

ബംഗ്ലായിൽ ഇത്ര ഉറക്കെ അയാൾ കോപിക്കുന്നത് ആദ്യമായി കേൾക്കുകയായിരുന്നു.

“ഞാനെന്തു ചെയ്തെന്നാണ് സൊഞ്ജു ബാബൂ?”

വെളുത്ത ജൂബയും ധോത്തിയും ധരിച്ച് കസേരയിൽ നിവർന്നിരുന്നുകൊണ്ട് അച്ഛൻ അന്തസ്സിൽ പുരികമുയർത്തി. അദ്ദേഹം ഒരു സിഗററ്റെടുത്ത് വായിൽ വച്ച് തീപ്പെട്ടിക്കു വേണ്ടി തിരയുന്നതായി നടിച്ചു.

“അവസാനത്തെ മൂന്നു ദിവസം എക്സ്ക്ലൂസീവ് ആയി ഞങ്ങൾക്കു തരാമെന്നു വാക്കു തന്നിരുന്നതല്ലേ? എന്നിട്ട് നിങ്ങൾ ഇരുപത്തിനാലും ഇരുപത്തിയഞ്ചും മറ്റാർക്കോ കരാറാക്കിയെന്ന് കേട്ടു...”

സഞ്ജീവ് കുമാർ ആക്രോശിച്ചു. അച്ഛൻ തീപ്പെട്ടിയുരച്ചു സിഗററ്റ് കത്തിക്കാൻ ഏറെ സമയമെടുത്തു.

“എന്റെ ബോസിന്റെ മുമ്പിൽ ഞാൻ നാണംകെട്ടു, ഫണീദാ... ഒന്നുമില്ലെങ്കിലും ഞാൻ താങ്കളുടെ മരുമകനാകാൻ പോകുന്ന ഒരുത്തനാണെന്നു മറക്കരുതായിരുന്നു...”

“മരുമകൻ !”

അച്ഛൻ ഉറക്കെച്ചിരിച്ചു.

“മിർ ജാഫർ ആലി ഖാനെക്കുറിച്ചു കേട്ടിട്ടില്ലേ സൊഞ്ജു ബാബൂ? ബംഗാളിലെ നവാബ് ആയിരുന്നു. അദ്ദേഹത്തെ കാലുവാരിയതാണെന്ന് അറിയാമോ? സ്വന്തം മരുമകൻ... അറിയാമോ? ചരിത്രം പഠിക്കണം, ബാബൂ, ചരിത്രം...”

സഞ്ജീവ് കുമാർ മിത്ര എന്റെ മുഖത്തേക്കു തീ പാറുന്ന നോട്ടമെയ്തു. മനോഹർ മല്ലിക് പിതാമഹന്റെ കാലത്താണ് മിർ ജാഫർ ആലി ഖാൻ ബംഗാൾ ഭരിച്ചതെന്ന് അയാൾക്ക് അറിയാമോ എന്നു ഞാൻ സംശയിച്ചു. അക്കാലത്തെ ഏറ്റവും വലിയ കോടീശ്വരനായിരുന്ന ജഗത് സേഠുമായി ചേർന്ന് ബ്രിട്ടീഷുകാരുമായി ഗൂഢാലോചന നടത്തി സിറാജ് ഉദ്ദവളയെ തോൽപ്പിച്ച മിർ ജാഫറിന് അധികാരത്തോടു വല്ലാത്ത ആർത്തിയായിരുന്നു. മിർ ജാഫറിനെതിരെ ഗൂഢാലോചന നടത്തി മിർ ഖാസിം അധികാരം പിടിച്ചു. പക്ഷേ നാലു കൊല്ലത്തിനു ശേഷം മിർ ജാഫർ വീണ്ടും ബ്രിട്ടീഷു കാരുമായി ചേർന്ന് മിർ ഖാസിമിനെ പുറത്താക്കി വീണ്ടും നവാബായി. അതിനു വേണ്ടി അദ്ദേഹം രാജ്യം പൂർണമായി ബ്രിട്ടീഷുകാർക്ക് അടിയറ വച്ചു. അച്ഛൻ അകത്തു പോയപ്പോൾ സഞ്ജീവ് കുമാർ മിത്ര എന്റെ അടുത്തു വന്നു.

“കെളവൻ വിലപേശൽ തുടങ്ങി, അല്ലേ?”

മുഖത്തെ പേശികളുടെ വലിവും മുറുക്കവും മൂലം അയാളുടെ മുഖത്ത് ക്രൂരത നിഴലിച്ചു. ചായ ചേർത്തു കൊണ്ടു നിന്ന കാക്കിമാ ഒന്നു ചിരിച്ചതു പോലെ തോന്നി. അവരെ ശ്രദ്ധിക്കാതെ സഞ്ജീവ് കുമാർ വീണ്ടും ക്ഷോഭിച്ചു:

“ഇപ്പോൾ വിലപേശിയില്ലെങ്കിൽ ഫലമില്ലെന്നു നിന്റെ ബാബായ്ക്ക് അറിയാം, ചേതൂ, നോക്ക്, നീ എന്റെ കൂടെ നിൽക്കണം. ഈ പരിപാടി നിങ്ങളെ സഹായിക്കാൻ വേണ്ടിയാണ് ഞാൻ ആസൂത്രണം ചെയ്തത്. എന്റെ ശ്രമഫലമായാണ് നിനക്കു ജോലി കിട്ടിയത്. ഇന്നിപ്പോൾ നിങ്ങൾക്കു കിട്ടുന്ന മുഴുവൻ നൻമകളും ആ കാരണത്താലാണ് എന്നും നീ മനസ്സിലാ ക്കണം...”

മഹാരാജാ നന്ദകുമാറിന്റെ മരണവും ‘വലിയ ആളുകളുടെ ഔദാര്യം സ്വീകരിക്കരുത്, പിന്നീട് അവരുടെ കൊള്ളരുതായ്മകൾക്കു കൂട്ടുനിൽ ക്കേണ്ടി വരും’ എന്ന ഠാക്കുമായുടെ ഉപദേശവും എനിക്ക് ഓർമ വന്നു. മറ്റു മനുഷ്യരെ ഏതെങ്കിലും വിധത്തിൽ വഞ്ചിക്കാതെ ആർക്കും ധനമോ അധികാരമോ കയ്യടക്കാൻ സാധിച്ചിട്ടില്ലെന്നും വലിയ കൊട്ടാരങ്ങളും കൊത്തളങ്ങളും കെട്ടിപ്പടുത്തവർക്കെല്ലാം അത്തരം ചരിത്രമാണുള്ളതെന്നും എനിക്ക് ഉറപ്പായി. ഹാക്ക് ആൻഡ് ഡേവീസ് കമ്പനിയുടെ ക്ലാർക്കായി തുടങ്ങിയ റുസ്സോമർ ദത്തിന് മാസം പതിനാറ് ഇന്ത്യൻ രൂപയായിരുന്നു ശമ്പളം. കമ്പനിയുടെ കണക്കുകൾ കുഴഞ്ഞു മറിഞ്ഞപ്പോൾ അക്കൗണ്ടുകൾ ശരി യാക്കാൻ പതിനായിരം രൂപ അദ്ദേഹത്തിന് കമ്പനി വാഗ്ദാനം ചെയ്തു. രാത്രി ഇരുണ്ടു വെളുത്തപ്പോൾ ദത്ത് ധനികനായി. ടാഗോർ കുടുംബത്തിലെ ഒരംഗം എസ്പ്ലനേഡിൽ ഈസ്റ്റ് ഇന്ത്യ കമ്പനിയുടെ ജോലിക്കാർക്കു തന്റെ കെട്ടിടം എണ്ണൂറു രൂപ മാസ വാടകയ്ക്കു നൽകി. മൈക്കൽ മധുസൂദനൻ ദത്ത ഇംഗ്ലീഷു പഠിച്ച് മതം മാറി മദാമ്മമാരെ വിവാഹം കഴിച്ചു. സായ്പു മായി ചേർന്നു ഷിപ്പിങ്ങും ബാങ്കിങ്ങും കൽക്കരി ഖനനവും നടത്താൻ കാർ ടാഗോർ ആൻഡ് കമ്പനിയുമായി ടാഗോർമാരും ആദ്യത്തെ പരുത്തി മില്ലു തുടങ്ങാൻ ജോർജ് ഓക്ക്ലാൻഡിനോടു ചേർന്നു ശ്യാം സുന്ദർ സെന്നും

മുന്നോട്ടു വന്നു. ഇന്ത്യക്കാരെ ചൂഷണം ചെയ്തു സമ്പന്നരാകാനെത്തിയ ബ്രിട്ടീഷുകാരുടെ കപ്പലടുക്കുന്നതും കാത്ത് തുറമുഖത്ത് തപസ്സിരുന്ന ഇന്ത്യക്കാർ പലരും യജമാനൻമാരുടെ ദാക്ഷിണ്യത്താൽ അക്കാലത്തെ ശതകോടീശ്വരൻമാരായി. പിൽക്കാലത്ത് സേവകൻമാർ യജമാനൻമാരെ കെട്ടുകെട്ടിക്കാൻ യുദ്ധം നടത്തി.

ചാനലിന്റെ വണ്ടിയിൽ ഇരിക്കുമ്പോൾ സഞ്ജീവ് കുമാർ മിത്ര വീണ്ടും ശകാരിച്ചു.

"അല്ലെങ്കിലും എനിക്കിതു തന്നെ വേണം.. നിങ്ങളെ വിശ്വസിക്കരുതെന്ന് ഈ നാട്ടിലെ എല്ലാ പത്രക്കാരും ഉപദേശിച്ചതാണ്. എന്നിട്ടും ഞാനതു വിശ്വസിച്ചില്ല. നിന്റെ മുഖത്തു നോക്കുമ്പോഴൊന്നും എനിക്കതു വിശ്വസിക്കാൻ തോന്നിയില്ല..."

"ബാബാ എന്ത് എപ്പോൾ തീരുമാനിക്കുമെന്ന് എനിക്കു പറയാൻ സാധിക്കില്ല..."

സഞ്ജീവ് കുമാർ മിത്ര എന്നെ തറപ്പിച്ചു നോക്കി.

"അങ്ങനെ പറഞ്ഞൊഴിയാൻ നിനക്കു സാധിക്കുമോ? നീ വെറുമൊരു പെണ്ണല്ല എന്ന് ഓർക്കണം. ഭാരതീയ സ്ത്രീത്വത്തിന്റെയും സ്വാഭിമാനത്തിന്റെയും പ്രതീകമാണ്..."

ഞാൻ സ്വയമറിയാതെ ചിരിച്ചു. സഞ്ജീവ് കുമാർ മിത്ര ഈർഷ്യയോടെ മുഖം തിരിച്ചു. സ്റ്റുഡിയോയിൽ ഞങ്ങൾ ചെന്നു കയറുമ്പോൾ ഭിത്തിയിലുറപ്പിച്ച ടിവികളിൽ ആറു മണിയുടെ വാർത്താ ബുള്ളറ്റിൻ ആരംഭിച്ചിരുന്നു.

"നമസ്കാരം... കളങ്കിതരായ യു.പി.എ. മന്ത്രിമാരെ ബഹിഷ്കരിക്കണമെന്ന എൻ.ഡി.എയുടെ ആവശ്യം ജോർജ് ഫെർണാണ്ടസ് തള്ളി... ലോകത്തിലെ ഏറ്റവും ചെലവേറിയ വിവാഹത്തിന് പാരിസിൽ അരങ്ങൊരുങ്ങി. ഒമ്പതു വർഷത്തിനുശേഷം ഇന്ത്യയിൽ നടക്കുന്ന ആദ്യത്തെ തൂക്കിക്കൊലയ്ക്ക് നാലു ദിവസം മാത്രം അവശേഷിക്കെ മുഖ്യ ആരാച്ചാരായ ഫെണിഭൂഷൺ ഗൃദ്ധാ മല്ലിക് വിലപേശൽ ആരംഭിച്ചു..."

മേയ്ക്കപ്പ് റൂമിൽ മുഖത്തു ചായം തേച്ചു കൊണ്ടിരിക്കെ, ഞാൻ ആ വാർത്തയ്ക്കായി കാത്തു. ബി.ജെ.പി. അധ്യക്ഷന്റെ പ്രസ്താവന വിചാരിച്ചതിലും എളുപ്പം കഴിഞ്ഞു. ലോകത്തിലെ കൊൽക്കൊത്തക്കാരനായ ശതകോടീശ്വരൻ ലക്ഷ്മി മിത്തലിന്റെ വിവാഹത്തിന്റെ മുന്നൊരുക്കങ്ങളെക്കുറിച്ചുള്ള വാർത്ത തീരാൻ വിചാരിച്ചതിലും നേരമെടുത്തു. നൂറ്റമ്പതു കോടി ഡോളർ ചെലവിട്ടു നടത്തുന്ന കല്യാണത്തെക്കുറിച്ച് ഇന്ത്യക്കാർക്ക് അഭിമാനിക്കാൻ ഏറെയുണ്ടെന്ന് റിപ്പോർട്ടർ സമർഥിച്ചു. പിന്നീട് ഒരു ഇടവേളയുണ്ടായി. അതും കഴിഞ്ഞാണ് അച്ഛൻ മുഖം ടിവിയിൽ പ്രത്യക്ഷപ്പെട്ടത്. തനിക്കു പതിനയ്യായിരം രൂപ പ്രതിഫലം നൽകണമെന്നും മകൾക്ക് മറ്റേതെങ്കിലും തസ്തികയിൽ സ്ഥിരം നിയമനം നൽകണമെന്നും കൈകാലുകൾ നഷ്ടപ്പെട്ട മകന്റെ വികലാംഗ പെൻഷൻ മാസം ആയിരം രൂപയാക്കി വർധിപ്പിക്കണമെന്നും മുഖ്യ ആരാച്ചാർ ഫണിഭൂഷൻ ഗൃദ്ധാമല്ലിക് ആവശ്യപ്പെട്ടു. ടിവിയിൽ അച്ഛന്റെ പുരാതനമായ മുറിയും തൂക്കിയിട്ട പത്ര റിപ്പോർ

ട്ടുകളും കാളീ മാതാവിന്റെയും മഹാദേവന്റെയും ചിത്രങ്ങളും തെളിഞ്ഞു. സിഗററ്റ് പുക ഊതിവിട്ടുകൊണ്ട് വളരെ മ്ലാനമായ മുഖത്തോടെ അച്ഛൻ ഡയലോഗ് ആരംഭിച്ചു:

"അരേ, നിങ്ങൾ എന്താണ് പറയുന്നത്? ഇതെന്താ നിസ്സാര കാര്യമാണോ? ലോകത്തെങ്ങുമുള്ള മനുഷ്യാവകാശ സംഘടനകൾ വധശിക്ഷയ്ക്ക് എതിരെ സമരം നടത്തുകയാണ്. ഒരാളെ തൂക്കിക്കൊല്ലുന്നത് അത്ര ലളിതവും നിസ്സാരവുമാണെങ്കിൽ അവരിങ്ങനെ സമരം നടത്തുമായിരുന്നില്ലല്ലോ. തീർച്ചയായും ഇതൊരു ഗൗരവമേറിയ കാര്യമാണു ബാബൂ. ഞങ്ങൾ ഞങ്ങളുടെ തനുവും മനവും പ്രജ്ഞയും അർപ്പിച്ചു ചെയ്യുന്ന പ്രവൃത്തിയാണിത്. എന്റെ മകൾ, ഇന്നിപ്പോൾ നിങ്ങളെല്ലാവരും ഭാരതീയ സ്ത്രീത്വത്തിന്റെയും സ്വാഭിമാനത്തിന്റെയും പ്രതീകമായി വാഴ്ത്തുന്ന എന്റെ മകൾ ചേതന ഗൃദ്ധാ മല്ലിക് - അവളുടെ കാര്യം തന്നെയെടുക്കൂ- അവൾക്ക് ഇതിനു ശേഷമൊരു ജീവിതം വേണ്ടേ? ഈ രാജ്യത്തിന്റെ നീതിയും നിയമവും നടപ്പാക്കാൻ പരമ്പരയാ ജീവിതം ഉഴിഞ്ഞു വച്ച ഞങ്ങളുടെ കുടുംബത്തോട് ഈ രാജ്യത്തിന് ഒരു പ്രതിബദ്ധതയുമില്ലേ?"

ജാത്രപാരയിൽ അസറിൽ നിന്നിട്ടെന്നതുപോലെ അച്ഛൻ ഉരുവിട്ടു. ഡയലോഗ് കുറ്റമറ്റതും മൂർച്ചയേറിയതുമായിരുന്നെങ്കിലും ഞാൻ അസ്വസ്ഥയായി. വൈകാതെ വീണ്ടും റിപ്പോർട്ടറുടെ മുഖം സ്ക്രീനിൽ തെളിഞ്ഞു.

"അതേസമയം, ഇതിനകം ഗൃദ്ധാമല്ലിക് മുന്നോട്ടു വച്ച എല്ലാ ആവശ്യങ്ങളും ഗവൺമെന്റ് നടപ്പാക്കിയിട്ടുണ്ടെന്നും കൂടുതൽ വിലപേശലിനു വഴങ്ങാൻ തയാറല്ലെന്നും ജയിൽ മന്ത്രി പരമേശ്വർ ചൗധരി അറിയിച്ചു ഇക്കാര്യത്തിൽ ഇന്നോ നാളെയോ ചർച്ച നടത്തുമെന്നും മന്ത്രിയുടെ ഓഫീസിൽ നിന്ന് വ്യക്തമാക്കി. ഇതോടെ രാജ്യം ഉറ്റു നോക്കുന്ന തൂക്കിക്കൊലയുടെ കാര്യം അസന്ദിഗ്ധാവസ്ഥയിലായി വധശിക്ഷ നടക്കാനിടയാകാതെ പോയാൽ ഗൃദ്ധ മല്ലിക്കിനെയും മകൾ ചേതന ഗൃദ്ധ മല്ലിക്കിനെയും ശിക്ഷിക്കണമെന്ന് ആവശ്യമുയർന്നിട്ടുണ്ട്..."

മേയ്ക്കപ്പ് കഴിഞ്ഞ് പുറത്തിറങ്ങിയപ്പോൾ മുമ്പിൽക്കണ്ട മുഖങ്ങളെല്ലാം എന്നെ സംശയത്തോടെ നോക്കി. സ്റ്റുഡിയോയിൽ തൂക്കുമരത്തിന്റെ നിർമാണം നടക്കുകയായിരുന്നു. ആസന്നമായ മരണത്തിന്റെ ഓർമയുണർത്താൻ പരിപാടിയുടെ പശ്ചാത്തലം മുഴുവൻ കറുപ്പും ചാരനിറവുമാക്കി. തൂക്കുമരത്തിന്റെ മുമ്പിലിരുന്നു സംസാരിക്കുക എളുപ്പമായിരുന്നില്ല. ഓരോ നിമിഷവും പണി തീരുന്ന തൂക്കുമരം യതീന്ദ്രനാഥ ബാനർജിയെ ഓർമിപ്പിച്ചു. മാംസം ആവിയായിപ്പോയ ശരീരത്തിൽ ഞരമ്പുകൾ എഴുന്നു നിൽക്കുന്നതും എല്ലുകൾ മുഴച്ചു നിൽക്കുന്നതും കൺമുമ്പിലെന്നതുപോലെ ഞാൻ കണ്ടു. അയാളുടെ കഴുത്തിൽ കുടുക്കിടുന്ന ജോലി അച്ഛൻ നിർവഹിക്കും. പക്ഷേ, ലിവർ വലിക്കേണ്ടതു ഞാൻ തന്നെയായിരിക്കും. എന്റെ വലതു കൈ തണുത്തുറഞ്ഞു.

"വധശിക്ഷയ്ക്ക് ദിവസങ്ങൾ മാത്രം അവശേഷിക്കെ, താങ്കളുടെ ബാബാ വിലപേശൽ നടത്തുന്നതായി വാർത്തയുണ്ട്. അവസാന നിമിഷം പ്രതിഫലത്തിന്റെ പേരിൽ ഫണിഭൂഷൺ ഗൃദ്ധാ മല്ലിക് പിൻവാങ്ങുകയില്ലെന്ന് ചേതനാദീ, താങ്കൾക്ക് ഉറപ്പുണ്ടോ?"

സഞ്ജീവ് കുമാർ മിത്ര ഹാങ് വുമൺസ് ഡയറി ആരംഭിച്ചത് അങ്ങനെയാണ്. അയാളുടെ മുഖത്ത് പ്രണയത്തിനും സൗഹാർദ്ദത്തിനും പകരം സംശയവും അകൽച്ചയും നിറഞ്ഞിരുന്നു. അച്ഛൻ പിൻവാങ്ങുകയില്ലെന്ന് എനിക്ക് ബോധ്യമുണ്ടായിരുന്നു. ഔധിലെ ഷൂജാ ഉദ്ദവളയോടും ദൽഹിയിലെ ആലം ഷാ രണ്ടാമനോടും ചേർന്ന് വീണ്ടുമൊരു യുദ്ധം നയിച്ച മിർ ഖാസിമിനെ പരാജയപ്പെടുത്തി നാടു കടത്തിയ ചരിത്രമായിരുന്നു മിർ ജാഫറിന്റേത്.

"ബാബായുടെ തീരുമാനമെന്താണെന്ന് അദ്ദേഹത്തിനു മാത്രമേ പറയാൻ സാധിക്കൂ..."

"പക്ഷേ അഥവാ അദ്ദേഹം പിൻമാറിയാൽ? നിലവിൽ താങ്കളാണ് അദ്ദേഹത്തിന്റെ അസിസ്റ്റന്റ് ആരാച്ചാർ. ഒറ്റയ്ക്ക് ഈ ജോലി ഏറ്റെടുക്കേണ്ടി വന്നാൽ താങ്കൾ എന്തു നിലപാട് സ്വീകരിക്കും?"

അതൊരു അപകടകരമായ ചോദ്യമായിരുന്നു.

"സംഭവിക്കാനുള്ളതു സംഭവിച്ചു കഴിഞ്ഞിട്ട് പോരേ തീരുമാനമെടുക്കൽ?"

ഞാൻ ചിരിക്കാൻ ശ്രമിച്ചു.

"അതിനർഥം താങ്കളുടെ ബാബാ വെറുതെ വിലപേശൽ നടത്തുകയാണെന്നാണോ?"

"അദ്ദേഹം അർഥമില്ലാതെ സംസാരിക്കുകയില്ല..."

"അപ്പോൾ വിലപേശൽ നടത്തുകയാണെന്നു താങ്കൾ സമ്മതിച്ചു, അല്ലേ?"

"ഇതു വിലപേശലാണോ സഞ്ജു ബാബൂ? ഉപജീവനത്തിന്റെ പ്രശ്നമല്ലേ?"

ഞാൻ കഴിയുന്നത്ര ശാന്തതയോടെ ചോദിച്ചു.

"ചേതനാദീ, ഇതു ഭാരതമാണ്. നമുക്ക് ഒരു പാരമ്പര്യമുണ്ട്. സത്യം, ധർമം, നീതി ഒക്കെ അലിഞ്ഞു ചേർന്നതാണ് നമ്മുടെ രാജ്യത്തിന്റെ ചരിത്രം. അതുയർത്തിപ്പിടിക്കാൻ ഈ രാജ്യത്തെ പൗരൻമാർക്ക് കടമയില്ലേ?"

സഞ്ജീവ് കുമാർ മിത്രയുടെ രോഷം അയാളോടു തന്നെയാണെന്ന് എനിക്കു തോന്നി. ഞാൻ ദീർഘമായി നിശ്വസിച്ചു.

"സഞ്ജു ബാബൂ, ആയിരത്തിയെഴുന്നൂറ്റി അറുപതിൽ ബംഗാൾ നവാബായിരുന്ന മിർ ഖാസിം വാസ്തവത്തിൽ ഇന്ത്യയുടെ ചക്രവർത്തിയാകേണ്ട ആളായിരുന്നു. ബ്രിട്ടീഷുകാർക്കെതിരെ അദ്ദേഹം ശക്തമായി പൊരുതി. പക്ഷേ, അദ്ദേഹത്തിന്റെ ഭാര്യയുടെ അച്ഛൻ മിർ ജാഫർ ആലി ഖാൻ ബ്രിട്ടീഷുകാരോടു ചേർന്ന് അദ്ദേഹത്തെ ചതിച്ചു. യുദ്ധത്തിൽ പരാജയപ്പെട്ട മിർ ഖാസിമിനെ അവർ ഒരു മുടന്തൻ ആനയുടെ പുറത്തു വച്ചുകെട്ടി നാടു കടത്തി. അദ്ദേഹത്തിനു പോകാൻ ഒരിടവുമുണ്ടായിരുന്നില്ല. തളർന്നു പോയ ആന അദ്ദേഹത്തെ വലിച്ചു താഴെയിട്ട് ഓടി രക്ഷപ്പെട്ടു. അദ്ദേഹം അഭയം തേടി അലഞ്ഞു. അലാഹാബാദിൽ, ജോധ്പൂരിൽ, കോട്വാളിൽ– അങ്ങനെ പലയിടത്തും..."

"അതും ഇതും തമ്മിൽ എന്താണു ബന്ധം?"

സഞ്ജീവ് കുമാർ മിത്രയുടെ കണ്ണുകൾ കുറുകി.

“അദ്ദേഹത്തോടൊപ്പം അവസാന കാലം വരെ ഉണ്ടായിരുന്നത് എന്റെ പിതാമഹൻ മനോഹർ മല്ലിക്കിന്റെ സഹോദരൻ ആത്മാരാം മല്ലിക് മാത്രമായിരുന്നു...”

സഞ്ജീവ് കുമാർ മിത്ര ഒന്നു ശ്രദ്ധിച്ചു.

“മിർ ഖാസിമിന്റെ കയ്യിൽ ഒരു തരി പൊന്നോ പണമോ അവശേഷിച്ചിരുന്നില്ല. യുദ്ധത്തിലേറ്റ മുറിവുകൾ പഴുത്ത് ഈച്ചകളാർത്തു. അദ്ദേഹത്തിനു മഹോദരവും പിടിപെട്ടു. നവാബിന്റെ കൊട്ടാരത്തിൽ പട്ടും പൊന്നും കൊണ്ടു സ്വയം പൊതിഞ്ഞു ജീവിച്ചയാൾ നീരു വന്നു കറുത്തു ചീർത്ത ശരീരവുമായി കൊടും വേനലിലും കൊടും തണുപ്പിലും പതിമൂന്നു കൊല്ലം അലഞ്ഞു....”

“ശരി, ശരി, പക്ഷേ, അഥവാ ഗൃദ്ധാമല്ലിക് പിൻമാറിയാൽ...?”

ഞാൻ അയാളുടെ കണ്ണുകളിലേക്ക് ഉറ്റു നോക്കാൻ ശ്രമിച്ചു. അന്നന്നത്തെ നിലനിൽപ്പിന് എല്ലാവരും കച്ചവടക്കാരന്റെ ഔദാര്യം കൈ നീട്ടി വാങ്ങിയെന്ന ഥാക്കുമായുടെ ശകാരം എന്റെ കാതുകളിൽ മുഴങ്ങി.

“സഞ്ജു ബാബൂ, ബ്രിട്ടീഷുകാരോടു ചേർന്ന് മിർ ഖാസിമിനെയും ഷുജാ ഉദ് ദവ്‌ളയെയും തോൽപ്പിച്ച ബംഗാളിലെ മിർ ജാഫറിനെയും ഡക്കാനിലെ മിർ സാദ്ദിഖിനെയും കുറിച്ച് അക്കാലത്ത് ഒരു പാട്ടു പോലുമുണ്ടായി – മിർ ജാഫറോ ബംഗാൾ മിർ സാദ്ദിഖോ ഡെക്കാൻ നാംഗെ ദീൻ നാംഗെ അദം, നാംഗെ വതൻ...—അതായത് ബംഗാളിലെ മിർ ജാഫറും ഡെക്കാനിലെ മിർ സാദ്ദിഖും മതത്തിനും മനുഷ്യത്വത്തിനും രാഷ്ട്രത്തിനും അപമാനമാണ് എന്ന്...”

സഞ്ജീവ് കുമാർ മിത്ര അസഹ്യതയോടെ ഇടപെടാൻ ശ്രമിച്ചപ്പോൾ ഞാൻ തിടുക്കത്തിൽ തുടർന്നു.

“രണ്ടു നൂറ്റാണ്ടിനു ശേഷം ഇവിടം വിട്ടുപോകുംമുമ്പു ബ്രിട്ടീഷുകാർ രാജ്യം വെട്ടിമുറിച്ചുണ്ടാക്കിയ രണ്ടു കഷ്ണങ്ങളിലൊന്നിൽ മിർ ജാഫറിന്റെ പേരക്കുട്ടിയുടെ മകൻ പ്രസിഡന്റായി...”

“ചേതനാദീ...”

“...അതേ സമയം, കോട്‌വാളിൽ വച്ച് ഒക്ടോബർ മാസത്തിലെ ഒരു നട്ടുച്ചയ്ക്ക് പള്ളിയിൽനിന്നു വാങ്കുവിളി കേട്ട് യാ അല്ലാഹ് എന്നുരുവിട്ട് മിർ ഖാസിം അന്ത്യശ്വാസം വലിച്ചു. അദ്ദേഹത്തിന്റെ അവശേഷിച്ച കീറിപ്പറിഞ്ഞ രണ്ടു കാശ്മീരി ഷാളുകൾ വിറ്റ പണം കൊണ്ടാണ് അയൽക്കാർ മിർ ഖാസിമിന്റെ ശവസംസ്കാരം നടത്തിയത്...ബാബാ വിലപേശുന്നതിന്റെ കാരണം മനസ്സിലായില്ലേ?”

സഞ്ജീവ് കുമാർ മിത്ര നിശ്ശബ്ദനായി എന്നെ തുറിച്ചു നോക്കി. അദൃശ്യമായ ഒരു പന്തു കൊണ്ട് ഇത്രയും നേരം കളിക്കുകയായിരുന്നു ഞങ്ങളെന്ന് ഞാനൊരു ദീർഘനിശ്വാസത്തോടെ ഓർമിച്ചു. അച്ഛൻ പറയാറുള്ളതു പോലെ ഒരു പൊളിറ്റിക്കലി കറക്ട് പ്രസ്താവന നടത്തേണ്ട നേരമായിരുന്നു അത്.

“അങ്ങനെയൊക്കെയാണെങ്കിലും, സഞ്ജു ബാബൂ, നീതി നടപ്പായേ തീരൂ... !”

സഞ്ജീവ് കുമാർ മിത്ര ഒന്നു ഞെട്ടി. ആ സമയത്ത് അയാൾ എന്റെ ശരീരം ഭേദിക്കാൻ ശ്രമിച്ച അതിക്രമിയോ ലാളിക്കാൻ ശ്രമിച്ച കാമുകനോ ആയിരുന്നില്ല. ഒരു വെറും കച്ചവടക്കാരൻ. ലാഭത്തിനു വേണ്ടി ദാഹിക്കുന്ന കുറുകിയ കണ്ണുകളോടെ അയാൾ മുന്നോട്ടാഞ്ഞു.

"മുഖ്യ ആരാച്ചാർ പിൻവാങ്ങിയാൽ അസിസ്റ്റന്റ് ആരാച്ചാർ എന്ന നില യിൽ താങ്കൾ വധശിക്ഷ നടപ്പാക്കുമെന്നാണോ?"

ഞാൻ ഒന്നു കൂടി ദീർഘമായി നിശ്വസിച്ചു. പിന്നീട് ഭാരതീയ സ്ത്രീത്വ ത്തിന്റെയും സ്വാഭിമാനത്തിന്റെയും പ്രകടനമായി ഉറക്കെ പ്രസ്താവിച്ചു:

"തീർച്ചയായും... !"

'ഡയലോഗ് റൈറ്റ് ഹൈ ന'എന്നു ചോദിക്കാൻ എന്റെ നാവു തരിച്ചു. എനിക്കു പിന്നിൽ പണി തീർന്നു വരുന്ന തൂക്കുമരത്തിൽ ഇനിയൊരു കൊളു ത്തിന്റെ കുറവേയുണ്ടായിരുന്നുള്ളൂ. മേയ്ക്കപ്പ് റൂമിൽ ചായം തുടച്ചു കൊണ്ടി രിക്കെ, അയാൾ കണ്ണടയൂരിക്കൊണ്ട് കടന്നു വന്നു. കണ്ണാടിയിൽ ഞങ്ങളുടെ കണ്ണുകൾ ഇടഞ്ഞു. എന്റെ കണ്ണുകൾക്കും പച്ചിച്ച മഞ്ഞ നിറം പകർന്നു. ഇക്കാലത്ത് ഭാരതീയ സ്ത്രീത്വത്തിന്റെയും സ്വാഭിമാനത്തിന്റെയും പ്രതീക മാകുക ലളിതമായൊരു പ്രവൃത്തിയാണ്.

ഇരുപത്തിയഞ്ച്

മുട്ടയിടാൻ കടലിൽനിന്നു പത്മാനദിയിലേക്ക് ആയിരത്തിയിരുനൂറു കിലോമീറ്റർ നീന്തുന്ന ഇലിഷ് മൽസ്യത്തെപ്പോലെയാണ് എന്റെ ചേച്ചി നീഹാരിക വിവാഹിതയായി ബർധ്മാനിലേക്കു പോയതും തൂങ്ങി മരിക്കാൻ വേണ്ടി മടങ്ങിയെത്തിയതും. ഇലിഷിന്റെ വെള്ളിത്തിളക്കം ദീദി യുടെ വലിയ കണ്ണുകൾക്കുമുണ്ടായിരുന്നു. മായുടെ മെലിഞ്ഞ വടിവൊത്ത ശരീരവും അച്ഛന്റെ കറുത്തു തിളങ്ങുന്ന കോലൻമുടിയും അവളെ ദുർഗാവി ഗ്രഹങ്ങളേക്കാൾ സുന്ദരിയാക്കി. അവൾക്കു പതിനാലു വയസ്സുള്ളപ്പോൾ നീംതല ഘാട്ടിൽ സ്വന്തം പിതാവിന്റെ ശവസംസ്കാരത്തിനെത്തിയ ഒരു ചെറുപ്പക്കാരൻ അവളിൽ പ്രണയബദ്ധനായി. ഘാട്ടിൽ തിരക്കേറെയുള്ള ദിവസമായിരുന്നു. ശവസംസ്കാരത്തിന്റെ റജിസ്ട്രേഷനുള്ള ക്യൂ റയിൽപ്പാ ളവും ഞങ്ങളുടെ കടയുടെ മുൻവശത്തെ ടി ആകൃതിയുള്ള ജംക്ഷനും കടന്ന് നീണ്ടു. പീടികയ്ക്കുള്ളിൽ മാടിർ ഖുഡിയിൽ ചായ പകർന്നു കൊണ്ടി രുന്ന നീഹാരികയെ കാണാൻ വേണ്ടി അയാൾ പിന്നിൽനിന്നവരെ മുന്നിൽ കടത്തിവിട്ടു. ചിരിയടക്കി അവൾ അകത്തു മറഞ്ഞതിനുശേഷമാണ് അയാൾക്കു ഘാട്ടിനു മുമ്പിൽ ഠേലാ വണ്ടിയിൽ വെള്ള പുതപ്പിച്ചു കിടത്തിയ സ്വന്തം പിതാവിന്റെ മൃതദേഹത്തെക്കുറിച്ച് ഓർമ വന്നത്. ദിവസങ്ങൾക്കു ശേഷം, ഥാക്കുമായുടെ ക്ഷേത്രം അടിച്ചുവാരിക്കൊണ്ടിരിക്കെ എതിരേയുള്ള ബി.കെ. പട്ടേൽ ആൻഡ് കോ തടിമില്ലിൽ പ്രാവിൻകൂട്ടത്തിനു തീറ്റ കൊടുത്തു കൊണ്ട് അയാൾ അവളെ നോക്കിനിന്നു. അവൾക്കുവേണ്ടി അയാ ളൊരു കടലാസ് പൊതി കൊണ്ടുവന്നു. പതിനാലു വയസ്സിന്റെ ഉല്ലാസ ത്തോടെ അതു തുറന്ന നീഹാരിക കണ്ടത് സിംഹത്തിനുമേൽ ആസനസ്ഥ യായ ദുർഗയെയാണ്. ഒരു കാൽ മറുകാലിനു മേൽ മടക്കിവച്ചിരുന്നു. അയാളുടെ ദുർഗയ്ക്ക് നീഹാരികയുടെ കറുത്തു വളഞ്ഞ പുരികങ്ങളും നീണ്ടു വിടർന്ന കണ്ണുകളും ചിരിക്കുമ്പോൾ ഇടതു വശത്തു തെളിയുന്ന നുണക്കുഴിയും പതിന്നാലു വയസ്സിന്റെ കുസൃതിയും നിഷ്കളങ്കതയുമുണ്ടാ യിരുന്നു. സഞ്ജീവ് കുമാർ മിത്രയോടൊപ്പം സ്റ്റാർ തിയറ്ററിനു സമീപമുള്ള ഭോജോരി മന്ന റസ്റ്ററന്റിൽ കടുകു ചേർത്തുണ്ടാക്കിയ ഇലിഷ് ഷോർഷെ കഴിക്കാനിരിക്കുമ്പോൾ ഭിത്തിയിൽ തൂക്കിയിട്ട, ബിനോദിനി ദാഷിയുടെ ചിത്രത്തിൽനിന്ന് കണ്ണെടുക്കാൻ എനിക്കു സാധിച്ചില്ല. ഇടതു കാൽ വലതു കാൽമുട്ടിൽ കയറ്റിവച്ചുള്ള ആ ഇരുപ്പിൽ അവരുടെ മുഖത്ത് ആത്മവിശ്വാസം നിറഞ്ഞ പൗരുഷവും ശരീരത്തിൽ സ്ത്രൈണമായ നിരാശയും തെളിഞ്ഞു.

ആരെതിർത്താലും നീതി നടപ്പാക്കും എന്നു ഞാൻ ഹാങ് വുമൺസ് ഡയറിയിൽ പ്രഖ്യാപിച്ചതിന്റെ ആഹ്ലാദത്തിമർപ്പിലായിരുന്നു സഞ്ജീവ്

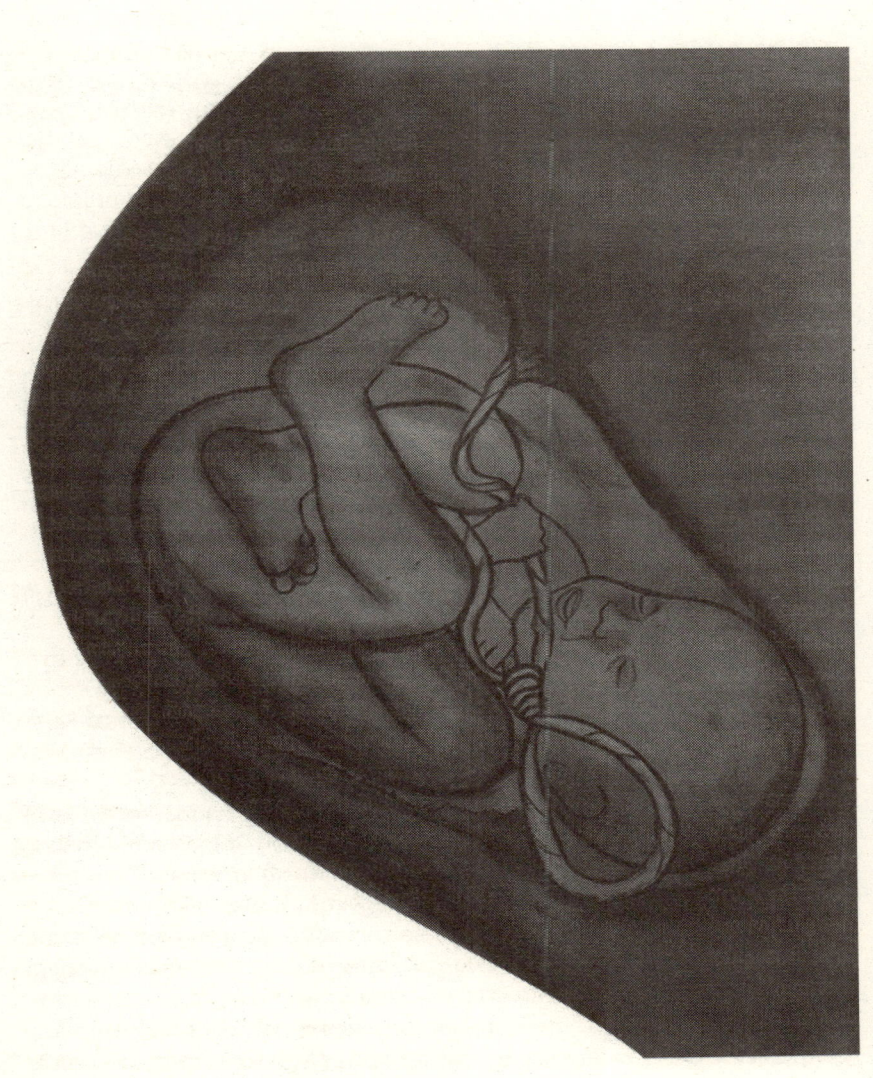

കുമാർ മിത്ര. സ്റ്റുഡിയോയിൽനിന്നു പുറത്തിറങ്ങിയപ്പോൾ സ്ട്രാൻഡ് റോഡിലേക്കു പോകുന്നതിനു പകരം ടാക്സിയിൽ അയാൾ നഗരത്തിൽ കറങ്ങി.

"ചേതനാ, ഇന്നു നീ എന്തു വേണമെങ്കിലും ആവശ്യപ്പെട്ടോളൂ.. ഞാൻ സാധിച്ചു തരാം... നീ എന്റെ അഭിമാനം രക്ഷിച്ചു."

അയാൾ എന്റെ കൈപ്പത്തിയിൽ തഴുകി.

"ബാബാ ഒരിക്കലും എനിക്കു മാപ്പു തരികയില്ല..."

പിന്നിലേക്ക് ഓടുന്ന വെളിച്ചങ്ങളിൽ കണ്ണുനട്ടിരിക്കെ ഞാൻ മന്ത്രിച്ചു. അന്തിച്ചന്തകളുടെ തിരക്ക് അവസാനിക്കുകയും കാലിയായ കുട്ടകളുമായി വിൽപനക്കാർ വീട്ടിലേക്കു മടങ്ങുകയും ചെയ്യുന്ന സമയമായിരുന്നു. അച്ഛനെതിരെ സംസാരിക്കാൻ ഞങ്ങൾക്കാർക്കും ധൈര്യമുണ്ടായിരുന്നില്ല. ദീദിയും അവളുടെ കാമുകനും മായേർ ഘാട്ടിന്റെ പരിസരത്തു കാറ്റു കൊണ്ടു തുടങ്ങിയ കാലത്ത് അച്ഛൻ ഒരിക്കൽ അന്ന് അവളുടേതും ഥാക്കുമായുടേതുമായിരുന്ന മുറിയിൽ കടന്നു ചെന്നു. നീഹാരിക അവളുടെ സ്ഥിരമായ മന്ദഹാസത്തോടെ തിളങ്ങുന്ന കണ്ണുകളുയർത്തി ഭിത്തിയിൽ ചാരി നിന്നു. ഭിത്തിയിലെ ചെറിയ കിളിവാതിൽപ്പടിയിലിരുന്ന ദുർഗാപ്രതിമ അച്ഛൻ കയ്യിലെടുത്തു.

"നല്ല ഭംഗിയുണ്ട്, അല്ലേ?"

അച്ഛന്റെ ചോദ്യം കേട്ട് നീഹാരികയുടെ മുഖത്ത് ലജ്ജ കലർന്ന മന്ദഹാസം വിരിയാൻ തുടങ്ങി. പക്ഷേ അതിനു മുമ്പ് പ്രതിമ നിലത്തേക്കു വലിച്ചെറിയപ്പെടുകയും മഹാവിഷ്ണുവിന്റെ സുദർശന ചക്രത്താൽ ഛിന്നഭിന്നമാക്കപ്പെട്ട സതിയുടെ ശരീരം പോലെ ദുർഗ ചിതറിത്തെറിക്കുകയും ചെയ്തു. പുറമേയ്ക്കു പെയിന്റ് ചെയ്തു മനോഹരമാക്കിയ പ്രതിമയുടെ പുറത്തെ മണ്ണിന്റെ പാളി ഉടഞ്ഞ് ഉള്ളിലെ വൈക്കോൽ കുടലുമാല പോലെ ചാടി.

"കണ്ടോ? അകത്ത് വെറും വൈക്കോലും കറുത്ത ചെളിയുമാണ്..."

അച്ഛൻ രോഷത്തോടെ പൊട്ടിച്ചിരിച്ചു. സദാ പുഞ്ചിരിക്കുന്ന നീഹാരികയുടെ കണ്ണുകൾ നിറഞ്ഞൊഴുകി.

"എന്താ ഇച്ചെയ്തത്? ദുർഗാമാതാവിനെ എറിഞ്ഞുടയ്ക്കുകയോ? ഈശ്വരാ! മഹാപാപം! "

ശബ്ദം കേട്ട് അവിടേക്കു വന്ന മാ അച്ഛനെ ശകാരിച്ചു. മാ അന്ന് എട്ടു മാസം ഗർഭിണിയായിരുന്നു. മായുടെ വയറ്റിൽ ഞാൻ പൊക്കിൾക്കൊടിയിൽ കുടുക്കിട്ടു നേരം കളയുന്നുണ്ടായിരുന്നു.

"ഇതെന്താ സ്വർണപ്രതിമയോ? കൂടിയാൽ ഒരാറു മാസം. അതു കഴിഞ്ഞാൽ കരിയും പുകയും പൊടിയും തട്ടി കറുത്തു നിറംമങ്ങും. ഒരാറു മാസം കൂടി കാത്താൽ വിണ്ടുകീറി പൊട്ടിയടരുന്നതു കാണാം..."

അച്ഛന്റെ വാക്കുകളിൽ ക്രോധം ജ്വലിച്ചു. നീഹാരിക വിതുമ്പി.

"കയർ മരത്തിൽനിന്നുണ്ടാകുന്നതാണ്. കുടം മണ്ണിൽനിന്നും. കയർ കൊണ്ട് കുടം മെനയാൻ പറ്റില്ല. മണ്ണു കൊണ്ടു കയറു പിരിക്കാനും പറ്റില്ല. നീ അവളുടെ അമ്മയല്ലേ? പറഞ്ഞു കൊടുക്ക്..."

അച്ഛൻ ഗർജ്ജിച്ചു. പതിനെട്ടാം നൂറ്റാണ്ടിൽ കൃഷ്ണനഗറിൽനിന്ന് ബ്രിട്ടീഷുകാരുടെ വിജയത്തിനുവേണ്ടി പൂജനടത്താൻ രാജാ നബൊകൃഷ്ണ

ദേബ് വിളിച്ചു വരുത്തിയതാണ് കൊമാർതുളിയിലെ ശിൽപികളെ എന്നതായിരുന്നു അച്ഛന്റെ പരാതി. പ്ലാസി യുദ്ധം ജയിച്ചതിന് ബ്രിട്ടീഷുകാർക്കുവേണ്ടി നടത്തിയതായിരുന്നു പൂജ. അതിനു വേണ്ടി കൃഷ്ണനഗറിൽനിന്നു വിളിച്ചു വരുത്തിയ ഒരു കൊമാർ പിന്നീട് തിരികെപ്പോയില്ല.

"അതൊരിക്കലും ശരിയാകുകയില്ല. നമ്മുടെ പാരമ്പര്യവും അവരുടെ പാരമ്പര്യവും പൊരുത്തപ്പെടുകയില്ല..."

"നിങ്ങളെപ്പോലെ ദുഷ്ടനായ ഒരുത്തനെത്തന്നെ എന്റെ കുഞ്ഞുങ്ങളുടെ തന്തയായി കിട്ടിയല്ലോ! കൊച്ചു കുട്ടിയല്ലേ അവൾ? അവളെ സങ്കടപ്പെടുത്തിയിട്ടു വേണോ നിങ്ങൾക്ക് നിങ്ങടെ നാശംപിടിച്ച പാരമ്പര്യത്തിന്റെ കയറു പിരിക്കാൻ?''

മാ ക്ഷോഭത്തോടെ അച്ഛനെ ശകാരിച്ചു.

"ശബ്ദിക്കരുത്... !"

അച്ഛൻ കണ്ണുകളുരുട്ടി മായുടെ നേർക്കു ചാടി.

"കയറിന്റെ നീളം ലേശം കുറച്ചാൽ മതി – തൂങ്ങി മരിച്ചതാണോ തൂക്കിക്കൊന്നതാണോ എന്നു പിന്നെ ഡോക്ടർബാബുമാർപോലും കണ്ടുപിടിക്കില്ല.... !"

നീഹാരിക നിലത്തു ചിതറിയ ദുർഗാപ്രതിമയിൽ ഉറ്റു നോക്കി കണ്ണീരോടെ നിന്നു. അച്ഛൻ അവളുടെ താടി പിടിച്ചുയർത്തി ഭീഷണമായി നോക്കി.

"നാനൂറ്റി നാൽപ്പത്തിയാറു പേരെ തൂക്കിയ കയ്യാണ് നിന്റെ ബാബയുടേത്...മറക്കരുത്..."

നീഹാരിക ഏങ്ങലടിച്ചു കൊണ്ട് പ്രതിമയുടെ കഷ്ണങ്ങൾ വാരിയെടുത്തു. ആ സമയത്ത് മായ്ക്കു പേറ്റുനോവ് ആരംഭിച്ചു. ഇരിക്കാനും നിൽക്കാനും സാധിക്കാതെ മാ ഇടുപ്പിൽ കൈ കുത്തി അസ്വസ്ഥതയോടെ നിലവിളിച്ചു. അന്നു രാത്രി മുഴുവൻ മായുടെ നിലവിളി സ്ട്രാൻഡ് റോഡിൽ പ്രതിധ്വനിച്ചു. ഒടുവിൽ പുലർച്ചെ മായെ അയൽക്കാരും അന്നു വൈകിട്ട് ഡാർജിലിങ്ങിൽനിന്ന് ഥാക്കുമായെ കാണാനെത്തിയ കാക്കുവും ചേർന്ന് ആശുപത്രിയിലെത്തിച്ചു. പൊക്കിൾ കൊടി കഴുത്തിൽ ചുറ്റി രസിക്കുകയായിരുന്ന എന്നെ ഡോക്ടർമാർ പ്രയാസപ്പെട്ടു പുറത്തെടുത്തു. കൽക്കട്ട മെഡിക്കൽ കോളജ് ആശുപത്രിയിലെ പൊട്ടിപ്പൊളിഞ്ഞ വാർഡിൽ കാക്കു കൈക്കൂലി കൊടുത്തു വാങ്ങിയ തുരുമ്പെടുത്ത ഇരുമ്പു കട്ടിലിൽ മായ്ക്കു സമീപം കിടന്ന എന്നെ കാണാൻ പിറ്റേന്ന് ഉച്ച കഴിഞ്ഞാണ് അച്ഛനെത്തിയത്. ഞാൻ എന്റെ വലിയ കണ്ണുകൾ തുറന്ന് അച്ഛനെ ഉറ്റുനോക്കി. എന്റെ നോട്ടം കണ്ട് അച്ഛൻ അഭിമാനത്തോടെ ചിരിച്ചു.

"ഭഗ്ബാൻ! നീയെനിക്ക് ഒരു മകനെക്കൂടി തന്നു! നീ നോക്കിക്കോ, ഇവൻ നമ്മുടെ കുലത്തിന്റെ പാരമ്പര്യം നിലനിർത്തും..."

മാ കണ്ണുനീർ തുടയ്ക്കാൻ മെനക്കെടാതെ പൊട്ടിത്തെറിച്ചു.

"നാണംകെട്ടവൻ! കണ്ട തേവിടിശ്ശിപ്പുരകളിൽ കയറിയിറങ്ങിയിട്ടു വന്നിരിക്കുന്നു, ജാതകം കുറിക്കാൻ! ഇത് ആണല്ല മനുഷ്യാ. പെണ്ണാണ്... ഒരു ഭാഗ്യദോഷിയെക്കൂടി, നീചാ, നിങ്ങളെന്റെ വയറ്റിൽ ജനിപ്പിച്ചു... !"

അച്ഛൻ വിശ്വസിക്കാൻ കഴിയാതെ എന്നെത്തന്നെ നോക്കി.

"അല്ലേ? ഇത് ആണല്ലേ?"

അച്ഛൻ സംശയിച്ചു.

"അങ്ങനെ തറപ്പിച്ചു നോക്കാൻ ഒരു പെണ്ണിന് പറ്റുമോ?"

ശരി, ഇനി പെണ്ണാണെങ്കിലും കൊടുത്തു പോയ അനുഗ്രഹം തിരിച്ചെടുക്കുന്നില്ല എന്ന് അച്ഛൻ ഔദാര്യം പ്രദർശിപ്പിച്ചു. എങ്കിലും എന്റെ ജനനത്തിൽ അച്ഛൻ നിരാശനായിരുന്നു. ഒരു ഭാഗ്യദോഷിയെക്കൂടി ജനിപ്പിച്ചു എന്നോർത്ത് മായും സങ്കടപ്പെട്ടു. എന്റെ ജനനം ആഹ്ലാദിപ്പിച്ചത് നീഹാരികയെ മാത്രമാണ്. ഉടഞ്ഞു ചിതറിയ പ്രണയത്തിന്റെ വേദന മറക്കാൻ ഞാനാണ് കരഞ്ഞും ചിരിച്ചും അർഥമില്ലാത്ത ശബ്ദങ്ങളുണ്ടാക്കിയും അവളെ സഹായിച്ചത്. എന്നെ കുളിപ്പിച്ചതും കൊണ്ടു നടന്നതും തൊട്ടിലാട്ടിയതും താരാട്ടു പാടിയതും അവളായിരുന്നു. എന്റെ അഞ്ചാം വയസ്സിൽ അവൾ വിട്ടു പോയി. അതു വരെ അമ്മയോടു തോന്നേണ്ട സ്നേഹവും ആശ്രയത്വവും എനിക്ക് അവളോടാണ് അനുഭവപ്പെട്ടത്. പ്രാവിന്റെ ശരീരം പോലെ മൃദുലമായ അവളുടെ മാറിടത്തിന്റെ ഓർമ എന്റെ ശരീരത്തിൽ എന്നും നിലനിന്നു. ഞാൻ പിറന്നതിനു ശേഷമുള്ള ദിവസങ്ങളിലൊന്നിൽ വീണ്ടും ആ ചെറുപ്പക്കാരൻ വന്നു വിളിച്ചപ്പോൾ അവൾ ആ മൺകഷ്ണങ്ങൾ വാരിയെടുത്ത് വീട്ടുവാതിൽക്കൽ കൂട്ടിയിട്ടിരുന്ന ചപ്പുചവറുകൾക്കു മേൽ കൊണ്ടുത്തട്ടി അകത്തു മറഞ്ഞു. നുണക്കുഴിയുള്ള ഒറ്റക്കവിളിന്റെ കഷ്ണംമാത്രം ഥാക്കുമായുടെ കട്ടിലിനടിയിൽ തെറിച്ചു കിടന്നു. മുട്ടിലിഴഞ്ഞു തുടങ്ങിയ കാലത്ത് കാൽപ്പെട്ടിക്കും തേക്കാത്ത ഭിത്തിക്കുമിടയിൽനിന്നു ഞാനതു കണ്ടെത്തി കളിപ്പാട്ടമാക്കി.

"എന്തൊരു രുചിയാണ്, ഈ മൽസ്യത്തിന്...!"

ചെറിയ ചെറിയ മുള്ളുകൾ നിറഞ്ഞ മാംസം ശ്രദ്ധയോടെ അടർത്തുമ്പോൾ സഞ്ജീവ് കുമാർ മിത്ര പറഞ്ഞു. ആ റസ്റ്ററന്റിൽ ഞാൻ ആദ്യമായി കയറുകയായിരുന്നു. എനിക്കു ചുറ്റുമുള്ള മേശകളിൽ കൈപ്പത്തിയോളം വലിയ ചെമ്മീനുകളും കൈത്തണ്ടയോളം വലിയ മൽസ്യക്കഷ്ണങ്ങളും നിറഞ്ഞിരുന്നു.

"ഇത്തവണ ഹിൽസയുടെ ചാകരയായിരിക്കുമെന്ന് ഫിഷറീസ് മന്ത്രി പറഞ്ഞതു കേട്ടില്ലേ"

സഞ്ജീവ് കുമാർ ചോദിച്ചു. എല്ലാ വർഷത്തെയും പതിവുപോലെ, സീസണായിട്ടും ഇലിഷ് മൽസ്യത്തിന്റെ കത്തിയുയരുന്ന വിലയെക്കുറിച്ചു പ്രതികരിക്കുകയായിരുന്നു മന്ത്രി. ഇത്തവണ മഴ കിട്ടാൻ വൈകിയതു മൂലമാണ് മൽസ്യത്തിന്റെ വിലയുയർന്നത് എന്നു മന്ത്രി വിശദീകരിച്ചു. ഡയമണ്ട് ഹാർബറിലും ബക്കാലിയിലും ഫ്രേസർ ഗഞ്ജിലും ഇത്തവണ മൽസ്യം കൂടുതൽ കിട്ടുമെന്നാണു സൂചനയെന്ന് ഥാക്കുമാ ലക്ഷണം നോക്കി പറഞ്ഞു. വർഷത്തിലൊരിക്കലോ മറ്റോ ഹിൽസ മൽസ്യം വാങ്ങാൻ സാധിക്കുന്നവരായിരുന്നു ഞങ്ങൾ. ആ നാശം പിടിച്ച ഫറാക് ബണ്ട് വന്നതിൽപ്പിന്നെയാണ് നാവിനു രുചിയായി മൽസ്യം കഴിക്കാൻ സാധിക്കാതായതെന്ന് ഥാക്കുമാ പ്രാകി.

"ബംഗ്ലാദേശിൽനിന്ന് ഇപ്പോ ദിവസം പത്തു ടൺ ഹിൽസ വരുന്നുണ്ട്. ഈ മാസം അവസാനത്തോടെ നൂറു ടൺ കിട്ടുമെന്നു കേൾക്കുന്നു. എങ്കിൽ നമ്മുടെ വിവാഹം ഒരു ഇലിഷ് മേളയാക്കാം, അല്ലേ ചേതനാ?"

സഞ്ജീവ് കുമാർ മിത്ര മൽസ്യം ആസ്വദിക്കുന്നതിനിടയിൽ എന്നെ പ്രണയപൂർവം നോക്കി.

"നീയെന്താ ഇതു കഴിക്കാത്തത്?"

അയാൾ ഒരു കഷ്ണം രുചിയോടെ വായിലിട്ടു ചവയ്ക്കുന്നതിനിടയിൽ എന്നെ നോക്കി ചിരിച്ചു.

"നിങ്ങൾക്ക് ഇതു കൃഷി ചെയ്തു കൂടേ? ചെമ്മീൻ പോലെ?"

ഇത്തവണ ഞാനാണു ചിരിച്ചത്.

"ഹിൽസ ഹിൽസയാകുന്നത് അതിന്റെ യാത്രകളിലൂടെയാണ്... മുട്ടയിടാൻ സമുദ്രത്തിൽനിന്നു നദിയിലേക്കുള്ള യാത്ര... മുട്ടയിട്ടു കഴിഞ്ഞാൽ സമുദ്രത്തിലേക്കു വീണ്ടും യാത്ര...

"ങ്ഹാ, എനിക്കറിയാം, മുട്ട വിരിഞ്ഞാലുടൻ കുഞ്ഞുങ്ങളും കടൽ തേടി യാത്രയാകും..."

"യാത്ര ചെയ്യാനുള്ള വ്യഗ്രത നശിപ്പിച്ചാൽ ഹിൽസയില്ല. അതിന്റെ സ്വാദില്ല."

സഞ്ജീവ് കുമാർ മിത്ര ഉറക്കെ ചിരിച്ചു.

"പുരുഷനായതു കൊണ്ടാണ് നിങ്ങൾക്ക് ചിരിക്കാൻ സാധിക്കുന്നത്..."

ഞാൻ അയാളെ കോപത്തോടെ നോക്കി. അപ്പോൾ അയാൾ ചിരിയടക്കി എന്നെ നോക്കി പുരികം ഉയർത്തി.

"ഹിൽസകളിൽ പുരുഷൻമാരില്ലേ?"

അയാൾ വീണ്ടും ഉറക്കെച്ചിരിച്ചു. ഞാൻ ചിരിച്ചില്ല. എന്നെ സംബന്ധിച്ച് എല്ലാ ഇലിഷ് മൽസ്യങ്ങളും സ്ത്രീകളായിരുന്നു. മിനുങ്ങുന്ന കവിൾത്തടങ്ങളും വലിയ മാറിടങ്ങളുമായി അവ ശരീരത്തിന്റെ പ്രേരണയാൽ ശുദ്ധജലം തേടി ഒഴുക്കിനെതിരെ നീന്തി. അച്ഛൻ പ്രതിമ നിലത്തെറിഞ്ഞതോടെ നീഹാരികയുടെ ചിരിയും നിലത്തുവീണ് ഉടഞ്ഞ് കവിളിലെ നുണക്കുഴി മാഞ്ഞു എന്ന് ഠാക്കുമാ വ്യസനത്തോടെ പറഞ്ഞു. വൈകാതെ അവൾക്ക് വിവാഹാലോചന ആരംഭിച്ചു. സ്ത്രീധനത്തിനുള്ള വിലപേശൽ തുടർക്കഥയായി. ഓരോ കല്യാണാലോചന വരുമ്പോഴും അവളുടെ ശിരസ്സ് കൂടുതൽ കുനിഞ്ഞു. ഒടുവിൽ ബർധ്മാനിലെ ഒരു കർഷക കുടുംബത്തിലെ സൂര്യപ്രകാശ് ധർമൻ എന്ന ചെറുപ്പക്കാരൻ സ്ത്രീധനത്തുകയിൽ അൽപം ഇളവോടെ വിവാഹത്തിനു സമ്മതിച്ചു. വിവാഹത്തിനു മുമ്പ് ഹൊലൂദ് കോടാ ദിനത്തിൽ ശരീരത്തിൽ മഞ്ഞൾ പൂശാനിരുന്ന അവൾക്ക് ഉപേക്ഷിക്കപ്പെട്ട രാധയുടെ മുഖമായിരുന്നു. അയ്യായിരം രൂപയും അഞ്ചു പവനുമായിരുന്നു അവളുടെ സ്ത്രീധനം. അതുണ്ടാക്കാൻ അച്ഛൻ പ്രയാസപ്പെട്ടു. കടം വാങ്ങിയ പണം കൊണ്ട് വാടകയ്ക്കെടുത്ത വെള്ളിക്കുതിര വണ്ടിയിൽ പെട്രോമാക്സിന്റെ വെളിച്ചത്തിൽ സ്വർണവർണമായ മുഖം കുനിച്ച് നീഹാരിക നിസ്സംഗതയോടെ ഇരുന്നു. ഒരു വർഷം തികയുംമുമ്പ് ഭർതൃഗൃഹത്തിൽനിന്ന് ഓടിപ്പോന്നപ്പോൾ അവൾ കൊണ്ടുവന്ന തുണിക്കെട്ടിനുള്ളിൽ അവളുടെ

മരണത്തിനുശേഷം ഞാൻ ആ ഒറ്റ നുണക്കുഴിയുള്ള മിനുത്ത ഒറ്റക്കവിളിന്റെ ഉടഞ്ഞ കഷ്ണം കണ്ടെത്തി.

ഭക്ഷണം കഴിഞ്ഞ് മറ്റൊരു ടാക്സിയിൽ യാത്ര തുടരുമ്പോൾ നാനൂറ്റി യമ്പത്തൊന്നു പേരെ തൂക്കിലേറ്റിയ അച്ഛന്റെ കൈകളെക്കുറിച്ചാണ് ഞാൻ ആലോചിച്ചത്. ഗതാഗതക്കുരുക്കിനിടയിലൂടെ കാർ ഇഴഞ്ഞുനീങ്ങവെ, ബനമാലി സർക്കാർ റോഡ് എന്ന ബോർഡ് കണ്ട് ഞാൻ പെട്ടെന്ന് ഉണർന്നു.

"നമുക്ക് ഇവിടെ ഇറങ്ങി നടക്കാം..."

ഞാൻ പറഞ്ഞു.

"എന്തിന്?"

"എനിക്കൊരാളെ കാണാനുണ്ട്"

എന്റെ വാക്കുകളിൽ അലോസരം കലർന്നു. സഞ്ജീവ് കുമാർ മിത്ര യുടെ മുഖത്ത് 'എന്തിന്' എന്ന ഭാവമുദിച്ചെങ്കിലും എതിർത്തില്ല. പ്രധാന റോഡിൽനിന്ന് ഇടത്തേക്കു തിരിഞ്ഞു വളരെത്തവണ നടന്നു പരിചയിച്ച വഴിയിലൂടെയെന്നതുപോലെ ഞാൻ മുന്നോട്ടു നീങ്ങി. അങ്ങിങ്ങു പാൻ ഷോപ്പുകളുടെയും ചായ-ബിസ്കറ്റ് കടകളുടെയും മഞ്ഞ വെളിച്ചത്തിന്റെ പൊട്ടുകൾ മാത്രമേ റോഡിൽ അവശേഷിച്ചിരുന്നുള്ളൂ. ഒന്നു രണ്ടിടത്ത് കുട്ടി കൾ റാന്തൽ കത്തിച്ചു വച്ച് കാരംസ് കളിച്ചതും ഒരു ചായ-ബിസ്കറ്റ് പെട്ടിക്കട തുറന്നിരുന്നതും ഒഴിച്ചാൽ വഴി വിജനമായിരുന്നു.

"ഇതെവിടെമാണ്?"

സഞ്ജീവ് കുമാർ മിത്ര അന്വേഷിച്ചു.

"ബൻമാലി സർക്കാരേർ ബാഡി, ഗോവിന്ദ്റാം മിത്രാർ ദാഡി, ഓമി ചന്ദേർ ദാഡി, ജഗത്ത് സേത്തേർ കോഡി - കീ നാ ജാനേ?"

ബൻമാലി സർക്കാരിന്റെ വീടും ഗോവിന്ദ് റാം മിത്രയുടെ വടിയും ഓമിചന്ദിന്റെ താടിയും ജഗത്ത് സേഠിന്റെ ധനവും - അറിയാത്തവർ ആരുണ്ട് എന്നാണ് ആ വരികളുടെ അർഥം. എത്രയോ മനുഷ്യരുടെ ഡംഭിന്റെയും ദുരയുടെയും പകയുടെയും അധ്വാനത്തിന്റെയും ഭൂതകാലത്തിന്റെ ഇരുണ്ട വഴികളിലൂടെ നടക്കുകയാണ് ഞങ്ങളെന്ന് അയാൾക്ക് അറിയില്ലെന്നോർത്ത് ഞാൻ നിരാശപ്പെട്ടു.

"തമാശ കളയൂ... ഇതെവിടമാണെന്നു പറയൂ..."

അയാൾ അക്ഷമനായി. അരണ്ട വെളിച്ചത്തിൽ ചാണകം പോലെ കറുത്ത ചെളിയും നീണ്ട മുളകളുടെ കെട്ടുകളും പിന്നിട്ട് വൈക്കോലിൽ തീർത്ത ഒരു കാൽമുട്ടിൻമേൽ മറുകാൽ മടക്കിവച്ച നിലയിലുള്ള ശിരസ്സി ല്ലാത്ത ദുർഗാപ്രതിമകളും ഞാൻ ചൂണ്ടിക്കാട്ടി.

"കൊമാർ തുളി..."

ഞാൻ പറഞ്ഞു.

"ഓ... ദുർഗാപൂജയ്ക്കുള്ള ശിൽപങ്ങളുണ്ടാക്കുന്ന സ്ഥലം..."

അയാളുടെ ശബ്ദത്തിൽ ഉദാസീനത നിറഞ്ഞു. നാലു മാസം കഴി ഞ്ഞാൽ നിന്നു തിരിയാനിടമില്ലാത്ത വിധം ദുർഗകൾ നിറഞ്ഞു കവിയുന്ന ഇടുങ്ങിയ ഒറ്റയടിപ്പാതകൾക്ക് ഇരുവശത്തുമുള്ള വീടുകളിലെ നേർത്ത മഞ്ഞ വെട്ടങ്ങളുടെ വൃത്തങ്ങൾ മാത്രമേ ഞങ്ങൾക്കു ചുറ്റുമുണ്ടായിരുന്നു. അരണ്ട

വെട്ടത്തിലും നിഴലിലുമായി പല അവസ്ഥകളിലുള്ള ദുർഗകൾ നിരന്നു നിന്നു. മുളങ്കീറുകൾ കൊണ്ടു കെട്ടിയുണ്ടാക്കിയ സ്റ്റാൻഡുകളും അവയിൽ കെട്ടിവച്ച വൈക്കോലിൽ തീർത്ത ശിരസ്സില്ലാത്ത എണ്ണമറ്റ രൂപങ്ങളും കണ്ണെത്തുന്ന ദൂരത്തോളം കണ്ടു. എതിരേ വന്ന വൃദ്ധൻ ഞങ്ങൾക്കു വേണ്ടി വഴിയൊഴിഞ്ഞു.

"ഹിമാംശു പാലിന്റെ വീട് എവിടെയാണെന്നറിയാമോ ദാദാ?"

ഞാൻ ചോദിച്ചു. അദ്ദേഹം എന്നെ ഒന്നു നോക്കി.

"നേരെ പോയി ഇടത്തോട്ടു തിരിയുമ്പോൾ നാലാമത്തെ വീട്.. പക്ഷേ, ഈ നേരത്തു വന്നാൽ എങ്ങനെ ഫോട്ടോയെടുക്കും?"

ഞങ്ങൾ പത്രറിപ്പോർട്ടർമാരാണെന്ന് അദ്ദേഹം തെറ്റിദ്ധരിച്ചു. വൃദ്ധൻ കൂനിക്കൂനി മുന്നോട്ടു വീണ്ടും നടന്നപ്പോൾ സഞ്ജീവ് കുമാർ എന്നെ സംശയത്തോടെ നോക്കി.

"ആരാണ് ഹിമാംശു പാൽ?"

ഞാൻ മറുപടി പറഞ്ഞില്ല. ഇരുട്ടിലും അരണ്ട വെട്ടത്തിലും കാലിടറാതെ മുന്നോട്ടു നടക്കുമ്പോൾ ഇരുവശത്തെയും പണിശാലകൾക്കു പിന്നിലുള്ള അടുക്കളകളിൽനിന്നു ഗന്ധങ്ങൾ ഉയർന്നു. മഴയും മഞ്ഞുമേറ്റു പഴകിപ്പഴകി പുറത്തെ മണ്ണു പൊടിഞ്ഞ് അകത്തെ വൈക്കോൽ പുറത്തു ചാടിയ നിലയിലുള്ള നാലഞ്ചു ദുർഗകളെ ചാരി വച്ച ഭിത്തിക്കരികിൽ ഇരുട്ടിൽ മുങ്ങിയതായിരുന്നു നാലാമത്തെ വീട്. അതിനുള്ളിൽ നിലത്തു വച്ച ഒരു ടേബിൾ ലാംപിന്റെ നാൽപതു വാട്ട് ബൾബിന്റെ മഞ്ഞ വെട്ടത്തിൽ കുനിഞ്ഞിരുന്ന് ഒരാൾ വൈക്കോൽ രൂപത്തിനു മേൽ കറുത്ത ചെളി തേച്ചു പിടിപ്പിക്കുന്നുണ്ടായിരുന്നു. അവിടെ നിൽക്കെ വരേണ്ടിയിരുന്നില്ലെന്ന് എനിക്കു തോന്നി.

"എനിക്ക് അയാൾ മാത്രം മതി..."

കുട്ടിക്കാലത്തു കേട്ട നീഹാരികയുടെ കാഠിന്യം നിറഞ്ഞ ശബ്ദം എന്റെ കാതുകളിൽ വീണ്ടും മുഴങ്ങി. ഭർതൃഗൃഹത്തിൽനിന്നു മടങ്ങിയെത്തിയതിനുശേഷം നീഹാരിക ആകെ മാറി. എന്നോടു പോലും പുഞ്ചിരിക്കാൻ സാധിക്കാത്ത വിധം അവളുടെ മുഖം പ്രതിമ പോലെയായി.

"നാനൂറ്റിനാൽപത്തിയാറു പേരെ തൂക്കിയ കൈകളാണ് ഇതെന്നു നീ മറക്കരുത്..."

ഒരു അർധരാത്രിയിൽ അച്ഛന്റെ ഗർജ്ജനം ഉയർന്നു. മായും ഠാക്കുമായും ഇടപെടാൻ ശ്രമിച്ചു.

"ആരെതിർത്താലും ഞാൻ അയാളുടെ കൂടെപ്പോകും..."

നീഹാരികയുടെ ശബ്ദവും ആക്രോശമായി.

"ങ്ഹാഹാ... കുടുംബത്തിനു ചീത്തപ്പേരു വരുത്തുമോ നീ?"

"പോകും. മാ, ഒന്നു പറഞ്ഞു കൊടുക്ക്, എനിക്കു വേറെ മാർഗമില്ല..."

"ഇല്ല... നീ പോകുകയില്ല. ഈ ഫൊണിഭൂഷൺ ഗൃദ്ധാ മല്ലിക് ജീവിച്ചിരിക്കുന്ന കാലത്ത് നീ പോകുകയില്ല..."

"ബാബാ, ഞാൻ തിരിച്ചു വന്നത് അയാളെത്തേടിയാണ്..."

അച്ഛൻ കഠിനമായ ഒരു തെറിവാക്ക് ഉച്ചരിച്ചു. ഉറക്കം വന്നു കണ്ണുകളിൽ തൂങ്ങിയതിനാൽ ഞാൻ വീണ്ടും തിരിഞ്ഞു കിടന്നു. പുലർച്ചെ മായുടെ

നിലവിളി എന്നെ ഉണർത്തി. അച്ഛന്റെ മുറിയിൽ ഭിത്തിയിൽ തൂക്കിയിട്ട ഫോട്ടോകൾക്കിടയിൽ അന്തരീക്ഷത്തിൽ തൂങ്ങിയ വലിയൊരു ഛായാചിത്രം കണക്കെ നീഹാരികയെ ഞാൻ കണ്ടു. ആർക്കോ താലി കെട്ടാൻ കഴുത്തു കുനിച്ചു കൊടുക്കുന്നതുപോലെയായിരുന്നു അവളുടെ നിൽപ്പ്. അവളുടെ കണ്ണുകൾ ആകാശത്തുനിന്ന് എന്നെത്തന്നെ നോക്കി. അവളുടെ വെളുത്തു തുടുത്ത കാൽവിരലുകളിലൂടെ രക്തത്തിന്റെ ഒരു ചാൽ അപ്പോഴും ഒഴുകി.

"ആരാ?"

പണി ചെയ്തു കൊണ്ടിരുന്നയാൾ മുഖമുയർത്തി നോക്കി. മുടി നരച്ച് നെറ്റിയിൽ ചുളിവുകൾ വീണ് വൃദ്ധനായി കാണപ്പെട്ട അയാൾക്കു വാസ്തവത്തിൽ അച്ഛനേക്കാൾ മുപ്പതു വയസ്സെങ്കിലും കുറവായിരുന്നു. അയാൾ മേശവിളക്കിന്റെ ബൾബ് മുകളിലേക്കു തിരിച്ചു വച്ചു. മേൽക്കൂരയിൽ ചെന്നു തട്ടി തിരികെ പ്രതിഫലിച്ച മഞ്ഞ വെട്ടത്തിൽ പണിശാലയ്ക്കുള്ളിൽ നിരന്നിരുന്ന ദുർഗകൾ തെളിഞ്ഞു. എല്ലാ പ്രതിമകൾക്കും നീണ്ടിടംപെട്ട വെള്ളിത്തിളക്കമുള്ള ഉരുണ്ട കണ്ണുകളും ഇടത്തെക്കവിളിൽ തെളിഞ്ഞ ഒറ്റനുണക്കുഴിയുമുണ്ടായിരുന്നു. എല്ലാവരും ഇടതു കാൽമുട്ടിൽ വലതുകാൽ കുറുകെ വച്ച് ആത്മവിശ്വാസത്തോടെ മന്ദഹസിച്ചു.

"ചേതന എന്താ ഈ നേരത്ത്?"

അയാൾ അടുത്ത ബന്ധുവിനെപ്പോലെ അന്വേഷിച്ചു. ഞാൻ വിറയലോടെ സഞ്ജീവ് കുമാർ മിത്രയുടെ കൈത്തണ്ടയിൽ സ്പർശിച്ചു.

"എന്തു പറ്റി?"

സഞ്ജീവ് കുമാർ മിത്ര അമ്പരപ്പോടെ അന്വേഷിച്ചു. അച്ഛന്റെ മുറിയിൽ അതേ കമ്പിയിൽ വിരിച്ചിട്ട തോർത്തിനും ബനിയനുമിടയിൽ തൂങ്ങിക്കിടക്കുന്ന ഒരു പൂർണകായ പ്രതിമ പോലെ എന്നെയും ഞാൻ കണ്ടു. കാൽവണ്ണകൾക്കിടയിലൂടെ രക്തത്തിന്റെ ഒരു ചാൽ ഒഴുകിയിറങ്ങുന്നത് എനിക്കും അനുഭവപ്പെട്ടു. രാജ്യത്ത് സ്ത്രീകളെ ആരും തൂക്കിക്കൊന്നിട്ടില്ലെന്ന് ഇനിയൊരിക്കലും ആത്മവിശ്വാസത്തോടെ പറയാൻ എനിക്ക് സാധിക്കുകയില്ല. തേക്കാത്ത ഭിത്തിയിലെ ഷെൽഫിൽനിന്ന് ഹിമാംശുപാൽ ഒരു ചെറിയ പ്രതിമ എടുത്തു നീട്ടി. ദുർഗ തന്നെ. വലത്തെക്കാൽമുട്ടിൽ ഇടതു കാൽ വച്ച് ഇടംകവിളിൽ ഒറ്റ നുണക്കുഴിയുമായി അവളെന്നെ നോക്കി വാൽസല്യത്തോടെ പുഞ്ചിരിച്ചു.

"എടുത്തോളൂ..."

അയാൾ പ്രതിമ ഒരു കവറിലിട്ടു തന്നു. ഞങ്ങൾ കുറച്ചു നേരം പരസ്പരം നോക്കി നിന്നു. അയാൾ വികാരാധീനനായിരുന്നു. ഞാനും കഠിനമായ ഹൃദയവേദന അനുഭവിച്ചു. യാത്ര പറയാതെ ഞാൻ തിരികെ നടന്നു. സ്ട്രാൻഡ് റോഡിലേക്കു നീളുന്ന ട്രാമിന്റെ ട്രാക്കുകളിലൂടെ മുന്നോട്ട് നടന്നു. തെരുവിളക്കിന്റെ വെട്ടത്തിൽ ട്രാമിന്റെ പാളങ്ങൾ വെള്ളി പൂശിയതുപോലെ തിളങ്ങി. എവിടെയോ ലാൽച്ചെമ്പ മരങ്ങൾ പൂവിടുന്ന ഗന്ധം ഉയർന്നു.

"എന്താ ചേതനാ? എന്തു പറ്റി?"

സഞ്ജീവ് കുമാർ മിത്ര ഒപ്പമെത്താൻ പണിപ്പെട്ടു. അടുത്തെത്തി കൈപിടിച്ചു നിർത്തി അയാൾ എന്നെ ചേർത്തു പിടിച്ചു. എന്റെ കണ്ണുകൾ

നനഞ്ഞൊഴുകിയത് അയാൾ തൊട്ടറിഞ്ഞു. വഴിയോരത്തെ ഒരു പഴയ കെട്ടിടത്തിന്റെ മുമ്പിലെ സിമന്റ് ബെഞ്ചിൽ ഞങ്ങൾ ഇരുന്നു. നമുക്ക് നിങ്ങളുടെ വീട്ടിലേക്കു പോയാലോ എന്നു ചോദിക്കാനാണ് എന്റെ ഹൃദയം ആഗ്രഹിച്ചത്. പക്ഷേ, കുറേ നേരം കഴിഞ്ഞു ഞാൻ ചോദിച്ചത് നമുക്ക് സ്റ്റാർ തിയറ്ററിൽ പോയാലോ എന്നായിരുന്നു.

"എന്താ കാര്യം?"

"എന്റെ ദാദു കാളീചരൺ ഗൃദ്ധാമല്ലിക് പ്രണയിച്ച സ്ത്രീയായിരുന്നു ബിനോദിനി ദാഷി..."

"അതുകൊണ്ട്?"

അയാൾ അന്തംവിട്ടു. എന്റെ കോപം ഉണർന്നു.

"അവർ ബംഗാളിലെ ആദ്യത്തെ നാടക നടിയായിരുന്നു. അവരില്ലായിരുന്നെങ്കിൽ ഗിരീഷ് ചന്ദ്ര ഘോഷിന്റെ നാടകങ്ങൾ വ്യർഥവും പൊള്ളയുമായിത്തീരുമായിരുന്നു..."

പന്ത്രണ്ടു കൊല്ലത്തിനുള്ളിൽ എൺപതു കഥാപാത്രങ്ങളെ അവതരിപ്പിച്ച ബിനോദിനി അരങ്ങിലെത്തിയത് പതിനൊന്നാം വയസ്സിലായിരുന്നു. 'കപാലകുണ്ഡല'യിലെ ബിനോദിനിയുടെ മാന്ത്രികശക്തിയുള്ള അഭിനയം കണ്ടാണ് കാളീചരൺ പിതാമഹനും ഗിരീഷ് ചന്ദ്ര ഘോഷും അവരിൽ ആകൃഷ്ടരായത്. ഗിരീഷ് ചന്ദ്ര ഘോഷിന്റെ 'ചൈതന്യ ലീല'യിലെ ചൈതന്യയായി അവർ ചരിത്രം സൃഷ്ടിച്ചു. ഘോഷിന്റെയും ബിനോദിനി ദാഷിയുടെയും ജീവിത ലക്ഷ്യമായിരുന്നു സ്റ്റാർ തിയറ്റർ. പണമില്ലാതെ പണി മുടങ്ങുമെന്നായപ്പോൾ മഹാനായ നാടകാചാര്യൻ ദേവദാസിയായ അഭിനേത്രിയെ വ്യഭിചാരത്തിനു നിർബന്ധിച്ചു. നാടകക്കമ്പനി പൂർത്തിയാകുമ്പോൾ അതിനു ബിനോദിനിയുടെ പേരു നൽകാമെന്നതായിരുന്നു ഘോഷിന്റെ പ്രലോഭനം. സീതയായും ദ്രൗപദിയായും രാധയായും സാവിത്രിയായും അരങ്ങിൽ പുനർജ്ജനിക്കാൻ ബിനോദിനി വ്യഭിചാരിണിയായി. പക്ഷേ, പണി പൂർത്തിയായപ്പോൾ ഘോഷ് കാലുമാറി. കമ്പനിക്ക് സ്റ്റാർ തിയറ്റർ എന്നു പേരിട്ടു. അതറിഞ്ഞതും ബിനോദിനി ദാഷി അഭിനയം അവസാനിപ്പിച്ചു.

സഞ്ജീവ് കുമാർ മിത്ര എന്നെ വീണ്ടും ചേർത്തു പിടിച്ചപ്പോൾ അയാളുടെ കയ്യിൽ നിന്നു ഹിൽസയുടെ ഇരുപത്തിനാലു മണിക്കൂർ ആയുസ്സുള്ള ഗന്ധം വമിച്ചു. നദിയിലേക്കും സമുദ്രത്തിലേക്കും നീഹാരികയും ബിനോദിനിയും നടത്തിയ യാത്രകൾ ഒന്നുതന്നെയായിരുന്നു എന്നു ഞാൻ സങ്കടത്തോടെ കണ്ടെത്തി. സാക്ഷാൽക്കാരത്തിന്റെ ശുദ്ധജലം രണ്ടു പേർക്കും രണ്ടായിരുന്നു എന്നു മാത്രം. പിതാമഹന്റേതായി ഞങ്ങളുടെ വീട്ടിൽ അവശേഷിച്ചിട്ടുള്ളത് ഭോജോരിമന്നയിൽ തൂക്കിയിട്ട അതേ ചിത്രത്തിന്റെ പാറ്റയും പുഴുവും തിന്ന ഒരു ചുരുളായിരുന്നു. ഇടതു കാൽ വലതു കാൽ മുട്ടിൽ കുറുകെ വച്ച പുരുഷ വേഷം ധരിച്ച സ്ത്രീയുടെ ചിത്രം. ഞാൻ കയ്യിലിരുന്ന ദുർഗാപ്രതിമയിലേക്കു നോക്കി. വായ പിളർന്ന സിംഹത്തിനുമേൽ എട്ടു കൈകളിലും ആയുധങ്ങളുമായി ഇടതു കാൽ വലതുകാൽ മുട്ടിൽ കയറ്റി വച്ച പ്രതിമ. പൊടിഞ്ഞു തീരുന്ന ചിത്രങ്ങൾ, ഉള്ളിൽ വൈക്കോലും കറുത്ത ചെളിയുമുള്ള പ്രതിമകൾ.

ഇരുപത്തിയാറ്

"ഈ ലോകത്ത് പാവപ്പെട്ടവന്റെ സത്യസന്ധതയ്ക്ക് ഒരു വിലയുമില്ല. അതു തൂക്കിക്കൊടുത്താൽ അരിയും മീനും കിട്ടുകയില്ല...."

കട്ടിലിൽനിന്ന് എഴുന്നേറ്റു കൊണ്ട് അച്ഛൻ പറഞ്ഞു. അത് ഒരു നല്ല ഡയലോഗായിരുന്നു. അച്ഛന്റെ മുഖത്ത് വെല്ലുവിളിയും ഭീഷണിയും നിഴലിച്ചു. അച്ഛൻ അടുത്തു വന്നപ്പോൾ ഭീതിയോടെ ഞാൻ ഭിത്തിയിലേക്കു ചേർന്നു. ഹാങ് വുമൺസ് ഡയറിയിൽ സഞ്ജീവ് കുമാറിന്റെ ചോദ്യത്തിനു മറ്റൊരു മറുപടിയും പറയാൻ സാധിച്ചില്ലെന്ന് അച്ഛനോടു വിശദീകരിക്കാൻ ഞാൻ ആഗ്രഹിച്ചു.

"ഈ വീട്ടിൽ ഞാൻ തീരുമാനിക്കുന്നതേ നടക്കുകയുള്ളൂ, ഛോട്ദീ..."

അച്ഛൻ സ്വയംനിയന്ത്രിക്കാൻ പാടുപെട്ടു.

"ഗവൺമെന്റിനോടു ഞാൻ ചില കാര്യങ്ങൾ ആവശ്യപ്പെട്ടിട്ടുണ്ട്. അതു സാധിച്ചു തന്നില്ലെങ്കിൽ എനിക്കു കടുത്ത തീരുമാനങ്ങളെടുക്കേണ്ടി വരും. അത് എന്തായാലും നീ അനുസരിച്ചേ തീരൂ..."

"പക്ഷേ അതു ശരിയല്ലല്ലോ ബാബാ..."

ഞാൻ പണിപ്പെട്ടു വാക്കുകൾ പുറത്തെടുത്തു.

"ശരിതെറ്റുകൾ എനിക്കാണ് അറിയാവുന്നത്. അതു മനസ്സിലാക്കി ഞാൻ പറയുന്നത് അനുസരിച്ചു മുന്നോട്ടു പോയാൽ എല്ലാവർക്കും നല്ലത്..."

"അവസാന നിമിഷം കൂടുതൽ പണം ആവശ്യപ്പെടുന്നത് ആരാച്ചാരുടെ തൊഴിലിന്റെ അന്തസ്സ് നഷ്ടപ്പെടുത്തും..."

"ഛീ...! വായടയ്ക്കെടീ... !"

അച്ഛൻ എന്റെ നേരെ കയ്യോങ്ങി. നാനൂറ്റി അമ്പത്തൊന്നു പേരുടെ ജീവനെടുത്ത വലിയ പരന്ന കൈപ്പത്തി ഞാൻ കൺമുമ്പിൽ കണ്ടു. ബാബാ, ഞാൻ മുഴുവൻ ലോകത്തിനും മുമ്പിൽ ഭാരതീയ സ്ത്രീത്വത്തിന്റെ സ്വാഭിമാനത്തിന്റെ പ്രതീകമാണ് എന്ന് ആക്രോശിക്കുവാൻ ഞാൻ ആഗ്രഹിച്ചു. അച്ഛൻ സ്വയം നിയന്ത്രിച്ച് കൈ പിൻവലിച്ച് ഒരു നടന്റെ ചലനസൂക്ഷ്മതയോടെ രണ്ടു ചാൽ നടന്നു.

"ഞാൻ നിന്നോട് ആവശ്യപ്പെട്ട കാര്യമെന്തായി? ഇനിമേൽ ചാനലിൽ ചെല്ലുകയില്ലെന്ന് നീ അവരോടു പറഞ്ഞോ? കൃത്യം നടക്കാൻ ഇനി മൂന്നു ദിവസമേയുള്ളൂ. ഈ ദിവസങ്ങൾ കഴിഞ്ഞാൽ പിന്നെ നിനക്ക് യാതൊരു വിലയുമുണ്ടാകുകയില്ല. അതോർമ വേണം. അതുകൊണ്ട് ഈ മൂന്നു ദിവസങ്ങൾ കൊണ്ടു കഴിയുന്നത്ര സമ്പാദിച്ചേ തീരൂ..."

അദ്ദേഹം എന്നെ രൂക്ഷമായി നോക്കി.

BM12

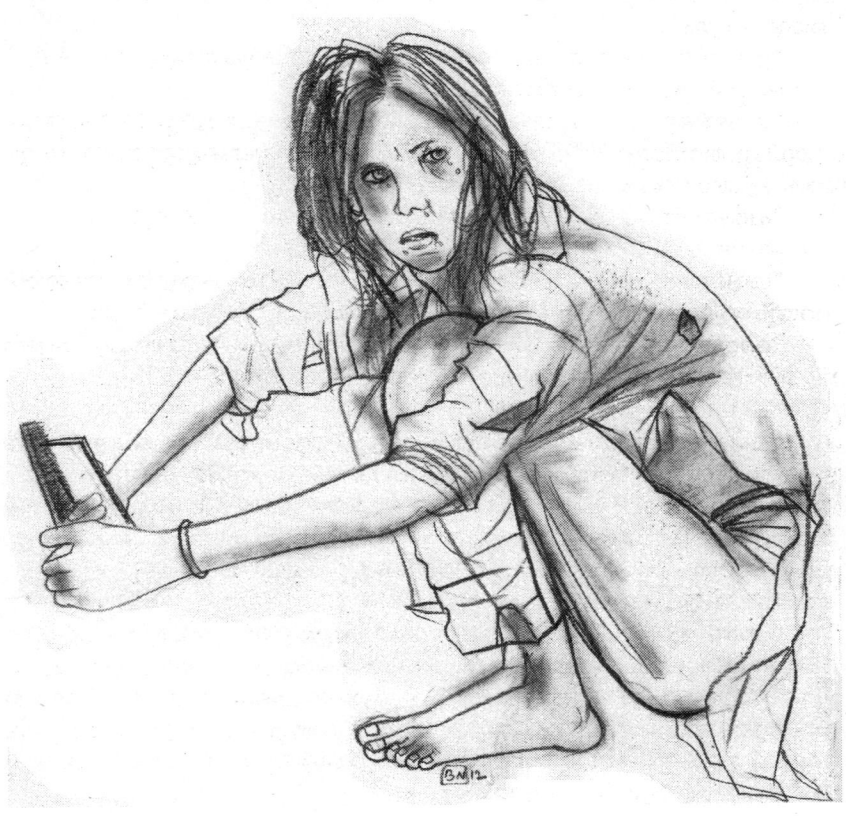

"ഷോട്ദീ, ചെറുപ്പത്തിന്റെ രക്തത്തിളപ്പിൽ നിനക്കു പലതും തോന്നും. പക്ഷേ ജീവിതം ഒരുപാടു കണ്ടിട്ടുണ്ട്, നിന്റെ ബാബാ. അതുകൊണ്ട് ഈ വയസ്സന്റെ വാക്കുകൾ ശ്രദ്ധിക്ക്. ലോകത്ത് പാവപ്പെട്ടവന്റെ സത്യസന്ധത യ്ക്ക് വലിയ വിലയൊന്നുമില്ല. സത്യേന്ദ്രനാഥ പിതാമഹന്റെ കഥ നിനക്ക് അറിഞ്ഞുകൂടാ, അല്ലേ? ചെല്ല്, ചെന്ന് നിന്റെ ഥാക്കുമായോടു ചോദിക്ക്..."

ഞാൻ മറുപടി പറയാതെ തല കുനിച്ചു നിന്നു.

"ങ്ഹും! നാട്ടുകാരുടെ മുമ്പിൽ ഞാനാരായി? ഷിബ്ദേബ് ബാബു എന്നോടു ചോദിച്ചു, ഗൃദ്ധാദാ, നിങ്ങളുടെ മോൾ നിങ്ങളുടെ കാലുവാരി യല്ലോ എന്ന്... ഞാൻ ഭൂമി പിളർന്നു താഴേക്കു പോകാൻ ആഗ്രഹിച്ചു, അറി യാമോ?"

"ബാബാ, പിന്നെ ഞാനെന്തായിരുന്നു പറയേണ്ടിയിരുന്നത്?"

ഞാൻ സങ്കടത്തോടെ ചോദിച്ചു. അച്ഛൻ എന്നെ ക്രോധത്തോടെ നോക്കി.

"ക്യാമറയ്ക്കു മുമ്പിലിരുന്നു പറയേണ്ടത് നിന്റെ മനസ്സിലുള്ള രഹസ്യങ്ങ ളല്ല. എന്താണോ പറയപ്പെടേണ്ടത് അതു മാത്രമാണ്... അതായത് പൊളിറ്റി ക്കലി കറക്ട് കാര്യങ്ങൾ..അതുകൊണ്ട്, ചേതൂ, നീ ഇനി ഈ വീട്ടിൽനിന്ന് ഞാൻ പറയാതെ പുറത്തിറങ്ങുകയോ ആരോടെങ്കിലും സംസാരിക്കുകയോ ചെയ്യരുത്...."

അച്ഛൻ ശബ്ദമുയർത്തി.

"അതു നമ്മുടെ കരാറിന് എതിരാണു ബാബാ..."

ഇത്തവണ എന്റെ ചെകിട്ടിൽ പടക്കം പൊട്ടി.

"ശബ്ദിക്കരുത്... !"

അച്ഛൻ ഗർജ്ജിച്ചു. ഞാൻ കവിൾ തടവി എന്റെ മുറിയിലേക്കു കടന്ന പ്പോൾ കണ്ണുനീർ ഉണങ്ങിയ കണ്ണുകളുമായി മാ പിന്നാലെ വന്നു.

"എങ്ങനെയെങ്കിലും ആ ചെക്കനെ പറഞ്ഞു സമ്മതിപ്പിച്ചു വിവാഹം നടത്തി ഇവിടെനിന്നു രക്ഷപ്പെടാൻ നോക്ക്... ഇല്ലെങ്കിൽ പാരമ്പര്യവും പഴയ പുരാണവും പറഞ്ഞ് ഈ മോനും തള്ളയും കൂടി നിന്റെ ജീവിതവും നശി പ്പിക്കും..."

മാ പറഞ്ഞു. അതു കേട്ടു ഥാക്കുമാ പിടഞ്ഞുണർന്നു.

"ഹതു ശരി... നീയാണല്ലേ അവളുടെ കൊച്ചു മനസ്സിൽ വിഷം നിറച്ചു കൊടുക്കുന്നത്?"

"അവൾ കൊച്ചൊന്നുമല്ല... വിവാഹപ്രായം എന്നേ കഴിഞ്ഞു..."

"അതു തള്ളമാരാണ് ഓർക്കേണ്ടത്. അല്ല, ഇപ്പോൾ സമയമെത്രയായി? ഈ നേരത്താണോ ഒരു കുടുംബത്തിൽ പെണ്ണു വന്നു കയറേണ്ടത്?"

"അവൾ അവളുടെ ജോലിക്കു പോയതല്ലേ?"

"അവളുടെ ജോലി ഏഴരയ്ക്കു കഴിഞ്ഞു... അത്രയൊക്കെ മനസ്സിലാ ക്കാനുള്ള ബുദ്ധി ഈ കെളവിക്കുണ്ട്..."

ഥാക്കുമാ മുടി കൊഴിഞ്ഞു മൊട്ടയായിത്തീർന്ന തലയിലേക്ക് കീറലുള്ള സാരിത്തലപ്പു വലിച്ചിട്ടു കൊണ്ട് എഴുന്നേറ്റു.

“ഷോട്ദീ, നിന്നോട് ഞാൻ വീണ്ടും പറയുന്നു... നമ്മുടെ കുടുംബപാരമ്പര്യം നശിപ്പിക്കുന്ന ഒരു ബന്ധത്തിനും നീ തയാറാകരുത്... അതു ബുദ്ധിമോശമാണ്...”

രാത്രി, ഞാൻ പുകയുന്ന ശിരസ്സോടെ ഠാക്കുമായുടെ കട്ടിൽക്കീഴിൽ നിന്ന് കിടക്ക വലിച്ചെടുത്ത് നിലത്തു വിരിച്ചു. കീറിപ്പറിഞ്ഞ പുതപ്പുകൊണ്ടു സ്വയം മൂടി തിരിഞ്ഞും മറിഞ്ഞും കിടക്കുമ്പോൾ ഉറക്കം വന്നില്ല. കണ്ണടയ്ക്കുമ്പോൾ വല്ലാത്തൊരു തിളക്കം കണ്ണുകൾക്കുള്ളിൽ നിറഞ്ഞു. എന്റെ ചുറ്റുമുള്ള കരിയടിച്ചതും കൈവിരൽപ്പാടുകൾ പറ്റി മുഷിഞ്ഞു പോയതുമായ ഭിത്തികളും കറുത്ത മാറാലകൾ തൂങ്ങിക്കിടക്കുന്ന ആസ്ബസ്റ്റോസ് മേൽക്കൂരയും തകർത്തെറിഞ്ഞ്, എല്ലാം പുതുതായി നിർമിച്ചെടുക്കാൻ കൈകൾ തരിച്ചു. ഹൃദയമാകട്ടെ, തമ്മിൽ വേർപെട്ടു കഴിയുമ്പോൾ മാത്രം അനുഭവപ്പെടുന്നതുപോലെ സഞ്ജീവ് കുമാർ മിത്രയെ ഓർത്ത് സ്നേഹത്തിനും സംശയത്തിനുമിടയിൽ ഊഞ്ഞാലാടി. ഒന്നു കണ്ണടച്ച നേരത്താണ് ‘ഇടത്തോട്ടു പാസ് ചെയ്യു, ദാദാ’ എന്നു രാമുദാ വിളിച്ചു കൂവിയത്. രാമുദായുടെ ശരീരം ഒരു പന്തുപോലെ വളഞ്ഞ് വീതികുറഞ്ഞ കട്ടിലിൽനിന്ന് ഉരുണ്ടു വീഴാനാഞ്ഞതു കണ്ടു ഞാൻ ചാടിയെഴുന്നേറ്റ് അദ്ദേഹത്തെ താങ്ങി. എന്തു പറ്റി എന്നു ചോദിച്ചപ്പോൾ രാമുദാ തലയിട്ടുരുട്ടി ഇടത്തും വലത്തും നോക്കി.

“എവിടെ കൃഷാണുദാ ?”

രാമുദാ ചോദിച്ചു. എനിക്ക് തളർച്ച അനുഭവപ്പെട്ടു. ഒരു വർഷം മുമ്പ് കൊൽക്കൊത്ത ഹോസ്പിറ്റലിൽ വച്ച് കൃഷാണുദേ മരണമടഞ്ഞെന്ന വാർത്ത കേട്ടു രാമുദാ കണ്ണുകളിറുക്കിയടച്ച് തേങ്ങിക്കരഞ്ഞപ്പോൾ ഞാനും ഒപ്പം കരഞ്ഞിരുന്നു. എൺപത്തിയാറിൽ മലേഷ്യയിൽ വച്ച് കൃഷാണുദേ നേടിയ ഹാട്രിക്കിന്റെ പേരിൽ എത്രയോ മിഠായികൾ ഞാൻ രാമുദായുടെ കയ്യിൽനിന്ന് ഈടാക്കി. കണ്ടതു സ്വപ്നം മാത്രമായിരുന്നെന്നു ബോധ്യമായപ്പോൾ രാമുദായുടെ മുഖം ചുളുങ്ങി. അദ്ദേഹം തിരിഞ്ഞു കിടന്ന് ഉറങ്ങിയെങ്കിലും എന്റെ ഉറക്കം അതോടെ മുറിഞ്ഞു. മൈദാനിൽ മഴയിൽ കുഴഞ്ഞ ചെളിയിലൂടെ താൻ കൃഷാണു ദേയ്ക്കും ശൈലേഷ് ബോസിനുമൊപ്പം പന്തിനു പിന്നാലെ ഓടുന്നതായിരുന്നു സ്വപ്നമെന്ന് രാമുദാ പിറ്റേന്നു വെളിപ്പെടുത്തി. അതു വിവരിച്ചപ്പോൾ അദ്ദേഹം ആഹ്ലാദത്തോടെ ചിരിച്ചു. ആ ചിരി കണ്ടു നിൽക്കാൻ ശക്തിയില്ലാതെ ഞാൻ പുറത്തിറങ്ങുമ്പോൾ ഛാത്താളിൽ എല്ലാം കേട്ടു കൊണ്ട് സിഗററ്റ് പുക ഊതി അച്ഛൻ നിൽപ്പുണ്ടായിരുന്നു. അച്ഛൻ നിർവികാരതയോടെ എന്നെ നോക്കി.

“അവനു പോകാറായെന്നു തോന്നുന്നു...”

മരണലക്ഷണങ്ങളിലൊന്ന് മരിച്ചു പോയവരെ സ്ഥിരമായി സ്വപ്നം കാണുകയാണെന്ന ശാസ്ത്രമാണ് അച്ഛൻ ഉദ്ദേശിച്ചത്. പക്ഷേ, ശവവണ്ടികളുടെയും വിലാപയാത്രകളുടെയും ആരവത്തിൽ മുങ്ങി നിൽക്കുന്ന ഈ വീട്ടിനുള്ളിലെ ഇടുങ്ങിയ ആസ്ബസ്റ്റോസ് മുറിക്കുള്ളിൽനിന്നു രാമുദാ ഒരു സ്വപ്നം പോലെ മാഞ്ഞു പോകുന്ന അവസ്ഥ എന്നെ കിടിലം കൊള്ളിച്ചു. എന്റെ വേവലാതി കണ്ട് അച്ഛൻ ചിരിച്ചു.

"പുല്ലിനും പുഴുവിനും വരെ മരണമുണ്ട്... ജനിക്കുന്ന നിമിഷം ഓരോരുത്തരുടെയും മരണം നിശ്ചയിക്കപ്പെട്ടിരിക്കുന്നു. ആരാച്ചാരായി ജോലി ചെയ്യുമ്പോൾ ആദ്യം മനസ്സിലുറപ്പിക്കേണ്ടത് അതാണ്. കൈവിറയ്ക്കാതെ ജോലി ചെയ്യാൻ അതേയുള്ളൂ പോംവഴി..."

അച്ഛൻ സിഗററ്റ് ഒന്നു കൂടി ആഞ്ഞു വലിച്ചു.

"ജനിച്ചതുമുതൽ ഒരുപാടു മരണങ്ങൾ കണ്ടിട്ടുള്ള ഒരുത്തനാണു ഞാൻ... മരണത്തിന്റെ അർഥമറിഞ്ഞതിനു ശേഷം ഞാൻ ആദ്യം യാത്രയാക്കിയത് എന്റെ ദാദായെയാണ്... ദാദാ രക്തം ഛർദ്ദിച്ചാണു മരിച്ചത്... രാമുവിനേക്കാൾ ദയനീയമായിരുന്നു അദ്ദേഹത്തിന്റെ അവസ്ഥ. എന്റെ ബാബാനിന്റെ ദാദു – കരളുറപ്പോടെ പറഞ്ഞു, അവൻ മരിച്ചു കഴിഞ്ഞു. ഇനി അവനെ സ്നേഹിക്കരുത്...! നീയും അത് മനസ്സിൽ വയ്ക്കണം. മരിച്ചു കഴിഞ്ഞെന്നുറപ്പായാൽ പിന്നീട് അവരെ സ്നേഹിക്കരുത്. മരിച്ചവരെ സ്നേഹിക്കുന്നത് ജീവനുള്ളവരുടെ ചൈതന്യം നശിപ്പിക്കും..."

ഞാൻ ഭീതിയോടെ അച്ഛനെ നോക്കി. ഥാക്കുമായുടെ ദീദിയിൽ പിറന്ന ശശിഭൂഷൺ ജേട്ടുവിന്റെ മരണമായിരുന്നു അച്ഛൻ സൂചിപ്പിച്ചത്. രാമുദായെപ്പോലെ, ശശിജേട്ടുവും ഫുട്ബോൾ ഭ്രാന്തനായിരുന്നു. ഇന്ത്യക്കാർക്ക് മൽസരിക്കാൻ കൂച്ച് ബിഹാർ കപ്പും ട്രെയ്ഡ്സ് കപ്പും മാത്രമുണ്ടായിരുന്ന കാലത്ത്, മോഹൻബഗാൻ ഫുട്ബോൾ ക്ലബ് 1911–ലെ ഐ.എഫ്.എ. ഷീൽഡ് നേടിയതിന്റെ ആവേശം കൊൽക്കൊത്തയെ ഇളക്കി മറിച്ചപ്പോൾ വഴിയരികിലെ ഒഴിഞ്ഞ സ്ഥലങ്ങളിലൊക്കെ കാൽപ്പന്തു തട്ടി നടന്ന വലിയച്ഛനെ കൊമാർതുളി ക്ലബ് അവരുടെ കൂടെക്കളിക്കാനെടുത്തെന്നാണു കഥ. പിന്നീട് അദ്ദേഹം സുരേഷ് ചന്ദ്ര ചൗധരിയുടെ കണ്ണിൽപ്പെട്ടു. ജൊരാബഗാൻ ക്ലബിന്റെ വൈസ് പ്രസിഡന്റായിരുന്നു സുരേഷ് ചന്ദ്ര ചൗധരി. 1920 ജൂലൈ ഇരുപത്തിയെട്ടിനു നടന്ന കൂച്ച് ബിഹാർ കപ്പ് മൽസരത്തിൽ മോഹൻബഗാനെതിരെ കളിക്കാനിറങ്ങിയ ജൊരാബഗാൻ ക്ലബിന്റെ ടീമിൽ അങ്ങനെ ജേട്ടുവും ഉൾപ്പെട്ടു. പക്ഷേ അന്ന് ഒരു കശപിശയുണ്ടായി. ടീമിലെ ഏറ്റവും നല്ല കളിക്കാരനായ ഹാഫ് ബാക്ക് ശൈലേഷ് ബോസിനെ ഇറക്കാതെ ജൊരാബഗാൻ കളിക്കാനിറങ്ങി. ബോസിനെ ഉൾപ്പെടുത്താൻ സുരേഷ് ചന്ദ്ര ചൗധരി കരഞ്ഞു യാചിച്ചു. ക്യാപ്ടൻ അനുസരിച്ചില്ല. ക്ഷുഭിതനായ ചൗധരി കളി കാണാൻ നിൽക്കാതെ ഇറങ്ങിപ്പോയി. അന്നു വൈകുന്നേരം തന്നെ അദ്ദേഹം പുതിയൊരു ഫുട്ബോൾ ക്ലബ് രൂപീകരിച്ചു. കൃത്യം നാലാം ദിവസം രാജാമൻമഥനാഥ് ചൗധരിയും ശൈലേഷ് ബോസും രമേഷ് ചന്ദ്ര സെന്നും അരൊബിന്ദോ ഘോഷും ചേർന്നു പുതിയ ഫുട്ബോൾ ക്ലബ് ഉണ്ടാക്കി അതിന് ഈസ്റ്റ് ബംഗാൾ ക്ലബ് എന്നു പേരിട്ടു. ആ മാസം തന്നെ അവർ ഹെർക്കുലീസ് കപ്പ് പുഷ്പം പോലെ ജയിച്ചു. അന്നു ജേട്ടുവും കളിക്കാനിറങ്ങിയിരുന്നു. മകൻ കുലത്തൊഴിലിൽ നിന്നു വഴുതിപ്പോകുന്നതിൽ വേവലാതിപ്പെട്ടിരുന്ന ദാദു പോലും ജേട്ടുവിന്റെ വിജയത്തിൽ ഉള്ളു നിറഞ്ഞ് ആഹ്ലാദിച്ചു.

"പുതിയ ക്ലബിന് മൈതാനം തപ്പി നടന്നതിന്റെ കഥകളൊക്കെ ശശിദാ വീട്ടിലിരുന്നു പറയുന്നത് എനിക്കിപ്പഴും ഓർമയുണ്ട്... മൈദാനിൽ കളിക്കാൻ

അവകാശം മോഹൻബഗാനും ബെഹാലയിലുള്ള വേറൊരു ക്ലബിനുമായിരുന്നു. പക്ഷേ ആ ക്ലബ് ഇല്ലാതായിക്കഴിഞ്ഞതുകൊണ്ടു മൈദാൻ മുഴുവൻ മോഹൻ ബഗാൻ കയ്യടക്കി കളിക്കുകയായിരുന്നു. ചൗധരിദാ വിടുമോ? മൈദാനിൽ കുറച്ചു സ്ഥലം വേണമെന്നു പറഞ്ഞ് അവർ ബഹളമുണ്ടാക്കി. മോഹൻബഗാൻ എതിർത്തു. നടന്നില്ല. അവസാനം രണ്ടു വർഷം കഴിഞ്ഞ് മൈദാനിൽ ഈസ്റ്റ് ബംഗാളിനും ഇടം കിട്ടി. അന്നൊക്കെ ഗോൾ പോസ്റ്റുകൾ കിഴക്കു പടിഞ്ഞാറായിട്ടാണ് വച്ചിരുന്നത്. ഈസ്റ്റ് ബംഗാളിന് കിട്ടിയ ഇടം അന്നത്തെ റെഡ് റോഡിന് നേരെയുള്ള പകുതിയായിരുന്നു...ശശിദായുടെ അന്നത്തെ ഒരു സന്തോഷം! ഹോ, എന്തൊക്കെ സ്വപ്നങ്ങളായിരുന്നു ദാദായ്ക്ക്! എവിടെയെത്തേണ്ടതായിരുന്നു, ദാദാ... !"

അച്ഛൻ സിഗററ്റ് വലിച്ചെറിഞ്ഞു കൃത്രിമമായി ദീർഘനിശ്വാസം വിട്ടു. ഞാൻ അടുക്കളയിലേക്കു പോയി എന്തിനെന്നില്ലാതെ പാത്രങ്ങളുടെ അടപ്പുകൾ തുറക്കുകയും അടയ്ക്കുകയും ചെയ്തു. കുറച്ചു കഴിഞ്ഞു രാമുദായുടെ അടുത്തു തിരിച്ചു ചെന്നു. വിളറിയ മുഖത്തോടെ കണ്ണുകളടച്ചു കിടക്കുകയായിരുന്നു രാമുദാ. വർഷങ്ങളായി വീടിനകത്തു കഴിയുന്നതിനാൽ അദ്ദേഹത്തിന്റെ മുഖം വെള്ളക്കാരുടേതു പോലെയായി. ശരീരം മൂടിയ പുതപ്പിനുള്ളിൽ കുറ്റികൾ പോലെ തുടകൾ ശോഷിച്ചു തൂങ്ങി. കുറച്ചു മുമ്പുവരെ അദ്ദേഹത്തെ എടുത്തു കൊണ്ടു പോകാൻ മായ്ക്ക് സഹായം അത്യാവശ്യമായിരുന്നു. പക്ഷേ, വന്നു വന്ന് മായ്ക്ക് ഒറ്റയ്ക്കു തൂക്കിയെടുക്കാവുന്ന വിധം അദ്ദേഹം ശോഷിച്ചു. ഒരുകാലത്ത് വെളുത്തു തുടുത്ത് രക്തപ്രസാദം നിറഞ്ഞ സുന്ദരമായ മുഖത്ത് ഇപ്പോൾ വലിയ തവിട്ടു കൃഷ്ണമണികൾ മാത്രം ചെറിയ പന്തുകൾ പോലെ മുഴച്ചു നിന്നു. ഏതോ മൽസരത്തിൽ പങ്കെടുക്കാൻ പരിശീലനം നടത്തുന്നതിനിടയിലാണ് ജേട്ടുവിന് ചുമ പിടിച്ചത്. വർഷങ്ങളോളം അദ്ദേഹം ചികിൽസയിൽ കഴിഞ്ഞു. ക്ഷയമാണെന്നു തീർച്ചയായപ്പോൾ അദ്ദേഹത്തെ വാരണാസിയിലേക്കു കൊണ്ടുപോയി ഉപേക്ഷിച്ചു. പുല്ലുമേഞ്ഞ ഒരു കാളവണ്ടിയിൽ അദ്ദേഹത്തെ അവിടേക്കു കൊണ്ടുപോയത് ദാദുവും അദ്ദേഹത്തിന്റെ ഇളയച്ഛൻ ദേവിചരൺ ഗൃദ്ധാമല്ലിക്കും അന്ന് പത്തു പന്ത്രണ്ടു വയസ്സു വയസ്സുമാത്രം പ്രായമുണ്ടായിരുന്ന അച്ഛനും ചേർന്നായിരുന്നു.

ഉച്ചയ്ക്ക് അച്ഛൻ ഉറങ്ങാൻ കിടന്നു. ഞാൻ ആരും കാണാതെ ചാനൽ സ്റ്റുഡിയോയിലേക്കു പോകാൻ ധൃതിയിൽ ഒരുങ്ങി. രാമുദാ എന്നെ സംശയത്തോടെ നോക്കി.

"സ്പോർട്സ് ചാനൽ സമരം എന്നു തീരുമെന്ന് വല്ല പിടിയുമുണ്ടോ?"

അദ്ദേഹത്തിന്റെ ശബ്ദം തളർന്നിരുന്നു.

"ചർച്ച നടക്കുന്നുണ്ട്, രാമുദാ..."

ഞാൻ മുടി കെട്ടിവയ്ക്കുമ്പോൾ അക്ഷമയോടെ അറിയിച്ചു.

"നിന്റെ മുഖത്ത് ഒരു തിളക്കമുണ്ടല്ലോ..."

രാമുദായുടെ ശബ്ദം പതിഞ്ഞതായിരുന്നു. ഞാൻ ചിരിക്കാൻ ശ്രമിച്ചു.

"സൂക്ഷിക്കണം... അടുത്തവർ അകലുമ്പോഴും അകന്നവർ അടുക്കുമ്പോഴും—ഒരുപാടു സൂക്ഷിക്കണം..."

രാമുദാ മന്ദഹസിച്ചു. കൂനിക്കൂനി പുറത്തുനിന്നു കടന്നു വന്ന ഥാക്കു മായുടെ കുഴിഞ്ഞ കണ്ണുകളും എന്നെ അവിശ്വാസത്തോടെ നോക്കി.

"എന്താ സൂക്ഷിക്കേണ്ടത്?"

ഥാക്കുമാ കട്ടിലിൽ ഇരുന്നു കൊണ്ട് അന്വേഷിച്ചു.

"അവളുടെ വിവാഹമല്ലേ ഥാക്കുമാ?"

"ഞാൻ വിചാരിച്ചു, എന്റെ സ്വർണനാണയമാണെന്ന്..."

ഞാൻ ഒന്നു പരുങ്ങിയെങ്കിലും മറുപടി പറഞ്ഞില്ല.

"അയാളെ എനിക്കു വിശ്വാസമില്ല. അയാൾ ഒരിക്കലും ഇവളെ സ്നേ ഹിക്കുകയില്ല. അയാളുടെ മുഖത്തോ ശബ്ദത്തിലോ ഞാൻ സ്നേഹമോ പ്രണയമോ കണ്ടിട്ടേയില്ല..."

രാമുദാ തണുത്ത ശബ്ദത്തിൽ കുറ്റപ്പെടുത്തി

"എനിക്കും ഈ വിവാഹത്തോടു യോജിപ്പില്ല..."

ഥാക്കുമാ കട്ടിലിൽ ഇരുന്ന് ഞങ്ങളെ മാറി മാറി നോക്കി.

"ചേതൂ, നീ ആരാച്ചാരുടെ മകളാണ്. നിന്റെ ദാദുവും അദ്ദേഹത്തിന്റെ ബാബയും അദ്ദേഹത്തിന്റെ ബാബയും അങ്ങനെ തലമുറകൾ പിന്നിലേക്ക് എല്ലാവരും ആരാച്ചാർമാരായിരുന്നു. നിന്നെ വിവാഹം കഴിക്കേണ്ടത് ആരാ ച്ചാർ കുടുംബത്തിൽനിന്ന് ഒരാൾ തന്നെയാണ്..നമ്മുടെ താവഴിയിലില്ലെങ്കിൽ മറ്റേതെങ്കിലും നാട്ടിൽനിന്ന് ഒരാൾ. ആണിന്റെ ബലം അവന്റെ ധൈര്യമാണ്. അതില്ലാത്തവനെ വിവാഹം കഴിക്കുന്നതിനേക്കാൾ നല്ലത് ശരീരം വിൽക്കു ന്നതാണ്..."

ഥാക്കുമായുടെ ശബ്ദത്തിൽ മൂർച്ച നിറഞ്ഞു.

"ഓ, ആളെക്കൊല്ലുന്ന ജോലിയല്ലേ ഥാക്കുമാ?"

ഞാൻ പതർച്ചയോടെ ചിരിക്കാൻ ശ്രമിച്ചു.

"ഛീ! നാവടക്ക്! ആരാച്ചാർ ആളെക്കൊല്ലുകയല്ല, നീതി നടപ്പാക്കുക യാണ്... നീതിയില്ലെങ്കിൽ രാജാവുമില്ല, സർക്കാരുമില്ല, എന്തിന് ഈ ഭൂമി യിൽ പിന്നൊന്നുമില്ല..."

"ലോകത്ത് പലതരം നീതിയുണ്ട്, ഥാക്കുമാ... അതിൽ ആരുടെ നീതി യാണ് നമ്മൾ നടപ്പാക്കുന്നത്?"

ഞാൻ മുടി പിന്നിയത് ഒന്നുകൂടി നേരെയാക്കി ദുപ്പട്ട കൊണ്ടു മാറിടം മൂടി. ഥാക്കുമാ എന്നെ രോഷത്തോടെ നോക്കി.

"ജനങ്ങളുടെ നീതി!"

ഥാക്കുമാ ക്ഷോഭത്തോടെ പറഞ്ഞു.

"ഛോട്ദീ, സ്വന്തം ജോലിയെക്കുറിച്ചും കുലത്തെക്കുറിച്ചും സ്വാഭിമാ നം വേണം, ഓരോ മനുഷ്യനും. ആണായാലും പെണ്ണായാലും. അതില്ലാത്ത വർക്ക് ഒരിക്കലും ആത്മബലം ഉണ്ടാകുകയില്ല. ഓർമ വച്ചോ... !"

ഥാക്കുമാ ഒന്നു ദീർഘമായി നിശ്വസിച്ചു.

"എനിക്കു നൂറു വയസ്സു കഴിഞ്ഞിട്ടു കുറേക്കാലമായി.ഇതിനകം, പട്ടി ണിയും പേടിയും സങ്കടവും മക്കളുടെ മരണവും സഹോദരങ്ങളുടെ മര ണവും ഭർത്താവിന്റെ മരണവും ഒക്കെക്കണ്ടു. പക്ഷേ ഇപ്പഴും എനിക്കു ജീവി ക്കാൻ ഒരു വിഷമവും തോന്നുന്നില്ല. കാരണം എന്റെ കുടുംബം ഈ

ഭാരതദേശത്തേക്കാൾ പഴക്കമുള്ളതാണെന്ന് എനിക്ക് ഓർമയുണ്ട്. ഈ പടുകിളവി കൂടി ഉൾപ്പെട്ടതാണ് ഈ രാജ്യത്തിന്റെ ചരിത്രം. ഒരു വൈരമോതിരത്തിനോ രണ്ടു സ്വർണവളകൾക്കോ വിൽക്കാനുള്ളതല്ല നിന്റെ നിയോഗം, ചേതൂദീ...”

ഥാക്കുമായുടെ ശബ്ദം ഉയർന്നു. അച്ഛൻ ഉണരുമോ എന്നു ഞാൻ ഭയപ്പെട്ടു. ഞാനും ഞങ്ങളുടെ പരമ്പര രണ്ടായിരത്തിലേറെ വർഷം മുമ്പേ ആരംഭിച്ച സുദീർഘ നാടകത്തിലെ കഥാപാത്രമായി. മറ്റാരോ ആയിത്തീരാനുള്ള വ്യഗ്രത ചില ജീവികൾക്ക് എത്രയോ ആയിരം കാതങ്ങൾ ഒഴുക്കിനെതിരെ നീന്താൻ ശക്തി നൽകാതിരിക്കുകയില്ല.

ഇരുപത്തിയേഴ്

തൂക്കിക്കൊലയ്ക്കു മുമ്പു പുള്ളിയുടെ കൈകൾ പിന്നിൽ ബന്ധിക്കുന്ന രീതിയാണ് ഞങ്ങളുടെ പിതാമഹൻമാരിലേറെപ്പേരും സ്വീകരിച്ചത്. ഇടയ്ക്കൊക്കെ കാലാ ഗൃദ്ധാ മല്ലിക് പിതാമഹനെപ്പോലെ ചിലർ ഇത്തരം കാര്യങ്ങളിൽ ചില പരീക്ഷണങ്ങൾക്കു തുനിഞ്ഞിട്ടില്ലെന്നല്ല. കാലാ പിതാമഹൻ ചിലപ്പോൾ പുള്ളികളുടെ കൈകാലുകൾ ബന്ധിക്കാതെയും വധശിക്ഷ നടത്തി. കഴുത്തിൽ ഉറച്ചൊരു കുടുക്കിട്ടാൽ പുള്ളികളുടെ ശരീരങ്ങൾ അന്തരീക്ഷത്തിൽ നടത്തുന്ന നൃത്തത്തിന് കൊഴുപ്പേകാൻ അവരുടെ കൈകാലുകൾ സ്വതന്ത്രമാക്കണമെന്നതായിരുന്നു കാലാ പിതാമഹന്റെ കാഴ്ചപ്പാട്. കൈകൾ പിന്നിൽക്കെട്ടുന്നതിന്റെ മെച്ചങ്ങൾ എന്റെ ദാദു കാളീചരൺ മല്ലിക് ആണ് അന്ന് രാജ്യം ഭരിച്ചിരുന്ന ബ്രിട്ടീഷുകാരെ ബോധ്യപ്പെടുത്തിയത്. അതുവരെ ബ്രിട്ടനിൽ പോലും തൂക്കുപുള്ളിയുടെ കൈകൾ ശരീരത്തിനു മുമ്പിലാണു കെട്ടിയിരുന്നത്. തൂക്കിലേറ്റപ്പെടുന്നതിനു മുമ്പു കൈകൂപ്പി പ്രാർഥിക്കാൻ വേണ്ടിക്കൂടിയായിരുന്നു ഇത്. പക്ഷേ പ്രാർത്ഥിക്കാനുള്ള സ്വാതന്ത്ര്യത്തെ ആക്രമിക്കാൻ കൂടിയുള്ള സ്വാതന്ത്ര്യമായി തൂക്കുപുള്ളികളും മാറ്റിയപ്പോൾ ഭരണകൂടം മറ്റൊരു മാർഗത്തെക്കുറിച്ചു ചിന്തിക്കാൻ നിർബന്ധിതമായി. അങ്ങനെ കൈകൾ തുകൽ ബെൽറ്റ് കൊണ്ടു ശരീരത്തോടു ചേർത്തു കെട്ടിവയ്ക്കുന്ന രീതി നടപ്പായി. പക്ഷേ അതിനും പോരായ്മകളുണ്ടായിരുന്നു. മരണവെപ്രാളത്തിൽ തുകൽബെൽറ്റിൽനിന്നു വലിച്ചെടുക്കുന്നതു കാരണം പലപ്പോഴും കൈകൾ മുറിഞ്ഞ് കൈപ്പത്തികൾ അറ്റു വീണു. അപ്പോഴാണ് കൊൽക്കൊത്തയിൽ എന്റെ പിതാമഹൻമാർ നടത്തി വരുന്നതുപോലെ കൈകൾ പിന്നിൽക്കെട്ടുന്നതിന്റെ പ്രയോജനം ബ്രിട്ടീഷുകാർ ശ്രദ്ധിച്ചതും അതു സ്വീകരിക്കാൻ തീരുമാനിച്ചതും. ഭാരതത്തിൽനിന്ന് വിദേശികൾ കടത്തിക്കൊണ്ടുപോയത് പരുത്തിയും നീലവും കറുപ്പും മാത്രമല്ല, മരണത്തെക്കുറിച്ചുള്ള നാട്ടറിവുകൾ കൂടിയാണെന്ന് ഥാക്കുമാ ഓർമിപ്പിച്ചു.

"അക്കാലത്ത് വധശിക്ഷയ്ക്കു മുമ്പ് സ്ത്രീകളുടെ കാലുകൾ മാത്രമേ കൂട്ടിക്കെട്ടാറുണ്ടായിരുന്നുള്ളൂ. അതിനു കാരണം കാദംബരി എന്ന സ്ത്രീയായിരുന്നു. അവരെ തൂക്കിലേറ്റിയത് മോഷ് പിതാമഹനാണ്. കഴുത്തിൽ കുടുക്കിട്ടപ്പോൾ അവർ അവസാന ശ്വാസത്തിനായി പിടഞ്ഞു കാലുകൾ ഇളക്കി. അവർ ധരിച്ചിരുന്ന വസ്ത്രം ഉയർന്നു പൊന്തി കാലുകൾ അനാവൃതമായി. ആ സമയത്ത് ജനക്കൂട്ടം തൂക്കുമരച്ചുവട്ടിലേക്കു തള്ളിക്കയറി..."

ഹാങ് വുമൺസ് ഡയറിയിൽ സഞ്ജീവ് കുമാർ മിത്രയ്ക്കു മുമ്പിലിരുന്നു സംസാരിക്കുമ്പോൾ എന്റെ ശ്രദ്ധ പലപ്പോഴും പാളി. ആജ്ഞ

ധിക്കരിച്ചു എന്നു തിരിച്ചറിയുന്ന നിമിഷം അച്ഛൻ എങ്ങനെ പ്രതികരിച്ചിട്ടുണ്ടാകുമെന്ന് ഞാൻ ഉൽക്കണ്ഠപ്പെട്ടു. കാദംബരി വധശിക്ഷയ്ക്കു വിധിക്കപ്പെട്ടത് മറ്റൊരു സ്ത്രീയുമായി രമിച്ചു കൊണ്ടിരുന്ന ഭർത്താവിനെ തലയ്ക്കടിച്ചു കൊന്നതിനായിരുന്നു. അവരുടെ പേരിൽ രണ്ടു കുറ്റങ്ങളുണ്ടായി. ഒന്ന്, ദൈവത്തെപ്പോലെ കരുതേണ്ട ഭർത്താവിനെ വധിക്കാൻ തുനിഞ്ഞു. രണ്ട്, ഒരു പുരുഷൻ അയാളുടെ ജൻമത്തെ സാർഥകമാക്കുന്ന രതിക്രീഡയിൽ മുഴുകിയിരുന്ന നേരത്ത് അതു തടസ്സപ്പെടുത്തി. ഇതിൽ രണ്ടിലേതാണ് കൊടിയ പാപമെന്ന് രാജസദസ്സിലെ പണ്ഡിതൻമാർ ദിവസങ്ങളോളം വാദപ്രതിവാദം നടത്തി. പക്ഷേ, രണ്ടു പാപങ്ങളും ഒരുപോലെ നിന്ദാർഹമാണെന്നും കാദംബരി ഏറ്റവും ക്രൂരമായ ശിക്ഷയാണ് അർഹിക്കുന്നതെന്നും അവർ കണ്ടെത്തി. അങ്ങനെയാണ് കാദംബരിയെ വധിക്കാൻ മോഷ് പിതാമഹനെ വരുത്തിയത്. വധശിക്ഷയുടെ തലേന്നു രാത്രി അദ്ദേഹം അവരെ സന്ദർശിച്ചു.

"എന്തിനിതു ചെയ്തു മകളേ?"

അദ്ദേഹം കനിവോടെ അന്വേഷിച്ചു.

"ഞാൻ അദ്ദേഹത്തെ സ്നേഹിച്ചിരുന്നു..."

അവർ കൂസലില്ലാതെ മറുപടി നൽകി.

"സ്നേഹിച്ച പുരുഷനെ കൊല്ലാൻ നിനക്കെങ്ങനെ മനസ്സു വന്നു?"

"കൊല്ലുകയായിരുന്നില്ല. അവളിൽനിന്ന് അദ്ദേഹത്തെ രക്ഷിക്കുകയായിരുന്നു..."

ദയാലുവായ മോഷ് പിതാമഹൻ ആ സ്ത്രീയെ നോക്കി കണ്ണുനീർ തുടച്ചപ്പോൾ അവർ സന്തോഷത്തോടെ പറഞ്ഞു.

"എത്രയും വേഗം എന്നെക്കൂടി അദ്ദേഹത്തിന്റെ അടുത്തേക്ക് അയയ്ക്കൂ..."

ആ സ്ത്രീ അത്രയേറെ ഭർത്താവിനെ സ്നേഹിച്ചിരുന്നു എന്നു ഥാക്കുമാ പറഞ്ഞു. അതുവഴി ടംബ്ലറിൽ വെള്ളവുമായി കടന്നു പോയ അച്ഛൻ മായെ നോക്കി 'പരലോകത്തു പോലും അയാളെ സന്തോഷമായിരിക്കാൻ അവൾ സമ്മതിച്ചില്ല' എന്നു മുറുമുറുത്തു. 'അതുപോലെയുള്ളവൻമാരുടെ ബീച്ചി മുറിച്ചെടുക്കണം' എന്ന് മാ ചുട്ട മറുപടി നൽകി.

"തൂക്കിക്കൊല തൊട്ടടുത്തെത്തിയിരിക്കുകയാണ് ചേതനാ... ഇന്നും നാളെയും കഴിഞ്ഞാൽ അടുത്ത പ്രഭാതത്തിൽ താങ്കൾ താങ്കളുടെ ആദ്യത്തെ തൂക്കുപുള്ളിയുടെ കഴുത്തിൽ കുടുക്കിടുകയാണ്. എന്താണ് ഇപ്പോൾ മനസ്സിലുള്ളത്?"

'എത്രയും വേഗം എന്നെ അയാളുടെ അടുത്തേക്ക് അയയ്ക്കൂ' എന്നു തന്നെയാണ് എന്റെ നാവിലും വന്നത്. എത്രയും വേഗം ആ ദൗത്യം പൂർത്തിയാക്കാൻ കൈകൾ തരിച്ചു. ഒരു ചെറിയ കുടുക്ക്. താഴെ വീഴുന്ന ഒരു ചുവന്ന കൈലേസ്. ലിവറിൻമേൽ ഒരു വലി. നിലവറപ്പലകകൾ അകന്നു മാറുന്ന പെരുമ്പറ ശബ്ദം. പിന്നെ തൂങ്ങി നിൽക്കുന്ന കയറിൻമേലെ പിടച്ചിലുകൾ.

"എന്റെ ഹൃദയം ശൂന്യമാണ്, സഞ്ജു ബാബൂ... നീതി നിർവഹണത്തിലെ ഏറ്റവും വലിയ കടമ്പ അതു സംഭവിച്ചു എന്ന് ഉറപ്പു വരുത്തുകയാണ്. അതുവരെ അതിനെക്കുറിച്ചുള്ള സംഭാഷണങ്ങൾ അർഥരഹിതമാണ്..."

“ചേതനാ ഗൃദ്ധാ മല്ലിക് എന്ന ആദ്യത്തെ വനിതാ ആരാച്ചാർ തന്റെ ദൗത്യവുമായി മുന്നോട്ടു പോകാൻ തന്നെ തീരുമാനിച്ചിരിക്കുമ്പോൾ അകലെ യതീന്ദ്രനാഥ ബാനർജിയുടെ വീട്ടിൽ എന്താണു സംഭവിക്കുന്നതെന്നു നോക്കാം...”

ഞങ്ങളുടെ മുമ്പിലുള്ള മോണിട്ടറിൽ പെട്ടെന്ന് ഗ്രാമത്തിലെ വയലും വരമ്പും വരമ്പിൽനിന്നുള്ള ഒറ്റയടിപ്പാതയും അതു ചെന്നെത്തി നിൽക്കുന്ന ഏതാനും പുല്ലുവീടുകളും തെളിഞ്ഞു. അവയിലൊന്നിന്റെ മുറ്റത്തെ കയർ ക്കട്ടിലിൽ കീറിപ്പറിഞ്ഞ കരിമ്പടം കൊണ്ട് പുതച്ച നിലയിൽ എല്ലും തോലു മായ ഒരു വൃദ്ധൻ കൂനിവളഞ്ഞു കിടന്നു. നരച്ച സാൽവാർ കമ്മീസ് ധരിച്ച പതിനഞ്ചു വയസ്സുള്ള ഒരു പെൺകുട്ടി പുതുതായി മുളച്ചു വരുന്ന ശരീര ഭാഗങ്ങളെക്കുറിച്ചുള്ള അവബോധത്തോടെ ഒരു കുടം വെള്ളവുമായി അകലെനിന്നു നടന്നു വന്ന് ദുപ്പട്ട കൊണ്ടു തല മറച്ച് അകത്തു പോയി. അവളുടെ ജ്യേഷ്ഠൻ എന്നു തോന്നിക്കുന്ന ഒരു ആൺകുട്ടി പാൻമുറുക്കി കറുത്ത പല്ലുകളോടെ വീടിന്റെ തിണ്ണയിൽ മുട്ടുകാലിൽ കൈകൾ കെട്ടി ഇരുന്നു. അവന്റെ കഴുത്തിലെ വെളുപ്പായിത്തീർന്ന കറുത്ത ചരടിൽ തൂക്കി യിട്ട പുലിനഖം കുറേനേരം സ്ക്രീനിൽ തെളിഞ്ഞു. പിന്നീട് ക്യാമറ അടു ക്കളയിലെ ഇരുട്ടിലേക്കു നീങ്ങി കോകിലാ ബാനർജി അരി കഴുകിയിടുന്ന കരിപിടിച്ച പാത്രത്തിന്റെ അടിവശം പ്രദർശിപ്പിച്ചു.

“വേണ്ടാ... പോ.. ഞങ്ങൾക്കു നിങ്ങളോടൊന്നും പറയാനില്ല... ഞങ്ങ ളുടെ ജീവിതം വിറ്റു കാശാക്കാൻ വന്നിരിക്കുന്ന കഴുകൻമാർ... പോ...പോ...”

കയ്യിൽ ചുള്ളിക്കമ്പുകളുമായി പ്രാഞ്ചി പ്രാഞ്ചി, ഥാക്കുമായേക്കാൾ അവശത തോന്നിക്കുന്ന ഒരു വൃദ്ധ അലക്കിയലക്കി നേർത്തു പോയ ഒരു പരുത്തിസാരിയുടെ തലപ്പു തലയിലൂടെ വലിച്ചിട്ടു കൊണ്ട് ക്യാമറയെ ആട്ടി.

“അവൻ അത് ഒരിക്കലും ചെയ്യുകയില്ല. എന്റെ മകൻ കുറ്റവാളിയല്ല...”

യതീന്ദ്രനാഥിന്റെ അച്ഛൻ കുഴഞ്ഞ ശബ്ദത്തിൽ പറഞ്ഞു.

“എങ്കിൽ അതാരാണ് ചെയ്തത്?”

മുഖം കാണാനില്ലായിരുന്നെങ്കിലും സഞ്ജീവ് കുമാർ മിത്രയുടെ ശബ്ദം ഞാൻ തിരിച്ചറിഞ്ഞു.

“അതെങ്ങനെ ഞങ്ങൾക്കറിയാം? ആരായാലും ഞങ്ങളുടെ മകനല്ല...”

“അദ്ദേഹമാണോ അതു ചെയ്തതെന്ന് എനിക്കറിഞ്ഞുകൂടാ... ആണെ ങ്കിലും അല്ലെങ്കിലും എന്നെ സംബന്ധിച്ചിടത്തോളം അതു വലിയ വ്യത്യാസ മൊന്നും വരുത്തുന്നില്ല. പന്തണ്ടു കൊല്ലമായി ഞാൻ ഈ കുടുംബം പോറ്റാൻ അധ്വാനിക്കുന്നു... ആകെയുണ്ടായിരുന്ന നിലത്തിൽ പകുതിയോളം കേസു നടത്താൻ വിറ്റു. രണ്ടു കുട്ടികൾ വളർന്നു വരുന്നു... അവർക്ക് ഞാനൊന്നും സമ്പാദിച്ചിട്ടില്ല...”

കോകിലാ ബാനർജിയുടെ വളരെ തണുത്തതും വികാരരഹിതവുമായ ശബ്ദം ഉയർന്നു. സ്റ്റുഡിയോയിൽവച്ച് ദിവസങ്ങൾക്കു മുമ്പ് അവർ പൊട്ടി ക്കരഞ്ഞപ്പോഴും ഇങ്ങനെയായിരുന്നു അവരുടെ ശബ്ദമെന്നത് എന്നെ അസ്വ സ്ഥയാക്കി. അവരോടൊപ്പം അന്നു കണ്ട പുരുഷനെ ആ പരിസരത്തൊന്നും കണ്ടില്ല. എന്തുകൊണ്ടോ, എനിക്ക് അയാളെ കാണണം എന്നു തോന്നി.

"ഇതേ സമയം, ജയിലിൽ യതീന്ദ്രനാഥ് ബാനർജി പ്രതീക്ഷ കൈവിട്ടി ട്ടില്ലെന്ന് അധികൃതർ അറിയിച്ചു..."

ശിബ്ദേബ് ബാബുവിന്റെ സൗമ്യസുന്ദരമായ മുഖം സ്ക്രീനിൽ തെളിഞ്ഞു.

"യെസ്, ഹീ ഈസ് ഫൈൻ. ബാനർജി ഇപ്പോഴും പ്രതീക്ഷ കൈവിട്ടി ട്ടില്ല. ഇന്നു രാവിലെ എന്നെക്കണ്ടപ്പോഴും അവൻ പറഞ്ഞത്, ബാബൂ, നോ ക്കിക്കോ, ഞാൻ രക്ഷപ്പെടും എന്നാണ്. കാരണം ഇന്ന് അവന്റെ ദയാഹർജി രാഷ്ട്രപതിക്കു പോയിട്ടുണ്ട്... നാളെ അതിന്റെ തീരുമാനം വരുമെന്ന് ഉറ പ്പാണ്. ഇത്തവണ ദയാഹർജി സ്വീകരിക്കുമെന്നു തന്നെയാണ് ബാനർജി യുടെ പ്രതീക്ഷ..."

"ജയിലിൽ ബാനർജി എങ്ങനെയാണു സമയം ചെലവിടുന്നത്, ശിബ് ദേബ് ബാബൂ?"

"ഓ... ബാനർജി ഇന്നലെ സന്തോഷവാനായിരുന്നു. രാവിലെ കുളി കഴിഞ്ഞ് നന്നായി ഭക്ഷണം കഴിച്ചു. പിന്നെ കുറച്ചു നേരം ജയിലർമാരുമായി വർത്തമാനം പറഞ്ഞു. രാത്രിയിൽ സെല്ലിൽ കൊതുകിന്റെ ശല്യമുണ്ടെന്നു പരാതിപ്പെട്ടു. അത്രതന്നെ. ഹീ ഈസ് ഹാപ്പി. ആൻഡ് വെരി ഒപ്റ്റിമിസ്റ്റിക്..."

"ശരി, ചേതനാ, നമുക്ക് നമ്മുടെ സംഭാഷണത്തിലേക്കു മടങ്ങിവരാം... എന്തൊക്കെയായിരിക്കും, തൂക്കുമരത്തിനു മുമ്പിലെത്തുമ്പോൾ താങ്കൾ ചെയ്യാൻ പോകുന്നത്?"

ഞങ്ങൾക്കു പിന്നിൽ പണി തീർന്ന കൊളുത്തിലൂടെ ഒരു കട്ടിയുള്ള വടം തൂക്കിയിട്ട തൂക്കുമരത്തിലേക്കു ശ്രദ്ധ ക്ഷണിച്ചു കൊണ്ടായിരുന്നു അയാളുടെ ചോദ്യം. ഞാനും ആ തൂക്കുമരത്തിലേക്കു നോക്കി. അതു തടി യിൽത്തീർത്ത മരം തന്നെയായിരുന്നു. സഞ്ജീവ് കുമാർ മിത്ര എഴുന്നേറ്റ് പിന്നിലേക്കു നടന്ന് തൂക്കുമരത്തെ സമീപിച്ചു.

"ഇതാ, ഇതാണ്, തൂക്കുമരത്തിന്റെ പ്രധാന ഭാഗം. ഈ കാൽ ഒന്നര - രണ്ടടി ആഴത്തിലെങ്കിലും കുഴിച്ചിടുകയും കോൺക്രീറ്റ് ചെയ്യുകയും വേണം. ഇതാ, ഈ കൊളുത്തിന്റെ ബലം ഈ കൃത്യത്തിൽ വളരെ പ്രധാനമാണ്. ഉദാഹരണത്തിന് നൂറ്റിയമ്പതു കിലോ തൂക്കമുള്ള ഈ മണൽച്ചാക്ക് വളരെ നിസ്സാരമായി തൂക്കിയിടാൻ മാത്രം ശക്തിയുള്ളതാണ് ഈ കൊളുത്ത്..."

സഞ്ജീവ് കുമാർ മിത്ര ചുറ്റി വച്ചിരിക്കുന്ന കയർ വലിച്ചു നീക്കിയ പ്പോൾ അതിന്റെ അറ്റത്തു കൊളുത്തിയിട്ടിരുന്ന മണൽച്ചാക്ക് ദൃശ്യമായി. അയാൾ ലിവറിന്റെ അടുത്തു ചെന്ന് സാവധാനം ലിവർ വലിച്ചു. ചാക്ക് താ ഴെയുള്ള അറയിലേക്കു പതിച്ച ശബ്ദം ഭീകരമായി മുഴങ്ങി.

"കണ്ടില്ലേ? ഇതാണ് വാസ്തവത്തിൽ തൂക്കുമരത്തിനു മുമ്പിൽ സംഭ വിക്കുന്നത്. ഇനി ചേതനാ ഗൃദ്ധാ മല്ലിക് യതീന്ദ്രനാഥ ബാനർജിയെ തൂക്കു ന്നതെങ്ങനെയാണ് എന്നത് നാളെ നമുക്കു നേരിൽക്കാണാം. സന്തോഷകര മായ കാര്യം, നാളെ രാവിലെ മുതൽ ചേതനാ ഗൃദ്ധാ മല്ലിക് നമ്മളോടൊപ്പം തന്നെയുണ്ടാകും എന്നതാണ്. സോ, സ്റ്റേ ട്യൂൺഡ്. ഇന്നത്തേക്ക് വിട."

ഷോ കഴിഞ്ഞ് ആഹ്ലാദത്തോടെ സഞ്ജീവ് കുമാർ മിത്ര എന്റെ അടു ത്തേക്കു വന്നപ്പോൾ ഞാൻ അയാളെ ആശയക്കുഴപ്പത്തോടെ നോക്കി.

"ക്യാമറയ്ക്കു മുമ്പിൽ ഇതൊക്കെ ചെയ്തു കാണിക്കാൻ എനിക്കു സാധിക്കുകയില്ല..."

സഞ്ജീവ് കുമാർ മിത്രയുടെ മുഖം മങ്ങി.

"ബട്ട് ചേതനാ, ടി.ആർ.പിക്ക് അതു വളരെ പ്രധാനമാണ്... വളരെ പ്രഫഷണലും സീരിയസുമായി വേണം ഈ വക കാര്യങ്ങൾ പ്രേക്ഷകർക്കു മുമ്പിൽ അവതരിപ്പിക്കാൻ. ചേതന അതു ചെയ്തേ തീരൂ."

"ഇല്ല... അതു ശരിയല്ല..."

ഞാൻ കോപത്തോടെ പറഞ്ഞു.

"മാത്രമല്ല, നാളെ എനിക്ക് ഷോയിൽ പങ്കെടുക്കാൻ സാധിക്കുമോ എന്നും തീർച്ചയില്ല. ഇന്നുതന്നെ ബാബായെ ധിക്കരിച്ചു കൊണ്ടാണ് ഞാൻ ഇറങ്ങിപ്പോന്നത്. നാളത്തെ കാര്യം ഇന്നെനിക്കു പ്രവചിക്കാൻ സാധ്യമല്ല..."

അയാൾ അതു കാര്യമാക്കാതെ ഉറക്കെച്ചിരിച്ചു.

"തൽക്കാലം നമുക്കു പുറത്തു പോകാം. എന്നിട്ടു ബാക്കി കാര്യങ്ങൾ തീരുമാനിക്കാം..."

മേയ്ക്കപ് തുടച്ചു പുറത്തേക്കിറങ്ങുമ്പോൾ ഒരു സ്ത്രീയും രണ്ടു പുരു ഷൻമാരും സ്റ്റുഡിയോയിൽ ക്യാമറയ്ക്കു മുമ്പിൽ തയ്യാറായി ഇരിപ്പുണ്ടായി രുന്നു.

"അത് ചമ്പൽക്കൊള്ളക്കാരി സീമ പരിഹാർ ആണ്... മനസ്സിലായോ?"

സഞ്ജീവ് കുമാർ മിത്ര ചോദിച്ചു. ഞാൻ അയാളെ ചോദ്യഭാവത്തിൽ നോക്കി.

"അവർ ഒരു സിനിമയിൽ അഭിനയിക്കാൻ എത്തിയതാണ്.–വൂണ്ടഡ്. ആദ്യമായാണ് ഒരു ചമ്പൽക്കൊള്ളക്കാരി തന്നെക്കുറിച്ചുള്ള സിനിമയിൽ താനായിത്തന്നെ അഭിനയിക്കുന്നത്..."

സഞ്ജീവ് കുമാർ മിത്ര ആവേശഭരിതനായി.

"അവർ ഇരുപതു വയസ്സു മുതൽ ചമ്പൽ വനത്തിലാണ്. ജയിലിലായി രുന്നു... ഈ സിനിമക്കാർ വളരെ പാടുപെട്ടാണ് നാൽപത്തഞ്ചു ദിവസ ത്തേക്കു പരോൾ വാങ്ങിയത്... നോക്ക്, എന്തൊരു ധൈര്യവും ആത്മവിശ്വാ സവും..."

ഞാൻ ആദ്യം കണ്ട ടിവി സ്ക്രീനിലേക്കു ശ്രദ്ധിച്ചു. സീമ പരിഹാർ വിടർന്നു ചിരിച്ചു കൊണ്ട് ഉറക്കെ പറഞ്ഞു :

"ഞാൻ ചമ്പലിലേക്ക് ഓടിപ്പോയത് എന്റെ ആഗ്രഹം കൊണ്ടല്ല... നിവൃ ത്തിയില്ലാത്തതുകൊണ്ടാണ്... ഈ സിനിമയിലൂടെ നമ്മുടെ നാട്ടിലെ സ്ത്രീ കൾ നേരിടുന്ന ദുരിതങ്ങൾ ലോകത്തെ അറിയിക്കാനാണ് എന്റെ ശ്രമം..."

കാദംബരിയുടെ കഥ പൂർണമായി പറഞ്ഞു തീർത്തില്ലെന്ന് അപ്പോ ഴാണ് ഓർമ വന്നത്. മോഷ് പിതാമഹൻ ലിവർ വലിച്ചപ്പോൾ വെപ്രാളത്തിൽ പിടഞ്ഞ കാദംബരിയുടെ തുടകളും നിതംബവും പുറത്തു കണ്ടത് പിറ്റേന്ന് രാജസദസ്സിൽ ചർച്ചാവിഷയമായി. സ്ത്രീത്വത്തിന്റെ അന്തസ്സു പാലിക്കാൻ തൂക്കിക്കൊല നടത്തുമ്പോൾ പാദം മറയുന്ന വിധം വസ്ത്രം ധരിക്കണ മെന്നും വസ്ത്രവും കാൽപ്പാദങ്ങളും കൂട്ടിക്കെട്ടണമെന്നും അങ്ങനെ നിയമ മുണ്ടായി. തൂക്കിക്കൊല്ലപ്പെടുന്ന സ്ത്രീയുടെ പോലും ശരീരഭാഗങ്ങൾ പര

പുരുഷൻമാരിൽനിന്ന് മറച്ചു പിടിക്കണമെന്നു പണ്ഡിതൻമാർ ഏകകണ്ഠേന അഭിപ്രായപ്പെട്ടു. വളരെക്കാലം കഴിഞ്ഞ്, വധശിക്ഷ കൂടുതൽ സുഗമമാക്കാൻ പുരുഷൻമാരുടെയും കാൽപ്പാദങ്ങൾ കൂട്ടിക്കെട്ടാൻ ബ്രിട്ടീഷ് ഗവൺമെന്റും തീരുമാനിച്ചു.

ടാക്സിയിൽ ഇരിക്കുമ്പോൾ സഞ്ജീവ് കുമാർ മിത്ര കൈ നീട്ടി എന്റെ കൈത്തലം കവർന്നു.

" നമ്മുടെ ഹാങ് വുമൺസ് ഡയറി അവസാനിക്കുകയാണ്. എന്തു തോന്നുന്നു, ചേതനയ്ക്ക് ഈ പരിപാടിയെപ്പറ്റി?"

"അഭിപ്രായം പറയാൻ മാത്രം എനിക്ക് വിദ്യാഭ്യാസമോ ലോകവിവരമോ ഇല്ല."

എന്റെ ശബ്ദത്തിൽ വിചാരിച്ചതിലേറെ നിരാശയും ദു:ഖവും കലർന്നു. അതിൽ എനിക്കു ജാള്യം തോന്നാതിരുന്നില്ല. പക്ഷേ സഞ്ജീവ് കുമാർ മിത്ര എന്നെ അലിവോടെ നോക്കി.

"അങ്ങനെയല്ലെന്ന് എനിക്കു തീർച്ചയുണ്ട്. വിദ്യാഭ്യാസമല്ല, ഒരാളുടെ ബുദ്ധിശക്തിയുടെ അളവുകോൽ... പറയൂ... എന്തു തോന്നുന്നു, ആ പരിപാടിയെപ്പറ്റി?"

"എനിക്ക് അത് പുതിയ ഒരു ലോകം തുറന്നു തന്നു..."

ഞാൻ അയാളെ നോക്കി പതിഞ്ഞ ശബ്ദത്തിൽ മൂളി :

"കത അജാനാരെ ജാനാ ഇലെ തുമി കത ഘരെ ദിലെ ഠാഇ..."

ദൂരകെ കരിലെ നികട്, ബന്ധു, പരകെ കരിലെ ഭാ ഇ..."

"എന്നു വച്ചാൽ?"

ഞാൻ പുഞ്ചിരിച്ചു.

"ഗീതാഞ്ജലി. എത്രയോ അപരിചിതരെ അങ്ങ് എനിക്കു പരിചയപ്പെടുത്തിത്തന്നു. എത്രയോ ഗൃഹങ്ങളിൽ എനിക്ക് ഇടമുണ്ടാക്കിത്തന്നു. അകലെയുള്ള പലരെയും അടുപ്പിച്ചുതന്നു. അന്യരെ ഉറ്റവരാക്കിത്തന്നു..."

സഞ്ജീവ് കുമാർ മിത്ര ഉറക്കെച്ചിരിച്ചു.

"നല്ല പാട്ട്. ചേതന നന്നായി പാടുന്നുണ്ട്..."

ഞാൻ പുറത്തേക്കു നോക്കി സ്വയം മന്ദഹസിച്ചു. അതിന്റെ അടുത്ത വരികൾ 'പഴയ വീടുകൾ വിട്ടിറങ്ങുമ്പോൾ ഇനി എന്തു ചെയ്യും എന്നു ചിന്തിച്ചു ഞാൻ വ്യാകുലപ്പെടുന്നു' എന്നതായിരുന്നു. പാർക്ക് സ്ട്രീറ്റിൽനിന്നു തിയറ്റർ റോഡിലേക്കു പോകുന്ന മാർട്ടിന് ലൂതർ കിങ് സരണിയിലൂടെ ടാക്സി കുതിച്ചു. മുമ്പ് ഈ ഭാഗത്തിനു വുഡ് സ്ട്രീറ്റ് എന്നായിരുന്നു പേര്. എനിക്കു നാലു വയസ്സുള്ളപ്പോഴാണ് കൽക്കട്ട കോർപറേഷൻ റോഡിന്റെ പേരു മാറ്റിയത്. ഇടതു വശത്തെ അലൻ ഗാർഡൻസ് ഇരുട്ടിൽ ഒരു കാടു പോലെ കാണപ്പെട്ടു. ഒരു കാലത്ത് അവിടെ ത്രികോണാകൃതിയിലുള്ള ജലാശയമാണ് ഉണ്ടായിരുന്നത്. കുട്ടികൾ വീഴുമെന്ന കാരണത്താൽ കോർപറേഷൻ കിട്ടിയ ചപ്പുചവറൊക്കെയിട്ട് അതു നികത്തി. മൈലുകളോളം ചുറ്റളവിൽ രൂക്ഷവും ദുസ്സഹവുമായ ദുർഗന്ധം നിറഞ്ഞു. വീടുകളിൽനിന്നു ജനം ഒഴിഞ്ഞു പോയി. സർക്കാർ ജോലിക്കാരെ വാടകയ്ക്കു താമസിപ്പിച്ചിരുന്ന ഒരു സ്ത്രീയുടെ വീട്ടിൽ നിന്ന് എല്ലാ താമസക്കാരും വിട്ടുപോയി. തനിക്കു

നേരിട്ട നഷ്ടം നികത്തണമെന്ന് ആവശ്യപ്പെട്ട് അവർ കോടതിയെ സമീപിച്ചു. അവർക്കു മുപ്പതിനായിരം രൂപ കോർപറേഷൻ നഷ്ടപരിഹാരം നൽകി. എന്നിട്ടും വളരെ മാസങ്ങളോളം ആ പരിസരത്ത് ആരും താമസിക്കാൻ തയാറായില്ല. സ്ട്രാൻഡ് റോഡിലെ ഞങ്ങളുടെ വീട്ടിലേക്ക് മൃതദേഹങ്ങളുടെ തല പെരുപ്പിക്കുന്ന ഗന്ധം അടിച്ചു കയറുമ്പോഴൊക്കെ ഥാക്കുമാ ഈ കഥ പറഞ്ഞു. ടാക്സിയിലിരിക്കെ ഏതു വീട്ടിലായിരിക്കും ആ സ്ത്രീ താമസിച്ചിരുന്നതെന്ന് ഞാൻ കൗതുകത്തോടെ ചിന്തിച്ചു.

"ഇന്നു നമുക്കു നേരെ വീട്ടിലേക്കു തന്നെ പോകാം..."

ഞാൻ പറഞ്ഞു.

"നിങ്ങൾ ബാബയോടു സംസാരിക്കണം. അല്ലെങ്കിൽ നാളെ എനിക്ക് പരിപാടിയിൽ പങ്കെടുക്കാൻ സാധിച്ചെന്നു വരില്ല..."

"ഛെ...! ഇക്കാര്യത്തിൽ ചേതന കുറച്ചു കൂടി ശക്തമായ നിലപാട് സ്വീകരിക്കേണ്ടിയിരിക്കുന്നു... ലോകം മുഴുവൻ ഇപ്പോൾ ചേതനയെയാണ് ഉറ്റു നോക്കുന്നത്... ഇത് ചേതനയ്ക്ക് ഒരു നല്ല അവസരമാണ്..."

"വാക്കു പാലിക്കണമെന്നാണ് എന്റെ ആഗ്രഹം... പക്ഷേ ബാബ എന്നെ അനുവദിക്കുന്നില്ല..."

സഞ്ജീവ് കുമാർ മിത്ര എന്നെ ഒന്നുകൂടി നോക്കി. കണ്ണട ഇരുട്ടിൽ കറുത്തിരുണ്ടു പോയതിനാൽ അയാളുടെ കണ്ണുകളിലെ ഭാവം വ്യക്തമായില്ല. ഞാൻ മുഖം തിരിച്ച് പുറത്ത് ട്രാഫിക് വിളക്കു പച്ചയാകുന്നതും കാത്തുകിടക്കുന്ന അസംഖ്യം വണ്ടികൾക്കിടയിൽ ഭിക്ഷ യാചിക്കുന്ന കുട്ടികളെ നോക്കി. വാഹനങ്ങളുടെ പിൻഭാഗത്തെ ചുവന്ന വെളിച്ചത്തിൽ നനവുണങ്ങാത്ത ഉടുപ്പുകൾ ധരിച്ച് ഓടി നടക്കുന്ന കുട്ടികൾ വലിയ പാറ്റകളെപ്പോലെയുണ്ടായിരുന്നു. അശുതോഷ് മുഖർജി റോഡിലെത്തിയപ്പോൾ സഞ്ജീവ് കുമാർ മിത്ര വണ്ടി നിർത്തി പുറത്തിറങ്ങി. അയാൾ കടന്നു ചെന്നത് ബെനൂദ് ബിഹാരി ദത്ത് ജ്വല്ലേഴ്സിലേക്കായിരുന്നു. ഞങ്ങളെ തിരിച്ചറിഞ്ഞ വ്യാപാരിയും വിൽപനക്കാരും സന്തോഷത്തോടെ സ്വീകരിച്ചപ്പോൾ സഞ്ജീവ് കുമാർ മിത്ര വിടർന്ന ചിരിയോടെ എന്നെ മുന്നിലേക്കു നീക്കി നിർത്തി.

"ഈ സുന്ദരിപ്പെണ്ണിനു ചേരുന്ന ഒരു ജോഡി വൈരക്കമ്മൽ വേണം..."

"വേണ്ട..."

ഞാൻ അപ്രതീക്ഷിതമായ ആ നീക്കം സൃഷ്ടിച്ച അങ്കലാപ്പിൽ പിന്നിലേക്കു മാറി.

"അതു തീരുമാനിക്കുന്നതു ഞാനാണ്... കാമുകൻമാർക്ക് ചില പ്രത്യേക അധികാരങ്ങൾ ഈ രാജ്യത്ത് എല്ലാക്കാലത്തുമുണ്ട്..."

ഞാൻ തടയാൻ ശ്രമിച്ചപ്പോഴേക്ക് അയാൾ പല തരം കമ്മലുകൾ നിറച്ച പെട്ടികളിലേക്ക് ആഴ്ന്നു കഴിഞ്ഞിരുന്നു. ശ്രദ്ധാപൂർവം ആഭരണങ്ങൾ തിരഞ്ഞെടുക്കുന്ന ഏതാനും സുന്ദരികളും സുന്ദരൻമാരും മാത്രമേ കടയ്ക്കുള്ളിൽ ഉണ്ടായിരുന്നുള്ളൂ. ജീവിതത്തിലാദ്യമായി അത്തരമൊരു കടയിൽ കയറിയ അമ്പരപ്പോടെ ഞാൻ എന്തു വേണമെന്നറിയാതെ നിന്നു.

"നോക്കൂ, ഇതേ ഡിസൈനിൽ അൽപം കൂടി ചെറുത്..."

സഞ്ജീവ് കുമാർ ഒരു കമ്മൽ തിരഞ്ഞെടുത്ത് സെയിൽസ്മാനു നീട്ടി. അയാൾ ഷെൽഫിനു നേരെ തിരിഞ്ഞപ്പോൾ സഞ്ജീവ് കുമാർ എന്റെ കാതോടു ചുണ്ടുകൾ അടുപ്പിച്ചു.

"ഇവിടെ മുഴുവൻ ക്യാമറകളാണ്... കണ്ടോ ആ കറുത്ത പൊട്ടുകളെല്ലാം നമ്മളെ ശ്രദ്ധാപൂർവം വീക്ഷിക്കുന്നുണ്ട്."

അയാൾ പറഞ്ഞതു ശരിയായിരുന്നു. കടയ്ക്കുള്ളിൽ പല സ്ഥലത്തായി സ്ഥാപിച്ച ചെറിയ ടിവികളിൽ ഉള്ളിലുള്ളവരുടെ മുഴുവൻ ചലനങ്ങളും കാണാമായിരുന്നു.

"പക്ഷേ ഞാൻ ഇവിടെ നിന്നു മോഷ്ടിക്കും... നിനക്കു കാണണോ?"

എന്റെ രക്തം ഉറഞ്ഞു.

"വേണ്ട..."

ഞാൻ വേവലാതിയോടെ അയാളെ നോക്കി. എനിക്ക് അവിടെ നിന്ന് ഓടി രക്ഷപ്പെടാനായിരുന്നു ആഗ്രഹം. പക്ഷേ അയാൾ എന്റെ ചുമലിലൂടെ എന്നെ ചേർത്തു പിടിച്ചു. അച്ഛനെപ്പോലെ അയാളും വിലപേശുകയാണെന്ന് എനിക്കു തോന്നി. പക്ഷേ അതേസമയം, ദിവസങ്ങൾ തീരാറാകുന്നതിനാൽ ഇനിയൊരിക്കലും അയാൾ മോഷ്ടിക്കുന്നതെങ്ങനെയെന്നു കാണാൻ എനിക്കു സാധിക്കുകയില്ല എന്നോർത്തു ഹൃദയം പടപടാ മിടിച്ചു. അയാൾ കമ്മലുകൾ തിരയുകയും തിരികെ വയ്ക്കുകയും ചെയ്യുമ്പോൾ എന്റെ കണ്ണു കൾ അയാളുടെ കൈവിരലുകളിൽത്തന്നെയായിരുന്നു. ഓരോ പെട്ടിയിലും കൃത്യമായ എണ്ണം കമ്മലുകളാണ് ഉണ്ടായിരുന്നത്. ഓരോന്നും പരിശോധിച്ച് ഉറപ്പു വരുത്തിയിട്ടാണ് സെയിൽസ്മാൻ തിരികെ വച്ചത്. ആ കടയിൽനിന്ന് അയാൾക്കു യാതൊന്നും മോഷ്ടിക്കാൻ സാധിക്കുകയില്ലെന്നു ഞാൻ ആത്മാർഥമായി പ്രത്യാശിച്ചു. മോഷണം നടത്തുന്നതിൽ ഇത്തവണയും അയാൾ പരാജയപ്പെട്ടു എന്നു വിശ്വസിച്ചു പുറത്തിറങ്ങി ഫുട്പാത്തിലൂടെ നടക്കുമ്പോൾ എന്റെ ചുമലിൽ അധീശത്വത്തിന്റെയും വിജയാഹ്ലാദത്തി ന്റെയും പരുപരുപ്പുള്ള വിരലുകൾ പതിഞ്ഞു. റോഡ് മുറിച്ചു കടന്ന് സുരക്ഷി തമായ ഒരിടത്തെത്തിയപ്പോൾ അയാൾ എന്റെ വലതു കൈ പിടിച്ചു തുറന്നു.

"ഞാൻ വാക്കു പാലിച്ചിരിക്കുന്നു..."

ശരിയായിരുന്നു. എന്റെ കൈവെള്ളയിൽ രണ്ടു വൈരങ്ങൾ പതിച്ച കമ്മ ലുകൾ തിളങ്ങി.

"സംശയിക്കണ്ട... ഒറിജിനലാണ്... മോഷ്ടിച്ചതുമാണ്..."

"പക്ഷേ എങ്ങനെ?"

എന്റെ തൊണ്ട വരണ്ടു. അയാൾ ഉറക്കെച്ചിരിച്ചു. അയാളുടെ മുഖത്തു നോക്കിയപ്പോൾ ആ വൈരക്കമ്മലുകൾ എന്റെ കൈവെള്ളയിലിരുന്നു ചുട്ടു പൊള്ളി.

"എനിക്കു വേണ്ട..."

ഞാനത് അയാളുടെ പോക്കറ്റിലേക്കിട്ടു പോകാനൊരുങ്ങി. അയാൾ എന്റെ കയ്യിൽ അമർത്തിപ്പിടിച്ചു.

"നമുക്ക് എന്റെ വീട്ടിലേക്കു പോകാം..."

അയാൾ സാവധാനം മന്ത്രിച്ചു.

"ഏതു വീട്ടിലേക്ക്?"

"ഞാൻ താമസിക്കുന്ന വീട്ടിലേക്ക്..."

ഞാൻ നിശ്ശബ്ദയായി. എന്റെയുള്ളിൽ ഏതോ ഒരു പക്ഷി അതിന്റെ ചിറകുകൾ ചെറുതായി കുടഞ്ഞു. തൂവലുകൾ വിതർത്തി.

"നമുക്ക് നിങ്ങളുടെ ആ പുരാതനമായ വീട്ടിലേക്കു പോകാം..."

"ഈ രാത്രിയിലോ? അവിടെ സർപ്പങ്ങളുണ്ടാകും..."

"ആ വീടാണ് എനിക്ക് ഇഷ്ടം..."

"ഈ വീടായിരിക്കും നീയെന്നും മനസ്സിൽ ഓർത്തു വയ്ക്കുക..."

അയാൾ എന്നെ സ്വന്തം ശരീരത്തിലേക്കു ചായ്ച്ചു കൊണ്ടു മന്ത്രിച്ചു. അയാളെ ചാരിയിരിക്കുമ്പോൾ എനിക്ക് ഭയവും ഉൻമാദവും അനുഭവപ്പെട്ടു. ഇരുട്ടിൽ ശബ്ദായമാനമായ റോഡിലൂടെ ഒരു മഞ്ഞവണ്ടിനെപ്പോലെ കാർ പാഞ്ഞു. അന്നു ഗതാഗതം കുറവായിരുന്നു. ചിത്പൂർ റോഡിലൂടെ കാർ സോനാഗച്ഛിയിലേക്കു തിരിഞ്ഞു. കണ്ണുകളടച്ചു ഞാൻ രത്നമാലികയെപ്പോലെ ഭാവി പ്രവചനം നടത്താൻ ശ്രമിച്ചു. ഇരുട്ടിൽ ചുവന്ന തിരശീല തെളിഞ്ഞു. പുതുതായി തീർത്ത ഒരു തൂക്കുമരത്തിനു താഴെ ഞാൻ കൊല്ലപ്പെടാൻ തയാറായി. ലിവർ വലിക്കപ്പെട്ടപ്പോൾ ഞാൻ ഉയർന്നു പൊന്തി. എന്റെ സാൽവാർ താഴേക്കും കമ്മീസ് മുകളിലേക്കും ഊരിപ്പോയി. വലിയ ജനക്കൂട്ടം ആർത്തു വിളിച്ച് ഓടിയടുക്കുന്നത് അന്തരീക്ഷത്തിൽ പിടയുമ്പോൾ ഞാൻ കണ്ടു. സംഭ്രമത്തോടെ കണ്ണുതുറക്കുമ്പോൾ ഞങ്ങൾ എവിടെയോ എത്തിക്കഴിഞ്ഞിരുന്നു. വലിയ പുരുഷാരം ഉൽസവച്ചന്തയിലെന്ന വണ്ണം അങ്ങുമിന്നും പാഞ്ഞു നടക്കുന്ന വഴിയിലേക്കു വണ്ടി തിരിഞ്ഞു. ഇരുട്ടിലും തിരക്കിലും ആർക്കും ആരെയും തിരിച്ചറിയുക സാധ്യമായിരുന്നില്ല. എന്റെ പാദങ്ങളും കൂട്ടിക്കെട്ടിയതുപോലെ അനുഭവപ്പെട്ടു. തള്ളവിരലുകൾ ഇറുന്നു പോകുന്ന വേദന ഒരിക്കൽക്കൂടി ഞാൻ അനുഭവിച്ചു.

ഇരുപത്തിയെട്ട്

ഒരു മഴക്കാലത്ത് യമുനാ ബായിജിയുടെ വീട്ടിൽ വച്ചു കാളീചരൺ ഗൃദ്ധാ മല്ലിക് പിതാമഹൻ ബിനോദിനി ദാഷിയെ കാണുമ്പോൾ അവർക്ക് എട്ടു വയസ്സു തികഞ്ഞിരുന്നില്ല. പിന്നെയും പതിനേഴു വർഷങ്ങൾക്കുശേഷമാണ് പിതാമഹന് തന്റെ അരസികയും അജ്ഞയുമായ ഭാര്യയിൽ എന്റെ ദാദു പിറന്നത്. പിതാമഹൻ ആദ്യം കണ്ടപ്പോഴേ ബിനോദിനി വിവാഹിതയായിരുന്നു. സംഗീതജ്ഞയും പണ്ഡിതയുമായിരുന്ന യമുനാ ബായിജിക്കു കാളിഘട്ടിനു സമീപത്ത് ഉണ്ടായിരുന്ന അടുക്കളപ്പാത്രങ്ങൾ കഴുകുകയും തുണിയലക്കുകയും പുരുഷൻമാർ കുളിക്കുകയും ചെയ്യുന്ന ഘാത്താളും മട്ടുപ്പാവിൽ ചിത്രപ്പണികളുള്ള വാർത്തെടുത്ത ഇരുമ്പു ഗ്രില്ലുകളുമുള്ള, ബംഗ്ലാവിന്റെ വരാന്തയിലിരിക്കെ, മഴയിൽ ഇല കുടയായി ചൂടി ഒറ്റച്ചേലയുടുത്തു തലയിലൂടെ സാരിത്തലപ്പു വലിച്ചിട്ടു ഒരു കൈയിൽ നൂൽ പൊട്ടിയ ചുവന്ന പട്ടം നെഞ്ചോടു ചേർത്തു പിടിച്ചു മുഖം വീർപ്പിച്ചു നടന്നു വന്ന ബാലിക പിതാമഹന്റെ ഹൃദയം പിടിച്ചെടുത്തത് അവൾ അരങ്ങിൽക്കയറിയപ്പോഴാണ്. പിതാമഹൻ അരോഗദൃഢഗാത്രനും കലാരസികനും അന്നോളം പ്രണയപാശത്തിൽ കുടുങ്ങിയിട്ടില്ലാത്തയാളുമായിരുന്നു. പക്ഷേ ബിനോദിനിയുടെ ആദ്യ അരങ്ങിലെ പ്രകടനം കണ്ട് അദ്ദേഹം കിടുങ്ങിപ്പോയി. തൂക്കിക്കൊലയ്ക്കുശേഷം നിലവറയിലേക്കു നീളുന്ന കയർ പോലെ, നാടകം കണ്ടു തിരിച്ചെത്തിയിട്ടും അദ്ദേഹത്തിന്റെ ഞരമ്പുകൾ വെട്ടിവിറച്ചു. പിൽക്കാലത്ത് അവർ വലിയ നടിയായി. അവരുടെ പ്രകടനം ബംഗാളിനെ ഇളക്കി.

സഞ്ജീവ് കുമാർ മിത്രയോടൊപ്പം സോനാഗച്ചിയിലെ അബിനാശ് കബിരാജ് തെരുവിൽ തകർന്നു വീഴാനൊരുങ്ങുന്ന പുരാതന മന്ദിരത്തിനു പിന്നിൽ പകുതി മുഖമൊളിപ്പിച്ചു നിന്ന പഴയ ബംഗ്ലാവിന്റെ മുറ്റത്തു കാൽ കുത്തിയപ്പോൾ എന്റെ മനസ്സിൽ 'ചൈതന്യ ലീല' നാടകത്തിലെ ചൈതന്യയായി ഇടതുകാൽ വലതുമുട്ടിൽ കയറ്റി വച്ച് തലയുയർത്തി നിവർന്നിരിക്കുന്ന ബിനോദിനി ദാഷിയുടെ രൂപം തെളിഞ്ഞു. ഇതായിരിക്കുമോ അവരുടെ വീട് എന്നു ഞാൻ സംഭ്രമിച്ചു. എങ്കിൽ ഈ വീടിന്റെ വാതിൽക്കലും എന്റെ പിതാമഹൻ വാർധക്യത്തിന്റെ അപകർഷാബോധത്തോടെ പ്രണയപരവശനായി മുഖം കുനിച്ചു നെടുവീർപ്പിട്ടു നിന്നിട്ടുണ്ടാകുമെന്ന ഓർമ എന്നെ തരളിതയാക്കി. വെള്ളച്ചായമടിച്ച ബംഗ്ലാവിനു മുമ്പിൽ നാലഞ്ചു കാറുകൾ പാർക്ക് ചെയ്തിരുന്നു. ഡ്രൈവർമാരുടെ യൂണിഫോം ധരിച്ചവരും അല്ലാത്തവരുമായ പുരുഷൻമാർ ഒന്നും രണ്ടുമായി അങ്ങിങ്ങു വർത്ത

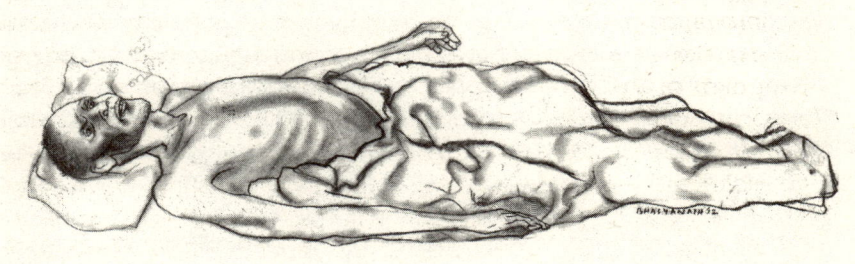

മാനം പറഞ്ഞു നിന്നു. ആകാശത്തേക്ക് ഉയർന്നു പോകുന്നതെന്നു തോന്നിക്കുന്ന വെളുത്ത തൂണുകളുള്ള പൂമുഖത്തേക്ക് വരാന്ത ചുറ്റി ഒമ്പതു പടിക്കെട്ടുകളുണ്ടായിരുന്നു. വിശാലമായ വാതിൽ തുറന്നു കിടന്നു. ആ ബംഗ്ലാവിന്റേതായി ആദ്യം എന്റെ കണ്ണിൽപ്പെട്ട സവിശേഷത എണ്ണമറ്റ ജനാലകളാണ്. വെള്ളച്ചായമടിച്ച ഭിത്തികളിൽ വിചിത്രമായ ചുവപ്പു ചായമടിച്ച ജനാലകൾ ഇരുട്ടിലും പ്രകാശിച്ചു. ആ ബംഗ്ലാവ് തിരശ്ശീലയ്ക്കു പിന്നിൽ കത്തിച്ചു വച്ച വിളക്കുപോലെ മഞ്ഞ ഛവിയോടെ പ്രകാശിച്ചു. ചിത്പൂർ റോഡിൽനിന്ന് കോൺവാലിസ് സ്ട്രീറ്റിലേക്കും ബൗ ബസാറിലേക്കും മണിക്ടൊലയിലേക്കും പരന്നു കിടക്കുന്ന ഭാഗത്തെ രണ്ടും മൂന്നും നിലയുള്ള മണി മന്ദിരങ്ങളെക്കുറിച്ചും അവയുടെ ഉടമകളായ ധനിക വാരനാരികളെക്കുറിച്ചും ഥാക്കുമാ പറഞ്ഞ കഥകൾ എനിക്ക് ഓർമ വന്നു. വാതിൽക്കലെത്തി എനിക്കു വേണ്ടി കാത്തുനിൽക്കുന്ന സഞ്ജീവ് കുമാർ മിത്രയെ ഞാൻ ഭീതിയോടെ നോക്കി.

"പേടിയുണ്ടോ?"

സഞ്ജീവ് കുമാർ കണ്ണടയൂരി മാസ്മരിക നോട്ടത്തോടെ ചോദിച്ചു. അകത്തു നിന്നു ഡിസ്കോ ഡാൻസിന്റേതെന്നു തോന്നിക്കുന്ന ശബ്ദകോലാഹലം അവ്യക്തമായി കേട്ടു. കാളീചരൺ പിതാമഹനെ അച്ഛൻ ബഡാ ആർട്ടിസ്റ്റ് എന്നാണ് പരാമർശിക്കാറുണ്ടായിരുന്നത്. സംഗീതജ്ഞനും കലാരസികനുമായിരുന്ന പിതാമഹൻ ശരീരത്തിനു വേണ്ടിയല്ല, ശാരീരത്തിനുവേണ്ടിയാണു യമുനാ ബായിജിയെപ്പോലെ മുസ്‌ലിമും പതിതയുമായ ഒരു സ്ത്രീയുടെ ഗൃഹത്തിലേക്കു പോയത് എന്നു ഥാക്കുമായും ആവർത്തിച്ചു. പതിനാറാം വയസ്സിൽ ചെറുപ്പത്തിന്റെ തിരത്തള്ളലിൽ കൂട്ടുകാരുടെ നിർബന്ധത്തെത്തുടർന്നാണ് പിതാമഹൻ തന്റെ കഴുത്തിലെ സ്വർണം കെട്ടിയ പുലിനഖം വിറ്റു കിട്ടിയ പണവുമായി ബായിജിയെത്തേടി പോയത്. യമുനാ ബായിജി ഒരു അപൂർവ വ്യക്തിയായിരുന്നു. അക്കാലത്ത് അവർക്കു നാൽപതിലേറെ പ്രായമുണ്ടായിരുന്നു. വസ്ത്രങ്ങൾ അഴിക്കുമ്പോൾ അവർ ഒരു മൂളിപ്പാട്ടു പാടി. പിതാമഹൻ മകുടി നാദം കേട്ട സർപ്പത്തെപ്പോലെ മനം മയങ്ങി, അവരെക്കാണാൻ ചെന്നത് എന്തിനാണെന്നു മറന്നു അവരുടെ കാൽക്കൽ വീണു പ്രണമിച്ചു. അക്കാലത്തു നഗരത്തിലെ പ്രമാണിമാർക്കും കലാകാരൻമാർക്കും പണ്ഡിതൻമാർക്കും ആദരണീയയായിരുന്നു യമുനാബായിജി. പിതാമഹനെ അവർ വർഷങ്ങളോളം സംഗീതം പഠിപ്പിച്ചു. ബിനോദിനിയുടെ അമ്മ മകളെയും കൊണ്ട് യമുനാ ബായിജിയുടെ വീട്ടിലെത്തിയത് സംഗീതവും നൃത്തവും മാത്രമല്ല, വശ്യമായ പെരുമാറ്റം കൂടി പഠിപ്പിക്കാൻ വേണ്ടിയായിരുന്നു. വശ്യമായ പെരുമാറ്റം പഠിച്ചെടുക്കേണ്ടതാണെന്ന് പിതാമഹൻ യമുനാ ബായിജിയിൽനിന്നാണു മനസ്സിലാക്കിയത്. ബിനോദിനിയെ കണ്ടുമുട്ടിയപ്പോൾ പിതാമഹൻ ആറു മക്കളുടെ പിതാവായിരുന്നു. എന്നിട്ടും പന്ത്രണ്ടു തികയാത്ത ആ ബാലിക അരങ്ങിലെത്തി മുതിർന്ന സ്ത്രീയായി ജീവിക്കുന്നതു കണ്ട് അദ്ദേഹം പ്രണയപരവശനായി. പിന്നീടൊരിക്കലും അവരോടുള്ള അദമ്യമായ ആഗ്രഹം അദ്ദേഹത്തെ വിട്ടുപോയില്ല. എഴുപത്തഞ്ചാം വയസ്സിൽ മരിക്കാൻ കിടക്കുമ്പോൾ പിതാമഹന്റെ മക്കളുടെ എണ്ണം

പന്ത്രണ്ടായിക്കഴിഞ്ഞിരുന്നു. പക്ഷേ അന്ത്യാഭിലാഷമായി അദ്ദേഹം ഉച്ചരിച്ചത് ബി...ബി... എന്ന അപൂർണമായ വാക്കു മാത്രമാണ്. ബി എന്ന അക്ഷരത്തിൽ തുടങ്ങിയ തീവ്രമായ ആ അന്ത്യാഭിലാഷം എന്തുതന്നെയായിരുന്നാലും അതു സാക്ഷാൽകരിക്കാതെ പിതാമഹൻ യാത്രയായി.

ജൊരാഷങ്കൊ ഠാക്കൂർ ബാടിയെ ഓർമിപ്പിക്കുന്ന ഛാത്താളിലേക്കാണു സഞ്ജീവ് കുമാർ മിത്ര എന്നെ നയിച്ചത്. എച്ചിൽപ്പാത്രങ്ങൾ കഴുകിക്കൊണ്ടിരുന്ന മധ്യവയസ്സു പിന്നിട്ട മൂന്നു സ്ത്രീകൾ തലയുയർത്തി നോക്കി. ചേലത്തലപ്പു ശിരസ്സിലൂടെ വലിച്ചിട്ട അവരുടെ മുഖത്ത് നിസ്സംഗതയാണ് നിഴലിച്ചത്. വൈരാഭരണക്കടയിൽ അനുഭവപ്പെട്ട അന്യഥാത്വം എനിക്ക് ഇവിടെയും അനുഭവപ്പെട്ടു. വലിയ കോട്ട പോലെയുള്ള ആ വീടിന്റെ ഏതൊക്കെയോ മുറികൾക്കുള്ളിൽനിന്ന് സംഗീതവും നൃത്തവും സംഭാഷണങ്ങളും പൊട്ടിച്ചിരികളും ഏതൊക്കെയോ ഭക്ഷണവിഭവങ്ങളുടെ ഗന്ധങ്ങളും ഒഴുകി വന്നു. വരാന്തയിലേക്കു തുറക്കുന്ന എണ്ണമറ്റ മുറികളിലേക്ക് എന്റെ കണ്ണുകൾ പാളി. വാതിലുകൾക്കു മുമ്പിൽ വലിയ പരസ്യപ്പലകകളിൽ കണ്ടു പരിചയമുള്ളതരം ഷൂസുകൾ ഊരിവച്ചിരുന്നു.

"എനിക്കു തിരിച്ചു പോകണം..."

എവിടേക്കെന്നറിയാതെ ഉയർന്നു പോകുന്ന പടിക്കെട്ടുകൾ കയറുമ്പോൾ ഞാൻ സഞ്ജീവ് കുമാർ മിത്രയെ വേവലാതിയോടെ നോക്കി.

"ബാബാ അറിഞ്ഞാൽ..."

"അറിയില്ല. ഇതു നിന്റെ ബാബയെപ്പോലെയുള്ളവർക്കു വരാൻ സാധിക്കുന്ന സ്ഥലമല്ല.."

അയാളുടെ ശബ്ദത്തിൽ ഒരുതരം ധാർഷ്ട്യം നിറഞ്ഞു. എന്റെ ശരീരത്തിന്റെ ഇടതു വശത്തെവിടെയോ അയാളുടെ പരുക്കൻ കൈപ്പത്തിയുടെ പാരുഷ്യത്തിന്റെ ഓർമയുണർന്നു.

"വേണ്ട, എനിക്കു പോകണം..."

"നിനക്ക് ആരെയാണ് പേടി? ബാബയെയോ എന്നെയോ?"

സഞ്ജീവ് കുമാർ മിത്ര കയറിയ ചില പടികൾ ഇറങ്ങി എന്റെ സമീപത്തു വന്നു കാരുണ്യപൂർവം ചുമലിൽ കൈവച്ചു.

"നോക്കൂ, ഈ വീടിന് നിന്നേക്കാൾ ചരിത്രകഥകൾ പറയാനുണ്ട്. ഇവിടെ വന്നു പോകാത്ത വലിയ മനുഷ്യരധികമൊന്നും കൊൽക്കൊത്തയുടെ ചരിത്രത്തിലില്ല."

അയാളുടെ ശബ്ദം ആർദ്രമായി.

"സോനാഗച്ചി! എന്റെ അച്ഛന്റെ നാട്ടിലെ സിനിമക്കാർക്ക് വളരെ ഇഷ്ടപ്പെട്ട സ്ഥലമാണിത്...ബേഷ്യകളെക്കുറിച്ചു കേൾക്കാൻ ആർക്കാണ് താൽപര്യമില്ലാത്തത്?"

അയാൾ പരിഹാസത്തോടെ ചുണ്ടു വക്രിപ്പിച്ചു ചിരിച്ചു. ബേഷ്യ എന്ന പദത്തെക്കുറിച്ച് ചിന്തിച്ചു കൊണ്ടു ഞാൻ പടിക്കെട്ടുകൾ കയറി. എട്ടാം വയസ്സിൽ തന്റെ മുത്തച്ഛനാകാൻ പ്രായമുള്ള ഒരാളുടെ കിടപ്പറയിലേക്ക് തള്ളിവിട്ടതു മുതലാണ് ബിനോദിനി ദാഷി സ്വന്തം അമ്മയെ വെറുത്തത്. ഒരു രാത്രി ഒന്നിച്ചു കഴിഞ്ഞതിനുശേഷം അയാൾ അവളെ ഉപേക്ഷിച്ചു പോയി.

ഒന്നിനും കൊള്ളാത്ത മകളെ അൽപം സംഗീതവും നൃത്തവും പഠിപ്പിച്ച് കൊള്ളാവുന്ന ഒരുത്തന്റെ വെപ്പാട്ടിയാക്കി അവളുടെ ജീവിതം ഭദ്രമാക്കാനുള്ള ആഗ്രഹത്തോടെയാണു ബിനോദിനിയുടെ അമ്മ അവരെ യമുനാ ബായിജിയുടെ അടുത്തേക്ക് അയച്ചത്. ബിനോദിനിയുടെ പ്രതിഭ യമുനാ ബായിജി കണ്ടെത്തി. ഒമ്പതാം വയസ്സിൽ യമുനാ ബായിജി അവരെ അരങ്ങിൽ കയറ്റി. പതിനൊന്നു തികയും മുമ്പേ അവർ സഭാകമ്പം മാറിയ നടിയായി. നാടകത്തിൽ പെൺവേഷങ്ങൾക്കു പകരം നടിമാരെത്തന്നെ അഭിനയിപ്പിച്ചു കൊണ്ട് വിപ്ലവത്തിനു തുനിഞ്ഞ ഗിരീഷ് ചന്ദ്ര ഘോഷ് തന്റെ നാടക ട്രൂപ്പിലേക്കു തിരഞ്ഞെടുത്ത അഞ്ചു വാരനാരികളിൽ ബിനോദിനിയും ഉൾപ്പെട്ടു. തൂക്കിക്കൊലയ്ക്ക് അനിയൻമാരെയോ ആൺമക്കളെയോ പകരം പറഞ്ഞയച്ചു പിതാമഹൻ ഗിരീഷ് ഘോഷിന്റെ നാടകക്കമ്പനിയിൽ ചുറ്റിപ്പറ്റി നിന്നു. അദ്ദേഹത്തിന്റെ കൺമുമ്പിൽ ബിനോദിനി ദാഷി പതിനൊന്നാം വയസ്സിൽ തന്റെ ആദ്യത്തെ നായികാവേഷം അഭിനയിച്ചു ഫലിപ്പിച്ചു. 'ശത്രു സംഹാർ' എന്ന നാടകത്തിൽ അവർ മനോഹരമായ ശബ്ദത്തിൽ പാടുകയും ഡയലോഗുകൾ ഉരുവിടുകയും ചെയ്തു കാണികളുടെ മനം കവർന്നു. അടുത്തു ചെല്ലാനോ പ്രണയം വെളിപ്പെടുത്താനോ ശേഷിയില്ലാതെ പിതാമഹൻ അവർക്കു ചുറ്റും എരിഞ്ഞു നടന്നു. അദ്ദേഹത്തിന്റെ കൺമുമ്പിൽ അവരുടെ പ്രണയങ്ങളും അരങ്ങേറി. അഭിനയം അവസാനിപ്പിക്കണമെന്നു ബിനോദിനിയോട് ഒരു ജമീന്ദാർ ആവശ്യപ്പെടുന്നതു കേട്ടപ്പോൾ തന്റെ കൈകൾ ഒരു കുടുക്കിടാൻ തരിച്ചു എന്നു പിതാമഹൻ എഴുതി. അഭിനയം അവസാനിപ്പിക്കാൻ ബിനോദിനി തയാറായില്ല. യുവ ജമീന്ദാർ പിണങ്ങിപ്പോയി. സ്റ്റാർ തിയറ്റർ തീർക്കാനുള്ള പണമുണ്ടാക്കാൻ ഗിരീഷ് ഘോഷ് നട്ടം തിരിഞ്ഞ കാലത്ത് ബിനോദിനി ദാഷിയെ തന്റെ വെപ്പാട്ടിയായി വിട്ടു തന്നാൽ എത്ര പണവും നൽകാമെന്നു പ്രഖ്യാപിച്ചു മാർവാഡി കോടീശ്വരനായ ഗുരുമുഖ് റേ പണപ്പെട്ടിയുമായി വന്നതിനും പിതാമഹൻ സാക്ഷിയായി. കലയ്ക്കും നാടകത്തിനും നിനക്കും വേണ്ടി ഈയൊരു ചെറിയ ത്യാഗം ചെയ്തു കൂടേ എന്നു ഗിരീഷ് ഘോഷ് ബിനോദിനിയോടു ചോദിച്ചു. ചെറിയ ത്യാഗമോ എന്നു ബിനോദിനി സങ്കടപ്പെട്ടു. 'നീയൊരു വേശ്യ. അല്ലെങ്കിൽത്തന്നെ നിനക്കെന്താണു നഷ്ടപ്പെടാനുള്ളത്?' എന്ന ചോദ്യത്താൽ ഗിരീഷ് ഘോഷ് അവരുടെ ഉത്തരംമുട്ടിച്ചു. തന്റെ കഥകൾ ബേദ്നാഗാഥകളാണെന്നു പിന്നീടു ബിനോദിനി തന്റെ ആത്മകഥയിലെഴുതി. പക്ഷേ ആ ഗാഥകൾ അവരെക്കാൾ വേദനിപ്പിച്ചത് തൂക്കിക്കൊലയെ മഹത്തായ കലാവിദ്യ പോലെ കുറ്റമറ്റതും നാടകീയവുമാക്കിത്തീർത്ത എന്റെ പിതാമഹനെയായിരുന്നു. ഞാൻ പറഞ്ഞിട്ടില്ലേ, കഴുത്തിലെ മൂന്നും നാലും കശേരുക്കൾക്കിടയിലുറപ്പിച്ച കുടുക്കിൽ ശ്വാസംമുട്ടാത്ത പ്രണയം ഞങ്ങളുടെ കുടുംബത്തിലൊരാൾക്കും ഒരിക്കലും സാധ്യമായില്ല.

"സൊഞ്ജു, ആരാ ഈ സുന്ദരിപ്പെണ്ണ്?"

അകത്തൊരു മുറിയിൽനിന്നു പ്രാഞ്ചി പ്രാഞ്ചി നടന്നു വന്ന ഭൂമിയോളം കൂനിയ വൃദ്ധ അന്വേഷിച്ചു. അവരുടെ സുന്ദരമായ മുഖത്ത് റോസ് പൗഡറും നരച്ച പുരികത്തിലും കണ്ണുകളിലും കറുപ്പും തേച്ചിരുന്നു. അവരുടെ കഴു

ത്തിൽ വലിയ സ്വർണപ്പണ്ടങ്ങൾ ഭാരത്തോടെ തൂങ്ങി. നിറയെ വളകളണിഞ്ഞ കൈകളിലൊന്ന് ഇടുപ്പിൽ ഊന്നിയാണ് അവർ നടന്നിരുന്നത്. മറ്റേ കൈ അന്തരീക്ഷത്തിൽ ആയം കൊണ്ടപ്പോഴൊക്കെ സ്വർണവളകൾ ശബ്ദത്തോടെ കിലുങ്ങി. ഞരമ്പുകൾ എഴുന്നുനിന്ന അവരുടെ ചുക്കിച്ചുളിഞ്ഞ പാദങ്ങളിൽ പാദസരങ്ങൾ പോലുമുണ്ടായിരുന്നു.

"എന്റെ ഇടപാടുകാരിയാണ്, ഥാക്കുമാ... അവൾ എന്നെ വച്ചുകൊണ്ടിരിക്കുകയാണ്..."

സഞ്ജീവ് കുമാർ മിത്ര എന്നെ നോക്കി മീശ തഴുകി. വൃദ്ധ അതു കേട്ട് ഉറക്കെച്ചിരിച്ചു.

"ഇവൾക്കെന്താ നിന്നോടു പ്രേമമാണോ?"

"അറിഞ്ഞുകൂടാ..."

"മോളേ, നീ ബേഷ്യയാണെങ്കിൽ ആരെയും പ്രേമിക്കരുത്... ഞങ്ങളുടെ കുട്ടിക്കാലത്ത് അമ്മമാർ പാടിത്തരും - ഭാലോബാഷാർ മുഖേ ആഗുൻ, ഷൊത്രു ബേരി പായ് ...."

പ്രേമത്തിന്റെ മുഖത്ത് വഞ്ചനയുടെ തീയാണ് എന്നും എന്റെ പാദങ്ങൾ ചങ്ങലകളിലാണ് എന്നുമായിരുന്നു അതിന്റെ അർഥം. അവർ എന്നെ ഒന്നുകൂടി ചുഴിഞ്ഞു നോക്കി.

"സൊഞ്ജൂ, ഒറ്റ നോട്ടത്തിൽ എനിക്ക് നിന്റെ മായയെ ഓർമ വന്നു..."

"ആദ്യം കണ്ടപ്പോൾ എനിക്കും..."

സഞ്ജീവ് കുമാർ മിത്ര മന്ത്രിച്ചു. ആ വലിയ ബംഗ്ലാവിന് ആലിപ്പൂർ കറക്ഷനൽ ഹോമിനോടും സഞ്ജീവ് കുമാർ മിത്രയുടെ ചാനൽ ഓഫിസിനോടും സാമ്യമുണ്ടായിരുന്നു. രണ്ടാം നിലയിൽ വലതു വശത്തുള്ള ഒരു വാതിൽ തുറന്ന് എന്നെ അയാൾ അകത്തേക്കു ക്ഷണിച്ചു. അപരാജിതവള്ളിയിലെ ഇലകൾ കണക്കെ പല ദിശയിലേക്കും വാതിലുകൾ തുറക്കുന്ന മുറിയായിരുന്നു അത്.

"ഇതാണ് എന്റെ വീട്..."

വിശാലവും സാറ്റിൻ കൊണ്ടു പൊതിഞ്ഞതുമായ സോഫയിൽ സഞ്ജീവ്കുമാർ ചാരിയിരുന്നു. പക്ഷേ, അയാളുടെ വാക്കുകളിൽ അഭിമാനത്തേക്കാളേറെ വേദനയാണ് തുടിച്ചത്. ഒരുപക്ഷേ ആ ബംഗ്ലാവിനും ബേദ്നാഗാഥകളായിരിക്കാം പറയാനുണ്ടായിരുന്നത്.

"നിങ്ങൾ വളരെ ധനികനാണ്, അല്ലേ?"

ഞാൻ ചുറ്റും നോക്കി. മുഖം കാണുംവിധം പോളീഷ് ചെയ്ത ചുവന്ന നിലവും വെളുത്ത ചുവരുകളുമുള്ള മുറിയിൽ എവിടെ നോക്കിയാലും ജനാലകൾക്കുള്ള അതേ രക്തച്ചുവപ്പ് നിറഞ്ഞു. ഫർണിച്ചർ പൊതിഞ്ഞ സാറ്റിനിലെ അതേ ചുവപ്പ് ഭിത്തിയിൽ തൂക്കിയിട്ട സ്വർണ ഫ്രെയിമുള്ള പെയിന്റിങ്ങുകൾക്കുമുണ്ടായി.

ഗുരുമുഖ് റേയുടെ ഇംഗിതങ്ങൾക്കു ബിനോദിനി ദാഷി വഴങ്ങിയെന്നറിഞ്ഞ് യുവ ജമീന്ദാർ കോപാകുലനായി തിയറ്റർ പണിയാൻ അയാൾ ഇരുപതിനായിരം രൂപ വാഗ്ദാനം ചെയ്തു. അഭിനയം നിർത്തിയാൽ നിനക്കാവശ്യമുള്ള പണം ഞാൻ തരാം എന്ന് അയാൾ അട്ടഹസിച്ചു. ബിനോദിനി

ദാഷി പറഞ്ഞു: ഞാൻ പണമുണ്ടാക്കിയിട്ടുണ്ട്. പക്ഷേ പണം കൊണ്ട് എന്നെ ഉണ്ടാക്കാൻ കഴിയില്ല. അരയിൽനിന്നു വാളൂരി അവരുടെ നേരെ അയാൾ കുതിച്ചു ചാടി. അന്ന് ഇരുപതു വയസ്സുപോലും തികയാത്ത ബിനോദിനി മിന്നൽ വേഗത്തിൽ അയാളെ തടഞ്ഞു. അമ്പതു വയസ്സുള്ള ഒരു സ്ത്രീക്കു പോലുമില്ലാത്ത വിപദിധൈര്യത്തോടെ അവർ പറഞ്ഞു: എന്നെ കൊല്ലണമെങ്കിൽ കൊല്ലാം. പക്ഷേ കേവലം ഒരു ബേഷ്യയെ കൊല പ്പെടുത്തിയതിന് തൂക്കുമരത്തിലേറുന്നത് നിങ്ങളുടെ കുടുംബമഹിമയ്ക്ക് എത്ര പോരായ്മയാണ്. തീർത്താൽ തീരാത്ത കറയുമായി നിങ്ങളീ ലോകം വിട്ടു പോകേണ്ടി വരും – അതും ഒരു വെറും ബേഷ്യയ്ക്കു വേണ്ടി! അങ്ങനെ സംഭവിച്ചിരുന്നെങ്കിൽ തൂക്കുമരത്തിൽ വച്ചു താൻ കണക്കു തീർത്തേനെ എന്ന് പിതാമഹൻ തന്റെ കുറിപ്പുകളിൽ എഴുതി. അദ്ദേഹത്തിന്റെ മരണ ശേഷം ആ പ്രണയപുസ്തകം മക്കളും കൊച്ചുമക്കളും കീറിക്കളഞ്ഞു. ഒരു ബേഷ്യയോടുള്ള പിതാമഹന്റെ ആരാധന കുടുംബത്തിന് ദുഷ്പേരുണ്ടാ ക്കുമെന്ന് അവർ വിശ്വസിച്ചു.

നേരത്തെ കണ്ട വൃദ്ധയോടൊപ്പം ഒരു പെൺകുട്ടി ട്രേയിൽ ചായയും മധുരപലഹാരങ്ങളും പാനുമായി മുറിയിലേക്കു വന്നു. ഞാൻ കൂടുതൽ പരവ ശയായി. പുറത്ത് ഇരുട്ട് കനത്തു കഴിഞ്ഞിരുന്നു. തെരുവുകളിലെ ശബ്ദ കോലാഹലത്തിന്റെ ഒരല പോലും കടന്നു വരാത്ത വിധം ശക്തവും ഭദ്രവു മായൊരിടത്തായിരുന്നു ഞങ്ങൾ.

"ചായ കുടിക്കൂ..."

പോകാൻ തുടങ്ങുമ്പോൾ വൃദ്ധ ആജ്ഞാപിച്ചു. തിരിഞ്ഞു നടക്കുമ്പോൾ വിറയാർന്ന ശബ്ദത്തിൽ അവർ മൂളിപ്പാട്ടു പാടി.

"കേറ്റേ ദിയേ പ്രേമേർ ഘുഡി
അബാർ കേനോ ലോട്കേ ധറോ..."

വാതിലടഞ്ഞപ്പോൾ സഞ്ജീവ് കുമാർ മിത്ര എന്നെ നോക്കി.

"ആ വരികളുടെ അർഥം മനസ്സിലായോ?"

"അതു പട്ടം പറത്തുന്നവരുടെ പാട്ടല്ലേ? എന്റെ പട്ടത്തിന്റെ നൂലു പൊട്ടിച്ചിട്ടും എന്തിനാണ് വീണ്ടും ഇങ്ങനെ തൂങ്ങി നിൽക്കുന്നത്..."

സഞ്ജീവ് കുമാർ മിത്ര കണ്ണടയൂരി പച്ച കണ്ണുകളാൽ എന്നെ നോക്കി അർഥഗർഭമായ ഒരു പുഞ്ചിരി സമ്മാനിച്ചു കൊണ്ട് എഴുന്നേറ്റു പോയി വാതിൽക്കൊളുത്തിട്ടു. തിരികെ എന്റെ അടുത്തു വന്നു പിന്നിൽനിന്ന് രണ്ടു ചുമലിലും കൈവച്ചു വലതു കൈ കൊണ്ടു താടി പിടിച്ചുയർത്തി ഒരു വല്ലാത്ത നോട്ടത്താൽ എന്റെ ആത്മാവിനെ തുളയ്ക്കാൻ ശ്രമിച്ചു.

"അത് സ്ത്രീയും പുരുഷനും തമ്മിലുള്ള ശാരീരിക ബന്ധത്തെപ്പറ്റി യുള്ള പാട്ടാണ്..."

അയാളുടെ കണ്ണിൽനിന്നു കണ്ണെടുക്കാൻ എനിക്കു സാധിച്ചില്ല.

"സ്ത്രീ പാടുന്നു – നിങ്ങൾ ആകാശത്തുയർന്ന എന്റെ പട്ടത്തെ പെട്ടെന്നു പൊട്ടിച്ചു കളഞ്ഞിട്ട് എന്തിനാണ് ഇനിയും..."

അയാളുടെ കൈകൾ എന്റെ ശരീരത്തിൽ പടരാൻ തുടങ്ങി.

"അരുത്..."

ഞാൻ വേവലാതിയോടെ തടഞ്ഞു. അയാൾ അത് അവഗണിച്ച് എന്നെ പിടിച്ചെഴുന്നേൽപ്പിച്ചു മാറിൽച്ചേർത്തു മുടിയിൽ ആർദ്രമായി തഴുകി. ഒരു പുരുഷൻ പ്രണയത്തിന്റെ മധുരം പുരട്ടി പിടിച്ചെഴുന്നേൽപ്പിക്കുമ്പോൾ ഭാരതീയ സ്ത്രീത്വത്തിന്റെയും സ്വാഭിമാനത്തിന്റെയും പ്രതീകമാണെങ്കിലും വിധേയയായിപ്പോകുമെന്ന് ഞാൻ അമ്പരപ്പോടെ തിരിച്ചറിഞ്ഞു.

സ്റ്റാർ തിയറ്റർ പണിയാൻ ഗുരുമുഖ് റേയുടെ കിടപ്പറയിൽ പോയിത്തുടങ്ങിയതിന്റെ അടുത്ത വർഷം ബിനോദിനിയുടെ 'ചൈതന്യലീല' നാടകം കാണാൻ സാക്ഷാൽ ശ്രീരാമകൃഷ്ണ പരമഹംസൻ എത്തി. സ്വാമി ചൈതന്യയായി ബിനോദിനിയുടെ അഭിനയം കണ്ട് അമ്പരന്ന ശ്രീരാമകൃഷ്ണൻ സ്റ്റേജിലേക്കു കയറിച്ചെന്നു ബിനോദിനിയെ വന്ദിച്ചു-അമ്മേ, നിങ്ങൾ ചൈതന്യമാണ്! ബേഷ്യകളോടു പ്രീതി പ്രകടിപ്പിച്ചുവെന്ന പേരിൽ ഭദ്രലോക് സമൂഹം ശ്രീരാമകൃഷ്ണനെ ഒറ്റപ്പെടുത്തിയതും സ്വാമി വിവേകാനന്ദനനോട് പരാതി പറഞ്ഞതും പിതാമഹൻ രേഖപ്പെടുത്തി. അതിനു തൊട്ടടുത്ത ദിവസങ്ങളിലൊന്നിൽ ബിനോദിനിയുടെ മുറിയിൽ കടന്നു പഴയ ജമീന്ദാർ കാമുകൻ അവരുടെ കഴുത്തിനു കുത്തിപ്പിടിച്ച് അലറി : വഞ്ചകീ...! അരങ്ങിൽ സീതയുടെയോ ദ്രൗപദിയുടെയോ വേഷം അഭിനയിക്കുന്നത്ര നിസ്സാരമായി ബിനോദിനി അയാളെ നോക്കി മന്ദഹാസം അഭിനയിച്ചു. പിന്നീട് അവർ ജീവിതത്തിൽ താൻ പറഞ്ഞിട്ടുള്ള ഏറ്റവും ശക്തമായ ഡയലോഗ് ഉരുവിട്ടു:

"ഞങ്ങളെ വഞ്ചിക്കാൻ പഠിപ്പിച്ചത് നിങ്ങൾ പുരുഷൻമാരാണ്...!"

സഞ്ജീവ് കുമാർ മിത്രയുടെ മുറികൾ ഒന്നിൽനിന്നു മറ്റൊന്നിലേക്കു നീളുന്നതായിരുന്നു. അയാളെന്നെ മാറിൽച്ചേർത്ത് സാവധാനം വളരെ ദൂരം മുന്നോട്ടു നടത്തി. ഗിരീഷ് ചന്ദ്ര ഘോഷ് മരിച്ചപ്പോൾ അദ്ദേഹത്തിന് അന്ത്യോപചാരമർപ്പിക്കാൻ അദ്ദേഹം കൊണ്ടുവന്ന നടിമാരിലാരെയും അനുവദിച്ചില്ല. ഇരുപതാം വയസ്സിൽ ബിനോദിനി ദാഷി അഭിനയം നിർത്തി. അവർ മറ്റൊരു ധനികന്റെ വെപ്പാട്ടിയായി. ബിനോദിനിക്ക് ഒരു മകൾ ജനിച്ചു. പക്ഷേ ആ കുട്ടിയെ സ്കൂളിൽ ചേർത്തു പഠിപ്പിക്കാൻ അന്നത്തെ ബംഗാളിലെ ഭദ്രലോക് സമൂഹം അനുമതി നിഷേധിച്ചു. പതിനൊന്നാം വയസ്സിൽ ആ കുട്ടി മരിച്ചു. പിന്നീട്, മരിക്കാൻ വേണ്ടി കടലിലേക്കു മടങ്ങുന്ന ഹിൽസയെപ്പോലെ ബിനോദിനി ചുവന്ന തെരുവിലെ തന്റെ പഴയ വീട്ടിലേക്കു മടങ്ങി. ബിനോദിനിയുടെ ജീവിതത്തിന്റെ ആ 'ബേദ്നാഗാഥ' കൂടി കേൾക്കാൻ, ഭാഗ്യം, എന്റെ പിതാമഹൻ ജീവിച്ചില്ല. കഥ കേട്ടിരുന്ന എനിക്കു കിട്ടിയ ആദ്യപ്രഹരം ബിനോദിനിയുടെ മരണമായിരുന്നില്ല. പിതാമഹന്റെ മരണശേഷം അദ്ദേഹം അജ്ഞയും അരസികയും എന്നു തള്ളിക്കളഞ്ഞിരുന്ന അദ്ദേഹത്തിന്റെ ഭാര്യ പാട്ടു പാടിത്തുടങ്ങിയതായിരുന്നു. നീംതലഘാട്ടിനു സമീപം അന്നുണ്ടായിരുന്ന ചെറിയ ശിവക്ഷേത്രത്തിൽ ദിവസവും പ്രഭാതത്തിൽ ആ പിതാമഹിയുടെ കീർത്തനങ്ങൾ ഉയർന്നു. ഗംഗയുടെ ഓളങ്ങൾ ആഹ്ലാദത്തോടെ അവരുടെ ശബ്ദം പ്രതിധ്വനിപ്പിച്ചു.

ഈട്ടിയിൽ പണിത കനത്ത കറുത്ത വ്രീതിയേറിയ വാതിൽ തുറന്നപ്പോൾ അകത്തെ വിശാലമായ കട്ടിലും കിടക്കയും ഇടംകണ്ണു കൊണ്ടാണു ഞാൻ കണ്ടത്. ആ കിടക്കയും ചുവന്ന പട്ടുവിരിയും ഞാൻ സ്വപ്നത്തിൽ

കണ്ടിട്ടുള്ളതായിരുന്നു. അതിനു മേൽ എലികൾ പുളയ്ക്കുന്നുണ്ടെന്നു ഞാൻ ഭയന്നു. പുറത്ത്, സോനാഗച്ചിയുടെ തെരുവുകൾ പതിയെ ശാന്തമായി. ഇടുങ്ങിയ ഗലികളിൽനിന്നു പിമ്പുകളും വേശ്യകളും പിൻവാങ്ങി. മഞ്ഞ വിളക്കുകൾ നിസ്സംഗതയോടെ കത്തി. ഒരു വണ്ടിക്കുപോലും കടന്നു പോകാൻ ഇടമില്ലാത്ത വഴിയുടെ രണ്ടു വശത്തും തടിച്ചവരും മെലിഞ്ഞവരും വെളുത്തവരും കറുത്തവരും തവിട്ടുനിറമുള്ളവരുമായ സ്ത്രീകൾ മുഖത്ത് കനത്തിൽ റോസ് പൗഡറിട്ട് കൺമഷിയെഴുതി ഇറുകിയ ടീഷർട്ടോ മാറിടവും വയറും പ്രദർശിപ്പിക്കുന്ന സാരിയോ ധരിച്ചു പൊട്ടു കുത്തിയോ കുത്താതെയോ ഒരു കൈ ഇടുപ്പിൽ കുത്തി നെഞ്ചു വിരിച്ചുനിന്നു. അവർ കൊമാർതുളിയിലെ വൈക്കോലിൽ തീർത്തു ചളി പുരട്ടി ഉണങ്ങാൻ വച്ച ദുർഗാപ്രതിമകളെ അനുസ്മരിപ്പിച്ചു. നവരാത്രിപൂജയ്ക്കുള്ള ഒരുക്കങ്ങൾ തുടങ്ങിയിരുന്നു. ദുർഗാ പൂജ നടക്കുന്ന ധനികരുടെ വീടുകളിൽ ആദ്യ പൂജയ്ക്ക് അഭിസാരികയുടെ വീട്ടു പടിക്കൽ നിന്നെടുക്കുന്ന മണ്ണു വേണമെന്ന് ഥാക്കുമാ പറയാറുള്ളതു ഞാനോർത്തു. ചുവന്ന പട്ടുവിരിപ്പിട്ട കിടക്കയിൽ എന്റെ മുഖത്തേക്കു സഞ്ജീവ് കുമാറിന്റെ മുഖം താഴ്ന്നു വന്നപ്പോൾ ഞാൻ കണ്ണുകൾ ഇറുക്കിയടച്ചു. ചോരച്ചുവപ്പു ചുണ്ടുകളുള്ള ഒരായിരം എലികൾ ശരീരത്തിലൂടെ തലങ്ങും വിലങ്ങും പാഞ്ഞു. എന്റെ ശരീരത്തിന്റെ ഒരു പകുതി അയാളുടെ ശരീരത്തെ അഭിലഷിച്ചു. പക്ഷേ മറുപകുതി അയാളുടെ മനസ്സു കൂടി ആവശ്യപ്പെട്ടു. കട്ടിൽത്തലയ്ക്കൽ ഭിത്തിയിൽ തൂക്കിയിട്ട വലിയ ചിത്രം ഞാൻ അപ്പോഴാണു കണ്ടത്. വലിയ പൊട്ടു തൊട്ട നെറ്റിക്കു താഴെ മൂക്കു മുതൽ ശിരസ്സു വരെ നീണ്ടു പരന്ന വലിയ കണ്ണുകൾ. തുളഞ്ഞു കയറുന്ന നോട്ടം. ചോരച്ചുവപ്പുള്ള ചുണ്ടുകൾ കൊണ്ട് വല്ലാത്ത ചിരി ചിരിക്കുന്ന ഒരു സ്ത്രീ. എനിക്ക് ഭയം തോന്നി. ഞാൻ സഞ്ജീവ് കുമാർ മിത്രയോട് എന്നെ സ്നേഹിക്കുന്നുണ്ടോ എന്നു ചോദിച്ചു. അയാൾ തമാശ കേട്ടതുപോലെ ചിരിച്ചു. ഉത്തരം പറയാതെ അയാൾ എന്റെ ശരീരത്തിലേക്ക് അമർന്നു. ഞാൻ ശക്തി ക്ഷയിച്ച കരങ്ങൾ കൊണ്ട് അയാളെ തള്ളി മാറ്റി. കൃത്യമായും ആ നേരത്ത് അയാളുടെ മൊബൈൽ ഫോൺ ശബ്ദിച്ചു. അലോസരത്തോടെ പോക്കറ്റിൽനിന്നു ഫോൺ വലിച്ചെടുത്ത് സഞ്ജീവ് കുമാർ മിത്ര എഴുന്നേറ്റു.

"ങ്ഹാ... പറഞ്ഞോളൂ ഹരീഷ് ബാബൂ... ങ്ഹേ? റിയലി?"

അയാൾ പിടഞ്ഞെഴുന്നേറ്റു കിടക്കയുടെ വശത്തെ ടീപ്പോയ്മേൽ ഇരുന്ന റിമോട്ട് കൺട്രോൾ എടുത്തു ടിവി ഓൺ ചെയ്തു. എന്റെ ശരീരത്തിലെ വിറയൽ കുറച്ചു നേരം കൂടി തുടർന്നു. അയാൾ തിരിച്ചുവന്നെങ്കിൽ എന്നു ശരീരം ആഗ്രഹിച്ചു. അതിനു മുമ്പെ രക്ഷപ്പെടാൻ മനസ്സു നിർബന്ധിച്ചു. അപ്പോൾ, ടിവിയിൽനിന്ന് വാർത്താ വായനക്കാരിയുടെ ശബ്ദം ഉയർന്നു.

"ഇതിനിടെ പെൺകുട്ടിയെ ബലാൽക്കാരം ചെയ്തു കൊലപ്പെടുത്തിയ കേസിൽ വധശിക്ഷയ്ക്കു വിധിക്കപ്പെട്ട ജൊതീന്ദ്രനാഥ ബാനർജി ദയ അർഹിക്കുന്നില്ലെന്നു ഗവൺമെന്റ് തീരുമാനിച്ചു. ഇതോടെ മറ്റന്നാൾ ജൊതീന്ദ്രനാഥ ബാനർജിയുടെ വധശിക്ഷ ഉറപ്പായി...."

എന്റെ പാദങ്ങൾ കൂട്ടിക്കെട്ടിയതു പോലെ നിശ്ചലമായി. ഉയർന്നു പറന്ന പട്ടത്തിന്റെ പൊട്ടിയ നൂലു പോലെ പ്രജ്ഞ വായുവിൽ ആലംബമറ്റുനിന്നു.

“പന്ത്രണ്ടു കൊല്ലം മുമ്പു ചെയ്ത കുറ്റകൃത്യത്തിന്റെ പേരിൽ ജയിൽ ശിക്ഷ അനുഭവിക്കുകയാണു ബാനർജി. വധശിക്ഷയ്ക്കെതിരെ രാജ്യത്തെങ്ങും പ്രവർത്തിക്കുന്ന സംഘടനകളും പ്രമുഖ വ്യക്തികളും നൽകിയ അപ്പീലുകൾ പരിഗണിച്ച ശേഷമാണ് മുഖ്യമന്ത്രി ഈ തീരുമാനമെടുത്തത്. നിയമപ്രകാരം വധശിക്ഷ ഇളവു ചെയ്യാൻ ഗവൺമെന്റിന് ഗവർണറോടു ശുപാർശ നൽകുകയും ഗവർണർക്ക് വധശിക്ഷ റദ്ദാക്കുകയും ചെയ്യാവുന്നതാണ്. പക്ഷേ, സുപ്രീംകോടതിയും ഗവൺമെന്റും രാഷ്ട്രപതിയും ജൊതീന്ദ്രനാഥ ബാനർജിയുടെ ദയാഹർജി തള്ളിക്കളഞ്ഞ സ്ഥിതിക്ക് അയാൾ ചെയ്ത നികൃഷ്ടമായ കുറ്റത്തിന് ഏറ്റവും കടുത്ത ശിക്ഷ തന്നെ അർഹിക്കുന്നുണ്ടെന്നാണു മുഖ്യമന്ത്രിയുടെയും മറ്റു മന്ത്രിസഭാംഗങ്ങളുടെയും കാഴ്ചപ്പാടെന്ന് ആഭ്യന്തര സെക്രട്ടറി അമിത് ദേബ് അറിയിച്ചു. ഗവൺമെന്റ് തീരുമാനം അനുസരിച്ചു സർവ തയ്യാറെടുപ്പുകളും പൂർത്തിയാക്കാൻ ജില്ലാ നേതൃത്വത്തിന് ഉത്തരവു നൽകിയിട്ടുണ്ടെന്നും അദ്ദേഹം അറിയിച്ചു...”

സഞ്ജീവ് കുമാർ മിത്ര റിമോട്ടുമായിത്തന്നെ എന്നെ സമീപിച്ചു. ഞാൻ എഴുന്നേറ്റിരുന്ന് എന്തു വേണമെന്നറിയാതെ അയാളെ നോക്കി. അയാളുടെ മുഖത്ത് ആഹ്ലാദം നിറഞ്ഞു.

“എന്റെ ഭാഗ്യം! ഞാൻ പേടിച്ചിരുന്നത് അവസാന നിമിഷത്തിലെങ്ങാൻ ഗവൺമെന്റ് ഇതു വേണ്ടെന്നു വയ്ക്കുമോ എന്നായിരുന്നു... പ്രത്യേകിച്ചും നിന്റെ ബാബാ ഇടഞ്ഞടിച്ചു നിൽക്കുന്ന സാഹചര്യത്തിൽ...”

അയാളുടെ ചിരിക്കുന്ന ചുണ്ടുകൾ മുഖത്തു പരത്തുന്ന പ്രകാശം ആദ്യമായി കാണുന്നതുപോലെ ഞാൻ നോക്കി നിന്നു. വാസ്തവത്തിൽ അയാൾ അത്ര ആത്മാർഥമായി തുറന്നു ചിരിക്കുന്നതു ഞാൻ മുമ്പു കണ്ടിട്ടുണ്ടായിരുന്നില്ല. എന്റെ ശരീരം വായുവിൽ ആടിയുലഞ്ഞു.

“നമുക്ക് ഇറങ്ങാം... നാളത്തെ കാര്യം നിന്റെ ബാബായോടു പറഞ്ഞു ശരിയാക്കണം... ഞാനും വരാം...”

അയാൾ തിരക്കിട്ടു ഷർട്ടിന്റെ മുകളിലത്തെ ബട്ടനുകൾ ഇട്ടു. പോക്കറ്റിൽനിന്നു ചീപ്പെടുത്തു മുടി ചീകി. ഞാൻ അയാളെ വിഡ്ഢിയെപ്പോലെ നോക്കി നിന്നു. എന്റെ പാദങ്ങൾ അപ്പോഴും ചങ്ങലക്കെട്ടുകളിലായിരുന്നു. ആ സമയത്ത് എനിക്കു വീണ്ടും അയാളുടെ കരങ്ങളിലേക്കും ശരീരത്തിലേക്കും മടങ്ങാൻ ആഗ്രഹമുണ്ടായി. അയാൾ പക്ഷേ എന്നെ ശ്രദ്ധിക്കാതെ പുറപ്പെടാൻ തയാറെടുത്തു. അലമാര തുറന്ന് കുറച്ചു നോട്ടുകളെടുത്തു പേഴ്സിൽ ഭദ്രമായി വച്ചു കൊണ്ട് അയാൾ എന്നെ നോക്കി.

“നിന്റെ കഴുകൻ മല്ലിക് എത്ര ചോദിക്കുമെന്ന് ആർക്കറിയാം! ഇത് എന്റെ പോക്കറ്റിൽനിന്നു തന്നെ പോകും. ചാനലിൽനിന്ന് ഇനിയൊരു പൈസ പോലും കിട്ടില്ല... പക്ഷേ എനിക്കു വേറെ മാർഗമില്ല. എന്റെ അഭിമാനത്തിന്റെ പ്രശ്നമായിപ്പോയില്ലേ?”

ഞാൻ രണ്ടു കൈകളും കൊണ്ടു മുഖം പൊത്തി. പ്രേമത്തിന്റെ മുഖത്തെ അഗ്നിയുടെ കാര്യം എനിക്ക് ഓർമ വന്നു. വാരാംഗനകൾ മാത്രമല്ല, ആരാ

ച്ചാർമാരും പ്രേമിക്കരുത്. വരൂ, വരൂ എന്നു തിടുക്കം കാട്ടി സഞ്ജീവ്കുമാർ മിത്ര എന്നെ പുറത്തേക്കു നയിച്ചു. നിരത്തിലെ തിരക്കിൽ ബംഗ്ലാ കുടിച്ച് ഉൻമത്തരായ പാവപ്പെട്ട ഇടപാടുകാരുടെ വിലപേശലും തെറിവിളിയും ഉയർന്നു. എല്ലാവരും എല്ലാ ആഗ്രഹങ്ങളും ഉച്ചത്തിൽ വിളിച്ചു പറയുന്ന ചന്തയിലൂടെ സഞ്ജീവ് കുമാർ മിത്ര എന്നെ ഉന്തിത്തള്ളി കൊണ്ടുപോയി. സൂര്യകാന്തി എണ്ണയിൽ മൊരിയുന്ന വലിയ മൽസ്യക്കഷ്ണങ്ങളുടെയും വലിയ ചെമ്പുകളിൽ തിളയ്ക്കുന്ന മട്ടൻ കറിയുടെയും ഓടയുടെയും ഗന്ധങ്ങളാൽ ചൂഴ്ന്ന്, ചതഞ്ഞ പൂമാലകളും ഉപയോഗിച്ചു വലിച്ചെറിഞ്ഞ ഗർഭനിരോധന ഉറകളും ചവിട്ടിയരച്ച് അയാൾ പാഞ്ഞു പോയി. അത്ര നേരമായിട്ടും ആരും വിലയ്ക്കു വാങ്ങാതെ ചായങ്ങൾ വിയർപ്പിൽ മാഞ്ഞും കാൽ കഴച്ചും മനസ്സു മടുത്തും ഒരു പക്ഷേ വയറു വിശന്നും കാത്തു നിന്ന കല്ലിച്ച മുഖമുള്ള സ്ത്രീകൾക്കിടയിലൂടെ, ആത്മാവ് പട്ടം പോലെ ആകാശത്തേക്കും ശരീരം പൊട്ടിയ നൂൽ പോലെ നിസ്സഹായമായി ഭൂമിയിലേക്കും പതിക്കുന്നതിന്റെ വിചിത്രമായ അനുഭവത്തിൽ ഞാൻ തല താഴ്ത്തി നടന്നു. സഞ്ജീവ് കുമാർ മിത്രയുടെ കിടപ്പുമുറിയുടെ ഭിത്തിയിൽ തൂക്കിയിട്ട ചിത്രത്തിലെ ചോരച്ചുവപ്പുകളുള്ള ചുണ്ടുകളുള്ള ആ സ്ത്രീ-എന്തായിരുന്നു അവളുടെ പേര്? ദുർഗ? അതോ, ചാമുണ്ഡിയോ?

ഇരുപത്തിയൊമ്പത്

സുമംഗലികളുടെ ജഡങ്ങൾ ചിതയിലേക്കെടുക്കുമ്പോൾ അവരുടെ പാദങ്ങൾ ചോരയിൽ ചവിട്ടിയതുപോലെ ചുവന്നിരിക്കണമെന്നു നിശ്ചയിക്കപ്പെട്ടതെന്നാണെന്നു ഥാക്കുമായ്ക്കു പോലും ഓർമയില്ല. പക്ഷേ, നെറ്റിയിൽ സിന്ദൂർ എന്നും കാൽവെള്ളകളിൽ അൾട്ടാ എന്നും പേരുള്ള രക്തച്ചുവപ്പോടെ ചിതയിലേക്ക് എടുക്കപ്പെടാൻ സാധിക്കുന്നതു മഹാഭാഗ്യമാണെന്നു ഥാക്കുമാ തീർത്തു പറഞ്ഞു. നീഹാരിക മരിച്ചപ്പോഴാണ് ഒരു സ്ത്രീയുടെ ശവസംസ്കാരത്തിനു ഞാൻ ആദ്യമായി സാക്ഷ്യം വഹിച്ചത്. അവളുടെ മരണവാർത്ത കേട്ടു നാട്ടുകാർ വീടിനകത്തും പുറത്തും തടിച്ചുകൂടി. വിദൂരഗ്രാമങ്ങളിൽനിന്നു ശവങ്ങളുമായി രാത്രി മുഴുവൻ യാത്ര ചെയ്തെത്തിയ അപരിചിതർ പോലും തങ്ങൾ അനുയാത്ര ചെയ്തു കൊണ്ടുവന്ന മൃതദേഹം വഴിയിൽ ഉപേക്ഷിച്ച് നീഹാരികയെ കാണാൻ തിക്കിത്തിരക്കി. സ്ട്രാൻഡ് റോഡിൽ ഗതാഗതം നിലച്ചു. പോലീസ് വന്നു. കുട്ടികളെ മുതിർന്നവർ ആട്ടിപ്പായിച്ചു. അമലേന്ദുവിനെയും ചമ്പയെയും വെട്ടിച്ചു ഞാൻ മാത്രം, ഇപ്പോൾ ഞാനും ഥാക്കുമായും രാമുദായും ഉപയോഗിക്കുന്ന മുറിയിൽ, മുഖക്കണ്ണാടി തൂക്കിയിട്ടതിനു സമീപമുള്ള ജനൽ ദ്വാരത്തിലൂടെ അച്ഛന്റെ മുറിയിലേക്ക് എത്തി നോക്കി. ഒരു മെഴുകു പ്രതിമ പോലെ വിളറി വെളുത്തു നിന്ന നീഹാരികയെ അവർ നിലത്തിറക്കുന്നതും ജാത്രയിലെന്നതുപോലെ മാ നിലവിളിയോടെ അവൾക്കു മേൽ വീഴാനായുന്നതും അച്ഛൻ ഇടതു കൈ കൊണ്ട് മായെ തടുക്കുന്നതും ഞാൻ കണ്ടു. പിൽക്കാലത്ത്, ഒമ്പതു ദിവസം കടുംമഞ്ഞ ഹാരങ്ങൾ കൊണ്ടലങ്കരിച്ചു പൂജിക്കുന്ന ദുർഗാപ്രതിമകൾ ഗംഗയിൽ നിമജ്ജനം ചെയ്യപ്പെടുമ്പോൾ, സിംഹങ്ങൾക്കും പുഷ്പങ്ങൾക്കും മേൽ കാലിൻമേൽ കാൽ കയറ്റിവച്ച ദേവതമാരുടെ ഗംഗയിലെ ചെളിവെള്ളത്തിലേക്കുള്ള പതനം എന്നെ അസ്വസ്ഥയാക്കിയത് അവ നീഹാരികയുടെ വടി പോലെയായിത്തീർന്ന ശരീരത്തെ ഓർമിപ്പിച്ചതുകൊണ്ടാണ്. പോസ്റ്റ്മോർട്ടം കഴിഞ്ഞ് തിരിച്ചെത്തിയ അവൾക്ക് നാരായൺദാ തന്റെ കടയിൽനിന്നു മുളയിൽത്തീർത്ത ഏറ്റവും നല്ല മഞ്ചവും ഗംഗാധർദാ ഏറ്റവും ഉണങ്ങിയ വിറകുകൊള്ളികളും ഹരിദാ ഏറ്റവും ഭംഗിയുള്ള പുഷ്പങ്ങളും സമ്മാനിച്ചു. ഥാക്കുമായുടെ നേതൃത്വത്തിൽ പെണ്ണുങ്ങൾ ഗംഗയിൽനിന്നു കോരിക്കൊണ്ടുവന്ന വെള്ളത്തിൽ അവളെ കുളിപ്പിച്ച് വിവാഹസാരി അണിയിച്ചു. ഹേമന്ത്ദാ തന്റെ കാളീക്ഷേത്രത്തിൽനിന്നു കൊണ്ടുവന്ന ചോരച്ചുവപ്പുള്ള സിന്ദൂർ കൊണ്ട് ഥാക്കുമാ അവളുടെ നെറ്റിയിൽ പൊട്ടു തൊടുവിച്ചു. ഞാൻ മൂക്കിൽ കയ്യിട്ടു നോക്കി നിൽക്കെ ഥാക്കുമാ സിന്ദൂർ വെള്ളത്തിൽ ചാലിച്ച് അൾടാ ആക്കി മാറ്റി അവളുടെ പാദങ്ങളിലും ശ്രദ്ധാ

പൂർവം അണിയിച്ചു. ചുവന്നു കൊഴുത്ത രക്തത്തിൽ ചവിട്ടിയതുപോലെ അവളുടെ കാൽവെള്ളകൾ ചുവന്നു.

സഞ്ജീവ് കുമാർ മിത്രയോടൊപ്പം സ്ട്രാൻഡ് റോഡിൽ എത്തിയപ്പോൾ വെള്ളിയിൽ തീർത്ത ഒരു ശവവണ്ടി വഴിവിലങ്ങിക്കിടന്നിരുന്നു. എന്റെ മനസ്സ് ശൂന്യമായി. മരണം, ചിലപ്പോഴൊക്കെ സഞ്ജീവ് കുമാർ മിത്ര ചെയ്യുന്നതുപോലെ എന്റെ വിരലുകളിൽ വിരൽ കോർത്തു. യതീന്ദ്രനാഥ ബാനർജിയെ തൂക്കിലേറ്റിയാൽ അയാളുടെ മരവിച്ച ശരീരം ആജീവനാന്തം എന്റെ വിരൽത്തുമ്പുകളിൽ തൂങ്ങിയാടുമെന്നു ഞാൻ ഭയപ്പെട്ടു. വീടിനു മുമ്പിലേക്കു നടക്കുമ്പോൾ തെരുവുവിളക്കിന്റെ മഞ്ഞ വെളിച്ചത്തിൽ വണ്ടിക്കുള്ളിൽ സ്വർണ വിഗ്രഹം പോലെ പ്രകാശിച്ച സ്ത്രീയെ ഞാൻ സൂക്ഷിച്ചു നോക്കി. വെളുത്ത ഡാലിയപ്പൂക്കൾക്കിടയിൽ മറ്റൊരു പുഷ്പം പോലെയുണ്ടായിരുന്നു അവരുടെ സുന്ദരമുഖം. അവരുടെ നെറ്റിയിലും വലിയ കുങ്കുമപ്പൊട്ടുണ്ടായിരുന്നു. അവരുടെ കാൽവെള്ളകളും രക്തത്തിൽ ചവിട്ടിയതുപോലെ ചുവന്നിരുന്നു. വെള്ള വസ്ത്രങ്ങൾ ധരിച്ച് വണ്ടിയുടെ മുമ്പിൽ അന്യമനസ്കനായി നിൽക്കുന്ന മധ്യവയസ്കൻ അവരുടെ ഭർത്താവാണെന്ന് ഞാൻ ഊഹിച്ചു. വണ്ടികളുടെ തിരക്ക് ഒഴിഞ്ഞ് റജിസ്ട്രേഷൻ ആഫീസിൽ ക്യൂനിന്നു രസീത് വാങ്ങി കാർമികനോടു വിലപേശി തുക നിശ്ചയിച്ച് ചിതകളിൽനിന്നുള്ള ചാരം പറന്നു വീണു കറുത്തു പോയ പടിക്കെട്ടുകളിറങ്ങി ഗംഗയുടെ തീരത്തെ പുഷ്പങ്ങളും വൈക്കോലും അഴുകിച്ചേർന്നു കറുത്തു കുഴഞ്ഞ ചെളിയിൽ കുന്തിച്ചിരുന്ന് അദ്ദേഹം തർപ്പണം ചെയ്യുന്നതിനു ഞാൻ മനക്കണ്ണാൽ സാക്ഷ്യം വഹിച്ചു.

“കണ്ടില്ലേ, ഈച്ചയാർക്കുന്നതു പോലെ ആളു കൂടി...”

ഞങ്ങളുടെ ചായപ്പീടികയുടെ മുമ്പിൽ റോഡിൽ ക്യാമറകൾ ചുമലിലും കയ്യിലും പിടിച്ച യുവാക്കളെ ഇരുട്ടിലും തിരിച്ചറിഞ്ഞു സഞ്ജീവ് കുമാർ മിത്ര ക്ഷോഭിച്ചു.

“നിന്റെ ബാബായോടു പറ, ലോകത്ത് പണത്തേക്കാൾ വിലപിടിച്ച ചിലതു വേറെയുണ്ടെന്ന്...”

“ബാബായെ പഠിപ്പിക്കാൻ ഞാനാരുമല്ല...”

നിസ്സംഗതയോടെ ഞാൻ പറഞ്ഞു. വീടിനു മുന്നിലെത്തിയപ്പോൾ എന്നെ ഉന്നം വച്ച് രണ്ടു പത്രപ്രവർത്തകർ കൂട്ടം വിട്ട് സഞ്ജീവ് കുമാർ മിത്രയെ അഭിവാദ്യം ചെയ്യാനെന്ന മട്ടിൽ അടുത്തേക്കു വന്നു. അയാൾ പ്രത്യഭിവാദ്യം ചെയ്തു.

“നീ അകത്തു പോ, ചേതനാ... കരാർ മറക്കണ്ട...”

എനിക്കു മാത്രം കേൾക്കാവുന്നതുപോലെ അയാൾ ചുണ്ടുകൾക്കിടയിലൂടെ മന്ത്രിച്ചു. പിന്നീട് അടുത്തു വന്ന പത്രക്കാരന്റെ കയ്യിൽ പിടിച്ചു കുലുക്കി.

“ഹായ്, ജിതൻദാ, എന്തുണ്ടു വിശേഷം?”

“സൊഞ്ജീബ് ബാബൂ, എത്ര നാളായി കണ്ടിട്ട്? എന്തൊക്കെയാണു വാർത്തകൾ?”

“ഓ... ഇങ്ങനെയൊക്കെ കഴിഞ്ഞുപോകുന്നു... എപ്പഴെത്തി? എന്താ വിശേഷം? ഫണീദാ എന്തു പറയുന്നു?”

“കെളവൻ! അറിഞ്ഞൂടേ, വിലപേശുകയാണ്...”

“ഇന്നും കൂടി കഴിഞ്ഞാൽ പിന്നെ ആരോടു വിലപേശും?”

“ഗവൺമെന്റിന്റെ കയ്യിൽനിന്നു കുറച്ചു കൂടി പണം പിടുങ്ങാനുള്ള ശ്രമം പാഴായി... ഇന്നലെ കെളവൻ റൈറ്റേഴ്സ് ബിൽഡിങ്ങിലും പോലീസ് ഹെഡ്ക്വാർട്ടേഴ്സിലും പോയി ആളുകളുടെ കാലു പിടിക്കുകയായിരുന്നു. അവസാനം ഡി.ജി.പി. അഞ്ഞൂറു രൂപ കൂട്ടിക്കൊടുക്കാമെന്നു സമ്മതിച്ചു...”

“ശ്ശെ. തന്തയെ മാറ്റി മകളെക്കൊണ്ടു ചെയ്യിച്ചാൽ മതിയെന്ന് ഞാൻ അയാളോടു പറഞ്ഞതാണ്... വിവരമില്ലാത്ത കഴുത...!”

സഞ്ജീവ് കുമാർ മിത്ര പല്ലുഞെരിച്ചു. ഞാൻ തരിച്ചുപോയി. അയാളുടെ ശബ്ദത്തിലെ ദയവില്ലായ്മ പഴയ വേദനകളെ ഉണർത്തി. വാസ്തവത്തിൽ അയാൾ എന്നെ സ്നേഹിക്കുന്നതേയില്ലെന്ന് എനിക്ക് ബോധ്യം വന്നു. അയാളുടെ കരുതലും അലിവും പച്ചക്കണ്ണുകളിൽ ചില നേരത്തൊക്കെ മിന്നിനിൽക്കുന്നതെന്ന് ഞാൻ വിഭ്രമിക്കാറുള്ള പ്രണയവും വെറും അഭിനയമാണെന്ന് ഹൃദയം വ്യാകുലപ്പെട്ടു. ഞാൻ മ്ലാനതയോടെ വീട്ടിലേക്കു നീങ്ങി. സൗജന്യ ഭക്ഷണത്തിനു കാത്തു നിൽക്കുന്ന പട്ടിണിപ്പാവങ്ങളുടെ ക്യൂ മുറിച്ചു കടന്ന് സലൂണിന്റെ ഓരം ചേർന്ന് വീട്ടിലേക്കു കയറാൻ തുടങ്ങുമ്പോൾ പെട്ടെന്ന് പാദങ്ങളിൽ ആയിരം സൂചിമുനകളാഴ്ന്ന വേദന അനുഭവപ്പെട്ടു ഞാൻ ചാടിത്തുള്ളി. സലൂണിന്റെ മുമ്പിലെ ബൾബിന്റെ വെട്ടം അരണ്ടതായിരുന്നു. ഉറുമ്പരിക്കുന്ന വലിയൊരു മൽസ്യത്തല എന്നിട്ടും കണ്ണിൽ ത്തടഞ്ഞു. ദയാരഹിതരായ ശവംതീനി ഉറുമ്പുകളുടെ ശക്തമായ വ്യൂഹം മുറ്റത്ത് രൂപപ്പെട്ടു. കാലു കുടഞ്ഞ് അകത്തേക്കു പായുമ്പോൾ, യൂറോ കപ്പ് കണ്ടു കൊണ്ടു കിടക്കുകയായിരുന്ന രാമുദാ എന്നെ പരിഭവത്തോടെ നിരീക്ഷിച്ചു. വസ്ത്രം മാറി അടുക്കളയിൽ പോയി വെള്ളം കുടിച്ചു തിരിച്ചിറങ്ങുമ്പോൾ സഞ്ജീവ് കുമാർ കൊടുങ്കാറ്റു പോലെ കടന്നു വന്നു.

“ചേതനാ, ദിസ് ഈസ് ചീറ്റിങ്. നാളെ ഏതോ സിനിമക്കാർ വന്ന് നിന്റെ തന്തയെ ഷൂട്ട് ചെയ്യാൻ പോകുന്നു...!”

അയാളുടെ മുഖത്തേക്കു നോക്കാൻ പോലും എനിക്കു കരുത്തുണ്ടായില്ല. ഹൃദയം നൊന്തു വിങ്ങി. സഞ്ജീവ് കുമാർ വിടാതെ പിന്നാലെ വന്നു.

“നാളെ രാവിലെ ആറു മുതൽ തൂക്കിക്കൊല വരെയുള്ള സമയം അവർക്കു വിറ്റു കഴിഞ്ഞു! ഞാനല്ലേ ആദ്യം അത് ആ മനുഷ്യനോട് ആവശ്യപ്പെട്ടത്. അതും എത്രയോ ദിവസങ്ങൾക്കു മുമ്പേ? എന്നിട്ട് അവസാന നിമിഷം ഇങ്ങനെയൊരു കൊടുംചതി എന്നോടു ചെയ്യരുതായിരുന്നു...”

ഥാക്കുമായുടെ ആടുന്ന കയർക്കട്ടിലിൽ ആരും ആവശ്യപ്പെടാതെതന്നെ ഇരുന്നു കൊണ്ടു അയാൾ ശബ്ദമുയർത്തി.

“നോ... ഞാനതു സമ്മതിക്കില്ല...ഇത് എന്റെ പദ്ധതിയായിരുന്നു. നിന്റെ ബാബാ എന്നെ ഒറ്റിക്കൊടുത്തു. നിന്നെ വിവാഹം കഴിക്കാൻ പോകുന്നയാളാണെന്ന പരിഗണന പോലും എനിക്ക് ആ മനുഷ്യൻ തന്നില്ല. എന്റെ കരിയർ, റെപ്യൂട്ടേഷൻ, എല്ലാം പോയി. നോക്ക്, രാവിലെ ഞാനും വരും ക്യാമറയുമായി. ആ സമയത്ത് നിന്റെ തന്ത കൂടുതൽ കളിച്ചാലുണ്ടല്ലോ...?”

ഞാൻ ചോദ്യഭാവത്തിൽ നോക്കിയപ്പോൾ അയാൾ ചാടിയെഴുന്നേറ്റു.

"എങ്കിൽ ഞാൻ അയാളെ കളി പഠിപ്പിക്കും..."

അയാളുടെ ശബ്ദത്തിൽ ഭീഷണി കലർന്നു. ഞാൻ തല ചെരിച്ചു രാമുദായെ നോക്കി. രാമുദാ അയാളെയും എന്നെയും മാറി മാറി നോക്കി കിടക്കുകയായിരുന്നു. പുറത്തിറങ്ങിയ ശേഷം അയാൾ എന്നെ വീണ്ടും അടുത്തേക്കു വിളിച്ചു.

"ഞാൻ ആ ജ്വല്ലറിയിൽ വീണ്ടും പോകും. അവരുടെ വൈരക്കമ്മൽ മോഷണം പോയത് അവർ കണ്ടുപിടിച്ചുകാണും..."

ഞാൻ മനസ്സിലാകാതെ അയാളെ നോക്കി.

"നമ്മളായിരുന്നു അവരുടെ അവസാനത്തെ കസ്റ്റമേഴ്സ്..."

അയാൾ നമ്മൾ എന്ന പദം ഉപയോഗിച്ച വിധം അലോസരപ്പെടുത്തുന്നതായിരുന്നു.

"നമ്മൾ രണ്ടു പേരിൽ ഒരു മോഷണം നടത്തേണ്ട ആവശ്യം, അവരുടെ നോട്ടത്തിൽ, എനിക്കില്ലല്ലോ..."

എന്റെ രക്തം തിളച്ചു. എന്റെ കണ്ണുകളിൽ ക്ഷോഭത്തിന്റെ കണ്ണുനീർ പുകഞ്ഞു.

"എനിക്കറിയാമായിരുന്നു, നിങ്ങൾ ആ നാടകം കളിച്ചത് എന്നെ കുടുക്കാൻ വേണ്ടിത്തന്നെയാണെന്ന്..."

എന്റെ ശബ്ദം ക്ഷോഭത്താൽ ഇടറി.

"പിന്നെന്തിനാണ് നീ എന്റെ കൂടെ വന്നത്?"

ഞാൻ ഉത്തരം മുട്ടി അയാളെ തറപ്പിച്ചു നോക്കി. പക്ഷേ അയാൾ യാത്രയായിക്കഴിഞ്ഞപ്പോൾ എനിക്ക് കണ്ണിൽക്കണ്ടതെല്ലാം തച്ചു തകർക്കാൻ തോന്നി. അന്ന് അയാൾ വാക്കു കൊണ്ടും സ്പർശം കൊണ്ടും വേദനിപ്പിച്ചതൊക്കെ ഇപ്പോൾ നിസ്സാരമായി. അന്ന് ആ വേദനകൾ അനുഭവിക്കാൻ എളുപ്പമായിരുന്നു. പക്ഷേ, ഇപ്പോൾ കുടുക്ക് എത്രയോ മുറുകി.

"നിനക്കെന്താ അയാളെ പേടിയോ?"

രാമുദാ ഇഷ്ടക്കേടോടെ അന്വേഷിച്ചു.

"ബാബായല്ലേ കരാർ ലംഘിച്ചത്?"

"ബാബാ കരാർ ലംഘിച്ചെങ്കിൽ അതു നേർക്കു നേരെ പറഞ്ഞു തീർക്കണം. അല്ലാതെ നിന്നോടു കുരച്ചു ചാടുകയല്ല വേണ്ടത്. നീയാരാ അയാളുടെ ദാസിയോ? അല്ലെങ്കിൽ എന്തു കരാർ? നിനക്ക് നാക്കെടുത്ത് അയാളോട് ഇറങ്ങിപ്പോ ശവമേ എന്നു പറയാമായിരുന്നില്ലേ?"

എന്റെ മുഖം വാടി.

"ചേതൂ, അവൻ മഹാ കള്ളനാണ്. അവനെ എനിക്കു തീരെ വിശ്വാസമില്ല. അവൻ നിന്നെ ഒരിക്കലും വിവാഹം കഴിക്കുകയില്ല. എനിക്ക് അതുറപ്പാണ്..."

അപ്പോൾ പൊട്ടിപ്പുറപ്പെട്ട ഒരു ചുമയിൽ രാമുദായുടെ ക്ഷോഭം ചിതറി ഞാൻ അടുത്തു ചെന്നിരുന്നു നെഞ്ചു തിരുമ്മിയപ്പോൾ പണിപ്പെട്ടു ചുമയടക്കി നിറകണ്ണുകളോടെ അദ്ദേഹം പ്രവചിച്ചു.

"അവസാനം നീ കരയേണ്ടി വരും, ചേതൂ..."

ആ വാക്കുകളിലെ വേദന എന്നെ പിടിച്ചുലച്ചു. തീരെ സന്തോഷകരമല്ലാത്ത രാത്രിയായിരുന്നു അത്. പൊട്ടിയ പട്ടം പോലെ മനസ്സ് വായുവിൽ അലഞ്ഞു. വീട്ടിൽ അച്ഛനു ചുറ്റും ആഘോഷഭാവം തങ്ങി. രാമുദാ ടിവി കാണാൻപോലും തയാറാകാതെ മച്ചിൽത്തന്നെ മിഴി നട്ട് നിശ്ശബ്ദനായി കിടന്നു. ഫ്ലാറ്റിന്റെ പരിസരത്ത് അലഞ്ഞു തിരിഞ്ഞ് ക്ഷീണിച്ചു കയറി വന്ന ഥാക്കുമാ കാലു വേദനിക്കുന്നു എന്നു പരാതിപ്പെട്ടു. ജീവൻ നഷ്ടപ്പെടുന്നയാളുടെ ശാപം കുടുംബത്തെ നശിപ്പിക്കും എന്നു മുറുമുറുത്തു കൊണ്ട് മാ നിർത്താതെ ചായ കൂട്ടി... കാക്കു അച്ഛനെ ചുറ്റിപ്പറ്റി എല്ലാ ഫോട്ടോകളിലും മുഖം വരുമെന്ന് തീർച്ചപ്പെടുത്തി. ചായപ്പീടികയ്ക്ക് എതിരേയുള്ള ട്രാൻസ്പോർട്ട് കമ്പനിയിൽ ചരക്കു കയറ്റി വന്ന ലോറികളുടെ അന്യദേശക്കാരായ ഡ്രൈവർമാർ പതിവുപോലെ സോനാഗച്ചിയിലേക്കു പുറപ്പെടാതെ ഞങ്ങളുടെ വീട്ടിലെ പൂരം കണ്ടു നിന്നു. രാവേറെ വൈകി പത്രക്കാർ പിരിഞ്ഞപ്പോൾ കാലുറയ്ക്കാതെ അച്ഛൻ കടന്നു വന്നു.

"ആറു മണിക്ക് ആ സിനിമക്കാർ വരും... രാവിലെ തൊട്ടു നമ്മൾ പൂജ നടത്തി ഇറങ്ങുന്നതുവരെ അവൻമാർ ഷൂട്ട് ചെയ്യും... ക്യാമറ ദാ, അവിടെ എന്റെ മുറിയിലും പുറത്ത് ചായപ്പീടികയിലും ഓരോന്നു വയ്ക്കും. വീടിനകത്തു ഷൂട്ടിങ് പാടില്ലെന്നു ഞാൻ പറഞ്ഞിട്ടുണ്ട്. അതുകൊണ്ട് ആരെങ്കിലും അകത്തു വന്നാൽ അപ്പോൾത്തന്നെ ഓടിച്ചു വിട്ടോളണം..."

പാതിയുറങ്ങിയ രാമുദാ ഞെട്ടിയുണർന്ന്, ഥാക്കുമായുടെ കാലു തിരുമ്മിക്കൊടുക്കുകയായിരുന്ന എന്നെ തറച്ചു നോക്കി. അതു ശ്രദ്ധിക്കാതെ അച്ഛൻ തുടർന്നു.

"നമ്മൾ ജയിലിനുള്ളിലേക്കു കയറുന്നതു വരെ അവർ വണ്ടിയിൽ പിറകെ വരും... എല്ലാവരും ഉള്ളതിൽ നല്ല വസ്ത്രം ധരിച്ചു നിൽക്കണം. ഇല്ലെങ്കിൽ നാണക്കേടാണ്..."

"ഇടാനുള്ള വസ്ത്രങ്ങളും അവർ തരുമോ?"

രാമുദാ അനിഷ്ടം വ്യക്തമാക്കി അന്വേഷിച്ചു.

"ഇത് അത്തരം സിനിമയൊന്നുമല്ല."

"എന്നെയും അഭിനയിപ്പിക്കുമോ ഫൊണീ?"

ഥാക്കുമാ ചിരിച്ചു കൊണ്ടു ചോദിച്ചു.

"ഇല്ല. ഞാനും ചേതനയും സൂദേബും മാത്രം. അവൻമാർ പോകുന്നതു വരെ വേറാരും പുറത്തുവന്നേക്കരുത്... നിന്റെ തള്ളയോടും കാക്കിമായോടും പറഞ്ഞേക്ക്..."

"ഇല്ല, ഞാനില്ല..."

ഞാൻ പെട്ടെന്ന് എഴുന്നേറ്റ് അച്ഛനെ അഭിമുഖീകരിച്ചു.

"എനിക്കു മതിയായി, ഈ നാടകം..."

എന്റെ ശബ്ദം വിചാരിച്ചതിലും ഉയർന്നു. അച്ഛന്റെ കണ്ണുകൾ ചുവന്നു.

"സ്വന്തം ബാബയെ ധിക്കരിക്കാൻ മാത്രം നീ അഹങ്കാരിയായി, അല്ലേ? ങ്ഹും, ഞാനൊരിക്കലും എന്റെ ബാബായെ ചോദ്യം ചെയ്തിട്ടില്ല. അച്ഛൻ എന്നാൽ ലോകത്തിന്റെ പിതാവായ ഭഗ്ബാൻ മഹാദേബ് ആണ്. സ്വന്തം ബാബായെ ബഹുമാനിക്കാത്തവർക്കാർക്കും ദൈവം മാപ്പു കൊടുക്കുകയില്ല..."

"വാക്കു തെറ്റിക്കുന്നവർക്കു ദൈവം മാപ്പു കൊടുക്കുകയില്ലെന്നു പണ്ട് ബാബാ തന്നെ പറഞ്ഞിട്ടുണ്ട്."

ഞാൻ വീണ്ടും ശബ്ദമുയർത്തി.

"സ്വന്തം അച്ഛനെ വില കുറച്ചു കാണിച്ചാൽ നീ നിന്നെത്തന്നെ വില കുറച്ചു കാണിക്കുന്നതിനു തുല്യമാണ്, ചേതൂ."

"എന്റെ വില ഉയരുമ്പോൾ ബാബായുടെ അന്തസ്സാണ് വർധിക്കുന്നത്..."

ഞാൻ പറഞ്ഞു. അച്ഛൻ ഒന്നു ഞെട്ടി. പിന്നെ എന്നെ തുറിച്ചു നോക്കി. എന്തോ ആലോചിച്ച് മീശ തടവി മടിക്കുത്തിൽനിന്ന് സിഗററ്റെടുത്തു കത്തിച്ചുകൊണ്ട് അകത്തു പോയി. പിന്നീട് തിരിച്ചു വന്നു.

"ങ്ഹാ... നീ പറഞ്ഞതിൽ കാര്യമുണ്ട്..."

അച്ഛന്റെ കണ്ണുകൾ കൂടുതൽ ചുവന്നു.

"നമ്മളെന്തിനാണ് മറ്റുള്ളവരെ പിണക്കുന്നത്? സിനിമാക്കാർ തേടി വന്നത് എന്നെയാണ്. ഞാൻ അവർക്ക് എന്നെ കൊടുക്കുന്നു. ആ ചെക്കന്റെ ചാനലിന് ആവശ്യം നിന്നെ. അവർക്കു നിന്നെ കൊടുക്കാം. വരുമാനം രണ്ടായി കിട്ടുന്നതാണ് നമുക്കു ലാഭം..."

എനിക്ക് ചിരിയും കരച്ചിലും വന്നു. ഥാക്കുമാ മയക്കത്തിലേക്കു വീണു കഴിഞ്ഞും ഞാൻ അതേ ഇരിപ്പ് ഇരുന്നു. എന്റെ രക്തസമ്മർദ്ദം അധികരിച്ചു. ഭൂമിയിൽനിന്നുയർന്ന് ഇത്രയും നാൾ ഊഞ്ഞാലാടുകയായിരുന്നു ജീവിതം. പൊടുന്നനെയൊരു നിമിഷം കയർ പൊട്ടി. ഒരു മാസവും ആറു ദിവസവും കൊണ്ട് പഴയ ചേതന ഗൃദ്ധാമല്ലിക് മറ്റൊരാളായി വാർത്തെടുക്കപ്പെട്ടു. ലോലമായ മുളന്തട്ടിൽ വൈക്കോലിനു മേൽ ചെളി തേച്ചു പെയിന്റ് പൂശി ആടയാഭരണങ്ങൾ അണിയിച്ച് പ്രദർശനത്തിനൊരുക്കിയ പ്രതിമ പോലെ, ഞാനും സിംഹത്തിനു മേൽ കാലിൻമേൽ കാൽ കയറ്റി വച്ച് എട്ടു കൈകളും ചിറകുകൾ പോലെ വിടർത്തി സർവശക്തയെന്ന മട്ടിൽ അന്തസ്സ് അഭിനയിച്ചു. ഇതേ പോസിൽ നാളെ അവരെന്നെ ഗംഗയിലേക്ക് വലിച്ചെറിഞ്ഞു പാപപരിഹാരം തേടും. ബലിതർപ്പണത്തിന്റെ ഇലയും പൂവും എള്ളും അരിയും പൊന്തിക്കിടക്കുന്ന, ബലിയർപ്പിക്കപ്പെട്ട മൃഗത്തിന്റെ ദുസ്സഹഗന്ധമുള്ള രക്തം കലർന്ന വെള്ളത്തിൽ, ആഴത്തിലെ കറുത്ത ചെളിയിലേക്ക് ഉയർത്തിപ്പിടിച്ച എട്ടു കൈകളുമായി ദൈന്യതയോടെ ഞാൻ ആഴ്ന്നു പോകും. ഓളങ്ങൾ എന്റെ പുറന്തോട് സാവധാനം നുണഞ്ഞ് അലിയിക്കും. ഉള്ളിലുള്ള വൈക്കോൽ നനഞ്ഞു ചീഞ്ഞ് ഏതു ചെളിയിൽനിന്നു ഞാൻ മെനഞ്ഞെടുക്കപ്പെട്ടോ അതിന്റെ കൊഴുപ്പിലേക്കു വീണ്ടും സമർപ്പിക്കപ്പെടും.

രാവിലെ ഞാനുണർന്നത് പോലീസുകാർ കാവലിനെത്തിയ വിശേഷം കേട്ടു കൊണ്ടാണ്. ഥാക്കുമാ ഉൻമേഷ ഭരിതയായിരുന്നു. ഏറെക്കാലം കൂടി അച്ഛനും കാക്കുവിനും കുലത്തൊഴിൽ അനുഷ്ഠിക്കാൻ ഭഗവാൻ മഹാദേവനും മാകാളിയും അവസരം കൊടുത്തതിന് ഥാക്കുമാ വീണ്ടും വീണ്ടും നന്ദി പറഞ്ഞു. പണ്ടൊക്കെ കാവൽ നിൽക്കാൻ പോലീസുകാരെത്തുമ്പോൾ എനിക്കും അഭിമാനം അനുഭവപ്പെട്ടു. ഞങ്ങൾ മറ്റുള്ളവരേക്കാൾ ഉൽക്കൃഷ്ടരാണെന്ന തോന്നൽ അതുണ്ടാക്കി. ഒരാളുടെ ജീവൻ നശിപ്പിക്കാനുള്ള ഗവൺമെന്റിന്റെ തീരുമാനം പാലിക്കാൻ നിയുക്തനായ അച്ഛന്റെ

ജീവൻ രക്ഷിക്കാൻ ഗവൺമെന്റിനാൽ തന്നെ നിയുക്തരായ പോലീസുകാർ കണ്ണുചിമ്മാതെ കാവൽ നിൽക്കുന്നതിന്റെ സങ്കീർണത പിന്നീടാണ് എന്നെ അലട്ടിയത്. ജനാധിപത്യത്തിന്റെ നടപടിക്രമങ്ങളിൽ ഇത്തരം അസംബന്ധങ്ങൾ ധാരാളമുണ്ടെന്ന് ബോധ്യപ്പെട്ടതോടെ അന്തസ്സും അലട്ടലും എനിക്ക് ഒരുപോലെ നഷ്ടപ്പെട്ടു.

പിറ്റേന്നു സിനിമാസംഘം അച്ഛന്റെ മുറിയിൽ അദ്ദേഹത്തിന്റെ പുരാതനമായ കീർത്തി മോഹത്തിന്റെ ചില്ലിട്ട വച്ച അവശേഷങ്ങൾ സാക്ഷി നിർത്തി ഷൂട്ടിങ് ആരംഭിച്ചു. ഞാൻ ഞങ്ങളുടെ ചെറിയ മുറിയിൽ രാമുദായുടെ അരികിൽ വെറുതെ ഇരുന്നു. അച്ഛൻ അദ്ദേഹത്തിന്റെ ഏകാഭിനയത്തിൽ ശോഭിച്ചു. അദ്ദേഹം നാടകീയതയോടെ വധശിക്ഷയുടെ നടപടി ക്രമങ്ങൾ പകുതി വിവരിച്ചു തീർന്ന സമയത്താണ് സഞ്ജീവ് കുമാർ മിത്രയുടെ സംഘത്തിന്റെ വരവ്.

“ഇതു ശരിയല്ല... ഞങ്ങൾക്കാണ് ഷൂട്ട് ചെയ്യാനുള്ള റൈറ്റ്. അതു നേരത്തെ തന്നതാണ്...”

അയാൾ ശബ്ദമുയർത്തി. സിനിമക്കാർ പ്രതിഷേധിച്ചു. അവസാനം രണ്ടു കൂട്ടരും തമ്മിൽ കലഹമായി. അച്ഛൻ മധ്യസ്ഥതയ്ക്കു ശ്രമിച്ചു. അങ്ങോട്ടുമിങ്ങോട്ടും പിടിവലിയായപ്പോൾ ഒന്നു രണ്ടു പത്രക്കാർ കൂടി സ്ഥലത്തെത്തി. ഞങ്ങൾക്കു കാവൽ നിൽക്കാൻ നിയോഗിക്കപ്പെട്ട പോലീസുകാർ ഇടപെട്ടു. അച്ഛന് ടെലിവിഷനെക്കാൾ ആദരവു സിനിമയോടായിരുന്നു. വളരെ പെട്ടെന്നു ഞങ്ങളുടെ വീടിന്റെ പരിസരത്ത് ആൾക്കൂട്ടം രൂപപ്പെട്ടു. ഒടുവിൽ ഒത്തുതീർപ്പായി. അച്ഛൻ ഇരിക്കുന്നതും നടക്കുന്നതും തല ചൊറിയുന്നതും വിയർക്കുന്നതും തോർത്തെടുത്തു വിയർപ്പ് തുടയ്ക്കുന്നതും ക്യാമറകൾ മൽസരിച്ച് ഒപ്പിയെടുക്കുന്നത് ഞങ്ങൾ തൊട്ടിപ്പുറത്തെ മുറിയിലിരുന്ന് സഞ്ജീവ് കുമാർ മിത്രയുടെ ചാനലിലൂടെ കണ്ടു. അതിനകം ആർത്തിരമ്പിയെത്തിയ പത്രക്കാരുടെ ചോദ്യങ്ങൾ കലപിലയായി മുഴങ്ങി.

“തൂക്കിലേറ്റപ്പെടുമ്പോൾ പുള്ളി സാധാരണ എങ്ങനെയാണ് പ്രതികരിക്കുക?”

“ഹാ, ബാബൂ, എന്തൊരു ചോദ്യം. അത് സാധാരണക്കാർക്കു കണ്ടു നിൽക്കാൻ സാധിക്കുമോ? കിടന്നു വെട്ടിപ്പിടയുകയല്ലേ? അതാണ് പിടച്ചിൽ. മരണമെന്നു പറയുന്ന ഒരു സംഗതിയുണ്ടല്ലോ, നാനൂറ്റി അമ്പത്തൊന്നു പേരുടെ മരണം കണ്ടതിൽനിന്ന് എനിക്ക് പറയാൻ സാധിക്കും, ഒരിക്കലും പുതുമ നഷ്ടപ്പെടാത്തതാണ്...”

“ഇതുവരെ കൊന്നിട്ടുള്ളതിൽ മറക്കാൻ സാധിക്കാത്ത പുള്ളി ആരാണ്?”

“അത് തീർച്ചയായും സൂര്യ സെൻ തന്നെയാണ്. അന്ന് എന്റെ ബാബാ ഉണ്ടായിരുന്നു. ഞാൻ അദ്ദേഹത്തിന്റെ സഹായി മാത്രമായിരുന്നു. സൂര്യ സെന്നിനെ അവർ തൂക്കുമരത്തിലേക്കു വലിച്ചിഴച്ചപ്പോൾ ബാബാ ഞെട്ടിത്തരിച്ചു. ജീവിതത്തിലാദ്യമായി അദ്ദേഹത്തിന്റെ കൈ വിറയ്ക്കുന്നത് ഞാൻ നേരിൽക്കണ്ടു...”

ദാദു അച്ഛന്റെ ചുമലിൽ പിടിച്ച് കരച്ചിലടക്കാൻ യത്നിച്ചു എന്ന് ഇപ്പുറത്തെ മുറിയിലിരുന്നു ഞാൻ മനസ്സിൽ പൂരിപ്പിച്ചു. സൂര്യ സെന്നിനെ കണ്ടിട്ട്

അവർക്കു തിരിച്ചറിയാൻ സാധിച്ചില്ല. സൂര്യ സെന്നിന്റെ കഴുത്തിൽ കുടുക്കി ടാൻ തുടങ്ങിയ ദാദു പൊട്ടിക്കരഞ്ഞു. അത് ആയിരത്തിത്തൊള്ളായിരത്തി മുപ്പത്തിനാലിലായിരുന്നു. അച്ഛൻ അന്നു ജാത്രയും അഭിനയവും സംഗീതവും മനസ്സിൽക്കൊണ്ടു നടന്ന കൗമാരക്കാരനായിരുന്നു.

“അത് ഏതു തൊഴിലിലും സംഭവിക്കും, ബാബൂ. നമുക്ക് ഇഷ്ടമില്ലാത്തതൊക്കെ ചെയ്യേണ്ടി വരും. പക്ഷേ കർമം പൂർത്തിയാക്കിയേ തീരൂ. ഫലം ഭഗ്ബാൻ നൽകുന്നതാണ്...”

അച്ഛൻ എരിയുന്ന സിഗററ്റ് ചൂണ്ടുവിരലിനും നടുവിരലിനുമിടയിൽ തൊടുത്തു വച്ച വലതു കൈ ആകാശത്തേക്കുയർത്തി. അദ്ദേഹത്തിന്റെ കണ്ണുകൾ മച്ചിലേക്കുയർന്നു. നീഹാരിക തൂങ്ങി നിന്ന കമ്പിയിൽ അവ തങ്ങി. ഇടയ്ക്ക് കനത്ത മഴ പെയ്തു. വീടിന്റെ പരിസരവും ചായക്കടയും സലൂണും ഷൂട്ട് ചെയ്തു കൊണ്ടിരുന്നവർ മഴ നനയാതെ ഓടി വീട്ടിനകത്തേക്കുമെത്തി. രാമുദാ കിടന്ന മുറിയുടെ വാതിൽ ഞാൻ ഭദ്രമായി അടച്ചു തഴുതിട്ടു. ഇടയ്ക്ക് സഞ്ജീവ് കുമാർ മിത്ര വന്ന് മുട്ടി വിളിച്ചെങ്കിലും ഞാൻ തുറന്നില്ല. വൈകിട്ട് നാലു മണിക്ക് അച്ഛന്റെ കുടുസ്സു മുറിയിലെ തിരക്കിൽ വിയർത്തു കുളിച്ച് മുഖത്തെ മേയ്ക്കപ് ഒലിച്ചു പോയ നിലയിൽ സഞ്ജീവ് കുമാർ മിത്ര മായുടെ സഹായത്തോടെ എന്നെ പുറത്തു വിളിച്ചു. എന്റെ കണ്ണിൽ ആദ്യം തടഞ്ഞത് തലേന്ന് ഉറുമ്പരിച്ച മൽസ്യത്തലയുടെ അവശിഷ്ടമായിരുന്നു. കണ്ണുകളുടെ സ്ഥാനത്ത് വലിയ കുഴികളും വിടർന്ന വായും മാത്രം അവശേഷിച്ചു. മഴയിൽ നനഞ്ഞിട്ടും വായ്ക്കുള്ളിൽ ഏതാനും ഉറുമ്പുകൾ എന്തോ പരതി. മാംസവും രക്തവും വാർന്നാൽ മൽസ്യത്തിന്റെ ദുർബലമായ തലയോടു പോലും ഭീകരമാണെന്നു ഞാൻ തിരിച്ചറിഞ്ഞു.

“എത്ര മണിക്കാണു നിങ്ങൾ ഇവിടെ നിന്നു പുറപ്പെടുന്നത്?”

മുഖവും കഴുത്തും തുടച്ചു കൊണ്ട് അയാൾ ചോദിച്ചു.

“അച്ഛൻ പറഞ്ഞത് — പത്തു മണി...”

തണുത്ത ശബ്ദത്തിൽ ഞാൻ പറഞ്ഞു.

“ശരി... അങ്ങോട്ടു പോകുമ്പോൾ ഞാനൊരു മൊബൈൽ ഫോൺ തരട്ടെ? സംഭവം നടക്കുമ്പോൾ നീയതൊന്നു ഷൂട്ട് ചെയ്യണം...”

ഞാൻ അയാളെ തറപ്പിച്ചു നോക്കി.

“വധശിക്ഷ ഷൂട്ട് ചെയ്യാനോ?”

ഞാൻ അവിശ്വാസത്തോടെ ചോദിച്ചു. അയാൾ കണ്ണും മുഖവും ഒരിക്കൽക്കൂടി തുടയ്ക്കാൻ കണ്ണടയൂരി. വീണ്ടും എന്റെ കണ്ണുകൾ അയാളുടെ കണ്ണുകളോടിടഞ്ഞപ്പോൾ അയാളുടെ മുഖത്തിന് ഒരു ശവംതീനി ഉറുമ്പിന്റെ ഛായയുണ്ടായി.

“ചേതനാ, ഇനി ഞാൻ പറയുന്നതു ശ്രദ്ധിച്ചു കേൾക്കണം... അവിടെ നടക്കുന്ന ഓരോ കാര്യവും മനസ്സിൽ കുറിക്കണം. എന്നിട്ട് കൃത്യം നടന്നു കഴിഞ്ഞ ഉടനെ ഞങ്ങളുടെ സ്റ്റുഡിയോയിലേക്ക് വരണം. ജയിലിന്റെ മുൻ ഗേറ്റ് വഴി വരണ്ട. ഞാൻ പുറത്തു വരാൻ മറ്റൊരു മാർഗം കണ്ടുപിടിച്ചിട്ടുണ്ട്...”

അയാൾ പോക്കറ്റിൽ കയ്യിട്ട് ഏതാനും നോട്ടുകളെടുത്ത് എന്റെ കയ്യിൽ പിടിപ്പിച്ചു. ആ സമയത്ത് അയാളുടെ ചുണ്ടുകളും ചോരച്ചുവപ്പുള്ള ലിപ്സ്റ്റിക് ഇട്ടതുപോലെ ചുവന്നു. നോട്ടുകളിലേക്കു നോക്കിയപ്പോൾ എന്റെ കാഴ്ച മങ്ങി. അപ്പോൾ അയാളുടെ ഫോൺ ശബ്ദിച്ചു.

"ങ്ഹേ? എപ്പോൾ?"

ആകാശം ഇടിഞ്ഞു വീണെന്നു കേട്ടതുപോലെയായിരുന്നു അത്.

"ഈശ്വരാ !"

അയാൾ തലയ്ക്കു കൈ വച്ച് എല്ലാം തകർന്നവനെപ്പോലെ വിലപിച്ചു.

"അതുൽ, ജഗ്ഗൂ, പ്രൊണയ്, എല്ലാം തുലഞ്ഞു... എല്ലാം തുലഞ്ഞു..."

അയാൾ ഉറക്കെ നിലവിളിച്ചു. എന്താണു സംഭവിച്ചതെന്നറിയാതെ ഞാൻ അമ്പരന്നു നിൽക്കെ, അയാൾ അച്ഛന്റെ മുറിയിലേക്കു പാഞ്ഞു. ഒരു കോലാഹലം ഉയർന്നു. ഉറുമ്പിൻകൂട് ഇളകിയതുപോലെ പത്രപ്രവർത്തകർ തുരുതുരാ പാഞ്ഞു. ആ സമയത്ത് മൃതദേഹങ്ങളുമായി മൂന്നു വണ്ടികൾ കൂടി വന്നതോടെ വീടിനു മുമ്പിൽ വൻ തിരക്കും ബഹളവുമുണ്ടായി. അതിനിടെ ഒരു വലിയ എരുമ റെയിൽവേ ക്രോസ് കടന്ന് ഓടിവന്നു. ആൾക്കൂട്ടം ചിന്നിച്ചിതറിയോടി.

"എന്താ? എന്താ സംഭവിച്ചത്?"

ആരൊക്കെയോ വിളിച്ചു ചോദിച്ചു. ആരോ ഒരാൾ എവിടെ നിന്നോ അതിനു മറുപടി നൽകി :

"വധശിക്ഷയ്ക്കു സ്റ്റേ!"

മുപ്പത്

ദേവപാല രാജാവിന്റെ പട്ടമഹിഷി പ്രസവത്തിൽ മരിച്ചു. നവജാതശിശുവിനെ പരിചരിക്കാൻ രാജാവ് വീണ്ടുമൊരു വിവാഹം കഴിച്ചു. പക്ഷേ ആ സ്ത്രീ രാജകുമാരനെ വെറുത്തു. സ്വന്തം മകനു സിംഹാസനം ഉറപ്പാക്കാൻ അവർ രാജകുമാരനെ കൊന്നു കാട്ടിലെറിയാൻ ഉത്തരവിട്ടു. ഭീഷ്മ പിതാമഹന്റെ സഹോദരനും ദുർവൃത്തനുമായിരുന്ന ഭീം പിതാമഹനെയാണ് രാജ്ഞി ദൗത്യം ഏൽപ്പിച്ചത്. കുട്ടിയെ വധിക്കുന്നതിനു പകരം പിതാമഹൻ കൈകാലുകൾ വെട്ടി കാട്ടിലെറിഞ്ഞു. വാളിലെ രക്തംതുടച്ച് പകുതി വഴി താണ്ടിയ പിതാമഹന്റെ കാലുകൾ നിശ്ചലമായി. ആരോ പിടിച്ചു വലിച്ചതുപോലെ അദ്ദേഹം കുട്ടി കിടന്ന സ്ഥലത്തേക്ക് ചെന്നു. മാംസക്കഷ്ണമായ രാജകുമാരനെ കൈകളിലേന്തി നടക്കുന്ന ഗോരക്ഷാനാഥ് എന്ന സന്ന്യാസിയെയാണ് പിതാമഹൻ കണ്ടത്. ചകിതനായ പിതാമഹൻ ഭയന്നോടി. പക്ഷേ, ഭക്ഷണം കഴിക്കാനിരുന്നപ്പോൾ വെണ്ടയ്ക്കയ്ക്കും കോവയ്ക്കയ്ക്കും പകരം അദ്ദേഹം പിഞ്ചു കൈവിരലുകളും കാൽവിരലുകളും കണ്ടു. കുടിക്കാനെടുത്ത വെള്ളം രക്തമായി. സ്വസ്ഥത നശിച്ച പിതാമഹൻ കാട്ടിലേക്കു മടങ്ങി. കുട്ടിയെ ഗോരക്ഷാ നാഥ് തന്റെ ആശ്രമത്തിൽ യോഗവിദ്യ പഠിപ്പിക്കാൻ ആരംഭിച്ചിരുന്നു. പിതാമഹൻ ഗോരക്ഷാനാഥിന്റെ ശിഷ്യനും ദാസനുമായി. പന്ത്രണ്ടു വർഷത്തെ നിരന്തര സാധനയാൽ രാജകുമാരന് നഷ്ടപ്പെട്ട അംഗങ്ങൾ തിരിച്ചു കിട്ടിയതിന് പിതാമഹൻ സാക്ഷിയായി. നാല് അംഗങ്ങളും വീണ്ടും മുളച്ചതിന്റെ സ്മരണയ്ക്കു ഗോരക്ഷാനാഥ് രാജകുമാരനെ ചൗരങ്ഗിനാഥ് എന്നു വിളിച്ചു. കൊൽക്കത്ത നഗരത്തിന് ജൻമം നൽകിയ മൂന്നു ഗ്രാമങ്ങളുടെ അധിപനായിരുന്ന ലക്ഷ്മികാന്ത് റോയ് ചൗധരിയുടെ അമ്മയായ പദ്മാബതി ആദിഗംഗയിൽ കുളിക്കുമ്പോൾ ജലത്തിനടിയിൽനിന്ന് ഉദ്ഭവിച്ച ഒരു പ്രകാശ രേഖ കണ്ടു. വെള്ളത്തിനടിയിൽനിന്ന് അവർക്കു മനുഷ്യപാദത്തിലെ തള്ളവിരലിന്റെ ആകൃതിയിലുള്ള കല്ലും സ്വയംഭൂ ശിവലിംഗവും കിട്ടി. അവരതു ചൗരങ്ഗീനാഥിനു സമർപ്പിച്ചു. അദ്ദേഹം നദീതീരത്ത് ഒരു ചെറിയ കുടിൽ കെട്ടി അവ പ്രതിഷ്ഠിച്ചു. പിതാമഹൻ അവിടെക്കൂടി. കാളീഘട്ട് ക്ഷേത്രത്തിലെ ആദ്യ പൂജയ്ക്ക് ബലിമൃഗത്തെ അറുത്തത് നമ്മുടെ പിതാമഹനാണ് എന്ന് ഥാക്കുമാ അഭിമാനത്തോടെ അയവിറക്കി. ഒറ്റ വെട്ടിന് പിതാമഹൻ മൃഗത്തിന്റെ തലയറുത്തു. കാളീഘട്ടിലെ ബലിമൃഗത്തെ വേദന അറിയിക്കാതെ ഒറ്റ വെട്ടിനു രണ്ടായി മുറിക്കണമെന്ന വിശ്വാസം അങ്ങനെ ആരംഭിച്ചു. കുടിലിന്റെ സ്ഥാനത്ത് കോൺക്രീറ്റ് ക്ഷേത്രം വന്നു തിമർത്തൊഴുകിയ ആദിഗംഗ, കുണ്ടു പുകുർ എന്ന കുളമായി ചുരുങ്ങി.

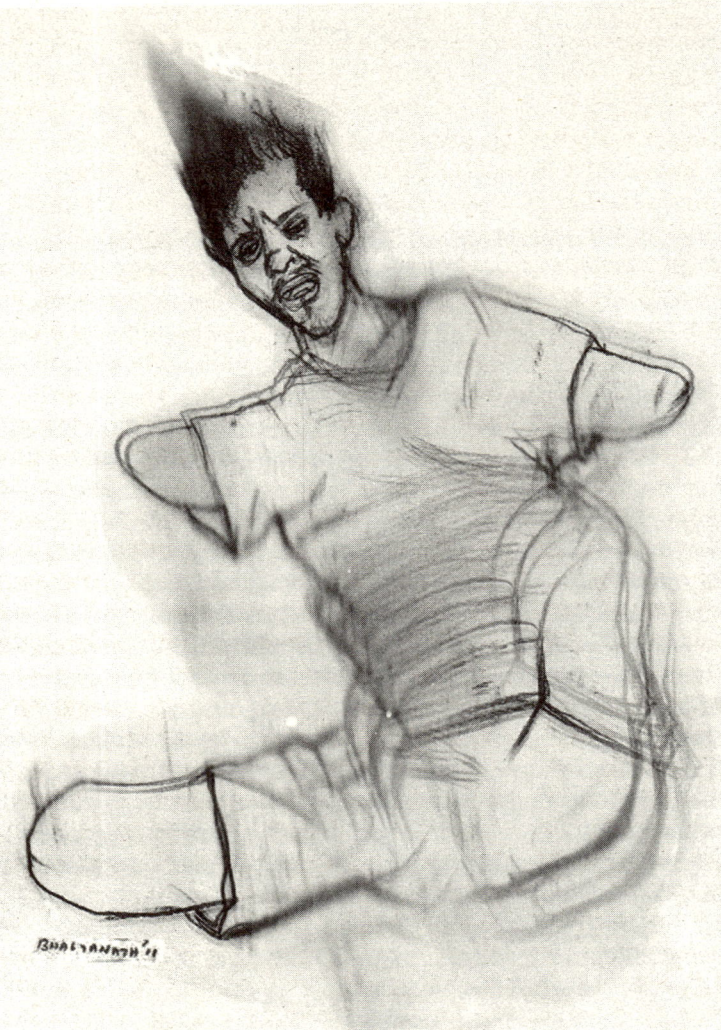

മുപ്പത്തിമൂന്നാം നമ്പർ ബസിൽനിന്നു ശ്യാമ പ്രസാദ് മുഖർജി റോഡിൽ ഇറങ്ങുമ്പോൾ എന്റെ മനസ്സ് പ്രക്ഷുബ്ധമായിരുന്നു. വിഘ്നങ്ങൾ തീർക്കാൻ മാ കാളിക്ക് ബലിദാൻ നടത്താനാണ് അച്ഛൻ എന്നെ ക്ഷേത്രത്തിലേക്കു കൂട്ടിയത്. ഇരുട്ടിൽ ക്ഷേത്രത്തിന്റെ സ്തംഭം തൂക്കുമരം പോലെ കാണപ്പെട്ടു. ആളുകളും വാഹനങ്ങളും ഇടകലർന്നു പരക്കംപാഞ്ഞു. കിഴക്കോട്ട് വിവാഹ ഘോഷയാത്രയും എതിരെ ശവഘോഷയാത്രയുമെത്തി. ഉന്തിലും തള്ളിലും വഴി പാടെ അടഞ്ഞു. ആൾത്തിരക്കിലൂടെ ശ്രമപ്പെട്ടു നീങ്ങുമ്പോൾ എണ്ണ മറ്റ വിൽപ്പനശാലകൾ ക്ഷേത്രത്തിലേക്കുള്ള വഴിയുടെ ഇരുവശത്തും സ്വർണ നിറമുള്ള ട്രാമുകൾ പോലെ കാണപ്പെട്ടു. നടക്കുന്നവരും ഇരിക്കുന്നവരും കിടക്കുന്നവരും ഇഴയുന്നവരുമായ മനുഷ്യർ വിചിത്രമൃഗങ്ങളെപ്പോലെ പല ദിശകളിൽ ചലിച്ചു. വാങ്ങുന്നവരും വിൽക്കുന്നവരും നടക്കുന്നവരും ഇരിക്കുന്നവരും ഉച്ചത്തിൽ സംസാരിച്ചു. ഓടയുടെ ദുർഗന്ധവും പുഷ്പങ്ങളുടെ വാസനയും മധുരപലഹാരങ്ങളുടെ നെയ് ഗന്ധവും പിന്തുടർന്നു. തിരക്കിനിടയിൽ അങ്ങിങ്ങ് പോലീസുകാർ കസേരകളിട്ടിരുന്ന് അലസമായി സിഗററ്റ് വലിക്കുകയും ചായ കുടിക്കുകയും ചെയ്തു. രാത്രി ഓടകളിൽനിന്ന് എലികളും പാറ്റകളും പ്രാണികളുമെന്ന പോലെ അസംഖ്യം സ്ത്രീകൾ ചുണ്ടിൽ ചുവന്ന ചായവും മുഖത്ത് കനത്തിൽ പൗഡറുമായി ഇരുണ്ട ഗലികളിൽനിന്നു പുറത്തു വന്ന് കൂട്ടം കൂടി. ഒറ്റയ്ക്കെത്തിയ പുരുഷൻമാരെ അവർ വളഞ്ഞു. ചിലർ അങ്ങോട്ടു ചെന്നു വിലപേശി. ചിലരെ അവർ പിടിച്ചു വലിച്ചു. ഞാൻ അച്ഛനു പിന്നാലെ തിരക്കിട്ടു നടന്നു. 'ചേതനാ മല്ലിക്, ചേതനാ മല്ലിക്' എന്ന് ആൾക്കൂട്ടത്തിൽ ആരോ വിളിച്ചു. വെളിച്ചങ്ങൾക്കിടയിലെ ഇരുട്ടിൽ ആളുകൾ എന്നെ തിരഞ്ഞു. അവരെ ഒഴിവാക്കാൻ ഞാൻ കടകളിൽ തൂക്കിയിട്ട ചുവപ്പും മഞ്ഞയും വെളുപ്പും നിറങ്ങളുള്ള ദുർഗകളെ മാത്രം ശ്രദ്ധിച്ചു. ഇലിഷ് ഷോർഷെ കറിയിലെ മൽസ്യത്തല പോലെ കൃത്യമായി വെട്ടിയെടുത്തതായിരുന്നു ദുർഗകളുടെ മുഖങ്ങൾ. പ്ലാസ്റ്റിക്കിനുള്ളിലും കീ ചെയിനിലും ചില്ലു ഫ്രെയിമിനുള്ളിലും ബന്ധിതരായ ദുർഗകൾ വഴിപോക്കർക്കു മുമ്പിൽ സ്വയം പ്രദർശിപ്പിച്ചു. നീണ്ടിടം പെട്ട കണ്ണുകളും നെറ്റിയിലെ രക്തക്കുറിയും കൊത്തിയെടുത്തതുപോലെയുള്ള ചുണ്ടുകളും മറ്റാരുടെയോ ഓർമ വീണ്ടും വീണ്ടും പുനരുജ്ജീവിപ്പിച്ചു.

"പിണ്ടാരിമാരെ സൂക്ഷിക്കണം...."

ദർശനത്തിനുള്ള ക്യൂ അന്വേഷിച്ച് ആഞ്ഞു നടക്കുമ്പോൾ അച്ഛൻ ഓർമിപ്പിച്ചു. നിജോ മൊന്ദിറിലേക്കുള്ള പണം കൊടുക്കേണ്ടാത്ത ക്യൂവിലാണ് ഞങ്ങൾ സ്ഥാനം പിടിച്ചത്. അവിടെ നിൽക്കെ, പ്രവേശനദ്വാരത്തിനു സമീപത്തെ പേഡക്കടയിലെ പതിനാലിഞ്ച് ടിവിയിൽ സഞ്ജീവ് കുമാർ മിത്രയുടെ ചാനലിന്റെ മുദ്ര തെളിഞ്ഞു. വാർത്താ ബുള്ളറ്റിൻ ആരംഭിച്ചു.

"ആലിപ്പൂർ സെൻട്രൽ കറക്ഷനൽ ഹോമിലെ മൂന്നാം നമ്പർ മുറിയിൽ വൈകിട്ട് അഞ്ചരയ്ക്ക് എഫ്.എം. റേഡിയോ മുഴങ്ങി. അതിന് ഒരു ശ്രോതാവേ ഉണ്ടായിരുന്നുള്ളൂ. അതിലൂടെ കേട്ട വാർത്ത അയാളെ ആഹ്ലാദിപ്പിച്ചു.."

സുന്ദരിയായ വാർത്താ വായനക്കാരി എന്നെ പരിഹാസത്തോടെ നോക്കി വായന ആരംഭിച്ചു.

"...മണിക്കൂറുകൾക്കുള്ളിൽ തന്റെ കഴുത്തിൽ മുറുക്കാനായി എണ്ണയിട്ടു വൃത്തിയായി ചുരുട്ടി വച്ച കയർക്കുടുക്കിൽനിന്നാണ് ജൊതീന്ദ്രനാഥ് ബാനർജി രക്ഷപ്പെട്ടത്. പതിമൂന്നുകാരിയായ മൃദുല ചാറ്റർജിയെ ക്രൂരമായി കൊലപ്പെടുത്തിയ കുറ്റത്തിന് വധശിക്ഷയ്ക്കു വിധിക്കപ്പെട്ട ബാനർജിയെ നാളെ പുലർച്ചെ നാലര മണിക്ക് തൂക്കിലേറ്റാനായിരുന്നു മുൻനിശ്ചയം. അതു നടപ്പായിരുന്നെങ്കിൽ ചരിത്രത്തിലാദ്യമായി ഒരു വനിതാ ആരാച്ചാർ നടത്തുന്ന തൂക്കിക്കൊലയായി മാറുമായിരുന്നു അത്. വധശിക്ഷയ്ക്കുള്ള എല്ലാ ഒരുക്കങ്ങളും പൂർത്തിയാക്കി, മുഖ്യ ആരാച്ചാർ ഫൊണിഭൂഷൺ ഗൃദ്ധാ മല്ലിക്കും മകൾ ചേതനാ ഗൃദ്ധാമല്ലിക്കും ഫൊണിഭൂഷണന്റെ സഹോദരൻ സുഖ്ദേബ് ഗൃദ്ധാ മല്ലിക്കും ജയിലിലേക്കു പുറപ്പെടാനിരിക്കെയാണ് സുപ്രീം കോടതി വധശിക്ഷ സ്റ്റേ ചെയ്തത്. അന്ത്യാഭിലാഷമായി ബാനർജി ആവശ്യപ്പെട്ടത് ഹിൽസയും കച്ചൂറിയും ഖാൽമുറിയുമായിരുന്നു. ഇതു ജയിൽ അധികൃതർ ഏർപ്പാടാക്കി കൊടുത്തു. രാത്രി മുഴുവൻ രബീന്ദ്രസംഗീതം കേട്ടു കിടക്കാൻ അനുവദിക്കണമെന്നതായിരുന്നു മറ്റൊരു അഭിലാഷം. ഇതിനുവേണ്ടി ജയിലിലേക്ക് പ്രത്യേകമായി ഒരു ടേപ് റെക്കോർഡർ സെറ്റ് വാങ്ങാൻ ആഭ്യന്തര മന്ത്രാലയം പണം അനുവദിച്ചെങ്കിലും അതു സമയത്ത് കിട്ടാതിരുന്നതിനാൽ ജയിൽ സൂപ്രണ്ടിന്റെ വീട്ടിൽനിന്ന് ടേപ് റെക്കോർഡറും രബീന്ദ്രസംഗീതത്തിന്റെ സിഡികളും എത്തിച്ചു. തൂക്കിക്കൊല സ്റ്റേ ചെയ്തത് വധശിക്ഷ നിരോധിക്കണമെന്ന് ആവശ്യപ്പെട്ടു ലോകമെങ്ങും പ്രക്ഷോഭം നടത്തുന്ന മനുഷ്യാവകാശ സംഘടനകളെ കണക്കറ്റ് ആഹ്ലാദിപ്പിച്ചിട്ടുണ്ട്. ഇതേ സമയം, കുറ്റവാളികളുടെ മനുഷ്യാവകാശം മാത്രമാണ് ഇത്തരം സംഘടനകൾ പ്രധാനമായി കണക്കാക്കുന്നതെന്ന് കൊല്ലപ്പെട്ട മൃദുല ചാറ്റർജിയുടെ ബന്ധുക്കളും വനിതാ വിമോചന സംഘടനകളും കുറ്റപ്പെടുത്തുന്നു..."

വീട്ടിൽ വച്ച് ടിവിയിൽ ഈ വാർത്ത തുടങ്ങിയപ്പോഴൊക്കെ മടുപ്പോടെ ഞാൻ ചാനൽ മാറ്റിയിരുന്നു. ആ സമയത്ത്, അച്ഛൻ ആദ്യം ചായപ്പീടികയിലിരുന്നും പിന്നീട് റോഡിലേക്കിറങ്ങിയും പരിചയക്കാരെ വിളിച്ചു വരുത്തി സംഭവിച്ചതെന്താണെന്നു ബോധ്യപ്പെടുത്താൻ ശ്രമിച്ചു. തൂക്കിക്കൊല സ്റ്റേ ചെയ്ത വാർത്ത വന്നതും അച്ഛന്റെയും എന്റെയും ജീവൻ രക്ഷിക്കാൻ നിയുക്തരായ പൊലിസുകാർ കൈകാൽ നിവർത്തി, ലാത്തി വീശി ലാഘവത്തോടെ റോഡിനപ്പുറത്തേക്കു നടന്നു പോയി. അഞ്ചോ പത്തോ മിനിറ്റുകളേ വേണ്ടി വന്നുള്ളൂ. ഞങ്ങളുടെ വീട് തലേന്നു ശവംതീനിയുറുമ്പുകൾ കാർന്നു തിന്നു തലയോടു മാത്രമായ മത്സ്യത്തലപോലെ നിസ്സാരതയിലേക്കു വീണു. ഏറെക്കഴിഞ്ഞ്, വധശിക്ഷ മാറ്റി വച്ചതറിയാതെ ഏതോ ചെറിയ പത്രത്തിന്റെ ലേഖകൻ വിയർത്തൊലിച്ച് ഓടിയെത്തി. വധശിക്ഷ സുപ്രീംകോടതി സ്റ്റേ ചെയ്തു എന്നറിഞ്ഞതും പുറത്തെടുത്ത ടേപ് റെക്കോർഡർ വീണ്ടും പോക്കറ്റിലിട്ട് അയാൾ എഴുന്നേറ്റു.

"ബാബൂ, ഇരിക്ക്, ചായ കുടിക്ക്, എന്റെ കയ്യിൽ ഇഷ്ടം പോലെ കഥകളുണ്ട്... ഞാനതൊക്കെ ബാബുവിനോടു മാത്രം പറയാം..."

അച്ഛൻ ലേശം ദൈന്യം കലർന്ന ഭാവത്തോടെ അയാളുടെ പിന്നാലെ ചെന്നു.

“പിന്നെ വരാം ദാദാ, ഞാൻ ബർദ്വാനിൽനിന്നു വരുന്ന വഴിയാണ്... ഇന്നത്തെ ദിവസം ഇതുവരെ ഒരു തുള്ളി വെള്ളം കുടിച്ചിട്ടില്ല. എന്തിന് മൂത്രമൊഴിച്ചിട്ടില്ല... -അറിയാമോ?”

അയാൾ പുറത്തേക്കു തന്നെ നീങ്ങി.

“അയ്യോ, എന്തു പറ്റി ബാബൂ? വീട്ടിൽ ആർക്കെങ്കിലും അസുഖം?”

അച്ഛൻ ഉത്കണ്ഠാകുലനായി.

“വീട്ടിലാർക്കും അസുഖമില്ലാത്തത് ദൈവകൃപ. ഇത് ബർദ്വാനിൽ ഒന്നര വയസ്സുള്ള കുട്ടി മരിച്ച കേസ്... ആശുപത്രിയിൽ നഴ്സുമാരില്ല. കുഞ്ഞുങ്ങൾക്കെടുക്കാനുള്ള ഇൻജക്ഷനുമായി അമ്മമാർ ഇന്നലെ മുതൽ കാത്തിരുന്നു. ഒരൊറ്റ നഴ്സും വന്നില്ല. അവസാനം അതിലൊരു കുഞ്ഞു മരിച്ചു. മരുന്നും കയ്യിൽപ്പിടിച്ച് അമ്മയിരുന്നു കരയുന്നു...”

അയാൾ പറഞ്ഞു.

“ങ്ഹാഹാ സർക്കാർ ആശുപത്രികളുടെ സ്ഥിതി എപ്പഴും കഷ്ടം തന്നെയല്ലേ ബാബൂ? പക്ഷേ ബാബൂ, ഇന്നു തൂക്കിക്കൊല മാറ്റി വച്ച സ്ഥിതിക്ക് ആളുകൾ തീർച്ചയായും നാളത്തെ പത്രത്തിൽ ഇതു സംബന്ധിച്ച് കാര്യങ്ങൾ ഉണ്ടോ എന്ന് നോക്കാതിരിക്കില്ല. ആരാച്ചാർ ഫൊണിഭൂഷൺ ഗൃദ്ധാമല്ലിക് എന്തു പറഞ്ഞു? അവർക്ക് അറിയാൻ താത്പര്യം കാണും. മാത്രമല്ല, അദ്ദേഹത്തിന്റെ മകൾ ചേതനാ ഗൃദ്ധാ മല്ലിക് എന്തു പറഞ്ഞു? ബാബുവിന് അറിയില്ലേ, അവൾ ലോകത്തെ ഒരേ ഒരു വനിതാ ആരാച്ചാരാണ്... അവളുടെ ഒരു സ്റ്റേറ്റ്മെന്റ് ഉണ്ടെങ്കിൽ നിങ്ങളുടെ പത്രത്തിന് ഒരു അന്തസ്സ് തന്നെയായിരിക്കും ബാബൂ. അവളാണെങ്കിൽ ഇതുവരെ ഒരു പത്രത്തോടും സംസാരിച്ചിട്ടില്ല. പക്ഷേ ഞാൻ പറഞ്ഞാൽ അവൾ അനുസരിക്കും. എന്റെ ഒരു ഫോട്ടോയും ഞങ്ങളുടെ സ്റ്റേറ്റ്മെന്റുമുണ്ടെങ്കിൽ അതു നിങ്ങളുടെ പത്രത്തിന് വളരെ ഗുണം ചെയ്യും ബാബൂ. എന്നുവച്ച് ഒരുപാടു കാശൊന്നും വേണ്ട. ഉള്ളതു തന്നാൽ മതി... എന്റെ സ്റ്റേറ്റ്മെന്റ് ഇതാണ് ബാബൂ—വധശിക്ഷ മാറ്റി വച്ചു. ബാനർജി ഇപ്പോൾ ചിരിക്കുകയായിരിക്കും. പക്ഷേ, ആ പെൺകുട്ടിയുടെ വീട്ടുകാരോ?”

ഞാൻ ക്ഷോഭത്തോടെ രാമുദായുടെ മുറിയിലേക്കു മടങ്ങിയതുകൊണ്ട് ആ പത്രപ്രവർത്തകന്റെ മറുപടി കേട്ടില്ല. പക്ഷേ അച്ഛന്റെ നീട്ടിയുള്ള വിളി ഉയർന്നപ്പോൾ ചൂണ്ടയിൽ അയാൾ കൊത്തിയെന്ന് വ്യക്തമായി. കേട്ടതായി ഭാവിക്കാതെ ഞാൻ രാമുദായുടെ കട്ടിലിനു താഴെ ഇരുന്നു. അച്ഛൻ വീണ്ടും ‘ചേതനാ ചേതനാ’ എന്ന് വിളിച്ചപ്പോൾ യൂറോ കപ്പിന്റെ ഗ്രൂപ്പ് ഡി മൽസരത്തിൽ ജർമനിയും ചെക്ക് റിപ്പബ്ലിക്കും തമ്മിലുള്ള കളിയുടെ പുന:സംപ്രേഷണം കാണുകയായിരുന്ന രാമുദാ എന്നെ അസ്വസ്ഥതയോടെ നോക്കി.

“ആരു ജയിക്കും?”

ഞാൻ വെറുതെ ചോദിച്ചു. രാമുദായുടെ കണ്ണുകളിൽ വാൽസല്യം തെളിഞ്ഞു. അദ്ദേഹം ഒന്നു ദീർഘമായി നിശ്വസിച്ചു വീണ്ടും ടിവിയിലേക്കു നോക്കി.

“ഇന്നലത്തെ കളിയിൽ ചെക്ക് റിപ്പബ്ലിക്ക് രണ്ട് ഗോളടിച്ചു... ജർമനി തോറ്റു...”

“കഷ്ടമായി... നല്ല ടീമായിരുന്നു...”

“അതിലാണ് എന്റെ സന്തോഷം... പോർച്ചുഗൽ ജയിക്കട്ടെ... അവരുടെ മണ്ണിലല്ലേ മൽസരം...”

അദ്ദേഹത്തിന്റെ വിടർന്ന ചിരി കണ്ടപ്പോൾ എന്റെ ഹൃദയം ആർദ്രമായി.

“ഇന്നു രാത്രി ഇംഗ്ലണ്ടും പോർച്ചുഗലും തമ്മിലാണ്... ഇന്നറിയാം രണ്ടിലൊന്ന്. ഇന്നത്തെ മൽസരത്തിൽ പോർച്ചുഗൽ ജയിച്ചാൽ ചേതൂ, നോക്കിക്കോ, ഞങ്ങൾക്കായിരിക്കും കപ്പ്...!”

ഇന്നു താനും കളിക്കളത്തിലിറങ്ങും എന്ന മട്ടിലായിരുന്നു അദ്ദേഹത്തിന്റെ പ്രഖ്യാപനം. വഴിയോരത്തും റോഡിനു നടുവിലും ഒക്കെ ഇടം കണ്ടെത്തി ഫുട്ബോൾ കളിക്കുന്ന കുട്ടികളെ കാണുമ്പോഴൊക്കെ എന്റെ ഹൃദയം കിടിലം കൊണ്ടത് അവർ രാമുദായെ ഓർമിപ്പിച്ചതുകൊണ്ടാണ്. ഇരുപത്തിരണ്ടാം വയസ്സിൽ വെട്ടിമാറ്റപ്പെട്ട അദ്ദേഹത്തിന്റെ പാദങ്ങളിൽ ചെളിയിലുരുണ്ട ഫുട്ബോളിന്റെ അമോണിയ ഗന്ധമുണ്ടായിരുന്നു. എസ്.എസ്.കെ.എം. മെഡിക്കൽ കോളജ് ആശുപത്രിയിൽ പോലീസുകാരാരോ ശുപാർശ ചെയ്തതുകൊണ്ടു മാത്രം അനുവദിച്ചു കിട്ടിയ പൊളിഞ്ഞ കട്ടിലിലെ കീറിപ്പറിഞ്ഞതും പല തരം കറുത്ത പാടുകൾ നിറഞ്ഞതുമായ കിടക്കവിരി ഞാൻ ഇടയ്ക്കിടെ ഓർത്തു. അതിൽ രാമുദായുടെ രക്തവും കറുത്ത പാടുകളുണ്ടാക്കി. രാമുദാ കിടന്നിടത്തുനിന്നു മൂന്നു കിടക്കകളുടെ മാത്രം ദൂരത്തിൽ പൊട്ടിയൊലിക്കുന്ന മൂത്രപ്പുരയിൽനിന്നുള്ള വെള്ളം തളംകെട്ടി. ഒരിക്കലും കഴുകിയിട്ടില്ലാത്തത്ര ചെളിയുണ്ടായിരുന്നു നിലത്ത്. കണ്ണെത്തുന്നിടത്തെല്ലാം കറകളും പാടുകളും അഴുക്കും ദുർഗന്ധവും വേദനയും കണ്ണുനീരും വ്യാപിച്ചു. ബോധം വന്നപ്പോൾ, രാമുദാ കാലുകൾ നഷ്ടപ്പെട്ടതറിയാതെ ചാടി എഴുന്നേറ്റു. എന്റെ കാൽ ചൊറിയുന്നു എന്നു നിലവിളിച്ചു. ‘എനിക്ക് എന്നു ഫുട്ബോൾ കളിക്കാൻ പറ്റും, ഡോക്ടർ’ എന്നു രാമുദാ ചോദിച്ചപ്പോൾ മായും ഥാക്കുമായും പൊട്ടിക്കരഞ്ഞു. ഓരോ ദിവസവും ആ അവസ്ഥയോട് ഞങ്ങളും അദ്ദേഹവും പൊരുത്തപ്പെടാൻ യത്നിച്ചു.

“ചേതനാ, ഞാൻ വിളിച്ചതു നീ കേട്ടില്ലേ?”

അച്ഛന്റെ ചോദ്യം സൗമ്യമായിരുന്നു. ഞാൻ പിടഞ്ഞെഴുന്നേറ്റ് തല കുനിച്ചു നിന്നു.

“ബാബായെ ധിക്കരിക്കുന്നവർക്ക് ഈ ലോകത്തും പരലോകത്തും മോക്ഷമില്ല... നിനക്ക് അറിയാമോ? ’

ഞാൻ അതിനും മറുപടി പറഞ്ഞില്ല.

“വലിയ നാണക്കേടായി... ഞാനിതു ഭയന്നതാണ്... അന്ന് ചൊക്രൊബർത്തി ബാബു ആദ്യം വിളിച്ച ദിവസം തന്നെ ഞാൻ ചോദിച്ചിരുന്നു... ഇതു നടക്കുമോ എന്ന്... ങ്ഹും... കോടതിക്ക് വല്ല ബുദ്ധിയുമുണ്ടോ? വല്ലപ്പോഴും ഒരു തൂക്കിക്കൊലയെങ്കിലും നടത്തിയില്ലെങ്കിൽ ഈ നാട്ടിൽ ആരെങ്കിലും ആരെയെങ്കിലും പേടിക്കുമോ? തൂക്കിക്കൊല സമൂഹത്തിന് ഒരുതരം ആത്മബലം പകരും—അറിയാമോ?”

അച്ഛൻ അസ്വസ്ഥനായി മുറിയിൽ അങ്ങുമിങ്ങും നടന്ന് അരയിൽനിന്ന് ഒരു സിഗററ്റെടുത്തു തീ കൊളുത്തി.

“ഫൊണീ, ഞാൻ പറയുന്നതു കേൾക്ക്... കാളീഘട്ടിൽ പോയി കാളീ മാതാവിന് രക്തം കൊടുത്തു പ്രസാദിപ്പിക്ക്. മാ കാളി നിന്നെയും നിന്റെ സന്താനങ്ങളെയും അനുഗ്രഹിക്കും...”

ചന്തയിൽനിന്നു പെറുക്കിയെടുത്തതോ മറ്റോ ആയ കുറേ പച്ചക്കറികൾ സാരിത്തലപ്പിലിട്ടു കടന്നു വന്ന ഥാക്കുമാ വാതിൽപ്പടിയിൽ പിടിച്ചു കൊണ്ട് ഉറക്കെ നിർദ്ദേശിച്ചു. അങ്ങനെയാണ് അച്ഛൻ എന്നെക്കൂട്ടി ക്ഷേത്രത്തിലേക്കു ധൃതിയിൽ പുറപ്പെട്ടത്. ഞാൻ അവസാനം കാളീഘട്ടിലെത്തിയത് നീഹാരികയുടെ വിവാഹത്തിനു മുമ്പാണ്. അന്നു കണ്ടതിൽനിന്ന്, ഒരു വിധത്തിൽ ആ ക്ഷേത്രത്തിനോ പരിസരത്തിനോ ഒരു മാറ്റവും സംഭവിച്ചിരുന്നില്ല. പക്ഷേ, മറ്റേതോ വിധത്തിൽ പഴയതിൽനിന്ന് വളരെ മാറ്റങ്ങൾ സംഭവിച്ചിരുന്നു. എല്ലായിടത്തും ശബ്ദങ്ങൾ മുഴങ്ങി. അൽപം മൂകതയ്ക്കു വേണ്ടി എന്റെ കാതുകൾ ദാഹിച്ചു. മെറ്റൽ ഡിറ്റക്ടറിനരികിലേക്ക് ഇഴഞ്ഞു നീങ്ങുന്ന ക്യൂവിൽ ഞാൻ മടുപ്പോടെ കാത്തു നിന്നു. കടുംമഞ്ഞ ടെന്നീസ് പന്തുകൾ കോർത്തുണ്ടാക്കിയതുപോലെ തോന്നിപ്പിക്കുന്ന പുഷ്പഹാരങ്ങൾ നീട്ടിപ്പിടിച്ചു വിൽപനക്കാർ ആക്രമിച്ചു.

“ജോർ ബാംഗള ക്യൂവിലേക്കു വരൂ... ദാദാ, ഈ വഴി വരൂ... ഇതു വഴി വന്നാൽ അഞ്ചു മിനിറ്റ് കൊണ്ടു ദർശനം തീർക്കാം. താങ്കൾക്ക് ഇഷ്ടമുള്ളതു തന്നാൽ മതി...”

ചുറ്റി നടക്കുന്ന ദല്ലാളുമാർ പലരെയും നിർബന്ധിച്ചു.

“അവൻമാരെ ശ്രദ്ധിക്കണ്ട... കിട്ടുന്നതെല്ലാം അവൻമാരുടെ പോക്കറ്റിൽ പോകും. റോയ് ചൗധരിമാരിൽനിന്ന് ക്ഷേത്രത്തിന്റെ ഭരണാവകാശം പിടിച്ചെടുത്ത ഹാൽദാർ കുടുംബത്തിനാണ് നടവരവിന്റെ അവകാശം. ഇപ്പോൾ അത് ലേലം പിടിക്കുന്നവർക്കു കൊടുത്തിരിക്കുകയാണ്... മാ കാളിക്കു ഭക്തർ സമർപ്പിക്കുന്നതെല്ലാം ഫലത്തിൽ അവൻമാർക്കു കിട്ടും...”

അച്ഛൻ ഈർഷ്യയോടെ ഓർമിപ്പിച്ചു. ബ്രഹ്മാനന്ദഗിരി സ്വാമിയുടെ സമാധി സ്ഥലമെന്നു കരുതപ്പെടുന്ന ഷൊഷ്തി തലയിൽ ചുവന്ന സാരി ചുറ്റിയ കറുത്തൊരു സ്ത്രീ കുങ്കുമവും പ്രസാദവും നൽകുന്നത് നിജോ മന്ദിറിലേക്കുള്ള പടിക്കെട്ടിൽ നിൽക്കെ ഞാൻ കണ്ടു. തിക്കിലും തിരക്കിലും ഞാൻ അകത്തേക്കു വീണു. നിജോ മൊന്ദിർ എന്ന ഗർഭ ഗൃഹത്തിനു മുന്നിലേക്ക് ആരോ എന്നെ തള്ളി. വിഗ്രഹത്തിനും ഭിത്തിക്കുമിടയിലുള്ള ഇത്തിരി സ്ഥലത്ത് ഒരു മാത്രയേ കിട്ടിയുള്ളൂ. കരിങ്കറുപ്പു മുഖത്ത് മൂന്നു ദലമുള്ള ചുവന്ന കൂവളത്തില പോലെ ത്രിനേത്രങ്ങളുള്ള കാളി മാറോളമെത്തുന്ന സ്വർണവർണ്ണമുള്ള നാവു നീട്ടി ചിരിച്ചു. ഒരു പൂജാരി എനിക്കു നേരെ ആരതി നീട്ടി. എന്റെ കയ്യിലിരുന്ന ചില്ലറത്തുട്ടുകൾ അയാൾ തട്ടിപ്പറിച്ചു. വിഗ്രഹത്തിൽനിന്ന് അൽപം സിന്ദൂർ തോണ്ടിയെടുത്ത് എന്റെ നെറ്റിയിൽ അമർത്തി വരച്ചു. കാളീ മാതാവിന്റെ കണ്ണുകളിലേക്ക് ഒരിക്കൽക്കൂടി നോക്കാൻ സാധിക്കുംമുമ്പേ പിണ്ഡാരിമാർ എന്നെ ഉന്തിപ്പുറത്താക്കി. മാർബിൾ പടികളിറങ്ങുമ്പോൾ അച്ഛന് ഇടയ്ക്കൊന്നു കാൽ വഴുതി. വീഴാതെ അച്ഛനെ താങ്ങിയ

പ്പോൾ എനിക്ക് കരച്ചിൽ വന്നു. നാട് മൊന്ദിറിന്റെ മുറ്റത്തു കൂടി ഹർകത് തലയ്ക്കു സമീപം കുപ്പായമിടാത്ത പുരുഷൻ കവച്ചിരുന്ന് ഇറച്ചി നുറുക്കുന്നിടത്തേക്കാണ് അച്ഛൻ പോയത്. ബലിക്കുള്ള തുക അടച്ച് അച്ഛൻ തിരിച്ചു വന്നപ്പോൾ ആടു മാടുകളുടെ ഛേദിക്കപ്പെട്ട തലകൾ കൂടിക്കിടക്കുന്നത് കണ്ടില്ലെന്നു നടിച്ചു ഞാൻ പുറത്തേക്കു നടന്നു. ചോരവീണു കറുത്തും ചുവന്ന പട്ടിൽ ചുവന്നും രണ്ടു ബലിപീഠങ്ങൾ എന്റെ കണ്ണുകളെ പിടിച്ചു വലിച്ചു. എരുമകളെയും പോത്തുകളെയും വെട്ടാനുള്ള വലിയ പീഠത്തിൽ അവശിഷ്ടങ്ങൾ കറുത്ത കൂണുകൾ പോലെ ഉണങ്ങിപ്പിടിച്ചു നിന്നു. ആടുകൾക്കുള്ള ചെറിയ പീഠത്തിൽ ഇരുട്ടിലും ഈച്ചകൾ ആർത്തു. രക്തം കുടിച്ചിട്ടും കുടിച്ചിട്ടും മതി വരാത്ത കാളിയെ ഓർത്ത് ഞാൻ സഹതപിച്ചു. ഞങ്ങൾക്കു വേണ്ടി ബലിദാനമായ മൃഗത്തെക്കുറിച്ചു ചിന്തിക്കാതിരിക്കാൻ ശ്രമിച്ചു.

"മാ കാളി നമ്മെ കൈവിടുകയില്ല. കൊൽക്കൊത്തയുണ്ടാകുന്നതിനും മുമ്പേ ഇവിടെ മാ കാളിയുണ്ട്... -നമ്മളും..."

പേഡക്കടയിൽ ഊരിയിട്ട ചെരുപ്പുകൾ വീണ്ടും ധരിക്കുമ്പോൾ അച്ഛൻ ആത്മവിശ്വാസത്തോടെ പറഞ്ഞു. കാളിയുടെ മൂന്നു കണ്ണുകളും എന്റെ കൺമുമ്പിൽനിന്നു മാഞ്ഞില്ല. വിഗ്രഹത്തിന്റെ മുഖം മാത്രമാണ് ആദ്യമുണ്ടായിരുന്നതെന്ന് ഥാക്കുമാ പറഞ്ഞു കേട്ടിട്ടുണ്ട്. നാലു കൈകളും സ്വർണനാവും പിന്നീടു കൂട്ടിച്ചേർത്തു. സതി- അംഗൊ എന്നു പേരുള്ള അറ്റു വീണ കാൽ വിരൽ ഇപ്പോഴും ക്ഷേത്രത്തിലുണ്ടെന്നാണു വിശ്വാസം. പക്ഷേ അതെവിടെയാണ് സൂക്ഷിച്ചിട്ടുള്ളതെന്നത് പരമരഹസ്യമാണ്. സ്നാൻ യാത്രയിൽ കണ്ണുകൾ കെട്ടിയ പൂജാരിമാർ ആരും കാണാതെ ആ വിരൽ ഇടയ്ക്കിടെ ഗംഗയിൽ മുക്കിയെടുത്തു.

"ഇനിയുള്ള ദിവസങ്ങളിൽ നീ ഞാൻ പറയുന്നതുപോലെ തന്നെ പ്രവർത്തിക്കണം..."

വിലപേശലുകളുടെയും വ്യാപാരത്തിന്റെയും ആക്രോശങ്ങൾക്കിടയിലൂടെ ശ്യാമപ്രസാദ് മുഖർജി റോഡിലേക്ക് നടക്കുമ്പോൾ അച്ഛൻ പറഞ്ഞു. എവിടെ നിന്നൊക്കെയോ ടെലിവിഷൻ വാർത്ത ഞങ്ങളെ പിന്തുടർന്നു.

"... നാളെ പുലർച്ചെ തൂക്കിക്കൊല നടത്താൻ എല്ലാ ഏർപ്പാടുകളും പൂർത്തിയാക്കിക്കഴിഞ്ഞിരുന്നു. മുഖ്യ ആരാച്ചാരായ ഫണി ഭൂഷൺ ഗൃദ്ധാ മല്ലിക്കും മകൾ ചേതന ഗൃദ്ധാ മല്ലിക്കും ആലിപ്പൂർ ജയിൽ സന്ദർശിച്ച് പരീക്ഷണ തൂക്കം നടത്തിക്കഴിഞ്ഞിരുന്നു. ഗവർണർ ദയാ ഹർജി തള്ളിയതിനെതിരെ രാഷ്ട്രപതിക്ക് വീണ്ടുമൊരു അപ്പീൽ നൽകിയ സാഹചര്യത്തിൽ അതിന്റെ വിധി വരുംമുമ്പെ വധശിക്ഷ അനുവദിക്കരുതെന്ന് അപേക്ഷിച്ച് ജൊതീന്ദ്രബാനർജിയുടെ ഭാര്യ കോകില ബാനർജി നൽകിയ അപ്പീലിൻമേലാണ് സുപ്രീംകോടതി സ്റ്റേ പുറപ്പെടുവിച്ചത്..."

അച്ഛൻ ദീർഘമായി നിശ്വസിച്ചു.

"ജയിലിൽ ജനറേറ്റർ വരെ റെഡിയാക്കി നിർത്തിയിരുന്നു... എന്തു ചെയ്യാം! അവന്റെ സമയമെത്തിയിട്ടില്ല..."

തലേന്ന് സിനിമയിൽ സിഗററ്റ് പുകച്ചു കൊണ്ട് അച്ഛൻ ഒരു തത്വജ്ഞാനിയുടെ മുഖത്തോടെ മരണത്തിന്റെ അനിശ്ചിതത്വത്തെക്കുറിച്ചു സംസാരി

ച്ചത് ഞാനോർത്തു. എനിക്ക് തളർച്ച തോന്നി. കാലുകൾ ഭാരത്തോടെയാണ് ചലിച്ചത്. എന്റെ തല കുനിയുന്നതും ഹൃദയത്തിൽ ഇരുൾ നിറയുന്നതും ഞാൻ തിരിച്ചറിഞ്ഞു. ഒരു മാസവും ആറു ദിവസവും എന്റെ ശിരസ്സിലിരുന്ന ഭാരതീയ സ്ത്രീത്വത്തിന്റെയും സ്വാഭിമാനത്തിന്റെയും കിരീടം ഊരിപ്പോയതാണു കാരണമെന്ന് ഞാൻ വിശ്വസിച്ചു. കിരീടം ഭാരിച്ചതായിരുന്നെങ്കിലും സുരക്ഷിതത്വം നൽകി നഗരം ബഹളങ്ങളുടെ ഗംഗപോലെ ഒഴുകി. ഞങ്ങളുടെ ബസ് എല്ലായിടത്തും കുടുങ്ങിക്കിടന്നു. വീട്ടിലെത്തിയപ്പോൾ ഏറെ വൈകി. വിശപ്പില്ലാതെ ഭക്ഷണം കഴിക്കുമ്പോൾ സഞ്ജീവ് കുമാർ മിത്രയുടെ അസാന്നിധ്യമാണ് വാസ്തവത്തിൽ എന്നെ അലട്ടുന്നതെന്നു ബോധ്യപ്പെട്ടു. ഹാങ് വുമൺസ് ഡയറി തീർത്ത് ഞങ്ങൾ ചുറ്റി നടന്നത് വീണ്ടും വീണ്ടും തികട്ടി വന്നു. നഗരത്തിന്റെ തിരക്കുകളിൽ പാവപ്പെട്ടവരും ധനികരുമായ മനുഷ്യർക്കിടയിൽ ശബ്ദങ്ങളുടെയും ഗന്ധങ്ങളുടെയും ദൃശ്യങ്ങളുടെയും ധാരാളിത്തത്തിൽ അയാളോടൊപ്പം ഒരിക്കൽക്കൂടി മുഴുകാൻ ഞാൻ ആഗ്രഹിച്ചു.

"ഇന്നത്തെ ദിവസം കഴിഞ്ഞാൽ നിനക്കു വിഷമം തോന്നരുതെന്നു ഞാൻ നേരത്തെ പറഞ്ഞിരുന്നു..."

കട്ടിൽ കാലിൽ ചാരി വെറും നിലത്ത് തളർന്നിരുന്ന എന്നെ നോക്കി രാമുദാ മന്ത്രിച്ചു. ഞാൻ ചിരിക്കാൻ ശ്രമിച്ചു.

"ഞാൻ പറഞ്ഞതിലും ഒരു ദിവസം നേരത്തെ നിന്റെ വിഷമം തുടങ്ങി, അല്ലേ?"

"ഒരു മാസത്തെ ശീലമല്ലേ, രാമുദാ...."

"നോക്ക്, കയർക്കുരുക്ക് അഴിക്കുന്നതുപോലെ നീയിനി സാവധാനം പഴയ ജീവിതത്തിലേക്കു തിരിച്ചു പോകണം. നീ ജോലിക്കു പോകണം. കുറച്ചു പണമുണ്ടാക്കി ഈവനിങ് കോഴ്സിനു ചേർന്ന് പഠിത്തം പൂർത്തിയാക്കണം. പാരമ്പര്യത്തിന്റെ കയറിൽത്തൂങ്ങി ജീവിക്കുന്നതിൽ അർഥമില്ല, ചേതൂ..."

രാമുദായുടെ ശബ്ദം ആർദ്രമായി.

"ഈ ഒരു മാസത്തെ അനുഭവങ്ങളും ഓർമകളും പതിയെപ്പതിയെ മായ്ച്ചു കളഞ്ഞേ തീരൂ... ടിവിയിൽ കളി കാണിക്കുമ്പോൾ റീ കാപ് കാണിക്കുന്നതുപോലെ. ഇന്നു മുതൽ സാവധാനം പിന്നോക്കം നടക്കുക. വന്ന വഴിയിൽ നിന്നു പെറുക്കിയെടുത്ത ഓരോ ആഗ്രഹവും കാഴ്ചയും ഓർമയും മായ്ച്ചു കളയുക. അതൊന്നും ഇനി നിനക്ക് വേണ്ടി വരില്ല. അവനൊരിക്കലും നിന്നെത്തേടി തിരിച്ചു വരികയില്ല. നിന്നെക്കൊണ്ട് അവന്റെ ആവശ്യം തീർന്നു..."

എന്റെ മുഖം ചുവന്നു. തിരിച്ചു നടന്ന് ഈ ഒരു മാസം നടന്ന വഴിയിലെ കാൽപ്പാടുകൾ ഓരോന്നായി മായ്ച്ചു കളയുന്നത് ഞാൻ സങ്കൽപ്പിച്ചു. ഉറുമ്പരിച്ച മൽസ്യത്തലയുടെയും നിരന്നു നിൽക്കുന്ന, ചുണ്ടിൽ ചുവന്ന ചായം പുരട്ടിയ ശരീരങ്ങളുടെയും ഇടിഞ്ഞു പൊളിഞ്ഞ ബംഗ്ലാവിൽ ആർത്തു വളർന്നു പൂവിട്ടു നിൽക്കുന്ന അപൊരാജിതകളുടെയും വൈരക്കമ്മലുകളുടെയും നിലവറക്കുഴിയുടെയും ഇടതു മാറിടത്തിൽ അമർന്ന കൈയ്യുടെയും

രാമുദായുടെ നേരെ ചൂണ്ടിയപ്പോൾ ഞാൻ തട്ടിത്തെറിപ്പിച്ച ക്യാമറയുടെയും ഥാക്കുമായുടെ സ്വർണനാണയത്തിന്റെയും ചിത്രങ്ങൾ എന്റെ കൺമുമ്പിലൂടെ പാഞ്ഞു. കൂനിക്കൂടി ഥാക്കുമാ അകത്തേക്കു വന്ന് കട്ടിലിൽ ക്ഷീണത്തോടെ ഇരുന്നത് അപ്പോഴാണ്.

"ഥാക്കുമായുടെ സ്വർണനാണയം കിട്ടിയോ?"

പ്രത്യേകിച്ച് ഒരു കാരണവുമില്ലാതെ ഞാൻ അന്വേഷിച്ചു. അതു മറ്റുള്ളവരുടെ ജീവനുവേണ്ടി ദാഹിക്കുന്ന ആരാച്ചാരുടെ രക്തത്തിന്റെ ചെയ്തിയായിരുന്നു. ഹൃദയത്തിനുള്ളിലെ കലാപം പുറന്തള്ളാൻ എന്റെ ശരീരം തിളയ്ക്കുകയായിരുന്നു.

"അതു പോയില്ലേ? ഈ കുടുംബത്തിന്റെ പാരമ്പര്യത്തിന് ഇനിയെന്തു തെളിവാണ് ഈ കെളവിയുടെ കയ്യിൽ? പോയില്ലേ?"

ഥാക്കുമാ ഇടർച്ചയോടെ ചോദിച്ചു.

"ഇല്ല... ഞാനത് ഥാക്കുമായുടെ തലയിണക്കീഴിൽ വച്ചിരുന്നു..."

ഞാൻ പറഞ്ഞു. രാമുദായും ഥാക്കുമായും വിശ്വാസം വരാത്തതു പോലെ എന്നെ നോക്കി.

"എന്നിട്ടെവിടെ?"

ആരെങ്കിലും എടുത്തിട്ടുണ്ടാകും എന്നു ഞാൻ പറഞ്ഞതും വലിയൊരു ബഹളമുണ്ടായി. ഥാക്കുമാ ചാടിയെഴുന്നേറ്റു. മെലിഞ്ഞ് ഈർക്കിൽ പോലെയായ ശരീരം ഉശിരോടെ പുറത്തേക്കു പറന്നു. അടുക്കളയിൽ മാ ഒളിച്ചു വച്ച ചെറിയ തുണിസഞ്ചി വലിച്ചെടുത്ത് ഥാക്കുമാ കീറിപ്പറിച്ചു. സഞ്ജീവ് കുമാർ മിത്ര സമ്മാനിച്ച മോതിരവും വളകളും പുറത്തു വീണുരുണ്ടു. പിന്നീട് ഥാക്കുമാ കാക്കുവിന്റെ മുറിയിലേക്കു പാഞ്ഞു. അവിടെ നിന്ന് ആരവം ഉയർന്നപ്പോൾ മദ്യപിക്കുകയായിരുന്ന അച്ഛനും ഓടിയെത്തി.

"കണ്ടോ? എന്തൊക്കെയാണ് അവൻ ഭാര്യയ്ക്കായി വാങ്ങിയിരിക്കുന്നതെന്ന് ആരെങ്കിലും കണ്ടോ? പുതിയ സ്വർണക്കമ്മൽ. എവിടെനിന്നാണെടാ നിനക്ക് ഇതിനു പണം?"

ഥാക്കുമായുടെ ദുർബലമായ ശരീരത്തിൽനിന്ന് വീടു കിടുങ്ങുന്ന ഗർജ്ജനം ഉയർന്നു. കാക്കുവും കാക്കിമായും ഥാക്കുമായെ പിടിച്ചു തള്ളി. ഥാക്കുമാ പടിവാതിൽക്കൽനിന്ന് പുറത്തെ മുറ്റത്തേക്ക് മലർന്നടിച്ചു വീണു. ഥാക്കുമായെ ഒറ്റക്കയ്യാൽ പൊക്കിയെടുത്ത് മുറിയിലെ കട്ടിലിൽ കൊണ്ടിട്ടിട്ട് അച്ഛൻ കാക്കുവിന്റെ മുറിയിലേക്ക് പാഞ്ഞു. 'അരുതേ അരുതേ' എന്ന മായുടെ നിലവിളിയും 'ഈ പട്ടിയെ ഞാനിന്നു തച്ചു കൊല്ലും' എന്ന അച്ഛന്റെ ആക്രോശവും 'എന്നെ തൊട്ടാൽ നിങ്ങളെ ഞാൻ കുത്തിക്കൊല്ലും' എന്ന കാക്കുവിന്റെ മുറവിളിയും ഉയർന്നു. ഞാൻ രാമുദായുടെ കട്ടിൽക്കാലിൽ പിടിച്ച് വെറുതെ നിന്നു. അച്ഛൻ കാക്കുവിനെ ഒറ്റക്കാലിൽപിടിച്ചു വലിച്ചു കൊണ്ട് വന്നു. കാക്കുവിന്റെ തടിച്ച ശരീരത്തിലാകെ ചോര പൊടിഞ്ഞു. ഒരു പഴഞ്ചാക്ക് കണക്കെ കാക്കുവിനെ അച്ഛൻ ഥാക്കുമായുടെ കട്ടിൽക്കാൽക്കലിട്ടു. ആ നേരത്ത് കാക്കിമാ മീൻ വെട്ടുന്ന വലിയ വളഞ്ഞ ബോടിയുമായി പാഞ്ഞെത്തി.

"എന്റെ പുരുഷനെ തൊട്ടാൽ കൊല്ലും ഞാൻ...!"

അവർ അട്ടഹസിച്ചു. അച്ഛൻ ഇടതു കൈ കൊണ്ട് കത്തി പിടിച്ച് കാക്കിമായുടെ കരണത്ത് ആഞ്ഞടിച്ചു. കത്തി ശബ്ദത്തോടെ താഴേക്കു തെറിച്ചു. അതു കണ്ട് കാക്കു ചാടിയെഴുന്നേറ്റു കത്തിയെടുക്കാൻ ശ്രമിച്ചു. വളഞ്ഞ വായ്ത്തലയിൽ പിടിച്ച് അദ്ദേഹത്തിന്റെ കൈ മുറിഞ്ഞു രക്തം ചാടി.

"ഇവനെ ഇന്നു ഞാൻ കൊല്ലും. എന്നെ നശിപ്പിക്കാൻ വേണ്ടി ഇറങ്ങിയിരിക്കുന്നു... !"

കാക്കു അച്ഛനു നേരെ കത്തി വീശി. അച്ഛൻ തക്ക സമയത്ത് ഒഴിഞ്ഞു മാറിയെങ്കിലും ഭ്രാന്തെടുത്തതുപോലെ കാക്കു അച്ഛന്റെ നേർക്കു ചാടി. മായും കാക്കിമായും നിലവിളിയോടെ തടഞ്ഞു. ഥാക്കുമാ മാത്രം അനങ്ങിയില്ല. കത്തി ഭിത്തിയിലും നിലത്തും പതിക്കുന്ന ക്ലിങ് ശബ്ദം തുടരെത്തുടരെ ഉയർന്നപ്പോൾ ഥാക്കുമാ സാവധാനം എഴുന്നേറ്റു കട്ടിലിനു താഴെയിരുന്ന ചെല്ലപ്പെട്ടി തുറന്ന് പാൻ എടുത്തു ചവയ്ക്കാൻ തുടങ്ങി. ഒരു ഘട്ടത്തിൽ മാ നിലത്തേക്ക് വീണു. ഞാൻ ചെന്നു താങ്ങിയെഴുന്നേൽപ്പിച്ചു. പിന്നൊരു ഘട്ടത്തിൽ അച്ഛന്റെ കൈത്തണ്ടയിലൂടെ കത്തി വീശിക്കടന്നു പോയി തൊലി പൊട്ടി ചോര പൊടിഞ്ഞു. ആ ആഘാതത്തിൽ അച്ഛൻ ചെന്നിടിച്ചപ്പോൾ ടിവി പെട്ടെന്ന് സ്വയം പ്രവർത്തിച്ചു. യൂറോ കപ്പിന്റെ തൽസമയ സംപ്രേഷണത്തിന്റെ ശബ്ദം ഉയർന്നു. അച്ഛൻ കാക്കുവിന്റെ കൈ പിടിച്ചു തിരിച്ചു. കാക്കു നിലവിളിയോടെ നിലത്തിരുന്നപ്പോൾ അച്ഛൻ കത്തിയുമായി നിന്നു കിതച്ചു. മജിസ്ട്രേട്ടിന്റെ ചുവന്ന തൂവാല കാണാതെയും അച്ഛന് മനുഷ്യരെ വധിക്കാൻ സാധിക്കുമെന്ന് എനിക്കു ബോധ്യപ്പെട്ടു. പിന്നീടുണ്ടായ പിടിവലിയിലാണ് രാമുദാ കിടന്ന കട്ടിൽ കാക്കു വലിച്ചുയർത്തിയത്. കട്ടിൽക്കാൽ ആസ്ബസ്റ്റോസ് ഷീറ്റുവരെ ഉയർന്നടിച്ചു താഴെ വീണു. രാമുദാ തെറിച്ചുയർന്നു. കൈകാലുകളില്ലാത്ത ഒരു മനുഷ്യൻ അന്തരീക്ഷത്തിലേക്കുയർന്ന ദൃശ്യം ഭയാനകമായിരുന്നു. അമർത്യ ഘോഷിന്റെ അച്ഛൻ തകർക്കാത്തതായി രാമുദായുടെ തലയോടു മാത്രമേ ഉണ്ടായിരുന്നുള്ളൂ. അതും തകർന്നു. ചൗരങ്ഗീനാഥിന്റെ അംഗങ്ങൾ ഛേദിച്ച ഭീം പിതാമഹനെപ്പോലെ അച്ഛൻ പുറത്തേക്കു പാഞ്ഞു. മാ രാമുദായുടെ ശരീരത്തിനു മേൽ വീണ് നിലവിളിച്ചു. കാക്കിമാ കാക്കുവിനെ പുറത്തേക്കു പിടിച്ചു വലിച്ചു. ഥാക്കുമാ നിർവികാരതയോടെ പാൻ ചവച്ചു. ഞാൻ നിർമമതയോടെ ദുപ്പട്ടയിൽ ഒരു നല്ല കുടുക്ക് ഇടുകയും അഴിക്കുകയും ചെയ്തു.

എല്ലാം ടിവിയിൽ കാണുന്ന രംഗങ്ങൾ പോലെ അനുഭവപ്പെട്ടു. ഞങ്ങളെക്കൊണ്ടാകുന്നതുപോലെ ഞങ്ങളും അഭിനയിച്ചു. ടിവി പ്രവർത്തിച്ചു കൊണ്ടിരുന്നു. ഇംഗ്ലണ്ടിനെ തകർത്ത് പോർച്ചുഗൽ സെമിഫൈനലിലേക്കു കടന്ന ദൃശ്യങ്ങൾക്കു ശേഷം സഞ്ജീവ് കുമാർ മിത്രയുടെ മുഖം തെളിഞ്ഞു. ആലിപ്പൂരിലെ മൂന്നാം നമ്പർ മുറിയിൽ യതീന്ദ്രനാഥ ബാനർജി ചിരിക്കുകയായിരുന്നു. മാംസക്കഷ്ണമായിത്തീർന്ന രാമുദായെ കൈകളിൽ കോരിയെടുത്ത് അച്ഛൻ പുറത്തേക്കു പോയപ്പോൾ ഞാനും ചിരിക്കാൻ ശ്രമിച്ചു. പക്ഷേ, ടെലിവിഷൻ സ്ക്രീനിൽ സി.എൻ.സി. ചാനലിൽ കണ്ട സഞ്ജീവ് കുമാർ മിത്രയുടെ ചിരിയായിരുന്നു, ചിരി.

മുപ്പത്തിയൊന്ന്

മീൻ വെട്ടുന്ന വലിയ ബോടി ഓങ്ങിക്കൊണ്ട് ഒരു പുരുഷൻ കാളീഘട്ടിലെ ഇടുങ്ങിയ വഴികളിലൂടെ ഓടിക്കുന്നതായി സ്വപ്നം കണ്ടു ഞാൻ ഞെട്ടിയുണർന്നു. ഞാനപ്പോൾ, വാസ്തവത്തിൽ, ചലവും പഴുപ്പും ചോരയും മാലിന്യങ്ങളും നിറഞ്ഞ എസ്.എസ്.കെ.എം. ഹോസ്പിറ്റലിന്റെ മുറ്റത്ത് അകത്തേക്കും പുറത്തേക്കും ചലിക്കുന്ന പുരുഷാരത്തിനിടയിൽ കടലിൽ വീണ ഉപ്പുതരി പോലെ മായോടൊപ്പം കാത്തിരിക്കുകയായിരുന്നു. സ്വപ്നത്തിൽ ഞാനൊരു നീല സാരി ധരിച്ചു. അതു സഞ്ജീവ് കുമാർ മിത്ര മോഷ്ടിച്ചതാണെന്നു ഞാൻ ഭയന്നു. വെളുത്ത വസ്ത്രം ധരിച്ച വലിയ കൊമ്പൻമീശയുള്ള ഒരാളാണ് എന്നെ ഓടിച്ചത്. 'ഏലോകേശീ' എന്ന വിളി എനിക്കു ചുറ്റും പ്രകമ്പനം കൊണ്ടു. 'ഞാൻ ഏലോകേശിയല്ല' എന്നു വിളിച്ചു പറയാൻ ഞാൻ ആഗ്രഹിച്ചു. പക്ഷേ ശബ്ദം പുറത്തു വന്നില്ല. രാമുദായെയും കൊണ്ടു മണിക്കൂറുകൾക്കു മുമ്പേ അകത്തു പോയ പുരുഷൻമാരുടെ സംഘം അപ്പോൾ തിരിച്ചെത്തി.

"ഒന്നും പറയാറായിട്ടില്ല. പക്ഷേ അവൻമാർക്ക് ആയിരത്തിയഞ്ഞൂറു കൈക്കൂലി കൊടുത്തു, ഐസിയുവിൽ കിടത്താൻ..."

അടുത്തു വന്നതും അച്ഛൻ തണുത്ത ശബ്ദത്തിൽ അറിയിച്ചു. മാ ഒന്ന് ഏങ്ങലടിച്ചു.

"ഇന്നലെ കിട്ടിയ കാശൊക്കെ ഇപ്പോഴത്തന്നെ തീർന്നു കിട്ടും... നമ്മൾ ആരാച്ചാർമാർ കൊല്ലുന്നതിനു കൈക്കൂലി വാങ്ങിക്കാറില്ല. പക്ഷേ ഇവൻമാർക്ക് കൊല്ലാനും കൊടുക്കണം, കാശ്..."

അച്ഛൻ മുറുമുറുത്തു. ഞാൻ കണ്ണുതിരുമ്മി ഉറക്കം കളഞ്ഞു. ഛേദിക്കപ്പെട്ട അംഗങ്ങൾ പോലെ ചുവന്നതും വെളുത്തതുമായ മേഘങ്ങൾ ആകാശത്തു ചിതറിക്കിടന്നു. ഞാൻ കൺമണികൾ ആകാശത്തോ ഭൂമിയിലോ ഉറപ്പിച്ചു നിർത്താൻ നന്നേ പണിപ്പെട്ടു. കാണുന്ന മനുഷ്യരൊക്കെ ബോടി പിടിച്ചിട്ടുണ്ടെന്ന് തോന്നി. മതിൽക്കെട്ടിനപ്പുറമുള്ള മൈദാന്റെ വിശാലമായ പരപ്പും റേസ് കോഴ്സും വിക്ടോറിയ ഹാളുമൊക്കെ ചിന്തിച്ച് സ്വയം സമാധാനിപ്പിക്കാൻ ഞാൻ ശ്രമിച്ചു. സെന്റ് പോൾസ് കത്തീഡ്രലിന്റെ പുരാതനമായ മതിൽക്കെട്ട് ചുറ്റി, ചുവന്നു ചോരച്ചു പോയ റൈറ്റേഴ്സ് ബിൽഡിങ്ങിനു മുന്നിലൂടെ രാമുദാ പന്തും തട്ടി ഓടുന്നത് ഞാൻ വ്യക്തമായി കണ്ടു. രാമുദായുടെ ആത്മാവ് ശരീരം വിട്ടു പുറത്തിറങ്ങി മതിൽ ചാടി മൈദാനിലേക്കു പോയിട്ടുണ്ടെന്ന് എനിക്കു തോന്നി. രാവിലെ പരിശീലനത്തിനെത്തുന്ന ഫുട്ബോൾ ടീമുകൾക്കിടയിൽ പന്ത്രണ്ടാമത്തെ കളിക്കാരനായി കുമിളകണക്കെ സുതാര്യമായ ശരീരവുമായി രാമുദാ പന്തു ഹെഡ് ചെയ്തു.

ചെളിയുടെ തവിട്ടു നിറമുള്ള ഫുട്ബോളിൽ അദ്ദേഹത്തിന്റെ സ്ഫടികസമാനമായ പാദങ്ങൾ ആഞ്ഞു തൊഴിച്ചു. പക്ഷേ, അപ്പോൾ വീണ്ടും എവിടെ നിന്നോ ആ പുരുഷൻ ബോടിയുമായി എന്റെ പിന്നാലെ വന്നു. ഞാൻ ഞെട്ടിയുണർന്നു. ചെളിയിൽ തീർത്തതുപോലെ കട്ടിയുള്ള പന്ത് രാമുദായുടെ ലോലമായ പാദങ്ങളെ ചിതറിക്കുന്നതു കാണുംമുമ്പെ ഉണർത്തിയതിന് ദു:സ്വപ്നത്തോട് എനിക്കു നന്ദി തോന്നി.

കാളീചരൺ പിതാമഹൻ ആരാച്ചാരായിരുന്ന കാലത്താണ് ഏലോകേശി കൊല്ലപ്പെട്ടത്. താരകേശ്വർ ക്ഷേത്രത്തിലെ പൂജാരിയായ മാധവചന്ദ്രഗിരി മഹന്തുമായി അവിഹിത ബന്ധം പുലർത്തിയതിനു ഭർത്താവ് നൊബീൻ ചന്ദ്ര ബാനർജി മീൻ നന്നാക്കുന്ന കത്തി കൊണ്ട് ഏലോകേശിയെ വെട്ടിക്കൊന്നു. മിലിട്ടറി പ്രസിൽ ഉദ്യോഗസ്ഥനായിരുന്ന നൊബീൻ ചന്ദ്ര വളഞ്ഞ കാലുള്ള കുടയുമായി ജോലി കഴിഞ്ഞു വന്നു കയറിയ ഉടനെയായിരുന്നു കൊലപാതകം. സാരിത്തലപ്പു കൊണ്ടു മുഖം മറച്ച് ഏലോകേശി ഭർത്താവിന്റെ വെട്ടിനു വേണ്ടി കഴുത്തു കുനിച്ചു.

എസ്.എസ്.കെ.എമ്മിനു മുന്നിൽ മൈദാനു മുകളിൽ സൂര്യൻ ഉദിച്ചുയർന്നു. ആ ദൃശ്യം മനോഹരമായിരുന്നു. പക്ഷേ, വളപ്പിലെല്ലായിടത്തും വൃത്തികെട്ട ദുർഗന്ധം നിറഞ്ഞുനിന്നു. അഴുക്കു പിടിച്ചു കറുത്തു പോയ വെള്ള വസ്ത്രങ്ങൾ ധരിച്ച മനുഷ്യർ ശരീരത്തിന്റെ പല ഭാഗങ്ങളിൽ വച്ചുകെട്ടുകളും വേദന നിറഞ്ഞ മുഖങ്ങളുമായി കിടക്കുകയോ ഇരിക്കുകയോ കൈകൾ പിന്നിൽക്കെട്ടി ഉദാസീനതയോടെ നടക്കുകയോ ചെയ്തു. ഗേറ്റിനരികിലെ ചവറു വീപ്പയിൽ കുട്ടികളും പട്ടികളും ഭ്രാന്തനെന്നു തോന്നിക്കുന്ന ഒരു പുരുഷനും നിർത്താതെ പരതി. ആ ഗേറ്റ് സ്വാതന്ത്ര്യത്തിനുശേഷമാണ് ഇന്ത്യക്കാർക്കു വേണ്ടി തുറക്കപ്പെട്ടത്. അതുവരെ ബ്രിട്ടീഷുകാർക്കു മാത്രമായിരുന്നു പ്രവേശനം. ആശുപത്രി വളപ്പിനുള്ളിൽ അക്കാലത്ത് സുന്ദരമായ രണ്ടു ജലാശയങ്ങളും ടെന്നീസ് ബാഡ്മിന്റൻ കോർട്ടുകളുമുണ്ടായിരുന്നു. കൊൽക്കൊത്തയിലെ ആദ്യത്തെ പ്രൊട്ടസ്റ്റന്റ് വികാരിയായിരുന്ന റവ. കിർനാൻഡറുടെ ഉദ്യാന വസതിയായിരുന്ന ആശുപത്രിയിൽ ഇന്നു കണ്ണുപതിയുന്നിടത്തെല്ലാം ഈച്ചകൾ ആർക്കുന്നതാണ് ചരിത്രത്തിന്റെ ഏറ്റവും നല്ല പാഠങ്ങളിലൊന്ന്. കൊഴിഞ്ഞു വീണ മഞ്ഞയോ ചുവപ്പോ നിറമുള്ള പഞ്ഞിത്തുണ്ടുകളും കഫവും മുറുക്കിത്തുപ്പിയ പാടുകളും ആശുപത്രിയെ അഴുക്കുകൂനയാക്കി. ഞാൻ അസ്വസ്ഥയായിരുന്നു. വേർതിരിച്ചറിയാൻ സാധിക്കാത്ത കുറ്റങ്ങൾക്ക് എന്നെ കഠിനമായി ശിക്ഷിക്കാൻ ഞാൻ ആഗ്രഹിച്ചു. ശിക്ഷയെക്കുറിച്ചു ചിന്തിച്ചപ്പോൾ എനിക്ക് സഞ്ജീവ് കുമാർ മിത്രയെ ഓർമ വന്നു. അയാളുടെ ഇടിഞ്ഞു പൊളിഞ്ഞ ബംഗ്ലാവിൽ, പത്തിവിടർത്തിയ സർപ്പങ്ങൾ കണക്കെ പടർന്ന വള്ളിച്ചെടികൾക്കിടയിൽ അയാളെ പുണർന്നതിന്റെ ഓർമയായിരുന്നു എന്റെ ഏറ്റവും വലിയ കുറ്റകൃത്യം. അകത്തു രാമുദാ മരണത്തോടു മല്ലിട്ടപ്പോൾ ഞാൻ ജീവിക്കാനുള്ള ആസക്തിയോടു യുദ്ധംചെയ്തു.

"അവൻ ഇന്നത്തെ രാത്രി കടക്കുമെന്നു തോന്നുന്നില്ല..."

അച്ഛൻ വളരെ ശാന്തമായ ശബ്ദത്തിൽ മായോടു പറഞ്ഞു. 'ഈഷ് ഭഗ്ബാൻ' എന്നു മാ നിലവിളിച്ചു. അച്ഛന്റെ മുഖം ഇരുണ്ടു.

"വെറുതെ കരയണ്ട...സംഭവിക്കാനുള്ളതു സംഭവിക്കും. അവന്റെ മുഖത്ത് കുറച്ചു ദിവസമായി ഞാൻ മരണം കാണുന്നു."

"നിങ്ങളൊരുത്തനാണ് എല്ലാത്തിനും കാരണം. അവനെ ഈ നിലയിലാക്കിയത് നിങ്ങളല്ലേ?"

മാ ശകാരിച്ചു. അതു ശ്രദ്ധിക്കാതെ അച്ഛൻ എന്നെ വിളിച്ചു കൂടെ ചെല്ലാൻ ആവശ്യപ്പെട്ടു. എന്താണ് അദ്ദേഹത്ത്ന്റെ മനസ്സിലെന്നു വ്യക്തമായില്ല. കുട്ടികളും പൂച്ചകളും പട്ടികളും തമ്മിൽ മൽസരിക്കുന്ന ചവറ്റു വീപ്പയ്ക്കരികിൽ എത്തിയപ്പോൾ അഴുകുന്ന അവശിഷ്ടങ്ങളുടെ രൂക്ഷമായ ഗന്ധം മൂക്കു തുളച്ചു. അച്ഛൻ എന്നെ തിരിഞ്ഞു നോക്കി.

"നിന്റെ കയ്യിൽ ആ ചെറുക്കന്റെ നമ്പരില്ലേ? ഒന്നു വിളിക്കാൻ?"

എന്റെ മുഖം ചുവന്നു.

"ദാ, അവിടെ ഫോൺ ബൂത്തുകളുണ്ട്... കാശു ഞാൻ തരാം... അവനെ ഒന്നു വിളിച്ചറിയിക്ക്, രാമുവിന് ഇങ്ങനെ സംഭവിച്ചെന്ന്... ഇതൊരു വലിയ ന്യൂസ് സ്റ്റോറിയാണ് ചേതൂ... തൂക്കിക്കൊല മാറ്റി വച്ച ദിവസം ആരാച്ചാരുടെ മകൻ മരണക്കിടക്കയിൽ—അങ്ങനൊരു തലക്കെട്ട് കണ്ടാൽ ആരാണ് വായിക്കാത്തത്?"

അച്ഛൻ ആവേശഭരിതനായി.

"എന്റെ കയ്യിൽ നമ്പരില്ല..."

ഞാൻ പറഞ്ഞു. അച്ഛൻ വിശ്വാസം വരാത്തതുപോലെ എന്നെ നോക്കി.

"എന്താ പറഞ്ഞത്? നിന്റെ കയ്യിൽ അയാളുടെ നമ്പർ ഇല്ലെന്നോ?"

"ഇല്ല..."

അച്ഛന്റെ മുഖത്ത് കോപവും താപവും ഒന്നിച്ചു മിന്നി.

"ങ്ഹും! ഇത്രയും ദിവസം ചുറ്റിയടിച്ചു നടന്നിട്ട് അവന്റെ കയ്യീന്നു നമ്പർ വാങ്ങിക്കാൻ പോലും നിനക്കു ബുദ്ധിയുണ്ടായില്ലേ?"

അച്ഛൻ തോളിൽ കിടന്ന തോർത്തെടുത്തു കുടഞ്ഞ് മുഖം തുടച്ച് വീണ്ടും തോളിലിട്ടതിനു ശേഷം ഒരു സിഗററ്റെടുത്ത് കൊളുത്തി ആഞ്ഞു വലിച്ചു.

"ശരി, ശരി... ഞാൻ നമ്പർ സംഘടിപ്പിക്കാം... ചാനൽ ഓഫിസിൽ വിളിച്ചു ചോദിച്ചാൽ മതിയല്ലോ..."

ഒരു പുക വിട്ടു കഴിഞ്ഞപ്പോൾ അച്ഛൻ പ്രസന്നത വീണ്ടെടുത്തു.

"കൃത്യം നടത്താൻ സാധിച്ചിരുന്നെങ്കിൽ അതു വലിയൊരു സൽക്കീർത്തിയുണ്ടാക്കിയേനെ, നിനക്ക്... സാധിക്കാതെ പോയി... തൽക്കാലം നിനക്ക് ഒരു സർക്കാർ ജോലിയാണ് ആവശ്യം... അതു കിട്ടിയാൽ നമുക്കു പിടിച്ചു നിൽക്കാം... അതിന് നമ്മളെ സഹായിക്കാൻ അവനു മാത്രമേ സാധിക്കൂ..."

എൺപത്തെട്ടു വയസ്സിന്റെ ഭാരവും ക്ഷീണവും അച്ഛനെ വാക്കുകളിൽ മുഴങ്ങി. എനിക്ക് അച്ഛനോടു വാൽസല്യം അനുഭവപ്പെട്ടു. ഏലോകേശിയെ കൊന്നതിന് ഭർത്താവും ജാരനും അറസ്റ്റിലായി. നൊബീൻ ചന്ദ്രയെ തൂക്കിക്കൊല്ലാനായിരുന്നു കോടതി ആദ്യം തീരുമാനിച്ചത്. പക്ഷേ 'ജാരനെ ശിക്ഷിക്കൂ ഭർത്താവിനെ രക്ഷിക്കൂ' എന്ന് ജനം മുറവിളി കൂട്ടി. ആൾക്കൂട്ടം കോടതി നടപടി തടസ്സപ്പെടുത്തി. നൊബീൻ ചന്ദ്രയുടെ ശിക്ഷ ജീവപര്യന്തമാക്കിയെങ്കിലും ആയിരക്കണക്കിനാളുകൾ ചേർന്നു നിവേദനം

നൽകിയപ്പോൾ അയാളെ കോടതി വിട്ടയച്ചു. തൂക്കിക്കൊല ജീവപര്യന്ത മാക്കി കുറച്ചതറിഞ്ഞ് പിതാമഹൻ പറഞ്ഞു : ഹോ. ഒന്നു കുറഞ്ഞു കിട്ടി.

അച്ഛനെ പിന്തുടരുമ്പോൾ സഞ്ജീവ് കുമാറിനെ വിളിക്കേണ്ടി വരുന്ന തോർത്ത് എന്റെ കരൾ പുകഞ്ഞു. യതീന്ദ്രനാഥിന്റെ വധശിക്ഷ മാറ്റി വച്ച നിമിഷം, ഉപയോഗിച്ചു വലിച്ചെറിഞ്ഞ മാടിർ ഖുഡി ചവിട്ടി മെതിച്ചു കടന്നു പോകുന്നതുപോലെ അയാൾ പോയത് എന്നെ അലട്ടി. അയാൾക്കു ജീവിതം പങ്കുവയ്ക്കാനുള്ള വിശിഷ്ട വ്യക്തിയായിരുന്നില്ല, ഞാൻ. മറിച്ച് താൽക്കാലിക ലക്ഷ്യത്തിലെത്തിക്കുന്ന റിക്ഷ പോലെയൊരു ചെറിയ വാഹനം മാത്ര മായിരുന്നു. എങ്കിലും അയാളുടെ ശബ്ദം കേൾക്കാൻ കാതുകൾ വ്യഗ്രത പ്പെട്ടു. അയാളുടെ മനസ്സിൽ എന്റെ സ്ഥാനം എന്താണെന്നു പരിശോധിക്കാ നുള്ള വ്യഗ്രതയായിരുന്നു അത്. ഫോൺ ബൂത്തിൽനിന്ന് ആരെയൊക്കെ യോ അച്ഛൻ വിളിച്ചപ്പോൾ ഞാൻ പിരിമുറുക്കത്തോടെ നിന്നു. വല്ലാത്തൊരു കയർക്കുടുക്കിലാണ് കഴുത്തെന്ന ചിന്ത എന്നെ ദുർബ്ബലയാക്കി.

“ഹലോ സെഞ്ജു ബാബൂ... ഇതു ഞാനാണ്... ഫൊണിഭൂഷൺ ഗൃദ്ധാ മല്ലിക്... ബാബൂ, ഉറങ്ങുകയായിരുന്നോ? ഞാൻ ശല്യപ്പെടുത്തിയെങ്കിൽ ക്ഷമ ചോദിക്കുന്നു... ബാബൂ, എന്നെ മനസ്സിലായില്ലേ? ബാബൂ, എന്തു പറ യാൻ! എന്റെ മകൻ രാംദേബിന് ഇന്നലെ രാത്രി അസുഖം കൂടി. അവൻ കിടക്കയിൽനിന്ന് ഉരുണ്ടു നിലത്തു വീണു... രാത്രിയിൽത്തന്നെ ആശുപത്രി യിലെത്തിച്ചു. ബാബൂ, ഒന്നാലോചിച്ചു നോക്കൂ, തൂക്കിക്കൊല മാറ്റി വച്ച ദിവസം ആരാച്ചാർ ഗൃദ്ധാ മല്ലിക്കിന്റെ മകൻ മരണക്കിടക്കയിൽ...! ഭഗ്ബാൻ! ലോകത്ത് ഇതാരെങ്കിലും കേട്ടാൽ വിശ്വസിക്കുമോ? അവന്റെ തലയോട് താഴെ വീണു പൊടിഞ്ഞു പോയി, ബാബൂ... എന്നുവച്ചാൽ ഇത്രയും കാലത്തെ കിടപ്പു കാരണം ശരീരത്തിൽനിന്നു പോഷകഗുണങ്ങൾ നഷ്ട പ്പെട്ട് എല്ലുകളുടെ ബലമെല്ലാം പോയി എന്നാണ് ഡോക്ടർമാർ പറയുന്നത്... അവന് പോകാറായി ബാബൂ... ഇന്നല്ലെങ്കിൽ നാളെ വൈകുന്നതിനകം...”

ഉള്ളിൽ തികട്ടി വന്ന അപമാനം ഞാൻ കടിച്ചിറക്കി. ആ വലിയ ആൾ ക്കൂട്ടത്തിൽ എന്നെ ആരും തിരിച്ചറിഞ്ഞില്ലെന്നതായിരുന്നു ഏക സന്തോഷം. അവിടെ വന്നു കൂടിയവരിലേറെയും വിദൂര ഗ്രാമങ്ങളിൽനിന്നുള്ള കർഷക രായിരുന്നതിനാൽ അവർക്കു ടെലിവിഷൻ കണ്ടു ശീലമുണ്ടായിരുന്നില്ല. കാരണം അവരുടെ ഗ്രാമങ്ങളിൽ വൈദ്യുതി എത്തിയിരുന്നില്ല. ഞാൻ മാ യുടെ സമീപത്തേക്കു മടങ്ങി. ഹരിദാ വാങ്ങിക്കൊടുത്ത ചായ ഊതിക്കുടി ക്കുകയായിരുന്നു മാ. മെലിഞ്ഞൊരു കുട്ടിയെ മടിയിൽ ഇരുത്തിയ ഒരു വൃദ്ധ മായോട് എന്തൊക്കെയോ പരാതിപ്പെട്ടു.

“പാവം... മിഡ്നാപ്പൂരിൽനിന്നു വന്നതാ.. രണ്ടാഴ്ചയായിട്ട് ഇവിടെയുണ്ട്...”

അവരെ മാ എനിക്കു പരിചയപ്പെടുത്തി.

“എവിടെ താമസിക്കുന്നു?...”

ഞാൻ അന്വേഷിച്ചു.

“വഴിവക്കിൽ... അല്ലാതെവിടെ? അവരുടെ ഗ്രാമത്തിൽനിന്ന് എന്നും ആരെങ്കിലുമൊക്കെ ഇവിടെ ചികിൽസയ്ക്കുണ്ടാകും. അവർ നേരത്തെ കൂട്ടി വഴിയോരത്ത് സ്ഥലം പിടിച്ചിടും...”

മാ പറഞ്ഞു. അവർ പരാതിപ്പെട്ടു കൊണ്ടു തന്നെ കുട്ടിയെയും കൊണ്ട് എഴുന്നേറ്റു പോയി. മാ ചായ കുടിച്ച് മാടിർ ഖുഡി വലിച്ചെറിഞ്ഞു.

"അയാൾ – നിന്റെ തന്ത – പലതും പറയും..അതൊന്നും അനുസരിക്കേണ്ട കാര്യമില്ല..."

എന്റെ മനസ്സു വായിച്ചതുപോലെ മാ പറഞ്ഞു.

"അനുസരിക്കേണ്ട കാര്യമില്ലെന്നു പറയുമ്പോഴും മാ, നിങ്ങൾ ബാബായെ ധിക്കരിക്കാറില്ലല്ലോ..."

നെറ്റിയിൽ വാരിത്തൂവിയ കുങ്കുമത്തിന്റെ ചോരച്ച പാടിൽ മാ വിരലോടിച്ചു.

"എന്നെപ്പോലെയല്ലല്ലോ നീ... നിനക്ക് പഠിപ്പില്ലേ?"

എനിക്ക് അതു പൂർണമായി ഉൾക്കൊള്ളാൻ സാധിച്ചില്ല. നിമിഷങ്ങൾ പെട്ടെന്നു കടന്നു പോയി. പുറത്തെ റോഡിൽ വാഹനങ്ങളും സ്കൂൾ ബസുകളും ചീറിപ്പാഞ്ഞു. കുഞ്ഞു മുഖങ്ങൾ പാതിയുറക്കത്തോടെ ചാഞ്ഞിരിക്കുന്ന വലുതും ചെറുതുമായ വാഹനങ്ങളുടെ മുകൾ ഭാഗം മതിൽക്കെട്ടിനു മുകളിലൂടെ കണ്ടു. ഉച്ചയോടടുത്ത് ഗേറ്റിനുള്ളിലേക്ക് സഞ്ജീവ് കുമാർ മിത്രയുടെ ചാനൽ മുദ്ര പതിച്ച വാഹനം കടന്നു വന്നു. എന്റെ രക്തം ഉറഞ്ഞു. അയാൾ നേരെ എന്റെ മുമ്പിലെത്തുമെന്നും ആർദ്രമായ കണ്ണുകളോടെയും സ്നേഹം വഴിയുന്ന പുഞ്ചിരിയോടെയും എന്നെ നോക്കുമെന്നും ഞാൻ പ്രതീക്ഷിച്ചു.

"നിന്റെ ബാബാ എവിടെ?"

അയാൾ പുഞ്ചിരിക്കാൻ പോലും മിനക്കെടാതെ അന്വേഷിച്ചു. അയാളുടെ മുഖത്ത് അസംതൃപ്തിയും ഇഷ്ടക്കേടും നിറഞ്ഞുനിന്നു.

"ഇവിടെയുണ്ടായിരുന്നു..."

എന്റെ ശബ്ദം ദുർബലമായി.

"ഏതു മുറിയിലാണ് നിന്റെ ദാദയെ കിടത്തിയിരിക്കുന്നത്? എനിക്കു സമയമില്ല... വേഗം പോകണം..."

"മൂന്നാമത്തെ നിലയിലാണെന്നാണ് കേട്ടത്, ബാബൂ..."

മാ സാരിത്തലപ്പു വലിച്ചു തലയിലിട്ട് മുന്നോട്ടു നീങ്ങി വന്നു.

"വേഗം കാണിച്ചു തരൂ...ഷൂട്ട് ചെയ്തിട്ട് എനിക്കു പോകണം..."

ഞാൻ എന്തു വേണമെന്നറിയാതെ അയാളെ നോക്കി. അയാൾ അപ്പോൾ ക്യാമറാമാന് എന്തൊക്കെയോ നിർദ്ദേശം നൽകി. എമർജൻസി ഓ.പി. വഴി അകത്തു കയറി, വിവിധ ഡോക്ടർമാരെ കാണാനുള്ള ചീട്ടെടുക്കാൻ ക്യൂ നിൽക്കുന്നവരുടെ അഴുകിയ ഗന്ധം പരന്ന ഹാളിലൂടെ ഞങ്ങൾ ലിഫ്റ്റിന്റെ അടുത്തെത്തി ബട്ടൻ അമർത്തി കാത്തു നിന്നു. അപ്പോഴും അയാൾ എന്നെ നോക്കുകയോ എന്നോടു മാത്രമായി സംസാരിക്കുകയോ ചെയ്തില്ല.

"എസ്. എസ്. കെ. എം. ഹോസ്പിറ്റൽ—എന്താണ് ഈ എസ്.എസ്. കെ.എം?"

അയാൾ ക്യാമറാമാനോടു ചോദിച്ചു. ക്യാമറാമാൻ കൈ മലർത്തി.

"പണ്ട് ഇതിന്റെ പേരു പി.ജി. ഹോസ്പിറ്റൽ എന്നായിരുന്നു... പ്രസിഡൻസി ജനറൽ ഹോസ്പിറ്റൽ... പിന്നീട് അതു സേഠ് സുഖ്‌ലാൽ കർണാനി മെമ്മോറിയൽ ഹോസ്പിറ്റൽ എന്നു മാറ്റി..."

ഞാൻ ആരോടെന്നില്ലാതെ പിറുപിറുത്തു.

"ആരാണ് സേഠ് സുഖ്‌ലാൽ കർണാനി?"

"ആ മനുഷ്യൻ ഈ ആശുപത്രിക്കു കുറച്ചു പണം സംഭാവന ചെയ്തു..."

ഞാൻ പറഞ്ഞു. സഞ്ജീവ് കുമാർ മിത്ര അതു കേട്ടതായി ഭാവിച്ചില്ല. മൂന്നാം നിലയിൽ, ഭിത്തികളിലും നിലത്തും ഒക്കെ തുപ്പലിന്റെയും കഫത്തിന്റെയും പാടുകളുള്ള ഇടനാഴിയിലൂടെ ഐസിയു തേടി ആഞ്ഞു നടക്കുമ്പോഴും അയാൾ എന്നെ ശ്രദ്ധിച്ചില്ല. രാമുദാ കിടന്നത് ഒരു തുരുമ്പുപിടിച്ച കട്ടിലിലായിരുന്നു. മുഖത്ത് ഓക്സിജൻ മാസ്ക് വച്ചിരുന്നെങ്കിലും കണ്ണുകൾ പാതിമാത്രമേ അടഞ്ഞിരുന്നുള്ളൂ. തലയിൽ നെറ്റി വരെ ചുറ്റിക്കെട്ടിയ വെളുത്ത തുണിയിൽ ചോരയുടെ പാടുകൾ തെളിഞ്ഞു കണ്ടു. അദ്ദേഹത്തെ കണ്ടതും ഞാൻ വിങ്ങിപ്പൊട്ടി. അപ്പോൾ അതുൽ കിഷൻ ചന്ദ്രയുടെ ക്യാമറ എന്റെ നേരെ വായ് പിളർത്തി.

"ഇവിടെ ഷൂട്ട് ചെയ്യാൻ പാടില്ല..."

അതുവഴി പോയ ഒരു നഴ്സ് കോട്ടുവായടക്കി ശകാരിച്ചു.

"ചെന്നു കേസ് കൊടുക്ക്..."

യാതൊരു മയവുമില്ലാതെ സഞ്ജീവ് കുമാർ മിത്ര പ്രതികരിച്ചു. അവർ തിരിഞ്ഞു നിന്നെങ്കിലും പറഞ്ഞിട്ടു കാര്യമില്ലെന്നു തിരിച്ചറിഞ്ഞ് നടന്നു പോയി.

"ആ വിരിപ്പെടുത്തു മാറ്റ്..."

അയാൾ എന്നോട് ആജ്ഞാപിച്ചു. ഞാൻ വിസമ്മത ഭാവത്തിൽ തലയാട്ടി.

"അതു കാണാതിരിക്കുന്നതാണ് നല്ലത്..."

"നോക്ക് മാഡം..! എന്താണു വേണ്ടതെന്ന് എനിക്കറിയാം... ആ വിരിപ്പു മാറ്റാൻ പറഞ്ഞാൽ മാറ്റിത്തരണം..."

അയാൾ നിന്ദയോടെ ശകാരിച്ചു.

"നേരം വെളുക്കുംമുമ്പെ വിളിച്ചുണർത്തിയിട്ട് എന്നെ പഠിപ്പിക്കാൻ വരുന്നോ?"

എനിക്ക് ഒരടി കിട്ടിയതുപോലെ തോന്നി. അയാൾതന്നെ വിരിപ്പു വലിച്ചെടുത്തു. അതിനുള്ളിൽ പച്ചത്തുണി കൊണ്ട് അരക്കെട്ടു മറച്ച നിലയിൽ രാമുദാ കിടന്നു. അദ്ദേഹത്തിന്റെ പൂർണമായി ഛേദിക്കപ്പെട്ട വലതു കയ്യും മുട്ടിനു മുകളിൽ കടിച്ചു പറിച്ചതുപോലെ കുറ്റിയായിത്തീർന്ന ഇടതു കയ്യും പ്രദർശിപ്പിക്കപ്പെട്ടു. അര മൂടിയ തോർത്തിനു താഴെ ഒന്നുമുണ്ടായിരുന്നില്ല. ക്യാമറ ആർത്തിയോടെ കട്ടിലിലേക്കു ചാടി വീണ് അരയറ്റം നാവു നീട്ടിയ കാളിയെപ്പോലെ രാമുദായുടെ ശരീരം നക്കിത്തോർത്തി. നല്ല ഉയരവും വെളുത്ത ശരീരവും യൗവ്വനവും ആരോഗ്യവുമുണ്ടായിരുന്ന രാമുദായുടെ പഴയ രൂപം ഓർക്കാതിരിക്കാൻ ഞാൻ ശ്രമിച്ചു. നിറഞ്ഞ കണ്ണുകളോടെയും വിങ്ങലോടെയും പിൻവാങ്ങുമ്പോൾ സഞ്ജീവ് കുമാർ മിത്ര എന്നെ നോക്കി പരിഹാസത്തോടെ ചിരിച്ചു.

"ഓർമ്മയുണ്ടോ ഞാൻ അന്ന് ഇയാളുടെ ഒരു പടമെടുക്കാൻ നോക്കിയപ്പോൾ നീ എന്റെ ക്യാമറ തട്ടിയെറിഞ്ഞത്? ഇന്നു നീ തന്നെ വിളിച്ചു വരുത്തി ഫോട്ടോയെടുപ്പിക്കുന്നു...!"

ഞാൻ കരിഞ്ഞു പോയി. എനിക്ക് അയാളെ നോക്കാൻ അറപ്പു തോന്നി. ശരീരവും മനസ്സും പുകഞ്ഞു. ആ സമയത്ത് അച്ഛൻ തിരക്കിട്ട് ഓടി വന്ന് സഞ്ജീവ് കുമാർ മിത്രയെയും ക്യാമറാമാനെയും തൊഴുത് എന്തൊക്കെ യോ വിശദീകരിക്കാൻ തുടങ്ങി. ഞാൻ മരവിച്ച കാലുകളോടെ സാവധാനം പുറത്തു കടന്നു. ലിഫ്റ്റ് കണ്ടെത്താനുള്ള മനസ്സാന്നിധ്യമുണ്ടായില്ല. നില ത്തുറപ്പിച്ച കണ്ണുകളോടെ പടികൾ ഒന്നൊന്നായി ഇറങ്ങി. കണ്ണുനീർത്തുള്ളി കൾ ഇറ്റു വീണു. അഴുക്കിന്റെ ആയിരം അടരുകളിൽ എന്റെ കണ്ണുനീരിന്റെ ഉപ്പും പറ്റിപ്പിടിച്ചു. രാമുദായുടെ ഫോട്ടോയെടുക്കാൻ അയാൾ ശ്രമിച്ച ദൃശ്യം മനസ്സിൽ തെളിഞ്ഞു. എനിക്കു നിന്നെ ഒരിക്കലെങ്കിലും അനുഭവിക്കണം എന്ന വാക്കുകൾ കാതുകളിൽ മുഴങ്ങി. എനിക്ക് എന്നോടും വെറുപ്പു തോന്നി. ആരാണ് സഞ്ജീവ് കുമാർ മിത്ര—ഞാൻ എന്നോടു ചോദിച്ചു. ഒരു പുരുഷൻ. എന്താണ് അയാൾക്കു നിന്നോടുള്ള ബന്ധം? ആ മനുഷ്യൻ കുറച്ചു സ്നേഹം എനിക്കു സംഭാവന ചെയ്തു. നക്കാപ്പിച്ച. അതു കണ്ടു സ്വയം മറന്നു ഞാൻ എന്നെ വിറ്റുതുലച്ചു.

അച്ഛനും സഞ്ജീവ് കുമാർ മിത്രയും ക്യാമറാമാനും എനിക്കു മുമ്പേ താഴെ എത്തിയിരുന്നു.

"അതൊന്നും നടപ്പില്ല ഫണീദാ... നിങ്ങൾ ഏതു വിധമാണ് പ്ലേയ്റ്റ് മാറ്റുന്നതെന്ന് ഞാൻ നേരിൽക്കണ്ടിട്ടുള്ളതാണ്. ഒരബദ്ധം കൊണ്ടു ഞാനൊരു പാഠം പഠിച്ചു..."

സഞ്ജീവ് കുമാർ മിത്രയുടെ ശബ്ദം പരുഷമായിരുന്നു. ഞാൻ വിയർപ്പു തുടച്ചു കൊണ്ട് അവർക്കു പിന്നിൽ അയാളെ നിരീക്ഷിച്ചു.

"അങ്ങനെ പറയരുത്, സൊഞ്ജു ബാബൂ.. ഇവളെ ഞാൻ നിങ്ങൾക്ക് ഏൽപ്പിച്ചു തന്നു കഴിഞ്ഞു..."

അച്ഛന്റെ ശബ്ദത്തിൽ യാചന നിറഞ്ഞു. സഞ്ജീവ് കുമാർ മിത്ര കേട്ട തായി ഭാവിച്ചില്ല.

"ശരി ശരി... ഫണീദാ... ഈ വാർത്ത ഏതായാലും ഞാൻ കൊടുക്കാം... ഉച്ച മുതൽ ഇതു വന്നു തുടങ്ങും..."

"സൊഞ്ജുബാബൂ, ഈ വാർത്ത വെറുതെ കൊടുത്താൽ മാത്രം പോരാ... സർക്കാരിൽ ശക്തി ചെലുത്തി ഇവൾക്ക് എന്തെങ്കിലും ഒരു ജോലി സംഘടിപ്പിക്കണം..."

"ആലോചിക്കട്ടെ..."

സഞ്ജീവ് കുമാർ മിത്രയുടെ വാക്കുകൾ നിരാർദ്രമായി.

"ശരി, അതുൽ, നമുക്കു പോകാം... ഫണീദാ, വരട്ടെ... അതിനുമുമ്പ് ഒരു കാര്യം. ഈ വാർത്ത എന്റെ ചാനലിൽ വരുന്നതിനു മുമ്പ് ഏതെങ്കിലും ചാനലിൽ വന്നാൽ... !"

അയാളുടെ ശബ്ദം ഭീഷണമായി. വെളുത്ത ഷർട്ടും ചാരനിറത്തിലുള്ള ജീൻസും ധരിച്ചു നിൽക്കെ, അയാളുടെ കണ്ണടകൾ പതിവിലേറെ കറുത്തു നാടകത്തിനൊടുവിൽ കഥാപാത്രത്തിന്റെ കുപ്പായം ഊരിമാറ്റി പുറത്തു വന്ന നടനെപ്പോലെയുണ്ടായിരുന്നു, അയാൾ. ഭാവപ്പകർച്ചയുടെ വേഗം എന്നെ അസ്തപ്രജ്ഞയാക്കി.

"ഒരിക്കലുമില്ല സൊഞ്ജുബാബൂ.എന്നെ വിശ്വസിക്കാം..വാക്കു മാറ്റുന്ന വനല്ല, ഈ ഫൊണിഭൂഷൺ..."

"അതെ അതെ... എനിക്കറിയാത്തതല്ലല്ലോ..."

സഞ്ജീവ് കുമാറിന്റെ ശബ്ദത്തിൽ പരിഹാസം നിറഞ്ഞു.

"എങ്കിൽ ഇവളെക്കൂടി വഴിയിൽ ഇറക്കിയേക്കൂ ബാബൂ... ഇവൾ വീട്ടിൽ പോയി ഞങ്ങൾക്ക് അത്യാവശ്യമുള്ളതൊക്കെ കൊണ്ടു വരട്ടെ... ഇവിടെ നാലഞ്ചു ദിവസം കിടക്കേണ്ടി വരുമെന്നാണു തോന്നുന്നത്..."

"ഇല്ല... എനിക്കു തിരക്കുണ്ട്..."

സഞ്ജീവ് കുമാർ മിത്ര തിരിഞ്ഞു നോക്കാതെ നടന്നു. അച്ഛന്റെ മുഖം മങ്ങുകയും എന്റെ മുഖം ചുവക്കുകയും ചെയ്തു.

"അവൻ വല്ലാതെ ഇടഞ്ഞിട്ടാണല്ലോ?"

അച്ഛൻ കൂടുതൽ കോപത്തോടെ എന്നെ നോക്കി.

"അതിനു കാരണക്കാരൻ നിങ്ങൾ തന്നെയാ..."

അടുത്തേക്കു വന്ന മാ ഇടപെട്ടു.

"അവനെ ചില്ലറയാണോ നിങ്ങൾ കുരങ്ങു കളിപ്പിച്ചത്?"

"അയാൾ നമ്മളെയാണു കുരങ്ങു കളിപ്പിച്ചത്..."

ഞാൻ പറഞ്ഞു.

"അയാൾക്ക് നമ്മളെക്കൊണ്ടുള്ള ആവശ്യം കഴിഞ്ഞു..."

"അങ്ങനെ ആവശ്യത്തിന്റെ പേരിലായിരുന്നു എല്ലാം എങ്കിൽ എന്തി നാണ് അയാൾ സ്വർണവളകളും മോതിരവും മറ്റും തന്നത്? എനിക്കു തോന്നു ന്നില്ല. അയാൾ ആത്മാർഥമായിട്ടാണ് ഇടപെട്ടത്. നിങ്ങളുടെ സ്വഭാവം കാരണമാണ്, എല്ലാം..."

മായുടെ കണ്ണുകളിൽ രോഷത്തിന്റെ നീർ നിറഞ്ഞു.

"എല്ലാം എന്റെ വിധി... മൂത്തവളെ നിങ്ങൾ അങ്ങനെ കൊന്നു... കൊള്ളി വയ്ക്കാൻ ഒരു ചെറുക്കനുണ്ടായിരുന്നതിനെ ഇങ്ങനെയാക്കി... ഇനി ആകെ ബാക്കിയുള്ള ഇവളെയും നിങ്ങൾ നശിപ്പിക്കുന്നു...!"

"ഛീ..! നാവടക്കെടീ.. !"

അച്ഛൻ ക്ഷോഭിച്ചു. സൈര്യം കെട്ട ഭാവത്തോടെ അച്ഛൻ ചുറ്റും നോക്കി. പിന്നീട് ചായക്കടയ്ക്കരികിൽ വർത്തമാനം പറഞ്ഞു കൊണ്ടു നിന്ന ഹരി ദായുടെ അടുത്തേക്കു പോയി.

"നാട്ടുകാരെല്ലാം അറിഞ്ഞതല്ലേ അവൻ നിന്നെ വിവാഹം ചെയ്യുമെന്ന്? ഭഗ്ബാൻ! നാണക്കേടായല്ലോ?"

മാ എന്റെനേരെ തിരിഞ്ഞു.

"എനിക്കൊരു നാണക്കേടുമില്ല..."

ഞാനും ക്ഷോഭിച്ചു.

"നിനക്ക് അതിന്റെ കുഴപ്പങ്ങൾ അറിയാൻ വയ്യ... എന്റെ മോളേ, നീ എങ്ങനെ ജീവിക്കും? അച്ഛന് എൺപത്തെട്ടു വയസ്സായി. എനിക്കും വയ സ്സായി. ഥാക്കുമായുടെ കാര്യം പറയേണ്ടല്ലോ. പിന്നെ സൂദേബും ശ്യാമിളിയും നിന്നെ വച്ചേക്കുമോ? ഇല്ല, ഇറച്ചിക്കാശിനു തൂക്കി വിൽക്കും..."

മാ വിങ്ങലോടെ എന്നെ നോക്കി.

"മാ, എന്നെക്കുറിച്ചോർത്തു വിഷമിക്കേണ്ട... എന്റെ ജീവിതം എങ്ങനെ ജീവിക്കണമെന്നു ഞാൻ തീരുമാനിച്ചു കഴിഞ്ഞു..."

"എങ്ങനെ?"

അതിനു ഞാൻ മറുപടി പറഞ്ഞില്ല. വുഡ് ബേൺ ബ്ലോക്കിനു മുമ്പി ലുള്ള കൽക്കെട്ടിൽ ഇത്തിരി സ്ഥലം കണ്ടെത്തി ഞങ്ങൾ ഇരുന്നു. മാ ക്ഷീണ ത്തോടെ വളഞ്ഞു കൂടി കിടന്നു. ഞങ്ങൾ ഇരിക്കുന്നതിനു പിന്നിൽ ഒരു യുവതി അവളുടെ പിഞ്ചു കുഞ്ഞിനെയും കൊണ്ട് ഉറങ്ങി. കുട്ടി പിടിച്ചു വലിച്ചപ്പോൾ മാറിപ്പോയ സാരിക്കടിയിൽ പിഞ്ഞിയ ബ്ലൗസിൽ പിന്നുകൾ കൂട്ടിക്കെട്ടി വച്ചിരിക്കുന്നതു വ്യക്തമായി കണ്ടു. ഞാൻ മായുടെ തല എന്റെ മടിയിൽ എടുത്തുവച്ചു. മുടിയിഴകളിൽ സാവധാനം തലോടി. മാ പാതി കണ്ണു തുറന്ന് എന്നെ നോക്കി.

"രാമുവിന് ബോധമില്ല, അല്ലേ?"

ഞാൻ മറുപടി പറഞ്ഞില്ല.

"പാവം... വേദന അറിയാതെ കഴിയുന്നതും വേഗം പോയാൽ മതിയാ യിരുന്നു..."

എന്റെ വിരലുകൾ നിശ്ചലമായി.

"ഞാനുള്ള കാലത്തോളം അവനെ കുളിപ്പിക്കാനും ഭക്ഷണം വാരിക്കൊ ടുക്കാനും ആളുണ്ട്... അതു കഴിഞ്ഞാലോ?"

"ഞാനില്ലേ മാ?"

എന്റെ ശബ്ദം ഇടറി.

"നിനക്ക് ഒരു വലിയ ഭാവിയുണ്ട്, ചേതൂ... അതു നീ നശിപ്പിക്കരുത്..."

മാ എഴുന്നേറ്റിരുന്ന് എന്റെ കണ്ണുകളിലേക്കു നോക്കി.

"നമ്മളെപ്പോലെയുള്ള പെണ്ണുങ്ങൾക്ക് വിവാഹം ഒരു രക്ഷാമാർഗമാണ്... എനിക്ക് അതങ്ങനെയായിരുന്നു... കിടക്കാനൊരു സ്ഥലം... ഒരു നേരമെ ങ്കിലും കഴിക്കാൻ അൽപം ഭക്ഷണം..."

മായുടെ കണ്ണുകൾ നിറഞ്ഞിരുന്നില്ല. ശബ്ദം വളരെ ശാന്തമായിരുന്നു.

"ഈ ചെറുക്കൻ കൊള്ളാം.. അവനെ ഇനി വിട്ടു പോകാൻ നീ സമ്മതി ക്കരുത്..."

"അയാൾ എന്നെ സ്നേഹിക്കുന്നില്ല, മാ..."

"എന്നിട്ടാണ് അവൻ നിനക്ക് സ്വർണം വാങ്ങിച്ചു തന്നത്?"

"അത് അയാൾക്കു പണമുണ്ടായതു കൊണ്ടു മാത്രമാണ്..."

എന്റെ ശബ്ദം ഇടറി.

"ഞാൻ പറയുന്നതു കേൾക്ക്... പുരുഷൻമാർ ദൈവങ്ങളെപ്പോലെ യാണ്... ആരെങ്കിലും കാൽക്കൽ വീണ് യാചിക്കാനോ മൂന്നു നേരം പൂജ നടത്താനോ ഇല്ലെങ്കിൽ അവൻമാർ വെറും കല്ലുകളാണ്. അതുകൊണ്ട് അവനെ വിടരുത്... മുറുക്കിപ്പിടിക്ക്... അവനിലൂടെ മാത്രമേ നിനക്കു രക്ഷ പ്പെടാൻ സാധിക്കൂ..."

"എങ്ങോട്ട്?"

ഞാൻ അമ്പരപ്പോടെ അന്വേഷിച്ചു.

"ഇതിനു പുറത്ത് ഒരു വലിയ ലോകമുണ്ട്, ചേതൂ... ഒരു വലിയ ലോകം. നിനക്ക് നീയായി ജീവിക്കാൻ സാധിക്കുന്ന ലോകം. പക്ഷേ അവിടെയെത്ത ണമെങ്കിൽ ഈ കുണ്ടു കിണറ്റിൽനിന്നു രക്ഷപ്പെടണം. അതിന് ഒരു ഏണി മാത്രമാണ് അവൻ. അങ്ങനെ വിചാരിച്ചാൽ മതി..."

എനിക്ക് മായെ നോക്കാൻ ഭയം തോന്നി. അത് എന്റെ അമ്മയല്ല എന്നു തോന്നി. മാ വീണ്ടും എന്റെ മടിയിൽ കിടന്നു. ഞാൻ മായുടെ ശിരസ്സിൽ തലോടിക്കൊണ്ടു മുമ്പിലെ കുളത്തിലേക്കു നോക്കിയിരുന്നു. ഒരു സ്പീഡ് ബോട്ട് തുരുമ്പെടുത്തു പാതി മുങ്ങി കിടക്കുന്നുണ്ടായിരുന്നു. അതിനു മേൽ വന്നിരുന്ന നീർക്കാക്ക മിന്നൽപോലെ വെള്ളത്തിലേക്ക് മറഞ്ഞു. ഏറെ കഴിഞ്ഞ് അതു ദൂരെയൊരിടത്തു പൊന്തി.

"മാ ആരെയെങ്കിലും സ്നേഹിച്ചിട്ടുണ്ടോ."

കുറേക്കഴിഞ്ഞ് ഞാൻ ചോദിച്ചു. മാ മൃദുവായി ചിരിച്ചു.

"എന്താ പെട്ടെന്ന് നിനക്കൊരു സംശയം?"

ഞാൻ മറുപടി പറഞ്ഞില്ല. കുറച്ചു നേരം കഴിഞ്ഞ് മായുടെ പതിഞ്ഞ ശബ്ദം ഉയർന്നു.

"സ്നേഹിച്ചിരുന്നു. എന്റെ നാട്ടിലുള്ള ഒരാളെ... അതിർത്തി കടന്നു വന്നപ്പോൾ എന്റെ മായെ അവർ കൊന്നു. അയാളുടെ ബാബായെയും..."

ഒരു രാജ്യത്തിന്റെ വിഭജനം ഏൽപ്പിച്ച മുറിവ് എന്റെ വീട്ടിനുള്ളിലുമുണ്ടായി രുന്നെന്ന് ഓർത്തപ്പോൾ എന്റെ ശരീരം കുളിർന്നു.

"എന്നിട്ട്?"

ഞാൻ ഉൽക്കണ്ഠയോടെ അന്വേഷിച്ചു.

"വലിയ ദാരിദ്ര്യമായിരുന്നു. എന്റെ ബാബാ രണ്ടാമതു കല്യാണം കഴിച്ചു. ഞങ്ങൾക്ക് ഭക്ഷണവും കിടപ്പാടവും ഒന്നുമുണ്ടായിരുന്നില്ല. പതിമൂന്നു വയ സ്സുള്ളപ്പോൾ നിന്റെ ദാദു എന്നെ വന്നു കണ്ടു. എനിക്ക് അപ്പോൾ ഒരു നേര മെങ്കിലും ഭക്ഷണം കിട്ടിയാൽ അതാണ് വലിയ കാര്യമെന്നു തോന്നി."

മായുടെ ശബ്ദം ചിലമ്പി.

"അപ്പോൾ അയാളോ?"

"അയാളെ ഞാനങ്ങു കൊന്നു കളഞ്ഞു- എന്റെ മനസ്സിൽ..."

എനിക്കു ശ്വാസംമുട്ടി. മായുടെ ശരീരം വിറയ്ക്കുന്നതുപോലെ അനുഭ വപ്പെട്ടു.

"മാ ബാബായെ സ്നേഹിച്ചിട്ടില്ലേ?"

ഞാൻ വീണ്ടും ചോദിച്ചു.

"അയാൾ ഒരാളല്ല. പല മനുഷ്യരാണ്..."

മായുടെ വാക്കുകൾ പരുഷമായിരുന്നു.

"എന്നെ അർഹിക്കുന്നില്ലെന്ന് അയാൾക്ക് അറിയാം. അതല്ലേ അയാൾ എന്നും സോനാഗച്ചിയിൽ പോകുന്നത്? നിന്റെ ബാബായുടെ ഹൃദയം ഓട്ട വീണ ചിരട്ട പോലെയാണ് ചേതൂ. വെള്ളമൊഴിച്ചാൽ അപ്പഴേ വാർന്നു പോകും. ഒരിക്കലും നിറയുകയില്ല. അതുകൊണ്ട് ഗംഗാനദി സ്വന്തമായിക്കി ട്ടിയാലും അയാൾക്കു പ്രയോജനമില്ല."

"മാ മുമ്പ് ഒരാളെ സ്നേഹിച്ചിരുന്നു എന്നു ബാബായ്ക്ക് അറിയാമോ?"

"ഞാൻ പറഞ്ഞിട്ടില്ല. എന്നാലും അയാൾക്ക് ചിലപ്പോൾ അറിയാമായിരിക്കും. അതല്ലേ കണ്ട ദിവസം മുതൽ അയാളെന്നെ ചവിട്ടിത്തേക്കുന്നത്? നിന്റെ ബാബായ്ക്ക് നീന്തൽ അറിയുകയില്ല. അതുകൊണ്ട് നദി വറ്റിച്ചു കളയാനാണ് അയാളുടെ ശ്രമം. അതുകൊണ്ടെന്താ, എനിക്ക് ആ മനുഷ്യനെ മറക്കാനേ സാധിക്കുന്നില്ല. നിന്റെ ബാബാ അതിനു സമ്മതിക്കണ്ടേ?"

എന്റെ അസ്ഥികൾ വരെ വിറച്ചു. എനിക്കു രാധാരമൺ മല്ലിക്കിനെയും ചിൻമയീദേവിയെയും ഓർമ വന്നു. ഇതുവരെ എന്റെ മനസ്സിൽ അച്ഛൻ ജമീന്ദാരും മാ അടുപ്പിൻമേൽ തിളയ്ക്കുന്ന വെള്ളം വഹിച്ച കരിക്കലവുമായിരുന്നു. നീർക്കാക്ക പാതി മുങ്ങിയ ബോട്ടിനു മേൽ ചിറകുകൾ ഉണക്കാൻ നിവർത്തിപ്പിടിച്ചിരുന്നു. മടിയിൽ കിടക്കുന്നത് എന്റെ അമ്മയല്ല എന്നു എനിക്കു വീണ്ടും തോന്നി. ഇടുങ്ങിയ വഴികളിലൂടെ, ചുവന്ന ചുണ്ടുകളും നീണ്ടിടംപെട്ട കണ്ണുകളുമുള്ള ദുർഗമാർ തൂങ്ങിക്കിടക്കുന്ന വ്യാപാരശാലകൾക്കിടയിലൂടെ, സ്വപ്നത്തിൽ രാമുദായ്ക്കുണ്ടായിരുന്നതുപോലെ സുതാര്യശരീരവുമായി ഓടുന്നതിന്റെ കിതപ്പ് ഞാൻ വീണ്ടും അനുഭവിച്ചു. 'ഏലോകേശീ' എന്ന വിളി ഞാൻ വീണ്ടും കേട്ടു. നൊബീൻ ചന്ദ്ര വിഡ്ഢിത്തമാണ് കാട്ടിയത്. ഏലോകേശിയെ കൊല്ലരുതായിരുന്നു. കൊല്ലപ്പെട്ടതുകൊണ്ടാണ് അവർ നൂറ്റാണ്ടുകൾക്കുശേഷവും മരിക്കാൻ കൂട്ടാക്കാത്തത്.

മുപ്പത്തിരണ്ട്

ജീവന്റെ ഘടികാരം പിന്നിലേക്കു ചലിക്കാൻ തുടങ്ങുന്ന നിമിഷത്തെ യാണ് മരണം എന്നു വിളിക്കുന്നതെന്ന് നീംതല ഹട്ടിലെത്തുമ്പോ ഴെല്ലാം എനിക്കു തോന്നി. ആ ഒരു നിമിഷത്തിനുശേഷം അതുവരെ മജ്ജയും മാംസവുമായിരുന്നവർ ഭൂതകാലത്തിന്റെ കണ്ണാടിയിലെ പ്രതിബിംബങ്ങൾ മാത്രമായി. ബന്ധങ്ങളിൽനിന്നു പിന്നോക്കം നടക്കുന്ന നിമിഷങ്ങളെയെല്ലാം മരണം എന്നു വിളിക്കാമെങ്കിൽ ഓരോ ആളും എത്രയോ തവണ മരിക്കുന്നു. ആശുപത്രിയുടെ മുറ്റത്ത് വർധിക്കുന്ന തിരക്കിനിടയിൽ ഞങ്ങൾക്കായി കിട്ടിയ ഇത്തിരി സ്ഥലത്ത് കാൽ നീട്ടി കിടന്നു തളർന്നുറങ്ങുന്ന മായ്ക്കരി കിൽ ഞാൻ ഇരുന്നു. സഞ്ജീവ് കുമാർ മിത്ര ഞങ്ങളുടെ ബന്ധത്തിൽനിന്നു പിന്നോക്കം നടക്കാൻ ആരംഭിച്ചതുപോലെ എനിക്ക് അനുഭവപ്പെട്ടു. ആ അർ ഥത്തിൽ ഞങ്ങളിലാരുടെയോ മരണത്തിന്റെ നിമിഷം യാഥാർഥ്യമായി. വെന്റിലേറ്ററിന്റെ ട്യൂബുകളിൽ കഴുത്തുടക്കി തൂങ്ങുന്ന രാമുദായെ സംബ ന്ധിച്ചിടത്തോളം ജീവിതത്തിന്റെ ഘടികാരം എത്രയോ വർഷം മുമ്പേ പിന്നിലേക്കു ചലിച്ചു തുടങ്ങി. തലേന്നു വരെ തിമിർത്തു പെയ്ത മഴയെ പാടെ മറന്ന് ആകാശം കത്തി ജ്വലിച്ചു. ആ സമയത്താണ് അച്ഛൻ ആശു പത്രി യൂണിഫോം ധരിച്ച ഒരാളോടൊപ്പം നടന്നു വന്നത്. നടക്കുന്നതിനിടയിൽ അയാൾ അച്ഛന്റെ കയ്യിൽനിന്നു നോട്ടുകൾ വാങ്ങി മടിക്കുത്തിൽ തിരുകി. ചുവന്ന കറ പതിഞ്ഞ പല്ലുകൾ കാട്ടി അയാൾ എനിക്കൊരു ചിരി സമ്മാ നിച്ചു.

"ടിവിയിൽ കാണുന്നതുപോലെ തന്നെ... പക്ഷേ മുഖമൊക്കെ ക്ഷീണി ച്ചിരിക്കുന്നു !"

പിന്നീട് അച്ഛന്റെ നേരെ തിരിഞ്ഞ് അയാൾ കുറച്ചു കൂടി വെളുക്കെച്ചി രിച്ചു.

"ദാദാ, ഇനിയെല്ലാം നിങ്ങളെനിക്കു തന്ന ഈ നോട്ടുകൾ നോക്കി ക്കോളും. ഈ ആശുപത്രിക്ക് സുഖ്‌ലാൽ സേഠ് കർനാനിയുടെ പേരുവന്ന തെങ്ങനെയാണെന്നു മറന്നു പോയോ? ആശുപത്രി നന്നാക്കാൻ കുറച്ചു നക്കാപ്പിച്ച പണം കൊടുത്തു എന്ന പേരിൽ, അതിന്റെ പേരിൽ മാത്രം...!"

അച്ഛൻ അപ്രതീക്ഷിതമായി ഒന്നു നെടുവീർപ്പിട്ടു.

"എന്റെ ആകെയുള്ള ആൺതരിയാണ് ആ കിടക്കുന്നത്. നിങ്ങൾ അവനെ ചികിൽസിച്ചു സുഖപ്പെടുത്തണമെന്നു ഞാൻ പറയുന്നില്ല. പക്ഷേ ദയവു ചെയ്ത് അവനെ കൊല്ലാതെ കൊല്ലരുത്..."

"നിങ്ങൾ വിഷമിക്കണ്ട ദാദാ... നിങ്ങളുടെ കാര്യം ഞാൻ ഡോക്ടർ ബാബുവിനോട് പ്രത്യേകമായി പറഞ്ഞേക്കാം... പാർട്ടിക്കാരെയല്ലാതെ ഈ

BN'2

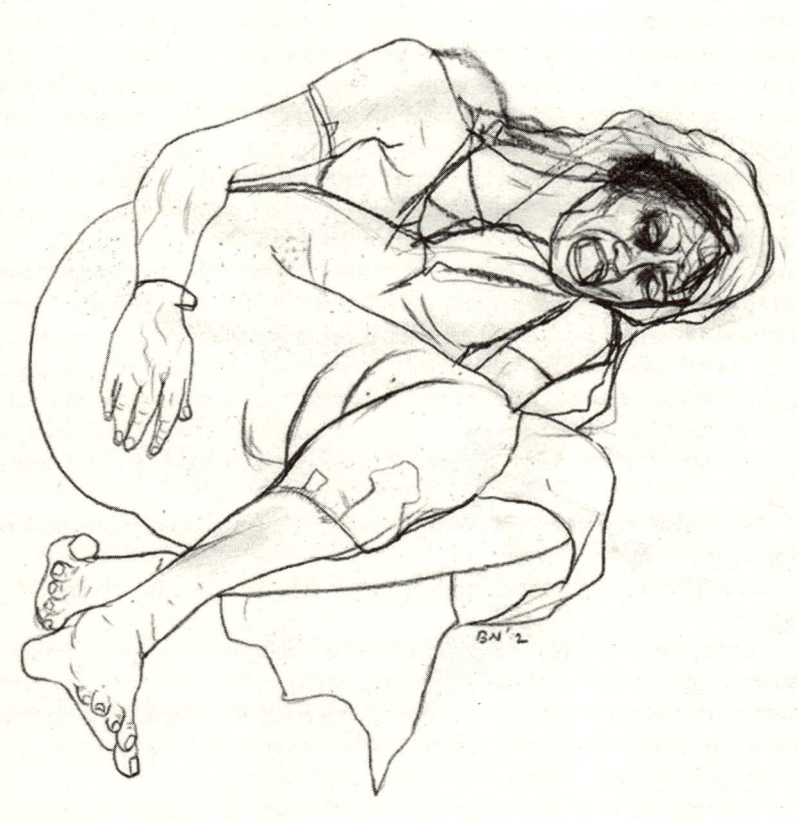

ഡോക്ടർ സാധാരണ നോക്കാറില്ല... നിങ്ങൾ പാർട്ടിക്കു വളരെ വേണ്ടപ്പെട്ട യാളാണെന്ന് ഞാൻ അദ്ദേഹത്തെ പറഞ്ഞു മനസ്സിലാക്കാം... പിന്നെ നിങ്ങൾ ചേതനാ ഗൃദ്ധാമല്ലിക്കിന്റെ അച്ഛനുമാണല്ലോ...നിങ്ങൾ ഭാഗ്യം ചെയ്തയാ ളാണ് ദാദാ... ടിവിയിൽ വരാനൊക്കെ നിങ്ങൾക്കു യോഗമുണ്ടായല്ലോ..."

ഞാൻ വിയർപ്പു തുടച്ച് നിസ്സംഗതയോടെ ഇരുന്നു. മാ ജീവിതത്തിലാദ്യമായി ഉറങ്ങാൻ അവസരം കിട്ടിയ ഒരാളെപ്പോലെ വായ് പിളർന്നുറങ്ങി. വക്ക് കീറിയ സാരിക്കു താഴെ അമ്മയുടെ അഴുക്കുപിടിച്ചതും വിണ്ടു പൊട്ടിയതുമായ പാദങ്ങൾ ദൈന്യതയോടെ പുറത്തേക്കു നീണ്ടു. ഞാൻ വീണ്ടും ഏലോകേശിയെ ഓർത്തു. അവർ ജീവിച്ചിരുന്നെങ്കിൽ അവർക്കു മക്കളുണ്ടായിരുന്നെങ്കിൽ കൊച്ചുമക്കളുണ്ടായിരുന്നെങ്കിൽ വാർധക്യത്തിൽ ഇതിലേറെ അഴുക്കു പിടിച്ച കാലുകളുമായി ആശുപത്രി പരിസരത്ത് മകന്റെ ജീവനു കൂട്ടിരിക്കുന്ന അവസ്ഥ പരിതാപകരമായിരുന്നേനെ.

"നീ വേഗം റെഡിയാക്... നമുക്ക് ഷിബ്ദേബ് ബാബുവിനെ ഒന്നു പോയി കാണണം... അദ്ദേഹം വിചാരിച്ചാൽ നിന്റെ ജോലിക്കാര്യം ശരിയാകും..."

തൂപ്പുകാരൻ പോയപ്പോൾ അച്ഛൻ എന്റെ നേരെ തിരിഞ്ഞു.

"എന്തു ജോലി?"

മാ ഉരുണ്ടു പിരണ്ടെഴുന്നേറ്റു ചോദിച്ചു.

"അവൾക്കു ജോലിയുണ്ടാക്കിക്കൊടുത്തതൊക്കെ മതി... എങ്ങനെയും ആ കല്യാണം നടത്താൻ നോക്ക്... ആ ചെറുക്കനെ വെറുതെ പിണക്കിവിട്ടു. അല്ലെങ്കിൽ എന്റെ മോൾക്ക് ഒരു നല്ല ഭാവി കിട്ടിയേനെ..."

"കിട്ടാനുള്ള ഭാവി കിട്ടുക തന്നെ ചെയ്യും."

അച്ഛൻ മായെ അനിഷ്ടത്തോടെ നോക്കി.

"ഓ... കിട്ടും കിട്ടും... !"

മാ തല ആഞ്ഞു ചൊറിഞ്ഞു. പിന്നെ മുടിക്കെട്ടഴിച്ച് വീണ്ടും കെട്ടി.

"അതെങ്ങനാ? നിന്റെ സ്വഭാവമല്ലേ നിന്റെ മോൾക്കും? ഇത്രയും ദിവസമായിട്ടും അവനെ സന്തോഷിപ്പിച്ചു കൂടെ നിർത്താൻ അവൾക്കു സാധിച്ചോ? ഇല്ല. അവനെന്താ വേറെ പെണ്ണു കിട്ടാഞ്ഞിട്ടാണോ? ആണുങ്ങളുടെ മനസ്സു പിടിച്ചെടുക്കാൻ തടിമിടുക്കു മാത്രം പോരാ. അതിന് വേറൊരു കഴിവു കൂടി വേണം."

"ങ്ഹാ... അങ്ങനെ കഴിവുള്ള ഒരുപാടു പേരെ നിങ്ങൾ സോനാഗാച്ചീൽ കണ്ടു കാണും. ചെല്ല്. ചെന്ന് അവളുമാരുടെ കൂടെ താമസിക്ക്. എനിക്കു നിങ്ങളുടെ മനസ്സു പിടിച്ചെടുക്കണമെന്ന് ഒരു മോഹവുമില്ല. ഹോ, പിടിച്ചെടുക്കാൻ വല്യ വിലയുള്ള ഒരു സാധനം... !"

മാ കാർക്കിച്ചു തുപ്പി.

"ഒന്നോർത്താൽ നമ്മുടെ അവസ്ഥയ്ക്കു ചേർന്ന ബന്ധമല്ല, അത്... രാമൂന് അവനെ തീരെ ഇഷ്ടമായിരുന്നില്ല, താനും..."

അൽപം കഴിഞ്ഞപ്പോൾ മാ പറഞ്ഞു.

"അവസ്ഥയൊക്കെ മാറാൻ എത്ര നേരം വേണം! റാണി റഷ്മൊണീ ദേവി ആരായിരുന്നു? ഒരു കുഗ്രാമത്തിൽ ജനിച്ചു വളർന്ന ഒരു പട്ടിണിക്കാരി...

പതിനൊന്നാം വയസ്സിൽ ഇവിടെ ഈ കൊൽക്കൊത്ത നഗരത്തിലേക്കു വന്ന പ്പോഴുള്ള അവരുടെ അവസ്ഥ ഒന്നു കാണണമായിരുന്നു... എന്റെ ഥാക്കുമാ പറഞ്ഞു ഞാൻ കേട്ടിട്ടുണ്ട്... എന്നിട്ടോ? ഭർത്താവ് മരിച്ചതിനുശേഷം അവരല്ലേ ജമീന്ദാരി മുഴുവൻ ഭരിച്ചത്? ബ്രിട്ടീഷുകാർക്ക് എതിരെ വരെ തലയുയർത്തി പ്പിടിച്ചു നിന്നില്ലേ? നീം തല ഘാട്ട് കാണുമ്പോഴൊക്കെ ഞാൻ അവരെ മനസ്സുകൊണ്ടു കുമ്പിടും. അതാണ് സ്ത്രീശക്തി...”

അച്ഛൻ ഉറപ്പിച്ചു പറഞ്ഞു. മാ നിന്ദയോടെ ചുണ്ടുകൾ വക്രിപ്പിച്ചു. കുറച്ചു നേരം കൂടി അവർ ഓരോന്നു പറഞ്ഞു കലഹിച്ചു. അതിന്റെ അവ സാനം എനിക്ക് അച്ഛന്റെ കൂടെ ആലിപ്പൂരിലേക്കു വീണ്ടും പുറപ്പെടേണ്ടി വന്നു. ആലിപ്പൂരിലേക്കുള്ള ഇരുനൂറ്റിയിരുപത്തെട്ടാം നമ്പർ ബസാണ് ഞങ്ങൾക്കു കിട്ടിയത്.

“ഒരേ സമയം സുനിശ്ചിതവും അനിശ്ചിതവുമായ പ്രതിഭാസമാണ് മരണം...”

ബസിൽ ഇരിക്കെ അച്ഛൻ ആത്മഗതമെന്നോണം മന്ത്രിച്ചു. പുറത്തു കത്തിക്കാളുന്ന വെയിൽ വെളുത്ത അന്ധകാരം പോലെ കാഴ്ചയെ മറച്ചു. ഒരു മരണത്തിനുശേഷമുള്ള മരവിപ്പും വിമൂകതയും എന്നെ ചൂഴ്ന്നു.

“മരണം എന്തായാലും സംഭവിക്കും. പക്ഷേ അതെപ്പോൾ സംഭവിക്കു മെന്നു പ്രവചിക്കാൻ സാധിക്കുകയില്ല... എങ്കിലും ഒരു കാര്യം നിനക്ക് ഉറപ്പു തരാം... നിന്റെ കൈ കൊണ്ടു മരിക്കുമെന്ന് വിധിക്കപ്പെട്ട ഒരുത്തനെ മറ്റാ ർക്കും കൊല്ലാൻ സാധിക്കുകയില്ല. നിന്റെ കൈ കൊണ്ടു മരിക്കേണ്ടവനല്ലെ ങ്കിൽ എത്ര ശ്രമിച്ചാലും ആ മരണം സംഭവിക്കുകയുമില്ല എന്ന് എന്റെ ബാബാ എപ്പോഴും പറയും...”

അച്ഛൻ നെടുവീർപ്പിട്ടു. ദിനേഷ് ചന്ദ്ര ഗുപ്തയെക്കുറിച്ചു പറയുമ്പോ ഴൊക്കെ ഥാക്കുമാ ദാദുവിന്റെ വാക്കുകൾ ആവർത്തിച്ചു. മഴ തോരാതെ പെയ്തുനിന്ന ആയിരത്തിത്തൊള്ളായിരത്തി മുപ്പതിലെ ജൂലൈ ആയിരുന്നു അത്. അന്നു കുറച്ചു കൂടി വലുതായിരുന്ന വീടിന്റെ ഛാത്താൾ നിറയെ വെള്ളം തളംകെട്ടി. ഥാക്കുമാ അന്നു ഗർഭിണിയായിരുന്നു. പുലർച്ചെ അടു പ്പിൽ തീ കൂട്ടാൻ മുറ്റത്തേക്കിറങ്ങിയ ഥാക്കുമാ കാൽ തെറ്റി വെള്ളത്തിൽ വീണു ഗർഭഛിദ്രം സംഭവിച്ചു. രക്തത്തിൽ കുളിച്ചു കിടന്ന ഥാക്കുമായെ കോരിയെടുത്ത് ദാദു വൈദ്യനെ വിളിക്കാനോടി. മഴ നനഞ്ഞ് അദ്ദേഹത്തിന് പനി പിടിച്ചു. ഒരാഴ്ച മുഴുവൻ ദാദു കിടപ്പിലായി. ദിനേഷ് ചന്ദ്ര ഗുപ്തയുടെ വധശിക്ഷ നിശ്ചയിച്ച ജൂലൈ ഏഴിന് ജോലിക്കു വരാൻ തനിക്കു സാധി ക്കില്ലെന്ന് അദ്ദേഹം ഗവൺമെന്റിനെ അറിയിച്ചു. പകരം ദാദുവിന്റെ ജേട്ടു വിന്റെ മകൻ ശിവോത്തം ഗൃദ്ധാ മല്ലിക്കിനെ അയച്ചു. ശിവോത്തം മല്ലിക് പോകും വഴി മറിഞ്ഞു വീണു മരിച്ചു. ഒടുവിൽ പനിച്ചു കിടന്ന ദാദു തന്നെ പുറപ്പെട്ടു. ആ വാരത്തിലെ കാൻബറ ടൈംസിന്റെ ഒന്നാം പേജിൽ സിഡ്നിക്കു മേൽ ചുഴലിക്കാറ്റു കടന്നു പോയി, ബ്രിട്ടനിലെ സെൻസസിൽ പെണ്ണുങ്ങ ളുടെ എണ്ണത്തിൽ ത്വരിത വർധന എന്നീ വാർത്തകൾക്കൊപ്പം ഒരു ചെറുവിര ലോളം നീളത്തിൽ ദിനേഷ് ചന്ദ്ര ഗുപ്തയുടെ മരണവാർത്തയും അടിച്ചു

വന്നു. ദാദു ആ ചെറുപ്പക്കാരനെക്കുറിച്ചു പറഞ്ഞപ്പോഴൊക്കെ പൊട്ടിക്കരഞ്ഞു.

ജയിലിന്റെ ഗേറ്റിൽ കുറച്ചു നേരം ഞങ്ങൾക്കു കാത്തു നിൽക്കേണ്ടിവന്നു. ഒടുവിൽ അകത്തേക്കു വിളിപ്പിച്ചപ്പോൾ അച്ഛൻ ഉൽസാഹവാനായി. ചീപ്പെടുത്ത് മുടി കോതിയൊതുക്കി.

"ഷിബ്ദേബ് ബാബു നമ്മളെ സഹായിക്കാതിരിക്കുകയില്ല... നല്ല മനുഷ്യനാണ്..."

അച്ഛൻ പ്രതീക്ഷയോടെ പറഞ്ഞു. പാടെ തളർന്നിരുന്ന ഞാൻ അച്ഛനോടൊപ്പമെത്താൻ ആയാസപ്പെട്ടു. ഉറങ്ങാതെയും കുളിക്കാതെയും മണിക്കൂറുകളോളം ആശുപത്രി വളപ്പിൽ ചെലവഴിച്ചതുകൊണ്ട് എന്റെ ശരീരം മുഷിഞ്ഞു നാറി. ജയിൽ വളപ്പു വൃത്തിയാക്കിക്കൊണ്ടിരുന്ന തടവു പുള്ളികൾ എന്നെയും അച്ഛനെയും കണ്ടതും ജോലി നിർത്തി തിരിഞ്ഞു നിന്നു. എവിടെ നിന്നോ ഒരു ചൂളം വിളിയും മൂളിപ്പാട്ടും കേട്ടു.

"ദാദാ, അവളെ ഇവിടെ നിർത്തിയിട്ടു പോയ്ക്കോ... ഞങ്ങൾ നോക്കിക്കോളാം. '

ആരോ വിളിച്ചു പറഞ്ഞു.

"ശ്ശ്... അത് ആരാച്ചാർ ഗൃദ്ധാ മല്ലിക്കാണ്... തമാശ പറയുന്നത് സൂക്ഷിച്ചു വേണം."

മറ്റാരോ പറഞ്ഞു.

"വേഗം നടക്ക്..."

അച്ഛൻ തിരക്കുകൂട്ടി. വരാന്തയിലേക്കു കയറുന്നിടത്തു തോക്കും പിടിച്ചു നിന്ന പോലീസുകാരൻ ഞങ്ങളെ കൂട്ടിക്കൊണ്ടുപോയി. അടുത്ത ഗേറ്റ് കടന്ന് ഇടത്തേക്കു തിരിയുമ്പോൾ മൂന്നാം നമ്പർ സെല്ലുണ്ടെന്ന് ഞാൻ ഓർത്തു. രാവും പകലും വിളക്കെരിയുന്ന ആ അറയ്ക്കുള്ളിൽ യതീന്ദ്രനാഥ ബാനർജി ഇപ്പോൾ എന്തു ചെയ്യുകയായിരിക്കുമെന്ന് എനിക്ക് ജിജ്ഞാസ തോന്നി.

"ഗൃദ്ധാദാ, അങ്ങനെ കപ്പിനും ചുണ്ടിനുമിടയിൽ ഒരു കോളു നഷ്ടപ്പെട്ടു പോയി, അല്ലേ?"

ഞങ്ങളെ കണ്ടതും എഴുതിക്കൊണ്ടിരുന്ന കടലാസ് മാറ്റി വച്ച് ശിബ്ദേബ് ബാബു തുറന്നു ചിരിച്ചു.

"എല്ലാം ഭാഗ്യദോഷം, ബാബൂ... ഇപ്പഴിതാ എന്റെ മോൻ ആശുപത്രിയിലാകുകയും ചെയ്തു..."

"ഓ... അതൊക്കെ ടിവിയിൽ ഞാൻ കണ്ടതല്ലേ? ഗൃദ്ധാദാ, നിങ്ങളുടെ കാര്യങ്ങളറിയാൻ ടിവി വച്ചു നോക്കിയാൽ മതിയല്ലോ... ''

അദ്ദേഹം എന്നെ നോക്കി പുഞ്ചിരിച്ചു.

"നീ ടിവിയിൽ സംസാരിക്കുന്നതൊക്കെ ഞാൻ കാണുന്നുണ്ട്. എത്ര വരെ പഠിച്ചു?"

"പ്ലസ് ടൂ... '

ഞാൻ പറഞ്ഞു.

"ഓ... ഞാനോർത്തു നിനക്ക് അതിലും കൂടുതൽ വിദ്യാഭ്യാസമുണ്ടെന്ന്..."

“പഠിക്കാൻ മിടുമിടുക്കിയായിരുന്നു ബാബൂ... പക്ഷേ പറഞ്ഞിട്ടെന്ത്! കയ്യിൽ വല്ലതും വേണ്ടേ കോളജിലൊക്കെ അയയ്ക്കാൻ?”

അച്ഛൻ വീണ്ടും ഇടപെട്ടു കൊണ്ട് തന്റെ കയ്യിലിരുന്ന കടലാസ് അദ്ദേഹത്തിനു നീട്ടി.

“ഇവൾക്ക് എങ്ങനെയെങ്കിലും ഒരു ജോലി ശരിയാക്കിക്കൊടുക്കണം, ബാബൂ. ഇല്ലെങ്കിൽ ഞങ്ങൾ കൂട്ടത്തോടെ ആത്മഹത്യ ചെയ്യേണ്ടി വരും...”

“നിങ്ങൾ പറഞ്ഞതു പോലെ ഭാഗ്യദോഷമായിപ്പോയി. അല്ലെങ്കിൽ ആ തൂക്കിക്കൊല നടന്നേനെ. അതോടെ ഇവൾ വലിയ സ്റ്റാർ ആയേനെ... കൊണ്ടു പോയി വല്ല പൂജയും ചെയ്യ്... അല്ലെങ്കിൽ ഒരു ചരടു ജപിച്ചു കെട്ട്...”

“അതുകൊണ്ടൊന്നും പ്രയോജനമില്ല, ബാബൂ... ഏത് അമ്പലത്തിലാണ് പോകേണ്ടതെന്ന് ഇവിടുന്നു പറഞ്ഞു തരണം...”

അച്ഛൻ വീണ്ടും നടുവു വളച്ചു പുറം ചൊറിഞ്ഞു. ശിബ്ദേബ് ബാബു ഒന്നാലോചിച്ചു.

“ആ ഡി.എസിനെ ഒന്നു ചെന്നു കാണ്... ചിലപ്പോൾ വല്ലതും കൊടുക്കേണ്ടി വരും...”

അദ്ദേഹം കസേരയിൽ ചാഞ്ഞിരുന്നു ചിരിച്ചു.

“ഡി എസ് എന്നു പറഞ്ഞാൽ ജില്ലാ സെക്രട്ടറി... പാർട്ടി ശക്തമായി ശുപാർശ ചെയ്താൽ ഇവൾക്കു ജോലി കിട്ടും.”

അച്ഛൻ എന്തോ പറയാൻ തുടങ്ങുമ്പോഴാണ് പോലീസുകാരൻ കടന്നു വന്നത്.

“ബാബൂ, ജൊതിയെ ആശുപത്രിയിൽ കൊണ്ടുപോകാൻ വണ്ടിയും സ്റ്റാഫും റെഡിയായിട്ടുണ്ട്...”

ശിബ്ദേബ് ബാബു എഴുന്നേറ്റു തൊപ്പി വച്ചു പുറത്തേക്കു ചെന്നു. ഞാനും അച്ഛനും അദ്ദേഹത്തിന്റെ പിന്നാലെ വരാന്തയിലേക്കു നീങ്ങി. ഇരുവശത്തും രണ്ടു പോലീസുകാരുടെ ചുമലിൽ താങ്ങി ഒരു തടവുപുള്ളി നടന്നു വരുന്നതു ഞാൻ കണ്ടു. മെലിഞ്ഞ ശരീരമുള്ള അയാൾ ലേശം കൂനിയാണ് നടന്നത്. അച്ഛൻ സ്തബ്ധനായി. ആളെ മനസ്സിലായപ്പോൾ ഞാനും സ്തബ്ധയായി. അതായിരുന്നു ഞാൻ കൊല്ലേണ്ടിയിരുന്ന ആൾ. ഇരുട്ടു മുറിക്കുള്ളിൽ കിടന്ന് വിളറി വെളുത്തു പോയ തൊലി. അഞ്ചടി പത്തിഞ്ച് ഉയരം. അമ്പതു കിലോ തൂക്കം. മെലിഞ്ഞ് ഉണങ്ങിപ്പോയ ശരീരം. കഴുത്തിൽ ഞരമ്പുകൾ എഴുന്നു നിന്നു. ഞരമ്പുകൾക്കു മേൽ കുടുക്കു വീഴുമ്പോൾ പഴവും സോപ്പും ചേർത്തു മയപ്പെടുത്തിയ കയറിഴകൾ വെളുത്ത തൊലിയിൽ വരുത്താവുന്ന പാടുകൾ ഞാൻ വ്യക്തമായി കണ്ടു.

“സൂക്ഷിച്ചു പോയിട്ടു വാ... ഡോക്ടറോടു നേരത്തെ പറഞ്ഞിട്ടുണ്ടല്ലോ?”

അവർ അടുത്തെത്തിയപ്പോൾ ശിബ്ദേബ് ബാബു ചോദിച്ചു.

“ഉണ്ട് ബാബു.”

യതീന്ദ്രനാഥ് ബാനർജി വിടർന്ന ചിരിയോടെയാണ് അദ്ദേഹത്തെ നോക്കിയത്.

“എന്തു പറ്റി ജൊതീ? സന്തോഷം അധികമായിട്ടാണോ വയറിളക്കം പിടിച്ചത് ?”

ശിബ്ദേബ് ബാബു ചോദിച്ചു.

"രാവിലെ ഉണർന്നു ഷേവ് ചെയ്തു, കുളിച്ചു കുട്ടപ്പനായി, രണ്ടു മൂന്നു പാട്ടും പാടിയിരിക്കുകയയിരുന്നു. പെട്ടെന്നാണ് അസുഖം വന്നത്... അല്ല, ഇത് ആരാച്ചാർ ഗൃദ്ധാമല്ലിക്കല്ലേ?"

അച്ഛനെ കണ്ട് അയാളുടെ കണ്ണുകൾ വിടർന്നു. അച്ഛൻ കഠിനമായ മുഖത്തോടെ അയാളെ നോക്കി.

"അതെ... ഇത് അദ്ദേഹത്തിന്റെ മകൾ ചേതനാ ഗൃദ്ധാ മല്ലിക്. ഇവളായിരുന്നു നിന്നെ തൂക്കിക്കൊല്ലേണ്ടിയിരുന്നത്. കഴുവേറി, നിനക്ക് ഒരുപാട് ആയുസ്സുണ്ട്..."

"ഉണ്ട്, ബാബൂ... എന്നെ കൊല്ലാൻ ആർക്കും സാധിക്കുകയില്ല..."

യതീന്ദ്രനാഥ് ബാനർജി സന്തോഷത്തോടെ ചിരിച്ചു.

"ദാദാ, എന്നെ ഓർമയില്ലേ? തൊണ്ണൂറ്റി നാലിൽ ഇതുപോലെ എന്നെ നിങ്ങൾ വന്നു കണ്ടതല്ലേ? നോക്ക്, എന്നെ കൊല്ലാൻ വേണ്ടി കയറും കുരുക്കി നടക്കണ്ട, കേട്ടോ... ഞാൻ ഉടനെയെങ്ങും മരിക്കുകയില്ല... കേട്ടോ, സഹോദരീ, നിന്നോടും കൂടിയാണ് ഞാൻ പറയുന്നത്..."

അയാൾ എന്നെ നോക്കി കണ്ണിറുക്കി.

"നീ ഉടനെയെങ്ങും ചാകാതിരിക്കട്ടെ, മോനേ..ഭഗ്ബാൻ നിന്നെ അനുഗ്രഹിക്കട്ടെ..."

അച്ഛൻ സന്ദർഭത്തിനൊത്തുയർന്ന് കയ്യുയർത്തി അനുഗ്രഹിച്ചു. ഞാൻ അയാളെ നോക്കി നിന്നതേയുള്ളൂ. തടിച്ചു കുറുകിയ കൈപ്പത്തികളും പരന്ന ഭംഗിയില്ലാത്ത കാലുകളും അൽപം പതിഞ്ഞ മൂക്കുമുള്ള അയാൾ സഞ്ജീവ് കുമാർ മിത്രയെ ഓർമിപ്പിച്ചു. വാസ്തവത്തിൽ വെളുത്തു തടിച്ചു സുമുഖനായ സഞ്ജീവ് കുമാർ മിത്രയ്ക്കും മെലിഞ്ഞുണങ്ങിയ യതീന്ദ്രനാഥിനും ആകാരത്തിലോ ശബ്ദത്തിലോ ഒരു സാദൃശ്യവുമുണ്ടായിരുന്നില്ല.

"വയറിന് അസുഖം വരാൻ മാത്രം നീയെന്താണ് രാവിലെ വെട്ടിവിഴുങ്ങിയത്?"

ശിബ്ദേബ് ബാബു അന്വേഷിച്ചു.

"തന്നതെല്ലാം തിന്നു, ബാബൂ... ജീവൻ തിരിച്ചു കിട്ടിയ ദിവസമല്ലേ?"

"ങ്ഹാ... മര്യാദയ്ക്കു ജീവിച്ചിരുന്നെങ്കിൽ ഇപ്പോൾ ഭാര്യ വച്ചു വിളമ്പുന്നതും കഴിച്ച് വീട്ടിൽ താമസിക്കാമായിരുന്നല്ലോ? "

അപ്പോൾ അയാൾ ശിബ്ദേബ് ബാബുവിനെയും എന്നെയും നോക്കി വെളുക്കെ ചിരിച്ചു. ആ ചിരി കണ്ടപ്പോൾ എനിക്ക് മുഷിഞ്ഞ കറൻസി നോട്ടുകൾ ഓർമ വന്നു. അയാൾ പോയിക്കഴിഞ്ഞ് ശിബ്ദേബ് ബാബു നെടുവീർപ്പിട്ടു.

"അവന്റെ ചിരി കണ്ടാൽ ആർക്കെങ്കിലും വിശ്വസിക്കാൻ സാധിക്കുമോ അവൻ ഒരു പെൺകുട്ടിയെ അത്രയും ക്രൂരമായി കൊന്നെന്ന്? പാവം... നല്ല കുട്ടിയായിരുന്നു... സംഭവം നടക്കുമ്പോൾ ഞാൻ സർവീസിൽ കയറിയിട്ട് അഞ്ചു കൊല്ലമായിട്ടുണ്ടാകും... മരിച്ചു കിടക്കുമ്പോഴും അവളുടെ കയ്യിൽ അമ്മയ്ക്കുള്ള ഗുളികയുണ്ടായിരുന്നു..."

അവൾ അമ്മയുടെയും അച്ഛന്റെയും ഇളയ മകളായിരുന്നു. മകളുടെ മരണം അമ്മയെ മനോരോഗിയാക്കി. അച്ഛൻ മദ്യത്തിലും മയക്കുമരുന്നിലും

അഭയം തേടി. അവർ കൊൽക്കൊത്ത വിട്ടു പോയി. പിന്നീട് അവരെക്കുറിച്ച് കേട്ടിട്ടില്ല.

"ഇന്നത്തെക്കാലത്ത് ഇവനെപ്പോലെയുള്ളവർക്കാണു നല്ല കാലം, ബാബൂ... കണ്ടില്ലേ?വല്ല കൂസലുമുണ്ടോ?"

അച്ഛൻ രോഷാകുലനായി.

"ഇതുപോലെ അവൻ പത്തിരുപതു കൊല്ലം കൂടി ഇവിടെത്തന്നെ ജീവിക്കും... നമ്മളു നികുതി കൊടുക്കുന്ന പൈസ കൊണ്ട് വെട്ടിവിഴുങ്ങും. അവന് വയറിളകിയാൽ ഗവൺമെന്റ് ഉടനെ വണ്ടിപിടിച്ച് ആശുപത്രിയിൽ കൊണ്ടുപോകും. ങ്ഹും... ഇതൊക്കെ കാണുമ്പോൾ ഒന്നു രണ്ടു പേരെ തട്ടിയാലെന്തെന്നു തോന്നും. ബാക്കിയുള്ള കാലം ജോലിയൊന്നുമെടുക്കാതെ സുഖമായി ജയിലിൽ താമസിക്കാമല്ലോ..."

ശിബ്ദേബ് ബാബു ഉറക്കെ ചിരിച്ചു.

"വിഷമിക്കണ്ട ഗൃദ്ധാദാ... റൈറ്റേഴ്സ് ബിൽഡിങ്ങിൽനിന്നുള്ള തീരുമാനം ഇവനെ തട്ടണം എന്നു തന്നെയാണ്... ചിലപ്പോൾ കാര്യങ്ങളൊക്കെ നിങ്ങളാഗ്രഹിക്കുന്നതുപോലെ വന്നേക്കും..."

അച്ഛൻ മനസ്സിലാകാതെ അദ്ദേഹത്തെ നോക്കി.

"ഇന്നു നിങ്ങളുടെ മകന്റെ വാർത്തയ്ക്കു തൊട്ടുപിറകെ ടിവിയിൽ മുഖ്യമന്ത്രിയുടെ പ്രസ്താവനയുണ്ടായിരുന്നു. ക്രൂരമായ കുറ്റകൃത്യങ്ങൾക്ക് വധശിക്ഷ കൊടുക്കണമെന്നു തന്നെയാണ് ഗവൺമെന്റിന്റെ അഭിപ്രായമെന്ന്. പാർട്ടിയുടെ നിലപാടും അതുതന്നെ..."

"പക്ഷേ പറഞ്ഞിട്ടെന്തു കാര്യം, ബാബൂ... റാഷ്ട്രപതി കൂടി മനസ്സിരുത്തണ്ടേ?"

"ഒരുത്തൻ കൂടി ഈ വലിയ ലോകത്ത് ജീവിച്ചിരുന്നതു കൊണ്ട് ആർക്കെന്തു നഷ്ടപ്പെടാൻ ഗൃദ്ധാദാ? എന്റെ നിലപാട് അതാണ്... ഏതായാലും പോയി വരൂ... നമുക്ക് കഴിയുന്നതൊക്കെ ചെയ്യാം..."

അദ്ദേഹത്തോടു യാത്ര പറഞ്ഞു പുറത്തിറങ്ങുമ്പോൾ അച്ഛൻ ഉറക്കെ ചിരിച്ചു.

"എന്റെ മനസ്സു പിന്നെയും പറയുന്നു, അവൻ രക്ഷപ്പെടുകയില്ല!!..."

ഞാൻ അച്ഛനെ അമ്പരപ്പോടെ നോക്കി.

"അവന്റെ മുഖത്ത് മരണലക്ഷണം ഞാൻ കാണുന്നു... കൂടിയാൽ ഒരു മാസം... അതിനപ്പുറം അവൻ - ങ്ഹേ ങ്ഹേ. ."

ഞാൻ മറുപടി പറഞ്ഞില്ല. ബസിൽ ഇരിക്കുമ്പോൾ എനിക്കു ലോകത്തോടും ജീവിതത്തോടും നിർമമത അനുഭവപ്പെട്ടു. നോക്കുന്നിടത്തെല്ലാം യതീന്ദ്രനാഥ ബാനർജിയുടെ രൂപം നിറഞ്ഞു. അയാളുടെ പുതുതായി ഷേവ് ചെയ്ത മുഖത്തെ ഒട്ടിയ കവിളുകളും കുണ്ടിലാഴ്ന്ന കണ്ണുകളും പറ്റെ വെട്ടിയ തലമുടിയും ഉയർന്നു നിൽക്കുന്ന ചെവികളും ഞാൻ വ്യക്തമായി കണ്ടു. അയാളുടെ നോട്ടവും ചിരിയും തമ്മിൽ പൊരുത്തക്കേടുണ്ടായിരുന്നു. അമ്മയ്ക്കു മരുന്നു വാങ്ങാൻ ഓടിയിറങ്ങിയ പതിമൂന്നു തികയാത്ത പെൺകുട്ടിയെ ആപാദചൂഢം മുറിപ്പെടുത്തിയതിന്റെ ഓർമ അയാളുടെ കണ്ണുകളിൽ അടിഞ്ഞുകിടന്നു. പകലിനു ചൂടു കൂടി. എനിക്ക് തല വേദനിച്ചു. രണ്ടു

കാതുകളും അസഹ്യമായി ചൊറിഞ്ഞു. മരണവാർത്ത കേൾക്കാനാണ് കാതുകൾ ചൊറിയുന്നത് എന്ന ഥാക്കുമായുടെ വാക്കുകളോർത്ത് ഞാൻ അസ്വസ്ഥയായി. വഴിയോരത്ത് രാമുദായെപ്പോലെ ഒരാളെ കണ്ടു. രാമുദായുടെ ആത്മാവ് വെന്റിലേറ്ററിന്റെ കുടുക്ക് കഴുത്തിൽനിന്ന് ഊരിയെടുക്കാൻ പണിപ്പെടുകയായിരുന്നു. ആശുപത്രിയിൽ ചെന്നു കയറിയപ്പോൾത്തന്നെ ഞാൻ മായുടെ നിലവിളി കേട്ടു. എമർജൻസി ഓ.പിയിൽ അപ്പോഴും ക്യൂ നിൽക്കുന്നവർക്കിടയിൽ വച്ചു കെട്ടിയ രണ്ടു കാലുകളും നീട്ടിയിരുന്ന് ഒരു പേരയ്ക്ക സാവധാനം ഭക്ഷിച്ചു തീർക്കുന്നയാളെ തട്ടി വീഴാതെ ഞാൻ പടികൾ ഓടിക്കയറി. മൂന്നാം നിലയുടെ വരാന്തയിൽ മാ തല നിലത്തിട്ടുരുട്ടി കരഞ്ഞു. അകത്ത് രാമുദാ അവസാനത്തെ പിടച്ചിൽ പിടഞ്ഞു. ഞാൻ ആദ്യമായി ഒരാളുടെ മരണം നേരിൽക്കണ്ടു. ടിവിയിൽ ഒരു ഫുട്ബോൾ കളി സ്ലോ മോഷനിൽ കാണുന്നതുപോലെയായിരുന്നു അത്. രാമുദായുടെ നെഞ്ചിൻകൂട് ഞെളിഞ്ഞു പിരിഞ്ഞു. ഇടയ്ക്ക് ശരീരം മുകളിലേക്ക് ഉയർന്നു. കൃഷ്ണമണികൾ മുറിയിലങ്ങുമിങ്ങും ഓടി. എനിക്ക് കണ്ണുകളിൽ ഇരുട്ടു കയറി. ഞാൻ ഇരുമ്പുകട്ടിലിൽ പിടിച്ചു നിന്നു. മാ കാളീ, ഭഗ്ബാൻ എന്നൊക്കെ അച്ഛൻ ഉറക്കെ വിളിച്ചു. അച്ഛനെയും എന്നെയും കണ്ടതുകൊണ്ട് ഞങ്ങൾക്കു ചുറ്റും ആരൊക്കെയോ വന്നു കൂടി. ആളുകളെ കണ്ടതും അച്ഛൻ ഊർജസ്വലനായി.

"മകനേ, പോയി വരൂ...പേടിക്കരുത്..."

രാമുദായുടെ നെറ്റിയിൽ ചുംബിച്ച് അച്ഛൻ ചുറ്റും നോക്കി. 'ഡയലോഗ് റൈറ്റ് ഹൈ ന' എന്ന് ഇപ്പോൾ അദ്ദേഹം ചോദിക്കുമെന്നു ഞാൻ ഭയന്നു. പെട്ടെന്ന് രാമുദാ മൂന്നു വട്ടം ശ്വാസമെടുത്തു. കൃഷ്മണികൾ മുകളിലേക്ക് ഉയർന്നു. നിശ്ചലമായി. ഡോക്ടർ കടന്നു വന്ന് അദ്ദേഹത്തിന്റെ നെഞ്ചിനു മേൽ സ്റ്റെതസ്കോപ്പ് വച്ച് ഹൃദയമിടിപ്പു പരിശോധിച്ചു. പിന്നീട് ഓക്സിജൻ മാസ്ക് മാറ്റി ട്യൂബുകൾ വേർപെടുത്തി ഭാവഭേദമില്ലാതെ കടന്നുപോയി. രാമുദായുടെ കണ്ണുകൾ എന്നെ ഭയപ്പെടുത്തി. എന്റെ വലംകൈ അറിയാതെ നീണ്ടു. കൈപ്പത്തിക്കുള്ളിൽ അദ്ദേഹത്തിന്റെ കൺപീലികളുടെ സ്പർശം ഞാൻ അറിഞ്ഞു. അവ അപ്പോഴും മൃദുവായിരുന്നു. പൂവിതളുകൾ പോലെയുണ്ടായിരുന്നു കൺപോളകൾ. എന്റെ കൈവെള്ളയിൽ മരണത്തിന്റെ ഇഴച്ചിലുണ്ടാക്കി അവ ഇതൾ കൊഴിയുന്നതുപോലെ അടഞ്ഞു. വെന്റിലേറ്ററിൽനിന്നു മോചിക്കപ്പെട്ട രാമുദാ നിഷ്കളങ്കമായ പുഞ്ചിരിയോടെ കണ്ണടച്ച് കിടന്നു. മാ ഓടി അകത്തു വന്ന് രാമുദായുടെ മുകളിലേക്കു വീണു പൊട്ടിക്കരഞ്ഞു. അച്ഛൻ വീണ്ടും ചുറ്റും കൂടിയവരെ നോക്കി കൈകൾ മുകളിലേക്ക് ഉയർത്തി.

"ഭഗ്ബാൻ! നീ അവനെ തിരിച്ചെടുത്തു. ഇനി അവന്റെ ആത്മാവിനെ കാത്തു രക്ഷിക്കൂ...!"

ഞാൻ മായെ ചേർത്തു പിടിച്ചു. കരച്ചിലും ചിരിയും രോഷവും ദു:ഖവുമൊക്കെ എന്നെ വിട്ടകന്നു. തലച്ചോറിനുള്ളിൽ ഒരു സൂചി ടിക് ടിക് ശബ്ദത്തോടെ പിന്നോക്കം ചലിച്ചു. രണ്ട് ജീവനക്കാർ രക്തത്തിന്റെയോ ചലത്തിന്റെയോ പാടുകൾ നിറഞ്ഞ പച്ചത്തുണി കൊണ്ടു മൂടിയ മൃതദേഹം പുറത്തേക്കെടുത്തു വരാന്തയിൽ ഉപേക്ഷിച്ചു നടന്നുപോയി. മാ വീണ്ടും രാമുദായെ

കെട്ടിപ്പിടിച്ചു കരഞ്ഞു. ഞാൻ എന്തുവേണമെന്നറിയാതെ അവിടെ നിന്നു. കുറച്ചു നേരം കഴിഞ്ഞപ്പോൾ മറ്റു രണ്ടു പേർ മറ്റൊരു സ്ട്രെച്ചറിൽ മറ്റൊരാളെ കൊണ്ടു വന്നു. അതു യതീന്ദ്രനാഥ ബാനർജിയാണെന്ന് മനസ്സിലായത് പടി കയറി വന്ന പോലീസുകാരെ കണ്ടപ്പോഴാണ്. ചുറ്റുമുള്ള ലോകത്തെ പരിഹാസത്തോടെ നോക്കുകയായിരുന്നു അയാൾ. ഞങ്ങളുടെ കണ്ണുകൾ ഇടഞ്ഞു. അയാളുടെ കണ്ണുകൾ ആർദ്രമായി.

വീട്ടിൽ രാമുദായെ കിടത്തിയത് നീഹാരിക കിടന്ന അതേ സ്ഥലത്താണ്. ഥാക്കുമാ ഗംഗയിൽനിന്നു മുക്കിയെടുത്ത ജലവുമായെത്തി. രാമുദായെ കുളിപ്പിച്ച് വസ്ത്രം ധരിപ്പിച്ച് നെറ്റിയിൽ ചന്ദനം പൂശുമ്പോൾ ഞാൻ കണ്ണുനീരില്ലാതെ ഒരേ ഇരിപ്പിരുന്നു. കൂട്ടിക്കെട്ടാൻ അദ്ദേഹത്തിനു കാൽവിരലുകളുണ്ടായിരുന്നില്ല. അദ്ദേഹത്തിന്റെ അടഞ്ഞ വായിലേക്ക് നീരും മലരും അർപ്പിച്ചു. നീംതല ഘട്ടിൽ ഒരുക്കിയ ചിതയ്ക്കു ചുറ്റും ചുമലിൽ തുള വീണ കുടവുമായി അച്ഛൻ പിറകിലേക്കു ചലിക്കുന്ന ഘടികാരത്തിനൊപ്പം ഇടത്തോട്ടു പ്രദക്ഷിണം വച്ചു. കത്തുന്ന ചിതയിൽ വിറകുകൾക്കു പുറത്തേക്ക് തല നീണ്ടു നിന്നു. അഗ്നി സാവധാനം അദ്ദേഹത്തിന്റെ കുറ്റിത്തലമുടിയിൽ പടർന്നു. തലമുടി കരിയുന്ന ഗന്ധം എനിക്കു തല ചുറ്റലുണ്ടാക്കി. അഗ്നി ആളിപ്പടർന്നു. ശരീരം മുഴുവൻ എരിഞ്ഞു തീരുംവരെ ഞാൻ ഗംഗാ തീരത്ത് കാത്തിരുന്നു. പൂക്കളും പട്ടും മുളമഞ്ചവും കിടന്നഴുകി വൃത്തികേടായ ഗംഗയ്ക്ക് ജീർണിച്ച ശവത്തിന്റെ ദുർഗന്ധമായിരുന്നു. എനിക്കു തല പെരുത്തു. നോക്കുന്നിടത്തെല്ലാം സർവവും പിന്നിലേക്കു ചലിക്കുന്നതായി തോന്നി. ഗംഗയുടെ ഓളങ്ങളും ചിതയിലെ അഗ്നിയും ആകാശത്തേക്കുയർന്ന പുകയും എല്ലാം, ടിക് ടിക് ശബ്ദത്തിനൊപ്പം പിന്നിലേക്ക് ചലിച്ചു. പിന്നിലേക്ക്—മണ്ണിലേക്ക്, വായുവിലേക്ക്, ജലത്തിലേക്ക്. ഭൂതകാലത്തിലേക്ക്.

മുപ്പത്തിമൂന്ന്

"ജ്യോതി ബാബു ഇടയ്ക്കിടെ പറഞ്ഞിരുന്ന കഥയുണ്ട്. ഇംഗ്ലീഷുകാരി നിരക്ഷരനായ ഒരു ഇന്ത്യക്കാരനെ പ്രേമിച്ചു വിവാഹം ചെയ്തു. കുറച്ചു കാലം കഴിഞ്ഞ് അവർ വിവാഹമോചനത്തിന് കോടതിയിൽച്ചെന്നു. ഇംഗ്ലീഷറിയാത്തതുകൊണ്ട് ഒരു ചെറിയ ജോലി പോലും കിട്ടാത്ത ഇയാളെക്കൊണ്ട് എനിക്കും കുട്ടികൾക്കും കാൽക്കാശിനു പ്രയോജനമില്ല. കോടതി ചോദിച്ചു, ഭാഷ അറിയാത്ത ഒരുത്തനെ നിങ്ങളെങ്ങനെ പ്രേമിച്ചു? അവരുടെ മറുപടി എന്തായിരുന്നെന്ന് അറിയാമോ?-മി ലോഡ്, രണ്ടു പേർക്കു പരസ്പരം അനുരാഗമുണ്ടെങ്കിൽ ഭാഷ വേറെ വേണ്ട..."

കട്ടിക്കണ്ണടമേൽ വീണ വെള്ളിക്കോലൻമുടി തട്ടിമാറ്റി മാനൊബേന്ദ്ര ബോസ് എന്നെ നോക്കി കണ്ണിറുക്കി പുഞ്ചിരിച്ചു.

"മനസ്സിലായോ നിനക്ക്? അനുരാഗം-അത് നമ്മൾ നമ്മളോടു തന്നെ സംസാരിക്കുന്ന ഭാഷയാണ്..."

എൺപതു തികയാറായിട്ടും തേജസ്സ് തുളുമ്പുന്ന ആ മുഖത്തു നോക്കി എനിക്കും ക്ലേശരഹിതമായി പുഞ്ചിരിക്കാൻ സാധിച്ചു. മേശപ്പുറത്തു കിടന്ന കടലാസുകളിൽ മനോഹരമായ കൈപ്പടയിലെഴുതിയ ആ വരികൾ ഞാൻ ഒന്നുകൂടി മനസ്സിരുത്തി വായിച്ചു. 'ഭവിഷ്യത്' എന്നെഴുതിയ തുരുമ്പെടുത്ത ബോർഡ് വച്ച വളഞ്ഞ വാതിലിന് അഭിമുഖമായി നിലത്തിരുന്നു കണക്കെഴുതിക്കൊണ്ടിരുന്ന ചുവന്ന പല്ലുകളുള്ള മെലിഞ്ഞുണങ്ങിയ മനുഷ്യൻ 'മാനൊദാ ആരുടെയോ കയ്യിൽനിന്നു കടം വാങ്ങാൻ പോയിരിക്കുകയാണ്' എന്നു മുഖമുയർത്തി നോക്കാതെ അറിയിച്ചതു മുതൽ മാനൊബേന്ദ്ര ബോസിനെ കാത്തിരുന്ന രണ്ടു മണിക്കൂറിന്റെ ദൈർഘ്യം എന്നെ അലോസരപ്പെടുത്തിയില്ല. കാരണം അവിടെയിരിക്കുന്നതു ചരിത്രത്തിന്റെ നടക്കല്ലിൽ വർത്തമാനത്തിന്റെ ഒഴുക്കു കണ്ടിരിക്കുന്നതുപോലെയായിരുന്നു. രാമുദാ മരിച്ചിട്ടു മൂന്നു ദിവസങ്ങൾ കഴിഞ്ഞിരുന്നു. എനിക്കു വീട്ടിലിരിക്കാൻ സാധിച്ചില്ല. അവിടെയിരിക്കുമ്പോൾ എന്റെ ഹൃദയം ആരോ ഫുട്ബോൾപോലെ തട്ടിക്കളിച്ചു. സദാ ചവിട്ടിത്തെറിപ്പിക്കപ്പെട്ടും വലിച്ചെറിയപ്പെട്ടും ഹൃദയം തളർന്നു. 'ഭവിഷ്യത്തി'ന്റെ തിണ്ണയിൽ നിൽക്കെ വഴിവാണിഭക്കാരും വിനോദസഞ്ചാരികളും വിദ്യാർഥികളും ഭിക്ഷക്കാരും ഭക്തൻമാരും യാത്രക്കാരും റിക്ഷകളും ഓട്ടോകളും ബസുകളും ട്രാമുകളും നിറഞ്ഞ ചിത്പൂരേർ ട്രാം റോഡും ജൊരാഷൊങ്കൊ ഠാക്കൂർ ബാടിയുടെ ചുവന്ന ഭിത്തികളും വെളുത്ത ജനാലകളും അടുത്തു കാണാമായിരുന്നു. നൂറ്റിയിരുപതാണ്ടു പഴക്കമുള്ള കടലാസു ഗന്ധത്തിലാഴ്ന്ന് ഈ കാഴ്ചകൾ കണ്ടു നിൽക്കെ പഞ്ചഭൂതങ്ങളായി വേർപിരിയാതെ തന്നെ ഞാൻ ഭൂതകാലത്തിലേക്കു മടങ്ങി. ഠാക്കൂർ

ബാടിയുടെ ഉള്ളിലേക്ക് ഒരിക്കൽക്കൂടി ചെന്നാലോ എന്നു ചിന്തിച്ച നേരത്താണു കോളർ കീറിയ കുർത്തയും വലതു വശം ഉയർത്തിക്കുത്തിയ ധോത്തിയുമായി മാനൊദാ വിയർത്തൊലിച്ചു വന്നത്.

"ഈഷ്! നീ ഗൃദ്ധാദായുടെ മകളല്ലേ? എന്താ വന്നത്?"

വലതു കാൽ ഒരു ഭാരക്കട്ടി കണക്കെ നടക്കല്ലുകൾക്കു മുകളിലേക്കു വലിച്ചിഴച്ച് വാതിലിനുള്ളിലേക്ക് ഇട്ടു കൊണ്ട് അദ്ദേഹം ചോദിച്ചു. ചെറിയ വാതിൽക്കൽ അദ്ദേഹത്തിന്റെ വലിയ രൂപം നിറഞ്ഞു. അദ്ദേഹത്തിന്റെ കണ്ണുകൾ വനാന്തരത്തെയും ശബ്ദം വിദൂരമായൊരു ഗർജ്ജനത്തെയും ഓർമിപ്പിച്ചു.

"എനിക്കൊരു ജോലി വേണം..."

ഞാൻ വെട്ടിത്തുറന്നു പറഞ്ഞു. പോക്കറ്റിൽനിന്നെടുത്ത കടലാസ് കഷ്ണം മേശപ്പുറത്തെ പുസ്തകങ്ങളുടെയും കടലാസുകളുടെയും കൂമ്പാരത്തിനു മുകളിൽ വയ്ക്കാനൊരുങ്ങിയ അദ്ദേഹം ഞെട്ടലോടെ തിരിഞ്ഞു നോക്കി. മുടിയിഴകളുടെ വെള്ളിനാരുകൾ വീണ്ടും നെറ്റിയിൽ കണ്ണടയുടെ ഫ്രെയിമിനു മുകളിലേക്ക് വീണു. തല കുടഞ്ഞ് നെറ്റി സ്വതന്ത്രമാക്കി അദ്ദേഹം ഉറക്കെച്ചിരിച്ചു.

"ജോലിയോ? നിനക്കോ? ഇവിടെയോ?"

"എനിക്കു പ്രൂഫ് നോക്കാനറിയാം..."

ഞാൻ ദുപ്പട്ടയുടെ തുമ്പെടുത്ത് മുഖവും കഴുത്തും തുടച്ചു. അകത്തേക്കുള്ള എന്റെ നോട്ടത്തിൽ ആർത്തി നിറഞ്ഞു. എനിക്ക് ഒരു മൽസ്യത്തെപ്പോലെ നീന്തിത്തുടിക്കാൻ സാധിക്കുന്നത്ര വിശാലവും ആഴമേറിയതുമായ സാഗരം വർഷങ്ങളായി പെയിന്റു ചെയ്യാത്ത പുരാതനമായ ആ കെട്ടിടത്തിനുള്ളിൽ അലയടിച്ചു.

"നിന്റെ സഹോദരനല്ലേ ഈയിടെ...?"

ഒരു നിമിഷം കഴിഞ്ഞ് അദ്ദേഹം ചോദിച്ചു.

"മൂന്നു ദിവസം മുമ്പ്...."

ഞാൻ പറഞ്ഞു.

"വാർത്ത കണ്ടു... ആരാച്ചാരുടെ മകനും തൂക്കുപുള്ളിയും ഒരേ ആശുപത്രിയിൽ...നിന്റെ ബാബാ ചാനലുകാരുടെ കയ്യിൽനിന്ന് അതിനൊക്കെ കണക്കു പറഞ്ഞു വാങ്ങിക്കാണും, അല്ലേ?"

എന്റെ മുഖത്ത് വിളറിയ ഒരു ചിരിയുണ്ടായി.

"ഏതായാലും വധശിക്ഷ നടക്കാഞ്ഞതു നന്നായി... പിന്നീടൊരിക്കൽ നിനക്കു കുറ്റബോധം തോന്നിയാലോ? ജീവിച്ചിരുന്നാൽ നല്ലവനാകുമായിരുന്ന ഒരാളെ നിന്റെ കൈകൾ കവർന്നു എന്ന്..."

അദ്ദേഹത്തിന്റെ ചിരിക്കു കൂടുതൽ തെളിച്ചം വന്നു.

"കുറ്റബോധത്തെ എനിക്കു ഭയമാണ്..."

ഞാൻ വീണ്ടും പറഞ്ഞു. അദ്ദേഹത്തിനു മുമ്പിൽ നിന്നപ്പോൾ എനിക്ക് മുമ്പൊരിക്കലുമില്ലാത്ത ധൈര്യം അനുഭവപ്പെട്ടു. നന്നായി വെളുത്ത് മാംസളമായ കവിളുകളുള്ള മാനൊദാ ചെറുപ്പകാലത്ത് അതീവസുന്ദരനായിരുന്നെന്ന് എനിക്കു തോന്നി.

"ഞാൻ നിന്നെ ടിവിയിൽ മാത്രമേ കണ്ടിട്ടുള്ളൂ..."

"പക്ഷേ, ഞാൻ നിങ്ങളെ കുട്ടിക്കാലം മുതൽ കാണാറുണ്ട്, ദാദാ. ഈ വഴിയിലൂടെ സ്കൂളിലേക്കു നടന്നു പോകുമ്പോഴൊക്കെ ഞാൻ ഇങ്ങോട്ട് എത്തിനോക്കുമായിരുന്നു. ഈ കെട്ടിടത്തിനു മുമ്പിലോ റോഡിലോ വച്ചു നിങ്ങളെക്കാണുമ്പോഴൊക്കെ ഞാൻ സന്തോഷിച്ചു."

"എന്തിന്?"

അദ്ദേഹം ആശ്ചര്യത്തോടെ അന്വേഷിച്ചു.

"നിങ്ങൾ ഒരു കടുവയാണെന്നു രാമുദാ എപ്പോഴും പറയാറുണ്ടായിരുന്നു..."

"കേട്ടോ നിശ്ചൽ...!"

അദ്ദേഹം പൊട്ടിച്ചിരിച്ചു കൊണ്ടു കണക്കെഴുത്തുകാരനെ വിളിച്ചു. അയാൾ കണക്കുപുസ്തകത്തിൽനിന്നു തലയുയർത്തി ഞങ്ങളെ രണ്ടു പേരെയും മാറി മാറി നോക്കി.

"ഇലക്ട്രിസിറ്റി ബിൽ അടച്ചത് ഇത്തവണ പിപ്ലുദാദയാണ്. അങ്ങേർക്ക് ആ പൈസ തിരിച്ചു വേണമെന്ന്... നാനൂറ്റി അമ്പത്തിരണ്ടു രൂപ..."

"വിഷയം മാറ്റല്ലേ, നിശ്ചൽ. അല്ലെങ്കിലും എന്നെക്കുറിച്ച് ആരെങ്കിലും നല്ലതു പറഞ്ഞാലുടൻ നീ ഉടനെ അടയ്ക്കാത്ത ബില്ലിന്റെയും വീട്ടാത്ത കടത്തിന്റെയും കാര്യം ഓർമിപ്പിച്ചു മൂഡ് കളയും. ചേതുദീ, നീ പറയൂ. സത്യത്തിൽ ഈ വയസ്സൻ ഒരു കടുവയാണോ? എന്നെക്കണ്ടിട്ട് നിനക്ക് അങ്ങനെ തോന്നിയോ?"

ഞാൻ അദ്ദേഹത്തെ നോക്കി പുഞ്ചിരിച്ചു.

"കടുവ ആജീവനാന്തം കടുവ തന്നെയാണ്..."

"അതിന്റെ കാലൊടിഞ്ഞു പോയാലും?"

"അത് ഉപവസിക്കാൻ തീരുമാനിച്ചാൽപ്പോലും... !"

വാൽസല്യത്തോടെ എന്റെ ചുമലിൽ തട്ടി അദ്ദേഹം ഉറക്കെ ചിരിച്ചു. എനിക്കും ചിരി വന്നു. കണക്കെഴുത്തുകാരൻ നിശ്ചൽദായുടെ നിശ്ചലമായ കണ്ണുകളിൽപ്പോലും ഒരു ചിരി തെളിഞ്ഞു മാഞ്ഞു. 'മഹാൻ' എന്ന പദമാണു രാമുദാ മാനൊദായെക്കുറിച്ചു പ്രയോഗിച്ചത്. അംഹേഴ്സ് സ്ട്രീറ്റിനും ഹാരിസൺ സ്ട്രീറ്റിനും ഇടയിലുള്ള കവലയിൽ ഇന്ന് ഇടിഞ്ഞു പൊളിഞ്ഞു പോയ വീട്ടിൽ വച്ചു ഡോ. നിഷികാന്ത് ബസുവിന് പിറന്ന ആൺകുഞ്ഞിനെക്കുറിച്ചുള്ള അച്ഛന്റെ പരാമർശങ്ങളിൽനിന്നാണ് മഹാൻ എന്ന വാക്കു ഞാൻ ആദ്യം കേട്ടത്. എനിക്കു പക്ഷേ മഹാൻമാരെ നേരിൽക്കാണാൻ സാധിച്ചില്ല. അതുകൊണ്ട്, ആർക്കും ആദരവു തോന്നിപ്പിക്കുന്ന ഒരു മഹാൻ നമ്മുടെ തൊട്ടയൽപ്പക്കത്തു തന്നെയുണ്ടല്ലോ എന്നു രാമുദാ പറഞ്ഞത് ഓർമ വച്ച് ഞാൻ സ്കൂളിൽ പോകുമ്പോഴും വരുമ്പോഴും ഭവിഷ്യത്തിന്റെ ഓഫിസ് മുറിയിലേക്ക് എത്തിനോക്കി. പോലീസ് തല്ലിയൊടിച്ച മാനൊദായുടെ ആ വലതുകാലിന്റെ കഥ രോമാഞ്ചജനകമായിരുന്നു. നമ്മൾ ആരാച്ചാർമാരുടെ ജോലി എസ്.എസ്. റായ് ഏറ്റെടുത്ത കാലമെന്ന് അച്ഛൻ വിശേഷിപ്പിച്ച അടിയന്തരാവസ്ഥയെക്കുറിച്ചു സാധാരണ രാഷ്ട്രീയം സംസാരിക്കാത്ത മാ പോലും വാചാലയാകാറുണ്ട്.

"യൂ ആർ അപ്പോയിന്റഡ്."

മേശയ്ക്കു പിന്നിലുള്ള കസേരയിലിരുന്നു കൊണ്ട് മാനോദാ ഉറക്കെ പറഞ്ഞു. ഞാൻ നിശ്ചൽ ദാ ഇരുന്നെഴുതിയിരുന്ന ഉയരം കുറഞ്ഞ പീഠത്തിനരികിലുള്ള വാതിലിന്റെ പടിയിൽ ഇരുന്നു. ആ മുറിയിലുണ്ടായിരുന്ന എല്ലാ ഫർണിച്ചറിനും മേൽ അച്ചടിക്കപ്പെട്ട കടലാസുകൾ നിറഞ്ഞിരുന്നു. വെള്ളക്കടലാസിൽ കാലം വരുത്തുന്ന നിറംമാറ്റങ്ങൾ പഠിക്കാൻ ഏറ്റവും അനുയോജ്യമായ പരീക്ഷണശാലയായിരുന്നു അവിടം. കാലം ഓരോന്നിലും വരുത്തുന്ന മാറ്റങ്ങൾ എനിക്ക് പ്രിയപ്പെട്ട പാഠ്യവിഷയമാണ്. മനുഷ്യരെ അത് ചിലപ്പോൾ മൃഗങ്ങളാക്കിത്തീർക്കും. മൃഗങ്ങളെ മരങ്ങളും. എന്റെ അച്ഛനെ കാലം എങ്ങനെയാണു മാറ്റിയെടുത്തത് എന്നു ഞാൻ ചിന്തിച്ചു. രാമുദായെ കാലം പഞ്ചഭൂതങ്ങളാക്കി മാറ്റി. അദ്ദേഹം കിടന്ന കട്ടിലിന്റെ തലയ്ക്കൽ വിളക്കു കത്തി നിൽക്കുന്നു. ആത്മാവ് ഭൂമി വിട്ടു പോകും വരെ അതിനു ശരീരമുണ്ടായിരുന്നപ്പോൾ വ്യാപരിച്ച ഇടത്തു തിരിച്ചു വരുമെന്ന വിശ്വാസപ്രകാരം ഠാക്കുമാ ഇടയ്ക്കിടെ വിളക്കിലേക്ക് എണ്ണ പകർന്നു. രാമുദാ നക്ഷത്രഗോളങ്ങൾക്കിടയിലെ ശൂന്യാകാശത്ത് കറങ്ങുന്ന പ്രാപഞ്ചിക ധൂളിയിൽ വിലയം പ്രാപിച്ച് അനാദിയും അനന്തവുമായ കാലത്തിന്റെ ഭാഗമായിത്തീർന്നു കഴിഞ്ഞ നിമിഷമാണ് എനിക്കു 'ഭവിഷ്യത്തി'ൽ ജോലി വേണമെന്നു തോന്നിയത്. മരച്ചില്ലയിലിരുന്ന് ഒരിക്കലെങ്കിലും പാട്ടു പാടിയ പക്ഷിക്ക് കൂട്ടിലേക്കു മടങ്ങാൻ സാധിക്കാത്തതുപോലെ എനിക്കിനിയൊരിക്കലും ഞങ്ങളുടെ ചെറിയ വീടിന്റെ നാലു ചുവരുകൾക്കുള്ളിൽ ചമ്പയ്ക്കും രാരിക്കും കണക്കും ബംഗ്ലായും ഇംഗ്ലീഷും പഠിപ്പിച്ചു കൊടുത്തു നേരം കൊല്ലാൻ സാധിക്കുമായിരുന്നില്ല. ഞങ്ങളുടെ ഇത്തിരിപ്പോന്ന മുറിയിലെ കട്ടിലിൽ രാമുദാ ഉണ്ടായിരുന്നിടത്തോളം കാലം അദ്ദേഹത്തിനു ചുറ്റുമാണ് എന്റെ ജീവിതം ഭ്രമണം ചെയ്തത്. രാമുദായ്ക്കു ഭക്ഷണം കൊടുക്കൽ, ചിലപ്പോൾ കുളിപ്പിക്കാൻ സഹായിക്കൽ, മുതുകിൽ പൗഡറിട്ടു കൊടുക്കൽ, തിരിച്ചും മറിച്ചും കിടത്തൽ, പത്രങ്ങളും പുസ്തകങ്ങളും വായിച്ചു കൊടുക്കൽ, ടിവി ഓൺ ചെയ്തു കൊടുക്കൽ...

"നിനക്കെത്ര ശമ്പളം വേണമെന്നു പറഞ്ഞില്ല..."

"ഉള്ളത്..."

അദ്ദേഹം എന്നെ ചുഴിഞ്ഞു നോക്കി.

"ശമ്പളത്തിനല്ലാതെ ഇവിടെ വന്നു ജോലിയെടുക്കാൻ നിനക്കെന്താ വല്ല നേർച്ചയുമുണ്ടോ?"

"കൊൽക്കൊത്തയിൽ മുഴുവൻ വലിയ വലിയ കടകൾ ഉയരുകയാണ്."

നിശ്ചൽ ദാ തലയുയർത്താതെ ആരോടെന്നില്ലാതെ പറഞ്ഞു.

"അവിടെയൊക്കെ പണിയെടുക്കാൻ അത്യാവശ്യം വിദ്യാഭ്യാസവും കാണാൻ ചന്തവുമുള്ള പെൺകുട്ടികളെ ധാരാളമായി വേണം. വാണ്ടഡ് സെയിൽസ് ഗേൾസ് എന്ന ബോർഡ് വയ്ക്കാത്ത ഒരു കടയും ഈയിടെയായി നഗരത്തിലില്ല... എത്ര കുറഞ്ഞാലും പത്തഞ്ഞൂറു രൂപ മാസശമ്പളം കിട്ടും..."

"എനിക്ക് ഇവിടെയുള്ള ജോലി മതി..."

"അതെന്താണെന്നാ ഞാൻ ചോദിച്ചത്..."

ഞാൻ മാനൊദായെ നോക്കി പുഞ്ചിരിച്ചു. എന്റെ വിരലുകൾ ദുപ്പട്ടയുടെ തുമ്പെടുത്തു പിരിച്ചു തുടങ്ങി. കുടുക്കിടാൻ പാകത്തിൽ കയറു പോലെ ദുപ്പട്ട രസകരമായി പിരിഞ്ഞു വന്നു.

"കുട്ടിക്കാലം മുതലേ ഞാൻ അതാഗ്രഹിച്ചിരുന്നു..."

"കടുവയുടെ കൂടെ ജോലി ചെയ്യാനാണോ മോളേ? എങ്കിൽ നീ സുന്ദർ ബനിലേക്കു പോ... അവിടെയാകുമ്പോൾ ഒരുപാടു കടുവകളുണ്ട്..."

മാനൊദായുടെ ശബ്ദം സാന്ദ്രമായി.

"പോലീസ് തല്ലി കാലൊടിച്ച കടുവകളുണ്ടോ അവിടെ?"

ഞാൻ ചോദിച്ചു. അദ്ദേഹം എന്നെ തറപ്പിച്ചു നോക്കി.

"ആയിരത്തിത്തൊള്ളായിരത്തി നാൽപ്പത്തിയാറിലെ തിരഞ്ഞെടുപ്പിൽ ഹുമയൂൺ കബീറിനു വേണ്ടി വോട്ടു പിടിച്ചിട്ടുള്ള കടുവകൾ? "

ഞാൻ വീണ്ടും ചോദിച്ചു. അദ്ദേഹത്തിന്റെ കണ്ണുകൾ നിറഞ്ഞു. കറുത്ത കട്ടി ഫ്രെയിമുള്ള കണ്ണടയൂരി ചൂണ്ടുവിരലും തള്ള വിരലും കൊണ്ടു കണ്ണുകൾ തുടച്ച് വീണ്ടും കണ്ണട വച്ച് എന്നെ നോക്കി. പിന്നീട് വയ്യാത്ത കാൽ വലിച്ചു വേഗത്തിൽ അകത്തു പോയി കുറച്ചു നേരം കഴിഞ്ഞു പുറത്തു വന്നു.

"നിനക്ക് ഇരിക്കാൻ ഒരിടം നോക്കുകയായിരുന്നു... വാ, അകത്ത് ഒരു കസേര കിട്ടി..."

വാതിലുകൾക്കു പച്ചച്ചായമടിച്ച കെട്ടിടമായിരുന്നു അത്. വെളുത്ത ഭിത്തികൾ നിറയെ അഴുക്കും മാറാലയും പറ്റി നിന്നു. നീണ്ട തളം പോലെയുള്ള അടുത്ത മുറിയിലേക്കു കടന്ന ചെന്നയുടനെ കൊത്തിവച്ച ചുണ്ടുകളുള്ള ഒരു പുരുഷന്റെ ബ്ലാക്ക് ആൻഡ് വൈറ്റ് ഫോട്ടോയാണ് കണ്ണിൽപ്പെട്ടത്. ജൊതീന്ദ്രനാഥ് മുഖർജിയുടെ മുഖം ഞാൻ ഒരു ആന്തലോടെ തിരിച്ചറിഞ്ഞു. 'ബൊഘാ ജൊതീൻ' ഒരു കടുവയുടെ പുറത്തു കാൽ ചവിട്ടി നിൽക്കുന്ന ചിത്രവും അടുത്തുതന്നെ കണ്ടു. ജൊതീൻദാ കടുവയെക്കൊന്ന കഥ ഞാൻ ഥാക്കുമായെക്കൊണ്ടു പലവട്ടം പറയിപ്പിച്ചിട്ടുണ്ട്. കോയാ ഗ്രാമത്തിൽ പുലിയിറങ്ങിയെന്നു കേട്ട് പോയ ജൊതീൻദാ കണ്ടത് ഒരു ഭീമൻ ബംഗാൾ കടുവയെയാണ്. അത് അദ്ദേഹത്തിനുമേൽ ചാടി വീണു. വെറും കൈ കൊണ്ട് ജൊതീൻദാ കടുവയെ നേരിട്ടു. ശരീരമാസകലം പരുക്കേറ്റ ജൊതീൻദാ അവസാനം മടിക്കുത്തിലെ കത്തിയൂരി കടുവയുടെ കഴുത്തിൽ ആഞ്ഞു കുത്തി. കടുവ പിടച്ചിലോടെ ചത്തു. കടുവയുടെ നഖങ്ങൾ കൊണ്ടു മാന്തേറ്റ് ശരീരം പഴുത്ത് ജൊതീൻദാ കുറേക്കാലം ചികിൽസയിൽ കഴിഞ്ഞു. അദ്ദേഹത്തിന്റെ ധീരതയെ മാനിച്ച് അന്നത്തെ ബംഗാൾ ഗവൺമെന്റ് അദ്ദേഹത്തിന് കടുവയുമായി ഏറ്റുമുട്ടുന്ന മനുഷ്യന്റെ ചിത്രം ആലേഖനം ചെയ്ത ഷീൽഡ് സമ്മാനിച്ച് അദ്ദേഹത്തെ ആദരിച്ചു.

"ബൊഘാ ജൊതീൻ എന്ന ജൊതീന്ദ്രനാഥ് മുഖർജി തുടങ്ങി വച്ചതാണു 'ഭവിഷ്യത്'..."

മാനൊദാ എന്നെ നോക്കി.

"ഞാൻ ഒരു പരമ്പരാഗത കടുവയാണ്..."

ആ വാക്കുകളിൽ മുഴങ്ങി നിന്ന നിസ്സഹായതയും വേദനയും എന്നെ നിശ്ശബ്ദയാക്കി. എന്റെ അച്ഛൻ ഫണിഭൂഷൺ ഗൃദ്ധാ മല്ലിക്കിനെ പ്രസവിക്കാൻ

ഥാക്കുമാ ഈറ്റുമുറിയിൽ നിലവിളിക്കുന്ന നേരത്താണ് ബ്രിട്ടീഷുകാർ ദാദുവിനെ വിളിക്കാൻ കാറുമായി എത്തിയത്. ദാദു സ്ഥലത്തുണ്ടായിരുന്നില്ല. അതുകൊണ്ട് ഥാക്കുമായുടെ ബാബാ ത്രിലോക്നാഥ് ഗൃദ്ധാ മല്ലിക്കിന് തൂക്കുകയറുമായി പുറപ്പെടേണ്ടി വന്നു. അക്കാലത്ത് അദ്ദേഹം സ്വാമി വിവേകാനന്ദന്റെ ശിഷ്യനായി സന്ന്യാസം സ്വീകരിച്ചിരുന്നു. വയറോളം നീണ്ടു കിടക്കുന്ന വെള്ളത്താടിയും ചുമലോളം നീണ്ട മുടിയും കാവി വസ്ത്രവുമായി അദ്ദേഹം വണ്ടിയിൽ കയറി.

"ബൊഘാ ജൊതീനെപ്പോലെ മറ്റൊരാളെ സങ്കൽപ്പിക്കാൻ പോലും എനിക്കു സാധിച്ചിട്ടില്ല. വെറും കൈ കൊണ്ട് എത്ര പേരെ ഇടിച്ചിടാൻ പറ്റും എന്നു ചോദിച്ച ബ്രിട്ടീഷുകാരനോട് അദ്ദേഹം പറഞ്ഞതെന്താണെന്നറിയാമോ? സത്യസന്ധരാണെങ്കിൽ ഒരാളെപ്പോലും എനിക്ക് വീഴ്ത്താൻ പറ്റില്ല. പക്ഷേ, കുറ്റവാളികളാണെങ്കിൽ, എത്ര പേർ വന്നാലും സന്തോഷം !"

മാനൊദാ അഭിമാനത്തോടെ മന്ദഹസിച്ചു. ബാലസോറിലേക്കാണ് ത്രിലോക് നാഥ് പിതാമഹനെ ബ്രിട്ടീഷുകാർ കൊണ്ടുപോയത്. ടാക്സികളിലും വഞ്ചികളിലും കൊള്ള നടത്തി ഒളിപ്പോരിനു പണമുണ്ടാക്കിയ ബൊഘാ ജൊതീൻ സായുധ വിപ്ലവത്തിന് ഒരുക്കം കൂട്ടുകയായിരുന്നു. ഒന്നാം ലോകമഹായുദ്ധക്കാലത്ത് ജർമനിയുടെ സഹായത്തോടെ ഇന്ത്യയിലെ ബ്രിട്ടീഷ് ഗവൺമെന്റിനെ അട്ടിമറിക്കാൻ തയ്യാറെടുക്കുമ്പോൾ പോലീസ് തന്നെ തിരയുന്നെന്നു തിരിച്ചറിഞ്ഞു ബൊഘാ ജൊതീനെ സുഹൃത്തുക്കൾ സുരക്ഷിത സ്ഥലമായ ബാലസോറിലേക്കു മാറ്റി. പോലീസ് വളഞ്ഞു. സുഹൃത്തുക്കളെ ഉപേക്ഷിച്ചു രക്ഷപ്പെടാനുള്ള അവസരം വേണ്ടെന്നു വച്ച് അവസാന നിമിഷം വരെ പോരാടിയ ബൊഘാ ജൊതീൻ വെടിവയ്പിൽ പരുക്കേറ്റു നിലംപതിച്ചു. ആശുപത്രിയിലെത്തിച്ച ജൊതീൻദായെ അവിടെ വച്ചു തൂക്കിക്കൊല്ലുകയായിരുന്നു ത്രിലോക് നാഥ് പിതാമഹന്റെ ദൗത്യം. പക്ഷേ കൊല്ലേണ്ടതാരെയാണെന്നു കേട്ടപ്പോൾ പിതാമഹൻ ക്ഷുഭിതനായി.

"എന്റെ തൂക്കുകയർ കുറ്റവാളികളെ കൊല്ലാനുള്ളതാണ്, കടുവകളെയല്ല..."

അദ്ദേഹം ഗർജ്ജിച്ചു. കോപാകുലനായ ബ്രിട്ടീഷ് ഉദ്യോഗസ്ഥൻ അബോധാവസ്ഥയിൽ കിടന്ന ബൊഘായുടെ നെഞ്ചിൽ വെടിവച്ച് അദ്ദേഹത്തെ വധിച്ചു. ഉത്തരവു ലംഘിച്ച പിതാമഹനെ അദ്ദേഹം കൊണ്ടുപോയ അതേ കയറിൽ കെട്ടിത്തൂക്കി. സർക്കാരിനെ ധിക്കരിച്ചതിന് തൂക്കിലേറ്റപ്പെട്ട ആദ്യത്തെ ആരാച്ചാർ എന്ന ഖ്യാതി നേടി അങ്ങനെ സന്ന്യാസിയും വിപ്ലവകാരിയുമായ ത്രിലോക് നാഥ് പിതാമഹൻ ജീവൻ വെടിഞ്ഞു. കഴുത്തിൽ കുടുക്കു മുറുക്കിയ ബ്രിട്ടീഷുകാരനോട് അദ്ദേഹം ആക്രോശിച്ചു:

"മാറി നിൽക്ക്. കുടുക്ക് ഞാനിട്ടോളാം..."

സ്വന്തം കുടുക്ക് അദ്ദേഹം തന്നെ കഴുത്തിലിട്ടു. മൂന്നും നാലും കശേരുക്കൾക്കിടയിൽ ഉറപ്പിച്ചു. പിന്നീട് ബ്രിട്ടീഷ് പോലീസ് ഉദ്യോഗസ്ഥനോടു പറഞ്ഞു:

"സമയമായി..."

അവിടെ തൂക്കുമരമോ ലിവറോ ഉണ്ടായിരുന്നില്ല. ബാലസോറിലെ ആശുപത്രിയുടെ പിന്നാമ്പുറത്ത് ഇലകളെല്ലാം കൊഴിഞ്ഞ് അടിമുടി പൂവിട്ടുനിന്ന ഒരു രാധാചൂലാ വൃക്ഷത്തിന്റെ ശിഖരത്തിലായിരുന്നു കയർ കെട്ടിയിരുന്നത്. ചെറിയൊരു സ്റ്റൂളിൻമേലാണ് അവർ പിതാമഹനെ കയറ്റി നിർത്തിയത്. കഴുത്തിൽ കുടുക്കിട്ട് പിതാമഹൻ മുകളിലേക്കു നോക്കി. ആകാശം അദ്ദേഹം മഞ്ഞ നിറത്തിൽ കണ്ടു. സ്വാമി വിവേകാനന്ദന്റെ വാക്കുകളായ 'അംരാ ജോബോ ജഗത് ജാഗ്ബേ' പിതാമഹൻ ഉറക്കെ ആവർത്തിച്ചു. ഇന്ത്യക്കാരനായ ഒരു ശിപായി സ്റ്റൂൾ എടുത്തു മാറ്റി. പിതാമഹൻ ഒരു ശബ്ദത്തോടെ വായുവിൽ ആടി. അദ്ദേഹത്തിന്റെ ഭാരത്താൽ മരം ഉലഞ്ഞു. മരം അദ്ദേഹത്തിന്റെ ജഡത്തെ പൂക്കൾ കൊണ്ടു മൂടി. അച്ഛൻ ഭൂമിയിലേക്ക് പ്രവേശിക്കുമ്പോൾ അദ്ദേഹത്തിന്റെ ദാദു സ്വന്തം തൂക്കുകയറിൽ തൂങ്ങിയാടുകയായിരുന്നു എന്നു ഠാക്കുമാ അഭിമാനത്തോടെ പറഞ്ഞു. മഞ്ഞപ്പൂക്കളുടെ പുഷ്പവൃഷ്ടി സ്വന്തം കണ്ണുകൾ കൊണ്ടു കണ്ടതുപോലെ ഠാക്കുമാ വർണിച്ചതു ഞാൻ വീണ്ടും ഓർത്തു.

ഇരുട്ടു നിറഞ്ഞു നിന്ന കോണിലെ വലിയ ജനാല മാനൊദാ തള്ളിത്തുറന്നു. അവിടെ ഒരു പഴയ മേശയും കറുത്ത പിടികളിലൊന്ന് ഇളകിപ്പോയ തടിക്കസേരയുമുണ്ടായിരുന്നു.

"കറന്റില്ല... വരട്ടെ... നിനക്ക് ഇവിടെയിരിക്കാം..."

അദ്ദേഹം പറഞ്ഞു.

"ഇവിടെ നിനക്കിഷ്ടമുള്ള എന്തു ജോലിയും ചെയ്യാം..."

"എനിക്കു പ്രൂഫ് തിരുത്താൻ അറിയാം..."

അദ്ദേഹം മുറിയിൽനിന്നു പുറത്തു പോയി ഒരു കെട്ടു കടലാസുകളുമായി തിരിച്ചു വന്നു.

"എന്റെ ഓർമക്കുറിപ്പുകളാണ്..."

"ഇതു മുഴുവൻ ജ്യോതിബാബുവിനെക്കുറിച്ചാണോ?"

"അദ്ദേഹത്തെ ഒഴിവാക്കിയാൽ കൊൽക്കൊത്തയിൽ ജീവിക്കുന്ന ഒരാളുടെ ആത്മകഥയിൽ പിന്നെ എന്തുണ്ട്? പത്തു പതിനാറു വയസ്സു മുതൽ എന്റെ ജീവിതത്തിൽ അദ്ദേഹമുണ്ട്... അദ്ദേഹത്തിന്റെ ജീവിതത്തിൽ പിന്നീടു ഞാനുണ്ടായില്ലെങ്കിലും..."

ഞാൻ ആദ്യം കിട്ടിയ കടലാസിൽ കണ്ണോടിച്ചു :

"...കമ്യൂണിസ്റ്റുകാർ ജനങ്ങളെ പറ്റിക്കാൻ പല നാടകങ്ങളും മാറ്റിയെഴുതുന്നുണ്ടെന്നും ഡോ. ബി.സി. റോയി കുറ്റപ്പെടുത്തി. നിയമസഭയിൽ ഇക്കാര്യം പറഞ്ഞ് റോയിയും ബസുവും തമ്മിൽ തർക്കമുണ്ടായി.

ബസു : ഏതു നാടകമാണു കമ്യൂണിസ്റ്റുകാർ തിരുത്തിയത്?

ഡോ. റോയി : വെളിപ്പെടുത്താൻ ഞാൻ വിസമ്മതിക്കുന്നു

ബസു : എന്തുകൊണ്ട്?

ഡോ. റോയി : പേരു പറയാൻ പാടില്ലാത്തതു കൊണ്ട്.

ബസു : ഒരു തുറന്ന നിയമസഭയിൽ ഒരാൾ ഇങ്ങനെ പെരുമാറരുത്. അങ്ങു ഹിറ്റ്ലറെപ്പോലെയാണ് പെരുമാറുന്നത്.

ഡോ. റോയി : അതെ, സ്റ്റാലിന്റെ ചോദ്യങ്ങൾക്കു ഹിറ്റ്ലർ മറുപടി നൽകിക്കൊണ്ടിരിക്കുകയാണ്."

എനിക്ക് ചിരി വന്നു. മാനൊദായും ചിരിച്ചു.

"ഇത് ഇംഗ്ലീഷുകാരിയുടെ കഥയുടെ തുടർച്ചയായി നൽകണം...ആ പേജ് നമ്പർ ശ്രദ്ധിക്കണം..."

അദ്ദേഹം പറഞ്ഞു. പെട്ടെന്ന് മുറിയിൽ വെളിച്ചം നിറഞ്ഞു. ഹുങ്കാരത്തോടെ പ്രാചീനമായ പങ്ക തലയ്ക്കു മുകളിൽ കറങ്ങി. എന്റെ മേശയിരിക്കുന്ന കോണിനെതിരെ മുറിയുടെ മറ്റേ മൂലയിൽ ഒരു പതിന്നാലിഞ്ചു ടിവിക്കും ജീവൻ വച്ചു. സഞ്ജീവ് കുമാർ മിത്രയുടെ മുഖം തെളിഞ്ഞു. അയാളെ ഒഴിവാക്കി ഈ നാട്ടിൽ ജീവിക്കാൻ സാധിക്കുകയില്ലെന്നു ഞാൻ രോഷം കൊണ്ടു.

"...ഇതേ സമയം, യതീന്ദ്രനാഥ് ബാനർജി ദയ അർഹിക്കുന്നില്ലെന്ന് മുഖ്യമന്ത്രി മന്ത്രിസഭാ യോഗത്തിനുശേഷം ആവർത്തിച്ചു. ഇതേ സമയം വയറിന് അസുഖത്തെ തുടർന്ന് ബാനർജിയെ എസ്.എസ്.കെ.എം. ആശുപത്രിയിൽ പ്രവേശിപ്പിച്ചു."

തുടർന്ന് ടിവിയിൽ ശിബ്ദേബ് ലാലിന്റെ മുഖം തെളിഞ്ഞു.

"മൂന്നു ദിവസം മുമ്പ് വരെ യതീന്ദ്രനാഥ് വളരെ ആത്മവിശ്വാസത്തിലായിരുന്നു. വധശിക്ഷ നടക്കുകയില്ലെന്നും ഞാൻ രക്ഷപ്പെടുമെന്നും അവൻ ഉറപ്പിച്ചു പറഞ്ഞിരുന്നു. പക്ഷേ ഇന്ന് അവൻ ആകെ നിരാശനാണ്. എനിക്കു രക്ഷയില്ല, അവരെന്നെ തൂക്കും എന്നാണ് അവനിപ്പോൾ ആവർത്തിച്ചു പറയുന്നത്. അസുഖം പൂർണമായി മാറിയിട്ടില്ല. പക്ഷേ അവൻ ഭക്ഷണം കഴിക്കാൻ കൂട്ടാക്കുന്നില്ല."

ഞാൻ കടലാസുകൾ മടക്കി വച്ച് എഴുന്നേറ്റു.

"എന്തു പറ്റി മോളേ?"

അദ്ദേഹം വീണ്ടും ചോദിച്ചു.

"സംസാരിക്കണമെന്നു തോന്നുന്നു, മാനൊദാ..."

ഞാൻ സ്വയമറിയാതെ മന്ത്രിച്ചു. മാനൊദാ എന്നെ ഉറ്റു നോക്കി എന്റെ ഹൃദയം വായിക്കുന്നതുപോലെ കുറച്ചു നേരം നിന്നു.

"ആരോട്?"

എനിക്കു കരച്ചിൽ വന്നു. എന്റെ കണ്ണുകൾ നിറഞ്ഞതു കണ്ട് മാനൊദാ അമ്പരന്നു. താനറിയാത്ത ഏതോ ദു:ഖം എനിക്കുണ്ടെന്നു മനസ്സിലാക്കിയിട്ടാകണം, അദ്ദേഹം എന്റെ ചുമലിൽ കൈവച്ചു.

"വധശിക്ഷ നടക്കുമെന്ന് മാനൊദായ്ക്കു തോന്നുന്നുണ്ടോ?"

അദ്ദേഹം ഒന്നു ദീർഘമായി നിശ്വസിച്ചു.

"മരണത്തിന്റെ കാര്യമല്ലേ, അതിനേക്കാൾ അനിശ്ചിതമായി ഒന്നുമില്ല."

അദ്ദേഹം ഒന്നു കൂടി നിശ്വസിച്ചു. നാളെ നേരത്തെ വരാമെന്നു യാത്ര പറഞ്ഞു പുറത്തിറങ്ങിയപ്പോൾ ഹൃദയം കിടുങ്ങി. വലതു കൈ അനിയന്ത്രിതമായി വിറച്ചു. ഞാൻ പെട്ടെന്ന് ദുപ്പട്ടയുടെ വലത്തെ തുമ്പിൽ തപ്പി നോക്കി. മുമ്പെപ്പോഴോ ഞാനുണ്ടാക്കിയ കുടുക്ക് വിലക്ഷണമായി തൂങ്ങിക്കിടന്നു. നല്ല വെയിലുള്ള ദിവസമായിരുന്നു അത്. ട്രാമിന്റെ പാളത്തിലൂടെ ഞാൻ സങ്കടത്തോടെ നടന്നു. ആ വഴിയേ കുറച്ചു കൂടി പോയാൽ സോനാഗച്ഛിയിലെത്താമെന്ന് ഹൃദയം ഓർമിപ്പിച്ചു. അയാളുടെ വീട് സ്മരണയിൽ

തെളിഞ്ഞു. ചുവന്ന ചായം തേച്ച ചുണ്ടുകളുടെ ഓർമ എന്നെ അസ്വസ്ഥയാക്കി. ജാത്രപാരാ ഓഫിസുകൾക്ക് മുന്നിലൂടെ കുറേ ദൂരം അലഞ്ഞതിനുശേഷം സ്ട്രാൻഡ് റോഡിലേക്ക് ഒരു ഓട്ടോറിക്ഷ കിട്ടി. വീട്ടിലേക്കു നടന്നപ്പോൾ നീമേശ്വർ ബാബയുടെ ചെറിയ ക്ഷേത്രത്തിനു മുമ്പിൽ അയാളുടെ ചാനൽ വണ്ടി പാർക്ക് ചെയ്തിട്ടുണ്ടെന്നു കണ്ട് ഹൃദയം ഒരേ സമയം സന്തോഷവും സങ്കടവും ദു:ഖവും നീരസവും ആവേശവും കൊണ്ടു വീർപ്പുമുട്ടി. മൃതദേഹവുമായി വന്ന ഉന്തുവണ്ടിക്ക് എതിരെ നാലഞ്ചു പോത്തുകൾ കൂട്ടമായി വന്നു. റോഡിൽ തടസ്സമുണ്ടായി. അക്ഷമയോടെ ഞാൻ ഒരു പഴുതു കണ്ടെത്തി. സലൂണിന്റെ വശത്തുകൂടി മുറിയിലേക്കു കടക്കുമ്പോൾ അച്ഛന്റെ മുറിയിൽനിന്ന് സംഭാഷണം ഉയർന്നു.

"ഇല്ലില്ല, സൊഞ്ജീബ് ബാബൂ... ഇക്കാര്യത്തിൽ ഇനിയൊരു വിട്ടുവീഴ്ചയുമില്ല... ആദ്യം വിവാഹം..എന്നിട്ടു മതി, നിങ്ങളുടെ ഇനിയുള്ള പോക്കും വരവും..."

"ഗൃദ്ധാദാ, നിങ്ങളെന്താണ് ഹിറ്റ്ലറെപ്പോലെ സംസാരിക്കുന്നത്?"

ഞാൻ എന്റെ മുറിവാതിൽക്കൽ ഒരു മാത്ര നിന്നു. രാമുദായുടെ കട്ടിലിന്റെ തലയ്ക്കലുള്ള നിലവിളക്കിന്റെ ജ്വാലകൾ മുനിഞ്ഞു കത്തി. മുറിയിലാകെ ശ്മശാനത്തിന്റെ ഗന്ധമാണെന്ന് എനിക്കു തോന്നി. ജ്യോതിബാബുവിന്റെ കൈ മുറിഞ്ഞാൽ ഡോ. ബി.സി.റോയി പരിശോധിച്ചു മരുന്നു വച്ചു കെട്ടുമായിരുന്നു. ഞാൻ മുറിക്കുള്ളിൽ കയറിച്ചെന്ന് ഥാക്കുമായുടെ കട്ടിലിൽ തളർച്ചയോടെ ഇരുന്നു.

"നോക്ക്, ഇപ്പോൾ വിവാഹമല്ല, നമുക്കു രണ്ടുപേർക്കും പ്രധാനം. നിങ്ങളിങ്ങനെ ഇരുന്നാൽ കാര്യങ്ങൾ മുന്നോട്ടു പോകുകയില്ല. രാഷ്ട്രപതിയുടെ തീരുമാനം അനുകൂലമാക്കാൻ നിങ്ങളുടെ ഭാഗത്തുനിന്നു പ്രഷർ ഉണ്ടാകണം. എന്നെ സംബന്ധിച്ചിടത്തോളം തൂക്കിക്കൊല നടന്നാലും ഇല്ലെങ്കിലും എനിക്കൊന്നുമില്ല. നിങ്ങളുടെ നൻമയാണ് എനിക്കു പ്രധാനം....."

"എന്തു വേണമെന്നാണ് സൊഞ്ജു ബാബു, നിങ്ങൾ പറയുന്നത്?"

"മുഖ്യമന്ത്രിയുടെ ഭാര്യയും സ്ത്രീസംഘടനകളും ചേർന്നു വലിയൊരു സമരം ആസൂത്രണം ചെയ്യുന്നുണ്ട്. അതിൽ ചേതന പങ്കെടുക്കണം... ചേതനയ്ക്കും നിങ്ങളുടെ കുടുംബത്തിനും ഇതൊരു നല്ല അവസരമാണ്..."

അച്ഛൻ നിശ്ശബ്ദനായിക്കഴിഞ്ഞിരുന്നു. സ്റ്റാലിന്റെ ഉപദേശം ഹിറ്റ്ലർ പരിഗണിക്കുകയായിരുന്നു. എന്നോട് ആരും അഭിപ്രായം ചോദിച്ചില്ല. എനിക്കു പറയാനുള്ളത് എന്നോടുതന്നെയായിരുന്നു. പക്ഷേ അതിനു ഭാഷയുണ്ടായിരുന്നില്ല. അല്ലെങ്കിൽ അതിനു ഭാഷ ആവശ്യമില്ലായിരുന്നു.

മുപ്പത്തിനാല്

മായാദേവിയുടെ മരണത്തിനുശേഷം സിദ്ധാർഥ ഗൗതമന് അമ്മയും ഗുരുവും പ്രജാപതിയായിരുന്നു. ഇരുപത്തൊമ്പതാം വയസ്സിൽ ഗൗതമൻ വീടു വിട്ടു. ദു:ഖത്തിന്റെ കാരണം അന്വേഷിച്ചു ലോകമെങ്ങും അലഞ്ഞു. ബോധോദയം കൈവരിച്ചു സ്വന്തം നാട്ടിൽ മടങ്ങിയെത്തിയ ഗൗതമനെ ആദ്യം സ്വീകരിച്ചതും അദ്ദേഹത്തിന്റെ ശിഷ്യത്വം സ്വീകരിച്ചതും പിതാവു ശുദ്ധോദനനും അദ്ദേഹത്തിന്റെ രണ്ടാം ഭാര്യ പ്രജാപതിയുമാണ്. പിന്നീട് സിദ്ധാർഥ ഗൗതമന്റെ വ്യക്തിത്വത്തിൽ ആകൃഷ്ടരായി കൂടുതൽ കൂടുതൽ പുരുഷൻമാർ ബുദ്ധമതം സ്വീകരിച്ചു. പക്ഷേ അദ്ദേഹം സ്ത്രീകൾക്ക് ജ്ഞാനോപദേശം നൽകിയില്ല. പുരുഷൻമാർ ബുദ്ധാനുയായികളായപ്പോൾ കുടുംബങ്ങൾ അനാഥമായി. ഭർത്താക്കൻമാരെ നഷ്ടപ്പെട്ട ഭാര്യമാർക്കും ഇടപാടുകാരെ നഷ്ടപ്പെട്ട വേശ്യകൾക്കും ഉപജീവനമാർഗം മുട്ടി. പിന്നീട് പ്രജാപതിയുടെ നേതൃത്വത്തിൽ സ്ത്രീകൾ തല മുണ്ഡനം ചെയ്തു കാഷായമുടുത്ത് ബുദ്ധന്റെ താവളം തേടി യാത്രയായി. മരുഭൂമിയും ഘോര വനാന്തരവും പിന്നിട്ട് മുറിഞ്ഞ പാദങ്ങളും പൊടിമൂടിയ ശരീരങ്ങളുമായി അഞ്ഞൂറു സ്ത്രീകളുടെ ഘോഷയാത്ര ബുദ്ധന്റെ ആശ്രമത്തിനു മുമ്പിലെത്തി. അവർ അദ്ദേഹത്തിന്റെ കനിവിനായി ഇരന്നു. ബുദ്ധശിഷ്യനായ ആനന്ദൻ ഇവരെ കണ്ട് ആകുലനായി. അഞ്ഞൂറു സ്ത്രീകൾ ബുദ്ധ മാർഗം തേടിയെത്തിയിട്ടുണ്ടെന്നും അവർക്കു വീട് ഉപേക്ഷിക്കാൻ അനുവാദം നൽകണമെന്നും അപേക്ഷിച്ചപ്പോൾ ബുദ്ധൻ പറഞ്ഞു, 'സ്ത്രീകൾ വീട് ഉപേക്ഷിക്കുന്ന കാര്യം മനസ്സിൽനിന്നു കളഞ്ഞേക്കൂ'. 'സ്ത്രീകൾക്ക് അതു സാധ്യമല്ലേ' എന്ന് ആനന്ദൻ വീണ്ടും ചോദിച്ചു. 'സാധിക്കും, പക്ഷേ അക്കാര്യത്തെപ്പറ്റി ചിന്തിക്കേണ്ട' എന്ന് ബുദ്ധൻ വീണ്ടും പറഞ്ഞു. അവസാനം നീണ്ട പ്രേരണയ്ക്കും യാചനകൾക്കുമൊടുവിൽ ബുദ്ധൻ വഴങ്ങി. സ്ത്രീകളെ ശിഷ്യരായി സ്വീകരിച്ചു. പക്ഷേ, അദ്ദേഹം മുന്നറിയിപ്പു നൽകി: ഇതോടെ ആയിരം വർഷം നിലനിൽക്കേണ്ട ഒരു മതത്തിന്റെ ആയുസ്സ് അഞ്ഞൂറായി ഞങ്ങളുടെ കുടുംബത്തിലെ സൗഭദ്ര മല്ലിക് പിതാമഹന്റെ പത്നിയായ അന്നപൂർണയും ബുദ്ധമാർഗം സ്വീകരിക്കാൻ തീരുമാനിച്ചു. പക്ഷേ വീട് ഉപേക്ഷിക്കാൻ അനുവാദം നൽകണമെന്ന അന്നപൂർണയുടെ അപേക്ഷ ബുദ്ധൻ പാടെ നിരസിച്ചു.

എസ്.എസ്.കെ.എം. ആശുപത്രിയിൽ മുഖ്യമന്ത്രിയുടെ പത്നിയുടെ നേതൃത്വത്തിൽ ആയിരത്തോളം സ്ത്രീകൾ യതീന്ദ്രനാഥ ബാനർജി കൊലപ്പെടുത്തിയ പെൺകുട്ടിക്കു നീതി നൽകണമെന്ന് ആവശ്യപ്പെട്ട് നടത്തുന്ന സമരത്തിനു സാക്ഷ്യം വഹിച്ചപ്പോഴാണ് എന്റെ മനസ്സിൽ അന്നപൂർണ എന്ന

പിതാമഹിയുടെ ഓർമയുണർന്നത്. വീട് ഉപേക്ഷിക്കാനും ധർമമാർഗത്തിൽ ചരിക്കാനും പുരുഷനെ മാത്രമേ ഗൗതമ ബുദ്ധൻ അനുവദിച്ചുള്ളൂ. കാലം ഉണക്കിക്കളയുന്ന നശ്വര ശരീരങ്ങൾക്കുള്ളിൽ തളച്ചിടപ്പെട്ട സ്ത്രീജൻമങ്ങൾക്ക് ബോധോദയത്തിന്റെ ആവശ്യകതയില്ലെന്ന് സിദ്ധാർഥ ഗൗതമന് ബോധ്യമുണ്ടായിരുന്നു. സമരം ചെയ്യുന്നവരുടെ കൂട്ടത്തിൽ തലയെടുപ്പോടെ നിന്ന പുരുഷൻ എന്റെ അച്ഛൻ മാത്രമാണെന്ന് തിരക്കിൽനിന്ന് പിന്നോക്കം മാറി നിൽക്കെ ഞാൻ ശ്രദ്ധിച്ചു. യതീന്ദ്രനാഥ ബാനർജി പോലീസുകാരോടൊപ്പം ജീപ്പിനു പിന്നിലിരുന്നു. അയാളുടെ മുഖം മ്ലാനമായിരുന്നു. താടി രോമങ്ങൾ വളർന്ന കവിളുകളും മരവിപ്പു നിറഞ്ഞ കുഴിഞ്ഞ കണ്ണുകളും ഞാൻ വ്യക്തമായി കണ്ടു. ജീപ്പിന്റെ കമ്പിയിൽ വിലങ്ങിട്ടു ബന്ധിച്ച നിലയിലായിരുന്നു അയാൾ. മാനോദായ്ക്ക് അരികിൽ ടെലിഫോൺ ബൂത്തിനു സമീപം നിന്ന എന്റെ കണ്ണുകളിലേക്കാണ് അയാൾ നോക്കിയത്. ഒറ്റ നോട്ടത്തിൽത്തന്നെ അയാൾ എന്നെ തിരിച്ചറിഞ്ഞു. ജീപ്പ് ആൾക്കൂട്ടത്തിൽ കുടുങ്ങിക്കിടന്ന ഇരുപതു മിനിട്ടും അയാൾ എന്നെത്തന്നെ ഉറ്റുനോക്കി. ഉന്തിത്തള്ളിക്കയറിയ ടിവി, പത്ര റിപ്പോർട്ടർമാരുടെ ക്യാമറകൾ കാരണം അയാളുടെ മുഖം മറഞ്ഞു. പിന്നീട് വനിതാപോലീസുകാരെത്തി സമരം ചെയ്ത സ്ത്രീകളെ നീക്കി വഴിയൊരുക്കി. ജീപ്പു മുന്നോട്ടെടുത്തു. തിക്കിത്തിരക്കിയവർക്കിടയിൽ അപ്പോഴാണ് ഞാൻ സഞ്ജീവ് കുമാർ മിത്രയെ കണ്ടത്. പച്ച ടീഷർട്ടും ജീൻസും ധരിച്ച അയാൾ ജീൻസും കറുത്ത ടീഷർട്ടും ധരിച്ച മുടി സിനിമാതാരങ്ങളെപ്പോലെ മുറിച്ചിട്ട ഒരു പെൺകുട്ടിയോടു സംസാരിക്കുന്നത് ഞാൻ അസൂയയോടെ നോക്കി. ഞാൻ മാനൊദായുടെ കൈത്തണ്ടയിൽ പിടിച്ചു.

"നമുക്കു പോകാം ദാദാ..."

അദ്ദേഹം എന്നെ സൂക്ഷിച്ചു നോക്കി.

"നീയും ആ റിപ്പോർട്ടറും തമ്മിലുള്ള കല്യാണം തീരുമാനിച്ചെന്നത് ശരിയാണോ?"

എന്റെ മുഖം ചുവന്നു.

"എനിക്ക് അറിയില്ല..."

"സുഖ്ദേബാണു പറഞ്ഞത്..."

"അങ്ങനെയൊക്കെ സംസാരമുണ്ടായിരുന്നു..."

അദ്ദേഹം സഞ്ജീവ് കുമാർ മിത്രയെ ഒരിക്കൽക്കൂടി നോക്കി.

"അയാളെ വിശ്വസിക്കാമോ?"

ആരോടെന്നില്ലാതെ അദ്ദേഹം ചോദിച്ചു. എനിക്ക് മറുപടിയുണ്ടായില്ല. മരിച്ച നിലയിൽ പൊന്തക്കാട്ടിൽ കണ്ടെത്തിയ ഒരു കുട്ടിയുടെ ശരീരം പോസ്റ്റ്മോർട്ടം ചെയ്തു കിട്ടാൻ സഹായിക്കണമെന്ന് അപേക്ഷിച്ച് കുട്ടിയുടെ അമ്മാവൻ മാനൊദായെ വന്നു കണ്ടതു കൊണ്ടു മാത്രമായിരുന്നു ഞങ്ങൾ അവിടെയെത്തിയത്. ആ കുട്ടി എന്റെ കൂട്ടുകാരി അമോദിതയുടെ മകളായിരുന്നു. മാനൊദാ തന്റെ സ്വാധീനം ഉപയോഗിച്ച് പോസ്റ്റ്മോർട്ടം നടത്താൻ ഏർപ്പാടു ചെയ്തു. പുറത്തേക്കു വരുമ്പോഴാണ് മുദ്രാവാക്യങ്ങളും പ്ലാക്കാർഡുകളുമായി സ്ത്രീകൾ വഴി തടഞ്ഞത്. പതിമൂന്നുകാരിയെ കൊല ചെയ്ത

തിന്റെ പേരിൽ വധിക്കപ്പെടണമെന്ന് അവർ ആഗ്രഹിക്കുന്ന യതീന്ദ്രനാഥ ബാനർജിയുടെ വണ്ടിക്കു വേണ്ടി കൊല്ലപ്പെട്ട ആറുവയസ്സുകാരിയെ വഹിച്ച ചെറിയ ടെംപോവാൻ കാത്തുനിന്നു. യതീന്ദ്രനാഥിന്റെ വണ്ടി പുറത്തേക്കും ജഡം വഹിച്ച വണ്ടി അകത്തേക്കും പോയതിനു ശേഷം സമരക്കാർ പിരിയു ന്നതുവരെ ഞങ്ങളും കാത്തു നിന്നു. എന്റെ കയ്യിൽ പിടിച്ച് മാനൊദാ ആഞ്ഞു നടന്നു. ഗേറ്റിനടുത്തെത്തിയപ്പോൾ എവിടെനിന്നോ സഞ്ജീവ് കുമാർ മിത്ര പ്രത്യക്ഷപ്പെട്ടു. അയാൾ എന്നെയും മാനൊദായെയും മാറി മാറി നോക്കി.

"സമരത്തിൽ പങ്കെടുക്കുന്നില്ലെന്നല്ലേ ചേതന എന്നോടു പറഞ്ഞത്?"

"ഞാൻ അതിനല്ല വന്നത്..."

"ദാദാ, എനിക്കിപ്പോഴാണ് താങ്കളെ മനസ്സിലായത്. സുഖമാണല്ലോ, അല്ലേ?"

സഞ്ജീവ് കുമാർ മാനൊദായ്ക്കു ഹസ്തദാനം നൽകി.

"നിങ്ങൾ തമ്മിൽ എന്താണു ബന്ധം?"

അയാൾ അന്വേഷിച്ചു.

"അവൾ എന്റെ മകളാണ്... മാനസപുത്രി..."

മാനൊദാ പറഞ്ഞു. ഞാൻ നിറകണ്ണുകളോടെ ചിരിച്ചു. സഞ്ജീവ് കുമാർ മിത്രയുടെ കണ്ണുകളിൽ ആശയക്കുഴപ്പം സ്ഫുരിച്ചു.

"കൊൽക്കൊത്തയിൽ എത്തിയ കാലം മുതൽ ഞാൻ താങ്കളെക്കുറിച്ചു കേൾക്കുന്നു... പക്ഷേ കാണാൻ സാധിച്ചില്ല..."

"ഞങ്ങളൊക്കെ പഴയ ആളുകളല്ലേ കുട്ടീ?... അല്ല, എന്തിനാണ് ഈ സമരം?"

"ദാ, ഇവർക്കു വേണ്ടിത്തന്നെ... വധശിക്ഷ നടപ്പായില്ലെങ്കിൽ ആരാ ച്ചാർക്കു ജോലിയുണ്ടോ? ശമ്പളമുണ്ടോ?"

"മറിച്ചല്ലേ? വധശിക്ഷ നടപ്പായാൽ ആരാച്ചാരെക്കാൾ ലാഭം നിങ്ങൾ ക്കല്ലേ?"

"നമുക്ക് എന്നു പറയൂ, മാനൊദാ. നമ്മൾ പത്രക്കാർ ഒന്നല്ലേ?"

സഞ്ജീവ് കുമാർ ഉറക്കെച്ചിരിച്ചു. മാനൊദാ കണ്ണട ഇളക്കി അയാളെ നോക്കി മന്ദഹസിച്ചു.

"അല്ല... നമ്മൾ ഒന്നല്ല...ഞങ്ങൾക്കു നിങ്ങളെ മനസ്സിലാക്കാൻ സാധി ക്കുന്നില്ല..."

"അതുപോകട്ടെ... വരൂ, നമുക്ക് ഒന്നിച്ചു പോകാം..."

"വേണമെന്നില്ല... ഞങ്ങൾ ബസിലാണ് വന്നത്..."

"എന്നു വച്ച് കാറുകളോടു പിണക്കമുണ്ടോ?"

സഞ്ജീവ് കുമാർ മിത്രയും കണ്ണട മാറ്റി. മാനൊദായെ നോക്കിയപ്പോൾ അയാളുടെ കണ്ണുകളിൽ ആദരവിനു പകരം സഹതാപമാണെന്ന് എനിക്കു തോന്നി.

"എങ്ങോട്ടാണ് നാം പോകുന്നത്?"

"വെറുതെ ഒരു ചായ കുടിച്ച് അഡ്ഡ നടത്തി പിരിയാം..."

അയാൾ മാനൊദായുടെ കയ്യിൽ പിടിച്ചു. മാനൊദാ എന്റെ നേരെ പുരികമുയർത്തി. അന്നപൂർണയെപ്പോലെ ഞാൻ ആഗ്രഹങ്ങളും ആവശ്യ

ങ്ങളും ഓർമകളും ബോധ്യങ്ങളും ഉപേക്ഷിച്ചിരുന്നു. എന്തു വേണം എന്ന് അദ്ദേഹം ചോദിച്ചത് സഞ്ജീവ് കുമാറിന് ഇഷ്ടപ്പെട്ടില്ല.

"സ്ത്രീകൾക്കു തീരുമാനമെടുക്കാൻ ശേഷിയില്ല..."

അയാളുടെ ശബ്ദത്തിൽ അസഹിഷ്ണുത നിറഞ്ഞു.

"സൊഞ്ജുബാബൂ, നിങ്ങൾക്കു ചെറുപ്പമായതു കൊണ്ടാണ് അങ്ങനെ തോന്നുന്നത്... എന്റെ പ്രായം മുതലങ്ങോട്ട് എല്ലാം സ്ത്രീകളുടെ അഭിപ്രായത്തിനും തീരുമാനത്തിനും വിട്ടു കൊടുക്കാൻ നിങ്ങൾ തയാറാകും..."

മാനൊദാ പറഞ്ഞു. സഞ്ജീവ് കുമാർ മിത്ര കേട്ടതായി ഭാവിച്ചില്ല. തല മുണ്ഡനം ചെയ്ത് കാഷായം ധരിച്ച നിമിഷം അന്നപൂർണ കുടുംബത്തിന്റെയും സമൂഹത്തിന്റെയും ശത്രുവായി. ബിംബിസാര ചക്രവർത്തിയുടെ പത്നിയായ ഖേമാ രാജ്ഞി സന്ന്യാസം സ്വീകരിച്ചപ്പോൾ മുൻജൻമങ്ങളുടെ പരമ്പരയിലുടനീളം അവർ ബോധോദയം കൈവരിച്ചതായി ജനം അംഗീകരിച്ചു. പക്ഷേ അന്നപൂർണ മഹാപ്രസ്ഥാനത്തിനൊരുങ്ങിയപ്പോൾ കുടുംബത്തെയും കുട്ടികളെയും ഉപേക്ഷിച്ച് സ്വന്തം സന്തോഷം മാത്രം അന്വേഷിച്ചു യാത്ര പുറപ്പെടാൻ ഒരു സ്ത്രീക്ക് എങ്ങനെ ഹൃദയം വന്നു എന്ന് ജനം ചോദ്യം ചെയ്തു. സ്ത്രീയുടെ നിർവാണം ഭർത്താവിനെയും കുട്ടികളെയും ശുശ്രൂഷിക്കുന്നതിലാണ് എന്ന് അവർ ആക്രോശിച്ചു. അന്നപൂർണയുടെ മൂന്നു ചെറിയ കുഞ്ഞുങ്ങളും അമ്മയെ വിളിച്ചു കരഞ്ഞു. ജനക്കൂട്ടം അന്നപൂർണയ്ക്കു നേരെ കല്ലുകൾ വലിച്ചെറിഞ്ഞു. 'എന്റെ ഹൃദയം ആനന്ദത്തിൽ ഉറച്ചു' എന്ന് രണ്ടായിരം വർഷം മുമ്പു ലോകത്തോടു പ്രഖ്യാപിച്ച സ്ത്രീ ഞാനാണെന്ന് എനിക്കു തോന്നി. എന്റെ ചുണ്ടുകളിൽ മന്ദഹാസം വിടർന്നു.

"നീയെന്തിനാണു ചിരിക്കുന്നത്? "

ടാക്സിയുടെ മുൻസീറ്റിലിരിക്കെ തിരിഞ്ഞു നോക്കി സഞ്ജീവ് കുമാർ മിത്ര അസ്വസ്ഥതയോടെ ചോദിച്ചു. ഞാൻ പുറത്തേക്കു നോക്കി വീണ്ടും മന്ദഹസിച്ചു.

"രണ്ടായിരം വർഷം മുമ്പും സ്ത്രീകൾക്കു വീട് ഉപേക്ഷിക്കാൻ അനുവാദമുണ്ടായിരുന്നില്ല..."

ഞാൻ മന്ത്രിച്ചു.

"അതിനിപ്പോൾ ആരാണ് വീട് ഉപേക്ഷിക്കുന്നത്? നീയോ?"

മാനോദാ അമ്പരപ്പോടെ അന്വേഷിച്ചു. സഞ്ജീവ് കുമാർ മിത്ര അനിഷ്ടത്തോടെ ചിരിച്ചു.

"അതു ശ്രദ്ധിക്കണ്ട മാനൊദാ... ചേതന സദാ ഇത്തരം കിറുക്കുകൾ പറഞ്ഞു കൊണ്ടിരിക്കും. ചേതന ജീവിക്കുന്നത് ഭൂതകാലത്തിലാണ്. ചരിത്രം മാത്രമാണ് അവളെ ആകർഷിക്കുന്നത്. കൺമുമ്പിലുള്ള ജീവിതം അവൾ കാണുന്നതേയില്ല..."

"കൺമുമ്പിൽ കാണുന്നതെല്ലാം ആവർത്തനങ്ങളാണ് സൊഞ്ജുബാബൂ..."

മാനൊദായുടെ ശബ്ദത്തിൽ വേദന തുടിച്ചു.

"ചരിത്രത്തിൽനിന്നു നമ്മളൊന്നും ഒന്നും പഠിക്കുന്നില്ല..."

ഗാർഹസ്ഥ്യത്തിന്റെ തിരക്കുകളിൽ തന്നോടു തന്നെ മന്ദഹസിച്ചു കൊണ്ടായിരുന്നു അന്നപൂർണയുടെ മഹാപ്രസ്ഥാനത്തിന്റെ തുടക്കം.

വെറുതെ ചിരിക്കുന്ന മരുമകളെക്കുറിച്ച് ആദ്യം ഉൽക്കണ്ഠപ്പെട്ടത് അമ്മായിയമ്മയാണ്. കുളിക്കുമ്പോഴും വസ്ത്രങ്ങൾ അലക്കുമ്പോഴും പൂജ നടത്തുമ്പോഴും തൂക്കിക്കൊല നടത്താൻ രാജകൊട്ടാരത്തിലേക്കു പുറപ്പെടുന്ന ഭർത്താവിന് കയറെടുത്തു കൊടുക്കുമ്പോഴും അന്നപൂർണ മന്ദഹസിച്ചു.

"എന്താണിത്ര ചിരിക്കാൻ ?"

കിടപ്പറയിലെ ഇരുട്ടിലും അവർ മന്ദഹസിക്കുന്നുണ്ടെന്നു മനസ്സിലാക്കി പിതാമഹൻ ഈർഷ്യയോടെ അന്വേഷിച്ചു.

"എനിക്കറിഞ്ഞുകൂടാ. എന്റെയുള്ളിൽ ആനന്ദം പതഞ്ഞൊഴുകുന്നു..."

അന്നപൂർണ പറഞ്ഞു.

"ആനന്ദിക്കാൻ ഇവിടെ എന്തുണ്ടായി?"

"അത് എന്റെ ആത്മാവിന്റെ രഹസ്യമാണ്..."

പിതാമഹൻ ചാടിയെഴുന്നേറ്റു വിളക്കിന്റെ തിരിയുയർത്തി. കയർക്കട്ടിലിൽ നഗ്നയായി കിടന്ന അന്നപൂർണ ചാടിയെഴുന്നേൽക്കുകയോ ശരീരം മറയ്ക്കുകയോ ചെയ്തില്ല. സ്വന്തം ശരീരത്തിന്റെ സ്ത്രൈണതയെക്കുറിച്ച് തീരെ അപകർഷബോധമില്ലാതെ അവർ ഭർത്താവിനെ നേരിട്ടു.

"എന്തു പറ്റി?"

അവർ ശാന്തസ്വരത്തിൽ ചോദിച്ചു.

"സത്യം പറ, നീ ഏതവനെ വിചാരിച്ചാണ് ഇങ്ങനെ സദാ പുഞ്ചിരിക്കുന്നത്?"

"തഥാഗതനെ..."

അവർ വീണ്ടും മന്ദഹസിച്ചു. പിതാമഹൻ ആ അർധരാത്രിയിൽത്തന്നെ പിണങ്ങി കയ്യിലുണ്ടായിരുന്ന നാണ്യങ്ങളുമായി വേശത്തെരുവിലേക്കു പുറപ്പെട്ടു. അവിടെ കണ്ടെത്തിയ ഏറ്റവും സുന്ദരിയായ സ്ത്രീയോടൊപ്പം ശയിച്ചു. അവർ പിതാമഹിയെക്കാൾ പതിൻമടങ്ങു സുന്ദരിയായിരുന്നെങ്കിലും അദ്ദേഹത്തിന് ആനന്ദിക്കാൻ സാധിച്ചില്ല. ആ യുവതിയോടു ബന്ധപ്പെടാൻ ശ്രമിച്ചപ്പോൾ ഭാര്യയുടെ മന്ദഹാസമോർത്ത് അദ്ദേഹത്തിന്റെ ശക്തി ക്ഷയിച്ചു. അവരുടെ ആനന്ദത്തിന്റെ രഹസ്യം അദ്ദേഹം ഒരിക്കലും കണ്ടെത്തിയില്ല. അന്നൊക്കെ ദിവസം തോറും തൂക്കിക്കൊലകളുണ്ടായിരുന്നു. പുലർച്ചെ ഉണർന്നു പൂജ നടത്തി തൂക്കുമരച്ചുവട്ടിലേക്കു പുറപ്പെടുന്നതു വരെ ഭാര്യയുടെ രൂപം കൺമുമ്പിൽ കണ്ടു പോകരുതെന്ന് പിതാമഹൻ ആജ്ഞാപിച്ചു. അദ്ദേഹത്തിന്റെ അമ്മ യൗവ്വനത്തിലേ വിധവയായിരുന്നു. അവരുടെ മുഖത്ത് സദാ കണ്ണുനീരും നിരാശയുമാണ് നിറഞ്ഞു നിന്നത്. മാ കാളിക്കു പൂജ നടത്തി ആരതിയുഴിയാനും കയറെടുത്തു നൽകാനും അമ്മ മതി എന്നു പിതാമഹൻ നിർദ്ദേശിച്ചു. തന്നോടു തന്നെ മന്ദഹസിക്കുന്ന സ്ത്രീയെക്കുറിച്ച് പിതാമഹൻ മാത്രമല്ല, മല്ലിക്കുമാരുടെ വലിയ കുടുംബം അപ്പാടെ ആകുലരായി. അവരെ കാണുന്നവരെല്ലാം അവരുടെ മന്ദഹാസത്തിനു പിന്നിൽ സ്നേഹമാണോ കാമമാണോ പരിഹാസമാണോ ദു:ഖമാണോ എന്നോർത്തു വ്യാകുലചിത്തരായി. ഒരു സ്ത്രീയുടെ ഹൃദയത്തിൽ പുരുഷന്റെയോ കുഞ്ഞുങ്ങളുടെയോ ആടയാഭരണങ്ങളുടെയോ പേരിലല്ലാത്ത ആനന്ദം സാധ്യമാണെന്ന് വിശ്വസിക്കാൻ ആർക്കും സാധിച്ചില്ല.

തന്നോടു തന്നെ മന്ദഹസിക്കുന്ന സ്ത്രീയുടെ വാർത്ത ചക്രവർത്തിയുടെ കാതുകളിലെത്തി. അദ്ദേഹം വേഷപ്രച്ഛന്നനായി അവരെ കാണാനെത്തി. അവരുടെ മന്ദഹാസം അദ്ദേഹത്തെപ്പോലും അസ്വസ്ഥനാക്കി.

കോളജ് സ്ട്രീറ്റിന്റെ തുടക്കത്തിൽ ടാക്സി നിർത്തി ഞങ്ങൾ ഇറങ്ങി. ഹിന്ദു കോളജ് സ്ഥാപിക്കാൻ രാജാ റാം മോഹൻറോയിയുടെയും രാജാ ബൈദ്യനാഥ് മുഖർജിയുടെയും ജസ്റ്റിസ് എഡ്വേഡ് ഹൈഡിന്റെയുമൊപ്പം വാച്ച് നിർമാതാവായ ഡേവിഡ് ഹെയർ യോഗം ചേർന്നത് ദേവീ ചരൺ മല്ലിക് പിതാമഹന്റെ കാലത്താണ്. ആദ്യം അവർ കോളജ് സ്ഥാപിച്ചത് ഞങ്ങളുടെ തൊട്ടടുത്ത് ചിത്പൂർ റോഡിലെ ഗോരാചന്ദ് ബസക്കിന്റെ വീട്ടിലായിരുന്നു. അത് കോളജ് സ്ട്രീറ്റിലേക്കു മാറ്റിയതോടെ അവിടെ എണ്ണമറ്റ പുസ്തകക്കടകൾ നിരനിരയായി മുളച്ചു. നടക്കാനിടയില്ലാത്ത വിധം നടപ്പാതയെ കവർന്നെടുത്ത കടകളിൽ ചെറുപ്പക്കാർ തിക്കും തിരക്കും കൂട്ടുന്നുണ്ടായിരുന്നു. കയ്യില്ലാത്ത ഉടുപ്പു ധരിച്ചവരും ജീൻസു ധരിച്ചവരും മുട്ടിനു മുകളിൽ നിൽക്കുന്ന പാവാടയോ കാലുറയോ ധരിച്ചവരുമായ പെൺകുട്ടികളായിരുന്നു നോക്കുന്നിടത്തെല്ലാം. കോഫി ഹൗസിനുള്ളിലേക്കു കയറിയപ്പോൾ നൂറു പേർ ഒരേ സമയം സംസാരിക്കുന്നതിന്റെ ആരവത്തിൽ എന്റെ കാതുകൾ അടഞ്ഞു. ഇരിക്കാൻ ഒരിടം തിരഞ്ഞു ഞങ്ങൾ മുന്നോട്ടു നടന്നു. എല്ലാ മേശകളിൽനിന്നും സംഭാഷണങ്ങൾ എല്ലാവർക്കും കേൾക്കാവുന്നത്ര ഉച്ചത്തിൽ മുഴങ്ങി.

“എന്തൊക്കെ പറഞ്ഞാലും ഠാക്കൂറിന്റെ പേരു ചീത്തയാക്കുന്ന നടപടിയായിപ്പോയി അത്... സത്യം പറയട്ടെ, അദ്ദേഹത്തിന്റെ നൊബേൽ മെഡൽ മോഷണം പോയപ്പോൾപ്പോലും ഇത്രയും നാണക്കേട് എനിക്കു തോന്നിയില്ല...”

“മെഡൽ പോയ കാര്യം ഇപ്പോഴും അധികം പേർക്കും അറിയില്ല, അറിയാമോ?”

“ഗവൺമെന്റ് അത് ഹഷ് അപ് ചെയ്തു... പക്ഷേ രാജ്യത്തിനാകെ അപമാനകരമായ ഒരു കാര്യമായിപ്പോയി... ജസ്റ്റ് ഇമാജിൻ. മറ്റേതെങ്കിലും രാജ്യത്ത് അതു സംഭവിക്കുമോ?”

“ഇതു പക്ഷേ, അധ:പതനത്തിന്റെ അങ്ങേയറ്റമാണ്... ഇത്രയും ലോക പ്രസിദ്ധമായ ഒരു യൂണിവേഴ്സിറ്റിയുടെ വൈസ് ചാൻസലർ യോഗ്യതയില്ലാത്ത ഒരുത്തിക്ക് പ്രഫസർ ജോലി കൊടുക്കുക, ഭൂമി മറിച്ചു വിൽക്കുക- ഛെ. ഛെ...”

ആരൊക്കെയോ ഉറക്കെ രോഷാകുലരായി.

“താഴെയെങ്ങും സ്ഥലമില്ല... നമുക്കു മുകളിൽ നോക്കാം...”

സഞ്ജീവ് കുമാർ നിർദ്ദേശിച്ചു. ഒടിഞ്ഞ വലതുകാലും വലിച്ച് മാനൊ ദാ ചുറുചുറുക്കോടെ പടികൾ ചാടിക്കയറി.

“ഹെയ്. ലുക്ക്. ദാറ്റ്സ് സഞ്ജീവ് കുമാർ മിത്ര...”

പിന്നിലെ മേശയിൽനിന്ന് ഒരു ചെറുപ്പക്കാരിയുടെ ശബ്ദം ഉയർന്നു.

“മറ്റേത് ആ പെണ്ണല്ലേ? ഹാങ് വുമൺ?”

“ബട്ട് ഷീ ലുക്സ് ക്വയറ്റ് ഹാപ്പി...”

"ശരിയാണ്. ഞാനെങ്ങാനുമായിരുന്നെങ്കിൽ...."

ആ വാക്കുകൾ പൂർത്തീകരിക്കപ്പെട്ടില്ല. എനിക്കു വീണ്ടും ചിരി വന്നു. ഞാനെങ്ങാനുമായിരുന്നെങ്കിൽ എന്ന സാധ്യതയാണ് എന്നെ ചിരിപ്പിച്ചത്. ഒരു ദിവസം പിതാമഹന് ഭക്ഷണം വിളമ്പുന്നതിനിടയിൽ അന്നപൂർണ പത്മാസനത്തിൽ ധ്യാനനിരതയായി മൽസ്യം വിളമ്പൂ എന്നു പിതാമഹൻ ആക്രോശിച്ചു. അവർ അതു കേട്ടില്ല. കണ്ണുകൾ അടച്ച് ചുണ്ടുകളിൽ മൃദുവായ മന്ദഹാസത്തോടെ അവർ നിവർന്നിരുന്നു. ഉറക്കെ വിളിച്ചിട്ടും പിടിച്ചു കുലുക്കിയിട്ടും അമ്മായിയമ്മ വെള്ളം കോരിയൊഴിച്ചിട്ടും കുഞ്ഞുങ്ങൾ അലറിക്കരഞ്ഞിട്ടും അവർ കണ്ണു തുറക്കുകയോ മന്ദഹാസം മായുകയോ ചെയ്തില്ല. തനിക്കു മാത്രം പ്രവേശനമുള്ള പരമാനന്ദത്തിന്റെ ലോകത്തുനിന്ന് അവർ മടങ്ങിയെത്തിയപ്പോൾ നേരം പുലർന്നു. എന്താണ് സംഭവിച്ചതെന്ന മറ്റുള്ളവരുടെ ചോദ്യത്തിന് അവർ മന്ദഹാസത്തോടെ മറുപടി നൽകി: ഞാൻ വീട് ഉപേക്ഷിച്ച് തഥാഗതന്റെ സന്നിധിയിലേക്കു പോയി. അതു പതിവായപ്പോൾ വീട്ടുജോലികൾ മുടങ്ങി. വീട് ഉപേക്ഷിക്കാതിരുന്നാൽ നിനക്ക് ആഭരണങ്ങൾ വാങ്ങിത്തരാമെന്നു പിതാമഹൻ അന്നപൂർണയെ പ്രലോഭിപ്പിച്ചു. മൂന്നു രത്നങ്ങൾ എന്റെ പക്കൽ ഇപ്പോൾത്തന്നെയുണ്ടല്ലോ—ബുദ്ധനും ധർമവും സംഘവും –എന്ന് അവർ മറുപടി നൽകി. ശകാരിച്ചും മർദ്ദിച്ചും അവരുടെ മനസ്സു മാറ്റാനുള്ള എല്ലാ ശ്രമവും പരാജയപ്പെട്ടു. തേരിഗാഥകളിൽ എന്റെ പിതാമഹിയുടെ കവിതയും രേഖപ്പെടുത്തിയിട്ടുണ്ട് : തഥാഗ തന്റെ പ്രകാശത്തിൽ എന്റെ ശരീരം ഉണങ്ങിക്കരിഞ്ഞ് പൊടിഞ്ഞ് മണ്ണിലേക്കു മടങ്ങി പഞ്ചഭൂതങ്ങളായി അവസാനിച്ചു. എന്റെ ആത്മാവാകട്ടെ, നിർവാണത്തിന്റെ അപരിമേയമായ പ്രകാശപൂരത്തിൽ അന്തസ്സോടെ അഭിരമിച്ചു.

വളഞ്ഞ പടിക്കെട്ടുകൾ കയറുമ്പോൾ ഇടതു വശത്ത് ഒന്നാം നിലയുടെ ആസ്ബസ്റ്റോസ് മേൽക്കൂരമേൽ ഡിസ്പോസിബിൾ കപ്പുകളും പ്ലാസ്റ്റിക് കുപ്പികളും കടലാസു കഷ്ണങ്ങളും ചിതറിക്കിടന്നിരുന്നു. ആരൊക്കെയോ മുറുക്കിത്തുപ്പിയ പാടുകൾ ചോരക്കറ പോലെ അങ്ങുമിങ്ങും പതിഞ്ഞു കിടന്നു. ഒഴിഞ്ഞ മേശ കണ്ടെത്തി സ്ഥാനം പിടിച്ചയുടനെ ധോത്തിയും കുർത്തയും ധരിച്ച വൃദ്ധനായ ഒരാൾ തുറന്ന ചിരിയോടെ അടുത്തു വന്നു.

"മാനൊബേന്ദ്ര ബാബൂ... എത്ര കാലമായി കണ്ടിട്ട്? ഭവിഷ്യത്ത് ഗുരുതരമായിരിക്കുമെന്നു ഞാൻ അന്നേ മുന്നറിയിപ്പു തന്നതാണല്ലോ?"

"ഭവിഷ്യത്തല്ല, വർത്തമാനകാലമാണ് ഗുരുതരം, കോമൾദാദാ... എന്തുണ്ടു വിശേഷം? താങ്കളുടെ ജീവിതം എങ്ങനെയുണ്ട്?"

മാനൊദായുടെ മുഖത്തു സന്തോഷം നിറഞ്ഞു.

"ബാബൂ, എനിക്കെന്തു വിശേഷം? രാവിലെ മദറിന്റെ മരണ മുറിയിൽ പോയി പറ്റുന്ന സഹായം ചെയ്തു കൊടുത്തു തിരിച്ചു വരും. പിന്നെ ഇവിടെയൊക്കെത്തന്നെയുണ്ട്..."

അദ്ദേഹം പിരിഞ്ഞപ്പോൾ മാനൊദാ എന്നെ നോക്കി.

"ഞങ്ങളുടെ പഴയ സഖാവാണ്...."

"താങ്കളെക്കുറിച്ചു ഞാൻ വളരെയേറെ കേട്ടിട്ടുണ്ട്... ഞാനൊരിക്കൽ താങ്കളുടെ പത്രം ഓഫിസിലേക്കു വരാം... അതിനെക്കുറിച്ച് നമുക്ക് ടിവിയിൽ ഒരു..."

സഞ്ജീവ് കുമാർ ഇടപെട്ടു.

“വേണ്ട...”

പറഞ്ഞു വന്നതു പൂർത്തിയാക്കാൻ മാനൊദാ സമ്മതിച്ചില്ല.

“ഭവിഷ്യത് അതു വായിക്കാൻ ആഗ്രഹിക്കുന്നവർ മാത്രം വായിച്ചാൽ മതി...”

“പക്ഷേ ടിവിയിൽ ഒരു വാർത്ത വന്നാൽ അതിനൊരു പരസ്യമാകും, ദാദ...”

“ഞങ്ങൾക്കു പരസ്യം ആവശ്യമില്ല, സൊഞ്ജീവ് ബാബൂ... ഭവിഷ്യത്തിനെ വെറുതെ വിട്ടേക്ക്... അത് അതിന്റെ വഴിക്കു പോകട്ടെ...”

ഒരു നിമിഷം എല്ലാവരും നിശ്ശബ്ദരായി. സഞ്ജീവ് കുമാർ മിത്ര കണ്ണടയൂരി തുടച്ച് വീണ്ടും മുഖത്തു വച്ചു.

“ചേതന ഇപ്പോൾ ഭവിഷ്യത്തിലാണോ ജോലി ചെയ്യുന്നത്?”

“അതെ... അവൾ ഞങ്ങളുടെ പ്രൂഫ് റീഡറാണ്...”

“നന്നായി... പക്ഷേ ഇന്നത്തെ സമരത്തിൽ ചേതന മുൻനിരയിൽ ഉണ്ടാകണമെന്നു ഞങ്ങൾ ആഗ്രഹിച്ചിരുന്നു. അത് അവൾക്ക് കൂടുതൽ മൈലേജ് നൽകിയേനെ...”

“ഞാൻ പെട്രോൾ കാറല്ല...”

എന്റെ ശബ്ദത്തിൽ അരിശം നിറഞ്ഞു. സഞ്ജീവ് കുമാർ മിത്ര എന്നെ സൂക്ഷിച്ചു നോക്കി. ആ നിമിഷം, അയാളുടെ കറുത്ത കണ്ണടയ്ക്കുള്ളിൽ അവ്യക്തമായി കാണുന്ന കണ്ണുകളിലേക്ക് ഉറ്റു നോക്കിയ ആ നിമിഷം, എന്റെ ശരീരം വീണ്ടും ഉണർന്നു. എനിക്ക് ഞങ്ങളൊന്നിച്ചു നടന്ന ചില വഴികളുടെ ഓർമയുണ്ടായി. എവിടെയോ പൂത്തുലയുന്ന അപൊരാജിതകളും നീൽമൊണി ലതകളും എന്റെ ശരീരത്തിൽ മുളനീട്ടി. സഞ്ജീവ് കുമാർ മിത്രയുടെ മുഖം മങ്ങി. ബെയറർ കാപ്പി കൊണ്ടു വന്നപ്പോഴും അതു കുടിച്ചു തീർത്തപ്പോഴും ഞങ്ങൾ നിശ്ശബ്ദരായിരുന്നു.

“പോർച്ചുഗൽ... പോർച്ചുഗൽ ജയിക്കുമെന്നു തന്നെയായിരുന്നു ഞാൻ അന്നേ പ്രവചിച്ചത്...”

“ബട്ട് യൂ സീ, മന്ത്രിസഭയിൽ അവർ തനിച്ചേയുള്ളൂ... ഒറ്റയ്ക്ക് ഒരു സ്ത്രീക്ക് എന്തു ചെയ്യാൻ സാധിക്കും?”

“നോക്ക്, ഈ ഗൃദ്ധാ മല്ലിക് വളരെ കണ്ണിങ് ആണ്... പക്ഷേ എനിക്കു മനസ്സിലാകാത്തത്, നമ്മുടെ മുഖ്യമന്ത്രിക്ക് എങ്ങനെ ഡെത് പെനൽറ്റിയെ ന്യായീകരിക്കാൻ കഴിയുന്നു എന്നതാണ്...”

എനിക്കു ചുറ്റും സംഭാഷണശകലങ്ങൾ അലയടിച്ചു.

“എന്താ ചിരിക്കുന്നത്?”

സഞ്ജീവ് കുമാർ മിത്ര ചോദിച്ചപ്പോഴാണ് ഞാൻ ചിരിക്കുന്നുണ്ടെന്ന് എനിക്കു മനസ്സിലായത്.

“എനിക്കു വളരെ സന്തോഷം തോന്നുന്നു...”

ഞാൻ മന്ത്രിച്ചു. അവർ രണ്ടു പേരും രണ്ടു തരം പുരുഷൻമാരായിരുന്നു. ഒരാൾ ചെറുപ്പക്കാരൻ. മറ്റെയാൾ വൃദ്ധൻ. ഒരാൾ കറുത്ത കണ്ണട കൊണ്ടു കണ്ണുകൾ മറച്ചയാൾ. മറ്റെയാൾ കണ്ണടയ്ക്കു മുകളിലൂടെ ലോകത്തെ നോക്കുന്നയാൾ.

"എന്താണ് അത്രയ്ക്ക് സന്തോഷം?"

"ചിലപ്പോൾ നിങ്ങളെന്റെ ജീവിതത്തിൽനിന്ന് ഒഴിഞ്ഞു പോയതു കൊണ്ടാകാം..."

ഞാൻ പറഞ്ഞു. സഞ്ജീവ് കുമാർ മിത്രയുടെ മുഖം അടിയേറ്റതു പോലെ ചുവന്നു. കോണിപ്പടിയിറങ്ങുമ്പോൾ ഞങ്ങളാരും സംസാരിച്ചില്ല. ചുമലിൽ തുണി സഞ്ചി തൂക്കിയിട്ട നരച്ച മുടിയും ഒട്ടിയ കവിളുമുള്ള ഒരാൾ വാതിൽക്കൽ ഞങ്ങളെ തടഞ്ഞു.

"രണ്ടു രൂപ, രണ്ടു രൂപ മാത്രം..."

മഞ്ഞ പുറംചട്ടയുള്ള മെലിഞ്ഞ പുസ്തകങ്ങൾ നീട്ടിക്കൊണ്ട് അയാൾ പറഞ്ഞു.

"രണ്ടു രൂപയോ? എന്താ ഇത്?"

സഞ്ജീവ് കുമാർ മിത്ര തിരിഞ്ഞു നിന്നു.

"കവിതകളാണു ബാബൂ... എന്റെ ഏറ്റവും പുതിയ കവിതകൾ..."

സഞ്ജീവ് കുമാർ മിത്ര അത് പരിഹാസത്തോടെ വാങ്ങി മറിച്ചു നോക്കി.

"രണ്ടു രൂപയ്ക്ക് ഇത് വിറ്റാൽ നിങ്ങൾക്ക് എത്ര ലാഭം കിട്ടും?"

"വിൽക്കുന്നവന്റെ ആനന്ദമാണു യഥാർഥ ലാഭം, ബാബു..."

"എന്നാലും പണം കണക്കുകൂട്ടുമ്പോൾ നിങ്ങൾക്കു നഷ്ടമേയുള്ളൂ..."

"പണം ഒരു സങ്കൽപമാണ് ബാബൂ... ഒരേ കടലാസിൽ അഞ്ച് എന്ന് അച്ചടിച്ചാൽ അത് അഞ്ചു രൂപയാകും. അഞ്ഞൂറ് എന്നാണെങ്കിൽ അഞ്ഞൂറ്..."

സഞ്ജീവ് കുമാർ മുഖം കോട്ടി മണ്ടൻ എന്നുരുവിട്ട് പുറത്തേക്കിറങ്ങി ഒരു ടാക്സിക്കു കൈ നീട്ടി.

"എനിക്ക് ചേതനയോട് കുറച്ചു കാര്യങ്ങൾ സംസാരിക്കാനുണ്ട്."

"പിന്നീടാകാം..."

"ഞാൻ നിങ്ങളെ വിട്ടു പോകണമെന്നാണോ? ഞാനിതാ പോയിക്കഴിഞ്ഞു..."

മാനൊദാ ചിരിച്ചു കൊണ്ട് ടാക്സിയിൽ കയറി.

"സോറി ദാദാ. നമുക്കു വീണ്ടും കാണാം... വരൂ ചേതനാ..."

"ഇല്ല... എനിക്കു ധൃതിയുണ്ട്... നമുക്കു പിന്നീട് സംസാരിക്കാം..."

ഞാൻ മാനൊദായുടെ പിന്നാലെ ടാക്സിക്കരികിലേക്കു പോകാൻ തുനിഞ്ഞു. സഞ്ജീവ് കുമാർ പാരുഷ്യത്തോടെ എന്നെ പിടിച്ചു നിർത്തി.

"നിൽക്ക്, നിൽക്ക്. നമ്മുടെ വിവാഹം തീരുമാനിക്കാൻ വേണ്ടിയാണ്..."

ഞാൻ അപ്പോൾ നിന്നു.

"നമുക്ക് നിനക്ക് ഇഷ്ടമുള്ള ആ പഴയ വീട്ടിലേക്കു പോകാം... ഈ വഴി കുറച്ചു ദൂരം നടക്കുന്നിടത്താണ് ആ വീട്... ഓർമയില്ലേ?"

അയാളുടെ ശബ്ദത്തിൽ പ്രലോഭനം നിറഞ്ഞു. ഞാൻ കണ്ണുകളടച്ച് അയാളെ നോക്കി എന്നോടു തന്നെ മന്ദഹസിച്ചു.

"എനിക്കു താൽപര്യമില്ല..."

"മീൻസ്?"

"ഇന്ന് ആശുപത്രിയുടെ മുമ്പിൽ നിങ്ങൾ ഒരു പെൺകുട്ടിയോടു സംസാരിച്ചു കൊണ്ടു നിന്നില്ലേ? അതുപോലെ ഒരു പെണ്ണാണ് നിങ്ങളുടെ ഭാര്യാ

കേണ്ടത്. നമ്മൾ രണ്ടു തരക്കാരാണ്. എന്റെ ബാബാ പറയുന്നതു പോലെ മണ്ണു കൊണ്ടു കയറു പിരിക്കാനാകില്ല. കയറു കൊണ്ടു കുടമുണ്ടാക്കാനും..."

"പക്ഷേ എത്രയും വേഗം വിവാഹം റജിസ്റ്റർ ചെയ്യാമെന്നു നിന്റെ ബാബാ സമ്മതിച്ചിട്ടുണ്ട്..."

"ബാബായുടെ തീരുമാനങ്ങൾ എപ്പോഴും എന്റേതാകണമെന്നില്ല..."

"സമ്മതിച്ചില്ലെങ്കിൽ നിന്നെ വീട്ടിൽനിന്നു പുറത്താക്കും എന്നാണ് അദ്ദേഹം എനിക്കു വാക്കുതന്നത്..."

ഞാൻ പൊട്ടിച്ചിരിച്ചു.

"എന്താ ഇത്ര ചിരിക്കാൻ? നിനക്കെന്താ ഭ്രാന്തായോ?"

ഞാൻ വീണ്ടും ചിരിച്ചു. അത് എന്നോടുതന്നെയുള്ള ചിരിയായിരുന്നു. വീട് ഉപേക്ഷിക്കാനുള്ള സ്വാതന്ത്ര്യത്തിനു വേണ്ടി സമരം ചെയ്ത അന്ന പൂർണ പിതാമഹിയെ ഇത്ര കാലവും മനസ്സിലാക്കാതിരുന്നതിൽ എനിക്കു നഷ്ടബോധം തോന്നി. പൊന്തക്കാട്ടിലേക്കു വലിച്ചിഴയ്ക്കപ്പെടുന്ന കുഞ്ഞുങ്ങൾക്കും ആക്രമിക്കുന്ന പുരുഷനെ നോക്കി പൊട്ടിച്ചിരിക്കാൻ സാധിച്ചിരുന്നെങ്കിൽ എന്നു ഞാൻ ആഗ്രഹിച്ചു. സാധിച്ചിരുന്നെങ്കിൽ, ലോകത്തെ അനീതിയുടെ ആയുസ്സ് പകുതിയായേനെ. ഏതായാലും, മരണത്തിന്റെയും ശ്വാസംമുട്ടലിന്റെയും അംഗച്ഛേദങ്ങളുടെയും ഈ കഥയിൽ എല്ലാവരും ഓർത്തു വയ്ക്കേണ്ട വഴിത്തിരിവ് ഇതാണ്. ഇവിടം മുതൽ ഞാൻ എന്നോടുതന്നെ ചിരിച്ചു. അതിൽപ്പിന്നെ അച്ഛന്റെയോ കാമുകന്റെയോ വരാനിരിക്കുന്ന ഭർത്താവിന്റെയോ മക്കളുടെയോ ഇച്ഛയ്ക്കു വഴിപ്പെടാൻ എനിക്കു സാധിച്ചില്ല.

മുപ്പത്തിയഞ്ച്

ആറു വയസ്സുകാരി അമോലികയുടെ കണ്ണുകൾ തുരന്നെടുക്കപ്പെട്ടി
രുന്നു. കൈകാലുകൾ വെട്ടിമാറ്റപ്പെട്ടിരുന്നു. കഴുത്തിലെ മാംസ
ത്തിൽ ഇരുമ്പു കമ്പി ആഴ്ത്തിയിരുന്നു. ആ കുഞ്ഞു ജഡം തലേന്നു തന്നെ
കണ്ടു പരിചയിച്ചതുകൊണ്ട് അവളുടെ ശരീരവും വഹിച്ചു നടന്ന ചെറിയ
സംഘത്തെ കഠിനമായ ഹൃദയത്തോടെ അനുഗമിക്കാൻ എനിക്കു സാധിച്ചു.
അവളുടെ അമ്മ അമോദിത അഞ്ചാം ക്ലാസ് വരെ എന്റെ സഹപാഠിയായി
രുന്നു. അമോദിതയുടെ വിവാഹം പതിനഞ്ചു തികയും മുമ്പേ നടത്തി.
ഒമ്പതാം ക്ലാസിലെ കൊല്ലപ്പരീക്ഷയ്ക്കിടയിൽ, പഠിച്ചു കൊണ്ടിരുന്ന ചരിത്ര
പുസ്തകം പകുതി മടക്കി വച്ച്, മായോടൊത്ത് ഞാൻ റയിൽവേ ട്രാക്കിനു
സമീപമുള്ള ചേരിയിലെ അവളുടെ വീട്ടിൽ പോയി കല്യാണത്തലേന്നത്തെ
പാട്ടിലും വിരുന്നിലും പങ്കെടുത്തു. വെള്ളക്കുതിരയെ പൂട്ടിയ രഥത്തിൽ
സ്ട്രാൻഡ് റോഡിലൂടെ അവളുടെ വിവാഹഘോഷയാത്ര കടന്നു വന്നപ്പോൾ
ശവവണ്ടിക്കാരും വിലാപയാത്രക്കാരും വഴി മാറി പ്രായത്തിനൊത്തു വളർച്ച
യില്ലാതെ വിളറിയ ചന്ദ്രക്കല പോലെയിരുന്ന അമോദിത വിവാഹത്തിനുശേഷം
പൂർണചന്ദ്രനെപ്പോലെ വൃദ്ധി പ്രാപിച്ചു, രണ്ടോ മൂന്നോ വർഷങ്ങൾക്കുള്ളിൽ
വീണ്ടും കറുത്ത പക്ഷത്തെ ചന്ദ്രനെപ്പോലെ വിളറി. രണ്ടു കുട്ടികളുടെ മര
ണവും പരുത്തിമില്ലിൽ തൊഴിലാളിയായ ഭർത്താവിന്റെ ആസ്തമയും ശരീരം
തളർന്ന ശ്വശുരന്റെ ശുശ്രൂഷയും അവൾക്ക് കറവ വറ്റിയ പശുവിന്റെ ഛായ
നൽകി. അമോലികയുടെ കുഞ്ഞു ശരീരത്തിലേക്ക് നോക്കാൻ എനിക്കു
ശക്തിയുണ്ടായില്ല. അത് ഒരു മനുഷ്യജീവിയായിരുന്നു എന്നു ചിന്തിക്കാൻ
പോലും ഞാൻ പ്രയാസപ്പെട്ടു. അയൽപക്കത്തെ പതിനെട്ടു വയസ്സുള്ള ഒരു
ചെറുപ്പക്കാരനാണ് അവളെ കൊലപ്പെടുത്തിയത്. പാട്ടു പഠിപ്പിച്ചു കൊടു
ക്കാമെന്ന് അവൻ വാഗ്ദാനം ചെയ്തു. ടിങ്കിൾ ടിങ്കിൾ ലിറ്റിൽ സ്റ്റാർ എന്നു
പാടിക്കൊടുത്തു. അമോലിക അത് ഏറ്റു പാടുംമുമ്പേ അവൻ അവളുടെ വായ്
പൊത്തി പൊന്തക്കാട്ടിലേക്കു വലിച്ചിഴച്ചു.

"ചേതൂ, നീ തന്നെ അവനെ തൂക്കിക്കൊല്ലണേ, എന്റെ മോളെ കൊന്ന
വനെ..."

എന്നെ കണ്ടതും അമോദിത ഉറക്കെ നിലവിളിച്ചു. ആ നിലവിളി ആശു
പത്രിയിൽനിന്ന് ആലിപ്പൂർ ജയിലിലേക്കു മടങ്ങിപ്പോയ യതീന്ദ്രനാഥ്
ബാനർജിയുടെ ഓർമ്മയുണർത്തി. അയാളെ തൂക്കിലേറ്റേണ്ടിയിരുന്നത് ഒരു
ചെറിയ പെൺകുട്ടിയെ ബലാൽക്കാരം ചെയ്തു കൊന്ന കുറ്റത്തിനായിരുന്നു.
അമോലികയുടെ ശരീരം ഏതാനും കഷ്ണങ്ങളായിത്തീർന്നതുകൊണ്ട് പ്രായം
പരിഗണിക്കാതെ അവളെ നീംതലഘാട്ടിലെ വൈദ്യുത ശ്മശാനത്തിൽ

ദഹിപ്പിച്ചു. ഇരുവശത്തും ചിതകളെരിയുന്ന ഘാട്ടിന്റെ പടവിൽ ഞാൻ നിന്നു. അവർ അവളുടെ ചിതാഭസ്മം ഗംഗയിൽ നിമജ്ജനം ചെയ്തു. ചിതകളിൽ നിന്നുള്ള പുക മൂടൽ മഞ്ഞു പോലെ എല്ലായിടത്തും പരന്നു. ഒരു തള്ള യാടും അതിന്റെ രണ്ടു കുഞ്ഞുങ്ങളും താഴെ വീണ ജമന്തിപ്പുഷ്പങ്ങൾ തിന്നു കൊണ്ട് ചിതകളിലേക്ക് നിർമമതയോടെ നോക്കി. അക്കരെ, ഫാക്ട റിചിമ്മിനികളിൽനിന്നുയർന്ന കറുത്ത പുക ആകാശത്ത് മഴക്കാർ സൃഷ്ടിച്ചു. ഒരു യാത്രാബോട്ടും രാത്രിയിൽ വിവാഹസൽക്കാരം നടത്താൻ അലങ്കരി ച്ചൊരുക്കിയ വലിയൊരു ബോട്ടും പാഞ്ഞു പോയി. തർപ്പണം ചെയ്തുകൊ ണ്ടിരുന്നവർക്കു മേൽ ഓളങ്ങൾ അടിച്ചു കയറി. ഗംഗയിൽ മുങ്ങി നിവർന്ന വർ കരയ്ക്കു കയറിയതും ഉറുമ്പുകളെപ്പോലെ ചുറ്റുമുള്ള മധുരപലഹാര ക്കടകളെ ആക്രമിച്ചു. മഹാകവി രബീന്ദ്രനാഥ് ടാഗോറിനെ സംസ്കരിച്ച മണ്ഡപത്തിനു മുമ്പിൽ ഞാൻ തനിച്ചു നിന്നു. കഫക്കട്ടകളും മുറുക്കാൻ തുപ്പലും ചാണകവും വീണു കിടന്ന റോഡിലൂടെ ശവദാഹം നടത്താനെ ത്തിയവരും നടത്തി മടങ്ങുന്നവരും തിക്കിത്തിരക്കി. വെള്ളമിറ്റു വീഴുന്ന വസ്ത്രങ്ങളും തലമുടിയുമായി അമോദിതയെ ആരൊക്കെയോ താങ്ങിപ്പി ടിച്ചു കൊണ്ടുവന്നു.

"ചേതൂ, അവൾ പോയല്ലോ, ചേതൂ... എന്നെ അമ്മേ എന്നു വിളിക്കാൻ ഇനി ആരുണ്ട്?"

എന്നെ കണ്ടതും അവൾ നിലവിളിച്ചു. ആ നിലവിളി സ്ട്രാൻഡ് റോഡിൽ മാത്രമല്ല, ഘാട്ടിലാകെ പ്രതിധ്വനിച്ചു. പൊട്ടിക്കരയുകയോ എന്നോടുതന്നെ മന്ദഹസിക്കുകയോ ആയിരുന്നു അവൾക്കു സമ്മാനിക്കാവുന്ന മറുപടി. ഞാൻ അവളെ നോക്കി സ്നേഹത്തോടെ ചിരിക്കാൻ ആഗ്രഹിച്ചു. ജീവിച്ചിരു ന്നെങ്കിൽപ്പോലും അമോദിതയുടെ മകൾ അവളെ അമ്മേ എന്നു വിളിക്കു മായിരുന്നില്ല എന്നതായിരുന്നു സത്യം. കാരണം, അവളുടെ കുഞ്ഞു നാവ് കൈകാലുകളെക്കാൾ മുമ്പേ അറുത്തു മാറ്റപ്പെട്ടിരുന്നു. പൊന്തക്കാട്ടിൽനിന്ന് കണ്ടെത്തുമ്പോൾ അവളുടെ ശരീരത്തിനരികിൽ അത് ഉറുമ്പുകൾ പൊതിഞ്ഞ ചെറിയൊരു മാംസക്കഷ്ണമായി മണ്ണിൽപ്പൂഴ്ന്നു കിടന്നു. അവൾക്കു കൊച്ചരിപ്പല്ലുകളാണ് ഉണ്ടായിരുന്നത്. നാവ് അറുത്തെടുത്തപ്പോൾ വലിച്ചു തുറന്നു പിടിച്ച വായ് അടയ്ക്കാൻ ഡോക്ടർമാർ മെനക്കെട്ടില്ല. അതുകൊണ്ട് നാവില്ലാത്ത ആ വായ അമ്മേ എന്നു വിളിച്ചു കൊണ്ടു തന്നെ പരലോക ത്തേക്കു പ്രവേശിച്ചു. പത്തുനാൽപതിന്റെ പ്രിൻസെപ് ഘാട്ട് ട്രെയിൻ പാഞ്ഞു പോകുന്ന പ്രകമ്പനങ്ങൾക്കൊപ്പം അമോദിതയും അവളുടെ അല മുറകളും കടകൾക്കു പിന്നിൽ ചേരിക്കുള്ളിൽ മറഞ്ഞു. ഠാക്കൂറിന്റെ സ്മൃതി മണ്ഡപത്തിൽ ഏഴു പതിറ്റാണ്ടിന്റെ പൊടിപടലങ്ങൾ അഴുക്കായി ഒട്ടിപ്പിടി ച്ചിരുന്നു. തൊട്ടുമുമ്പിൽ കറുത്തു പോയ തോർത്തുടുത്തു കിടന്നുറങ്ങിയ എല്ലിച്ച മനുഷ്യന്റെ അരികിൽ, ശരീരം നിറയെ വ്രണങ്ങളുള്ള കറുത്തനായ നാവ് നീട്ടി അണപ്പോടെ കിടന്നു. കഴിഞ്ഞ ദുർഗാ പൂജയ്ക്ക് ശേഷം ഉപേ ക്ഷിച്ച, വെയിലും മഴയുമേറ്റ് നിറം മങ്ങിയ വലിയ പ്രതിമകൾ അവിടവിടെ കണ്ടു. ബീഹാറിയായ വിനോദ് മല്ലിക്കിന്റെ മോ മോ കടയ്ക്കു മുമ്പിൽ മടി ത്തട്ടോളം നീണ്ട താടിയും ജഡ കെട്ടിയ മുടിയുമുള്ള സന്ന്യാസി ഒരു

സിഗററ്റ് ആഞ്ഞു വലിച്ചു. വീശിയടിച്ച കാറ്റിൽ ഏതോ ചിതയിലെ ചാരം പറന്നു തലയിൽ പതിച്ചപ്പോൾ ഞാൻ വീട്ടിലേക്കു നടന്നു.

"നിനക്കിപ്പോൾ ടിവി പരിപാടിയൊന്നുമില്ലേ മോളേ?"

റയിൽവേ ക്രോസ് കടന്നപ്പോൾ, വിൽക്കാൻ വച്ച മുളമഞ്ചങ്ങളി ലൊന്നിൽ ചാരിക്കിടന്നു കൊണ്ടു ബീഡി വലിക്കുകയായിരുന്ന ഗംഗാ ധർ ദാ വിളിച്ചു ചോദിച്ചു. ഞാൻ അദ്ദേഹത്തിന് ഒരു ക്ഷീണിച്ച പുഞ്ചിരി പകരം നൽകി.

"വയറു വീർക്കും മുമ്പേ കൈ കഴുകണം എന്നല്ലേ, ദാദാ?"

"ങ്ഹാ... ശരിയാണ്... ഞാൻ സമ്മതിച്ചു..."

അദ്ദേഹം ബീഡി ആഞ്ഞു വലിച്ചു.

"പക്ഷേ, ആ തൂക്കിക്കൊല നടക്കാത്തത് വലിയ കഷ്ടമായിപ്പോയി. എങ്കിൽ നീ ഒരു സ്റ്റാറായേനെ..."

അദ്ദേഹം അതു സങ്കൽപ്പത്തിൽ കണ്ടു പുഞ്ചിരിച്ചു.

"സത്യത്തിൽ നിനക്ക് ഒരാളെ കൊല്ലാൻ ഒട്ടും പേടിയില്ലേ ചേതൂദീ?"

ഞാനും ചിരിക്കാൻ ശ്രമിച്ചു.

"നീ തൂക്കിക്കൊല്ലുന്നവനെ ഇവിടെത്തന്നെ സംസ്കരിച്ചാൽ എനിക്ക് ഉപകാരമായി. ഒരു കച്ചോടം നടക്കും..."

അപ്പോഴും ഞാൻ ചിരിച്ചു. കച്ചവടം നടത്താൻ പറ്റിയ ചരക്ക് മറ്റു മനു ഷ്യരുടെ മരണം തന്നെയാണ്. വീട്ടിലേക്കു നടക്കുമ്പോൾ ഗംഗാധർ ദാദാ യോടു പറഞ്ഞ വാക്യം വീണ്ടും നാവിൻ തുമ്പിൽ വന്നു. ഭക്ഷണത്തിൽ ഉപ്പു വേണം, ഇത്തിരി കയ്പ് വേണം, വയറു വീർക്കും മുമ്പേ കൈ കഴുകണം. അതെഴുതിയത് ഖാവ്നയെന്ന സ്ത്രീയായിരുന്നു. ഖാവ്ന കവിയും ജ്യോതി ഷിയുമായിരുന്നു. വരാഹമിഹിരന്റെ മരുമകളായിരുന്ന അവർ ഞങ്ങളുടെ പിതാമഹൻ രാധാരമൺ മല്ലിക്കിന്റെ അച്ഛന്റെ സഹോദരീ പുത്രിയായിരുന്നു എന്നു ഥാക്കുമാ അവകാശപ്പെട്ടു.

"ആ ചെക്കൻ വന്നിട്ടുണ്ട്..."

പോർട്ട് ട്രസ്റ്റിലെ തൊഴിലാളികൾ താമസിക്കുന്ന ക്വാർട്ടേഴ്സുകളിലേ ക്കുള്ള ഊടുവഴിക്കു മുമ്പിലുള്ള പൈപ്പിന് മുമ്പിൽ വെള്ളമെടുക്കാൻ കുട ങ്ങളുമായിനിന്ന മാ എന്നെ കണ്ടതും ശബ്ദം താഴ്ത്തി അറിയിച്ചു.

"നീ എന്തെങ്കിലും ഒരു തീരുമാനമെടുക്കണം, ചേതൂ... അയാളിങ്ങനെ വന്നു പോകുന്നത് ശരിയല്ല..."

"അയാൾ വന്നു പോയ്ക്കോട്ടെ, മാ.. ഇവിടെ ആരൊക്കെ വന്നു കഴിഞ്ഞു. ഇനി ആരൊക്കെ വരാനിരിക്കുന്നു..."

ഞാൻ ഈർഷ്യയോടെ പറഞ്ഞു. കുളി കഴിഞ്ഞ് അകത്തേക്കു ചെല്ലു മ്പോൾ അയാളുടെ ശബ്ദം ഉയർന്നു കേട്ടു. ഒരു മാത്ര എന്റെ കാലുകൾ നിശ്ചലമായി. കണ്ണുകൾ രാമുദായുടെ ഒഴിഞ്ഞ കട്ടിലിലേക്കു പാഞ്ഞു. തലയ്ക്കൽ അപ്പോഴും കത്തിയ നിലവിളക്ക് രാമുദായുടെ രണ്ടു കണ്ണുകൾ പോലെ ഉറ്റു നോക്കി. മാനൊദാ തലേന്നു തിരുത്താൻ തന്ന പഴയൊരു കയ്യെ ഴുത്തു പ്രതിയുമായി ഞാൻ വെറുംനിലത്തു ചടഞ്ഞിരുന്നു. അത് അദ്ദേഹ ത്തിന്റെ ആത്മകഥയിലെ അടിയന്തരാവസ്ഥയെക്കുറിച്ചുള്ള ഭാഗമായിരുന്നു.

'സിദ്ധാർഥ ശങ്കർ റേ ഡൽഹിയിൽനിന്നു മടങ്ങി വന്നപ്പോൾ' എന്ന ആദ്യത്തെ വാക്യം വായിച്ച് ഞാൻ അസ്വസ്ഥതയോടെ അത് അടച്ചു വച്ചു. എന്റെ മനസ്സിൽ ഖാവ്നയാണ് നിറഞ്ഞത്. ഞങ്ങളുടെ പിതാമഹന്റെ സഹോദരിയും ഭർത്താവും മകളെ ഇപ്പോൾ 24 പർഗാനാസിലുള്ള ബരസാത്തിലെ അനാചാര്യയ്ക്ക് ദത്തു മകളായി കാഴ്ച വച്ചു. അനാചാര്യന്റെ ശിക്ഷണത്തിൽ അവൾ പണ്ഡിതയായി. ചന്ദ്രഗുപ്ത വിക്രമാദിത്യന്റെ സദസ്സിൽ ഏഴു രത്നങ്ങൾ മാത്രമുണ്ടായിരുന്ന അക്കാലത്ത് അവരിലൊരാളായ വരാഹന് സ്വന്തം മകന്റെ ജാതകം ഗണിച്ചപ്പോൾ തെറ്റിപ്പോയി. നൂറു വർഷം ആയുസ്സുള്ള മകന്റെ ജനനസമയം കണക്കാക്കിയപ്പോഴുള്ള പിഴവു മൂലം പത്തു വയസ്സിന്റെ ആയുസ്സേ വരാഹന് മനസ്സിലായുള്ളൂ. പത്തു വയസ്സു വരെ വളർത്തിയ ശേഷമുള്ള വേർപാടിന്റെ വേദന ഭയന്ന് അദ്ദേഹം അവനെ മുളങ്കുട്ടയിൽ കിടത്തി കടലിൽ ഒഴുക്കി. ബരസാത്തിലെ ആദിവാസികൾ കുട്ട പിടിച്ചെടുത്തു. അവർ കുട്ടിയെ വളർത്തി ജ്യോതിശ്ശാസ്ത്രത്തിൽ പ്രവീണനാക്കി. ഖാവ്നയെ കണ്ടുമുട്ടിയ മിഹിരൻ അവളുടെ പാണ്ഡിത്യത്തിൽ പ്രലോഭിതനായി വിവാഹം കഴിച്ചു. പഠിക്കാനുള്ളതെല്ലാം പഠിച്ചു എന്ന ധാരണയിൽ മിഹിരൻ പത്നിയെയും കൊണ്ട് രാജസദസ്സിലേക്കു പുറപ്പെട്ടു. ആദിവാസികൾ അവരെ കാടു കടത്തി വിടാൻ ഒരു വഴികാട്ടിയെ അയച്ചു. വഴികാട്ടിയുടെ കയ്യിൽ താളിയോലയിൽ എഴുതിയ ഗ്രന്ഥങ്ങളും നൽകി. പോകും വഴി മിഹിരന്റെ ജ്ഞാനം പരിശോധിക്കാനും പരാജയപ്പെട്ടാൽ കൂടുതൽ പഠിക്കാൻ ഗ്രന്ഥങ്ങൾ നൽകാനും വിജയിച്ചാൽ ഗ്രന്ഥങ്ങൾ തിരികെ കൊണ്ടുവരാനുമായിരുന്നു വഴികാട്ടിക്കു കിട്ടിയ നിർദേശം. വഴിയിൽ കണ്ട ഗർഭിണിയായ കറുത്ത പശു പ്രസവിക്കുന്ന കുട്ടിയുടെ നിറമെന്തെന്നായിരുന്നു ഒരു ചോദ്യം. തവിട്ടു നിറമെന്നു മിഹിരൻ നക്ഷത്രങ്ങളുടെ സ്ഥാനം നിർണയിച്ചു പ്രവചിച്ചു. വെളുത്ത നിറമെന്ന് ഖാവ്നയും പ്രവചിച്ചു. പശു പ്രസവിക്കുന്നതു വരെ അവർ കാത്തു. അവരുടെ കൺമുമ്പിൽ പശു വെളുത്ത കുട്ടിയെ പ്രസവിച്ചു. വീണ്ടും മുന്നോട്ടു പോയപ്പോൾ വഴിയിൽ കണ്ട രോഗിയുടെ രോഗം പ്രവചിക്കാൻ വഴികാട്ടി ആവശ്യപ്പെട്ടു. അയാൾക്ക് പക്ഷാഘാതമെന്ന് മിഹിരൻ ഗണിച്ചു പറഞ്ഞു. നെറ്റിയിൽ ചുവന്ന പൊട്ടുള്ള സർപ്പത്തിന്റെ ദംശനമെന്ന് ഖാവ്നയും. ഖാവ്നയുടെ പ്രവചനമായിരുന്നു ശരി. വീണ്ടും മുന്നോട്ടു പോയപ്പോൾ വഴിയിലൊരു ബ്രാഹ്മണനെ കണ്ടു. അയാൾക്ക് എത്ര കുട്ടികളുണ്ടെന്നു ഗണിച്ചു പറയാനായി, അടുത്ത നിർദ്ദേശം. നാല് എന്ന് മിഹിരൻ ഗണിച്ചു പറഞ്ഞു. ആറ് എന്നു ഖാവ്നയും. അവിടെയും ഖാവ്ന തന്നെ വിജയിച്ചു.

"ഈ പുസ്തകങ്ങൾ നിങ്ങൾക്കാണ്. നിങ്ങളിനിയും പഠിക്കേണ്ടിയിരിക്കുന്നു"

ഗ്രന്ഥങ്ങൾ മിഹിരനു നൽകി വഴികാട്ടിയായ ആദിവാസി യാത്ര പറഞ്ഞു. ഇത്രയും വർഷത്തെ കഠിനാധ്വാനത്തിനുശേഷവും പഠനം പൂർണമായില്ലെങ്കിൽ ഇനി ഈ ഗ്രന്ഥങ്ങൾ കൂടി പഠിച്ചിട്ടെന്ത് എന്നു ക്ഷോഭിച്ചു മിഹിരൻ ഗ്രന്ഥങ്ങൾ ഗംഗയിൽ എറിഞ്ഞു. ഖാവ്ന നദിയിൽ ചാടി , കയ്യിൽക്കിട്ടിയ ഏതാനും ഗ്രന്ഥങ്ങൾ വീണ്ടെടുത്തു. ബാക്കിയുള്ളവ ഒഴുകിപ്പോയി. നദിക്ക

പ്പുറത്തെ ചെറിയ വനത്തിൽ വിക്രമാദിത്യ മഹാരാജാവ് വേട്ടയാടുന്നുണ്ടായിരുന്നു. രാജാവിനെ മുഖം കാണിച്ച മിഹിരന്റെ പാണ്ഡിത്യത്തിൽ സംപ്രീതനായ മഹാരാജാവ് അദ്ദേഹത്തെ തന്റെ ദർബാറിലെ പണ്ഡിതരിൽ ഒരാളായി സ്വീകരിച്ചു. താൻ നദിയിലൊഴുക്കിയ മകനെ വരാഹൻ തിരിച്ചറിഞ്ഞു.

"വധശിക്ഷ വേണം എന്നു പറയുന്നവരും വേണ്ട എന്നു പറയുന്നവരും തമ്മിലുള്ള യുദ്ധമാണിത്... നമുക്കൊന്നും ചെയ്യാൻ സാധിക്കില്ല..."

എന്തോ കൊറിച്ചു കൊണ്ട് സഞ്ജീവ് കുമാർ മിത്ര ഉറക്കെ പറഞ്ഞു. ഞാൻ കയ്യെഴുത്തു പ്രതി മാറ്റി വച്ച് അസ്വസ്ഥതയോടെ എഴുന്നേറ്റു. ഏതാനും ദിവസം മുമ്പ് ഒരു മരണം സംഭവിച്ച വീടാണ് ഞങ്ങളുടേത് എന്ന തോന്നലൊന്നും അയാളുടെ ശബ്ദത്തിലുണ്ടായില്ല.

"രാജേ രാജേ ജുദ്ധോ ഹോയേ ഉലുഖഗ്രാർ പ്രാൺ ജായേ. കേട്ടിട്ടില്ലേ സെഞ്ജൂ ബാബൂ? രാജാക്കൻമാർ യുദ്ധം ചെയ്യുമ്പോൾ പ്രാണൻ പോകുന്നത് ഉലു മുളയ്ക്കാണ്. അല്ല ബാബൂ, നിങ്ങൾക്കെന്തു തോന്നുന്നു, ഇവൻമാരെയൊക്കെ കൊല്ലണമെന്നോ പൂട്ടിക്കെട്ടി വച്ചു പൂജിക്കണമെന്നോ? ജയിലിൽ ഇവൻമാരെ തീറ്റിപ്പോറ്റാൻ കാശെത്ര വേണം? അത് ലാഭിച്ചു കൂടേ കുറെയെണ്ണത്തെ തൂക്കിക്കൊന്നാൽ ?"

അച്ഛനും ഉറക്കെച്ചിരിച്ചു.

"അതു ചേതനയോടു ചോദിക്ക്, ഫണീദാ. അവളല്ലേ തൂക്കിക്കൊലയ്ക്ക് എതിരായി ഏറ്റവും കൂടുതൽ ശബ്ദിക്കുന്നത്?"

"തന്തയില്ലാത്തവൾ. എനിക്ക് എതിരേ ശബ്ദിച്ചാൽ അവളുടെ നാവു ഞാൻ മുറിക്കും..."

അത്രയും കേട്ടപ്പോൾ ഞാൻ വാതിൽക്കലേക്കു ചെന്നു. വാതിൽപ്പടിയിൽ ചാരി നിന്ന് ഞാൻ അച്ഛനെ നോക്കി മന്ദഹസിച്ചു. 'നീയെപ്പോൾ വന്നു' എന്നു ചോദിച്ചു കൊണ്ട് അച്ഛൻ സിഗററ്റ് എടുത്തു ചുണ്ടിൽ വച്ചു തീ കൊളുത്തി. സഞ്ജീവ് കുമാർ മിത്രയുടെ മുഖത്ത് കാഠിന്യം നിറഞ്ഞു. പക്ഷേ അത് അവഗണിച്ചുകൊണ്ട് ഞാൻ അയാൾക്കും വിടർന്നൊരു പുഞ്ചിരി സമ്മാനിച്ചു.

"ചേതനയ്ക്ക് വലിയ സന്തോഷമാണല്ലോ ഒന്നു രണ്ടു ദിവസമായി. എന്താണ് വിശേഷിച്ച്?"

സഞ്ജീവ് കുമാർ കണ്ണടയൂരി തുടച്ചു കൊണ്ട് ആരോടെന്നില്ലാതെ ചോദിച്ചു.

"എന്റെയുള്ളിൽ നിറയെ സന്തോഷമാണ്..."

ഞാൻ കൂടുതൽ തുറന്നു ചിരിച്ചു.

"സന്തോഷിക്കാൻ മാത്രം എന്താണു സംഭവിച്ചത്?"

അയാളുടെ നെറ്റി ചുളിഞ്ഞു.

"ആരാച്ചാരെ സന്തോഷിപ്പിക്കുന്നത് മരണങ്ങളാണ്...."

ഞാൻ ഉറക്കെ ചിരിച്ചു. സഞ്ജീവ് കുമാർ മിത്രയുടെ മുഖത്ത് സംശയം നിഴലിച്ചു. നല്ല മനുഷ്യരുടെ സാമീപ്യം ആഗ്രഹിക്കുന്നു എന്നു ന്യായീകരിച്ചാണു വിക്രമാദിത്യൻ ഖാവ്നയെ രാജസദസ്സിലേക്കു ക്ഷണിച്ചത്. അതിനു

തലേന്ന് അദ്ദേഹം ആകാശത്തെത്ര നക്ഷത്രങ്ങളുണ്ട് എന്നൊരു ചോദ്യം ഉന്നയിച്ചിരുന്നു. അതിന് ഉത്തരം കണ്ടെത്താൻ നവരത്നങ്ങളുള്ള ദർബാ റിൽ ആർക്കും സാധിച്ചില്ല. രാജാവിനു മുമ്പിൽ പരാജയപ്പെട്ടു നിസ്സഹായ രായ ഭർത്താവിനെയും ശ്വശുരനെയും നോക്കി എത്ര ലളിതമായ ചോദ്യം എന്ന് ഖാവ്ന ഉറക്കെച്ചിരിച്ചു. താൻ കണ്ടെത്തിയ സൂത്രവാക്യപ്രകാരം ആകാശത്ത് 100×10^{22} നക്ഷത്രങ്ങളുണ്ട് എന്ന് അറിയിച്ചു. പിറ്റേന്നു രാജസ ദസ്സിൽ ഇതെന്റെ വീട്ടിലെ പെണ്ണുങ്ങൾക്കു പോലും ഗണിക്കാവുന്നതല്ലേ എന്നു വരാഹൻ വിജിഗീഷുവായി. ചക്രവർത്തി വിസ്മയസ്തബ്ധനായി. അദ്ദേഹം വേഷപ്രച്ഛന്നനായി ഖാവ്നയെ കണ്ടു. സുന്ദരിയല്ലാത്ത ഖാവ്ന യുടെ പാണ്ഡിത്യത്തിൽ ആകൃഷ്ടനായ ചക്രവർത്തി അവരുടെ സാമീപ്യം സദാ ആഗ്രഹിച്ചു. പത്താമത്തെ രത്നമാകാൻ അദ്ദേഹം അവരെ തന്റെ ദർ ബാറിലേക്കു ക്ഷണിച്ചു. .

"വിവാഹക്കാര്യത്തെക്കുറിച്ചു സംസാരിക്കാനാണ് ഞാൻ ഇപ്പോൾ വന്നത്. ഇതിങ്ങനെ നീട്ടിക്കൊണ്ടു പോകാൻ എനിക്കു താൽപര്യമില്ല..."

ഖാവ്നയെക്കുറിച്ച് ഓർത്തു പുഞ്ചിരിക്കുകയായിരുന്ന ഞാൻ പെട്ടെന്നു നക്ഷത്രങ്ങൾക്കിടയിൽനിന്ന് ഭൂമിയിലേക്കു വീണു.

"നിങ്ങൾ എന്നെ വിവാഹം കഴിക്കുകയില്ല..."

ഞാൻ ചിരിച്ചു കൊണ്ടു പറഞ്ഞു.

"അതല്ല നിങ്ങളുടെ മനസ്സിലെ ഉദ്ദേശ്യം..."

സഞ്ജീവ് കുമാർ മിത്രയുടെ മുഖം ചുവന്നു. അച്ഛൻ സിഗററ്റ് വായിൽ നിന്നെടുത്ത് എന്നെ നോക്കി. ഞാൻ രണ്ടു പേരെയും നോക്കി കൂടുതൽ സന്തോഷത്തോടെ ചിരിച്ചു.

"നിങ്ങളെ സംബന്ധിച്ചിടത്തോളം ഞാൻ അഷ്ടിക്കു വകയില്ലാത്ത മാസം തോറും കിട്ടുന്ന നൂറ്റമ്പതു രൂപയ്ക്കു വേണ്ടി പത്തോ പതിനഞ്ചോ വർഷം കൂടുമ്പോൾ ഒരുത്തനെ കൊല്ലാൻ മടിക്കാത്ത ഒരുത്തന്റെ മകൾ. നിങ്ങളുടെ കണ്ണ് കച്ചവടത്തിലാണ്, സഞ്ജീവ് കുമാർ ബാബൂ. എനിക്ക് അതു നന്നായി അറിയാം..."

"എന്തു കച്ചവടം?"

സഞ്ജീവ് കുമാർ മിത്ര പരവശനായി. ഞാൻ ഒരിക്കൽക്കൂടി സന്തോ ഷത്തോടെ ചിരിച്ചു.

"മനുഷ്യരെ എങ്ങനെയൊക്കെ കൊല്ലാമെന്ന് ഞങ്ങളുടെ പരമ്പരയ്ക്ക് അറിയുന്നതു പോലെ സ്ത്രീകളെ എങ്ങനെയൊക്കെ വിൽക്കാമെന്ന് നിങ്ങ ൾക്കും പരമ്പരാഗത ജ്ഞാനമുണ്ടല്ലോ..."

സഞ്ജീവ് കുമാർ മിത്ര ചാടിയെഴുന്നേറ്റു.

"വാട്ട് ഡു യൂ മീൻ?"

അയാളുടെ ശബ്ദം ചിലമ്പി. കാര്യമെന്താണെന്നു മനസ്സിലാകാതെ അച്ഛൻ ഞങ്ങൾ രണ്ടുപേരെയും മാറി മാറി നോക്കി.

"ഞാനറിയാത്തതെന്തൊക്കെയോ സംഭവിച്ചിട്ടുണ്ടല്ലോ, സൊഞ്ജു ബാബൂ? "

അച്ഛന്റെ ഉരുണ്ട കണ്ണുകളിൽ ചുവപ്പു രാശി കലർന്നു.

"ഹേയ്. എന്തു സംഭവിക്കാൻ?"

സഞ്ജീവ് കുമാർ മിത്ര വല്ലായ്മയോടെ കൈകൾ കൂട്ടിത്തിരുമ്മി.

"നീ പറയൂ, ചേതൂ..."

അച്ഛൻ അൽപം കോപത്തോടെ പറഞ്ഞു. ഞാൻ സഞ്ജീവ് കുമാറിനെ ഉറ്റു നോക്കി ഒരിക്കൽക്കൂടി ചിരിച്ചു. അത് അയാളെ കൂടുതൽ അസ്വസ്ഥനും കോപാകുലനുമാക്കി.

"സഞ്ജീവ് കുമാർ ബാബു വാങ്ങിത്തന്ന വളകളും മോതിരവും തിരികെക്കൊടുത്തേക്കൂ, ബാബാ... എനിക്ക് ഇദ്ദേഹത്തിന്റെ ഭാര്യയാകാൻ താൽപര്യമില്ല..."

"എങ്കിൽപ്പിന്നെ എന്തിനാണ് ചേതന എനിക്ക് ആശ നൽകിയത്? എന്നെ ചുംബിക്കാൻ അനുവദിച്ചത്? എന്റെ വീട്ടിൽ എന്റെ കിടപ്പറയിൽ കടന്നു വന്നത്?"

അച്ഛന്റെ മുമ്പിൽ വച്ച് അത്തരം ചോദ്യങ്ങൾ നേരിടുന്നത് എന്നെ സംബന്ധിച്ചിടത്തോളം എളുപ്പമല്ലെന്ന് അറിഞ്ഞു കൊണ്ട് ആക്രമിക്കുകയായിരുന്നു അയാൾ. അച്ഛൻ ചാടിയെഴുന്നേറ്റ് സിഗററ്റ് വലിച്ചെറിഞ്ഞ് എന്റെ മുടിക്കു കുത്തിപ്പിടിച്ചു.

"തന്തയ്ക്കു പിറക്കാത്തവളേ. കുടുംബത്തിനു ദുഷ്പേരുണ്ടാക്കാൻ വേണ്ടി ഇറങ്ങിത്തിരിച്ചിരിക്കുന്നോ? നിന്നെ ഞാൻ കൊന്നു കളയും..."

ഞാൻ ഉലഞ്ഞു പോയി. എങ്കിലും ചിരിച്ചു കൊണ്ടു തന്നെ അച്ഛനെ നോക്കി.

"നാനൂറ്റി അമ്പത്തൊന്നിൽ നീഹാരികയുടെ പേരു കൂടി ഉൾപ്പെടുത്തിയിട്ടുണ്ടോ ബാബാ?"

അച്ഛൻ എന്റെ മുടിയിൽനിന്ന് പിടി വിട്ടു.

"ഇല്ലെങ്കിൽ ഞാനും രാമുദായും കൂടിയാകുമ്പോൾ നാനൂറ്റി അമ്പത്തിനാലാകും, അല്ലേ?"

അച്ഛൻ കോപവും സ്തോഭവും കൊണ്ട് എരിഞ്ഞു. ഞാൻ കൂസലില്ലാതെ അച്ഛൻ പിടിച്ചുലച്ച നനഞ്ഞ മുടി നേരെയിട്ട് അവർ ഇരുവരെയും നോക്കി ഒരിക്കൽക്കൂടി പുഞ്ചിരിച്ചു. അച്ഛൻ അസ്വസ്ഥനായി. ഞാൻ മുറിയിലേക്കു മടങ്ങി. ഥാക്കുമായുടെ കട്ടിലിലിരുന്ന് രാമുദായുടെ ഒഴിഞ്ഞ കട്ടിലിലേക്കു നോക്കി ഞാൻ വീണ്ടും മന്ദഹസിച്ചു. അപ്പോൾ അച്ഛൻ മുറിയിലേക്ക് ചാടിക്കയറി വന്ന് എന്നെ പിടിച്ചുയർത്തി വലതു പുറംകൈ കൊണ്ടു രണ്ടു കവിളിലും മാറി മാറി അടിച്ചു.

"എങ്ങനെ സംസാരിക്കണമെന്ന് അറിയാത്ത ശവമേ. നിന്റെ നാവു ഞാൻ പിഴുതെടുക്കും..."

"മുറിച്ചു കളയുകയായിരിക്കും, എളുപ്പം, ബാബാ..."

ഞാൻ ചിരിച്ചു കൊണ്ടു പറഞ്ഞു. കണ്ണുകൾ നിറഞ്ഞിരുന്നെങ്കിലും കവിൾ പുകയുന്നുണ്ടായിരുന്നെങ്കിലും തുറന്നു ചിരിക്കാൻ ശ്രമിച്ചപ്പോൾ എന്റെ വേദന മാഞ്ഞു. അച്ഛൻ എന്നെ അരിശത്തോടെ നോക്കി. കാളകളുണ്ടായിരിക്കുകയും നിലമുഴാതിരിക്കുകയും ചെയ്യുന്നവന്റെ ദുരിതം ഒരിക്കലും അവസാനിക്കുകയില്ലെന്ന ഖാവ്നയുടെ വരി എനിക്ക് ഓർമ വന്നു. അവർ

ബംഗാളിലെ ആദ്യത്തെ കവയിത്രിയായിരുന്നു. വിക്രമാദിത്യന്റെ കണ്ണുകളിൽ ഖാവ്നയോടുള്ള ആഗ്രഹം തിരിച്ചറിഞ്ഞ് മിഹിരൻ അസൂയാലുവായി. ഖാവ്നയുടെ സാമീപ്യത്തിനു വേണ്ടി ഭൂമിയുടെ ചെരിവും ചന്ദ്രന്റെ വ്യാസവും കണ്ടെത്താനുള്ള ശ്രമകരമായ ഗണിതപ്രശ്നം ചക്രവർത്തി ഖാവ്നയ്ക്കു നൽകി. ചക്രവർത്തിയുടെ ചോദ്യങ്ങൾക്ക് ഉത്തരം കണ്ടെത്തിയാൽ ഖാവ്നയുടെ ഖ്യാതി ലോകമെങ്ങും പരക്കുമെന്നും ഒരു സ്ത്രീയുടെ ഭർത്താവോ ശ്വശുരനോ ആയി അറിയപ്പെടുന്നതിനേക്കാൾ ഭേദം ആത്മഹത്യയാണെന്നും വരാഹമിഹിരൻമാർ നിശ്ചയിച്ചു. പ്രഭാതത്തിൽ രാജസദസ്സിലേക്കു പുറപ്പെട്ട ഖാവ്നയെ മിഹിരൻ അടിച്ചു വീഴ്ത്തി. കഴുത്തിൽ കുടുക്കിട്ട് ഉത്തരത്തിൽ കെട്ടിത്തൂക്കി. കയറിൽ തൂങ്ങി നിൽക്കെ അവരുടെ നാവു പുറത്തു ചാടി. വരാഹൻ കത്തിയെടുത്ത് ആ നാവ് അറുത്തു. ഉത്തരം കണ്ടെത്താനാകാത്ത ദു:ഖത്താൽ ഖാവ്ന സ്വന്തം നാവ് അറുത്തു കളഞ്ഞതായി വരാഹനും മിഹിരനും ചക്രവർത്തിയെ അറിയിച്ചു. നാവ് നഷ്ടപ്പെട്ട ഖാവ്നയെ സ്നേഹിക്കാൻ ചക്രവർത്തിക്കു സാധിച്ചില്ല. നാവു നഷ്ടപ്പെട്ട ഖാവ്ന ജീവിച്ചിരുന്നുമില്ല. മുറിച്ചെടുക്കപ്പെട്ട നാവിൽനിന്നു രക്തം വാർന്ന് അവർ മരിച്ചു. പത്തു വയസ്സിൽ മരിക്കുമെന്നു വരാഹൻ പ്രവചിച്ച മകൻ നൂറു വയസ്സു വരെ ജീവിച്ചു. ഖാവ്ന മരിക്കുമ്പോൾ മിഹിരന് ഇരുപത്തഞ്ചു വയസ്സേ ഉണ്ടായിരുന്നുള്ളൂ. അതിൽപ്പിന്നെ അയാൾ നക്ഷത്രങ്ങളെ നോക്കാൻ ധൈര്യപ്പെട്ടില്ല. എഴുപത്തഞ്ചു വർഷം അയാൾ ഇരുട്ടു മുറിയിൽ അടച്ചു ജീവിച്ചു.

ഞാൻ ഭവിഷ്യത്തിലേക്ക് നടന്നാണു പോയത്. ദൂരം വളരെയുണ്ടായിരുന്നു. ഉറക്കത്തിലെന്നതുപോലെ ഞാൻ നടന്നു. പേരാലുകളും വള്ളിച്ചെടികളും പടർന്നു പിടിച്ച് തകർന്നു തുടങ്ങിയ പഴയ കൊട്ടാരത്തിനു സമീപമെത്തിയപ്പോൾ ഒരു ടാക്സി എന്റെ അരികിൽ സഡൻ ബ്രേക്കിട്ടു. സഞ്ജീവ് കുമാർ മിത്ര എന്നെ അതിൽ കയറാൻ ക്ഷണിച്ചു. അയാൾ എനിക്ക് അപരിചിതനായിരുന്നു. അയാളുടെ കറുത്ത കണ്ണടച്ചില്ലിൻമേൽ എനിക്കു പിറകിലെ തകർന്ന മതിലിൻമേൽ വരച്ചിട്ട ചുവന്ന നക്ഷത്രങ്ങൾ രക്തനിറത്തിൽ തെളിഞ്ഞു കണ്ടു. എനിക്കു ചിരി വന്നു. മതിൽ തകർന്നു തുടങ്ങിയിരുന്നു. അതിന്റെ ചുവന്ന ഇഷ്ടകകളിൽ പായലിന്റെ പച്ചനിറം പടർന്നിരുന്നു. നക്ഷത്രങ്ങൾക്കു തിളക്കം നഷ്ടപ്പെട്ടിരുന്നു. അവയ്ക്കു മേൽ പായൽമൂടിയിരുന്നു. അയാളെ ശ്രദ്ധിക്കുക പോലും ചെയ്യാതെ ഞാൻ ആഞ്ഞു നടന്നു. കിതച്ചു കൊണ്ടാണെങ്കിലും ടിങ്കിൾ ടിങ്കിൾ എന്നു പാടാൻ ഞാൻ ആഗ്രഹിച്ചു.

മുപ്പത്തിയാറ്

രാധാരമൺ മല്ലിക് പിതാമഹന് സച്ചിൻമയീ ദേവിയിലുണ്ടായ മകൻ ദേവദത്തൻ കള്ളനും കവർച്ചക്കാരനുമായി ഗംഗാതീരത്തെ വനത്തിൽ വിഹരിക്കുന്ന കാലത്ത് അതിസുന്ദരിയായ ഒരു യുവതിയെ കണ്ടെത്തുകയും അവളെ തന്റെ വധുവാക്കുകയും ചെയ്തു. നീലത്താമരയുടെ നിറമുള്ള അവൾക്ക് ഉത്പലവർണ എന്നായിരുന്നു പേര്. ഉത്പലവർണ നേരത്തേ വിവാഹിതയായിരുന്നു. ആദ്യ ഭർത്താവ് വ്യാപാരത്തിനായി വംഗനാട്ടിലേക്കു പുറപ്പെട്ടതിനുശേഷമാണ് ഉത്പലവർണ താൻ ഗർഭിണിയാണെന്നു തിരിച്ചറിഞ്ഞത്. ഭർതൃകുടുംബം ചാരിത്ര്യത്തെ ചോദ്യം ചെയ്തതിനെത്തുടർന്ന് പൂർണഗർഭിണിയായിരിക്കെ വീടു വിട്ടിറങ്ങിയ ഉത്പലവർണ വംഗനാട്ടിലേക്കുള്ള വഴിമധ്യേ ഒരു കാട്ടിൻനടുവിൽ വച്ചു പ്രസവിച്ചു. കുഞ്ഞിനെ വള്ളിക്കുടിലിൽ കിടത്തി വെള്ളം തേടിപ്പോയി തിരിച്ചെത്തിയപ്പോൾ കുഞ്ഞിനെ കാണാനുണ്ടായിരുന്നില്ല. ഹൃദയം പൊട്ടിക്കരഞ്ഞ ഉത്പലവർണ ദിവസങ്ങളോളം കുഞ്ഞിനെ തിരഞ്ഞ് കാട്ടിൽ അലഞ്ഞു. കുഞ്ഞിനെ നഷ്ടപ്പെട്ടതിനാൽ ഭർത്താവിനെ അഭിമുഖീകരിക്കാൻ ധൈര്യം വരാതെ സ്വന്തം വീട്ടിലേക്കു പുറപ്പെട്ടപ്പോഴാണ് വഴി മധ്യേ ദേവദത്ത പിതാമഹൻ അവരെ കണ്ടതും ഭീഷണിപ്പെടുത്തി പത്നിയാക്കിയതും. അദ്ദേഹത്തിന് അവരോടു കലശലായ ഭ്രമമായിരുന്നു. ഉത്പലവർണ അദ്ദേഹത്തിനു വിധേയയായി ജീവിച്ചു. അവർ വീണ്ടും ഗർഭിണിയായി. ഇത്തവണ ജനിച്ചത് ഒരു പെൺകുട്ടിയാണ്. പക്ഷേ, അപ്പോഴേക്ക് ഉത്പലവർണയെ തനിക്കു നഷ്ടപ്പെടുമോ എന്ന ഭീതി മൂലം പിതാമഹൻ അവളെ സംശയിക്കാനും സദാ കലഹിക്കാനും ആരംഭിച്ചു. ഒരു ദിവസം അത്തരമൊരു കലഹത്തിനിടയിൽ കുഞ്ഞിനു പാലു കൊടുത്തു കൊണ്ടിരുന്ന ഉത്പലവർണയെ അദ്ദേഹം തള്ളിയിട്ടു. കുഞ്ഞ് നിലത്തു വീണു. തല പൊട്ടി രക്തത്തിൽ കുളിച്ചു കിടന്ന കുഞ്ഞിനെ കണ്ട് അതു മരിച്ചുപോയി എന്നുറപ്പിച്ചു നിലവിളിച്ചു കൊണ്ടോടിയ ഉത്പല വർണ മരിക്കാൻ വേണ്ടി ഗംഗയിൽ ചാടി. പക്ഷേ, ഒഴുക്കിൽപ്പെട്ട് അബോധാവസ്ഥയിൽ തീരത്തടിഞ്ഞ അവരെ ഒരു ചെറുപ്പക്കാരൻ രക്ഷപ്പെടുത്തി. ഉത്പലവർണയുടെ സൗന്ദര്യത്തിൽ അയാളും മതിമയങ്ങി. അയാൾ അവരെ ഭാര്യയായി സ്വീകരിച്ചു. മറ്റു മാർഗമില്ലാതെ ഉത്പല വർണ അയാൾക്കും വഴങ്ങി. വർഷങ്ങൾ കഴിഞ്ഞു. ഒരു ദിവസം അയാൾ വീട്ടിലെത്തിയത് ഒരു കൗമാരക്കാരിയെയും കൊണ്ടാണ്. ഭർത്താവ് മറ്റൊരു വിവാഹം കഴിച്ചെന്ന് അറിഞ്ഞ ഉത്പലവർണ തകർന്നു. തന്നെക്കാൾ സൗന്ദര്യവും ചെറുപ്പവുമുള്ള പെൺകുട്ടിയെ അവർ ശത്രുവായി കണക്കാക്കി. അവർ അവളെ വെറുക്കുകയും ശപിക്കുകയും മർദ്ദിക്കുകയും കൊല്ലാൻ ശ്രമിക്കുകയും ചെയ്തു. ഒരു

ദിവസം മുടിക്കു പിടിച്ചു ഭിത്തിയിൽ അടിക്കുമ്പോൾ അവളുടെ തലയിലെ വലിയ മുറിവു കണ്ട് അതെന്താണെന്ന് ചോദിച്ച ഉത്പലവർണയോട് അവൾ പറഞ്ഞു—'എന്റെ അമ്മ എനിക്കു പാലു തന്നു കൊണ്ടിരിക്കെ ഞാൻ താഴെ വീണു. ഞാൻ മരിച്ചു എന്നോർത്ത് അമ്മ നദിയിൽ ചാടി'. തന്റെ മകൾ തന്നെയാണ് ആ പെൺകുട്ടിയെന്നു മനസ്സിലാക്കിയ നിമിഷം ഉത്പലവർണയ്ക്കു ജ്ഞാനോദയമുണ്ടായി. ജീവിതത്തിന്റെയും ബന്ധങ്ങളുടെയും അനുഭവങ്ങളുടെയും അർഥങ്ങൾ അന്വേഷിച്ച് അവർ യാത്ര പുറപ്പെട്ടു.

'ഭവിഷ്യത്തി'ന്റെ ഓഫിസിൽ എന്നെക്കാൾ മുമ്പെയെത്തി കാത്തിരിക്കുകയായിരുന്നു സഞ്ജീവ് കുമാർ മിത്ര. അയാളുടെ മുമ്പിൽ ഇരിക്കെ, എന്റെ മനസ്സിലും ജീവിതത്തിന്റെയും അനുഭവങ്ങളുടെയും അർഥങ്ങളെക്കുറിച്ചു വ്യാകുലതകളുണ്ടായി. അയാളെ ഒഴിവാക്കാൻ വേണ്ടി ഞാൻ മേശപ്പുറത്ത് പൊടിയടിച്ചിരുന്ന കടലാസുകളിലൊന്നു വലിച്ചെടുത്ത് വായിച്ചു തുടങ്ങി. 'സ്പെഷൽ ഓർഡർ ഓഫ് ദ് ഡേ ഓൺ ദ് റൂമർ ഓഫ് സറൻഡർ 14 ഓഗസ്റ്റ് 1945' എന്നു തലക്കെട്ടുള്ള കടലാസാണ് എന്റെ കയ്യിൽ കിട്ടിയത്. ഞാൻ അസ്വസ്ഥതയോടെ ദുപ്പട്ടയുടെ തുമ്പു കൊണ്ട് കഴുത്തും മുഖവും തുടച്ച് ആ മഞ്ഞ കടലാസിലേക്ക് മുഖം താഴ്ത്തി. അതു സുഭാഷ് ചന്ദ്ര ബോസ് ഒപ്പുവച്ച പ്രത്യേക ഉത്തരവാണെന്ന് സാവധാനം വ്യക്തമായി. സയനോണിൽ ഇന്ത്യൻ നാഷനൽ ആർമിയെ നയിക്കുമ്പോൾ അദ്ദേഹം പുറത്തിറക്കിയ ഉത്തരവായിരുന്നു അത്.

"എനിക്കു ചേതനയോട് സംസാരിക്കാനുണ്ട്..."

സഞ്ജീവ് കുമാർ മിത്ര കോപം കൊണ്ടോ അപമാനം കൊണ്ടോ ചുവന്നു തുടുത്ത മുഖത്തോടെ എന്നെ നോക്കുന്നതു ഞാൻ ഏറുകണ്ണിട്ടു കണ്ടു. കാണാത്ത ഭാവത്തിൽ വായന തുടർന്നു.

"—സഖാക്കളേ, ശത്രുത അവസാനിച്ചതായി സയനോണിലും മറ്റു പല സ്ഥലങ്ങളിലും എല്ലാത്തരത്തിലുമുള്ള കിംവദന്തികൾ പരന്നിരിക്കുകയാണ്. ഇതിലേറെയും അസത്യമോ അല്ലെങ്കിൽ അമിതമായി ഊതിപ്പെരുപ്പിക്കപ്പെട്ടതോ ആയ വാർത്തകളാണ്. ഈ നിമിഷം വരെ എല്ലാ മുന്നണികളിലും യുദ്ധം തുടരുകയാണ്...."

"ചേതന, ഇതു തമാശയല്ല. ഇതിനും മാത്രം എന്തു തെറ്റാണു ഞാൻ ചേതനയോടു ചെയ്തത്? ചേതനയ്ക്ക് ഇന്നുള്ള പ്രശസ്തിയും സാമ്പത്തിക ലാഭവും നേടിത്തന്നതോ? ചേതനയുടെ സഹോദരന്റെ ചികിൽസയ്ക്കു വേണ്ട സഹായം ചെയ്തതോ? ചേതനയുടെ ബാബായ്ക്കു വേണ്ടി ഇപ്പോഴും ഗവൺമെന്റിൽ സ്വാധീനം ചെലുത്തുന്നതോ?"

"—ഞാനീപ്പറയുന്നത് സുഹൃത്തുക്കളിൽനിന്നു കിട്ടിയ വിവരം വച്ചു മാത്രമല്ല, ശത്രുക്കളുടെ റേഡിയോ റിപ്പോർട്ടുകൾ കൂടി അടിസ്ഥാനപ്പെടുത്തിയാണ്..."

"ഇതൊക്കെ എന്റെ കർത്തവ്യമായിട്ടാണ് ഞാൻ കരുതുന്നത്. അതു കൊണ്ടു കണക്കു പറയുകയല്ല... ''

"—യുദ്ധത്തിന്റെ കാര്യത്തിൽ എന്തെങ്കിലും മാറ്റമുണ്ടായാൽ..."

"ചേതനയുടെ ജീവിതം മെച്ചപ്പെടുത്തണമെന്നു ഞാൻ ആഗ്രഹിച്ചു. അതെന്റെ കർത്തവ്യമാണെന്നു ഞാൻ കരുതി. കാരണം ഞാൻ ചേതനയെ വിവാഹം കഴിക്കാൻ തീരുമാനിച്ചിരിക്കുകയാണ്..."

"—യുദ്ധത്തിന്റെ കാര്യത്തിൽ എന്തെങ്കിലും മാറ്റമുണ്ടായാൽ അതു നിങ്ങളെ ആദ്യം അറിയിക്കുന്നതു ഞാൻ തന്നെയായിരിക്കും..."

സഞ്ജീവ് കുമാർ മിത്ര എന്റെ കയ്യിൽനിന്നു കടലാസ് തട്ടിയെടുത്തു.

"അരുത്. അതു കീറിപ്പോകും. പൊടിഞ്ഞു തുടങ്ങിയ പഴയ കടലാ സാണ്..."

ഞാൻ ഈർഷ്യയോടെ പറഞ്ഞു.

"ഞാൻ ചോദിച്ചതിനു മറുപടി പറയൂ... നമ്മുടെ വിവാഹം ചേതന ആഗ്രഹിച്ചിട്ടില്ലേ?"

അയാളെ തറച്ചു നോക്കി കഴിയുന്നത്ര മൂർച്ചയുള്ള ഒരു ചിരി ഞാൻ ചിരിച്ചു.

"ആഗ്രഹവും തീരുമാനവും രണ്ടാണ്..."

"തീവ്രമായ ആഗ്രഹത്തിനും തീരുമാനത്തിനും ഒരേ ഫലമാണ്..."

"തെറ്റിദ്ധാരണകളുടെ പേരിലുള്ള ആഗ്രഹങ്ങൾക്ക് ഒരു സാധുതയുമില്ല. ശരിയായ വിവരങ്ങളുടെയും വസ്തുതകളുടെയും പിൻബലത്തിൽ മാത്രമേ ആഗ്രഹങ്ങൾ ആഗ്രഹങ്ങളാകുന്നുള്ളൂ..."

"ഞാൻ ചേതനയോടു വാദിക്കാനില്ല... പക്ഷേ ഇന്നു ചേതന ഗൃദ്ധ മല്ലി ക്കിനെ ലോകമറിയുന്നത് ഞാൻ കാരണമാണെന്ന് മാത്രമേ എനിക്കു പറയാ നുള്ളൂ..."

"എന്റെ പ്രശസ്തിയുടെ നേട്ടം എന്നെക്കാൾ നിങ്ങൾക്കായിരുന്നു... നിങ്ങൾക്ക് ലക്ഷക്കണക്കിനു രൂപയുടെ ലാഭം കിട്ടി... അതിൽനിന്ന് അയ്യാ യിരം രൂപ എന്റെ ബാബായ്ക്കും കൊടുത്തു. അതിൽ എനിക്കെന്തു ലാഭം? എന്തു നേട്ടം? മുഴുവൻ ലോകത്തിന്റെയും ഭാരതീയ സ്ത്രീത്വത്തിന്റെയും സ്വാഭിമാനത്തിന്റെ പ്രതീകമായതോ?"

എന്റെ കണ്ണുകൾ പുകഞ്ഞു നീറി. എസ്.എസ്.കെ. എം. ഹോസ്പിറ്റ ലിൽ രാമുദായുടെ ശരീരത്തിന്റെ ദൃശ്യങ്ങൾ പകർത്താൻ അയാൾ ക്യാമറാ മാനെയും കൊണ്ടു കയറി വന്ന നിമിഷമാണ് മനസ്സിൽ തെളിഞ്ഞത്. രാമു ദായുടെ ചികിൽസയ്ക്ക് സഹായിച്ചതിനു പകരം സഞ്ജീവ് കുമാർ മിത്ര ഞങ്ങളുടെ ദൈന്യത വിറ്റു കാശാക്കി.

"ശരി, ശരി... ഞാൻ ചെയ്തതൊക്കെ തെറ്റിപ്പോയി. എല്ലാം ശരിയാക്കാൻ എനിക്ക് ഒരവസരം കൂടി തരൂ..."

"സഞ്ജീവ് കുമാർ മിത്ര....!"

ഞാൻ പരുഷമായ ശബ്ദത്തിൽ വിളിച്ചു.

"എനിക്കൊരു കാര്യം മാത്രമേ അറിയാനുള്ളൂ. ഇപ്പോൾ നിങ്ങൾക്ക് എന്നെക്കൊണ്ട് എന്താണാവശ്യം ? "

"ചേതന എന്നെ വല്ലാതെ തെറ്റിദ്ധരിച്ചിരിക്കുകയാണ്..."

ഞാൻ വീണ്ടും ആ കടലാസ് കയ്യിലെടുത്ത് വായന തുടർന്നു.

"അതുകൊണ്ട്, നിങ്ങളെല്ലാവരും പരിപൂർണ ശാന്തത പാലിക്കണ മെന്നും എല്ലാ കർത്തവ്യങ്ങളും സാധാരണ നിലയിൽ..."

"പ്ലീസ് ചേതനാ..."

സഞ്ജീവ് കുമാർ മിത്ര അക്ഷമയോടെ ഉറക്കെ പറഞ്ഞു. ആ സമയത്ത് മേശപ്പുറത്തെ കറുത്ത ഫോൺ ഉറക്കെ മുഴങ്ങി, അൽപ സമയത്തിനുശേഷം നിശ്ചൽദാ വാതിൽക്കൽ വന്നു.

"എന്റെ സഹോദരിയുടെ ഭർത്താവ് മരിച്ചു പോയി..."

"ഈഷ്... എവിടെയാണ് നിശ്ചൽ ദാ?"

"മൊണിക്തല..."

"പോയി വരൂ... ഞാൻ മാനോദായോടു പറഞ്ഞേക്കാം..."

നിശ്ചൽ ദാ പോയപ്പോൾ സഞ്ജീവ് കുമാർ മിത്രയും എഴുന്നേറ്റു പോയി. ഞാൻ ജനാല തുറന്നിട്ട് ഠാക്കൂർ ബാടിയുടെ ചുവന്ന എടുപ്പുകളിലേക്കു നോക്കി അദൃശ്യനായ മഹാകവിയെ വന്ദിച്ചു. ആ ജനാലയിലൂടെ നോക്കുമ്പോൾ നേരെ കാണുന്നത് മൃണാളിനിയുടെ പ്രത്യേക അടുക്കളയാണെന്നു മാനൊദാ പറഞ്ഞിരുന്നു. അതിനുള്ളിൽ മൃണാളിനി മാത്രം ഉപയോഗിച്ചിരുന്ന പാത്രങ്ങളും ഉപകരണങ്ങളും സൂക്ഷിച്ചിരുന്നു. ഭവതാരിണിയെന്ന നാട്ടിൻപുറത്തുകാരിയെ നഗരത്തിലെത്തിച്ച് മൃണാളിനി ദേവിയാക്കിയ കഥ ഞാൻ കേട്ടിട്ടുള്ളതാണ്. ആ വീടിന്റെ വലിയ വിജനമായ മുറികളെ കുറിച്ച് ആലോചിച്ചപ്പോൾ എനിക്കു ഭയം തോന്നി. അതു വാക്കുകളുടെയും വർണങ്ങളുടെയും മാത്രമല്ല, മരണത്തിന്റെയും ബംഗ്ലാവായിരുന്നു. ടാഗോറിന്റെ ജ്യേഷ്ഠന്റെ ഭാര്യ കാദംബരീദേവി ആത്മഹത്യ ചെയ്തതും ആ വലിയ വീടിനുള്ളിലെവിടെയോ വച്ചാണ്. ഒമ്പതാം വയസ്സിൽ ഠാക്കൂർ ബാഡിയിൽ വധുവായി വന്നു കയറിയ ദരിദ്രയും അധഃകൃതയുമായ പെൺകുട്ടിക്ക് ഭർത്താവിന്റെ സ്നേഹം നേടിയെടുക്കാൻ സാധിച്ചില്ല. ഭർത്താവിന്റെ ഇളയ സഹോദരനിൽ കൂട്ടുകാരനെയും കാമുകനെയും കവിയെയും കണ്ടെത്തിയ അവരുടെ ദുരന്തം എന്നെ സങ്കടപ്പെടുത്തി. ഉത്പലവർണയെപ്പോലെ കാദംബരീദേവിയും ടാഗോറിന്റെ വധുവായി വന്ന ഭവതാരിണിദേവിയെ ശപിക്കുകയും വെറുക്കുകയും ചെയ്തിട്ടുണ്ടാകുമോ എന്നു ഞാൻ സംശയിച്ചു. അപ്പോൾ സഞ്ജീവ് കുമാർ മിത്ര വീണ്ടും അകത്തു വന്ന് എന്നെ മാറോടമർത്താൻ ശ്രമിച്ചു. ഞാൻ അരിശത്തോടെ അയാളെ തള്ളി മാറ്റി.

"എന്താണ് നിങ്ങൾക്കു വേണ്ടത്? അതു പറഞ്ഞു തുലയ്ക്കൂ... എനിക്കിവിടെ ജോലിയുണ്ട്..."

"ജോലിയോ? ഹോ... ഭയങ്കര ജോലി തന്നെ... ചേതനയ്ക്ക് നല്ലൊരു ജോലി ശരിയാക്കാൻ ഞാൻ മുഖ്യമന്ത്രിയെ കണ്ടു പറഞ്ഞിട്ടുണ്ട്... അറിയില്ലേ, തൂക്കിക്കൊല നടത്താൻ ഗവൺമെന്റിന് താൽപര്യമാണ്... അത്രയ്ക്ക് ക്രൂരമായ പ്രവൃത്തിയല്ലേ ആ ബാനർജി ചെയ്തത്? മാത്രമല്ല, നാട്ടിൽ ബലാൽസംഗങ്ങൾ കൂടിക്കൂടി വരുന്നു. ഈ സമയത്ത് ശക്തവും കൃത്യവുമായ ഒരു മെസേജ് ജനങ്ങൾക്കു കൊടുക്കേണ്ടതുണ്ടെന്ന് മന്ത്രിസഭയിൽ എല്ലാവർക്കും അഭിപ്രായമുണ്ട്..."

"എനിക്ക് അതെക്കുറിച്ച് കേൾക്കാൻ താൽപര്യമില്ല..."

ഞാൻ വീണ്ടും കസേരയിൽ ഇരിക്കാൻ ശ്രമിച്ചപ്പോൾ അയാൾ എന്നെ തടഞ്ഞ് മേശയ്ക്കും കസേരയ്ക്കും ഇടയിലുള്ള ഇത്തിരി ഇടത്തിലൂടെ എന്റെ

ശരീരത്തെ വലിച്ചു പുറത്തിറക്കാൻ ശ്രമിച്ചു. ഞാൻ ഭവിഷ്യത്തിന്റെ പുരാതനമായ ആ കറുത്ത മേശയിൽ അള്ളിപ്പിടിച്ച് അയാളെ തടഞ്ഞു.

"ചേതന ആ തൂക്കിക്കൊല നടത്തണമെന്നാണ് എന്റെ ആഗ്രഹം... അതോടെ ലോകചരിത്രത്തിൽത്തന്നെ ചേതന സ്ഥാനം പിടിക്കും. ചേതനയുടെ സ്ഥാനത്ത് ഒരു പുരുഷനായിരുന്നെങ്കിൽ ഇത്രയും ശ്രദ്ധ ഒരിക്കലും കിട്ടുകയില്ല. പക്ഷേ ഒരു സ്ത്രീയാണ് എന്നതു കൊണ്ട് നീയൊരു സെലിബ്രിറ്റിയാകും... നോക്കിക്കോ."

അയാൾ പ്രലോഭിപ്പിച്ചു.

"എനിക്കു സെലിബ്രിറ്റിയാകണ്ട..."

"ലോകത്ത് ഈ ജോലിയിൽ മറ്റൊരു സ്ത്രീയില്ല. അതെക്കുറിച്ചു ചിന്തിച്ചു നോക്കൂ... നീ, നീ മാത്രം...!"

ഞാൻ അയാളെ നോക്കി. അയാളുടെ വെളുത്ത കഴുത്തിൽ ലേശം നീലഛവി കലർന്നിരുന്നു. സംസാരിക്കുമ്പോൾ അയാളുടെ കഴുത്തിലെ ഞരമ്പുകൾ വലിഞ്ഞു മുറുകി. എനിക്കു പെട്ടെന്നു മാരുതി പ്രസാദ് യാദവിനെ ഓർമ വന്നു. എന്നെ പിന്നിലൂടെ കയ്യിട്ടു ചേർത്തു പിടിച്ചപ്പോൾ അയാളുടെ കഴുത്തിലും ഞരമ്പുകൾ വലിഞ്ഞു മുറുകി. ഞാൻ സഞ്ജീവ് കുമാർ മിത്രയുടെ കണ്ണുകളിലേക്ക് ഉറ്റു നോക്കാൻ ശ്രമിച്ചു. കണ്ണടയ്ക്കുള്ളിൽ അയാളുടെ കണ്ണുകൾ ഇരുട്ടിൽ ഏതോ മൃഗത്തിന്റെ കണ്ണുകൾ പോലെ അഗ്നിയുടെ നിറത്തിൽ തിളങ്ങുന്നത് കാണാമായിരുന്നു. അയാൾ ഭംഗി നഷ്ടപ്പെട്ടുപോയ ചിരിയോടെ എന്റെ കൈപ്പത്തി കൈകളിലെടുത്ത് കൂടുതൽ ചാഞ്ഞു. ഞാൻ വലതു കൈ കൊണ്ട് അയാളെ വീണ്ടും തള്ളി മാറ്റി.

"ആദ്യം കാണുമ്പോൾ നീ ഒരു പെൺകുട്ടിയായിരുന്നു. ഇപ്പോൾ പൂർണവളർച്ചയെത്തിയ സ്ത്രീയായി."

സഞ്ജീവ് കുമാർ മിത്ര അൽപം ഇടറിയ ശബ്ദത്തിൽ പറഞ്ഞു.

"ചതിക്കപ്പെട്ടു കഴിയുമ്പോൾ പെൺകുട്ടികൾ പെട്ടെന്നു വളരും..."

ഞാൻ പറഞ്ഞു. പുറത്ത് ഭേൽപൂരി വിൽപനക്കാരന്റെ മണിയടി ശബ്ദം മുഴങ്ങി. അതിനു പിറകെ ട്രാം ചൂളം വിളിച്ചു കടന്നു പോയി. ഓഫിസിന്റെ മുൻവശത്തുള്ള സംഗീതോപകരണക്കടയിൽനിന്നു പതിവുപോലെ തട്ടും മുട്ടും താളങ്ങളും ഉയർന്നു. സഞ്ജീവ് കുമാർ മിത്ര എന്നെ മേശയ്ക്കിടയിലൂടെ പുറത്തു വലിച്ചിടാൻ വീണ്ടും ശ്രമിച്ചു.

"ചേതനാ, ഞാനൊരിക്കലും നിന്നെ ചതിക്കാൻ ആഗ്രഹിച്ചിട്ടില്ല. നിന്നെ രക്ഷിക്കണമെന്നു മാത്രമേ എന്റെ മനസ്സിൽ അന്നുമിന്നുമുള്ളൂ... പിണങ്ങിയിരിക്കുമ്പോഴും എനിക്കു നിന്നെ വല്ലാതെ മിസ് ചെയ്യുന്നുണ്ടായിരുന്നു... ആ ദിവസത്തിനുശേഷം ഒരു തവണ പോലും നീയെന്നെ അന്വേഷിച്ചു വന്നില്ല. ഒരിക്കൽപ്പോലും ഫോൺ ചെയ്തില്ല. നിനക്ക് ഞാൻ ആരുമല്ല, അല്ലേ?"

ഞാൻ അയാളുടെ കൈപ്പത്തികളിലേക്കു നോക്കി. ഇടതും വലത്തും കൈകൾ കൊണ്ട് അയാൾ എന്നെ പിടിച്ചു ഞെരിക്കാൻ ആഗ്രഹിക്കുന്നുണ്ടെന്നു വ്യക്തമായിരുന്നു. ഞാൻ അയാളുടെ ഇടതുകൈയ്യിൽ പിടിച്ചു.

"സഞ്ജീവ് കുമാർ ബാബൂ, എന്നെ വിട്ടേക്കൂ... ഞാൻ ജീവിച്ചു പോയ്ക്കോട്ടെ..."

"എന്റെ ചോദ്യത്തിന് ഉത്തരം പറയൂ- നീ എന്നെ ആഗ്രഹിച്ചിട്ടില്ലേ?"

"ഞാൻ നിങ്ങളെ ആഗ്രഹിച്ചിരുന്നു. നിങ്ങളുടെ സ്നേഹം. അപൊരാജിതകൾ വളർന്നു നിൽക്കുന്ന നിങ്ങളുടെ വീട്, ആയിരം വിളക്കുകൾ തെളിഞ്ഞു നിന്ന നിങ്ങളുടെ സ്റ്റുഡിയോ... - പക്ഷേ ഒന്നും സത്യമായിരുന്നില്ല. എല്ലാം എന്റെ തന്നെ സങ്കൽപമായിരുന്നു. അതുകൊണ്ട് ഞാനതെല്ലാം മറന്നു... നിങ്ങളും മറന്നേക്കൂ..."

സഞ്ജീവ് കുമാർ മിത്ര എന്നെ തറപ്പിച്ചു നോക്കി. എന്തോ പറയാനൊരുങ്ങി വേണ്ടെന്നു വച്ച് വീണ്ടും പുറത്തേക്കു പോയി. ഠാക്കൂർ ബാടിയുടെ ഗേറ്റു കടക്കുമ്പോൾ ഇടതു വശത്തുള്ള ശിവക്ഷേത്രത്തിൽ മണിയടിയും പൂജാമന്ത്രങ്ങളും ഉയർന്നു. ഞാൻ മേശയ്ക്കു പിന്നിൽനിന്നു പുറത്തു വന്നു. വാതിൽക്കൽ എത്തുംമുമ്പെ അയാൾ ചാടി വീണ് എന്നെ കെട്ടിപ്പുണർന്ന് ഭിത്തിയോടു ചേർത്തു നിർത്തി ചുംബിക്കാൻ ശ്രമിച്ചു. ഞാൻ കുതറി.

"മാറി നിൽക്കൂ... എന്നിട്ട് നിങ്ങൾ പിന്നാലെ വന്നതെന്തിനാണെന്നു പറയൂ..."

"നിന്നെ കാണാൻ... പിണക്കം മാറ്റാൻ..."

ഞാൻ ഉറക്കെച്ചിരിച്ചു. എന്റെ കൈകൾകൊണ്ട് ഞാൻ അയാളെ അകറ്റിപ്പിടിച്ചു.

"അതു മാർഗമേ ആകുന്നുള്ളൂ. ലക്ഷ്യം മറ്റെന്തോ ആണ്..."

സഞ്ജീവ് കുമാർ മിത്രയുടെ മുഖത്തു ജാള്യം നിറഞ്ഞു.

"നമുക്ക് മുഖ്യമന്ത്രിയെ ചെന്നു കാണാം... ജനങ്ങളുടെ പിന്തുണ ഈ സംരംഭത്തിനുണ്ട് എന്നു ബോധ്യപ്പെടുത്താം..."

ഞാൻ അയാളെ തള്ളി മാറ്റി.

"ഒരാളെ കൊല്ലാൻ ജനങ്ങളുടെ പിന്തുണയോ?"

"ഇതു സാധാരണക്കാരനല്ല... ഒരു പെൺകുട്ടിയെ ക്രൂരമായി ബലാൽക്കാരം ചെയ്തു കൊന്ന ഒരുവനാണ്... അവനെ തൂക്കിക്കൊല്ലുന്നത് ഇത്തരം ക്രിമിനൽസിന് ഒരു വലിയ പാഠമായിരിക്കും..."

ഞാൻ പരിഹാസത്തോടെ ചിരിച്ചു.

"സഞ്ജീവ് ബാബൂ, എന്റെ ബാബാ നാനൂറ്റിയമ്പത്തൊന്നു പേരെ തൂക്കിലേറ്റി... മോഷണത്തിന്, കൊലപാതകത്തിന്, കവർച്ചയ്ക്ക്, ബലാൽസംഗക്കുറ്റത്തിന്... പക്ഷേ ഓരോ ദിവസവും കൂടുതൽ കൂടുതൽ ക്രിമിനലുകൾ ഉണ്ടാകുന്നതേയുള്ളൂ... മരിച്ചു പോയവരുടെ സ്ഥാനത്ത് ആയിരക്കണക്കിന് പുതിയ ആളുകൾ ദിവസവും ഉണ്ടാകുന്നു... കൊല്ലുകയല്ല ശിക്ഷ... മറ്റെന്തോ ആണ്..."

"ചേതനാ, നിനക്ക് വിവരമില്ലാത്തതുകൊണ്ടാണ് ഇങ്ങനെ സംസാരിക്കാൻ സാധിക്കുന്നത്..."

അയാൾ എന്നെ വീണ്ടും മുറുക്കെപ്പുണർന്നു.

"സത്യം പറയൂ... നീ എന്നെ സ്നേഹിക്കുന്നില്ലേ? ഇതുപോലെ ഞാൻ കെട്ടിപ്പുണരുമ്പോൾ നീ അത് ആസ്വദിക്കുന്നില്ലേ? എന്റെ അടുത്തിരിക്കുമ്പോൾ നീ സന്തോഷിക്കുന്നില്ലേ?"

അയാളുടെ ശബ്ദം ദുർബലമായി. ഞാൻ സഹതാപത്തോടെ പുഞ്ചിരിച്ചു.

"എന്തിനാണ് നീയിങ്ങനെ വെറുതെ ചിരിക്കുന്നത്?"

അയാളുടെ ശബ്ദത്തിൽ ഈർഷ്യ കലർന്നു.

"സത്യം പറയൂ... നീ എന്നെ സ്നേഹിക്കുന്നില്ലേ?"

ഞാൻ കുറച്ചുകൂടി ഉറക്കെ ചിരിച്ചു.

"കുറച്ചു കാലം മുമ്പു വരെ... ഇപ്പോഴില്ല..."

"കാരണം?"

അയാളുടെ നെറ്റി ചുളിഞ്ഞു.

"നിങ്ങൾ ഇത്രയേയുള്ളൂ എന്ന് എനിക്ക് മനസ്സിലായി..."

അയാൾ പിടി വിട്ടു മാറി നിന്നു.

"എന്നുവച്ചാൽ?"

"നിങ്ങൾ വളരെ ദുർബലനായ ഒരാൾ... നിങ്ങൾക്ക് കരുത്തില്ല. സത്യസന്ധതയില്ല. സഹിക്കാൻ ശേഷിയില്ല..."

ചുറ്റും കടലാസുകൾ ഇളകുന്ന ശബ്ദം മാത്രമേ കേൾക്കാനുണ്ടായിരുന്നുള്ളൂ. കുറച്ചു കഴിഞ്ഞ് പുറത്തെവിടെയോ ആരോ മൃദംഗമോ തബലയോ വായിക്കുന്ന ശബ്ദം ഉയർന്നു. സഞ്ജീവ് കുമാർ മിത്ര എന്റെ ശരീരത്തിൽ നിന്നു കയ്യെടുത്തു. ഞങ്ങൾ പരസ്പരം നോക്കിനിന്നു. പിന്നീട് അയാൾ ഒരു കടുവയെപ്പോലെ എന്റെ ചാടിവീണ് എന്നെ വലിച്ചു നിലത്തിട്ടു. അയാൾ എന്നെ ബലാൽക്കാരം ചെയ്യാൻ ശ്രമിക്കുകയാണെന്ന് എനിക്കു തോന്നി. അമോലികയെ ഓർമ വന്നതു കൊണ്ടു ഞാൻ വീണ്ടും ചിരിച്ചു. ഗൗതമ ബുദ്ധന്റെ ആശ്രമത്തിൽ അഭയം പ്രാപിച്ച ഉത്പലവർണ പ്രാർഥനാമുറി അടിച്ചു വാരി വിളക്കു കത്തിച്ചു വച്ച് ദീപനാളത്തിലേക്കു നോക്കിയിരിക്കെ, ധ്യാനാവസ്ഥയിൽ ലയിച്ചു ജ്ഞാനോദയം നേടി. അതെങ്ങനെ സാധ്യമായി എന്ന് അമ്പരന്ന മറ്റു ഭിക്ഷുക്കൾക്കും ഭിക്ഷുണിമാർക്കുമുള്ള ഉത്തരം ഉത്പലവർണ കവിതയായി എഴുതി :

"ഞങ്ങൾ അമ്മയും മകളും
ഞങ്ങൾ സപത്നികളായി.
ലൗകിക സുഖങ്ങളുടെ ദുരന്തം തിരിച്ചറിഞ്ഞു
ഞാൻ വീടു വിട്ടു രാജഗൃഹത്തിലേക്കു ചെന്നു
അങ്ങനെ വീടില്ലായ്മ പ്രാപിച്ചു..."

"നിന്റെയൊരു ചിരി... നിന്നെ ഞാനൊരു പാഠം പഠിപ്പിക്കും..."

എന്റെ മനസ്സിലെ കവിത മുറിച്ചു കൊണ്ട് സഞ്ജീവ് കുമാർ മിത്ര മുറുമുറുത്തു. ഏകാന്ത ധ്യാനത്തിനു വനമധ്യത്തിലേക്കു പുറപ്പെട്ട ഉത്പലവർണയെ, മുമ്പേ അവരെ മോഹിച്ചിരുന്ന ആനന്ദൻ എന്നൊരു സന്ന്യാസി തന്റെ കാമത്തിനു വിധേയയാക്കി. ബുദ്ധഭിക്ഷുക്കൾ താങ്ങിയെടുത്ത് ബുദ്ധ സന്നിധിയിലെത്തിച്ച, മുറിവേറ്റ ഉത്പലവർണയെ കണ്ട് കാമക്രോധമോഹാദികൾ ത്യജിച്ച ഗൗതമബുദ്ധൻ പോലും ദു:ഖിതനായി. രാജാവിനെ കണ്ട് ഭിക്ഷുണികൾക്കു താമസിക്കാൻ നഗരത്തിനു നടുവിൽ ഒരു സന്ന്യാസിനി മഠം പണിതു നൽകാൻ അദ്ദേഹം അഭ്യർഥിച്ചു. പിന്നീടൊരിക്കലും ബുദ്ധഭി

ക്ഷുണികൾക്ക് പുരുഷൻമാരായ ഭിക്ഷുകരെപ്പോലെ കാട്ടിലേക്കോ മലമുകളിലേക്കോ ഏകാന്ത ധ്യാനം നടത്താൻ അനുവാദമുണ്ടായില്ല. കുഴിച്ചിട്ടാൽ ഉറുമ്പും പുഴുവും ചിതലും തിന്നു തീർക്കുന്ന ശരീരത്തെ—സഞ്ജീവ് കുമാർ മിത്രയുടെ വിരലുകൾ എന്റെ ശരീരത്തിൽ മുറുകുമ്പോഴും അയാൾ എന്നിലേക്ക് അമരുമ്പോഴും ഞാൻ ചിന്തിക്കുകയായിരുന്നു—നിരക്ഷരനും പാപിയുമായ ദേവദത്ത പിതാമഹൻ മാത്രമല്ല, എല്ലാം ഉപേക്ഷിച്ച ഗൗതമ ബുദ്ധൻ പോലും എത്രയോ ഭയപ്പെട്ടു. ഭയത്തെ മറികടക്കാതെ എങ്ങനെ നിർവാണത്തിലെത്തുമെന്നോർത്ത് ഞാൻ ഉറക്കെ ചിരിച്ചു.

"എന്റെ കണ്ണുകൾ കൂടി തുരന്നെടുക്കണേ. കൈകാലുകൾ വെട്ടിക്കളയുകയും വേണം...എന്റെ ചോരയിൽ നിങ്ങൾ ചുവക്കണം."

ഞാൻ വിളിച്ചു പറഞ്ഞു. സഞ്ജീവ് കുമാർ മിത്രയുടെ ആവേശം ചോർന്നു.

"എല്ലാത്തിലും പ്രധാനം, നാവു മുറിച്ചു കളയാൻ മടിക്കരുത്..."

ഞാൻ ഉറക്കെച്ചിരിച്ചു കൊണ്ട് വീണ്ടും പറഞ്ഞു.

"നിനക്കെന്താ ഭ്രാന്തു പിടിച്ചോ?"

അയാൾ വസ്ത്രങ്ങൾ നേരെയാക്കി നിരാശയോടെ ചോദിച്ചു. ഭവിഷ്യത്തിന്റെ പഴയ ലക്കത്തിൽനിന്ന് ആ കടലാസ് പറന്നു വന്ന് എന്റെ വിരൽപ്പാടകലെ വീണു. ഞാൻ അതെടുത്ത്, എഴുന്നേറ്റ് മേശമേൽ ചാരി നിന്ന് ഉറക്കെ വായിച്ചു :

"...വീ ഹാവ് ടു ഫെയ്സ് എനി സിറ്റ്വേഷൻ ദാറ്റ് മെ എറൈസ്, ലൈക്ക് ബ്രേവ് സോൾജിയേഴ്സ് ഫൈറ്റിങ് ഫോർ ദെയർ മദർലാൻഡ്. സുഭാഷ് ചന്ദ്രബോസ്, സുപ്രീം കമാൻഡർ, ആസാദ് ഹിന്ദ് ഫൗജ്, സയനൺ, 14 ആഗസ്റ്റ് 1945 15.00 അവേഴ്സ്..."

"ചേതനാ..."

പരാജയം സമ്മതിച്ചതുപോലെ സഞ്ജീവ് കുമാർ മിത്ര ആർദ്രതയോടെ വിളിച്ചു.

"നോക്ക്, നമുക്ക് ഈ തമാശ മതിയാക്കാം... നീ വന്നു മുഖ്യമന്ത്രിയെ കാണണം... എങ്കിലേ വധശിക്ഷ നടക്കുകയുള്ളൂ... ഇതു നടന്നില്ലെങ്കിൽ നിനക്ക് പിന്നീടൊരു വിലയും ഈ ലോകത്തുണ്ടാകുകയില്ല..."

ഞാൻ അയാളെ ഉറ്റു നോക്കി. ഞങ്ങളുടെ കണ്ണുകൾ രണ്ടു മൂന്നു നിമിഷം പരസ്പരം കോർത്തു നിന്നു.

"ഇതു നടന്നതു കൊണ്ട് നിങ്ങൾക്കെന്താണു പ്രയോജനം?"

സഞ്ജീവ് കുമാർ മിത്ര നെടുവീർപ്പിട്ടു.

"എനിക്കു മാത്രമല്ല, എല്ലാ മീഡിയയ്ക്കും ഇതു വളരെ പ്രധാനമാണ്. അടുത്ത കാലത്ത് ഏറ്റവും കൂടുതൽ റേറ്റിങ് ഞങ്ങൾക്കു കിട്ടിയത് ഈ ദിവസങ്ങളിലായിരുന്നു..."

അടിച്ചു വാരിയ മുറിയിൽ വിളക്കു കത്തിച്ച് ദീപനാളത്തിലേക്കു നോക്കിയതുപോലെ എനിക്ക് അനുഭവപ്പെട്ടു. ജ്ഞാനോദയത്തിന് സ്ത്രീകൾക്കു വളരെ നേരമൊന്നും ആവശ്യമില്ല.

മുപ്പത്തിയേഴ്

"ഫണീദാ... അറിഞ്ഞോ? ദയാഹർജി സ്വീകരിക്കരുതെന്നു കേന്ദ്രം ഉപദേശം കൊടുത്തു..!!!"

ഡയറക്ട് ആക്ഷൻ ഡേയിൽ ജ്യോതിബാബുവിനോടൊപ്പം സിയാൽദയിലേക്കെത്തുന്നതിനിടെ വഴിയിലെല്ലാം കത്തുന്ന മൃതദേഹങ്ങൾ കണ്ടതിനെക്കുറിച്ചു മാനൊദാ വിശദമായി വിവരിച്ചിരുന്ന പേജിലെ പ്രൂഫ് തിരുത്തുമ്പോൾ സഞ്ജീവ് കുമാർ മിത്രയുടെ ആഹ്ലാദപരവശമായ ശബ്ദം കേട്ട് ഞാൻ അസ്വസ്ഥയായി. ആ വാർത്ത അയാൾ അത്രയേറെ ഉച്ചത്തിൽ പറഞ്ഞത് ഞാൻ കേൾക്കാൻ വേണ്ടിയായിരുന്നു. അച്ഛൻ മായെ വിളിച്ച് വെള്ളം കൊണ്ടു ചെല്ലാൻ ആവശ്യപ്പെടുകയും മാ ആ ദൗത്യം എനിക്കു കൈമാറുകയും ചെയ്തതു കൊണ്ട് രണ്ടു ഗ്ലാസ് വെള്ളവുമായി ഞാൻ അച്ഛന്റെ മുറിയിലേക്കു കടന്നു ചെന്നു. അച്ഛനും സഞ്ജീവ് കുമാർ മിത്രയും മുഖങ്ങൾ കവിയുന്ന ചിരിയുമായി എന്നെ കാത്തിരിക്കുകയായിരുന്നു.

"എന്നെക്കുറിച്ച് എന്തു വിചാരിച്ചു, സൊഞ്ജു ബാബൂ? ഞാൻ ഇത് അന്നേ പറഞ്ഞതല്ലേ? അവന്റെ പേര് എന്റെ ലിസ്റ്റിലാണുള്ളത്. പക്ഷേ, ഒരു കാര്യം..രാഷ്ട്രപതിയുടെ തീരുമാനം വരുന്നതുവരെ മനക്കോട്ട കെട്ടിയിട്ട് ഒരു കാര്യവുമില്ല. മരണത്തിന്റെ കാര്യത്തിൽ ഒരു പ്രവചനവും സാധ്യമല്ല, സൊഞ്ജുബാബൂ—നാനൂറ്റിയമ്പത്തൊന്ന് പേരെ തൂക്കിയിട്ടുള്ള ഒരാളുടെ അനുഭവം അങ്ങനെയാണ്..."

"പക്ഷേ, ഇത്തവണ ഇതു തള്ളിപ്പോകാൻ സാധ്യത കുറവാണ്, ഫണീദാ..."

ഒരു കടാക്ഷത്തോടെ എന്റെ കയ്യിൽനിന്നു ഗ്ലാസ് വാങ്ങി സഞ്ജീവ് കുമാർ മിത്ര ഒരു കവിൾ കുടിച്ച് ഗ്ലാസ് കയ്യിൽ വച്ചു തഴുകി.

"...കാരണം ദയാഹർജിയിൽ എന്തു തീരുമാനമെടുക്കണമെന്നതിനെക്കുറിച്ചുള്ള ഉപദേശമാണ് ആഭ്യന്തര മന്ത്രാലയം കൊടുത്തിട്ടുള്ളത്... അതു തള്ളിക്കളയാനുള്ള സാധ്യത തീരെയില്ല. അതിനർഥം, ബാനർജിയുടെ നാളുകൾ എണ്ണപ്പെട്ടിരിക്കുന്നു എന്നുതന്നെയാണ്..."

"മാ കാളീ! ഭഗ്ബാൻ മഹാദേബ്! കഴിഞ്ഞ തവണ എനിക്കു വലിയ നാണക്കേടായിപ്പോയി... നമ്മളിത്രയും കൊട്ടിഘോഷിച്ചിട്ട് അവസാനം അതു നടക്കാതെ വന്നതു കൊണ്ട് എന്റെ കുടുംബം അനുഭവിച്ച കഷ്ടപ്പാടുകൾ നിങ്ങൾക്കറിയില്ല. പണ്ടത്തെ കാലമല്ലല്ലോ ബാബൂ... നിങ്ങളുടെ ടിവി കാരണം ഞങ്ങളിന്ന് വളരെ പ്രശസ്തരായിപ്പോയില്ലേ?"

അച്ഛൻ സിഗററ്റെടുത്തു തീ കൊളുത്തി.

"ബാനർജിയുടെ ശിക്ഷ യാഥാർത്ഥ്യമായാൽ നിങ്ങൾക്ക് ഇരട്ടി പ്രശസ്തിയാകും. എന്നെക്കൊണ്ടു ചെയ്യാൻ സാധിക്കുന്നതെല്ലാം ഞാൻ ചെയ്യാം. അവൻ കൊന്ന പെൺകുട്ടിയുടെ വീട്ടുകാരെ ഞങ്ങൾ തപ്പിയെടുത്തു."

"മുംബൈയിലെ ഫ്ളാറ്റിൽ അവർ വിഷം കഴിച്ചു മരിച്ചു കിടന്നു എന്ന് വാർത്തയുണ്ടായിരുന്നല്ലോ?"

"ഇല്ല. അത് പണ്ട് ഏതോ പത്രറിപ്പോർട്ടർ കഥയടിച്ചു വിട്ടതാണ്... അവരിപ്പോൾ ഡൽഹിയിൽ അവരുടെ മകനോടൊപ്പം താമസിക്കുകയാണ്. പക്ഷേ, കഴിഞ്ഞ പത്തു വർഷമായി അവർ വീടിനു പുറത്തിറങ്ങിയിട്ടില്ല. അവർ യാതൊന്നും സംസാരിക്കാൻ തയാറാകുന്നില്ല. അവരെ നമുക്ക് ക്യാമറയുടെ മുമ്പിലൊന്നു കിട്ടിയിരുന്നെങ്കിൽ... – ഹോ... ''

സഞ്ജീവ് കുമാർ മിത്ര ബാക്കി വെള്ളം കൂടി കുടിച്ചു തീർത്ത് ഗ്ലാസ് എനിക്കു കൈമാറി. രണ്ടാമത്തെ ഗ്ലാസിലെ വെള്ളം അച്ഛൻ ഒറ്റ വലിക്കു കുടിച്ചു തീർത്തു. ഒഴിഞ്ഞ ഗ്ലാസുകളുമായി തിരിച്ചു പോകാൻ തുടങ്ങുമ്പോൾ സഞ്ജീവ് കുമാർ മിത്ര എന്നെ നോക്കി.

"ചേതനയുടെ സഹായം എനിക്ക് ഇനിയും ആവശ്യമുണ്ട്. ഹാങ്വുമൺസ് ഡയറി നമുക്ക് തുടങ്ങണം..."

അതു കേട്ടതായി ഭാവിക്കാതെ ഞാൻ പിന്തിരിഞ്ഞു.

"ഞാൻ വരാം, സൊഞ്ജു ബാബൂ... അവളെക്കാൾ കഥകൾ എന്റെ കയ്യിലല്ലേയുള്ളത്?"

അച്ഛൻ മീശ തടവി സിഗററ്റ് ആഞ്ഞു വലിച്ചു.

"സൂര്യസെന്നിന്റെ മരണം ഞാൻ പറഞ്ഞിട്ടുള്ളതല്ലേ? ഹോ... എന്തൊരു ദിവസമായിരുന്നു അത്... അദ്ദേഹത്തെ അവർ വലിച്ചിഴച്ചു കൊണ്ടുവന്നത് ഞാനിന്നുമോർക്കുന്നു... പല്ലുകൾ അടിച്ചു കൊഴിച്ചിരുന്നു. നഖങ്ങൾ നിറയെ ചെറിയ ആണികൾ തറച്ച് ചോര ഒലിക്കുന്നുണ്ടായിരുന്നു. ഒരു മുളമഞ്ചത്തിലാണ് അദ്ദേഹത്തെ അവർ തൂക്കുമരത്തിലേക്കു കൊണ്ടു വന്നത്. കഴുത്തിൽ കുടുക്കിടാൻ ഞങ്ങൾ ചില്ലറയല്ല വിഷമിച്ചത്. എന്റെ വിശ്വാസം സൂര്യസെന്നിനെ തൂക്കിലേറ്റിയത് അദ്ദേഹത്തിന്റെ മരണത്തിനുശേഷമാണെന്നാണ്..."

അച്ഛൻ സിഗററ്റ് ആഞ്ഞു വലിച്ചു.

"ഒരു വിവാദത്തിന് താൽപര്യമുണ്ടോ സൊഞ്ജു ബാബൂ? ഈ ആരാച്ചാർ ഗൃദ്ധാ മല്ലിക് പറയുന്നു—മഹാവിപ്ലവകാരിയായ സൂര്യസെൻ തൂക്കിലേറ്റും മുമ്പേ മരിച്ചിരുന്നു എന്ന്. എന്താ ഒരു നല്ല വാർത്തയ്ക്കുള്ള കോളില്ലേ? പക്ഷേ ഒരു കാര്യം, എനിക്കിതിനു ചെലവു ചെയ്യണം..."

"പറ്റിയ സമയം വരട്ടെ. ഈ സമയത്ത് നമുക്ക് ചരിത്രമല്ല, വർത്തമാനമാണ് ആവശ്യം..."

സഞ്ജീവ് കുമാർ മിത്ര അക്ഷമനായി.

"ഈ നേരത്ത് ഡിമാൻഡ് യതീന്ദ്രനാഥ് ബാനർജിക്കാണ്..."

കൂടുതൽ കേൾക്കാൻ താൽപര്യമില്ലാതെ ഞാൻ തിരിച്ചെത്തി നേരത്തെ പ്രൂഫ് നോക്കിക്കൊണ്ടിരുന്ന പേജുകൾ വെറുതെ മറിച്ചു. ജുഗാന്തറും ധാക്ക അനുശീലൻ സമിതിയും ചേർന്ന് ജുഗാന്തർ അനുശീലൻ രൂപം കൊണ്ടപ്പോൾ ചിറ്റഗോങ് മലകളിൽ ഒളിവിൽ കഴിഞ്ഞ സൂര്യസെൻ എന്ന മാസ്റ്റർ

ദായെ ഒളിപ്പിച്ചു താമസിപ്പിച്ച സാവിത്രീദേവിയെന്ന വിധവയെ എനിക്ക് ഓർമ വന്നു. സൂര്യസെന്നിനെയും പ്രീതിലതയെയും കൽപന ദത്തയെയും പിടിക്കാൻ ബ്രിട്ടീഷ് സംഘം വീടു വളഞ്ഞു. പടിക്കെട്ടുകൾ കയറിച്ചെന്ന കാമറൂൺ എന്ന സായ്പിനെ വെടിവച്ച് രക്ഷപ്പെട്ട സൂര്യസെന്നിനെയും പ്രീതിലതയെയും കൽപനയെയും പിടിക്കാൻ പോലീസ് മലനിരകൾ അരിച്ചു പെറുക്കി. പോലീസിന്റെ ആയുധപ്പുരകളിൽ വീണ്ടും ഒരു ആക്രമണം നടത്തിയതോടെ സൂര്യ സെന്നിന്റെ തലയ്ക്ക് പതിനായിരം പവൻ ഇനാം പ്രഖ്യാപിച്ചു. പണം മോഹിച്ച് സൂര്യ സെന്നിന്റെ ബന്ധുവായ നേത്ര സെൻ അദ്ദേഹത്തെ തന്റെ വീട്ടിൽ ഭക്ഷണത്തിനു ക്ഷണിച്ചു. നേത്ര സെന്നിന്റെ ഭാര്യ ഭക്ഷണം വിളമ്പുമ്പോൾ പോലീസ് വീടു വളഞ്ഞു സൂര്യസെന്നിനെ അറസ്റ്റ് ചെയ്തു. പക്ഷേ ഇനാം വാങ്ങാനുള്ള സമയം നേത്ര സെന്നിനു ലഭിച്ചില്ല. സൂര്യ സെന്നിനെ പിടികൂടിയതിന്റെ തൊട്ടടുത്ത ദിവസം നേത്ര സെന്നിന്റെ ഭാര്യ അദ്ദേഹത്തിനു ഭക്ഷണം വിളമ്പുമ്പോൾ ജുഗാന്തർ പാർട്ടിയിലെ വിപ്ലവകാരികളിലൊരാൾ പിന്നിലൊളിപ്പിച്ച ബോടിയുമായി കടന്നു ചെന്ന് അയാളുടെ തല വെട്ടി. വെട്ടിയ ആളെ അറിയാമോ എന്ന് പോലീസ് ചോദിച്ചപ്പോൾ നേത്രസെന്നിന്റെ ഭാര്യ സാരിത്തലപ്പു ശിരസ്സിലൂടെയിട്ട് മുഖം താഴ്ത്തി കണ്ണുകൾ നിലത്തുറപ്പിച്ചു കൊണ്ട് മൊഴി നൽകി.

"എന്റെ ഭർത്താവിനെ കൊല്ലുന്നതു ഞാൻ കണ്ണു കൊണ്ടു കണ്ടു. ഞാൻ അദ്ദേഹത്തിന് ഭക്ഷണം വിളമ്പുകയായിരുന്നു. വെറും നിലത്ത് ഇതാ, ഇവിടെയിരുന്ന് അദ്ദേഹം ഭക്ഷണം കഴിച്ചു. ഞാൻ ഇതാ ഇവിടെയിരുന്ന് അദ്ദേഹത്തിന് വീശിക്കൊടുത്തു. ഇവിടെ വച്ചിരിക്കുകയായിരുന്നു ബോടി. ആ സമയത്താണ് കൊലയാളി കടന്നു വന്നത്. എന്റെ ഭർത്താവ് ഉരുട്ടിയ ഉരുള വായിലേക്കുയർത്തുകയായിരുന്നു. വന്നയാൾ ബോടി ഓങ്ങി. ഭർത്താവ് ഞെട്ടി, ഉരുള നിലത്തു വീണു. അദ്ദേഹം എഴുന്നേൽക്കാനായുംമുമ്പെ വന്നയാൾ പാത്രങ്ങൾ തട്ടിമറിച്ച് കറികൾ നിലത്തു തൂവിയതിൽ ചവിട്ടിക്കൊണ്ട് അദ്ദേഹത്തിന്റെ കഴുത്തിനു കുത്തിപ്പിടിച്ചു കുനിച്ചു. അപ്പോൾത്തന്നെ വെട്ടി. രക്തം ഇവിടെയെല്ലാം തെറിച്ചു വീണു. എന്റെ ശിരസ്സിലാകെ അദ്ദേഹത്തിന്റെ രക്തമായിരുന്നു. പക്ഷേ വെട്ടിയത് ആരാണെന്നു ചോദിക്കരുത്. ഞാൻ ആ പേരു പറയുകയില്ല..."

"നിങ്ങളുടെ ഭർത്താവല്ലേ കൊല്ലപ്പെട്ടത്?"

"ഒരു ജനതയുടെ ആഗ്രഹങ്ങളെ അയാൾ ഒറ്റിക്കൊടുത്തു. ആ നിമിഷം അയാൾ എന്റെ ഭർത്താവല്ലാതായി..."

ബ്രിട്ടീഷുകാർ ഭീഷണിപ്പെടുത്തിയിട്ടും പ്രയോജനമുണ്ടായില്ല. അവർ ഘാതകനെ ഒറ്റിക്കൊടുത്തില്ല. ചെറുപ്പത്തിൽ ഈ കഥ വിവരിച്ചു തന്ന് ഥാക്കുമാ അഭിമാനത്തോടെ ഓർമിപ്പിച്ചു : അവളായിരുന്നു പെണ്ണ്.

ബങ്കിം മുഖർജിയെയും നിരാദ് ചക്രവർത്തി, അബ്ദുൾ മോമിൻ, അദ്ദേഹത്തിന്റെ ഭാര്യ എന്നിവരെയും ചിത്തരഞ്ജൻ അവന്യൂവിലെ വീട്ടിൽ ജനക്കൂട്ടം തടഞ്ഞു വച്ചതറിഞ്ഞ് രക്ഷിക്കാൻ ജ്യോതിബാബുവിനോടൊപ്പം മാനൊദാ പുറപ്പെട്ടതു വിവരിക്കുന്ന പേജായിരുന്നു എന്റെ കയ്യിൽ. ഒരു ജനക്കൂട്ടത്തെ മുഴുവൻ ഒരു മുസ്‌ലിം കാവൽക്കാരൻ തടഞ്ഞു നിർത്തിയിരിക്കു

ന്നതു കണ്ടതും അവരെ രക്ഷിക്കാൻ പാടുപെട്ടതും തിരിച്ചു വീട്ടിലേക്കു പോകുമ്പോൾ വഴി നീളെ കത്തിക്കൊണ്ടിരുന്ന മൃതദേഹങ്ങൾ കണ്ട് ബോധം നഷ്ടപ്പെടുന്നതുപോലെ തോന്നിയതും മാനൊദാ കരളുരുകും വിധം എഴുതിയിരുന്നു. മരണത്തെക്കുറിച്ചും മതത്തെക്കുറിച്ചും വായിച്ചു മടുത്ത് ഞാൻ പേജുകൾ വെറുതെ മറിച്ചു. തിഭഗ പ്രശ്നത്തിൽ സമരം ചെയ്ത എഴുപതു കർഷകരെ വെടി വച്ചു കൊന്നതിന്റെ വിവരണമാണ് കയ്യിൽക്കിട്ടിയത്. ആ പേജുകൾ കൂട്ടത്തോടെ മറിച്ചിട്ടും എന്റെ കണ്ണുകളിൽ ലാത്തിച്ചാർജ്, ടിയർ ഗ്യാസ്, നക്സൽ ആക്രമണം,അടിയന്തരാവസ്ഥ, ബിജോൻ സേതു കൂട്ടക്കൊല... തുടങ്ങിയ വാക്കുകൾ കുടുക്കിട്ടതു പോലെ പിടഞ്ഞു. മരണങ്ങൾ, കൊലപാതകങ്ങൾ, കൂട്ടക്കൊലകൾ, ആത്മഹത്യകൾ... കർഷകരുടെയും പ്രവർത്തകരുടെയും മരണങ്ങൾ കണ്ടു വേദനിച്ച ജ്യോതിബാബുവിന്റെ കാലത്തു തന്നെ ആനന്ദമാർഗികളുടെയും അഭയാർഥികളുടെയും കൂട്ടക്കൊലകൾ സംഭവിച്ചു. മനസ്സു മടുത്ത് മാനൊദായുടെ ആത്മകഥ അടച്ചു വച്ച് ഞാൻ അടുക്കളയിലേക്കു ചെന്നു. രണ്ടായി വേർതിരിക്കപ്പെട്ട അടുക്കളയിൽ മായും കാക്കിമായും പുറംതിരിഞ്ഞിരുന്ന് ഒരേ വിഭവം പാകം ചെയ്യുന്നതു കണ്ട് എനിക്ക് മാനൊദായുടെ ആത്മകഥയിലെ വിഭജനത്തിന്റെ വിവരണം ഓർമ വന്നു. ഘാട്ടിലേക്ക് ഒന്നു നടന്നു വന്നാലോ എന്നു വിചാരിച്ച് പടിക്കലെത്തിയപ്പോൾ എതിരേയുള്ള മധുരപലഹാരക്കടയോടു ചേർന്ന് അന്നദാനം നടത്തുന്ന ചെറിയ കടയുടെ മുമ്പിലെ നീണ്ട നിര വഴി മുടക്കി. ഞാൻ സലൂണിന്റെ ഭിത്തിയിൽ ചാരി വെറുതെ നിന്നു.

“അന്നൊക്കെ ജോലി തീർന്നിട്ട് വീട്ടിൽ വരുമ്പോൾ ഉച്ചയാകും, സൊഞ്ജു ബാബൂ... ഒരേ കയറിൽത്തന്നെ ഓരോന്നിനെയായി തൂക്കും... എന്റെ ബാബാ മസിലു പിടിച്ച് നെഞ്ചു വിരിച്ച് ലിവറിന്റെ അടുത്തു നിവർന്നു നിൽക്കും. ഞാനാണ് മുഖം മൂടി ഇടുന്നതും കൈയ്യും കാലും കെട്ടുന്നതും... സൂര്യസെന്നിനെ തൂക്കിക്കൊല്ലുമ്പോൾ എന്നോടു പുറത്തു പോകാൻ അന്നത്തെ റിച്ചാർഡ് സായ്പ് പറഞ്ഞു. അങ്ങേരുടെ മുഴുവൻ പേരു ഞാൻ മറന്നു പോയി. പക്ഷേ മുഖം എനിക്കു നല്ല ഓർമയുണ്ട്. പുരികത്തിന്റെ താഴെ രണ്ടു വലിയ കുഴിയായിരുന്നു. അതിനകത്ത് രണ്ടു കൃഷ്ണമണികളുണ്ടെന്ന് നമ്മൾ എത്തി നോക്കിയാലേ കാണൂ... അങ്ങേരുടെ ശിപായി എന്റെ ബാബായോടു പറഞ്ഞു, പുറത്തിറങ്ങി ആരു ചോദിച്ചാലും ഇനി തൂക്കാൻ പോകുന്നവൻ ഏത് അവസ്ഥയിലായിരുന്നെന്നു പറയാൻ പാടില്ല. അയാൾ ചിരിച്ചു കൊണ്ടോ കരഞ്ഞു കൊണ്ടോ തൂക്കുമരത്തിലേക്കു നടന്നു എന്നു മാത്രമേ പറയാവൂ....”

അച്ഛന്റെ ശബ്ദം ഘാട്ട് വരെ മുഴങ്ങി. പതിവിലധികം വിജനമായ നിരത്തിലൂടെ ഒരു ശവവണ്ടി മാത്രം ഒട്ടും തിരക്കില്ലാതെ കടന്നു പോയി. അതിനുള്ളിൽ ഒരു പടുവൃദ്ധനായിരുന്നു. അദ്ദേഹത്തിന്റെ മക്കളും കൊച്ചുമക്കളും ഉദാസീന ഭാവത്തോടെ വണ്ടിയുടെ വശങ്ങളിൽ അള്ളിപ്പിടിച്ചു നിന്നു.

“നമ്മൾ വിചാരിക്കുന്നതുപോലെ തന്നെ കാര്യങ്ങൾ മുന്നോട്ടു പോയാൽ എല്ലാം ശുഭമായി പര്യവസാനിക്കും...”

സഞ്ജീവ് കുമാർ മിത്രയുടെ ശബ്ദം കേട്ടു.

"കഴിഞ്ഞ കുറേ ദിവസങ്ങൾ എല്ലാം സ്മൂത്തായി പോയി. മുഖ്യമന്ത്രിയുടെ ഭാര്യ വളരെ ശക്തമായ നിലപാടാണ് എടുത്തിരിക്കുന്നത്..."

"ങ്ഹാഹാ... അവർ നല്ല കാര്യപ്രാപ്തിയുള്ള സ്ത്രീയാണ്...ഞാൻ കേട്ടിട്ടുണ്ട്..."

"അവർ നടത്തിയ സമരം ഒരു വലിയ തരംഗമുയർത്തിയിട്ടുണ്ട്, ഫണീദാ... രണ്ടു ദിവസം മുമ്പ് കണ്ടില്ലേ, സിനിമാതാരങ്ങൾ പങ്കെടുത്ത യോഗത്തിൽ എന്തൊരു ആൾക്കൂട്ടമായിരുന്നു... ഈ കേസിൽ നീതി നടപ്പാകണമെന്ന് ജനത്തിന് നല്ല ആഗ്രഹമുണ്ട്..."

"വധശിക്ഷ വേണ്ടെന്നു പറയാൻ മഹാശ്വേതാ ദേവിയെപ്പോലെ ചിലർ മാത്രമേയുള്ളൂ... പൊതുവികാരം അയാളെ തൂക്കിക്കൊല്ലണമെന്നു തന്നെയാണ്. ഇവിടുത്തെ ഈ യോഗങ്ങളെല്ലാം കേന്ദ്രത്തെ സ്വാധീനിച്ചിട്ടുണ്ട്... ഇക്കാര്യത്തിൽ സമ്മർദ്ദം ചെലുത്താൻ തൃണമൂൽ കോൺഗ്രസിനോടും ഞങ്ങൾ ആവശ്യപ്പെട്ടു. അനുകൂലമായ പ്രതികരണമാണ് അവിടെയും..."

"ഹോ... ഒടുവിൽ തൃണമൂലും സർക്കാരും ഒരു കാര്യത്തിലെങ്കിലും യോജിച്ചു, അല്ലേ? ഞാൻ പറഞ്ഞിട്ടില്ലേ സൊഞ്ജ്ജുബാബൂ, ഇടയ്ക്കിടെ ഒരു വധശിക്ഷ നടത്തുന്നത് നാടിനും നാട്ടുകാർക്കും ഒക്കെ ഒരു ഉണർവുണ്ടാക്കും... ഈ നാട്ടിൽ ഒരു ഗവൺമെന്റുണ്ട് എന്ന് അങ്ങനെയൊക്കെയല്ലേ സാധാരണക്കാർ മനസ്സിലാക്കുന്നത്?"

"ഞാൻ പറയുന്നത്, ഈ സമയത്ത് ചേതന രംഗത്തിറങ്ങിയാൽ സംഗതി കൂടുതൽ കളർഫുൾ ആയേനെ..."

"എരണം കെട്ടവൾ. അവൾക്ക് അഹങ്കാരത്തിന്റെ കുത്തലാണ്. ഞാൻ പറയുന്നത് അനുസരിച്ചില്ലെങ്കിൽ ഞാനവളെ അടിച്ചു പുറത്താക്കും. പിന്നെ അവൾക്ക് ഇങ്ങനെയൊരു വീടുമില്ല, കുടുംബവുമില്ല... !"

അച്ഛൻ ക്ഷോഭിച്ചു. അതു വല്ലാത്ത രാത്രിയായിരുന്നു. ന്യൂസ് ബുള്ളറ്റിനിൽ, കൊല്ലപ്പെട്ട മൃദുല ചാറ്റർജിയുടെ ദു:ഖിതരായ മാതാപിതാക്കളെക്കുറിച്ചുള്ള കരളലയിക്കുന്ന വിവരണം സി.എൻ.സി. ചാനൽ സംപ്രേഷണം ചെയ്തു.

"കൊലയാളിക്കു ശിക്ഷ കിട്ടുന്നതിൽ താങ്കൾക്കു താൽപര്യമില്ലേ?"

മൃദുലയുടെ മുപ്പത്തഞ്ചുകാരനായ സഹോദരനോട് റിപ്പോർട്ടർ ചോദിച്ചു. അയാളുടെ തളർന്ന മുഖം സ്ക്രീനിൽ നിറഞ്ഞു.

"എന്തു കൊണ്ടാണ് നിങ്ങൾ രാഷ്ട്രപതിക്ക് കത്തയയ്ക്കാത്തത്?"

"നടന്നതു നടന്നു. ഞങ്ങൾക്കിനി ഒരിക്കലും അവളെ തിരിച്ചു കിട്ടുകയില്ല. പിന്നെ ആരെ ശിക്ഷിച്ചാലെന്ത്, ഇല്ലെങ്കിലെന്ത്?"

ബിനോയ് ചാറ്റർജിയുടെ ശബ്ദത്തിൽ വേദനയുണ്ടായിരുന്നു. അന്നു ഞാൻ നേരത്തെ ഉറങ്ങാൻ കിടന്നു. ബംഗ്ലാ കുടിച്ച് ബോധം കെട്ട രണ്ടു വണ്ടിക്കാർ പുറത്ത് തല്ലുകൂടി. ഠാക്കുമാ എഴുന്നേറ്റു ചെന്നു രണ്ടുപേരെയും ശകാരിച്ചു തിരിച്ചു വന്നു. കുറച്ചു കഴിഞ്ഞപ്പോൾ എല്ലായിടത്തും മൂകത നിറഞ്ഞു. ഒരു ബെഞ്ചിനേക്കാൾ അൽപം മാത്രം വീതികൂടിയ ഒഴിഞ്ഞ കട്ടിലിനു താഴെ നിശ്ശബ്ദമായി വിളക്കെരിയുന്നതിനേക്കാൾ ഭീകരമായ ദൃശ്യം മറ്റില്ലെന്നു രാമുദായുടെ ശൂന്യതയിലേക്കു കണ്ണു നട്ട് ഉറങ്ങാതെ എഴുന്നേറ്റിരിക്കെ എനിക്കു തോന്നി. ആ ഇരിപ്പിൽ എന്നെ ചിന്തകൾ അലട്ടി. സഞ്ജീവ്

കുമാർ മിത്രയോട് എനിക്ക് കഠിനമായ ശത്രുത തോന്നി. യതീന്ദ്രനാഥ ബാനർജിയുടെ മരണവും അയാളെ കൊല്ലാൻ വിധിക്കപ്പെട്ട അച്ഛന്റെയും എന്റെയും ജീവിതവും സഞ്ജീവ് കുമാർ മിത്രയാണ് നിയന്ത്രിച്ചത്. കാലപ്പഴക്കത്താൽ പൊടിഞ്ഞു തുടങ്ങിയ ഞങ്ങളുടെ വീടിനുള്ളിലെ ഓരോ വ്യക്തിയുടെയും ജീവിതം ഇപ്പോൾ അയാളുടെ വിരൽത്തുമ്പിലായിരുന്നു. ഹൃദയത്തിൽ രോഷം പുകഞ്ഞു. അരണ്ട വെളിച്ചത്തിൽ യതീന്ദ്രനാഥ ബാനർജി വിഡ്ഢിച്ചിരിയോടെ രാമുദായുടെ കട്ടിലിൽ ഇരിക്കുന്നതായി എനിക്കു തോന്നി. ഇതുവരെ യതീന്ദ്രനാഥ് ബാനർജി ഒരു സങ്കൽപ്പമായിരുന്നു. ഇപ്പോൾ അയാൾ യാഥാർത്ഥ്യമായി. അയാളുടെ കഴുത്തിലിടാൻ അച്ഛൻ ഒരുക്കി വച്ച കുടുക്ക് മുട്ടയിടാനിരിക്കുന്ന സർപ്പത്തെപ്പോലെ ജയിലിലെ ഇരുണ്ട മുറിയിലെ വലിയ ഇരുമ്പുപെട്ടികളിലൊന്നിൽ വളഞ്ഞിരുന്നു. നിനച്ചിരിക്കാതെ ആരാച്ചാരായി നിയമിക്കപ്പെട്ടതു മുതലുള്ള ഒരു മാസം മരണത്തെക്കുറിച്ചും പിതാമഹൻമാരെക്കുറിച്ചും സംസാരിച്ചു സംസാരിച്ച്, സോപ്പും എണ്ണയും പഴവും തേച്ചു കുടുക്ക് മയപ്പെടുത്തുന്നതുപോലെ എന്നെ ഞാൻ പരുവപ്പെടുത്തിയിരുന്നു. എങ്കിലും വധശിക്ഷ മാറ്റിവയ്ക്കപ്പെട്ട നിമിഷം, ഏതോ നിലവറയിലേക്കു ഞാൻ വീണു. അത് ഒരു വല്ലാത്ത പതനമായിരുന്നു. എന്റെയുള്ളിൽ അതുവരെയുണ്ടായിരുന്ന ഞാൻ ശ്വാസംമുട്ടി മരിച്ചു. മറ്റാരോ പുനർജനിച്ചു. മുറിയിലെ മഞ്ഞ പ്രകാശത്തിൽ, അഴുക്കു പിടിച്ച ചുവരും അതിൽ ആണിയടിച്ചു തൂക്കിയിട്ട തുണിക്കെട്ടുകളും പഴയൊരു ചിത്രക്കലണ്ടറും മുഖക്കണ്ണാടിയും ചെറിയ സ്ലാബിൽ ഞാൻ സൂക്ഷിച്ചു വച്ച നീഹാരികയുടെ ഛായയുള്ള ദുർഗാപ്രതിമയും പോലെ നിലത്തു വിരിച്ച പഴയ കിടക്കയിൽ കൂനിപ്പിടിച്ചിരുന്ന ഞാനും നിഴലുകളായി. തൂക്കുപുള്ളി നിലവറയിൽനിന്നു പുറത്തുകടക്കുകയും കയർക്കുരുക്കിൽ നിന്നു രക്ഷപ്പെടുകയും ചെയ്യുന്നത്ര ദുഷ്കരമായിരിക്കും പഴയ ഞാനായി ത്തീരുക എന്ന് എനിക്കു തോന്നി.

"ചേതൂ, ഉറങ്ങിയില്ലേ ?"

ഠാക്കുമാ കട്ടിലിൽ എഴുന്നേറ്റിരുന്ന് പാൻ കയ്യിൽ കുടഞ്ഞിട്ടുകൊണ്ട് അന്വേഷിച്ചു.

"ഉറക്കം വരുന്നില്ല ഠാക്കുമാ..."

"ഇങ്ങടുത്തു വാ..."

ഠാക്കുമാ വിളിച്ചു. കട്ടിലിൽ കാലും നീട്ടിയിരുന്ന ഠാക്കുമായുടെ അരികിൽ ചെന്നിരുന്ന് ആ ചുളിഞ്ഞ മുതുകിൽ കുട്ടിക്കാലത്തെന്നതുപോലെ ഞാൻ മുഖം ചേർത്തു. അസ്ഥികൾ മാത്രമായിത്തീർന്ന കൈത്തലം പിന്നിലേക്കു നീണ്ട് എന്റെ കവിളിൽ വാൽസല്യത്തോടെ തൊട്ടു. ഠാക്കുമായുടെ നട്ടെല്ലിൽ കാതു ചേർത്തിരിക്കുമ്പോൾ അകത്തുനിന്ന് വലിയ തിരകൾ പാറക്കെട്ടിലടിച്ചു ചിതറുന്നതുപോലെ ഠം ഠം ശബ്ദം കേട്ടു. അത് ഠാക്കുമായുടെ ഹൃദയമിടിപ്പാണെന്ന് രാമുദാ പറയുമായിരുന്നു. പക്ഷേ ഇപ്പോൾ അങ്ങനെ കാതോർത്തിരിക്കുമ്പോൾ നിലവറ തുറക്കുന്ന ശബ്ദത്തോടായിരുന്നു അതിനു സാദൃശ്യം. ഠാക്കുമായുടെ ഹൃദയത്തിലെ നിലവറകളെക്കുറിച്ചുള്ള ചിന്ത പോലും എന്നെ അധീരയാക്കി.

"അവന്റെ കൂടെ നീ കിടന്നിട്ടുണ്ടോ?"

ഥാക്കുമാ ചവച്ചു കൊണ്ട് എന്റെ നേരെ തിരിഞ്ഞു. ഓർക്കാപ്പുറത്തുള്ള ആ ചോദ്യം ഒരു പ്രഹരമായിരുന്നു.

"ലക്ഷണം കണ്ടിട്ട് ഒരു പെണ്ണിനെ സ്നേഹിപ്പിക്കാനും സന്തോഷിപ്പിക്കാനും അറിയുന്നവനാണ് അവൻ..."

ഥാക്കുമാ പുകയില ചവച്ച് ഒന്നു നെടുവീർപ്പിട്ടു.

"മനസ്സു കൊണ്ടു മാത്രമല്ല, സ്ത്രീയും പുരുഷനും ചേരേണ്ടത്. ശരീരങ്ങൾ കൊണ്ടും വേണം..."

ഥാക്കുമാ ഒന്നു കൂടി നെടുവീർപ്പിട്ടു. രാമുദായുടെ ആത്മാവിന് അങ്ങേലോകത്തേക്കു വെളിച്ചം കാട്ടിക്കൊടുക്കുന്ന കെടാവിളക്ക് അണയുന്നതിനു മുമ്പേ ഈ മുറിയിലിരുന്ന് ശരീരത്തെക്കുറിച്ചും രതിയെക്കുറിച്ചും പറയാൻ ഥാക്കുമായ്ക്ക് കഴിഞ്ഞല്ലോ എന്ന അമ്പരപ്പിൽ ഞാനുരുകി.

"ശരീരം ഒരു വലിയ ഭാരമാണ്. ചെറുപ്പത്തിൽ അതിനെ മെരുക്കാനും തളയ്ക്കാനും എളുപ്പം. വയസ്സാകുന്തോറും ശരീരം തളരുകയും മനസ്സു വരുതിയിൽ നിൽക്കാതെ ചാടിക്കളിക്കുകയും ചെയ്യും... പക്ഷേ, അവനെ കണ്ടപ്പോഴൊക്കെ എനിക്ക് പരിചയമുള്ള ആരെയോ കാണുന്നതു പോലെ തോന്നുന്നുണ്ടായിരുന്നു. ഇപ്പഴാണ് മനസ്സിലായത്—അവന് നേത്രസെന്നിന്റെ ഛായയാണ്..."

"ഥാക്കുമാ..."

ഞാൻ അസ്വസ്ഥതയോടെ വിളിച്ചു. അരണ്ട ഇരുട്ടിൽ ഥാക്കുമാ കുറച്ചു നേരം കൂടി ചവച്ചു. പിന്നീട് ഒന്നു മൃദുവായി ചിരിച്ചു.

"അങ്ങനെ തോന്നാൻ എനിക്കു കാരണം, നിനക്ക് ആ പെണ്ണിന്റെ ഛായയുണ്ടെന്നു തോന്നിയതാണ്..."

"ഏതു പെണ്ണിന്റെ?"

ഞാൻ ഉണർന്നിരുന്നു.

"നേത്രസെന്നിന്റെ ഭാര്യയുടെ... എന്തായിരുന്നു അവളുടെ പേര്? സാവിത്രിയോ? അതോ സതീദേവിയോ?"

ഞാൻ എന്നോടു തന്നെ ചിരിച്ചു. സാവിത്രി, അല്ലെങ്കിൽ സതീദേവി. അതുമല്ലെങ്കിൽ ദുർഗ, അതുമല്ലെങ്കിൽ ചാമുണ്ഡി. സഞ്ജീവ് കുമാർ മിത്രയെ വീണ്ടും അന്വേഷിച്ചു പോകാൻ എന്നെ പ്രേരിപ്പിച്ചതെന്താണ് എന്നെനിക്കറിയില്ല. ഒരുപക്ഷേ അന്നത്തെ ആ തീവ്രമായ രാത്രിയായിരുന്നിരിക്കണം. തുറന്നു വച്ച കണ്ണുകളിലൂടെ ഞാൻ സൊനാഗച്ചിയിലെ ആ വലിയ ബംഗ്ലാവിൽ വെറും നിലത്തിരുന്നു സഞ്ജീവ് കുമാർ മിത്രയ്ക്കു ഭക്ഷണം വിളമ്പിക്കൊടുത്തു. അടുത്തിരുന്നു വീശി. പിന്നീട് ഞാൻ തന്നെ പിന്നിലൊളിപ്പിച്ച ബോടിയെടുത്ത് അയാളുടെ കഴുത്തിൽ ആഞ്ഞു വെട്ടി. അങ്ങനെ കൊല്ലാൻ മാത്രം അയാൾ ആരെയാണ് ഒറ്റുകൊടുത്തതെന്ന് എനിക്ക് മനസ്സിലായില്ല. ഞെട്ടിയുണർന്നപ്പോൾ എനിക്കു വ്യക്തമായി. അയാൾ ഒറ്റിക്കൊടുത്തത് എന്റെ സ്നേഹത്തെയായിരുന്നു. സ്നേഹിക്കപ്പെടുമ്പോൾ മൃദുലമാകുന്ന എന്റെ ശരീരത്തെ. മുനിഞ്ഞു കത്തുന്ന വിളക്കിന്റെ മഞ്ഞ വെളിച്ചംപോലെ അയാളെ വിട്ടു പോകാൻ കൂട്ടാക്കാത്ത എന്റെ ആത്മാവിനെ. സ്വാതന്ത്ര്യത്തോടുള്ള എന്റെ ആസക്തിയെ.

മുപ്പത്തിയെട്ട്

കീഴടക്കപ്പെടേണ്ടവരുമായുള്ള സാമൂഹിക സമ്പർക്കത്തിൽനിന്ന് ലഭിക്കുന്ന അറിവുകൾ ഭരണകൂടത്തിന് പ്രയോജനപ്രദമാണെന്നും അവരെ ആകർഷിക്കുകയും സമരസപ്പെടുത്തുകയും അവരെ ബന്ധിച്ച ചങ്ങലയുടെ ഭാരം കുറച്ച് മനസ്സിൽ നന്ദിയുടെയും കടപ്പാടിന്റെയും മുദ്രകൾ പതിപ്പിക്കുകയും ചെയ്യാൻ ആ അറിവുകൾ അത്യന്താപേക്ഷിതമാണെന്നും വാറൻ ഹേസ്റ്റിങ്സ് കൊളോണിയൽ ഭരണകൂടത്തിന് കത്തെഴുതിയത് ആയിരത്തിയെഴുന്നൂറ്റി എൺപത്തിനാലിലായിരുന്നു. അതായത് എന്റെ ജനനത്തിനും നൂറ്റിത്തൊണ്ണൂറ്റിയെട്ടു കൊല്ലം മുമ്പ്. പാന്റ്സിന്റെ പോക്കറ്റിൽ തിരുകിയ ചെറിയ മദ്യക്കുപ്പികളും ചെറിയ നോട്ടുകളുമായി സഞ്ജീവ് കുമാർ മിത്ര വീണ്ടും അച്ഛനെത്തേടി വരാൻ തുടങ്ങിയതുകൊണ്ടുമാത്രമല്ല, വാറൻ ഹേസ്റ്റിങ്സിനെ എനിക്ക് ഓർമ വന്നത്. അതിനു നിമിത്തമായത്, പത്രങ്ങളും ടിവി ചാനലുകളുമായിരുന്നു. അവർ മൃദുല ചാറ്റർജിയുടെ അച്ഛനമ്മമാരുടെയും രോഗിയായ സഹോദരന്റെയും വേദനയും രോഷവും കുത്തിയിളക്കി എന്റെ നെഞ്ചിലും നിലവറകൾ വേദനയോടെ തുറന്നു. അവളെ സ്നേഹിക്കുന്നവരും അവളുടെ ഓർമകൾ സൂക്ഷിക്കുന്നവരും ഭൂതകാലത്തിന്റെ കിടങ്ങുകൾക്കുള്ളിൽ നിലവിളിക്കുന്ന ശബ്ദം എല്ലായിടത്തും പ്രതിധ്വനിച്ചു. ഭയം മറികടക്കാൻ ഞാൻ എന്നോടു തന്നെ പുഞ്ചിരിക്കുകയും തമാശ പറയുകയും സാന്ത്വനവാക്കുകൾ ഉരുവിടുകയും സ്കൂൾ ഡേയ്ക്കു പാടിയിരുന്ന രബീന്ദ്രഗീതങ്ങൾ പാടാൻ ശ്രമിക്കുകയും ചെയ്തു. നിനക്കെന്താ പ്രാന്തു പിടിച്ചോ എന്ന് മാ ശകാരിച്ചു. ഥാക്കുമാ കനിവോടെ ചിരിച്ചു.

"ഒരു മരണം നടന്ന വീടല്ലേ? അവനാണെങ്കിൽ അവളെ ജീവനുമായിരുന്നു. വിട്ടുപോകാൻ സമ്മതമില്ലാത്ത ആത്മാവ് മുറുക്കെപ്പിടിക്കുമ്പോൾ ജീവിച്ചിരിക്കുന്നവർക്ക് സമനില തെറ്റും..."

കട്ടിലിൽ കിടക്കുന്ന രാമുദായുടെ ആത്മാവിന് വാൽ മുളയ്ക്കുകയും അതു കയർ കണക്കെ നീണ്ടു വന്ന് നിലത്തു കിടക്കുന്ന എന്റെ കഴുത്തിൽ ചുറ്റി വരിഞ്ഞ് ശ്വാസംമുട്ടിക്കുകയും ചെയ്യുന്നത് സ്വപ്നം കണ്ട് ഞാൻ നിലവിളിയോടെ ഉണർന്നു. ആത്മാവിന് മരണശേഷം മുളയ്ക്കാവുന്ന വാലിനെക്കുറിച്ചുള്ള ചിന്തകൾ മനസ്സിൽനിന്ന് മായ്ക്കാൻ സാധിച്ചില്ല. സ്വപ്നത്തിൽ പ്രത്യക്ഷപ്പെട്ട ആത്മാവ് ഗംഗയിലെ ചെളിയിൽ മെനഞ്ഞെടുത്തതുപോലെ കറുത്തതും തിളങ്ങുന്നതുമായിരുന്നു. അദ്ദേഹത്തിന്റെ കണ്ണുകളും തലമുടിയും ചുവന്നും കൃഷ്ണമണികൾ വെളുത്തും ഇരുന്നു. അദ്ദേഹത്തിന്റെ കൈകാലുകൾ കൊഴുപ്പു കുറഞ്ഞ ദ്രാവകം പോലെ കട്ടിലിൽനിന്ന് നാലുപാടും ഒഴുകിപ്പരന്നു. വാല്, തെളിഞ്ഞ ചില്ലു പോലെ സുതാര്യവും ഉരുകിയ

മെഴുകു പോലെ വഴക്കമുള്ളതുമായിരുന്നു. എന്നെ വേർപിരിഞ്ഞു പോകാൻ മടിച്ച് എന്റെ കൂടപ്പിറപ്പിന്റെ ആത്മാവ് ആ മുറിയിലും വീട്ടിലും സ്ട്രാൻഡ് റോഡിലും വേദനയോടെ ഉഴറുന്നുണ്ടെന്ന ചിന്ത അദ്ദേഹത്തിന്റെ മരണത്തിനു വളരെ ദിവസങ്ങൾക്കു ശേഷം എന്നെ കരയിപ്പിച്ചു. കോളജിൽ ക്ലാസ് കഴിഞ്ഞ് ഉല്ലാസത്തോടെ വന്നു കയറിയ രാമുദാ ചെറിയ പെറ്റിക്കോട്ട് ധരിച്ച മുടി ക്രോപ്പ് ചെയ്ത എന്നെ തൂക്കിയെടുത്തു വട്ടം കറക്കിയതും മുകളിലേക്ക് എറിഞ്ഞു പിടിച്ച് കുടുകുടെ ചിരിപ്പിച്ചതും ഞാനോർത്തു. എന്റെ ഹൃദയം നുറുങ്ങി.

"രാമുദായുടെ മരണത്തിനുത്തരവാദി ഞാനാണ്, ഥാക്കുമാ..."

ഥാക്കുമായുടെ ഉണക്കച്ചുള്ളികൾ പോലെയുള്ള കാൽമുട്ടുകളിൽ മുഖം ചേർത്ത് ഞാൻ വിതുമ്പി. സഞ്ജീവ് കുമാർ മിത്രയാണ് എല്ലാം തുടങ്ങി വച്ചതെങ്കിലും രാമുദായുടെ മരണത്തിന് പ്രത്യക്ഷത്തിലുള്ള കാരണം എന്റെ തന്നെ ഭീരുത്വമാണെന്ന തോന്നൽ എന്നെ വേട്ടയാടി. അയാൾ മോഷ്ടിച്ച സ്വർണനാണയം കയ്യിൽക്കിട്ടിയപ്പോൾ ഥാക്കുമായ്ക്കു കൊടുത്തിരുന്നെങ്കിൽ, അതു മോഷ്ടിച്ചത് അയാളാണെന്നു തുറന്നു പറഞ്ഞിരുന്നെങ്കിൽ, ഥാക്കുമായുടെ കട്ടിൽ മാ കുടഞ്ഞു വിരിച്ചപ്പോൾ അത് ഉരുണ്ടു പോകുകയോ കാക്കു അതു സ്വന്തമാക്കാൻ തീരുമാനിക്കുകയോ അതു തൂക്കി വിറ്റ് ഭാര്യയ്ക്കും മക്കൾക്കും വസ്ത്രങ്ങളും സ്വർണവും വാങ്ങുകയോ ചെയ്യുമായിരുന്നില്ല. ഥാക്കുമായും കാക്കുവും തമ്മിൽ വഴക്കുണ്ടാകുമായിരുന്നില്ല. അച്ഛൻ കാക്കുവിനെ മർദ്ദിക്കുമായിരുന്നില്ല. ആ ബഹളത്തിൽ യൂറോകപ്പിൽ പോർച്ചുഗൽ ജയിച്ചെന്നോ തോറ്റെന്നോ തീർച്ചയില്ലാതെ രാമുദാ നിലത്തു വീണു ചിതറിത്തെറിക്കുമായിരുന്നില്ല.

"മറ്റൊരാളുടെ മരണത്തിന് കാരണമാകാൻ ആർക്കും പറ്റില്ല. ഉപകരണമാകാനേ നമുക്കു സാധിക്കൂ..."

ഥാക്കുമാ എന്റെ തലയിൽ സാവധാനം തഴുകി. നൂറ്റിനാലു വയസ്സിലും ഥാക്കുമായുടെ ചുക്കിച്ചുരുങ്ങിയ വിരൽത്തുമ്പുകളിൽ ആർദ്രതയുടെ മിനുസവും മൃദുലതയും തങ്ങിനിന്നിരുന്നു.

"ആ നാണയം നഷ്ടപ്പെട്ടതിൽ ദു:ഖമില്ലേ ഥാക്കുമാ? അതു നമ്മുടെ ചരിത്രത്തിന്റെ തെളിവായിരുന്നില്ലേ?"

"ദരിദ്രർക്ക് എന്തിനാണ് ചരിത്രം, ചേതൂ?"

ഥാക്കുമാ നെടുവീർപ്പിട്ടു.

"എന്നിട്ടാണോ ഥാക്കുമാ അതു തിരഞ്ഞു തിരഞ്ഞു കഷ്ടപ്പെട്ടത്?"

"തിരഞ്ഞു കൊണ്ടിരുന്നത് അതു നഷ്ടപ്പെട്ടു എന്ന് ഉറപ്പുവരുത്താൻ മാത്രമായിരുന്നു. ഇപ്പോൾ ഉറപ്പായി. ഇനി ദു:ഖിച്ചിട്ടെന്തു ഫലം!"

ഥാക്കുമായുടെ മുഖത്തേക്കു നോക്കിയിരിക്കെ ചെറുപ്പത്തിൽ ആ കവിളുകളും കണ്ണുകളും ചുണ്ടുകളും എങ്ങനെയിരുന്നു എന്നു ഞാൻ ഊഹിച്ചെടുക്കാൻ ശ്രമിച്ചു. ജീവന്റെയും ഓജസ്സിന്റെയും ഒരു ചെറിയ നാളത്തെ ഊതിക്കത്തിച്ച് ഊഷ്മളത നിലനിർത്തി ഭൂമിയുടെ ബന്ധനത്തിൽ തുടരാൻ ആഗ്രഹിക്കുന്ന ആ പഴക്കമേറിയ ശരീരത്തോട് എനിക്ക് ദയാവായ്പ് അനുഭവപ്പെട്ടു.

"അതു നഷ്ടപ്പെട്ടു എന്ന് അറിഞ്ഞില്ലായിരുന്നെങ്കിലോ? എനിക്കു വയസ്സായി. ഇനിയെത്ര നാളുണ്ട്? അത് ഈ കട്ടിലിനടിയിലെ പീഞ്ഞപ്പെട്ടിക്കിടയിലോ തട്ടുമ്പുറത്തെ എലിക്കൂട്ടിലോ കാണുമെന്നു പ്രതീക്ഷിച്ച് എന്റെ ആത്മാവും ഇവിടെ ചുറ്റിത്തിരിഞ്ഞേനെ. ഓർത്തു നോക്ക്, ചേതൂ... ഹേസ്റ്റിങ്സ് സായ്പ് രാത്രി രണ്ടു മണിക്ക് കുതിരപ്പുറത്ത് വന്നിറങ്ങുന്നതുപോലെ ഞാനും ഇവിടെയൊക്കെ അരിച്ചു പെറുക്കുന്നത്?"

ഥാക്കുമാ നിഷ്കളങ്കതയോടെ വായ് തുറന്നു ചിരിച്ചപ്പോൾ കണ്ണുനീർ തുടച്ച് ഞാനും പുഞ്ചിരിച്ചു. അങ്ങനെയാണ് ആ രാത്രി ഞാൻ ഹേസ്റ്റിങ്സ് സായ്പിനെയും അദ്ദേഹത്തിന്റെ ജീവിതം അരച്ചു കലക്കിക്കുടിച്ചിരുന്ന വിദ്യാസാഗർ മല്ലിക് ദാദുവിനെയും ഓർത്തെടുത്തത്. 'നാം കീഴടക്കി അധീനതയിൽ വച്ചു ഭരിക്കാൻ ആഗ്രഹിക്കുന്നവരുടെ ഭാഷയും സംസ്കാരവും അവരുടെ ജീവിതരീതിയും സംബന്ധിച്ച് അറിവുകൾ കൈവരിക്കുന്നത് അവരുടെ മാനസികാവസ്ഥയും സ്വാഭാവിക അവകാശങ്ങളും മനസ്സിലാക്കാൻ സഹായകമായിരിക്കുമെന്നും നമ്മുടെ അളവുകോലുകൾ ഉപയോഗിച്ച് അവരെ വിലയിരുത്താൻ അതു നമ്മെ പ്രാപ്തരാക്കുമെന്നും' അഭിപ്രായപ്പെട്ടു കൊണ്ടു ഹേസ്റ്റിങ്സ് എഴുതിയ കത്തിന്റെ പൂർണരൂപം പുരുഷോത്തം ദാദുവിന്റെ സഹോദരി കാന്തിമതിയുടെ പുത്രൻ വിദ്യാസാഗർ ദാദു ഇംഗ്ലീഷിൽ മനഃപാഠം ഉരുവിട്ടിരുന്നു.

"...But such instances can only be gained in their writings; and these will survive when British domination in India shall have long ceased to exist, and when the sources which once yielded of wealth and power are lost to remembrance..."

തുടർന്ന്, ദാദു മാറിടത്തോളം നീണ്ട നരച്ച താടി തടവി കാടുപിടിച്ച നരച്ച പുരികങ്ങളും നീണ്ട ഇടതൂർന്ന കൺപീലികളും തീർത്ത കാടിനുള്ളിൽനിന്നു തിളങ്ങുന്ന രണ്ടു കണ്ണുകൾ കൊണ്ട് ഞങ്ങളുടെ ആത്മാക്കൾക്കുള്ളിലേക്ക് നോട്ടമെയ്ത് ചോദിച്ചു :

"സായ്പിന്റെ കുരുട്ടു ദീർഘദർശനം എവിടെയാണെന്ന് ശ്രദ്ധിച്ചോ? ഇൻ ദെയർ റൈറ്റിങ്സ് എന്ന ഭാഗത്ത്..."

ഞങ്ങളുടെ കുടുംബത്തിൽ അറിവും പാണ്ഡിത്യവും നേടി ദാരിദ്ര്യത്തിന്റെ ദുഃഖം മറികടക്കാൻ ശ്രമിച്ച ഏതാനും പിതാമഹൻമാരിൽ ഒരാളായിരുന്ന വിദ്യാസാഗർ ദാദു. വിദ്യാസാഗർ ദാദു ഒരു പരാജയപ്പെട്ട എഴുത്തുകാരനായതുകൊണ്ടാകാം അദ്ദേഹത്തിന് എഴുത്തിനെക്കുറിച്ചുള്ള എല്ലാത്തരം ഓർമപ്പെടുത്തലുകളും ഭയജനകമായിരുന്നതെന്ന് രാമുദാ പരിഹസിച്ചു. ഉറുദുവും ബംഗാളിയും പേർഷ്യനും പഠിച്ച് നവാബുമാരോടു സൗഹൃദമുണ്ടാക്കിയ ഹേസ്റ്റിങ്സിന്റെ ജീവിതത്തിലെ പ്രണയകഥയാണ് അന്നും എന്നെ ഇളക്കിയത്. ഹേസ്റ്റിങ്സിനു പ്രണയം ഉണർന്നത് എപ്പോഴും ആപത്തുകളിലും ജീവൻമരണ പോരാട്ടങ്ങൾക്കിടയിലുമായിരുന്നു. ദരിദ്രനായി ജനിച്ച്, അനാഥനായി വളർന്ന്, ഉപജീവനത്തിന് സൈനികനായി കൊൽക്കൊത്ത എന്ന പുതിയ ഭൂമിയിലേക്കു പതിനെട്ടാം നൂറ്റാണ്ടിന്റെ പകുതിയിൽ കപ്പൽ കയറിയ ചെറുപ്പക്കാരനെ ഞാൻ കൗതുകത്തോടെ സങ്കൽപ്പിച്ചു. യൗവ്വനത്തിലുടനീളം

അദ്ദേഹം അഴിമതിയെ ചോദ്യം ചെയ്യുകയും അതേ സമയം പണം സമ്പാദിക്കുകയും ജോലിയിൽ പടിപടിയായി ഉയരുകയും ചെയ്തു. നവാബ് അലിവർദിഖാൻ മരണമടഞ്ഞപ്പോൾ സിറാജ് ഉദ് ദവള നടത്തിയ പടയോട്ടത്തിൽ, ബ്ലാക്ക് ഹോൾ എന്നു യൂറോപ്യൻ ചരിത്രകാരൻമാർ പാടിപ്പൊലിപ്പിച്ച തടവുമുറിയിൽ ബന്ദികളാക്കപ്പെട്ട ബ്രിട്ടീഷുകാരിൽ ഹേസ്റ്റിങ്സും ഉൾപ്പെട്ടു. മരണം കാത്തു കിടക്കുന്നതിനിടയിലാണ്, ആ ദിവസങ്ങളിൽ കൊല്ലപ്പെട്ടവരിലൊരാളുടെ ഭാര്യയും രണ്ടു പെൺമക്കളുടെ അമ്മയുമായ മേരിയുമായി അദ്ദേഹം പ്രണയബദ്ധനായത്. ചുറ്റും മൃതദേഹങ്ങളും പട്ടിണിയും നിറഞ്ഞ ഒരന്തരീക്ഷത്തിൽ അദ്ദേഹത്തെപ്പോലെ ഒരാളെ പ്രേമപരവശനാക്കിയ ആ സ്ത്രീ എനിക്കു ദുരൂഹതയായി. നവാബിന്റെ തടവറയിൽനിന്ന് ഫുൾട്ട ദ്വീപിലേക്ക് രക്ഷപ്പെട്ട ഹേസ്റ്റിങ്സ് മേരിയെ വിവാഹം കഴിച്ചു. മദ്രാസിൽനിന്നു പട നയിച്ചെത്തി സിറാജ് ഉദ് ദവളയെ പരാജയപ്പെടുത്തി അധികാരം പിടിച്ചെടുത്ത റോബർട്ട് ക്ലൈവിന്റെ പ്രീതി നേടിയെങ്കിലും ഹേസ്റ്റിങ്സിനെ ദൗർഭാഗ്യങ്ങൾ പിന്തുടർന്നു. മേരിയിൽ അദ്ദേഹത്തിനു ജനിച്ച മകളും മകനും മരിച്ചു. അഞ്ചു വർഷം കഴിയുംമുമ്പെ മേരിയും മരിച്ചു. പക്ഷേ ഹേസ്റ്റിങ്സിന്റെ കുതിരകൾ മുന്നോട്ടു തന്നെ പാഞ്ഞു. അദ്ദേഹം മൂർഷിദാബാദിലെ ബ്രിട്ടീഷ് റസിഡന്റായി. സിറാജ് ഉദ് ദവളയെ ഒറ്റിക്കൊടുത്തതിന് നവാബ് പദവി ലഭിച്ച മിർ ജാഫറിന്റെയും അദ്ദേഹത്തിന്റെ മരുമകൻ മിർ ഖാസിമിന്റെയും കാലമായിരുന്നു അത്. കമ്പനിയുടെ വിശ്വസ്ത സേവകനായി ജീവിക്കുകയും മറുവശത്ത് അതിന്റെ സൗകര്യങ്ങൾ ഉപയോഗിച്ച് ഹേസ്റ്റിങ്സ് കാപ്പിയും ഉപ്പും വിറ്റ് ധനം സമ്പാദിക്കുകയും ചെയ്തു. കൽക്കട്ട കൗൺസിലിൽ അംഗമായ കാലത്ത് കമ്പനി ജീവനക്കാർ ബംഗാളിൽ നടത്തുന്ന അഴിമതി കണ്ട് രോഷാകുലനായി ബ്രിട്ടീഷ് സാമ്രാജ്യത്തിനു ചീത്തപ്പേരുണ്ടാക്കി പണം വാരിക്കൂട്ടുന്ന ഇന്ത്യയിലും ബ്രിട്ടനിലുമുള്ള സഹപ്രവർത്തകരെ കഠിനമായി ആക്ഷേപിക്കുകയും അതേ സമയം, വണ്ടിക്കാളകളെ വിതരണം ചെയ്യാനുള്ള കരാറുകാരനായി പണമുണ്ടാക്കുകയും അഴിമതി സഹിക്കവയ്യാതെ കുറച്ചു കാലത്തേക്ക് രാജി വച്ച് ബ്രിട്ടനിലേക്കു മടങ്ങിപ്പോകുകയും ചെയ്തു. ഹേസ്റ്റിങ്സ് മടങ്ങിപ്പോകുന്നതിനു തൊട്ടുമുമ്പാണ് നവാബ് മിർ ഖാസിംപട നയിച്ചതും ഞങ്ങളുടെ ആത്മാരാം മല്ലിക് പിതാമഹൻ നവാബിന്റെ വിശ്വസ്തനായി ഒട്ടേറെ തൂക്കിക്കൊലകൾ നിർവഹിച്ചതും. കമ്പനിഭരണത്തെ വെല്ലുവിളിച്ച മിർ ഖാസിം പട്നയിലുള്ള ബ്രിട്ടീഷ് താവളം വളഞ്ഞതും കൽക്കട്ടയിൽനിന്നു കമ്പനി സൈന്യം എത്തുംമുമ്പെ ആത്മാരാം മല്ലിക് പിതാമഹൻ നൂറു കണക്കിന് ബ്രിട്ടീഷുകാരെ കെട്ടിത്തൂക്കിയും ശിരസ്സു ഛേദിച്ചും കൊന്നു തീർത്തതും ഥാക്കുമാ അഭിമാനത്തോടെ വിവരിച്ചു.

ഥാക്കുമായെ തൊട്ടു കൊണ്ട് ഉണർന്നും വീണ്ടും മയങ്ങിയും വെളുപ്പിച്ചെടുത്ത രാത്രിയായിരുന്നു അത്. നേരം പുലർന്നിട്ടും ഭീകരമായ ഏകാന്തത എന്നെ ചൂഴ്ന്നു. എത്രയും വേഗം മാനൊദായുടെ ഓഫിസിലേക്കു രക്ഷപ്പെടാൻ ഞാൻ തീരുമാനിച്ചു. നാലു വീട്ടുകാർക്കു പൊതുവായുള്ള ഞങ്ങളുടെ കുളിമുറിയിൽ നാരായൺ ദായുടെ ഭാര്യ ശങ്കരീദേവി കുളിക്കുന്നുണ്ടായിരുന്നു. കുളിമുറി ഒഴിയുന്നതും കാത്തു ഞാൻ വഴിവക്കിലേക്കു നീങ്ങിനിന്നു.

വീടുകളുടെ അസ്തിവാരം വരെ വിറപ്പിച്ച് ആറു പത്തിന്റെ സിയാൽദ ട്രെയിൻ പാഞ്ഞു പോയി. ജീവിതം ഒരുപാടു കണ്ടിട്ടുള്ള ഭാവത്തോടെ കണ്ണുകൾ ചാമ്പിനിൽക്കുന്ന ആട്ടിൻപറ്റത്തെ വഹിച്ച മിനി ലോറി ഫ്ലാറ്റിനപ്പുറത്തെ അറവുശാലയിലെത്താൻ അക്ഷമയോടെ ഇരമ്പി. നിരത്ത് ഉണർന്നിരുന്നില്ല. ഫ്ലാറ്റിനു മുകളിൽ ആകാശത്ത് കറുത്ത പുക സാവധാനം വ്യാപിച്ചു. എന്റെ കാൽച്ചുവട്ടിൽനിന്ന് അധികം അകലെയല്ലാതെ ചപ്പുചവറുകളുടെയും മാംസാവശിഷ്ടങ്ങളുടെയും ചീഞ്ഞ ഗന്ധവും ഓടിന്റെ പൊട്ടൽ ഷീറ്റു കൊണ്ടും ഷീറ്റിന്റെ വിള്ളൽ പ്ലാസ്റ്റിക് പാളി കൊണ്ടും മറച്ച് കൂട്ടിത്തയ്ച്ച കീറത്തുണിയെ ഓർമിപ്പിച്ച മേൽക്കൂരകളുള്ള ഞങ്ങളുടെ കാലഹരണപ്പെട്ട വീടുകളുടെ ദൃശ്യവും എതിർദിശയിലേക്കു പാഞ്ഞു വന്ന മറ്റൊരു സർക്കുലാർ ട്രെയിനിന്റെ ചെകിടടപ്പിക്കുന്ന ശബ്ദവും ചേർന്ന് ആസന്നമായ അപമൃത്യുവിന്റെ പ്രതീതി സൃഷ്ടിച്ചു. ശവമഞ്ചം തീർക്കാനുള്ള മുളങ്കമ്പുകൾ കയറ്റിയ ഠേലാ ഗാഡിയുന്തി നാരായൺ ദാ എന്നെ ശ്രദ്ധിക്കാതെ കടന്നു പോയി. അകലെനിന്നെങ്ങോ എത്തിയ വിലാപയാത്രാ സംഘത്തിലെ നനഞ്ഞു കറുത്ത പൂണൂലാൽ രണ്ടായി വിഭജിക്കപ്പെട്ട മാറിടങ്ങളുള്ള ധനിക ബ്രാഹ്മണർ ഉറക്കെ നാരായണ ജപിച്ചു കൊണ്ട് നീമേശ്വർ ബാബാ ക്ഷേത്രത്തിനു സമീപത്തെങ്ങോ പാർക്ക് ചെയ്ത കാറുകൾ തിരഞ്ഞു. പോർട്ട് ട്രസ്റ്റിലെ ജീവനക്കാരനായ സ്വയംഭൂവിന്റെ അമ്മ രാജ്കുമാരി ദേവി കീറിയ ബ്ലൗസും മുഷിഞ്ഞു കീറിയ സാരിയും ധരിച്ച് പ്രാഞ്ചി പ്രാഞ്ചി അടുത്തെത്തി എന്നെ നോക്കി ചിരിച്ചു. ശരീരത്തേക്കാൾ മുമ്പേ ആത്മാവ് പരലോകത്തെത്തിയവർ മാത്രം ചിരിക്കുന്ന ചിരിയായിരുന്നു അത്. അവരുടെ ഭർത്താവ് പരമേശ്വർ ദായുടെ ആത്മാവ് ചെവിത്തോണ്ടികൾ നിറച്ച സഞ്ചി ചുമലിൽതൂക്കി ചില്ലുപോലെ സുതാര്യവും ഉരുകിയ മെഴുകു പോലെ വഴക്കമുള്ളതുമായ വാലു കൊണ്ട് രാജ്കുമാരിദീയുടെ ആത്മാവിനെ ചുറ്റിയെടുത്ത് തന്നോടൊപ്പം കൊണ്ടുപോയിട്ടുണ്ടാകുമെന്ന് എനിക്കു തോന്നി.

“ഗംഗ വറ്റിപ്പോയി...”

അവർ എന്നോട് ചിരിച്ചു കൊണ്ടു പറഞ്ഞു.

“രാവിലെ നോക്കിയപ്പോൾ നദിക്കു പകരം ഒരു റോഡ്...”

രാജ്കുമാരിദീ വീണ്ടും തുറന്നു ചിരിച്ചു.

“വറ്റിപ്പോയ ഗംഗയിലൂടെ ഞാൻ നടന്നു നടന്നു മേഘ്നയിലെത്തി. അപ്പോ മേഘ്നയും വറ്റിയിരിക്കുന്നു. ഭാഗ്യം. പിന്നെ മയദ്വീപിലേക്ക് കുറച്ചു ദൂരമേയുണ്ടായിരുന്നുള്ളൂ...”

വിഭജനത്തിനു മുമ്പ് മയദ്വീപിൽ ജീവിച്ചതിന്റെ ഓർമകൾ പങ്കുവയ്ക്കുന്നതായിരുന്നു രാജ്കുമാരിദീയുടെ ആഹ്ലാദം.

“നീയെന്താ രാവിലെ തന്നെ കുളിക്കാൻ വന്നത്? നിന്റെ മാ പിടിച്ചു വച്ച വെള്ളം തീരാറായി കേട്ടോ...”

കുളികഴിഞ്ഞിറങ്ങിയ ശങ്കരീദേവി തല പിന്നിലേക്കു ചെരിച്ച് വലിയ മാറിടം പുറത്തേക്കുന്തി കൈകൾ പിന്നിലേക്കു തിരിച്ച് തോർത്തു കൊണ്ടു തട്ടി നനഞ്ഞ മുടിയിലെ വെള്ളം ശക്തിയായി തെറിപ്പിച്ചു. അമ്പതു തികഞ്ഞിട്ടും വടിവൊത്ത ശരീരവും ലക്ഷണമൊത്ത മുഖവുമാണ് ശങ്കരീദീക്ക്.

അവരുടെ വെളുത്ത പുറം മാത്രം, പരപുരുഷബന്ധം ആരോപിച്ച് മുളങ്കമ്പു കൊണ്ട് നാരായൺ ദാ എനിക്ക് ഓർമയുള്ള കാലം മുതൽ ഏൽപ്പിച്ച പ്രഹരങ്ങളാൽ കറുത്തു തഴമ്പിച്ചു. കുളി കഴിഞ്ഞു ഞാൻ പുറത്തിറങ്ങിയപ്പോൾ ചവറ്റു കൂനയുടെ അരികിലെ ടാപ്പിനരികിൽ സോപ്പുപതയിൽ മുങ്ങി മഞ്ഞു മനുഷ്യരെപ്പോലെയായ പുരുഷൻമാരുടെ നിര നീണ്ടു. ടാപ്പിൽ വെള്ളമെത്തുന്ന നേരത്ത് കുളിക്കാൻ നിരക്കുന്ന പുരുഷൻമാരുടെ കൂട്ടത്തിൽത്തന്നെയാണ് ചുവപ്പും പച്ചയും കളം കളം തോർത്തു ചുറ്റി, സോപ്പു കൊണ്ടു ശരീരത്തെ ലാളിച്ചും പഴയ കഥകൾ പങ്കുവച്ചും അച്ഛനും കുളിക്കാറുള്ളത്. കാക്കു പരസ്യമായി കുളിക്കാൻ വിസമ്മതിച്ച്, ഞങ്ങളുടെ പൊട്ടിപ്പൊളിഞ്ഞതും പായൽ പിടിച്ചതുമായ ശൗചാലയത്തിനുള്ളിൽ കാര്യം സാധിച്ചു. അതു ജയിലിൽ പഠിച്ച ശീലമാണെന്ന് അറിഞ്ഞതിൽപ്പിന്നെയാണ് അദ്ദേഹത്തിന്റെ കാലുകളുടെ പിന്നിൽ കുറുകെ വീശിയടിച്ച ചാട്ടവാറിന്റെ പാടുകൾ ഞാൻ ശ്രദ്ധിച്ചതും അദ്ദേഹം അടിയന്തരാവസ്ഥക്കാലത്തു ജയിലിൽ കിടന്നിട്ടുണ്ടെന്നു മനസ്സിലാക്കിയതും.

"അവൻ രാവിലെതന്നെ വന്നിട്ടുണ്ട്. ആ ചെക്കൻ..."

വീടിനുള്ളിലേക്കു കടന്നപ്പോൾ മാ പുറത്തേക്കു വന്നു. ഞാനതു കേൾക്കാത്ത മട്ടിൽ ഇരുണ്ട പച്ച നിറമുള്ള കുർത്തയ്ക്കു ചേരുന്ന ഒരു വെള്ള ദുപ്പട്ട തിരഞ്ഞു. ഠാക്കുമാ കട്ടിലിൽ കാലുകൾ ഉയർത്തി വച്ച് ചായ ശബ്ദത്തോടെ ഊതിക്കുടിച്ചു.

"കുറച്ചു ദിവസം കൊണ്ട് എന്റെ കുട്ടി ക്ഷീണിച്ചു പോയി. അവനെയോർത്തുള്ള നെഞ്ചുരുക്കമാണ് അവൾക്ക്. എല്ലാം നീയൊരുത്തി കാരണം. ആരാച്ചാരല്ലാത്തവൻ നമുക്കു വേണ്ടാന്ന് ഞാൻ ആദ്യമേ പറഞ്ഞു... അപ്പോൾ കോട്ടും പാന്റും പോക്കറ്റിലെ കാശും കണ്ട് നീ മയങ്ങി..."

ചായ കുടിക്കുന്നതിനിടയിലും ഠാക്കുമാ മായെ ശകാരിച്ചു.

"പോക്കറ്റിലെ കാശു കണ്ടു മയങ്ങുന്നത് ആരുടെ സ്വഭാവമാണെന്ന് എല്ലാവർക്കും അറിയാം..."

മാ ക്ഷോഭിച്ചു.

"എന്റെ മകൾക്ക് ഒരു നല്ല ബന്ധം കിട്ടണമെന്നു മാത്രമേ ഞാൻ ആഗ്രഹിച്ചുള്ളൂ... അതിന്റെ പേരിൽ അവളെ നിങ്ങളുടെ മോൻ തൂക്കി വിൽക്കുമെന്ന് ആരു വിചാരിച്ചു! "

ഠാക്കുമാ കുടിച്ചു തീർന്നെന്ന് ഉറപ്പു വരുത്തും മുമ്പെ ചായക്കപ്പു തട്ടിപ്പറിച്ചു മാ അകത്തുപോയി. ഠാക്കുമാ ചുണ്ടു തുടച്ച് കണ്ണിറുക്കി പുഞ്ചിരിച്ചു.

"ഞങ്ങൾ തമ്മിൽ ചേരില്ല."

മുടി കോതുന്നതിനിടയിൽ ഞാനും പുഞ്ചിരിച്ചു. ശത്രുതകളുടെ കഥകൾ പറഞ്ഞു തന്ന്, ശാശ്വതമായി ലോകത്ത് ഒരു ശത്രുതയുമില്ലെന്ന് പ്രഖ്യാപിക്കാറുള്ള ഠാക്കുമാ തന്നെ ദാദുവിന്റെ പ്രണയിനിയെ അവർ മരിച്ച് അര നൂറ്റാണ്ടിനു ശേഷവും ശത്രുവായി പരിഗണിക്കുന്നത് മനസ്സിലാക്കാൻ പ്രയാസമായിരുന്നു.

"എന്തൊരു അഴിമതിയാണ്, ഫണീദാ? എവിടെ നോക്കിയാലും അതെ... എനിക്കിതൊക്കെ കാണുമ്പോൾ രക്തം തിളയ്ക്കുന്നു..."

അച്ഛന്റെ മുറിയിൽനിന്നു സഞ്ജീവ് കുമാർ മിത്രയുടെ ശബ്ദം ഉയർന്നു. എന്റെ മുഖം ചുവന്നു.

"സൊഞ്ജൂ ബാബൂ... നിങ്ങൾ എന്നോട് ഇതെക്കുറിച്ചു പറയുന്നോ? നോക്ക്, എല്ലാവർക്കും പണം പണം എന്നൊരു ചിന്തയേയുള്ളൂ... എനിക്ക് ചിലപ്പോൾ തോന്നും, കയറും കുടുക്കും മാറ്റി വച്ച് ഒരു തോക്കും കൊണ്ട് ഇറങ്ങി എല്ലാത്തിനെയും വെടിവച്ചു കൊല്ലണമെന്ന്... കുറേ അഴിമതിക്കാരെ കൊന്നു തള്ളിയാൽമാത്രമേ നമുക്ക് ഈ ലോകത്തെ രക്ഷിക്കാൻ സാധിക്കുകയുള്ളൂ..."

അച്ഛനും ആവേശഭരിതനായി. ഞാൻ മുടി തുവർത്തിക്കൊണ്ടു ഥാക്കുമായുടെ കട്ടിലിൽ ഇരുന്നു. ഇടയ്ക്കു ബ്രിട്ടനിലേക്കു തിരിച്ചു പോകുമ്പോൾ വർഷം അഞ്ചു പവൻ ശമ്പളത്തിന് ഇന്ത്യയിലെത്തിയ ഹേസ്റ്റിങ്സിന്റെ സമ്പാദ്യം മുപ്പതിനായിരം പവനായിരുന്നു. ബ്രിട്ടനിലെത്തി ആർഭാടജീവിതം നയിച്ച് അദ്ദേഹം ദരിദ്രനായി. പണമുണ്ടാക്കാൻ വീണ്ടും കൊൽക്കൊത്തയിലേക്കു മടങ്ങി. പതിനെട്ടാം നൂറ്റാണ്ടിലെ മഹാക്ഷാമം കഴിഞ്ഞ് മൂന്നിലൊരു ഭാഗം ജനങ്ങളും മരിച്ചു മണ്ണടിഞ്ഞ, മുളയോലകൾ കൊണ്ടു മേഞ്ഞ മൺകുടിലുകൾ നിറഞ്ഞ, കൊൽക്കൊത്ത നഗരത്തിൽ ഹേസ്റ്റിങ്സ് കപ്പലിറങ്ങിയത് ബംഗാൾ ഗവർണറായിട്ടാണ്. കപ്പലിൽ കയറുമ്പോൾ അദ്ദേഹം വിഭാര്യനും വിധുരനുമായിരുന്നു. കപ്പലിൽ വച്ച് അദ്ദേഹം വീണ്ടും പ്രണയബദ്ധനായി. ജർമൻകാരിയും വിവാഹിതയുമായ മരിയൻ ഇംഹോഫ് പ്രഭ്വി കപ്പലിൽ വച്ചുതന്നെ ഭർത്താവുമായി പിരിഞ്ഞ് ഹേസ്റ്റിങ്സിനോടു ചേർന്നു. എങ്കിലും ജർമനിയിൽനിന്ന് വിവാഹമോചനം അനുവദിച്ചു കിട്ടിയില്ല. നീണ്ട എട്ടു വർഷത്തെ കാത്തിരിപ്പിനു ശേഷം വിവാഹമോചനം കിട്ടി. പ്രഭ്വിയെ ഹേസ്റ്റിങ്സ് വിവാഹം കഴിച്ചു. അവർക്കു വേണ്ടി അദ്ദേഹം ആലിപ്പൂർ ഗാർഡൻസ് എന്ന ബംഗ്ലാവ് പണിതു. പിന്നീട് അഴിമതിയാരോപണങ്ങളിൽ പെട്ട് ഇംപീച്ച്മെന്റ് നടപടി നേരിട്ടു. കുറ്റാരോപണങ്ങളിൽനിന്നു വിമുക്തനായെങ്കിലും അദ്ദേഹം ഇംഗ്ലണ്ടിലേക്കു തന്നെ മടങ്ങി.

ഡേയ്ൽസ് ഫോർഡിലെ വീട്ടിൽ തന്റെ പ്രണയിനിയോടൊപ്പം അറബിക്കുതിരകൾക്കുമേൽ സവാരി ചെയ്തും ഇന്ത്യൻ സസ്യങ്ങൾ തോട്ടത്തിൽ വളർത്തിയെടുക്കാൻ ശ്രമിച്ചും ഇന്ത്യൻ മൃഗങ്ങളെ ഓമനിച്ചും ഇരുപത്തിനാലു വർഷം ഹേസ്റ്റിങ്സ് ജീവിച്ചു. അദ്ദേഹത്തിന്റെ മരണം അജ്ഞാത കാരണങ്ങളാലാണ് സംഭവിച്ചത്. മരിച്ചതിന്റെ പിറേന്ന് – അത് ആയിരത്തിയെണ്ണൂറ്റിപ്പതിനെട്ട് ഓഗസ്റ്റ് ഇരുപത്തിമൂന്നാം തീയതിയായിരുന്നോ സെപ്റ്റംബർ ഏഴായിരുന്നോ എന്ന് വിദ്യാസാഗർ ദാദുവിന് സംശയമുണ്ട് – ആലിപ്പൂർ ഗാർഡൻസിനു മുന്നിലുള്ള വീഥിയിൽ രാത്രി രണ്ടു മണിക്ക് കുതിരക്കുളമ്പടി മുഴങ്ങി. ഹേസ്റ്റിങ്സിന്റെ കുതിരവണ്ടി കുടമണികൾ കിലുക്കി പാഞ്ഞു വന്നു ബംഗ്ലാവിന്റെ മുറ്റത്തു നിന്നു. തൊപ്പിയൂരി കയ്യിൽ പിടിച്ച് ഹേസ്റ്റിങ്സ് ധൃതിയിൽ വീടിനുള്ളിൽ കടന്നു. കാശിയിൽനിന്നു കൊണ്ടുവന്ന വിലപിടിച്ച മാർബിളിൽ പണിത പിരിയൻ കോവണി ചാടിക്കയറി. പുലർച്ചെ വരെ മുകൾ നിലയിൽ അദ്ദേഹം എന്തോ തിരഞ്ഞു. പ്രഭാതവും സൂര്യപ്രകാശവും നഗരത്തിൽ പ്രവേശിച്ചപ്പോൾ കുതിരവണ്ടി ചില്ലുപോലെ സുതാര്യമായി മെഴുകു പോലെ ഉരുകി ആവിയായി.

കഥയിലെ പ്രസക്തഭാഗം മറ്റൊന്നായിരുന്നു. ലണ്ടനിലേക്കു മടങ്ങിപ്പോയതിനുശേഷം ഹേസ്റ്റിങ്സ് പ്രഭു തന്റെ സുഹൃത്തായ തോംസണ് ഒരു കത്ത് എഴുതി:

"വീണ്ടും വീണ്ടും എന്റെ എഴുത്തുമേശയുടെ കാര്യം ഓർമിപ്പിക്കേണ്ടിവരുന്നത് എന്നെ വേദനിപ്പിക്കുന്നു. ഇതുവരെ അതു സംബന്ധിച്ച് ഒരു വിവരവും എനിക്കു താങ്കളിൽനിന്നോ ലാർക്കിൻസിൽനിന്നോ കിട്ടിയിട്ടില്ല. അതെക്കുറിച്ചുള്ള ഉൽക്കണ്ഠ നിങ്ങൾക്കു മനസ്സിലാക്കാൻ സാധിച്ചിട്ടില്ല..."

രണ്ടു വർഷത്തിനുശേഷവും കൽക്കട്ട ഗസറ്റിൽ ഇങ്ങനെ ഒരു പരസ്യവും പ്രത്യക്ഷപ്പെട്ടു:

"വാറൻ ഹേസ്റ്റിങ്സിന്റെ ഉടമസ്ഥതയിൽപ്പെട്ട കരിവീട്ടിയിൽ കടഞ്ഞെടുത്ത ഒരു എഴുത്തുമേശ, അദ്ദേഹത്തിന്റെ എസ്പ്ലനേഡിൽനിന്നുള്ള വീട്ടിൽനിന്ന് ഇംഗ്ലണ്ടിലേക്കു പുറപ്പെടുന്നതിനിടെ അതിലുണ്ടായിരുന്ന രണ്ടു ചെറിയ ചിത്രങ്ങളും ചില സ്വകാര്യ കടലാസുകളും സഹിതം മോഷ്ടിക്കപ്പെടുകയോ അദ്ദേഹത്തിന്റെ വസ്തുവകകളുടെ ലേലത്തിൽ അബദ്ധത്തിൽ ഉൾപ്പെടുകയോ ചെയ്തു. ആ മേശയും അതിനുള്ളിലെ വസ്തുക്കളും സംബന്ധിച്ച് എന്തെങ്കിലും വിവരം നൽകുന്നവർക്ക് രണ്ടായിരം രൂപ നൽകുന്നതാണെന്നു മിസ്റ്റർ ലാർക്കിൻസും മിസ്റ്റർ തോംസണും ഇതിനാൽ തെര്യപ്പെടുത്തുന്നു...."

ഹേസ്റ്റിങ്സിനെ മറന്ന് 'ഭവിഷ്യ'ത്തിന്റെ ഓഫിസിലേക്ക് ഇറങ്ങുമ്പോഴാണ് പച്ചപ്പായൽ പടർന്ന ചരാത്താളിനും സലൂണിന്റെ ഭിത്തിക്കും ഇടയ്ക്കുള്ള ഇത്തിരി സ്ഥലത്ത് സഞ്ജീവ് കുമാർ മിത്ര എന്നെ നേരിട്ടത്.

"രാമുദായുടെ മരണത്തിനുശേഷം ചേതന ഇതുവരെ നോർമൽ ആയിട്ടില്ലെന്നു തോന്നുന്നു..."

അയാൾ കണ്ണടയൂരി കണ്ണുതുടച്ചു കൊണ്ട് എന്നെ നോക്കി.

"ഇങ്ങനെ പോയാൽ മനസ്സു കൂടുതൽ വിഷമിക്കുകയേ ഉള്ളൂ... ചേതന ചാനലിലേക്കു മടങ്ങി വരണം. ചേതനയ്ക്ക് നടത്താൻ സാധിക്കുന്ന ഒരു പ്രത്യേക പരിപാടി ഞങ്ങൾ രൂപപ്പെടുത്തിയിട്ടുണ്ട്... അതിൽ എന്റെ വ്യക്തിപരമായ താൽപര്യം, എനിക്കു ചേതനയെ സദാ അടുത്തു കിട്ടുമെന്നു തന്നെയാണ്..."

ഞാൻ ചമ്പയുടെ ട്യൂഷൻ പൈസ കൊണ്ടു പണ്ടു വാങ്ങിയ സഞ്ചി ചുമലിൽ നേരെയിട്ടു കൊണ്ട് അയാളെ നോക്കി പുഞ്ചിരിച്ചു. പക്ഷേ എന്തുകൊണ്ടോ എന്റെ കണ്ണുകളിൽ നനവു പടർന്നു. ഞാൻ കേട്ടിട്ടുള്ള പ്രണയകഥകളിലെ പുരുഷൻമാരെല്ലാം അവരുടെ പ്രണയസ്മൃതികൾ പാടിപ്പൊലിപ്പിച്ച് എന്റെ ആത്മവിശ്വാസം തകർത്തു. പട്ടിണികിടന്നും ശ്വാസംമുട്ടിയും മരണത്തെ മുന്നിൽ കാണുമ്പോൾ അരികിലുണ്ടായിരുന്ന സ്ത്രീയെ പ്രണയിച്ച് അതിജീവിക്കാൻ പഠിച്ച ഹേസ്റ്റിങ്സിന്റെ മറ്റെല്ലാ തെറ്റുകളും പൊറുക്കാവുന്നതായി എനിക്കു തോന്നി. ഒരിക്കൽ, ഒരിക്കൽ മാത്രം സഞ്ജീവ് കുമാർ മിത്ര അതുപോലെ സ്നേഹിച്ചിരുന്നെങ്കിൽ എന്ന് ഞാൻ നിരാശയോടെ ആശിച്ചു. പുറത്തേക്കു നീങ്ങുമ്പോൾ സഞ്ജീവ് കുമാർ മിത്ര എന്നെ തടഞ്ഞു.

"ചേതന, ഇങ്ങനെ എന്നെ കൈവിട്ടു കളയരുത്... എന്റെ ഭാഗത്തുനിന്ന് എന്ത് തെറ്റു സംഭവിച്ചിട്ടുണ്ടെങ്കിലും ഞാൻ മാപ്പു ചോദിക്കുന്നു. അന്ന് എനിക്കു പിന്നീട് ചേതനയെ കാണാൻ കഴിയാതെയിരുന്നത് ഓഫിസിലെ ചില പ്രശ്നങ്ങൾ കൊണ്ടാണ്. ഞാൻ ആകെ തകർന്നു പോയി, ചേതന..വധ ശിക്ഷയുമായി ബന്ധപ്പെട്ട പരിപാടി എന്റെ ജീവിതത്തിലെ ഏറ്റവും പ്രധാനപ്പെട്ട കാര്യമായിരുന്നു..."

ഞാൻ വീണ്ടും മന്ദഹസിച്ചു.

"ഇങ്ങനെ ചിരിച്ചു ചിരിച്ച് എന്നെ നാണംകെടുത്താതെ. എന്തെങ്കിലു മൊന്നു പറയൂ..."

"വധശിക്ഷ യതീന്ദ്രനാഥ് ബാനർജിയുടെ ജീവിതത്തിലെയും പ്രധാന പ്പെട്ട കാര്യമായിരുന്നു..."

"നോക്ക്, ഇവിടെ മാത്രമല്ല, രാജ്യത്തെങ്ങും ഇതു വലിയൊരു ചർച്ചാ വിഷയമാണ്. ചേതന രാജ്യം മുഴുവൻ പ്രസിദ്ധയാകാൻ പോകുന്നു. ഈ നേരത്ത് മുഖം തിരിച്ചു വീട്ടിൽ കയറി വന്ന മഹാലക്ഷ്മിയെ തട്ടിക്കളയ രുത്..."

"എനിക്ക് ജോലിയുണ്ട്, സഞ്ജീവ് കുമാർ ബാബൂ... ദയവു ചെയ്ത് വഴിയിൽനിന്നു മാറി നിൽക്കൂ..."

"നോക്കൂ, ഞാൻ ചെയ്ത തെറ്റ് എന്താണെന്നു പറയൂ..."

എന്റെ നിയന്ത്രണം വിട്ടു.

"ചെയ്ത തെറ്റോ? സ്വയം ചോദിച്ചു നോക്കൂ..."

"കേട്ടാൽ തോന്നും, ഞാനാണ് നിന്റെ രാമുദായെ എന്തോ ചെയ്ത തെന്ന്..."

ചിരിക്കാൻ കഴിയുന്നത്ര ശ്രമിച്ചിട്ടും എന്റെ കണ്ണുകൾ നിറഞ്ഞു.

"നിങ്ങൾ, നിങ്ങൾ തന്നെയാണ് അദ്ദേഹത്തെ കൊന്നത്. എല്ലാത്തി ന്റെയും തുടക്കം നിങ്ങൾ ആ നാണയം മോഷ്ടിച്ചതാണ്..."

എന്റെ ശബ്ദം ചിതറിപ്പോയി. ആ സമയത്ത് അയാൾ എന്നെ ചേർത്തു പിടിച്ചിരുന്നെങ്കിൽ എന്റെ കാതിൽ ക്ഷമാപണങ്ങൾ ഉരുവിട്ടിരുന്നെങ്കിൽ എന്ന് ഹൃദയത്തിന്റെ ഒരു ഭാഗം എന്നെ ലജ്ജിപ്പിച്ചു കൊണ്ട് തീവ്രമായി അഭിലഷിച്ചു. സഞ്ജീവ് കുമാർ മിത്ര എന്നെ തറപ്പിച്ചു നോക്കി. പിന്നീട് കുനിഞ്ഞ് എന്റെ കാൽക്കൽ തൊട്ടു.

"നോക്ക്, ഞാൻ മാപ്പു ചോദിച്ചു. ഞാൻ ഒരു വൃത്തികെട്ടവനെപ്പോലെ പെരുമാറി ചേതനാ... നിന്നെ വേദനിപ്പിച്ചു. എന്റെ തെറ്റാണ്, എല്ലാം. എനിക്കു മാപ്പു തരണം..."

ഞാൻ ഉമിനീരിറക്കി. എനിക്ക് കുറച്ചു നേരം എന്തു ചെയ്യണമെന്ന് മന സ്സിലായില്ല.

"ഞാൻ ചാനൽ പരിപാടിയിൽ പങ്കെടുക്കുകയില്ല..."

ഞാൻ രോഷം വീണ്ടെടുത്തു.

"വേണ്ട... ചേതനയ്ക്ക് ഇഷ്ടമല്ലെങ്കിൽ വേണ്ട. പക്ഷേ എന്നെ വെറു ക്കരുത്..."

ഞാൻ ഉമിനീർ വിഴുങ്ങി അയാളെ നോക്കി നിന്നു. ഇരുപത്തിരണ്ടു വയസ്സു മാത്രം പ്രായമുള്ള മുറിവുകളിൽ മുങ്ങിയ ഹൃദയം കഠിനമായ ആശയക്കുഴപ്പത്തിൽ പിടഞ്ഞു.

"ഔപചാരികമായി വിവാഹാലോചനയ്ക്ക് എന്റെ കുടുംബത്തിൽനിന്ന് മുതിർന്നവർ ഇവിടെയെത്തും. ആ നേരത്ത് ചേതന എന്നെ ഇതുപോലെ നാണംകെടുത്തരുത്... എന്നെ വിശ്വാസമില്ലെങ്കിലും കുഴപ്പമില്ല. അവരെയെങ്കിലും വിശ്വസിക്കാമല്ലോ..."

ഞാൻ അയാളെ സംശയത്തോടെ നോക്കി.

"ജാതിയും മതവും ഞങ്ങളുടെ കുടുംബത്തിന് പ്രശ്നമല്ല..."

ഉരുകാൻ തുടങ്ങിയെങ്കിലും ഹൃദയം വീണ്ടും തണുത്തുറഞ്ഞു.

"ഇല്ല, സഞ്ജുബാബൂ... എനിക്കിനിയും നിങ്ങളെ വിശ്വസിക്കാൻ സാധ്യമല്ല. ഞാൻ നിങ്ങളെ ഞാൻ എത്ര സ്നേഹിച്ചിരുന്നു എന്ന് നിങ്ങൾക്ക് ഒരിക്കലും മനസ്സിലായിട്ടില്ല..."

എന്റെ ശബ്ദം കഠിനമായി.

"തീർച്ചയായും, ചേതന... പക്ഷേ ഞാൻ നിന്നെ എത്ര സ്നേഹിക്കുന്നുവെന്നു നീയും ഒരിക്കലും മനസ്സിലാക്കിയിട്ടില്ല..."

അയാൾ എന്നോട് അടുത്തുനിന്നു. പിന്നീട് പോക്കറ്റിൽനിന്ന് ഒരു ചെപ്പു പുറത്തെടുത്തു. വീണ്ടും ഒരു മോതിരമോ വളയോ നൽകി എന്നെ അപമാനിക്കാൻ ശ്രമിക്കുകയാണ് അയാളെന്ന് ഞാൻ തെറ്റിദ്ധരിച്ചു. അതെനിക്കു നീട്ടുന്ന നിമിഷം അയാളുടെ കരണത്ത് ആഞ്ഞടിക്കുകയോ കഴുത്തിൽ കുടുക്കിട്ട് എല്ലാ ശല്യവും ഇന്നത്തോടെ തീർക്കുകയോ ചെയ്യണമെന്ന് ഞാൻ ക്രോധത്തോടെ തീരുമാനിച്ചു.

"നോക്കൂ... ചേതനയുടെ എല്ലാ ദുഃഖത്തിനും കാരണമായത് ഞാൻ വീണ്ടെടുത്തിരിക്കുന്നു..."

അയാൾ അതു തുറന്ന് എനിക്കു നേരെ ഉയർത്തിപ്പിടിച്ചു.

"നിന്റെ സഹോദരന്റെ ജീവൻ എനിക്കു തിരികെത്തരാൻ സാധിക്കുകയില്ല. പക്ഷേ രാമുദാ നിനക്കു നൽകിയ സ്നേഹം ഞാൻ ഉറപ്പു നൽകുന്നു. പിന്നെ, ഇതാ, നീയും നിന്റെ തലമുറകളും ഏറ്റവും വില മതിക്കുന്ന നിങ്ങളുടെ ചരിത്രം...!"

ഞാൻ കണ്ണുമിഴിച്ചു നിന്നു. അത് ഥാക്കുമായുടെ നാണയമായിരുന്നു! ഞാനതു തട്ടിപ്പറിച്ച് വിശ്വാസം വരാതെ നോക്കി.

"എവിടെ നിന്നു കിട്ടി ഇത്?"

അയാൾ വിജിഗീഷുവായി ചിരിച്ച് വീണ്ടും കണ്ണട എടുത്തു വച്ചു. അയാളുടെ കറുത്ത ഷർട്ടിന്റെ പ്രതിഫലനം കണ്ണടയുടെ കറുപ്പിനെ കൂടുതൽ കടുപ്പിച്ചു.

"യൂ ഹാവ് ആൾവെയ്സ് അണ്ടർഎസ്റ്റിമേറ്റഡ് മീ... എനിക്കു നിന്നെ ആവശ്യമുണ്ട്. പക്ഷേ അതിന്റെ എത്രയോ ഇരട്ടി നിനക്ക് എന്നെ ആവശ്യമുണ്ട്... അതു നിന്റെയുള്ളിന്റെ ഉള്ളിൽ നിനക്ക് ബോധ്യമുണ്ട്. അതു നിനക്ക് എത്ര ബോധ്യമുണ്ടെന്ന് എനിക്കും ബോധ്യമുണ്ട്..."

അയാൾ എന്റെ കവിളിൽ തഴുകി പുഞ്ചിരിച്ചതിനു ശേഷം നടന്നു പോയി. ഭയം കാൽച്ചുവട്ടിൽനിന്നു കത്തിയുയർന്ന അഗ്നി പോലെ എന്നെ ആവേ ശിച്ചു. ചങ്ങലയുടെ ഭാരം കുറയ്ക്കാനുള്ള ചെപ്പടിവിദ്യയാണ് കീഴടക്കപ്പെ ടേണ്ടവരുമായുള്ള സമ്പർക്കമെന്ന സത്യം ഓർത്തതുകൊണ്ടായിരുന്നില്ല അത്. അയാൾ മരിച്ചു കഴിഞ്ഞു എന്നാണ് ഞാൻ വിചാരിച്ചിരുന്നത്. ആത്മാ വിനു ഭൂമി വിട്ടു പോകാനുള്ള വഴി തെളിഞ്ഞു കാണാൻ പക്ഷേ, ഞാൻ അപ്പോഴും ഒരു ചെറിയ വിളക്ക് കത്തിച്ചു വച്ചു. ആ വെളിച്ചത്തിൽ അയാൾ എന്നിലേക്കു തന്നെ തിരിച്ചു വന്നു. ഉരുകിയ മെഴുകു പോലെ മൃദുലമായ വാലു നീട്ടി അയാൾ എന്റെ കഴുത്തിൽ ഒരിക്കൽക്കൂടി കുടുക്കിട്ടു. പക്ഷേ ആ വാൽ തീർത്ത ചില്ലു തീരെയും സുതാര്യമായിരുന്നില്ല. കറുത്ത ഛവി യുള്ള ചില്ലിന്റെ അതാര്യത അതിനുമുണ്ടായിരുന്നു. ആ സമയത്ത്, വഴിയി ലൂടെ വില പിടിച്ച വെള്ളികെട്ടിയ ശവമഞ്ചത്തിൽ ഒരു വിലാപയാത്ര സാവ ധാനം കടന്നു പോയി. പുറത്തേക്കു കണ്ട അൾട്ടാ പുരട്ടിയ ചുവന്ന പാദ ങ്ങൾ അതൊരു സുമംഗലിയാണെന്നു വിളിച്ചറിയിച്ചു. ഹേസ്റ്റിങ്സ് മരിക്കു ന്നതുവരെ മരിയനെ സ്നേഹിക്കുകയും അവരുടെ സാമീപ്യത്തിൽ ആനന്ദി ക്കുകയും ചെയ്തിട്ടുണ്ടാകുമെന്ന് ഞാൻ അസൂയപ്പെട്ടു. അപ്പോൾ വെള്ളി കെട്ടിയ വണ്ടിയുടെ പിൻഭാഗത്തു പിടിച്ചു നടന്ന പുരുഷൻ തിരിഞ്ഞു നോക്കി. ഞങ്ങൾ പരസ്പരം കണ്ടു. ഞാൻ സ്തബ്ധയായി. അതു മാരുതിപ്രസാദ് യാദവ് ആയിരുന്നു. എനിക്ക് വേണമെങ്കിൽ ആരാച്ചാരാകാമെന്നും ഭാരത ത്തിന്റെയും മുഴുവൻ ലോകത്തിന്റെയും സ്ത്രീത്വത്തിന്റെയും സ്വാഭിമാന ത്തിന്റെയും പ്രതീകമാകാമെന്നും ബോധ്യപ്പെടുത്തിയ ആദ്യത്തെ പുരുഷൻ ഒരു സ്ത്രീയുടെ ശവമഞ്ചത്തിൽ പിടിച്ചു കൊണ്ട് എന്നെ തിരിഞ്ഞു നോക്കി തിരിഞ്ഞു നോക്കി മറയുന്നത് വല്ലാത്ത കാഴ്ചയായിരുന്നു. പാൻ മസാലയു ടെയും വിയർപ്പിന്റെയും രൂക്ഷഗന്ധവും സ്ത്രീയെ ആക്രമിച്ചു കൊണ്ട ല്ലാതെ കീഴടക്കുന്നതിലുള്ള അജ്ഞതയും സഹിച്ച് ജീവിച്ചു മരിച്ചു പോയ ആ സ്ത്രീയെക്കുറിച്ചോർത്ത് ഞാൻ വിറങ്ങലിച്ചു നിന്നു. വാൽ മുളപ്പിച്ച ആത്മാവായി മടങ്ങി വന്ന് അവർ വീണ്ടും ഭൂമിയിലെ ബന്ധങ്ങളെ മുറുകെ പ്പിടിക്കുമോ എന്നു ഞാൻ സംശയിച്ചു. സഞ്ജീവ് കുമാർ മിത്ര അപ്രത്യക്ഷ നായിക്കഴിഞ്ഞിരുന്നു. ശവമഞ്ചം കാഴ്ചയിൽനിന്നു മാഞ്ഞു കഴിഞ്ഞിരുന്നു. എന്നിട്ടും അതിന്റെ ചക്രങ്ങളുടെ കിടുക്കം കുതിരവണ്ടിയെയും ഹേസ്റ്റിങ്സ് പ്രഭുവിന്റെ പ്രേതത്തെയും ഓർമിപ്പിച്ച് എന്റെ കാതുകളിൽ പ്രതിധ്വനിച്ചു. രണ്ടു ചിത്രങ്ങളും ഏതാനും പഴയ കത്തുകളും തിരഞ്ഞ് നൂറ്റാണ്ടുകൾക്കു ശേഷവും കടൽ കടന്നു പ്രാചീനമായൊരു പിരിയൻ കോവണി കയറിയിറ ങ്ങുന്ന ഹേസ്റ്റിങ്സ് പ്രഭുവിനെ ഞാൻ കണ്ടു. പക്ഷേ, അപ്പോഴും, എന്തൊരു കഷ്ടമാണെന്നു നോക്കണേ, പ്രഭുവിനും അയാളുടെ തന്നെ ഛായ...!

മുപ്പത്തിയൊമ്പത്

തൂക്കുപുള്ളി നിലവറയിലേക്കു പതിക്കുമ്പോൾ കയർക്കുടുക്ക് മുറുകി സുഷുമ്നാ നാഡിക്കു ക്ഷതമേൽക്കും. വീഴ്ചയുടെ ശക്തിയിൽ കുടുക്കു മുറുകും. ഹൃദയധമനികൾ അടയും. അതോടെ മസ്തിഷ്കത്തിലേക്കുള്ള രക്തഞരമ്പുകൾ വലിഞ്ഞു പൊട്ടും. ശിരസ്സു ഛേദിക്കപ്പെടും. ആഘട്ടമെത്തിയാൽ പുരുഷൻമാരിൽ മൂന്നിലൊന്നു പേർക്കെങ്കിലും ലിംഗോദ്ധാരണം സംഭവിക്കും. സ്ത്രീകളിലാണെങ്കിൽ ലൈംഗികാവയവങ്ങൾ ചീർത്തു രക്തം സ്രവിക്കും. മൃതിയെന്ന പ്രേമിയുടെ മിന്നൽ പോലെ പായുന്നപരിലാളനത്തിലൂടെ നിത്യമായി ഉത്തേജിപ്പിക്കപ്പെടാൻ വിധിക്കപ്പെട്ട മരൻമാർ പരമാനന്ദത്തെക്കുറിച്ചുള്ള അവസാന മൂഢസ്വപ്നം ആത്മാവിൽ സൂക്ഷിച്ച് അടുത്ത ജൻമത്തിന്റെ നിലവറയിലേക്കു പതിക്കും. അതുകൊണ്ട്, ദുർമരണം സംഭവിച്ചവരുടെ ആത്മാക്കൾ ഭൂമിയിലേക്കു മടങ്ങി ആനന്ദത്തിനു വേണ്ടിയുള്ള അന്വേഷണങ്ങൾ ആവർത്തിക്കും. അച്ഛൻ ജനിക്കുന്നതിനും എട്ടു കൊല്ലം മുമ്പ് കാളീചരൺ ഗൃദ്ധാ മല്ലിക് പിതാമഹന്റെ പിതൃസഹോദര പുത്രൻ ഗൗരീചരൺ ഗൃദ്ധാമല്ലിക് തൂക്കിലേറ്റിയ ഖുദിറാം ബോസിനെപ്പോലെ ചിലർ അതിന് അപവാദമായി മരണത്തിന്റെ വശ്യത്തിനു മുമ്പിൽ മനസ്സിളകാതെ നിന്നിട്ടില്ലെന്നല്ല. ലക്ഷ്മിപ്രിയാദേവിയുടെ മകനായിരുന്നു ഖുദിറാം. തന്റേതായി വളർന്നാൽ മൂന്നാമത് ജനിച്ച കുഞ്ഞിനെയും മരണം കവർന്നെടുക്കുമെന്ന ഭീതി നിമിത്തം മൂന്നു പിടി ഖുദ് അഥവാ ധാന്യം വിലയായി വാങ്ങി സഹോദരിക്ക് പ്രതീകാത്മകമായി വിറ്റു മകനു ദീർഘായുസ്സു നേടാൻ ലക്ഷ്മിപ്രിയാദേവി ശ്രമിച്ചു. പതിനെട്ടുവയസ്സും ഏഴു മാസവും പതിനൊന്നു ദിവസവും പ്രായമുള്ളപ്പോൾ ഖുദിറാം തൂക്കിലേറി. തൂക്കുമരത്തിലേക്ക് ആ യുവാവ് സ്വന്തം കിടക്കയിലേക്കെന്നതുപോലെ നടന്നു ചെന്നു. സമാധാനത്തോടെ മുഖംമൂടി ധരിച്ചു. കഴുത്തിൽ കുടുക്കിട്ടപ്പോൾ ഹൃദയമിടിപ്പ് വർധിക്കുകയോ നെഞ്ചിൻകൂട് ഉയർന്നു താഴുകയോ ശക്തിയായി ശ്വാസമെടുക്കുകയോ ചെയ്തില്ല. ഗൗരീചരൺ ഗൃദ്ധാമല്ലിക് ലിവർ വലിച്ചപ്പോൾ നിലവറ തുറന്നു. ശരീരം ലാഘവത്തോടെ താഴേക്കൂർന്നു. അതൊരിക്കൽപ്പോലും പിടഞ്ഞില്ല. കയറിൽ വലിച്ചിലുണ്ടായില്ല. മൃതദേഹം പരിശോധിച്ച ബ്രിട്ടീഷുകാരനായ ഡോക്ടർ പുറത്തു വന്ന് കണ്ണുകൾ തുടച്ചുകൊണ്ട് മന്ത്രിച്ചു: ഉറക്കത്തിൽ മരിച്ചതുപോലെ. കൃത്യം നിർവഹിച്ച് ഏറെ നേരത്തിനു ശേഷവും ലിവറിൽനിന്നു കയ്യെടുക്കാൻ സാധിക്കാതെ ഗൗരീചരൺ പിതാമഹൻ നിശ്ചലനായി നിന്നു. അത്രയേറെ ചാരിതാർഥ്യ നിർഭരമായ ഒരു മരണത്തിനും ഞങ്ങളുടെ പരമ്പരയിൽ മറ്റാരും സാക്ഷ്യം വഹിച്ചില്ല. മരിക്കുന്നെങ്കിൽ അങ്ങനെ മരിക്കണമെന്നു ഥാക്കുമാ വാഴ്ത്തി.

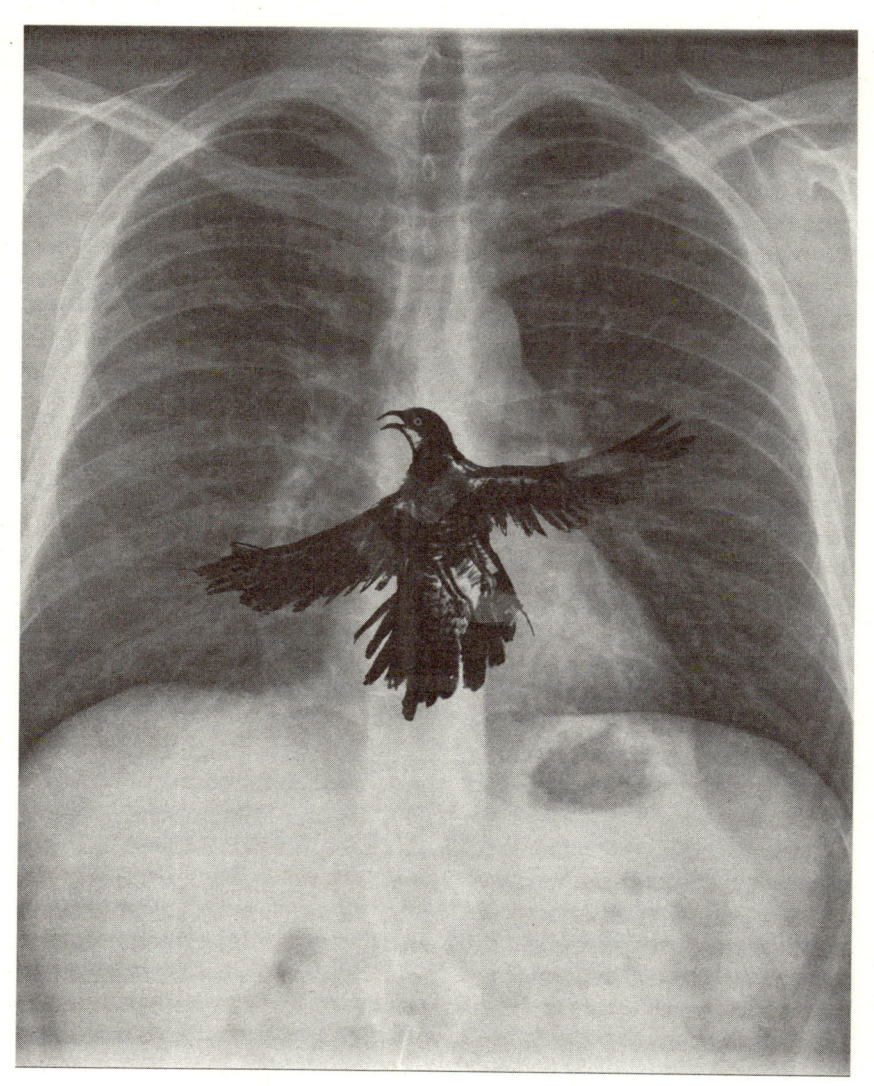

ഖുദിറാമിനെക്കുറിച്ചു കേട്ടാൽ കാക്കിമായ്ക്ക് കലിയിളകി. തൂക്കിലേറ്റപ്പെട്ട വിപ്ലവകാരികളുടെ കഥകൾ കേട്ടു കേട്ടാണു കാക്കു വഴി പിഴച്ചതെന്നത് കാക്കിമാ കോപിച്ചു. കാക്കുവിനെക്കാൾ ഇരുപത്തഞ്ചു വയസ്സു കുറവുള്ള കാക്കിമായെ വിവാഹം കഴിച്ചതു മുതലാണു കാക്കു അവരുടെ വളർത്തു മൃഗമായ പെങ്കോന്തനായി അധ:പതിച്ചതെന്നു ഥാക്കുമാ തിരിച്ചടിച്ചു. കാശിനു കൊള്ളാത്തവൻ എന്ന് അച്ഛനും പെണ്ണിനെ തൊടാതെ ജീവിച്ചവന്റെ അങ്കലാപ്പ് എന്ന് മായും പേടി തട്ടി പാവം അവന്റെ ബുദ്ധി കെട്ടു എന്നു ഥാക്കുമായും കാക്കുവിനെ എന്നും ശകാരിച്ചു. വെള്ളം നിറച്ച പ്ലാസ്റ്റിക് ചാക്കു പോലെ മാസം ഓളം വെട്ടുന്ന ശരീരവും ചീർത്ത ശരീരത്തിനു തീരെ ചേരാത്ത ചെറിയ മുഖത്തെ കുട്ടിത്തവും കാക്കുവിനെ വീടിനു പുറത്തുള്ളവരുടെയും പരിഹാസപാത്രമാക്കി. കാക്കു ഇങ്ങനെയൊന്നുമായിരുന്നില്ലെന്ന് രാമുദാ മാത്രം കാരുണ്യം പ്രകടിപ്പിച്ചു. രാവിലെ പത്തു മണി വരെ ഉറങ്ങി ഛരാത്താളിൽ കുളിച്ച് പാത്രം നിറയെ ഭക്ഷണം വിഴുങ്ങി ശരീരമാകെ പൗഡർ പൂശി സലൂണിലേക്കു പുറപ്പെടുകയും മുടി വെട്ടാനെത്തുന്നവരോടു ഉത്തം കുമാറിനെയും സുപ്രിയാദേവിയെയും കുറിച്ചു വായ്തോരാതെ വർത്തമാനം പറയുകയും ചെയ്യുന്ന കാക്കു ഇങ്ങനെയല്ലാതെ പിന്നെങ്ങനെയായിരുന്നെന്നു മനസ്സിലാക്കാൻ എനിക്കു പ്രായപൂർത്തിയായിരുന്നില്ല.

ഒരു ദിശയിലേക്കു സഞ്ജീവ് കുമാർ മിത്രയും മറുവശത്തേക്ക് മാരുതി പ്രസാദ് യാദവും മറഞ്ഞതിനുശേഷം ഞാൻ കുറേ നേരം തനിച്ചു നിന്നു. വെയിലിനു പ്രകാശം കുറവായിരുന്നു. നിരത്തിലൂടെ പല തരം മനുഷ്യർ ഇരുദിശയിലേക്കും ചലിച്ചു. ഡംഡമിലേക്കുള്ള അടുത്ത ട്രെയിന്റെ ഭീകരമായ ശബ്ദം സ്ട്രാൻഡ് റോഡിൽ പ്രതിധ്വനിച്ചു. അതിനെ തീർത്തും അവഗണിച്ചു കൊണ്ട്, പോർട്ട് ട്രസ്റ്റ് ജീവനക്കാരുടെ ഇടിഞ്ഞു പൊളിഞ്ഞ ക്വാർട്ടേഴ്സിനു മുമ്പിൽ പടർന്നു നിന്ന പേരാൽ മരത്തിൽനിന്ന്, ഒരു കുയിൽ ആ വർഷത്തെ തന്റെ ആദ്യകൂജനം മുഴക്കി. ട്രെയിനിന്റെ ഇരമ്പമുയർത്തിയ മരണഭീതിയുടെ രോമാഞ്ചവും കുയിലിന്റെ കൂജനമുയർത്തിയ പ്രണയത്തിന്റെ കോരിത്തരിപ്പും ശരീരത്തെ ഒരുപോലെ പ്രകമ്പനം കൊള്ളിച്ചു. ഗ്വാളിയോറിൽ പോയി തൂക്കിക്കൊല നടത്തിയതിന് മനോഹർ പിതാമഹന് സമ്മാനമായി ലഭിച്ച പണക്കിഴിയിലെ അവശേഷിച്ച ഏക നാണയം എന്റെ ഉള്ളംകയ്യിലെ വിയർപ്പിൽ നനഞ്ഞു. തലേ രാത്രി സംപ്രേഷണം ചെയ്ത ഖുദിറാമിനെക്കുറിച്ചുള്ള പരമ്പരയുടെ പുന:സംപ്രേഷണത്തിൽ കണ്ണുനട്ടിരിക്കുകയായിരുന്നു ഥാക്കുമാ. ടിവിയിൽനിന്ന് കണ്ണെടുക്കാൻ മടിച്ച് അൽപം കഴിഞ്ഞാണ് ഥാക്കുമാ നാണയം ശ്രദ്ധിച്ചത്. ഒരു ഞെട്ടലോടെ ഥാക്കുമാ എന്നെ നോക്കി. കുഴിഞ്ഞ കണ്ണുകളിൽനിന്ന് കണ്ണുനീരിന്റെ ഒരു ചാൽ കവിളെല്ലിനു മുകളിലൂടെ ഒഴുകി. അതുണങ്ങി ചുളിഞ്ഞ കവിളിൽ വിഭജനത്തിന്റെ കറുത്ത ഒരടയാളം അവശേഷിപ്പിക്കുന്നതു വരെ ഥാക്കുമാ ആ നാണയത്തിലേക്ക് ഉറ്റു നോക്കി. ടിവിയിൽ അപ്പോൾ ജയിലഴികളിൽ പിടിച്ചു ഖുദിറാം എന്തോ ചിന്തിച്ചു നിൽക്കുന്ന രംഗമായിരുന്നു.

“ദരിദ്രർക്കു ചരിത്രം എന്തിനാണ് ഥാക്കുമാ?”

ഞാൻ മുട്ടുകുത്തി നിലത്തിരുന്ന് ആർദ്രതയോടെ ചോദിച്ചു.

"തിരിച്ചു കിട്ടിയപ്പോഴാണ് അതിന്റെ വില മനസ്സിലായത്, ചേതൂ..."

ഥാക്കുമാ വാർധക്യത്തിൽ മാത്രം ചിരിക്കാൻ സാധിക്കുന്ന ആ ചിരി ചിരിച്ചു.

"എങ്ങനെ കിട്ടി ഇത്?"

"അയാൾ തന്നു..."

"അവനെങ്ങനെ കിട്ടി? സൂദേബ് വിറ്റു കളഞ്ഞതല്ലേ?"

ഥാക്കുമാ വീണ്ടും ചോദിച്ചു.

"വാങ്ങുന്നവർ തന്നെ വിൽക്കുന്നു. വിറ്റവർ തന്നെ വീണ്ടും വാങ്ങുന്നു...."

ഞാൻ രാമുദായെ ഓർമിച്ചു കൊണ്ടു പറഞ്ഞു. എന്റെ അച്ഛൻ ജനിക്കുന്നതിനും എട്ടു കൊല്ലം മുമ്പാണ് ഖുദിറാം തൂക്കിലേറ്റപ്പെട്ടത്. സുശീൽ സെൻ എന്ന ചെറുപ്പക്കാരനെ ചൂരൽ വടി കൊണ്ടു തല്ലിച്ചതയ്ക്കാൻ മുസാഫിർ പുരിലെ മജിസ്ട്രേട്ട് കിങ്സ്ഫോർഡ് ഉത്തരവിട്ടു. സുശീൽ സെൻ തല്ലുകൊണ്ടു ജീവച്ഛവമായി. ജുഗാന്തർ പാർട്ടിയിലെ സഹപ്രവർത്തകർ രോഷാകുലരായി ജനകീയ വിചാരണ നടത്തി മജിസ്ട്രേട്ട് കുറ്റക്കാരനാണെന്നു കണ്ടെത്തി മരണശിക്ഷ വിധിച്ചു. വിധി നടപ്പാക്കാനുള്ള നിയോഗം ഏറ്റെടുത്തത് നിയമപരമായി പ്രായപൂർത്തിയാകാത്ത ഖുദിറാമും പ്രഫുല്ലചാക്കിയുമായിരുന്നു. അവർ കോടതി പരിസരത്ത് കിങ്സ്ഫോർഡിനെ നിരീക്ഷിച്ചു ചുറ്റി നടന്നതും ബോംബെറിയാൻ തീരുമാനിച്ചതും ഥാക്കുമാ നേരിൽക്കണ്ടതുപോലെ വർണിച്ചിരുന്നത് ഓർത്തുകൊണ്ടാണു ഞാൻ വളരെക്കാലത്തിനുശേഷം കാക്കുവിന്റെ മുറിയിലേക്കു കയറിച്ചെന്നത്. വായ് തുറന്ന ദീർഘചതുരപ്പെട്ടിപോലെയുള്ള ഞങ്ങളുടെ വീട്ടിൽ അടുക്കളയ്ക്ക് എതിരേയുള്ള ആ മുറിയിലേക്ക് പ്രവേശിക്കുവാൻ മുറ്റത്തേക്കിറങ്ങിയപ്പോൾത്തന്നെ ഇരട്ടക്കട്ടിലിൽ മാംസളവും രോമരഹിതവുമായ മാറിടം തടവി ചെരിഞ്ഞു കിടക്കുന്ന കാക്കു ഭിത്തിയിൽ ഘടിപ്പിച്ച ഒരു പതിനാലിഞ്ച് ബ്ലാക്ക് ആൻഡ് വൈറ്റ് ടിവിയിൽ ഖുദിറാമിന്റെ പരമ്പര കണ്ടു കിടക്കുകയാണെന്ന് എനിക്കു വ്യക്തമായി. ഒരു കട്ടിലും ഒരു അലമാരയും കഴിഞ്ഞാൽ മറ്റൊന്നിനും ഇടമില്ലാത്ത ആ ഇരുണ്ട മുറിയിൽ ഭിത്തിയിൽ ഘടിപ്പിച്ച ഇരുമ്പു ഷെൽഫുകളിൽ കുട്ടികളുടെ പഴയ കളിപ്പാട്ടങ്ങളും പുസ്തകങ്ങളും കാണാമായിരുന്നു.

രാമുദായുടെ മരണത്തിനുശേഷം കാക്കിമായും കുട്ടികളും ഞങ്ങളുടെ വീട്ടിൽ അന്തിയുറങ്ങുന്നത് അപൂർവമായി. കുട്ടികളെ സ്കൂളിലാക്കിയതിനുശേഷം കാക്കിമാ ഞങ്ങളുടെ വീട്ടിലെത്തി അവിടെ മറ്റാരുമില്ലെന്ന മട്ടിൽ അടുക്കളയിൽ കയറി മറ്റെല്ലാവർക്കും പുറംതിരിഞ്ഞിരുന്നു തനിക്കും കാക്കുവിനും മാത്രം ഭക്ഷണമുണ്ടാക്കി, സ്വന്തം മുറിയിൽ കൊണ്ടുപോയി കാക്കുവിനു വിളമ്പിക്കൊടുത്തു. ആ നേരമത്രയും ശകാരിക്കുന്ന ശബ്ദത്തിൽ കാക്കുവിനോടു സംസാരിക്കുകയും ചെയ്തു. പിന്നീട് അവർ വാതിൽ വലിച്ചടച്ചു. ഈ വീട്ടിലെ ആണുങ്ങൾക്ക് പകലെന്നില്ല രാത്രിയെന്നില്ല മരണവീടെന്നില്ല മണിയറയെന്നില്ല എന്നു മാ കാർക്കിച്ചു തുപ്പി. അവനെ ഞാൻ ഗർഭം ധരിച്ചത് പകലായിരുന്നെടീ എന്നു ഥാക്കുമാ കണ്ണിറുക്കി പുഞ്ചിരിച്ചു.

"കാക്കൂ..."

ഞാൻ വിളിച്ചപ്പോൾ കാക്കു കണ്ണു തുറന്ന് എന്നെ കണ്ട് എഴുന്നേറ്റിരുന്ന് കട്ടിലിന്റെ തലയ്ക്കലിട്ട തോർത്തെടുത്ത് കഴുത്തും മാറും തുടച്ചു കൊണ്ട്

ദൈന്യതയും വിഷണ്ണതയും നിറഞ്ഞ ഒരു മന്ദഹാസം സമ്മാനിച്ചു. ഞാൻ അദ്ദേഹത്തിന്റെ അരികിൽ ഇരുന്നു.

"ങ്ഹും... നീയെന്നോട് മിണ്ടിയിട്ട് എത്ര ദിവസമായി, ചേതൂ..."

കാക്കുവിനോടു ഞാൻ അവസാനം സംസാരിച്ചതെന്നാണെന്ന് എനിക്ക് ഓർമയുണ്ടായിരുന്നു. ഒന്നര മാസം മുമ്പ്, മേയ് പതിനെട്ടാം തീയതി. യതീന്ദ്ര നാഥ് ബാനർജിയുടെ ദയാഹർജി ഗവർണർ തള്ളിയ ആ ദിവസം. അന്നാണ് കാക്കു എന്നെ പാൻ വാങ്ങാൻ അയച്ചതും ഞാൻ കൈകൾ വീശി സഞ്ജീവ് കുമാർ മിത്രയുടെ ക്യാമറയുടെ ലെൻസിനു മുന്നിൽക്കൂടി അലസമായി നടന്നു പോയതും. അത് ഏതോ യുഗത്തിലാണു സംഭവിച്ചതെന്നും അതിനുശേഷം എന്റെ ജീവിതത്തിൽ എന്തെല്ലാം സംഭവിച്ചെന്നും ഓർത്തപ്പോൾ തല ചുറ്റി.

"ആരാച്ചാരാകാൻ തീരുമാനിച്ചതിൽപ്പിന്നെ എനിക്കൊന്നും സംസാരിക്കാനില്ല, കാക്കൂ."

ഞാൻ അദ്ദേഹത്തിന്റെ കണ്ണുകളിലേക്ക് തറപ്പിച്ചു നോക്കി.

"മനോഹർ മല്ലിക്കിന്റെ സ്വർണനാണയം എങ്ങനെ സഞ്ജീവ് കുമാറിന്റെ കയ്യിലെത്തി?"

എന്റെ ചോദ്യത്തിനു മുമ്പിൽ അദ്ദേഹം ഒന്നു പതറി ഏത് നാണയം എന്നു ചോദിക്കാൻ തുടങ്ങിയെങ്കിലും വേണ്ടെന്നു വച്ചതുപോലെ എന്റെ കൈത്തലം കയ്യിലെടുത്തു തലോടി.

"കാക്കു വയസ്സനായില്ലേ മോളേ? വയസ്സ് പത്തറുപത്തഞ്ചായില്ലേ? കുഞ്ഞുങ്ങൾ രണ്ടു പേരും, നിനക്ക് അറിയാമല്ലോ, എങ്ങുമെത്തിയിട്ടില്ല... എനിക്കെന്തെങ്കിലും സംഭവിച്ചാൽ അവരുടെ ഗതി എന്താകും?"

"എന്റെ ബാബായ്ക്ക് എൺപത്തെട്ടു വയസ്സായി. ബാബായ്ക്ക് എന്തെങ്കിലും സംഭവിച്ചാൽ എന്റെ ഗതിയെന്താകും എന്ന് ഞാൻ ഈ ഇരുപത്തിരണ്ടു വയസ്സു വരെ ഒരിക്കലും പേടിച്ചിട്ടില്ല. എന്താണെന്നറിയാമോ കാക്കൂ? എനിക്കറിയാമായിരുന്നു, എനിക്ക് കാക്കു ഉണ്ടാകുമെന്ന്..."

എന്റെ ശബ്ദത്തിൽ ദു:ഖം നിറഞ്ഞു, കണ്ണുകൾ നിറഞ്ഞൊഴുകിയപ്പോൾ കാക്കു വിവശതയോടെ എന്റെ കണ്ണുനീർ തുടച്ചു.

"കാക്കു ഒന്നിനും കൊള്ളാത്തവനായിപ്പോയി, ചേതൂ... ഞാൻ കാരണം നിങ്ങൾക്കൊക്കെ കഷ്ടനഷ്ടങ്ങൾ മാത്രമേ സംഭവിച്ചിട്ടുള്ളൂ. എല്ലാവരെയും രക്ഷിക്കാൻ ആഗ്രഹിച്ച് ഞാൻ ചെയ്തതൊക്കെ എനിക്കും മറ്റുള്ളവർക്കും ദോഷം മാത്രമേ വരുത്തിയുള്ളൂ. അതുകൊണ്ടാണല്ലോ നിന്റെ ബാബാ എന്നെ വകയ്ക്കു കൊള്ളാത്തവൻ എന്ന് അധിക്ഷേപിക്കുന്നത്...."

കാക്കു രണ്ടു കൈ കൊണ്ടു മുഖം പൊത്തി കുനിഞ്ഞിരുന്നു.

"ഞാൻ...ഞാൻ കാരണമാണ് നമ്മുടെ രാമുവിന് അങ്ങനെ സംഭവിച്ചത്..."

അദ്ദേഹത്തിന്റെ ശബ്ദത്തിലെ കുറ്റബോധത്തിന്റെ ഭാരം ദുസ്സഹമായിരുന്നു.

"എന്റെ വിശ്വാസം രാമുദായുടെ മരണത്തിനു കാരണം ഞാനാണ് എന്നാണ്. പക്ഷേ ഇപ്പോൾ ഞാൻ വന്നത് അതു പറയാനല്ല. ആ നാണയം എങ്ങനെ അയാൾക്കു കിട്ടി?"

കാക്കു കുറ്റവാളിയുടെ ജാള്യത്തോടെ എന്നെ നോക്കി.

"കാക്കു വഴിയല്ലാതെ അത് അയാളുടെ കയ്യിലെത്തുകയില്ല. എനിക്കറിയാം..."

കാക്കു ഒന്നു നെടുവീർപ്പിട്ടു.

"പുരാതന സാധനങ്ങൾക്ക് നല്ല വില കിട്ടുമെന്നു ശ്യാമി പറഞ്ഞു. ഞാനാലോചിച്ചപ്പോൾ സൊഞ്ജു ബാബുവിന് എന്നെ സഹായിക്കാൻ പറ്റുമെന്നു തോന്നി. ഞാൻ അദ്ദേഹത്തെ കണ്ടു..."

ഞാൻ കാക്കുവിനെ നിർന്നിമേഷം നോക്കി. വിയർത്തൊലിക്കുന്ന ഭീമൻ ശരീരവും വലിച്ചു കാക്കു അയാളുടെ മുമ്പിൽ പോയി നിന്നു കിതച്ച ആ നിമിഷം എനിക്കു കാണാമായിരുന്നു. പോക്കറ്റിൽനിന്ന് സ്വർണ നാണയമെടുത്ത് നീട്ടിയപ്പോൾ അയാൾ എങ്ങനെ പ്രതികരിച്ചു?

"പൊട്ടിച്ചിരിച്ചു. എന്നിട്ട് ഇതു ഞാനെടുത്തോളാം, എന്തു വിലയും തരാം എന്നു പറഞ്ഞു..."

അയാളുടെ പൊട്ടിച്ചിരിയുടെ ശബ്ദവും എനിക്ക് സങ്കൽപ്പിക്കാമായിരുന്നു. ഹൃദയത്തിൽ വീണ്ടും കുടുക്കു മുറുകുന്ന അനുഭവമുണ്ടായി. ഓരോ രോമകൂപത്തിലും ഒരു തരം തരിപ്പു പടർന്നു.

"തെറ്റായിപ്പോയി ചേതൂദീ... പക്ഷേ ശ്യാമി നിർബന്ധിച്ചപ്പോൾ..."

കുട്ടിക്കാലത്ത് എന്നെ സ്കൂളിൽ കൊണ്ടു പോയി വിട്ടിരുന്നത് കാക്കുവായിരുന്നു. സൈക്കിളിൽ വച്ച് എന്നെയും കൊണ്ട് അദ്ദേഹം സ്കൂളിൽ പോയിരുന്ന പുലർകാലങ്ങളും തിരികെ കൊണ്ടു വന്നിരുന്ന മധ്യാഹ്നങ്ങളും ഓർമയിൽ തെളിഞ്ഞു. അതു മറ്റൊരു കാക്കുവായിരുന്നു.

"വയസ്സായപ്പോൾ ധൈര്യം പോയി, ചേതൂ... വയസ്സായതു കൊണ്ടല്ല... കുഞ്ഞുങ്ങളുടെ മുഖങ്ങൾ കണ്ടിട്ട്..."

അദ്ദേഹത്തിന്റെ ശബ്ദം ഇടറി കണ്ണുകൾ നിറഞ്ഞൊഴുകി. ഞാൻ ഹൃദയത്തെ ശാന്തമാക്കാൻ യത്നിച്ച് അദ്ദേഹത്തിന്റെ ചുമലിലേക്കു ചാരി.

"ബാബായില്ലെങ്കിൽ എനിക്ക് കാക്കുവുണ്ടാകും എന്ന് ഉറപ്പുണ്ടായിരുന്നതുപോലെ കാക്കുവില്ലെങ്കിൽ രാരിക്കും ചമ്പയ്ക്കും ഞാനുണ്ടാകും എന്ന് കാക്കുവിനും ഉറപ്പിക്കാം..."

"പക്ഷേ നീ ഒരു പാവം... ഇന്നോ നാളെയോ കല്യാണം കഴിച്ചുപോകും... പിന്നെ നിനക്ക് എന്തു ചെയ്യാൻ കഴിയും മോളേ?"

"കല്യാണം കഴിച്ചാലും ഇല്ലെങ്കിലും രാരിയും ചമ്പയും ഒരിക്കലും അനാഥരാകില്ല... പോരേ?"

എന്റെ ശബ്ദം ഇടറി, കരച്ചിൽ പൊട്ടി.

"പണ്ടൊന്നും എനിക്ക് പേടിയോ വിഷമമോ ഉണ്ടായിരുന്നില്ല... ഖുദിറാം ബോസിനെപ്പോലെ രാജ്യത്തിനു വേണ്ടി സ്വയം ബലിയർപ്പിക്കാൻ ഞാൻ ഒരുക്കമായിരുന്നു. എനിക്കു മരണത്തെയോ പോലീസിനെയോ പട്ടാളത്തിനെയോ ഒരിക്കലും പേടി തോന്നിയില്ല. ജയിലിൽ എന്നെ തല്ലിച്ചതച്ചപ്പോഴും ഞാൻ ചിരിച്ചു കൊണ്ടു കിടന്നതേയുള്ളൂ. വാസ്തവത്തിൽ ഞാൻ അന്ന് പാട്ടു മൂളുകയായിരുന്നു."

"ഏക് ല ഛലോരേ?"

ഞാൻ കണ്ണുനീരോടെ ചിരിച്ചു.

"ഏയ്... അതു മാനൊദായുടെ പാട്ടല്ലേ? എന്റെ പാട്ട് 'ആന്ധാരോഷകോലി' ആയിരുന്നു..."

കാക്കുവും കണ്ണുനീരോടെ ചിരിച്ചു.

"പോലീസുകാർ നഖത്തിൽ ആണിയടിച്ചു കയറ്റിയപ്പോഴും ചാട്ടവാറു കൊണ്ട് അടിച്ചു പുറം പൊളിച്ചപ്പോഴും ഇരുമ്പു കമ്പി പഴുപ്പിച്ചു തൊലി പൊള്ളിച്ചപ്പോഴും ഞാൻ പാടി. പക്ഷേ, ഇന്ന് ആ പഴയ എന്നെക്കുറിച്ച് ഓർക്കാൻ തന്നെ ഭയം തോന്നുന്നു. എനിക്ക് ഞാൻ ഞാനാണെന്ന തോന്നൽ പോലുമില്ല... പഴയ എന്നെ ഇനി ഒരിക്കലും തിരിച്ചു കിട്ടുകയില്ല."

"കാക്കു പഴയ കാക്കു തന്നെയാണ്..."

"അല്ല മോളേ... ദാദാ പറഞ്ഞതുപോലെ എന്നെക്കൊണ്ട് ഒരു കോഴിയെ കൊല്ലാൻ പോലും കൊള്ളുകയില്ല."

കാക്കു സ്വന്തം കൈകളിലേക്കു നോക്കി.

"ങ്ഹും... അവരെന്നെ പാതി കൊന്നു. പകരം ഞാൻ അവരെ ഉന്മൂലനം ചെയ്യാൻ നോക്കി... ഖുദിറാമാകാൻ വേണ്ടി ശ്രമിച്ച്, അവസാനം ഒരു കോഴിയുടെ തല വെട്ടാൻ പോലും ശേഷിയില്ലാത്ത ഒരുത്തനായി ഞാൻ അവസാനിച്ചു..."

കാക്കുവിന്റെ ശബ്ദം ഇടറി. ഖുദിറാം ബോസും പ്രഫുല്ല ചാക്കിയും നാടൻ ബോംബും വെടിയുണ്ടകളുമായി മജിസ്ട്രേട്ടിനെ കൊല്ലാൻ നടന്ന കഥയായിരുന്നു കാക്കുവിന് കുട്ടിക്കാലത്ത് കേൾക്കാൻ ഏറ്റവും ഇഷ്ടം. അദ്ദേഹം ജനിക്കുന്നതിന് പത്തിരുപതു വർഷം മുമ്പു നടന്ന സംഭവത്തിന്റെ വിശദാംശങ്ങൾ അക്കാലത്ത് ഞങ്ങളുടെ വീട്ടിലും നാട്ടിലും എല്ലാവരും പാടിപ്പുകഴ്ത്തി മജിസ്ട്രേട്ടിനെ കൊല്ലാൻ കോടതിക്കുള്ളിൽ വച്ച് ബോംബ് ആക്രമണം നടത്താൻ അവർ ആദ്യം തീരുമാനിച്ചു. പക്ഷേ മറ്റാളുകൾക്കും പരുക്കേൽക്കുമെന്നതിനാൽ മജിസ്ട്രേട്ട് വണ്ടിയിൽ വന്നിറങ്ങുന്ന സമയത്ത് ആക്രമിക്കാമെന്നായി. വണ്ടി അടുത്തു വന്നപ്പോൾ അവർ ബോംബെറിഞ്ഞു. സ്ത്രീകളുടെ കരച്ചിൽ ഉയർന്നപ്പോൾ മാത്രമാണ് തെറ്റു മനസ്സിലായത്. ആക്രമണത്തിന്റെ ബഹളത്തിനിടയിൽ ഖുദിറാമും പ്രഫുല്ലയും രണ്ടു വഴിക്കോടി. സമസ്തിപ്പൂരിലെത്തിയ പ്രഫുല്ല ട്രെയിനിൽ രക്ഷപ്പെടാൻ ശ്രമിക്കുമ്പോൾ യദൃച്ഛയാ അതേ കംപാർട്ട്മെന്റിലുണ്ടായിരുന്ന പോലീസ് ഉദ്യോഗസ്ഥന് സംശയം തോന്നി. പിടിയിലായി എന്നു ബോധ്യപ്പെട്ട നിമിഷം പ്രഫുല്ല സ്വന്തം നെറ്റിയിൽ വെടിവച്ചു മരിച്ചു. പ്രഫുല്ല മരിച്ചതറിയാതെ ഇരുപത്തഞ്ചു കിലോമീറ്റർ കാൽനടയായി താണ്ടി സമസ്തിപൂരിലെത്തിയ ഖുദിറാം ഒരു ചായക്കടയിൽ ചായ കുടിക്കാനിരിക്കെ രണ്ടു കോൺസ്റ്റബിൾമാരുടെ കണ്ണിൽപ്പെട്ടു. ഓടി രക്ഷപ്പെടാൻ ശ്രമിച്ച ഖുദിയെ ജനക്കൂട്ടം വളഞ്ഞു പിടിച്ചു കെട്ടിയിട്ടു ദേഹപരിശോധന നടത്തി. പിടിവലിക്കിടയിൽ പയ്യന്റെ പോക്കറ്റിൽ നിന്നു രണ്ടു തോക്കുകൾ താഴെ വീണു. 35 റൗണ്ട് വെടിവയ്ക്കാനുള്ള വെടിയുണ്ടകൾ അവന്റെ പക്കലുണ്ടായിരുന്നു. തന്നെ അടിച്ചും ഇടിച്ചും രസിക്കുന്ന ജനക്കൂട്ടത്തെ ഖുദി കൗതുകത്തോടെ നോക്കി നിന്നു. അറസ്റ്റ് ചെയ്യപ്പെട്ടു പോലീസ് വാഹനത്തിലേക്കു നയിക്കപ്പെടുമ്പോഴും ഖുദിയുടെ മുഖത്ത് ഇതേ കൗതുകം മായാതെ നിന്നു.

“ഞാനൊരു വിഡ്ഢിയായിരുന്നു ചേതൂ. എനിക്ക് ഒരിക്കലും നമ്മുടെ നാട്ടുകാരെയോ നേതാക്കളെയോ മനസ്സിലാക്കാൻ സാധിച്ചില്ല. എഴുപത്തൊന്നിൽ ബാരാനഗറിൽ അവർ ഞങ്ങളെ തല്ലിക്കൊല്ലാൻ വന്നപ്പോഴാണ് എനിക്ക് ശരിയേത് തെറ്റേത് എന്ന ആശയക്കുഴപ്പം തുടങ്ങിയത്. കോൺഗ്രസുകാരാണ് ഞങ്ങളെ കൊല്ലാൻ വന്നത്. പക്ഷേ അവർക്കു കമ്യൂണിസ്റ്റുകാരുടെ പിന്തുണയുണ്ടായിരുന്നു. ഞങ്ങളെ വളഞ്ഞ ജനക്കൂട്ടത്തിൽപ്പെട്ടവരുടെ മുഖങ്ങൾ കണ്ടപ്പോൾ എനിക്ക് തല ചുറ്റി. അവർക്കു വേണ്ടിയായിരുന്നു ഞങ്ങൾ ആയുധമെടുത്തത്. എന്നിട്ട് എന്റെ കൺമുമ്പിൽ വച്ച് അവർ പന്ത്രണ്ടു ചെറുപ്പക്കാരെ തല്ലിക്കൊന്നു. കല്ലും കട്ടയും തടിയും കുറുവടിയും കൊണ്ടുള്ള ഓരോ തല്ലിനും രക്തം തെറിക്കുന്ന കാഴ്ച എന്റെ കൺമുമ്പിൽ ഇപ്പോഴുമുണ്ട്...”

എഴുപത്തിമൂന്നിൽ കാക്കു ജയിലിൽപ്പോയി. എഴുപത്തിയഞ്ചിൽ പുറത്തിറങ്ങി. അപ്പോൾ അടിയന്തരാവസ്ഥയായി. അദ്ദേഹം കൊൽക്കൊത്തയിൽ നിന്നു ബോംബെയിലേക്ക് ഒളിച്ചോടി. ജോർജ് ഫെർണാണ്ടസ് ഒളിവിലിരുന്നു തയാറാക്കിയ കത്തിന്റെ കോപ്പികൾ വിതരണം ചെയ്യാൻ ചായക്കച്ചവടക്കാരനായും ഷൂ പോളിഷുകാരനായും അന്ധനായ മുസ്‌ലിമായും ചുറ്റി നടക്കാൻ കാക്കുവിന് ധൈര്യം വന്നതെങ്ങനെ എന്ന് ഇന്നും എനിക്കു ബോധ്യപ്പെട്ടിട്ടില്ല.

“പ്രിയ സുഹൃത്തുക്കളേ, മിസിസ് നെഹ്റു ഗാന്ധി അധികാരം പ്രയോഗിച്ച് സ്വയം സ്വേച്ഛാധിപതിയായി അവരോധിച്ചിട്ട് ഏതാനും ദിവസങ്ങൾക്കുള്ളിൽ രണ്ടു മാസം തികയുകയാണ്. എല്ലാ സ്വേച്ഛാധിപതികൾക്കും സവിശേഷാവകാശമായ ധാർഷ്ട്യവും വിഡ്ഢിത്തവും മൂലം അവർ ജൂലൈ ഇരുപത്തിരണ്ടിന് ലോക്സഭയിൽ പ്രഖ്യാപിച്ചു, ഞാൻ സ്വേച്ഛാധിപതിയല്ലാതിരുന്നപ്പോൾ നിങ്ങൾ അങ്ങനെ എന്നെ വിളിച്ചു. ഇപ്പോൾ, അതെ, ഞാൻ സ്വേച്ഛാധിപതിയാണ്...” എന്നു തുടങ്ങുന്നതായിരുന്നു ആ കത്ത്.

“ആ കത്തിൽ ജോർജ് ഫെർണാണ്ടസ് എഴുതിയിരുന്ന ഒരു വരിയുണ്ട്– നമുക്ക് ഒരു കാര്യം ഉറപ്പാക്കാം. ഇന്ത്യൻ ജനാധിപത്യം 1975 ജൂൺ ഇരുപത്തിയാറിന് ഇന്ദിര നെഹ്റു ഗാന്ധിയെന്ന ഒരു സ്ത്രീയാൽ കശാപ്പു ചെയ്യപ്പെട്ടിരിക്കുന്നു. ജീവനുള്ളവർക്കാർക്കും അതിനെ ഇനി കുഴിമാടത്തിൽനിന്ന് ഉയിർപ്പിക്കുവാൻ സാധിക്കുകയുമില്ല...– ചേതൂ, വളരെക്കാലം എനിക്കു സ്ത്രീകളെ വെറുപ്പും ഭയവുമായിരുന്നു. ഇന്നും അതെ...”

ടിവിയിൽ പെട്ടെന്ന് ഒരു ശബ്ദം കേട്ടു. ജയിലറ തുറക്കുകയായിരുന്നു. ഖുദിറാമിനെ പോലീസുകാർ പുറത്തേക്കു കൊണ്ടു വന്നു. അദ്ദേഹത്തെ തൂക്കുമരത്തിനു മുമ്പിൽ നിർത്തിയതും അടുത്ത പരസ്യത്തിന്റെ സമയമായി. പെട്ടെന്നു കാക്കു എഴുന്നേറ്റു ചെന്നു ടിവി ഓഫ് ചെയ്ത് എന്നെ നോക്കി.

“ഖുദിറാമിന്റെ ജീവിതത്തിൽ ഒരു സ്ത്രീയുണ്ടായിരുന്നില്ല. ഉണ്ടായിരുന്നെങ്കിൽ തണുത്ത ശരീരത്തോടെയും ഉറച്ച മനസ്സോടെയും മരിക്കാൻ അദ്ദേഹത്തിന് സാധ്യമാകുമായിരുന്നില്ല. ഞാൻ സ്ത്രീയിൽ നിന്ന് ഓടി രക്ഷപ്പെട്ടു നോക്കി. എങ്ങുമെത്തിയില്ല. എങ്കിൽ സ്ത്രീയിലേക്ക് മടങ്ങിച്ചെല്ലാമെന്നു തീരുമാനിച്ചു. അപ്പോഴും എങ്ങുമെത്തിയില്ല...”

ഞാൻ നിശ്ചലയായിരുന്നു. എനിക്ക് അദ്ദേഹം പറഞ്ഞതൊന്നും മനസ്സിലായില്ല. പക്ഷേ അദ്ദേഹത്തിന്റെ മുഖത്ത് ഞാൻ ഖുദിറാമിന്റെ കണ്ണുകൾ കണ്ടു. മൊഴി നൽകാൻ മജിസ്ട്രേട്ടിന് മുമ്പിലെത്തിയപ്പോഴും പ്രഫുല്ല ചാക്കി പിടിക്കപ്പെട്ടത് ഖുദിറാം അറിഞ്ഞിരുന്നില്ല. കൂട്ടുകാരനെ രക്ഷിക്കാൻ സംഭവത്തിന്റെ മുഴുവൻ ഉത്തരവാദിത്തവും ഖുദിറാം ഏറ്റെടുത്തു. മൊഴി കൊടുത്തു കഴിഞ്ഞതും അവർ പ്രഫുല്ലയുടെ ശരീരം കോടതിയിലേക്കു കൊണ്ടു ചെന്നു. ഖുദിറാം കൂട്ടുകാരനെ തിരിച്ചറിഞ്ഞു. പക്ഷേ, അതു കൊണ്ടു തൃപ്തി വരാതെ ബ്രിട്ടീഷുകാർ പ്രഫുല്ലയുടെ തല അറുത്ത് കൊൽക്കൊത്തയ്ക്കു കൊടുത്തു വിട്ടു. ചുവന്ന തുണിയിൽ പൊതിഞ്ഞെടുത്ത് അതുമായി കൊൽക്കൊത്തയിലേക്കു പോയത് എന്റെ പിതാമഹൻ തന്നെയായിരുന്നു.

"തൂക്കുമരത്തിനു ചുവട്ടിലേക്കു ചെല്ലുമ്പോഴൊക്കെ എനിക്ക് എന്നെക്കുറിച്ച് ഓർത്തു ഭയം തോന്നും. എന്താണ് ഞാൻ ചെയ്യുന്നത്? രക്ഷിക്കുകയാണോ ശിക്ഷിക്കുകയാണോ? ദാദാ ലിവർ വലിക്കുന്ന നിമിഷം ഞാൻ കണ്ണുകൾ ഇറുക്കിയടയ്ക്കും... ആന്ധാരോ ഷകോലി എന്ന വരികൾ എന്റെ തലയ്ക്കുള്ളിൽ മുഴങ്ങും. ഓരോ മരണവും എന്റേതായിരുന്നു ചേതൂ... ദാദാ അവിടെ തൂക്കിലേറ്റിയത് എന്നെത്തന്നെയായിരുന്നു."

കാക്കു വേദനയോടെ പുലമ്പി.

"കാക്കൂ, കരയരുത്..."

ഞാൻ സങ്കടത്തോടെ അദ്ദേഹത്തോട് അപേക്ഷിച്ചു.

"എല്ലാം മറന്നതായിരുന്നു. പക്ഷേ, ഇപ്പോൾ ഓർമ വരുന്നു... എനിക്കു വയ്യ ചേതൂ... ഓർമകൾ ഇല്ലാതിരിക്കാൻ മനുഷ്യർ എന്തു ചെയ്യണം?"

കൂടുതൽ നേരം അവിടെയിരിക്കാൻ സാധിക്കാതെ ഞാൻ സാവധാനം എഴുന്നേറ്റു.

"ജോലിയുണ്ട്, കാക്കൂ... ഞാൻ ഭവിഷ്യത്തിലേക്കു ചെല്ലട്ടെ..."

"കാക്കുവിനോടു നീ ക്ഷമിക്കണം..."

"കാക്കു അങ്ങനെ സംസാരിക്കരുത്..."

"ആരും സത്യം പറയുകയില്ല. സത്യം പറഞ്ഞാലും പൂർണമായ സത്യം പറയുകയില്ല...."

അദ്ദേഹം വിറയ്ക്കാൻ ആരംഭിച്ചിരുന്നു. തിരിച്ചിറങ്ങുമ്പോൾ ഞാൻ ചൂളയ്ക്കുള്ളിൽനിന്നിറങ്ങിയതുപോലെ വിയർത്തൊലിച്ചു. ആ പ്രഭാതത്തിലെ എന്റെ തളർച്ചയും നിസ്സഹായതയും ഇരട്ടിക്കിരട്ടിയായി വർധിപ്പിക്കാൻ സഞ്ജീവ് കുമാർ മിത്രയ്ക്ക് ഒരിക്കൽക്കൂടി സാധിച്ചു. ഞാൻ രണ്ടു ചുവടു മുന്നോട്ടു വച്ചപ്പോൾ പടിക്കൽ നിൽക്കുകയായിരുന്ന ഠാക്കുമാ പെട്ടെന്നു തിരിഞ്ഞു. വഴിയിലൂടെ ഒരു ചെറിയ വിലാപയാത്ര ഘാട്ടിലേക്കു കടന്നുപോയി.

"ഹോ... ഈ കുട്ടികളുടെ ഒരു കാര്യം !"

ഠാക്കുമാ നിർവികാരതയോടെ പറഞ്ഞു.

"ഇന്നും ഒരു കുട്ടി കഴുത്തിൽ കുടുക്കിട്ടു കളിച്ചു..!"

ഞാൻ അകത്തു കയറി ഠാക്കുമായുടെ കട്ടിലിൽ ഇരുന്നു. ഞങ്ങളുടെ ഈ കൊൽക്കൊത്തയിൽ എന്നും ആരെയെങ്കിലും ഓർക്കാതെയും ചരിത്രത്തിന്റെ കറുത്ത കുരിക്കട്ടകളിൽ ചവിട്ടാതെയും നടന്നു പോകുക അസാധ്യ

മാണ്. ടെലിവിഷനിൽ ഖുദിറാം തൂക്കുമരത്തിലേക്കു നടക്കുന്നതും ചിരിച്ചു കൊണ്ടു കുടുക്കു തലയിലിടുന്നതും കണ്ട് ബേലുവും ബേനുവും കുടുക്കു ണ്ടാക്കി കളിച്ചത് ടിവി ചാനലുകളിലൊന്നിലും വാർത്തയായിരുന്നില്ല. തൂങ്ങി നിൽക്കുന്ന ചേച്ചിയെക്കണ്ട ബേനുവിനെക്കുറിച്ചോർത്തപ്പോൾ ഞാൻ പാടെ തളർന്നു. അപ്പോൾ അച്ഛൻ അട്ടഹസിച്ചു കൊണ്ടു പുറത്തു വന്നു. അച്ഛന്റെ കാലുകൾ നിലത്തുറയ്ക്കുന്നുണ്ടായിരുന്നില്ല. വീഴാൻ പോയ അച്ഛനെ താങ്ങിപ്പിടിച്ച് മാ വീണ്ടും മുറിക്കുള്ളിലേക്കു കൊണ്ടുപോയി. കുറച്ചു നേരം കഴിഞ്ഞ് മാ വീണ്ടും എന്റെ അരികിലെത്തി.

"ഇന്നു രാവിലെ തുടങ്ങി..."

ചോദിക്കാതെതന്നെ മാ പറഞ്ഞു.

"കാര്യം മനസ്സിലായില്ലേ? അവർ അയാൾക്കു വേണ്ടി വാദിക്കാൻ പുതിയ വക്കീലൻമാരെ ഇറക്കുന്നു..."

എനിക്കൊന്നും മനസ്സിലായില്ല. യതീന്ദ്രനാഥ് ബാനർജിക്കു വേണ്ടി കേസ് വാദിക്കാൻ അംനെസ്റ്റി ഇന്റർനാഷനൽ ഒരു സംഘം അഭിഭാഷകരെ രംഗത്തിറക്കിയതിനെക്കുറിച്ചാണ് മാ സൂചിപ്പിച്ചത്. യതീന്ദ്രനാഥിന്റെ മനോനില തകരാറിലായതിനാൽ വധശിക്ഷ റദ്ദാക്കണമെന്ന് അപേക്ഷിക്കാനായിരുന്നു അത്. ഞാൻ ഥാക്കുമായുടെ കട്ടിലിൽ വെറുതെ ഇരുന്നു. ഖുദിക്ക് വധശിക്ഷയാണ് ജഡ്ജി വിധിച്ചത്. മിടുക്കൻമാരായ ഒരുപറ്റം അഭിഭാഷകർ ആ കേസ് ഫീസില്ലാതെ വാദിക്കാൻ തയാറായി മുന്നോട്ടു വന്നത് എനിക്ക് ഓർമ വന്നു. അവരുടെ നിർദ്ദേശപ്രകാരം ഖുദി തന്റെ മൊഴി മാറ്റിപ്പറഞ്ഞു. നിയമത്തിന്റെ തലനാരിഴ കീറി അഭിഭാഷകർ വാദിച്ചെങ്കിലും ഫലമുണ്ടായില്ല. ഖുദിക്ക് ജഡ്ജി വധശിക്ഷ വിധിച്ചു. വിധി കേട്ടയുടനെ ഖുദിറാമിന്റെ മുഖത്ത് ചിരി വിടർന്നു. ജഡ്ജിക്ക് അതു കണ്ട് അമ്പരപ്പാണുണ്ടായത്. പ്രതി തന്നെ വെറുതെ വിട്ടെന്നാണോ മനസ്സിലാക്കിയത് എന്നുപോലും ജഡ്ജിക്കു സന്ദേഹമുണ്ടായി. അപ്പോൾ ഖുദി അദ്ദേഹത്തോടു പറഞ്ഞു, കുറച്ചു കൂടി സമയം കിട്ടിയാൽ ഞാൻ അങ്ങയ്ക്കു ബോംബുണ്ടാക്കാൻ പഠിപ്പിച്ചു തരാം. തലയുയർത്തിപ്പിടിച്ചാണ് ഖുദി തൂക്കുമരത്തിലേക്കു നടന്നു ചെന്നത്. ആറു മണിക്കായിരുന്നു തൂക്കിക്കൊല. ഗൗരീചരൺ പിതാമഹൻ അക്കാലത്ത് വളരെ വൃദ്ധനും ക്ഷീണിതനുമായിരുന്നു. ഖുദി തലയുയർത്തിപ്പിടിച്ചു നടന്നു വന്നപ്പോൾ പിതാമഹൻ അമ്പരപ്പോടെ നോക്കി. ആദ്യമായാണ് മുഖംമൂടി ധരിപ്പിക്കുമ്പോൾ ചിരിച്ചു കൊണ്ട് അഭിവാദ്യം ചെയ്ത പുള്ളിയെ അദ്ദേഹം കണ്ടത്. തൂക്കിക്കൊല കഴിഞ്ഞപ്പോൾ പിതാമഹൻ പൊട്ടിക്കരഞ്ഞു. എന്റെ കൈവിരലുകളിൽ നാണയത്തിന്റെ തണുത്ത സ്പർശം തങ്ങി നിന്നു. സഞ്ജീവ് കുമാർ മിത്ര എവിടെയോ ഇരുന്നു ചിരിക്കുന്ന ശബ്ദം കാതുകളിൽ മുഴങ്ങി. ഞാൻ ധൃതിയിൽ എഴുന്നേറ്റ് എന്റെ ബാഗെടുത്തു തോളിലിട്ടു.

"എവിടേക്കാ?"

മാ സംശയത്തോടെ ചോദിച്ചു.

"എവിടേക്കുമല്ല..."

സത്യം പറഞ്ഞാലും പൂർണമായ സത്യങ്ങൾ പറയേണ്ടതില്ലാത്തതിനാൽ ഞാൻ മന്ത്രിച്ചു. നേരത്തെ കൂവിയ കുയിൽ തന്നെയാകണം, വീണ്ടും

പരിഹാസത്തോടെ കൂവി. ഒരു സർക്കുലാർ ട്രെയിൻ എതിർദിശയിലേക്കു പാഞ്ഞു. മൃതിയെന്ന പ്രേമിയുടെ കരപരിലാളനം എന്നെയും ഉത്തേജിപ്പിച്ചു. പരമമായ ആനന്ദം ജീവിച്ചിരിക്കെത്തന്നെ സാക്ഷാൽക്കരിച്ചില്ലെങ്കിൽ ശാന്തമായ ശരീരത്തോടെ പരലോകത്തേക്കു യാത്രയാകാൻ എനിക്കു സാധിച്ചില്ലെങ്കിലോ എന്ന ഭീതിയോടെ ഞാൻ ആദ്യം കണ്ട ഓട്ടോറിക്ഷയ്ക്കു കൈ നീട്ടി. ദിവസങ്ങൾ പായുന്നു. സമയം തീരുന്നു. കുറച്ചു സമയം കൂടി കിട്ടിയാൽ ഒരു ബോംബ് ഉണ്ടാക്കാൻ ഞാൻ അയാളെയും പഠിപ്പിക്കും. സ്ഫോടനത്തിൽ ഞങ്ങളിലൊരാൾ എന്നേക്കുമായി ഇല്ലാതാകുമെങ്കിലും.

നാൽപത്

തീപിടിച്ച തൂവലുകളുള്ള പക്ഷിയെപ്പോലെയാണു മദൻ മോഹൻ ലെയിനിലൂടെ ഞാൻ പറന്നത്. എന്റെ ചുണ്ടുകളിൽ ആന്ധാരോഷകോലി എന്ന ഗാനത്തിന്റെ തരി തീപ്പൊരി പോലെ പറ്റിപ്പിടിച്ചു. എന്റെ ചുണ്ടുകളെയും നാവിനെയും അതു നീറ്റി. പോലീസ് സ്റ്റേഷനിൽ തല കീഴായി തൂങ്ങിക്കിടന്ന് സൂദേവ് കാക്കു പാടിയിരുന്ന പാട്ട് അതായിരുന്നു. മൂളിത്തുടങ്ങിയതിൽപ്പിന്നെ അതു നിർത്താൻ സാധിക്കാതെ ഞാൻ വലഞ്ഞു. ബത്തല ബോയ് എന്നു വിളിക്കപ്പെടുന്ന പുസ്തകക്കടകളുടെ ഓരം ചേർന്ന് വണ്ടികളും കാൽനടക്കാരും വഴിവാണിഭക്കാരും തിരക്കുകൂട്ടുന്ന പായൽ മൂടിയ വഴിയിലൂടെ ഭവിഷ്യത്തിന്റെ ഓഫിസിലേക്കു നടക്കുമ്പോൾ എല്ലാത്തിനും മീതെ തലയുയർത്തി നിൽക്കുന്ന ഠാക്കൂർ ബാഡിയുടെ ചുവന്ന എടുപ്പുകളിലൊന്നിൽ നീണ്ടു മയങ്ങിയ കണ്ണുകളുള്ള ഒരു യുവാവ് ഈ ഗാനം പാടിക്കൊണ്ടു നിൽക്കുന്നുണ്ടെന്നു ഞാൻ സങ്കൽപ്പിച്ചു. തന്റെ കാവ്യദേവതയെ ടെറസിൽ തിരഞ്ഞ് കാണാതെ വിഷാദിച്ച് പടിക്കെട്ടുകളിറങ്ങുന്ന ചെറുപ്പക്കാരന്റെ തരളമായ മുഖവും കാതരമായ കണ്ണുകളും എന്നെ കുത്തി നോവിച്ചു. ആത്മഹത്യ ചെയ്ത സ്ത്രീകളെയെല്ലാം തൂങ്ങിയാടുന്ന പ്രതിമകളായി മാത്രമേ എനിക്കു സങ്കൽപ്പിക്കാൻ സാധിക്കാറുള്ളൂ. വലിച്ചു മുറുക്കിയ തന്ത്രി പോലെ ലോഹസമാനമായിത്തീർന്ന കയറിന്റെ തുമ്പിൽ അവരെല്ലാം നിത്യമായി ഭാരത്തോടെ ആടി. ഹൃദയം തകർന്ന കാമുകൻ സ്പർശിക്കുമ്പോൾ തൂക്കുകയറിൽനിന്നും സംഗീതം ഉതിർക്കുന്ന സ്ത്രീയെക്കുറിച്ചു ചിന്തിച്ചു 'ഛാലനാ ഛാതുരീ ആഷെ ഹൃദായേ ബിഷാദോ ബാഷെ..' എന്നു മൂളിക്കൊണ്ട് ഞാൻ ഭവിഷ്യത്തിന്റെ ഓഫിസിലേക്കു കയറിച്ചെന്നപ്പോൾ ഒരു പഴയ കറുത്ത ലാൻഡ് ഫോണിൽ ആരോടോ തമാശ പറഞ്ഞു ചിരിക്കുകയായിരുന്ന മാനൊദാ ചിരി നിർത്തി എന്നെ അമ്പരപ്പോടെ നോക്കി. അദ്ദേഹത്തിന്റെ മുഖത്ത് മ്ലാനതയും വിഷാദവും നിറഞ്ഞു. സംഭാഷണം അവസാനിപ്പിച്ച് റിസീവർ താഴെ വച്ച് അദ്ദേഹം എന്നെ നോക്കി സങ്കടത്തോടെ പുഞ്ചിരിച്ചു.

"നിന്റെ കാക്കു മനോഹരമായി പാടുമായിരുന്നു ആ പാട്ട്... തല കീഴായി കെട്ടിത്തൂങ്ങി കിടന്ന് അയാളതു പാടുമ്പോൾ ഞങ്ങളൊക്കെ വേദന മറന്നു കണ്ണടച്ചു താളം പിടിക്കുമായിരുന്നു. ഹോ, എന്തൊരു ഗാനമായിരുന്നു അത്...! നോക്ക്, നമ്മുടെ ഠാക്കൂർ അല്ലാതെ ഹൃദയത്തെ ഇങ്ങനെ ദ്രവിപ്പിക്കുന്ന ഗാനം വേറെ ആരെഴുതും?"

അദ്ദേഹം തന്റെ ആത്മകഥയുടേതാകാം, അപ്പോൾ അടിച്ചു കൊണ്ടുവന്ന പ്രൂഫിന്റെ കടലാസുകൾ അടുക്കിക്കൊണ്ട് എന്നോടു പറഞ്ഞു.

BHAGYANATH '12

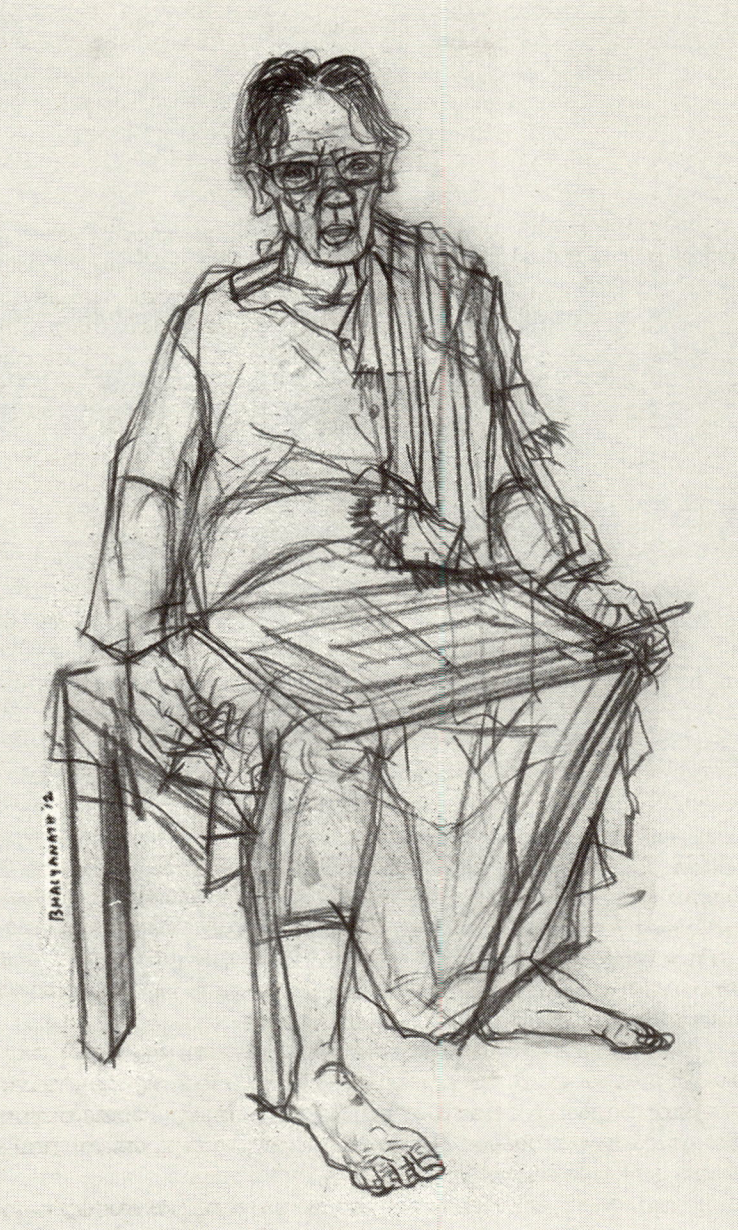

“പക്ഷേ, അതിന്റെ തമാശ, അന്നു നിരോധിക്കപ്പെട്ട ഗാനങ്ങളിൽ അതുമുണ്ടായിരുന്നു എന്നതാണ്... എന്താണ് അതു നിരോധിക്കാൻ കാരണമെന്ന് മനസ്സിലായില്ലേ? അന്ധകാരം എന്നല്ലേ അതു തുടങ്ങുന്നത്? അന്ധകാരത്തിലേക്കു ഞാൻ നോക്കുന്നു, നീ എപ്പോഴാണ് വരുന്നത്, പക്ഷേ നിന്നെ ഞാൻ കാണുന്നില്ല... അപ്പോൾ അതിന്റെ അർഥം അന്നത്തെ ഭരണകൂടം ഇങ്ങനെയാണ് വ്യാഖ്യാനിച്ചത് - എല്ലായിടത്തും അടിയന്തരാവസ്ഥയാണ്, ജനാധിപത്യം എപ്പോഴാണ് വരുന്നത് എന്നു ഞാൻ നോക്കുന്നു. പക്ഷേ ജനാധിപത്യമേ നിന്നെ മാത്രം കാണുന്നില്ല...കഷ്ടം! പാവം ഠാക്കൂർ അറിഞ്ഞോ, അദ്ദേഹം തന്റെ ലേഡി ഹിക്കേറ്റിനെഴുതിയ പാട്ടിൽപ്പോലും സിദ്ധാർഥ ശങ്കർറായി രാഷ്ട്രീയം കണ്ടുപിടിച്ചു എന്ന് !”

ഞാൻ മാത്രമല്ല, കൽപ്രതിമ പോലെ നിശ്ചലനായ നിശ്ചൽദാപോലും ചിരിച്ചു.

“ചിരിക്കണ്ട, ചേതൂദീ... ഇതു തമാശയല്ല. ഇരുട്ട്, ദു:ഖം , വേദന എന്നൊക്കെയുള്ള വാക്കുകളുള്ള കവിതകളെല്ലാം നിരോധിക്കണമെന്നായിരുന്നു ഉത്തരവ്. തടസ്സങ്ങൾ മറികടക്കുമെന്നോ വിലക്കുകൾ നിലനിൽക്കില്ലെന്നോ എന്നെങ്ങാനും അറിയാതെ പോലും കവിതയിലോ കഥയിലോ വന്നാലും ഉടൻ ഉണ്ടായേനെ നിരോധനം. വേദനയും മുറിവും അന്ധകാരവും ഇല്ലെങ്കിൽ പിന്നെ ഠാക്കൂറിന്റെ കവിതകളിലെന്തുണ്ട്?”

“തുമാരോ ദേഖി നാ ജാബെ... തുമാരോ ദേഖി നാ ജാബെ...”

ഞാൻ സ്വയമറിയാതെ മൂളി. കാദംബരീദേവിക്കു പകരം ജനാധിപത്യത്തെ സങ്കൽപ്പിച്ച് അതു മൂളിയപ്പോൾ എന്റെ ഹൃദയത്തിൽ ലാഘവം നിറഞ്ഞു.

“ആദ്യമൊക്കെ എനിക്ക് വലിയ ഷോക്കായിരുന്നു അത്. ഇന്ദിരാഗാന്ധിയുടെ ഗുരുവായിരുന്നല്ലോ ഠാക്കൂർ. അദ്ദേഹത്തിന്റെ ശാന്തിനികേതനിൽ അല്ലേ അവർ പഠിച്ചത്. അവിടെ പഠിക്കുന്ന കാലത്ത് നൃത്തം പഠിക്കാനായിരുന്നു ഇന്ദിരയ്ക്ക് ഇഷ്ടം. പക്ഷേ നെഹ്റു സമ്മതിച്ചില്ല. ജീവിതത്തിലെ ഏറ്റവും സന്തോഷകരമായ കാലമായിരുന്നു ശാന്തിനികേതനിൽ ചെലവിട്ടതെന്ന് പറഞ്ഞിട്ടുള്ള അതേ സ്ത്രീതന്നെ ഠാക്കൂറിനെപ്പോലെ ഒരാളുടെ പാട്ടുകൾ നിരോധിക്കുന്നതെങ്ങനെ നമുക്ക് ഉൾക്കൊള്ളാൻ സാധിക്കും? പക്ഷേ, പിന്നീട് എന്റെ വിഷമം മാറി. ഠാക്കൂറിന്റെ മാത്രമല്ല, രാഷ്ട്രപിതാവായ ഗാന്ധിജിയുടെയും അവരുടെ സ്വന്തം പിതാവായ നെഹ്റുവിന്റെയും വരെ വാക്കുകൾ അവർ നിരോധിച്ചു... എന്തിന്, പണ്ടു താൻ തന്നെ നടത്തിയ പ്രസംഗങ്ങളുടെ ഭാഗങ്ങൾക്കു പോലും അവർ സെൻസർഷിപ്പ് ഏർപ്പെടുത്തി. എന്തൊരു സത്യസന്ധത! സ്ത്രീകൾക്കേ അതൊക്കെ സാധിക്കൂ, ചേതൂദീ, നിങ്ങൾ സ്ത്രീകളുണ്ടല്ലോ, എന്റമ്മോ, വല്ലാത്തൊരു സൃഷ്ടികൾ തന്നെ...”

“ഛാലനാ ചാതുരീ ആഷെ ഹൃദയ ബിഷാദെ ആഷെ...
തുമാരോ ദേഖി നാ ജാബെ... തുമാരോ ദേഖി നാ ജാബെ...”

ഞാൻ ചിരിച്ചു കൊണ്ട് വീണ്ടും മൂളി. ചാതുര്യത്തോടെ വഞ്ചന കടന്നുവരുന്നു, ഹൃദയത്തിൽ അത് വിഷാദം ഉണർത്തുന്നു... ആ നേരത്ത് പെട്ടെന്ന് വൈദ്യുതി തിരിച്ചെത്തുകയും പങ്ക കറങ്ങിത്തുടങ്ങുകയും അകത്തിരുന്ന ടിവി മുരടനക്കി ജീവൻ വയ്ക്കുകയും ചെയ്തു. ഞാൻ ഭയപ്പെട്ടിരുന്നതുപോലെ സഞ്ജീവ് കുമാർ മിത്രയുടെ ശബ്ദം ഉയർന്നു.

"അപ്പോൾ നമ്മുടെ മുമ്പിലെ ചോദ്യം ഇതാണ്, അഡ്വ. കുൽക്കർണി. യതീന്ദ്രനാഥിന് കോടതി വധശിക്ഷ വിധിച്ചിട്ട് ഒരു ദശകം പിന്നിടുന്നു. ഒരു സാധാരണ കൊലക്കേസിൽ ഇത്രയും കാലം ജയിലിൽ കിടന്നാൽ ശിക്ഷാ കാലാവധി തീർന്നു പ്രതി സ്വതന്ത്രനായിക്കഴിയും..."

ഞാൻ പാടിത്തുടങ്ങിയ വരികൾ നഷ്ടപ്പെട്ട് മാനൊദായെ നോക്കി. അദ്ദേഹം അകത്തേക്ക് നോക്കിയിട്ട് വീണ്ടും തന്റെ മുമ്പിലെ കടലാസിലേക്കു തല കുനിച്ചു. ഞാൻ അകത്തു ചെന്ന് എന്റെ കസേരയിൽ ഇരുന്നു. ടിവി ഓഫ് ചെയ്യണമെന്ന് ആഗ്രഹമുണ്ടായിരുന്നെങ്കിലും അയാളുടെ മുഖം കണ്ടു കൊണ്ടിരിക്കെ അതു ചെയ്യാൻ കരുത്തുണ്ടായില്ല. തന്റെ കയ്യാൽ മരിക്കേണ്ട തൂക്കുപുള്ളിയെ തൂക്കുകയറിൽനിന്നു രക്ഷിക്കാൻ നിയുക്തരായ അഭിഭാഷകർ സുപ്രീംകോടതിയിൽ ഉന്നയിക്കാൻ പോകുന്ന നിയമപ്രശ്നങ്ങളെക്കുറിച്ചുള്ള ചർച്ചയ്ക്കു സാക്ഷ്യം വഹിക്കുന്നത് ഏത് ആരാച്ചാരെ സംബന്ധിച്ചും അപൂർവമായ അനുഭവമാണ്. മരിക്കാൻ നിയുക്തനായ യതീന്ദ്രനാഥ് ബാനർജിയും അയാളെ തൂക്കിലേറ്റാൻ നിയുക്തയായ ഞാനും അയാളെ രക്ഷിക്കാൻ നിയുക്തരായ വക്കീലൻമാരും തമ്മിലുള്ള കണ്ണുകെട്ടിക്കളിയെക്കുറിച്ച് ഓർത്ത് എന്റെ തല പെരുത്തു.

"വാട്ട് യു സെഡ് ഈസ് ട്രൂ, മിസ്റ്റർ മിത്ര. ബാനർജിയുടെ ശിക്ഷ സംബന്ധിച്ച രേഖകൾ യഥാസമയം ഗവർണർക്ക് എത്തിച്ചു കൊടുക്കുന്നതിൽ സംസ്ഥാന ഭരണകൂടം കാണിച്ച അനാസ്ഥയാണ് ദയാഹർജി തള്ളാൻ കാരണമാക്കിയത്. സോ, ഇൻ എ വേ, അയാൾ ഇന്ന് അനുഭവിക്കുന്ന പ്രശ്നങ്ങൾക്ക് സംസ്ഥാന ഭരണകൂടം തന്നെയാണു കാരണം. അതുകൊണ്ടാണ് ഞങ്ങൾ പറയുന്നത്, പഞ്ചാബിൽ ആയിരത്തി തൊള്ളായിരത്തി എൺപത്തിമൂന്നിൽ സംഭവിച്ചത് എന്താണ്? ഷെർസിങ് എന്ന പ്രതിയെ വധശിക്ഷയ്ക്കു വിധിച്ച് രണ്ടര വർഷം കഴിഞ്ഞിട്ടും വിധി നടപ്പായില്ല. അയാൾ ഹർജി കൊടുത്തു. കോടതി അയാളുടെ വാദം കേട്ടിട്ട് തീർപ്പു കൽപ്പിച്ചു—മരണത്തിനു വിധിക്കപ്പെടുന്നത് ഒരു കാര്യം. അതു കാത്തിരുന്ന് അതിന്റെ ഉൽക്കണ്ഠയും വേദനയും സഹിക്കേണ്ടി വരുന്നത് മറ്റൊന്ന്. ആ സാഹചര്യത്തിൽ ഷെർ സിങ്ങിന്റെ ശിക്ഷ ജീവപര്യന്തമാക്കി കുറയ്ക്കുകയാണ് ഉണ്ടായത്. അതു വച്ച് നോക്കുമ്പോൾ ജൊതീന്ദ്രനാഥ് ബാനർജിക്ക് സംസ്ഥാനം അങ്ങോട്ടു നഷ്ടപരിഹാരം കൊടുക്കുകയാണു വേണ്ടത്. ഒന്നും രണ്ടുമല്ല, പതിനൊന്നു വർഷം മരണം കാത്തു കിടക്കുക! ഏതെങ്കിലും പരിഷ്കൃത രാഷ്ട്രത്തിനു ചേർന്ന കാര്യമാണോ ഇത്?"

"താങ്കൾ പറഞ്ഞതു വളരെ പ്രസക്തമാണ്, അഡ്വ. കുൽക്കർണി... ജീവനും സ്വാതന്ത്ര്യത്തിനുമുള്ള ഒരു പൗരന്റെ അവകാശത്തെ കവർന്നെടുക്കുമ്പോൾ ആ നടപടി ജസ്റ്റ്, ഫെയർ ആൻഡ് റീസണബിൾ ആയിരിക്കണമെന്നല്ലേ?..."

അകത്തേക്കു വന്ന മാനൊദാ, സഞ്ജീവ് കുമാർ മിത്രയുടെ ആവേശം കണ്ട് എന്നെ നോക്കി.

"സത്യത്തിൽ നിന്റെയീ കാമുകൻ വധശിക്ഷയ്ക്ക് എതിരാണോ?"

ഞാൻ മറുപടി പറഞ്ഞില്ല.

“ഇന്നലെ ഇവൻ തന്നെയല്ലേ ആ കുട്ടിയുടെ സഹോദരന്റെ പിന്നാലെ മൈക്കും കൊണ്ടു കരഞ്ഞു നടന്നത്?”

മാനൊദാദാ ഉറക്കെച്ചിരിച്ചു.

“സത്യം പറയാമല്ലോ, ചേതൂദീ, ഈയിടെയായി എനിക്ക് ഐൻസ്റ്റീനോടു വല്ലാത്ത മതിപ്പാണ്. അങ്ങേരു പറഞ്ഞതെത്ര ശരി, എല്ലാം ആപേക്ഷികം തന്നെ. ഈ ഭൂമിയും ഇതിന്റെ നിൽപ്പും വേഗവും എന്തിന്, ഞാനും നീയും തമ്മിൽ ഉള്ള ദൂരവും എല്ലാം...”

അദ്ദേഹം ഒന്നു നിർത്തി.

“പിന്നെന്തിനാണ് നമുക്ക് സ്കെയിലുകൾ? ഒന്നും മനസ്സിലാകുന്നില്ല...!”

മാനൊദാദായുടെ വിടർന്ന ചിരിയുടെ ഭംഗിയും തെളിച്ചവും എന്റെ ചുണ്ടിലും ചിരി വിടർത്തി. മറ്റൊരാളിന്റെ ജീവനോ സ്വാതന്ത്ര്യമോ കവർന്നെടുക്കുന്ന ഏതു നടപടിയും നീതിയുക്തവും ന്യായപൂർണവും വിവേകപൂർവകവുമാണെന്ന് ഉറപ്പു വരുത്തിയിട്ടേ ഭരണകൂടം അതിന്റെ പൗരൻമാരുടെ മേൽ നടപ്പാക്കുകയുള്ളൂ. തലകീഴായ് തൂങ്ങിക്കിടക്കുന്ന അവസ്ഥയിൽ മരിച്ചു പോയ പ്രണയത്തെക്കുറിച്ചു മാത്രമേ ഹൃദയമുള്ളവർക്കൊക്കെ പാടുവാൻ സാധിക്കുകയുള്ളൂ എന്നു ഞാൻ തിരിച്ചറിഞ്ഞു. വായ് മൂടിക്കെട്ടിയ കുടത്തിലെ കടൽ പോലെ ആത്മാവ് ഇളകി മറിഞ്ഞു. ഭവിഷ്യത്തിന്റെ ഓഫിസിലെ എല്ലാം ഇളകിക്കൊണ്ടിരുന്നു. മുങ്ങിയ വഞ്ചിയുടെ പായൽ പിടിച്ച പങ്കായങ്ങളെപ്പോലെ തോന്നിപ്പിക്കുന്ന പൊടിയടിഞ്ഞ ഫാനിന്റെ ഇതളുകളും ചൂടുള്ള കാറ്റിൽ പല താളത്തിൽ പല നിറങ്ങളിൽ കടലാസുകളും മാനൊദാദായുടെ വെള്ളിക്കെട്ടിയ കോലൻ മുടിയിഴകളും നിശ്ചൽദായുടെ കൈവിരലുകളും എല്ലാം എല്ലാവരും തിളച്ചു മറിഞ്ഞു. പുറത്ത് ആകാശം മഴ ഏതു നിമിഷവും കോരിച്ചൊരിയാം എന്ന മട്ടിൽ മൂടിക്കെട്ടി. ഷേർ സിങ്ങിന്റെ കൈ പിടിച്ച് നടന്നുപോയ ഒരു രണ്ടരവയസ്സുകാരി കെട്ടിടത്തിന്റെ ഗോഡൗണിൽ കുട്ടയ്ക്കടിയിൽ നഗ്നമാക്കപ്പെട്ട ചോരയൊലിക്കുന്ന അരക്കെട്ടും കഴുത്തിലിറകിയ കറുത്ത ചരടുമായി മരിച്ചു കിടന്നു. എയർപോർട്ടിൽ വച്ച് കസ്റ്റംസ് ഓഫിസർ ചമഞ്ഞ വൈതീശ്വരനോടൊപ്പം പോയ വലിയ പെട്ടികളുള്ള യാത്രക്കാരും ഇരുപത്തിനാലു തികയാത്ത എഡിഗ അന്നാമയോടൊപ്പം നടന്നു അനസൂയയും രണ്ടു വയസ്സുള്ള കുഞ്ഞും മുഖം കരിഞ്ഞും ഉടൽ മുറിഞ്ഞും മരിച്ചു കിടന്നു. ഭരണകൂടം തന്നെ കുറ്റകൃത്യങ്ങളായി വ്യാഖ്യാനിക്കുന്ന പ്രവൃത്തികൾക്ക് ഭരണകൂടം തന്നെ അനുശാസിക്കുന്ന ശിക്ഷ വിധിക്കുകയും അവർ തന്നെ പ്രകടിപ്പിക്കുന്ന അനാസ്ഥ മൂലം അതു വൈകുകയും ചെയ്യുന്നതിനെക്കുറിച്ച് ചിന്തിച്ചപ്പോൾ എനിക്ക് വീണ്ടും ഭ്രാന്തിളകി.

“ചേതൂദീ... ഞാൻ ആലോചിക്കുകയായിരുന്നു—ജയിൽ ആക്രമിച്ച് ഈ ജൊതീന്ദ്രനാഥ് ബാനർജിയെ അങ്ങു കൊന്നു കളഞ്ഞാലോ?”

മാനൊദാദാ ഏന്തിയേന്തി അകത്തു വന്ന് ഏതാനും കടലാസുകൾ എന്റെ കയ്യിലേക്കു തന്നു കൊണ്ട് അന്വേഷിച്ചു. ചാരു മജുംദാറുമായുള്ള കൂടിക്കാഴ്ചയെക്കുറിച്ചാണ് അദ്ദേഹം ആ കടലാസുകളിൽ എഴുതിയിരുന്നത്.

“എങ്കിൽ ഈ തൊല്ല ഒഴിവായേനെ. ഇതിപ്പോ തൂക്കിക്കൊല്ലുമോ അതുമില്ല, വെറുതെ വിടുമോ അതുമില്ല...”

"ഗവൺമെന്റിന്റെ ഇരയാണ് അയാൾ. മറ്റാരെങ്കിലും അയാളെ കൊല്ലുന്നത് ഗവൺമെന്റിന് സഹിക്കില്ല..."

ഞാൻ പറഞ്ഞു.

"ഹോ... ഗവൺമെന്റ് എന്താ, ബംഗാൾ കടുവയാണോ, സ്വന്തം ഇരയെ തനിക്കു തന്നെ അടിച്ചു വീഴ്ത്തി മാന്തിപ്പറിക്കണമെന്ന് ശാഠ്യം പിടിക്കാൻ?"

മാനൊദാ തന്റെ മനോഹരമായ കുസൃതിച്ചിരി ചിരിച്ചു.

"ജ്യോതിബാബു ഒരിക്കൽ ഫിറോസ് ഗാന്ധിയോടു ചോദിച്ചു, എന്തുകൊണ്ടാണ് നിങ്ങളുടെ ഭാര്യ ഇങ്ങനെയായിത്തീർന്നത് എന്ന്. അതിന് അദ്ദേഹം കൊടുത്ത മറുപടി എന്താണെന്നറിയാമോ? ബസു, നിങ്ങൾ ആ വീട്ടിൽ താമസിച്ചാൽ അവിടെ വരുന്ന കോൺഗ്രസ് നേതാക്കൾക്കും സ്വാതന്ത്ര്യ സമരസേനാനികൾക്കും അവരോടുള്ള വിധേയത്വവും അടിമത്തവും കാണാം. ഏതു പെൺകുട്ടിക്കും തലക്കനം പിടിച്ചുപോകും..."

മാനൊദാ ഒന്നുകൂടി ചിരിച്ചു.

"ഞാൻ ആരാച്ചാരാകുന്നതു പോലെ തന്നെ...."

മാനൊദാ എന്നെ തറപ്പിച്ചു നോക്കി.

"നിനക്കു സത്യമായും ഒരാളെ തൂക്കിലേറ്റാൻ സാധിക്കുമോ ചേതൂദീ?"

ആ ചോദ്യം എന്നെ കണക്കിലധികം ക്ഷോഭിപ്പിച്ചു. മാരുതി പ്രസാദ് യാദവ് എന്റെ ശരീരത്തെ ആക്രമിച്ചപ്പോഴും സഞ്ജീവ് കുമാർ മിത്ര എന്റെ ആത്മാവിനെ മുറിവേൽപ്പിച്ചപ്പോഴും തോന്നിയ അതേ ശൗര്യവും ക്രോധവും എന്നെ ആവേശിച്ചു. അധികം ചിന്തിക്കാതെ ഞാൻ കസേര പിന്നിലേക്കും മേശ മുന്നിലേക്കും തള്ളി മാറ്റി ദുപ്പട്ട വലിച്ചെടുത്ത് മിന്നൽ വേഗത്തിലൊരു കുടുക്കുണ്ടാക്കി മാനൊദായുടെ കഴുത്തിൽ ഇട്ടു മുറുക്കി മറുതലപ്പ് ജനാലയുടെ അഴിയിലൂടെ കടത്തി വലിച്ചു. മാനൊദാ ഞെട്ടിപ്പോയി. നല്ല ഉയരവും സാമാന്യം വണ്ണവുമുണ്ടായിരുന്നെങ്കിലും മാനൊദായുടെ ശരീരത്തിന് ഒരു പക്ഷിക്കുഞ്ഞിന്റെ ഭാരമേ അനുഭവപ്പെട്ടുള്ളൂ. എന്താണു സംഭവിക്കുന്നതെന്നറിയാതെ പിടഞ്ഞു തുള്ളിയ മാനൊദായുടെ ശോഷിച്ചു പോയ വലതു കാൽ ധോത്തിക്കടിയിൽനിന്നു പുറത്തേക്കു നീണ്ട് മേശയിൽ ദുർബലമായി തല്ലി അദ്ദേഹത്തിന്റെ കറുത്ത കൃഷ്ണമണികൾ പുറത്തേക്കുന്തി. ഞാൻ പിടി അയച്ചു. മാനൊദാ നിലത്തു വീഴുന്ന ശബ്ദം കേട്ട് നിശ്ചൽ ദാ ഓടി വന്ന് നിലവിളിക്കാൻ തുടങ്ങി ശബ്ദം നഷ്ടപ്പെട്ട് നിന്നു. ഞാൻ കുടുക്കിട്ട അതേ വേഗത്തിൽത്തന്നെ അത് അഴിച്ചെടുത്ത് അദ്ദേഹത്തിന്റെ കഴുത്തു തിരുമ്മി താങ്ങിപ്പിടിച്ച് കസേരയിൽ ഇരുത്തി. അബോധാവസ്ഥയുടെ വക്കിലെത്തിയ മാനൊദാ കിതച്ചും ചുമച്ചും കൊണ്ട് എന്നെയും നിശ്ചൽ ദായെയും മാറി മാറി നോക്കി. നിശ്ചൽ ദാ അടുത്തു ചെന്നപ്പോൾ അദ്ദേഹം തൊണ്ടയും നെഞ്ചും തടവിക്കൊണ്ട് എനിക്കു നേരെ കൈ ചൂണ്ടി എന്തോ പറയാൻ ശ്രമിച്ചു. ഞാൻ മൺകലത്തിൽനിന്ന് ഒരു ഗ്ലാസ് വെള്ളമെടുത്ത് അദ്ദേഹത്തിനു കൊടുത്ത് ഒന്നും സംഭവിക്കാത്ത മട്ടിൽ മേശമേൽ ചാരി നിന്നു. വെള്ളം കുടിച്ച് ദീർഘമായി ശ്വാസമെടുത്ത് സ്വയം ശാന്തനായ ശേഷം മാനൊദാ നിശ്ചൽ ദായെ നോക്കി.

"ഇവൾക്ക് ഒരു നൂറു രൂപ ശമ്പളം കൂട്ടിക്കൊടുക്ക്... !"

നിശ്ചൽദാ കൽപ്രതിമ പോലെ നിന്നു.

"ആ നൂറു രൂപ ആരു തരും?"

ഒന്നു രണ്ടു നിമിഷങ്ങൾക്കുശേഷം നിശ്ചൽദാ ചോദിച്ചു.

"ഇയാളുടെ സ്വഭാവം കണ്ടില്ലേ? മുതലാളിയെ തൊഴിലാളിയുടെ മുമ്പാകെ അപമാനിക്കാൻ എന്തൊരു താൽപര്യം! ഹേയ് മിസ്റ്റർ, ഞാൻ നിങ്ങളെ പിരിച്ചു വിടാൻ പോകുകയാണ്..."

മാനൊദാദാ ചുമച്ചു കൊണ്ട് പറഞ്ഞു. നിശ്ചൽ ദാ ചിരി വരാത്ത മുഖത്തോടെ അകത്തേക്കു പോയപ്പോൾ മാനൊദായെ നേരിടാനാകാതെ ഞാൻ അദ്ദേഹത്തിന്റെ ആത്മകഥയുടെ ഭാഗങ്ങൾ മറിച്ചു നോക്കി. അപ്പോൾ ഒരു ചെറിയ ബ്രേക്കിനുശേഷം സഞ്ജീവ് കുമാർ മിത്രയുടെ ശബ്ദം വീണ്ടും ഉയർന്നു.

"മറ്റെന്തൊക്കെ ന്യായങ്ങളാണ് നിങ്ങൾ കോടതിയുടെ മുമ്പാകെ ഉന്നയിക്കുന്നത്?"

"മിസ്റ്റർ മിത്ര, വധശിക്ഷയ്ക്ക് അനുയോജ്യമായ വിധത്തിൽ ജൊതീന്ദ്രനാഥ ബാനർജിക്ക് മാനസികാരോഗ്യമുണ്ടോ എന്നതാണ് അടുത്ത ചോദ്യം. ഞങ്ങൾ പറയുന്നു, ഇല്ല. അയാളുടെ മാനസിക നില അപഗ്രഥിക്കാൻ ഡോക്ടർമാരുടെ വിദഗ്ധ സംഘത്തെ ഏർപ്പെടുത്തേണ്ടതുണ്ട്."

"അതു വളരെ പ്രസക്തമായ ഒരു പോയിന്റാണ്, അഡ്വ. കുൽക്കർണി. പക്ഷേ, മരിക്കാൻ വിധിക്കപ്പെട്ടയാളുടെ മാനസിക നിലയെക്കുറിച്ച് എന്തിനു നാമിത്ര മേൽ ആശങ്കാകുലരാകണം?"

"കാരണം, പരിവർത്തൻ... പരിവർത്തനമാണ് എല്ലാം. അതിനുള്ള സാധ്യത നഷ്ടപ്പെടുത്തിക്കളയുകയല്ലേ മരണ ശിക്ഷ വഴി? നോക്ക്, മിസ്റ്റർ മിത്ര, നിങ്ങൾക്ക് ജീവപര്യന്ത ശിക്ഷ വധശിക്ഷയാക്കാം. പക്ഷേ മറിച്ചു സാധിക്കുകയില്ല. തിരുത്താൻ സാധ്യതയില്ലാത്ത ഏതു ശിക്ഷയും ഒഴിവാക്കേണ്ടതാണ്, മിസ്റ്റർ മിത്ര..."

ഞാൻ എഴുന്നേറ്റ് പോയി ആ ടിവി ഓഫ് ചെയ്ത് മാനൊദായുടെ അടുത്തു ചെന്ന് നിലത്തിരുന്ന് മുട്ടു കുത്തി അദ്ദേഹത്തിന്റെ ശോഷിച്ച വലതു കാൽമുട്ടിൽ തല ചായ്ച്ചു. മാനൊദാദാ എന്റെ മുടിയിൽ അരുമയായി തലോടി.

"കൊള്ളാം. ഈ മരണം ഒരു രസമുള്ള അനുഭവം തന്നെ... !"

മാനൊദായുടെ ശബ്ദം ആർദ്രമായി.

"കൊല്ലുന്നതും...."

ഞാൻ മന്ത്രിച്ചു. ഞങ്ങളുടെ കുടുംബത്തിലെ ആദ്യ ആരാച്ചാരായിരുന്ന രാധാരമൺ മല്ലിക് മുതൽ രണ്ടായിരത്തിലേറെ വർഷം ഭരണകൂടത്തിന്റെ ഉപകരണങ്ങളും ജനക്കൂട്ടത്തിന്റെ ഉത്തേജകങ്ങളുമായി വിരാജിച്ച ആരാച്ചാർമാരിലാരും പണത്തിനു വേണ്ടിയല്ല ഈ തൊഴിൽ ഏറ്റെടുത്തതെന്ന് എനിക്ക് ആ നേരത്തു വ്യക്തമായി. മറ്റൊരാളെ കൊല്ലുന്നതിൽ പണത്തിനുപരി, വ്യക്തിപരമായ കുറഞ്ഞതു രണ്ടു ലക്ഷ്യങ്ങൾ കൂടി ഏത് മനുഷ്യനും സാക്ഷാൽക്കരിക്കുന്നുണ്ട്. പണത്തേക്കാൾ പ്രശസ്തിയായിരുന്നു ആരാച്ചാരായി തുടരാൻ അച്ഛനെ പ്രേരിപ്പിച്ചത്. നടനെന്ന നിലയിൽ അച്ഛൻ ആഗ്രഹിച്ച അംഗീകാരത്തിന്റെ സംപ്രാപ്തി അദ്ദേഹത്തിനു ലഭിച്ചത് തൂക്കുമരത്തിൽനിന്നു മാത്രമാണ്. എന്റെ ദാദു പുരുഷോത്തം മല്ലിക്കിന്റെ കാര്യത്തിൽ

അതു ഭരണത്തിലെ ഉന്നതരുമായുള്ള സമ്പർക്കമായിരുന്നു. കാലാ പിതാമഹന്റെ കാര്യത്തിൽ തന്നേക്കാൾ ശക്തരും ബുദ്ധിമാൻമാരുമായ ജനങ്ങളുടെ കൂട്ടത്തെ സംഭീതരാക്കി ആനന്ദിപ്പിക്കുന്നതിന്റെ ആനന്ദവും, ഭീഷ്മ പിതാമഹന് വിധിച്ചു കിട്ടിയ സ്വധർമം മികവോടെ നിർവഹിക്കുന്നതിലുള്ള കൃതകൃത്യതയുമായിരുന്നു ഈ തൊഴിലിൽ തുടരാനുള്ള പ്രേരണ. പിംഗളകേശിനിക്ക് അത് പ്രതികാരത്തിന്റെ ആഹ്ലാദം നൽകി. കാളീചരൺ പിതാമഹന് സ്വന്തം കലാചാതുര്യപ്രകടനത്തിനുള്ള അവസരവും. പക്ഷേ, ഇവർക്കെല്ലാം, ആരാച്ചാരുടെ തൊഴിലിനോടുള്ള തീവ്രമായ ആകർഷണത്തിന്റെ യഥാർഥ കാരണം, ഉറക്കം നീറുന്ന കണ്ണുകളോടെ ഉണർന്നു ഗംഗയിൽ മുങ്ങി മാ കാളിക്കും ഭഗവാൻ മഹാദേവനും ചുവന്ന പുഷ്പങ്ങളും മദ്യവും വിരൽ മുറിച്ച് രക്തവും നേദിച്ച് അച്ഛനമ്മമാരുടെ പാദം തൊട്ടു വന്ദിച്ച് കയർച്ചുരുളുമായി തൂക്കുമരച്ചുവട്ടിലേക്കു കടന്നു ചെല്ലുമ്പോൾ ഇഹലോകത്തിലെ ഏറ്റവും ദുഷ്കരമായ കൃത്യം നിർവഹിക്കാനുള്ള ശേഷി തെളിയിക്കുന്നതിന്റെ ചാരിതാർഥ്യമായിരുന്നു. വധശിക്ഷ ഏതെങ്കിലും വിധത്തിൽ നീതി നടപ്പാക്കുകയാണെന്ന വിശ്വാസം തീരെയില്ലാതിരുന്നിട്ടും യതീന്ദ്രനാഥ ബാനർജിയുടെ കഴുത്തിൽ കുടുക്കിട്ടു ലിവർ വലിക്കുന്ന ആ നിമിഷത്തെക്കുറിച്ച് ചിന്തിച്ചപ്പോഴൊക്കെ എന്റെ രോമങ്ങൾ എഴുന്നതിനു പിന്നിലുള്ള വികാരവും മറ്റൊന്നല്ലെന്ന് മാനൊദായുടെ ചോദ്യം സൃഷ്ടിച്ച ക്ഷോഭത്തിനു ശേഷം എനിക്കും ബോധ്യമായി. ആ സാധ്യത എന്റെ ശരീരത്തിലേക്ക് പല്ലുകൾ ആഴ്ത്തി. ദിവസം അടുത്തു വരുന്നു. മുഴുവൻ ലോകത്തിന്റെയും ഭാരതീയ സ്ത്രീത്വത്തിന്റെയും ശക്തിയുടെ പ്രതീകമായി വാഴ്ത്തപ്പെടുന്ന എനിക്ക് ആ കൃത്യം ചെയ്തേ തീരൂ. മുഖംമൂടി ധരിപ്പിക്കുമ്പോൾ യതീന്ദ്രനാഥ് ബാനർജി എന്റെ കണ്ണുകളിലേക്കു തന്നെ ഉറ്റുനോക്കും. മാനൊദാ പറഞ്ഞതു പോലെ ജയിൽ ആക്രമിച്ച് അയാളെ ഇന്നു തന്നെ, കഴിയുമെങ്കിൽ ഈ നിമിഷം തന്നെ, ശ്വാസംമുട്ടിച്ചു കൊലപ്പെടുത്താൻ എന്റെ കൈ തരിച്ചു.

ഉച്ച തിരിഞ്ഞപ്പോൾ മാനൊദായും ഞാനും പുറത്തിറങ്ങി ഒരു ഭേൽപുരി വിൽപനക്കാരന്റെ പക്കൽനിന്ന് ഓരോ പൊതി വാങ്ങിക്കഴിച്ചു കൊണ്ട് ഠാക്കൂർ ബാടിയുടെ മുമ്പിൽ നിന്നു. കവാടത്തിന്റെ തൂണിൽച്ചാരി ഒരു വെളുത്തുള്ളി വിൽപനക്കാരൻ വഴിപോക്കരെ നോക്കി നിശ്ശബ്ദനായി കുന്തിച്ചിരുന്നു.

"ഇഷായോ ഇഷോ പ്രേമമയോ അമൃതോ ഹാഷിതീ ലോയോ..." എന്നു ഞാൻ വീണ്ടും മൂളിയപ്പോൾ മാനൊദാ വായ് നിറയെ പൂരി ചവച്ചു കൊണ്ട് എന്നെ അമ്പരപ്പോടെ നോക്കി.

"ഈ സഞ്ജീവ് കുമാർ മിത്രയെ നീ യഥാർഥത്തിൽ സ്നേഹിക്കുന്നുണ്ടോ?"

അദ്ദേഹം ചോദിച്ചു.

"എനിക്ക് അയാളെ കൊല്ലണമെന്നു തോന്നാറുണ്ട്..."

ഞാൻ പൊതിയിലുണ്ടായിരുന്നതു വായിലേക്കിട്ട് ചവച്ചു കൊണ്ട് മാനൊദായെ നോക്കാതെ പറഞ്ഞു. മാനോദാ എന്നെ സൂക്ഷിച്ചു നോക്കി സ്വന്തം കഴുത്തു തടവി.

"അയാൾ വാസ്തവത്തിൽ എവിടുത്തുകാരനാണ്?"

"അയാൾക്ക് ഇവിടെ രണ്ടു വീടുകളുണ്ട്... ഒന്ന് പൊട്ടിപ്പൊളിഞ്ഞ് ആൽ മരങ്ങളും വള്ളിച്ചെടികളും പടർന്നത്... മറ്റേത്, സൊനാഗച്ചിയിൽ തൂണുകളുള്ള വരാന്തയും പിരിയൻ കോവണിയും മാർബിൾ നിലങ്ങളുമുള്ളത്..."

മാനൊദാ എന്നെ അമ്പരപ്പോടെ നോക്കി.

"അയാൾക്ക് മദ്രാസി ഭാഷയും അറിയാം... അയാളുടെ ബാബാ മദ്രാസിയാണ്... അമ്മ ബംഗാളിയും... അത്രയും മാത്രമേ എനിക്ക് അയാളെക്കുറിച്ച് അറിയാൻ സാധിച്ചിട്ടുള്ളൂ...പതിനെട്ടാം നൂറ്റാണ്ടിൽ അയാളുടെ പിതാമഹൻ വാങ്ങിയതാണ് ഇടിഞ്ഞു പൊളിഞ്ഞ ആ ബംഗ്ലാവെന്ന് അയാൾ പറഞ്ഞിട്ടുണ്ട്..."

ഭവിഷ്യത്തിന്റെ ഓഫിസിൽ ചെന്നതും മാനൊദാ പി. തങ്കപ്പൻനായരുടെ സൗത്ത് ഇന്ത്യൻസ് ഇൻ കൊൽക്കൊത്ത എന്ന പുസ്തകം തപ്പിയെടുത്ത് അതിന്റെ മൂന്നാം അധ്യായം തുറന്ന് എന്നോടു വായിക്കാൻ ആവശ്യപ്പെട്ടു.

"ദെയർവാസ് കോൺടാക്ട് ബിറ്റ്‌വീൻ കൽക്കട്ട ആൻഡ് കേരള ഇൻ ദ് എയ്റ്റീന്ത് സെഞ്ചുറി ആസ് ദ് സിറ്റി വാസ് ദ് കാപ്പിറ്റൽ ഓഫ് ബ്രിട്ടീഷ് ഇന്ത്യ ഫ്രം 1774 ടു 1912 . ദ് മഹാരാജ ഓഫ് കൊച്ചിൻ സ്റ്റേറ്റ് യൂസ്ഡ് ടു സെൻഡ് ഹിസ് ട്രേഡിങ് വെസ്സൽസ് ടു കൽക്കട്ട ഇൻ ദ് എയ്റ്റീന്ത് സെഞ്ചുറി..."

ഞാൻ ഒരു വിഡ്ഢിയെപ്പോലെ ആ താളുകളിലൂടെ കണ്ണുകളോടിച്ചു. കൽക്കട്ടയിൽനിന്ന് അരി വാങ്ങി സിലോണിലേക്ക് അയച്ചു ലാഭമുണ്ടാക്കാൻ 1793-ൽ കടൽ താണ്ടിയെത്തിയ കപ്പലിൽനിന്ന് ക്യാപ്റ്റൻ ആന്ദ്രേ ബാർത്തൊലോമിയേ ഡികൂസിനോടൊപ്പം ഇവിടെ കാൽകുത്തിയ മലയാളികളിൽ ഒരാൾ എന്റെ പിതാമഹൻ ജ്ഞാനനാഥ മല്ലിക്കിനെ കണ്ടുമുട്ടിയ കഥ ഥാക്കുമാ പറഞ്ഞു കേട്ടത് ഓർമയുടെ പായൽ മൂടിയ അടരുകൾക്കിടയിലെവിടെയോ ഇളകി.

"കുഞ്ഞി പോഞ്ഞി കാക്കയെന്ന ധനിക വ്യാപാരിയുടെ സേവകർ കച്ചവടം നടത്താൻ കൽക്കട്ടയിലെത്തിയിരുന്നു. അവരിലൊരാളുടെ വീട്ടിൽ നടന്ന കവർച്ചയെക്കുറിച്ച് കൽക്കട്ട മന്ത്‌ലി ജേണലിൽ പറയുന്നുണ്ട്."

മാനൊദാ എന്നെ നോക്കി.

"അക്കാലത്ത് ഇവിടെ വന്ന മലയാളിയാണ് സഞ്ജീവ് കുമാർ മിത്രയുടെ പിതാമഹനെങ്കിൽ - ഹോ... അതൊരു വലിയ വരവാണല്ലോ ചേതൂദീ..."

ഞാൻ പുസ്തകം മടക്കിവച്ച് അദ്ദേഹത്തെ നോക്കി. എന്റെ മനസ്സു ശൂന്യമായിരുന്നു. കച്ചവടക്കാരനും ആരാച്ചാരും തമ്മിൽ പ്രണയിക്കുന്നതിന്റെ അസംഭവ്യത ആത്മാവിനെ വീണ്ടും വിറളി പിടിപ്പിച്ചു. നിശ്ചൽദാ കടന്നു വന്നു ടിവി വീണ്ടും ഓൺ ചെയ്തു. എല്ലാ ചാനലുകളിലും അപ്പോൾ പുതിയ വാർത്ത ഒഴുകിത്തുടങ്ങി.

"രാഷ്ട്രപതിക്ക് മൃദുലയുടെ വീട്ടുകാരുടെ കത്ത്... ജൊതീന്ദ്രനാഥ് ബാനർജിയുടെ ദയാഹർജി തള്ളണമെന്ന് അപേക്ഷിച്ച് കൊല്ലപ്പെട്ട മൃദുലയുടെ അച്ഛനമ്മമാർ രാഷ്ട്രപതി എ.പി.ജെ. അബ്ദുൽ കലാമിനു കത്ത് അയച്ചു..."

"കണ്ടില്ലേ? സംഗതി കൊഴുത്തു. ജനാധിപത്യമെന്നാൽ ഇതാണ്. എന്തു സംഭവിക്കണമെന്ന് ജനങ്ങൾ തീരുമാനിക്കും. എല്ലാ ജനങ്ങളുമല്ല. ചിലർ... ചിലർ മാത്രം..."

മാനൊദാ കസേരയിൽ ചാരിയിരുന്ന് എന്നെ നോക്കി. എനിക്ക് വല്ലാത്ത ശൂന്യത തോന്നി. കുറച്ചു നേരം ടിവി കണ്ടിരിക്കുകയും കുറച്ചു നേരം മാനൊദായുടെ ആത്മകഥയുടെ ഏടുകളിലെ തെറ്റു തിരുത്തുകയും ചെയ്തു. പുറത്തുകൂടി ട്രാമുകൾ കടന്നു പോയപ്പോഴൊക്കെ എന്റെ ഹൃദയം ക്രമാതീതം മിടിച്ചു. കാതുകൾ പുറത്തുനിന്നുള്ള പാദപതനത്തിന് ദാഹിച്ചു. അയാൾ വരുമെന്ന് എനിക്ക് ഉറപ്പുണ്ടായിരുന്നു. വീട്ടിൽനിന്നു തിരക്കിട്ടു പുറത്തു ചാടിയത് അയാളെ കാണാൻ വേണ്ടിയായിരുന്നു. അതുകൊണ്ടാണ് വൈകിട്ട് ചായം മായാത്ത മുഖവും ഉടയാത്ത വസ്ത്രങ്ങളുമായി അയാൾ ഭവിഷ്യത്തിന്റെ ഓഫിസിലെത്തുന്നതുവരെ ഞാൻ ക്ഷമയോടെ കാത്തിരുന്നത്.

"കുറേ നേരമായി ഞാൻ സ്ട്രാൻഡ് റോഡിലെ നിങ്ങളുടെ വീട്ടിൽ കാത്തിരിക്കുന്നു... ചേതന ഇത്രയും നേരം എന്തെടുക്കുകയായിരുന്നു ഇവിടെ?"

വന്നപാടെ അയാൾ അസഹ്യതയോടെ അന്വേഷിച്ചു.

"നിങ്ങളെ കാത്തിരിക്കുകയായിരുന്നു..."

ഞാൻ എഴുന്നേറ്റു ബാഗ് ചുമലിലിട്ട് മുറിയുടെ വാതിലുകൾ ശബ്ദത്തോടെ വലിച്ചടച്ച് അയാളെ നോക്കി.

"നമുക്കു പോകാം..."

"എങ്ങോട്ട്?"

അയാൾ സംശയത്തോടെ അന്വേഷിച്ചു.

"നിങ്ങളുടെ വീട്ടിലേക്ക്... തുടങ്ങി വച്ചത് പൂർത്തിയാക്കാത്തതുകൊണ്ട് എനിക്ക് എത്രയോ ദിവസങ്ങളായി സ്വസ്ഥതയില്ല..."

ഞാൻ ഉദ്ദേശിച്ചതെന്താണെന്ന് അയാൾക്കു മനസ്സിലായില്ല. ഞങ്ങളുടെ കണ്ണുകൾ ഇടഞ്ഞു. കറുത്ത കണ്ണടയ്ക്കുള്ളിൽ രണ്ട് ഗോട്ടികളെപ്പോലെ അയാളുടെ കൃഷ്ണമണികൾ ഇളകി.

"നിങ്ങളുടെ പിതാമഹൻ കൊച്ചിയിൽനിന്നു കപ്പലിലാണ് ഇവിടെയെത്തിയത്, അല്ലേ?"

ഞാൻ ചോദിച്ചു. സഞ്ജീവ് കുമാർ മിത്രയുടെ മുഖത്ത് ആശയക്കുഴപ്പം നിറഞ്ഞു.

ഇത്തവണ ഞാൻ മുമ്പെ നടന്നു. അയാൾ എന്നെ അനുഗമിച്ചു. ഞാൻ തന്നെ ഒരു സൈക്കിൾ റിക്ഷയ്ക്കു കൈ നീട്ടി. ഞാൻ തന്നെ ആദ്യം കയറി. അയാൾ എന്നെ അനുസരിച്ചു.

"മുന്നോട്ട്..."

ഞാൻ റിക്ഷക്കാരനോടു പറഞ്ഞു. തബലക്കടകളും തംബുരുക്കടകളും കടന്ന് ട്രാമിന്റെ പാളത്തിലൂടെ ഞങ്ങളുടെ റിക്ഷ ജാത്ര പാരാ പിന്നിട്ട് മുന്നോട്ട് നീങ്ങി.

"ഇതെവിടേക്കാണ് നീയെന്നെ കൊണ്ടുപോകുന്നത്?"

സഞ്ജീവ് കുമാർ മിത്ര സംശയാലുവായി എന്നെ നോക്കി.

"നിങ്ങളുടെ വീട്ടിലേക്ക്..."

ഞാൻ പറഞ്ഞു. തുടങ്ങി വച്ചതു പൂർത്തിയാക്കിയില്ലെന്ന് ഞാൻ വീണ്ടും ഓർത്തു. റിക്ഷയുടെ ചുവന്ന റെക്സിൻ അടർന്നു സ്പോഞ്ച് പുറത്തു ചാടിയ സീറ്റിൽ തല ചായ്ച്ചിരുന്നു ഞാൻ ആ ഗാനത്തിന്റെ ബാക്കി കൂടി പാടി.

"ഇഷായോ ഇഷോ പ്രേമമയോ അമൃതോ ഹാഷിതീ ലോയോ
ഇഷോ മോർ കാച്ചെ ധീരേ ഈ ഹൃദായാ നിലായാ...
ഛാഡിബോ തുമായ് കബു ജാനമി മാരമി ആർ..."

—വരൂ, എന്റെ ഓമനേ, ആ മധുഭരിതമായ മന്ദസ്മിതത്തോടെയണയൂ, മൃദുപാദങ്ങളോടെ ,എന്റെ അരികിലേക്ക് വരൂ, എന്റെ ഹൃദയത്തിലെ നിന്റെ നിലയത്തിലേക്കു വരൂ, എന്നെ വിട്ടു പോകാൻ ഞാൻ നിന്നെ ഒരിക്കലും അനുവദിക്കുകയില്ല, ജൻമത്തിൽനിന്നു ജൻമത്തിലേക്കു പോകുമ്പോഴും നിന്നെ ഞാൻ വിട്ടു പോകാൻ അനുവദിക്കുകയില്ല, ഒരിക്കലും...

"ആരാണ് നിന്റെ ഓമന? ഞാനോ?"

സഞ്ജീവ് കുമാർ മിത്ര ചോദിച്ചു. ഞാൻ അയാളെ പരിഹാസത്തോടെ നോക്കി. എന്നിട്ടു വീണ്ടും നാവു പൊള്ളിപ്പാടി :

തുമാരോ ദേഖീ നാ ജാബെ... തുമാരേ ദേഖീ നാ ജാബെ..

നാൽപ്പത്തിയൊന്ന്

മാനസ, ദേവതയാണെങ്കിലും അഗതിയും അനാഥയുമായിരുന്നു. വാസുകിയെന്ന നാഗരാജാവ് തന്റെ അമ്മയുടെ ശിൽപ്പം കൊത്തിയെടുക്കാൻ ശ്രമിക്കെ, അതു വഴി വന്ന പരമശിവൻ ശിൽപത്തിന്റെ ഭംഗി കണ്ട് മോഹിതനാകുകയും പാർവതി വിളിച്ചപ്പോൾ കാമം മറച്ചു പിടിക്കാൻ ഉഴറുകയും പുരുഷൻമാർക്ക് അത്തരം ചില സന്ദർഭങ്ങളിൽ സംഭവിക്കുന്നതുപോലെ വീര്യ വിസർജ്ജനം സംഭവിക്കുകയും അതു പതിച്ച് പ്രതിമ ഗർഭം ധരിക്കുകയും അതിൽനിന്നു മാനസ സൃഷ്ടിക്കപ്പെടുകയും ചെയ്തു എന്നാണ് ഥാക്കുമാ പറഞ്ഞകഥ. പരമശിവന്റെ മനസ്സിൽ സംഭവിച്ച രതിക്രീഡയുടെ പരിണതിയായി ജനിച്ചതിനാലാണ് അവൾക്കു മാനസ എന്നു പേർ വന്നത്. സംഭീതനായ പരമശിവൻ തനിക്കു സംഭവിച്ച അബദ്ധം മറച്ചു പിടിക്കാൻ പെൺകുഞ്ഞിനെ സമീപത്തെ മൺപുറ്റിൽ ഇട്ടു. അതിനുള്ളിൽ നൂറു കണക്കിനു പാമ്പിൻമുട്ടകൾ വിരിയുന്നുണ്ടായിരുന്നു. സർപ്പക്കുഞ്ഞുങ്ങൾ പെൺകുഞ്ഞിനു മേൽ ചുറ്റി വരിഞ്ഞ് അവളെ തണുപ്പിൽനിന്നും ചൂടിൽനിന്നും രക്ഷിച്ചു. അവയുടെ മൃദുലമായ അടിവയറ്റിലെ മൂർച്ചയേറിയ ശൽക്കങ്ങളിൽനിന്നുള്ള സ്രവങ്ങൾ അവളുടെ ശരീരത്തിൽ വഴുക്കലും പൊള്ളലും ഏൽപ്പിച്ചു. അതുകൊണ്ട് അവൾ വിഷം കഴിച്ചതുപോലെ നീലിച്ചു കറുത്തു. കറുത്തവളും അനാഥയുമായ ദേവിയെ ഏറ്റെടുക്കാൻ ആദിവാസികൾ മാത്രമേ സന്നദ്ധരായുള്ളൂ. സംഹാരത്തിന്റെ ദേവന് പിഴച്ചുണ്ടായ ആ പെൺകുട്ടി ഹിന്ദുമതത്തിന്റെ പിന്നാമ്പുറത്ത് കറുത്തവരുടെയും ദരിദ്രരുടെയും അധഃകൃത ദേവതയായി നിലനിന്നു.

ചിത്പൂർ റോഡിൽനിന്ന് കോൺവാലിസ് സ്ട്രീറ്റിലേക്കും ബൗ ബസാറിലേക്കും മണിക്ടൊലയിലേക്കും പരന്നു കിടക്കുന്ന ഭാഗത്തെ മണി മന്ദിരങ്ങൾ പിന്നിട്ട് വെള്ളച്ചായമടിച്ച ബംഗ്ലാവിനു മുമ്പിൽ ഞങ്ങളെത്തിയപ്പോൾ സഞ്ജീവ് കുമാർ മിത്ര സംശയാലുവും അസ്വസ്ഥനുമായി. ആ ബംഗ്ലാവ് അന്നത്തെപ്പോലെ തന്നെയുണ്ടായിരുന്നു. പാർക്കു ചെയ്ത കാറുകൾക്കു സമീപം ഡ്രൈവർമാരുടെ യൂണിഫോം ധരിച്ചവരും അല്ലാത്തവരുമായ പുരുഷൻമാർ വർത്തമാനം പറഞ്ഞു. പൂമുഖത്തെ ഒമ്പതു തൂണുകൾ പഴയതു പോലെ ആകാശത്തേക്ക് ഉയർന്നുനിന്നു. പടിക്കെട്ടു കയറി ചെല്ലുന്നിടത്ത് അപ്പോഴും തുറന്നു കിടന്ന വിശാലമായ വാതിൽ പിന്നിട്ട് ഞങ്ങൾ ജൊരാഷൊങ്കൊ ഠാക്കൂർ ബാടിയെ ഓർമിപ്പിക്കുന്ന നടുത്തളത്തിലേക്കു കടന്നു. ഛാത്താളിൽ മധ്യവയസ്സു പിന്നിട്ട ചേലത്തലപ്പു ശിരസ്സിലൂടെ വലിച്ചിട്ട വലിയ മൂക്കുത്തികൾ ധരിച്ച മൂന്നു സ്ത്രീകൾ അന്നത്തെപ്പോലെ തന്നെ എച്ചിൽപ്പാത്രങ്ങൾ കഴുകി. വലിയ കോട്ട പോലെയുള്ള ആ വീടിന്റെ

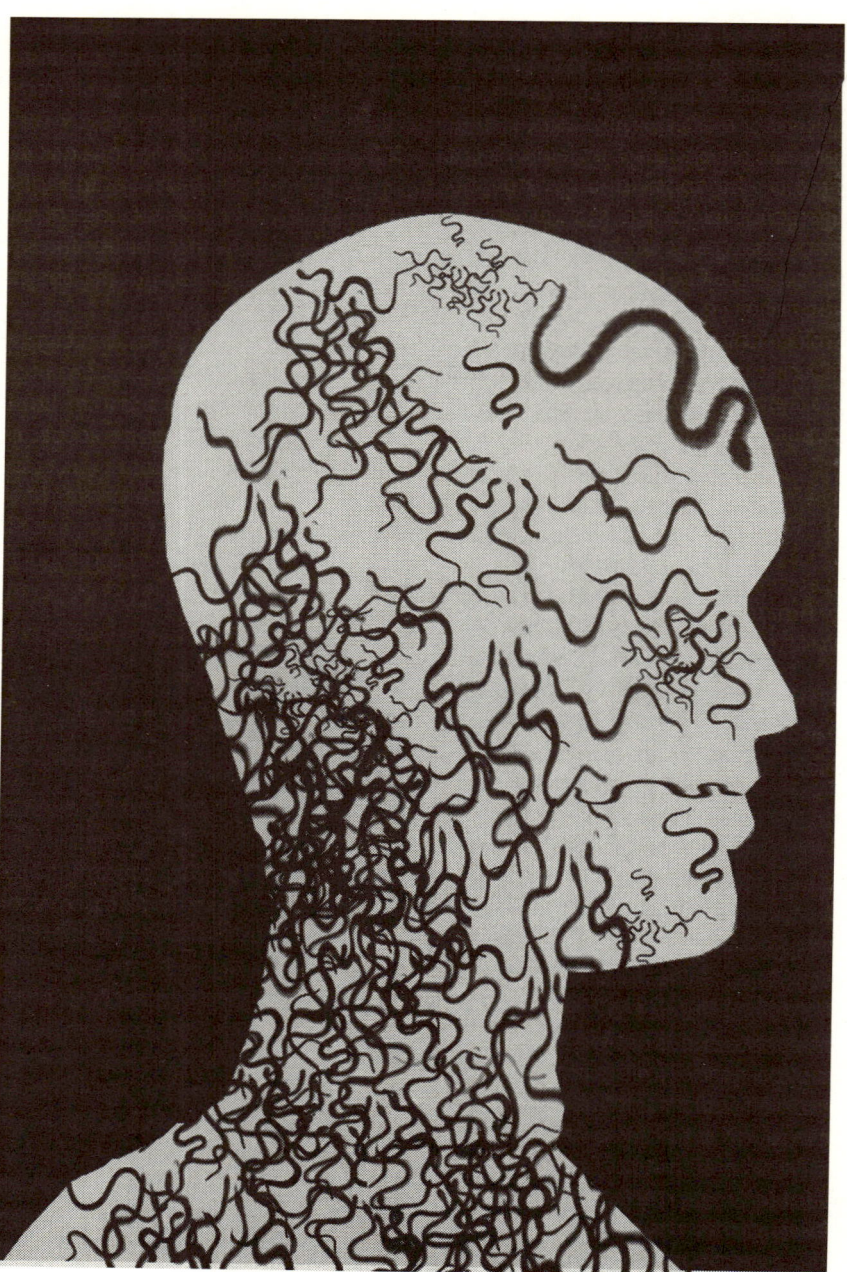

ഏതൊക്കെയോ മുറികൾക്കുള്ളിൽനിന്ന് സംഗീതവും നൃത്തവും സംഭാഷണങ്ങളും പൊട്ടിച്ചിരികളും ഏതൊക്കെയോ ഭക്ഷണവിഭവങ്ങളുടെ ഗന്ധങ്ങളും അന്നത്തെപ്പോലെ ഉയർന്നു. രണ്ടാംനിലയിൽ വലതുവശത്തുള്ള വാതിൽ സഞ്ജീവ് കുമാർ മിത്ര തുറന്നു. രക്തച്ചുവപ്പിന്റെ കാന്തങ്ങൾ കൊണ്ട് വലിയ സാറ്റിൻ സോഫകളും സ്വർണ ഫ്രെയിമുള്ള പെയിന്റിങ്ങുകളും എന്നെ പിടിച്ചുവലിച്ചു. ഈട്ടിയിൽ പണിത കനത്ത കറുത്ത വീതിയേറിയ വാതിൽ തുറന്ന് അയാൾ നേരെ കിടപ്പറയിലേക്കു പോയി. രക്തച്ചുവപ്പുള്ള പട്ടു കിടക്കവിരിയും കൊത്തുപണികളും മേലാപ്പുമുള്ള കറുത്ത തിളങ്ങുന്ന കട്ടിലിന്റെ കടഞ്ഞ കാലുകളും പഴയതുപോലെ തന്നെയുണ്ടായിരുന്നു. കിടക്കയിൽ എലികൾ പുളയ്ക്കുന്നുണ്ടെന്ന് അന്നത്തെപ്പോലെ തന്നെ എനിക്കു തോന്നി. ശരീരത്തിൽനിന്ന് ആയിരം നാഗങ്ങൾ അവയുടെ മഞ്ഞുപോലെ തണുത്ത നാവുകൾ പുറത്തേക്കു നീട്ടി. എന്റെ കോശങ്ങൾ അവയുടെ മൺപുറ്റുകളായി മാറി. അവയുടെ മൃദുലമായ അടിവയറ്റിലെ മൂർച്ചയേറിയ ശൽക്കങ്ങളിൽനിന്നുള്ള സ്രവങ്ങൾ എന്റെ തൊലിപ്പുറത്ത് വഴുക്കലിന്റെ അസ്വസ്ഥതയും പൊള്ളലിന്റെ വേദനയും സൃഷ്ടിച്ചു. സഞ്ജീവ് കുമാർ മിത്ര എന്റെ ചുമലിൽ കൈവച്ച് കണ്ണുകളിലേക്ക് ഉറ്റുനോക്കി എന്നെ പഠിക്കാൻ ശ്രമിച്ചു. അയാളുടെ മുഖത്ത് സംശയത്തിന്റെ അങ്കലാപ്പു പ്രകടമായി.

"എന്തിനാണ് നീ ഇങ്ങോട്ടു വരണമെന്ന് ആവശ്യപ്പെട്ടത്?"

ഞാൻ വിടർന്നു ചിരിച്ചു.

"ഇക്കൊല്ലത്തെ നാഗപഞ്ചമി എന്നാണ്?"

"ആവോ? ആർക്കറിയാം! എന്റെ നാട്ടിൽ നാഗപഞ്ചമിയില്ല..."

അയാളുടെ മുഖത്ത് അസംതൃപ്തി നിറഞ്ഞു.

"എല്ലാ നാട്ടിലുമുണ്ടാകും..."

"സത്യത്തിൽ അതെന്താണ് എന്നു പോലും എനിക്കറിയില്ല.."

സഞ്ജീവ് കുമാർ മിത്ര എന്നെ വിട്ട് കട്ടിലിൽ പോയി ഇരുന്നു. കട്ടിൽക്കാലിൽ ചുറ്റിക്കെട്ടിയ സർപ്പത്തിന്റെ ആകൃതിയിലുള്ള കൊത്തുപണിയിൽ ഞാൻ വിരലോടിച്ചു.

"അതു ദേവി മാനസയുടെ ഉൽസവമാണ്..."

ഞാൻ അടുത്തു ചെന്നിരുന്നിട്ടും അയാൾ പിന്നിൽ കുത്തിയ കൈകൾ പിൻവലിക്കുകയോ എന്നെ സ്പർശിക്കുകയോ ചെയ്തില്ല. ഞാൻ അയാളുടെ കറുത്ത കണ്ണട ഊരി കയ്യിലെടുത്ത് അതിലൂടെ അയാളെ നോക്കി. അയാളുടെ മഞ്ഞ കലർന്ന വെളുത്ത തൊലി നീലം മുക്കിയതുപോലെയായി. ആ കറുപ്പുചരവിയിൽ ചുവന്ന കിടക്കവിരികൾക്ക് കട്ട പിടിച്ച രക്തത്തിന്റെ നിറവും കൊത്തുപണിയുള്ള ഈട്ടിക്കട്ടിലിന് ഗംഗാതീരത്തെ എക്കലിന്റെ കറുപ്പും ഉണ്ടാകുന്ന കാഴ്ച കൗതുകകരമായിരുന്നു. കട്ടിൽ തലയ്ക്കലെ ദുർഗയുടെ സ്വർണനാവു മാത്രം കടും മഞ്ഞയായി.

"പറയൂ, എന്താണ് നാഗപഞ്ചമിയും നിന്റെ ഇങ്ങോട്ടുള്ള വരവും തമ്മിലുള്ള ബന്ധം?"

"ബംഗാളിന്റെ ദേവത ദുർഗയല്ല..."

ഞാൻ അയാളുടെ ചുമലിൽ കൈവച്ച് കഴുത്തിലെ വെളുത്തതും മൃദുലവുമായ ചർമത്തിൽ നടുവിരൽ കൊണ്ട് സാവധാനം തലോടി. അയാൾ ഇക്കിളിപ്പെട്ടതുപോലെ ഒന്നിളകി എന്റെ കൈവിരൽ മുറുകെപ്പിടിച്ചു. നിരായുധയാണെങ്കിലും കിടപ്പുമുറിയിലേക്ക് സ്വമേധയാ കടന്നു വരുന്ന സ്ത്രീയെ സംശയത്തോടെ വീക്ഷിക്കാനാണ് ലോകം പുരുഷനെ പഠിപ്പിച്ചിട്ടുള്ളത്. ഓടിയകലേണ്ട ഇര നേർക്കു നേരെ തലയുയർത്തി നടന്നു ചെന്നാൽ ഏതു ഹിംസ്രമൃഗവും ഭയപ്പെടുമെന്ന് ഥാക്കുമാ പറയാറുള്ളത് ഓർത്തു ഞാൻ പുഞ്ചിരിച്ചു.

"ഈ ലോകം മുഴുവൻ ബംഗാളിന്റെ ദേവതയെന്നു വാഴ്ത്തുന്നത് ദുർഗയെ അല്ലേ?"

സഞ്ജീവ് കുമാർ മിത്ര ചോദിച്ചു.

"അത് മാനസാദേവിയെ അവർക്കു ഭയമായതു കൊണ്ടാണ്..."

ഞാൻ അയാളുടെ കൈപ്പത്തി കയ്യിലെടുത്ത് തലോടി. അയാളുടെ കൈപ്പത്തി അധൈര്യപ്പെട്ടു ചുരുങ്ങി. സംശയത്തിന്റെയും ഭീതിയുടെയും ആയിരം സർപ്പക്കുഞ്ഞുങ്ങൾ അയാളുടെ ശരീരത്തിന്റെ ഓരോ അംഗത്തിലൂടെയും ഇഴഞ്ഞ് ചുറ്റി വരിയുന്ന കാഴ്ച ആ പച്ചക്കണ്ണുകൾ നിസ്സഹായമായി പ്രതിഫലിപ്പിച്ചു.

"അല്ല... എന്തിനാണ് നീ എന്നെ ഇങ്ങോട്ടു കൊണ്ടുവന്നത്?"

അയാൾ കൈപ്പത്തി സാവധാനം വലിച്ചെടുത്തു.

"എനിക്ക് ഒരു മനസ്സമാധാനവും കിട്ടുന്നില്ല..."

ഞാൻ സത്യം പറഞ്ഞു.

"ഇവിടെ വന്നു പോയതിനുശേഷം എന്നെ ആരോ കഴുത്തിൽ കുടുക്കിട്ട് കെട്ടി വലിക്കുന്നതുപോലെ."

സഞ്ജീവ് കുമാർ മിത്ര വല്ലായ്മയോടെ ചിരിച്ചു.

"അപ്പോഴും കഴുത്തും കുടുക്കും കയറും തന്നെ!"

"എന്തു ചെയ്യാം, ഞാൻ ജാതിയിൽ ആരാച്ചാരല്ലേ?"

എന്റെ ശബ്ദത്തിൽ നിസ്സഹായത നിറഞ്ഞു.

"എനിക്ക് നിങ്ങളെ കാണണമെന്നുണ്ടായിരുന്നു. നിങ്ങളോടു സംസാരിക്കണം, നിങ്ങളോടൊപ്പം കൊൽക്കൊത്ത നഗരത്തിൽ ചുറ്റി നടക്കണം. പറഞ്ഞു കേട്ടും ടിവിയിൽ കണ്ടും മാത്രം ഞാൻ പരിചയിച്ചിട്ടുള്ള സരണികളും തെരുവുകളും എനിക്കു നിങ്ങളോടൊപ്പം അനുഭവിക്കണം."

സഞ്ജീവ് കുമാർ മിത്രയുടെ നെറ്റി ചുളിഞ്ഞു. സംശയം ചുറ്റഴിഞ്ഞ് ഇഴഞ്ഞു പോകുന്നതിനു പകരം അയാളെ കൂടുതൽ മുറുക്കിച്ചുറ്റി. അയാളുടെ മുഖത്തെ വീർപ്പുമുട്ടലും അസ്വസ്ഥതയും എനിക്ക് ആസ്വാദ്യമായി.

"നോക്കൂ, സഞ്ജു ബാബൂ, ഞാനൊരു സാധാരണ വീട്ടിലെ ദരിദ്രയായ പെണ്ണ്. ഈ വലിയ ലോകം നടന്നു കാണാനുള്ള അവകാശം പോലും എന്നെപ്പോലെയുള്ളവർക്കില്ല. അതൊക്കെ നിങ്ങളെപ്പോലെയുള്ളവർക്കു മാത്രമേ സാധിക്കുകയുള്ളൂ. അപ്പോൾ എന്നെപ്പോലെയുള്ളവർ എന്തു ചെയ്യും?"

"എന്തിനാണ് ഇങ്ങനെ സ്വയം തരംതാഴ്ത്തുന്നത്? മറ്റു പെൺകുട്ടികളെപ്പോലെയല്ലല്ലോ നീ."

അയാൾ പിന്നെയും സ്ത്രീത്വത്തെക്കുറിച്ചും സ്വാഭിമാനത്തെക്കുറിച്ചും സംസാരിച്ച് ബോറടിപ്പിക്കുമെന്ന് ഭയന്ന് ഞാൻ അയാളുടെ ചുണ്ടുകളിൽ എന്റെ ചൂണ്ടുവിരൽ അമർത്തി സാവധാനം വരച്ചു. അയാൾ കൂടുതൽ ചകിതനായി.

"ങ്ഹും? എന്താ നിന്റെ ഭാവം?"

അയാൾ വേവലാതിപ്പെട്ടു. മൺപുറ്റിൽ എറിഞ്ഞു പിതാവ് ഓടി രക്ഷപ്പെട്ടതിന് ശേഷം പാവം മാനസയെ വളർത്തിയതു സർപ്പങ്ങളാണ്. അവ മൺപുറ്റിൽനിന്ന് അവളെ പുറത്തെടുത്ത് ആദിഗംഗയിൽ കുളിപ്പിച്ചു. അവൾക്കു ഭക്ഷണം കൊടുത്തു. അവളുടെ തൊട്ടിലും ഊഞ്ഞാലുമായി. കറുത്തതും വെളുത്തതും മഞ്ഞയും ചുവന്നതുമായ സർപ്പങ്ങൾ അവൾക്ക് ആഭൂഷണങ്ങളായി. അവയുടെ വാലുകൾ അവളുടെ ചേലയുടെ ഞൊറിവുകളായി. നെറ്റിയിൽ നാഗമാണിക്യം പതിച്ച ഏഴു കരിമൂർഖൻമാർ അവളുടെ ശിരസ്സിനു മേൽ ഫണം നിവർത്തി. വിയർക്കുമ്പോൾ അവളുടെ നെറ്റിയിലും മാറിലും പൊക്കിൾച്ചുഴിയിലുംനിന്നു ഘനീഭവിച്ച വിഷത്തിന്റെ വർണമുള്ള ഇന്ദ്രനീലക്കല്ലുകൾ അടർന്നു. പ്രായപൂർത്തിയായപ്പോൾ വാസുകി അവളെ പിതാവിന്റെ മുമ്പിലെത്തിച്ചു. മകളെ തിരിച്ചറിയാതെ അവളെ ഭാര്യയാക്കാനാണ് പരമശിവൻ ആദ്യം ഒരുമ്പെട്ടത്. അച്ഛനെ ശപിക്കാൻ മകൾ തൃക്കണ്ണു തുറന്നു. അപ്പോൾ ശിവൻ മകളെ തിരിച്ചറിഞ്ഞു. അവളെ അനുനയിപ്പിച്ചു കൈലാസത്തിലേക്കു കൊണ്ടു പോയി. തന്റെ മകളാണെന്ന സത്യം ഭാര്യയോടു വെളിപ്പെടുത്താൻ സംഹാരത്തിന്റെ ദേവൻ അധൈര്യപ്പെട്ടു. പെൺകുട്ടിയുടെ സൗന്ദര്യം കണ്ട് ചണ്ഡീദേവി ചകിതയായി. അവളെ അവിടെനിന്നോടിക്കാൻ ദേവി ശ്രമിച്ചു. അച്ഛന്റെയും രണ്ടാനമ്മയുടെയും സ്നേഹത്തിനു വേണ്ടി മാനസ ചെയ്തതൊക്കെ വിഫലമായി. പാലാഴി മഥനത്തിനിടയിൽ വിഷം കഴിച്ച പരമശിവനെ വിഷബാധയിൽനിന്നു രക്ഷിച്ചത് മാനസയായിരുന്നെങ്കിലും അവളുടെ സൗന്ദര്യം നശിപ്പിക്കാൻ ഉറങ്ങിക്കിടന്ന അവളുടെ ഒരു കണ്ണു കുത്തിപ്പൊട്ടിക്കുക പോലും ചെയ്തു, ചണ്ഡി. ഒരിക്കൽ മാനസയെ നിലത്തിട്ടു ചവിട്ടിയ ചണ്ഡിയെ ഒറ്റക്കണ്ണിന്റെ ഒരു രൂക്ഷനോട്ടം കൊണ്ടു മാനസ പ്രതിമയാക്കി. മകളുടെ കാലു പിടിച്ച് പരമശിവൻ ഭാര്യയെ രക്ഷിച്ചെങ്കിലും കുടുംബസമാധാനം വീണ്ടെടുക്കാൻ അദ്ദേഹം മകളെ ഒരു കൂവളമരത്തിനു ചുവട്ടിൽക്കൊണ്ടു പോയി തള്ളി. ഇനിമേൽ പിതൃഗൃഹത്തിൽ കാലെടുത്തു കുത്തരുതെന്ന് ആജ്ഞാപിച്ചു. ദേവാധിദേവന്റെ കണ്ണുകൾ കോപം കൊണ്ടും വെറുപ്പു കൊണ്ടും നിറഞ്ഞു. ആ കണ്ണുനീർത്തുള്ളികളിൽനിന്ന് നേത്ര ജനിച്ചു. മാനസയുടെ ചുമതല ശിവൻ നേത്രയുടെ തലയിൽ വച്ചുകെട്ടി. സൗമ്യയും സ്നേഹവതിയുമായിരുന്ന മാനസ അതിൽപ്പിന്നെ ക്ഷിപ്രകോപിയും കലഹപ്രിയയും പ്രതികാരദാഹിയുമായി.

"വിവാഹത്തെക്കുറിച്ചു സംസാരിച്ചപ്പോൾ നീ തീരെ താൽപര്യം കാണിച്ചില്ല... എന്നിട്ട് എന്താണ് ഇപ്പോൾ പെട്ടെന്നൊരു സ്നേഹം?"

സഞ്ജീവ് കുമാർ മിത്ര അൽപം കൂടി അകന്നിരുന്നു.

"ഇതു സ്നേഹമൊന്നുമല്ല..."

ഞാൻ പറഞ്ഞു.

"പിന്നെ?"

സഞ്ജീവ് കുമാർ മിത്രയുടെ നെറ്റി ചുളിഞ്ഞു.

"നിങ്ങൾ പിടിച്ചു ഞെരിച്ചതിന്റെ വേദന ഇന്നും മാഞ്ഞു പോയിട്ടില്ല. സ്നേഹത്തോടെയല്ലാതെ ശരീരത്തിൽ തൊട്ട ഒരു പുരുഷനെ ഏതെങ്കിലും പെണ്ണു സ്നേഹിക്കുമോ?"

ഞാൻ എന്റെ ഇടത്തെ മാറിടത്തിൽ സ്പർശിച്ചുകൊണ്ടു ചോദിച്ചു. സഞ്ജീവ് കുമാർ മിത്രയുടെ മുഖം ഇരുണ്ടു. സാവധാനം മാത്രം ശരീരത്തിൽ വിഷം പടർത്തുന്ന ഏതോ സർപ്പത്തിന്റെ കടിയേറ്റതുപോലെ ഒന്നിളകിയിരുന്നതിനുശേഷം, കണ്ണുകൾ തിരുമ്മി കണ്ണട തിരഞ്ഞു കൊണ്ടെന്ന മട്ടിൽ എഴുന്നേറ്റു മുറിയിൽ ചുറ്റി നടന്ന് തിരികെ എന്റെ അടുത്തേക്കു തന്നെ വന്നു.

"ചേതനാ, നിന്റെ മനസ്സിൽ എന്നെക്കുറിച്ചു തെറ്റിദ്ധാരണ മാത്രമേയുള്ളൂ..."

"നിങ്ങളെ അടുത്തറിഞ്ഞതു മുതൽ ശരിയും തെറ്റും തമ്മിലുള്ള വ്യത്യാസം എനിക്കു മനസ്സിലാകുന്നില്ല. ഒരു ദിവസം നിങ്ങൾ കൊല്ലാൻ ഉത്തരവിടും. അടുത്ത ദിവസം കൊന്നയാൾക്കു ശിക്ഷ വിധിക്കും..."

"കൊല്ലുക, കൊല്ലുക, കൊല്ലുക – ഇതു മാത്രമേ നിന്റെ മനസ്സിലുള്ളൂ... നിനക്ക് മനോരോഗമാണ്..."

"ഏറ്റവും ഭീകരമായ പകർച്ച വ്യാധിയാണ് മനോരോഗം..."

ഞാൻ സന്തോഷത്തോടെ ചിരിച്ചു.

"എന്തിനാണ് നീയിങ്ങനെ ചിരിക്കുന്നത്?"

അയാൾ എന്നെ അസഹ്യതയോടെ നോക്കി. മകളുടെ ശല്യമൊഴിവാക്കാൻ പരമശിവൻ അവൾക്ക് ജഗൽക്കാരു എന്ന സന്ന്യാസിവര്യനെ വരനായി നിശ്ചയിച്ചു. പക്ഷേ അസൂയാലുവായ ചണ്ഡി അവൾക്കു വിവാഹ രാത്രിയിൽ ധരിക്കാൻ വസ്ത്രങ്ങളും ആഭരണങ്ങളും നൽകാമെന്നു വാഗ്ദാനം ചെയ്തെങ്കിലും പാലിച്ചില്ല. വിവാഹമുഹൂർത്തമടുത്തപ്പോൾ നാണം മറയ്ക്കാൻ മാനസ ഉഴറി. സർപ്പങ്ങൾ അവളെ ആശ്വസിപ്പിച്ചു. അവ അവളുടെ ആഭരണങ്ങളായി. വനമധ്യത്തിലെ മൺകുടിലിന്റെ നിലത്ത് കത്തിച്ചു വച്ച കൽവിളക്കിനു സമീപം കുളി കഴിഞ്ഞ് ആഭരണവിഭൂഷിതയായി നിന്ന മാനസയെ സങ്കൽപ്പിച്ചപ്പോൾ എന്റെ ഹൃദയം ആർദ്രമായി. ശരീരം മുഴുവൻ കറുത്തതും വെളുത്തതും നീലയും ചുവന്നതും സ്വർണനിറമുള്ളതുമായ നാഗങ്ങൾ. മുടിക്കെട്ടിൽ പുഷ്പഹാരങ്ങൾക്കു പകരം നെറ്റിയിൽ നാഗമാണിക്യം പതിച്ച പരസഹസ്രം കരിമൂർഖൻമാർ. ജഗൽക്കാരു മണിയറയിലേക്കു കടന്നതും ചണ്ഡീദേവി മുറിക്കുള്ളിലേക്ക് ഒരു പിടി തവളകളെ വർഷിച്ചു. അവ പേക്രോം കരഞ്ഞു കൊണ്ടു ചാടി. മാനസയുടെ ശരീരത്തിലെ നാഗങ്ങൾ സ്വയം മറന്നു. അവ തവളകൾക്കു പിന്നാലെ പാഞ്ഞു. നവവധുവിന്റെ ശരീരത്തിൽനിന്ന് മൺപുറ്റിൽനിന്നെന്നതുപോലെ നാഗങ്ങൾ ഇഴഞ്ഞിറങ്ങുന്ന കാഴ്ച കണ്ടു സംഭീതനായ ജഗകാരു പ്രാണരക്ഷാർഥം പുറത്തേക്കോടി. പിന്നീട് വളരെ പണിപ്പെട്ടും ഭീഷണിപ്പെടുത്തിയിട്ടുമാണ് പരമശിവൻ അദ്ദേഹത്തെ തിരിച്ചു കൊണ്ടുവന്നത്. നഗ്നയായ മാനസ ആ കുടിലിൽ ഇരുന്നു പൊട്ടിക്കരഞ്ഞു. കണ്ണു പൊത്തിയും ഭയം കൊണ്ടു വിറച്ചും

സന്ന്യാസി വര്യൻ നവവധുവിനെ സമീപിച്ചു. അവളെ സ്പർശിക്കാൻ
അദ്ദേഹം അറച്ചു. ജോലി തീർക്കാൻ ജഗൽക്കാരു തപഃശക്തിയാൽ ഒരു
കുഞ്ഞിനെ സൃഷ്ടിച്ച് ഇട്ടു കൊടുത്ത് ഓടി രക്ഷപ്പെട്ടു. അസ്തിക എന്ന
മകനെയും കൊണ്ട് മാനസ വീണ്ടും തനിച്ചായി. സർപ്പങ്ങൾ പുളയ്ക്കുന്ന
ശരീരവുമായി ഏഴു കരിമൂർഖൻമാരുടെ ഫണങ്ങൾക്കു താഴെ താമരപ്പൂവിൽ
അസ്തികനെയും മടിയിൽ വച്ച് കോപാകുലയായി മാനസ ജീവിച്ചു. അപ
മാനത്തിന്റെയും ചതിയുടെയും അരക്ഷിതത്വത്തിന്റെയും അത്രയേറെ പരീക്ഷ
ണങ്ങൾ അതിജീവിച്ചതുകൊണ്ടാണ് മാനസയ്ക്ക് തന്നെ ബഹുമാനിക്കാത്ത
വരോടു ക്ഷമിക്കാൻ ഒരിക്കലും സാധിക്കാതിരുന്നത് എന്നു ഞാൻ തിരിച്ച
റിഞ്ഞു.

"വരൂ, എന്റെ അടുത്തു വന്നിരിക്കൂ... നിങ്ങൾക്ക് ഓർമയുണ്ടോ, അന്ന്,
വധശിക്ഷ മാറ്റിയതിന്റെ തലേ ദിവസം, നമ്മൾ രണ്ടു പേരും ഇവിടെ..."

ഞാൻ അയാളെ നോക്കി ആത്മവിശ്വാസത്തോടെ ചിരിച്ചു. അയാൾ
എന്നെ ചുംബിച്ചതും സ്നിഗ്ധമായ കയറിന്റെ മൃദുലമായ നാരുകൾപോലെ
അയാളുടെ മീശ രോമങ്ങൾ കഴുത്തിലും കവിളിലും ഉരുമ്മിയതും എനിക്ക്
ഓർമ വന്നു. ഞാൻ കിടക്കയിൽ മലർന്നു കിടന്ന് കട്ടിലിന്റെ തലയ്ക്കലെ
ചിത്രത്തിലേക്കു നോക്കി. പാവം ദുർഗയുടെ നാവു പുറത്തേക്കു നീണ്ടു
കിടന്നു. വിടർന്ന ഭംഗിയുള്ള കണ്ണുകൾ എന്നെത്തന്നെയാണ് തുറിച്ചുനോക്കി.

"എന്നെ ഒരിക്കലെങ്കിലും ഒന്ന് അനുഭവിക്കണമെന്ന് നിങ്ങൾക്ക് ആഗ്ര
ഹമില്ലേ?"

ഞാൻ ചിരിയൊതുക്കാൻ ശ്രമിച്ചു.

"നിന്റെ ശബ്ദത്തിൽ നിറയെ വെറുപ്പാണ്, ചേതനാ."

"നിങ്ങൾ പുരുഷൻമാർക്ക് വേദനയോടെ സ്വയം സമർപ്പിക്കുന്നവരെ
കണ്ടു മടുത്തില്ലേ?"

"ഞാൻ നിന്നെ വിവാഹം കഴിക്കാൻ ആഗ്രഹിച്ചിരുന്നു..."

"എനിക്ക് ആ ആഗ്രഹമൊന്നുമില്ല... പക്ഷേ നിങ്ങൾ എങ്ങനെയാണ്
ഒരിക്കലെങ്കിലും എന്നെ അനുഭവിക്കുക എന്നു മനസ്സിലാക്കണം എന്നുണ്ട്...
അതെന്റെ ആത്മാവിന്റെ ആവശ്യമാണ്. ഞാൻ സ്നേഹിച്ചതും സ്നേഹം
ആഗ്രഹിച്ചതുമായ ഒരു പുരുഷൻ യഥാർഥത്തിൽ എത്തരക്കാരനാണ് എന്നു
മനസ്സിലാക്കാതെ മരിച്ചു പോയാൽ..."

ഞാൻ ഉറക്കെച്ചിരിച്ചു.

"ഒന്നാലോചിച്ചു നോക്കൂ, ചില്ലു പോലെ സുതാര്യവും മെഴുകു പോലെ
മൃദുലവുമായ വാലുമായി ഞാൻ നിങ്ങളുടെ ഈ കിടപ്പറയിൽ ചുറ്റി നടക്കു
ന്നത്..."

സഞ്ജീവ് കുമാർ മിത്ര മനസ്സിലാകാതെ നോക്കി.

"ഓഫിസിൽ ആകെ കുഴപ്പങ്ങളാണ്..."

അയാൾ മന്ത്രിച്ചു.

"സത്യത്തിൽ വിവാഹത്തിനുള്ള ഏക തടസ്സം..."

അയാളുടെ മുഖം സുന്ദരമായിരുന്നു. ആ ഇരിപ്പിൽ സർപ്പമായി മാറാനും
ചുവന്ന കിടക്കയിലൂടെ സാവധാനം ഇഴഞ്ഞ് അയാളുടെ പാദങ്ങളിലൂടെ

ചുറ്റി വരിഞ്ഞ് വരിഞ്ഞു വരിഞ്ഞ് അയാളുടെ മുഖത്തിനു നേരെ നാഗമാണിക്യം പതിച്ച ഫണമുയർത്തി എന്റെ മുറിഞ്ഞ നാവു നീട്ടാനും ഞാൻ ആഗ്രഹിച്ചു. അയാളുടെ പച്ചക്കണ്ണുകൾ പേടിയോടെ വട്ടം ചുറ്റും. അവയിൽ എന്റെ നാഗമാണിക്യത്തിന്റെ ചുവന്ന നിറം പ്രതിഫലിക്കും. അതിനുശേഷം വിവാഹത്തിന് പ്രസക്തിയോ ആവശ്യകതയോ ഇല്ല. എന്നെ നോക്കാൻ ഭയപ്പെട്ട് കണ്ണുകളടച്ച് മടിയിലേക്ക് ഒരു ചെറിയ കുട്ടിയെ എറിഞ്ഞു തരുന്ന വരനെക്കുറിച്ച് ആലോചിച്ചപ്പോൾ എനിക്ക് അറപ്പു തോന്നി. മാനസയ്ക്ക് ആരാധകരെ ആവശ്യമായിരുന്നു. അതുകൊണ്ട് അവൾ എല്ലാവരെയും തന്റെ ഭക്തരാക്കാൻ യത്നിച്ചു. മുസ്‌ലിം ഭരണാധികാരിയായിരുന്ന ഹാസൻ പോലും അവളുടെ ഭക്തനായി. പക്ഷേ ശൈവനായിരുന്ന ചാന്ദ് സദാഗർ അതിനു വിസമ്മതിച്ചു.

"നിങ്ങളുടെ പിതാമഹൻ എങ്ങനെയാണ് എത്തിയത്?"

ഞാൻ ചോദിച്ചു.

"ആർക്കറിയാം...!"

വിഷയം മാറിയതിൽ അയാൾ അമ്പരന്നു.

"എങ്കിൽ മനസ്സിലാക്കി വച്ചോളൂ. നിങ്ങളുടെ പിതാമഹൻ എത്തിയതു കപ്പലിലാണ്. സിലോണിലേക്കു കടത്താൻ അരി വാങ്ങാൻ എത്തിയതായിരുന്നു... ആയിരത്തിയെഴുന്നൂറ്റി എഴുപത്തിമൂന്നിലോ നാലിലോ ആയിരിക്കണം..."

ഞാൻ പറഞ്ഞു. സഞ്ജീവ് കുമാർ മിത്ര എന്നെ അമ്പരപ്പോടെ നോക്കി.

"അതെങ്ങനെ നിനക്കറിയാം?"

എനിക്കു ചിരി വന്നു.

"മടിശ്ശീല നിറയെ സ്വർണനാണയങ്ങളുമായി കൊൽക്കൊത്തയിൽ അദ്ദേഹം കപ്പലിറങ്ങുമ്പോൾ ആദി ഗംഗ എന്നൊരു നദിയുണ്ടായിരുന്നു ഇവിടെ..."

ഞാൻ ഒന്നു ദീർഘമായി നിശ്വസിച്ചു.

"ആദി ഗംഗയിലൂടെയാണ് ബഹുല ഒഴുകിപ്പോയത്..."

സഞ്ജീവ് കുമാർ മിത്ര എന്നെ അമ്പരപ്പോടെ നോക്കി.

"ബഹുലയോ? ആരാണ് അത്?"

"അവളുടെ ഭർത്താവായിരുന്നു ലക്ഷ്മീന്ദർ..."

"എനിക്കൊന്നും മനസ്സിലാകുന്നില്ല..."

"നിങ്ങൾക്കു ചരിത്രവും അറിയില്ല, ഐതിഹ്യവും അറിയില്ല."

ഞാൻ അവജ്ഞ അഭിനയിച്ചു. ബഹുലയുടെ ഭർത്താവ് ലക്ഷ്മീന്ദർ ചാന്ദ് സദാഗറിന്റെ മകനായിരുന്നു. സദാഗർ കടുത്ത ശിവഭക്തനായിരുന്നു. ശിവനെയും ദുർഗയെയും മാത്രം ആരാധിച്ച അദ്ദേഹം മാനസയെ അവഗണിച്ചു. ആദിവാസികളുടെയും അധഃകൃതരുടെയും ദേവതയെന്ന് അധിക്ഷേപിച്ചു. കോപാകുലയായ മാനസ സദാഗറെ തന്റെ ഭക്തനാക്കാൻ ദൃഢനിശ്ചയമെടുത്തു. സദാഗറിന്റെ ആറു പുത്രൻമാരും സർപ്പദംശനമേറ്റു മരിച്ചു. അയാളുടെ വ്യാപാരം പൊളിഞ്ഞു. പക്ഷേ എന്നിട്ടും പരമശിവനെ മാത്രമേ ആരാധിക്കൂ എന്നു സദാഗർ വാശി പിടിച്ചു. അദ്ദേഹം മറ്റു നാടുകളിൽ വ്യാപാരം

നടത്തി പണം സമ്പാദിക്കാൻ കപ്പലിൽ യാത്രയായി. കപ്പൽ നിറയെ നിധിയുമായി തിരിച്ചെത്തിയപ്പോൾ മാനസ പേമാരിയും കൊടുങ്കാറ്റും അഴിച്ചു വിട്ടു. സദാഗർ ദുർഗാദേവിയെ ധ്യാനിച്ചു. അയാൾക്കു തുണയുമായെത്തിയ ദുർഗയെ തിരിച്ചു വിളിക്കാൻ മാനസ പിതാവിനോട് ആവശ്യപ്പെട്ടു. മകളെ ഭയന്ന് ശിവൻ ദുർഗയെ തിരിച്ചു വിളിച്ചു. സദാഗറിന്റെ കപ്പൽ മുങ്ങി. മാനസ അദ്ദേഹത്തെ ചന്ദ്രകേതുവെന്ന ഭക്തൻ താമസിച്ച തീരത്തെത്തിച്ചു. മാനസയുടെ ഭക്തനാകാൻ ചന്ദ്രകേതുവും സദാഗറെ നിർബന്ധിച്ചു. പക്ഷേ, പിതൃത്വത്തെക്കുറിച്ചു സംശയമുള്ള മകളെയും ഭർത്താവ് ഉപേക്ഷിച്ച ഭാര്യയെയും ആരാധിക്കുന്നതിനേക്കാൾ നല്ലതു മരണം വരിക്കുന്നതാണെന്ന് സദാഗർ ശഠിച്ചു. എല്ലാം നഷ്ടപ്പെട്ട് ഭിക്ഷക്കാരനായ സദാഗറിനെ പാഠം പഠിപ്പിക്കാൻ മാനസ മറ്റൊരു മാർഗം സ്വീകരിച്ചു. ദേവി അയാളെ വീട്ടിലെത്തിച്ചു. തകർന്ന ജീവിതം വീണ്ടും പടുത്തുയർത്താൻ സദാഗർ ഒരുമ്പെട്ടു. അപ്പോൾ മാനസയുടെ നിർദ്ദേശപ്രകാരം ഇന്ദ്രലോകത്തുനിന്ന് ഉഷയും അനിരുദ്ധനും ഭൂമിയിൽ ജൻമമെടുത്തു. അനിരുദ്ധൻ സദാഗറിന്റെ മകൻ ലക്ഷ്മീന്ദറും ഉഷ സദാഗറിന്റെ സുഹൃത്തിന്റെ മകൾ ബഹുലയുമായി. ഒന്നിച്ചു കളിച്ചു വളർന്ന ഇരുവരും പ്രേമബദ്ധരായി. അവരുടെ വിവാഹം നടത്താൻ മാതാപിതാക്കൾ തീരുമാനിച്ചു. പക്ഷേ ജാതകപ്പൊരുത്തം പരിശോധിച്ചപ്പോൾ ലക്ഷ്മീന്ദർ വിവാഹരാത്രി സർപ്പദംശനമേറ്റു മരിക്കുമെന്നു കണ്ട് എല്ലാവരും ദു:ഖിതരായി. മാനസാദേവിയെ ഭജിച്ചാൽ ആപത്തിൽനിന്ന് രക്ഷപ്പെടുമെന്ന് പലരും ഉപദേശിച്ചെങ്കിലും സദാഗർ വഴങ്ങിയില്ല. അയാൾ വിവാഹം നടത്തുകയും സർപ്പങ്ങൾക്കു കയറാൻ പഴുതില്ലാത്ത ഒരു മണിയറ നിർമിക്കുകയും ചെയ്തു. എന്നിട്ടും ലക്ഷ്മീന്ദർ വിഷം തീണ്ടി മരിച്ചു. അക്കാലത്ത് സർപ്പദംശനമേറ്റു മരിക്കുന്നവരെ കുഴിച്ചിടുകയോ ദഹിപ്പിക്കുകയോ ചെയ്യുന്നതിനു പകരം ഗംഗയിലൊഴുക്കുകയായിരുന്നു പതിവ്. മുളങ്കമ്പുകൾ കൂട്ടിക്കെട്ടിയ ചങ്ങാടത്തിൽ ലക്ഷ്മീന്ദറുടെ ശരീരം അവർ ഒഴുക്കിവിട്ടു. ഭർത്താവിനെ പിരിയാനാകാതെ ബഹുലയും നദിയിൽ ചാടി. ആറുമാസം നദിയിലൂടെ ഗ്രാമങ്ങളിൽനിന്നു ഗ്രാമങ്ങളിലേക്കു ഭർത്താവിന്റെ ജഡത്തോടൊപ്പം ബഹുല ഒഴുകി. മൃതദേഹം അഴുകിത്തുടങ്ങി. അവസാനം ആ ചങ്ങാടം മാനസയുടെ വളർത്തമ്മയായ നേത്രയുടെ ഗ്രാമത്തിലെത്തി. അലക്കുകാരിയായ നേത്ര ചങ്ങാടത്തിലെ ജീർണിച്ച ശരീരവുമായി നീന്തുന്ന പെൺകുട്ടിയെ കണ്ടു വെള്ളത്തിൽ ചാടി ചങ്ങാടം കരയ്ക്ക് അടുപ്പിച്ചു. നേത്ര മാനസയെ സ്മരിച്ചു. മാനസ പ്രത്യക്ഷയായി. സദാഗർ തന്റെ ഭക്തനായാൽ ലക്ഷ്മീന്ദർ ജീവിക്കുമെന്നു മാനസ ഉറപ്പു നൽകി. ജീവൻ തിരിച്ചു കിട്ടിയ മകന്റെയും മരുമകളുടെയും അപേക്ഷയ്ക്കു മുമ്പിൽ സദാഗർ പരാജയം സമ്മതിച്ചു. ശ്രാവണത്തിലെ കറുത്ത പക്ഷത്തിലെ അഞ്ചാമത്തെ രാത്രി സദാഗർ മാനസാദേവിയെ ആരാധിക്കാൻ സന്നദ്ധനായി. ജാതിയിൽക്കുറഞ്ഞവളും പിതൃത്വം ഉറപ്പില്ലാത്തവളുമായ ദേവിയെ വന്ദിക്കുമ്പോൾ സദാഗർ മുഖം തിരിച്ചു. ഇടംകൈ കൊണ്ടു മാത്രം പുഷ്പാർച്ചന നടത്തി.

സഞ്ജീവ് കുമാർ മിത്ര എന്തു വേണമെന്നറിയാതെ മുറിക്കുള്ളിൽ ചുറ്റി നടക്കുകയായിരുന്നു. പുരുഷൻ എന്ന നിലയിൽ ഈ ലോകത്തുനിന്ന്

അയാൾക്കു കിട്ടിയ പരിശീലനം ഒരു ശാരീരിക ബന്ധത്തിന്റെ പ്രസക്തി ഓർമിപ്പിച്ചു. പക്ഷേ തന്നിഷ്ടപ്രകാരം കിടപ്പറയിലേക്കു കടന്നു വന്ന സ്ത്രീയെ സ്വീകരിക്കാൻ അയാൾ ഭയന്നു. മടിശീല നിറയെ സ്വർണനിഷ്കങ്ങളുമായി ആയിരത്തിയെഴുന്നൂറ്റി എഴുപത്തിമൂന്നിൽ അരിവാങ്ങാനെത്തിയ നാൽപത്തിരണ്ടുകാരൻ കൊൽക്കൊത്തയിൽ കപ്പലിറങ്ങിയ കാലത്ത് കാളീഘട്ടിനു മുമ്പിലെ ആദി ഗംഗ വെറുമൊരു കുളമായിരുന്നില്ല. യൗവ്വനവും ആരോഗ്യവുമുള്ള നദിയായിരുന്നു. എക്കലിന്റെ തിമിർക്കുന്ന കറുപ്പു നിറഞ്ഞ തീരങ്ങളിൽ അത് കളകളാരവത്തോടെ തിരയടിച്ചു. മുളയിൽ തീർത്ത ചങ്ങാടങ്ങളും പായ്‌വഞ്ചികളും തോണികളും അതിൽ നിറഞ്ഞു. നീന്തിത്തുടിക്കുന്നവരും തർപ്പണം ചെയ്യുന്നവരുമായ മനുഷ്യർ അതിനെ ജീവനുള്ളതാക്കി.

"നിങ്ങളുടെ പിതാമഹന് പിന്നീടെന്തു സംഭവിച്ചെന്ന് അറിയാമോ?"

ഞാൻ ചോദിച്ചു. സഞ്ജീവ് കുമാർ മിത്ര ചിരിക്കാൻ ശ്രമിച്ചു.

"ആർക്കറിയാം. അദ്ദേഹത്തെ അന്വേഷിച്ചാണ് മുത്തച്ഛൻ ഇവിടെ വന്നതെന്നു കേട്ടിട്ടുണ്ട്. അതോ ഇനി മുത്തച്ഛന്റെ അച്ഛനാണോ വന്നത്? എനിക്കറിഞ്ഞുകൂടാ..."

"എനിക്കറിയാം... നിങ്ങളുടെ പിതാമഹന് എന്തു സംഭവിച്ചുവെന്ന്..."

സഞ്ജീവ് കുമാർ മിത്ര എന്നെ അവിശ്വാസത്തോടെ നോക്കി.

"തൂക്കിക്കൊന്നു..."

ഞാൻ പറഞ്ഞു. സഞ്ജീവ് കുമാർ മിത്രയുടെ അടിയേറ്റ ഭാവമുണ്ടായി. എന്റെ കോശങ്ങളിൽ തൃണങ്ങൾ പൊട്ടിമുളയ്ക്കുന്ന അതേ കോരിത്തരിപ്പ് ഉണർത്തി നിയതിയുടെ കരിനീലക്കറുപ്പുള്ള ഒരു രസികൻ പാമ്പ് ശൃംഗാരത്തോടെ ഇഴഞ്ഞു.

"ഹെന്തിന്?"

അയാളുടെ ശബ്ദം ഇടറിയിരുന്നു.

"മോഷണക്കുറ്റത്തിന്. തലശേരിക്കാരനായ ഒരു വ്യാപാരിയുടെ സ്വർണം മോഷ്ടിച്ചു..."

"ഛെ! പച്ചക്കള്ളം!"

അയാൾ ക്ഷുഭിതനായി.

"എന്നോടുള്ള ദേഷ്യം തീർക്കാൻ വെറുതെ അതുമിതും പറയണ്ട, ചേതനാ..."

"അതു ചരിത്രസത്യമാണ്..."

"നിനക്കെങ്ങനെ അറിയാം?"

അയാൾ ചകിതനായി.

"എന്റെ പിതാമഹൻമാരുടെ തൂക്കുകയറിൽ പിടഞ്ഞ അനേകായിരം മനുഷ്യരിൽനിന്ന് കഴുമരത്തിലെ മരണം എങ്ങനെയാണ് എന്നു വിവരിക്കാൻ ആ മനുഷ്യൻ മാത്രമേ തിരിച്ചു വന്നുള്ളൂ..."

എനിക്കു ചിരി വന്നു. സഞ്ജീവ് കുമാർ മിത്ര വിശ്വസിക്കണോ വേണ്ടയോ എന്നു തീർച്ചയില്ലാതെ എന്നെ നോക്കി. ആ നേരത്ത് അയാളുടെ മുഖം എനിക്ക് ഇഷ്ടപ്പെട്ടു. മുഖം തിരിച്ചാണെങ്കിലും വന്ദിപ്പിക്കുന്നതിലും ഇടംകൈ കൊണ്ടാണെങ്കിലും ആരാധിപ്പിക്കുന്നതിലും ഒരു വലിയ സായൂജ്യമുണ്ട്, ജനാധിപത്യകാലത്തും.

നാൽപ്പത്തിരണ്ട്

'The formula three raised to the power of eighteen will work here. If three persons tell a story each in turn to only three others, in eighteen operations taking, say, eighteen hours, 38, 74, 20, 489 people will have heard the story. Yes, 38 crores seventy four lakhs, twenty thousand, four hundred and eighty nine. In other words, the entire adult population of the country...'

നിങ്ങൾ ഗൃദ്ധാമല്ലിക്കുമാർ മാത്രം ഇത്രയും പഴകിയ കാര്യങ്ങൾ എങ്ങനെ ഓർത്തു വയ്ക്കുന്നു എന്ന സഞ്ജീവ് കുമാർ മിത്രയുടെ ചോദ്യത്തിന്, പിൽക്കാലത്ത് സ്വന്തം വലയിൽ കുടുങ്ങിയ വേടനായിത്തീർന്ന ജോർജ് ഫെർണാണ്ടസ് ഒളിവിലിരുന്ന് ആയിരത്തിത്തൊള്ളായിരത്തി എഴുപത്തിയഞ്ച് ഓഗസ്റ്റ് പതിനഞ്ചിനു പുറത്തിറക്കിയതും കാക്കു വിതരണം ചെയ്തതുമായ ലഘുലേഖയിലെ ഈ വരികളായിരുന്നു ഉചിതമായ മറുപടി. ഥാക്കുമായും അച്ഛനും ഞാനും മന:പൂർവമല്ലെങ്കിലും ത്രീ റെയ്ഡ്സ് ടു ദ് പവർ ഓഫ് എയ്റ്റീൻ എന്ന തത്വത്തിന്റെ പ്രായോജകരായി. ഞങ്ങളും ഞങ്ങളുടെ സ്മരണകളുടെ പ്രജനനത്തിനായി ഉറവിടത്തിലേക്കു ശ്രമപ്പെട്ടു നീന്തി. ഓരോ സ്മരണയും മൂന്നു മുട്ടകൾ വീതമിടുകയും ഓരോ മുട്ടയിൽനിന്നും മൂന്ന് ദർശനങ്ങൾ വീതം വിരിഞ്ഞു പുറത്തിറങ്ങുകയും ചെയ്തിരുന്നെങ്കിൽ നദിയും സാഗരവും ഭൂമിയും ആകാശവുമെന്നതുപോലെ ലോകത്തെ പ്രായപൂർത്തി കൈവരിച്ച മുഴുവൻ ജനങ്ങളുടെയും ജീവിതങ്ങൾ മരണത്തിന്റെയും പ്രണയത്തിന്റെയും സമത്വ സത്യദർശനങ്ങൾ കൊണ്ടു ശാശ്വതമായിത്തീരുമായിരുന്നു. അയാളുടെ ചുവന്ന പട്ടു വിരിച്ച കിടക്കയിൽ ഇല്ലാത്ത സ്വാതന്ത്ര്യത്തോടെ മലർന്നു കിടക്കെ, മൂന്നുകളുടെ ശൃംഖല പൊട്ടിച്ചിതറുന്നതും ഉച്ചരിക്കപ്പെട്ട വാക്കുകളുടെ വരിയുടയ്ക്കപ്പെടുന്നതും ഭൂമി തരിശായി രക്തമൊഴുക്കുന്നതും ദർശിച്ച് ഞാൻ അസ്വസ്ഥയായി. എനിക്ക് സഞ്ജീവ് കുമാർ മിത്രയോടു പുച്ഛം തോന്നി.

പക്ഷേ, അയാളെ കുറ്റപ്പെടുത്തുന്നതിൽ അർഥമുണ്ടായിരുന്നില്ല. നാഗർകോവിലിൽ ജനിച്ച് സംസ്കൃതത്തിൽ പാണ്ഡിത്യം കൈവരിച്ച നാരായണൻ ജീവിക്കാൻ നിവൃത്തിയില്ലാതെ തലശേരിയിലെത്തി ഒരു അരിക്കച്ചവടക്കാരന്റെ മകളെ വിവാഹം കഴിച്ച് ധനികനായതിനുശേഷം കൂടുതൽ ധനം സമ്പാദിക്കാൻ കൽക്കട്ടയിലേക്കു കപ്പൽ കയറിയ കഥയുടെ പരിണാമം സഞ്ജീവ് കുമാർ മിത്രയെപ്പോലെയുള്ളവർക്ക് അവിശ്വസനീയമായിരുന്നു. പതിനെട്ടാം നൂറ്റാണ്ടിലെ ചിത്പൂരും കൊൽക്കൊത്തയും അറിയാവുന്നവർക്കു മാത്രമേ അതു വിശ്വസിക്കാനും ആസ്വദിക്കാനും സാധിക്കൂ. കൂലം

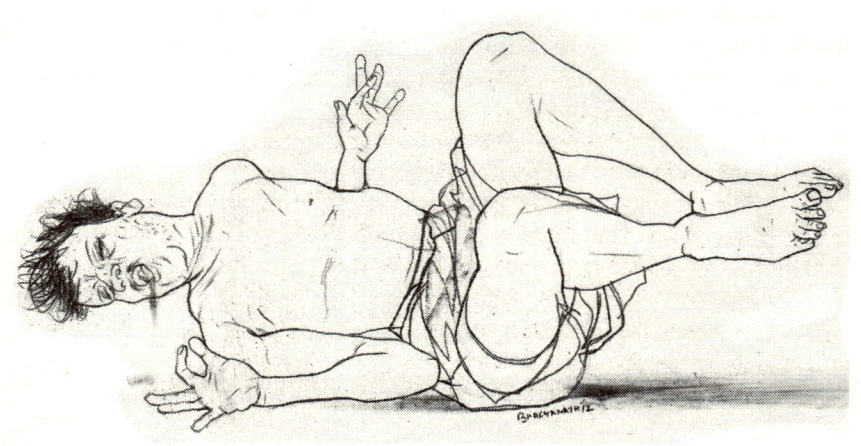

കുത്തിയൊഴുകുന്ന ആദിഗംഗയും വിശാലമായ ഹൂഗ്ലിയും സുന്ദർബനിൽ നിന്ന് വെയിൽ കായാനിറങ്ങുന്ന കടുവരാജൻമാരും അഹ്‌രി തോലയിലും നീംതലയിലും ലേലം വിളിച്ചു വിൽക്കപ്പെടുന്ന അടിമകളും വെളുത്ത റൊട്ടിയിൽ വളർന്ന ചാര നിറമുള്ള പൂപ്പൽ പോലെ ഉണങ്ങിയ മുളയോലകൾ മേഞ്ഞ കുടിലുകളും നിറഞ്ഞിരുന്ന ചിത്പൂരിന്റെ കൗമാരം സഞ്ജീവ് കുമാർ മിത്ര എങ്ങനെ സങ്കൽപ്പിക്കാൻ? ചിത്പൂരിന്റെ ധമനിയെന്നു വിശേഷിപ്പിക്കാവുന്ന പ്രധാന റോഡിന് ഇരുവശത്തും കൊട്ടാരസദൃശമായ മണിമന്ദിരങ്ങൾക്കു പിന്നിൽ, ചെറുഞരമ്പുകൾ പോലെ വളഞ്ഞും പുളഞ്ഞും രണ്ടായി പിരിഞ്ഞും വീണ്ടും യോജിച്ചും മദ്യശാലകൾക്കും നൃത്തശാലകൾക്കും വേശ്യാലയങ്ങൾക്കും ജീവൻ നൽകി ഗംഗയുടെ തീരങ്ങൾ നോക്കി ചെറിയ ഊടുവഴികൾ സർപ്പങ്ങളെപ്പോലെ ഇഴഞ്ഞു. ദേവി മാനസയെപ്പോലെ നഗരവും അവയെ ആഭരണവും ആയുധവുമാക്കി. മടി നിറയെ പണവുമായി നഗരത്തിൽ കപ്പലിറങ്ങിയ പരദേശി പണ്ഡിതൻ എങ്ങനെയൊക്കെ പരീക്ഷിക്കപ്പെട്ടുകൂടാ.

“എന്റെ പിതാമഹൻ കൽക്കട്ടയിലേക്കു പുറപ്പെട്ടപ്പോൾ അദ്ദേഹത്തിന്റെ മകൻ ചെറിയ കുട്ടിയായിരുന്നു. അച്ഛനെ തിരഞ്ഞ് വർഷങ്ങൾക്കുശേഷം അദ്ദേഹം കൽക്കട്ടയിൽ എത്തി. പക്ഷേ, മരിക്കുന്നതുവരെ തിരഞ്ഞിട്ടും സ്വന്തം അച്ഛനെക്കുറിച്ച് ഒരു വിവരവും ലഭിച്ചില്ല. നീ പറയുന്നതു പോലെ വധശിക്ഷ നടന്നിരുന്നെങ്കിൽ അതെക്കുറിച്ച് ആരെങ്കിലും അദ്ദേഹത്തോടു പറയുമായിരുന്നില്ലേ?”

സഞ്ജീവ് കുമാർ മിത്രയുടെ ചോദ്യം പരിദേവനമായി.

“അക്കാലത്ത് തൂക്കിക്കൊലകൾ ധാരാളമുണ്ടായിരുന്നു. ചന്തകളിൽ സ്ഥാപിച്ച കഴുമരങ്ങളിൽ ദിവസേനയെന്നോണം ശവങ്ങൾ തൂങ്ങി നിന്നു... എന്റെ പിതാമഹൻമാർ പലപ്പോഴും ജോലി വിഭജിച്ചെടുത്താണ് നഗരത്തിന്റെ പല ഭാഗത്തും നീതി നടപ്പാക്കിയിരുന്നത്.”

ഞാൻ കിടക്കയുടെ മിനുമിനുപ്പിൽ വിരലോടിച്ചു. പുരുഷൻ ആമയെപ്പോലെ കട്ടിയുള്ള പുറന്തോടും മൃദുലമായ ഉൾഭാഗവുമുള്ള ഒരു ജീവിയാണെന്നും തോടിനു മുറിവേൽക്കുമ്പോൾ ഉള്ളിലുള്ള നിസ്സഹായ ജീവി ഭയന്നു വിറയ്ക്കുമെന്നും എനിക്കു തോന്നി. അയാളെ ആ വിധം മുറിപ്പെടുത്തുന്നതിൽ ഞാൻ ആഹ്ലാദിച്ചു. എങ്കിലും ഞാൻ പറഞ്ഞത് വാസ്തവമായിരുന്നു. ബരാബസാറിലും രാജ്ഭവനു പിന്നിലെ ഫാൻസി ലെയിനിലും ഇന്നത്തെ ലാൽബസാർ പോലീസ് സ്റ്റേഷനു സമീപം ബെൻടിക് സ്ട്രീറ്റും ബൗബസാർ സ്ട്രീറ്റും ലാൽ ബസാർ സ്ട്രീറ്റും ചിത്പൂർ റോഡും സമാഗമിക്കുന്ന നാൽക്കവലയിലും സ്ഥാപിച്ച കഴുമരങ്ങളിൽ എന്റെ പിതാമഹൻമാരുടെ കരങ്ങളാൽ നടപ്പാക്കപ്പെട്ട നീതിയുടെ പ്രത്യക്ഷ ഉദാഹരണങ്ങളായി ജീവന്റെ ഭാരം നഷ്ടപ്പെട്ട എത്രയോ ശരീരങ്ങൾ തൂങ്ങിയാടി.

“ഇല്ല, ഇല്ല, അതിന് ഒരു സാധ്യതയുമില്ല! നീ പറയുന്നത് എന്റെ പൂർവികനെക്കുറിച്ചല്ല... അദ്ദേഹം അപാര പണ്ഡിതനും ചിന്തകനുമായിരുന്നു. അദ്ദേഹം കാശിയിലോ ഗയയിലോ പോയിട്ടുണ്ടാകും. അവിടെ വച്ച് നിർവാണമോ മോക്ഷമോ സമാധിയോ കൈവരിച്ചിട്ടുണ്ടാകും..”

കൂടുതൽ ചിന്തിച്ച ശേഷം സഞ്ജീവ് കുമാർ മിത്ര ക്ഷോഭത്തോടെ വാദിച്ചു.

"തൂക്കിക്കൊല എന്റെ കുലത്തൊഴിൽ ആകുന്നതു പോലെ മോഷണം നിങ്ങളുടെയും കുലത്തൊഴിലാണ്, സഞ്ജീവ് ബാബൂ...വെറുതെയാണോ ഈ ഇന്ത്യാമഹാരാജ്യത്ത് ജാതിയെന്നത് വലിയൊരു യാഥാർഥ്യമായി ഇപ്പോഴും തുടരുന്നത്..."

ഞാൻ ആഹ്ലാദം നിറഞ്ഞ പുഞ്ചിരിയോടെ ഒരു കുടുക്കു കൂടി അയാളുടെ കഴുത്തിലേക്കെറിഞ്ഞു. കിടപ്പുമുറിയുടെ ഏകാന്തതയിൽ കയ്യെത്തും ദൂരത്തു കിട്ടിയിട്ടും നിസ്സഹായയും നിരായുധയുമായ എന്നെ ഒരിക്കലെങ്കിലും അനുഭവിക്കണമെന്നു ചിന്തിക്കാൻ സാധിക്കാത്ത വിധം ഞാനിട്ട കുടുക്കുകളിൽ അയാൾ പിടഞ്ഞു. പിംഗളകേശിനിയുടെ ചാരിതാർഥ്യം എനിക്കും അനുഭവപ്പെട്ടു. സഞ്ജീവ് കുമാർ മിത്ര അന്ത:ക്ഷോഭത്തോടെ മുറിയിൽ ചുറ്റി നടന്നു. അയാൾ തന്നോടു തന്നെ വാദപ്രതിവാദം നടത്തി.

"ഇനി അദ്ദേഹത്തെ തൂക്കിക്കൊന്നു എന്നു തന്നെ ഇരിക്കട്ടെ. അതൊരിക്കലും മോഷണത്തിന്റെ പേരിലായിരിക്കുകയില്ല. ചിലപ്പോൾ കൊലപാതകത്തിനായിരിക്കും. യെസ്, അതിനൊരു ചാൻസ് ഉണ്ട്. സപ്പോസ്, അദ്ദേഹത്തെ ആരെങ്കിലും ആക്രമിച്ചു. അപ്പോൾ തിരിച്ച് ആക്രമിക്കുകയും എതിരാളി കൊല്ലപ്പെടുകയും – അതെ, അതു സംഭവിക്കാം. പക്ഷേ, തൂക്കിക്കൊല്ലപ്പെട്ടതാണെങ്കിൽ അദ്ദേഹം മോഷ്ടിച്ചിട്ടുണ്ടാകുകയില്ല. ഇനി അദ്ദേഹം മോഷ്ടിച്ചു എന്നു തന്നെ ഇരിക്കട്ടെ. വെറുമൊരു മോഷണത്തിന്റെ പേരിൽ തൂക്കിക്കൊല്ലപ്പെടാൻ സാധ്യതയില്ല. അതും അക്കാലത്ത്. നീ പറയുന്നതിൽ ഒരു വലിയ പൊരുത്തക്കേടുണ്ട്, ചേതനാ..."

സഞ്ജീവ് കുമാർ മിത്ര എന്തിനെന്നില്ലാതെ തർക്കിച്ചു. ഞാൻ ഉറക്കെ ചിരിച്ചു.

"ഉടമയറിയാതെ മോഷ്ടിക്കുമ്പോൾ നിങ്ങൾ അയാളുടെ മുതൽ മാത്രമേ മോഷ്ടിക്കുന്നുള്ളൂ. കത്തിയോ തോക്കോ കാട്ടി ഭയപ്പെടുത്തി മോഷ്ടിക്കുമ്പോൾ വാസ്തവത്തിൽ അയാളുടെ മുതലല്ല, നിങ്ങൾ മോഷ്ടിക്കുന്നത്. സുരക്ഷിതത്വബോധമാണ്. മനുഷ്യരിലുള്ള വിശ്വാസവും."

"നിനക്ക് ഭ്രാന്താണ്...!"

അയാൾക്ക് അരിശം വന്നു.

"എന്റെ പിതാമഹനെക്കുറിച്ച് നീ ഇനിയെന്തെങ്കിലും മോശമായി പറഞ്ഞാൽ, ചേതനാ, എന്റെ നിയന്ത്രണം നഷ്ടപ്പെടും...!"

അതു വളരെ സത്യസന്ധമായ പ്രസ്താവനയായിരുന്നു. അതു കൊണ്ട് എനിക്കു പ്രകോപനമുണ്ടായില്ല. മറ്റൊന്നിലും പിടിച്ചു തൂങ്ങാൻ സാധിക്കാത്തവർക്ക് പിതാക്കൻമാരുടെ മഹത്ത്വം മാത്രമേ അവശേഷിക്കുകയുള്ളൂ.

"കണ്ണടച്ച് ഇരുട്ടാക്കാൻ എളുപ്പമാണ്, സഞ്ജീവ് ബാബൂ... പക്ഷേ, സംഭവിച്ചത് സംഭവിച്ചതാണ്. അദ്ദേഹം മോഷ്ടിച്ചിരുന്നോ എന്നു പറയാൻ എനിക്കു സാധിക്കുകയില്ല. പക്ഷേ അദ്ദേഹം മോഷണക്കുറ്റത്തിന് പിടിക്കപ്പെട്ടിരുന്നു... അതു രേഖകളിലുണ്ട്."

മോഷണക്കുറ്റത്തിന് രണ്ട് മുസൽമാൻമാരെയും രണ്ട് യൂറോപ്യൻമാരെയും നാലു ബംഗാളികളെയും തൂക്കിക്കൊല്ലേണ്ടതിന്റെ തലേന്ന് മൂന്നു

മണിക്ക് എന്റെ പിതാമഹൻ ധർമരാജ ഗൃദ്ധാ മല്ലിക്കിന്റെ പിതൃസഹോദരൻ സത്യനാഥ ഗൃദ്ധാ മല്ലിക് പുള്ളിയുടെ കഴുത്തിലിട്ട തൂക്കുകയറിന്റെ കുടുക്കു മുറുകുന്നില്ലെന്നു സ്വപ്നം കണ്ടു ഞെട്ടിയുണർന്നു. രാത്രി മാ കാളിക്ക് മൃഗബലിയും രക്തപുഷ്പാർച്ചനയും നടത്തി ഭംഗിയായി മടക്കി കെട്ടിവച്ച ആറു തൂക്കുകയർ ചുറ്റുകളിൽ മൂന്നെണ്ണം ഇളയ സഹോദരൻ ജഗന്നാഥ മല്ലിക്കിന്റെ ചുമലിലും ബാക്കി മൂന്നെണ്ണം തന്റെ ചുമലിലും തൂക്കി അദ്ദേഹം പുറപ്പെട്ടു. ഡപ്യൂട്ടി പോലീസ് കമ്മീഷണർ അയച്ചു കൊടുത്ത കുതിര വണ്ടിയിൽ പാതിരാത്രിയുടെ നിശ്ശബ്ദതയിൽ പിതാമഹൻമാർ കുടുങ്ങിക്കുടുങ്ങി യാത്ര ചെയ്തു. ഷിമൂൽ മരങ്ങൾ തഴച്ചു വളർന്ന പ്രദേശമായിരുന്നതിനാൽ അക്കാലത്തു ഷിമൂലിയ എന്നും പിൽക്കാലത്ത് ഷിംല എന്നും വിളിക്കപ്പെട്ട വിജന പ്രദേശത്തുകൂടി കുടമണികൾ കിലുക്കി കുളമ്പടികൾ മുഴക്കി വണ്ടി പാഞ്ഞു. പെട്ടെന്ന് വഴിയരികിലെ ഒരു കുളത്തിൽ നിന്ന് തിരയിളക്കത്തോടെ ഒരാൾ അലറി വിളിച്ച് വണ്ടിക്കു മുമ്പിലേക്കു ചാടി. കയ്യിലുള്ളതെല്ലാം തന്നിട്ടു പോ എന്ന് അയാൾ ആക്രോശിച്ചു. സത്യനാഥ പിതാമഹൻ കുതിരവണ്ടിയുടെ ചക്രങ്ങൾക്കുമുകളിൽ കനൽ കെടാതെ തൂക്കിയിട്ട പന്തമെടുത്ത് വീശിക്കത്തിച്ച് അയാളുടെ മുഖത്തേക്കു നോക്കി. അപ്പോഴും രക്തമുണങ്ങാത്ത വാളുമായി മുഖം മറച്ച് പേശികൾ മുഴച്ച ഒറ്റക്കാൽ കൊണ്ട് ചക്രം ചവിട്ടി നിർത്തി വലതു കൈ നീട്ടി നിന്ന അയാളോട് പിതാമഹൻ ദയവോടെ പറഞ്ഞു:

“ചോരേർ മായേർ കണ്ണാ, ഉഗർ ബാരോ നോയ്, ഫുകാർ ബാരോ നോയ്...!”

ഒന്നു പകച്ചെങ്കിലും അയാൾ പിതാമഹന്റെ കഴുത്തിലേക്ക് വാൾനീട്ടി ഉറക്കെ അലറി.

“ചിത്തേശ്വരിക്കു മൃഗബലി നടത്തി പുറപ്പെട്ട എന്നെ പരിഹസിക്കുന്നോ?”

“ആരാച്ചാരോടു നീ മൃഗ ബലിയുടെ കണക്കു പറയരുത്, മോനേ...”

പിതാമഹൻ ചിരിച്ചു. അപ്പോൾ ജഗന്നാഥ മല്ലിക് പിതാമഹൻ വണ്ടിക്കുള്ളിലെ ഇരുട്ടിൽവച്ച് ഒരു കയറിൽ രഹസ്യമായി നിർമിച്ച കുടുക്ക് കള്ളന്റെ കഴുത്തിലേക്കെറിഞ്ഞു. മറ്റേ അറ്റം വലിച്ചു മുറുക്കി വണ്ടിക്കാരനോടു കുതിരയെ പായിക്കാൻ നിർദ്ദേശിച്ചു. മിന്നൽ പോലെ കുതിര മുന്നോട്ടു പാഞ്ഞപ്പോൾ കൊള്ളക്കാരൻ വെറും നിലത്തുകൂടി വലിച്ചിഴയ്ക്കപ്പെട്ടു. സത്യനാഥ പിതാമഹൻ ‘നിർത്ത്, നിർത്ത്’ എന്ന് നിലവിളിച്ചു. വണ്ടിക്കാരൻ വണ്ടി നിർത്തി. സത്യനാഥ പിതാമഹൻ ചാടിയിറങ്ങി അരയിൽ തിരുകിയ പിച്ചാത്തി കൊണ്ട് കൊള്ളക്കാരന്റെ കുടുക്ക് അറുത്ത് അയാളെ സ്വതന്ത്രനാക്കി. അയാളുടെ നാഡി മിടിപ്പുനിലച്ചിരുന്നു. കഴുത്തു തടവി മൂക്കിലേക്കു ശ്വാസം ഊതി വിടുകയും നെഞ്ചിൽ ആഞ്ഞിടിക്കുകയും ചെയ്തപ്പോൾ ഒരു നിലവിളിയോടെ അയാൾ ബോധം വീണ്ടെടുത്തു. അവശനായ അയാൾക്ക് വെള്ളം കൊടുത്ത് ഒരു വിധം നടക്കാനാകുമെന്ന് ഉറപ്പു വരുത്തിയതിനുശേഷം പിതാമഹൻ യാത്ര തുടർന്നു. പക്ഷേ, പിടിവലിക്കിടയിൽ ചീഫ് ജസ്റ്റീസ് ഒപ്പു വച്ച വധശിക്ഷാ ഉത്തരവ് നഷ്ടപ്പെട്ടു. പിതാമഹന് ഇംഗ്ലീഷ് വായിക്കാൻ

അറിയില്ലായിരുന്നെങ്കിലും ആ ഉത്തരവ് വധശിക്ഷ നടപ്പാക്കുന്നതിന് അത്യന്താപേക്ഷിതമായിരുന്നതിനാൽ തൂക്കുമരത്തിനു കാവൽനിന്ന പോലീസുകാരന് കുതിരയോടിച്ച് ചീഫ് മജിസ്ട്രേട്ടിനെ ചെന്നു കണ്ട് ഉത്തരവു നഷ്ടപ്പെട്ട വിവരം അറിയിക്കേണ്ടി വന്നു. വധശിക്ഷയ്ക്കു സാക്ഷ്യം വഹിക്കാൻ കുടുംബാംഗങ്ങളോടൊപ്പം പുറപ്പെടാൻ ചമയം നടത്തുകയായിരുന്ന അദ്ദേഹം ക്ഷോഭിക്കുകയും പോലീസുകാരന്റെ കരണത്തടിക്കുകയും സമയം പാഴാക്കുന്നതിന് ശകാരിച്ചുകൊണ്ട് പഠനമേശയിലേക്ക് പാഞ്ഞു ചെന്ന് മഷിക്കുപ്പിയിൽ മുക്കി വച്ചിരുന്ന തൂവൽ വലിച്ചെടുത്ത് നേരത്തെ പുറപ്പെടുവിച്ച ഉത്തരവ് ഓർമയിൽനിന്ന് വീണ്ടുമെഴുതുകയും ചെയ്തു:

"ഓൺ ദ് ടെന്ത് ഡേ ഓഫ് ജൂൺ ലെറ്റ് ദെം ബീ ടേക്കൺ ഫ്രം ജെയിൽ ടു ദ് പ്ലെയ്സ് ഓഫ് എക്സിക്യൂഷൻ, വിച്ച് പ്ലെയ്സ് ദ് ഷെരീഫ് ഡയറക്ടഡ് ടു പ്രിപ്പയർ ആസ് നിയർ ദ് ഹൗസ് ഓഫ് ദ് സ്ലെയിൻ വിക്ടിം സുശീൽ മോഹൻ, ആസ് കൺവീനിയന്റ്ലി മേ ബീ ആൻഡ് ദെയർ ലെറ്റ് ദ് സെഡ് മധു ദത്ത, മീർ അലി മുഹദമ്മദ്, ആൻഡേഴ്സൺ, ഹീയ്‌ലി, ഇസ്ഹാഖ്, സുബ്രതോ ദത്ത ആൻഡ് എവരി വൺ ഓൺ ദെം ബീ ഹാങ്ഡ് ബൈ നെക്ക്..."

സഞ്ജീവ് കുമാർ മിത്ര എന്നെ തുറിച്ചു നോക്കി ഇരുന്നു. അയാളുടെ മുഖത്തെ അജ്ഞതയും അവിശ്വാസവും കണ്ട് എനിക്ക് കോട്ടുവായ വന്നു. ഞാൻ മടുപ്പോടെ എഴുന്നേറ്റു.

"ഒരിക്കലെങ്കിലും എന്നെ നിങ്ങൾക്ക് ഒന്ന് അനുഭവിക്കണമെന്ന് അപേക്ഷിച്ചില്ലേ? അതു സാധിച്ചു തരാനാണ് ഇന്നു ഞാൻ വന്നത്... പക്ഷേ പറയാനല്ലാതെ നിങ്ങൾക്ക് അതിനു ധൈര്യമില്ല. യതീന്ദ്രനാഥ് ബാനർജിയുടെ ആയുസ്സിന്റെ കയർ പോലെ ഇതും നീണ്ടു നീണ്ടു പോകുന്നു. നിങ്ങൾക്ക് ഒരിക്കലും എന്നെ അനുഭവിക്കാൻ സാധിക്കുകയില്ല..."

ഞാൻ എന്റെ തുണിസഞ്ചി മടിയിൽ വച്ച് അതിൽനിന്ന് പഴ്സ് പുറത്തെടുത്ത് ചില്ലറ നാണയങ്ങൾ തിരഞ്ഞു.

"സന്ധ്യ മയങ്ങിയാൽ ഇവിടെ നിന്നു പുറത്തു കടക്കുക ബുദ്ധിമുട്ടാകും... പ്രത്യേകിച്ചും എന്നെപ്പോലെ അംഗസൗഷ്ഠവം ഒത്തിണങ്ങിയ ഒരു യുവതിക്ക്..."

ഞാൻ ഏറുകണ്ണിട്ട് അയാളെ നോക്കി.

"ചുവന്ന തെരുവിൽ യഥാർഥ പുരുഷൻമാർ ചിലപ്പോൾ എത്താതിരിക്കില്ല..."

എന്റെ ഓരോ വാക്കും ശരീരത്തിലെ അദൃശ്യ മുറിവുകളിൽ കുത്തിത്തുളയ്ക്കുന്ന മുനകളാണെന്ന് അയാളുടെ മുഖഭാവം വ്യക്തമാക്കി. അയാൾ എന്റെ വാക്കുകൾ കേൾക്കാത്ത മട്ടിൽ വീണ്ടും തലയാട്ടി ഒരു കുട്ടിയുടെ ശാഠ്യത്തോടെ ആവർത്തിച്ചു :

"ഇല്ല, എന്റെ പിതാമഹൻ ധനികനായിരുന്നു. അദ്ദേഹത്തിന് മോഷ്ടിക്കേണ്ട ആവശ്യമുണ്ടായിരുന്നില്ല..."

"നിങ്ങൾ എന്റെ ഥാക്കുമായുടെ നാണയം മോഷ്ടിച്ചതും വൈരക്കമ്മലുകൾ മോഷ്ടിച്ചതും ആവശ്യത്തിന്റെ പേരിലായിരുന്നോ?"

ഞാൻ ചൊടിച്ചു. അയാൾ അതു കേൾക്കാൻ പോലും തയ്യാറായില്ല.

"നഗരം നോക്കിനിൽക്കെ ദരിദ്രരെ ധനികരാക്കും. ധനികരെ ദരിദ്രരും..."

ഞാൻ പരിഹാസത്തോടെ പറഞ്ഞു. കീശകൾ നിറയെ പണവുമായി എത്തിയിരുന്ന യൂറോപ്യൻ നാവികർ അവസാനം മൈദാനിലെ വെളിമ്പറമ്പിൽ കൊതുകുകടി കൊണ്ട് ഉറങ്ങാൻ നിർബന്ധിതരായതിന്റെ എത്രയോ കഥകൾ ഥാക്കുമാ പറഞ്ഞിരിക്കുന്നു. സാഹിബ് ചോർ എന്നു വിളിക്കപ്പെട്ട വെളുത്ത കള്ളൻമാരുടെ വൻ സംഘം തന്നെ അന്നു നഗരത്തിൽ ജീവിച്ചു. അന്ന് ആറു പേരുടെ തൂക്കിക്കൊലയ്ക്കു പുറപ്പെട്ട പിതാമഹൻമാർ ആദ്യം ഇംഗ്ലീഷ് സാഹിബുമാരെ തൂക്കി. പിന്നീട് ബംഗാളികളെയും അതു കഴിഞ്ഞ് മുസൽമാൻമാരെയും. അവസാനത്തെ മുസൽമാന്റെ കഴുത്തിൽ കുടുക്കിടാൻ തുടങ്ങിയപ്പോൾ അയാൾ ഇടറിയ ശബ്ദത്തിൽ പറഞ്ഞു:

"എന്നെ കൊന്നാൽ ആ പാപം നിങ്ങളെ അന്ത്യവിധി നാളിലും പിന്തുടരും... ഞാൻ നിരപരാധിയാണ്..."

പിതാമഹന്റെ കൈ വിറച്ചു. അയാളുടെ കഴുത്തിൽ കുടുക്കിടാനെടുത്ത കയറിന് നീളം കുറവായിരുന്നു. അതു നിലത്തു വീണുരഞ്ഞതായിരുന്നു. മാ കാളിയെയും ഭഗവാൻ മഹാദേവനെയും ധ്യാനിച്ച് അദ്ദേഹം അയാളുടെ കഴുത്തിൽ കുടുക്ക് മുറുക്കി. പൊതുവഴിയിലെ കഴുമരമായതിനാൽ ലിവറും നിലവറയും ഉണ്ടായിരുന്നില്ല. ഒരു ഉയർന്ന സ്റ്റൂളിൽ അയാളെ കയറ്റി നിർത്തിയിരിക്കുകയായിരുന്നു. സമയമായപ്പോൾ മജിസ്ട്രേട്ട് ചുവന്ന തൂവാല താഴേക്കിട്ടു. പിതാമഹൻ സ്റ്റൂൾ വലിച്ചു. അയാൾ നിലതെറ്റി അന്തരീക്ഷത്തിൽ പിടഞ്ഞു. അഞ്ചു കൊലകൾക്കും സാക്ഷ്യം വഹിച്ച ജനക്കൂട്ടം അത്തവണയും ആഹ്ലാദത്തോടെ ആർത്തു വിളിച്ചു. പുള്ളിയുടെ കഴുത്തെല്ല് പൊട്ടിയതുപോലെ പിതാമഹന് തോന്നി. പക്ഷേ കൃത്യമായും ആ നിമിഷം എല്ലാവരെയും അന്ധാളിപ്പിച്ച് കയർ പൊട്ടി അയാൾ നിലത്തു വീണു. ഒരു നിമിഷം അവിടെമാകെ നിശ്ശബ്ദത നിറഞ്ഞു. വധശിക്ഷ നേരിൽക്കാണാനെത്തിയിരുന്ന ജനക്കൂട്ടവും മജിസ്ട്രേട്ടും പോലീസ് ഉദ്യോഗസ്ഥരും തറഞ്ഞു നിന്നു.സത്യനാഥ പിതാമഹൻ ഓടിച്ചെന്ന് അയാളെ താങ്ങിയെടുത്തു കഴുത്തിലെ കുടുക്ക് അറുത്തു. അപ്പോൾ ഒരു നിലവിളിയോടെ അയാൾ പുളഞ്ഞു. പിന്നീട് ഒന്നു പിടഞ്ഞ് നിശ്ചലനായി. അന്ന് യജമാനൻമാരുടെ വീടുകളിൽ നിന്ന് ഓടിപ്പോയ രണ്ട് അടിമപ്പെണ്ണുങ്ങളുടെ ശിക്ഷ നടപ്പാക്കുന്ന ജോലിയും പിതാമഹൻമാർക്കു നിർവഹിക്കേണ്ടതുണ്ടായിരുന്നു. നീംതലഘാട്ടിൽ ഞങ്ങളുടെ വീടിനു തൊട്ടടുത്ത് അന്ന് മാസംതോറും നടന്നിരുന്ന അടിമച്ചന്തയിൽ വിൽക്കപ്പെട്ട രണ്ട് ചെറിയ ബാലികമാരായിരുന്നു ഇരുവരും. ഒരു വ്യാപാരിയുടെ വീട്ടിൽ നിന്ന് ഒളിച്ചോടിയതിന് അവർക്കു ജഡ്ജി വിധിച്ചത് ചൂരൽ വടിയാൽ പതിനഞ്ച് അടികളാണ്. പെൺകുട്ടികളുടെ കറുത്തു മെലിഞ്ഞ നട്ടപ്പുറത്ത് കുറുവടിയോളം വണ്ണമുള്ള ചൂരൽ ആഞ്ഞു വീണപ്പോൾ പിതാമഹന്റെ മുഖത്തേക്കു രക്തം തെറിച്ചു. യജമാനന്റെ വീട്ടിൽനിന്ന് വലിച്ചെറിയപ്പെട്ട കാലിക്കുപ്പികൾ മോഷ്ടിച്ചു വിറ്റ തൂപ്പുകാരിക്കും അതുതന്നെയായിരുന്നു ശിക്ഷ. അവളെയും കുപ്പികൾ വിലയ്ക്കു വാങ്ങിയ കടക്കാരനെയും ചൂരൽ വടിയാൽ അടിച്ചതും കാളവണ്ടിയുടെ പിന്നിൽ കൈകൾ കെട്ടിയിട്ട് നഗരം ചുറ്റി ചെണ്ട കൊട്ടി വിളംബരം ചെയ്തതും അന്നത്തെ ദിവസം തന്നെ

യായിരുന്നു. പക്ഷേ, അന്നു പിതാമഹൻമാർ നിർവഹിച്ച മഹത്തായ നീതി നിർവഹണങ്ങൾ ഒരു നിരപരാധിയുടെ കഴുത്തിലിട്ട പൊട്ടിപ്പോയ കയറിന്റെ അപമാനത്തിൽ അപ്രസക്തമായി. നീതി ദേവതയ്ക്ക് താൻ അപമാനം വരുത്തിയെന്ന വ്യസനത്തോടെ സത്യനാഥ പിതാമഹൻ ചിത്തേശ്വരീ ദേവി യുടെ ക്ഷേത്രത്തിലേക്കു പോയി. ആ പകലും രാത്രിയും അവിടെ ഉപവാസം അനുഷ്ഠിച്ചു ധ്യാനിച്ചു. പിറ്റേന്നു പുലർച്ചെ ബ്രാഹ്മമുഹൂർത്തത്തിൽ ദേവീ സന്നിധിയിൽ ബലിയർപ്പിക്കാൻ എത്തിയ കള്ളൻമാരും പിടിച്ചു പറി ക്കാരും കവർച്ചക്കാരും അദ്ദേഹത്തെ കണ്ട് ഓടിപ്പോയി. വെളിച്ചം പരന്ന പ്പോൾ പിതാമഹൻ വീട്ടിലേക്കു പുറപ്പെട്ടു. ക്ഷേത്രത്തെ പൊതിഞ്ഞ കാട്ടി നുള്ളിലെ നടപ്പാതയിലൂടെ മാനസാദേവിക്ക് വഴിപാടുനേർന്ന് പാമ്പുകളെ സൂക്ഷിച്ച് പിതാമഹൻ നടക്കുമ്പോൾ പെട്ടെന്ന് ആരോ വഴി തടഞ്ഞു. ഭഗ വാൻ മഹാദേവനെപ്പോലെ കഴുത്തിൽ കയറുരഞ്ഞു നീലിച്ച പാടുള്ളഅരോ ഗദൃഢഗാത്രനായ ചെറുപ്പക്കാരൻ ഒരു കടലാസ് ഉയർത്തിപ്പിടിച്ചു. പിതാമ ഹൻ അതു തിരിച്ചറിഞ്ഞു. ആ ചെറുപ്പക്കാരൻ അതുറക്കെ വായിച്ചു: "ഓൺ ദ് ടെന്ത് ഡേ ഓഫ് ജൂൺ ലെറ്റ് ദെം ബീ ടേക്കൺ ഫ്രം ജെയിൽ ടു ദ് പ്ലെയ്സ് ഓഫ് എക്സിക്യൂഷൻ, വിച്ച് പ്ലെയ്സ് ദ് ഷെരീഫ് ഡയറക്ടഡ് ടു പ്രിപ്പയർ ആസ് നിയർ ദ് ഹൗസ് ഓഫ് ദ് സ്ലെയിൻ വിക്ടിം..."

"നീയാരാണ്?"

അദ്ഭുതത്തോടെ പിതാമഹൻ ചോദിച്ചു.

"നരേൻ ദാക്കട്ട്."

അയാൾ പറഞ്ഞു.

"കേട്ടിട്ടുണ്ട്. നീയല്ലേ കവർച്ച നടത്തിയുണ്ടാക്കുന്ന പണം സാധു ക്കൾക്ക് ദാനം ചെയ്യുന്നത്?"

"ഏതു ദേശത്തും അങ്ങനെ ചിലർ വേണം. ഇല്ലെങ്കിൽ നാടു മുടിയും..."

അയാൾ ചിരിച്ചു.

"എന്താ ഇപ്പോൾ വന്നത്?"

"ഇന്നലത്തെ സംഭവം..."

"തൊഴിലാണു മകനേ, ദൈവം..."

"തൊഴിലാണ്, മഹാശയ്, ദൈവം..."

അയാൾ കൈകൂപ്പി.

"നീ മരിച്ചെന്ന് ഞാൻ ഭയന്നു..."

നിലത്തുരഞ്ഞതിനാൽ പുറംതോൽ പൊളിഞ്ഞ് കരുവാളിച്ചു പോയ അയാളുടെ ശരീരത്തിലേക്കു പിതാമഹൻ വാൽസല്യത്തോടെ നോക്കി.

"ആരാച്ചാർക്ക് മരണത്തെ ഭയമോ?"

"മരണമെന്താണെന്ന് പറഞ്ഞു തരാൻ, മകനേ, ഞങ്ങൾ ഗൃദ്ധാ മല്ലിക്കു മാർ കഴുത്തിൽ കുടുക്കിട്ടവരാരും ജീവിതത്തിലേക്കു തിരിച്ചു വന്നിട്ടില്ല."

"ഞാൻ തിരിച്ചു വന്നു. ഇനിയും വരും..."

അയാൾ പറഞ്ഞു. ഞങ്ങളുടെ ചിത്പൂരിന് ആ പേരു കിട്ടിയത് ചിത്തേ ശ്വരി ദേവിയുടെ പേരിൽനിന്നാണെന്നും അതല്ല, ചിത്തേ ദാക്കട്ട് എന്ന കൊള്ളക്കാരനിൽനിന്നാണെന്നും രണ്ടു പക്ഷമുണ്ട്. കാളീഘട്ടിനു പുറമെ

കൽക്കട്ടയിലെ പ്രധാന ക്ഷേത്രങ്ങളിലൊന്നായിരുന്ന ചിത്തേശ്വരീ ക്ഷേത്രത്തിൽ നരബലി കൊടുത്തിട്ടാണ് ചിത്തേ ദാക്കട്ട് കവർച്ചയ്ക്കു പുറപ്പെട്ടത്. കൊള്ളയുടെയും കവർച്ചയുടെയും കൂടി ദേവതയായിരുന്നു, മരണത്തിന്റെയും നീതിയുടെയും ദേവതയായിരുന്ന മാ കാളി. ചിത്തേ ദാക്കട്ടിനു ശേഷം പേരെടുത്ത നരേൻ ദാക്കട്ടിനെ അയാൾ പ്രവചിച്ചതുപോലെ സത്യനാഥ പിതാമഹൻ തന്നെ തൂക്കിലേറ്റി. താന്തിപാരയിൽ ഗോപാൽ ക്രിസ്റ്റോലെയിനിന്റെ അറ്റത്ത്, ഇന്നത്തെ ബീഡൺ സ്ട്രീറ്റിന് കിഴക്കു വശത്ത് നീംതലയിലേക്കു പോകുന്ന വഴിയിൽത്തന്നെയായിരുന്നു നാരായൺ ജീവിച്ചിരുന്നതെങ്കിലും അയാളുടെ അമ്മയൊഴികെ അയൽവാസികളിലാരും അയാളെ കണ്ടിരുന്നില്ല. പോലീസ് പിടിക്കാൻ ശ്രമിച്ചപ്പോൾ സാധുക്കൾ അയാളെ രക്ഷിച്ചു. ഒടുവിൽ ഒരു കൂട്ടാളി അയാളെ ഒറ്റിക്കൊടുത്തു. ഒരു തലശ്ശേരിക്കാരന്റെ വീട്ടിൽ നടത്തിയ കവർച്ചയ്ക്കിടെ നരേൻ ദാക്കട്ട് പിടിക്കപ്പെട്ടു. അയാളെയും മൂന്നു കൂട്ടാളികളെയും തൂക്കിലേറ്റാൻ കോടതി വിധിച്ചു. ശിക്ഷ നടപ്പാക്കാൻ പുറപ്പെട്ടപ്പോൾ പിതാമഹന്റെ തൂക്കുകയർ ചുറ്റുകളിലൊന്ന് കെട്ടിവച്ചിരുന്ന ചരടുകൾ പൊട്ടി ജീവനുള്ളതുപോലെ മൂരിനിവർത്ത് സ്വതന്ത്രമായി നെടുനീളത്തിൽ താഴേക്കു പിടയുകയും വിളക്കിന്റെ നാളത്തിൽ സ്പർശിച്ച് തീയാളിപ്പടരുകയും ചെയ്തു. തൂക്കു കയർ കത്തുന്നതിനേക്കാൾ അശുഭലക്ഷണം മറ്റൊന്നില്ല. പിതാമഹൻ പരിഭ്രാന്തനായി. കൈപ്പത്തി കൊണ്ടമർത്തി തീ കെടുത്തി. അദ്ദേഹത്തിന്റെ കൈവെള്ള പവൻ വട്ടത്തിൽ വ്രണപ്പെട്ടു. കയർച്ചുറ്റുമായി തൂക്കുമരത്തിലേക്കു നടക്കുമ്പോൾ ഒരിക്കലും സംഭവിക്കാത്തതുപോലെ പോലെ പിതാമഹന്റെ ഹൃദയം പെരുമ്പറ മുഴക്കുകയും കൈവിരലുകൾ തണുത്തുറയുകയും ചെയ്തു. നിരന്നു നിന്ന മൂന്നു പേരും കേൾക്കെ പോലീസ് അധികാരി കോടതി ഉത്തരവ് ഉറക്കെ വായിച്ചു. സത്യനാഥ പിതാമഹൻ ആത്മധൈര്യത്തിനായി മാ കാളിക്ക് മൂന്ന് കുഞ്ഞാടുകളെ നേർന്നു. ജനക്കൂട്ടം പതിവിനു വിപരീതമായി നിശ്ശബ്ദരായി കണ്ണുനീരൊഴുക്കി.

"ഓൺ ദ് ഫോർട്ടീന്ത് ഡേ ഓഫ് ഓഗസ്റ്റ് ലെറ്റ് ദെം ബീ ടേക്കൺ ഫ്രം ജെയിൽ ടു ദ് പ്ലെയ്സ് ഓഫ് എക്സിക്യൂഷൻ, വിച്ച് പ്ലെയ്സ് ദ് ഷെരീഫ് ഡയറക്ടഡ് ടു പ്രിപ്പയർ ആസ് നിയർ ദ് ഹൗസ് ഓഫ് ദ് സ്ലെയിൻ വിക്ടിം കുൻജാലി മാപ്പ്ലാ, ആസ് കൺവീനിയന്റ്ലി മേ ബീ ആൻഡ് ദെയർ ലെറ്റ് ദ് സെഡ് നരേൻ ദാക്കട്ട്, ഹരി ദാക്കട്ട് ആൻഡ് അലി ദാക്കട്ട് എവരി വൺ ഓൺ ദെം ബീ ഹാങ്ഡ് ബൈ നെക്ക്.."

ഹരി ദാക്കട്ടിന്റെയും അലി ദാക്കട്ടിന്റെയും തൂക്കിക്കൊല സുഗമമായി നിർവഹിക്കപ്പെട്ടു. അതു വികാരരഹിതമായി കണ്ടു നിന്ന നരേൻ ദാക്കട്ടിനെ സമീപിച്ചു കൈകാലുകൾ കെട്ടുമ്പോൾ അയാൾ മന്ത്രിച്ചു:

"ആ ഉത്തരവിൽ ഒരു തെറ്റുണ്ട്. ഞാൻ നരേൻ അല്ല... നാരായണൻ ആണ്.."

മനസ്സിലാകാതെ നോക്കിയ പിതാമഹനോട് അയാൾ പറഞ്ഞു.

"അങ്ങ് തെക്കേ അറ്റത്തുനിന്നാണ് ഞാൻ വരുന്നത്.."

"വരേണ്ടിയിരുന്നില്ല..."

"ഞാൻ പണ്ടു വീടു വിട്ടു പോയ സ്വന്തം മകനാണെന്നാണ് എന്റെ അമ്മ വസുന്ധരാദേവിയുടെ വിശ്വാസം.."

"ആ പാവത്തോട് എന്തിനാണ് ഇങ്ങനെയൊരു ചതി ചെയ്തത്?"

"സ്നേഹക്കൂടുതൽ കൊണ്ട്..."

അത്രയും സംസാരിക്കാനേ സമയം ലഭിച്ചുള്ളൂ. അതിനുള്ളിൽ കുടുക്ക് കഴുത്തിൽ ഉറപ്പിക്കപ്പെട്ടു. മജിസ്ട്രേറ്റ് ചുവന്ന തൂവാല താഴെയിട്ടു. പിതാമഹൻ യാന്ത്രികമായി സ്റ്റൂൾ തള്ളിമാറ്റി. അയാൾ പിടഞ്ഞു. പിതാമഹൻ കണ്ണടച്ച് ഒരു മാത്ര കാത്തു. ഒരു വലിയ ശബ്ദത്തോടെ കഴുമരമൊടിഞ്ഞ് അയാൾ നിലത്തു വീണു. ആളുകൾ നിലവിളിച്ച് നാലു പാടും ഓടി. അയാൾ നിശ്ചലനായി കിടന്നു. പിതാമഹൻ അടുത്തു ചെന്നു കഴുത്തിലെ കയർ അറുത്തു. അപ്പോൾ അയാൾ പിടഞ്ഞു. അതിവേദനയിൽ ഉറക്കെ നിലവിളിച്ചു. പിതാമഹൻ അയാളെ താങ്ങിയിരുത്തി വെള്ളം കൊടുത്തു. ഡപ്യൂട്ടി പോലീസ് കമ്മീഷണറും ജഡ്ജിയും തിരക്കിട്ട് പുതിയ ഉത്തരവുണ്ടാക്കാൻ പാഞ്ഞു പോയി. ആൾക്കൂട്ടത്തിനു നടുവിൽ പിതാമഹന്റെ മടിയിൽ നാരായൺ ദാക്കട്ട് കണ്ണുകൾ തുറന്നു.

"ശരിയാണ്, നീ വീണ്ടും തിരിച്ചു വന്നു..."

പിതാമഹൻ വാൽസല്യത്തോടെ മന്ത്രിച്ചു.

"ആ കെട്ട് അറുക്കേണ്ടിയിരുന്നില്ല... ഞാൻ പുറപ്പെട്ടതാണ്... തിരിച്ചു വിളിച്ചു..."

അയാൾ വേദനയോടെ ഞരങ്ങി.

"പുറപ്പെട്ടവരാരും തിരിച്ചുവന്നിട്ടില്ല, മകനേ..."

പിതാമഹൻ പറഞ്ഞു. അയാൾ ചിരിച്ചു.

"പക്ഷേ ഞാൻ സത്യമാണു പറയുന്നത്. മരണമെന്താണെന്നു ഞാൻ പറഞ്ഞു തരാം..അതിനു വേണ്ടിയായിരിക്കാം, ഞാൻ തിരിച്ചു വന്നത്..."

പിതാമഹൻ സംഭ്രമിച്ചു. നരേൻ ദാക്കട്ട് ഉമിനീരിറക്കി.

"ആദ്യം എനിക്ക് അനുഭവപ്പെട്ടത് കയർക്കുരുക്കു കഴുത്തിൽ മുറുകുന്ന വേദനയാണ്. പുറമേയ്ക്കു മിനുസപ്പെടുത്തിയതെങ്കിലും ഓരോ കയറും അനന്തസഹ്രസം കൂർത്ത മുനകൾ ചേർന്നതാണെന്നു ഞാൻ തിരിച്ചറിഞ്ഞു. കഴുത്തിലെ മൃദുലമായ ചർമ്മത്തെ കുത്തിത്തുളച്ച് അവ മാംസത്തിലേക്ക് തുളഞ്ഞു കയറുന്നതിന്റെ ഒന്നോ രണ്ടോ മാത്രകൾ നീണ്ട അതി തീവ്രമായ വേദനയോടൊപ്പം ശരീരത്തിന്റെ ഭാരം മുഴുവൻ ഞാൻ കഴുത്തിൽ അറിഞ്ഞു. പൂർണമായിരുന്ന ശരീരം പിരിഞ്ഞ പാലു പോലെ പല തരികളായി തമ്മിൽ അതിശീഘ്രം വേർപെട്ടു. അടിവയറ്റിനും താഴെ എവിടെയോ നിന്ന് കുലച്ച വില്ലിൽനിന്നു ശരം പോലെ ഒരു വേദന നട്ടെല്ലിലൂടെ പാഞ്ഞ് ആന്തരികാവയവങ്ങളെ ഛിന്ന ഭിന്നമാക്കി ഹൃദയത്തെയും തലച്ചോറിനെയും നേർരേഖയിൽ ഖണ്ഡിച്ച് തലയോട്ടി തുളച്ചു. കണ്ണുകൾക്കു മുമ്പിൽ ആ സമയത്ത് കൂടുതുറന്നു വിട്ട പക്ഷിയുടെ ആകൃതിയിൽ ഒരു പ്രകാശനാളം അതിദ്രുതം പുറത്തേക്കു പാഞ്ഞു. പിടിച്ചു നിർത്തിയതു പോലെ എല്ലാ വേദനയും മാഞ്ഞു. ആ സമയം, ആരോ ഒരു തൂവൽ കൊണ്ട് എന്റെ പാദങ്ങളിൽ നിന്ന് മുകളിലേക്ക് ഉഴിയുന്ന അനുഭവവുമുണ്ടായി. ശാന്തമായിത്തീർന്ന

ശരീരത്തിന്റെ അസ്ഥികൾ കാഠിന്യം നഷ്ടപ്പെട്ട് മൃദുലമായി. എനിക്ക് ഞാൻ ഭാരമല്ലാതായി. ഞാൻ ഒരു പർവതത്തിന്റെ താഴെയായിയിരുന്നു. കുത്തനെയുള്ള കയറ്റം നിലത്തു കാൽ തൊടാതെ ഒട്ടും ക്ലേശമില്ലാതെ ഞാൻ കയറിത്തുടങ്ങി..."

അയാളുടെ കണ്ണുകൾ നിറഞ്ഞിരുന്നു. ശ്വാസമെടുക്കാൻ ബദ്ധപ്പെട്ട് അയാൾ പിതാമഹനോടു പറഞ്ഞു.

"മരണം ഒരു മല കയറ്റമാണ്. എന്നെ വിശ്വസിക്കൂ..."

അത്രയുമായപ്പോൾ ജഡ്ജിയുടെ കുതിരവണ്ടി കുടമണികൾ കിലുക്കി തിരികെ വന്നു. പോലീസ് സൂപ്രണ്ടിന്റെ കറുത്ത അറബിക്കുതിരയുടെ കുളമ്പടികളിൽ ബരാബസാറിലെ പൊടിപടലം ഉയർന്നു. പുതിയ ഉത്തരവ് എഴുതപ്പെട്ടു കഴിഞ്ഞിരുന്നു. ഫാൻസി ലെയിനിലെ കഴുമരത്തിലേക്ക് അവർ പിതാമഹനെയും നാരായൺ ദാക്കട്ടിനെയും കൊണ്ടുപോയി. ആരാച്ചാരും തൂക്കുപുള്ളിയും ഒരേ കുതിരവണ്ടിയിൽ കുടുങ്ങിക്കുടുങ്ങി മരണത്തിന്റെ നാൽക്കവലയിലേക്ക് ഒന്നിച്ചു യാത്ര ചെയ്തു.

"എന്തിനാണ് നിങ്ങൾ കള്ളനായത്?"

പിതാമഹൻ വിങ്ങലോടെ അന്വേഷിച്ചു.

"വെളുത്ത കള്ളനാകണോ കറുത്ത കള്ളനാകണോ എന്നതായിരുന്നു ചോദ്യം... ഞാൻ കറുത്ത കള്ളനായി..."

ഫാൻസി ലെയിനിലെ തൂക്കുമരത്തിൽ അയാളുടെ ശരീരം തൂങ്ങിയാടി. പിതാമഹൻ കരഞ്ഞത് അതിനു ശേഷമാണ്. നീതി നടപ്പാക്കിയതിനു ശേഷം ഗംഗയിൽ നൂറ്റെട്ടു തവണ മുങ്ങി പാപം തീർത്ത് വീട്ടിലേക്കു മടങ്ങുമ്പോൾ ഘാട്ടിന്റെ പടിക്കെട്ടുകൾക്കു മേൽ അദ്ദേഹത്തെ കാത്ത് ഒരു സ്ത്രീ ചേല ശിരസ്സിലൂടെ വലിച്ചിട്ടു മുഖം കുനിച്ചു കാത്തു നിന്നു.

"ആരാണ്?

പിതാമഹൻ അന്വേഷിച്ചു. അവർ കണ്ണുനീർ തുളുമ്പുന്ന മുഖം അദ്ദേഹത്തിനു നേരെ ഉയർത്തി.

"എന്തിനാണ് നിങ്ങൾ കരയുന്നത്?"

"ചോരേർ മായേർ കണ്ണാ, ഉഗർ ബാരോ നോയ്, ഫുകാർ ബാരോ നോയ്...!"

അവർ മുഖമുയർത്തി. മോഷ്ടാവിന്റെ അമ്മയുടെ നിഷേധിക്കാനാവത്തതും അതേ സമയം അനുവദിക്കാനാകാത്തതുമായ കണ്ണുനീർ പിതാമഹൻ കണ്ടു.

"അവനെ അവർ എന്തു ചെയ്തു?"

അവർ പിതാമഹനോടു ചോദിച്ചു. പിതാമഹൻ കുറ്റവാളിയെപ്പോലെ നിന്നു. തൂക്കിലേറ്റി കൊല്ലുകയും മരിച്ചു എന്ന് ഉറപ്പു വരുത്തി കൂലി വാങ്ങുകയും ചെയ്തു കഴിഞ്ഞാൽ ഇന്നത്തെപ്പോലെ അന്നും തന്റെ നീതിനടപ്പാക്കലിന് വിധേയനായ പൗരനെക്കുറിച്ച് ആരാച്ചാർക്ക് ഏറെയൊന്നും അറിയുമായിരുന്നില്ല.

"എനിക്ക് അവന്റെ ശരീരം കിട്ടിയില്ല... ഒരു എല്ലിൻ കഷ്ണം പോലും ആ പട്ടികൾ എനിക്കു തന്നില്ല. എന്താ, അവരതു മുഴുവനും തിന്നു കളഞ്ഞോ?"

അവർ ആക്രോശിച്ചു.

"കഴിയുമെങ്കിൽ അവന്റെ ഒരു എല്ലിൻ കഷ്ണമെങ്കിലും എനിക്കു തരൂ. ഞാനതു മൂന്നായി ഒടിച്ച് അതിൽനിന്ന് മൂന്നു നരേൻമാരെ സൃഷ്ടിക്കാം. അവരോരുത്തരും മൂന്നു പേരെ വീതം സൃഷ്ടിച്ചാൽ, മഹാശയ്, താങ്കളുടെ യജമാനൻമാരായ വെളുത്തവരും കറുത്തവരുമായ എല്ലാ നായ്ക്കളും ഒന്നിച്ചു വിചാരിച്ചാലും വിഴുങ്ങിത്തീർക്കാനാകാത്തത്ര നരേൻമാരെ ഈ ലോകത്തിനു ഞാൻ സമ്മാനിക്കും..."

പിതാമഹൻ തരിച്ചു നിന്നു. നൂറ്റാണ്ടുകൾക്കിപ്പുറം എന്റെ ശരീരവും കോരിത്തരിച്ചു.

"കഥ കേട്ടിരുന്നു സമയം പോയി, ചേതനാ... എനിക്കു തിരക്കുണ്ട്..."

സഞ്ജീവ് കുമാർ മിത്ര പെട്ടെന്നു ഗൗരവം പൂണ്ടു വാച്ചിൽ നോക്കി.

"എനിക്കു നിങ്ങളോടു സംസാരിക്കണം..."

ഞാൻ എഴുന്നേൽക്കാൻ വിസമ്മതിച്ചു.

"സംസാരിക്കേണ്ടത് എന്നോടല്ല. ലോകത്തോടാണ്. അതിനു നീ തയ്യാറുമല്ല..."

" ഞാൻ നിങ്ങളെ സ്നേഹിച്ചിരുന്നു..."

എന്റെ ശബ്ദം വിങ്ങി. സഞ്ജീവ് കുമാർ മിത്ര എന്നെ സൂക്ഷിച്ചു നോക്കി നിശ്ശബ്ദനായി നിന്നു.

"സ്നേഹിച്ചിരുന്നു എന്നു പറഞ്ഞാൽ?"

"നിങ്ങൾ എന്നെ സ്നേഹിക്കുന്നുണ്ടെന്നു ഞാൻ വിശ്വസിച്ചു..."

അയാൾ ഉത്തരം പറയാതെ ചിരിക്കാൻ ശ്രമിച്ചു.

"ഞാൻ നിന്നെ വിവാഹം കഴിക്കാൻ ആഗ്രഹിച്ചു. പക്ഷേ നീയും നിന്റെ ബാബായും എന്നെ അപമാനിക്കുകയല്ലേ ചെയ്തത്? എന്നുവച്ച് എനിക്കിപ്പോഴും വിരോധമൊന്നുമില്ല. പക്ഷേ ഞാൻ പറയുന്നത് അനുസരിക്കണം."

"നിങ്ങളെന്നെ ആരായിട്ടാണ് കാണുന്നത്? ഇരയായിട്ടോ ദാസിയായിട്ടോ?"

"നീയെന്നെ എങ്ങനെയാണ് കാണുന്നത്?"

"ഇണയായിട്ട്..."

എന്റെ ശബ്ദം ഇടറി. ചിരിക്കാനുള്ള എല്ലാ ശ്രമങ്ങളും നശിപ്പിച്ചുകൊണ്ട് എന്റെ കണ്ണുകൾ നിറഞ്ഞു. ഇരുപത്തിരണ്ടു വയസ്സിന്റെ അപകർഷബോധത്തോടെയും നിസ്സഹായതയോടെയും ഞാൻ ഒരു പുരുഷന്റെ മുമ്പിൽ തലകുനിച്ചു നിന്നു. അയാൾക്ക് എന്നെ സ്വീകരിക്കാമായിരുന്നു. അല്ലെങ്കിൽ നിരസിക്കാമായിരുന്നു. രണ്ടും ചെയ്തില്ല. പകരം എന്നെ ഒരു കച്ചവടച്ചരക്കു മാത്രമാക്കി. അപ്പോൾ സഞ്ജീവ് കുമാർ മിത്രയുടെ ഫോൺ വീണ്ടും ബെല്ലടിച്ചു. അയാൾ ആശ്വാസത്തോടെ ഫോണുമായി രണ്ടു ചുവടു നടന്നു.

"ഗ്രേറ്റ് അച്ചീവ്മെന്റ്, ഹരീഷ് ബാബൂ...!"

അയാളുടെ മുഖം പ്രകാശിച്ചു. ഫോൺ വച്ച് അയാൾ ആഹ്ലാദത്തോടെ ചിരിച്ചു.

"അവർ രാഷ്ട്രപതിക്ക് കത്തയയ്ക്കാൻ സമ്മതിച്ചു..."

"ആര്?"

ഞാൻ അമ്പരന്നു.

"മൃദുല ചാറ്റർജിയുടെ വീട്ടുകാർ... വധശിക്ഷ റദ്ദാക്കരുത് എന്ന് ആവശ്യപ്പെട്ട്... ഇനി സംഗതി കൊഴുക്കും."

എന്റെ ഹൃദയം ഇരുണ്ടു.

"ഇത്രയും കാലം അവർ മറഞ്ഞു നിൽക്കുകയായിരുന്നല്ലോ. കൊല്ലപ്പെട്ട പെൺകുട്ടിയുടെ വീട്ടുകാർ മിണ്ടാതിരിക്കുകയും നാട്ടുകാർ മുഴുവൻ നിലവിളിക്കുകയുമായിരുന്നു ഇതുവരെ. ഇതോടെ കളി മാറും."

അയാൾ ഉൻമേഷവാനായി.

"ഹരീഷ് ബാബു ചോദിച്ചത് കേട്ടോ? എങ്ങനെ സാധിച്ചു ഇത്, എന്ന്... സത്യം പറയാമല്ലോ, ചേതനാ, എനിക്കും അറിഞ്ഞുകൂടാ... അവരെങ്ങനെ മനസ്സു മാറ്റിയെന്ന്..."

ഞാൻ നെടുവീർപ്പിട്ടു.

"ത്രീ റെയ്സ്ഡ് ടു ദ് പവർ ഓഫ് എയ്റ്റീൻ..."

അയാൾക്ക് അതിന്റെ അർഥം മനസ്സിലായില്ല. അപ്പോൾ വാതിൽക്കൽ ആരോ മുട്ടി. സഞ്ജീവ് കുമാർ മിത്ര ജാഗരൂകനായി. അയാൾ നിഴൽ വീണ മുഖത്തോടെ വാതിൽ തുറന്നു. മുമ്പു ഞാൻ വന്നപ്പോൾ കണ്ട പെൺകുട്ടി അകത്തേക്കു തലനീട്ടി.

"സൊഞ്ജു ബാബുവിന്റെ ഒപ്പം വന്നതാരാണെന്ന് ദീദി ചോദിച്ചു.."

"അറിഞ്ഞിട്ടിപ്പോഴെന്താ ആവശ്യം?"

സഞ്ജീവ് കുമാർ മിത്ര ക്ഷോഭിച്ചു.

"ഒന്നു കാണണമെന്നു പറഞ്ഞു..."

"കാണേണ്ടപ്പോൾ ഞാൻ കാണിച്ചു തരാമെന്നു പറയൂ..."

അയാളുടെ പരുഷമായ വാക്കുകൾകേട്ട് അവൾ എന്തു വേണമെന്നറിയാതെ നിന്നു. അവൾ പോയതും സഞ്ജീവ് കുമാർ മിത്ര ധൃതി കൂട്ടി.

"ചേതന പോയ്ക്കോളൂ... ഇത് അത്ര നല്ല സ്ഥലമല്ലെന്നു ഞാൻ പറഞ്ഞു തരേണ്ടതില്ലല്ലോ..."

അയാൾ കണ്ണടയെടുത്തു വച്ച് ധൃതിയിൽ പോകാനൊരുങ്ങി. എനിക്കു പിന്നെ നിൽക്കാൻ തോന്നിയില്ല. നിരാശയോടെ ഞാൻ പടിയിറങ്ങി. അയാളുടെ ചരിത്രത്തിൽ എനിക്കു താൽപര്യമുണ്ടായിരുന്നു. പക്ഷേ ആ താൽപര്യം അയാൾക്കുണ്ടായിരുന്നില്ല. അയാൾ കടലിൽത്തന്നെയോ നദിയിൽത്തന്നെയോ ജീവിച്ചു മരിക്കുന്ന സാധാരണ മത്സ്യത്തെപ്പോലെ വർത്തമാനത്തിൽ മാത്രം ഒതുങ്ങി. നാരായൺ ദാക്കട്ടിന്റെ എല്ലിൻ കഷ്ണങ്ങളെക്കുറിച്ച് എനിക്കു നഷ്ടബോധം തോന്നി. ആ എല്ലിൻ കഷ്ണങ്ങളിലൊരെണ്ണമെങ്കിലും വസുന്ധരാദേവിക്കു കിട്ടിയിരുന്നെങ്കിൽ അവർ അത് മൂന്നായി ഒടിച്ച് ഓരോന്നിൽനിന്നും മൂന്നു നാരായണൻമാരെ സൃഷ്ടിച്ചിരുന്നെങ്കിൽ, അവരോരുത്തരും മറ്റു മൂന്നു പേരെ വീതം സൃഷ്ടിച്ചിരുന്നെങ്കിൽ ഒരു മണിക്കൂറിനുള്ളിൽ രാജ്യത്തെ പ്രായപൂർത്തി വോട്ടവകാശമുള്ള മുഴുവൻ പേരും....!

— എനിക്കു നിരാശ തോന്നി.

നാൽപ്പത്തിമൂന്ന്

നരേൻ ദാക്കട്ടിനെ തൂക്കിലേറ്റിയ സത്യനാഥ ഗൃദ്ധാ മല്ലിക് പിതാമഹന്റെ സഹോദരിയുടെ പേരക്കുട്ടിയായിരുന്നു രാംനാഥ് ഗൃദ്ധാമല്ലിക്. രാംനാഥ് പിതാമഹനാണ് സോനാഗച്ചിയെക്കുറിച്ചും ഗണികകളെക്കുറിച്ചും ഞങ്ങളുടെ ശരീരത്തിൽ വിറയലും ഹൃദയത്തിൽ ചവർപ്പും സൃഷ്ടിച്ചത്. രാംനാഥ് പിതാമഹന് അന്നു പതിനാറു വയസ്സേയുണ്ടായിരുന്നുള്ളൂ. എന്റെ അച്ഛനെപ്പോലെ കവിയും ഗായകനും വാഗ്മിയുമായിരുന്നു അദ്ദേഹം. നരേൻ ദാക്കട്ടും സത്യനാഥ പിതാമഹനും തമ്മിലുള്ള ആദ്യ കൂടിക്കാഴ്ചയുടെ കാലത്ത്, രാംനാഥ് മല്ലിക്, ഔധിൽനിന്നു ബ്രിട്ടീഷ് ഭരണകൂടം പുറത്താക്കിയ നവാബ് വാജിദ് അലി ഷായുടെ വിശ്വസ്തനായ പരിചാരകനും ശിഷ്യനുമായി. എന്റെ അച്ഛൻ ഫണിഭൂഷൻ ഗൃദ്ധാ മല്ലിക് അലക്കിയ പഞ്ചാബിയും ധോത്തിയും ധരിച്ച് സോനാഗച്ചിയിലേക്കു പുറപ്പെടാനൊരുങ്ങുമ്പോഴൊക്കെ രാംനാഥ് മല്ലിക്കിന്റെ കഥ മറക്കരുത് എന്ന് ഥാക്കുമാ ഓർമിപ്പിച്ചു. സ്വന്തം ബാബയും ദാദുവും ദാദാമാരും പലരെയും തൂക്കിക്കൊല്ലുന്നതിനു ബാല്യം മുതൽ സാക്ഷ്യം വഹിച്ചിരുന്നെങ്കിലും കൺമുമ്പിൽ വച്ച് ഒരു കൊലപാതകം നേരിൽക്കണ്ടപ്പോൾ രാംനാഥ് പിതാമഹൻ തകർന്നു പോയി. നീതി നടപ്പാക്കുന്ന മജിസ്ട്രേട്ടിന്റെ ചുവന്ന തൂവാല വീഴുന്നതു കണ്ടാൽ മാത്രമേ ഞങ്ങളുടെ പിതാമഹൻമാർക്ക് ആരുടെയെങ്കിലും ജീവനെടുക്കാനുള്ള ആത്മബലമുള്ളൂ എന്നു സമർഥിക്കാനും ഥാക്കുമാ രാംനാഥ് പിതാമഹന്റെ ജീവിതത്തെ കൂട്ടുപിടിച്ചു. ആയിരത്തിയെണ്ണൂറ്റി അമ്പത്താറിൽ ഔധിൽനിന്ന് കൊൽക്കൊത്തയിലേക്ക് നാടു കടത്തപ്പെട്ട നവാബ് വാജിദ് അലി ഷാ എഴുതിയ 'ബാബുൽ മോറാ നൈഹർ ഝൂട്ടോ ഹി ജായ്' എന്ന വരികൾ രാംനാഥ് പിതാമഹൻ മനോഹരമായി ആലപിച്ചു. അദ്ദേഹത്തിന്റെ ആലാപനം പട്ടു പുതച്ച ചെറുപർവതം പോലെയുള്ള കുടവയറും കുട്ടിത്തം വിടാത്ത മുഖവുമായി നവാബ് ഉരുളൻ തലയിണകളിൽ കൈ കുത്തി കണ്ണടച്ചു കിടന്ന് ആസ്വദിക്കുന്ന ദൃശ്യം അക്കാലത്തെ ഒരു ചിത്രകാരൻ എണ്ണച്ചായത്തിൽ പകർത്തി. ആ ചിത്രത്തിൽ നവാബിന്റെ കണ്ണുകൾ നിറഞ്ഞൊഴുകുന്നതു വ്യക്തമായിരുന്നെന്നു ഥാക്കുമാ അവകാശപ്പെട്ടു. പിൽക്കാലത്ത് സൈഗാൾ പാടിയ ആ ഗാനം റേഡിയോയിലോ ടിവിയിലോ മുഴങ്ങുമ്പോഴൊക്കെ താൻ ഒരിക്കലും കണ്ടിട്ടില്ലാത്ത രാംനാഥ് പിതാമഹനെ ഓർത്ത് ആകാശത്തേക്കു നോക്കി കൈകൾ കൂപ്പി ഥാക്കുമായും കണ്ണുനീർ വാർത്തു. സഞ്ജീവ് കുമാർ മിത്രയുടെ മുറിയുടെ വാതിൽ തുറന്ന് പുറത്തുവന്നപ്പോൾ ബംഗ്ലാവിന്റെ മുകൾ നിലയിലെ ഏതോ മുറിയിൽ ആ ഗാനം മുഴങ്ങി. ഒരു മാത്ര ഞാൻ വരാന്തയിൽ നിന്നു. 'അല്ലയോ പിതാവേ,

ഞാനിതാ വീടു വിട്ടു പോകുന്നു, നാലു പേർ ഇതാ എന്റെ പല്ലക്ക് ചുമലിലേക്കെടുക്കുന്നു' എന്ന ഗാനം വിവാഹം കഴിഞ്ഞ് ഭർത്താവിന്റെ വീട്ടിലേക്കു പുറപ്പെടുന്ന മകളുടെ വാക്കുകൾ പോലെ അനുഭവപ്പെടുമെങ്കിലും വാസ്തവത്തിൽ അതു മരണത്തെക്കുറിച്ചായിരുന്നു. പരദേശിക്കു മുമ്പിൽ ഒന്നു ചെറുത്തു നിൽക്കാൻ പോലും ശേഷിയില്ലാതെ രാജ്യവും കിരീടവും അടിയറ വച്ച് അന്യദേശത്ത് അഭയാർഥിയായി ജീവിക്കാൻ നിർബന്ധിതനായ ഭരണാധികാരിയുടെ ദൈന്യത മനസ്സിലാക്കാൻ ഞങ്ങൾ ബംഗാളികൾക്ക് ബുദ്ധിമുട്ടില്ല. വിഷാദപൂർണമായ ശബ്ദത്തിൽ ഏതോ സ്ത്രീ ആ വരികൾ ഉള്ളിൽ തട്ടി ആലപിക്കുന്നത് കേട്ട് എന്റെ കണ്ണുകൾ നനഞ്ഞു.

"ബാബുൽ മോറാ നൈഹർ ഛൂട്ടോ ഹി ജായ്
ചാർ കഹാർ മിൽ മോറി ഡോലിയാ സജായ്..."

ചുമലിൽ സഞ്ചിയും തൂക്കി പടികളിറങ്ങുമ്പോൾ ഞാൻ നിശ്ശബ്ദം വരികൾ ഏറ്റുപാടി. സഞ്ജീവ് കുമാർ മിത്ര എന്നെ മടക്കി വിളിച്ചിരുന്നെങ്കിൽ എന്ന മോഹം ഉള്ളിൽ ജ്വലിച്ചു. അത് അയാളോടുള്ള സ്നേഹം കൊണ്ടായിരുന്നില്ലെന്നും സ്നേഹിക്കപ്പെടാനുള്ള എന്റെ സ്വാർഥത കൊണ്ടാണെന്നും ഓർമ്മിച്ചതു കൊണ്ട്, തണുത്തതും വികാരരഹിതവുമായ മുഖത്തോടെ 'ശരി, ചേതനാ, ഞാൻ തിരക്കിലാണ്' എന്ന് ഒഴിവാക്കിയതിന്റെ പേരിൽ എനിക്ക് കോപമൊന്നും അനുഭവപ്പെട്ടില്ല. സഞ്ചിയുടെ വള്ളിയിൽ തിരുപ്പിടിച്ച് കുനിഞ്ഞ ശിരസ്സോടെയും ശൂന്യമായ ഹൃദയത്തോടെയും ഞാൻ പടികൾ ഇറങ്ങി. ഛാത്താളിലൂടെ കടന്നു വന്ന ഉഷ്ണിച്ച കാറ്റ് എന്റെ വിയർത്ത ശരീരത്തെ സാന്ത്വനിപ്പിക്കാൻ ശ്രമിച്ചു. അടഞ്ഞ വാതിലുകൾക്കും ഭിത്തികൾക്കും ഉള്ളിലെവിടെയോ ചിലങ്ക കെട്ടിയ പാദങ്ങൾ ചലിക്കുന്നതിന്റെ ശബ്ദം അവ്യക്തമായി മുഴങ്ങി. ഒരു മുറിയിൽനിന്ന് ഏക് താരയുടെയും മറ്റൊരു മുറിയിൽനിന്ന് സിതാറിന്റെയും നാദങ്ങൾ ഉയർന്നു. അവയ്ക്കെല്ലാം മീതെ മുഴങ്ങിയ 'ബാബുൽ മോറാ' ഗാനം പൂർണമായി കേൾക്കാൻ ഞാൻ ചുവടുകൾ സാവധാനത്തിലാക്കി. അപ്പോൾ ഛാത്താളിൽ എച്ചിൽപാത്രങ്ങൾ കഴുകിക്കൊണ്ടിരുന്ന സ്ത്രീകളിലൊരാൾ വലിയ ചരുവം ചുമന്നു നീക്കുന്നതിനിടെ വെള്ളത്തിൽ വഴുതി തലയിടിച്ചു വീണു. ഒപ്പമുണ്ടായിരുന്നു കാലു വയ്യാത്ത സ്ത്രീ അവരെ പിടിച്ചുയർത്താൻ ശ്രമിക്കുന്നതു കണ്ട് ഞാനെന്റെ സഞ്ചി അവസാനത്തെ പടി മേൽ വച്ച് ഛാത്താളിലേക്ക് ചാടിയിറങ്ങി ആ സ്ത്രീയെ പിടിച്ചെഴുന്നേൽപ്പിച്ചു. നെറ്റി പൊട്ടിയൊഴുകിയ രക്തം തുടച്ചു.

"ദീദീ, സൂക്ഷിച്ച്..."

ഞാൻ അവരോടു പറഞ്ഞു. മുഖത്ത് എണ്ണിയാൽ തീരാത്ത വരകളുള്ള കാലു വയ്യാത്ത സ്ത്രീ പാത്രം കഴുകുന്ന ജോലി പുനരാരംഭിച്ചിരുന്നു.

"തല ചുറ്റുന്നു... കുറച്ചു വെള്ളം..."

നെറ്റി പൊട്ടിയ സ്ത്രീ എന്നോടു മന്ത്രിച്ചു. ഞാൻ പരതിനോക്കിയപ്പോൾ കാലു വയ്യാത്ത സ്ത്രീ അടുക്കളയ്ക്കുള്ളിലേക്ക് കൈ ചൂണ്ടി. നെറ്റി പൊട്ടിയ സ്ത്രീയെ ചുമലിൽത്താങ്ങി ഞാൻ ഛാത്താളിനു പുറത്തേക്കു നയിച്ചു. എന്റെ കയ്യിലും തൂണിലും ശരീരം താങ്ങി അവർ വരാന്തയിലേക്കു കയറി.

പച്ചക്കറികളുടെയും മാംസത്തിന്റെയും മൽസ്യത്തിന്റെയും വലിയ കഷ്ണങ്ങൾ നിറച്ച വലിയ പാത്രങ്ങൾ നിറഞ്ഞ അടുക്കളയിൽ മറ്റു രണ്ടു സ്ത്രീകൾ കൂടി പണിയെടുത്തു. അതുവഴി കടന്നു പോകുമ്പോൾ രണ്ടു സ്ത്രീകളും എന്നെ സംശയത്തോടെ നിരീക്ഷിച്ചു.

"എന്താണിവിടെ? വിവാഹസദ്യയോ?"

ഞാൻ ആരോടന്നില്ലാതെ ചോദിച്ചു.

"എന്നും വിവാഹമല്ലേ ഇവിടെ?"

നെറ്റിയിൽ തലോടിക്കൊണ്ട് അവർ പരാതിപ്പെട്ടു. അടുക്കള മുറ്റത്തിന്റെ വലതു വശത്തെ മൂന്നോ നാലോ മുറികളുള്ള ചെറിയ തകരഷെഡ്ഡിലേക്കാണ് അവർ എന്നെ നയിച്ചത്. അതിന്റെ വരാന്തയിലിരുന്ന മൺകുടത്തിൽ നിന്ന് ഞാൻ അവർക്ക് വെള്ളം പകർന്നു നൽകി.

"ദൈവം നിന്നെ അനുഗ്രഹിക്കട്ടെ..."

വെറും നിലത്തു പടിഞ്ഞിരുന്ന് വെള്ളം വാങ്ങിക്കുടിച്ച ശേഷം അവർ ഭാവഭേദമില്ലാതെ പറഞ്ഞു. ഞാൻ കുറച്ചു വെള്ളം കൂടിയെടുത്ത് അവരുടെ നെറ്റിയിലെ രക്തം തുടച്ചു.

"ദീദീ, നിങ്ങളുടെ പേരെന്താണ്?"

ദുപ്പട്ട കൊണ്ട് അവരുടെ നെറ്റി ഒപ്പിയുണക്കുമ്പോൾ ഞാൻ അന്വേഷിച്ചു.

"ഈ വീടിനു പറ്റിയ പേരാണ്... - സുശീല..."

അവരുടെ ചിരിയിൽ കയ്പു കലർന്നിരുന്നു.

"നിങ്ങളുടെ നാട് കൊൽക്കൊത്തയല്ല, അല്ലേ?"

"ജെല്ലിൻഘാം..."

അവർ ദീർഘമായി നിശ്വസിച്ചു.

"ഞങ്ങൾക്ക് അവിടെ പതിനഞ്ചു ബീഗ ഭൂമിയുണ്ടായിരുന്നു. എനിക്കു പത്തു മുപ്പത്തഞ്ചു വയസ്സുള്ള കാലത്ത് അവിടെ കപ്പൽ ഫാക്ടറി വന്നു. നാനൂറ് ഏക്കർ സർക്കാർ എടുത്തു...അക്കൂട്ടത്തിൽ എന്റെ ഭൂമിയുംപോയി..."

അവർ ഗ്ലാസ് നിലത്തു കമിഴ്ത്തി വച്ച് എന്നെ ചുഴിഞ്ഞു നോക്കി.

"ആയിരം പേർക്കു ജോലി തരുമെന്നു പറഞ്ഞു. ആകെ അഞ്ചുപേർക്കു കിട്ടി. അഞ്ചു വർഷം തികയുന്നതിനു മുമ്പേ ഫാക്ടറി പൂട്ടി. മണ്ണില്ല, പണമില്ല, ആഹാരമില്ല..."

ഫാക്ടറി പൂട്ടിയപ്പോൾ നഗരത്തിലേക്കും ചുവന്ന തെരുവിലേക്കും എത്തിപ്പെട്ട കഥ പൂരിപ്പിച്ചെടുക്കാൻ ബുദ്ധിമുട്ടുണ്ടായില്ല.

"എനിക്കു വയസ്സായി..."

അവർ എന്നെ ദയവില്ലാതെ നോക്കി.

"ഇനിയിപ്പോൾ നിന്നെപ്പോലെയുള്ളവരുടെ കാലമാണ്..."

ഞാൻ സ്തബ്ധയായി.

"മനസ്സു വച്ചാൽ നിനക്ക് ഒന്നാന്തരം ബാബുമാരെ കിട്ടും! ഇവിടെ വരുന്നവരെല്ലാം വലിയ വലിയ മന്ത്രിമാരും പാർട്ടിക്കാരും വല്യ വീട്ടിലെ പിള്ളേരുമാണ്. ഏതെങ്കിലും ഒരുത്തനെ ചാക്കിട്ട് പിടിക്ക്. നിനക്ക് സുഖമായി ജീവിക്കാം, ബാക്കി കാലം..."

എനിക്ക് ഒരേസമയം തമാശയും അപമാനവും തോന്നി. അവരെ നേരിടാതെ ഞാൻ ചുറ്റും നോക്കി. അതൊരു വലിയ വളപ്പായിരുന്നു. ഷെഡ്ഡിനു

പിന്നിലെ മതിലിനപ്പുറം കോൺക്രീറ്റ് ഇളകി ചുവന്ന ഇഷ്ടികയുടെ നഗ്നത പ്രദർശിപ്പിക്കുന്ന വീടിന്റെ ബാൽക്കണിയിൽ തൂക്കിയിട്ട സാരി കാറ്റിൽ കപ്പൽപ്പായ പോലെ വിടർന്നു പൊന്തി അതിലെ കീറലുകൾ വലുതായി.

"വയസ്സൻമാരെ നമ്പരുത്... അവൻമാർക്ക് പെണ്ണിന്റെ സ്നേഹത്തിന്റെ വില അറിയില്ല..."

അവർ തുടർന്നു.

"പത്തോ പതിനാറോ വയസ്സുള്ളവൻമാരുണ്ട്. പെണ്ണ് എന്താണെന്ന് അറിയാത്തവൻമാർ... അവൻമാരെ പിടിച്ചോ, നിന്റെ ജീവിതം രക്ഷപ്പെടും. നോക്ക്, ആദ്യത്തെ പെണ്ണ് മിടുക്കിയാണെങ്കിൽ വേറൊരുത്തിയെ തേടിപ്പോകാൻ ആ പ്രായത്തിൽ ധൈര്യപ്പെടുകയില്ല. വയസ്സൻമാർ അങ്ങനെയല്ല. കുറച്ചു കാലത്തിനുള്ളിൽ കൂടുതൽ കൂടുതൽ അനുഭവിക്കാൻ അവൻമാർ ധൃതിപ്പെടും. അവൻമാർക്കു സന്തോഷം കിട്ടുകയുമില്ല, അവൻമാർ അതാർക്കും കൊടുക്കുകയുമില്ല."

അവരുടെ ശബ്ദം മൂർച്ചയുള്ള കത്തിപോലെ എന്റെ ഹൃദയത്തെ വരഞ്ഞു. ചോര കല്ലിച്ചു കിടക്കുന്ന നെറ്റിയും ചുവന്ന കണ്ണുകളും മൂക്കൂത്തിയുടെ വലിയ തുളകൾ വീണ മൂക്കും ദയവില്ലാത്ത മുഖമായിരുന്നു അവർക്ക്. അതെന്നെ ഭയപ്പെടുത്തി. അതുകൊണ്ട്, ജെല്ലിൻഘാമിൽ പശുക്കളും ആടുകളും വൈയ്ക്കോലും മുറ്റത്തെ മെഴുകിയ തറയിൽ ധാന്യക്കൂനയുമുള്ള ഒരു വീട്ടിൽ ഓടി നടന്നു പണിയെടുക്കുന്ന വീട്ടമ്മയുടെ ചിത്രം ഞാൻ മനസ്സിൽ വരച്ചു. അതും എന്നെ ഭയപ്പെടുത്തി.

"അതല്ല നിനക്ക് പൈസയാണ് വേണ്ടതെങ്കിൽ, മുപ്പതും നാൽപതുമൊക്കെ പ്രായമുള്ള ഗൃഹസ്ഥൻമാരെ നോക്ക്. അവൻമാർ പട്ടികളാണ്. വെറും ഗതികെട്ടവന്മാർ. പെണ്ണിനെ സ്നേഹിക്കാനോ മനസ്സിലാക്കാനോ അറിയാത്തവർ. പക്ഷേ, കണക്കു പറഞ്ഞു വാങ്ങിക്കാൻ പഠിച്ചാൽ നിന്റെ പേഴ്സ് നിറയും, അതുറപ്പ്..."

മുകൾ നിലയിൽനിന്ന് 'ബാബുൽ മോറാ മോറെ അപനാ' എന്ന വരികൾ മുഴങ്ങി. എന്റെ കണ്ണുകൾ നിറഞ്ഞു. ഞങ്ങളുടെ കണ്ണുകൾ കോർത്തപ്പോൾ അവരുടെയും കണ്ണുകൾ നിറഞ്ഞു. ഞാൻ അവരുടെ മുടി കൊഴിഞ്ഞു തലയോട്ടി തെളിഞ്ഞ ശിരസ്സിൽ സാവധാനം തലോടി. അവരുടെ കണ്ണുകൾ ആർദ്രമായി.

"പോ, പോയി ജോലി ചെയ്യ്... ഈ പ്രായത്തിലേ പത്തു കാശുണ്ടാക്കാൻ പറ്റൂ..."

"എനിക്ക് മറ്റൊരു ജോലിയുണ്ട്, ദീദീ..."

ഞാൻ കണ്ണു തുടച്ച് പുഞ്ചിരിക്കാൻ ശ്രമിച്ചു.

"എന്തു ജോലി?"

"ഞാൻ ആരാച്ചാരാണ്...!"

നീംതല ഘാട്ടിലെ ശവസംസ്കാരത്തിനുശേഷം വേർപെട്ടുപോയവരെക്കുറിച്ചു ദു:ഖാർത്തരായി ഞങ്ങളുടെ ചായപ്പീടികയിൽ ചായക്കോപ്പയിലേക്കു മിഴികൾ താഴ്ത്തി ദു:ഖിതരായി ഇരിക്കാറുള്ളവരെ ഡസ്കിലടിച്ച് വിളിച്ച് 'നോക്ക്, നാനൂറ്റമ്പത്തൊന്നു പേരെ തൂക്കിക്കൊന്ന ആരാച്ചാരെന്ന നില

യിൽ ഞാൻ പറയുന്നത് ശ്രദ്ധിക്ക്- മരണം ഒരിക്കലും നമ്മുടെ കയ്യിലല്ല ' എന്നു പറയുമ്പോൾ അച്ഛൻ ആരാച്ചാർ എന്ന വാക്കിനു നൽകുന്ന നാട കീയത എന്റെ ശബ്ദത്തിലും കലർന്നു. അതുകൊണ്ടാകണം, അവർ അന്തം വിട്ടത്.

"ആരാച്ചാരോ? നീയെന്താ ഇവിടെ?"

അപ്പോൾ എന്റെ നാവിറങ്ങി. കൊൽക്കൊത്തയിലെ സോനാഗച്ചിയിൽ പണ്ടും ഞങ്ങളുടെ കുടുംബത്തിൽനിന്ന് എത്രയോ പേർ അവർക്കു വേണ്ട തൊക്കെ തേടി എത്തിയിട്ടുണ്ടെന്നു പറയാൻ ഞാൻ ആഗ്രഹിച്ചു. പതി നാറാം വയസ്സിലാണ് രാംനാഥ് പിതാമഹനെ സ്ത്രീപുരുഷ ബന്ധം പഠി പ്പിക്കാൻ നവാബിന്റെ സേവകർ അന്നു സോനാഗഞ്ജി എന്ന് അറിയപ്പെട്ടിരുന്ന സോനാഗച്ചിയിൽ കൊണ്ടുവന്നത്. ചുവന്ന ഇഷ്ടികകൾ കൊണ്ടു തീർത്ത ചെറുതും വലുതുമായ വീടുകളായിരുന്നു അന്ന് ഇവിടെ. അവയെ ബന്ധിപ്പി ക്കുന്ന എട്ടുകാലി വല പോലെയുള്ള ഊടുവഴിയിലൂടെ പിതാമഹൻ പിട യ്ക്കുന്ന ഹൃദയവും വിയർക്കുന്ന കൈത്തലവുമായി നടന്നു. ഒരു രണ്ടു നില വീടിന്റെ അകത്തളത്തിൽ അദ്ദേഹം എത്തിപ്പെട്ടു. ഭിത്തിയിൽ കത്തി ച്ചുവച്ച ഗ്യാസ് വിളക്കുകളുടെ പ്രകാശത്തിലേക്കു നാൽപതിലേറെ പ്രായ മുള്ള സുന്ദരിയായ ഒരു സ്ത്രീ മദാലസയായി പ്രവേശിച്ചു. അവരായിരുന്നു രാംനാഥ് പിതാമഹന്റെ ജീവിതത്തിലെ ആദ്യത്തെയും അവസാനത്തെയും സ്ത്രീ. ആ രാത്രിയിലെ ആനന്ദമൂർച്ഛയിൽ അദ്ദേഹം അവരിൽ പ്രേമബദ്ധ നാകുകയും അവരെ വിവാഹം കഴിക്കാൻ തീരുമാനിക്കുകയും ചെയ്തു. മീശ പോലും ശരിക്കു മുളയ്ക്കാത്ത പയ്യന്റെ ആഗ്രഹം കേട്ട് ആ സ്ത്രീ പൊട്ടിപ്പൊട്ടി ചിരിച്ചു. പക്ഷേ പിതാമഹൻ ദൃഢനിശ്ചയത്തിലായിരുന്നു. നീം തല ഘാട്ടിനടുത്തുള്ള തന്റെ വീടിനെക്കുറിച്ചും ബന്ധുക്കളെക്കുറിച്ചും അദ്ദേഹം അവരോടു പറഞ്ഞു. ആ രാത്രി പുലർന്നപ്പോൾ വീണ്ടും വരാ മെന്നു വാഗ്ദാനം ചെയ്ത് പിതാമഹൻ പോകാനിറങ്ങിയതും അടുത്ത മുറി യിൽനിന്ന് നഗ്നശരീരത്തിൽ ചേല വാരിച്ചുറ്റി നിലവിളിച്ചു കൊണ്ട് ഓടിയി റങ്ങി വന്ന യുവതി അദ്ദേഹത്തിനു മുമ്പിൽ കമഴ്ന്നു വീണു. പിതാമഹൻ ഭയന്നു. അദ്ദേഹത്തിന് എന്തെങ്കിലും ചെയ്യാൻ സാധിക്കുംമുമ്പ്, പിന്നാലെ ഓടിയെത്തിയ പുരുഷൻ അവളെ ആഞ്ഞു കുത്തി. മരിച്ചെന്ന് ഉറപ്പായപ്പോൾ അയാൾ അടുത്ത മുറികളിലേക്കു പാഞ്ഞ് മറ്റാരെയോ തിരഞ്ഞു. ചോരയിൽ ക്കിടന്നു പിടച്ച യുവതിയുടെ വായിലൂടെ രക്തം വമിച്ചു. അവൾ വലിയ തുറിച്ച കണ്ണുകളുയർത്തി പിതാമഹനെ നോക്കുകയും അദ്ദേഹത്തിന്റെ മടി യിൽ കിടന്നു മരിച്ചു പോകുകയും ചെയ്തു. പിതാമഹൻ ബോധരഹിതനായി ബോധം വീണ ശേഷം സ്വന്തം വീട്ടിലേക്കു തിരിച്ചു പോകാനുള്ള വഴി കണ്ടെ ത്താൻ സാധിക്കാതെ ഒരു പകൽ മുഴുവൻ അദ്ദേഹം ആ തെരുവിൽ ഉഴറി. അലഞ്ഞലഞ്ഞ് വീട്ടിലെത്തിയിട്ടും അന്നു രാവിലെ കൺമുമ്പിൽ കണ്ട കൊലപാകതത്തിന്റെ ഓർമയിൽ ആഴ്ചകളോളം അദ്ദേഹം പനിച്ചു കിടന്നു.

"നീയെന്തിനാണ് ഇവിടെ വന്നത്? ആരാച്ചാർക്ക് എന്താണ് ഇവിടെ ക്കാര്യം?"

സുശീല എന്ന ആ സ്ത്രീ കോപിച്ചു.

"ഞാൻ സഞ്ജീവ് കുമാർ ബാബുവിന്റെ ഒപ്പം വന്നതാണ്..."

"അതെനിക്കറിയാം. പക്ഷേ എന്തിന്?"

"അദ്ദേഹം എന്നെ വിവാഹം കഴിക്കുമെന്നു പറയുന്നു..."

ഞാൻ ഒരു തമാശ പറയാൻ ശ്രമിച്ചു. അവർ അന്തം വിട്ടതുപോലെ പകുതി വായ് തുറന്ന് എന്നെ നോക്കി.

"സൊഞ്ജു ബാബുവോ?"

അവർ കുറച്ചു നേരം ആലോചിച്ചു.

"വെറുതെ. അതു നീ വിശ്വസിക്കരുത്.."

അവർ പറഞ്ഞു. ഞാൻ മറുപടി പറഞ്ഞില്ല. സോനാഗജിയിൽ കുത്തേറ്റു മരിച്ച ബിധുവെന്ന പെൺകുട്ടിയെ കുത്തിക്കൊന്ന ചെറുപ്പക്കാരനെയാണ് എനിക്ക് ഓർമ വന്നത്. അയാൾ ഗ്രാമീണനനും നിഷ്കളങ്കനുമായിരുന്നു. അതിനു കുറച്ചു മാസങ്ങൾക്കു മുമ്പാണ് അയാൾക്ക് കൊൽക്കൊത്തയിൽ നിന്ന് ഒരു ധനിക വിധവയുടെ മകളുടെ വിവാഹാലോചന വന്നതും വീടു കാണാൻ നഗരത്തിലേക്ക് ക്ഷണിക്കപ്പെട്ടതും. വലിയ വീടും ആഡംബരങ്ങളും കണ്ട് അയാളുടെയും ബന്ധുക്കളുടെയും കണ്ണു തള്ളി. പക്ഷേ എല്ലാത്തിലും വലിയ പ്രലോഭനം പെൺകുട്ടിയുടെ കണ്ണഞ്ചിപ്പിക്കുന്ന സൗന്ദര്യമായിരുന്നു. വീട്ടിൽ വച്ച് ബ്രാഹ്മണശ്രേഷ്ഠരുടെ സഹായത്തോടെ വിവാഹം നടത്തിയ ശേഷം രണ്ടു വീട്ടുകാരും വരന്റെ വീട്ടിലേക്കു പുറപ്പെട്ടു. ഗ്രാമത്തിലും അയൽ ഗ്രാമങ്ങളിൽ നിന്നും ബന്ധുക്കളെല്ലാവരും കഴിയുന്നത്ര ആഭരണങ്ങൾ അണിഞ്ഞു വരന്റെ വീട്ടിലെ വിവാഹ വിരുന്നിനെത്തി. പക്ഷേ, സദ്യയ്ക്ക് അവിടെ വിളമ്പിയ പായേഷ് കഴിച്ച് ഓരോരുത്തരായി തളർന്നു വീണു. ഇതറിയാതെ മണിയറയിൽ കാത്തിരുന്ന ചെറുപ്പക്കാരന്റെ മുമ്പിലേക്ക് സർവാഭരണവിഭൂഷിതയായി വധു കടന്നു ചെന്നു. പ്രണയപൂർവം അവളുടെ ചുമലിൽ കൈവച്ച ചെറുപ്പക്കാരനെ അവജ്ഞയോടെ നോക്കി അയാളുടെ വസ്ത്രങ്ങൾ വലിച്ചഴിച്ച് ദൂരെയെറിഞ്ഞ് അയാളുടെ നഗ്നതയെ നോക്കി പരിഹസിച്ച് അവൾ പൊട്ടിച്ചിരിച്ചു—നീയാണോ ഒരു പുരുഷൻ? സ്തബ്ധനായിപ്പോയ ചെറുപ്പക്കാരന്റെ മുഖത്തു കാർക്കിച്ചു തുപ്പി അവൾ ഇറങ്ങിപ്പോയി. എന്താണു സംഭവിക്കുന്നതെന്നു മനസ്സിലാകാതെ അയാൾ തരിച്ചിരുന്നു. കരഞ്ഞു കൊണ്ട് ഉറങ്ങിപ്പോയ അയാൾ കൂട്ടനിലവിളി കേട്ടാണ് ഉണർന്നത്. രാത്രി വിവാഹത്തിനെത്തിയവരുടെ അതുവരെ സമ്പാദിച്ചതും കടം വാങ്ങി പ്രദർശിപ്പിച്ചതുമായ വസ്ത്രാഭരണങ്ങളെല്ലാം അപ്രത്യക്ഷമായിരുന്നു. പൂർണനഗ്നതയും അർധ നഗ്നതയും മറയ്ക്കാൻ ഓടി നടക്കുന്നവർക്കിടയിൽ ചെറുപ്പക്കാരൻ വധുവിനെയും ബന്ധുക്കളെയും തിരഞ്ഞു. അവർ വന്ന കുതിരവണ്ടികൾ പോയ ചക്രപ്പാടുകൾക്കു പിന്നാലെ അയാൾ ഏറെ ദൂരം ഓടി. കൊൽക്കൊത്തയിലെത്തി അന്വേഷിച്ചപ്പോൾ പെൺകുട്ടിയും അമ്മയും താമസിച്ചിരുന്ന വീട് നാലോ അഞ്ചോ ദിവസത്തേക്ക് ഒരു സ്ത്രീ വാടകയ്ക്കെടുത്തതായിരുന്നെന്നും അവർ വീടു മാറിപ്പോയിക്കഴിഞ്ഞെന്നും മനസ്സിലാക്കി ഇളിഭ്യനായി. പണവും മാനവും നഷ്ടപ്പെട്ട ചെറുപ്പക്കാരൻ ഗ്രാമത്തിലേക്കു മടങ്ങിയില്ല. തന്നെ വഞ്ചിച്ചു കടന്നു കളഞ്ഞ വധുവിനെയും അവളുടെ അമ്മയെയും തേടി അയാൾ നഗരത്തിലെ

വീടുകളായ വീടുകളിലൊക്കെ അലഞ്ഞ് ഒടുവിൽ സോനാഗജിയിലെത്തി. തന്റെ മുറിയിലേക്കു കടന്നു വന്ന ഇടപാടുകാരൻ കുറച്ചു കാലം മുമ്പു താൻ വിവാഹം കഴിച്ചയാളാണെന്നു ബിധു തിരിച്ചറിഞ്ഞില്ല. തന്റെ പണം കവർന്നതിനും ആണത്തത്തെക്കുറിച്ചുള്ള ആത്മവിശ്വാസം നശിപ്പിച്ചതിനും അന്നു രാത്രി മുഴുവൻ അയാൾ അവളുടെ ശരീരത്തോടു പ്രതികാരം ചെയ്തു. അതിവേദന സഹിക്കാതെ പിടഞ്ഞ അവൾ എപ്പോഴോ കിട്ടിയ പഴുതിൽ ഓടി രക്ഷപ്പെടാൻ ശ്രമിച്ചപ്പോഴാണ് അയാൾ അവളെ കൊലപ്പെടുത്തിയത്.

"നീ പോയ്ക്കോളൂ... നേരം വൈകുന്നു... "

സുശീല ദീദി എന്നെ ഓർമകളിൽനിന്ന് ഉണർത്തി.

"സൊഞ്ജു ബാബുവിനെ വിശ്വസിക്കരുതെന്നു പറയാൻ എന്താണു കാരണം?"

ഞാൻ കരുതലോടെ അന്വേഷിച്ചു. അയാൾക്ക് അയാളുടെ നാട്ടിൽ വേറെ ഭാര്യയും മക്കളും കാണുമെന്ന രാമുദായുടെ വാക്കുകൾ എനിക്ക് ഓർമയുണ്ടായിരുന്നു.

"അയാൾ ആരെയും വിവാഹം കഴിക്കുകയില്ല..."

അവർ മന്ത്രിച്ചു.

"എന്തു കൊണ്ട്?"

ഞാൻ അമ്പരപ്പോടെ ചോദിച്ചു.

"നിനക്ക് അറിയില്ലേ ഇത് ഏതു സ്ഥലമാണെന്ന്?"

"അബിനാശ് കബിരാജ് റോഡ്..."

അടുക്കളയിൽനിന്ന് ആരോ വിളിച്ചതു കേട്ട് സുശീലദീദി ചേലത്തലപ്പ് ശിരസ്സിലൂടെ വലിച്ചിട്ട് സാവധാനം മുട്ടു നിവർത്തി തൂണിൽപ്പിടിച്ച് എഴുന്നേറ്റ് പ്രായത്തിനപ്പുറമുള്ള തളർച്ചയോടെ വന്നിടത്തേക്കു തിരിച്ചു പോകുന്നതിനിടയിൽ എന്റെ വാക്യം പൂരിപ്പിച്ചു :

"നമ്പർ പതിനഞ്ച്... - ഇതാണ് അപൊരാജിത അപാർട്ട്മെന്റ് ...."

എനിക്ക് അതിന്റെ അർഥം മനസ്സിലായില്ല. ഞാൻ അവരെ പിന്തുർന്ന് അടുക്കളയിലേക്കു കടന്നു. അവർ വീണ്ടും ചരാന്താളിലേക്ക് ഇറങ്ങി. ഞാൻ ബാഗെടുത്തു പോകാൻ തുടങ്ങി.

"നിൽക്ക്..."

ഒരു സ്ത്രീയുടെ ശബ്ദം കേട്ട് ഞാൻ ഞെട്ടിത്തിരിഞ്ഞു. രണ്ടു സ്ത്രീകൾ എതിർവശത്തെ കോണിപ്പടികൾ ഇറങ്ങുന്നുണ്ടായിരുന്നു. മുമ്പു ഞാൻ എത്തിയപ്പോൾ പട്ടത്തിന്റെ പാട്ടു പാടിത്തന്ന വൃദ്ധയായിരുന്നു അവരിലൊരാൾ. ചുവന്ന പട്ടുസാരി ധരിച്ച സുന്ദരിയായ മധ്യവയസ്കയായിരുന്നു രണ്ടാമത്തെ സ്ത്രീ. അവരുടെ മുഖത്തുനിന്നു കണ്ണെടുക്കാൻ എനിക്കു സാധിച്ചില്ല. അതേസമയം, അവരുടെ കണ്ണുകളിലേക്ക് അധികം നേരം നോക്കാനും ശക്തിയുണ്ടായില്ല.

"നമ്മൾ മുമ്പു കണ്ടിട്ടുണ്ടോ?"

മധ്യവയസ്ക എന്റെ തൊട്ടുമുമ്പിലെത്തി എന്നെ തറപ്പിച്ചു നോക്കി. ഞാൻ അവരെ വിഡ്ഢിയെപ്പോലെ നോക്കി. അവരുടെ മുഖം ഞാൻ മുമ്പു കണ്ടിട്ടുണ്ടായിരുന്നു. എവിടെയെന്ന് ഓർമ വന്നില്ല. ദേവീ പ്രതിമ പോലെ

യുള്ള അവരുടെ രൂപവും ചുറ്റും നിറഞ്ഞു നിന്ന ഇപ്പോൾ വിടർന്ന പിച്ചക പ്പൂവിന്റെ സൗരഭ്യവും കണ്ണുകളിലെ തീക്ഷ്ണതയും എന്നെ ചകിതയും ദുർബലയുമാക്കി. അവരുടെ ശബ്ദം മധുരമായിരുന്നു. നേരത്തെ ഗാനം ആലപിച്ചത് അവർ തന്നെയായിരുന്നു.

"നീ എന്തിനാണ് ഇവിടെ വന്നത്?"

അവർ വീണ്ടും ചോദിച്ചു.

"സൊഞ്ജുബാബുവിനെ കാണാൻ വന്നതാണ് ദീദീ..."

സുശീലാദി ഛാത്താളിൽനിന്നു വിളിച്ചു പറഞ്ഞു.

"എന്തിന്?"

അവരുടെ പുരികം ചുളിഞ്ഞു. ഞാൻ അവരെ സൂക്ഷിച്ചു നോക്കി. സഞ്ജീവ്കുമാർ മിത്രയുടെ കോലൻ മുടിയും നീണ്ടുയർന്ന മൂക്കും അവർക്കുമുണ്ടായിരുന്നു. എന്റെ ശരീരം കോരിത്തരിച്ചു.

"ചോദിച്ചതു കേട്ടില്ലേ? നീയെന്തെടുക്കുകയായിരുന്നു അവന്റെ മുറിയിൽ?"

അവരുടെ ശബ്ദം കുറച്ചുകൂടി പരുഷമായി.

"സംസാരിക്കുകയായിരുന്നു..."

ഞാൻ പറഞ്ഞു.

"സ്റ്റുഡിയോയിൽ വച്ചു സംസാരിക്കുന്നതു പോരേ? ഇവിടെ വന്നും സംസാരിക്കാൻ മാത്രം വിഷയങ്ങളുണ്ടോ നിങ്ങൾക്ക്? എന്താണ് നിങ്ങൾ സംസാരിച്ചത്?"

"ചരിത്രം... സഞ്ജീവ് കുമാർ മിത്രയുടെ ചരിത്രം..."

അവരുടെ കണ്ണുകളിൽക്കൂടി ഒരു ചിരി പാഞ്ഞു പോയി.

"എന്തു ചരിത്രം? കേൾക്കട്ടെ?"

"സഞ്ജീവ് കുമാർ മിത്രയുടെ പിതാമഹൻ ഒരു കവർച്ചക്കാരനായിരുന്നു. പതിനെട്ടാം നൂറ്റാണ്ടിൽ അദ്ദേഹത്തെ എന്റെ സത്യനാഥ് പിതാമഹൻ തൂക്കിലേറ്റിക്കൊന്നു... മരണമെന്താണെന്നു പറഞ്ഞു തരാൻ തിരിച്ചുവന്ന ഏക മനുഷ്യൻ അദ്ദേഹമായിരുന്നു..."

അവർ അവിശ്വാസത്തോടെ എന്നെ നോക്കി. വൃദ്ധ 'ഈഷ്' എന്നു പറഞ്ഞു. മധ്യവയസ്ക എന്നെ തറപ്പിച്ചു നോക്കി. കുറച്ചു നിമിഷങ്ങൾ നിശ്ശബ്ദമായി പറന്നു പോയി.

"വരൂ... ചായ കുടിച്ചിട്ടു പോകാം..."

അവർ ഒരു നിശ്വാസത്തോടെ പറഞ്ഞു.

"എനിക്കു പോകാൻ ധൃതിയുണ്ട്."

ഞാൻ ശക്തിയാർജ്ജിച്ചു കഴിഞ്ഞിരുന്നു.

"കുറച്ചൊന്നിരുന്നിട്ടു പോകാം..."

അവർ വീണ്ടും നിർബന്ധിച്ചു.

"പക്ഷേ, നിങ്ങളാരാണെന്ന് എനിക്ക് അറിയില്ല..."

ഞാൻ അവരെ നോക്കി.

"എന്റെ പേരു ത്രൈലോക്യദേവി..."

അത്രയേ അവർ പറഞ്ഞുള്ളൂ. ഞാൻ കൂടുതലെന്തെങ്കിലും കേൾക്കാൻ ആഗ്രഹിച്ചു. പക്ഷേ അവർ പറഞ്ഞില്ല.

"എന്താ, ആ പേരു കേട്ടിട്ടുണ്ടോ?"

അവർ എന്നെ കൂടുതൽ സൂക്ഷിച്ചു നോക്കി. എനിക്കു ചിരി വന്നു.

"ഞങ്ങളുടെ പിതാമഹൻ രാംനാഥ് ഗൃദ്ധാമല്ലിക് ആദ്യമായി സൊനാ ഗച്ചിയിലെത്തിയ കഥ കേട്ടിട്ടുണ്ടോ?"

"പറയൂ... എനിക്കു കഥകൾ വളരെ ഇഷ്ടമാണ്. പ്രത്യേകിച്ചും യഥാർഥ കഥകൾ.."

അവർ എന്നെ സൂക്ഷിച്ചു നോക്കി. ഞാൻ അവരെയും സൂക്ഷിച്ചു നോക്കി. എനിക്ക് അവരെ വിട്ടുപിരിയാൻ തോന്നിയില്ല. ഞാൻ രാംനാഥ് പിതാമഹന്റെ കഥ പറഞ്ഞു. കഥ കേട്ടുകൊണ്ട് അവരെന്നെ കോണിപ്പടിക്കു മുകളിലെ സ്വന്തം മുറിയിലേക്കു നയിച്ചു. സഞ്ജീവ് കുമാർ മിത്രയുടേതി നേക്കാൾ ആഡംബര പൂർണവും മനോഹരവുമായിരുന്നു അത്. ചുവന്ന പട്ടു വിരിച്ച കിടക്കയിലേക്ക് അവരെന്നെ ഇരിക്കാൻ ക്ഷണിച്ചു. ബംഗാളി വീട്ടമ്മ മാരുടെ ജീവിതത്തിൽ കട്ടിലുകൾക്ക് വലിയ സ്ഥാനമുണ്ടെന്ന് എനിക്ക് ഓർമ വന്നു. അവർ കരഞ്ഞതും ചിരിച്ചതും ചീട്ടുകളിച്ചതും മധുരപലഹാര ങ്ങൾ പങ്കിട്ടതും കട്ടിലിൻമേലായിരുന്നു.

ആ ആദ്യ ദിവസത്തെ അനുഭവത്തിനു ശേഷം രാംനാഥ് പിതാമഹൻ തകർന്നു പോയി. സോനാഗജിയിലെ ആ സ്ത്രീയെയും അവർ ഒന്നിച്ചു ചെല വിട്ട രാത്രിയെയും കുറിച്ച് ഓർത്തപ്പോഴൊക്കെ അവരിലേക്കു മടങ്ങാൻ അദ്ദേഹം വെമ്പി. പക്ഷേ കൊലപാതകത്തിന്റെ ഓർമയിൽ അദ്ദേഹത്തിന്റെ ധൈര്യം വാർന്നു. വീടിനുള്ളിൽ വളഞ്ഞു കൂടിക്കിടന്ന് അദ്ദേഹം കരയുകയും ചിരിക്കുകയും ചെയ്തു. മാസങ്ങൾ കടന്നു പോയി. സോനാഗജിയിലെ ഒരു സ്ത്രീയെ അവരുടെ ഒരു പരിചയക്കാരി മണിക് തലയിലെ വിജനമായ കുളത്തിലേക്കു കൂട്ടിക്കൊണ്ടു വന്ന് മുക്കിക്കൊല്ലാൻ ശ്രമിച്ചെന്ന വാർത്തയെ തുടർന്ന് പോലീസ് അന്വേഷണത്തിൽ കുളത്തിൽനിന്ന് അഞ്ചു സ്ത്രീകളുടെ മൃതദേഹങ്ങൾ കണ്ടെടുത്തു. ഒരേ സ്ത്രീയാണ് എല്ലാ കൊലകളുടെയും പിന്നിലെന്ന് പോലീസ് കണ്ടെത്തി. തന്റെ പഴയ പരിചയക്കാരികളുടെ സ്വർ ണാഭരണങ്ങൾ മോഷ്ടിക്കാൻ കള്ളക്കഥ ചമച്ച് അവരെ കുളത്തിലേക്കു കൂട്ടിക്കൊണ്ടുവന്നു കൊലപ്പെടുത്തിയ ആ സ്ത്രീക്ക് 1884 സെപ്റ്റംബർ നാലിന് കോടതി മരണശിക്ഷ വിധിച്ചു. വിധിക്ക് എതിരേ നൽകിയ അപ്പീൽ തള്ളിപ്പോകും വരെ താൻ കുറ്റമൊന്നും ചെയ്തിട്ടില്ല എന്ന് ആവർത്തിച്ചു പറഞ്ഞു കൊണ്ടിരുന്ന ആ സ്ത്രീ വധശിക്ഷയുടെ തലേന്ന് അന്നത്തെ കുറ്റാ ന്വേഷണ ഉദ്യോഗസ്ഥനായിരുന്ന പ്രിയനാഥ് മുഖോപാധ്യായയോട് തന്റെ തെറ്റുകൾ ഏറ്റു പറഞ്ഞു. ബിധുവെന്ന പെൺകുട്ടിയെ വധുവേഷം കെട്ടിച്ചു നടത്തിയ കല്യാണത്തട്ടിപ്പുകൾ മുതൽ സ്വർണം ഇരട്ടിപ്പിക്കാൻ അദ്ഭുത സിദ്ധിയുള്ള സന്ന്യാസിയെ കാണിക്കാമെന്നു വാഗ്ദാനം ചെയ്ത് അഞ്ച് സ്ത്രീകളെ വഞ്ചിച്ച് കൊലപ്പെടുത്തിയ വിധം വരെ അവർ തുറന്നുപറഞ്ഞു. അദ്ദേഹത്തോട് അവർ തന്റെ അന്ത്യാഭിലാഷവും വെളിപ്പെടുത്തി.

"ആരാച്ചാർമാരായ ഗൃദ്ധാമല്ലിക്കുമാരുടെ വീട്ടിലെ രാംനാഥ് എന്ന പയ്യനെ കാണണം."

പ്രിയനാഥ് മുഖോപാധ്യായ രാംനാഥ് മല്ലിക്കിനെ ജയിലിൽ അവർക്കരികിൽ എത്തിച്ചു. ജയിലഴികൾക്കിടയിലൂടെ പിതാമഹന്റെ കൈത്തലം പിടിച്ചെടുത്ത് തലോടിക്കൊണ്ട് അവർ അദ്ദേഹത്തെ പ്രണയപൂർവം നോക്കി.

"ഞാനൊരിക്കലും നിന്നെ മറക്കുകയില്ല...എല്ലാ പുരുഷൻമാരും നിന്നെപ്പോലെ സ്ത്രീക്കു മുമ്പിൽ സ്വയം സമർപ്പിച്ചിരുന്നെങ്കിൽ...!"

അവർ മന്ത്രിച്ചു. രാംനാഥ് പിതാമഹൻ ഹൃദയം തകർന്ന് അവരെ നിശ്ശബ്ദനായി നോക്കി നിന്നു.

"ഞാൻ പഠിപ്പിച്ചതൊന്നും നീയും മറക്കരുത്... ഒരു സ്ത്രീയെക്കുറിച്ചു നീയറിയേണ്ടതെല്ലാം ഞാൻ നിനക്കു മനസ്സിലാക്കിത്തന്നിട്ടുണ്ട്..."

പിതാമഹൻ മുഖം കുനിച്ച് ആ രാത്രിയുടെ സ്മരണയിൽ കണ്ണുനീർ വാർത്തു.

"എനിക്ക് ഒരു ആഗ്രഹമുണ്ട്. നീ സാധിച്ചു തരുമോ?"

അദ്ദേഹം ഒന്നും പറയാനാകാതെ നിന്നു.

"എന്നെ വിവാഹം കഴിക്കാമെന്നു വാക്കു തന്നില്ലേ? അതു പാലിക്കണം..."

പിതാമഹൻ അമ്പരപ്പോടെ അവരെ നോക്കി.

"ഇന്നു വേണ്ട. നാളെ മതി. തൂക്കുമരത്തിൽ. ആരാച്ചാരുടെ മംഗല്യസൂത്രം കയർക്കുരുക്കല്ലാതെ മറ്റെന്താണ്?"

പിതാമഹൻ പൊട്ടിക്കരഞ്ഞു. അഴികൾക്കിടയിലൂടെ അവർ കൈനീട്ടി തന്റെ കൈത്തലങ്ങൾ കൊണ്ട് അദ്ദേഹത്തിന്റെ ഇളം മുഖത്ത് അരുമയായി തലോടി. പിതാമഹൻ ദുർബലനും പരവശനുമായി ഇനിയൊരിക്കലും ഒരു രാത്രിയും ഒന്നിച്ചു കഴിയുകയില്ലെന്ന നഷ്ടബോധത്തിൽ പിടഞ്ഞു.

"എന്തിന്? എന്തിനാണ് നിങ്ങൾ അഞ്ചു ജീവനെടുത്തത്? ഒരു രാത്രി കൊണ്ട് എനിക്ക് ഒരായുസ്സിന്റെ സ്നേഹം തന്ന നിങ്ങൾക്ക് എങ്ങനെ ആളുകളെ വഞ്ചിക്കാനും കൊല്ലാനും സാധിച്ചു?"

അവർ അഴികൾക്കിടയിലൂടെ അദ്ദേഹത്തിന്റെ ശിരസ്സിൽ തലോടി.

"എനിക്ക് ഒരു വളർത്തു മകനുണ്ട്. അവൻ കഷ്ടപ്പെടാതിരിക്കാൻ. വേശ്യാലയങ്ങളുടെ തിണ്ണകളിൽ കാവലിരുന്ന് അവന്റെ ജൻമവും തീരാതിരിക്കാൻ. ലോകം എനിക്കു തന്നത് ഞാൻ തിരിച്ചു കൊടുത്തു. നീയെനിക്കു സ്നേഹം തന്നു. ഞാൻ നിനക്ക് അതു തിരിച്ചു തരുന്നു."

അവർക്കു തിരികെ അറയിലേക്കു പോകാൻ സമയമായെന്നു ജയിലർ അറിയിച്ചപ്പോൾ വേവലാതിയോടെ പിതാമഹൻ അഴികളിൽ മുറുകെപ്പിടിച്ചു.

"നിങ്ങളുടെ പേരു പോലും പറഞ്ഞില്ല.... !"

അവർ തിരിഞ്ഞു നിന്നു. പിന്നീട് പിതാമഹനെ നോക്കി വാൽസല്യത്തോടെ പുഞ്ചിരിച്ചു.

"ത്രൈലോക്യ..."

"ആരാണ് ആ പേരിട്ടത്?"

"ഞാൻ തന്നെ... മൂന്നു ലോകങ്ങളുണ്ട്. കാമലോകം, രൂപ ലോകം, അരൂപലോകം...-മൂന്നും കൂടിച്ചേർന്നതാണ് ഞാൻ...."

ഒരു തുള്ളി കണ്ണുനീർ പോലും പൊടിയാത്ത കണ്ണുകളോടെ പിതാമഹനെ ഒന്നു കൂടി നോക്കി അവർ നടന്നകന്നു. പിറ്റേന്നത്തെ തൂക്കിക്കൊല

നടത്താൻ തനിക്ക് അനുവാദം തരണമെന്നു രാംനാഥ് മല്ലിക് അപേക്ഷിക്കു കയും സത്യനാഥ് മല്ലിക് അത് അനുവദിക്കുകയും ചെയ്തു. അങ്ങനെ തന്റെ ആദ്യത്തെയും അവസാനത്തെയും തൂക്കിക്കൊല നടത്താൻ രാംനാഥ് പിതാമഹൻ സന്നദ്ധനായി.

"ഇന്നു രാത്രി നീ എന്നെ ഓർത്ത് ആ പാട്ടു പാടണം..."

കഴുത്തിൽ കുടുക്കു വീണപ്പോൾ ത്രൈലോക്യ രാംനാഥ് പിതാമഹനോടു പറഞ്ഞു.

"തീർച്ചയായും..."

വിറയ്ക്കുന്ന ശബ്ദത്തിൽ പിതാമഹൻ വാക്കു കൊടുത്തു. പിന്നീട് ചങ്കു പിളരുന്ന വേദനയോടെ അദ്ദേഹം അവരെ തൂക്കിലേറ്റി. ഒരൽപ്പം പോലും പിടച്ചിലില്ലാതെ കാറ്റിൽ ഇല കൊഴിയുന്ന ലാഘവത്തോടെ ത്രൈ ലോക്യയുടെ കഴുത്തെല്ല് ഒടിഞ്ഞു. അന്നു രാത്രി മുഴുവൻ ത്രൈലോക്യയെ ഓർത്തു കരഞ്ഞു കൊണ്ടു പിതാമഹൻ നവാബിന്റെ ഗാനം ആലപിച്ചു. കഥ പറഞ്ഞു തീർന്നപ്പോൾ ഞാൻ ദീർഘമായി നിശ്വസിച്ചു. എന്റെ പുതിയ പരിചയക്കാരിയും നെടുവീർപ്പിട്ടു.

"നീ മധുരമായി സംസാരിച്ചു..."

"നിങ്ങൾ മധുരമായി പാടി, ത്രൈലോക്യാദീ..."

ഞാൻ പറഞ്ഞു. അവർ വിടർന്നു ചിരിച്ചു.

"എന്റെ പേരിന് ഇത്രയും അർഥങ്ങളുണ്ടെന്നു ഞാൻ അറിഞ്ഞിരുന്നില്ല. പറഞ്ഞു തന്നതിന് നിനക്കു നന്ദി..."

നേരത്തെ കണ്ട പെൺകുട്ടി എനിക്കു ചായയും സൊന്ദേഷുമായിവന്നു. വാഴയിലയിൽ പൊതിഞ്ഞെടുത്ത വിശിഷ്ടമായ സൊന്ദേഷ് നുണയുമ്പോൾ എന്റെ മനസ്സ് ഉല്ലാസഭരിതമായി.

"ത്രൈലോക്യാദീ, നിങ്ങളുടെ വീട് എവിടെയാണ്?"

ഞാൻ അന്വേഷിച്ചു. അവർ എന്നെ കാരുണ്യത്തോടെ നോക്കി. പിന്നീട് എഴുന്നേറ്റ് കട്ടിലിന്റെ തലയ്ക്കിലിരുന്ന തംബുരുവിൽ ചെറുതായൊന്നു മുട്ടി ഒരു മന്ത്രസ്വരം കേൾപ്പിച്ച ശേഷം തിരിച്ചെത്തി.

"ആറു തലമുറയായി ഇതാണ് എന്റെ വീട്..."

എനിക്ക് ആ വാക്കുകളുടെ അർഥം വ്യക്തമായില്ല.

"ഞാൻ ആഗ്രവാലിയാണ്..."

അവർ വിടർന്നു ചിരിച്ചു. പ്രായത്തിന് ക്ഷതമേൽപ്പിക്കാൻ സാധിക്കാത്ത തിളക്കവും ശക്തിയും ആ മുഖത്തുനിന്നു പ്രസരിച്ചു. എനിക്ക് അവരെ ഭയം തോന്നി.

"ആഗ്രവാലിയെന്നു പറഞ്ഞാൽ നിനക്ക് അറിയാമോ?"

അവർ വീണ്ടും എഴുന്നേറ്റു ബാൽക്കണിയോളം ചെന്നു തിരിച്ചു വന്നു.

"ഞങ്ങൾ അപ്സരസ്സുകളുടെ വംശത്തിൽ പിറന്നവരാണെന്നാണു സങ്കൽപ്പം.."

ഞാൻ കൗതുകത്തോടെ കേട്ടു. വെളുത്ത ചുവരുകളും ചുവന്ന ജനാല കളും ഒമ്പതു പടിക്കെട്ടുകളുമുള്ള ആ ബംഗ്ലാവിന്റെ അർഥം അപ്പോഴാണ് വ്യക്തമായത്. ആഗ്രവാലി കുടുംബങ്ങൾക്കു വേശ്യാവൃത്തി ഞങ്ങളുടെ കുടുംബത്തിനു തൂക്കിക്കൊലയെന്നതുപോലെ അഭിമാനകരമായിരുന്നു.

“ലോകത്ത് ഏറ്റവും പാപികളായ പുരുഷൻമാർ രതിയുടെ ആനന്ദം അറിയാതെ മരിച്ചുപോകുന്നവരാണ്. അത്തരക്കാർ അടുത്തജൻമം കൂടുതൽ ക്രൂരൻമാരും നീചൻമാരുമായി പിറക്കും. ലോകത്ത് പാപികൾ ഉണ്ടാകാതിരിക്കാൻ ദേവൻമാർ ഞങ്ങളെ ഭൂമിയിലേക്ക് അയച്ചു.”

എന്റെ മുഖം ചുവന്നു. അവർക്കു പക്ഷേ, കൂസലൊന്നും ഉണ്ടായിരുന്നില്ല.

“പക്ഷേ, ഇവിടെ കൊൽക്കൊത്തയിൽ ഞങ്ങളെത്തിയത് ആഗ്രയിൽ നിന്നാണ്. മുകില രാജാക്കൻമാരുടെ സദസ്സിലെ നർത്തകികളായിരുന്നു ഞങ്ങൾ.”

ഞാൻ എഴുന്നേറ്റ് ജനാലയ്ക്കലെത്തി പുറത്തേക്കു നോക്കി. പുറത്ത് സോനാഗച്ചി തിളച്ചു മറിഞ്ഞു. ഇരുട്ടിലേക്ക് കണ്ണുതുറക്കുന്ന വെളുത്തതും മഞ്ഞയുമായ വെളിച്ചങ്ങളിലേക്ക് കണ്ണോടിച്ചപ്പോൾ ഇരുണ്ടതും മുഷിഞ്ഞതും തകർന്നു തുടങ്ങിയതുമായ അസംഖ്യം കെട്ടിടങ്ങൾ നിറഞ്ഞ തെരുവ് രാവണൻ കോട്ട പോലെ കാണപ്പെട്ടു. മൂന്നു മണി മുതൽ കച്ചവടത്തിനു വയ്ക്കപ്പെട്ട സ്ത്രീ ശരീരങ്ങൾ ഇടുപ്പിൽ കൈകുത്തി വിയർത്തൊലിച്ചു കാത്തു നിന്നു. പാൻ ചവച്ച് കാലുകൾ വീശി വീശി വച്ച് അവജ്ഞയും പരിഹാസവും നിഴലിക്കുന്ന മുഖങ്ങളോടെ ഒരു സംഘം ചെറുപ്പക്കാർ കടന്നു പോയി. ഇടപാടുകാരെ കിട്ടാത്തതു കൊണ്ടു നിരാശരായ ഒരു പറ്റം പെണ്ണുങ്ങൾ പരസ്പരം കലഹിച്ചു കൊണ്ട് അവരെ പിന്തുടർന്നു. ഞാൻ നാലുപാടും കണ്ണോടിച്ചു. നോട്ടം എത്തുന്നിടത്തെല്ലാം കൊമാർ തുളിയിലെ ദേവീ വിഗ്രഹങ്ങൾ പോലെ കറുത്തതും ചുണ്ടിൽ ചുവന്ന ചായം തേച്ചതുമായ പ്രതിമകൾ കണക്കെ സ്ത്രീകളെ കണ്ടു.

“അവരെല്ലാം അങ്ങനെയല്ലേ?”

ഞാൻ ചോദിച്ചു. അവർ എന്റെ അടുത്തു വന്ന് പുറത്തേക്കു നോക്കി ചുവന്ന ജനാലക്കർട്ടൻ പിടിച്ചിട്ടു.

“അല്ല. അവരെല്ലാവരും അങ്ങനെയല്ല. ഞങ്ങൾ ആഗ്രാവാലികൾ ശരീരം വിൽക്കാറില്ല. ഞങ്ങൾ ആത്മാവ് പങ്കുവയ്ക്കുകയേയുള്ളൂ.”

എനിക്ക് അതു മനസ്സിലായില്ല.

“ഇവിടെ നിന്ന് ഇറങ്ങിപ്പോകുന്ന ഒരാൾക്കും പിന്നീടൊരിക്കലും ഒരു പെണ്ണിനെ മനസ്സു കൊണ്ടോ ശരീരം കൊണ്ടോ വേദനിപ്പിക്കാൻ സാധ്യമല്ല...”

അവർ ഉറപ്പിച്ചു പറഞ്ഞു. ഞാൻ പരിഹാസത്തോടെ ചിരിച്ചു.

“പക്ഷേ, ഇവിടെ ജനിച്ചു വളർന്ന ഒരു പുരുഷൻ അങ്ങനെയല്ലല്ലോ.”

അവരുടെ അഴകുവഴിഞ്ഞ മുഖം തുടുത്തു.

“സൊഞ്ജുവിനെക്കുറിച്ചാണോ നീ പറയുന്നത്?”

അവർ നെടുവീർപ്പിട്ടു.

“അവൻ ഇവിടെയല്ല ജനിച്ചു വളർന്നത്. അവന്റെ അച്ഛന്റെ നാട്ടിലാണ്. അവന് ഒരിക്കലും ആഗ്രവാലി സംസ്കാരത്തിന്റെ മഹത്വം മനസ്സിലാകുകയില്ല.അവന്റെ മനസ്സ് ഇടുങ്ങിയതാണ്. മറ്റുള്ളവർ ആനന്ദിക്കുന്നതിൽ ആനന്ദിക്കാൻ സാധിക്കാത്ത നിഷ്ഠുരമായ മനസ്സാണ് അവന്റേത്. അവന്

ആനന്ദിക്കാൻ അറിഞ്ഞുകൂടാ. അവൻ ആനന്ദമെന്നു കരുതുന്നത് യഥാർഥ ത്തിലുള്ളതല്ല താനും. അദ്ഭുതപ്പെടാനില്ല, അവന്റെ അച്ഛനും അങ്ങനെ തന്നെയായിരുന്നു...”

അവരുടെ ശബ്ദം ഇടറി. ഞാൻ വാക്കുകൾ നഷ്ടപ്പെട്ടു നിന്നു. അവർ വീണ്ടും തംബുരുവിൽ കയ്യോടിച്ചു. കുറച്ചു നേരം നിശ്ശബ്ദത നിഴലിച്ചു.

“ത്രൈലോക്യാദീ, നിങ്ങൾ തമ്മിലെന്താണു ബന്ധം?”

ഞാൻ വരണ്ട ചുണ്ടുകൾ നനച്ചു.

“എന്താ സംശയം? അവൻ എന്റെ മകനാണ്...”

അവർ എന്നെ അമ്പരപ്പോടെ നോക്കി. ഞാൻ വാക്കുകൾ നഷ്ടപ്പെട്ടു നിന്നതേയുള്ളൂ.

“എന്താ നിനക്കു വിശ്വാസം വരുന്നില്ലേ?”

“അമ്മ മരിച്ചു പോയി എന്നാണ് അയാൾ പറഞ്ഞിരുന്നത്...”

അവർ ഉറക്കെച്ചിരിച്ചു. ചിരിച്ചു ചിരിച്ച് അവരുടെ കണ്ണുകളിൽനിന്നു കണ്ണുനീർ തുളുമ്പി. ഒടുവിൽ ക്ഷീണിച്ച് ചിരി താനേ അടങ്ങിയപ്പോൾ അവർ കട്ടിലിൽ ചെന്നിരുന്നു കിതച്ചു. അവരുടെ വെളുത്ത കവിളുകളും കഴുത്തും ചുവന്നു തുടുത്തു. അപ്പോൾ നേരത്തെ, സഞ്ജീവ് കുമാർ മിത്രയുടെ മുറി യിൽ തലനീട്ടിയ പെൺകുട്ടി കടന്നുവന്നു. അവൾ യാതൊന്നും പറഞ്ഞില്ല. പക്ഷേ ത്രൈലോക്യദേവി എഴുന്നേറ്റു.

“ഒരാൾ യഥാർഥത്തിൽ ഏതു വിധമാണു മരിക്കുന്നതെന്ന് ആർക്കു പറ യാൻ കഴിയും, ചേതനാ? പൊയ്ക്കോളൂ... നമുക്കു വീണ്ടും കാണണം...”

അവർ മുഖം തുടച്ച് പെൺകുട്ടിയുടെ നേരെ തിരിഞ്ഞു.

“ചേതനയെ വീട്ടിലാക്കാൻ ഡ്രൈവർമാരിലാരോടെങ്കിലും പറയൂ...”

ഞാൻ എഴുന്നേറ്റു. അവരോടു യാത്ര പറഞ്ഞിറങ്ങുമ്പോൾ എന്റെ ഹൃദയം ദുർബലമായി. പടിക്കെട്ടുകളിറങ്ങുമ്പോഴും പെൺകുട്ടി കാട്ടിത്തന്ന കാറിൽ കയറുമ്പോഴും ഞാൻ സ്വപ്നം കാണുന്നതുപോലെ തോന്നി. വില കുറഞ്ഞ മേയ്ക്കപ്പും അലക്കാത്ത വസ്ത്രങ്ങളും ധരിച്ച സ്ത്രീകളുടെയും പാനും സിഗററ്റും ബീഡിയും നാറുന്ന പുരുഷൻമാരുടെയും വിയർപ്പു ഗന്ധ ങ്ങളും മൽസ്യവും മാംസവും മധുരപലഹാരവും എണ്ണയിൽ മൊരിയുന്ന ഗന്ധവുംതുറന്ന ഓടകളിൽനിന്നുള്ള ദുർഗന്ധവും നിറഞ്ഞ സോനാഗച്ചിയിലെ വീഥികൾ പിന്നിടുമ്പോൾ സഞ്ജീവ് കുമാർ മിത്രയോടുള്ള കോപവും ആ ഗ്രഹവും എന്റെ ഹൃദയത്തിൽ തിളച്ചു. വില്യം കോട്ടയിൽ പാറാവു നിൽ ക്കുന്ന ഭടൻമാരുടെ ജോലി സമയം നിജപ്പെടുത്താൻ രാവിലെ അഞ്ചിനും ഉച്ചയ്ക്ക് ഒന്നിനും രാത്രി ഒമ്പതിനും പീരങ്കികൾ മുഴങ്ങിയിരുന്ന പത്തൊ മ്പതാം നൂറ്റാണ്ടിലെ കൊൽക്കത്തയിൽ നാരായണൻ ആശാനെത്തേടി അദ്ദേ ഹത്തിന്റെ മകൻ ശങ്കരൻ ജൻമനാട്ടിൽനിന്നെത്തിയ കഥ പറഞ്ഞ് അയാളെ പരവശനാക്കാൻ ഞാൻ തീവ്രമായി അഭിലഷിച്ചു. ദിവസങ്ങൾക്കുശേഷം, രാമുദായുടെ അവസാനത്തെ ചടങ്ങുകളുടെ ദിവസമാണ് ഞാൻ അയാളെ വീണ്ടും കണ്ടത്. ഘാട്ടിൽ തർപ്പണം നടത്തി ഞാൻ തിരിച്ചെത്തുമ്പോൾ അയാൾ വീട്ടിലെത്തി. സംഭവിച്ചു കഴിഞ്ഞതൊന്നിനെയും കുറിച്ചു വേവലാ തിയില്ലാതെ ഉല്ലാസവാനും ശുഭാപ്തി വിശ്വാസക്കാരനുമായി അയാൾ എന്റെ മുറിയിൽ സ്വാതന്ത്ര്യത്തോടെ കടന്നു വന്നു.

"മേയ് മുപ്പത്തിയൊന്നിന് ഗൾഫിൽ മൂന്നു പേരെ തൂക്കി. ചേതന അറിഞ്ഞില്ലേ?"

ഞാൻ നനഞ്ഞ മുടി തട്ടി വെള്ളം തെറിപ്പിച്ചു കൊണ്ട് അയാളെ നോക്കി.

"അതിന്റെ വീഡിയോ മാർവലസ്... അതു വച്ച് ഒരു പ്രോഗ്രാം ചെയ്താൽ നന്നായേനെ..."

ഞാൻ അയാളെ ഒന്നു തറപ്പിച്ചു നോക്കുക മാത്രമേ ചെയ്തുള്ളൂ.

"ചേതന എന്താണ് ഒന്നും സംസാരിക്കാത്തത്? വീണ്ടും പിണങ്ങിയോ?"

അയാൾ അടുത്തു വന്ന് കണ്ണുകളിൽ ഉറ്റു നോക്കി ഒരു അനാഗത ശ്മശ്രുവിന്റെ നിഷ്കളങ്കതയോടെ ചോദിച്ചപ്പോൾ ജീവിതത്തിലൊരിക്കലും മറ്റൊരു സ്ത്രീയെയും സ്പർശിക്കാൻ തോന്നാത്ത വിധത്തിൽ അയാളെ എന്റേതാക്കിത്തീർക്കണമെന്ന് മാനസയുടെ ശരീരത്തിലെ സർപ്പങ്ങളെപ്പോലെ ചുരുണ്ടു നീണ്ട് ഇഴയുന്ന മുടിയിഴകൾ തലോടിക്കൊണ്ട് ഞാൻ ആഗ്രഹിച്ചു.

"നിങ്ങളുടെ അമ്മ ഒരു ബേഷ്യയാണ്, അല്ലേ?"

ഞാൻ കരുതലോടെ ചോദിച്ചു. സഞ്ജീവ് കുമാർ മിത്ര ഞെട്ടി. അയാളുടെ മുഖം തുടുത്തതും കണ്ണുകൾ ചുവന്നതും രക്തസമ്മർദ്ദം അധികരിച്ചതുപോലെ കണ്ണുകൾ അമർത്തിത്തിരുമ്മിയതും മുഖം വീണ്ടും വീണ്ടും തുടച്ചതും ഞാൻ കൗതുകത്തോടെ കണ്ടു. അയാൾ എന്നെ വിട്ടു പുറത്തേക്കു പോകാൻ തുടങ്ങി തിരിച്ചു വരികയും സംഘർഷഭരിതമായ മുഖത്തോടെ ഞങ്ങളുടെ തകർന്ന വീടിന്റെ മുഷിഞ്ഞ ചുവരുകൾക്കിടയിലുള്ള ഇത്തിരി സ്ഥലത്ത് ചുറ്റി നടക്കുകയും രക്ഷപ്പെടാൻ ആഗ്രഹിക്കുന്നതുപോലെ വീണ്ടും പുറത്തേക്കു നീങ്ങുകയും വീണ്ടും മടങ്ങിയെത്തുകയും ചെയ്തു.

"നിങ്ങളുടെ അമ്മ ആഗ്രാവാലിയാണ്..."

"അതെ..."

ഏറെ നേരത്തിനു ശേഷം കീഴടങ്ങുന്നതു പോലെ അയാൾ മന്ത്രിച്ചു.

"അവിടെ ജനിക്കുന്ന പെൺകുട്ടികളെല്ലാം ആ തൊഴിൽ സ്വീകരിക്കേണ്ടി വരും, അല്ലേ? ഒന്നോർത്തു നോക്കൂ... നിങ്ങൾ എന്നെ വിവാഹം കഴിച്ചാൽ, നമുക്കു പെൺമക്കൾ ജനിച്ചാൽ..."

അയാളെന്നെ തല്ലുമെന്ന് എനിക്കു തോന്നി. പക്ഷേ അയാൾ തല്ലിയില്ല. പകരം തല്ലു കൊണ്ടതുപോലെ കവിൾ ചുവന്നും കണ്ണുകൾ നിറഞ്ഞും തല വെട്ടിച്ചു. തനിക്കു ചുറ്റും സ്വയം കൊണ്ടു നടക്കുന്ന അഴികളിൽ പിടിച്ച് അയാൾ തല കുനിച്ചു നിൽക്കുന്നത് ഞാൻ വ്യസനത്തോടെ കണ്ടു. അഴികൾക്കിടയിലൂടെ അയാളുടെ കവിളിൽ തലോടാനും കൈത്തലങ്ങളിൽ ഉമ്മ വയ്ക്കാനും എനിക്ക് ആഗ്രഹമുണ്ടായി. ത്രൈലോക്യയെ തൂക്കിലേറ്റിയതിനു രാത്രി മുഴുവൻ ബാബുൽ മോറാ പാടിയ രാംനാഥ് പിതാമഹനെക്കുറിച്ചാണ് ഞാൻ ചിന്തിച്ചത്. ത്രൈലോക്യ മരിച്ചതിനുശേഷം അദ്ദേഹത്തിന്റെ ജീവിതത്തിൽ മറ്റൊരു സ്ത്രീയും ഉണ്ടായില്ല. അത് അവരോടുള്ള സ്നേഹക്കൂടുതൽ കൊണ്ടോ രതിയോടുള്ള വിരക്തി കൊണ്ടോ ആയിരുന്നില്ല. രതിക്ക് തുനിയുമ്പോഴൊക്കെ അദ്ദേഹം കുത്തേറ്റു മരിച്ച പെൺകുട്ടിയുടെ ശരീരത്തിന്റെ പിടച്ചിൽ അനുഭവിച്ചു. ത്രൈലോക്യയുടെ വധശിക്ഷയ്ക്കു ശേഷം ഒരു വർഷം കൂടിയേ പിതാമഹൻ ജീവിച്ചിരുന്നുള്ളൂ. പതിനേഴ് വയസ്സു

തികയും മുമ്പേ അദ്ദേഹം തൂങ്ങി മരിച്ചു. മരിക്കുന്നതിനു തലേന്ന് നീംതല ഘാട്ടിലെ പടിക്കെട്ടുകളിലിരുന്ന് രാത്രി മുഴുവൻ അദ്ദേഹം നവാബിന്റെ ഗാനം ആലപിച്ചു. ആ ഗാനത്തിന്റെ ബാക്കി മൂന്നു വരികൾ കൂടി ഞാൻ മൂളി നോക്കി.

"....എന്റേതായിരുന്നതെല്ലാം ഞാൻ ഉപേക്ഷിക്കുന്നു..

അവിടുത്തെ മുറ്റം ഒരു പർവതവും പടിപ്പുര ഒരു വിദേശരാജ്യവുമായി ത്തീരുന്നു...

അവിടുത്തെ വീടു വിട്ട്, അച്ഛാ, ഞാൻ എന്റെ പ്രിയതമന്റെ ദേശത്തേക്കു പോകുന്നു."

"നിർത്ത്, എന്റെ അമ്മ പാടുന്ന പാട്ടാണ് അത്..."

സഞ്ജീവ് കുമാർ മിത്ര ക്ഷോഭത്തോടെ പറഞ്ഞു.

"അതുകൊണ്ട്?"

"അതെന്നെ വേദനിപ്പിക്കുന്നു..."

"എങ്കിൽ ഇന്നു രാത്രി മുഴുവൻ ഞാൻ പാടിക്കൊണ്ടേയിരിക്കും..."

"എന്തിനാണ് നീയെന്നെ ഇങ്ങനെ മുറിപ്പെടുത്തുന്നത്? എന്താണ് നിന്റെ മനസ്സിൽ?"

ഞാൻ അയാളെ നോക്കി ചിരിച്ചു. എന്റെ ശരീരത്തിൽ വിറയലും ഹൃദ യത്തിൽ ചവർപ്പും ഉണർന്നു.

"എനിക്കു നിങ്ങളെ ഒരിക്കലെങ്കിലും ഒന്ന് അനുഭവിക്കണം...!"

ഞാൻ പറഞ്ഞു. ഞാൻ ചിരിക്കാൻ ശ്രമിക്കുകയായിരുന്നു. പക്ഷേ കണ്ണു കൾ നിറഞ്ഞു. അയാളുടെ മുഖം വിളറി. പക്ഷേ അയാളുടെയും കണ്ണുകൾ നിറഞ്ഞു. എനിക്കു സന്തോഷം തോന്നി. ത്രൈലോക്യയെപ്പോലെ ഞാനും ലോകം എനിക്കു തന്നതു തിരിച്ചു കൊടുത്തു കൃതാർത്ഥയായി.

നാൽപ്പത്തിനാല്

ജൂലൈ മാസത്തിലെ പതിനൊന്നും പന്ത്രണ്ടും ദിവസങ്ങളാണ് ഈ കഥയിലെ വലിയ വഴിത്തിരിവുകൾ. പതിനൊന്നാം തീയതി ഒരർഥത്തിൽ സംഭവരഹിതമായിരുന്നു. പക്ഷേ, അതിന്റെ തുടർച്ചയായിരുന്നു പന്ത്രണ്ട്. ഞായറാഴ്ചയായതു കൊണ്ടു ഞാൻ 'ഭവിഷ്യത്തി'ൽ പോയില്ല. പരഷ്പൂർ ഗ്രാമത്തിൽ പദ്മ നദി ദിശ മാറിയൊഴുകിയതു മൂലം വീടു നഷ്ടപ്പെട്ട ഗ്രാമീണർ മന്ത്രിയെയും എം.എൽ.എയെയും തടഞ്ഞതായിരുന്നു അന്നത്തെ വാർത്ത. അമ്പത്തിനാലു വീടുകളാണ് ഒലിച്ചു പോയത്. അതിനേക്കാൾ എന്നെ ബാധിച്ചത് മാനൊദായുമായുള്ള കൂടിക്കാഴ്ചയാണ്. വൈകിട്ട് കാക്കുവിന്റെ സലൂണിൽനിന്നു മാനൊദായുമായുടെ ശബ്ദം കേട്ടതു കൊണ്ട് ഞാൻ അങ്ങോട്ടു ചെന്നു. ഹെയർ കട്ട് പതിനഞ്ച്, സ്റ്റൈൽ കട്ട് മുപ്പത് എന്നൊക്കെ ചെറിയൊരു സ്ലേറ്റിൽ ചോക്കു കൊണ്ട് എഴുതിവച്ചതിനു താഴെ ഇത്തിരിപ്പോന്ന ഇടത്തിൽ നിറഞ്ഞുനിന്ന് കാക്കു മാനൊദായുടെ മുടി വെട്ടുന്നുണ്ടായിരുന്നു. അപ്രതീക്ഷിതമായി മാനൊദായെ കണ്ടപ്പോൾ സ്വയം ചുറ്റിച്ചുറ്റി വലിഞ്ഞു മുറുകിയ കയർ പോലെ കഠിനമായിരുന്ന ഹൃദയം അയഞ്ഞു. ഞാൻ അദ്ദേഹത്തിന്റെ അടുത്തു ചെന്നു കൈപ്പിടികൾ ഇളകിത്തുടങ്ങിയ കസേരയിൽ പിടിച്ചപ്പോൾ മുഷിഞ്ഞു നാറിയ ടവൽ പുതച്ചിരുന്ന മാനൊദാ കണ്ണുകൾ മാത്രമിളക്കി എന്നെ നോക്കി കുസൃതിയോടെ ചിരിച്ചു.

"ഈ സുഖ്ദേബിന്റെ മുഖം കാണുമ്പോൾ ഇവൻ പണ്ടു തല കൊയ്യാൻ സിലിഗുരിയിൽ പോയ കഥ ഓർമ വരും. ഈ തുണിയും പുതച്ച് ഇരുന്നു കഴിഞ്ഞാൽ പിന്നെ എനിക്കു ടെൻഷനാണ്. ഇവൻ ഒരുത്തന്റെ തല വെട്ടുന്നത് ഞാൻ നേരിൽക്കണ്ടിട്ടുണ്ട്, നിനക്കറിയാമോ? വാളോങ്ങിയപ്പോൾ ഞാൻ സ്വയമറിയാതെ ഇവന്റെ കൈയ്യിൽ പിടിച്ചു.ഇവൻ എന്നെ ആശ്വസിപ്പിച്ചത് എങ്ങനെയാണെന്നറിയാമോ? പേടിക്കണ്ട ദാദാ, ഒരു തുള്ളി ചോര പൊടിയാതെ ഞാനിതു തീർക്കാം. രാജഭരണക്കാലത്ത് ഞങ്ങൾക്ക് ശിരച്ഛേദവും പതിവുണ്ടായിരുന്നു..."

മാനൊദായുടെ വെളുവെളുത്ത തലമുടിക്കു മേൽ കത്രിക ചലിപ്പിച്ചു കൊണ്ട് കാക്കു ദീർഘമായി നിശ്വസിച്ചു.

"എന്നെക്കൊണ്ട് ഒരു കോഴിയെ കൊല്ലാൻ പോലും കൊള്ളുകയില്ലെന്നാണ് ഇവളുടെ ബാബാ പറയാറുള്ളത്. അതു സത്യവുമാണ്."

ആ മുറിയിൽ പിരിഞ്ഞ പാലിന്റേതു പോലെ വില കുറഞ്ഞ ഷേവിങ് ക്രീമിന്റെ ഗന്ധം തങ്ങി നിന്നു. ഭിത്തിയിൽ നീളത്തിൽ തറച്ചു വച്ച കൈപ്പത്തിയോളം വീതിയുള്ള സ്റ്റാൻഡിന്റെ അങ്ങേയറ്റയത്ത് എണ്ണമറ്റ പുരുഷൻമാരുടെ താടിരോമങ്ങളുമായി ഏറ്റുമുട്ടി തേഞ്ഞു പോയ നാരുകളുമായി

തവിട്ടു നിറമുള്ള ഷേവിങ് ബ്രഷ് കാണാമായിരുന്നു. സ്റ്റാൻഡിനു മുകളിൽ രണ്ടു കണ്ണാടികൾ ഘടിപ്പിച്ചിരുന്നതിൽ മുറിയുടെ ആസ്ബസ്റ്റോസ് മേൽക്കൂര പകുതി ചെരിഞ്ഞതു പോലെയാണ് കാണപ്പെട്ടത്. പിന്നിലുള്ള ഭിത്തിയിൽ ഘടിപ്പിച്ച കളിപ്പാട്ടം പോലെയുള്ള ടിവിയിൽ ഉത്തംകുമാറിന്റെ ഒരു ഗാനരംഗം പുരോഗമിച്ചു. ജീവിക്കാൻ മാർഗ്ഗം തേടി പല തരം പണികൾ പരീക്ഷിച്ചതിനു ശേഷമാണ് സ്വന്തമായി ഒരു സലൂൺ തുടങ്ങാമെന്ന് കാക്കു തീരുമാനിച്ചത്. അതിനു മുമ്പ് അദ്ദേഹം നഗരത്തിൽ റിക്ഷ ചവിട്ടി. ചില കടകളിൽ കണക്കെഴുത്തുകാരനായി. പരുത്തിമില്ലിൽ തൊഴിലാളിയായി. ഒരു ജോലിയിലും അദ്ദേഹത്തിന് ഉറച്ചു നിൽക്കാൻ സാധിച്ചില്ല. മാനൊദായുടെ വെള്ളിത്തലമുടിക്കു മേൽ ചലിക്കുന്ന കാക്കുവിന്റെ വിരലുകൾ നോക്കി നിൽക്കെ എനിക്ക് നവാബ് വാജിദ് അലി ഖാനെ ഓർമ വന്നു. മുടിനാരുകൾ മുറിഞ്ഞു വീണ ശബ്ദം മുറിയിലെ നിശ്ശബ്ദതയിൽ പുഴയിലെ മഴയുടെ ശബ്ദമുയർത്തി.

"നിനക്കറിയില്ല, ചേതൂ, അതൊരു വല്ലാത്ത കാലമായിരുന്നു... ഇന്നിപ്പോൾ ഓർക്കുമ്പോൾ അത്ഭുതം തോന്നും. അന്ന് അങ്ങനെയൊക്കെ ചെയ്തത് നമ്മൾ തന്നെയായിരുന്നോ എന്ന്..."

മാനൊദാ കൺമണികൾ മാത്രം ചലിപ്പിച്ച് എന്നെ നോക്കി.

"എന്റെ കൺമുമ്പിൽ ഇപ്പോഴും ജ്യോതിർമയിയുണ്ട്..."

മാനൊദാ തലചെരിച്ച് കാക്കുവിനെ നോക്കി.

"അതാരാ?"

ഞാൻ ഉൽസാഹത്തോടെ ചോദിച്ചു. കാക്കു ഒന്നു കൂടി നെടുവീർപ്പിട്ട് മുടിയിഴകളുടെ നീളം വിരലിന്റെ അറ്റം കൊണ്ടു പിടിച്ചു പരിശോധിച്ചു.

" ജ്യോതിർമയിയിൽനിന്നായിരുന്നു തുടക്കം. പാടത്തുനിന്ന് റോഡ് വരെ വരമ്പിൽ ഉടനീളം ഗ്രാമത്തിൽ പതിവില്ലാത്ത ചെരിപ്പിന്റെ അടയാളങ്ങൾ ആദ്യം കണ്ടത് അവളാണ്..."

തെറായ് ഗ്രാമത്തിലെ കഥയാണ് അദ്ദേഹം പറഞ്ഞു കൊണ്ടിരുന്നത്. ചാരു മജുംദാറും കനു സന്യാലും ജംഗൽ സന്താളിന്റെ അമ്പും വില്ലും ഉപയോഗിച്ച് വസന്തത്തിന്റെ ഇടിമുഴക്കം ആദ്യം കേൾപ്പിച്ച കഥകൾ ഓർക്കാൻ ഞാൻ ആഗ്രഹിച്ചില്ല. പക്ഷേ, ജ്യോതിർമയിയുടെ കഥ രസകരമായിരുന്നു. പാടത്തു പണിക്കു പോയ സ്വന്തം അച്ഛനെ അന്വേഷിച്ച് ഗ്രാമം മുഴുവൻ അലഞ്ഞു നടന്ന ജ്യോതിർമയിയാണ് പോലീസിന്റെ ബൂട്ട് അടയാളങ്ങൾ ശ്രദ്ധിച്ചു ഗ്രാമവാസികളെ വിവരം അറിയിച്ചത്. പണിക്കിറങ്ങുന്നവരെ കാണാതായതു തുടർന്നപ്പോൾ ജ്യോതിർമയി കുടിലുകൾ തോറും കയറിയിറങ്ങി സ്ത്രീകളെ സംഘടിപ്പിച്ചു. പുലർവെട്ടം വീഴുംമുമ്പേ അവർ പാടത്തെത്തി ഒളിച്ചിരുന്നു. പണിക്കിറങ്ങുന്ന കർഷകരെ നെൽച്ചെടികൾക്കിടയിൽനിന്ന് വളഞ്ഞു പിടിച്ച് വായ് മൂടിക്കെട്ടി തൂക്കിയെടുത്തു കൊണ്ടു പോകുന്ന പോലീസുകാരെ അവർ നേരിട്ടു കണ്ടു. സ്ത്രീകൾ അവരെ വളഞ്ഞു വഴി തടഞ്ഞു. ഭൂവുടമയുടെ പരാതിപ്രകാരം പാട്ടക്കുടിശ്ശിക നൽകാത്തവരെ അറസ്റ്റ് ചെയ്യുകയാണെന്ന് വിവരം കിട്ടിയതോടെ ഗ്രാമീണർ ഇളകി. ഭയന്നോടിയ പോലീസ് കൂടുതൽ അംഗബലവുമായി തിരിച്ചു വന്നു. അപ്പോൾ പൊന്തക

ളിൽനിന്ന് അമ്പുകൾ പോലീസിനു നേരെ പാഞ്ഞു. ജംഗൽ സന്താളിന്റെ അമ്പു കൊണ്ട് പോലീസ് ഇൻസ്പെക്ടർ സോനം വാങ്ഡി കൊല്ലപ്പെട്ടു.

"വാങ്ഡി അമ്പേറ്റു വീണപ്പോൾ പോലീസ് ഓടിയ ഓട്ടം നീയൊന്നു കാണണമായിരുന്നു ചേതുദീ..റൈഫിളും വലിച്ചെറിഞ്ഞ് ബൂട്ടും ഊരിയെറിഞ്ഞ്..!"

"ആ റൈഫിൾ വച്ചാണു ജ്യോതിർമയി വെടി വയ്ക്കാൻ പഠിച്ചത്."

കാക്കു ഒന്നുകൂടി നെടുവീർപ്പിട്ടു.

"എന്തൊരു ഉന്നമായിരുന്നു അവൾക്ക്..."

പോലീസ് കൂടുതൽ സന്നാഹവുമായി തിരിച്ചെത്തിയപ്പോഴേക്ക് കിട്ടിയതൊക്കെ കയ്യിലെടുത്ത് ഗ്രാമീണർ യുദ്ധത്തിനിറങ്ങി. കൈക്കുഞ്ഞുങ്ങളെ പുറത്തു മാറാപ്പു കെട്ടിയിട്ട് പോലീസുകാരെ തല്ലാനിറങ്ങിയ സ്ത്രീകളിൽ ചിലരൊക്കെ അവരുടെ ബൂട്ടിനടിയിൽ ഞെരിഞ്ഞു മരിച്ചു.

"ഒമ്പതു സ്ത്രീകൾ മരിച്ചു... രണ്ടു കുഞ്ഞുങ്ങളും..."

"ജ്യോതിർമയി?"

ഞാൻ ചോദിച്ചു.

"അവൾ മരിച്ചിട്ടില്ല..."

കാക്കുവിന്റെ കണ്ണുകൾ നിറഞ്ഞു.

"കാരണം, അവളുടെ ശരീരം ഇതുവരെ കണ്ടുകിട്ടിയിട്ടില്ല. ശരീരം കണ്ടെത്തുന്നതുവരെ മരണം നടന്നു എന്നതിന് തെളിവില്ലല്ലോ, ചേതു ഭോരട്ദീ..."

മാനൊദായുടെ കഴുത്തിൽ പുതച്ചിരുന്ന തുണിയെടുത്തു കുടഞ്ഞ് മടക്കി വയ്ക്കുമ്പോൾ കാക്കുവിന്റെ വലതു കണ്ണ് നിയന്ത്രണം വിട്ട് നിറഞ്ഞൊഴുകി. ജ്യോതിർമയിയെ കാക്കു സ്നേഹിച്ചിരുന്നു. ജ്യോതിർമയിയെ സ്നേഹിക്കുകയും ഇന്ദിരാഗാന്ധിക്കെതിരെ യുദ്ധം ചെയ്യുകയും ശ്യാമിലിദീയെ ഭയപ്പെടുകയും ചെയ്യുന്ന കാക്കുവിനെ നോക്കി നിൽക്കെ എന്റെ തല മന്ദിച്ചു. മാനൊദാ കണ്ണാടിയിൽ ചന്തം നോക്കി തല കുലുക്കി സമ്മതിച്ചുകൊണ്ട് എഴുന്നേറ്റു. ഞാൻ അദ്ദേഹത്തിനു പിന്നാലെ നിരത്തിലേക്ക് ഇറങ്ങി. റോഡിൽ ഇരമ്പുന്ന പുരുഷാരത്തെ നോക്കി ഒന്നു രണ്ടു മാത്ര മാനൊദാ നിശ്ശബ്ദനായി നിന്നു.

"ഞാനിവിടെ മുടി വെട്ടാൻ വന്നതാണെന്നാണോ നിന്റെ വിചാരം? ഈ അർധരാത്രി നേരത്ത്?"

ഞാൻ സങ്കടത്തോടെ അദ്ദേഹത്തിന്റെ നേരെ കണ്ണുകൾ ഉയർത്തി.

"ആ ചെക്കനെക്കുറിച്ച് ഞാൻ അന്വേഷിച്ചു. അവൻ ഒരു വലിയ സംഭവം തന്നെ. നക്സലൈറ്റ് അച്ഛൻ, സെക്സ് വർക്കർ അമ്മ, പത്രപ്രവർത്തകൻ മകൻ..."

മാനൊദാ ഉറക്കെ ചിരിച്ചു. ഞാൻ അടിയേറ്റതുപോലെ അദ്ദേഹത്തെ നോക്കി.

"നക്സലൈറ്റോ? ആര്?"

"ആ ചെക്കന്റെ അച്ഛൻ... അല്ലാതാര്? അയാളുടെ പേര് മിത്രൻ എന്നായിരുന്നു. അറുപത്തേഴിൽ അയാളിവിടെയൊക്കെ കറങ്ങി നടപ്പുണ്ടായിരുന്നു. കൽക്കട്ട യൂണിവേഴ്സിറ്റിയിൽ ഇംഗ്ലീഷ് സാഹിത്യമോ മറ്റോ പഠിക്കാൻ."

എന്റെ കണ്ണുകൾ മിഴിഞ്ഞു. മാനൊദാ വാൽസല്യത്തോടെ എന്റെ തല മുടിയിഴകൾ തടവി ചിരിച്ചു.

“നമുക്ക് ഒരു ചായ കുടിച്ചാലോ?”

“ഇവളുടെ ബാബായുടെ കടയിൽനിന്നോ?”

പിന്നാലെ വന്ന കാക്കു കുട്ടികളെപ്പോലെ പിണക്കം നടിച്ചു.

“എനിക്കു വേണ്ടാ. ദാദാ എന്നോടു മിണ്ടിയിട്ട് എത്രയോ ദിവസങ്ങളായി. ഞാനെന്തു തെറ്റാ ചെയ്തത്, ഞങ്ങളെ ഇങ്ങനെ അവഗണിക്കാനും കുറ്റപ്പെടുത്താനും? എനിക്ക് വേണ്ട, ഈ വീട്ടിൽനിന്ന് ഒരു തുള്ളി വെള്ളംപോലും എനിക്കു വേണ്ട...”

“ശരി, ഇവിടെ നിന്നല്ലെങ്കിൽ മറ്റെവിടെയെങ്കിലും നിന്ന്... നമുക്ക് വെറുതെ നടക്കാം..”

റയിൽ ക്രോസിന് നേരെ എതിരെ പണ്ടു സർക്കാർ മാമൻ ക്ഷൗരം ചെയ്തിരുന്ന സ്ഥാനത്തുനിന്ന് ഇടത്തേക്കു തിരിഞ്ഞാൽ കാണുന്ന ഇരിക്കാൻ ഇടമില്ലാത്ത കോമൾദായുടെ കടയിൽ മാടിർഖുഡികളിൽ ചായ കുടിക്കുമ്പോൾ നദിയിലൂടെ ഒരു ആഡംബര ബോട്ട് ഒഴുകി നീങ്ങി. അതിനുള്ളിൽനിന്ന് പച്ചയും മഞ്ഞയും ചുവപ്പും ബൾബുകൾ ചിമ്മുകയും ഗിറ്റാറിന്റെയും ഡ്രമ്മിന്റെയും തുടിപ്പുകൾ മുഴങ്ങുകയും ചെയ്തു. അച്ഛൻ നക്സലൈറ്റ് അമ്മ സെക്സ് വർക്കർ എന്ന മാനൊദായുടെ വാക്കുകളാണ് ആ ബോട്ടിനുള്ളിൽനിന്നുന്ന പഠേപഠേ എന്നു മുഴങ്ങിയത്.

“മാനൊദാ, അതൊക്കെ വാസ്തവമാണോ? നിങ്ങൾ എങ്ങനെ അറിഞ്ഞു?”

തിരിച്ചു നടക്കുമ്പോൾ ഞാൻ മാനൊദായോട് അന്വേഷിച്ചു. എന്റെ കയ്യിൽ മാനൊദാ മൃദുവായി പിടിച്ചു. ഞങ്ങളുടെ വീടിനു മുന്നിലെത്തിയപ്പോൾ അദ്ദേഹം നടപ്പു നിർത്തി എന്റെ ചുമലിൽ കൈവച്ച് കണ്ണുകളിലേക്കു നോക്കി.

“നിന്നെ വിവാഹം കഴിക്കുന്നവനെക്കുറിച്ച് അന്വേഷിക്കണ്ട ഉത്തരവാദിത്തം എനിക്കില്ലേ?”

എന്റെ കണ്ണുകൾ നിറഞ്ഞു.

“അയാളുടെ അച്ഛൻ വിപ്ലവകാരി. വിപ്ലവം പരാജയപ്പെട്ടപ്പോൾ ഇവിടെ നിന്നു പോയി. പോകുമ്പോൾ ഒരു പെണ്ണിനെയും കടത്തിക്കൊണ്ടു പോയി. നാലഞ്ചു കൊല്ലം കഴിഞ്ഞ് അവൾ തിരിച്ചു വന്നു...”

“വല്ലാത്ത ദുരൂഹത, മാനൊദാ.”

ഞാൻ മന്ത്രിച്ചു.

“അയാൾ എന്തുമാകട്ടെ, ആരുമാകട്ടെ, ഇപ്പോഴത്തെ എന്റെ വേവലാതി ജൊതീന്ദ്രനാഥ് ബാനർജിയുടെ വധശിക്ഷ നടക്കുമോ എന്നതാണ്. കൊല്ലുക എളുപ്പമാണോ കുട്ടീ?”

ഞാൻ നെടുവീർപ്പിട്ടു. പിന്നാലെ നടക്കുകയായിരുന്ന കാക്കുവും ഞങ്ങളുടെ അരികിലെത്തിക്കഴിഞ്ഞിരുന്നു.

“മാനൊദാ, ഞാൻ കൊല്ലേണ്ടവൻ എന്റെ കയ്യാൽത്തന്നെ മരിക്കും...”

“കൊല്ലാൻ തുനിയുമ്പോഴേ അതു മനസ്സിലാകൂ. നമ്മൾ അന്നോളം കൂടെക്കൊണ്ടു നടന്ന ഒരാളുണ്ടാകും, നമ്മുടെയുള്ളിൽ. കൊല്ലാനൊരുങ്ങുന്ന

നിമിഷം അയാൾ നമ്മുടെ കൈ തടയും. അയാളെ കൊന്നിട്ടേ നമുക്ക് കൊല്ലേണ്ടവനെ കൊല്ലാൻ സാധിക്കൂ."

അദ്ദേഹം എന്നെയും കാക്കുവിനെയും മാറി മാറി നോക്കി.

"വിചാരിക്കുന്നതുപോലെയല്ല. നമ്മുടെയുള്ളിൽനിന്നു ചാടിയിറങ്ങുന്ന വന് ചിലപ്പോൾ നാം വിചാരിക്കുന്നതിലേറെ കരുത്തുണ്ടാകും..."

"എന്റെയുള്ളിൽനിന്നു ചാടിയിറങ്ങുന്നത് ഒരു സ്ത്രീയായിരിക്കും, മാനൊദാ."

ഞാൻ തമാശ പറയാൻ ശ്രമിച്ചപ്പോൾ മാനൊദാ എന്നെ സങ്കടത്തോടെ നോക്കി.

"അതാണ് കുഴപ്പം. ബ്രഹ്മനും തടയാൻ സാധിക്കില്ല, ചില സ്ത്രീ കളെ..."

"അവൾക്കാണ് ശക്തിയെങ്കിൽ വധശിക്ഷ മുടങ്ങും എന്നാണോ?"

"വധശിക്ഷ നടപ്പായാൽ ചേതനയെ ഞങ്ങൾക്കു നഷ്ടപ്പെടും എന്നു മാത്രമാണ്..."

മാനൊദായുടെ ശബ്ദം ശാന്തമായിരുന്നു. ഞാൻ ഉറക്കെ ചിരിച്ചു. ചേതന ഒരാൾ മാത്രമല്ലെന്ന് അദ്ദേഹത്തെ എങ്ങനെ ബോധ്യപ്പെടുത്തണമെന്ന് എനിക്കു മനസ്സിലായില്ല. അന്നും ഉറക്കമില്ലാത്ത രാത്രിയായിരുന്നു. മരണം എന്റെ മുറിക്കുള്ളിൽ ക്യാമറയുമായി പതുങ്ങിയിരിപ്പുണ്ടെന്നു തോന്നി. അതെന്റെ ചലനങ്ങൾ ഒപ്പിയെടുത്തു. സ്വസ്ഥത വീണ്ടെടുക്കാൻ ഞാൻ മറ്റെന്തെങ്കിലും ചിന്തിക്കാൻ ശ്രമിച്ചു. മനസ്സിൽ കാക്കുവാണ് നിറഞ്ഞത്. ഞാൻ കാക്കുവിനെക്കുറിച്ച് അദ്ഭുതത്തോടെ ചിന്തിച്ചു. എൺപത്തേഴിൽ എനിക്ക് അഞ്ചു വയസ്സുള്ള കാലത്താണു കാക്കു വലിയൊരു ട്രങ്കും തുണിക്കെട്ടുമായി സ്ട്രാൻഡ് റോഡിലെ ഞങ്ങളുടെ വീട്ടിൽ സ്ഥിരതാമസത്തിനായി തിരിച്ചെത്തിയത്. അതുവരെ രാമുദാ ഉപയോഗിച്ചിരുന്ന മുറിയിൽ അദ്ദേഹം തന്റെ പെട്ടിയും കിടക്കയും ശബ്ദത്തോടെയിട്ടു. പെട്ടി തുറന്ന് എനിക്ക് കുറേ പാവകളും ഊതിവീർപ്പിക്കുന്ന ബലൂണുകളും സമ്മാനിച്ചു. വൈകുന്നേരം കാക്കു ആ മുറി വൃത്തിയാക്കി. ഇരുട്ടിയപ്പോൾ കുളി കഴിഞ്ഞു വസ്ത്രം മാറി പുറത്തു പോയി. പത്തു മണിയോടെ ഹേമുദാ ഞങ്ങളുടെ വാതിൽക്കൽ തട്ടി വിളിച്ചു. ഉറങ്ങിക്കഴിഞ്ഞിരുന്ന ഞാൻ ഞെട്ടിയുണർന്നു.

"വലിയ കുഴപ്പം ദീദീ, ഫൊണീദായും സൂദേബ്ദായും കൂടി തല്ലു കൂടുന്നു..."

ഹേമുദാ ബഹളം വച്ചു.

"മാ കാളീ!"

ഠാക്കുമാ പുറത്തേക്കുപാഞ്ഞു. കണ്ണുതിരുമ്മി ഞാനും ഠാക്കുമായുടെ പിന്നാലെയോടി. ഒരു പടുവൃദ്ധന്റെ ജഡം കയറ്റിയ ഉന്തുവണ്ടി കടന്നു പോകാൻ അക്ഷമയോടെ കാത്തു ഞങ്ങൾ ഇരുവരും റോഡിന്റെ ഇപ്പുറത്തെ നിൽക്കെ ഇന്നു മധുരപലഹാരക്കടയിരിക്കുന്നിടത്ത് അന്നു പ്രവർത്തിച്ചിരുന്ന സൈക്കിൾ റിപ്പയർ ഷോപ്പിനു മുമ്പിൽ കിടന്ന് അച്ഛനും കാക്കുവും കെട്ടിമറിഞ്ഞു.

"നിന്നെ ഞാനിന്നു കൊല്ലുമെടാ..."

അച്ഛന്റെ മുഴങ്ങുന്ന ശബ്ദം സ്ട്രാൻഡ് റോഡിൽ പ്രതിധ്വനിച്ചു. ഉന്തുവണ്ടിയിൽ ജഡവുമായി പോയ ഉദാസീന ഭാവമുള്ള ചെറുപ്പക്കാർ കൗതുകത്തോടെ തിരിഞ്ഞു തിരിഞ്ഞു നോക്കി തമാശ പറഞ്ഞു ചിരിച്ചു. അച്ഛന്റെ പിടിയിൽനിന്നു കുതറി മാറാൻ ശ്രമിക്കുകയായിരുന്ന കാക്കുവിന്റെ ശബ്ദം ആ ബഹളത്തിനിടയിൽ മുങ്ങിപ്പോയി. ഥാക്കുമായും പിന്നാലെ ഓടിയെത്തിയ മായും ഇരുവരെയും അടർത്തി മാറ്റി വീട്ടിലെത്തിച്ചതിനുശേഷവും അച്ഛൻ കോപിഷ്ഠനായി അലറിവിളിച്ചു.

"നാണംകെട്ടവൻ. ഇവൻ എന്റെ അനിയനാണെന്നു പറയാൻ എനിക്കു നാണമുണ്ട്..."

"എന്താ? എന്താ സംഭവിച്ചത്?"

ഥാക്കുമായും മായും ചോദിച്ചു. ആ പാവം പിടിച്ചവനെ തല്ലിച്ചതയ്ക്കാൻ ഇയാൾക്കെന്താ ഭ്രാന്തോ എന്നു കുറ്റപ്പെടുത്തിയതോടെ അച്ഛന്റെ രോഷം മായുടെ നേരെയായി.

"അവൻ എവിടെയായിരുന്നു എന്നു നിനക്കറിയാമോ?"

അച്ഛൻ മായുടെ നേരെ കൈയ്യോങ്ങിക്കൊണ്ട് ചെന്നു.

"സോനാഗച്ചിയിൽ...!"

മാ ഈഷ് എന്ന് മന്ത്രിച്ച് സാരിത്തലപ്പു തലയിലൂടെയിട്ട് പിൻവാങ്ങിയപ്പോൾ ഥാക്കുമാ നിസ്സാരഭാവത്തോടെ ചിരിച്ചു.

"ഓ... അത്രേയുള്ളോ? അവൻ ഒരാണല്ലേ? പോകാൻ വേറെ ഏതിടമാണ് അവനുള്ളത്?"

"ഛെ...! ഇങ്ങനെയാണോ ഒരു പെറ്റമ്മ സംസാരിക്കേണ്ടത്?"

അച്ഛൻ കോപം കൊണ്ടു തുള്ളിച്ചാടി ആക്രോശിച്ചു.

"ഞാൻ കയറിച്ചെല്ലുമ്പോൾ ദാദാ ഇറങ്ങി വരികയല്ലേ? പിന്നെ എനിക്കു മാത്രം എന്താ ഇത്ര കുറ്റം?"

മുറിക്കുള്ളിൽനിന്ന് മുഖത്തു പൗഡർ പൂശിക്കൊണ്ടു കാക്കു ഇറങ്ങി വന്ന് ലേശം സ്ത്രൈണമായ ഒരു ചിണുങ്ങലോടെ ചോദിച്ചു. അച്ഛൻ കൂടുതൽ കോപാകുലനായി. ഥാക്കുമാ പരിഹാസത്തോടെ ചിരിച്ചു. സൂദേവ് കാക്കു മുഖത്ത് പൗഡർ അമർത്തിത്തിരുമ്മിക്കൊണ്ട് മായുടെ അടുത്തു ചെന്നു പിറുപിറുത്തു.

"ദീദീ, നിങ്ങൾക്കാർക്കും എന്നെ വേണ്ട. .എനിക്കറിയാം, നിങ്ങൾക്കാർക്കും എന്നെക്കുറിച്ച് ഒരു വിചാരവുമില്ല..."

നിറഞ്ഞ കണ്ണുകളോടെ അദ്ദേഹം മുറിക്കുള്ളിലേക്കു പോയപ്പോൾ എല്ലാവരും നിശ്ശബ്ദരായി. രാമുദാ പുസ്തകം അടച്ചു വച്ച് കട്ടിലിൽ കയറി നീണ്ടു നിവർന്നു കിടന്നു. ഥാക്കുമാ പാൻ ചവയ്ക്കാൻ തുടങ്ങി. മാ വല്ലായ്മയോടെ എന്നെ പിടിച്ചു 'വാ കൊച്ചേ കിടന്നുറങ്ങ്' എന്നു ശകാരിച്ചു.

" ഥാക്കുമാ, കാക്കുവിനെ അച്ഛൻ തല്ലിയതെന്തിനാ?"

എന്റെ മഞ്ഞയിൽ നീലപ്പുള്ളികളുള്ള ഫ്രോക്കിന്റെ അറ്റം വിരലിൽ ചുറ്റുകയും അഴിക്കുകയും ചെയ്തു കൊണ്ട് പിറ്റേന്നു ഞാൻ ഥാക്കുമായോടു ചേർന്ന് നിലത്തിരുന്നു ശബ്ദം താഴ്ത്തി ചോദിച്ചു.

"ദാർജിലിങ്ങിൽനിന്ന് അവന്റെ മേൽ ബാധ കൂടിക്കാണും, ചേതൂ..."

ഥാക്കുമായുടെ ശബ്ദത്തിൽ വേദന നിറഞ്ഞു നിന്നത് ഞാൻ വ്യക്തമായി ഓർക്കുന്നു. ആയിരത്തിത്തൊള്ളായിരത്തി എൺപത്തേഴിൽ സുദേവ് കാക്കുവിന്റെ ശരീരത്തിൽ ദാർജിലിങ്ങിൽനിന്നു കയറിയ ബാധ എന്താണെന്ന് 'ഭവിഷ്യത്തി'ൽ ജോലിക്കു ചേർന്നതിനുശേഷമാണ് വ്യക്തമായത്. ജയിലിൽനിന്ന് എഴുപത്തൊമ്പതിൽ പുറത്തുവന്ന ജംഗൽ സന്താൾ മദ്യത്തിലും ദാരിദ്ര്യത്തിലും മുങ്ങി മരിച്ചു കൊണ്ടിരുന്ന കാലമത്രയും കാക്കു ആ ആത്മാവിന് കൂട്ടായി അവിടെയും ഇവിടെയുമായി പറന്നു നടന്നതിനെക്കുറിച്ച് ഓർത്തപ്പോൾ അഞ്ചാം വയസ്സിലെന്നതുപോലെ ഇരുപത്തിരണ്ടാം വയസ്സിലും ഞാൻ സങ്കടപ്പെട്ടു. ആ സങ്കടത്തോടെ തന്നെ ഞാൻ ഉറങ്ങിപ്പോകുകയും പതിനൊന്നാം തീയതി കടന്നുപോകുകയും ചെയ്തു.

പന്ത്രണ്ടാം തീയതി പക്ഷേ, സംഭവബഹുലമായിരുന്നു. ആറാഴ്ച മുമ്പു മൈദാനിൽ ദുപ്പട്ട കഴുത്തിൽ മുറുക്കി കൊല്ലപ്പെട്ട നിലയിൽ കണ്ടെത്തിയ യുവതിയുടെ ശരീരവുമായി നീംതല ഘാട്ടിലേക്കെത്തിയ തുരുമ്പെടുത്ത ആംബുലൻസ് ഞങ്ങളുടെ വീട്ടുപടിക്കൽത്തന്നെ ബ്രേക്ക് ഡൗൺ ആയി. അതിനുള്ളിലിരുന്ന റിട്ടയർമെന്റോടടുത്ത പോലീസുകാർ 'ഫൊണീദാ, എന്തുണ്ടു വിശേഷം'എന്നു ചോദിച്ച് ഇറങ്ങിവന്നു. അച്ഛൻ സന്തോഷത്തോടെ തോർത്ത് ചുമലിൽ നിന്നെടുത്തു കയ്യിൽപ്പിടിച്ച് ഭവ്യത ഭാവിച്ച് അവരെ ചായപ്പീടികയിലേക്ക് എതിരേറ്റു. വീടിന്റെ പിന്നിലുള്ള കുളിമുറിയിലേക്കു പോകുകയായിരുന്ന ഞാൻ ആംബുലൻസിന്റെ ജാലകത്തിനുള്ളിലൂടെ മൃതദേഹത്തിന്റെ ചീർത്തു വീർത്തു നീലിച്ച മുഖം വ്യക്തമായി കണ്ടു. ഒറ്റനോട്ടത്തിൽ അതു കാക്കു ആണെന്നു ഞാൻ വിഭ്രമിച്ചു. വീർത്ത കൺപോളകളും കറുത്തു കരുവാളിച്ച മുഖവും ഒട്ടിപ്പിടിച്ച മുടിയും എന്നെ വല്ലാതെ ഭയപ്പെടുത്തി. കുളി കഴിഞ്ഞു വരുമ്പോഴും വണ്ടി അവിടെത്തന്നെ കിടന്നു. ഞാൻ ഒരിക്കൽക്കൂടി നോക്കി. മൃതദേഹം പുതപ്പിച്ച കറകളുള്ള പച്ചത്തുണിക്കു മേൽ ഒരു തൂവെള്ള പുഴു ഇഴയുന്നുണ്ടായിരുന്നു. അപ്പോഴേക്കു ചായ കുടി കഴിഞ്ഞു പോലീസുകാരും പിന്നാലെ അച്ഛനും ഇറങ്ങി വന്നു.

"ഒന്നും രണ്ടുമല്ല, ആറാഴ്ചയായി. ഇനി വച്ചു കൊണ്ടിരിക്കാൻ നിവൃത്തിയില്ല. പുഴുവരിച്ചു തുടങ്ങി..."

പോലീസുകാരിലൊരാൾ പറഞ്ഞു.

"അന്വേഷണം ഒന്നും നടത്തിയില്ലേ ബാബൂ?"

"സൂജോയ് എന്നൊരു പേരു മാത്രമേ തുമ്പായുള്ളൂ. അതു വച്ച് ഇനി അന്വേഷിക്കാൻ ഒരിടവുമില്ല... കഷ്ടം... നല്ലൊരു പെണ്ണായിരുന്നു..."

"ആരുടെയെങ്കിലും കൂടെ ഒളിച്ചോടി വന്നതായിരിക്കും..."

അകത്തു കയറി മുടി തോർത്തു കൊണ്ട് ഒപ്പുമ്പോൾ എന്റെ മനസ്സു മ്ലാനമായി. സ്നേഹിക്കുകയും വിശ്വസിക്കുകയും ചെയ്യുന്ന പുരുഷൻ പെട്ടെന്ന് കരം നീട്ടി കഴുത്തു പിടിച്ചു ഞെരിക്കുമ്പോൾ അനുഭവപ്പെടാവുന്ന അവിശ്വസനീയമായ വേദന എന്റെ ശരീരവും അനുസ്മരിച്ചു. ഭാരിച്ച ഹൃദയത്തോടെയാണ് ഞാൻ വസ്ത്രം മാറിയതും ഭക്ഷണം കഴിച്ചതും. മാനൊദാ നൽകിയ പ്രൂഫ് നോക്കാനുള്ള കടലാസുകൾ തപ്പിയെടുത്തു ബാഗിലിട്ട് ഇറങ്ങാനൊരുങ്ങുമ്പോഴാണ് വാതിൽക്കൽ ഒരു സ്ത്രീ തലനീട്ടിയത്.

"ചേതൂദീ... എന്നെ മനസ്സിലായോ?"

അതു സഞ്ജീവ് കുമാർ മിത്രയുടെ വീട്ടിൽ വച്ചു പരിചയപ്പെട്ട സുശീലാദീദിയായിരുന്നു. ഞാൻ അമ്പരന്നു. നിങ്ങളെന്താ ഇവിടെ എന്നു ചോദിക്കും മുമ്പേ ത്രൈലോക്യാദേവി കടന്നുവന്നു.

"ആരാച്ചാരുടെ വീട് സ്ട്രാൻഡ് റോഡിൽ എല്ലാവർക്കും അറിയാം..."

അവരുടെ മധുരമായ ശബ്ദം ഉയർന്നു. എന്തുവേണമെന്നറിയാതെ ഞാൻ പരിഭ്രമിച്ചു.

"അകത്തേക്കു വരാം..."

ഞാൻ അപകർഷതയോടെ ക്ഷണിച്ചു.

"വിളിച്ചതിൽ സന്തോഷം, ചേതനാ. വരൂ സുശീലാ..."

അവർ ഒരു മഹാറാണിയുടെ പ്രൗഢിയോടെ അകത്തു കടന്നു. കൈവെള്ളയിലേക്ക് പാൻ കുടഞ്ഞിടുകയായിരുന്ന ഠാക്കുമായുടെ കണ്ണുകൾ മിഴിഞ്ഞു. അവർ രാമുദായുടെ കട്ടിലിൽ സ്വാതന്ത്ര്യത്തോടെ സ്ഥാനം പിടിച്ചപ്പോൾ ഞാൻ അടുക്കളയിലേക്ക് ഓടി മായോട് സഞ്ജീവ് കുമാർ മിത്രയുടെ അമ്മ കാണാൻ വന്നിട്ടുണ്ട് എന്ന് അറിയിച്ചു.

"അമ്മയോ?"

മാ അമ്പരപ്പോടെ അന്വേഷിച്ചു. മറുപടി പറയാതെ ഞാൻ വീണ്ടും മുറിയിലേക്കോടി. ആ സ്ത്രീ ഞങ്ങളുടെ വീട് നോക്കിക്കാണുകയായിരുന്നു.

"പഴയ വീടാണ്..."

ഞാൻ പെട്ടെന്നു പറഞ്ഞു.

"മഹാരാജാക്കൻമാരുടെ കാലത്ത് ഞങ്ങളുടെ പിതാമഹൻമാരുടെ വീടിന്റെ ചായ്പോ ആട്ടിൻകൂടോ ആയിരുന്നു ഈ ഭാഗം..."

പാൻ വായിലേക്ക് ഇട്ടു കൊണ്ടു ഠാക്കുമാ പറഞ്ഞു.

"നവാബ് വാജിദ് അലിഖാന്റെ വെള്ളരിപ്രാവുകൾ പറന്നിരിക്കുന്ന പതിനെട്ടു പൂമരങ്ങളുണ്ടായിരുന്നു അന്ന് ഈ വളപ്പിനുള്ളിൽ..."

"സൊഞ്ജുബാബു വന്നില്ലേ?"

വെള്ളവുമായി കടന്നു വന്ന മാ ഭവ്യതയോടെ അന്വേഷിച്ചു.

"ഇല്ല... ഞാൻ ഘാട്ടിൽ പൂജ ചെയ്യാൻ വന്നതാണ്. എന്റെ ഭർത്താവിന്റെ ചരമദിനമാണ് ഇന്ന്..."

അവർ മധുരമായി പുഞ്ചിരിച്ചു.

"സൊഞ്ജു ബാബുവിന്റെ അച്ഛന്റെയോ?"

അവർ വീണ്ടും പുഞ്ചിരിച്ചു.

"ഞാൻ അവനിട്ട പേര് ഷൊംഭു എന്നായിരുന്നു. അവന്റെ അച്ഛന് ആ പേര് വിളിക്കുന്നത് ഇഷ്ടമായിരുന്നില്ല. നിങ്ങൾ ബംഗാളികൾക്ക് രണ്ടു പേരുകൾ ഉള്ളതു പോലെ രണ്ടു തരം സ്വഭാവവുമുണ്ട് എന്ന് അദ്ദേഹം പരാതിപ്പെടുമായിരുന്നു...

അവർ ഒരു പുഞ്ചിരിയോടെ എന്നെ നോക്കി.

"നല്ല മനുഷ്യനായിരുന്നു. പണ്ഡിതൻ. ധീരൻ. മറ്റുള്ളവർക്കു വേണ്ടി ജീവൻ ബലിയർപ്പിക്കാൻ ഒരു വിഷമവുമില്ലാത്ത ഒരാൾ. പക്ഷേ..."

അവർ കുടിച്ചു തീർത്ത ഗ്ലാസ് നിലത്തു വച്ച് എന്നെ താക്കീതു നൽകുന്നതുപോലെ ഒന്നു നോക്കി.

"ഭാര്യയ്ക്ക് അതിന് അനുവാദമുണ്ടായിരുന്നില്ല..."

"ഏതിന്?"

ഞാൻ സ്വയമറിയാതെ ചോദിച്ചു. അവർ എന്നെ നോക്കി തണുത്ത ഒരു ചിരി ചിരിച്ചു.

"മറ്റുള്ളവർക്കു വേണ്ടി ജീവൻ ബലിയർപ്പിക്കാൻ. !"

ആശയക്കുഴപ്പം നിറഞ്ഞ എന്റെ കണ്ണുകളിൽ കാരുണ്യവും വേദനയും നിറഞ്ഞ അവരുടെ കണ്ണുകൾ അൽപം നേരം കോർത്തുനിന്നു.

"നിന്റെ ബാബായെ വിളിക്ക്... എവിടെ അവൻ?"

ഥാക്കുമാ തിരക്കുകൂട്ടി. സ്വന്തം നാണയം മോഷ്ടിച്ച ഒരുവന്റെ അമ്മയാണു മുമ്പിലെന്ന് ഥാക്കുമാ പാടെ മറന്നു.

"അദ്ദേഹത്തെ ബുദ്ധിമുട്ടിക്കണ്ട... ഞാൻ വീണ്ടും വരും."

അവർ പോകാൻ എഴുന്നേറ്റു. വിട്ടുകൊടുക്കാനിഷ്ടമില്ലാത്തതുപോലെ എന്റെ പഴകിയ മുഷിഞ്ഞ ചുവരുകളുള്ള മുറി അവർ കൊണ്ടു വന്ന പനിനീർപ്പൂക്കളുടെ പരിമളത്തെ മുറുകെപ്പിടിച്ചു. പുറത്തിറങ്ങുമ്പോൾ അവർ എന്നെ തിരിഞ്ഞു നോക്കി.

"ചേതനയെ ഞാൻ ഓഫിസിൽ വിടാം... എനിക്ക് കാറുണ്ട്..."

ഞാനൊരു മന്ത്രശക്തിക്ക് അടിപ്പെട്ടു. അവരുടെ സാന്നിധ്യം എനിക്ക് ശക്തി പകർന്നു. ഞാൻ സഞ്ചിയെടുത്തു ചുമലിൽ തൂക്കി അവരെ അനുഗമിച്ചു. വീടിനുമുമ്പിൽനിന്ന് ഇടത്തേക്കു തിരിഞ്ഞ് ട്രാൻസ്പോർട്ട് കോർപറേഷന്റെ മുമ്പിൽ പാർക്കു ചെയ്തിരുന്ന വിലകൂടിയ കാറിന്റെ അടുത്തേക്ക് അവർ നടന്നപ്പോൾ റോഡിലും കടകളിലും പല ജോലികളിൽ മുഴുകി നിന്നവർ തലയുയർത്തി നോക്കി. കാർ നീമേശ്വർ ബാബാ ക്ഷേത്രത്തിനു മുമ്പിലൂടെ ഇടത്തേക്കു തിരിഞ്ഞു. ക്ഷേത്രം കണ്ടു മുൻസീറ്റിലിരുന്ന സുശീലാദീദി കൈകൂപ്പി. പിൻസീറ്റിൽ എന്റെ ഇടതുവശത്തിരുന്ന ആ സ്ത്രീ ആ നേരത്ത് ചാരിക്കിടന്ന് ആനന്ദത്തോടെ മൂളി: "ബാബുൽ മൊറാ നൈഹർ ഝൂട്ടോ ഹി ജായ്..."

"ഘാട്ടിൽ കാൽ കുത്താൻ നിവൃത്തിയില്ല. എത്ര ഭിക്ഷക്കാരാണ്... !!"

അവർ സംഭാഷണത്തിനുള്ള താൽപര്യത്തോടെ എന്നെ നോക്കി.

"പതിനെട്ടാം നൂറ്റാണ്ടിലാണ് കൊൽക്കൊത്തയിൽ ഭിക്ഷക്കാർ ഉണ്ടായത്..."

ഞാൻ പറഞ്ഞു. ഈസ്റ്റ് ഇന്ത്യാ കമ്പനി മൂന്നു ഗ്രാമങ്ങൾ ഏറ്റെടുത്ത് നഗരം സൃഷ്ടിച്ചപ്പോൾ ഭൂമി നഷ്ടപ്പെട്ട ഗ്രാമീണർ തങ്ങളുടേതായിരുന്ന ഭൂമിയിൽ പൊന്തിവന്ന കച്ചവടസ്ഥാപനങ്ങളിൽനിന്നു നയാപൈസ പിരിച്ചു തുടങ്ങിയതോടെയായിരുന്നു ഭിക്ഷാടനത്തിന്റെ ഉദയം. കടയുടമകൾ ആദ്യമൊക്കെ പണം നൽകിയെങ്കിലും വ്യാപാരം കൊഴുക്കുകയും ലാഭം വർധിക്കുകയും ചെയ്തപ്പോൾ കർഷകർക്ക് പണം കൊടുക്കേണ്ട കാര്യമില്ലെന്നു തീരുമാനിച്ചു. ഉപജീവനമാർഗം മുട്ടിയ പിച്ചക്കാർ ഭിക്ഷാടനത്തിനുള്ള അവകാശം സംരക്ഷിക്കാൻ കോടതിയിൽ കേസു കൊടുത്തു.

"നിനക്കെങ്ങനെ അറിയാം?"

അവരുടെ മുഖത്ത് അമ്പരപ്പു നിറഞ്ഞു.

"പതിനെട്ടാം നൂറ്റാണ്ടിൽ ജീബൊൻദാസ് ബൈരാഗീ, ബസ്ദേബ് ബൊർമൊചാരി ആൻഡ് കോ, ബെഗ്ഗേഴ്സ് കൊൽക്കൊത്ത എന്ന പേരിൽ കോടതിയിൽ ഫയൽ ചെയ്ത അന്യായം എഴുതിക്കൊടുത്തത് എന്റെ പിതാമഹനാണ്..."

"ഓ!"

അവർ സാവധാനം ചിരിച്ചു.

"അക്കാലത്ത് സഞ്ജീവ് കുമാർ ബാബുവിന്റെ പിതാമഹൻ നരേൻ ദാക്കട്ട് കൊൽക്കൊത്തയിലെത്തിയിരുന്നില്ല..."

ഞാൻ അവരെ ഏറുകണ്ണിട്ടു നോക്കി പറഞ്ഞു. അവരുടെ കണ്ണുകൾ വിടർന്നു. ചരിത്രമാണ് ഏറ്റവും ഭീകരമായ ആയുധം. ഓർക്കാപ്പുറത്ത് അതിന്റെ മുന കൊള്ളുമ്പോൾ മനുഷ്യരുടെ സപ്തനാഡികളും തളരും. നരേൻ ദാക്കട്ടിനെ എന്റെ പിതാമഹൻ കണ്ടുമുട്ടിയ കാലത്ത്, തലയെണ്ണാൻ നഗരത്തിലെ ഏറ്റവും വലിയ ധനികരിൽ ഒരാളായിരുന്ന കൃഷ്ണചന്ദ്രഘോഷാലും മകൻ ജയനാരായൺ ഘോഷാലും നിർബന്ധിതരാകുന്ന വിധം കൊൽക്കൊത്തയിലെ പിച്ചക്കാരുടെ വംശം പെരുകിയിയിരുന്നു. അന്ധരും മുടന്തരും രോഗികളും അംഗഭംഗം വന്നവരും അനാഥരും വിധവകളും വൃദ്ധരായ വേശ്യകളും ഒക്കെയായി അഞ്ഞൂറോളം പേരെ അച്ഛനും മകനും എണ്ണിത്തീർത്തു. അക്കാലത്തെ പിച്ചക്കാരിൽ ഏതാണ്ടെല്ലാവരുടെയും മരണം സംഭവിച്ചിരുന്നത് കൃത്യമായും ഒരേ വിധമായിരുന്നു—കുതിരവണ്ടികൾ ഇടിച്ച്! മനുഷ്യരെ ഇടിച്ചു കൊല്ലുന്നത്ര വേഗത്തിൽ നഗരത്തിന്റെ ഹൃദയത്തിലൂടെ പാഞ്ഞു പോയ വില്ലുവണ്ടികളിൽ ഇരുന്ന മനുഷ്യരിലാരെങ്കിലും തെരുവിൽ വീണു മരിച്ചവരോട് അനുതാപം കാണിച്ചിരുന്നോ എന്നു ഞാൻ സംശയിച്ചു.

കാർ ജാത്രാ പാര ഓഫിസുകൾക്ക് അടുത്തെത്തിയപ്പോൾ ഞാൻ ഡ്രൈവറുടെ ചുമലിൽ തട്ടി.

"ഇവിടെ മതി. ഞാൻ നടന്നു പോയ്ക്കോളാം..."

ത്രൈലോക്യ ദേവിയും മുന്നോട്ടാഞ്ഞു.

"പവൻദാ, വേണ്ട. നിർത്തണ്ട. ബുദ്ധിമുട്ടില്ലെങ്കിൽ നമുക്കു വീട്ടിലേക്കു പോകാം, ചേതനാ... എനിക്ക് സംസാരിക്കാനുണ്ട്.."

ഇത്തവണ ഞാനാണ് അവരെ തീക്ഷ്ണമായി നോക്കിയത്.

"എന്താണ് നമുക്ക് സംസാരിക്കാനുള്ളത്?"

അവർ സീറ്റിൽ ചാരിക്കിടന്ന് എന്നെ വാൽസല്യത്തോടെ നോക്കി.

"നിന്നോടു സംസാരിച്ചിരിക്കാൻ നല്ല രസമാണ്. നോക്ക്, എനിക്ക് വയസ്സ് അമ്പത്തിമൂന്നായി. ഈ പ്രായത്തിൽ മനുഷ്യർക്ക് ഏറ്റവും ആവശ്യം ഭക്ഷണമോ മരുന്നോ ഒന്നുമല്ല, തുറന്നു സംസാരിക്കാൻ ഒരാളെയാണ്..."

ആ വാക്കുകൾ സത്യസന്ധമായിരുന്നു. അബിനാഷ് കബിരാജ് റോഡിലെ അപൊരാജിത അപാർട്ട്മെന്റിന്റെ ഗേറ്റ് തുറക്കുന്നതു കാത്തു കാർ കാത്തു നിൽക്കെ, ചില്ലുകളിലൂടെ കണ്ട നിരത്ത് വിജനവും നിശ്ശബ്ദവുമാണെന്നു ഞാൻ ശ്രദ്ധിച്ചു. ഒറ്റപ്പെട്ട ഒരു സ്കൂൾ കുട്ടിയും കോട്ട് ധരിച്ച ഒരു

നാൽപതുകാരനും എതിർ ദിശകളിൽ കടന്നു പോയി. കാർ അകത്തേക്കു കടക്കുകയും ഗേറ്റുകൾ അടയുകയും ചെയ്തു. ഒമ്പതു പടിക്കെട്ടുകളുള്ള ആ വീട്ടിലേക്ക് ഗൃഹനാഥയുടെ അതിഥിയായി കടന്നുചെല്ലുമ്പോൾ എന്റെ കണ്ണുകൾ സഞ്ജീവ് കുമാർ മിത്രയെ തിരഞ്ഞു. കോണിപ്പടി കയറി മുമ്പ് പോയ അതേ മുറിയിലേക്കാണ് ത്രൈലോക്യാദേവി എന്നെ നയിച്ചത്. ഉള്ളിൽ കടന്ന് എസി ഓൺ ചെയ്ത് പട്ടുകിടക്കയിൽ ഉരുളൻതലയിണയിൽ കൈ വച്ച് ചാരിക്കിടന്നു കൊണ്ട് അവർ എന്നെ അരികിലേക്കു വിളിച്ചു. ഞാൻ കട്ടിലിന്റെ കാൽക്കൽ മടിയോടെ ഇരുന്നു. ഈട്ടിക്കട്ടിലിന്റെ നാലു കാലുകളിലും താമരപ്പൂക്കൾ വിടർന്നു നിന്നു.

"നല്ല മുഖപരിചയം തോന്നി, നിന്നെ ആദ്യം കണ്ടപ്പോൾ..."

അവർ റിമോട്ട് ഉപയോഗിച്ച് ചാനൽ മാറ്റുന്നതു ശ്രദ്ധിച്ച് ഞാൻ ഒരു മാത്ര നിന്നു.

"ടിവിയിൽ കണ്ടതായിരിക്കും..."

ഞാൻ പറഞ്ഞു. അപ്പോൾ അവർ റിമോട്ട് കട്ടിലിൽത്തന്നെയിട്ട് എഴുന്നേറ്റ് മുറിയുടെ വടക്കെ ജനാലയോടു ചേർന്ന കിഴക്കെ ഭിത്തിക്കരികിൽ സ്ഥാപിച്ച വലിയ കണ്ണാടിക്കു മുമ്പിലെത്തി സ്വന്തം രൂപം ഒന്നിരുത്തി പഠിച്ചിട്ട് തിരിഞ്ഞു നോക്കി.

"അല്ല... ഇവിടെയാണ്. ഈ കണ്ണാടിയിൽ."

എനിക്ക് ആ വാക്കുകളുടെ അർഥം മനസ്സിലായില്ലെന്നു തോന്നിയതു കൊണ്ടാകാം, അവർ എന്റെ അടുത്തു വന്ന് ചുമലിൽ കൈവച്ചു.

"നിന്റെ മുഖത്തു നോക്കിയപ്പോൾ പണ്ടെന്നോ ഞാൻ കണ്ട എന്റെ സ്വന്തം മുഖം തന്നെയാണെന്നു തോന്നി..."

അവർ ചിരിച്ചു. എനിക്കു ചിരി വന്നില്ല.

"അവൻ എന്നെക്കുറിച്ച് ഒരിക്കലും പറഞ്ഞിട്ടില്ലേ?"

അവർ ചോദിച്ചു.

"അമ്മ മരിച്ചു പോയി എന്നു മാത്രം..."

എന്റെ ശബ്ദത്തിന്റെ ശക്തി ക്ഷയിച്ചു.

"അയാളെന്തിനാണ് അങ്ങനെ പറഞ്ഞതെന്ന് അറിയില്ല. ജീവിച്ചിരിക്കുന്ന അമ്മ മരിച്ചെന്ന് ഏതെങ്കിലും മകൻ പറയുമോ?"

അവരുടെ മുഖത്ത് ചിരി വിടർന്നു.

"ഒരാൾ എങ്ങനെയാണ് മരിച്ചത് എന്ന് ആർക്കും കൃത്യമായി പറയാൻ സാധിക്കുകയില്ല, ചേതനാ."

അവർ കട്ടിലിൽ ഇരുന്നു.

"സ്വാമി വിവേകാനന്ദൻ ധ്യാനിക്കുമ്പോഴാണ് മരിച്ചത്. അദ്ദേഹത്തിന്റെ മൂക്കിലും വായിലും അടഞ്ഞ കണ്ണുകളുടെ കോണുകളിലും രക്തത്തുള്ളികളുണ്ടായിരുന്നു..."

"മഹാസമാധി..."

ഞാൻ പ്രതിവാദത്തിനു തയാറായി.

"തലയോട്ടിയിലെ ബ്രഹ്മരന്ധ്രം ഭേദിച്ച് ജീവൻ പറന്നു പോയിട്ടുണ്ടാകും..."

ഞങ്ങളുടെ കണ്ണുകൾ ഇടഞ്ഞു.

“ധ്യാനത്തിൽ മരിക്കുമ്പോൾ മാത്രമേ അങ്ങനെ സംഭവിക്കുകയുള്ളൂ. ഞങ്ങൾ തൂക്കിക്കൊല്ലുമ്പോൾ ജീവൻ നവദ്വാരങ്ങളിലൂടെയും പുറത്തു പോകും. പ്ലാസ്റ്റിക് സഞ്ചിയിൽ വെള്ളം നിറച്ച് കുത്തിപ്പിടിച്ചാൽ പല ദ്വാരങ്ങളിലൂടെ വെള്ളം പുറത്തു ചാടുന്നതുപോലെ...”

ഒന്നു നിർത്തി അവരുടെ മുഖത്തെ ഭാവം ആസ്വദിച്ചു കൊണ്ടു ഞാൻ തുടർന്നു.

“....ജീവന്റെ പ്രവാഹം പല വഴി ചിതറിപ്പോകും. തൂക്കിക്കൊല്ലുന്നവരുടെ ആത്മാക്കൾ അടർന്നുപോയ സ്വന്തം കഷ്ണങ്ങൾ കണ്ടെടുക്കാൻ തൂക്കുമരത്തിനു താഴെയുള്ള നിലവറയിൽ ഉഴറുന്നുണ്ടാകുമെന്നു ഥാക്കുമാ പറയാറുണ്ട്. ചില കഷ്ണങ്ങൾ ഇരുട്ടിൽ മറഞ്ഞു കിടക്കും. ചിലത് ജഡമെടുക്കാൻ ഇറങ്ങുന്നവരുടെ കാൽക്കീഴിൽ ഞെരിഞ്ഞമരും...”

അവർ കുറച്ചു നേരം എന്നെത്തന്നെ ഉറ്റുനോക്കി.

“അവൻ ഒരു തമാശക്കാരനാണ്. അറിഞ്ഞുകൂടേ, അവന്റെ ബാബാ മദ്രാസിയാണ്... തെക്കുള്ളവർക്ക് നർമബോധം കൂടുതലാണെന്നു നിനക്കറിയാമോ കുട്ടീ?...”

അവർ ഒന്നു നിർത്തി റിമോട്ട് കയ്യിലെടുത്തു.

“പ്രത്യേകിച്ചും സ്ത്രീകളെയും തങ്ങളിൽ താഴ്ന്നവരെയും പരിഹസിക്കുമ്പോൾ...!”

ടിവിയിൽ തെളിഞ്ഞ ചാനലിൽ ഒരു മാത്ര മനസ്സർപ്പിച്ച ശേഷം അവർ വീണ്ടും കണ്ണുകൾ എന്റെ നേരെ ഉയർത്തി. ഇരിപ്പിലും നടപ്പിലും ആഭിജാത്യം പ്രകടിപ്പിക്കുന്ന ആ സ്ത്രീയെ എനിക്ക് ഇഷ്ടപ്പെട്ടു. സ്വന്തം ശരീരം പുരുഷൻമാർക്ക് വാടകയ്ക്കു നൽകുന്നതിന്റെ ആത്മനിന്ദയ്ക്കും അപകർഷതയ്ക്കും പകരം സദാ പ്രണയിക്കപ്പെടുകയും പ്രണയിക്കുകയും ചെയ്യുന്ന പതിനാറുകാരിയുടെ ഊർജ്ജസ്വലതയും ആനന്ദവും അവരിൽ തുളുമ്പിയിരുന്നു.

“ചേതനാ, നീ അവനോട് എന്തൊക്കെയാണ് സംസാരിച്ചത്? അവന്റെ ചരിത്രം എനിക്കു കൂടി പറഞ്ഞു തരൂ...”

“ഏറെയൊന്നും എനിക്കറിയില്ല. അയാളുടെ പിതാമഹൻ നരേൻ ദാക്കട്ടിനെക്കുറിച്ചു മാത്രമേ രേഖകളുള്ളൂ...”

ഞാൻ ആ കഥ വിവരിച്ചു. അവരുടെ മുഖത്ത് അവിശ്വാസം നിറഞ്ഞു.

“നീ പറയുന്നതു ശരിയായിരിക്കണം. നാരായണൻ എന്ന അച്ഛനെത്തേടി മുപ്പതു കൊല്ലത്തിനു ശേഷം ശങ്കരൻ എന്ന ചെറുപ്പക്കാരൻ കൊൽക്കൊത്തയിൽ കപ്പൽ ഇറങ്ങിയതു സത്യമാണ്. അദ്ദേഹം വലിയ വ്യാപാരിയായിരുന്നു... കൊൽക്കൊത്തയിലെത്തിയതിനെക്കുറിച്ച് അദ്ദേഹം പിന്നീട് എഴുതിയിട്ടുണ്ട്.”

അവർ പറഞ്ഞു. ഞാൻ ഒന്നു നിശ്വസിച്ചു. വില്യം കോട്ടയിൽ ഒമ്പതുമണിക്കു വെടിയൊച്ച മുഴങ്ങിയിരുന്ന കാലം. റൈറ്റേഴ്സ് ബിൽഡിങ്ങിലെ ജീവനക്കാർ ജോലി അവസാനിപ്പിച്ച് വിളക്കുകൾ അണച്ചു വീട്ടിലേക്കു പുറപ്പെട്ട സമയത്ത് തടിപ്പെട്ടിയും പായ ചുരുട്ടിയതുമായി ആ ഇരുപതുകാരൻ നഗരത്തിലെത്തി. ഇരുമ്പുകമ്പികളിൽ കുത്തി നിർത്തിയ കൊത്തുപണി

കളുള്ള തട്ടുകളിൽ പിടിപ്പിച്ച ഗ്യാസൊലിൻ വിളക്കുകളുടെ വെളിച്ചത്തിൽ വഴിയുടെ ഇരുവശത്തെയും മണിമന്ദിരങ്ങളെ വിസ്മയത്തോടെ നോക്കി കിടക്കാനൊരിടം തേടി നടന്നു. എവിടെയും വിജനതയും നിശ്ശബ്ദതയും നിറഞ്ഞു നിന്നു. ഇടയ്ക്കൊക്കെ മൂകതയെ ഭഞ്ജിച്ച് തവിട്ടോ കറുപ്പോ കുതിരകൾ ഉറക്കപ്പിച്ചോടെ വലിച്ചു കൊണ്ടോടുന്ന കുതിരവണ്ടികൾ കുടുങ്ങിക്കുടുങ്ങി വന്നു. ഇലകളും പൂക്കളും നിറഞ്ഞ വള്ളിച്ചെടികളുടെ ആകൃതിയിൽ വാർത്തെടുത്ത ഇരുമ്പു കൈവരികൾ പിടിപ്പിച്ച് സുന്ദരമാക്കിയ മട്ടുപ്പാവുകളും ജനാലപ്പടികളുമുള്ള ബംഗ്ലാവുകളുടെ ഇരുമ്പു ഗേറ്റുകളും ജാലകമറകളും അടഞ്ഞു കഴിഞ്ഞിരുന്നു. ചിത്പൂർ റോഡിലൂടെ ശോഭാബസാറിലേക്കു കടന്നതും പെട്ടെന്നു ശബ്ദായമാനമായ ഇടുങ്ങിയ റോഡിൽ ആളുകൾ നുരഞ്ഞു പതയാൻ തുടങ്ങി. ബേൽപുഷ്പങ്ങളും അക്കാലത്തെ ഐസ്ക്രീമും വിൽക്കുന്നവർക്കിടയിൽ തടിപ്പെട്ടിയും ചുരുട്ടിക്കെട്ടിയ പായയുമായി അയാൾ നിന്നു. ചുറ്റും കണ്ട വിചിത്ര ലോകത്തെ അവിശ്വസനീയതയോടെ നോക്കി. അത് കറുത്തവരുടെ കൊൽക്കൊത്തയാണെന്നും അവിടെ രാത്രികൾ പ്രഭാതം വരെ നീളുന്നതാണെന്നും അറിയാതെ ഗരൻഗട്ട ലെയിനിലൂടെ ആഞ്ഞു നടന്നു. വഴിയിൽ സോനാഗച്ചി യക്ഷി വേഷം കെട്ടി കാത്തുനിന്നു. തന്റെ പെട്ടിയിലും കിടക്കയിലും പിടിച്ചു വലിക്കുന്ന പിമ്പുകളുടെയും ഗണികകളുടെയും ലോകത്തുനിന്ന് ഓടി രക്ഷപ്പെടാൻ പഥൂരിയാഘട്ട് വഴി ഹൂഗ്ലിയുടെ തീരത്തേക്ക് ഇടുക്കുവഴിയിലൂടെ അദ്ദേഹം പാഞ്ഞ കഥ കേട്ട് അവർ പൊട്ടിച്ചിരിച്ചു.

“ശങ്കരൻ എന്ന മനുഷ്യൻ ഇവിടെനിന്ന് അരി കൊണ്ടുപോയി. അവിടെനിന്ന് ഏലവും കുരുമുളകും കൊണ്ടുവന്നു. അദ്ദേഹം വലിയ ധനികനായി. ഇവിടെ നാലഞ്ചു കെട്ടിടങ്ങൾ അദ്ദേഹത്തിനുണ്ടായിരുന്നു. അവയിലൊന്നു വിറ്റിട്ടാണ് അദ്ദേഹത്തിന്റെ കൊച്ചുമകൻ എന്നെ വിവാഹം കഴിച്ചത്...”

“ശങ്കരന്റെ മകനോ?”

ഞാൻ താൽപര്യത്തോടെ ചോദിച്ചു. അവർ ചിരിച്ചു കൊണ്ടു കട്ടിലിൽ വിസ്തരിച്ചിരുന്നു.

“അദ്ദേഹം കളരി അഭ്യാസിയായിരുന്നു. കൊൽക്കൊത്തയിൽ ജിംഖാനകൾ സ്ഥാപിക്കാൻ അദ്ദേഹമാണ് മുൻകയ്യെടുത്തത്. സുഭാഷ്ചന്ദ്ര ബോസിന്റെ ഇന്ത്യൻ നാഷനൽ ആർമിയിൽ പ്രവർത്തിക്കുകയായിരുന്നു അദ്ദേഹം. അക്കാലത്ത് സുഭാഷ് ബോസിനുവേണ്ടി അദ്ദേഹം ജർമനിയിലേക്കു പോയി. പിന്നീടാരും അദ്ദേഹത്തെ കണ്ടിട്ടില്ല. ജർമനിയിൽ പോകുന്നതിനു തൊട്ടുമുമ്പ് അദ്ദേഹം നാട്ടിൽ പോയി വിവാഹം കഴിച്ചു. അദ്ദേഹത്തിന്റെ മകനായിരുന്നു സഞ്ജീവ് കുമാർ മിത്രയുടെ പിതാവ് - മിത്രൻ...”

അവർ ഏതോ ഓർമകളിൽ മുഴുകി.

“കൽക്കട്ട യൂണിവേഴ്സിറ്റിയിൽ ചേരാൻ വേണ്ടിയാണ് മിത്രൻ ഇവിടെ വന്നത്. വന്ന സമയം നല്ലതായിരുന്നു. വന്നപാടെ വിപ്ലവത്തിന് ഇറങ്ങി. കോളജിൽവച്ചാണ് ഞങ്ങൾ കണ്ടു മുട്ടിയത്. എനിക്ക് ആ മനുഷ്യനെ ഒറ്റ നോട്ടത്തിലേ ഇഷ്ടമായി...”

"ത്രൈലോക്യാദീ, നിങ്ങൾ കോളജിൽ പഠിച്ചിരുന്നോ?"

ഞാൻ അമ്പരപ്പോടെ ചോദിച്ചു.

"ഞാൻ സ്കൂളിൽ ഒന്നാമതായി പാസ്സായതാണ്. ഡിഗ്രിയെടുക്കാൻ പക്ഷേ സാധിച്ചില്ല. അപ്പോഴേക്ക് മിത്രൻ ജയിലിൽപ്പോയി. പിന്നെ ജയിലിൽ നിന്ന് ഇറങ്ങിയ പാടെ എന്നെയും കൊണ്ട് കേരളത്തിലേക്കു പോയി. ഞങ്ങൾക്ക് മകൻ ജനിച്ചു..."

"നിങ്ങൾ തിരിച്ചുപോന്നു..."

"അതെ..."

അവർ ദീർഘമായി നിശ്വസിച്ചു. അവർ പറഞ്ഞത് ഞാൻ ശ്വാസമടക്കി കേട്ടു. വിവാഹം കഴിച്ച നിമിഷം പ്രേമം അവസാനിച്ചു. പിന്നീട് കാമുകന്റെ സ്ഥാനത്ത് ഇണയായിരുന്നില്ല. കാവൽക്കാരനായിരുന്നു. പുരുഷനെ ആകർഷിക്കാനും പ്രണയിപ്പിക്കാനും തന്റെ പരമ്പര കണ്ടെത്തിയ പാഠങ്ങളൊക്കെ വെറുതെയായി. മിത്രന് ഭാര്യയെ ഭയമായിരുന്നു. അവരുടെ ശബ്ദത്തെ ഭയം, ശരീരത്തെ ഭയം, അവരുടെ ധൈര്യത്തെയും സന്തോഷത്തെയും ഭയം. അതുകൊണ്ട് ത്രൈലോക്യദേവി തിരിച്ചു പോന്നു. പോരുമ്പോൾ മിത്രൻ മകനെ കൊടുത്തില്ല. അവർ പിടിച്ചു വാങ്ങിയതുമില്ല. അവന് പതിനെട്ടു വയസ്സായപ്പോൾ മിത്രൻ മരിച്ചു. മകനെ ത്രൈലോക്യ ദേവി കൊൽക്കൊത്തയിലേക്കു വിളിച്ചു. നിവൃത്തിയില്ലാതെയാണ് അവൻ വന്നത്. നിവൃത്തിയില്ലാതെയാണ് അവൻ ഇവിടെ ജീവിക്കുന്നത്.

അവരുടെ മുഖം മ്ലാനമായി. ഞങ്ങൾ കുറച്ചു നേരം നിശ്ശബ്ദരായി ഇരുന്നു. ഞാൻ എന്റെ മനസ്സിൽ അയാൾ വന്ന വഴി വരച്ചിടുകയായിരുന്നു. ത്രൈലോക്യ ദേവി മുഖം അമർത്തിത്തുടച്ച് വീണ്ടും പ്രസന്നവതിയായി.

"അതൊക്കെ പോകട്ടെ. ആരാച്ചാർ എന്നു കേട്ടാൽ ഫൊണിഭൂഷൺ ഗൃദ്ധാമല്ലിക്കിന്റെ മുഖമാണ് എന്റെ മനസ്സിൽ തെളിയുന്നത്. ടിവിയിലും പത്രങ്ങളിലും അദ്ദേഹത്തെ എതയോ കണ്ടിരിക്കുന്നു."

വേദിയിൽ നർത്തകി സ്വന്തം ശരീരവടിവുകൾ വ്യക്തമാക്കി ചുവടു വയ്ക്കുന്നതുപോലെ അവർ മുറിയിൽ സാവധാനം ചുറ്റി നടന്നു. കൊത്തുപണികളുള്ള ഈട്ടിക്കട്ടിലിന്റെ തലയ്ക്കലുമുള്ള താമരപ്പൂവിൽ തഴുകിക്കൊണ്ട് എന്നെ നോക്കി. അവർ ചിരിച്ചപ്പോൾ ഞാൻ കൂടുതൽ അസ്വസ്ഥയായി. ആ വലിയ മുറിയിൽ തണുത്ത നിലവും വെളുത്ത ചവരുകളും തിളങ്ങുന്ന ഈട്ടിയുപകരണങ്ങളും തനിച്ചു നിൽക്കുന്ന ഞാനും ഒന്നും യഥാർഥമല്ലെന്ന് എനിക്കു തോന്നി. വെറുതെ ഒന്നു തിരിഞ്ഞു നോക്കിയപ്പോൾ ഞാൻ കൂടുതൽ അമ്പരന്നു. പിന്നിലെ ഭിത്തിയിൽ തൂക്കിയിട്ടിരുന്നത് ദേവി മാനസയുടെ ചിത്രമായിരുന്നു. പറക്കാൻ വെമ്പുന്ന സർപ്പങ്ങൾ ശിരസ്സിനു ചുറ്റും പ്രഭാവലയം തീർക്കുന്ന മടിയിൽ കുഞ്ഞിനെ വഹിക്കുന്ന ദേവി മാനസ.

"കൊല്ലുമ്പോൾ നിനക്കു പേടിയാകില്ലേ?"

അവർ ലാഘവത്തോടെ അന്വേഷിച്ചു. ഒരാൾ ഏതു വിധത്തിലാണ് മറ്റൊരാളെ കൊല്ലുന്നതെന്ന് കൃത്യമായി പറയാൻ ആർക്കു സാധിക്കും? ഞാനെന്തോ പറയാൻ തുടങ്ങിയപ്പോൾ സുശീലാദീദി കിതപ്പോടെ ഓടിവന്ന് വാതിൽ തള്ളിത്തുറന്ന് മുറിക്കുള്ളിലേക്കു തല നീട്ടി. അവർ കിതയ്ക്കുന്നുണ്ടായിരുന്നു.

"ദീദീ, ചേതനയെ അന്വേഷിച്ച് ഒരാൾ വന്നിരിക്കുന്നു..."

"എന്നെ അന്വേഷിച്ചോ? ഇവിടെയോ?"

ഞാൻ അന്ധാളിച്ചു.

"ചേതൂദീ...!!!"

എവിടെ നിന്നോ നിലവിളി പോലെയുള്ള ആ ശബ്ദം ഞാൻ കേട്ടു. പുറത്തിറങ്ങിയപ്പോൾ മാനൊദാ ഒടിഞ്ഞ കാൽ വലിച്ച് പടിക്കെട്ടുകൾ ചാടി ക്കയറുന്നതു ഞാൻ കണ്ടു. തൊട്ടുമുമ്പിലെത്തിയിട്ടും കണ്ണടയ്ക്കുള്ളിൽ കണ്ണുനീർ കൊണ്ടു മറ്റു രണ്ടു ചില്ലുകൾ കൂടിയുള്ളതിനാൽ അദ്ദേഹം അന്ധ നെപ്പോലെ അങ്ങുമിങ്ങും ഉഴറി. ആ മുഖത്തു നോക്കിയതും എന്റെ പാദങ്ങ ളിൽ തണുപ്പിന്റെ തൂവെള്ള പുഴുക്കൾ അവയുടെ അദൃശ്യമായ പല്ലുകൾ ആഴ്ത്തി. പറയാതെ തന്നെ എനിക്ക് വാർത്ത മനസ്സിലായി.

– ഞങ്ങൾക്കിരുവർക്കും വിലപ്പെട്ട ആരോ മരിച്ചു!

നാൽപ്പത്തിയഞ്ച്

മരണത്തിനുശേഷം മനുഷ്യനെ കാത്തിരിക്കുന്ന പതിനാറു നരകങ്ങളുണ്ട്-എന്നെ കണ്ടപ്പോൾ വിശേഷിച്ചൊന്നും സംഭവിക്കാത്തതുപോലെ ഥാക്കുമാ പറഞ്ഞു. നരകങ്ങളിൽ എട്ടെണ്ണം ശീതനരകങ്ങളും എട്ടെണ്ണം ഉഷ്ണനരകങ്ങളുമാണ്. ദൈനംദിന ജീവിതത്തിൽ ഓരോ ആത്മാവും അതു വരെ ആർജ്ജിച്ചെടുത്ത കർമത്തിന്റെ കടുകുമണികൾ നിറച്ച വലിയ ചെമ്പു കുടങ്ങൾ ശീതനരകങ്ങളിലൊന്നാമത്തേതായ അർബുദനരകത്തിൽ കരുതി വച്ചിരിക്കുന്നു. നോക്കെത്താവിധം ഉയർന്ന രണ്ടു വലിയ പർവതങ്ങൾക്കിട യിലെ പീഠഭൂമിയുടെ രൂപത്തിലുള്ള അർബുദനരകത്തിൽ പ്രവേശിക്കുന്ന ആത്മാക്കൾ സദാ വീശുന്ന ശീതക്കാറ്റിൽ കോച്ചിവിറയ്ക്കുകയും ശരീര ത്തിൽ കുരുക്കൾ മുളയ്ക്കുകയും ചെയ്യും. നൂറു വർഷത്തിലൊരിക്കൽ ഓരോ കടുകുമണിയെന്ന തോതിൽ എല്ലാ കടുകുമണികളും എണ്ണിത്തീർക്കാൻ ആവശ്യമായ കാലമത്രയും അർബുദനരകത്തിലൂടെ ആത്മാക്കൾ യാത്ര ചെയ്യണം. ചെയ്തു തീർത്ത കടുകുമണി-കർമങ്ങളുടെ ഫലങ്ങൾ അനു ഭവിച്ചതിനുശേഷം, ചെയ്തു തീർക്കാനുണ്ടായിരുന്നവ പൂർത്തീകരിക്കാൻ വീണ്ടും ജൻമമെടുക്കേണ്ടി വരുമെന്നതിനേക്കാൾ എന്നെ ഭയപ്പെടുത്തിയിട്ടു ള്ളത്, നരകത്തിലേക്കു പതിക്കുന്ന ഓരോ ആത്മാവിനും, പൂർണവളർച്ചയെ ത്തിയതും ശീതതാപാദികൾ തിരിച്ചറിയുന്നതുമായ ശരീരത്തിന്റെ സ്മരണ വലിയൊരു ഭാണ്ഡക്കെട്ടു കണക്കെ വഹിക്കേണ്ടി വരുമെന്നതായിരുന്നു. മരണത്തിന്റെ തെരുവായ സ്ട്രാൻഡ് റോഡിൽ പതിവിലേറെ തിരക്കുണ്ടാ യിരുന്ന ജൂലൈ മാസത്തിലെ പന്ത്രണ്ടാമത്തെ ദിവസം, മൃതദേഹങ്ങൾ പോലും ശ്മശാനത്തിലേക്കുള്ള യാത്ര നിർത്തി ഈ പ്രാചീനമായ വീടിനു ള്ളിലേക്ക് എത്തി നോക്കിക്കൊണ്ടിരിക്കെ, ഥാക്കുമായ്ക്ക് ഒന്നും സംഭവിക്കാ ത്തതുപോലെ നരകത്തെക്കുറിച്ചും ആത്മാക്കളെക്കുറിച്ചും സംസാരിക്കാൻ കഴിഞ്ഞു എന്നതാണ് ഞങ്ങളുടെ കുടുംബത്തിന്റെ മഹത്വം. മരണത്തിന്റെ കഥകളുടെ ഏറ്റവും വലിയ വ്യാപാരിയും നീതിയുടെ ഏറ്റവും വലിയ സൂക്ഷി പ്പുകാരനുമായി പത്തൊൻപതാം വയസ്സു മുതൽ ജീവിക്കുന്ന അച്ഛൻ, നിങ്ങൾ എത്രയോ തവണ ടിവിപരിപാടികളിലും ഡോക്യുമെന്ററികളിലും കണ്ടുകഴിഞ്ഞ ആ പുരാതന മുറിയിലെ കട്ടിലിൻമേൽ അസ്വസ്ഥതയോടെ സിഗരറ്റ് പുകച്ചതും മുറിയുടെ മൂലയിൽ മാ തല കുനിച്ചിരുന്നു ദുർബല മായി കരഞ്ഞതും ഒരു ടിവി പരമ്പരയിലെ ദൃശ്യങ്ങളെ അനുസ്മരിപ്പിച്ചു. പാത്രങ്ങൾ കഴുകുകയും തുണിയലക്കുകയും മീൻ നന്നാക്കുകയും ചെയ്യുന്ന ഛാത്താളിൽ ഒരു ചോക്കു കളത്തിനുള്ളിൽ ഞങ്ങളുടെ വീട്ടിലെ ബോടി രക്തത്തിൽ മുങ്ങി വലിച്ചെറിയപ്പെട്ട നിലയിൽ കിടന്നു. അതിൽനിന്നു

തെറിച്ചു വീണ രക്തത്തുള്ളികൾ പായലിന്റെ പച്ചയ്ക്കു മേൽ ചുവന്ന മെഴുകു തുള്ളികൾ പോലെ ഉരുണ്ടു.

"ഭൂമിയിൽ നരകമുണ്ടാക്കിയത് അശോക ചക്രവർത്തിയായിരുന്നു. ഉണ്ടാക്കിയാൽ പോരല്ലോ. അതു നോക്കി നടത്തണ്ടേ? നമ്മുടെ പിതാമഹൻമാരുണ്ടായിരുന്നില്ലെങ്കിൽ, ഞാനെപ്പോഴും പറയാറില്ലേ, ചേതൂഷോട്ദീ, ഈ നാടു ഭരിക്കാൻ ഒരു ചക്രവർത്തിക്കും സാധിക്കുമായിരുന്നില്ല."

ഥാക്കുമാ ഉറക്കെ പറഞ്ഞു. അതു വഴി നടന്നു പോയ പോലീസുകാരൻ സിഗററ്റ് ആഞ്ഞു വലിച്ചു കൊണ്ട് തിരിഞ്ഞു നോക്കി. കറ പിടിച്ച പല്ലുകൾ പുറത്തു കാണും വിധം അയാൾ ചിരിച്ചു. അശോകൻ നിർമിച്ച നരകത്തിനും പതിനെട്ട് അറകളുണ്ടായിരുന്നു. മരണത്തിനു ശേഷം ആത്മാവ് അനുഭവിക്കേണ്ട സകല ശിക്ഷകളും ജീവിതകാലത്തു തന്നെ അനുഭവിക്കണമെന്നു ചക്രവർത്തി ശാഠ്യം പിടിച്ചു. തന്റെ അച്ഛന് അദ്ദേഹത്തിന്റെ നൂറു ഭാര്യമാരിൽ ജനിച്ച തൊണ്ണൂറ്റിയൊമ്പതു സഹോദരൻമാരെയും കൊന്നൊടുക്കിയിട്ടാണ് അശോകൻ ചക്രവർത്തിപദം പിടിച്ചെടുത്തത്.

"ഈ നേരത്തു ചരിത്രം പറയാൻ നിങ്ങളൊരുത്തിക്കേ പറ്റൂ... വെറുതെയല്ല നൂറു കഴിഞ്ഞിട്ടും ദൈവം നിങ്ങളെ ഇവിടെയിങ്ങനെയിട്ടു നരകിപ്പിക്കുന്നത്... !"

മൂക്കു ചീറ്റി, നിറഞ്ഞൊഴുകിയ കണ്ണുകൾ തുടച്ചു മാ ഉറക്കെ ശകാരിച്ചു. ഥാക്കുമായുടെ സമീപം എന്തു വേണമെന്നറിയാതെ നിൽക്കുകയായിരുന്ന എന്റെ നിർവികാരമായ മുഖം കണ്ടു മാ കൂടുതൽ രോഷാകുലയായി, കൈ വീശി എന്റെ കരണത്ത് ആഞ്ഞടിച്ചു.

"എന്താടീ നോക്കി നിൽക്കുന്നത്? നിനക്ക് നിന്റെ തന്തയുടെയും അയാളുടെ തള്ളയുടെയും രോഗം പകർന്നോ? ഒന്നു കരയാനുള്ള മര്യാദപോലും നിനക്കില്ലാതായോ?"

ഞാൻ കവിൾ തടവി ക്ഷമാപണത്തോടെ മന്ദഹസിക്കാൻ ശ്രമിച്ചു. മേയ് പതിനെട്ടിനു ശേഷം എനിക്കൊരിക്കലും മരണത്തെ നോക്കി കരയാൻ സാധിക്കുകയില്ലെന്ന് തിരിച്ചറിയാൻ മായ്ക്ക് എത്രയോ വർഷങ്ങൾ ഇനിയും വേണ്ടിവരും.

"ചിരിക്കുന്നോ? ഹൃദയമില്ലാത്തവളേ... !"

മാ വീണ്ടും എന്നെ കോപത്തോടെ നോക്കി.

"നിർത്തെടീ നിന്റെ ആളുകളിക്കൽ..."

ഥാക്കുമായും ശബ്ദമുയർത്തി.

"അവൾ ഗൃദ്ധാമല്ലിക്കുമാരുടെ രക്തമാണ്. എത്ര ജഡങ്ങൾ കണ്ടാലും അവൾ കരയുകയില്ല..."

"കുടുംബത്തെ കടയോടെ വെട്ടിമാറ്റിയതു മനസ്സിലായാലും അവൾ കരയുകയില്ല, അല്ലേ?"

മാ വീണ്ടും ക്ഷോഭിച്ചു.

"അവൾ ആരാച്ചാരാണ്. ആരാച്ചാരാകാനുള്ള യോഗ്യതയെന്താണെന്നു നിനക്കറിയാമോ? മനസ്സാന്നിധ്യം... അത് അവൾക്കുണ്ട്. അവൾ നമ്മുടെ പരമ്പരയുടെ കീർത്തി വർധിപ്പിക്കും..."

ഥാക്കുമാ ഉറക്കെ പറഞ്ഞു. ചുരുങ്ങിച്ചുരുങ്ങി ഒരു മുഴം മാത്രമായി ഒതുങ്ങിപ്പോയിട്ടും ഥാക്കുമായുടെ ശരീരത്തിലും ശബ്ദത്തിലും ജ്വലിച്ചിരുന്ന ഊർജ്ജവും ശക്തിയും എന്നെപ്പോലും അദ്ഭുതപ്പെടുത്തി. മരിച്ചു കഴിയുമ്പോൾ ഥാക്കുമാ ഏതു ലോകത്തേക്കായിരിക്കും പോകുകയെന്ന് ഞാൻ അമ്പരന്നു. നിരാർബുദ ലോകത്തിന്റെ മലമ്പാതയിലേക്കു കടക്കുമ്പോൾ നീട്ടി വളർത്തിയ ദംഷ്ട്രകൾ കൊണ്ട് മഞ്ഞ് ആത്മാക്കളുടെ ശരീരത്തെ മാന്തിവലിക്കുകയും അർബുദലോകത്തു വച്ചു മുളച്ച കുരുക്കൾ പൊട്ടിയടർന്ന് ആസകലം പഴുപ്പും രക്തവും പൊട്ടിച്ചാടുകയും അതേ ക്ഷണം ഉറഞ്ഞു കട്ടിയായി കൂടുതൽ വിങ്ങൽ സൃഷ്ടിക്കുകയും ചെയ്യും. മഞ്ഞിന് അഗ്നിയേക്കാൾ തീക്ഷ്ണവും ക്രൂരവുമായി പൊള്ളിക്കാനാകും. ആ പാഠം പഠിച്ചു കൊണ്ടുവേണം ഓരോ ആത്മാവും നിരാർബുദലോകം താണ്ടുവാൻ. അർബുദലോകത്ത് ചെലവിടുന്നതിന്റെ ഇരുപതു മടങ്ങ് കാലം നിരാർബുദ ലോകത്തുകൂടി ഓരോ ആത്മാവും യാത്ര ചെയ്യണം. മുറിക്കുള്ളിൽ അവിടവിടെ സ്ഥാനം പിടിച്ച അയൽക്കാരികളെ അവഗണിച്ചു ഞാൻ പാദങ്ങൾ വലിച്ചു വച്ച് പുറത്തിറങ്ങി അടുക്കളയുടെ മുമ്പിലേക്കു നീങ്ങി കാക്കുവിന്റെ മുറിക്കുള്ളിലേക്കു നോക്കി. ഒലിച്ചിറങ്ങിയ രക്തം പോലീസ് ബൂട്ടുകളെ ചെറിയ തിണ്ണയിൽ വ്യക്തമായി രേഖപ്പെടുത്തി. ജീവിച്ചിരിക്കെത്തന്നെ ശീത നരകത്തിലേക്കു വീണു പോകുന്നതും ഒരു തരത്തിൽ അപൂർണ കർമങ്ങളുടെ പൂർത്തീകരണമാണെന്ന് എനിക്കു തോന്നി.

"ചേതൂദീ...!"

രക്തം പറ്റിപ്പിടിച്ചു നിൽക്കുന്ന കവിളുകളുമായി പത്തു വയസ്സുകാരി ചമ്പ അടുക്കളയിൽനിന്ന് ഓടിയെത്തി എന്നെ കെട്ടിപ്പിടിച്ചു. കരയരുത്, കരയരുത് എന്ന് ചമ്പയെ ആശ്വസിപ്പിക്കാൻ ശ്രമിക്കുമ്പോൾ എനിക്കു പക്ഷേ, കരച്ചിൽ വന്നു.

"രാരിയെവിടെ?"

അവളെ വാരിപ്പുണർന്നു കൊണ്ട് ഞാൻ അന്വേഷിച്ചു. ചമ്പ അടുക്കളയിലേക്കു ചൂണ്ടിക്കാട്ടി. ഞങ്ങളുടെ പൊട്ടിപ്പൊളിഞ്ഞ അടുക്കള ടിവി ചാനലുകാരും പത്രക്കാരും കയ്യേറിക്കഴിഞ്ഞിരുന്നു. ഏറ്റവും മുമ്പിൽനിന്ന് ചോദ്യങ്ങൾ ചോദിച്ചിരുന്നതു സഞ്ജീവ് കുമാർ മിത്രയായിരുന്നു. ക്യാമറാലൈറ്റുകളെ അഭിമുഖീകരിച്ച് മുതിർന്നവരുടെ ലോകത്ത് സ്വന്തമായൊരു വ്യക്തിമുദ്ര പതിപ്പിക്കുന്നതിന്റെ മുഴുവൻ അന്തസ്സും പാലിച്ചു കൊണ്ട് അഞ്ചു വയസ്സുകാരി രാരി അയാളുടെ ചോദ്യങ്ങൾക്ക് ഉത്തരം നൽകുന്നതു കണ്ട് എന്റെ ശരീരം പുകഞ്ഞു.

"മാ കയറി വന്നതും ജേഠു ഓടി വന്ന് കരണത്തടിച്ചു. അപ്പോൾ ബാബാ ഇടയ്ക്കു കയറി.അപ്പോൾ ജേഠു പിന്നെയും മായെ അടിച്ചു...മാ തിരിച്ചു കുറേ വഴക്കു പറഞ്ഞു. അപ്പോൾ ജേഠു..."

ഒന്നു നിർത്തി അടുത്തു നിന്ന് എഴുതിയെടുക്കുന്ന പത്രലേഖകന് എഴുതാൻ വേണ്ടത്ര സമയം കിട്ടിയെന്ന് ഉറപ്പാക്കിയതിനുശേഷം അവൾ തുടർന്നു:

"...അടുക്കളയിൽനിന്ന് ബോടി എടുത്തു കൊണ്ടു ചെന്ന് മായുടെ കഴുത്തിൽ വെട്ടി..."

ശരീരത്തിൽ ഭീതിയുടെ കുരുക്കൾ മുളയ്ക്കുന്നത് എത്ര അസുഖപ്രദ മാണെന്ന് എനിക്കു വ്യക്തമായ നിമിഷമായിരുന്നു അത്.

“ഫണിഭൂഷണൻ ഗൃദ്ധാ മല്ലിക് വെട്ടുമ്പോൾ നിന്റെ അച്ഛൻ സുഖ്ദേബ് ഗൃദ്ധാമല്ലിക് അതു തടുത്തില്ലേ?”

“ജേഠുവിന് നല്ല ശക്തിയുണ്ട്... എന്റെ ബാബാ വീണുപോയി...”

“റ്റ്... റ്റ്... റ്റ് !”

സഞ്ജീവ് കുമാർ മിത്ര ഒരു വ്യാക്ഷേപകം പുറപ്പെടുവിച്ചു. അയാൾ അറ്റാറ്റ നരകത്തിലേക്കു പ്രവേശിച്ചെന്നു ഞാൻ കോപത്തോടെ ചിന്തിച്ചു. അറ്റാറ്റ നരകം മഞ്ഞു മൂടിയ ഒരു പർവതമുകളിലേക്കുള്ള കയറ്റമായിരുന്നു. അവിടെ നിന്നുള്ള ഇറക്കമായിരുന്നു ഹാഹവാ നരകം. ഓരോ ആത്മാവും റ്റ് റ്റ് റ്റ് എന്ന ശബ്ദം പുറപ്പെടുവിക്കുന്ന വിധം മുറിഞ്ഞ പുണ്ണുകളെ ശൈത്യ ത്താൽ പീഡിപ്പിച്ചിരുന്ന അറ്റാറ്റയിൽനിന്ന് ഹാഹവാ നരകത്തിലേക്ക് പതി ക്കുമ്പോൾ എതിർദിശയിലടിക്കുന്ന മഞ്ഞു കാറ്റിൽ മുറിവുകൾ കൂടുതൽ വേദനിച്ച് ഹാഹാ എന്നാണ് ആത്മാക്കൾ നിലവിളിക്കുക. അതിനടുത്ത ഹു ഹുവാ നരകമാകട്ടെ, മഞ്ഞുറഞ്ഞ തടാകമാണ്. ഐസിന്റെ വഴുക്കലിലൂടെ മുന്നോട്ടു നീങ്ങുമ്പോൾ ചിലപ്പോഴൊക്കെ ആത്മാവ് നിലയില്ലാത്ത വെള്ള ത്തിൽ വീഴും. ആ ദൂരമത്രയും അതിശൈത്യം മൂലം വായ പോലും തുറക്കാ നാകാതെ ആത്മാക്കൾ ഹൂഹൂ എന്ന് ഞരങ്ങിക്കൊണ്ടിരിക്കും. ഹൂഹുവ നരകത്തിനുശേഷം ഉത്പല നരകമാണ്. നിർത്താതെ പെയ്യുന്ന മഞ്ഞിൽ കുളിച്ച് നഗ്നരും നിരാലംബരുമായ ആത്മാക്കൾ നീലിച്ചു പോകുമെന്നതി നാലാണ് ഈ നരകത്തിന് ഉത്പല നരകമെന്നു പേർ വീണത്. ഉത്പല നരകം പിന്നിട്ട് പത്മ നരകത്തിലേക്കു പ്രവേശിച്ചാൽ മഞ്ഞിനു പകരം വലിയ ഹിമ പാളികൾ അടർന്നു വീഴും. അതോടെ ആത്മാക്കളുടെ ശരീരങ്ങൾ വിണ്ടു കീറി താമരപ്പൂക്കളെ ഓർമിപ്പിക്കുംവിധം ഉള്ളിലുള്ള അരുണിമ പുറത്തു ദൃശ്യമാകും. അതിനടുത്ത മഹാപദ്മ നരകത്തിൽ, ശരീരം ഇതളുകൾ പോലെ പലതായി വേർപിരിഞ്ഞ് ആന്തരികാവയവങ്ങൾ പുറത്തു ചാടും. ഈ നരകങ്ങളത്രയും ഭൂമിയിൽ യാഥാർഥ്യമാക്കാൻ പുറപ്പെട്ട അശോകന്റെ ആത്മാവ് എങ്ങനെയായിരിക്കും അദ്ദേഹത്തിന്റെ മരണാനന്തര ജീവിതം അനുഭവിച്ചത് എന്ന് ഥാക്കുമായോടു ചോദിക്കുവാൻ ഞാൻ ആഗ്രഹിച്ചു. ആജീവിക മത വിശ്വാസിയായിരുന്ന ബിന്ദുസാരൻ ആജീവിക മതത്തിൽപ്പെട്ട സുഭദ്രാംഗിയെ പത്നിയായി സ്വീകരിച്ചപ്പോൾ മന്ത്രിമാരും ചാണക്യനും ചേർന്ന് അവരും മഹാരാജാവും തമ്മിൽ ബന്ധപ്പെടുന്നത് വർഷങ്ങളോളം തടഞ്ഞു എന്നാണ് ഥാക്കുമാ പറഞ്ഞത്. ഒടുവിൽ നെടുനാളത്തെ കാത്തി രിപ്പിനുശേഷം പിറന്ന പുത്രനെ കയ്യിലെടുത്ത് ‘എന്റെ ശോകം ഇവൻ നശി പ്പിച്ചു’ എന്ന് സുഭദ്രാംഗി ആനന്ദത്തോടെ പ്രഖ്യാപിച്ചതുകൊണ്ടാണ് അശോ കന് ആ പേരു കിട്ടിയത്.

“അവൻ തന്തയ്ക്കു പിറക്കാത്തവൻ ! അവനെ കൊന്നത് എനിക്ക് സ്നേ ഹമില്ലാഞ്ഞിട്ടല്ല...അതു ചെയ്യേണ്ടിവന്നു...”

അകത്തുനിന്ന് അച്ഛന്റെ ശബ്ദം ഉറക്കെ മുഴങ്ങി.

“സുസ്മിതേ, നിന്റെ ബാബാ സുഖ്ദേബ് ഗൃദ്ധാ മല്ലിക് പിന്നീടെ ന്താണു ചെയ്തത്?”

സഞ്ജീവ് കുമാർ മിത്രയുടെ ചോദ്യം വീണ്ടും ഉയർന്നപ്പോൾ ഞാൻ ചമ്പയെ മുറ്റത്തു നിർത്തി അടുക്കളയിലേക്ക് കടന്നു.

"നിർത്ത്..."

തിക്കിത്തിരക്കുന്നവരെ പിന്നിൽനിന്നു പിടിച്ചു വലിച്ച് ഞാൻ ആക്രോ ശിച്ചു. അപ്പോൾ എല്ലാവരും എന്നെ തിരിഞ്ഞു നോക്കി.

"ഒരു കൊച്ചു കുട്ടിയോട് ഇത്തരം ചോദ്യങ്ങൾ ചോദിക്കാൻ നിങ്ങൾക്ക് ലജ്ജയില്ലേ?"

കോപം കൊണ്ട് എന്റെ ശബ്ദം ഇടറി. ഒന്നു പകച്ചെങ്കിലും എല്ലാവരും രാരിയെ വിട്ട് എന്റെ നേരെ തിരിഞ്ഞു. സഞ്ജീവ് കുമാർ മിത്ര നിമിഷാർദ്ധം കൊണ്ട് മറ്റെല്ലാവരെയും തള്ളി മാറ്റി എന്റെ അടുത്തെത്തി മൈക്ക് എന്റെ നേരെ നീട്ടി.

"ശരി, ചേതനാഗൃദ്ധാമല്ലിക്, നിങ്ങളുടെ കുടുംബത്തിൽ സംഭവിച്ച ഈ ദുരന്തത്തെക്കുറിച്ച് നിങ്ങളെന്തു പറയുന്നു?"

ഞാൻ ഒരക്ഷരം പോലും പറയാതെ അയാളുടെ കണ്ണുകളിലേക്ക് തറ പ്പിച്ചു നോക്കി. എനിക്കു ചുറ്റും എല്ലാവരും തിക്കിത്തിരക്കുകയും തിരക്കിൽ ആരോ രാരിയുടെ കാലിൽ ചവിട്ടുകയും അവൾ ഹാ... ഹാ എന്ന് ഉറക്കെ കരയുകയും ചെയ്തു.

"ചേതനാ മല്ലിക്, ദയവായി, എന്തെങ്കിലും പറയൂ... എന്താണ് വാസ്ത വത്തിൽ സംഭവിച്ചത്? നിങ്ങളുടെ പിതാവാണോ ഈ സംഭവത്തിൽ കുറ്റ വാളി? ഒരു ആരാച്ചാർ എന്ന നിലയിൽ ഈ സംഭവത്തെക്കുറിച്ച് നിങ്ങളെന്തു പറയുന്നു?"

കാലാഗൃദ്ധാമല്ലിക് പിതാമഹൻ പുള്ളികളെ തൂക്കിലേറ്റുന്നതു കാണാൻ കൂട്ടം കൂടി നിന്നവരെപ്പോലെയുണ്ടായിരുന്നു അവർ. ഞാൻ ചോദ്യങ്ങൾ കേട്ടതായി ഭാവിക്കാതെ കൂട്ടത്തിനിടയിൽനിന്നു രാരിയെ വലിച്ചെടുക്കാൻ യത്നിച്ചു.

"ഈ സ്ത്രീക്ക് വായ് തുറന്ന് എന്തെങ്കിലും ഒന്നു പറഞ്ഞാലെന്താ?"

ആരോ ഈർഷ്യയോടെ ചോദിച്ചു. രാരിയെ തൂക്കിയെടുക്കാൻ പണ്ടത്തെ പ്പോലെ എനിക്ക് എളുപ്പമായിരുന്നില്ല.

"മിണ്ടാതിരിക്ക്... അവർ എന്തെങ്കിലും പറയാതിരിക്കില്ല... മിസ് ചേത നാ മല്ലിക്... നിങ്ങൾ നിങ്ങളുടെ ബാബായെ ന്യായീകരിക്കുന്നുണ്ടോ?"

എല്ലാ ശബ്ദങ്ങൾക്കും നേരെ കാതുകൾ കൊട്ടിയടച്ച് ഞാൻ രാരിയുടെ കവിളിൽ ചുണ്ടുകൾ ചേർത്തു.

"ഉത്തരം പറയാത്തതെന്താ ചേതൂദീ?"

രാരി എന്നോടു സ്വകാര്യമായി ചോദിച്ചു. ഞാൻ അവളെ കൂടുതൽ ചേർ ത്തണച്ച് കവിൾ കുനിച്ച് ഒരു ഉമ്മ കൂടി കൊടുത്തു. അപ്പോൾ അവളുടെ കണ്ണുകൾ നിറഞ്ഞു.

"നല്ല വിഷ്വൽ... ഇതെടുത്തോ..."

ആരോ ആരോടോ പറഞ്ഞു. ഞങ്ങളുടെ അടുക്കളയുടെ മൂലയിൽ മാ കെട്ടിത്തൂക്കിയ ഉറി പൊട്ടി വീണ് ഒന്നുരണ്ട് അലൂമിനിയം പാത്രങ്ങൾ ശബ്ദത്തോടെ ഉരുണ്ടപ്പോൾ അടുക്കളയ്ക്കുള്ളിൽ വീണ്ടും ഉന്തും തള്ളു

മുണ്ടായി. ഞങ്ങളുടെ വീട്ടിൽ വെളിച്ചത്തിൽനിന്നും ചോദ്യങ്ങളിൽനിന്നും ഒളിക്കാനോ ഒഴിഞ്ഞു പോകാനോ ഇടമില്ലെന്നു തിരിച്ചറിഞ്ഞ് ഞാൻ പരവശയായി. അപ്പോഴാണ് പുറത്തുനിന്ന് മാനൊദായുടെ ശബ്ദം ഉയർന്നത്.

"എന്തായിത്? ഒരു മര്യാദയില്ലേ? എല്ലാവരും പുറത്തിറങ്ങൂ...!"

"ഈ പെണ്ണിനോട് എന്തെങ്കിലും വായ് തുറന്നു മിണ്ടാൻ പറയൂ, മാനൊദാ..."

പുറത്തേക്ക് ഇറങ്ങിയ ഏതോ പത്രക്കാരൻ മാനൊദായോട് അപേക്ഷിച്ചു. ആരൊക്കെയോ ഉറക്കെ ചിരിച്ചു. അതിനിടെ ഉന്തും തള്ളും അവഗണിച്ച് സഞ്ജീവ് കുമാർ മിത്ര എന്റെ അടുത്തേക്കു നീങ്ങി നിന്ന് എന്റെ ചുമലിൽ ചേർത്തു പിടിക്കുകയും എന്റെ ഇടത്തെ കയ്യിലിരുന്ന രാരിയുടെ ചുമലിൽ തലോടുകയും ചെയ്തു. വീണ്ടും സംസാരിച്ചപ്പോൾ അയാളുടെ ശബ്ദം ഒരു സുഹൃത്തിന്റേതോ കാമുകന്റേതോ ആയി.

"നോക്ക്... ഈ കാര്യത്തിൽ നീയെന്തെങ്കിലും ഒരു സ്റ്റേറ്റ്മെന്റ് തന്നേ തീരൂ... ഇത് ഒരു നല്ല അവസരമാണ്..."

എന്റെ മറുപടി പ്രതീക്ഷിച്ച് അയാൾ ഒരു നിമിഷം കൂടി കാത്തു.

"ഇപ്പോൾ നിന്റെ ജോലി തുലാസിൽ തൂങ്ങുകയാണ്... ഓർമയുണ്ടോ?"

അയാൾ എന്റെ നേരെ മുഖമടുപ്പിച്ചു. ഉഷ്ണം കൊണ്ടോ ശൈത്യം കൊണ്ടോ എന്നു തീർച്ചയില്ലാതെ എന്റെ ശരീരം വിറച്ചു. രാരി എന്റെ ചുമലിൽ മുറുകെ പിടിച്ചു.

"ഇതൊരു നല്ല അവസരമാണ്... ദൈവമായിട്ടു തന്ന അവസരം... നീ ഗവൺമെന്റിന്റെയും സർക്കാരിന്റെയും ഭാഗത്തുനിൽക്കണം..."

ഉഷ്ണനരകങ്ങളിൽ ആദ്യത്തേത് സഞ്ജീവ നരകമാണെന്ന് അയാളോടു പറയണമെന്നു ഞാൻ ആഗ്രഹിച്ചു. മഹാപത്മനരകത്തിൽനിന്ന് പ്രജ്ഞ തകർന്നു കടന്നു വരുന്ന ആത്മാവിനെ കൂടുതൽ വേദനകൾക്കായി വീണ്ടും ഉജ്ജീവിപ്പിക്കുന്ന നരകമായതിനാലാണ് അതിനു സഞ്ജീവമെന്നു പേർ വീണത്. അശോക ചക്രവർത്തിയുടെ ആജ്ഞയനുസരിച്ച് ഭൂമിയിൽ നരകങ്ങൾ സൃഷ്ടിക്കാൻ നിയോഗിക്കപ്പെട്ട അഗ്നിമിത്ര മല്ലിക് പിതാമഹൻ ഏറ്റവും അധികം ആസ്വദിച്ചതും ഈ നരകത്തെയാണ്. തണുത്തു വിറച്ച് മഹാപത്മം പോലെ പുറത്തു ചാടിയ അസ്ഥികളും അവയവങ്ങളുമായി കടന്നു വരുന്ന ഇരകളെ അദ്ദേഹം തീപ്പന്തങ്ങൾ കൊണ്ട് കുത്തി സ്വാഗതം ചെയ്യുകയും ജീവനുള്ള ആത്മാക്കൾ തീവ്രവേദനയിൽ കുതിച്ചു ചാടി ചുട്ടുപഴുത്ത ഇരുമ്പു തറയിൽക്കൂടി കൂടി പാഞ്ഞ് ആർത്തനാദം മുഴക്കുകയും ചെയ്തു. അശോക ചക്രവർത്തി സ്വന്തം സഹോദരൻമാരെ കൊല്ലാൻ ഉപയോഗിച്ചതും സഞ്ജീവ നരകത്തിന്റെ ശിക്ഷാവിധിയായിരുന്നു. അദ്ദേഹത്തിന്റെ തൊണ്ണൂറ്റൊമ്പതു സഹോദരൻമാർ പത്തു യോജന നീളത്തിൽ നിറച്ച കത്തുന്ന കൽക്കരിമീതെ നടന്ന് പകുതി വഴിയിൽ കുഴഞ്ഞു വീണ് കരിഞ്ഞു ചാമ്പലായി. പതിമൂന്നു വർഷത്തിനുശേഷം കലിംഗ യുദ്ധത്തിന്റെ പിറ്റേന്ന് പെട്ടെന്നൊരു മാനസാന്തരം അനുഭവിച്ച അശോക ചക്രവർത്തി ലോകത്തോടു പ്രഖ്യാപിച്ചത് പ്രജകൾ തന്റെ മക്കളും താൻ അവരുടെ പിതാവുമാണ് എന്നാണ്. ഒരു പിതാവ് അദ്ദേഹത്തിന്റെ എല്ലാ മക്കളുടെയും നൻമയും സന്തോഷവും ആഗ്ര

ഹിക്കുന്നതുപോലെ ഞാനും എന്റെ എല്ലാ പ്രജകളുടെയും സന്തോഷവും നൻമയും ആഗ്രഹിക്കുന്നു എന്ന വിളംബരം കേട്ട്, ശരീരത്തിന്റെ സ്മരണയ്ക്കൊപ്പം നർമ്മബോധം കൂടി ചുമക്കാൻ കഴിയുമായിരുന്നെങ്കിൽ, തൊണ്ണൂറ്റിയൊമ്പത് ആത്മാക്കൾ ജംബൂദ്വീപിനു മുകളിലോ താഴെയോ ഉള്ള ഏതെങ്കിലും ലോകത്തിരുന്നു പൊട്ടിച്ചിരിച്ചിട്ടുണ്ടാകണം.

"ചേതൂ, പുറത്തു വരൂ..."

മാനൊദാ തളർന്ന കാൽ ഏന്തി വലിച്ച് തിരക്കിലൂടെ അകത്തെത്തി എന്റെ കൈയിൽ പിടിച്ചു.

"ഇല്ലെങ്കിൽ ഇവൻമാർ നിന്നെ ശ്വാസംമുട്ടിച്ചു കൊല്ലും..."

"സത്യത്തിൽ മാനൊദാ, എന്താണിവിടെ സംഭവിച്ചത്? അതെങ്കിലും ഒന്നു പറഞ്ഞു തരൂ..."

സഞ്ജീവ് കുമാർ മിത്ര മാനൊദായുടെ കയ്യിൽ പിടിച്ച് യാചനാഭാവത്തിൽ പറഞ്ഞു. മാനൊദാ അയാളെ രൂക്ഷമായി നോക്കി.

" രണ്ടു കുഞ്ഞുങ്ങൾ അനാഥരായി..."

"അതല്ല, മാനൊദാ... എന്തിനാണ് ഗൃദ്ധാമല്ലിക്കിനെപ്പോലെ ഒരാൾ ഇത്ര വലിയ ഒരു ക്രൂരകൃത്യം ചെയ്തത്?"

"അത് അദ്ദേഹത്തോടു ചോദിക്കൂ..."

"അതിനൊരു കാരണമുണ്ടാകണ്ടേ? കുടുംബത്തിന്റെ മാനം രക്ഷിക്കാനാണെന്ന് അദ്ദേഹം പറഞ്ഞു. എന്താണ് അദ്ദേഹം അതുകൊണ്ട് ഉദ്ദേശിക്കുന്നത്?"

"സൊഞ്ജീബ് ബാബൂ, നിങ്ങൾ അദ്ദേഹത്തോടു ചോദിക്കൂ..."

"ദാദാ, നിങ്ങൾ കോപിച്ചിട്ടു കാര്യമില്ല. ഞാനാണോ ഇതിനൊക്കെ കാരണം?"

ഞാൻ രാരിയെ ഇടം തോളിലേക്കു മാറ്റിപ്പിടിച്ച് അയാളെ നോക്കി.

"നിങ്ങൾ, നിങ്ങൾ മാത്രമാണു കാരണം..."

"ഞാനോ?"

അയാൾ എന്നെ അമ്പരപ്പോടെ നോക്കി.

"ഞാൻ എന്തു ചെയ്തു? നിങ്ങൾക്കു നല്ലതു വരണമെന്ന് ആഗ്രഹിക്കുകയല്ലാതെ ഞാനെന്തു ചെയ്തു? കഴിഞ്ഞ ദിവസം പോലും നിങ്ങൾക്കു കുറച്ചുകൂടി നല്ലൊരു വീടു കിട്ടുന്നതിനുള്ള ശ്രമം നടത്തുകയായിരുന്നു ഞാൻ. ചേതനയ്ക്ക് ഒരു സ്ഥിരമായ ജോലിയും നിങ്ങളുടെ ബാബായ്ക്ക് പെൻഷനും നൽകുന്ന കാര്യം കഴിഞ്ഞ ദിവസവും ഞാൻ മന്ത്രിയോടു ശുപാർശ ചെയ്തതാണ്..."

മുമ്പിൽ നിൽക്കുന്നത് അശോക ചക്രവർത്തിയാണെന്ന് എനിക്കു തോന്നി. ആ സമയത്ത് പോലീസുകാർക്കു പിന്നാലെ പോർട്ട് ട്രസ്റ്റ് ക്വാർട്ടേഴ്സിലെ ഒന്നു രണ്ട് അയൽക്കാർ രണ്ടു ശരീരങ്ങൾ പുറത്തേക്കു കൊണ്ടുവന്നു. ശരിയായി മുഖം മറയ്ക്കാത്ത കാക്കിമായുടെ തുറിച്ച കണ്ണുകളും നിലവിളിച്ചു കൊണ്ടേയിരിക്കുന്നതുപോലെ തുറന്ന വായും കണ്ട് ഞാൻ കണ്ണുകൾ ഇറുക്കിപ്പൂട്ടി.

"മാ..."

രാരി എന്റെ ചുമലിൽനിന്ന് കൈ നീട്ടി നിലവിളിച്ചു. ഒന്നേങ്ങി കരയാൻ തുടങ്ങി അതു വ്യർഥമാണെന്നു തിരിച്ചറിഞ്ഞിട്ടെന്നതുപോലെ അവൾ പെട്ടെന്നു നിശ്ശബ്ദയായി. ചമ്പ എന്റെ ശരീരത്തിലേക്ക് മുഖം ചേർത്ത് പൊട്ടിക്കരഞ്ഞു. തൊട്ടുപിന്നാലെ കാക്കുവിന്റെ ശരീരം പുറത്തേക്കു വന്നപ്പോൾ അതു കാണാതിരിക്കാൻ ഞാൻ രണ്ടു കുഞ്ഞുങ്ങളുടെയും മുഖം തിരിച്ചു പിടിച്ചു. കാക്കുവിന്റെ മുഖത്തേക്ക് ഞാൻ പക്ഷേ വീണ്ടും നോക്കി. അദ്ദേഹത്തിന്റെ കണ്ണുകൾ അടഞ്ഞിരുന്നു. രക്തം, തീർത്തും അയഥാർഥ മായ ചുവന്ന പെയിന്റു പോലെ ആ വലിയ ചീർത്ത ശരീരത്തിനു മേൽ പറ്റി പ്പിടിച്ചിരുന്നു. ശരീരങ്ങൾക്കു പിന്നാലെ പോലീസും ജനക്കൂട്ടവും പുറത്തേ ക്കിരമ്പിയപ്പോൾ ഞാൻ കുട്ടികളെയും കൊണ്ട് ഥാക്കുമായുടെ അടുത്തു ചെന്നിരുന്നു. ഥാക്കുമാ കയ്യുയർത്തി എന്റെ കവിൾ തടവി.

"നിനക്കു നൊന്തോ?"

മാ എന്നെ തല്ലിയത് ഞാൻ മറന്നു പോയിരുന്നു.

"അവൾ നിന്റെ ബാബയെയാണ് തല്ലിയത്..."

ഞാൻ രാരിയെ മടിയിൽ വച്ച് ഒരു കൈ കൊണ്ട് ഥാക്കുമായെ ചുമലിൽ ചേർത്തു പിടിച്ചു. പോലീസുകാരുടെ കാൽപ്പെരുമാറ്റം അച്ഛന്റെ മുറിയിൽ നിന്ന് ഉച്ചത്തിൽ മുഴങ്ങി. കുട്ടിക്കാലം മുതൽ അതെനിക്കു കേട്ടു പരിചയമു ള്ളതാണെങ്കിലും ഇക്കുറി അവർ തേടി വന്നത് ആരാച്ചാരെയല്ല, പുള്ളിയെ യാണ് എന്നത് അവിശ്വസനീയമായി. ഒരു ചെറിയ ആരവം മുറിയിൽ ഉയർന്നു. മാ ഒരു തേങ്ങലോടെ ചാടിയെഴുന്നേറ്റ് അങ്ങോട്ടോടി. ആരവം പെട്ടെന്നു വർധിച്ചു. അവർ അച്ഛനെ പുറത്തേക്കും പോലീസ് ജീപ്പിലേക്കും കൊണ്ടു പോകുകയാണെന്ന് ഞാൻ ഊഹിച്ചു. ഞാനും ഥാക്കുമായും രണ്ടു പ്രതിമകൾ പോലെ ഇരുന്നു. നൊടിയിടയിൽ ഞങ്ങളുടെ പ്രാചീനമായ വീട് വിജനവും നിശ്ശബ്ദവുമായി. ഥാക്കുമാ കയ്യുയർത്തി രാരിയുടെ ചുമലിൽ തലോടി. ഏറെ നിമിഷങ്ങൾക്കു ശേഷം വാതിൽക്കൽ വീണ്ടും സഞ്ജീവ് കുമാർ മിത്രയുടെ മുഖം പ്രത്യക്ഷപ്പെട്ടു.

"ചേതനാ... ഒരു നിമിഷം..."

ഞാൻ ഒന്നു മടിച്ചെങ്കിലും കുട്ടിയെ മാറ്റിയിരുത്തി എഴുന്നേറ്റു ചെന്നു. അയാൾ മുറ്റത്തുകൂടി അടുക്കളയുടെ വശത്തേക്കു നീങ്ങിനിന്നു.

"മരിച്ചു പോയ ഈ സുഖ്ദേബ് ഗൃദ്ധാമല്ലിക് മുമ്പ് നക്സലൈറ്റായി രുന്നു, അല്ലേ?"

അയാൾ വലിയൊരു രഹസ്യം പോലെ അന്വേഷിച്ചു. ഞാൻ നിർവികാര തയോടെ അയാളെ നോക്കി.

"ഛെ... കഷ്ടമായിപ്പോയി. ജീവിച്ചിരിക്കെ, അതൊരു നല്ല വാർത്തയാ യിരുന്നു... വാസ്തവത്തിൽ ഹാങ് വുമൺസ് ഡയറി ചെയ്യുന്ന കാലത്തൊ ന്നും ഞാൻ അത് അറിയാതെപോയി... എന്തൊരു നഷ്ടം!"

അതിനും ഞാൻ മറുപടി പറഞ്ഞില്ല.

"ചേതനയുടെ ബാബായെ രക്ഷിക്കാൻ ഞാനാലോചിച്ചിട്ട് ഒരു നല്ല മാർ ഗമുണ്ട്. സുഖ് ദേബ് ഗൃദ്ധാ മല്ലിക് മാവോയിസ്റ്റായിരുന്നു എന്നു ചേതന ഒരു സ്റ്റേറ്റ്മെന്റ് തന്നാൽ മതി..."

എനിക്ക് അയാൾ പറഞ്ഞു വരുന്നതെന്താണെന്നു മനസ്സിലായില്ല.

“അല്ല, റെക്കോർഡുകളിൽ സുഖ്ദേബ്ദാ ജയിലിൽ കിടന്നിട്ടുള്ള നക്സലാണ്. അതുകൊണ്ട് മാവോയിസ്റ്റായിരുന്നു എന്നു വരുത്തിത്തീർക്കാൻ പ്രയാസമൊന്നുമില്ല...”

“ഓഹോ...”

“ചേതന കുറച്ചൊന്നു സഹകരിച്ചാൽ നമുക്ക് ഗൃദ്ധാമല്ലിക്കിനെ നിസ്സാരമായി രക്ഷിക്കാം.സുഖ്ദേബ് മല്ലിക് മാവോയിസ്റ്റായിരുന്നു എന്നു ലോകത്തോടു വിളിച്ചു പറയുക. അത് തിരിച്ചറിഞ്ഞതുകൊണ്ടാണ് നിങ്ങളുടെ ബാബാ അദ്ദേഹത്തെയും ഭാര്യയെയും കൊലപ്പെടുത്തിയതെന്നും... ഒരു നല്ല വക്കീൽ കൂടിയുണ്ടെങ്കിൽ...”

അതുവരെ എനിക്കു കരച്ചിൽ വന്നിരുന്നില്ല. പക്ഷേ അയാൾ ഇങ്ങനെ പറഞ്ഞു കേട്ടപ്പോൾ കാക്കുവിന്റെ മുഖം എന്റെ മനസ്സിൽ തെളിഞ്ഞു. ‘ആന്ധാരോ ഷകോലി’ എന്ന ഗാനത്തിന്റെ വരികൾ എന്റെ കാതുകളിൽ മുഴങ്ങി. എനിക്കു കരച്ചിൽ വന്നു. അശോകചക്രവർത്തിയെപ്പോലെ അടിയന്തരാവസ്ഥക്കാലത്ത് സിദ്ധാർഥ ശങ്കർ റേ നിർമിച്ചെടുത്ത ഉഷ്ണശീതനരകങ്ങളിൽ കാക്കുവിന്റെ ആത്മാവ് എല്ലാ കർമങ്ങളുടെയും ഫലങ്ങൾ അനുഭവിച്ചു തീർത്തിട്ടുണ്ടാകുമെന്ന് ഞാൻ പ്രത്യാശിച്ചു.

“ചേതന ഒന്നാലോചിച്ചു നോക്ക്...”

ഞാൻ തളർച്ചയോടെ ഥാക്കുമായുടെ അടുത്തേക്കു മടങ്ങി. രാരി ഇപ്പോൾ ഥാക്കുമായുടെ മടിയിൽ കിടക്കുകയായിരുന്നു.

“അവന്റെ കല്യാണാലോചന എവിടെ വരെയായി?”

ഥാക്കുമാ എന്നോട് ചോദിച്ചു. എനിക്കു ശബ്ദം പുറത്തുവന്നില്ല.

“ങ്ഹും... അതെങ്ങനെ, ചേതൂഛോട്ദീ, അവനെങ്ങനെ നിന്നെ വിവാഹം കഴിക്കാൻ സാധിക്കും? നീയിപ്പോൾ വെറുമൊരു പെണ്ണല്ലല്ലോ. നീ ആരാച്ചാരല്ലേ? നിന്നെ വിവാഹം കഴിക്കാൻ വെറുമൊരു പുരുഷൻ പോരാ...”

ഥാക്കുമാ അഭിമാനത്തോടെ എന്റെ തലയിൽ തഴുകി.

“നിങ്ങളൊരു മനുഷ്യസ്ത്രീയാണോ? നൊന്തുപെറ്റ മകൻ കഴുത്തു മുറിഞ്ഞ് മരിച്ചിട്ടും അവർ പറയുന്ന വർത്തമാനം കേട്ടില്ലേ? ഒരു മകൻ മരിച്ചു. മറ്റേ മകൻ ജയിലിൽപ്പോയി. എന്നിട്ടും ഒരു തുള്ളി കണ്ണുനീരുണ്ടോ നിങ്ങളുടെ കണ്ണിൽ?”

അകത്തേക്കു വന്ന മാ വീണ്ടും ഥാക്കുമായുടെ നേരെ കുരച്ചു.

“ഞാൻ കരഞ്ഞിട്ടുണ്ട്...”

ഥാക്കുമാ തൊള്ള തുറന്ന് നിഷ്കളങ്കമായി ചിരിച്ചു.

“പണ്ട്. ഇപ്പോൾ കണ്ണുനീരില്ല പെണ്ണേ. വയസ്സിത്രയായില്ലേ? എല്ലാ ജീവിതവും ഒന്നല്ലേ? എല്ലാ മരണവും ഒരുപോലെയല്ലേ? എന്താണിത്ര കരയാൻ?”

മാ പിന്നെയും ശകാരിച്ചു കൊണ്ട് അച്ഛന്റെ മുറിയിലേക്കു മടങ്ങി. അയൽക്കാരും പരിചയക്കാരും ദു:ഖമന്വേഷിക്കാൻ വരികയും പോകുകയും ചെയ്തു. അച്ഛൻ എന്തിനാണിത് ചെയ്തതെന്നതായിരുന്നു എല്ലാവർക്കും അറിയേണ്ടിയിരുന്നത്. രാത്രി വൈകി കാക്കുവിന്റെയും കാക്കിമായുടെയും ശരീരങ്ങൾ തിരിച്ചു കൊണ്ടുവന്നപ്പോൾ വീടിനുള്ളിൽ വീണ്ടും ജനം നിറഞ്ഞു. രാമുദായുടെ മൃതദേഹം അനുഭവിച്ച എല്ലാ ചടങ്ങുകളിലൂടെയും ആ രണ്ടു ശരീരങ്ങളും കടന്നു പോയി.

"എന്തിനാണ് ബാബാ അതു ചെയ്തത് മാ?"

കാക്കിമായുടെ ശരീരം കുളിപ്പിച്ച് നെറ്റിയിൽ വലിയ പൊട്ടു കുത്തി പാദങ്ങളിൽ അൾട്ടാ പുരട്ടി തിരിച്ചു വരുമ്പോൾ ഞാൻ മായോടു സ്വകാര്യമായി അന്വേഷിച്ചു.

"നിന്റെ ബാബായ്ക്കു മാത്രമേ അറിയൂ..."

മാ തീർത്തു പറഞ്ഞു.

"ശ്യാമിളി വിയർത്തൊലിച്ച് ഓടിക്കയറി വന്നു. എടീ നിൽക്കെടീ എന്ന് അലറി വിളിച്ച് നിന്റെ ബാബാ പിറകെയും. അങ്ങേര് ആ പാവത്തിന്റെ മുടിയിൽ പിടിച്ചു വലിച്ചിഴച്ചു. അവൾ ആ മനുഷ്യന്റെ മുഖത്ത് കാർക്കിച്ചു തുപ്പി. അപ്പോൾ നിന്റെ ബാബാ ബോടിയെടുത്ത്..."

ഞാൻ തൊണ്ടയിൽ മുറുകുന്ന കുടുക്കിന്റെ സാന്നിധ്യം വീണ്ടും അനുഭവിച്ചു. ഒരിക്കൽക്കൂടി നീംതല ഘാട്ടിലേക്കു നടക്കുമ്പോൾ എനിക്ക് അച്ഛനെക്കുറിച്ചോർത്ത് മതിപ്പു തോന്നി. ഒരു കഥയും പൂർണമായി പറഞ്ഞു തീർക്കരുതെന്ന നിബന്ധന അച്ഛൻ എത്ര സമർഥമായി പാലിക്കുന്നു. പതിനാറു നരകങ്ങളിലൂടെയും കടന്നു പോയാലും, ചെയ്തു തീർക്കാനുള്ള കർമം പൂർത്തീകരിക്കാൻ മടങ്ങി വരുന്ന ആത്മാവിനെപ്പോലെ പുതിയ കുറേ കഥകളുമായി അച്ഛൻ മടങ്ങിയെത്തുമെന്ന് എന്റെ മനസ്സു പറഞ്ഞു. ഗംഗയിൽ മുങ്ങി നനഞ്ഞു കുതിർന്ന വസ്ത്രങ്ങളോടെ ഞാൻ ഘാട്ടിൽനിന്നു പുറത്തുവന്നു. രാത്രി വൈകിയിരുന്നു. രാരിയുടെയും ചെമ്പയുടെയും കൈ പിടിച്ചു ഞാൻ വീട്ടിലേക്കു നടന്നു. തടിമില്ലിനു മുമ്പിലെ ഗതാഗതത്തിരക്കു മുറിച്ചു കടക്കാൻ അൽപം കാത്തുനിൽക്കേണ്ടി വന്നു. അപ്പോൾ തടിമില്ലിനുള്ളിൽ ടിവിയിൽ സി.എൻ.സി. ചാനലിന്റെ വാർത്താസംപ്രേഷണം തുടർന്നു.

"..അങ്ങനെ നാനൂറ്റിയമ്പത്തൊന്നു പേരെ തൂക്കിക്കൊന്നതായി അഭിമാനിക്കുന്ന പ്രസിദ്ധനായ ആരാച്ചാർ ഫണിഭൂഷൺ ഗൃദ്ധാ മല്ലിക് ഇരട്ടക്കൊല ക്കേസിൽ റിമാൻഡിലായത് ഒരു വലിയ ആന്റി ക്ലൈമാക്സ് ആണെന്നു പറയാതെ വയ്യ. ഗൃദ്ധാമല്ലിക് ശിക്ഷിക്കപ്പെട്ടാൽ അദ്ദേഹത്തിന്റെ കൈകളാൽ മരിക്കേണ്ട യതീന്ദ്രനാഥ് ബാനർജിയോടൊപ്പം തടവ് അനുഭവിക്കേണ്ടി വന്നേന്നിരിക്കും. അതല്ല, യതീന്ദ്രനാഥ് ബാനർജിയുടെ ദയാഹർജിതള്ളുകയും അയാളുടെ വധശിക്ഷ നടപ്പാകുകയും ചെയ്താൽ അതു നടപ്പാക്കുന്നത് ആരാച്ചാരുടെ മകൾ ചേതനാ ഗൃദ്ധാ മല്ലിക് ഒറ്റയ്ക്കായിരിക്കും. അച്ഛന്റെയും ഇളയച്ഛന്റെയും സഹായമില്ലാതെ ഈ കൃത്യം ഒറ്റയ്ക്കു നിർവഹിക്കാൻ ചേതനാ ഗൃദ്ധാമല്ലിക് തയ്യാറാകുമോ എന്നതാണ് രാജ്യം ഉറ്റുനോക്കുന്നത്... ആലിപ്പൂർ ജയിലിൽനിന്നും ക്യാമറാമാൻ അതുൽ കിഷൻ ചന്ദ്രയോടൊപ്പം സി.എൻ.സി. ചാനലിനു വേണ്ടി സഞ്ജീവ് കുമാർ മിത്ര..."

മഞ്ഞു കാറ്റ് ആഞ്ഞടിക്കുകയും ശരീരത്തിൽ കുരുക്കുകൾ മുളയ്ക്കുകയും അവ പൊട്ടിപ്പഴുത്ത് പല്ലുകൾ കൂട്ടിയിടിക്കുകയും ശരീരം നീലിക്കുകയും മാംസം ഇതളുകളായി വിടർന്ന് കരൾ പുറത്തു ചാടുകയും ചെയ്യുന്നതെങ്ങനെയെന്ന് ഒരു നിമിഷത്തിനുള്ളിൽ ഞാൻ അനുഭവിച്ചു. ദീദീ, വാ, പോകാം എന്നു ചമ്പയും രാരിയും വിളിച്ചപ്പോൾ ഞാൻ വീട്ടിലേക്ക് സാവധാനം നടന്നു. കടുകുമണികൾ, ഞാൻ എന്നെ ഓർമിപ്പിച്ചു. എണ്ണിത്തീർത്താൽ തീരാത്തവ.

നാൽപ്പത്തിയാറ്

"ഗൃദ്ധാദാ, നിങ്ങളെന്തിനാണ് ഈ കൃത്യം ചെയ്തത്?"

"എനിക്ക് എന്റേതായ കാരണങ്ങളുണ്ടായിരുന്നു ബാബൂ..."

"താങ്കൾക്ക് മാനസിക വിഭ്രാന്തിയാണെന്നു പറയുന്നതു ശരിയാണോ?"

"ഏതു തെണ്ടിയാണ് അങ്ങനെ പറഞ്ഞത്?"

"എന്നാലും സ്വന്തം കൂടപ്പിറപ്പിനെ വെട്ടിയരിയുകയെന്നു പറഞ്ഞാൽ..."

"സംഭവിച്ചു പോയി. എനിക്കു ദുഃഖമുണ്ട്..."

"മാനസിക വിഭ്രാന്തിയിൽപ്പെട്ടു സംഭവിച്ചതാണെങ്കിൽ താങ്കൾക്കു ശിക്ഷയിൽ ഇളവു കിട്ടാതിരിക്കുമോ?"

"എനിക്ക് വയസ്സ് എൺപത്തിയെട്ടായി ബാബൂ... ഇതുവരെയുള്ള എന്റെ ജീവിതം നീതി നിർവഹണത്തിനു വേണ്ടിയായിരുന്നു. ഇനി ഈ വയസ്സാം കാലത്ത് നീതിയെ അട്ടിമറിക്കാൻ ഞാൻ ശ്രമിക്കണോ?"

"എന്നാലും താങ്കളെപ്പോലെ ഒരാൾ ഇത്തരമൊരു കൃത്യം ചെയ്തത് സമൂഹത്തിന് മോശപ്പെട്ട സന്ദേശം നൽകുകയില്ലേ?"

"ഞാനതു ചെയ്യാൻ പാടില്ലായിരുന്നു. പക്ഷേ. ചെയ്തതു ചെയ്തു. ഇനി എനിക്കു സമൂഹത്തിനു വേണ്ടി നൽകാൻ കഴിയുന്ന സന്ദേശം നീതിക്കു മുമ്പിൽ ശിരസ്സു കുനിക്കുക മാത്രമാണ്..."

"ഇരട്ടക്കൊലക്കേസാണ് ഗൃദ്ധാദാ... താങ്കൾക്ക് തൂക്കുമരം കിട്ടിയാലോ?"

പോലീസ് സ്റ്റേഷനിൽനിന്ന് ജീപ്പിൽ കയറിയിരിക്കെ ചുറ്റും വളഞ്ഞ പത്രലേഖകൻമാരുടെയും ടിവി റിപ്പോർട്ടർമാരുടെയും സംഘത്തോട് അച്ഛൻ സംസാരിക്കുന്ന കാഴ്ച രാവിലെ മുതൽ എല്ലാ ചാനലുകളും ആവർത്തിച്ചു സംപ്രേഷണം ചെയ്യുകയായിരുന്നിട്ടും ആ ചോദ്യം കേട്ടപ്പോഴൊക്കെ എന്റെ ഹൃദയം പിടച്ചു. പക്ഷേ, അച്ഛൻ ആ ചോദ്യത്തെ നേരിട്ട രീതി എത്ര തവണ കണ്ടിട്ടും അദ്ഭുതം അടങ്ങിയില്ല. ജാത്രപാരയിൽ അസറിൽ കയറിനിന്ന് ജനക്കൂട്ടത്തിനു മുമ്പിൽ മഹാരാജാവായി അഭിനയിക്കുന്ന അതേ അന്തസ്സിൽ ത്തന്നെയാണ് പോലീസ് ജീപ്പിന്റെ പിന്നിൽ ഇരുന്ന അച്ഛൻ ജനക്കൂട്ടത്തെ കണ്ണുകളുയർത്തി നോക്കിയത്.

"തൂക്കുമരം തന്നെ കിട്ടണമെന്നാണ് എന്റെ ആഗ്രഹം, ബാബൂ. കാരണം, എന്നെപ്പോലെ ഒരാളെ തൂക്കിലേറ്റുന്നത് സമൂഹത്തിന് വളരെ നല്ല ഒരു സന്ദേശം നൽകുമെന്നു ഞാൻ വിശ്വസിക്കുന്നു."

ജീപ്പ് നീങ്ങിത്തുടങ്ങിയിരുന്നു. അതിലിരുന്ന് അച്ഛൻ ക്യാമറയിലേക്കു തിരിഞ്ഞു നോക്കിയ ആ നോട്ടം അച്ഛനു മാത്രം നോക്കാൻ കഴിയുന്നതായി രുന്നു. അച്ഛൻ നോക്കിയത് എന്നെത്തന്നെയാണെന്നും ആ നോട്ടത്തിന്റെ അർഥം 'ഡയലോഗ് റൈറ്റ് ഹൈന' എന്നാണെന്നും എനിക്കു തോന്നി.

ഏതോ ജയിൽ മുറിയിൽ തനിച്ചു കിടക്കെ അച്ഛൻ പല നരകങ്ങളിലൂടെ കടന്നു പോകുന്നുണ്ടായിരിക്കുകയില്ല എന്നതു മാത്രമായിരുന്നു എന്റെ ആശ്വാസം. ജീവിച്ചിരിക്കുമ്പോഴും നരകങ്ങൾ അനുഭവിക്കുന്നതാണ് ഏത് ആത്മാവിനും ലഭിക്കാവുന്ന കടുത്ത ശിക്ഷ.

"കണ്ടോ. കണ്ടോ? ആ മനുഷ്യന് എന്തെങ്കിലും വിഷമമോ മനസ്സാക്ഷിക്കുത്തോ ഉണ്ടോ?"

ടിവിയിൽ അച്ഛന്റെ നോട്ടം കണ്ട് മാ ഹൃദയവേദനയോടെ നിലവിളിച്ചു.

"ചെയ്തതു ചെയ്തു. ഇനിയതിന്റെ പേരിൽ അവൻ കുട്ടികളെപ്പോലെ കരയണമെന്നാണോ നീ പറയുന്നത്?"

അച്ഛന്റെ പ്രകടനം വായ് തുറന്ന ചിരിയോടെ ആസ്വദിച്ചു ഠാക്കുമാ തിരിച്ചടിച്ചു.

"ങ്ഹും. അല്ലെങ്കിലും നിങ്ങൾ അമ്മയും മോനും അങ്ങനെയേ പറയൂ. നിങ്ങൾക്ക് ഹൃദയമെന്നതുണ്ടോ? നൊന്തു പെറ്റ മോനെ കൊന്നു തള്ളിയ ഒരുത്തനോട് നിങ്ങൾക്ക് അൽപം പോലും ദേഷ്യമില്ലേ?"

"ഇനിയിപ്പോ ദേഷ്യപ്പെട്ടിട്ടെന്താണു കാര്യം? ഫൊണിയെയും ഞാൻ നൊന്തുപെറ്റതല്ലേ?"

ഠാക്കുമാ കൂസലില്ലാതെ അന്വേഷിച്ചു.

"അപ്പോൾ സൂദേബിന്റെ മരണത്തിൽ നിങ്ങൾക്കു യാതൊരു വിഷമവുമില്ലേ?"

" ഇനി വിഷമിച്ചിട്ടെന്തു കാര്യം? അവൻ തിരിച്ചു വരുമോ? എടീ, തലമുറ തലമുറയായി ആയിരക്കണക്കിന് അല്ല, ലക്ഷക്കണക്കിനാളുകളെ തൂക്കിലേറ്റിയ കുടുംബമാണ് ഇത്. ഗൃദ്ധാമല്ലിക്കുമാരുടെ ചോരയ്ക്ക് മരണത്തെ വെറുക്കാൻ സാധിക്കില്ല. സ്നേഹിക്കാനേ സാധിക്കൂ. പാവം സൂദേബ്. അവൻ പോയി. പക്ഷേ അവൻ ഈ ഭൂമിയിൽ എല്ലാക്കാലത്തും ജീവിക്കാൻ വന്നവനല്ലല്ലോ. എപ്പോഴെങ്കിലും പോകണമായിരുന്നു. ഒറ്റവെട്ടിനു തീർന്നു. ഭാഗ്യവാൻ!"

ഠാക്കുമാ കൂസലില്ലാതെ പറഞ്ഞു.

"ഠാക്കുമാ !"

ഞാൻ ഭീതിയോടെ വിളിച്ചു. അപ്പോൾ ഠാക്കുമാ എന്റെ നേരെ തിരിഞ്ഞു.

"നിനക്കെന്താ പേടിയോ? ചേതൂഛോട്ദീ, നീ എന്റെ പേരക്കുട്ടിയല്ലേ? മരണമെന്നു കേട്ടാൽ നീ മനസ്സിനുള്ളിൽ ഉറക്കെ ചിരിക്കണം. അത് കൊന്നതാണെങ്കിലും ചത്തതാണെങ്കിലും...എല്ലാം വിധിയാണ്. വിധി..."

ഭയം എന്റെ ഓരോ രോമകൂപത്തിലും നിറയുന്നതുപോലെ എനിക്കു തോന്നി.

"പിന്നേ! വിധി പോലും! ഓരോ ദുഷ്ടത്തരം ചെയ്തു വച്ചിട്ട് വിധിയാണു പോലും..."

"നമ്മുടെ ഉപേന്ദ്രമല്ലിക് പിതാമഹൻ ആജീവിക മതമുണ്ടാക്കിയ കഥ ഇവൾക്കൊന്നു പറഞ്ഞു കൊടുക്ക്, ചേതൂ..."

ഠാക്കുമാ അരിശത്തോടെ പറഞ്ഞു. ഞാൻ ഠാക്കുമായെ നോക്കി അന്തം വിട്ടിരുന്നു. ആജീവിക മതമുണ്ടാക്കിയത് ഞങ്ങളുടെ പിതാമഹനാണെന്ന്

ഥാക്കുമാ ഉറച്ചു വിശ്വസിച്ചു. ഉപേന്ദ്രമല്ലിക് പിതാമഹൻ ശിരച്ഛേദം ചെയ്യാനൊരുങ്ങിയ തടവുപുള്ളി 'അച്ഛാ' എന്നു വിളിച്ചെന്നും അതു തനിക്ക് ഒരു വേശത്തരുണിയിൽ ജനിച്ച മകനാണെന്നു മനസ്സിലാക്കി പരിഭ്രാന്തനായെന്നുമായിരുന്നു ആ കഥ. ശിരച്ഛേദം നടത്താനും നടത്താതിരിക്കാനും നിവൃത്തിയില്ലാതെ ഉപേന്ദ്രമല്ലിക് പിതാമഹൻ കുഴങ്ങി. പക്ഷേ, വാളെടുത്തു വീശുമ്പോൾ കൈവിറച്ച് ഉന്നം തെറ്റി വാൾ തെറിച്ചു. ദേവകോപം മൂലമാണ് ആരാച്ചാരുടെ വാൾ തെറിച്ചതെന്ന് രാജഗുരു വിധിച്ചു. വധശിക്ഷ മാറ്റി. പിതാമഹന്റെ മകൻ രാജേന്ദ്രമല്ലിക്കിനെ രാജാവ് വെറുതെവിട്ടു. എന്നിട്ടും മകന് മീതെ വാളോങ്ങിയപ്പോൾ വിറച്ചു പോയ അദ്ദേഹത്തിന്റെ കരങ്ങൾ പഴയ നില വീണ്ടെടുത്തില്ല.അതിൽപ്പിന്നെ ആ കൈകൾ സദാ വെട്ടിവിറച്ചു. ജീവിതത്തിലൊരിക്കലും തനിക്ക് ഒരു വാളെടുത്ത് ഉയർത്താനും വെട്ടാനും സാധിക്കില്ലെന്നു തിരിച്ചറിഞ്ഞപ്പോൾ പിതാമഹൻ സ്തബ്ധനായി. ജീവിതത്തിലെ യാദൃച്ഛികതകളെയും അവിശ്വസനീയതകളെയും കുറിച്ച് അദ്ദേഹം ഗഹനമായി ചിന്തിച്ചു. ജനനമരണങ്ങളുടെയും ജൻമാന്തരബന്ധങ്ങളുടെയും കർമങ്ങളുടെ കാര്യകാരണങ്ങളുടെയും അർഥമന്വേഷിച്ച് തലപുകച്ചു. സ്വന്തം മകന്റെ കഴുത്തിനു നേരെ വാളോങ്ങി വന്നത് തന്റെ ഏതോ കർമത്തിനുള്ള ശിക്ഷയാണെന്ന് അന്നു പ്രചാരത്തിലായിക്കൊണ്ടിരുന്ന ബുദ്ധ, ജൈന മതപ്രമാണങ്ങൾ അനുസരിച്ച് അദ്ദേഹം വിശ്വസിച്ചു. പക്ഷേ അത് ഏതു കർമത്തിനാണെന്ന് അദ്ദേഹത്തിനു മനസ്സിലായില്ല. താൻ വേശത്തരുണിയെ പ്രാപിച്ചതാണോ മകനെ ജനിപ്പിച്ചതാണോ അതോ താൻ ആരാച്ചാരായതാണോ യഥാർത്ഥത്തിൽ നീച കർമം എന്നു തീർച്ചയില്ലാതെ അദ്ദേഹം ഉരുകി. ഒടുവിൽ ഒരു ദിനം ആദിഗംഗാതീരത്തെ മാഹുവാ മരത്തിനു കീഴിൽ ചിന്തിച്ചിരിക്കെ മരച്ചില്ലയൊടിഞ്ഞ് ഒരു കിളിക്കൂട് താഴെ വീഴുന്നതും കിളിക്കുഞ്ഞുങ്ങൾ തെറിച്ചുവീഴുന്നതും പിതാമഹൻ കണ്ടു. മൂന്നു കിളിക്കുഞ്ഞുങ്ങളിൽ ഒരെണ്ണം നിലത്തുവീണു കഴുത്തൊടിഞ്ഞു ചത്തു. രണ്ടാമത്തേത് പുഴയിൽ വീണു മുങ്ങിത്താഴ്ന്നു. മൂന്നാമത്തേത് ഒടിഞ്ഞ ചില്ലയിലെ തൂങ്ങിക്കിടക്കുന്ന കൂട്ടിൽത്തന്നെ സുരക്ഷിതമായിരുന്നു. പക്ഷേ എവിടെനിന്ന് എന്നു തീർച്ചയില്ലാതെ ഒരു കുറുക്കൻ ഓടി വന്ന് കൂട്ടിൽ സുരക്ഷിതമായതിനെ വെട്ടിവിഴുങ്ങി. നിലത്തുവീണു കഴുത്തൊടിഞ്ഞതിനെ ഒരു കഴുകൻ വന്നു ഭക്ഷിച്ചു തുടങ്ങി. പുഴയിൽ വീണു മുങ്ങിത്താഴ്ന്നത് അൽപം സമയം കഴിഞ്ഞു പൊന്തി വന്നു. അപ്പോൾ ഒരു പരുന്ത് അതിനെ റാഞ്ചിയുയർത്തിയെങ്കിലും അത് പരുന്തിൻ ചുണ്ടിൽനിന്നു വീണ് പിതാമഹന്റെ മടിയിൽത്തന്നെ പതിച്ചു. ആ കിളിക്കുഞ്ഞിന്റെ ശരീരം തന്റെ വസ്ത്രം കൊണ്ട് തോർത്തി അതിനെ കൂട്ടിൽ വച്ച് കൂട് മറ്റൊരു ചില്ലയിലേക്ക് എടുത്തു വച്ച പിതാമഹനോട് കിളിക്കുഞ്ഞു പറഞ്ഞു: അങ്ങനെ നാം വീണ്ടും കണ്ടുമുട്ടിയിരിക്കുന്നു. പിതാമഹൻ അമ്പരന്നു നിൽക്കെ, കിളിക്കുഞ്ഞു തുടർന്നു: മൂന്നു ജൻമം മുമ്പ് ഇങ്ങനെയൊരു കടം നിനക്കെന്നോടുണ്ടായിരുന്നു. അതു വീട്ടാൻ വേണ്ടിയാണു വിധി ഇപ്പോൾ നിന്നെ എന്റെ എന്റെ മുമ്പിലെത്തിച്ചത്. അതുകൊണ്ട് സംഭവിച്ചതിൽ നിനക്ക് അഭിമാനം വേണ്ട,വിഷാദവും. പിതാമഹനെ അതു ചിന്തിപ്പിച്ചു. തിരിഞ്ഞു നോക്കിയപ്പോൾ, മൂന്നു ജൻമം

മുമ്പ് മറ്റൊരു ആത്മാവിനോടു കാട്ടിയ നന്ദികേടു തീർക്കാൻ ആ പുഴയോരത്ത് ചിന്തിച്ചിരിക്കുന്ന അവസ്ഥയിലേക്കു താനെത്തിപ്പെട്ട പാത അദ്ദേഹത്തെ അമ്പരപ്പിച്ചു. അങ്ങനെയാണ് കർമ പരമ്പരകളുടെ ശൃംഖല നിർണയിക്കുന്നത് വിധി അഥവാ നിയതിയാണെന്നും എല്ലാ ജീവജാലങ്ങളും വലിയൊരു ചതുരംഗപ്പലകയിലെ കരുക്കൾ മാത്രമാണെന്നും വാദിക്കുന്ന ആജീവിക മതത്തിന് അദ്ദേഹം രൂപം നൽകിയത്. മനുഷ്യൻ അവന്റെ കർമങ്ങളുടെ ഫലമല്ല അനുഭവിക്കുന്നതെന്നും കർമങ്ങൾ അവനെ നിശ്ചയിക്കുന്ന വലിയൊരു നിയതിയുടെ ക്രമീകരണമാണെന്നും അദ്ദേഹം വിശ്വസിച്ചു. പിന്നീട് മൻഖാലി ഗോശാല എന്ന അടിമയ്ക്ക് താൻ കണ്ടെത്തിയ ദർശനങ്ങൾ പകർന്നു നൽകി, അദ്ദേഹം ആദിഗംഗയിലേക്ക് ഇറങ്ങിച്ചെന്ന് ജീവിതചക്രം പൂർത്തീകരിച്ചു.

നാനൂറ്റിയമ്പത്തൊന്നു പേരെ തൂക്കിലേറ്റിയ അച്ഛൻ അവസാനം ഹാൽദിയ സബ് ജയിലിൽ തടവുപുള്ളിയായിത്തീർന്ന സംഭവപരമ്പരയും നിയതി രചിച്ച നാടകമാണെങ്കിൽ ഞാനും അച്ഛനോടൊപ്പം അതേ നാടകത്തിലെ മറ്റൊരു കഥാപാത്രമാണെന്നതും എന്നെയും ഇത്തരം വിചിത്രമായ ഗതിവിഗതികൾ കാത്തിരിക്കുന്നുണ്ടാകുമെന്നതും എന്നെ വ്യാകുലപ്പെടുത്തി. അച്ഛൻ ജയിലിൽ എത്തിയതിനെക്കാൾ ഹാൽദിയ സബ് ജയിലിൽ എത്തിയതാണ് ഥാക്കുമായെ വിഷമിപ്പിച്ചത്. നവാബുമാരുടെയും സുൽത്താൻമാരുടെയും രാജാക്കൻമാരുടെയും തടവറകൾ പിടിച്ചെടുത്ത് പുതിയൊരു ജയിൽ സംവിധാനം ആരംഭിച്ച ബ്രിട്ടീഷുകാർ ആദ്യമായി തുടങ്ങിയ അഞ്ചു ജയിലുകളുടെയും കഥകൾ ഥാക്കുമാ ആവർത്തിച്ചു. ഈ കഥകൾ സഞ്ജീവ് കുമാർ മിത്രയുടെ പിതാമഹൻ നരേൻ ദാക്കട്ടിനെ ബരാബസാർ ജയിലിൽ വച്ച് പിതാമഹൻ കണ്ടുമുട്ടിയതാണ് എന്നെ ഓർമിപ്പിച്ചത്. നൂറ്റാണ്ടുകൾക്കു ശേഷം ജ്ഞാനനാഥമല്ലിക്കിന്റെ പിൻമുറക്കാരനെ നരേൻ ദാക്കട്ടിന്റെ പിൻമുറക്കാരൻ ജയിലിൽ വച്ചു കണ്ടുമുട്ടുന്നതിന്റെ കടം ഏതു ജൻമത്തിലേതായിരിക്കുമെന്നു ഞാൻ ഉൽക്കണ്ഠപ്പെട്ടു. കണ്ണടയ്ക്കുമ്പോഴൊക്കെ ഞാൻ ജയിലിൽ കിടക്കുന്ന അച്ഛനെ കണ്ടു. അച്ഛന്റെ മുഖം വെള്ളത്തിൽ വീണു ചീർത്തതുപോലെയുണ്ടായിരുന്നു. ഒരു കാലത്ത് ഹരിൻബാരി എന്നു വിളിക്കപ്പെട്ടിരുന്ന ജയിലുകളിൽ ദിവസേനയെന്നോണം മരിച്ചു വീണു കൊണ്ടിരുന്ന തടവുപുള്ളികളെ മുളങ്കമ്പുകളിൽ തൂക്കിയിട്ട് ആദിഗംഗയിൽ കൊണ്ടുപോയി തള്ളിയിരുന്നു.

"ഈശ്വരാ! ഇതെന്തൊരു ജീവിതം? ഇതിന്നും മാത്രം അനുഭവിക്കാൻ ഞാനെന്തു തെറ്റാ ചെയ്തത്? എന്തിനാണ് ഇയാളെപ്പോലെ ഒരുത്തനെ എന്റെ തലയിൽ നീ കെട്ടിവച്ചത്? ജീവിതത്തിൽ ഒരു ദിവസം പോലും സന്തോഷമായി കഴിഞ്ഞിട്ടില്ല. ഒരു വാക്കു പോലും സ്നേഹമായി സംസാരിച്ചിട്ടില്ല..."

മാ ആരോടെന്നില്ലാതെ മോങ്ങി.

"അതു നിന്റെ കഴിവുകേട്. അവനെ നോക്ക്, ഇപ്പോഴും ഒത്ത ഒരാണ്. അവന് എത്ര പെണ്ണുങ്ങളെ വേണമെങ്കിലും ഇനിയും കിട്ടും..."

ഥാക്കുമാ തലയുയർത്തി നിന്ന് മായെ പരിഹസിച്ചു.

"കിട്ടും കിട്ടും. വയസ്സ് എൺപത്തെട്ടല്ലേ ആയുള്ളൂ."

"എൺപത്തെട്ട് ഒരു പ്രായമൊന്നുമല്ലെടീ. ഞങ്ങളുടെ കുടുംബത്തിൽ ഓരോ തലമുറയിലും ഒരാളെങ്കിലും നൂറു വയസ്സു തികഞ്ഞിട്ടേ മരിച്ചിട്ടുള്ളൂ... എന്റെ തലമുറയിൽ അതു ഞാനാണ്. അടുത്ത തലമുറയിൽ അതു ഫൊണിയാണ്..."

ഥാക്കുമായുടെ ശബ്ദത്തിൽ കൂടുതൽ അഹങ്കാരം നിറഞ്ഞു. മായ്ക്ക് വീണ്ടും കലിയിളകി.

"അതെയതെ. കുടുംബത്തിലെ മറ്റെല്ലാവരും പോയാലും നിങ്ങളൊക്കെ നൂറും ഇരുനൂറും വരെ ജീവിക്കും. കഷ്ടം! നിങ്ങളൊരു സ്ത്രീയാണോ? സ്വന്തം കൂടപ്പിറപ്പിനെ കൊന്നു തള്ളിയ ഒരുത്തനെക്കുറിച്ചും വീരവാദം പറയാൻ നിങ്ങൾക്കു മടിയില്ലല്ലോ... ''

"അവൻ കൊന്നെങ്കിൽ അതിനു കാരണമുണ്ട്..."

"എന്തു കാരണം?"

ഞാൻ ഉദ്വേഗത്തോടെ അന്വേഷിച്ചു.

"അതെനിക്കറിഞ്ഞു കൂടാ... പക്ഷേ, മജിസ്ട്രേട്ടിന്റെ ചുവന്ന തൂവാല വീഴാതെ അവൻ ആരെയെങ്കിലും കൊല്ലണമെങ്കിൽ അതിന് തക്കതായ കാരണം കാണും..."

ഥാക്കുമാ ആത്മവിശ്വാസത്തോടെ പറഞ്ഞിട്ട് വീണ്ടും ടിവിയുടെ അടുത്തെത്തി അച്ഛന്റെ ദൃശ്യങ്ങൾ കാണുന്നുണ്ടോ എന്നു സൂക്ഷിച്ചു നോക്കി. കാക്കിമായെ കൊല്ലാൻ മാത്രം എന്താണ് അവർ അച്ഛനോടു ചെയ്തതെന്ന് എത്ര ആലോചിച്ചിട്ടും എനിക്കു മനസ്സിലാക്കാൻ സാധിച്ചില്ല. കുട്ടികളെ സ്കൂളിൽ നിന്നു വിളിച്ചു കൊണ്ടു വന്നത് കാക്കു ആയിരുന്നു. അതിനു ശേഷം അവരെ തന്റെ വീട്ടിലേക്കു വിളിച്ചു കൊണ്ടു പോകാൻ കാക്കിമാ എത്തുമെന്നു പറഞ്ഞിരുന്നു. പക്ഷേ അവർ വന്നപ്പോൾ പിന്നാലെ ഓടിക്കിതച്ച് ആക്രമിക്കാൻ മാത്രം അച്ഛനെ പ്രകോപിതനാക്കിയത് എന്താണെന്നും അതിനു തൊട്ടുമുമ്പ് അവർ ഏതു സാചര്യത്തിലാണു കണ്ടുമുട്ടിയതെന്നും ഞാൻ തല പുകച്ചു. ആദ്യത്തെ ഒരാഴ്ചയുടെ ബഹളത്തിനുശേഷം ഞങ്ങളെ അന്വേഷിച്ചു വന്ന രണ്ടുപേർ മാനൊദായും സഞ്ജീവ് കുമാർ മിത്രയും മാത്രമായിരുന്നു. വീട്ടിലേക്കുള്ള ചില്ലറ സാധനങ്ങളുമായാണ് മാനൊദാ വന്നിരുന്നതെങ്കിൽ പുതിയതായെന്തുണ്ട് എന്ന് അന്വേഷിച്ചറിയാൻ വേണ്ടിയായിരുന്നു സഞ്ജീവ് കുമാർ മിത്രയുടെ വരവ്.

"ചേതന ജയിലിൽ പോയി അച്ഛനെ കാണുന്നില്ലേ?"

അച്ഛനെ പതിനാലു ദിവസത്തേക്കു റിമാൻഡ് ചെയ്ത വൈകുന്നേരം തിരക്കിട്ട് ഓടിയെത്തിയ പാടെ സഞ്ജീവ് കുമാർ മിത്ര അന്വേഷിച്ചു. എന്നോടു സംസാരിച്ചു കൊണ്ട് രാമുദായുടെ കട്ടിലിൽ ഇരിക്കുകയായിരുന്ന മാനൊദാ തന്റെ കുസൃതി നിറഞ്ഞ കണ്ണുകൾ കൊണ്ട് അയാളെ നോക്കി. അയാളുടെ മുഖത്തെ റോസ് പൗഡർ അപ്പോഴും മാഞ്ഞു പോയിരുന്നില്ല.

"ഇല്ല..."

സഞ്ജീവ് കുമാർ മിത്ര അൽപമൊന്നു പതറി.

"ഒന്നു കാണുന്നതു നല്ലതല്ലേ?"

"അതെയതെ. ആരാച്ചാരായ അച്ഛനെ സന്ദർശിക്കാൻ ആരാച്ചാരായ മകൾ ചെല്ലുന്നു—വളരെ നല്ലതാണ്..."

മാനൊദാ തുറന്നു ചിരിച്ചു കൊണ്ട് അറിയിച്ചു. അദ്ദേഹത്തിന്റെ ഭംഗിയുള്ള ചിരിയിലെ കുത്തുവാക്കിന്റെ മുനകൾ ആസ്വദിച്ചെങ്കിലും ഞാൻ ചിരിക്കാൻ വിസമ്മതിച്ചു.

"പരിഹസിക്കണ്ട മാനൊദാ... ഇക്കാലത്ത് അങ്ങനെ ചിലതൊക്കെ വേണ്ടി വരും. ഉദാഹരണത്തിന് ഇന്നു ചേതന അങ്ങോട്ടു പോകുന്നുണ്ടെങ്കിൽ അതൊരു വലിയ വാർത്തയായിരിക്കും."

സഞ്ജീവ് കുമാർ മിത്ര കൂസലില്ലാതെ പറഞ്ഞു.

"പക്ഷേ അതു കൊണ്ടു നിങ്ങൾക്കെന്തു ഗുണം, സൊഞ്ജു ബാബൂ? അതെല്ലാ ചാനലുകൾക്കും കിട്ടുകയില്ലേ?"

സഞ്ജീവ് കുമാർ മിത്രയുടെ മുഖം പ്രകാശിച്ചു.

"ഐ മീൻ... തൂക്കിക്കൊല വരെയുള്ള ചേതനയുടെ യാത്രകൾ ഞങ്ങളുടെ ചാനലിന്റെ എക്സ്ക്ലൂസീവ് ആക്കാമെന്നു കരാർ ഉള്ളതാണ്..."

"തൂക്കിക്കൊല മാറ്റി വച്ച ദിവസം ആ കരാർ കാലഹരണപ്പെട്ടു..."

ഞാൻ പറഞ്ഞു. അയാളുടെ മുഖത്ത് അപ്പോൾ പ്രത്യക്ഷപ്പെട്ട ആർത്തി എനിക്കു നന്നേ രസിച്ചു.

"ഇനി വേണമെങ്കിൽ പുതിയ കരാർ ഉണ്ടാക്കാം. പക്ഷേ അതിനു കൂടുതൽ പൈസ വേണ്ടി വരും."

ഞാൻ വളരെ ആത്മവിശ്വാസത്തോടെയാണ് സംസാരിച്ചത്. 'അതെയതെ, എന്തൊരു കഷ്ടം' എന്ന മുഖഭാവത്തോടെ മാനൊദാ തിരിഞ്ഞ് സഞ്ജീവ് കുമാർ മിത്രയെ നോക്കി. അയാളുടെ മുഖത്ത് പ്രതീക്ഷയുടെ തിരിനാളം തെളിഞ്ഞു.

"അല്ല.അത് നമുക്ക് ആലോചിക്കാവുന്നതാണ്. പക്ഷേ ഒരു കണ്ടീഷൻ. ഇനിയുള്ള ദിവസങ്ങളിൽ ചേതന എന്തെല്ലാം ചെയ്യുമെന്നു ഞങ്ങൾ തീരുമാനിക്കും."

"എന്നു വച്ചാൽ?"

മാനൊദായുടെ പുരികം ചുളിഞ്ഞു.

"ഉദാഹരണത്തിന് ഇന്നു ജയിലിൽ പോകുന്നതിനു പകരം ചേതന കാളീഘട്ടിൽ പോയി പൂജ നടത്തുന്നതാണ് നല്ലതെന്നു ഞങ്ങൾ തീരുമാനിച്ചാൽ ചേതന അതു ചെയ്യണം...ഞങ്ങൾ ചേതനയെ പിന്തുടർന്നു ഷൂട്ട് ചെയ്യും..."

"ഭയങ്കരം!"

മാനൊദാ പരിഹാസത്തോടെ ഉറക്കെച്ചിരിച്ചു. എനിക്ക് ചിരി വന്നില്ല. ഞാൻ സഞ്ജീവ് കുമാർ മിത്രയെത്തന്നെ സൂക്ഷിച്ചു നോക്കി.

"റിമാൻഡ് കാലാവധി തീരും വരെ ജയിലിലേക്ക് ആരും ചെല്ലണ്ടെന്നാണ് ബാബാ പറഞ്ഞത്..."

ഞാൻ പറഞ്ഞു.

"എന്റെ മുഖം ടിവി ചാനലുകൾക്ക് വിലപ്പെട്ടതാണെന്ന് ബാബായ്ക്ക് അറിയാം. അത് അങ്ങനെ കാണിച്ച് അതിന്റെ വില കളയുന്നതു ശരിയല്ലല്ലോ.."

മാനൊദാ ഒരു ഞെട്ടലോടെയാണ് ആ വാക്കുകൾ ശ്രവിച്ചത്. പിന്നീട് എന്നെ നോക്കിയപ്പോൾ അദ്ദേഹത്തിന്റെ ചുണ്ടുകളിൽ ഒരു കുസൃതിച്ചിരി വിടർന്നു. അദ്ദേഹം സന്തോഷത്തോടെ തലയാട്ടി.

"ശരിയാണ്... വളരെ ശരിയാണ്. ഒരു കാരണവശാലും ചേതന പുറത്തിറങ്ങുകയോ സ്റ്റാർ വാല്യു കളയുകയോ ചെയ്യരുത്... വേണമെങ്കിൽ ഇവരൊക്കെ കാശു തന്ന് അതു വിലയ്ക്കെടുക്കട്ടെ. അല്ല, നിനക്കും ജീവിക്കണ്ടേ മോളേ? പ്രായം ചെന്ന രണ്ടു സ്ത്രീകളും രണ്ടു പൊടിക്കുഞ്ഞുങ്ങളും—നീ വേണ്ടെ ഇനി ഈ കുടുംബത്തിന്റെ കാര്യം നോക്കാൻ."

അധികം സംസാരിക്കാൻ നിൽക്കാതെ സഞ്ജീവ് കുമാർ മിത്ര രക്ഷപ്പെട്ടപ്പോൾ മാനൊദാ എന്നെ നോക്കി സഹതാപത്തോടെ ചിരിച്ചു. ഒരാഴ്ചയ്ക്കു ശേഷം വീണ്ടും എന്റെ സമീപനത്തിൽ മാറ്റമുണ്ടോ എന്ന് അന്വേഷിക്കാൻ അയാൾ എത്തിയപ്പോഴും മാനൊദാ അവിടെയുണ്ടായിരുന്നു.

"അല്ല, സൊഞ്ജു ബാബൂ, നിങ്ങൾ ഇവളെ വിവാഹം കഴിക്കുന്നെന്നു കേട്ടിരുന്നു. എന്നാണ് വിവാഹം?"

സഞ്ജീവ് കുമാർ മിത്രയുടെ മുഖത്ത് ജാള്യം നിറഞ്ഞ ഒരു ചിരിയുണ്ടായി.

"ഈ ബഹളത്തിനിടയിലാണോ മാനൊദാ, വിവാഹക്കാര്യം?"

"അതെ. ഇതാണ് അതിനു പറ്റിയ സമയം..."

മാനൊദാ തുറന്നു ചിരിച്ചു.

"മകനേ, ഇണയ്ക്ക് നേരെ കൈ നീട്ടിക്കൊടുക്കേണ്ടതെപ്പോഴാണെന്ന് പ്രകൃതിയിലെ എല്ലാ ജീവികൾക്കും അറിയാം..."

"ഒരുപാടു ദൂരം യാത്ര ചെയ്യേണ്ടി വരുമ്പോൾ പണ്ടു കുതിരവണ്ടിക്കാർ കുതിരയുടെ തലയ്ക്കുമുകളിലൂടെ ഒരു വടി കെട്ടി നിർത്തി അതിൽ പച്ചപ്പുല്ല് തൂക്കിയിടുമെന്നു കേട്ടിട്ടില്ലേ മാനൊദാ? പുല്ലു തിന്നാൻ വേണ്ടി കുതിര വേഗത്തിലോടും. എത്രയോടിയാലും പുല്ലിന്റെ അടുത്ത് എത്തുകയില്ലെന്ന് അതൊരിക്കലും മനസ്സിലാക്കുകയില്ല..."

ഞാൻ സ്വയമറിയാതെ നെടുവീർപ്പിട്ടു.

"ഞങ്ങളുടെ വിവാഹം അതുപോലെ തൂക്കിയിട്ട പച്ചപ്പുല്ലിന്റെ ഒരു തളിരു മാത്രമാണ്..."

സഞ്ജീവ്കുമാറിന്റെ മുഖം വിവർണമായി.

"അല്ല.ഒരിക്കലുമല്ല. ചേതന, നീ എന്റെ ആത്മാർത്ഥതയെ ചോദ്യം ചെയ്യരുത്. എന്നെ സംബന്ധിച്ചിടത്തോളം നമ്മുടെ വിവാഹം നടന്നു കഴിഞ്ഞു. അത് അന്ന് ആ നിലവറയിൽ ഞാൻ നിന്റെ കൂടെ ചാടിയപ്പോൾത്തന്നെ. ഒരു സ്ത്രീയുടെ ശരീരം എന്റെ ശരീരത്തോടു ചേർന്നത് അന്ന് ആ ദിവസമാണ്... മാനൊദാ, എത്രയോ വർഷങ്ങൾക്കു മുമ്പേ ഇവളെ ഞാൻ വധുവായി സ്വീകരിച്ചുകഴിഞ്ഞു."

"കണ്ടുമുട്ടുന്നതിനും മുമ്പേ?"

മാനൊദാ പരിഹാസത്തോടെ ചോദിച്ചു.

"അതെ. കണ്ടുമുട്ടുന്നതിനും മുമ്പെ. അവളെപ്പോലെ ഒരാൾ ഉണ്ടെന്ന് എനിക്ക് അറിയാമായിരുന്നു..."

"ആരാച്ചാരുടെ മകൾ?"

"അല്ല. ആരുടെയെങ്കിലും മകളായി,എവിടെയെങ്കിലും ഒരിടത്ത്. '

സഞ്ജീവ് കുമാർ മിത്ര ഉറപ്പിച്ചു പറഞ്ഞു.

"സത്യത്തിൽ നീയൊരു കണക്കുകൂട്ടലിനെയാണ് ഇണയായി സ്വീകരിച്ചത്, അല്ലേ ബാബൂ?"

മാനൊദായുടെ ശബ്ദം ശാന്തമായിരുന്നു.

"ങ്ഹാ. ഓരോ കാലത്തും ഓരോ അളവുകോൽ..."

"കാക്കുവിനെ മാവോയിസ്റ്റാക്കാനുള്ള പരിപാടി ഉപേക്ഷിച്ചോ?"

ഞാൻ വിഷയം മാറ്റാൻ വേണ്ടി അയാളോടു ചോദിച്ചു.

"അതെന്താ അങ്ങനെ ചോദിച്ചത്? കണ്ടോ മാനൊദാ, എനിക്കിതാണ് ചേതനയോട് ഒത്തു പോകാൻ സാധിക്കാത്തത്... അവളെ സഹായിക്കാൻ ഞാൻ നടത്തുന്ന ശ്രമങ്ങളെല്ലാം അവൾ തകർക്കും. മാത്രമല്ല, എന്നെ ചോദ്യം ചെയ്യുകയും പരിഹസിക്കുകയും വിമർശിക്കുകയും."

സഞ്ജീവ് കുമാർ മിത്ര എന്നെ ശകാരിച്ചു കൊണ്ട് ഇറങ്ങിപ്പോയപ്പോൾ മാനൊദാ വീണ്ടും ചിരിച്ചു.

"മരിച്ചു പോയ സ്ഥിതിക്ക് സുഖ്ദേബ് ഇനി എന്തായാലും അയാൾക്കെന്തു നഷ്ടപ്പെടാൻ? അവന്റെ പ്ലാൻ അനുസരിച്ചു വേണമെങ്കിൽ നമുക്കു സുഖ്ദേവിനെ മാവോയിസ്റ്റ് ആക്കാം. വെറുതെ, ഒരു തമാശയ്ക്ക്..."

ആ ശബ്ദത്തിലെ വിഷാദത്തിന്റെ ആഴം തിരിച്ചറിഞ്ഞതു കൊണ്ട് എനിക്കു മറുപടിയുണ്ടായില്ല.

"മരിച്ചവർ മരിച്ചു. ജീവിച്ചിരിക്കുന്നവരുടെ കാര്യം നോക്കണ്ടേ? ഗൃദ്ധാദായ്ക്ക് അതു ഗുണം ചെയ്യുമെങ്കിൽ നമുക്ക് എന്തു കൊണ്ട് ആ വഴി ശ്രമിച്ചു കൂടാ? ഇംഫാലിൽ ആ സ്ത്രീയെ കൊന്നത് സുദേബ് ആണെന്നു വേണമെങ്കിലും പറയാം... ഇപ്പോൾ അതിനൊരു മാർക്കറ്റ് വാല്യു ഉണ്ട്."

മാനൊദാ ഉറക്കെ ചിരിച്ചു. എനിക്കും ചിരിക്കാതിരിക്കാൻ സാധിച്ചില്ല. മൂന്നു ദിവസം കഴിഞ്ഞ് സഞ്ജീവ് കുമാർ വീണ്ടും വന്നപ്പോൾ ഞാൻ മാത്രമേ ഉണ്ടായിരുന്നുള്ളൂ. അയാൾക്ക് കൂടുതൽ ആത്മവിശ്വാസമുണ്ടായി.

"ചേതനയുടെ നൻമയ്ക്കു വേണ്ടിയാണ് ഞാനിതു പറയുന്നത്... ഈ സമയത്ത് വിവാഹത്തേക്കാൾ ഗുണം ചെയ്യുന്നത് ചേതനയ്ക്കു പുതിയ ഒരു ഇമേജാണ്. സീ, വിവാഹം കഴിച്ചാൽ അതോടെ ചേതനയുടെ ഇമേജ് മാറും. അതേ സമയം, ഇപ്പോൾ ഭാരതത്തിന്റെ മുഴുവൻ സ്ത്രീത്വത്തിന്റെയും സ്വാഭിമാനത്തിന്റെയും കൂടാതെ രാജ്യസ്നേഹത്തിന്റെയും ഇമേജ് ചേതനയ്ക്കു സ്വന്തമാക്കാം..."

"ഓരോ ജൻമവും എട്ടു ഭാഗങ്ങളുള്ള അവസ്ഥയാണ് സഞ്ജീവ് കുമാർ ബാബൂ. അങ്ങനെയാണ് ആജീവിക മതക്കാർ വിശ്വസിച്ചിരുന്നത്..."

ഞാൻ ശാന്തത കൈവിടാതിരിക്കാൻ യത്നിച്ചു.

"തുടങ്ങി പാഴ്പുരാണം..."

സഞ്ജീവ് കുമാർ മിത്ര അസ്വസ്ഥതയോടെ എഴുന്നേറ്റു മുറിയിൽ ചുറ്റി നടന്നു.

"എന്തെങ്കിലും നമ്മൾ ചെയ്തേ തീരൂ... ഫണീദായ്ക്ക് ജാമ്യംകിട്ടുമ്പോൾ നിങ്ങൾ രണ്ടുപേരും സ്റ്റുഡിയോയിലേക്കു വരാമോ?"

"ഇല്ല..."

"പക്ഷേ, ചേതനാ, എന്തിനാണ് ഫണീദാ അതു ചെയ്തത്? അതിനൊരുത്തരം വേണ്ടേ?"

"ബാബായോടു ചോദിക്കൂ.."

' അദ്ദേഹം അതു വെളിപ്പെടുത്തുന്നില്ല..."

"അന്വേഷിച്ചു കണ്ടെത്തൂ..."

"നോക്കൂ, വലിയ വലിയ ആളുകളായിരുന്നെങ്കിൽ അതെളുപ്പമായിരുന്നു. പക്ഷേ നിങ്ങളെപ്പോലെ..."

"ചെറിയ മനുഷ്യരെക്കുറിച്ചു മനസ്സിലാക്കാൻ പ്രയാസമാണ്?"

ഞാൻ നെടുവീർപ്പിട്ടു. സഞ്ജീവ് കുമാർ മിത്ര നിശ്ശബ്ദനായി.

"എനിക്കു തർക്കിക്കാൻ താൽപര്യമില്ല. തൽക്കാലം ചേതനയ്ക്കും ഈ കുടുംബത്തിനും ഗുണം ചെയ്യുന്ന കാര്യം ഞാൻ പറയാം. നിങ്ങൾ ലൈവ് ആയി നിൽക്കുക. ഇല്ലെങ്കിൽ നിങ്ങൾ അപ്രസക്തരാകും."

സഞ്ജീവ് കുമാർ മിത്ര എല്ലാം പറഞ്ഞു തീർത്തതുപോലെ എഴുന്നേറ്റു.

"അപ്പോഴത്തെ മാനസിക വിഭ്രാന്തിയിൽ സംഭവിച്ചതാണെന്ന് പോലീസിനെക്കൊണ്ട് എഴുതിപ്പിക്കാൻ ശിബ്ദേബ് ബാബു ആവുന്നത്ര ശ്രമിച്ചു. പക്ഷേ, നിന്റെ ബാബാ അതിനു വഴിപ്പെട്ടില്ല..ഇങ്ങനെയാണെങ്കിൽ നിന്നെ സഹായിക്കാൻ എനിക്കു സാധിക്കാതെ വരും..."

"ആര് ആരെ സഹായിക്കണമെന്നു തീരുമാനിക്കുന്നത് നമ്മളല്ലെന്ന് അംഗീകരിച്ചാൽ പകുതി പ്രശ്നം തീർന്നു..."

അയാളുടെ മുഖത്തെ ആശയക്കുഴപ്പം കണ്ടു നിൽക്കെ എനിക്കു ചിരി വന്നു. അയാൾ എത്ര ശ്രമിച്ചിട്ടും ഇരുപത്തൊന്നാം ദിവസം അച്ഛന് ജാമ്യം കിട്ടുന്നതു വരെ ഞാൻ ജയിലിൽ പോയില്ല. ജാമ്യം കിട്ടി അച്ഛൻ വീട്ടിലേക്കു തിരിച്ചു വന്ന ദിവസം, ഒരു പത്രക്കാരനും രണ്ട് ചാനലുകാരും നേരത്തെ തന്നെ എത്തി ചായപ്പീടികയിൽ സ്ഥാനം പിടിച്ചു. ഞാൻ ചമ്പയെയും രാരിയെയും ചേർത്തണച്ച് അടുക്കളയുടെ മൂലയിരുന്നു. അപ്പോഴാണ് സഞ്ജീവ് കുമാർ മിത്ര ഓടി വന്നത്.

"ചേതന എവിടെ? ചേതന എവിടെ?"

ഞാൻ വിളി കേൾക്കാൻ കൂട്ടാക്കിയില്ല.

"അവളുടെ ബാബായെ വിട്ട കാര്യം പറയാനാണെങ്കിൽ,ഞങ്ങൾ അറിഞ്ഞു..."

വീട്ടിലെ ബോടി പോലീസുകാർ കൊണ്ടുപോയതിനാൽ അടുത്ത വീട്ടിൽ പോയി മീൻ നന്നാക്കി തിരിച്ചു വരികയായിരുന്ന മാ നിർവികാരമായ ശബ്ദത്തിൽ പറഞ്ഞു.

"അതല്ല... അതല്ല... ചേതന എവിടെ?"

അത്രയുമായപ്പോൾ ഞാൻ എഴുന്നേറ്റു പുറത്തേക്കു വന്നു. സഞ്ജീവ് കുമാർ മിത്ര ഉൽസാഹപരവശനായി എന്റെ അടുത്തേക്ക് ഓടി വന്നു.

"ചേതനാ, എ ഗ്രേറ്റ് ന്യൂസ്! യതീന്ദ്രനാഥ് ബാനർജിയുടെ ദയാഹർജി തള്ളി!"

"വിധി !"

ഞാൻ മന്ത്രിച്ചു.

"അതെ, അതെ, നല്ല വിധി !"

സഞ്ജീവ് കുമാർ മിത്ര ഉൽസാഹപരവശനായി.

"നോക്കിക്കോ ഇനിയാണ് എന്റെ കളി... !"

അയാൾ ഉറക്കെ പ്രഖ്യാപിച്ചു കൊണ്ടു തിരിച്ചോടി. എനിക്ക് അയാ ളോടു സഹതാപം തോന്നി. ഞാൻ ഉദ്ദേശിച്ച വിധി നിയതിയായിരുന്നു. മേയ് പതിനെട്ട് മുതൽ എന്റെ ജീവിതം എന്നെക്കൊണ്ടുനടന്ന വഴികളെക്കുറിച്ച് ആലോചിച്ചപ്പോഴാണ് അതിനൊരു കൃത്യമായ ക്രമീകരണമുണ്ടെന്ന് എനിക്കു തോന്നിയത്. ഈ ലോകം അതിന്റെ വലിയ കുരുക്കിലേക്ക് എന്റെ കഴുത്തു കൂടി പെടുത്തിയത് യാദൃച്ഛിക സംഭവമായിരുന്നില്ല. കണ്ണടച്ചപ്പോൾ ഞാൻ കാക്കുവിനെയും സഞ്ജീവ് കുമാർ മിത്രയുടെ അമ്മയെയും മാരുതി പ്രസാദ് യാദവിനെയും കണ്ടു. അയാളുടെ പ്രിന്റിങ് പ്രസിലെ കറുത്ത മഷിക്ക് ആർത്തവ രക്തത്തിന്റെ ഗന്ധമായിരുന്നെന്ന് ഓർത്തു. നിലത്തു വിരിച്ച കിടക്കയിൽ ബോധം കെട്ട് ഉറങ്ങുന്ന ചമ്പയ്ക്കും രാരിക്കും അരി കിൽ തിരിഞ്ഞും മറിഞ്ഞും കിടന്ന ഉറക്കമില്ലാത്ത രാത്രികളിൽ നടന്നു കഴിഞ്ഞ വഴികൾ തിരിച്ചുനടക്കാൻ ആഗ്രഹിച്ചു. ഒരു രാജ്യത്തിന്റെ ഭരണ ഘടന പോലെ, സകല ജീവജാലങ്ങളുടെയും ജീവിതത്തിലെ കർമങ്ങൾ പോലും എന്ന്, എപ്പോൾ, എങ്ങനെ സംഭവിക്കണമെന്നു വളരെ മുൻകൂട്ടി നിശ്ചയിക്കുന്നതും എന്റെ അച്ഛനെപ്പോലെ എല്ലാത്തിനും സ്വന്തമായ കാര ണങ്ങളുള്ളതുമായ ഒരു നിയതി—അങ്ങനെയൊന്നുണ്ടായിരുന്നെങ്കിൽ എന്ന് ഞാൻ തീവ്രമായി ആഗ്രഹിച്ചു.

നാൽപ്പത്തിയേഴ്

യതീന്ദ്രനാഥ് ബാനർജിയുടെ ദയാഹർജി രാഷ്ട്രപതി വീണ്ടും തള്ളിയ ദിവസം, അച്ഛൻ ജയിലിൽനിന്നു വീട്ടിലെത്തുമ്പോൾ സ്ട്രാൻഡ് റോഡിലൂടെ അന്നത്തെ അവസാന ശവവണ്ടി കടന്നു പോയി. വെള്ളികെട്ടിയ വിലപിടിച്ച വണ്ടിയിലേക്കു നോക്കി, 'ഹോ, പുണ്യം ചെയ്ത ആത്മാവ്' എന്ന് ഉറക്കെ പറഞ്ഞു കൊണ്ട് അച്ഛൻ കയറി വന്നു. അന്നു രാത്രി ഞാൻ ഉറക്കം വരാതെ തിരിഞ്ഞും മറിഞ്ഞു കിടക്കുമ്പോൾ റയിൽവേ ക്രോസിനു സമീപം ഒരു വയസ്സിപ്പശു നിർത്താതെ നിലവിളിച്ചു. ട്രാൻസ്പോർട്ട് കമ്പനിയിൽ ചരക്കിറക്കുന്ന ലോറിക്കാരുടെ ഉച്ചത്തിലുള്ള തമാശകളും പോർട്ട് ട്രസ്റ്റ് ജീവനക്കാരുടെ തകർന്ന ക്വാർട്ടേഴ്സുകളുടെ മുമ്പിലെ വലിയ പേരാലിൽ ഉറക്കം ഞെട്ടിയ മൈനകളുടെ കലപില ശബ്ദവും ഉച്ചത്തിൽ മുഴങ്ങി. ജയിൽ വാസത്തിന്റെ പരവശതയൊന്നും അച്ഛന്റെ മുഖത്തു പ്രകടമായില്ല. പത്രക്കാരോട് ഏറെ നേരം നിർത്താതെ സംസാരിച്ചതിനുശേഷം സ്വന്തം മുറിയിൽ കടന്ന് അച്ഛൻ കുപ്പായം ഊരുകയും കമ്പിയിൽ തൂക്കിയിട്ടിരുന്ന ലുങ്കി വലിച്ചെടുത്തു കുടഞ്ഞ് തല വഴിയിട്ട് നേരത്തെ ഉടുത്തിരുന്ന ധോത്തി അഴിച്ചു മാറ്റുകയും ചെയ്യുമ്പോൾ ഥാക്കുമാ വാതിൽക്കലേക്കു ചെന്നു. അച്ഛൻ ലുങ്കി വട്ടത്തിൽ ചുറ്റിക്കെട്ടിയുടുത്ത ശേഷം കമ്പിയിൽനിന്ന് ഒരു ചുവന്ന കളം കളം തോർത്തെടുത്തു മുഖവും കഴുത്തും തുടച്ചു കൊണ്ട് കട്ടിലിൽ ഇരിക്കുന്നതും തീപ്പെട്ടി തപ്പിയെടുത്ത് സിഗററ്റ് കത്തിക്കുന്നതും തുറന്ന വാതിലിലൂടെ ഞാൻ വ്യക്തമായി കണ്ടു.

"അവന്റെ ദയാഹർജി വീണ്ടും തള്ളി..."

ഥാക്കുമാ വാതിൽപ്പടിയിൽ പിടിച്ചു നിന്ന് അച്ഛനോടു പറഞ്ഞു. അച്ഛൻ സിഗററ്റ് ഊതി പുക വലിച്ചു വിട്ട് ഥാക്കുമായെ നോക്കാതെ അമർത്തി മൂളി.

"കൊലക്കേസ് പ്രതിയായതു കൊണ്ട് നിനക്കിനി ആ ജോലി കിട്ടാതെ വരുമോ?"

ഥാക്കുമായുടെ ശബ്ദത്തിൽ ആശങ്ക കലർന്നിരുന്നു.

"ആരാച്ചാരില്ലാതെ തൂക്കിക്കൊല മുടങ്ങിയാൽ—ഭഗ്ബാൻ മഹാദേബ്, നാടു മുടിയും ഫൊണീ..."

"മാ, നിങ്ങളൊന്നു പോയിക്കിടന്ന് ഉറങ്ങാമോ? ദയാഹർജി തള്ളിയതല്ലേയുള്ളൂ? ഇനിയെന്തെല്ലാം കടമ്പകൾ കിടക്കുന്നു. അവസാനനിമിഷം വീണ്ടും തട്ടിത്തൂവാനും മതി...!"

അച്ഛൻ ഈർഷ്യയോടെ പറഞ്ഞു.

"ഇളയ മകനെ വെട്ടിക്കൊന്ന മൂത്ത മകൻ ജാമ്യത്തിലിറങ്ങി വീട്ടിലെത്തുമ്പോൾ അത്യാവശ്യമായി ചോദിക്കേണ്ട ചോദ്യം തന്നെ !"

ISHAGYANATH '12

വെള്ളവുമായി കടന്നു ചെന്ന് അതു ശബ്ദത്തോടെ നിലത്തു വച്ച് തിരിച്ചിറങ്ങിയ മാ ശകാരിച്ചു. ഥാക്കുമായും അച്ഛനും ഒരേ അരിശത്തോടെ മായെ നോക്കിയെങ്കിലും രണ്ടു പേരും ഒന്നും പറഞ്ഞില്ല.

"ഇതുപോലെ ഒരു ദുഷ്ടന്റെ വീട്ടിൽ ഒരു നിമിഷം പോലും നിൽക്കാൻ എനിക്ക് ആഗ്രഹമില്ല. പക്ഷേ എന്തു ചെയ്യാൻ. എനിക്ക് പോകാൻ ഇടമില്ലാതായിപ്പോയില്ലേ? ദുഷ്ടൻമാർ രാജ്യം വെട്ടിമുറിച്ചു രണ്ടാക്കിയപ്പോൾ എന്റെ കിടപ്പാടമല്ലേ പോയത്? ഈശ്വരാ, പൊന്നു വിളയുന്ന നാൽപത് ബീഗ വയൽ – ഇപ്പോൾ ആരാണോ അവിടെ കൃഷി ചെയ്യുന്നത്?"

മാ അടുക്കളയിൽനിന്നു സങ്കടത്തോടെ പരാതിപ്പെട്ടു.

"ചേതന എവിടെ? അവളെ വിളിക്ക്..."

അച്ഛൻ ഉറക്കെ പറഞ്ഞു. ഞാൻ പിടഞ്ഞെഴുന്നേറ്റു വാതിൽക്കലേക്കു ചെന്നു. അച്ഛൻ എന്റെ ഉലഞ്ഞ മുടിയിലും തളർന്ന മുഖത്തും ഒന്നു സൂക്ഷിച്ചു നോക്കി.

"ഇനിയുള്ള കാലം ഈ കുടുംബത്തെ നോക്കാൻ നിനക്കു ശേഷിയുണ്ടോ?"

അച്ഛൻ സിഗററ്റ് ഒന്നുകൂടി ഊതി. അപ്പോൾ ഥാക്കുമാ ഇടപെട്ടു.

"നമ്മുടെ കുലത്തൊഴിൽ ചെയ്യാൻ ശേഷിയുള്ള ഒരുത്തനെ അവൾക്കു ഭർത്താവായി കണ്ടുപിടിക്ക് ഫൊണീ... എന്റെ ദാദുവിന്റെ സഹോദരന്മാരുടെ ഒരു താവഴി ബോംബെയിൽ പോയിട്ടില്ലേ? അവരെ ഒന്ന് അന്വേഷിച്ചു നോക്ക്... അല്ലെങ്കിൽ വേണ്ട, രാജ്യത്തു വേറെയും ആരാച്ചാർമാരുണ്ടാകും. അവരിലാർക്കെങ്കിലും ചുണയുള്ള ആമ്പിള്ളേരുണ്ടോ എന്ന് അന്വേഷിക്ക്."

"ഇനിയുള്ള കാലത്ത് ഈ കുലത്തൊഴിൽ ചെയ്തു ജീവിക്കാൻ സാധിക്കില്ല, മാ. വെറുതെ തമാശ പറയാതെ..."

അച്ഛന്റെ ശബ്ദം പരുക്കനായിരുന്നു.

" നിന്റെ വിവാഹം എത്രയും വേഗം നടത്തണം..."

അച്ഛൻ ഗൗരവത്തിൽ എന്നെ നോക്കി.

"എനിക്കിനി എത്ര കാലമുണ്ടെന്ന് ആർക്കറിയാം. വധശിക്ഷ ഏതു സമയത്തു വേണമെങ്കിലും രാജ്യത്തു നിരോധിക്കാം. അതോടെ നമ്മുടെ കുലത്തൊഴിൽ അന്യംനിൽക്കും."

"മൂന്നു നേരം മൃഷ്ടാന്നം കഴിക്കാൻ സാധിച്ചില്ലെങ്കിലും പട്ടിണി കിടക്കേണ്ടി വരികയില്ല... ഞാൻ രാപകലില്ലാതെ കഷ്ടപ്പെടുന്നുണ്ട്..."

കലിതുള്ളിക്കൊണ്ട് മാ ഒരിക്കൽക്കൂടി അടുക്കളയിൽനിന്ന് ഓടിവന്നു.

"ചായ കൂടാതെ കുറച്ചു റൊട്ടി കൂടിയെങ്കിലും ഉണ്ടാക്കി വിൽക്കാൻ ആഗ്രഹമില്ലാത്തതല്ല. ഇത്തിരി പൈസ കയ്യിലില്ലാതെ എങ്ങനെ തുടങ്ങി വയ്ക്കും?"

മായുടെ ശകാരം മുറിയിൽ പ്രതിധ്വനിച്ചു.

"അവൾ തുടങ്ങി... !"

ഥാക്കുമാ പിറുപിറുത്തു കൊണ്ട് തന്റെ കട്ടിലിലേക്കു മടങ്ങി. ഞാൻ സാവധാനം അച്ഛന്റെ മുറിയിലേക്ക് ഒരു ചുവടു വച്ചു. അച്ഛൻ ചോദ്യഭാവത്തിൽ മുഖമുയർത്തി.

"ങ്ഹും?"

"എന്തിനാണ് ബാബാ കാക്കുവിനെ കൊന്നത്?"

അച്ഛൻ അൽപം പതറി. ഒരു കുറ്റവാളിയെപ്പോലെ മുഖം കുനിച്ച് കുറച്ചു നേരം ഇരുന്നു. പിന്നീട് വീണ്ടും സിഗററ്റ് വലിച്ചൂതി തീരാറായ കുറ്റിയിലേക്ക് ഉറ്റു നോക്കി.

" കൊല്ലണമെന്നു ഞാൻ വിചാരിച്ചതല്ല. അവൻ ഇടയ്ക്കു കയറിയതു കൊണ്ടു സംഭവിച്ചതാണ്..."

അച്ഛന്റെ ശബ്ദം സത്യസന്ധമായിരുന്നു.

"കാക്കിമാ ബാബയോട് എന്തു തെറ്റു ചെയ്തു?"

അച്ഛന്റെ മുഖത്ത് ക്രോധം പടർന്നു.

"പെണ്ണുങ്ങൾ പിഴച്ചാൽ കുടുംബം പിഴച്ചു. ഇതു വെറുമൊരു കുടുംബ മല്ല. നൂറ്റാണ്ടുകളുടെ പാരമ്പര്യമാണ്. ഈ കുടുംബത്തിൽ കള്ളൻമാരും കൊലപാതകികളും കുലടകളും ഉണ്ടായിട്ടില്ല. ഉണ്ടാകാൻ ഞാൻ അനുവദി ക്കുകയുമില്ല..."

"കുലടയോ? ആരാണ് കുലട?"

ഞാൻ വെമ്പലോടെ മുന്നോട്ടു ചെന്നു. അച്ഛൻ സിഗററ്റ് വലിച്ചൂതി അവ ശേഷിച്ച പുക കൂടി വലിച്ചെടുത്ത് കുറ്റി നിലത്തിട്ടു മറ്റൊന്നെടുത്തു തിരി കൊളുത്തിയ ശേഷം കയ്യുയർത്തിക്കാട്ടി.

"കൂടുതലൊന്നും ചോദിക്കണ്ട. മരിച്ചുപോയവരുടെ ആത്മാക്കൾ സമാ ധാനമായി ഉറങ്ങട്ടെ.."

ഞാൻ ശക്തി ക്ഷയിച്ചു നിന്നു.

"മാ പറഞ്ഞതിൽ കാര്യമുണ്ട്.എത്രയും വേഗം നിന്റെ വിവാഹം നട ത്തണം. അങ്ങനെയായാൽ എനിക്ക് ആശ്വാസത്തോടെ മരിക്കാം."

അച്ഛൻ തോർത്തെടുത്ത് നഗ്നമായ മാറും ചുമലും തുടച്ചതിനുശേഷം കാലുകളാട്ടിക്കൊണ്ട് ചിന്തയിൽ മുഴുകി. അച്ഛന്റെ കണ്ണുകൾ മുകളിലെ ഇരുമ്പു കമ്പിയിലായിരുന്നു. എന്റെ കണ്ണുകളും ആ കമ്പിയിലേക്കു പാളി. അതിൽ നീഹാരികയുടെ ശരീരം തൂങ്ങിനിൽപ്പുണ്ടെന്ന് ഞാൻ വിഭ്രമിച്ചു. ഞാൻ മടങ്ങി വന്ന് രാമുദായുടെ കട്ടിലിൽ ഇരുന്നു. ചമ്പ മുറിയിലേക്ക് ഓടി വന്ന് ടിവി ഓൺ ചെയ്തു. പൊട്ടലും ചീറ്റലുമായി അതു സംപ്രേഷണം ആരംഭിച്ചു. സി.എൻ.സി. ചാനലിൽ ഏതോ സ്ത്രീയുടെ ശബ്ദം ഉയർന്നു.

"ഇതിനിടെ ജൊതീന്ദ്രനാഥിന്റെ കുടുംബം വീണ്ടും സുപ്രീംകോട തിയെ സമീപിക്കും."

ചമ്പ ചാനൽ മാറ്റാൻ തുടങ്ങുകയായിരുന്നെങ്കിലും യതീന്ദ്രനാഥ് ബാനർജിയുടെ പേരു കേട്ടിട്ടാകണം, കൈ പിൻവലിച്ച് എന്നെ നോക്കി.

"ജൊതീന്ദ്രനാഥിന്റെ മനോനില തകരാറിലാണെന്നും അതിനാൽ വധ ശിക്ഷ മാറ്റി വയ്ക്കണമെന്നും അപേക്ഷിച്ചുകൊണ്ടാണ് ഇത്. വധശിക്ഷയെ എതിർക്കുന്ന സന്നദ്ധ സംഘടനകൾ വീടു തോറും കയറിയിറങ്ങി വധശി ക്ഷയ്ക്ക് എതിരേ പൊതുജനാഭിപ്രായം രൂപീകരിക്കാൻ തീരുമാനിച്ചിട്ടുണ്ട്. വധശിക്ഷ സംബന്ധിച്ച തുടർനടപടികൾ ഇതുവരെ വ്യക്തമായിട്ടില്ലെന്ന് സി.എൻ.സിയുടെ പ്രത്യേക ലേഖകൻ സൊഞ്ജീബ് കുമാർ മിത്ര റിപ്പോർട്ട്

ചെയ്യുന്നു. സൊഞ്ജീബ്, എന്തൊക്കെയാണ് റൈറ്റേഴ്സ് ബിൽഡിങ്ങിൽ നിന്നുള്ള പുതിയ വിവരങ്ങൾ?"

ടിവി സ്ക്രീനിൽ നീല ഷർട്ടും കറുത്ത കണ്ണടയും ധരിച്ച സഞ്ജീവ് കുമാറിന്റെ രൂപം തെളിഞ്ഞു.

"അനിന്ദിത, വധശിക്ഷ സംബന്ധിച്ച തീരുമാനം ഇതുവരെ കേന്ദ്ര ആഭ്യ ന്തര മന്ത്രാലയം ബംഗാൾ ഗവൺമെന്റിനെ ഔദ്യോഗികമായി അറിയിച്ചിട്ടില്ല. അറിയിപ്പു കിട്ടിയാലുടൻ സംസ്ഥാന ഭരണകൂടം ഹൈക്കോടതിയെ സമീ പിക്കുകയും വധശിക്ഷയ്ക്കുള്ള തീയതി നിശ്ചയിക്കാൻ ആവശ്യപ്പെടുകയും ചെയ്യും. ദയാഹർജി തള്ളിയതിൽ സംസ്ഥാന ഭരണകൂടവും ഭരണപക്ഷ പാർട്ടികളും ആഹ്ലാദം പ്രകടിപ്പിച്ചിട്ടുണ്ട്. യതീന്ദ്രനാഥ് ബാനർജി ചെയ്ത ഗുരുതരമായ തെറ്റ് ലഘൂകരിക്കുംവിധമുള്ള പ്രചാരണങ്ങൾ ഒഴിവാക്കേണ്ട താണെന്നു മുഖ്യമന്ത്രിയുടെ പത്നി ആവർത്തിച്ചു. ഇതേസമയം, ആലിപ്പൂർ ജയിലിൽ യതീന്ദ്രനാഥ് ബാനർജിയുടെ ജയിലറയ്ക്കു മുമ്പിൽ ഇരുപതു പോലീസുകാരെ കാവലിനു നിയോഗിച്ചതായി ജയിൽ അധികൃതർ അറി യിച്ചു. നേരത്തെ പത്തു പേരാണ് കാവലിനുണ്ടായിരുന്നത്. പക്ഷേ, ദയാ ഹർജി തള്ളിയെന്ന വിവരം കിട്ടിയ പാടെ പോലീസുകാരുടെ എണ്ണം ഇരു പതാക്കി ഉയർത്തി."

"ആലിപ്പൂർ ജയിലിൽ ജൊതീന്ദ്രനാഥ് ബാനർജിയുടെ പ്രതികരണമെ ന്താണെന്ന് അറിയാൻ സാധിച്ചിരുന്നോ?"

"ബാനർജി വളരെ നിരാശനും ദു:ഖിതനുമാണെന്നാണ് അറിയാൻ സാധി ച്ചത്, അനിന്ദിത. എഫ്. എം. റേഡിയോയിലൂടെയാണ് ദയാഹർജി തള്ളിയ വാർത്ത ബാനർജി അറിഞ്ഞത്. അതിൽപ്പിന്നെ ആഹാരം കഴിക്കുകയോ ആരോടും സംസാരിക്കുകയോ ചെയ്തിട്ടില്ലെന്ന് ജയിൽ അധികൃതർ അറി യിച്ചിട്ടുണ്ട്."

"ദയാഹർജി രണ്ടാമതും തള്ളിയ സാഹചര്യത്തിൽ വധശിക്ഷ ഒരിക്കൽ ക്കൂടി മാറ്റി വയ്ക്കാൻ സാധ്യതയുണ്ടോ?"

"അതു നമുക്കു പറയാൻ സാധിക്കുകയില്ല, അനിന്ദിത. ഇതു രണ്ടാം തവണയാണ് രാഷ്ട്രപതി യതീന്ദ്രനാഥ് ബാനർജിയുടെ ദയാഹർജി തള്ളു ന്നത്. ഇതിനു മുമ്പ് രണ്ടു തവണ യതീന്ദ്രനാഥിന്റെ വധശിക്ഷയ്ക്കു തീയതി തീരുമാനിക്കുകയും പിന്നീടു മാറ്റി വയ്ക്കുകയും ചെയ്തിരുന്നു. ഒരു മാസം മുമ്പ്, വധശിക്ഷ നടപ്പാക്കുന്നതിന് മണിക്കൂറുകൾ മാത്രം അവശേഷിക്കെ, യതീന്ദ്രനാഥിന്റെ കുടുംബത്തിന്റെ അപേക്ഷ പരിഗണിച്ചാണ് വധശിക്ഷ മാറ്റി വച്ചത്. ഈ പ്രശ്നത്തിൽ രാഷ്ട്രപതി കേന്ദ്ര ആഭ്യന്തര മന്ത്രാലയത്തിന്റെ അഭിപ്രായം ആരാഞ്ഞിരുന്നു. പക്ഷേ, യതീന്ദ്രനാഥ് ബാനർജി ദയ അർഹി ക്കുന്നില്ലെന്ന ഉപദേശമാണ് ആഭ്യന്തര മന്ത്രാലയം രാഷ്ട്രപതിക്കു നൽകി യത്. കൊല്ലപ്പെട്ട മൃദുലയുടെ ശരീരത്തിൽ പതിനാറു മുറിവുകളുണ്ടായി രുന്നു എന്ന് ആഭ്യന്തര മന്ത്രാലയത്തിന്റെ റിപ്പോർട്ടിൽ എടുത്തു പറഞ്ഞി രുന്നു. ഇതേ സമയം യതീന്ദ്രനാഥിനെ കൊലക്കയറിൽനിന്നു രക്ഷിക്കാൻ ഇരുപത് അഭിഭാഷകർ അടങ്ങുന്ന സംഘം രംഗത്തുണ്ട്. ഇവർ അടുത്ത ദിവസം തന്നെ സുപ്രീംകോടതിയെ സമീപിക്കുമെന്ന് അറിയുന്നു."

ഞാൻ ടിവി ഓഫ് ചെയ്തു. എന്റെ ശരീരം വിറയ്ക്കുന്നുണ്ടായിരുന്നു. അപ്പോൾ അച്ഛൻ മുറിയിലേക്കു കടന്നു വന്നു ടിവി വീണ്ടും ഓൺ ചെയ്തു. സ്ക്രീനിൽ ശിബ്ദേബ് ബാബുവിന്റെ മുഖം തെളിഞ്ഞു.

"ഇന്നലെ പതിവുപോലെ ഉച്ചയ്ക്ക് ജൊതീന്ദ്രനാഥ് ബാനർജി ഭക്ഷണം കഴിച്ചു. ചോറും കറിയും വറുത്ത ദാലും പച്ചക്കറിയും ഒരു കഷ്ണം വറുത്ത മീനുമായിരുന്നു ഉച്ചയൂണിന്. രാവിലെ ആറു കഷ്ണം ബ്രഡും വെണ്ണയും ഒരു ഗ്ലാസ് പാലും കൊടുത്തു. ഉച്ചയ്ക്ക് പതിവുള്ളതുപോലെ അയാൾ കുളിച്ചു. കുളിക്കുമ്പോൾ പോലീസുകാർ ജാഗ്രതയോടെ കാവൽ നിന്നു. ഇത്രയും പേരെന്തിനാണ്, എനിക്ക് എങ്ങനെ ഇവിടെ നിന്ന് ഓടിപ്പോകാൻ സാധിക്കും എന്ന് ജൊതി ചോദിച്ചു. അപ്പോൾ ഞങ്ങൾ പറഞ്ഞു, നീ ഓടിപ്പോകുമെന്നല്ല പേടിച്ചല്ല, ജൊതീ. നിന്റെ നൻമ ഉദ്ദേശിച്ചാണ്. കുളിക്കുമ്പോൾ നീയെങ്ങാൻ കാലു തെറ്റി വീണാലോ എന്നു പേടിച്ചാണ് ഞങ്ങൾ ഇങ്ങനെ നോക്കി നിൽക്കുന്നത്..."

"ശിബ്ദേബ് ബാബൂ, ബാനർജിയുടെ മാനസിക നില തകരാറിലാണെന്ന് വാർത്തയുണ്ടല്ലോ?"

സഞ്ജീവ് കുമാർ മിത്രയുടെ ശബ്ദം എവിടെ നിന്നോ ചോദിച്ചു.

"പച്ചക്കള്ളമാണ്. ജയിൽ ഡോക്ടർ ബിമൻദേബ് മുഖർജി വന്ന് യതീന്ദ്രനാഥിനെ വിശദമായി പരിശോധിച്ചിരുന്നു. അയാൾ ശാരീരികമായും മാനസികമായും പൂർണ ആരോഗ്യവാനാണെന്ന് അദ്ദേഹം സർട്ടിഫൈ ചെയ്തിട്ടുണ്ട്. ഒരു കാര്യം പറയാം, ജൊതീന്ദ്രനാഥ് ബാനർജിക്ക് ഒരു ചെറിയ രോഗം പോലും പിടിപെടാതെ ഞങ്ങൾ സൂക്ഷിക്കുന്നുണ്ട്."

ശിബ്ദേബ് ബാബു സൗമ്യമായി ചിരിച്ചു.

"ശിബ്ദേബ് ബാബു, ദയാഹർജി തള്ളിയ വാർത്ത അറിഞ്ഞ ശേഷം യതീന്ദ്രനാഥ് ബാനർജി എന്തെങ്കിലും സംസാരിച്ചോ?"

"ങ്ഹാ... അവൻ ജയിലിനകത്ത് ചുറ്റി നടക്കുന്നുണ്ടായിരുന്നു. ഇടയ്ക്ക് റേഡിയോ ഓൺ ചെയ്തു ട്യൂൺ ചെയ്തു നോക്കി. അതു കഴിഞ്ഞ് ഒരു തവണ അഴിയുടെ അടുത്തു വന്ന് നിന്ന് ആരെങ്കിലും സന്ദർശകരുണ്ടോ എന്നു ചോദിച്ചു."

"അടുത്ത കാലത്ത് ആരെങ്കിലും അയാളെ സന്ദർശിക്കുകയുണ്ടായോ?"

"ഇല്ല..."

ശിബ്ദേബ് ബാബുവിന്റെ മുഖം സ്ക്രീനിൽ നിറഞ്ഞു.

"നേരത്തെ അയാളുടെ സഹോദരൻ കാർത്തിക് വന്നിരുന്നു. പക്ഷേ, അയാളെ കാണാൻ ബാനർജി കൂട്ടാക്കിയില്ല."

"അയാൾ മറ്റാരെയോ പ്രതീക്ഷിക്കുകയാണോ?"

ശിബ്ദേബ് ബാബു ചിരിച്ചു.

"ആയിരിക്കാം. മനുഷ്യരുടെ കാര്യമല്ലേ? നമുക്കെങ്ങനെ പറയാൻ കഴിയും? ഏതായാലും ഇടയ്ക്കിടെ അയാൾ സന്ദർശകരാരെങ്കിലുമുണ്ടോ എന്ന് അന്വേഷിക്കും. സ്വന്തം വീട്ടുകാർ വരുമ്പോൾ കാണാൻ കൂട്ടാക്കാറുമില്ല..."

"തീയതി തീർച്ചയില്ലെങ്കിലും മരണം തന്റെ ജയിൽ അറയുടെ വാതിൽക്കലെത്തിക്കഴിഞ്ഞു എന്നു തിരിച്ചറിഞ്ഞ ഒരു മനുഷ്യൻ ആരെയാണ് കാത്തി

രിക്കുന്നത്? മരണത്തെയാണോ? നമുക്ക് തീർച്ചയില്ല. ആലിപ്പൂർ സെൻട്രൽ കറക്ഷനൽ ഹോമിൽനിന്ന് ക്യാമറാമാൻ അതുൽ കിഷൻ ചന്ദ്രയോടൊപ്പം സഞ്ജീവ് കുമാർ മിത്ര, സി.എൻസി..."

അച്ഛൻ മീശ തടവി എന്നെ നോക്കി.

"ങ്ഹും... പ്രധാനപ്പെട്ട കാര്യങ്ങൾ ഒന്നും പറഞ്ഞിട്ടില്ല... ഇവൻമാരുടെ കാര്യം..."

ഇംഫാലിൽ കൊല്ലപ്പെട്ട സ്ത്രീയുടെ പേരിലുള്ള പ്രക്ഷോഭത്തിന്റെ വാർത്തകളായിരുന്നു തുടർന്നു സ്ക്രീനിൽ നിറഞ്ഞത്. ഒരു പെൺകുട്ടിയെ കൊന്നതിന്റെ പേരിൽ കാവൽക്കാരനായ യതീന്ദ്രനാഥ് ബാനർജി ആലിപ്പൂർ ജയിലിൽ മരണം കാത്തു കിടക്കുമ്പോൾ അതേ കുറ്റം ചെയ്തതിന്റെ പേരിൽ രാജ്യത്തിന്റെ സൈനികർക്കെതിരെ ജനം തെരുവിലിറങ്ങി സമരം ചെയ്യുന്നതിന്റെ അവിശ്വസനീയത അപാരമായിരുന്നു.

നാൽപ്പത്തിയെട്ട്

ഏക ദൈവമായ അല്ലാഹുവിനെ സ്വീകരിക്കാൻ തയ്യാറില്ലെങ്കിൽ യുദ്ധത്തിന് ഒരുങ്ങുക എന്ന സുലൈമാൻ രാജാവിന്റെ സന്ദേശം കിട്ടിയപ്പോൾത്തന്നെ ഷേബാ രാജ്ഞി അദ്ദേഹത്തെ കാണാൻ പുറപ്പെട്ടത് സ്വന്തം ജനതയെ അപമാനത്തിൽനിന്നു രക്ഷിക്കാനാണ്. ദൈവത്തിൽ വിശ്വസിക്കുന്നവരും അല്ലാത്തവരുമായ എല്ലാ രാജാക്കൻമാരും ഒരുപോലെയാണ്, ഷേബാ രാജ്ഞി തന്റെ മന്ത്രിമാരോടു പറഞ്ഞു, അവർ അനുവാദമില്ലാതെ ഭൂമി കയ്യേറുകയും മണ്ണിനെയും ജലത്തെയും പങ്കിലമാക്കുകയും ശ്രേഷ്ഠരിൽ ശ്രേഷ്ഠരായവരെ അടിമകളാക്കിത്തീർക്കുകയും ചെയ്യും. അതുകൊണ്ട് സ്വന്തം ജനങ്ങളെ രക്ഷിക്കാൻ രാജ്ഞി സുലൈമാൻ രാജാവിന്റെ കൊട്ടാരത്തിലേക്കു പുറപ്പെട്ടു. രാജ്ഞിയെ സ്വീകരിക്കുമ്പോൾ അവർക്ക് ഇരിപ്പിടമായി നൽകേണ്ടത് അവരുടെ സ്വന്തം സിംഹാസനം തന്നെയായിരിക്കണമെന്ന് സുലൈമാൻ രാജാവിന് വാശിയുണ്ടായിരുന്നു. അദ്ദേഹത്തിന്റെ അടിമകളായ ജിന്നുകൾ അത് രാജ്ഞിയുടെ കൊട്ടാരത്തിൽനിന്നു മോഷ്ടിച്ചുകൊണ്ടു വന്നു. ദർബാറിലേക്കു കടന്നു വന്ന രാജ്ഞിക്കു സ്വന്തം സിംഹാസനം കാട്ടിക്കൊടുത്ത് സുലൈമാൻ ചോദിച്ചു, ഇരിക്കാൻ ഈ സിംഹാസനം മതിയാകുമോ? സ്വന്തം സിംഹാസനം ശത്രുവിന്റെ കൂടാരത്തിൽ കണ്ട് രാജ്ഞി നിശ്ശബ്ദയായി നിന്നു. ഇത് ഇപ്പോൾ കസേര മാത്രമാണ്, അവർ പറഞ്ഞു. സിംഹാസനമാകണമെങ്കിൽ എന്റെ ജനം അതിനെ വണങ്ങണം. രാജാവ് അവരിൽ അനുരക്തനായി. സ്ഫടികപ്പലകുകൾ കൊണ്ടു തീർത്ത കൊട്ടാരത്തിലേക്ക് അദ്ദേഹം അവരെ കൂട്ടിക്കൊണ്ടു പോയി. പുലർച്ചെ സൂര്യന്റെ ആദ്യത്തെ പ്രകാശ കിരണങ്ങൾ ചില്ലു മേൽക്കൂരയിലൂടെ മുറിയിലേക്കു നീണ്ടു. ഓരോ പ്രകാശ രശ്മിയും ഏഴായി പിരിഞ്ഞ് മുറി വർണങ്ങൾ കൊണ്ടു നിറഞ്ഞു. ആദ്യ പ്രഭാതത്തിൽ രാജ്ഞി കിടപ്പറയുടെ വാതിൽ തുറന്നു പുറത്ത് ഇറങ്ങിയപ്പോൾ സുലൈമാൻ രാജാവ് പ്രഭാത നമസ്കാരത്തിലായിരുന്നു. വെളുത്ത വസ്ത്രങ്ങൾ ധരിച്ച് വെള്ള വിരിമേൽ ഇരുന്ന രാജാവിനു ചുറ്റും ഏഴു വർണങ്ങളുടെ അനന്തകോടി ഗോളങ്ങൾ ഇളകി. യതീന്ദ്രനാഥ ബാനർജിയുടെ വധശിക്ഷാ തീയതി തീരുമാനിച്ച വിവരവുമായി സഞ്ജീവ് കുമാർ മിത്ര ഓടിക്കിതച്ചു വന്നപ്പോൾ ഞാൻ രാരിക്ക് ഷേബാ രാജ്ഞിയുടെ കഥ പറഞ്ഞു കൊടുക്കുകയായിരുന്നു. തലേന്നു രാത്രി മാ വഴിയോരത്തെ പൈപ്പിൽനിന്നു പിടിച്ചു വച്ച വെള്ളം തെറിപ്പിച്ചു കളിച്ചപ്പോഴാണ് എനിക്ക് ആ കഥ അവൾക്കു പറഞ്ഞു കൊടുക്കേണ്ടി വന്നത്. രണ്ടായിരം വർഷം പഴക്കമുള്ളതായിരുന്നെങ്കിലും വീണ്ടും പറയേണ്ടി

വരുന്നതു കൊണ്ടാകാം, ആ കഥ ആദ്യം കേട്ട ദിവസത്തെപ്പോലെ എന്നെ ഭയപ്പെടുത്തി.

"ഓഗസ്റ്റ് പതിനാല്...നല്ല ദിവസം..."

തന്നെക്കണ്ട് നാണിച്ച് ഒളിക്കാൻ ശ്രമിക്കുന്ന രാരിയെ ശ്രദ്ധിക്കാതെ സഞ്ജീവ് കുമാർ മിത്ര എന്നോടു വിളിച്ചു പറഞ്ഞു.

"ചേതനാ, ഇത്തവണ അതു നടക്കും. നടന്നേ പറ്റൂ. അതുകൊണ്ടാണ് വീണ്ടും ഒരു ദയാഹർജിക്കോ കോടതി ഇടപെടലിനോ അവസരം നൽകാതെ കഴിയുന്നതും വേഗം അവരതു നടത്തുന്നത്..."

ഞാൻ പകുതി നിർത്തി വച്ച കഥയുടെ കലിപ്പോടെ അയാളെ നോക്കി.

"അയാൾക്ക് ഇപ്പോഴും പ്രതീക്ഷ നഷ്ടപ്പെട്ടിട്ടില്ല. കഴിഞ്ഞ തവണത്തെപ്പോലെ അവസാന നിമിഷം അതു മാറിപ്പോകുമെന്നാണ് അയാൾ പ്രതീക്ഷിക്കുന്നത്. പക്ഷേ അതിന് ഒരു സാധ്യതയും ഞാൻ കാണുന്നില്ല. അങ്ങനെ സംഭവിച്ചാൽത്തന്നെ രണ്ടുമൂന്നു ദിവസത്തെ സാവകാശം നമുക്കു കിട്ടും."

രാരിയെ തുടച്ച് ആ തോർത്തു തന്നെ ഉടുപ്പിച്ച് വസ്ത്രം ധരിക്കാൻ അകത്തേക്കു വിട്ടതിനു ശേഷം ഞാൻ അയാളെ നേരിട്ടു.

"അതുകൊണ്ട്?"

"ഈ ദിവസങ്ങളിൽ പുതുതായി എന്തെങ്കിലും നമുക്കു പ്ലാൻ ചെയ്തേ പറ്റൂ. ചേതനയ്ക്ക് എന്നോടൊപ്പം ഒന്നു ജയിലിൽ വരാമോ? യതീന്ദ്രനാഥ് ബാനർജിയെ ഒന്നു നേരിൽക്കണ്ട് ആശ്വസിപ്പിക്കുന്നതായി വാർത്ത വന്നാൽ ചേതനയ്ക്കും അയാൾക്കും ഞങ്ങൾക്കും അതു ഗുണം ചെയ്യും..."

"മരിക്കാൻ പോകുന്ന ഒരാൾ കൊല്ലാൻ പോകുന്നയാളെ നേരിൽക്കാണുന്നതു കൊണ്ട് അയാൾക്കെന്തു ഗുണമാണ് ഉണ്ടാകുന്നത്?"

"ചേതനയ്ക്ക് അയാളെ ആശ്വസിപ്പിക്കാമല്ലോ..."

എനിക്കു ചിരിവന്നു.

"അതിനൊരു വലിയ ന്യൂസ് വാല്യു ഉണ്ട്, ചേതന..."

"കൊല്ലുന്നതും ചാകുന്നതും മാത്രമേ ഈ വീട്ടിൽ കുറേക്കാലമായി കേൾക്കുന്നുള്ളൂ. അതുകൊണ്ടെന്താ, ഈ വീട്ടിലും ഇപ്പോൾ കൊല്ലും കൊലയും മാത്രമായിത്തീർന്നു. ഇതൊക്കെ മതിയാക്കി സ്വസ്ഥമായി ജീവിക്കാൻ മനുഷ്യരെ ഒന്ന് അനുവദിക്കാമോ ബാബൂ?"

രാരിക്ക് അലക്കിയ ഉടുപ്പിട്ടു കൊടുത്ത ശേഷം കടന്നു വന്ന മാ സഞ്ജീവ് കുമാർ മിത്രയെ ശകാരിച്ചു. അയാളുടെ മുഖത്ത് പാരുഷ്യം നിറഞ്ഞു.

"ഓഹോ! എന്നെക്കൊണ്ടുള്ള ആവശ്യം എല്ലാവർക്കും തീർന്നു. ഇപ്പോൾ മറ്റാരെങ്കിലും നല്ല ഓഫർ തന്നിട്ടുണ്ടാകും. ഇനിയിപ്പോൾ എന്നെ ഒഴിവാക്കാനാണ് നിങ്ങൾക്കു താൽപര്യം..."

"നിങ്ങളെക്കൊണ്ടുള്ള സഹായങ്ങൾ എനിക്കിനിയും സ്വീകരിക്കാൻ വയ്യാഞ്ഞിട്ടാണ്..."

ഞാനും വിട്ടില്ല.

"ഞാനെപ്പോഴും നിങ്ങൾക്കു നല്ലതു വരുത്താണമെന്നേ ആഗ്രഹിച്ചിട്ടുള്ളൂ. നിങ്ങളുടെ നൻമയ്ക്കു വേണ്ടിയാണ് ഞാനെപ്പോഴും പ്രവർത്തിച്ചിട്ടുള്ളത്..."

അയാൾ അൽപം മാറി നിന്ന് എന്നെ രോഷത്തോടെ നോക്കി.

“ഇനിയുള്ള ദിവസങ്ങളിൽത്തന്നെ, ചേതന കുറച്ചൊന്നു സഹകരിച്ചാൽ നമുക്ക് വലിയ നേട്ടമുണ്ടാക്കാം. പണത്തിന്റെ കാര്യമാണെങ്കിൽ വിഷമിക്കണ്ട. ഞാൻ വേണ്ടതു ചെയ്തോളാം...”

ഒന്നു നിർത്തി അയാൾ എന്നെ നോക്കി.

“ഇനി വിവാഹത്തിന്റെ കാര്യമാണെങ്കിൽ...”

“വിവാഹത്തിന്റെ കാര്യം ഇനി പറയുകയേ വേണ്ട.”

“എന്താ, മറ്റാരെയെങ്കിലും കണ്ടുപിടിച്ചോ?”

അയാളുടെ നെറ്റി ചുളിഞ്ഞു. എനിക്കു വീണ്ടും കലിയിളകി.

“ആരെങ്കിലും മതി. പുരുഷനായിരിക്കണമെന്നേയുള്ളൂ. ആരാച്ചാരാകാനുള്ള യോഗ്യത തന്നെയേ ആരാച്ചാരെ കല്യാണം കഴിക്കാനും ആവശ്യമുള്ളൂ. പുരുഷനായിരിക്കണം, മനസ്സാന്നിധ്യമുണ്ടാകണം.”

“അതു മാറ്റി പുതിയ നിയമമുണ്ടാക്കാൻ ഞാൻ ചെലുത്തിയ സമ്മർദ്ദം ചേതനയ്ക്ക് അറിയില്ല.”

സഞ്ജീവ് കുമാർ മിത്ര പരാതിപ്പെട്ടു.

“അതിന്റെ നേട്ടം എന്നെക്കാൾ കൂടുതലുണ്ടായത് നിങ്ങൾക്കാണ്.”

“ചേതനയോടു തർക്കിക്കാൻ ഞാൻ ആഗ്രഹിക്കുന്നില്ല. പക്ഷേ എന്നെ വെല്ലുവിളിക്കരുത്. ഞാൻ ഒരു കാര്യം തീരുമാനിച്ചാൽ അതു നടപ്പാക്കാൻ എനിക്കറിയാം...”

“നല്ലത്...”

ഞാൻ പറഞ്ഞു. അയാൾ വെല്ലുവിളിച്ചു കൊണ്ട് ഇറങ്ങിപ്പോയപ്പോൾ പക്ഷേ, എന്റെ മനസ്സു വീണ്ടും അസ്വസ്ഥമായി.

“ചേതൂദീ, എന്നിട്ട് ഷേബാ രാജ്ഞി എന്തു ചെയ്തു?”

അയാൾ ഇറങ്ങിപ്പോകുന്നത് അക്ഷമയോടെ കാത്തുനിൽക്കുകയായിരുന്നെന്ന മട്ടിൽ രാരി ഓടി വന്ന് എന്റെ ദുപ്പട്ടയിൽ പിടിച്ചു വലിച്ചു. അവിടവിടെയായി ഞങ്ങളുടെ സംഭാഷണം ശ്രദ്ധിച്ചു നിൽക്കുകയായിരുന്ന ചമ്പയും അടുത്തുവന്നു. ഷേബാ രാജ്ഞിയെ സുലൈമാൻ രാജാവ് തന്റെ കൊട്ടാരത്തിൽ വിരുന്നിനു ക്ഷണിച്ച കഥയാണ് ഞാൻ പറഞ്ഞു കൊടുക്കാൻ ആഗ്രഹിച്ചത്. തെക്കേ ഇന്ത്യയിൽനിന്നു കൊണ്ടു വന്ന കുരുമുളകും ഏലവും ചേർത്ത വിശിഷ്ട വിഭവങ്ങൾ രാജാവ് ഷേബാ രാജ്ഞിക്കായി വിളമ്പി.

“രാജ്ഞിയെ വിവാഹം കഴിക്കാൻ സുലൈമാൻ രാജാവ് ആഗ്രഹിച്ചിരുന്നു...”

ഞാൻ രാരിയോടു പറഞ്ഞു.

“പക്ഷേ, വിവാഹം കഴിക്കാൻ നിർബന്ധിക്കരുതെന്നു രാജ്ഞി പറഞ്ഞു. അപ്പോൾ രാജാവും ഒരു നിബന്ധന പകരം വച്ചു. എന്റെ കൊട്ടാരത്തിൽ നിന്ന് അനുവാദമില്ലാതെ വിലപിടിച്ചതൊന്നും എടുക്കരുത്...”

രാരിയുടെയും ചമ്പയുടെയും മുഖങ്ങളിൽ താൽപര്യം നിറഞ്ഞു. വിലപിടിച്ചതൊന്നും ആവശ്യമില്ലാത്തത്ര ധനികയായിരുന്നു ഷേബാ രാജ്ഞി. അതുകൊണ്ട് അവർ മനസ്സമാധാനത്തോടെ ഉറങ്ങാൻ പോയി. നല്ല പൗർണമിയുള്ള രാത്രിയിൽ ചില്ലു മേൽക്കൂരയിലൂടെ നിലാവു മുറിയിൽ നിറഞ്ഞു.

നക്ഷത്രങ്ങൾ ഓരോ ചില്ലിലും അനേകങ്ങളായി തിളങ്ങി. കണ്ണുകളടച്ച് ഉറങ്ങാൻ ശ്രമിച്ചപ്പോൾ രാജ്ഞിക്ക് ദാഹം തോന്നി. വിരുന്നിനു നൽകിയ ഭക്ഷണപദാർഥങ്ങളിൽ ധാരാളമായി ചേർത്ത മസാലക്കൂട്ടുകൾ ദാഹം വർധിപ്പിക്കുന്നവയായിരുന്നു.

"എന്നിട്ട്?"

രാരിയുടെ കുഞ്ഞിക്കണ്ണുകളിൽ ചിരി തിളങ്ങിയപ്പോൾ ഞാൻ സങ്കടത്തോടെ കാക്കുവിനെ ഓർത്തു. കിടക്കയ്ക്കു സമീപമുള്ള പീഠത്തിൻമേലിരുന്ന സ്വർണക്കൂജയിൽനിന്നു വെള്ളം കുടിച്ചതും രാജാവ് ചാടി അകത്തു കയറിയത് ഞാൻ അവളോടു പറഞ്ഞു.

"രാജ്ഞി വാക്കു തെറ്റിച്ചു."

സുലൈമാൻ രാജാവ് അട്ടഹസിച്ചു. വിലപിടിച്ചതൊന്നും താൻ മോഷ്ടിച്ചില്ലല്ലോ എന്ന രാജ്ഞിയുടെ വാദം കേട്ട് രാജാവ് പൊട്ടിച്ചിരിച്ചു. ഈ ഭൂമിയിൽ ഏറ്റവും വില പിടിച്ച വസ്തു ജലമല്ലാതെ മറ്റെന്താണെന്ന രാജാവിന്റെ ചോദ്യം കേട്ട് രാജ്ഞി പരാജയം സമ്മതിച്ചു. രാരിയുടെ മുഖത്ത് ചിന്താഭാരം നിറഞ്ഞു.

"ഞാനിനിയൊരിക്കലും മസാല ചേർത്ത ഭക്ഷണം കഴിക്കില്ല..."

അവൾ പറഞ്ഞു.

"ഞാനൊരിക്കലും ഒരു രാജാവിന്റെയും വീട്ടിൽ പോകുകയുമില്ല..."

ഞാൻ അവളുടെ തലമുടിയിൽ സാവധാനം തലോടി.

"പക്ഷേ മുറി മുഴുവൻ മഴവില്ലു നിറയുന്നതു കാണാൻ എനിക്ക് ആശയുണ്ട്. ചേതൂദീ, ആ കൊട്ടാരം ഇപ്പോഴുമുണ്ടോ?"

ചമ്പ ചോദിച്ചു.

"ഇല്ല. അതൊക്കെ എന്നേ തകർന്നു."

"എന്നിട്ടു ഷേബാ രാജ്ഞിക്ക് എന്തു സംഭവിച്ചു ചേതൂദീ?"

രാരി ചോദിച്ചതിനു മറുപടി പറയാൻ തുടങ്ങുമ്പോൾ സഞ്ജീവ് കുമാർ മിത്ര വീണ്ടും മുറ്റത്തെത്തി. അയാളെ കണ്ടപ്പോൾ എനിക്ക് അരിശം വന്നു.

"നിങ്ങൾ ഇതുവരെ പോയില്ലേ?"

"ഞാൻ അത്ര പെട്ടെന്നു പോകുകയില്ല. നോക്ക്, നിന്നെ അന്വേഷിച്ചു പോലീസ് വന്നിരിക്കുന്നു..."

അയാളുടെ ശബ്ദത്തിൽ വിജയഭാവം തെളിഞ്ഞിരുന്നു. ഞാൻ എഴുന്നേറ്റ് അച്ഛന്റെ മുറിയിലേക്കു ചെന്നു മുൻവശത്തേക്കുള്ള വാതിൽ തുറന്നു. വാതിൽക്കൽ രണ്ടു പോലീസുകാർ നിൽപ്പുണ്ടായിരുന്നു.

"കോടതി ഉത്തരവിന്റെ കോപ്പി..."

അതിലൊരാൾ എന്റെ നേരെ ഒരു സർക്കാർ കവർ നീട്ടി.

"ബാബാ ഇവിടെയില്ല ബാബൂ..."

ഞാൻ പറഞ്ഞു.

"അതു നിനക്കുള്ളതാണ്..."

അയാൾ പോക്കറ്റിൽനിന്ന് ഒരു പാൻ കവർ വലിച്ചെടുത്തു പല്ലു കൊണ്ടു കടിച്ചു കീറി വായിലേക്കു കുടഞ്ഞു. വിറയ്ക്കുന്ന കൈകളോടെ ഞാൻ ആ

കവർ വാങ്ങി വിലാസം നോക്കി. ടു മിസ് ചേതനാ ഗൃദ്ധാ മല്ലിക്, ദി ഒഫീഷ്യൽ ഹാങ് വുമൺ. എന്തു വേണമെന്നറിയാതെ ഞാൻ കവറും പിടിച്ചു നിന്നു.

"ഐജി ബാബുവിനെ വന്നു കാണണം. ജീപ്പ് കൊണ്ടുവന്നിട്ടുണ്ട്..."

അയാൾ ആജ്ഞാപിച്ചു.

"ബാബാ ഇവിടെയില്ല.."

ഞാൻ ഉമിനീരിറക്കി.

"ബാബായെ അവർക്കിനി വേണ്ട, ചേതനാ. അദ്ദേഹം കൊലയാളിയാണ്. കൊലയാളിയെ ഒരിക്കലും ഗവൺമെന്റിന് ജീവനക്കാരനായി വയ്ക്കാൻ സാധിക്കില്ല..."

സഞ്ജീവ് കുമാർ മിത്ര ഉറക്കെച്ചിരിച്ചു. എനിക്കു മറുപടിയുണ്ടായില്ല.

"ജീപ്പ് വന്നിട്ടുണ്ട്..."

പോലീസുകാരൻ വീണ്ടും പറഞ്ഞു. ഞാൻ അയാളെയും സഞ്ജീവ് കുമാർ മിത്രയെയും മാറി മാറി നോക്കി. തീരുമാനമെടുക്കാൻ അധികം നേരമുണ്ടായിരുന്നില്ല. ഗവൺമെന്റിന്റെ നീതിനിർവഹണ ശൃംഖലയിലെ ഇങ്ങേയറ്റത്തെ കണ്ണിയെന്ന നിലയിൽ ഞാൻ കർത്തവ്യത്താൽ ബന്ധിതയായിരുന്നു. ഞാൻ അകത്തു ചെന്ന് വസ്ത്രം മാറി മായെ സമീപിച്ച് പേഴ്സിലിടാൻ കയ്യിലുള്ളതെന്തെങ്കിലും ആവശ്യപ്പെട്ടു.

"ജീപ്പിൽ കയറി നീ തനിച്ചു പോകാനോ?"

മാ പകച്ചു നിന്നു.

"പേടിക്കണ്ട മാ. ഞാൻ പോയി വരാം..."

"മാ കാളീ... എന്റെ മകളെ രക്ഷിക്കണേ..."

മാ ആകാശത്തേക്കു നോക്കി പ്രാർഥിച്ചു. അടുക്കളയുടെ ആസ്ബസ്റ്റോസ് മേൽക്കൂരയിലെ ദ്വാരം വഴി ഒരു പ്രകാശരേഖ മായുടെ നെറുകയിൽ പതിച്ചു. മായുടെ നരച്ച മുടിയിഴകളിൽ അവ വളരെ നേർത്ത ഒരു മഴവില്ലു സൃഷ്ടിച്ചു.

ജീപ്പിലിരിക്കെ സഞ്ജീവ് കുമാർ മിത്രയുടെ വണ്ടി ഞങ്ങളെ പിന്തുടരുന്നത് ഞാൻ കണ്ടു. ജീപ്പിന്റെ പിൻ സീറ്റിൽ എനിക്കെതിരേയാണ് പോലീസുകാരൻ ഇരുന്നത്. പാൻ ചവയ്ക്കുമ്പോൾ പലപ്പോഴും അയാളുടെ നോട്ടം എന്റെ ശരീരഭാഗങ്ങളിലേക്കു പാളി. ദുപ്പട്ടയുടെ തുമ്പിൽ എന്റെ ഇടതു കൈവിരലുകൾ തിരുപ്പിടിച്ചു. ഒരു പെൺകുട്ടിയെ ബലാൽക്കാരം ചെയ്തു കൊന്ന കുറ്റത്തിന് ഒരാളെ തൂക്കിക്കൊല്ലാൻ പോകുന്ന ആരാച്ചാരാണു ഞാനെന്ന് അയാൾ ഓർക്കുന്നില്ലെന്നത് എന്നെ ചൊടിപ്പിക്കാതിരുന്നില്ല. അയാളുടെ എല്ലുകൾ എഴുന്നു നിൽക്കുന്ന കഴുത്തിലേക്കു ഞാൻ സൂക്ഷിച്ചു നോക്കി.

"ങ്ഹും?"

അയാൾ ചോദിച്ചു.

"കഴുത്തെല്ല് ഉന്തി നിൽക്കുന്നു."

ഞാൻ പറഞ്ഞു. അയാൾ സ്വയമറിയാതെ കഴുത്തു തടവി.

"അതുകൊണ്ട്?"

"ഒരു കുടുക്കിട്ടാൽ അര സെക്കൻഡ് കൊണ്ടു കാര്യം കഴിയും..."

ഞാൻ മധുരമായി പുഞ്ചിരിച്ചു. അയാളുടെ മുഖം ഇരുണ്ടു പോയി. വീണ്ടും എന്നെ നോക്കിയപ്പോൾ അയാളുടെ കണ്ണുകളിൽ കാമത്തിനു പകരം

ഭീതി നിറഞ്ഞു. അതിനുശേഷം അയാൾ എന്നെ നോക്കിയതേയില്ല. റൈറ്റേഴ്സ് ബിൽഡിങ്ങിനു മുമ്പിൽ ഞങ്ങളെക്കാൾ മുമ്പേ സഞ്ജീവ് കുമാർ മിത്രയുടെ വണ്ടി എത്തി. ചുവന്ന ചായം തേച്ച കെട്ടിടത്തിനു മുന്നിലൂടെ ബ്ലോക്ക് ഇയിലേക്കു നടക്കുമ്പോൾ സഞ്ജീവ് കുമാർ മിത്രയുടെ ക്യാമറമാൻ ക്യാമറ തോക്കുപോലെ ചൂണ്ടിക്കൊണ്ട് എന്റെ മുമ്പിലൂടെയും വശങ്ങളിലൂടെയും പിറകിലേക്കു നടന്നു കൊണ്ടിരുന്നു. ഞാൻ അയാളെ ശ്രദ്ധിക്കാതെ പോലീസുകാർക്കു പിന്നാലെ ലിഫ്റ്റിലേക്കു കയറി. നാലാം നിലയിലെ എ.ഡി.ജി.പി & ഐ. ജി (സി.എസ്.) എന്ന ബോർഡ് വച്ച മുറിക്കു മുമ്പിലെത്തിയപ്പോൾ പോലീസുകാരൻ എന്നോട് കാത്തുനിൽക്കാൻ പറഞ്ഞ് അകത്തു പോയി. അപ്പോൾ സഞ്ജീവ് കുമാർ മിത്ര ഓടിക്കിതച്ചു കയറി വന്നു.

"ഐ.ജിയെ കാണാൻ പേടിയുണ്ടോ?"

"ചക്രൊബർത്തി ബാബുവല്ലേ?"

"അല്ല. ഇത് ഒരു ശ്രീനാഥ് മല്ലിക്. രണ്ടു കസ്റ്റഡി മരണക്കേസിൽ പ്രതിയായിരുന്നു. സൂക്ഷിച്ചോ..."

ഞാൻ മറുപടി പറഞ്ഞില്ല. ഹൃദയം ശാന്തമായി മിടിച്ചു. അരമണിക്കൂർ കാത്തിരുന്നതിനുശേഷമാണ് എന്നെ അകത്തു വിളിച്ചത്. വാതിൽക്കൽ നിന്ന് 'എക്സ്ക്യൂസ് മീ ബാബൂ' എന്നു പറഞ്ഞപ്പോൾ അമ്പതോളം വയസ്സു മതിക്കുന്ന ഭംഗിയില്ലാത്ത ഒരു മുഖത്തെ രണ്ട് വട്ടക്കണ്ണുകൾ എന്നെ തറപ്പിച്ചു നോക്കി.

"ചേതനാ ഗൃദ്ധാമല്ലിക്? നിന്നെയാണോ ആരാച്ചാരായി സർക്കാർ നിയമിച്ചത്?"

ഞാൻ അൽപം മുന്നിലേക്കു നീങ്ങി തല കുനിച്ചു നിന്നു.

"നല്ല ചെറുപ്പമാണല്ലോ. നിന്റെ തന്ത വന്നില്ലേ?"

"ഇല്ല ബാബൂ.."

"ജയിലിലൊക്കെ തനിച്ചു പോകാൻ മാത്രം നിനക്കു ധൈര്യമുണ്ടോ?"

അയാൾ എഴുന്നേറ്റ് വന്ന് എന്റെ മുമ്പിൽ നിന്നു. ആ മുറിയുടെ മൂലയ്ക്കുള്ള കംപ്യൂട്ടറിനു മുമ്പിലിരുന്ന, സാധാരണ വേഷം ധരിച്ച ചെറുപ്പക്കാരൻ, എന്നെ തിരിഞ്ഞു നോക്കി.അയാളുടെ കണ്ണുകളിൽ ഭയം കലർന്നിരുന്നു.

"നിനക്ക് ഒരുത്തനെ തൂക്കിക്കൊല്ലാനുള്ള ധൈര്യമുണ്ടോ?"

"ഉണ്ട് ബാബു..."

"എന്താ ഉറപ്പ്?"

"അനുവദിച്ചാൽ ഞാൻ തെളിയിച്ചുതരാം, ബാബൂ..."

അയാൾ മേശപ്പുറത്തിരുന്ന റൂൾത്തടിയെടുത്ത് എന്റെ മാറിനു നേരെ നീട്ടി. ഞാൻ ഞെട്ടി പിന്നോക്കം മാറി. അപ്പോൾ അയാൾ കയ്യെത്തി റൂൾത്തടി കൊണ്ട് ദുപ്പട്ട ഉയർത്തി നെഞ്ചിലേക്കു നോക്കി.

"കാണട്ടെ, നിന്റെ അവസ്ഥ..."

എന്റെ കാലുകൾ മരവിച്ചു. രക്തം തിളച്ചു. കൈകൾ തരിച്ചു. മുറിയുടെ മൂലയിലിരുന്നയാൾ വല്ലായ്മയോടെ മുഖം കുനിക്കുന്നതു ഞാൻ കണ്ടു.

"ങ്ഹും. കൊള്ളാം."

അയാൾ എന്നെത്തന്നെ തറപ്പിച്ചു നോക്കി. എനിക്ക് അയാളുടെ കണ്ണുകളിൽനിന്നു കണ്ണെടുക്കാൻ സാധിച്ചില്ല. ഞങ്ങൾ പരസ്പരം പോരുകോഴികളെപ്പോലെ കണ്ണിൽക്കണ്ണിൽ നോക്കി നിന്നു. സഞ്ജീവ് കുമാർ മിത്രയുടെ കണ്ണുകളിൽ കണ്ടതിന്റെ പത്തിരട്ടി അഹങ്കാരവും അധീശത്വഭാവവും ഐ.ജിയുടെ കണ്ണുകളിൽ തിളങ്ങി. എനിക്ക് ഛർദ്ദിക്കാൻ വന്നു.

"എത്ര തവണ കൊടുത്തു ചക്രൊബർത്തിക്ക്?"

അയാൾ എഴുന്നേറ്റ് കൂടുതൽ അടുത്തു വന്നു ചോദിച്ചു.

"എന്ത്?"

എന്റെ ശബ്ദവും മാറി. അയാൾ പുച്ഛത്തോടെ ഉറക്കെച്ചിരിച്ചപ്പോൾ അയാൾ ഉദ്ദേശിച്ചതെന്താണെന്ന് എനിക്കു വ്യക്തമായി. ആ നിമിഷം എനിക്ക് മാരുതി പ്രസാദ് യാദവിനോടു സഹതാപം തോന്നി.

"ബാബൂ, കടലാസ് തന്നിരുന്നെങ്കിൽ എനിക്കു പോകാമായിരുന്നു..."

ഞാൻ സ്വയം നിയന്ത്രിച്ച് ചിരിക്കാൻ ശ്രമിച്ചു.

"എനിക്കു നിന്നെ ഇനിയും ഒന്നു കാണണം... വൈകിട്ട് ഞാൻ കാറയയ്ക്കാം."

ഞാൻ ചിരിച്ചു. മുറിയുടെ മൂലയിലിരുന്ന മനുഷ്യൻ എന്നെ അദ്ഭുതത്തോടെ നോക്കി. അയാളുടെ മുഖത്ത് ആശ്വാസം പ്രത്യക്ഷപ്പെട്ടു. ഐ.ജി. ഒരു ഫയൽ വലിച്ചു തുറന്ന് കടലാസ് വലിച്ചെടുത്ത് ഒരു ഒപ്പു വച്ച് എനിക്കു നീട്ടി.

"ങ്ഹും... കടന്നു പോ..."

അയാൾ ഒരു തെറിവാക്കാണു പറഞ്ഞത്. രക്തം എന്റെ ഞരമ്പുകളിൽ കുതിച്ചു. പക്ഷേ ഞാൻ പുഞ്ചിരിക്കാൻ ശ്രമിച്ചു.

"വൈകിട്ട് കാർ അയയ്ക്കും കേട്ടോ..."

അയാൾ വിളിച്ചു പറഞ്ഞു.

"ഞാൻ കാത്തിരിക്കും, ബാബൂ..."

ഞാൻ കടലാസുമായി പുറത്തിറങ്ങി. സഞ്ജീവ് കുമാർ മിത്ര വീണ്ടും എന്നെ സമീപിച്ചു. ഇത്തവണ അയാളെ നോക്കിയും ഞാൻ മധുരമായി പുഞ്ചിരിച്ചു. സഞ്ജീവ് കുമാർ മിത്ര സംശയം നിഴലിക്കുന്ന കണ്ണുകളോടെ എന്റെ അടുത്തു വന്നു.

"സൂപ്രണ്ടിനെ കാണണ്ടേ?"

"ങ്ഹും..."

ഞാൻ മൂളി.

"ഞാനും വന്നോട്ടെ?"

ഞാൻ മറുപടി പറഞ്ഞില്ല. അയാൾ എന്റെയൊപ്പം പുറത്തേക്കു വന്നു. അയാളുടെ ക്യാമറാമാൻ പഴയതുപോലെ എന്റെ ചുറ്റും വണ്ടിനെപ്പോലെ പറന്നു. പതിനഞ്ചാം നൂറ്റാണ്ടിൽ ബംഗാൾ ഭരിച്ച സുൽത്താൻ രുക്നുദ്ദീൻ ബർബക് ഷാ തന്റെ സാമ്രാജ്യം വികസിപ്പിക്കാൻ ഷാ ഇസ്മായിൽ ഘാസിയെ കലിംഗത്തിലേക്കും കാമരൂപത്തിലേക്കും അയച്ചതിനെക്കുറിച്ചു ഞാൻ ഓർത്തു. ഇസ്മായിൽ ഘാസി കലിംഗം കീഴടക്കി. പക്ഷേ കാമരൂപ

ത്തിൽ അദ്ദേഹം തോറ്റു. കാമരൂപത്തിലെ കാമേശ്വർ രാജാവ് അദ്ദേഹത്തെ വധിക്കാൻ തീരുമാനിച്ചു. എന്റെ പിതാമഹൻമാരിലൊരാളായ നാഥു മല്ലിക്ക് ആയിരുന്നു അദ്ദേഹത്തിന്റെ ആരാച്ചാർ. മരിക്കുന്നതിനു മുമ്പ് തന്നെ പ്രാർഥിക്കാൻ അനുവദിക്കണമെന്ന് ഇസ്മായിൽ ഘാസി അഭ്യർഥിച്ചു. രാജാവ് അപേക്ഷ അനുവദിച്ചു. വധശിക്ഷ നടപ്പാക്കാൻ കെട്ടിപ്പൊക്കിയ വലിയ തട്ടിൻമേൽ വിരിച്ചിട്ട വെള്ള വിരിമേലിരുന്ന് ഇസ്മായിൽ ഘാസി കാരുണികനായ ദൈവത്തോടു പ്രാർഥിക്കാൻ ആരംഭിച്ചു. അദ്ദേഹത്തിന്റെ നോട്ടത്തെ പിന്തുടർന്ന് ആകാശത്തേക്കു കണ്ണുകളുയർത്തിയ രാജാവിന്റെ നേരെ സൂര്യകിരണങ്ങൾ ഏഴു നിറങ്ങളായി വിഘടിച്ച് നീണ്ടു വന്നു. കണ്ണുകളിൽ വർണങ്ങൾ കുത്തിക്കയറി രാജാവിന്റെ ശരീരം വിറച്ചു. അന്ത്യാഭിലാഷമായി എന്തു വേണമെന്ന ചോദ്യത്തിന് തന്റെ രാജ്യം പിടിച്ചെടുത്താലും ജനങ്ങളെ ദ്രോഹിക്കരുത് എന്നായിരുന്നു ഇസ്മായിൽ ഘാസിയുടെ അപേക്ഷ. കാമേശ്വർ രാജാവിന് ആ മനുഷ്യനോട് ഇഷ്ടം തോന്നി. അദ്ദേഹം വധശിക്ഷ പിൻവലിക്കുകയും ബർബക് ഷായ്ക്കു രാജ്യം മടക്കി നൽകുകയും ചെയ്തു. ഘാസിയുടെ സഹവാസത്തെത്തുടർന്നു കാമേശ്വർ രാജാവ് ഇസ്‌ലാം മതം സ്വീകരിച്ചു. പക്ഷേ ഘാസിയുടെ ജനപ്രീതിയിൽ ബർബക് ഷാ അസൂയാലുവാകുകയും ഘാസിയെ വധിക്കുകയും അദ്ദേഹത്തിന്റെ തലയും ഉടലും രണ്ടിടത്തായി സംസ്കരിച്ച് പക വീട്ടുകയും ചെയ്തു.

ബർബക് ഷായുടെ മകൻ യൂസഫ് ഷാ സുൽത്താന്റെ മകൻ സിക്കന്ദർഷാ മനോരോഗിയായതിനാൽ അധികാരമേറ്റ സഹോദരൻ ജലാലുദ്ദീൻ ഫത്തേ ഷായുടെ കാലത്ത് കൊട്ടാരം കാവൽക്കാരായി അബിസീനിയയിൽനിന്നു കൊണ്ടുവന്ന പടയാളികളിലൊരാൾ ഷേബാ രാജ്ഞിയുടെ പിൻമുറക്കാരനായ ഷാഹ്സാദാ ജലാലുദ്ദീൻ ആയിരുന്നു. അദ്ദേഹം ഫത്തേ ഷായെ കൊലപ്പെടുത്തി സുൽത്താനായി. പക്ഷേ ഫത്തേ ഷായുടെ വിശ്വസ്തനായിരുന്ന മറ്റൊരു അബിസീനിയക്കാരൻ സെയ്ഫുദ്ദീൻ ഫിറൂസ് ഷാ ജലാലുദ്ദീനെ കൊലപ്പെടുത്തി. അധിക കാലം ഭരിക്കാൻ സാധിക്കും മുമ്പേ ഫിറൂസ് ഷായും കൊല്ലപ്പെട്ടു. അദ്ദേഹത്തിന്റെ മകൻ മഹ്മൂദ് ഷായ്ക്ക് മൂന്നു വയസ്സേ പ്രായമുണ്ടായിരുന്നുള്ളൂ. റീജന്റായി രാജ്യം ഭരിച്ച ഹാബ്ഷ് ഖാനെയും മൂന്നു വയസ്സുകാരൻ സുൽത്താനെയും ഷംസുദ്ദീൻ മുസാഫർ ഷാ കൊലപ്പെടുത്തി അധികാരമേറ്റു. നാലു വർഷത്തിനുള്ളിൽ അദ്ദേഹത്തിന്റെ കണക്കപ്പിള്ള സയ്യിദ് ഹുസൈൻ കലാപമുണ്ടാക്കി അദ്ദേഹത്തെ വെട്ടിക്കൊന്നു. ഘാസിയെ കൊലപ്പെടുത്തിയപ്പോൾ നിന്റെ നെഞ്ച് രണ്ടായി പിളരുന്നതിന്റെ വേദന അനുഭവിക്കട്ടെ എന്ന് ബർബക് ഷായുടെ മേൽ നിപതിച്ച ശാപമാണ് ബംഗാളിന്റെ മണ്ണ് സദാ രണ്ടായി പിളരാൻ കാരണമായതെന്ന് ഥാക്കുമാ പറയാറുള്ളത് ഞാനോർത്തു.

ജഡ്ജസ് കോർട്ട് റോഡിൽ ജയിലിന്റെ സമീപം വണ്ടി നിർത്തിയപ്പോൾ ഞാൻ ചാടിയിറങ്ങി. എന്റെ ഒപ്പമെത്താൻ സഞ്ജീവ് കുമാർ മിത്രയ്ക്ക് ഓടേണ്ടി വന്നു. ചെരിച്ചു വച്ച ഇംഗ്ലീഷിലുള്ള എ അക്ഷരം പോലെയുള്ള ജയിൽ വളപ്പിലേക്ക് ഞാൻ ധൈര്യപൂർവം പ്രവേശിച്ചു. ശിബ്ദേബ് ബാബു

എന്നെ വ്യാകുലതയോടെ സ്വീകരിച്ചു. സഞ്ജീവ് കുമാർ മിത്രയും എന്റെ പിന്നാലെ എത്തി.

"ഗൃദ്ധാദാ കൂടി വരുമെന്നാണു ഞാൻ കരുതിയത്..."

അദ്ദേഹം കടലാസ് ഒപ്പിടുമ്പോൾ എന്നോടുപറഞ്ഞു.

"ബാബാ വീട്ടിലില്ല ബാബൂ..."

"തനിച്ച് നിനക്കിതൊക്കെ കൈകാര്യം ചെയ്യാൻ സാധിക്കുമോ?"

"എന്നാണ് എന്റെ പ്രതീക്ഷ, ബാബൂ..."

"പുള്ളിയുടെ കൈകാലുകൾ കെട്ടാൻ വേണമെങ്കിൽ പോലീസുകാരുടെ സഹായം തേടാം..."

"വേണ്ട, ബാബൂ.."

എന്റെ ശബ്ദത്തിൽ വാശി നിറഞ്ഞു. സഞ്ജീവ് കുമാർ മിത്രയും ശിബ്ദേബ് ബാബുവും പരസ്പരം നോക്കി.

"ഞാൻ അതെല്ലാം ഒറ്റയ്ക്കു ചെയ്യും. എന്നെ സംബന്ധിച്ചിടത്തോളം അതു വളരെ പ്രധാനമാണ്."

ഞാൻ ആവർത്തിച്ചു.

"ശരി. നിന്റെ ഇഷ്ടം. പക്ഷേ, കയറു പരിശോധിക്കണ്ടേ?"

"പരിശോധിക്കാം..."

ഞാൻ പറഞ്ഞു. ബുക്സാർ ജയിലിൽനിന്നു കൊണ്ടുവന്ന മനില കയറാണ് ഇത്തവണ ഞാൻ തിരഞ്ഞെടുത്തത്. വലിയ ഇരുമ്പലമാരിയിൽനിന്ന് ഭാരിച്ച കയർക്കുരുക്കു പുറത്തേക്കെടുക്കുമ്പോൾ പഴയതുപോലെ എനിക്കു തുമ്മലുണ്ടായില്ല.

"ഒരു ചാക്കും മണലും കിട്ടിയാൽ ഇന്നു തന്നെ ആദ്യത്തെ പരീക്ഷണം നടത്താം..."

ഞാൻ എത്രയോ കാലമായി ഈ തൊഴിൽ ചെയ്യുന്ന ലാഘവത്തോടെ പറഞ്ഞു. ഗവൺമെന്റ് പ്രസിനു മുമ്പിലൂടെ ജയിൽ സ്കൂൾ മുറ്റത്തുകൂടി മുന്നോട്ടു നടക്കുമ്പോൾ ഞാൻ സഞ്ജീവ് കുമാർ മിത്രയെ മാത്രമല്ല, ബാഹ്യലോകത്തെ മുഴുവൻ മറന്നു. വെൽഫെയർ ഓഫീസിനു മുമ്പിൽ മുറ്റം വൃത്തിയാക്കിക്കൊണ്ടു നിന്ന തടവുപുള്ളികൾ എന്നെ കണ്ട് എന്തോ പറഞ്ഞു ചിരിച്ചു. നേതാജി കിടന്ന തടവറ അപ്പോഴാണ് എന്റെ ശ്രദ്ധയിൽപ്പെട്ടത്. നേതാജിയുടെ തടവറയ്ക്കു പിന്നിൽ ഇടത്തേക്കു തിരിഞ്ഞ് ഞാൻ തൂക്കുമരത്തിന്റെ പ്ലാറ്റ് ഫോമിലേക്കു കയറി. സഞ്ജീവ് കുമാർ മിത്ര എന്നെ അദ്ഭുതത്തോടെ നോക്കി. ഒരു മാസം മുമ്പ് അച്ഛനോടൊപ്പം പരീക്ഷണം നടത്തിയ മണൽച്ചാക്ക് മഴയിൽ കുതിർന്നും വെയിലിൽ നരച്ചും തൂക്കുമരത്തിന്റെ ചുവട്ടിൽത്തന്നെ കിടപ്പുണ്ടായിരുന്നു. ഞാൻ അതേ ചാക്കു തന്നെ വീണ്ടും നിറച്ച് കയറിന്റെ ബലം പരിശോധിച്ചു. വലിയ ജയിൽമുറ്റം വൃത്തിയാക്കുന്ന തടവുകാർ പണി മതിയാക്കി തിരിഞ്ഞു നിന്നു ശ്രദ്ധിക്കുന്നതും എന്തോ പറയുന്നതും കേട്ടു. എന്നിട്ടും, തൂക്കുമരത്തിന്റെ കൊളുത്തിൽ കയർ ചുറ്റിക്കെട്ടാൻ സ്റ്റൂൾ ഇട്ടു കയറി നിൽക്കുമ്പോഴും മണൽ ചാക്കിൽ കുരുക്കിടുമ്പോഴും എന്റെ കൈകൾ വിറയ്ക്കുകയോ മനസ്സ് ഇടറുകയോ ചെയ്തില്ല.

"ഇന്ന് മഴ പെയ്യുമോ?"

ഞാൻ ആകാശത്തേക്കു നോക്കി.

"ഇന്നലെ നല്ല മഴയായിരുന്നു. പലയിടത്തും വെള്ളക്കെട്ടുണ്ടായി..."

ശിബ്ദേബ് ബാബു പറഞ്ഞു.

"മഴയുണ്ടെങ്കിൽ ഇത് അഴിച്ചു മാറ്റണം. ഇല്ലെങ്കിൽ കുറച്ചു നേരം ഇങ്ങനെ തൂങ്ങി നിൽക്കട്ടെ."

"ആയിക്കോട്ടെ. നിനക്കു വേണമെങ്കിൽ പോകാം. അഴിച്ചു മാറ്റാൻ ഞാൻ ഇവിടെ ആരെയെങ്കിലും ഏർപ്പാടാക്കാം..."

"വേണ്ട ബാബൂ. ഞാൻ തന്നെ അഴിച്ചു മാറ്റാം. അതെന്റെ ജോലിയാണ്."

"അപ്പോൾ അത്രയും നേരം നീ വെയ്റ്റ് ചെയ്യുമോ?"

"തീർച്ചയായും..."

"എങ്കിൽ ഒരു കാര്യം കൂടിയുണ്ട്. നമ്മൾ തൂക്കുപുള്ളികളോട് അന്ത്യാഭിലാഷം എന്താണെന്ന് അന്വേഷിക്കുന്ന പതിവുണ്ട്. കഴിഞ്ഞ തവണ അവൻ പറഞ്ഞതൊക്കെ സാധിച്ചു കൊടുത്തു. ഇത്തവണ അവൻ അതൊന്നുമല്ല, ആവശ്യപ്പെട്ടത്..."

ഞാൻ അദ്ദേഹത്തിന്റെ വാക്കുകൾക്കു കാതോർത്തു നിന്നു.

"അവന് ചേതനയെ ഒന്നു കണ്ട് സംസാരിക്കണമെന്ന്..."

ഞാൻ മാത്രമല്ല, സഞ്ജീവ് കുമാർ മിത്രയും അവിടെ നിന്നിരുന്ന രണ്ടു പോലീസുകാരും അമ്പരന്നു. ഒരു മാത്രയ്ക്കു ശേഷം എന്റെ പിരിമുറുക്കം അയഞ്ഞു. ഞാൻ പുഞ്ചിരിച്ചു.

"വിരോധമില്ല, ബാബൂ."

"വരൂ..."

അദ്ദേഹം വലത്തു വശത്തേക്കു നീങ്ങി. കണ്ടംഡ് സെല്ലുകൾ അവിടെയായിരുന്നു. സെൽ നമ്പർ ത്രീ, ടൂ, വൺ എന്നു ഞാൻ വ്യക്തമായി വായിച്ചു. സെൽ നമ്പർ ത്രീയുടെ മുമ്പിലേക്കാണ് ശിബ്ദേബ് ബാബു പോയത്. അതിനു മുമ്പിലെത്തി അദ്ദേഹം എനിക്കു വേണ്ടി കാത്തു നിന്നു. ഞാൻ സാവധാനമാണു ചുവടുകൾ വച്ചത്. മഞ്ഞ ബൾബ് അപ്പോഴും കത്തിക്കിടക്കുന്ന വരാന്തയിൽ ഞാൻ നിന്നു. അകത്തിരുന്നു റേഡിയോ ട്യൂൺ ചെയ്യുകയും കാതോടു ചേർത്തു പരിശോധിക്കുകയും ചെയ്തിരുന്ന മനുഷ്യൻ തല ചെരിച്ചു നോക്കി. അയാൾ എഴുന്നേറ്റ് അഴിക്കരികിലേക്കു വന്നു. ഞങ്ങൾ പരസ്പരം കണ്ടു. അയാൾ ഉടുപ്പിട്ടിരുന്നില്ല. മെലിഞ്ഞ നെഞ്ചിൽ എല്ലിൻകൂട് മുഴച്ചു നിന്നു.

"ഇത്തവണ അതു നടക്കും, അല്ലേ?"

അയാൾ ചോദിച്ചു. ഞാൻ അയാളുടെ മഞ്ഞിച്ച മുഖത്തേക്കും കുണ്ടിലാഴ്ന്ന കണ്ണുകളിലേക്കും നോക്കി.

"മരണത്തെക്കാൾ അനിശ്ചിതത്വം..."

എനിക്ക് അതു പൂർത്തിയാക്കാൻ സാധിച്ചില്ല.

"ചേതനാദീ, നിങ്ങൾ ആരാച്ചാരാണ്. നിങ്ങളെ ആരെങ്കിലും വിവാഹം കഴിക്കുമോ?"

അയാൾ ചോദിച്ചു. ആ ചോദ്യം അയാളിൽനിന്നു പ്രതീക്ഷിക്കാത്തതി
നാൽ ഞാൻ നിശ്ശബ്ദയായി. അയാൾ രണ്ടു കൈകളും ഉയർത്തി അഴിക
ളിൽ പിടിച്ചു.

"നിങ്ങളെ ആദ്യം കണ്ടതു മുതൽ ഞാൻ വിചാരിക്കുന്നു. നിങ്ങൾക്ക്
എന്റെ അനിയൻ കാർത്തിക്കിനെ വിവാഹം കഴിച്ചുകൂടേ? നിങ്ങൾ കൊല്ലുന്ന
സ്ത്രീ. അവൻ കൊല്ലപ്പെട്ടവന്റെ കൂടെപ്പിറപ്പ്. ഇതിനേക്കാൾ നല്ലൊരു ബന്ധം
നിങ്ങൾക്കും അവനും കിട്ടുകയില്ല..."

ഞാൻ വാക്കുകൾ നഷ്ടപ്പെട്ട് അയാളെ നോക്കി നിന്നു. സുലൈമാൻ
സുൽത്താന്റെ ചില്ലു കൊട്ടാരത്തിൽ നിന്നു പുറത്തേക്കിറങ്ങുമ്പോൾ ഷേബാ
രാജ്ഞി കാരുണികനായ അല്ലാഹുവിനെ ദൈവമായി സ്വീകരിച്ചിരുന്നു.
അതു ജലത്തിനു വേണ്ടിയായിരുന്നോ ജനത്തിനു വേണ്ടിയായിരുന്നോ എന്ന്
ഷേബാ രാജ്ഞി വെളിപ്പെടുത്തിയില്ല. ഒരുപക്ഷേ, സ്ഫടികപ്പരലുകൾ
കൊണ്ടു തീർത്ത പ്രണയത്തിന്റെ കൊട്ടാരത്തിലെ വർണങ്ങൾ നിലനിർ
ത്താൻ വേണ്ടിയായിരിക്കുമെന്ന് ഞാൻ വിചാരിച്ചു. തിരിഞ്ഞു നടക്കുമ്പോൾ
മണൽച്ചാക്കു തൂങ്ങിക്കിടക്കുന്ന തൂക്കുമരത്തിനു പിന്നിൽ ഉയർന്ന മതിലു
കൾക്ക് അപ്പുറത്ത്, നരച്ച ആകാശത്ത്, തളർന്ന് വൃദ്ധനായ സൂര്യൻ, അദൃശ്യ
മായ കയർക്കുരുക്കിൽനിന്ന്, ഛേദിക്കപ്പെട്ട ഒരു ശിരസ്സു പോലെ സാവ
ധാനം ഊർന്നു. തിരിച്ചു നടക്കുമ്പോൾ, നേതാജിയുടെ സെല്ലിനു മുമ്പിലെ
ത്തിയതും ഞാൻ ഒരു നിമിഷം നിന്നു. സഞ്ജീവ് കുമാർ മിത്ര ഓടി വന്നു.

"അയാൾ എന്താണു പറഞ്ഞത് ചേതനാ?"

ഞാൻ അയാളെ നോക്കി പുഞ്ചിരിച്ചു.

"ഞാൻ നിങ്ങളുടെ ഓഫർ സ്വീകരിക്കുന്നു. പതിനായിരം രൂപ."

"പെട്ടെന്ന് ഒരു മനംമാറ്റമുണ്ടായതെങ്ങനെ?"

"ഇനി മുതൽ എന്റെ ഓരോ നിമിഷവും നിങ്ങൾക്കുള്ളതാണ്.നിങ്ങൾ
ക്യാമറയും കൊണ്ട് എന്നോടൊപ്പം വരൂ. ഞാൻ പോകുന്നിടത്തെല്ലാം."

"ഗ്രേറ്റ്..."

അയാൾ ചിരിച്ചു. പിന്നാലെ വരാൻ ആവശ്യപ്പെട്ടു കൊണ്ടു ഞാൻ
മുന്നോട്ടു നടന്നു. റൂൾത്തടികൊണ്ടു ദുപ്പട്ട തട്ടിയുയർത്തിയപ്പോൾ മാറിട
ത്തിൽ മുട്ടിയ തടിയുടെ സ്പർശം തൊലിപ്പുറത്തുനിന്നു മാഞ്ഞുപോകുന്നില്ല.

നാൽപ്പത്തിയൊമ്പത്

ഇടയ്ക്കൊക്കെ നിവർന്നു നിൽക്കണമെങ്കിൽ വളഞ്ഞു കൊടുക്കണമെന്നതാണ് സ്ത്രീകൾ ആദ്യം പഠിക്കേണ്ട പാഠമെന്നു ഥാക്കുമാ പറയാറുണ്ടായിരുന്നു. സി.എൻ.സി. ചാനലിൽ സഞ്ജീവ് കുമാർ മിത്രയോടൊപ്പം ക്യാമറയ്ക്കു മുമ്പിലിരുമ്പോൾ ഞാൻ അത് മനസ്സിലുരുവിട്ടു. തൽസമയ സംപ്രേഷണമല്ലാത്തതിനാൽ അയാൾ തിരക്ക് പ്രകടിപ്പിച്ചില്ല. ഒരു മണൽച്ചാക്ക് ഒറ്റയ്ക്ക് കെട്ടിത്തൂക്കിയതിന്റെ ഭാരവും നീരും എന്റെ കൈത്തണ്ടകളിൽ അവശേഷിച്ചു. നിവർന്നു നിൽക്കാൻ സാധിക്കാത്തവർ വളഞ്ഞു കൊടുത്തതിന്റെ കഥകൾ ചരിത്രത്തിലുടനീളം ധാരാളമുണ്ടെന്ന് ഞാൻ രോഷം കൊണ്ടു. ലേശം വളയുക എന്ന് അർഥമുള്ള ബങ്കിം എന്ന പേരാണ് ബങ്കിം ചന്ദ്ര ചാറ്റർജിക്കു പോലും കിട്ടിയത്. 'എന്തു പറ്റി, വളയാൻ' എന്ന ശ്രീരാമകൃഷ്ണ പരമഹംസർ കളിയാക്കിയപ്പോൾ, 'ഷൂസിട്ട കാലു കൊണ്ടു ചവിട്ടു കിട്ടിയതാണ് ' എന്നായിരുന്നു ഡപ്യൂട്ടി മജിസ്ട്രേട്ട് ആയി ബ്രിട്ടീഷ് ഗവൺമെന്റിനെ സേവിക്കുകയും അതേ സമയം വന്ദേമാതരം ജപിക്കുകയും ചെയ്ത ബങ്കിം ചന്ദ്രന്റെ മറുപടി. ബ്രിട്ടീഷുകാർക്കു വഴങ്ങിക്കൊടുക്കാൻ വിസമ്മതിച്ച് ആത്മഹത്യ ചെയ്ത മുസാഫിർ ഘാസി ചൗധരിക്ക് കെട്ടിത്തൂങ്ങി മരിക്കാൻ കയർ ഒരുക്കിക്കൊടുത്ത ഞങ്ങളുടെ നരോത്തം മല്ലിക് പിതാമഹൻ തന്നെയാണ് ബ്രിട്ടീഷുകാരോടൊപ്പം നായാട്ട് നടത്തിയ ചൗധരിയുടെ പുത്രന് വെടിവയ്ക്കാൻ പാകത്തിൽ കാട്ടുമൃഗങ്ങളെ വിരട്ടിയോടിച്ചതും. പിൽക്കാലത്ത് ചൗധരിയുടെ പുത്രി ഫെയ്സുന്നീസ ചൗധരാണി അധികാരമേറ്റപ്പോൾ ഒരു സ്ത്രീയുടെ, അതും ഒരു മുസ്‌ലിം സ്ത്രീയുടെ മേൽക്കോയ്മ അംഗീകരിക്കാൻ വിസമ്മതിച്ചു പിതാമഹൻ ത്രിപുരയിൽനിന്നു ഞങ്ങളുടെ കുടുംബത്തിലെ ദാരിദ്ര്യത്തിലേക്കും അവകാശത്തർക്കങ്ങളിലേക്കും മടങ്ങി. ആ സമയത്ത് ചൗധരാണിയുടെ കുടുംബത്തിലെ രഹസ്യങ്ങൾ മനസ്സിലാക്കാൻ അവരുടെ ഭർത്താവ് മുഹമ്മദ് ഘാസി ചൗധരി പിതാമഹനെ സമീപിക്കുകയും അദ്ദേഹത്തെ വിലയ്ക്കെടുക്കുകയും ചെയ്തു. പിന്നീട് മുഹമ്മദ് ഘാസി ചൗധരിയുടെ മരണം വരെയും ചൗധരാണിയെ വശീകരിക്കാൻ കൂട്ടുനിൽക്കുകയായിരുന്നു പിതാമഹന്റെ ജോലി. മുഹമ്മദ് ഘാസി ചൗധരിയുടെ മരണത്തിനു ശേഷം ഫെയ്സുന്നീസ ചൗധരാണി എഴുതിയ ആത്മകഥാപരമായ നോവൽ വായിച്ച് പിതാമഹൻ ജീവിതകാലം മുഴുവൻ ജാള്യം അനുഭവിച്ചു.

"ഇല്ല, ഈ വധശിക്ഷ കൊണ്ട് സ്ത്രീകൾക്കെതിരേയുള്ള കുറ്റകൃത്യങ്ങൾ അവസാനിപ്പിക്കാൻ സാധിക്കുമെന്നു ഞാൻ പ്രതീക്ഷിക്കുന്നില്ല."

BHAGYANATH'12

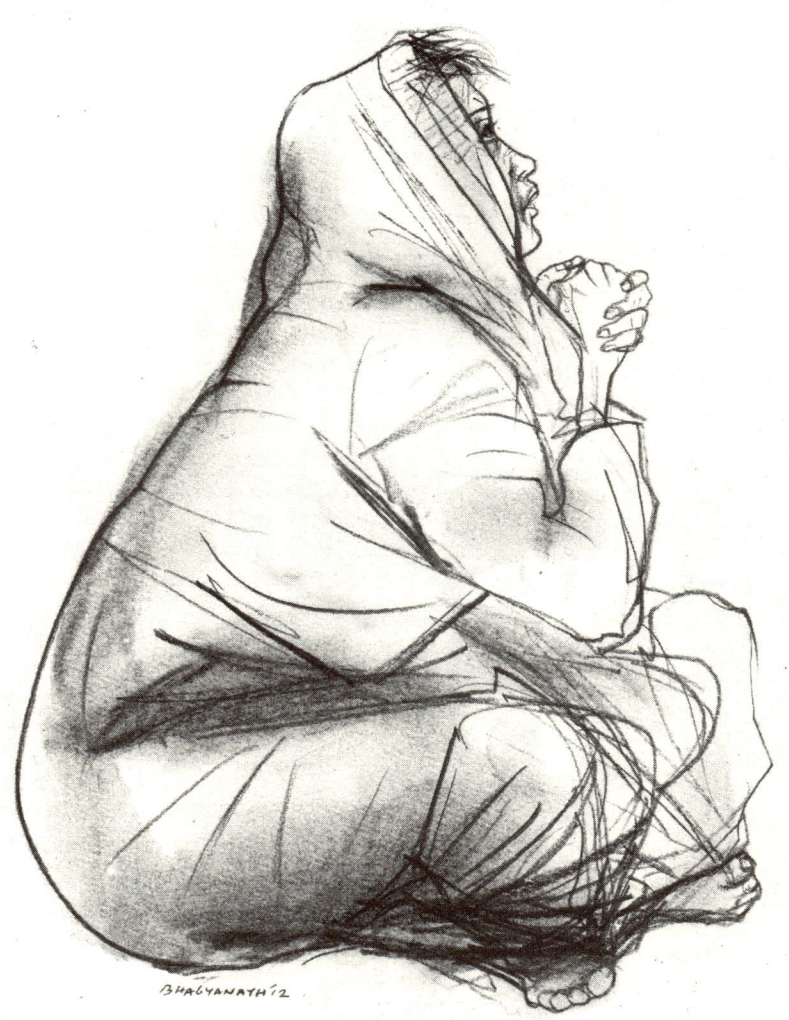

സി.എൻ.സി. ചാനലിലെ ആ പഴയ കസേരയിൽ ഇരുന്നു കഴിയുന്നത്ര ദാർഢ്യത്തോടെ ഞാൻ വിളിച്ചു പറഞ്ഞു. ആ കസേരയിൽ ഇരിക്കുംമുമ്പെ എണ്ണിവാങ്ങിയ നോട്ടുകൾ എന്റെ പേഴ്സിനുള്ളിൽ പിടച്ചു.

"ഒരു പെൺകുട്ടിയെ ബലാൽക്കാരം ചെയ്തു കൊന്നതിനാണ് ബാനർജിയെ തൂക്കിലേറ്റുന്നത്. ഈ വധശിക്ഷ സ്ത്രീകളുടെ അന്തസ്സും അഭിമാനവും മുറിപ്പെടുത്തുന്നവർക്ക് ശക്തമായ സന്ദേശം നൽകുമെന്ന് മുഖ്യമന്ത്രി അഭിപ്രായപ്പെട്ടല്ലോ? '

വിജയസ്മിതത്തോടെ സഞ്ജീവ് കുമാർ മിത്ര എന്റെ കണ്ണുകളിലേക്കു നോക്കി. അപ്പോൾ എന്റെ ഇടതുമാറിടത്തിൽ പതിഞ്ഞ അയാളുടെ കൈത്തലത്തിന്റെ പരുക്കൻ സ്പർശവും നിലവറയിലേക്കുള്ള വീഴ്ചയിൽ അയാളുടെ കൈകൾ എന്റെ ശരീരത്തിലേൽപ്പിച്ച വേദനകളും ഒരിക്കൽക്കൂടി ഞാൻ അനുഭവിച്ചു. എന്റെ വായിൽ കയ്പ് നിറഞ്ഞു.

"ഇന്നലെ ജയിലിലേക്കു പുറപ്പെടുംമുമ്പ് ഒരു പോലീസ് ഉദ്യോഗസ്ഥൻ റൂൾത്തടി കൊണ്ട് എന്റെ മാറിടങ്ങളിൽ കുത്തി. വൈകിട്ട് എന്റെ വീട്ടിലേക്ക് അദ്ദേഹം കാർ അയയ്ക്കുമെന്നു ഭീഷണിപ്പെടുത്തിയിട്ടുമുണ്ട്. ആ കാറിൽ അദ്ദേഹം ആവശ്യപ്പെടുന്നിടത്തേക്കു ചെന്നാൽ ഞാനും ബലാൽക്കാരം ചെയ്യപ്പെടുമെന്ന് ഉറപ്പാണ്. പക്ഷേ, ആ കുറ്റത്തിന് അദ്ദേഹത്തെപ്പോലെ ഒരാളെ മുഖ്യമന്ത്രി ശിക്ഷിക്കുമോ?"

സഞ്ജീവ് കുമാർ മിത്ര ഞെട്ടിപ്പോയി. അയാൾ നിവർന്നിരുന്നു.

"ഓ... അൺബിലീവബിൾ. ഈ ജനാധിപത്യരാജ്യത്ത് ഒരു സ്ത്രീയോട് ഇങ്ങനെ പെരുമാറാൻ ഒരു ഉന്നത പോലീസ് ഉദ്യോഗസ്ഥൻ ധൈര്യം കാണിച്ചെന്നോ? എന്തു കൊണ്ടാണു നിങ്ങൾ പരാതിപ്പെടാത്തത്, ചേതനാ?"

"പരാതിപ്പെട്ടാൽ എനിക്കു നിങ്ങൾ നീതി ഉറപ്പാക്കുമോ സഞ്ജീവ് കുമാർ ബാബൂ?"

ഞാൻ അയാളെ തറപ്പിച്ചു നോക്കി.

"ഏതു പോലീസ് ഉദ്യോഗസ്ഥനാണ് നിങ്ങളെ ഉപദ്രവിച്ചതെന്നു വെളിപ്പെടുത്തിക്കൂടേ?"

"ഉപദ്രവം ആവർത്തിച്ചാൽ അതു ഞാൻ വെളിപ്പെടുത്തുക തന്നെ ചെയ്യും..."

"ഇപ്പോൾ അയാളെ സംരക്ഷിക്കാൻ നിങ്ങളെന്തിനു ശ്രമിക്കുന്നു?"

"ഇത് അദ്ദേഹത്തിന് ശക്തമായ ഒരു സന്ദേശമായിരിക്കുമെന്നു ഞാൻ പ്രത്യാശിക്കുന്നു..."

"പക്ഷേ അത് ഉന്നത ഉദ്യോഗസ്ഥനാണെങ്കിൽ നിങ്ങളെ വളരെ നിസ്സാരമായി കുടുക്കാൻ അദ്ദേഹത്തിനു സാധിക്കുകയില്ലേ?"

"എനിക്കു മനുഷ്യരുടെ നൻമയിൽ വിശ്വാസമുണ്ട്. നൻമയുടെ വഴിയേ സഞ്ചരിക്കാൻ അദ്ദേഹത്തിനു ഞാൻ ഒരു അവസരം കൂടി നൽകുന്നു."

"തൂക്കിലേറ്റുന്നതോടെ യതീന്ദ്രനാഥ് ബാനർജിക്ക് ആ അവസരം പക്ഷേ നിങ്ങൾ നിഷേധിക്കുകയാണ്..."

"ഞാനല്ല, ഭരണകൂടമാണ് അവസരം നിഷേധിച്ചത്."

സഞ്ജീവ് കുമാർ മിത്ര മൈക്ക് ഊരി വച്ച് മേലുദ്യോഗസ്ഥന്റെ മുറിയിലേക്കു പാഞ്ഞു. ഒരു നിമിഷത്തിനുള്ളിൽ ഹരീഷ് നാഥ് ഓടിവന്നു.

"ചേതനാ, നമ്മളിപ്പോൾ റിക്കോർഡ് ചെയ്യുന്ന പരിപാടി രണ്ടു മണിക്കൂർ കഴിഞ്ഞു ടെലികാസ്റ്റ് ചെയ്യും. ആ പോലീസ് ഉദ്യോഗസ്ഥന്റെ കാര്യം – അതൊരു പൊളിറ്റിക്കൽ ബോംബ് ആണ്. ഇഫ് യൂ കാൻ ഗിവ് സം മോർ ഡീറ്റെയിൽസ് – നമുക്ക് അത് ഇന്ന് ഒമ്പതു മണിയുടെ ബുള്ളറ്റിനിൽ സ്പെഷൽ ന്യൂസ് ആയി അവതരിപ്പിക്കാം..."

"എന്തിന്?"

"അല്ല, കുറ്റക്കാരന് എതിരെ നടപടി വേണ്ടേ?"

"കുറ്റക്കാരുടെ പട്ടികയിൽ വേറെയും പേരുകളുണ്ട്, സഞ്ജീവ് ബാബൂ, നിങ്ങൾ ഉൾപ്പെടെ"

എന്റെ ശബ്ദം വരണ്ടു. സഞ്ജീവ് കുമാർ മിത്രയുടെ മുഖം ലേശം ചുവന്നു.

"എനിക്കു നിന്റെയീ ഓവർസ്മാർട്ട് കളിയാണ് ഇഷ്ടമില്ലാത്തത്. കൂന് അറിയാതെ ഞെളിയരുതെന്ന് ഞങ്ങളുടെ നാട്ടിൽ ഒരു പഴഞ്ചൊല്ലുണ്ട്..."

"ഒരിടത്തു വളയുന്നത് മറ്റൊരിടത്ത് നിവർന്നു നിൽക്കാൻ വേണ്ടിയാകണമെന്നാണ് എന്റെ ഥാക്കുമാ പറയാറുള്ളത്..."

ഞാനും അയാളും തമ്മിലുള്ള വിചിത്രമായ ബന്ധത്തെക്കുറിച്ച് എന്നെയും അയാളെയും ബോധ്യപ്പെടുത്താൻ വേണ്ടിയാണ് ഞാൻ ഥാക്കുമായുടെ വാക്കുകളെ അങ്ങനെ വളച്ചൊടിച്ചത്. ഹരീഷ് നാഥും സഞ്ജീവ് കുമാറും നിസ്സഹായതയോടെ പരസ്പരം നോക്കി. അവർ കുറച്ചു നേരം എന്നെ അനുനയിപ്പിക്കാൻ ശ്രമിച്ചു. വിടർന്ന പുഞ്ചിരിയോടെ ഞാൻ ഇരുവരെയും നേരിട്ടു. കുറച്ചു കഴിഞ്ഞപ്പോൾ എന്റെ ചിരി അവർക്കു സഹിക്കാവുന്നതിലേറെയായി. പല്ലുഞെരിച്ച് ഒരു തെറിവാക്കോ മറ്റോ ശബ്ദംതാഴ്ത്തി ഉച്ചരിച്ചു കൊണ്ടു സഞ്ജീവ് കുമാർ വീണ്ടും കസേരയിൽ ഇരുന്നപ്പോൾ എനിക്കു യഥാർഥമായും പൊട്ടിച്ചിരിക്കണമെന്നു തോന്നി. എങ്കിലും, അയാളിൽ അഭയം പ്രാപിക്കുകയും മുറിപ്പെട്ട് ഓടി രക്ഷപ്പെടുകയും ചെയ്യുന്ന അവസ്ഥയുടെ നിരന്തരമായ ആവർത്തനത്തിന്റെ അവസാനം എന്തായിരിക്കുമെന്നു ചാനലിന്റെ കാറിൽ വീട്ടിലേക്കു മടങ്ങുമ്പോൾ ഞാൻ വേവലാതിപ്പെട്ടു. വണ്ടിക്കുള്ളിൽ 'പാഥേർ ശേഷ് കൊഥായ് കീ ആച്ചെ ശേഷെ പാഥേർ' എന്ന ഹേമന്ത് കുമാറിന്റെ ഗാനം മുഴങ്ങി. ആചാരമനുസരിച്ചു കാളീപൂജ നടത്താൻ ജയിലിൽനിന്നു തന്നു വിട്ട തൂക്കുകയർ ഒരു പഴയ ചാക്കിനുള്ളിൽ കെട്ടിവച്ച നിലയിൽ സീറ്റിൻമേൽ ഇരുന്നു. ഞാൻ അതിൽ മുറുകെപ്പിടിച്ചു. ചാക്കിന്റെ പ്ലാസ്റ്റിക് മിനുസത്തിനുള്ളിൽ ഏതോ വടവൃക്ഷത്തിന്റെ വേടു പോലെ വളഞ്ഞിരിക്കുന്ന കയർച്ചുരുളിനോട് എനിക്ക് വാൽസല്യം അനുഭവപ്പെട്ടു. അത് എന്റെ ആയുധമാണെന്നും എന്റെ ശക്തി അതാണെന്നും ഞാൻ വിചാരിച്ചു. വലിയൊരു ആൾക്കൂട്ടത്തോടൊപ്പം ഇഴഞ്ഞു നീങ്ങിയ ശവവണ്ടിക്കു പിന്നാലെയുള്ള യാത്ര ഞങ്ങളുടെ വീടിന്റെ പടിക്കൽ അവസാനിക്കുന്നതു വരെ, തൂക്കുകയർ കൊളുത്തിൽ തൂക്കുന്നതും ലിവർ വലിക്കുന്നതും ഞാൻ മനസ്സുകൊണ്ടു നിരന്തരം സാധകം ചെയ്തു. തൂക്കുകയർ പൂജയ്ക്കായി അച്ഛന്റെ മുറിയിൽ ദാദുവിന്റെ ചിത്രത്തിനു താഴെ കൊണ്ടു വച്ചപ്പോഴേക്കു ഞാൻ മറ്റൊരാളായിത്തീർന്നിരുന്നു.

"നീ എവിടെപ്പോയിരുന്നു?''

കട്ടിലിൽ കിടന്ന അച്ഛൻ ചാടിയെഴുന്നേറ്റു.

"ആലിപ്പൂർ ജയിലിൽ. അതു കഴിഞ്ഞ് ചാനലിൽ. കരാർ പുതുക്കാമെന്നു ഞാൻ സമ്മതിച്ചു."

എന്റെ ശബ്ദത്തിലെ നിർഭയത്വം കൊണ്ടാകാം, അച്ഛൻ എന്നെ തുറിച്ചു നോക്കി.

"എല്ലാം സ്വയം തീരുമാനിക്കാൻ നിനക്ക് പ്രാപ്തിയായോ?"

"ബാബായോട് അനുവാദം ചോദിക്കാൻ പോലീസുകാർ അനുവദിച്ചില്ല. ഇരട്ടക്കൊലക്കേസിൽ പ്രതിയായതു കൊണ്ട് കൃത്യം നടത്താൻ അവർ ബാബായെ അനുവദിക്കുകയില്ല."

"എന്നാരു പറഞ്ഞു? എത്രയോ രാജ്യങ്ങളിൽ കൊലക്കേസ് പ്രതികളെ ക്കൊണ്ടുതന്നെയാണ് തൂക്കിക്കൊല നടത്താറുള്ളത്..."

അച്ഛന് കോപം വന്നു.

"ഇവിടെ അതു ചെയ്യാൻ ആരും അനുവദിക്കുകയില്ല..."

"വേറെ പലയിടത്തും അങ്ങനെ ചെയ്യിച്ചിട്ടുണ്ട്..."

"പക്ഷേ തീരുമാനിക്കുന്നതു ഞാനല്ലല്ലോ ബാബാ..."

അച്ഛന്റെ കണ്ണുകൾ കൂടുതൽ ചുവന്നു.

"ഇല്ലെങ്കിൽ നീ ജോലി ഒഴിയുമെന്നു ഭീഷണിപ്പെടുത്തണമായിരുന്നു..."

അച്ഛന്റെ ശബ്ദം ഉയർന്നു.

"നീ അനുസരണയില്ലാതെ എടുത്തു ചാടി പ്രവർത്തിച്ചതു നമുക്കും നിനക്കും ദോഷം ചെയ്യും. തൂക്കിക്കൊല എന്നു പറഞ്ഞാൽ നിസ്സാരമാണെ ന്നാണോ നിന്റെ വിചാരം? തനിച്ച് നിനക്കതു ചെയ്യാൻ സാധിക്കുമെന്നാണോ?"

"ബാബാ അതു തനിച്ചു ചെയ്തിട്ടില്ലേ?"

എന്റെ ശബ്ദം ശാന്തമായിരുന്നു.

"ങ്ഹും! കേട്ടോ! ഞാൻ തനിച്ചു ചെയ്തിട്ടില്ലേ എന്ന്! എടീ, ഞാനൊരു പുരുഷനാണ്. നീയൊരു വെറും സ്ത്രീയും."

"പക്ഷേ മുഴുവൻ ലോകത്തിന്റെയും സ്ത്രീശക്തിയുടെ പ്രതീകമാണു ഞാനെന്നല്ലേ ബാബാ പറഞ്ഞിട്ടുള്ളത്?"

അച്ഛന്റെ മുഖത്ത് വീണ്ടും കലി കത്തിപ്പടർന്നു.

"ങ്ഹും! പത്രക്കാരുടെയും ജനങ്ങളുടെയും മുമ്പിൽ അങ്ങനെ പലതും പറയേണ്ടി വരും. അതു പൊളിറ്റിക്കലി കറക്ട് ആയ കാര്യങ്ങളാണ്. പക്ഷേ അതു പ്രാക്ടിക്കലി കറക്ട് അല്ല. പ്രാക്ടിക്കലി കറക്ട് എന്നാൽ നീ ഒരു സ്ത്രീയാണെന്നതും നിനക്ക് ഒരുപാടു പരിമിതികളുണ്ടെന്നതുമാണ്..."

"ഒരാളെ തൂക്കിക്കൊല്ലാൻ എനിക്കിപ്പോൾ ഒരു പരിമിതിയുമില്ല, ബാബാ..."

എന്റെ ശബ്ദത്തിൽ കിതപ്പു കലർന്നിരുന്നതു കൊണ്ടാകാം, അച്ഛൻ അവിശ്വാസത്തോടെ എന്നെ തുറിച്ചു നോക്കി നിന്നു.

"ഞാൻ ജയിൽ മന്ത്രിയെ കാണാനാണു പോയത്..."

അച്ഛൻ നിരാശയോടെ എന്നെ നോക്കി തളർന്ന ശബ്ദത്തിൽ അറിയിച്ചു.

"ഒരു അസിസ്റ്റന്റായി നിന്റെയൊപ്പം വരാൻ അനുവദിക്കണമെന്നു ഞാൻ അപേക്ഷിച്ചിട്ടുണ്ട്. അങ്ങനെയാണെങ്കിൽ നിനക്കു പിഴവു പറ്റാതെ ഞാൻ

നോക്കുമായിരുന്നു. ഇതിനു മുമ്പൊരിക്കൽപ്പോലും നീ ഈ ജോലി ചെയ്തി
ട്ടില്ലെന്ന് ഓർക്കുമ്പോൾ എനിക്കു ഭയം തോന്നുന്നു..."

"എനിക്ക് ഒരു ഭയവും തോന്നുന്നില്ല, ബാബാ."

ഞാൻ ഉറപ്പിച്ചു പറഞ്ഞു. അതു വാസ്തവവുമായിരുന്നു. ഒരു ഭയവും
തോന്നാത്ത വിധം എന്റെ മാറിടങ്ങൾ ഉറച്ചു കല്ലുകളായി. മുമ്പ് മാരുതി
പ്രസാദ് യാദവ് പിന്നിൽനിന്ന് പിടിച്ചപ്പോഴും സഞ്ജീവ് കുമാർ മിത്ര ഞെരി
ച്ചപ്പോഴും ഇന്ന് ആ പോലീസ് ഉദ്യോഗസ്ഥൻ റൂൾത്തടി കൊണ്ടു കുത്തിയ
പ്പോഴും തോന്നിയ വേദന മാഞ്ഞു. കൊല്ലാനുള്ള ത്വര എന്റെ കൈവിരലു
കളിൽ പതഞ്ഞു. എനിക്കൊരു പുരുഷനെ കൊന്നേ തീരൂ എന്ന് ഞാൻ
ശാഠ്യത്തോടെ തീരുമാനിച്ചു. എന്റെ കൈവിരലുകളിൽ അയാളുടെ പ്രാണന്റെ
അവസാന പിടപ്പുകൾ അനുഭവിച്ചേ തീരൂ. മുഴുവൻ ലോകത്തിനുമുള്ള എന്റെ
സന്ദേശം അതായിരിക്കുമെന്നു ഞാൻ വിചാരിച്ചു. കുളിച്ചു വസ്ത്രം മാറി
തിരിച്ചു വരുമ്പോൾ അച്ഛൻ എന്നെ കാത്തിരിക്കുകയായിരുന്നു.

"ശരിക്കും നീയൊരാളെ തൂക്കിക്കൊന്നാൽ നിന്നെ ആരു വിവാഹം
കഴിക്കും? ആരാച്ചാർ ആരാച്ചാർ എന്നു പറയുന്നതും ഒരാളെ കൊല്ലുന്നതും
തമ്മിൽ വ്യത്യാസമുണ്ട്. ദിവസം കഴിയുന്തോറും എന്നെ അതാണ് അലട്ടു
ന്നത്..."

അച്ഛന്റെ ശബ്ദം ഇടറി.

"ചേതൂദീ, നീ ബാബാ പറയുന്നത് കേൾക്ക്. ബാബായുടെ സഹായമി
ല്ലാതെ നിനക്ക് ഈ ജോലി ചെയ്യാൻ സാധിക്കുകയില്ലെന്ന് നീ ഐ.ജി ബാബു
വിനോടും മന്ത്രിയോടും ചെന്ന് അറിയിക്കണം. സഹായിയായി ഞാൻ കൂടെ
നിന്നോട്ടെ എന്ന് അവർ പറയണം. എങ്കിലേ ഈ അവസരം നമുക്ക് പ്രയോ
ജനപ്പെടുത്താൻ സാധിക്കൂ."

അച്ഛൻ എന്റെ അടുത്തു വന്ന് ചുമലിൽ കൈവച്ചു. അനുനയിപ്പിക്കാനുള്ള
അച്ഛന്റെ ശ്രമവും എന്നെ ചിരിപ്പിച്ചു.

"അതു വേണ്ട ബാബാ..."

അച്ഛന്റെ മുഖത്ത് വീണ്ടും അമ്പരപ്പു നിറഞ്ഞു.

"ഭ്രാന്തു പറയാതെ ചേതൂ. പാളിപ്പോയാൽ നമ്മുടെ പരമ്പരയുടെ
മുഖത്തു കരിവാരിത്തേക്കുന്നതിനു തുല്യമാകും."

"പാളുകയില്ല."

ഞാൻ ഉറപ്പോടെ പറഞ്ഞു.

"ഇതെനിക്കു തനിയെ ചെയ്യണം. തൂക്കുമരത്തിനു സമീപം ബാബാ
കൈ കെട്ടി മാറി നിൽക്കുകയാണെങ്കിൽപ്പോലും ഞാനാണിത് ചെയ്തതെന്ന്
ആരും വിശ്വസിക്കുകയില്ല. അവരെന്നെ ആരാച്ചാർ എന്ന് ഒരിക്കലും വിളി
ക്കുകയില്ല. ആരാച്ചാരുടെ മകൾ. ആരാച്ചാരുടെ ഒരു വെറും സഹായി!"

ഞാൻ അച്ഛനെ തറപ്പിച്ചു നോക്കി.

"മാത്രമല്ല, ഒരു സ്ത്രീയെ ഓടിച്ചിട്ട് കഴുത്തു വെട്ടിക്കൊന്ന പുരുഷന്
മറ്റൊരു സ്ത്രീയെ ബലാൽക്കാരം ചെയ്തു കൊന്ന പുരുഷനെ കൊല്ലാൻ
എന്താണ് യോഗ്യത? യതീന്ദ്രനാഥ് ബാനർജിക്കു യോജിച്ച ആരാച്ചാർ ഞാൻ

തന്നെയാണ്. എനിക്ക് ആരാച്ചാരുടെ മകൾ എന്ന പദവിയല്ല, ആരാച്ചാർ പദവി തന്നെയാണ് വേണ്ടത്..."

ഫെയ്സുന്നീസ ചൗധരാണിക്ക് ബ്രിട്ടീഷ് സാമ്രാജ്യത്തിന്റെ ബഹുമതികളെന്തെങ്കിലും നൽകി ആദരിക്കണം എന്നു ഡഗ്ലസ് മജിസ്ട്രേട്ട് ശുപാർശ ചെയ്തപ്പോൾ വിക്ടോറിയ രാജ്ഞി ആദ്യം വച്ചു നീട്ടിയത് ബീഗം എന്ന പട്ടമായിരുന്നു.

"ഞാനിപ്പോൾത്തന്നെ ബീഗമാണ്. ഇനിയൊരിക്കൽക്കൂടി ബീഗമായതു കൊണ്ട് ഒരു പ്രയോജനവുമില്ല. '

വിവരമറിയിച്ച റസിഡന്റ് സായ്പിനോടു ഫെയ്സുന്നീസ ചൗധരാണി പറഞ്ഞു.

"എന്റെ കഴിവുകളെ ചക്രവർത്തിനി അംഗീകരിക്കുന്നുണ്ടെങ്കിൽ എനിക്കു നൽകേണ്ടത് നവാബ് പട്ടമാണ്. അതിൽക്കുറഞ്ഞതൊന്നും ഞാൻ സ്വീകരിക്കുകയില്ല."

"പക്ഷേ, ചൗധരാണി, നവാബ് പട്ടം പുരുഷന് പറഞ്ഞിട്ടുള്ളതാണ്..." റസിഡന്റ് സായ്പ് പറഞ്ഞു.

"അങ്ങനെ സംഭവിച്ചത് ഇതുവരെ സ്ത്രീകൾക്ക് ഭരിക്കാൻ അവസരം കിട്ടാതിരുന്നതു കൊണ്ടാണ്..."

ഒടുവിൽ നവാബ് പട്ടം തന്നെ ചൗധരാണിക്കു നൽകാൻ ബ്രിട്ടീഷ് രാജ്ഞി തയ്യാറായി. നവാബ് ഫെയ്സുന്നീസ ചൗധരാണി അങ്ങനെ മൂടുപടമിട്ട് ദർബാറിലെത്തുകയും മന്ത്രിമാരോടു രാജ്യവിചാരം നടത്തുകയും പല്ലക്കിൽ നാടു ചുറ്റി സഞ്ചരിക്കുകയും മൂടുപടമിട്ടു കൊണ്ടു തന്നെ നായാട്ടിനു പോകുകയും ചെയ്തു. ഒരു പകുതി ശൂന്യമായ, താൻ വെടിവച്ചു വീഴ്ത്തിയ വലിയ ബംഗാൾ കടുവകളുടെ മൃദുലമായ പുറന്തൊലി വിരിച്ചിട്ട കിടക്കയിൽ കിടന്ന് അവർ സ്ത്രീയുടെ ശരീരവും മതവും തമ്മിലുള്ള അനന്തമായ യുദ്ധത്തിന്റെ ആവർത്തനത്തിൽ വ്യാകുലതയോടെ ആത്മകഥാരചനയിൽ മുഴുകി.

"ശരി, ശരി... നീയെന്താണ് ഇപ്പോൾ ചെയ്യാൻ പോകുന്നത്?"
അച്ഛൻ എന്നെ വെല്ലുവിളിക്കുന്നതുപോലെ ചോദിച്ചു.
"ഞാനിന്നു മണൽച്ചാക്കു തൂക്കി നോക്കി..."
ഞാൻ പറഞ്ഞു.

"അതു വിജയമായി. ഇനി നാളെ ഒരിക്കൽക്കൂടി പോകും. അതിനു മുമ്പ് ഇന്നു രാത്രി കയർക്കുടുക്ക് മിനുസപ്പെടുത്തും. പിന്നെ തടവുപുള്ളിയുടെ ആരോഗ്യനിലയെക്കുറിച്ച് ഡോക്ടറുമായി ചർച്ച ചെയ്യും. ഐ.ജി ബാബുവും സൂപ്രണ്ട് ബാബുവുമായി മറ്റു കാര്യങ്ങൾ സംസാരിക്കും. കൃത്യം കഴിഞ്ഞാൽ കടലാസുകൾ ഒപ്പു വയ്ക്കും. കിട്ടാനുള്ള പണം പണമായിത്തന്നെ നൽകണമെന്നു ഞാൻ നേരത്തെ പറയും."

അച്ഛൻ എന്നെ അമ്പരപ്പോടെ നോക്കി.
"എന്നിട്ട്?"
"എനിക്കറിയാം, ബാബാ... എന്നെക്കുറിച്ച് ആലോചിച്ചു വിഷമിക്കണ്ട..."
എന്റെ ശബ്ദത്തിൽ നീരസം കലർന്നു.

"ശരി, ശരി, ചാനലിൽനിന്ന് എത്ര രൂപ കിട്ടി? അതിങ്ങു തന്നേക്ക്. എനിക്കു വക്കീലിനെ കാണേണ്ടതാണ്..."

അച്ഛൻ കൈ നീട്ടി. ഞാൻ അച്ഛനെ ചൂഴ്ന്നു നോക്കിക്കൊണ്ട് അവിടെ ഇരുന്നതേയുള്ളൂ.

"മിഴിച്ചിരിക്കാനല്ല പറഞ്ഞത്. കാശിങ്ങെടുക്കാനാണ്..."

അച്ഛൻ അരിശത്തോടെ എഴുന്നേറ്റു.

"അച്ഛൻ കാക്കിമായെ കൊന്നതെന്തിനാണെന്നു പറയൂ, ആദ്യം..."

അച്ഛൻ ആ ചോദ്യം പ്രതീക്ഷിച്ചിരുന്നില്ല.

"അതു നീ അറിയണ്ട..."

"അത് ഞാൻ അറിയണ്ടെങ്കിൽ ഞാൻ സമ്പാദിച്ച പണം ബാബ പ്രതീക്ഷിക്കണ്ട..."

എന്റെ ശബ്ദം ഉയർന്നു. അച്ഛൻ അടി കിട്ടിയതുപോലെ എന്നെ നോക്കി നിന്നു.

"എന്താ, എന്താ നീ പറഞ്ഞത്? ധിക്കാരി!"

"കാക്കിമായെ എന്തിനാണു കൊന്നതെന്നു പറഞ്ഞാൽ പണം തരാം. ഇല്ലെങ്കിൽ ഇല്ല..."

അച്ഛൻ ചാടിയെഴുന്നേറ്റ് അകത്തേക്കു പോയി. പിന്നീട് പാഞ്ഞു വന്ന് എന്റെ കഴുത്തിനു കുത്തിപ്പിടിച്ച് പൊക്കിയെഴുന്നേൽപ്പിച്ചു. കഴുത്തു ഞെരിച്ച് കൊല്ലാനുള്ള പുറപ്പാടാണ് എന്ന് തോന്നിയെങ്കിലും ഞാൻ കുതറുകയോ അച്ഛനെ തടയുകയോ ചെയ്തില്ല. കൊല്ലാനുള്ള കൈത്തരിപ്പ് മരിക്കാനും എനിക്കുണ്ടെന്നു ഞാൻ മനസ്സിലാക്കിക്കഴിഞ്ഞിരുന്നു.

"ബാബാ, എനിക്ക് അതറിഞ്ഞേ തീരൂ..."

എന്റെ ശബ്ദം പരുഷമായി. അച്ഛൻ പിടി വിട്ട് തളർച്ചയോടെ അകത്തു പോയി മദ്യം കഴിച്ചിട്ടു തിരിച്ചു വന്നു. ആ സമയത്ത് ഒരു കുടം വെള്ളം ഒക്കത്തു വച്ച് കടന്നുവന്ന മായെ കണ്ട് അച്ഛൻ കൂടുതൽ നിരാശനും നിസ്സഹായനുമായി.

"എന്താ, എന്താ ഇവിടെ?"

മാ ഒരു തരം വല്ലാത്ത പച്ച നിറമുള്ള കുടത്തിലെ വെള്ളം ഛാത്താളിൽ വച്ച് വാതിൽപ്പടിയിൽ പിടിച്ചു കൊണ്ടു ഞങ്ങളെ നോക്കി.

"അച്ഛൻ എന്തിനാണ് കാക്കിമായെ കൊന്നതെന്നു ചോദിച്ചു. അപ്പോൾ എന്റെ കഴുത്തിനു കുത്തിപ്പിടിച്ചു..."

" ആർക്കറിയാം, അനിയന്റെ ഭാര്യയാണെന്നതു മറന്ന് അവളെയും കയറിപ്പിടിച്ചു കാണും..."

മായുടെ ശബ്ദം ഉദാസീനമായിരുന്നു.

"ഛീ! മൃഗമേ !"

അച്ഛൻ അരിശത്തോടെ മുന്നോട്ടു ചാടി മായുടെ കഴുത്തിനു കുത്തിപ്പിടിച്ച് തലയിട്ടുലച്ചു.

"നിന്നെയും ഞാൻ കൊല്ലും! എടീ, അവളെ കയറിപ്പിടിക്കാതിരിക്കാനാണ് കൊന്നു കളഞ്ഞത്! ഒരു വെറും ബേഷ്യയെ എനിക്കെന്റെ അനിയത്തിയായി കാണാൻ സാധ്യമല്ല. അതുതന്നെയാണു കാര്യം..."

മായുടെ തല സ്വതന്ത്രമാക്കി അച്ഛൻ സ്വന്തം തലയിൽ രണ്ടു കൈകളുംകൊണ്ട് അടിച്ചു.പിന്നീട് ഞങ്ങളെ നോക്കി കിതപ്പടക്കാൻ ശ്രമിച്ചു.

"ഞാൻ അവളെ കാളീഘട്ടിൽ, കാണാൻ പാടില്ലാത്ത സ്ഥലത്തു വച്ചു കണ്ടു..."

ഞാൻ സ്തബ്ധയായി നിന്നു.

"ഞാനതു സഹിക്കുമെന്നാണോ?"

മുറിക്കുള്ളിൽ നിശ്ശബ്ദത നിറഞ്ഞു.

"അവൾ പണമുണ്ടാക്കിയത് സൂദേബിന് ചികിൽസയ്ക്ക് മദ്രാസിൽ പോകാനായിരുന്നു..."

മുടി അഴിച്ചു വീണ്ടും കെട്ടിവച്ചു കൊണ്ട് മാ യാതൊരു സ്തോഭവുമില്ലാതെ അറിയിച്ചു.

"ഇവിടെ ചികിൽസ നടത്താൻ മൂന്നു ലക്ഷം വേണം. അവിടെയാണെങ്കിൽ ഒന്നര ലക്ഷം മതി. അതിനു വേണ്ടിയാണ് അവൾ..."

മായുടെ ശബ്ദം അടഞ്ഞു പോയി.

"അവന്റെ സ്ഥാനത്തു നിങ്ങളായിരുന്നെങ്കിലും മൂത്രം പോകാതെ നീരുകെട്ടി വേദനിക്കുന്നതു കണ്ടാൽ ഈ അറുപതാംകാലത്തും എനിക്കും ചിലപ്പോൾ പോകേണ്ടി വരും. അല്ലെങ്കിൽ ഇവളെ കൊണ്ടുപോകേണ്ടി വരും. വേറെ എന്തെടുത്തിട്ടു വിൽക്കും ഇവിടെ? നിങ്ങളുടെ ക്രിസ്തുവിന് നാനൂറു വർഷം മുമ്പുള്ള ചരിത്രമോ?"

മാ ഉറക്കെച്ചിരിച്ചു കൊണ്ട് അകത്തേക്കു പോയപ്പോൾ ശ്വാസംമുട്ടിയതു പോലെ അച്ഛന്റെ കണ്ണുകൾ തുറിക്കുകയും വായ് തുറന്നടയുകയും ചെയ്തു. വലിയ കണ്ണുകളിൽ ഒരു തടാകം ഉയർന്നു വന്നു. പിന്നീട് അച്ഛൻ തന്റെ മുറിയിലേക്കു പോയി കട്ടിലിൽ നീണ്ടു നിവർന്നു കിടന്നു. അടുക്കളയിൽ നിന്നു വന്ന മായും ഞാനും അച്ഛന്റെ മുറി വാതിൽക്കൽ പരസ്പരം നോക്കി നിന്നു. വളരെ പഴയ കളിമണ്ണിലുണ്ടാക്കിയ ഒരു പ്രതിമ നിലത്തു വീണു തകർന്ന് മൺതരികൾ പൊടിഞ്ഞു വീഴുന്നതുപോലെ ഒരു ശബ്ദം ഞങ്ങൾ കേട്ടു. അത് അച്ഛന്റെ ഏങ്ങലിന്റെ ശബ്ദമായിരുന്നു. മാ നെഞ്ചു തിരുമ്മി അടുക്കളയിലേക്കു മടങ്ങിപ്പോയി. ഞാൻ വാതിൽപ്പടിയിൽ പിടിച്ച് ഏറെ നേരം നിന്നു. എന്റെ നനഞ്ഞ മുടി ശരീരത്തിന്റെ ഊഷ്മാവിൽ ഉണങ്ങിപ്പാറി. രാരിയും ചമ്പയും ഥാക്കുമായുടെ കൈ പിടിച്ച് അകത്തേക്കു വന്നത് ആ സമയത്താണ്. ഹേമുദായുടെ കാളീക്ഷേത്രത്തിൽനിന്നു കിട്ടിയ പ്രസാദം അവരുടെ കയ്യിലുണ്ടായിരുന്നു. ഥാക്കുമാ അകത്തു വന്ന് എന്റെ നെറ്റിയിൽ ചുടല ഭസ്മവും കോഴിയെ അറുത്തതിന്റെ രക്തത്തിൽ കുഴച്ച സിന്ദൂരവും തൊടുവിച്ചു. ചാക്കിനുള്ളിലെ തൂക്കുകയർ ആരും ചൂണ്ടിക്കാണിച്ചു കൊടുക്കാതെ തന്നെ ഥാക്കുമാ കണ്ടെത്തി അതിലും ഭസ്മവും സിന്ദൂരവും പുരട്ടി.

"എല്ലാം ശുഭമായി വരും..."

ഥാക്കുമാ ആരോടെന്നില്ലാതെ പറഞ്ഞു. ഞാൻ രാരിയെയും ചമ്പയെയും ചേർത്തു പിടിച്ചു കട്ടിലിൽ വന്നിരുന്നു.

"ചേതൂദീ, അയാളെ കൊല്ലുമ്പോൾ കണ്ണു പുറത്തേക്കു വരുമോ?"

രാരി ചോദിച്ചു.

“ഇല്ല...”

ഞാൻ അവളുടെ തല തഴുകി.

“പിന്നെ? അയാൾ നിലവിളിക്കുമോ?”

ചമ്പ അന്വേഷിച്ചു.

“ഇല്ല...”

ഞാൻ അവരെ ഒന്നു കൂടി ചേർത്തു പിടിച്ചു. അവൾ മറ്റെന്തോ കൂടി ചോദിക്കാൻ തുടങ്ങിയപ്പോഴാണ് അച്ഛന്റെ മുറിവാതിൽക്കൽ ആരോ ശബ്ദത്തോടെ തട്ടി വിളിച്ചത്.

“ഗൃദ്ധാദാ, വാതിൽ തുറക്ക്..”

ശിബ്ദേബ് ബാബുവിന്റെ ശബ്ദമായിരുന്നു അത്. അച്ഛൻ വാതിൽ തുറന്നപ്പോഴേക്ക് ഞാനും എഴുന്നേറ്റു ചെന്നു.

“നീ നല്ല പണിയാണല്ലോ കാണിച്ചത്. എന്തൊക്കെയാണ് ആ ടിവിയിൽ ചെന്നിരുന്നു വിളിച്ചു പറഞ്ഞത്? ''

ശിബ്ദേബ് ബാബു എന്നെ കണ്ടതും വല്ലായ്മയോടെ ചോദിച്ചു. എനിക്കും അച്ഛനും ഒന്നും വ്യക്തമായില്ല.

“ടെലികാസ്റ്റ് നടക്കുന്നതേയുള്ളൂ. അതു തീരുമ്പോഴേക്ക് ഇവിടെ മിക്കവാറും പത്രക്കാർ നിറയും. നീയിനി എന്തു പറഞ്ഞാലും അത് ഗവൺമെന്റിനു ദോഷം ചെയ്യും. അതുകൊണ്ട് എത്രയും വേഗം നിന്നെ ഇവിടെനിന്നു മാറ്റാനാണ് ഓർഡർ.”

“മാറ്റാനോ ? എവിടേക്ക്?”

അച്ഛന്റെ ശബ്ദം ഉയർന്നു.

“തൽക്കാലം ജയിലിലേക്കു തന്നെ. കൃത്യം നടക്കുന്നതുവരെ ആരാച്ചാർ പ്രസുമായി സമ്പർക്കം പുലർത്താൻ അനുവദിക്കില്ല.”

ഞാൻ പകച്ചു നിന്നു.

“രണ്ടു ദിവസത്തേക്ക് ആവശ്യമായ വസ്ത്രങ്ങളും കയറും എടുത്തോളൂ.”

“ബാബൂ, അവൾ ചെറിയ കുട്ടിയാണ്. അവൾക്കു തനിയെ ഇതു ചെയ്യാൻ സാധിക്കുമോ?”

അച്ഛന്റെ ശബ്ദം വല്ലാതെ തളർന്നിരുന്നു.

“അതു നേരത്തെ ചിന്തിക്കണമായിരുന്നു ഗൃദ്ധാദാ...”

ശിബ്ദേബ് ബാബു ക്ഷോഭിച്ചു.

“മുഖ്യമന്ത്രിയും അദ്ദേഹത്തിന്റെ ഭാര്യയും ഒക്കെയുണ്ടാകുമെന്നു കേൾക്കുന്നു, കൃത്യം കാണാൻ. സൂക്ഷിച്ചോ...”

ഞാൻ എന്തുചിന്തിക്കണം എന്നു തീർച്ചയില്ലാതെ അവിടെത്തന്നെ നിന്നു.

“പക്ഷേ, ബാബൂ, ഇവളെപ്പോലെ ഒരു പെണ്ണിനെ ആണുങ്ങൾ മാത്രമുള്ള ജയിലിലേക്ക്...”

“അതോർത്തു പേടിക്കണ്ട, ഗൃദ്ധാദാ... ആലിപ്പൂർ ജയിലിൽ വച്ച് അവൾക്ക് കേടുപാടുകളൊന്നും സംഭവിക്കുകയില്ല. ആരും അവളോട് മോശമായി ഒരക്ഷരം ഉരിയാടുകപോലുമില്ല. അതു ഞാൻ ഉറപ്പു തരാം. വേഗം വരൂ, ചേതനാ...”

അദ്ദേഹം തിരക്കുകൂട്ടി. ഞാൻ യാന്ത്രികമായി എന്റെ മുറിയിലേക്കു തിരിഞ്ഞു. ഥാക്കുമായും രാരിയും ചമ്പയും മായും തരിച്ചു നിൽക്കുകയായിരുന്നു. വസ്ത്രങ്ങൾ ഒരു പ്ലാസ്റ്റിക് കവറിൽ എടുത്തപ്പോൾ രാരിയും ചമ്പയും എന്റെ ശരീരത്തിൽ ഒട്ടിപ്പിടിച്ചു. അവരെ ഉമ്മവച്ച് ആശ്വസിപ്പിച്ചതിനുശേഷം ചാനലിൽനിന്ന് കിട്ടിയ ആയിരം രൂപയുടെ അഞ്ചുനോട്ടുകൾ പേഴ്സിൽ നിന്നെടുത്ത് ഞാൻ മായ്ക്കു കൈമാറി. ഥാക്കുമാ എന്നെ ചുമലിൽപിടിച്ചു താഴ്ത്തി നെറുകയിൽ ഉമ്മ വച്ചു. അച്ഛന്റെ മുറിയിൽനിന്നു തൂക്കുകയർ എടുക്കാനായിരുന്നു എനിക്കു ധൃതി. ചാക്കുകെട്ട് അഴിച്ചതും ഥാക്കുമാ വന്ന് ഭാരിച്ച ആ ചുരുൾ അനായാസം എടുത്തുപൊക്കി, ചുവരിലെ ചിത്രങ്ങൾക്കു നേരെ ഉയർത്തി കണ്ണടച്ചു പ്രാർഥിച്ചതിനുശേഷം എന്റെ വലത്തെ ചുമലിൽ തൂക്കിത്തന്നു. ധനുസ്സു തൂക്കി യുദ്ധത്തിനു പുറപ്പെടുന്ന യോദ്ധാവിനെപ്പോലെ ചുമലിൽ കയർച്ചുരുളുമായി ഞാൻ നിവർന്നു നിന്നു.

“ബാബാ, എന്നെ അനുഗ്രഹിക്കണം...”

ഞാൻ മന്ത്രിച്ചു.

“നിൽക്ക്...”

അച്ഛൻ കണ്ണുകൾ തുടച്ച് ചന്ദനത്തിരി കത്തിച്ച് ഭഗവാൻ മഹാദേവന്റെയും മാ കാളിയുടെയും ചിത്രങ്ങൾക്കു മുമ്പിൽ ഉഴിഞ്ഞു. ഞാൻ കൈകൂപ്പി പ്രാർഥിച്ചു. അതു കഴിഞ്ഞ് ചന്ദനത്തിരി എന്റെ കയ്യിൽ തന്ന് ദാദുവിന്റെ ചിത്രത്തിനു മുമ്പിൽ വയ്ക്കാൻ കൽപ്പിച്ചപ്പോൾ അച്ഛന്റെ കണ്ണുകൾ നിറഞ്ഞൊഴുകി. ചിത്രത്തിനു മുമ്പിൽ ചന്ദനത്തിരി ഉഴിയുമ്പോൾ ദാദുവിന്റെ നഷ്ടപ്രണയത്തിന്റെ നനവുള്ള കണ്ണുകളിലേക്കു ഞാൻ സങ്കടത്തോടെ നോക്കി. അച്ഛൻ ദാദുവിന്റെ ഫോട്ടോയുടെ പിന്നിലിരുന്ന മദ്യക്കുപ്പിയെടുത്തു തുറന്ന് അടപ്പിലേക്കു ചെരിച്ച് എനിക്കു നീട്ടി. ഞാൻ അച്ഛൻ ചെയ്യാറുള്ളതുപോലെ മദ്യത്തിന്റെ തുള്ളികൾ ദാദുവിനെയും പിതാമഹനെയും ധ്യാനിച്ച് മൂന്നുവട്ടം തെറിപ്പിച്ചു. നിവേദ്യമർപ്പിച്ച ശേഷം അതെന്റെ കയ്യിൽ നിന്നു വാങ്ങാൻ കാത്തു നിന്ന അച്ഛനെയും ചടങ്ങുകൾ കൈകെട്ടി നിന്നു കാണുകയായിരുന്ന ശിബ്ദേബ് ബാബുവിനെയും ഒന്നു നോക്കിയിട്ട് ഞാൻ മദ്യം എന്റെ നാവിലേക്ക് ഒഴിച്ചു. എല്ലാവരും എന്നെ സ്തബ്ധരായി നോക്കി. മൂടുപടമിട്ട് തോക്കുമായി വനത്തിലേക്കു പോയ ഫെയ്സുന്നീസ ചൗധരാണിയെപ്പോലെ, ഞാൻ ബീഗമല്ല, നവാബാണ് എന്ന് വിളിച്ചു പറയാൻ എനിക്കും മോഹമുണ്ടായി. മദ്യത്തിന്റെ തരുതരുപ്പ് നാവിൽ പുകയുമ്പോൾ ഞാൻ ആരോടെന്നില്ലാതെ പറഞ്ഞു- ഞാൻ ആരാച്ചാരുടെ മകളല്ല. ആരാച്ചാരാണ്. എനിക്കും ആ പദവിക്കുമിടയിൽ മണിക്കൂറുകളുടെ ദൂരമേയുണ്ടായിരുന്നുള്ളൂ. കൃത്യമായി പറഞ്ഞാൽ അമ്പത്തിനാലു മണിക്കൂറുകൾ. എന്റെ ചുമലിൽ ചുറ്റി വളച്ചിട്ട കിലോയ്ക്കു 182 രൂപ വിലയുള്ള തൂക്കുകയറിന്റെ മൂർച്ചയുള്ള രോമങ്ങൾ എന്റെ കൈത്തണ്ടയിലും മാറിടത്തിലും കുത്തി വേദനിപ്പിച്ചപ്പോൾ അതും ഒരു പുരുഷനാണെന്നു തോന്നി. നട്ടെല്ലു നിവർക്കാൻ ഒരു അവസരം എത്തുന്നതു വരെ വളഞ്ഞു കിടക്കുന്ന കയർ എന്നെപ്പോലെ ഒരു സ്ത്രീയാണെന്നാണ് അതുവരെ ഞാൻ തെറ്റിദ്ധരിച്ചിരുന്നത്.

അമ്പത്

ആലിപ്പൂർ ജയിലിലെ മഴ ചാറി നിന്ന ആ രാത്രി, വെൽഫെയർ ഓഫിസിലെ മുറിയിൽ ശിബ്ദേബ് ബാബു എനിക്കു കിടക്ക വിരിക്കാൻ സ്ഥലം കണ്ടെത്തി. പൊടിമൂടിയ ഫയലുകളും പഴയ പങ്കയുടെ കാറ്റിൽ ഇളകുന്ന കടലാസുകളും നിറഞ്ഞ ആ മുറിയിലെ പഴമയുടെ ഗന്ധം 'ഭവിഷ്യത്തി'ന്റെ ഓഫിസിനെ ഓർമിപ്പിച്ചു. എനിക്കു കൂട്ടുകിടക്കാൻ കദംബിനി ഘോഷ് എന്ന യുവതിയായ വനിതാ കോൺസ്റ്റബിൾ എത്തിയിരുന്നു. ശിബ്ദേബ് ബാബുവിന്റെ കൺവെട്ടത്തു നിന്നു മാറിയപ്പോഴൊക്കെ അവൾ മൊബൈൽ ഫോണിൽ കാമുകനോടു സംസാരിച്ച് ആനന്ദിച്ചു. ഫോണിൽ ചെവി ചേർത്തു വച്ച് വിദൂരതയിൽ മറ്റുള്ളവർക്ക് അദൃശ്യനായ ഒരാളെ നോക്കി അവളുടെ നേർത്ത ചുണ്ടുകളിൽ വിടർന്ന ആ മന്ദഹാസം എന്നെ ആകർഷിക്കുകയും ഇടയ്ക്കൊക്കെ അലോസരപ്പെടുത്തുകയും ചെയ്തു. എനിക്കൊരിക്കലും ഒരു പുരുഷന്റെ രൂപം വായുവിൽ സങ്കൽപ്പിക്കാനോ ഒരു സ്ത്രീയെ ഏറ്റവും മനോഹരിയാക്കുന്ന ആ മന്ദഹാസം സ്വന്തമാക്കാനോ സാധിച്ചില്ല. അതുകൊണ്ട് അവൾ സംസാരിച്ചു കൊണ്ടിരിക്കെ ഞാൻ വെൽഫെയർ ഓഫിസിന്റെ ഇടതുവശത്തേക്കുള്ള ജനാലയുടെ പാളികൾ തുറന്നിട്ടു. ഒരു തരം മഞ്ഞ വെളിച്ചത്തിൽ കടലിൽ മുങ്ങിപ്പോയ കപ്പൽ പോലെ നേതാജി കിടന്ന ജയിലറയാണ് ഞാൻ ആദ്യം കണ്ടത്. അതിനു പിന്നിൽ തൂക്കുമരം തലയുയർത്തി നിന്നു. രാത്രി വൈകി ഒരു മല്ലയുദ്ധത്തിന്റെ ശബ്ദം കേട്ട് ഞാൻ ഞെട്ടിയുണർന്നു. കദംബിനി ഘോഷ് ഫോൺ മാറിൽ വച്ചു മലർന്നു കിടന്നുറങ്ങുകയായിരുന്നു. ഞാൻ ജനാലയ്ക്കരികിൽ ചെന്നു. പുറത്തു തൂക്കുമരത്തിനു താഴെ രണ്ടു വൃദ്ധൻമാർ ദ്വന്ദയുദ്ധം നടത്തുന്നത് ഞാൻ കണ്ടു. അവരിൽ ഒരാൾക്ക് ഏഴടിയോളം ഉയരവും അതിനൊത്ത തടിയുമുണ്ടായിരുന്നു. അയാളുടെ പ്രായം നിർണയിക്കാൻ സാധ്യമല്ലാത്ത വിധം തൊലി ചുളിഞ്ഞ് മാംസം സഞ്ചിയിലെന്നതുപോലെ തൂങ്ങിക്കിടന്നു. ചുവടുകൾ മാറ്റുമ്പോഴും കാലുയർത്തുമ്പോഴും എതിരാളിക്കു നേരെ മുഷ്ടി ചുരുട്ടി പായുമ്പോഴും അയാളുടെ മാംസം തൂങ്ങിയ തൊലിക്കുള്ളിൽ കിടന്ന് ആടിക്കൊണ്ടിരുന്നു. മറ്റെയാൾ മധ്യവയസ്കനായിരുന്നു. അയാൾക്ക് ഉയരം കുറവായിരുന്നു. ഒരാൾ ചുവന്ന തുണികൊണ്ടും മറ്റേയാൾ നീലത്തുണികൊണ്ടും തറ്റുടുത്തിരുന്നു. അവരുടെ മുഖങ്ങൾ എനിക്കു വളരെ പരിചിതമായിത്തോന്നി. പക്ഷേ ആരാണ് അവരെന്നും എവിടെയാണ് അവരെ പരിചയപ്പെട്ടതെന്നും ഓർത്തെടുക്കാൻ സാധിച്ചില്ല. കുറച്ചു നേരം കഴിഞ്ഞപ്പോൾ ജനാലയ്ക്കു തൊട്ടുതാഴെ നിന്ന് ഒരാൾ പിറുപിറുക്കുന്ന ശബ്ദത്തിൽ 'മോഷ് ഇന്ന് ഗൃദ്ധായെ മലർത്തിയടിക്കും' എന്ന് അഭിപ്രായപ്പെട്ടു. 'അങ്ങ

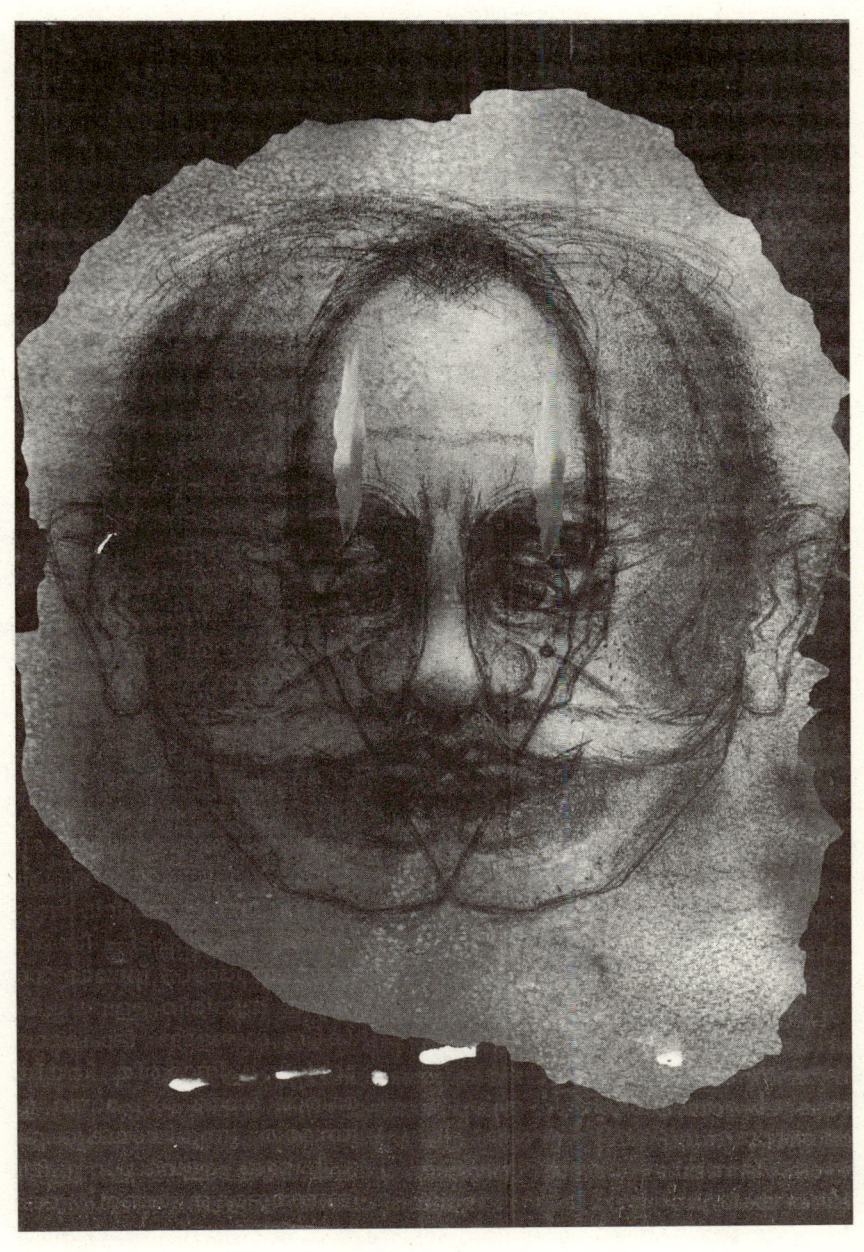

നെയെങ്കിൽ നമുക്കു അഗ്നിമിത്രനെ വിളിക്കാം' എന്ന് മറ്റാരോ അഭിപ്രായപ്പെട്ടു. 'ചുവപ്പിനും നീലയ്ക്കുമിടയിൽ ഒരു കറുത്ത തിരശ്ശീല കെട്ടാൻ സമയമായി, സത്യനാഥ്' എന്ന് ഒരു സ്ത്രീയുടെ ശബ്ദവും ഉയർന്നു. ഇവിടെ മറ്റു സ്ത്രീകളോ എന്നു ഞാൻ അമ്പരന്നു. 'പിംഗളകേശിനീ, രത്നമാലികയെവിടെ' എന്ന് കുസൃതി തുടിക്കുന്ന ഒരു ശബ്ദം ഉറക്കെ ചോദിച്ചു. പെട്ടെന്നാണ് എന്റെ തലച്ചോറിൽ വെട്ടം പരന്നത്. അവരെല്ലാം എന്റെ പൂർവികർ തന്നെയായിരുന്നു. കേട്ടു മാത്രമേ എനിക്ക് അവരെ പരിചയമുണ്ടായിരുന്നുള്ളൂ. അതുകൊണ്ട് നേരിൽക്കണ്ടപ്പോൾ തിരിച്ചറിയാൻ സാധിക്കാതെ പോയി. അവിശ്വസനീയമായ ആ അനുഭവത്തിൽ എന്റെ രോമങ്ങൾ എഴുന്നു. ഒരു വല്ലാത്ത തരം ചൂടും തണുപ്പും എന്നെ ഗ്രസിച്ചു. ഞാൻ ഞെട്ടിയുണർന്നു. അപ്പോഴും ഞാൻ ജനാലയ്ക്കരികിൽത്തന്നെ നിൽക്കുകയായിരുന്നു. തൂക്കുമരത്തിനു പിന്നിൽ ശക്തമായ വെളിച്ചം പ്രസരിപ്പിക്കുന്ന മഞ്ഞ വിളക്കിന്റെ വെട്ടത്തിൽ ഒന്നാം നമ്പർ ജയിലും മൂന്നാം നമ്പർ ജയിലും ഞാൻ അവ്യക്തമായി കണ്ടു. അതിന്റെ അഴികളിൽ പിടിച്ച് ആരോ നിൽക്കുന്നെന്ന് എനിക്ക് തോന്നി. ഞാൻ കിതപ്പോടെ തിരികെ വന്ന് ഉറങ്ങാൻ കിടന്നു. നേരം വെളുത്തിട്ടും ആ കിതപ്പ് എന്നെ വിട്ടു പോയില്ല.

"ഐജി ബാബു എത്തിയിട്ടുണ്ട്..."

ഒമ്പതു മണിയോടെ പോലീസ് വാഹനവ്യൂഹം ജയിൽ ഗേറ്റിനടുത്തു നിർത്തിയപ്പോൾത്തന്നെ ശിബ്ദേബ് ബാബു വെൽഫെയർ ഓഫിസിലേക്കു പാഞ്ഞു വന്ന് അറിയിച്ചു.

"അയാളോട് നീ അതുമിതും പറയാനൊന്നും നിൽക്കണ്ട... ഒരു വല്ലാത്ത മനുഷ്യനാണ്..."

"അയാളും മല്ലിക്. ഞാനും മല്ലിക്..."

ഞാൻ ചിരിക്കാൻ ശ്രമിച്ചു.

"ചിരിക്കണ്ട. അയാൾക്ക് നിന്നെ കൊല്ലാനുള്ള ദേഷ്യമുണ്ട്. തൂക്കിക്കൊല കഴിയട്ടെ, അവൾക്കു കാണിച്ചു കൊടുക്കാം എന്നാണ് അയാൾ നിന്റെ ടിവി പരിപാടി കണ്ട് അട്ടഹസിച്ചത്. ഫൊണീദായെ അയാൾ പരമാവധി ഉപദ്രവിക്കുമെന്ന് ഉറപ്പാണ്."

അതു കേട്ടിട്ട് എനിക്കു ഭയം തോന്നിയില്ല. ഏറെക്കഴിയുംമുമ്പെ, ഐ ജി ശ്രീനാഥ് മല്ലിക് ചമ്മലും കോപവും സ്ഫുരിക്കുന്ന ഭാവത്തോടെ നടന്നു വന്നു. അയാളുടെ പിന്നിൽ ഏതാനും പോലീസുകാരുമുണ്ടായിരുന്നു. വെൽഫെയർ ഓഫിസിനു മുമ്പിലെത്തിയതും അയാൾ നിന്നു. ഞങ്ങളുടെ കണ്ണുകൾ ഇടഞ്ഞു. അയാളുടെ കണ്ണുകൾ കത്തി. എന്നിട്ടും എനിക്ക് ഉൽക്കണ്ഠയോ ഭയമോ അനുഭവപ്പെട്ടില്ല.

"തൂക്കുമരം പരിശോധിക്കാറായി. ഹാങ്മാൻ കൂടെ വരണം..."

അയാൾ എന്നെ രൂക്ഷമായി നോക്കി. ഞാൻ പടിയിറങ്ങി ചെന്ന് അയാളെ നോക്കി പുഞ്ചിരിച്ചു. ഒട്ടും ധൃതിയില്ലാതെ തൂക്കുമരത്തിനു നേരെ നടന്നു. എന്റെ കണ്ണുകൾ അറിയാതെ മൂന്നാം നമ്പർ സെല്ലിനു നേരെ പാളി. അഴികളിൽ മുഖം ചേർത്ത് യതീന്ദ്രനാഥ് ബാനർജി ഞങ്ങളെ എത്തിനോക്കി. ദുപ്പട്ട നേരെയിട്ട് തൂക്കു മരത്തിന്റെ തട്ടിലേക്ക് കയറിയപ്പോൾ നാടകസ്റ്റേ

ജിലേക്കു പ്രവേശിച്ചതായി എനിക്കു തോന്നി. രണ്ടു നില വാർഡുകളിൽ നിന്നു പുറത്തിറങ്ങി വന്ന കുറേ ജയിൽപ്പുള്ളികൾ അകലെ നോക്കി നിന്നു. മഴ നനയാതിരിക്കാൻ കയറിന്റെ മേൽ വലിച്ചിട്ട പ്ലാസ്റ്റിക് ഷീറ്റ് ഞാൻ വലിച്ചെടുത്തു.

"ഇതിൽ കുടുക്കിട്ടിട്ടില്ലല്ലോ..."

ഐജി എന്നെ നോക്കി അരിശത്തോടെ പറഞ്ഞു.

"കൃത്യം നടപ്പാക്കുന്നതിനു തൊട്ടു മുമ്പു മാത്രമേ കുടുക്കിടാറുള്ളൂ, ഐ.ജി. ബാബൂ..."

ഞാൻ വിനയത്തോടെ അറിയിച്ചു. കയറിന്റെ അറ്റം വളച്ചു കെട്ടി ഞാൻ അതിൽ മണൽ ചാക്കു തൂക്കി. തലേന്നു പെയ്ത മഴയിൽ കുതിർന്ന മണൽ ച്ചാക്ക് കയർക്കുരുക്കിൽ ഭാരത്തോടെ വട്ടം കറങ്ങി. അപ്പോൾ ചാക്കിനു പകരം എന്റെ അച്ഛന്റെ ശരീരമാണു കറങ്ങുന്നതെന്ന് എനിക്കു തോന്നി. ഞാൻ വിയർത്തു പോയി.

"ബാബൂ, എഴുപത്തഞ്ചു കിലോയിൽ കൂടുതലുണ്ട്. കൺവിക്ടിന്റെ ബോഡി മാസിന്റെ ഒന്നര ഇരട്ടി, ബാബൂ..."

ശിബ്ദേബ് ബാബു മുന്നോട്ടു നീങ്ങി ഐ.ജിയെ അറിയിച്ചു.

"ഈ കയറിന് എത്ര ഭാരം വരും?"

ശിബ്ദേബ് ബാബു എന്നെ സഹായത്തിനായി നോക്കിയപ്പോൾ ഞാൻ മണൽച്ചാക്കിൽ പിടിച്ച് അതിന്റെ കറക്കം നിർത്തി അതു ചാക്കുതന്നെയാണ് എന്ന് ഉറപ്പു വരുത്തുന്ന തിരക്കിലായിരുന്നു.

"3.2 കിലോ..."

ഒരു മാത്രയ്ക്കു ശേഷം ഞാൻ പറഞ്ഞു.

"എങ്ങനെയറിയാം ഇത്ര കൃത്യമായി?"

"പരിചയം, ബാബൂ, കണ്ടും കേട്ടുമുള്ള പരിചയം..."

എന്റെ ചിരി അയാളെ കൂടുതൽ പ്രകോപിതനാക്കി. വാസ്തവത്തിൽ ആ ചിരി എന്റെ മുഖത്തിന്റെ ഭാഗമായിക്കഴിഞ്ഞിരുന്നു.

"നീ ആവശ്യത്തിൽ കൂടുതൽ സംസാരിക്കുന്നു. ഞാൻ നിന്നെയൊരു പാഠം പഠിപ്പിക്കുന്നുണ്ട്..."

അയാൾ വെല്ലുവിളിക്കുന്നതു പോലെ പറഞ്ഞു. അപ്പോഴും ഞാൻ ചിരിച്ചു. അയാൾ ചവിട്ടിത്തെറിപ്പിച്ച് യതീന്ദ്രനാഥ് ബാനർജിയുടെ സെല്ലിനു നേരെ നടന്നു. ശിബ്ദേബ് ബാബു എന്നെ ആശങ്കയോടെ നോക്കി അയാളെ പിന്തുടർന്നു. മൂന്നാം നമ്പർ സെല്ലിന്റെ മുറ്റത്തു നിന്ന് ഐ.ജി. എന്തോ ചോദിക്കുന്നത് വീശിയടിച്ച കാറ്റിൽ അസ്പഷ്ടമായി കേട്ടു. യതീന്ദ്രനാഥിനോടു സംസാരിച്ച ശേഷം അയാൾ വെട്ടിത്തിരിഞ്ഞ് ഒരു കൊലയാളിയുടെ ഭാവത്തോടെ കാലുകൾ നീട്ടി വലിച്ച് എന്റെ നേരെ നടന്നു വന്നു. അയാൾക്കൊപ്പമെത്താൻ ശിബ്ദേബ് ബാബുവിന് ഓടേണ്ടി വന്നു.

"ബാബൂ, അവസാനത്തെ ആഗ്രഹമായി അവൻ ചോദിച്ചത് മൂന്ന് ഇൻലെൻഡ് ലറ്റർ കാർഡുകളാണ്. കത്തെഴുതാൻ..."

ശിബ്ദേബ് ബാബു അയാളോടു പറഞ്ഞു.

"ങ്ഹും?"

"അച്ഛനും ഭാര്യയ്ക്കും സഹോദരനും ഓരോ കത്ത് എഴുതിത്തന്നു..."

"ബോഡി ഏറ്റുവാങ്ങാൻ അവർ വരുന്നുണ്ടോ?"

അയാളുടെ ശബ്ദം മുഖം പോലെ തന്നെ കനത്തു.

"ഇല്ലെന്നാണ് അറിഞ്ഞത്..."

"തൂക്കിക്കൊല നേരിൽക്കാണാൻ ആരെങ്കിലും വരുന്നുണ്ടോ?"

ഇപ്പോൾ ഞങ്ങൾ മുഖാമുഖം നിൽക്കുകയായിരുന്നു. എന്നെ തറപ്പിച്ചു നോക്കിക്കൊണ്ടാണ് അയാൾ ശിബ്ദേബ് ബാബുവിനോടു സംസാരിച്ചത്.

"ബന്ധുക്കളായ രണ്ടു പുരുഷൻമാർക്ക് തൂക്കിക്കൊല നേരിൽക്കാണാൻ അനുവാദമുണ്ട്. പറഞ്ഞു കൊടുത്തില്ലേ?"

"പറഞ്ഞു... പക്ഷേ രാഷ്ട്രപതി ഇടപെടുമെന്നാണ് അവരുടെ പ്രതീക്ഷ..."

"എഴുനൂറ്റി എഴുപതു പേരാണ് ഇതു നേരിൽക്കാണാൻ അനുവാദം ചോദിച്ചിട്ടുള്ളത്..."

അയാൾ എന്നെ തറപ്പിച്ചു നോക്കി.

"അത്രയും പേരുടെ മുമ്പിൽ വച്ച് വല്ല പിഴയും സംഭവിച്ചാൽ - ഇവളെ ഞാൻ വെറുതെ വിടുകയില്ല..."

"പിഴവൊന്നും വരികയില്ല, ബാബൂ..."

ശിബ്ദേബ് ബാബു അനുനയിപ്പിക്കുന്നതു പോലെ പറഞ്ഞു.

"ഇന്നു മുഴുവൻ ഇവളെ ഇവിടെത്തന്നെ നിർത്തും, അല്ലേ?"

അയാൾ മുഖം തടവി എന്നെ കൊല്ലാനുള്ള ദേഷ്യത്തോടെ അടിമുടി നോക്കി. എന്റെ മുഖത്ത് ചിരി വീണ്ടും വിടർന്നു.

"മറ്റന്നാൾ രാവിലെ നാലരയ്ക്ക് കൃത്യം നടക്കുന്നതു വരെ ഇവിടെ നിർത്താനാണ് മുകളിൽനിന്നുള്ള ഡയറക്ഷൻ..."

"അതു കഴിഞ്ഞാൽ എനിക്കൊന്നു പ്രത്യേകമായി കാണണം..."

അയാൾ പല്ലു ഞെരിച്ചു. ഒട്ടും ഭയം തോന്നാത്തതു മാത്രമാണ് എന്നെ ഭയപ്പെടുത്തിയത്. ആ സംഘം കടന്നു പോയപ്പോൾ വെൽഫെയർ ഓഫിസിലേക്കു ഞാൻ തിരിച്ചു നടന്നു. ഓഫിസിന്റെ പടിക്കൽനിന്നു ഞാൻ തൂക്കുമരത്തിലേക്ക് ഒരിക്കൽക്കൂടി തിരിഞ്ഞു നോക്കി. അവിടെ മോഷ് മുത്തച്ഛനും മറ്റൊരാളും തമ്മിൽ ദ്വന്ദയുദ്ധം നടക്കുകയായിരുന്നു. കാഴ്ചയ്ക്കു ചെറുപ്പമായ മറ്റേയാൾക്കു കരിവീട്ടിയുടെ നിറമായിരുന്നു. കെട്ടിത്തൂക്കിയിട്ട ചാക്കിൻമേൽ കയറിയിരുന്ന് അയാൾ കാലുകളാട്ടി രസിച്ചതു കണ്ടപ്പോൾ മാത്രമാണ് കാലാ പിതാമഹനെ ഞാൻ തിരിച്ചറിഞ്ഞത്. ഞാൻ കണ്ണുകൾ ഇറുക്കിയടച്ചു. തലച്ചോറിൽ ചിതലുകൾ പോലെ ഓർമ്മകൾ അരിച്ചു നടന്നു.

"ഈ മല്ലിക് ഒരു പിശാചാണ്... നേരത്തെയുണ്ടായിരുന്ന ചൊക്രൊബർത്തി ബാബു എത്ര നല്ലവനായിരുന്നു..."

വാതിൽക്കൽ എത്തിയ കദംബിനി പറഞ്ഞു. ഞാൻ അകത്തു കയറി ഒരു തടിക്കസേരയിൽ ഇരുന്നു തുറന്നു കിടന്ന വാതിലിലൂടെ പുറത്തേക്കു നോക്കി. നേരെ മുമ്പിലുള്ള രണ്ടു നില വാർഡുകളുടെ അഴികളുള്ള വാതിലുകൾ തുറന്നു കിടന്നു. സത്യനാഥ ഗൃദ്ധാമല്ലിക് പിതാമഹൻ സഞ്ജീവ് കുമാർ മിത്രയുടെ പിതാമഹനായ നരേൻ ദാക്കട്ടിനെ കണ്ടുമുട്ടിയ കാലത്ത് ജയിൽ എന്നാൽ ഹരിൻബാരിയായിരുന്നു.യൂറോപ്യൻമാർ കൊൽക്കൊത്ത

യ്ക്കു കൊടുത്ത ഏറ്റവും വലിയ സംഭാവനയായിരുന്നു മൈദാനിനു സമീപമുള്ള ഹരിൻബാരി. പക്ഷേ, ദാദുവിന്റെ കാലമായപ്പോഴേക്ക് ഹരിൻബാരിയുടെ പ്രതാപം മങ്ങി. പ്രധാന ജയിലുകൾ മൂന്നായി ചുരുങ്ങി. മൈദാനിലെ പ്രസിഡൻസി ജയിലായിരുന്നു ദാദുവിന് ഏറെ ഇഷ്ടമെങ്കിൽ കാളീചരൺ പിതാമഹന് ഇഷ്ടം ആലിപ്പൂർ സെൻട്രൽ ജയിൽ തന്നെയായിരുന്നു. നാഗഭൂഷൺ ജേട്ടുവിന് പക്ഷേ, ഭവാനിപ്പൂരിലെ സ്ത്രീകളുടെ ജയിലിനോടായിരുന്നു കമ്പം. തടവുപുള്ളികൾ പുറത്തിറങ്ങി കുളി കഴിഞ്ഞു ഭക്ഷണം കഴിക്കാൻ താഴെയുള്ള വരാന്തയിൽ ഒരു നിരയായി ഇരിക്കുന്നതു ഞാൻ നിസ്സംഗതയോടെ കണ്ടു. വലതുവശത്തെ അടുക്കളയിൽനിന്നു പുകയും മസാലക്കൂട്ടിന്റെ ഗന്ധവും ഇടതടവില്ലാതെ ഉയർന്നു. തടിക്കഷ്ണത്തിൽ കാതുകൾ കോർത്തിട്ട വലിയ ചരുവങ്ങളിൽ ഭക്ഷണവുമായി രണ്ട് വൃദ്ധൻമാരായ പുള്ളികൾ വാർഡിനു നേരെ പ്രാഞ്ചി പ്രാഞ്ചി നടന്നു. അടുക്കള വരാന്തയിലും വളപ്പിലും നിന്നിരുന്ന തടവുപുള്ളികൾ ഞങ്ങൾ സ്ത്രീകളെ സൂക്ഷ്മമായി നിരീക്ഷിച്ചു. രണ്ടു പേർ ഇരുകൈകളിലും ബക്കറ്റുകളിൽ ഭക്ഷണവുമായി കണ്ടംഡ് സെല്ലുകൾക്കു നേരെയും നടന്നു. ആ സമയത്ത് ശിബ്ദേബ് ബാബുവിന്റെ ഓഫിസിലേക്കു ചെല്ലാൻ നിർദ്ദേശം ലഭിച്ചു.

"നിനക്ക് നിന്റെ അച്ഛന്റെ ഏറ്റവും വലിയ ഗുണം കിട്ടിയിട്ടില്ല..."

തന്റെ ഓഫിസിലെ തീൻമേശമേൽ പ്രാതൽ കഴിച്ചു കൊണ്ടിരുന്ന ശിബ്ദേബ് ബാബു എന്നെ കണ്ടതും ലുചിയുടെ ഒരു വലിയ കഷ്ണം കഷ്ടപ്പെട്ടു ചവച്ചു കൊണ്ട് പറഞ്ഞു. അതിനിടയിൽ എതിരേയുള്ള കസേരകളിൽ ഇരിക്കാനും അദ്ദേഹം ആംഗ്യം കാട്ടി. ഒരു കോൺസ്റ്റബിൾ വന്ന് ഞങ്ങളുടെ പ്ലേറ്റുകളിലേക്കു ലുചിയും ആലുവും വിളമ്പി. ലുചിയുടെ മണം എന്നെ മരണത്തെയും സ്ട്രാൻഡ് റോഡിലെ ഞങ്ങളുടെ വീടിനെയും ഓർമിപ്പിച്ചു.

"ചേതൂദീ, വലിയ ആളുകളോടു സംസാരിക്കാൻ പഠിക്ക്. അവരെ സന്തോഷിപ്പിച്ചും അനുനയിപ്പിച്ചുമല്ലാതെ വെല്ലുവിളിച്ചും കൊച്ചാക്കിയും തോൽപ്പിക്കാൻ ശ്രമിച്ചാൽ നീ എവിടെയും എത്തില്ല."

അദ്ദേഹം കുറച്ചു വെള്ളമെടുത്തു കുടിക്കാൻ സമയമെടുത്തതിനുശേഷം പറഞ്ഞു വന്നത് പൂരിപ്പിച്ചു.

"നീയൊരു പെണ്ണാണ്. അതു മറക്കരുത്..."

"ഞാൻ ഓർമിച്ചു കൊള്ളാം, ബാബൂ..."

ഞാൻ പുഞ്ചിരിക്കാൻ ശ്രമിച്ചു. ഭക്ഷണം കഴിഞ്ഞ് പത്യേകിച്ചൊന്നും ചെയ്യാനില്ലാതെ ഞാൻ ആ മുറിയുടെ മൂലയിൽ ഭിത്തിയിൽ ചാരിയിരുന്നു. പരോൾ കഴിഞ്ഞു വന്ന ഒരു തടവുപുള്ളിയെ അകത്തേക്കും പരോൾ അനുവദിക്കപ്പെട്ട ഒരാളെ പുറത്തേക്കും വിടുന്ന തിരക്കിലായിരുന്നു ശിബ്ദേബ് ബാബു. സമയം മെല്ലമെല്ലെയാണ് ഇഴഞ്ഞു നീങ്ങിയത്. അതിനിടെ ശിബ്ദേബ് ബാബുവിന്റെ ഫോൺ ബെല്ലടിക്കാൻ ആരംഭിച്ചു. ഫോണെടുത്തതും അദ്ദേഹം എന്നെ നോക്കി ചിരിച്ചു.

"ഇത് അവനാണ്. നിന്റെ മറ്റവൻ..."

അദ്ദേഹം വാൽസല്യത്തോടെ പറഞ്ഞു. .

"ങ്ഹാ... അതെ, അതെ... അവൾ ഇവിടെയുണ്ട്. പക്ഷേ, സോറി. പതിനാലാം തീയതി നാലര വരെ ഈ ലോകത്ത് ഒരു ഈച്ചയ്ക്കു പോലും

അവളോടു സംസാരിക്കാൻ അനുവാദമില്ല. എന്തായിരുന്നു കഴിഞ്ഞ തവണത്തെ പുകിൽ? ഒരു ദിവസം മുഴുവൻ ഷൂട്ടിങ്. തമ്മിൽത്തല്ല്...!"

ശിബ്ദേബ് ബാബു ഉറക്കെച്ചിരിച്ചു. ചിരി അദ്ദേഹത്തിന്റെ സൗമ്യമായ മുഖത്തെ കൂടുതൽ പ്രകാശമാനമാക്കി.

"ഓഹോ?"

ഫോൺ അൽപം മാറ്റിപ്പിടിച്ച് അദ്ദേഹം എന്നെ നോക്കി.

" യതീന്ദ്രനാഥ് ബാനർജിയുടെ സഹോദരൻ രാഷ്ട്രപതിക്കു സമർപ്പിച്ച ദയാഹർജിയിലുള്ള തീരുമാനം ഉടനെ വരും..."

ആ വാർത്ത എന്നെ സ്പർശിച്ചതേയില്ല.

"ഇത്തവണ ഇതു മാറ്റി വയ്ക്കുമോ?"

കസേരയിലിരുന്ന കദംബിനി എന്റെ അടുത്തേക്കു ചാഞ്ഞു.

"ഇല്ല..."

ഞാൻ മന്ത്രിച്ചു. അവൾ എന്നെ അദ്ഭുതത്തോടെ നോക്കി.

"അയാൾക്ക് മരണ ലക്ഷണം കാണാനുണ്ട്... കഴുത്തു നീല നിറമായിരിക്കുന്നു..."

ഞാൻ പറഞ്ഞു. കദംബിനി സ്വന്തം കഴുത്തു തടവിയപ്പോൾ എനിക്കു ചിരി വന്നു. പുറത്ത് ചെത്തിവാരാൻ പണിയായുധങ്ങളുമായി തടവുപുള്ളികൾ ഇറങ്ങുന്നുണ്ടായിരുന്നു. മൂന്നു പേർ തമ്മിൽ സംസാരിക്കുന്നതിനിടയിൽ ഒരാൾ മറ്റെയാളെ പിടിച്ചു തള്ളുന്നതും താഴെ വീണയാൾ ചാടിയെഴുന്നേറ്റ് തിരിച്ചു തല്ലാനായുന്നതും ഞാൻ കണ്ടു. മൂന്നാമൻ പെട്ടെന്ന് ഇടയ്ക്കു കയറി തടഞ്ഞു. അവസാനം രണ്ടാമനും മൂന്നാമനും തമ്മിലായി അടിപിടി. ഒരു പോലീസുകാരൻ ഓടി ചെന്ന് ചൂരൽ വീശി ആഞ്ഞടിക്കുന്നതു വരെ അവർ ആ മല്ലയുദ്ധം തുടർന്നു. ഫോൺ വച്ച ശേഷം ശിബ്ദേബ് ബാബു എഴുന്നേറ്റ് എന്റെ സമീപത്തെത്തി കസേരയിൽ ഇരുന്നു. അദ്ദേഹവും പുറത്തേക്കു നോക്കി.

"ജയിലിൽ നന്നായി പണിയെടുക്കണം, കണ്ടില്ലേ?"

അദ്ദേഹം പുറത്തേക്കു ചൂണ്ടി.

"എന്റെ പിതാമഹൻമാരുടെ കാലത്ത് ഘാനി ധാനയായിരുന്നു ജോലിയെന്ന് കേട്ടിട്ടുണ്ട്..."

ഞാൻ പറഞ്ഞു. ചങ്ങലയാൽ ബന്ധിക്കപ്പെട്ട രണ്ടു വളയങ്ങൾ കൈകളിലും കാലുകളിലും ധരിച്ച് ചക്കാട്ടി കടുകെണ്ണയുണ്ടാക്കുകയായിരുന്നു അത്. ശിബ്ദേബ് ബാബു എന്തോ ചോദിക്കാൻ തുടങ്ങുമ്പോൾ ഒരു പോലീസുകാരൻ അടുത്തേക്കു ചെന്ന് എന്തോ മന്ത്രിച്ചു. ശിബ്ദേബ് ബാബു എഴുന്നേറ്റു തൊപ്പിയെടുത്തു തലയിൽ വച്ച് എന്നെ നോക്കി.

"ജ്യോതിയുടെ സഹോദരനാണ്. കാർത്തിക്. ഞാൻ അവനെയൊന്നു കൊണ്ടു പോയി ചേട്ടനെ കാണിച്ചിട്ടു വരട്ടെ. നിങ്ങൾ വെൽഫെയർ ഓഫിസിലേക്കു പോയ്ക്കോളൂ."

അദ്ദേഹം പുറത്തു പോയപ്പോൾ കദംബിനിയും എഴുന്നേറ്റു. ഞങ്ങൾക്കു മുമ്പെ ശിബ്ദേബ് ബാബുവും രണ്ടു പോലീസുകാരും ഒപ്പം ഒരു ചെറുപ്പക്കാരനും ധൃതിയിൽ നടന്നു. വെൽഫെയർ ഓഫിസിലെത്തി ഏറെക്കഴിയും

മുമ്പെ ശിബ്ദേബ് ബാബുവിന്റെ ഒപ്പം പോയ പോലീസുകാരിൽ ഒരാൾ മുറ്റത്തു വന്നു.

"ബാബു വിളിക്കുന്നു. അങ്ങോട്ടു ചെല്ലാൻ..."

"മൂന്നാം നമ്പർ സെല്ലിലേക്കോ?"

എന്റെ ഹൃദയമിടിപ്പു വർധിച്ചു. എന്നെ കണ്ടതും ശിബ്ദേബ് ബാബു സെല്ലിന്റെ മുമ്പിൽനിന്ന് തിരിച്ചു നടന്നു വന്നു. ഞാൻ അദ്ദേഹത്തെ ആകാംക്ഷയോടെ നോക്കി.

"അവസാനത്തെ ആഗ്രഹമായി അവൻ പറയുന്നത് അവന്റെ സഹോദരനെ നിന്നെക്കൊണ്ടു വിവാഹം കഴിപ്പിക്കണമെന്നാണ്.."

"അങ്ങനെ ആഗ്രഹിക്കാൻ അയാൾക്ക് ഒരു അവകാശവുമില്ല..."

ഞാൻ വല്ലായ്മയോടെ അറിയിച്ചു. മനസ്സില്ലാമനസ്സോടെ മൂന്നാം നമ്പർ സെല്ലിനു മുമ്പിലെത്തിയപ്പോൾ അകത്തുനിന്ന് യതീന്ദ്രനാഥ് ബാനർജി എത്തിനോക്കി.

"ചേതുദീ... ഇതാണ് എന്റെ അനിയൻ കാർത്തിക്. ഇവനെ നിനക്കു വിവാഹം കഴിച്ചു കൂടേ?"

ഞാനും ആ ചെറുപ്പക്കാരനും പരസ്പരം നോക്കി. മുപ്പതോ മുപ്പത്തഞ്ചോ പ്രായം തോന്നുന്ന അയാളുടെ മുഖത്ത് ദാരിദ്ര്യത്തിന്റെയും ദുഃഖത്തിന്റെയും കറുത്ത പാടുകൾ പടർന്നിട്ടുണ്ടായിരുന്നു. അയാളെ കോകില ബാനർജിയോടൊപ്പം സ്റ്റുഡിയോയിൽ കണ്ടത് എനിക്ക് ഓർമ വന്നു. അന്നത്തെക്കാൾ ക്ഷീണിതനായിരുന്നു അയാൾ.

"വിവാഹചിന്തകളൊന്നും ഇപ്പോഴെന്റെ മനസ്സിലില്ല.."

ഞാൻ ഗൗരവത്തോടെ പറഞ്ഞു.

"നിന്റെ മനസ്സിൽ ഇപ്പോൾ എന്റെ കഴുത്തു മാത്രമായിരിക്കും, അല്ലേ?"

യതീന്ദ്രനാഥ് ബാനർജി ചോദിച്ചു. അയാളുടെ ചിരി മാഞ്ഞു. നിരാശയോടെ അയാൾ അകത്തേക്കു പിൻവലിഞ്ഞു. പിന്നീട് സെല്ലിനുള്ളിൽനിന്ന് സൈഗാൾ പാടിയ ഒരു പാട്ട് മാത്രമേ കേട്ടുള്ളൂ.

"ഈയിടെയായി അവൻ ഇങ്ങനെയാണ്. പെട്ടെന്നു സെന്റിമെന്റലാകും... മരണത്തെക്കുറിച്ചുള്ള ഏതു പരാമർശവും അവനെ വേദനിപ്പിക്കും."

ശിബ്ദേബ് ബാബു പറഞ്ഞു. കുറച്ചു നിമിഷങ്ങൾ നിശ്ശബ്ദനായി നിന്നതിനുശേഷം അയാളുടെ സഹോദരൻ തല കുനിച്ചു പുറത്തേക്കു നടന്നു.

"വീട്ടിൽനിന്ന് മറ്റാരും വരികയില്ലേ കാർത്തിക്?"

ശിബ്ദേബ് ബാബു അന്വേഷിച്ചു.

"ഇല്ല. ആരും വരികയില്ല..."

"ജോതിയുടെ ഭാര്യ?"

അയാൾ നിഷേധാർഥത്തിൽ തലയാട്ടി.

"അവയവദാനം നടത്താൻ അവൻ സമ്മത പത്രം ഒപ്പിട്ടിട്ടുണ്ട്..."

"നല്ല കാര്യമാണ്... ഞങ്ങൾക്ക് എതിർപ്പില്ല..."

"പക്ഷേ നിയമപ്രകാരം തൂക്കിലേറ്റിയാലും അര മണിക്കൂർ കഴിഞ്ഞിട്ടേ താഴെയിറക്കാൻ പാടുള്ളൂ എന്നാണ്. അപ്പോൾ സമയം വൈകും."

"അവൻ ഒരു ഭാഗ്യമില്ലാത്തവനാണ്..."

കാർത്തിക് തന്നോടെന്നതുപോലെ പറഞ്ഞു. അയാൾ തിരികെപ്പോയിട്ടും ഞാനും ശിബ്ദേബ് ബാബുവും അവിടെത്തന്നെ നിന്നു.

“ജൊതി പറഞ്ഞ മറ്റു കാര്യങ്ങളൊക്കെ സാധിച്ചു കൊടുത്തു.”

ശിബ്ദേബ് ബാബു പറഞ്ഞു.

“വളരെക്കാലമായി പരിചയമുള്ള ഒരാളോടെന്നതു പോലെയാണ് അയാൾ എന്നോടു പെരുമാറുന്നത്.”

എന്റെ വാക്കുകളിൽ വല്ലായ്മ മുഴങ്ങി.

“അവനെ എനിക്ക് മനസ്സിലാക്കാൻ സാധിച്ചിട്ടില്ല... ഇത്തവണ അവസാനത്തെ ആഗ്രഹമെന്താണെന്നു ചോദിച്ചപ്പോൾ അവൻ പറഞ്ഞത് നിന്നെ കാണണമെന്നു മാത്രമാണ്...”

ഞങ്ങൾ സാവധാനം തിരിഞ്ഞു നടന്നു.

“സൊഞ്ജീബ് കുമാർ മിത്ര നിന്നെ വിവാഹം കഴിക്കുമെന്ന് ഇപ്പോഴും പ്രതീക്ഷയുണ്ടോ? ”

ശിബ്ദേബ് ബാബു ചോദിച്ചു.

“പ്രതീക്ഷിക്കാൻ അതൊരു മഹാഭാഗ്യമായി ഞാൻ കരുതുന്നില്ലല്ലോ, ബാബൂ...”

എന്റെ ശബ്ദം പരുക്കനായി. അപ്പോഴാണ് അപ്രതീക്ഷിതമായ ഒരു സംഭവമുണ്ടായത്. മൂന്നാം നമ്പർ സെല്ലിനുള്ളിൽനിന്ന് ഒരു വലിയ അലർച്ച ഉയർന്നു. ഒരു മനുഷ്യന്റെ ഏറ്റവും ഭീകരമായ നിലവിളിയായിരുന്നു അത്. ശിബ്ദേബ് ബാബു തിരിഞ്ഞോടുന്നതും എവിടെനിന്നൊക്കെയോ പോലീസുകാരും തടവുപുള്ളികളും ഓടിയടുക്കുന്നതും ഞാൻ സ്വപ്നത്തിലെന്നതുപോലെ കണ്ടു. എനിക്ക് പ്രത്യേകിച്ച് ഭീതിയോ ഉൽക്കണ്ഠയോ തോന്നിയില്ല. ഭൂമിയെയും ആകാശത്തെയും ഭേദിക്കാൻ ശേഷിയുള്ള ആ നിലവിളി ആദ്യത്തെ കൊലവിളിയിൽ നിന്നു നീണ്ട നീണ്ട പ്രാർഥന പോലെയായി അലയടങ്ങി. ജയിലിനുള്ളിലെ സ്കൂളിൽ നിന്നും അതിനടുത്ത പ്രിന്റിങ് പ്രസിൽനിന്നും ഉയർന്നിരുന്ന ശബ്ദങ്ങളെല്ലാം യതീന്ദ്രനാഥിന്റെ അലർച്ചയിൽ മുങ്ങി. ഏറെ നേരത്തിനു ശേഷം ആ ശബ്ദം പാടെ നിലച്ചു. വല്ലാത്തൊരു മൂകത ജയിൽവളപ്പിന്റെ വിശാലതയിൽ നിറഞ്ഞു. ശിബ്ദേബ് ബാബുവും പോലീസുകാരും സെല്ലിന്റെ വാതിൽ തുറന്ന് അകത്തു കടക്കുന്നതു ഞാൻ നോക്കി നിന്നു. കുറേക്കഴിഞ്ഞാണ് അവർ പുറത്തുവന്നതും വാതിൽ വീണ്ടും പൂട്ടിയതും.

“ദയാഹർജി വീണ്ടും തള്ളി....”

അദ്ദേഹം മങ്ങിയ മുഖത്തോടെ എന്നോടു പറഞ്ഞു.

“അവന്റെ റേഡിയോയിൽ ഇപ്പോഴും വാർത്ത തുടരുകയാണ്...”

ഞാൻ പ്രതിമ കണക്കെ നിന്നു. മൂന്നാം നമ്പർ സെല്ലിൽനിന്നുള്ള ഏങ്ങലടികൾ അന്നു മുഴുവൻ എന്നെ പിന്തുടർന്നു. തൂക്കുമരത്തിലേക്കു നോക്കിയപ്പോൾ ഉള്ളിൽ ഒരു പുകച്ചിൽ അനുഭവപ്പെട്ടു. ഒടുവിൽ നൂറ്റാണ്ടുകളുടെ യാത്രയ്ക്കൊടുവിൽ ഞാനും ഇവിടെത്തന്നെ എത്തിപ്പെട്ടെന്നത് അവിശ്വസനീയമായി. ഓരോ തവണയും തൂക്കുമരത്തിലേക്കു നോക്കുമ്പോൾ എന്റെ പൂർവികരെ ഞാൻ കണ്ടു. ഒരു തവണ ഞാൻ കണ്ടത് തൂക്കുമരത്തിനു

പിന്നിൽ ഒരു കറുത്ത തിരശീല കെട്ടിയുയർത്തിയിരിക്കുന്നതും ജ്ഞാന നാഥ ഗൃദ്ധാ മല്ലിക് പിതാമഹൻ അതിൻമേൽ വെളുത്ത ചോക്കു കൊണ്ട് കണക്കു കൂട്ടുന്നതുമാണ്. കണ്ണുകൾ ഇറുക്കിയടച്ച് തുറന്നു നോക്കിയപ്പോൾ തിരശ്ശീല കാറ്റിൽ പറന്ന് അതിനു പിന്നിലിരുന്ന രത്നാബീഗം ഭാവി പ്രവ ചനം നടത്തുന്നതു കണ്ടു. എന്റെ സമനില തെറ്റുമോ എന്നു ഞാൻ ഭയന്നു.

മണിക്കൂറുകൾ പെട്ടെന്നു കടന്നു പോയി. ആ രാത്രി യതീന്ദ്രനാഥ് ബാനർജി എഴുന്നേൽക്കുകയോ സംസാരിക്കുകയോ ഭക്ഷണം കഴിക്കുകയോ ചെയ്തില്ലെന്നു പോലീസുകാർ പറഞ്ഞു. അന്നും എന്റെ ഉറക്കം നഷ്ടപ്പെട്ടു. രാവിലെ ആറു മണിക്ക് പൂജാമണികൾ മുഴങ്ങി. ഞാൻ തൂക്കുമരത്തിനു നേരെയുള്ള ജനാല തുറന്നു പുറത്തേക്കു നോക്കി. തൂക്കുമരത്തിന്റെ പ്ലാറ്റ് ഫോമിൽ ഒരു ജനക്കൂട്ടം അക്ഷമരായി കാത്തു നിൽക്കുന്നതു ഞാൻ കണ്ടു. അവരൊക്കെ എന്റെ മൺമറഞ്ഞ പൂർവികരായിരുന്നു. ജനലഴികളിൽ മുഖ മമർത്തി ഞാൻ മൂന്നാം നമ്പർ സെല്ലിനു നേരെ നോക്കി. അതിനുമുമ്പിൽ ഏതാനും തടവുകാരും പത്തു പന്ത്രണ്ടു പോലീസുകാരും നിൽപ്പുണ്ടായി രുന്നു. ആ സമയത്ത് കദംബിനി പുറത്തു നിന്ന് അകത്തേക്കു വന്നു.

“അവിടെ അയാൾ കാളീ പൂജ ചെയ്യുകയാണ്... ഇതു കഴിയുമ്പോഴേക്ക് നിന്നെ കാണണമെന്നു പറഞ്ഞു...”

അയാളെ കാണാൻ എനിക്കും ആഗ്രഹം തോന്നി. ഞാൻ വേഗം കുളിച്ച് വസ്ത്രം മാറി അയാളെ കാണാൻ തയ്യാറായി. മൂന്നാം നമ്പർ സെല്ലിനു മുമ്പിൽ ഞാനെത്തിയപ്പോൾ പൂജ സമാപിച്ചിരുന്നു. യതീന്ദ്രനാഥ് ബാനർജി പുറത്തു വന്ന് എല്ലാവർക്കും പ്രസാദം വിതരണം ചെയ്തു. എനിക്ക് അയാൾ നീട്ടിയത് ഒരു പേരയ്ക്കയാണ്. അതു വാങ്ങി കൈ കൂപ്പിയപ്പോൾ അയാൾ അകത്തു പോയി ഒരു റേഡിയോ കൊണ്ടു വന്നു.

“ഇതെനിക്കു വേണ്ട. ഇതു നീ വച്ചോളൂ...”

ഞാൻ അതു മരവിച്ച കൈകളോടെ വാങ്ങി. അയാൾ ഏറെ നേരം എന്റെ മുഖത്തേക്കു നോക്കി നിന്നു.

“വിവാഹം കഴിഞ്ഞു നാലു വർഷം കഴിഞ്ഞപ്പോൾ ഞാൻ ജയിലിലായി. അതിൽപ്പിന്നെ എന്റെ ഭാര്യയോടൊത്തു ഞാൻ കഴിഞ്ഞിട്ടില്ല...”

അയാൾ എന്നോടു ശബ്ദം താഴ്ത്തി മന്ത്രിച്ചു.

“ഒരു സ്ത്രീയെ ശരീരത്തോടു ചേർത്തു പിടിക്കുന്നതിന്റെ സന്തോഷം എനിക്കിപ്പോൾ ഓർമയേയില്ല... നിനക്ക് എന്നെ ഒന്നു കെട്ടിപ്പിടിക്കാമോ?”

ഞാൻ ഞെട്ടി പിന്നോക്കം മാറി.

“എനിക്കറിഞ്ഞുകൂടാ, എന്നെ കെട്ടിപ്പിടിക്കാൻ ഒരു സ്ത്രീയെ പ്രേരിപ്പി ക്കേണ്ടതെങ്ങനെയാണെന്ന്. എനിക്ക് എന്താണ് ഒരു കുറവ്?”

എനിക്ക് അയാളുടെ കണ്ണുകളിൽനിന്ന് കണ്ണെടുക്കാൻ സാധിച്ചില്ല. നോക്കിനിൽക്കെ അയാളുടെ മുഖം ഒരു കുട്ടിയുടേതായി. കളിയിൽ തോറ്റ, ശരീരം മുറിഞ്ഞു വേദനിക്കുന്ന ഒരു കുട്ടി. എന്റെ ഹൃദയത്തിൽ കരുണ നിറഞ്ഞു. ഞാൻ ശ്രമപ്പെട്ടു മുന്നോട്ടു നീങ്ങി. അയാളുടെ നേർക്ക് കയ്യുയർ ത്താൻ ശ്രമിച്ചു. പൂപ്പൽ വളർന്ന റൊട്ടിക്കഷ്ണത്തിന്റെ ദുർഗന്ധമായിരുന്നു അയാൾക്ക്. അയാൾ എന്നെ ചേർത്തണച്ചപ്പോൾ എനിക്കു കരച്ചിൽ വന്നു.

ഞങ്ങൾക്ക് ഒരേ ഉയരമായിരുന്നു. അയാൾ മുഖം എന്റെ ചുമലിൽ അമർത്തി കുറേ നേരം നിന്നു. ഞാൻ കണ്ണുകൾ ഇറുക്കിയടച്ചു. അയാളുടെ കണ്ണുകൾ നനഞ്ഞ് ഒഴുകി. എന്റെ ചുമലിൽ അതു നനവു പടർത്തി. അയാൾ എല്ലാവരെയും നോക്കി ചിരിച്ചു.

"ഇനിയെനിക്കു സന്തോഷത്തോടെ പോകാം... എല്ലാ ആഗ്രഹവും സാധിച്ചു."

തടവുപുള്ളികളും പോലീസുകാരും അസ്ത്രപ്രജ്ഞരായി നിന്നു. അയാൾ, തനിക്കു മാത്രം ദൃശ്യനായ ആരെയോ നോക്കി ചിരിച്ചു കൊണ്ടേയിരുന്നു. ഒമ്പതു മണിക്ക് പ്രാതൽ വിളമ്പിയപ്പോഴും അയാൾ ചിരിക്കുകയായിരുന്നു. ചായയും കരിക്കും ലെസ്സിയും കഴിഞ്ഞയുടനെ ശിബ്ദേബ് ബാബു നേരിട്ടു വന്ന് ഒരു ഗ്ലാസ് ഗ്ലൂക്കോസ് കൂടി നീട്ടി. അതു വാങ്ങി അയാൾ ഒറ്റയിറക്കിനു കുടിച്ചു.

"ക്ഷീണമുണ്ടോ?"

ശിബ്ദേബ് ബാബു ചോദിച്ചു. അയാൾ ഇല്ലെന്നു തലയാട്ടി. പ്രാതൽ കഴിഞ്ഞയുടനെ അയാൾ വീണ്ടും കുറച്ചു നേരം പൂജ നടത്തി. വീണ്ടും എല്ലാവർക്കും പ്രസാദം നൽകി. എനിക്ക് ഇത്തവണ കിട്ടിയത് ഒരു കഷ്ണം ഉണക്കമുന്തിരിങ്ങയായിരുന്നു. അതു ഞാൻ പേരയ്ക്കയോടൊപ്പം കയ്യിൽ ത്തന്നെ പിടിച്ചു. അയാൾ ശിബ്ദേബ് ബാബുവിനെ നോക്കി കൈകൂപ്പി.

"ചേതനയെ ഇവിടെത്തന്നെ ഇരുത്തണം ബാബൂ. എനിക്ക് അവളെ കണ്ടു കൊണ്ടിരിക്കണം..."

ശിബ്ദേബ് ബാബുവിന്റെ മുഖത്ത് സഹതാപം നിറഞ്ഞു.

"എടാ, കഴുതേ, അവൾ നിന്നെ കൊല്ലാൻ വന്നവളാണ്..."

"എന്നാലെന്താ, നല്ല ഭംഗിയല്ലേ അവളെ കാണാൻ?"

യതീന്ദ്രനാഥ് ബാനർജി ഉറക്കെ ചിരിച്ചു. എനിക്ക് ചിരിക്കണോ വേണ്ടയോ എന്നു തീർച്ചയുണ്ടായില്ല. എങ്കിലും ഞാൻ കൊല്ലാൻ പോകുന്ന മനുഷ്യന്റെ അഴിയിട്ട അറയ്ക്കു മുമ്പിൽ അയാൾ എനിക്കു സമ്മാനിച്ച റേഡിയോ കയ്യിൽ പിടിച്ച് അയാൾ സമ്മാനിച്ച പേരയ്ക്ക തിന്നു കൊണ്ട് ഞാൻ ചമ്രംപടിഞ്ഞിരുന്നു. കുറച്ചു കഴിഞ്ഞ് അയാൾ അഴിക്കരികിൽ വന്ന് എന്നെ നോക്കി.

"എന്റെ കയ്യും കാലും കെട്ടുമ്പോൾ സൂക്ഷിക്കണം. മുറുക്കിക്കെട്ടരുത്. കാറ്റും വെളിച്ചവും തട്ടാതെ എന്റെ തൊലി വളരെ ലോലമായിപ്പോയി. ഒരു പാടു മുറുക്കിയാൽ അതു മുറിഞ്ഞു ചോര വരും..."

ഞാൻ നിശ്ശബ്ദയായി അയാളെ നോക്കിയിരുന്നു. ഒരു മണിക്ക് വെൽഫെയർ ഓഫിസർ ഹരിറായിയും ശിബ്ദേബ് ബാബുവും കുറേ പോലീസുകാരും എത്തി. യതീന്ദ്രനാഥ് ബാനർജിയുടെ സെല്ലിനു മുമ്പിൽ കസേരയും മേശയുമിട്ട് എല്ലാവരും ഊണു കഴിച്ചു.

"എനിക്ക് ഇലിഷ് ഷോർഷെ വേണമെന്നു ഞാൻ പറഞ്ഞിരുന്നു..."

അയാൾ ഓഫിസർമാരെ നോക്കി പുഞ്ചിരിച്ചു. ഹിൽസ വിളമ്പിയപ്പോൾ അയാൾ ആ പാത്രമെടുത്തു മൂക്കിനടുത്തേക്കു ചേർത്ത് ഞങ്ങളെ നോക്കി ഉള്ളിലേക്ക് ശ്വാസംവലിച്ചു.

"ഈ ജീവിതത്തിലെ അവസാനത്തെ ഹിൽസ..!"

അയാൾ തന്നോടു തന്നെ ചിരിച്ചു. ഞാൻ ഉരുട്ടിയെടുത്ത ചോറും ദാലും തിരികെ പാത്രത്തിലിട്ടു. ക്രിസ്തുവിന് നാനൂറു കൊല്ലം മുമ്പു മുതൽ എത്രയോ മനുഷ്യരെ പരലോകത്തേക്ക് അയച്ചിട്ടുള്ള പിതാമഹൻമാരെല്ലാവരും കാത്തു നിൽക്കുന്ന തൂക്കുമരത്തിനു നേരെ എന്റെ കണ്ണുകൾ പാളി. എനിക്ക് ഭക്ഷണം കഴിക്കാൻ സാധിക്കുമായിരുന്നില്ല. ഒരു മനുഷ്യൻ അയാളുടെ അവസാനത്തെ ഹിൽസ ഭക്ഷിക്കുന്നതിനു സാക്ഷിയാകുന്നതിന്റെ ശ്വാസംമുട്ടൽ ദുസ്സഹമായിരുന്നു.

രണ്ടു മണിക്ക് അയാൾ വീണ്ടും അഴിക്കരികിലേക്കു വന്ന് എന്നെ നോക്കി ചിരിച്ചു.

“ബോറടിക്കുന്നുണ്ടോ?”

അയാൾ ചോദിച്ചു.

“എന്റെ വീട്ടിൽനിന്ന് ഇനിയാരും വരികയില്ല. നീ തന്നെയാണ് എന്റെ ബന്ധുവും ശത്രുവും. എന്തൊരു തമാശ, അല്ലേ?”

മറുപടിക്കു കാത്തു നിൽക്കാതെ അയാൾ വീണ്ടും അകത്തേക്കു തന്നെ പോയി. മൂന്നു മണിക്ക് അയാൾക്കു ചായയും ബിസ്കറ്റുകളുമായി ശിബ്ദേബ് ബാബു വന്നു. ഞങ്ങൾ ഒന്നിച്ചു ചായ കഴിച്ചു. അയാൾ വായ കഴുകിയതിനു ശേഷം കാളീമാതാവിന്റെ ചിത്രത്തിനു മുമ്പിൽ പൂജയ്ക്കിരുന്നു. ഞാൻ അയാൾക്കു കാവലിരിക്കെ മുറ്റത്ത് നിരന്നു നിന്ന പന്ത്രണ്ടു പോലീസുകാരും എന്നെ നോക്കി ചിരിക്കുകയും പരസ്പരം വർത്തമാനം പറയുകയുംചെയ്തു. ഇടയ്ക്കൊക്കെ അയാളുടെ ശരീരത്തിലെ പൂപ്പലിന്റെ ഗന്ധം എന്റെ ശരീരത്തിലും അനുഭവപ്പെട്ടു. ഇടയ്ക്കൊക്കെ അതു പേരയ്ക്കയുടെ ഗന്ധത്തിൽ അലിഞ്ഞു. എട്ടുമണിക്ക് അയാൾക്ക് അത്താഴവുമായി ജയിൽ ഉദ്യോഗസ്ഥരെത്തി. അത് അയാൾ കഴിച്ചില്ല.

“വേണ്ട. യാത്ര പോകുമ്പോൾ അധികം കഴിക്കുന്നതു നല്ലതല്ല...”

അയാൾ പറഞ്ഞു.

“ജോതീ, എന്തെങ്കിലും കഴിക്കെടാ...”

ശിബ്ദേബ് ബാബു നിർബന്ധിച്ചു.

“മിഷ്ടി ദോയ് ഉണ്ടോ?”

അയാൾ ചോദിച്ചു. ശിബ്ദേബ് ബാബു മിഷ്ടി ദോയ് നീട്ടിയപ്പോൾ അയാൾ അതു വാങ്ങി ഒറ്റയടിക്ക് അകത്താക്കി. പിന്നീട് എന്നെ നോക്കി ചിരിച്ചു.

“ഈ ജീവിതത്തിലെ അവസാനത്തെ മിഷ്ടി ദോയ്...”

ചുണ്ടുകൾ തുടച്ചു കൊണ്ട് അയാൾ ശിബ്ദേബ് ബാബുവിന്റെ നേരെ തിരിഞ്ഞു.

“ഒരു കണക്കിന് നന്നായി ബാബൂ. ഇപ്പോഴാണ് എന്റെ ഇഷ്ടങ്ങളെന്താണെന്ന് ആരെങ്കിലുമൊക്കെ അന്വേഷിക്കുന്നത്. കുട്ടിക്കാലത്തും പിന്നെ ഇവിടെ വരുന്നതുവരെയും ആരും എന്റെ താൽപര്യങ്ങളും ആഗ്രഹങ്ങളും ചോദിച്ചറിഞ്ഞിട്ടുമില്ല. സാധിച്ചു തന്നിട്ടുമില്ല, സത്യം പറയാമല്ലോ, ഓരോ തവണയും ദയാഹർജി തള്ളുമ്പോഴാണ് എന്റെ ഇഷ്ടങ്ങളെന്താണെന്നു ഞാൻ തന്നെ മനസ്സിലാക്കിയത്...”

"ധൈര്യമായിരിക്ക്, ജൊതീ..."

അയാൾ ഉറക്കെ ചിരിച്ചു കൊണ്ട് അകത്തേക്കു പോയപ്പോൾ ശിബ്ദേബ് ബാബു എന്നെ നോക്കി.

"നീ ഇനിയുമിവിടെ ഇരിക്കാൻ പോകുകയാണോ?"

ഞാൻ എഴുന്നേറ്റു.അദ്ദേഹത്തിനു പിന്നാലെ തൂക്കുമരത്തിനു സമീപത്തേക്കു നടക്കുമ്പോൾ മഴ ചാറിത്തുടങ്ങിയിരുന്നു. ചൂടു മഴത്തുള്ളികൾ എന്റെ മുഖത്ത് കല്ലുകൾ പോലെ കൊണ്ടു. തൂക്കുമരത്തിനു കീഴിൽ ഞാൻ പിതാമഹൻമാരെ ആരെയും കണ്ടില്ല.

"പുലർച്ചെ രണ്ടു മണിക്ക് ഉണരണം. നാലരയ്ക്കാണു കൃത്യം. ഉറങ്ങിപ്പോകരുത്."

ശിബ്ദേബ് ബാബു ഓർമിപ്പിച്ചു. എന്റെ ശരീരത്തിൽ കുളിരു കോരി. എനിക്ക് അന്നും ഉറങ്ങാൻ സാധിച്ചില്ല. ഒരു പുരുഷന്റെ രൂപം വായുവിൽ സങ്കൽപ്പിക്കാൻ എനിക്ക് ആദ്യമായി സാധിച്ചു. പുറത്ത് വലിയ കടലിരമ്പുന്നതിന്റെ ശബ്ദം മുഴങ്ങി. രണ്ടു മണിക്ക് ഞാൻ ഉണർന്നു. കുളി കഴിഞ്ഞ്, ഥാക്കുമായും അച്ഛനും പറഞ്ഞു മാത്രം കേട്ടിട്ടുള്ള അവസാനത്തെ കാളീപൂജ നടത്തി. ഭഗവാൻ മഹാദേവനും മാ കാളിക്കും പുഷ്പവും മദ്യവും വിരൽത്തുമ്പു മുറിച്ച് രക്തവും അർച്ചിച്ചു. പിന്നീട് തൂക്കുമരത്തിനു ചുവട്ടിലേക്കു നടന്നു. അഴിച്ചെടുത്ത കയർ ഒരിക്കൽക്കൂടി ഞാൻ കൊളുത്തിൽ കെട്ടി. കുടുക്ക് ഭദ്രമാണെന്ന് ഉറപ്പാക്കി. അപ്പോൾ മൂന്നാം നമ്പർ സെല്ലിന്റെ ഇരുമ്പു വാതിൽ ശബ്ദത്തോടെ തുറന്നു. ഞാൻ നോക്കി നിൽക്കെ പുതിയ വെള്ള വസ്ത്രങ്ങൾ ധരിച്ച യതീന്ദ്രനാഥ് ബാനർജി വരാന്തയിലേക്കിറങ്ങി. അയാൾക്കു മുമ്പിൽ ഐജി ശ്രീനാഥ് മല്ലിക്കും ശിബ്ദേബ് ബാബുവും ജയിലറും മജിസ്ട്രേട്ടും ഉൾപ്പെടെ ഒരു സംഘം പുരുഷൻമാർ നിരന്നു നിന്നിരുന്നു. ശിബ്ദേബ് ബാബു ബംഗ്ലായിൽ എന്തോ ഉറക്കെ വായിക്കുന്നത് അവ്യക്തമായി കേട്ടു. ഉത്തരവിൽ പറയുന്ന യതീന്ദ്രനാഥ് ബാനർജിയാണ് മുന്നിൽ നിൽക്കുന്നതെന്നു ജയിലറും ശിബ്ദേബ് ബാബുവും ഉറക്കെ പ്രഖ്യാപിച്ചു. മജിസ്ട്രേട്ടും ഐജിയും ശിബ്ദേബ് ബാബുവും മുമ്പിലും യതീന്ദ്രനാഥ് ബാനർജി നടുക്കും മറ്റു പോലീസുകാർ ചുറ്റുമായി സംഘം മുന്നോട്ടുനീങ്ങി. യതീന്ദ്രനാഥ് ബാനർജി തൂക്കുമരത്തിനു നേരെ ചുവടു വച്ചു വരുന്നതു ഞാൻ കണ്ണടച്ചു നിന്നു കണ്ടു. സാവധാനം ഈ ജീവിതത്തിലെ അയാളുടെ അവസാനത്തെ ചുവടുകൾ.

അമ്പത്തിയൊന്ന്

ഈ ജീവിതത്തിലെ അയാളുടെ അവസാനത്തെ ചാറ്റൽമഴ. ഈ ജീവിതത്തിലെ അയാളുടെ അവസാനത്തെ പുലർകാലം. ഈ ജീവിതത്തിലെ അയാളുടെ അവസാനത്തെ മന്ദഹാസം. യതീന്ദ്രനാഥ് ബാനർജിയുടെ കവിളൊട്ടിയതും കണ്ണുകൾ കുഴിഞ്ഞതുമായ മുഖം അരണ്ട വെട്ടത്തിലും ഞാൻ വ്യക്തമായി കണ്ടു. ഞങ്ങളുടെ കുടുംബത്തിലെ സ്ത്രീകൾക്കു കഠിനമായ പ്രതിസന്ധി ഘട്ടങ്ങളിൽ സംഭവിക്കാറുള്ളതു പോലെ ആ സമയത്ത് എന്റെ കൈകൾ തൂക്കുകയറിന്റെ കുടുക്കു കയ്യിലെടുത്ത് അഴിക്കുകയും വീണ്ടും കുടുക്കിടാൻ ആരംഭിക്കുകയും ചെയ്തു. ഞാനെന്താണു ചെയ്തതെന്നു മനസ്സിലായപ്പോൾ എന്റെ പരിഭ്രമം ഇരട്ടിച്ചു. യതീന്ദ്രനാഥ് ബാനർജി അടുത്തെത്തുന്നതിനു മുമ്പ് ഒരുങ്ങി നിൽക്കാനുള്ള വ്യഗ്രതയിൽ പന്ത്രണ്ടു വട്ടം കയർ എന്റെ കൈകളിൽ അദൃശ്യമായ പുഷ്പങ്ങളാൽ തീർക്കുന്ന ഹാരത്തിലെ ചരടു പോലെ ചലിച്ചു. യതീന്ദ്രനാഥ് പ്ലാറ്റ്ഫോമിന്റെ പടികൾ കയറാനൊരുങ്ങുമ്പോഴേക്ക് എന്റെ കുടുക്ക്, പതിമൂന്നു മനോഹര വലയങ്ങളോടെ തയ്യാറായി. ആ കുടുക്കിന്റെ പൂർണതയും ശക്തിയും എന്നെത്തന്നെ മോഹിപ്പിച്ചു. തൂക്കുമരത്തിനു താഴെ നിലവറപ്പലകയുടെ വെളുത്ത വൃത്തത്തിനുള്ളിലേക്ക് അയാൾ നടന്നു വന്നപ്പോൾ ഒരു തണുത്ത കാറ്റടിച്ചു. കാമുകന്റെ ആദ്യ സ്പർശത്തിൽ കാമുകിയുടേതെന്നതുപോലെ എന്റെ രോമങ്ങൾ ആനന്ദത്തോടെ എഴുന്നു. പരിരംഭണം ചെയ്യപ്പെടാനും നിന്റെയൊപ്പം മരണം വരെ ഞാനുണ്ടാകും എന്ന പ്രണയലോലമായ നിമന്ത്രണം കേൾക്കാനും എന്റെ കാതുകൾ തരിച്ചു. മജിസ്ട്രേട്ടും ഐജിയും ശിബ്ദേബ് ബാബുവും ജയിലറും മറ്റു പോലീസുകാരും നിരന്നു നിന്നു. അവർക്കിടയിൽ സഞ്ജീവ് കുമാർ മിത്ര കൂടിയുണ്ടായിരുന്നെങ്കിൽ എന്ന് ഞാൻ ആഗ്രഹിച്ചു. ജയിലർ എന്റെ അടുത്തെത്തി കയർക്കഷ്ണം നീട്ടി. പുള്ളി തൂക്കുമരത്തിനു താഴെയെത്തിക്കഴിഞ്ഞാൽ പിന്നെ അരനിമിഷം കൊണ്ടു കൈകൾ കൂട്ടിക്കെട്ടുകയും കാലുകളിൽ തുകൽസ്ട്രാപ്പ് ബക്കിൾ ഇട്ടുറപ്പിക്കുകയും വേണമെന്ന് അച്ഛൻ പറയാറുള്ളത് എന്റെ കാതുകളിൽ മുഴങ്ങി. അരനിമിഷം, അച്ഛൻ എപ്പോഴും ഓർമിപ്പിച്ചിരുന്നു.

"സമയം കൂടുതലെടുത്താൽ ചിലപ്പോൾ പുള്ളി മാനസിക സംഘർഷം കൊണ്ടു ബോധം കെട്ടു വീണെന്നു വരും. ചിലപ്പോൾ അയാളുടെ അസ്ഥികൾ തളർന്ന് നനഞ്ഞ തുണിക്കഷ്ണം പോലെ ശരീരം കുഴഞ്ഞു കുഴഞ്ഞു പോകും. ആ അവസ്ഥയിൽ ആരാച്ചാർക്കു ജോലി പൂർത്തിയാക്കുക ബുദ്ധിമുട്ടാണ്."

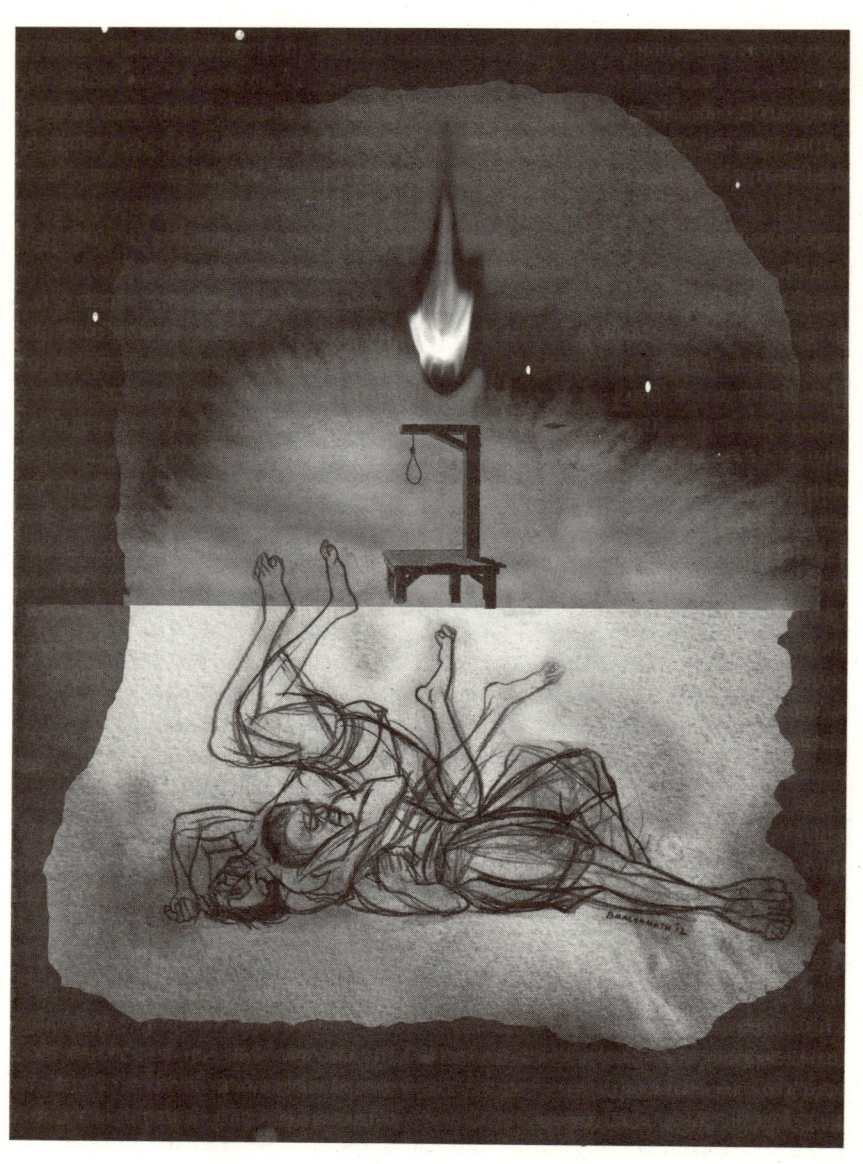

ഞാൻ യതീന്ദ്രനാഥിന്റെ പിന്നിൽചെന്നു നിന്നു കൈകൾ രണ്ടും തിര ക്കിട്ടു കൂട്ടിക്കെട്ടുമ്പോൾ അയാൾ എന്നെ തിരിഞ്ഞു നോക്കി.

“ആരോ സംസാരിക്കുന്നതു കേൾക്കുന്നു. ആരാണ്?”

അയാളുടെ ശബ്ദം ശാന്തമായിരുന്നു.

“എന്റെ പിതാമഹൻമാർ... ഒരുപക്ഷേ നിങ്ങളുടെയും...”

ഞാൻ ജോലി പൂർത്തിയാക്കുമ്പോൾ മന്ത്രിച്ചു.

“എന്തിനാണ് എന്റെ കൈകൾ കൂട്ടിക്കെട്ടുന്നത്?”

അയാൾ വീണ്ടും ചോദിച്ചു.

“സ്വതന്ത്രവും നിവർന്നതുമായ കൈപ്പത്തി ഒരു വലിയ ആയുധമാണ്...”

ഞാൻ തിടുക്കത്തിൽത്തന്നെ കെട്ടിന്റെ ഉറപ്പു പരിശോധിച്ച് കാലുകൾ കൂട്ടിക്കെട്ടാനുള്ള തുകൽ സ്ട്രാപ്പിനു വേണ്ടി കൈനീട്ടി.

“കുട്ടിക്കാലത്ത് ഞങ്ങൾ വിചാരിച്ചത് കൈപ്പത്തി വലിയ ഉപകരണമാ ണെന്നാണ്...”

കെട്ടിനുള്ളിൽ കൈകൾ തുറക്കുകയും അടയുകയും ചെയ്യുന്നതിനിടെ അയാൾ പറഞ്ഞു. ഞാൻ കുനിഞ്ഞിരുന്ന് അയാളുടെ കാൽവണ്ണകൾ അടു പ്പിച്ചു വച്ച് തുകൽ സ്ട്രാപ്പ് ഇട്ടു.

“പാദങ്ങളും ആയുധമാണോ?”

അയാൾ ചോദിച്ചു.

“പാദങ്ങൾ ആത്മാവിന്റെ വാഹനങ്ങളുടെ ചക്രങ്ങളാണ്. ഒന്നിച്ചു നിന്നി ല്ലെങ്കിൽ യാത്ര തടസ്സപ്പെടും...”

യതീന്ദ്രനാഥ് ബാനർജി ദീർഘമായി നിശ്വസിക്കുന്നത് അയാളുടെ പാദങ്ങൾ പ്രതിധ്വനിപ്പിച്ചു. ഞാൻ ജോലി പൂർത്തിയാക്കി എഴുന്നേറ്റു. അടു ത്തത് പുള്ളിയെ മുഖംമൂടി ധരിപ്പിക്കുന്ന കൃത്യമായിരുന്നു.

“ജൊതീ, നിനക്കു പ്രാർഥിക്കണമെങ്കിൽ ആകാം...”

ശിബ്ദേബ് ബാബു യതീന്ദ്രനാഥ് ബാനർജിയുടെ ചുമലിൽ കൈവച്ചു.

“പ്രാർഥനയല്ല ഇപ്പോൾ എനിക്കു വേണ്ടത്, ബാബൂ..നാലരയാകാൻ ബാക്കിയുള്ള സമയത്ത് എന്നോട് എന്തെങ്കിലുമൊക്കെ സംസാരിക്കൂ...!”

അയാളുടെ ശാന്തമായ കണ്ണുകളെ നേരിടാനാകാതെ ശിബ്ദേബ് ബാബു മുഖം തിരിച്ചു.

“എനിക്ക് മനുഷ്യരുടെ ശബ്ദം കേൾക്കാൻ ആർത്തി തോന്നുന്നു. മനു ഷ്യർ ഉറക്കെച്ചിരിക്കുന്നതും സംസാരിക്കുന്നതും കേട്ടു കൊതി തീർന്നില്ല, എനിക്ക്. ജീവിച്ചിരിക്കുമ്പോൾ അതു തിരിച്ചറിയാൻ സാധിച്ചില്ല. മറ്റു മനു ഷ്യരുടെ ശബ്ദങ്ങളും അവരുടെ സാന്നിധ്യവുമാണ് യഥാർഥത്തിൽ മനുഷ്യ രുടെ ജീവിതത്തിലെ ആഹ്ലാദം. ഇനി ഞാൻ ചെന്നെത്തുന്നിടത്ത് എനിക്കു ശബ്ദങ്ങൾ കേൾക്കാൻ സാധിക്കുമോ? സാധിച്ചാൽ തന്നെ ആരെങ്കിലും എന്നോടു സംസാരിക്കുമോ? ചേതനാദീ, എന്തെങ്കിലും പറയൂ. നിങ്ങളുടെ ശബ്ദം വളരെ മധുരമാണ്...”

ആരാച്ചാരുടെ ജോലിയിലെ ഏറ്റവും കഠിനമായ പരീക്ഷ അതായിരുന്നു. തൂക്കുമരത്തിലെ കൊളുത്തിൽനിന്നു തൂങ്ങിക്കിടക്കുന്ന 3.2 കിലോ ഭാരമുള്ള ബുക്സാർ കയറിന്റെ അറ്റത്തു ഞാൻ പണി തീർത്ത പതിമൂന്നു വലയങ്ങ

ളുള്ള കുടുക്കിൽനിന്ന് മാത്രകൾ മാത്രമകലെ, കൈകാലുകൾ ബന്ധിക്കപ്പെട്ടു നിൽക്കുന്ന ജീവനുള്ള ഒരു ശരീരത്തോട് എന്താണ് പറയേണ്ടതെന്ന് എനിക്ക് മനസ്സിലായില്ല. അച്ഛനായിരുന്നു എന്റെ സ്ഥാനത്തെങ്കിൽ എന്നു ഞാൻ പരിഭ്രമത്തോടെ ചിന്തിച്ചു. കൊല്ലാൻ പോകുന്നയാളെ ഒരു കഥ പറഞ്ഞു സന്തോഷിപ്പിക്കാൻ കാലാ പിതാമഹനോ മോഷ് പിതാമഹനോ കാളീചരൺ പിതാമഹനോ നിർബന്ധിതനായിരുന്നെങ്കിൽ ഏതു കഥയാകും പറയുക എന്നു ഞാൻ തലച്ചോറിൽ പരതി.

"എന്താണ് ഇങ്ങോട്ടു പോരും മുമ്പു കഴിച്ചത്?"

വിയർപ്പു തുടച്ചു കൊണ്ടു ഞാൻ ചോദിച്ചു.

"ഒരു മുറി സൊന്ദേഷ്... അതു കഴിക്കാതെ മരിക്കാൻ എനിക്കു മനസ്സു വന്നില്ല..."

അയാളുടെ മുഖത്ത് വീണ്ടും ഒരു തെളിഞ്ഞ ചിരി വിടർന്നു. ഞാൻ ശ്വാസമെടുത്തു കൊണ്ടു പറഞ്ഞു തുടങ്ങി.

"സൊന്ദേഷ് റായിയുടെ ഇഷ്ട പലഹാരമാണ്, ജൊതീദാ. സത്യജിത്ത് റായിയുടെ മുതുമുത്തച്ഛൻ രാംസുന്ദർ മജുംദാർ മേഘ്ന നദി കടന്ന് കിഴക്കൻ ബംഗാളിൽച്ചെന്ന് ബ്രഹ്മപുത്ര നദിയുടെ അക്കരെ താമസമുറപ്പിച്ചതാണ്. എന്നിട്ടെന്തു സംഭവിച്ചു? നദി കരകവിഞ്ഞ് ഗ്രാമത്തെ വിഴുങ്ങിയപ്പോൾ കുടുംബം രണ്ടു കരയിലായി അകന്നു..."

ഞാൻ ചുറ്റും കണ്ണോടിച്ചു. എല്ലാവരും മരവിച്ചു നിൽക്കുകയായിരുന്നു. എന്റെ ശബ്ദം ആസ്ത്മരോഗിയുടേതു പോലെ കിതച്ചും വലിഞ്ഞും ഉയർന്നു. കഥ പറഞ്ഞു തീർക്കാൻ എനിക്ക് അധികം നേരമുണ്ടായിരുന്നില്ല. മജുംദാറുടെ കുടുംബത്തിലെ വിദ്യയും ലക്ഷ്മിയും രണ്ടായി പിരിഞ്ഞ് ഓരോ താവഴിയോടൊപ്പം കൂടിയതും രാംകാന്ത മജുംദാർ ജനിച്ചതും രാംകാന്ത മജുംദാർ ഒരു കുട്ട ചോറും ഒരു മുഴുവൻ ചക്കയും കൂട്ടി പ്രാതൽ കഴിച്ചിരുന്നതും വരാന്തയിൽ വിശ്രമിക്കുമ്പോൾ ആക്രമിച്ച കരടിയെ ഒറ്റക്കൈ കൊണ്ടു കഴുത്തിനു പിടിച്ച് ചെരിപ്പു കൊണ്ട് അടിച്ചു കാട്ടിലേക്ക് ഓടിച്ചതും പറഞ്ഞപ്പോൾ യതീന്ദ്രനാഥ് ബാനർജി ഉറക്കെ ചിരിച്ചു. എല്ലുന്തിയ കവിളുകളെ പ്രകാശിപ്പിച്ച ആ ചിരി അയാളുടെ ജീവിതത്തിലെ അവസാനത്തേതാണെന്നു ചിന്തിച്ചപ്പോൾ എനിക്കു നെഞ്ചു വേദനിച്ചു. ആ ചിരി കണ്ടാൽ അയാളൊരു കുറ്റവാളിയാണെന്നു വിശ്വസിക്കുക അസാധ്യമായിരുന്നു.

"ദൈവമേ! ഈ കഥ കേൾക്കാതെ ഞാൻ മരിച്ചു പോയിരുന്നെങ്കിൽ എന്തൊരു നഷ്ടമായിരുന്നേനെ !"

അയാൾ പറഞ്ഞു. രാംകാന്തയുടെ മൂത്ത മകൻ എന്തു ചോദിച്ചാലും വൃത്തവും ഛന്ദസ്സുമൊത്ത പദ്യത്തിൽ മറുപടി പറഞ്ഞു. മൂന്നാമൻ പേർഷ്യൻ ഭാഷയിൽ പണ്ഡിതനായി. രണ്ടാമൻ ലോക്നാഥ് സംസ്കൃതത്തിലും ബംഗാളിയിലും അറബിയിലും പേർഷ്യനിലും പ്രാവീണ്യം നേടി. ഒരു ഭാഷയിലുള്ള പുസ്തകം മറ്റൊരു ഭാഷയിൽ ഉറക്കെ വായിക്കാൻ മാത്രം പാണ്ഡിത്യമുണ്ടായിരുന്ന ലോക്നാഥ് വിവാഹിതനായി ഒരു വർഷത്തിനുള്ളിൽ താന്ത്രിക യോഗ പഠിക്കാൻ ആരംഭിച്ചു. മാതാപിതാക്കൾ പരിഭ്രാന്തരായി.

മകൻ സന്ന്യാസിയായിത്തീരുമെന്നു ഭയന്ന് അവർ ലോക്നാഥിന്റെ പുസ്തകങ്ങൾ നദിയിലെറിഞ്ഞു. ലോക്നാഥ് തകർന്നു പോയി. അദ്ദേഹം മൂന്നു ദിവസത്തെ ഉപവാസത്തിനു ശേഷം സമാധി വരിച്ചു. മരിക്കുന്നതിനു തൊട്ടു മുമ്പ് ഭാര്യയെയും മകനെയും അരികിൽ വിളിച്ചു. മകന്റെ നെറുകയിൽ ചുംബിച്ച് ശിരസ്സിൽ കൈവച്ച് പ്രാർഥിച്ച ശേഷം അദ്ദേഹം ഭാര്യയോടു പറഞ്ഞു- ഇപ്പോൾ നിനക്ക് ഈ ഒന്നേയുള്ളൂ. പക്ഷേ, ഈ ഒരുവനിൽനിന്ന് നൂറുപേർ ഉണ്ടായി വരും...

യതീന്ദ്രനാഥ് ബാനർജിയുടെ മുഖത്ത് താൽപര്യം നിറഞ്ഞു.

"എത്ര ശരിയായിരുന്നു അദ്ദേഹത്തിന്റെ വാക്കുകൾ... ഏതെങ്കിലും പെണ്ണിന്റെ കഥ കൂടിപ്പറയൂ..."

"റുഖയ ഹസൻ സുൽത്താനയുടെ സ്വപ്നത്തിന്റെ കഥ പറയട്ടെ?"

"നോ!"

ഐജിയുടെ ശബ്ദം കടുപ്പിച്ചുയർന്നു.

"സമയമായി. ജൊതീ. വീ ആർ സോറി..."

യതീന്ദ്രനാഥ് ബാനർജിയുടെ മുഖത്തെ ചിരി മാഞ്ഞു.

"എന്തായാലും മരിക്കും. ഒരു കഥ കേട്ടിട്ട് മരിക്കാൻ അനുവദിച്ചു കൂടേ?"

യതീന്ദ്രനാഥ് ബാനർജി നിസ്സഹായതയോടെ ചോദിച്ചു. അയാളുടെ ജീവിതത്തിലെ അവസാനത്തെ നിസ്സഹായത. ശിബ്ദേബ് ബാബു ലേശം വിഷമത്തോടെ മുമ്പോട്ടു നീങ്ങി നിന്നു.

"ജൊതീ, അവസാനമായി എന്തെങ്കിലും പറയാനുണ്ടെങ്കിൽ... ?"

"ഗവൺമെന്റ് എന്നെ നാലഞ്ചു തവണ മുമ്പും കൊന്നിട്ടുണ്ട്. ഇത് അവസാനത്തേതാണെന്നതിൽ ഞാൻ സന്തോഷിക്കുന്നു..."

ശിബ്ദേബ് ബാബു ഐജിയെ നോക്കി. ഐ.ജി. എന്നെ നോക്കി. കണ്ണുകളിടഞ്ഞപ്പോൾ ഐ.ജിയുടെ മുഖത്തെ വിശന്ന കടുവയുടെ നോട്ടം എന്റെ ഹൃദയത്തിൽ കൊണ്ടു. ചേതനാ എന്നു മന്ത്രിച്ച് ശിബ്ദേബ് ബാബു മുഖം മൂടി കൈമാറിയതും ഞാൻ കഥയുടെ കിതപ്പടക്കി വീണ്ടും യതീന്ദ്രനാഥിന്റെ അരികിലേക്കു നീങ്ങി. യതീന്ദ്രനാഥിന്റെ മുമ്പിൽ മുഖത്തോടു മുഖം നിൽക്കെ ആരാച്ചാരുടെ ജീവിതത്തിലെ ഏറ്റവും ദുഷ്കരമായ നിമിഷത്തെ ഞാൻ നേരിട്ടു. ഞങ്ങൾ പരസ്പരം നോക്കി. മുടി കൊഴിഞ്ഞ് വിശാലമായിത്തുടങ്ങിയ നെറ്റി. കനത്ത പുരികങ്ങൾ. അവയ്ക്കു താഴെ അഗാധമായ കുഴികൾ പോലെ രണ്ടു കണ്ണുകൾ. ഒട്ടിയ കവിളുകളിൽ വർഷങ്ങളോളം ഇരുട്ടു മുറിയിൽ കഴിഞ്ഞതിന്റെ വിളർച്ച. അസ്ഥികൾ പുറത്തു കാണുന്ന കഴുത്ത്. അമ്പതു കിലോ മാത്രം ഭാരമുള്ള ഒരു ശരീരം. അയാളുടെ കണ്ണുകളിൽ ഭയത്തേക്കാളേറെ എന്നോടോ മറ്റോ ഉള്ള സഹതാപം നിറഞ്ഞു. അയാൾക്ക് അത്രയ്ക്ക് സഹതാപം തോന്നാൻ മാത്രം ദൈന്യം എന്റെ കണ്ണുകളിലുണ്ടോ എന്നു ഞാൻ പരിഭ്രമിച്ചു. ഞാൻ കണ്ണുകളടച്ച് പിതാമഹൻമാരെ ധ്യാനിച്ചു. ഥാക്കുമായെയും ദാദുവിനെയും അച്ഛനെയും സ്മരിച്ചു. അച്ഛൻ അത്തരം സന്ദർഭങ്ങളിൽ ചെയ്യുമെന്നു പറഞ്ഞു കേട്ടിട്ടുള്ളതുപോലെ ഞാൻ മടക്കിപ്പിടിച്ച മുഖംമൂടി സഹിതം കൈകൂപ്പി.

"ദാദാ, തുമി ആമെ ക്ഷമാ കൊരോ..."

ഞാൻ മന്ത്രിച്ചു. ജ്യേഷ്ഠാ, എന്നോടു ക്ഷമിക്കൂ. അയാളുടെ ഭംഗിയില്ലാത്ത മുഖത്ത് കാരുണ്യം നിറഞ്ഞു. എന്റെ രോമങ്ങൾ എഴുന്നു. ഞാൻ അയാളുടെ തല അൽപമൊന്നു കുനിച്ച് കവിളിൽ ചുണ്ടു ചേർത്തു. അയാളുടെ ശരീരത്തിന് അപ്പോൾ ലാൽ ചൊമ്പ പുഷ്പങ്ങളുടെ ഗന്ധമായിരുന്നു. എനിക്ക് തല പെരുത്തു. അയാൾ പുഞ്ചിരിയോടെ എന്നെ നോക്കി.

"തൊമാർ ഭാലോ ഭോബെ..."

അയാൾ മന്ത്രിച്ചു. ദൈവം നിന്നെ അനുഗ്രഹിക്കട്ടെ.

"ഫോർ തേട്ടി..."

ഐ.ജി. വിളിച്ചു പറഞ്ഞു. അതെന്റെ ആദ്യത്തെ തൂക്കിക്കൊലയാണെന്നു ഞാൻ മറന്നു. ഞാൻ ഞാനല്ലാതായി. ഞാൻ ആരാച്ചാർ മാത്രമായി. എന്റെ കയ്യിൽ കറുത്ത തലയിണയുറ പോലെയുള്ള മുഖംമൂടി നിവർന്നു. അയാളുടെ ശിരസ്സിൽ ഞാനത് അനായാസം അണിയിച്ചു. കണ്ണുകൾ മറയുന്നതു വരെ അയാൾ എന്നെത്തന്നെ നോക്കി. അയാളുടെ മുഖം മറഞ്ഞു. വെളുത്ത വസ്ത്രം ധരിച്ച ശരീരത്തിന് മേൽ കണ്ണും മൂക്കും വായും ചെവിയുമില്ലാത്ത കരിംകറുപ്പു ശിരസ്സ് എന്നിട്ടും എന്നെത്തന്നെ നോക്കി. ആ നേരത്ത് എന്റെ ശരീരത്തിലൂടെ ഒരു മിന്നൽ കടന്നു. ഞാൻ വേച്ചു പോയി. എന്റെ അസ്ഥികളിലും മാംസത്തിലും ശക്തമായതെന്തോ തറഞ്ഞു. അതൊരു തുടക്കമായിരുന്നു. തുടർച്ചയായി ചെറുതും വലുതുമായ മിന്നൽപ്പിണരുകൾ എന്റെ ശരീരത്തിലൂടെ അസ്ത്രങ്ങൾ പോലെ തുളഞ്ഞു പാഞ്ഞു. എന്റെ ശരീരത്തിനുള്ളിൽ രക്തം തിളച്ചു. മാംസവും അസ്ഥിയും പ്രകമ്പനം കൊണ്ടു. ഓരോ രോമകൂപത്തിലൂടെയും ആയിരം ആത്മാക്കൾ എന്റെ ശരീരത്തിനുള്ളിലേക്കു പ്രവേശിച്ചു. തൂക്കുമരത്തിനു മുമ്പിൽ നിൽക്കുമ്പോൾ അസറിൽ ഒരു കഥാപാത്രമായി നിൽക്കുന്നതുപോലെ അനുഭവപ്പെടുമെന്ന അച്ഛന്റെ വാക്കുകൾ സത്യമാകുന്നതെങ്ങനെയെന്ന് എനിക്കും ബോധ്യപ്പെട്ടു. ഏതോ നാടകത്തിലെ വെറുമൊരു കഥാപാത്രത്തെപ്പോലെ ആരോ നിശ്ചയിച്ച ചലനങ്ങളിലൂടെ ആരുടെയോ ആസ്വാദനശേഷിയെ തൃപ്തിപ്പെടുത്താൻ ഞാനും ഒരുമ്പെട്ടു. യതീന്ദ്രനാഥ് ബാനർജിയെ ഞാൻ ഒന്നു കൂടി നോക്കി. കൈകൾ പിന്നിൽക്കെട്ടി, പാദങ്ങൾ കൂട്ടിക്കെട്ടിയ നിലയിൽ അയാൾ ശിരസ്സു പൂർത്തിയാകാത്ത പ്രതിമ പോലെ നിന്നു. അയാളുടെ ഹൃദയം കൃത്യമായ ഇടവേളകളിൽ പൊന്തിച്ചാടുന്ന ഭാരിച്ച റബർപന്തു പോലെ മിടിക്കുന്നത്, പരലോകത്തിലേക്കുള്ള യാത്രയ്ക്കായി അയാൾക്കു ഗവൺമെന്റ് ദാനം ചെയ്ത പുതിയ വെളുത്ത കുപ്പായത്തിന്റെ മധ്യഭാഗത്തെ ഉയർന്നു താഴുന്ന നെഞ്ചിൻകൂട് വ്യക്തമാക്കി. ഞാൻ കുടുക്കു പരിശോധിച്ചു. കെട്ടിന്റെ ബലം ഉറപ്പു വരുത്തി. കയർ വലിച്ചു നീട്ടി കുടുക്കു യതീന്ദ്രനാഥ് ബാനർജിയുടെ ശിരസ്സിലൂടെ കടത്തി. കെട്ടുകൾ തൊണ്ടക്കുഴിയിൽ രണ്ടും മൂന്നും കശേരുക്കൾക്കിടയിലുള്ള ജീവന്റെ ആ ഏറ്റവും പ്രധാനപ്പെട്ട ഞരമ്പിനു മേൽ കൃത്യമായ സ്ഥാനത്തു ദേവവിഗ്രഹത്തിൽ ആരാധനാപുഷ്പമെന്നതു പോലെ സമർപ്പിച്ചു ദീർഘമായി നിശ്വസിച്ചു.

"തൊമാർ ഭാലോ ഭോബെ..."

യതീന്ദ്രനാഥ് ബാനർജി മുഖംമൂടിക്കുള്ളിലൂടെ വീണ്ടും മന്ത്രിച്ചു. അയാളുടെ ഈ ജീവിതത്തിലെ അവസാനത്തെ വാക്കുകൾ.

ഞാൻ മിന്നൽ വേഗത്തിൽ ലിവറിനു സമീപമെത്തി. ലിവറിൽ കൈ പിടിച്ച് ഞാൻ മുഖം ഇടതുവശത്തേക്കു തിരിച്ചു. മജിസ്ട്രേട്ടും ഐ.ജിയും മറ്റു പോലീസുകാരും തൂക്കുമരത്തിനു പിന്നിൽ നിരന്നു നിന്നു. അവരുടെ മുഖങ്ങൾ അവ്യക്തമായിരുന്നു. എല്ലാവരും നിശ്ചലരായിരുന്നു. ഒരു ചുവന്ന തൂവാല താഴേക്കു വീണു. എന്റെ കൈത്തലത്തിൽ ലിവറിന്റെ പ്രാചീനമായ തണുപ്പ് വ്യാപിച്ചു. എന്റെ ഹൃദയവും റബർ പന്തുപോലെ ഉള്ളിൽ ചാടി. എന്റെ രക്തത്തെ ഇളക്കി മറിച്ച് മാംസത്തെ തുളച്ച് അസ്ഥികൂടത്തെ തകർത്ത് ആരോ ഒരാൾ ചാടിയിറങ്ങി. ലിവറിൽ പിടിച്ച കൈത്തലം പിടിച്ചു മാറ്റാൻ പുറത്തിറങ്ങിയ ആൾ പ്രയത്നിച്ചു. അതൊരു വടംവലിയുടെ നിമിഷമായിരുന്നു. യുദ്ധത്തിൽ പരാജയപ്പെടുമെന്നു തോന്നിയപ്പോൾ ഞാൻ ആ തൂവാലയിൽ നോക്കി. തൂവാലയുടെ കടുംചുവപ്പ് എന്റെ കണ്ണുകളിൽ നിറഞ്ഞു. ഞാൻ ലിവർ വലിച്ചു. വലിയൊരു ശബ്ദത്തോടെ നിലവറപ്പാളികൾ അകന്നു. ആകാശം ഇടിഞ്ഞു വീണതു പോലെ യതീന്ദ്രനാഥിന്റെ ശരീരം നിപതിച്ചു. എന്റെ കണ്ണുകൾ കയറിൽത്തന്നെ ഉറച്ചു. ഒന്ന്, രണ്ട്, മൂന്ന്, നാല്... തലച്ചോറിനുള്ളിൽ ആരൊക്കെയോ എണ്ണുന്നതു കേട്ടു. –ഇരുപത്..! കയർ നിശ്ചലമായി.

എന്റെ കൈ ലിവറിൻമേൽത്തന്നെ തുടർന്നു. എനിക്ക് പ്രത്യേകിച്ചൊന്നും തോന്നിയില്ല. ഒരാൾ മരിച്ചു. അയാളുടെ കഴുത്തിൽ കുടുക്കു മുറുകി. എല്ലാ മനുഷ്യരുടെയും കഴുത്തിലെ രണ്ടും മൂന്നും കശേരുക്കൾക്കിടയിലൂടെ ഓടുന്ന ജീവന്റെ ഞരമ്പ് മുറുകി, മുറിഞ്ഞ് തലച്ചോറിലേക്കുള്ള രക്തയോട്ടം നിലച്ചു. തലച്ചോറിനുള്ളിൽനിന്നു ഹൃദയത്തിലേക്കു രക്തമെത്തിക്കുന്ന ഞരമ്പുകൾ അടഞ്ഞു. രക്തസമ്മർദ്ദം കുതിച്ചുയർന്നു ഹൃദയസ്പന്ദനം നിലച്ചു. നട്ടെല്ല് ഇനിയൊരിക്കലും നിവർത്താൻ സാധിക്കാത്ത വിധം കഴുത്തെല്ലുകൾ ഒടിഞ്ഞു. മുഖംമൂടിക്കുള്ളിൽ അയാളുടെ കണ്ണുകൾ പുറത്തേക്കു തുറിച്ചു. നാവു പുറത്തേക്കു നീണ്ടു. അയാളുടെ വെളുത്ത പുതിയ വസ്ത്രങ്ങൾക്കുള്ളിൽ മലമൂത്രാദികളുടെ വിസർജ്ജനം സംഭവിച്ചു. അയാളുടെ ലിംഗത്തിലേക്ക് രക്തം ഇരമ്പിക്കയറി ഉദ്ധാരണം സംഭവിച്ചു. അയാളുടെ ഈ ജീവിതത്തിലെ അവസാനത്തെ ഉദ്ധാരണം.

"ചേതനാ...!!!"

ശിബ്ദേബ് ബാബു എന്റെ അടുത്തേക്ക് ഓടി വന്ന് ചുമലിൽ കൈവച്ച് എന്നെ നോക്കി.

"ആർ യൂ ഓൾറൈറ്റ്...? വേണമെങ്കിൽ നിനക്ക് അൽപം കിടക്കാം. കുറച്ചു ടെൻഷൻ കാണും, സ്വാഭാവികം."

ഞാൻ ലിവറിൽനിന്നു കൈ വലിച്ചെടുക്കാൻ ശ്രമിക്കുകയാണെന്ന് അദ്ദേഹം മനസ്സിലാക്കിയില്ല. അധികാരത്തിന്റെ പ്രാചീനമായ ആ ലോഹത്തിൽ എന്റെ കൈത്തലം ഒട്ടിപ്പോയി. അതിൽ പിടിച്ചു നിൽക്കുമ്പോൾ ഒരു തരം ശക്തി എന്റെ രക്തത്തിലൂടെ പ്രവഹിച്ചു. എന്തുകൊണ്ടാണ് എന്റെ പിതാമഹൻമാർ തങ്ങളുടെ തൊഴിലിനെക്കുറിച്ച് അഭിമാനവും അഹന്തയും വച്ചു പുലർത്തിയിരുന്നതെന്ന് എനിക്ക് വ്യക്തമായി. ഞാൻ തൂക്കുമരത്തിൽ നിന്നു താഴേക്കു തൂങ്ങിക്കിടക്കുന്ന കയറിലേക്കു നോക്കി. യതീന്ദ്രനാഥിന്റെ

ശരീരം നിലവറയ്ക്കുള്ളിൽ മറഞ്ഞു കഴിഞ്ഞിരുന്നു. കയർ മണ്ണിലുറപ്പിച്ച ഇരുമ്പു കമ്പി പോലെ കുത്തനെ നിശ്ചലം നിന്നു. ആകാശം വിളറി വെളുക്കാൻ ആരംഭിച്ചിരുന്നു. ജയിലിന്റെ തുറസ്സായ വളപ്പിനുള്ളിൽ വല്ലാത്ത മൂകത നിറഞ്ഞു. മജിസ്ട്രേട്ടും ഐജിയും മറ്റ് പോലീസുകാരും നിശ്ശബ്ദരായി ജീവനില്ലാത്ത പ്രതിമകൾ കണക്കെ നിന്നു. ആരും സംസാരിച്ചില്ല. ആരും ചലിച്ചില്ല. പെട്ടെന്ന് എല്ലാവരെയും ഞെട്ടിച്ച് അഞ്ചു മണിയുടെ സൈറൺ മുഴങ്ങി. നിശ്ചലവും നനഞ്ഞ് ഭാരിച്ചതുമായ അന്തരീക്ഷവായുവിലൂടെ ശബ്ദ വീചികൾ വെടിയേറ്റ പക്ഷികളെപ്പോലെ നിലവിളിച്ചു പാഞ്ഞു. ജയിലിനുള്ളിലെ പ്രഭാതമണി ഉറക്കെ മുഴങ്ങി. നാടോടിക്കഥയിലെ മന്ത്രത്താൽ മയക്കപ്പെട്ട പട്ടണത്തിന് ജീവൻ വയ്ക്കപ്പെട്ടതുപോലെ ജയിൽ ഉണർന്നു. ഒരു മണൽച്ചാക്ക് താഴെ വീഴുന്ന ശബ്ദം എന്റെ കാലിനടിയിൽ മുഴങ്ങി. വലിഞ്ഞു നിന്ന കയർ ഛേദിക്കപ്പെട്ട ഗൗളിവാൽ പോലെ ആകാശത്തേക്ക് ഉയർന്ന് പിടഞ്ഞ് എല്ലാ അഹന്തയും നഷ്ടപ്പെട്ടതുപോലെ നിശ്ചലവും നിരാലംബവുമായി തൂങ്ങി. ചാറ്റൽമഴ വീണ്ടും തുടങ്ങി. താഴെ നിലവറയ്ക്കുള്ളിൽനിന്നു മുകളിലേക്ക് ഒരു പോലീസുകാരൻ ഓടിക്കയറി വന്നു.

"ട്വന്റി സെക്കൻഡ്സ്... ഡിക്ലയേഡ് ഡെഡ്...!"

മജിസ്ട്രേട്ട് ഉറക്കെ പ്രഖ്യാപിച്ചു. എന്റെ ശരീരവും വലിഞ്ഞു മുറുകിയ കയർ പോലെ തൂങ്ങി നിൽക്കുകയായിരുന്നു. അതുവരെ ശരീരത്തിനുള്ളിൽ തിങ്ങിക്കൂടിയിരുന്ന ആത്മാക്കൾ കീറച്ചാക്കിലെ മണൽത്തരികൾ പോലെ ഒന്നും രണ്ടും അനേകവുമായി വീണൊഴിഞ്ഞു. ഒഴിഞ്ഞ ചാക്കിന്റെ ശൂന്യതയും ലാഘവവും ഞാൻ അനുഭവിച്ചു. എന്റെ ശിരസ്സിൽനിന്നു മഴയും വിയർപ്പും ഇടകലർന്ന് നെറ്റിയിലൂടെ ഒഴുകി. നോക്കുന്നിടത്തൊക്കെ ഞാൻ കടുംചുവപ്പു കണ്ടു. ഡോ. ബിമൽ മുഖോപാദ്ധ്യായ തൂക്കുമരത്തിന്റെ പ്ലാറ്റ്ഫോമിന്റെ പടിക്കെട്ട് കയറി എന്നെ സമീപിച്ചു. അദ്ദേഹത്തിന്റെ വെളുത്ത മുഖം ഹോളി ആഘോഷവേളയിൽ ചായം പൂശിയതുപോലെ ചുവന്നിരുന്നു.

"വെറും ഇരുപത് സെക്കൻഡ്... !"

ഡോക്ടർ ബിമൽ മുഖോപാദ്ധ്യായയുടെ വിറയ്ക്കുന്ന ശബ്ദം ഉയർന്നു.

"പെർഫെക്ട് ഹാങ്മാൻസ് ഫ്രാക്ചർ. സി ടു വെർട്ടിബ്രായിലെ ഒടിവ് മനോഹരം. ഒരു ചിപ്പി രണ്ടായി പിളർന്നതുപോലെ കൃത്യം....!"

അദ്ദേഹത്തിന്റെ മതിപ്പും അവിശ്വാസവും നിറഞ്ഞ കണ്ണുകളിലേക്ക് ഞാൻ വിഡ്ഢിയെപ്പോലെ നോക്കി നിന്നു.

"ആദ്യമായാണ് നീ ഒരാളെ തൂക്കിലേറ്റിയതെന്ന് ആരും പറയുകയില്ല, ചേതനാ. എനിക്ക് സത്യത്തിൽ വല്ലാത്ത ടെൻഷനുണ്ടായിരുന്നു. എന്തെങ്കിലും പാളിച്ച വന്നിരുന്നെങ്കിൽ ഗവൺമെന്റിന് അതു വലിയ ദുഷ്പേരുണ്ടായേനെ..."

"ഒരു മനുഷ്യന്റെ ജീവനെടുത്തതിനെപ്പറ്റി ഇത്ര സന്തോഷം പ്രകടിപ്പിക്കുന്നത് ശരിയല്ലെന്ന് അറിയാം. എന്നാലും പറയാതെ വയ്യ. യൂ വേർ എക്സലന്റ്..."

ശിബ്ദേബ് ബാബുവും അടുത്തേക്കു വന്നു.

"ആർ യൂ ആൾറൈറ്റ്?"

ഡോക്ടർ ചോദിച്ചു. ഞാൻ കൈകൾ കൂട്ടിത്തിരുമ്മി. ദുപ്പട്ടയുടെ തുമ്പു കൊണ്ടു മുഖവും കഴുത്തും തുടച്ചു. ദീർഘമായി നിശ്വസിച്ചു.

"ഇതോടെ ആണുങ്ങളുടെ കടയ്ക്കൽ നീ കത്തി വച്ചു, പെൺകുട്ടീ..."

മജിസ്ട്രേട്ട് ഹരീന്ദ്രനാരായൺ ചാറ്റർജി പറഞ്ഞു. അദ്ദേഹത്തിന്റെ വിഗ്ഗ് വച്ച തലയ്ക്കു മേൽ കുട പിടിച്ചു കൊണ്ടു വന്ന പോലീസുകാരന്റെ കണ്ണു കളിലും എന്നോടുള്ള മതിപ്പു വ്യക്തമായി കണ്ടു.

"ഞാൻ നിന്റെ ഓരോ ചലനവും ശ്രദ്ധിക്കുകയായിരുന്നു. എത്ര അനായാസമാണ് നീ കൈകൾ കൂട്ടിക്കെട്ടിയതും കാലുകളിൽ ലെതർ സ്ട്രാപ്പ് ഒട്ടിച്ചതും. മുഖംമൂടിയിട്ടതും കുടുക്ക് നേരെയിട്ടതും ലിവർ വലിച്ചതും— സത്യം പറഞ്ഞാൽ എല്ലാം കണ്ണടച്ചു തുറക്കുന്ന വേഗത്തിൽ കഴിഞ്ഞു..."

"ഇവളുടെ ബാബാ ഫൊണിഭൂഷൺ ഗൃദ്ധാ മല്ലിക്കിന് അരമിനിറ്റ് വേണം, സാധാരണയായി..."

ശിബ്ദേബ് ബാബു ഓർമിപ്പിച്ചു.

"അങ്ങനെ കൊല്ലുന്ന പണിക്കും പെണ്ണുങ്ങൾ. ഇനി പാവപ്പെട്ട ആണുങ്ങൾക്ക് എന്തു പണിയുണ്ട്, ബാക്കി? അല്ല, ശിബ്ദേബ് ബാബൂ, ആരെങ്കിലും വന്നോ ബോഡി ഏറ്റെടുക്കാൻ?"

"അവന്റെ അനിയൻ വന്നിട്ടുണ്ട്. പക്ഷേ ശരീരം ഏറ്റെടുക്കാൻ അയാൾ തയാറായിട്ടില്ല... നമ്മൾ തന്നെ ചെയ്യേണ്ടി വരും, ബാബൂ..."

"സാരമില്ല. ഇത് അവന്റെ അവസാനത്തെ ചെലവല്ലേ?"

മജിസ്ട്രേട്ട് തമാശ പറഞ്ഞു കൊണ്ടു കടന്നു പോയപ്പോൾ ഞാനും ശിബ്ദേബ് ബാബുവും പരസ്പരം നോക്കി. അദ്ദേഹത്തിന്റെ മുഖത്ത് ദയവു നിറഞ്ഞു.

"നിനക്ക് ദാഹിക്കുന്നുണ്ടോ? വല്ലതും കഴിക്കണോ? എന്തു വേണമെങ്കിലും പറഞ്ഞോളൂ..."

"അയാളുടെ ശരീരം..."

എന്റെ ശബ്ദം എന്റേതല്ലാത്തതുപോലെ ഇടറിപ്പോയി.

"അയാളുടെ ശരീരം എനിക്കു തരൂ, ശിബ്ദേബ് ബാബു."

അദ്ദേഹം ഒന്നു ഞെട്ടി. പിന്നീട് വിളർച്ചയോടെ ചിരിച്ചു.

"ഓ... അതൊന്നും വേണ്ട കുട്ടീ...അതൊക്കെ ഗവൺമെന്റിന്റെ ചുമതലയാണ്..."

"അയാളുടെ ആത്മാവ് മോക്ഷം കിട്ടാതെ അലയരുത്.."

അദ്ദേഹം എന്നെ നോക്കി നിർന്നിമേഷം നിന്നു.

"ആത്മാവ് ഉണ്ടെന്നാണോ നിന്റെ വിചാരം?"

"ഉണ്ടോ ഇല്ലയോ എന്നെനിക്കു തീർച്ചയില്ല. ഉണ്ടെങ്കിൽ അതിന് ശാന്തി നൽകണം.."

ശിബ്ദേബ് ബാബു വിഷമത്തോടെ പുഞ്ചിരിച്ചു.

"അതു നമുക്കു നോക്കാം. ഇപ്പോൾ ഓഫീസിലേക്കു വരൂ. നിനക്ക് പണം വേണ്ടേ?"

ഞാൻ ഒരിക്കൽക്കൂടി കൈകൾ കൂട്ടിത്തിരുമ്മി. മരണം ഒരു തരം വഴുവഴുപ്പോടെ എന്റെ കൈകളിൽ ഒട്ടിപ്പിടിച്ചിരിക്കുന്നതുപോലെ എനിക്കു

തോന്നി. ഇനിയൊരിക്കലും എനിക്ക് എന്റെ കൈകൾ കൊണ്ട് ചോറ് ഉരുട്ടി കഴിക്കുവാൻ സാധിക്കുകയില്ലെന്നു ഞാൻ ഭയപ്പെട്ടു. പൂപ്പൽ പിടിച്ച റൊട്ടി യുടെ മണം ഈ ജീവിതം മുഴുവൻ എന്റെമേൽ തങ്ങി നില്ക്കും. ജയിലിനു ള്ളിൽ ഉച്ചത്തിൽ ഹേമന്ത് മല്ലിക്കിന്റെ ഭജനകൾ മുഴങ്ങി. കദംബിനി എന്റെ സഞ്ചി കൊണ്ടുത്തന്നു. വായുവിലൂടെ ഒഴുകുന്നതുപോലെ ഞാൻ മുന്നോട്ടു നീങ്ങി. വെൽഫെയർ ഓഫിസിനു സമീപം യതീന്ദ്രനാഥ് ചാറ്റർജിയുടെ സഹോദരൻ കാർത്തിക്നാഥ് ബാനർജി നിൽപ്പുണ്ടായിരുന്നു. എന്റെ ചുവ ടുകൾ വീണ്ടും ഭാരിച്ചതായി. ശിബ്ദേബ് ബാബു അയാളുടെ ചുമലിൽ ഒന്നു തട്ടി മുന്നോട്ടു പോയി. അടുത്തെത്തിയപ്പോൾ ഞാൻ നിന്നു.

“നന്ദി.”

അയാൾ പറഞ്ഞു. ചിരിക്കാനുള്ള ശ്രമം അയാളുടെ മുഖത്തെ വികൃത മാക്കി. യതീന്ദ്രനാഥിന്റെ ഭംഗിയില്ലായ്മ അയാൾക്കുണ്ടായിരുന്നില്ല. ദാരി ദ്ര്യവും പട്ടിണിയും ഏൽപ്പിച്ച ക്ഷതങ്ങൾ ആപാദചൂഢമുണ്ടായിരുന്നെങ്കിലും അയാളുടെ തെളിഞ്ഞ കണ്ണുകളിൽ ഓജസ്സിന്റെ പ്രകാശം അവശേഷിച്ചു.

“എന്തിന്?”

ഞാൻ ചോദിച്ചു.

“എന്റെ ജൊതീദായെ നിങ്ങൾ ഒട്ടും വേദനിപ്പിച്ചില്ല...”

അയാൾ മഴവെള്ളത്തിന്റെ നനവു തുടച്ച് മുഖത്തു വളർന്നു നിന്ന താടി രോമങ്ങൾ തടവി.

“സത്യത്തിൽ ഞാൻ പേടിച്ചാണു നിന്നത്. ജൊതീദായ്ക്ക് കഴുത്തിറു കുമ്പോൾ വേദനിക്കുമോ, അദ്ദേഹം നിലവിളിക്കുമോ എന്നൊക്കെ ചിന്തിച്ച പ്പോൾത്തന്നെ എനിക്കു ശ്വാസംമുട്ടി. പക്ഷേ അതു വളരെ എളുപ്പം കഴിഞ്ഞു. കണ്ണടച്ചു തുറക്കുന്ന വേഗത്തിൽ. എത്ര നന്ദി പറഞ്ഞാലും അധികമല്ല...”

“എന്നോടു ക്ഷമിക്കണം. ഞാൻ ഒരു ഉപകരണം മാത്രം...”

എന്റെ ശബ്ദം ഇടറി. സഞ്ചിയിൽനിന്നു ഞാൻ യതീന്ദ്രനാഥിന്റെ റേഡിയോ പുറത്തെടുത്തു കാർത്തിക്കിനു നീട്ടി.

“എല്ലാവരും ആരുടെയെങ്കിലും ഉപകരണങ്ങളാണ്. ജൊതീദായും അങ്ങ നെയായിരുന്നു. ഞാനും അതെ...”

അയാൾ വേദനയോടെ റേഡിയോ തിരിച്ചും മറിച്ചും നോക്കി.

“നിങ്ങളെ ജൊതീദായ്ക്ക് ഇഷ്ടമായിരുന്നു. വിവാഹം കഴിക്കാൻ എന്നെ നിർബന്ധിച്ചു.”

അയാൾ വിങ്ങലോടെ ചിരിച്ചു.

“ഞങ്ങളുടെ ഭൂമി വരണ്ടതാണ്. വിതച്ചാലും കൊയ്യാൻ സാധിച്ചെന്നു വരില്ല. എല്ലാ വർഷവും കടം വാങ്ങേണ്ടി വരും. അടുത്ത വർഷം അതു തിരിച്ചു കൊടുക്കാമെന്ന് ആഗ്രഹിക്കേണ്ടി വരും. അടുത്ത വർഷം അതിന ടുത്ത വർഷത്തേക്കു കാത്തിരിക്കേണ്ടി വരും...”

അയാൾ ഒന്നു നിർത്തി.

“ഞങ്ങളുടെ ഗ്രാമങ്ങളിൽ ജീവിക്കാൻ നല്ല മനക്കട്ടി ആവശ്യമാണ്. ഒരാളെ കൊല്ലാനുള്ള മനക്കട്ടി അവിടെ കൃഷിയിറക്കാനും വേണം...”

ഞാൻ അയാളെത്തന്നെ ഉറ്റു നോക്കി.

"നാനൂറു വളയമുള്ള കിണറ്റിൽനിന്നു വെള്ളം കോരണം. വലിച്ചാലും വലിച്ചാലും വെള്ളം മുകളിലെത്തുകയില്ല. കാത്തിരിക്കാൻ ക്ഷമ വേണം..."

പറഞ്ഞുവന്നത് അയാൾ പെട്ടെന്നു വിഴുങ്ങിയതു ഞാൻ ശ്രദ്ധിച്ചു. അയാൾ വീണ്ടും ചിരിക്കാൻ ശ്രമിച്ചു.

"അല്ല, നിങ്ങൾ ദാദയോടു പറയാനിരുന്ന അടുത്ത കഥ എന്തായിരുന്നു?"

പക്ഷേ, അപ്പോഴേക്ക് ഒരു പോലീസുകാരൻ എന്നെ വന്നു വിളിച്ചതു കൊണ്ട് ഞാൻ കാർത്തിക്കിനെ നേരിടാതെ മുന്നോട്ടു നടന്നു. ശിബ്ദേബ് ബാബുവിന്റെ ഓഫിസിന്റെ വരാന്തയിലെത്തിയപ്പോൾ ഞാൻ വല്ലാതെ കിതച്ചു. വാതിൽക്കൽ എന്നെ കണ്ടതും ശിബ്ദേബ് ബാബു അകത്തേക്കു വിളിച്ചു.

"വേഗം വാ. പണം വാങ്ങിക്കൊണ്ടുപോയ്ക്കോ..."

അകത്തു കടന്നപ്പോഴാണ് കസേരയിൽ ഇരുന്നത് ഐജി ശ്രീനാഥ് മല്ലിക്കാണെന്നു കണ്ടത്. പക്ഷേ അയാൾ മുഖമുയർത്തുകയോ എന്നെ നോക്കുകയോ ചെയ്തില്ല. ഞാൻ തൂക്കിയത് യതീന്ദ്രനാഥ് ബാനർജിയെയാണെങ്കിലും കൊല്ലപ്പെട്ടത് ഐ.ജിയാണെന്ന് എനിക്കു തോന്നി.

" സി.എം. വിളിച്ചിരുന്നു. ഒരു സ്ത്രീ ആദ്യമായി ഇത്ര വലിയ ഒരു കൃത്യം ചെയ്തതിന്റെ സന്തോഷം പ്രകടിപ്പിക്കാൻ അമ്പതിനായിരം രൂപയുടെ ഇനാം പ്രഖ്യാപിച്ചിട്ടുണ്ട്. ചെക്ക് അദ്ദേഹം ഒപ്പിട്ടു കൊടുത്തയച്ചിരിക്കുന്നു..."

എന്നെ നോക്കാതെ തളർന്ന ശബ്ദത്തിൽ ഐജി പറഞ്ഞു.

"തൂക്കിക്കൊലയ്ക്ക് നേരത്തെ നിശ്ചയിച്ച പതിനായിരം രൂപയുടെ ചെക്ക് വേറെയുമുണ്ട്. ഒപ്പിട്ടു വാങ്ങിക്കോളൂ..."

ഞാനും തളർന്നിരുന്നു. അല്ലെങ്കിൽ ഒരുപക്ഷേ ഞാൻ പൊട്ടിച്ചിരിച്ചേനെ. അയാൾ ചൂണ്ടിക്കാണിച്ചിടത്ത് ഒപ്പു വച്ച ശേഷം ഞാൻ ശിബ്ദേബ് ബാബുവിന്റെ മേശപ്പുറത്തെ നീണ്ട റൂൾത്തടി ഐ.ജിക്കു നേരെ നീട്ടി.

"അങ്ങയ്ക്ക് ഇതു വേണ്ടേ ഐ.ജി ബാബു?"

ക്ഷീണിച്ചതായിരുന്നെങ്കിലും എന്റെ ശബ്ദത്തിൽ അയാളെ വേദനിപ്പിക്കാൻ മാത്രം പരിഹാസമുണ്ടായി. അയാളുടെ മുഖം ചുവന്നു.

"നീ അതൊന്നും മനസ്സിൽ വയ്ക്കരുത്... ഞങ്ങൾ പോലീസുകാർക്ക് എന്തെല്ലാം ടെൻഷനുണ്ട്. ചിപ്പോഴൊക്കെ മനസ്സു കൈവിട്ടു പോകും... അതൊക്കെ ജോലിയുടെ ഭാഗമാണ്..."

"തൊമാർ ഭാലോ ഭോബെ..."

ഞാൻ പറഞ്ഞു. പണവും ചെക്കുമായി പുറത്തേക്കു നടക്കുമ്പോൾ ശിബ്ദേബ് ബാബു കൂടെ വന്നു.

"പോകാൻ വരട്ടെ. വേറെയും ഇനാം കിട്ടാനുണ്ട്. മുഖ്യമന്ത്രി നിന്നെ കാണാൻ വരും, ഇന്നുച്ചയ്ക്ക്. ചെന്നു വീടൊക്കെ ഒരുക്കി വയ്ക്ക്..."

"എന്തിനാണ് അദ്ദേഹം എന്നെ കാണുന്നത്?"

ഞാൻ അമ്പരപ്പോടെ തിരിഞ്ഞു നിന്നു.

"ആർക്കറിയാം? ചിലപ്പോൾ നിന്നെ മന്ത്രിയാക്കാനായിരിക്കും..."

അദ്ദേഹം ദയവോടെ ചിരിച്ചു. ഞാനും ചിരിച്ചു പക്ഷേ, ആ വാക്കുകൾ എന്നെ ഞെട്ടിച്ചൊന്നുമില്ല. തൂക്കുമരത്തിന്റെ ലിവർ വലിക്കുന്നതിനെക്കാൾ

എത്രയോ എളുപ്പമാണ് ഭരണയന്ത്രത്തിന്റെ പിടി തിരിക്കുന്നതെന്ന് ഇരുപ ത്തിരണ്ടാം വയസ്സിലും എനിക്കു ബോധ്യമുണ്ടായിരുന്നു.

"പിൻവശത്തെ ഗേറ്റു വഴി പുറത്തു പോയാൽ മതി. മുന്നിലൂടെ ഇറങ്ങി യാൽ കഴുകൻമാർ നിന്നെ വച്ചേക്കില്ല..."

ശിബ്ദേബ് ബാബു പറഞ്ഞു.

"അകത്തായിരുന്നതു കൊണ്ട് നീയൊന്നും അറിഞ്ഞു കാണുകയില്ല. രണ്ടുമൂന്നു ദിവസമായി ജഡ്ജസ് കോർട്ട് റോഡ് മുഴുവൻ ജനക്കൂട്ടമാണ്. വധശിക്ഷ നടപ്പാക്കരുതെന്ന് ഒരു കൂട്ടർ. നടപ്പാക്കണമെന്ന് മറ്റേ കൂട്ടർ. ഒന്നും പോരാഞ്ഞ് ലോകത്തുള്ള സകലമാന ടിവിക്കാരും പത്രക്കാരും. ബി.ബിസിയും സി.എൻ.എന്നും എന്നു വേണ്ട, ബുർക്കിനോ ഫാസയിലെ കേബിൾ ടിവിക്കാരൻ വരെ വന്നു എന്നാണ് കേട്ടത്..."

എന്റെ മനസ്സിൽ സഞ്ജീവ് കുമാർ മിത്രയുടെ മുഖം തെളിഞ്ഞു. തൂക്കി ക്കൊല നടപ്പാക്കുന്നതു കാണാൻ അയാൾക്കു സാധിക്കാഞ്ഞതിൽ എനിക്ക് വിഷമം തോന്നി.

"ജൊതീന്ദ്രനാഥിന്റെ സംസ്കാരം ഹർകത് തലയിൽ നടത്താൻ ഏർ പ്പാടുകൾ ചെയ്തിട്ടുണ്ട്. മീഡിയയോടു പറഞ്ഞിരിക്കുന്നത് ഗ്രാമത്തിലേക്ക് അയയ്ക്കുമെന്നാണ്. അതുകൊണ്ട് അവരുടെ കണ്ണിൽപ്പെടാതെ പോയി സംസ്കാരം നടത്താം. നിനക്ക് പോകണമെന്നു നിർബന്ധമാണോ?"

"അതെ..."

എനിക്കു സംശയമുണ്ടായിരുന്നില്ല. ജയിലിന്റെ പിന്നിലെ ഗേറ്റ് വഴിയാണ് പോലീസ് എന്നെ രഹസ്യമായി പുറത്തു കടത്തിയത്. ഞങ്ങൾക്കു തൊട്ടു പിന്നാലെ ഒരു പഴയ ജീപ്പിൽ യതീന്ദ്രനാഥ് ബാനർജിയുടെ മൃതദേഹവും വന്നു. ഞാൻ കാർത്തിക് ബാനർജിയെ എല്ലായിടത്തും തിരഞ്ഞെങ്കിലും കണ്ടില്ല. പക്ഷേ, വണ്ടി ഹർകത് തല ഘാട്ടിൽ എത്തിയപ്പോൾ കാർത്തിക് അവിടെ കാത്തുനിന്നിരുന്നു. തുളയിലൂടെ വെള്ളം പിന്നിലേക്കു കുതിച്ചു ചാടുന്ന മൺകുടവുമായി മൃതദേഹത്തിനു വലത്തു വച്ച് കുടം പിന്നിലേക്ക് എറിഞ്ഞുടച്ച് മൃതദേഹം വൈദ്യുത ശ്മശാനത്തിലേക്ക് അയച്ചതിനുശേഷം ചിതാഭസ്മം ഗംഗയിൽ ഒഴുക്കി മൂന്നു തവണ മുങ്ങി നനഞ്ഞൊലിച്ച് കയറി വന്നപ്പോൾ അയാൾക്ക് ഒരു സന്ന്യാസിയുടെ മട്ടുണ്ടായിരുന്നു. അയാ ളുടെ കണ്ണുകൾ ചുവന്നിരുന്നു.

"സംസ്കാരത്തിനുള്ള പണമില്ലാഞ്ഞിട്ടാണ് ഞാൻ ദേഹം ഏറ്റു വാങ്ങാ ത്തത്. ഇതാണ് ഭേദമെന്ന് ശിബ്ദേബ് ബാബു പറഞ്ഞു."

എനിക്ക് മറുപടിയുണ്ടായിരുന്നില്ല.

"നിങ്ങൾക്ക് ഒരിക്കൽക്കൂടി നന്ദി..."

അയാൾ എന്നെ നന്ദിയോടെ നോക്കി.

"എന്തിന്?"

"എല്ലാത്തിനും. ദാദായെ എളുപ്പം രക്ഷപ്പെടുത്തിയതിന്, കഥ പറഞ്ഞു സന്തോഷിപ്പിച്ചതിന്, പിന്നെ യാത്രയാക്കാൻ ഇവിടെ വന്നതിനും..."

അയാൾ നനഞ്ഞ വസ്ത്രങ്ങളോടെ നടന്നു പോയി. എന്നെ കൊണ്ടു വന്ന പോലീസ് വണ്ടിയിൽ ഞാൻ വീണ്ടും കയറി. മുൻസീറ്റിലിരുന്ന

പോലീസുകാരൻ ഇടയ്ക്ക് എന്നെ നോക്കി വെളുക്കെ ചിരിച്ചു. നഗരത്തിലെ തിരക്കിലൂടെ വണ്ടി നീങ്ങിയപ്പോൾ ഞാൻ സീറ്റിൽ ചാരിക്കിടന്നു. എനിക്ക് ഉറക്കം വന്നു. ഞാൻ മയങ്ങിപ്പോയി. മയക്കത്തിൽ ഞാൻ യതീന്ദ്രനാഥ് ബാനർജിക്ക് ഒരു ഭാഷയിലുള്ള പുസ്തകം മറ്റൊരു ഭാഷയിൽ വായിച്ചു കൊടുക്കുന്നതു സ്വപ്നം കണ്ടു. ഏതു പുസ്തകമാണിത് എന്ന് കാർത്തിക് അന്വേഷിച്ചു. സുൽത്താനയുടെ സ്വപ്നം എന്നു ഞാൻ മറുപടി പറഞ്ഞു. ഞങ്ങൾ തൂക്കുമരത്തിന്റെ നിലവറയ്ക്കുള്ളിലായിരുന്നു. മുറിച്ചിട്ട കയർക്കുരുക്കു ഹാരംപോലെ കഴുത്തിലണിഞ്ഞു യതീന്ദ്രനാഥ് ബാനർജി വടി പോലെ നീണ്ടു നിവർന്നു കിടന്നു. റൊട്ടിയുടെ പൂപ്പലിന്റെ ഗന്ധവും നനഞ്ഞ ചിതാഭസ്മത്തിന്റെ ഗന്ധവും ഞാൻ വ്യക്തമായി അനുഭവിച്ചു. വായനയുടെ രസത്തിൽ ആരോ 'ചേതനാ, ഹാർട്ടി കൺഗ്രാചുലേഷൻസ്, എഴുന്നേൽക്ക്' എന്നു വിളിക്കുന്നതു കേട്ടിട്ടും കണ്ണുകൾ തുറക്കാൻ വൈമനസ്യം തോന്നി.

"ചേതനാ, എഴുന്നേൽക്ക്..."

ആരോ എന്നെ പിടിച്ചു കുലുക്കി. ഉറക്കത്തിലും ഞാൻ ആ ശബ്ദം തിരിച്ചറിഞ്ഞു. കണ്ണുകൾ സ്വയമറിയാതെ തുറന്നു. മയക്കത്തിന്റെ മൂടൽമഞ്ഞിനു പിന്നിൽ സഞ്ജീവ് കുമാർ മിത്ര വിജയസ്മിതത്തോടെ നിന്നു.

"വെൽക്കം മിസ് ചേതനാ ഗൃദ്ധാ മല്ലിക്, ഇന്ത്യാസ് ഫസ്റ്റ് ഒഫീഷ്യൽ ഹാങ് വുമൺ!"

അയാൾ ഉറക്കെ വിളിച്ചു. എന്റെ ഉറക്കം മാഞ്ഞു. ഞാൻ സംഭ്രമത്തോടെ കണ്ണുകൾ തിരുമ്മി ചുറ്റും നോക്കി. അത് അയാൾ തന്നെയായിരുന്നു. അതേ പഴയ സഞ്ജീവ് കുമാർ മിത്ര. അതേ പഴയ അയാളുടെ കണ്ണട. അതേ പഴയ അയാളുടെ ചിരി. അതേ പഴയ അയാളുടെ ചാനൽ ഓഫിസ്. ഞാൻ കോട്ടുവായിട്ട് ദീർഘമായി നിശ്വസിച്ചു. എന്റെ ശരീരത്തിൽ വീണ്ടും മിന്നൽപ്പിണരുകൾ സഞ്ചരിച്ചു. എന്റെ കൈകളിൽ പഴയ വഴുവഴുപ്പ് തിരിച്ചു വന്നു. എല്ലാം പഴയത്, ഞാൻ മിടിക്കുന്ന ഹൃദയത്തോടെ തിരിച്ചറിഞ്ഞു. ഞാൻ, ഞാൻ മാത്രം പുതിയത്.

"ലോകത്തിലാകെ തൽക്കാലം നീയൊരാൾ മാത്രം!"

അയാൾ പറഞ്ഞു. ഒന്നേയുള്ളൂവെങ്കിലെന്ത്, നിലവറയ്ക്കുള്ളിലെ പിതാമഹൻമാർ ഉറക്കെ ചിരിച്ചു. ഒന്നിൽനിന്നു നൂറു പേർ ഉണ്ടായിവരും...!

അമ്പത്തിരണ്ട്

അയാൾ വീണ്ടും എന്നെ വഞ്ചിച്ചു. വെറും ഇരുപതു സെക്കൻഡ് കൊണ്ട് ഒരു പുരുഷനെ പരലോകത്തെത്തിച്ച എന്നെ അയാൾ ആർക്കൊക്കെയോ ചില നോട്ടുകൾ സമ്മാനിച്ച് തന്റെ സ്റ്റുഡിയോയിൽ എത്തിച്ചു. എന്റെ കൈകൾ ഒരു കയറിനുവേണ്ടി തരിച്ചു. ഞങ്ങൾ ചാനൽ ഓഫിസിന്റെ കോൺഫറൻസ് ഹാളിലായിരുന്നു. അവർ എന്നെ അഭിനന്ദിക്കുകയായിരുന്നു. ദീർഘവൃത്താകൃതിയുള്ള ചില്ലുമേശയുടെ തലപ്പത്ത് കറുത്ത വെൽവെറ്റ് പൊതിഞ്ഞ കസേരയിൽ ഞാൻ പുകഞ്ഞുകൊണ്ട് ഇരുന്നു. ഭിത്തിയിൽ ഘടിപ്പിച്ച ടിവിയിൽ ജൊതീന്ദ്രനാഥ് ബാനർജിയുടെ ജീവിത കഥയും പഴയ ചിത്രങ്ങളും കെട്ടിമറിഞ്ഞു. ചിത്രങ്ങൾക്കും ശബ്ദങ്ങൾക്കുമിടയിൽ 'യതീന്ദ്രനാഥിനെ തൂക്കിക്കൊന്നു', 'ആരാച്ചാർ ചേതന സി.എൻ.സിയിൽ പത്തിന്' എന്ന അക്ഷരങ്ങൾ ഇടിച്ചു കയറി. 'തൂക്കിക്കൊന്നത് ചേതനാ ഗൃദ്ധാ മല്ലിക്' എന്നും 'ചേതന ഇന്ത്യയിലെ ആദ്യത്തെ വനിതാ ആരാച്ചാർ' എന്നും 'ബ്രിട്ടീഷുകാരുടെ കാലം മുതൽ ആരാച്ചാരായ ഫൊണിഭൂഷൺ ഗൃദ്ധാ മല്ലിക്കിന്റെ മകളാണു ചേതന' എന്നും ഏതോ റിപ്പോർട്ടർ അലറി. യതീന്ദ്രനാഥ് ബാനർജിയുടെ ദയാഹർജി രാഷ്ട്രപതി ആദ്യം തള്ളിയ മേയ് പതിനെട്ടിന് സഞ്ജീവ് കുമാർ മിത്രയുടെ ക്യാമറ ഒളിച്ചു പകർത്തിയ എന്റെ രൂപം സ്ക്രീനിൽ തെളിഞ്ഞു. നീംതല ഘാട്ടിലേക്ക് ഇഴഞ്ഞു നീങ്ങുന്ന ശവവണ്ടികൾക്കും ആംബുലൻസുകൾക്കും ഇടയിലൂടെ റോഡിന്റെ എതിർവശത്തെ ഞങ്ങളുടെ പുരാതനവും ഇറുന്നുവീഴാൻ തുടങ്ങുന്നതുമായ വീടിനു മുമ്പിൽനിന്ന് സൂദേബ് കാക്കു എന്നോടു വീണ്ടും സംസാരിച്ചു. വീണ്ടും പോക്കറ്റിൽനിന്നു പത്തു രൂപ നീട്ടി. ഹരിദായുടെ കടയിലേക്കു വീണ്ടും ചൂണ്ടി. പ്രേമബന്ധത്തിൽപ്പെടുന്നതിനു മുമ്പുള്ള ഇരുപത്തിരണ്ടുകാരിയുടെ ഉല്ലാസത്തോടെയും ലാഘവത്തോടെയും ആൾത്തിരക്കിനെ അവഗണിച്ച് നീണ്ട കൈകൾ മുന്നോട്ടും പിന്നോട്ടും ആട്ടി ഹരിദായുടെ കടയിലേക്കു ഞാൻ വീണ്ടും നടന്നു. അന്നത്തെ ഏഴുമണി വാർത്തയിലാണ് സഞ്ജീവ് കുമാർ മിത്രയെ ഞാൻ ആദ്യം കണ്ടത്. അന്ന് അയാൾ മൈക്കു പിടിച്ച് അന്തസ്സിൽ നിന്നു. ഇപ്പോൾ അയാൾ ചാനലിന്റെ ഉടമസ്ഥൻ ബിശ്വജിത് റോയുടെ അരികിലുള്ള കസേരയിൽ അയഞ്ഞ അഴക്കയർ പോലെ വളഞ്ഞ് ഇരുന്നു. സി.എൻ.സി. ചാനലിനെ സംബന്ധിച്ചിടത്തോളം വലിയൊരു നേട്ടമാണ് ജൊതീന്ദ്രനാഥിന്റെ തൂക്കിക്കൊല സംബന്ധിച്ച കവറേജ് എന്നും ലോകത്തിനു മുമ്പിൽ ചേതനാ ഗൃദ്ധാമല്ലിക്കിനെ അവതരിപ്പിച്ചതിന് നമ്മുടെ ടീം പ്രത്യേക പ്രശംസ അർഹിക്കുന്നെന്നും ബിശ്വജിത് റോയ് പ്രസംഗിച്ചു. മുറിയിലുണ്ടായിരുന്ന മറ്റെല്ലാവരും കയ്യടിച്ചു. ബിശ്വജിത് റോയ്

BHAGYANATH 92

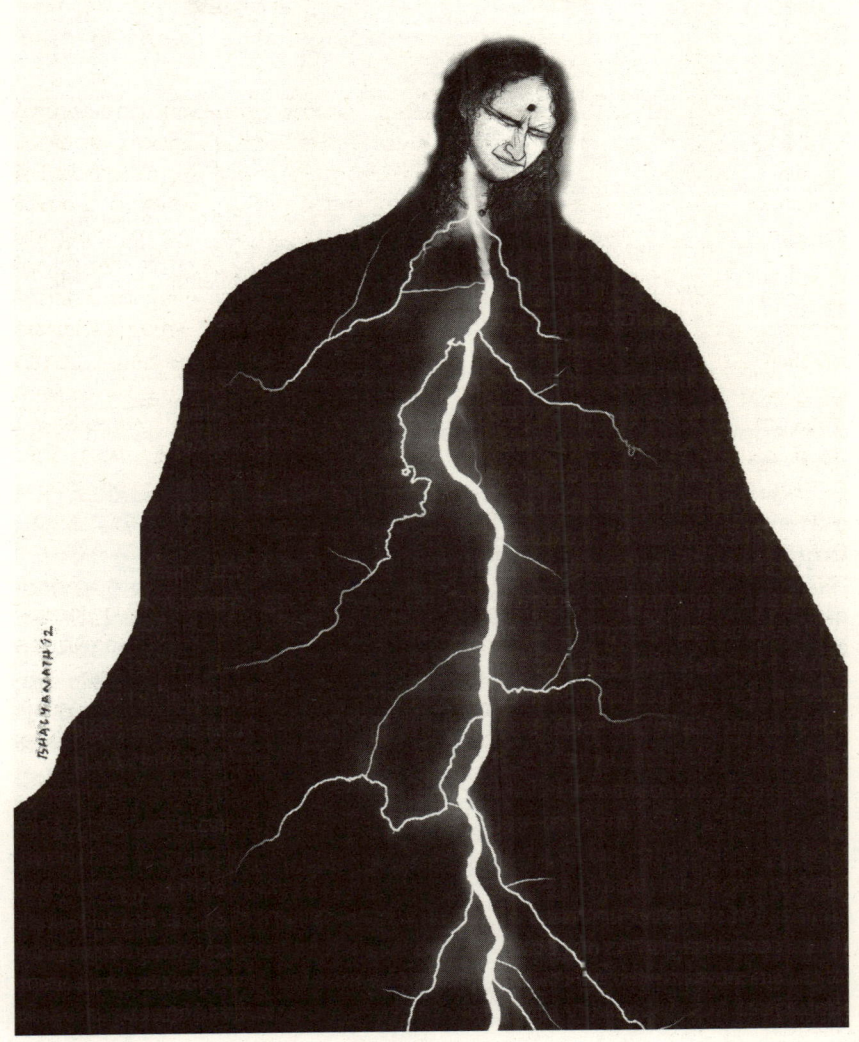

ഒരു അറുപതുകാരനായിരുന്നു. അയാളുടെ മുഖം സൊന്ദേഷിനെ ഓർമിപ്പിച്ചു. സൊന്ദേഷ് എന്നെ യതീന്ദ്രനാഥ് ബാനർജിയെ ഓർമിപ്പിച്ചു. ഗംഗയിൽ അലിഞ്ഞു ചേർന്ന യതീന്ദ്രനാഥ് ഇപ്പോൾ അർബുദനരകത്തിലേക്കു പ്രവേശി ച്ചിട്ടുണ്ടാകുമെന്നു ഞാൻ വിചാരിച്ചു. സൊന്ദേഷിന്റെ ഓർമയും അയാളുടെ ആത്മാവ് ചുമക്കുന്നുണ്ടാകുമെന്നു വ്യാകുലപ്പെട്ടു. കണ്ണാടിയിട്ട മേശപ്പുറത്ത് ഞാൻ അഴിച്ചു വച്ച പുഷ്പഹാരം മുറിക്കപ്പെട്ട നാവു കണക്കെ വായ് പിളർന്നു കിടന്നു.

"സംഭവം ക്ലിക്കായി, ചേതനാ !"

ബിശ്വജിത് റോയ് ഇരുന്നപ്പോൾ ഹരീഷ് നാഥ് എഴുന്നേറ്റു.

"നിങ്ങളിപ്പോൾ ഒരു വലിയ സംഭവമായി. നിങ്ങൾ ഒരു വലിയ റോൾ മോഡലാണ്, സ്വതന്ത്ര ഇന്ത്യയ്ക്ക്.."

അയാൾ ബിശ്വജിത് റോയിയുടെ നേരെ ആദരവോടെ കുനിഞ്ഞു.

"ഇതു സന്തോഷിപ്പിക്കാൻ പറയുകയല്ല. കൃത്യമായ തെളിവുകളുണ്ട്. ഇന്നലെയും ഇന്നുമായി തൂക്കിക്കൊല അനുകരിച്ച പതിനൊന്നു കുട്ടികൾ മരിച്ചു!"

ഞാൻ തരിച്ചിരുന്നു

"എന്താണ് അതു സൂചിപ്പിക്കുന്നത്? ഈ തൂക്കിക്കൊലയ്ക്ക് അത്രമേൽ ഇംപാക്ട് ജനഹൃദയങ്ങളിൽ ചെലുത്താൻ സാധിച്ചിരിക്കുന്നു. ദാറ്റ് മീൻസ്, രാജ്യത്തെ ലക്ഷോപലക്ഷം സാധാരണക്കാരുടെ മനസ്സിൽ ചേതനയുടെ നാമം അനശ്വരമാണ്!"

എന്റെ തലച്ചോറിൽ സ്ഫോടനമുണ്ടായി. വലിച്ചെറിഞ്ഞ മാടിർ ഖുഡി പോലെ ഹൃദയം തരികളായി നുറുങ്ങി. ചീളുകൾ പറന്നു. തീപ്പൊരികൾ തിള ങ്ങുന്ന ഈച്ചകളെപ്പോലെ എന്റെ ശിരസ്സിനു ചുറ്റും ആർത്തലച്ചു മരണല ക്ഷണം പ്രഖ്യാപിച്ചു. ഒരു ചില്ലു ചുവരിനപ്പുറം നീംതല ഘാട്ടിന്റെ പുരാത നവും അഴുക്കു പിടിച്ചതുമായ കമാനംപോലെ ഉഷ്ണനരകത്തിന്റെ പടിവാ തിൽ ഞാൻ വ്യക്തമായി കണ്ടു. മരിച്ചു പോയ ഗൗതം ദേബും മിന്നലേറ്റു മരിച്ച റാബിയ ഖാത്തുമും ചില്ലു പോലെ സുതാര്യവും മെഴുകു പോലെ മൃദു ലവുമായ വാലുകളുമായി ബിശ്വജിത് റോയിയുടെയും ഹരീഷ് നാഥിന്റെയും സഞ്ജീവ് കുമാർ മിത്രയുടെയും ചുറ്റും ഓടിക്കളിച്ചു. ചില്ലു മേശയ്ക്കു മേൽ മൂന്നു ചെറിയ കുട്ടികൾ കറുത്ത ശരീരങ്ങളിൽ ചോരപ്പാടുമായി മരിച്ചു വീണു. അവർ ഏതു സ്ഫോടനത്തിലാണ് ആ വിധം മരിച്ചതെന്ന് ഞാൻ പരിഭ്രാന്തയായി. മുഖം തടവിയപ്പോൾ എന്റെ കവിളിൽ വലിയൊരു മറുകു തടഞ്ഞു. അതെന്റെ മുഖത്ത് പൊള്ളലോടെ വ്യാപിച്ചു. ഭ്രാന്തു പിടിക്കരുതേ എന്നു ഞാൻ പ്രാർഥിച്ചു.

"മരണ സംഖ്യ ചിലപ്പോൾ പതിനാലായി ഉയർന്നേക്കും. കാരണം മിഡ്നാപ്പൂരിൽ ഒരു കുട്ടി അത്യാസന്ന നിലയിൽ കിടക്കുന്നുണ്ട്. പുരുലിയ യിൽനിന്ന് ഒരു കുട്ടിയെ കഴുത്തൊടിഞ്ഞ നിലയിൽ എസ്.എസ്.കെ.എമ്മിൽ എത്തിച്ചിരിക്കുന്നു."

സഞ്ജീവ് കുമാർ മിത്ര കൂട്ടിച്ചേർത്തു.

"അതെയതെ... ! അതിലേറെ, ജെത്തീന്ദ്രനാഥ് ബാനർജിയുടെ ദയാഹർജി രാഷ്ട്രപതി തള്ളിയതു മുതൽ വിശ്രമമില്ലാതെ ഈ സ്റ്റോറിക്കു പിന്നാലെ

പാഞ്ഞു നടന്ന സൊഞ്ജീബ് കുമാർ മിത്രയെ അഭിനന്ദിക്കാതെ വയ്യ. ന്യൂസ് എന്നാൽ എന്റർടെയിൻറ്മെന്റ് കൂടിയാക്കാമെന്നു തെളിയിച്ചത് സൊഞ്ജീബാണ്. ഇതുവഴി സി.എൻ.സിക്കു വ്യക്തമായ മേൽക്കൈ ലഭിച്ചു. സൊഞ്ജീബിനെ ഞാൻ ഹാർദ്ദമായി അഭിനന്ദിക്കുന്നു..."

ഹരീഷ് നാഥ് പറഞ്ഞു നിർത്തി. മുടി മുറിച്ച സുന്ദരിയായ നാൽപതുകാരി എഴുന്നേറ്റു.

"നമ്മൾ മനസ്സു വച്ചാൽ ഒരേ സമയം റേറ്റിങ്ങും ക്വാളിറ്റിയും നിലനിർത്താൻ സാധിക്കും എന്നു തെളിയിക്കുന്നതാണ് ഈ സംഭവം. എന്നെ സംബന്ധിച്ചിടത്തോളം ഒരു സ്ത്രീ ചരിത്രം തിരുത്തിക്കുറിച്ചു എന്നതിലാണ് സന്തോഷം. ചേതനയെ ഞാൻ വീണ്ടും അഭിനന്ദിക്കുന്നു."

സഞ്ജീവ് കുമാർ മിത്രയുടേതായിരുന്നു അടുത്ത ഊഴം.

"ഈ ഒരു ഈവന്റ് ഇത്ര വിജയിപ്പിച്ചതിന് ഞാൻ നന്ദി പറയുന്നത് ഹരീഷ് ബാബുവിനും എനിക്ക് എല്ലാ വിധ പ്രോൽസാഹനവും പിന്തുണയും തന്ന റോയ് ബാബുവിനുമാണ്. പിന്നെ, തുടക്കം മുതൽ ഫണിഭൂഷൺ ഗൃദ്ധാമല്ലിക്കും ചേതനയും സി.എൻ.സിയോടു പ്രത്യേക മമത പ്രകടിപ്പിച്ചിട്ടുണ്ട്. ഇനിയുള്ള എന്റെ സംരംഭങ്ങളിലും നിങ്ങളെല്ലാവരും എന്റെ കൂടെ നിൽക്കുമെന്നു ഞാൻ പ്രതീക്ഷിക്കുന്നു. ഈ വലിയ നേട്ടം കൈവരിച്ച ചേതനയെ ഞാൻ മനസ്സു തുറന്ന് അഭിനന്ദിക്കട്ടെ. വെൽഡൺ ചേതനാ. ഞാൻ ചോദിക്കട്ടെ, എവിടുന്നു കിട്ടി, ഇത്ര മന:സ്ഥൈര്യവും ശക്തിയും?"

അയാൾ അസ്സറിൽ വേഷം ധരിച്ചു ഡയലോഗ് ഉരുവിടുകയാണെന്നു തോന്നി. എനിക്കു ഛർദ്ദിക്കാൻ വന്നു. ഞാൻ കഴുത്തുതടവി. എല്ലാവരും എന്നെ ഉറ്റു നോക്കി. അടുത്ത ഊഴം എന്റേതാണെന്നു വ്യക്തമായിരുന്നു. പശയിൽ ഒട്ടിപ്പോയ കുഴഞ്ഞ നാവു ഞാൻ ശ്രമപ്പെട്ടു പുറത്തെടുത്തു. എന്റെ ചുറ്റുമിരിക്കുന്ന ചായം തേച്ച മുഖങ്ങളെ നോക്കി ചിരിക്കാൻ ശ്രമിച്ചു.

"നിവർന്നു നിൽക്കണമെങ്കിൽ ഇടയ്ക്കിടെ വളയേണ്ടിവരുമെന്ന് എന്റെ ഥാക്കുമാ ഉപദേശിച്ചിട്ടുണ്ട്... നന്ദി."

എല്ലാവരും കയ്യടിച്ചു. ആരും ഒന്നും മനസ്സിലാക്കിയില്ല. എല്ലാവരും ആഹ്ലാദിച്ചു. ബിശ്വജിത് റോയ് സഞ്ജീവ് കുമാറിന്റെ ചുമലിൽ തട്ടി. ആഹ്ലാദവും അഭിമാനവും കൊണ്ട് സഞ്ജീവ് കുമാറിന്റെ മുഖം വിജൃംഭിച്ചു. എല്ലാവരും പരസ്പരം സംസാരിച്ചു. പരസ്പരം അഭിനന്ദിച്ചു. സഞ്ജീവ് കുമാർ മിത്രയുടെ വിനീത വിധേയ രൂപം ഏതോ ടിവി പരിപാടിയിലെപ്പോലെ അയഥാർഥവും വിദൂരവുമായി. അയാൾക്ക് എന്നെക്കുറിച്ചുള്ള നിഗൂഢ വികാരം എന്നെയിപ്പോൾ അലട്ടിയില്ല. അയാളുടെ പിതാമഹന്മാർ താണ്ടിയ പാതകളെക്കുറിച്ചുള്ള ഓർമകൾ എന്റെയുള്ളിൽ ആദരവുണർത്തിയതുമില്ല. ഞാൻ തൂക്കുമരച്ചുവട്ടിൽ നിൽക്കുകയായിരുന്നു. എന്റെ കൈകളിൽ മരണത്തിന്റെ വഴുവഴുപ്പുണ്ടായിരുന്നു. ക്രിസ്തുവിനു നാനൂറു കൊല്ലം മുമ്പിലേക്കു നീളുന്ന സ്മരണകൾ തലച്ചോറിൽ കുരുങ്ങി വലിഞ്ഞു. മരണത്തിനുശേഷം എന്റെ നാമവും ജീവിതവും ഭാരതത്തിലും മുഴുവൻ ലോകത്തും അനശ്വരമായിത്തീരുമെങ്കിൽ അതു രണ്ടിലൊരാളുടെ ഹൃദയരക്തം ചിന്തി മാത്രം സാക്ഷാൽക്കരിക്കാൻ സാധിക്കുന്ന ഈ നശിച്ച പ്രണയത്തിന്റെ പേരിലാകരുതെന്ന് ഞാൻ നിശ്ചയിച്ചു.

“ശരി. അപ്പോൾ ചായ കുടിച്ച് പിരിയാം. പത്തിനു തന്നെ ഷോ തുടങ്ങണം. സ്റ്റുഡിയോയിൽ അതു നേരിട്ടു കാണാൻ ഞാനും എന്റെ ഒരു ഫ്രണ്ടും ഉണ്ടാകും.”

യൂണിഫോം ധരിച്ച പ്യൂൺ കൊണ്ടുവന്ന ചായക്കപ്പുകളിലൊന്ന് എനിക്കു നീട്ടി ബിശ്വജിത് റോയ് പറഞ്ഞു. അയാളുടെ ശബ്ദം വിനയപൂർണമായിരുന്നു. പക്ഷേ അതിൽ മേധാശക്തി പ്രതിധ്വനിച്ചു. എല്ലാവരും ചായക്കപ്പുകൾക്കു നേരെ ചാടി വീണു. ബിസ്കറ്റും മിക്സ്ചറും നിറച്ച പ്ലേറ്റുകൾ ചില്ലിട്ട മേശപ്പുറത്തുകൂടി നിരങ്ങി.

“മുഖ്യമന്ത്രിയും കുടുംബവും കൃത്യം കാണാൻ വരേണ്ടതായിരുന്നു. അവസാന നിമിഷം അവർ തീരുമാനം മാറ്റി. അല്ലെങ്കിൽ ഞാനും അവിടെയുണ്ടായേനെ. ചേതനയുടെ പ്രകടനം എനിക്കു നേരിൽക്കാണാൻ സാധിച്ചില്ല. കഷ്ടമായിപ്പോയി—ചായ കുടിക്കൂ, ചേതനാ.”

“വേണ്ട” ഞാൻ പറഞ്ഞു.

സഞ്ജീവ് കുമാർ സൗഹാർദ്ദത്തോടെ ചിരിച്ചു.

“വീട്ടിൽ ചെന്ന് കുളി കഴിഞ്ഞു പൂജ നടത്താതെ ആരാച്ചാർ വെള്ളം കുടിക്കില്ല, അല്ലേ?”

സ്ത്രീ കൗതുകത്തോടെ നോക്കി. ഞാൻ നിഷേധിച്ചില്ല. ചായക്കപ്പുകൾ പെട്ടെന്നു കാലിയായി. യോഗം പെട്ടെന്നു പിരിഞ്ഞു. എല്ലാവരും തിരക്കിട്ട് സ്വന്തം ഇടങ്ങളിലേക്കു പാഞ്ഞു. ഞാനും സഞ്ജീവ് കുമാർ മിത്രയും എന്റെ മുമ്പിലെ വായ് പിളർന്ന ഹാരവും മാത്രമായി.

“നിന്നെക്കുറിച്ചുള്ള വാഴ്ത്തുമൊഴികളാണ് എല്ലായിടത്തും. വലിയ സ്റ്റാർ ആയിത്തീർന്നു, ഒറ്റ രാത്രി കൊണ്ട്..”

അയാൾ തന്നോടു തന്നെ വിജയസ്മിതം പൊഴിച്ചു. പിന്നീട്, എല്ലാ ചുവരുകളിലും കണ്ണാടി പതിച്ച മേയ്ക്കപ് റൂമിലെ കസേരയിൽ മേയ്ക്കപ് മാന്റെ വിരലുകൾക്കു മുമ്പിൽ സ്വയം സമർപ്പിച്ച് ഇരിക്കുമ്പോഴും അയാൾ അതേ ചിരി ചിരിച്ചു. എന്റെ മനസ്സ് നൂലു പൊട്ടിയ പട്ടം പോലെ പാറി. എന്താണു വേണ്ടതെന്നു തീർച്ചയുണ്ടായില്ല. നാടകം അവസാനിപ്പിച്ച് അസറിൽനിന്ന് ഇറങ്ങാൻ ഉള്ളിലാരോ വ്യഗ്രതപ്പെട്ടു. കുടുക്കു തീർത്ത് ഒരു ശരീരത്തിന്റെ ഭാരം ഒറ്റക്കയ്യിൽ താങ്ങാൻ മറ്റാരോ ആർത്തിപിടിച്ചു. ഞാൻ അയാളെ ഉറ്റുനോക്കി. കണ്ണാടിയിലൂടെ അയാൾ പുഞ്ചിരിച്ചു. എന്റെ വിരലുകൾ ദ്രുതഗതിയിൽ ചലിച്ചു. ദുപ്പട്ടയുടെ അറ്റത്തെ നൂലിഴകൾ കുടുക്കുകളായി. വിരലുകളിൽ അവ മുറുകി. തൊലി മുറിഞ്ഞു. കണ്ണാടിക്കുള്ളിൽനിന്ന് ഗൃദ്ധാമല്ലിക്കുമാരുടെ കഴുകൻ കണ്ണുകളുള്ള ഒരു അപരിചിത എന്നെ തറപ്പിച്ചു നോക്കി. ഉരുണ്ടു പുറത്തേക്കുന്തിയ ചോരച്ച കണ്ണുകൾ എന്നെ പേടിപ്പിച്ചു. മുഖം കറുത്തു കരുവാളിച്ചിരുന്നു. കൺതടങ്ങളിൽ നിഴൽ പടർന്നിരുന്നു. യാത്രയ്ക്കിടയിൽ എപ്പോഴോ പിന്നൽ പാതിയഴിഞ്ഞ മുടിയിഴകൾ കറുത്തു മെലിഞ്ഞ സർപ്പങ്ങളെപ്പോലെ മാറിലേക്ക് ഇഴഞ്ഞിരുന്നു. കണ്ണാടിയിൽ കണ്ടത് ദേവി മാനസയെപ്പോലെ ഒരുവളെയാണ്. വായ തുറക്കാൻ എനിക്കു ഭയം തോന്നി. എന്റെ നാവിൽ മറ്റാരുടെയോ രക്തം പുറത്തേക്ക് ഇറ്റു വീഴാനൊരുങ്ങി. ശരീരത്തിൽ പൂപ്പൽ പിടിച്ച റൊട്ടിയുടെ ദുർഗന്ധവും കൈകളിൽ

രക്തത്തിന്റെ വഴുവഴുപ്പും തൊണ്ടക്കുഴിയിൽ ആരുടെയോ കുടലുമാലയ്ക്കു ള്ളിലെ പിത്തരസത്തിന്റെ കയ്പും പടർന്നു. എനിക്ക് ഛർദ്ദിക്കാൻ വന്നു.

"അവസാനം എന്നെ മറക്കരുത്, കേട്ടോ. പറഞ്ഞില്ലെന്നു വേണ്ട. ഞാൻ എത്ര ചരടു വലിച്ചു, എവിടെയെല്ലാം ആരെയെല്ലാം സോപ്പിട്ടു. !"

സഞ്ജീവ് കുമാർ മിത്ര ഓർമ്മിപ്പിച്ചു. മകനേ ഭയക്കരുത് എന്ന് ആശ്വ സിപ്പിച്ച് ആയിരത്തിയൊന്നു പേരെ സ്നേഹപൂർവം തൂക്കിക്കൊല്ലുകയും വീട്ടിൽ തിരിച്ചെത്തിയാലുടൻ കൈക്കോട്ടുമായി കൃഷിയിടത്തിലേക്കു പുറ പ്പെടുകയും ചെയ്തിരുന്ന മനോഹർ മല്ലിക് പിതാമഹന് ഗ്വാളിയാർ രാജാവു സമ്മാനമായി കൊടുത്ത സ്വർണനാണയം എന്റെ തൊണ്ടയിൽ കുടുങ്ങി. ശിരസ്സിനു ചുറ്റും രാമുദായുടെ സുതാര്യമായ ശരീരം ചിറകുകൾ ഛേദിക്ക പ്പെട്ട ഈച്ചയെപ്പോലെ മൂളിപ്പറന്നു. അദ്ദേഹത്തിന്റെ വലിയ കണ്ണുകൾ മൈ ദാനിലെ ചെളി പറ്റി തവിട്ടായ രണ്ടു ഫുട്ബോളുകൾ പോലെ പുറത്തേക്കു രുണ്ടു.

"ഒരു സന്തോഷവാർത്ത കൂടി പറയട്ടെ?"

മേയ്ക്കപ്പ് മാൻ കോട്ടുമായി പുറത്തുകടന്നപ്പോൾ സഞ്ജീവ് കുമാർ മിത്ര തന്റെ സുന്ദര പ്രതിരൂപത്തെ ആസ്വദിച്ചുകൊണ്ട് എന്നെ കടാക്ഷിച്ചു.

"സി.പി.എമ്മും കോൺഗ്രസും നിന്നെ രാഷ്ട്രീയത്തിലേക്കു ക്ഷണിക്കും. അങ്ങനെ സംഭവിച്ചാൽ -എന്നോടു ചർച്ച ചെയ്തിട്ടേ തീരുമാനമെടുക്കാവൂ. നിന്റെ തന്തയുടെ സ്വഭാവം അറിയാവുന്നതു കൊണ്ടാണ് ഞാനീ പറയുന്നത്. കരുതി നീങ്ങിയാൽ നിനക്ക് എം.പി. സ്ഥാനം വരെ കിട്ടാം... ഏതായാലും നിന്റെ കല്യാണം കഴിയാതിരുന്നതു നന്നായി. ഇല്ലെങ്കിൽ മാർക്കറ്റ് വാല്യു ഇടിഞ്ഞേനെ...

അയാളെ നോക്കിനിൽക്കെ, ഇടത്തെ മാറിൽ പുഴു നുരയ്ക്കുന്ന അനു ഭവം വീണ്ടുമുണ്ടായി. അയാൾ പിടിച്ചു ഞെരിച്ച ദിവസത്തെപ്പോലെ മാറിടം പഴുത്തുവിങ്ങി.

"ങ്ഹാ, വേഗം തയ്യാറാകൂ. ഷോ തുടങ്ങാൻ സമയമായി. ഇതു കഴി ഞ്ഞാൽ നിന്നെ കാണാൻ പോലും കിട്ടുകയില്ല. ലോകത്തുള്ള മുഴുവൻ ചാനലുകളും നിന്നെത്തേടി ചുറ്റിക്കറങ്ങുകയാണ് സ്ട്രാൻഡ് റോഡിൽ..."

എല്ലാവരെയും സമർഥമായി പറ്റിച്ച് എന്നെ സ്വന്തമാക്കിയ ബുദ്ധിശക്തി യിൽ അയാൾ അഭിമാനിച്ചു. എന്റെ വിരലുകളിൽ ഇല്ലാത്ത മോതിരം ഇറുകി മാംസം മുറിഞ്ഞു. കൈത്തണ്ടയിൽ ഇല്ലാത്ത വളകളുടെ ചില്ലുകൾ തറഞ്ഞു.

"ആ പോലീസ് ജീപ്പ് എങ്ങനെ ഇവിടെയെത്തി?"

ഉള്ളിലുള്ളവളെ നിയന്ത്രിച്ചു ഞാൻ ചോദിച്ചു: സഞ്ജീവ് കുമാർ ചിരിച്ചു.

"കുറച്ചു നോട്ടുകൾ വിചാരിച്ചാൽ ഈ ഇന്ത്യാ മഹാരാജ്യത്ത് ആരെ യാണ് തട്ടിക്കൊണ്ടു വരാൻ പറ്റാത്തത്?"

"ആർക്കാണ് നോട്ടുകൾ കൊടുത്തത്? ശിബ്ദേബ് ബാബുവിനോ?"

എന്റെ രക്തം തിളച്ചു.

"അതു ട്രേഡ് സീക്രട്ടാണ്... ആർക്കു കൊടുത്തു, എന്തു കൊടുത്തു എന്നത്.."

സഞ്ജീവ് കുമാർ ഉറക്കെച്ചിരിച്ചു. എനിക്കു ശ്വാസംമുട്ടി. ആലിപ്പൂർ സെൻട്രൽ ജയിലിലെ നിലവറയിലേക്കുള്ള വീഴ്ച ഓർമ വന്നു. ഒരു പട്ടി,

അതു പോകുന്ന വഴി നീളെ തന്റെ ഗന്ധം ശാശ്വതമാക്കാൻ മൂത്രമൊഴിക്കുന്നതുപോലെ ആ ഇരുട്ടിൽ അയാൾ എന്റെ ശരീരത്തിൽ പതിച്ച അടയാളങ്ങൾ രോഷമുണർത്തി.

"നിന്നെ സഹിക്കാൻ ചിലപ്പോൾ എനിക്കു വലിയ പ്രയാസമുണ്ട്, ചേതനാ. സ്വന്തം സ്ഥാനവും അവസ്ഥയും മറന്നുള്ള വർത്തമാനമാണ് നിന്റേത്. എങ്കിലും എനിക്കു നിന്നെ ഇഷ്ടമാണ്, ഇപ്പോഴും. നിന്റെ പെരുമാറ്റം കുറച്ചൊന്നു മെച്ചപ്പെടുത്തിയാൽ നമുക്ക് പൊരുത്തപ്പെട്ടു പോകാം..

"അപ്പോൾ ചുവരിലെ ടിവിയിൽ അച്ഛന്റെ രൂപം തെളിഞ്ഞു. ഞാൻ ജാഗരൂകയായി. ആയിരത്തിത്തൊള്ളായിരത്തി അറുപതിൽ അച്ഛനെ കുറിച്ചു വന്ന ആ ആദ്യത്തെ വാർത്തയുടെ മങ്ങിച്ചു പൊടിഞ്ഞ ദൃശ്യത്തിൽ നിന്നു ക്യാമറ താഴേക്കു നീങ്ങി. വലതുകയ്യിലെ വാച്ചിൽ സമയം നോക്കി, അച്ഛൻ ധൃതിയില്ലാതെ സിഗരറ്റ് വലിച്ചു.

"ഇതേ സമയം, തന്റെ മകൾ ചേതന കുറ്റമറ്റ രീതിയിൽ തൂക്കിക്കൊല നടപ്പാക്കിയതിൽ അച്ഛനെന്ന നിലയിലും ഈ രാജ്യത്തെ പൗരൻ എന്ന നിലയിലും തനിക്ക് അഭിമാനമുണ്ടെന്നു സംസ്ഥാനത്തെ മുഖ്യ ആരാച്ചാരായിരുന്ന ഫൊണിഭൂഷൺ ഗൃദ്ധാ മല്ലിക് പറഞ്ഞു. സ്വന്തം സഹോദരനെയും ഭാര്യയെയും വെട്ടിക്കൊലപ്പെടുത്തിയ കേസിൽ ശിക്ഷ നേരിടുന്നതിനാൽ ഗൃദ്ധാമല്ലിക്കിനെ വധശിക്ഷയുടെ ചുമതലയിൽനിന്ന് ഒഴിവാക്കുകയായിരുന്നു..."

വാർത്ത വായനക്കാരി തല ചെരിച്ച് അച്ഛനു വേണ്ടി കാത്തു.

"എന്റെ നാമവും ജീവിതവും ഭാരതത്തിലും മുഴുവൻ ലോകത്തിലും എന്റെ മകൾ അനശ്വരമാക്കിത്തീർത്തു. എനിക്കിനി സമാധാനത്തോടെ മരിക്കാം.."

അച്ഛൻ സിഗററ്റ് പുക സാവധാനം പുറത്തേക്ക് വിട്ടു.

"കോടതി താങ്കൾക്കും വധശിക്ഷ വിധിച്ചാലോ ഗൃദ്ധാദാ?"

സഞ്ജീവ് കുമാറിന്റെ ശബ്ദമായിരുന്നു അത്.

"എന്റെ മകളോടു ഞാൻ പറയും- ചേതനാ, കയറിന്റെ അളവു കൃത്യമായിരിക്കണം. കുടുക്കിടുമ്പോൾ തൊണ്ടക്കുഴിയിൽ കൃത്യമായി വീഴണം..."

അച്ഛൻ ചുണ്ടിന്റെ ഒരു വശം നീട്ടി ചോദ്യകർത്താവിനെ വെല്ലുവിളിക്കുന്നതുപോലെ പുഞ്ചിരിച്ചു.

"താങ്കൾ എന്തിനാണ് സ്വന്തം സഹോദരനെയും ഭാര്യയെയും കൊന്നത് എന്നു പറഞ്ഞില്ല.."

അച്ഛൻ സിഗററ്റ് ഒന്നു കൂടി ഊതി.

"സൊഞ്ജുബാബൂ, അതൊക്കെ വലിയ കഥയാണ്. എന്റെ കയ്യിൽ ഇഷ്ടംപോലെ കഥകളുണ്ട്... നിങ്ങൾ സൗകര്യമായി വരൂ. ഞാൻ പറഞ്ഞു തരാം.."

എനിക്ക് ഉറക്കം വന്നു. 'ദീദി, മേയ്ക്കപ്പ് ഇടട്ടേ' എന്ന ചോദിച്ച് മേയ്ക്കപ്പ് മാൻ അടുത്തുവന്നപ്പോൾ ഞാൻ ഞെട്ടിയുണർന്നു. സഞ്ജീവ് കുമാർ മിത്ര പോയിക്കഴിഞ്ഞിരുന്നു. 'ആരാച്ചാർക്ക് മേയ്ക്കപ്പോ' എന്ന് പരിഹസിച്ച് ഞാൻ എഴുന്നേറ്റു. എന്റെ മുടി ഇപ്പോൾ പൂർണമായി അഴിഞ്ഞു. ചുരുണ്ട മുടിയുടെ

എണ്ണമറ്റ ഇഴകൾ ജീവനുള്ള കറുത്ത സർപ്പങ്ങളെപ്പോലെ ഇളകി. ഞാൻ സ്റ്റുഡിയോയിലേക്കു ചെന്നു. ക്യാമറകൾക്കു മുമ്പിൽ പ്രേക്ഷകർക്കു വേണ്ടിയുള്ള പുഞ്ചിരിയുടെ റിഹേഴ്സൽ നടത്തുന്ന സഞ്ജീവ് കുമാറിന്റെ വലതു വശത്തെ രണ്ടു കസേരകളിലൊന്നിൽ ഒരു പുരുഷൻ പുറംതിരിഞ്ഞിരുന്നു. അതു കാർത്തിക്നാഥ് ബാനർജിയായിരുന്നു. എന്റെ കാലുകൾ ഇടറി.

"എല്ലാവരും ഉപകരണങ്ങളാണ്... ഞാൻ പറഞ്ഞില്ലേ?"

കാർത്തിക് എന്നെ കണ്ട് സ്നേഹത്തോടെ ചിരിച്ചു.

"ചിലപ്പോൾ ഇവിടെ കിട്ടുന്ന പണം കൊണ്ട് എന്റെ ചെറിയൊരു കടമെങ്കിലും തീരും.."

അയാളുടെ തിളക്കമുള്ള കണ്ണുകളിലേക്കു നോക്കാൻ ഞാൻ അധൈര്യപ്പെട്ടു. നിമിഷങ്ങൾ പടപടാ മിടിച്ചു. പിന്നിൽ കരിംകറുപ്പും ചാരനിറവുമുള്ള പശ്ചാത്തലത്തിൽ ഒരു തൂക്കുമരം പണി തീർത്ത് ഉറപ്പിച്ചിരുന്നു. അതിന്റെ കൊളുത്തിൽനിന്ന് ഒരു വലിയ കയർച്ചുറ്റ് മരക്കൊമ്പിൽ വളഞ്ഞു കിടക്കുന്ന സർപ്പത്തെപ്പോലെ തൂങ്ങി. എന്റെ നെഞ്ചു പിടച്ചു.

"ഓർമയില്ലേ? നമ്മൾ കഴിഞ്ഞ തവണ ഇതു പണിതത്? കാശെത്ര ചെലവായെന്ന് അറിയാമോ? ഏതായാലും ഭാഗ്യത്തിന് ഉപയോഗിക്കാൻ ഒരവസരം കിട്ടി..."

സഞ്ജീവ് കുമാർ പറഞ്ഞു. ഞാൻ അവിശ്വാസത്തോടെ ഇരുന്നു. എനിക്ക് പുറത്തേക്കോടാൻ തോന്നി. ഉള്ളിലൊരുവൾ തടഞ്ഞു. എന്റെ കൈവിരലുകൾ ദുപ്പട്ടയുടെ നൂലുകളിൽ തുരുതുരാ ചുറ്റിക്കറങ്ങി.

"ഇന്നലെ ഞങ്ങൾ സ്കൂളുകളിൽ ഒരു സർവേ എടുത്തു. തൂക്കിക്കൊല വേണോ വേണ്ടയോ എന്ന്. ചേതന കേട്ടാൽ അദ്ഭുതപ്പെടും. പങ്കെടുത്ത മുന്നൂറു കുട്ടികളിൽ ഇരുനൂറ്റിയെഴുപതു പേരും പറഞ്ഞത് തൂക്കിക്കൊല ആവശ്യമാണെന്നാണ്.."

അയാൾ ഒന്നു നിർത്തി കണ്ണടയൂരി തുടച്ച് പച്ച നിറമുള്ള കണ്ണുകൾ കൊണ്ട് എന്റെ കണ്ണുകളിലേക്ക് അയാൾക്കു മാത്രം നോക്കാൻ സാധിക്കുന്ന ആ നോട്ടം നോക്കി.

"പെൺകുട്ടികളിൽ തൊണ്ണൂറ്റിമൂന്നു ശതമാനവും പറഞ്ഞത് വളരുമ്പോൾ അവർക്കു ചേതനാഗൃദ്ധാ മല്ലിക് ആകണമെന്നാണ്. വളരുമ്പോൾ അവർക്കു കുറ്റവാളികളെ ശിക്ഷിക്കണമെന്ന്.."

ആ മുഖം നോക്കിയിരിക്കെ, ഞാൻ തീവ്രമായി ആഗ്രഹിച്ച പുരുഷനാണ് അയാളെന്ന് ഓർമ വന്നു. അയാളുടെ ചീകിയൊതുക്കിയ തിളങ്ങുന്ന തലമുടിയും പച്ച നിറമുള്ള കണ്ണുകളും നീല നിറം വീണ കഴുത്തും പഴയതുപോലെ ഇഷ്ടപ്പെടാൻ ഞാൻ ആഗ്രഹിച്ചു. സ്ത്രീയെന്ന നിലയിൽ എന്റെ സ്നേഹം ഒരിക്കലെങ്കിലും അനുഭവിക്കാൻ അയാൾക്ക് ഒരിക്കലും അവസരം കിട്ടുകയില്ലെന്നു ഞാൻ വേദനിച്ചു.

"ശരി, ശരി. ചേതനാ, നമുക്ക് ഇന്നു രണ്ട് ഗസ്റ്റുകളുണ്ട്. ബീ റെഡി."

എവിടെയോ നിന്ന് ഉത്തരവു കിട്ടിയപ്പോൾ ചെവിയിലെ ഉപകരണം അമർത്തിപ്പിടിച്ച് സഞ്ജീവ് കുമാർ മിത്ര ധൃതിവെച്ചു.

"ഇതു തൽസമയമല്ല... പക്ഷേ, സംപ്രേഷണത്തിനു മുമ്പ് അധികം സമയമില്ല. കഷ്ടിച്ച് അരമണിക്കൂർ മാത്രം. അതുകൊണ്ട് ലൈവ് ടെലികാസ്റ്റ് പോലെ തന്നെ കരുതിക്കോളൂ... പിന്നെ മറ്റൊരു കാര്യം.."

പെട്ടെന്ന് അയാളുടെ വാക്കുകൾ മുറിഞ്ഞു. കണ്ണുകൾ മിഴിച്ചു. മുഖം പ്രേതത്തെ കണ്ടതുപോലെ വിളറി. ആഹ്ലാദം മാഞ്ഞ് ക്ഷോഭവും വേദനയും അപമാനവും നിസ്സഹായതയും മുഖത്തു മാറി മാറി തെളിഞ്ഞു. എന്റെ കണ്ണുകളും വാതിൽക്കലേക്കു പാറി. ചില്ലു വാതിൽ തുറന്നു ഹരീഷ് നാഥ് ആദരപൂർവം ബിശ്വജിത് റോയിയെ ആനയിക്കുകയായിരുന്നു. റോയി തിരിഞ്ഞു നിന്ന് കടുംചുവപ്പു പട്ടുസാരിയുടുത്ത ഒരു സ്ത്രീക്കു വഴിയൊരുക്കി. അവർ പ്രൗഢിയോടെ അകത്തേക്ക് എഴുന്നള്ളി. വാതിലിനടുത്തു പ്രത്യേകം സജ്ജീകരിച്ച കസേരയിൽ ചാഞ്ഞിരുന്നു. കാലിൻമേൽ കാൽ കയറ്റി വച്ച് കൈകൾ കസേരക്കൈകളിൽ അലസമായി വിതിർത്തിട്ട് അവർ ഞങ്ങൾക്കുനേരെ മന്ദഹസിച്ചു. സഞ്ജീവ് കുമാറിന്റെ മുഖം ചത്തു മരവിച്ചതിന്റെ അർഥം എനിക്കു വ്യക്തമായി. അത് അവരായിരുന്നു. മുടി പിന്നിൽ കെട്ടിവച്ച്, ചുവന്ന വലിയ കുങ്കുമപ്പൊട്ടു തൊട്ട്, ചുണ്ടുകളിൽ ചുവപ്പു ചായം തേച്ച്-ത്രൈലോക്യാദേവി!

ഞാൻ സ്തബ്ധയായി. സഞ്ജീവ് കുമാർ മിത്ര പരവശനായി. അയാൾ തിരക്കിട്ട് ഏതോ കടലാസു തിരഞ്ഞു. മേശപ്പുറത്തെ കംപ്യൂട്ടറിന്റെ കീബോർഡിൽ വെറുതെ വിരലോടിച്ചു. അങ്ങുമിങ്ങും അസ്വസ്ഥതയോടെ നോക്കി. ഞങ്ങളുടെ കണ്ണുകൾ ഇടഞ്ഞു. യതീന്ദ്രനാഥ് ബാനർജിയുടെ സിടു വെർട്ടിബ്ര പോലെ അയാളും പിളർന്നു. മനോഹരമായി, ഒരു ചിപ്പി പിളരും പോലെ കൃത്യമായി. അപ്പോൾ തുടങ്ങാൻ അറിയിപ്പു കിട്ടി. സഞ്ജീവ് കുമാർ മിത്ര മുരടനക്കി അസറിൽ കയറിയ നടനെപ്പോലെ ഉള്ളിലുള്ളതു മറച്ച് കഥാപാത്രമാകാൻ യത്നിച്ചു.

"വെൽക്കം ടു സി.എൻ.സി വൺസ് എഗെയിൻ, മിസ് ചേതനാ ഗൃദ്ധാമല്ലിക്, ദ് ഫസ്റ്റ് ആൻഡ് ദി ഒൺലി ഹാങ് വുമൺ ഓഫ് ഇന്ത്യ..."

ഞാൻ അയാളെ നിരീക്ഷിച്ചു. അയാൾ ഇഴ പൊട്ടിയ കയറിൽ ഒറ്റക്കൈ കൊണ്ടു തൂങ്ങുകയായിരുന്നു. ഓരോ നിമിഷവും ഓരോ ഇഴ പൊട്ടി. അയാൾ കൂടുതൽ ദുർബലനായി. ഞാനും കസേരയിൽ ചാഞ്ഞിരുന്നു.

"ചേതനാദീ, സ്വതന്ത്ര ഇന്ത്യയുടെ ചരിത്രത്തിലാദ്യമായി ഒരു സ്ത്രീ ഒറ്റയ്ക്ക് ഇത്രകാലം പുരുഷൻമാർ മാത്രം തൊട്ടിട്ടുള്ള ഒരു ലിവറിൽ കയ്യമർത്തിയിരിക്കുന്നു. ലോകമെങ്ങുമുള്ള സ്ത്രീകൾക്ക് ഇതു വലിയ നേട്ടമാണ്. എന്തു പറയുന്നു, അതെക്കുറിച്ച്?"

അയാളുടെ ശബ്ദം ചിലമ്പി. ഞാൻ അയാളെ സഹതാപത്തോടെ നോക്കി.

"ഞങ്ങൾ സ്ത്രീകൾ ഒറ്റയ്ക്ക് ഒരു നേട്ടവും കൈവരിക്കാറില്ല. ഞങ്ങളുടെ ജീവിതങ്ങൾ ഒരു ചങ്ങല പോലെ തമ്മിൽ പിണഞ്ഞു കിടക്കുന്നു. ഒരാൾ എന്നോ തുടങ്ങി വച്ചത് മറ്റൊരാൾ മറ്റൊരിക്കൽ പൂർത്തിയാക്കുന്നു. തുടങ്ങി വയ്ക്കുന്നയാൾ ഒരിക്കലും പൂർത്തിയാക്കുന്നില്ല. പൂർത്തിയാക്കുന്നയാൾ തുടങ്ങിവയ്ക്കുന്നുമില്ല.."

ശബ്ദം സൗമ്യമാക്കാൻ ഞാൻ ശ്രദ്ധിച്ചു. അയാളുടെ വിറയൽ ദയനീയമായിരുന്നു.

"കാർത്തിക്നാഥ് ബാനർജി, സ്വന്തം സഹോദരനെ തൂക്കിക്കൊല്ലുന്നതു കണ്ടിട്ടാണ് നിങ്ങൾ വരുന്നത്. എങ്ങനെയായിരുന്നു അദ്ദേഹത്തിന്റെ അവസാന നിമിഷങ്ങൾ?"

ശൂന്യമായ കണ്ണുകളോടെ സഞ്ജീവ് കുമാർ മിത്ര കാർത്തിക്നാഥ് ബാനർജിക്കു നേരെ തിരിഞ്ഞു. കാർത്തിക് ദീർഘമായി നിശ്വസിച്ചു.

"ദാദാ കഥകൾ കേൾക്കാൻ ആഗ്രഹിച്ചു. ചേതന ഒരു കഥ പറഞ്ഞുകൊടുത്തു."

കാർത്തിക് എന്നെ നോക്കി പുഞ്ചിരിച്ചു. അയാളുടെ ശബ്ദത്തിന് ആരും പ്രതീക്ഷിക്കാത്ത ഗാംഭീര്യമുണ്ടായി.

"രണ്ടാമതൊന്നു കൂടി പറയാൻ അവർ അനുവദിച്ചില്ല."

കാർത്തിക് വീണ്ടും എന്റെ നേരെ തിരിഞ്ഞു.

"എന്തായിരുന്നു അത് ചേതനാ? എന്റെ ദാദാ അദ്ദേഹത്തിന്റെ ജീവിതത്തിൽ കേൾക്കേണ്ടിയിരുന്ന അവസാനത്തെ കഥ?"

ബംഗാളിൽ മുസ്ലിം പെൺകുട്ടികൾക്കായി ആദ്യത്തെ സ്കൂൾ ആരംഭിച്ച റുഖയ ശഖാവത് ഹുസൈൻ എഴുതിയ 'ഒരു വൈകുന്നേരം എന്റെ കിടപ്പുമുറിയിലെ ചാരുകസേരയിൽ ഇന്ത്യൻ സ്ത്രീത്വത്തെക്കുറിച്ച് അലസമായി ചിന്തിച്ചുകൊണ്ടു കിടക്കുകയായിരുന്നു' എന്നു തുടങ്ങുന്ന കഥ എന്റെ നാവിൽ നുരഞ്ഞു. ബീഗം റുഖയ ആയിരത്തിത്തൊള്ളായിരത്തിരണ്ടിൽ പ്രസിദ്ധീകരിച്ച പിപാസ എന്ന കഥ വായിച്ച് ഥാക്കുമായുടെ സഹോദരൻ ജഗൻമോഹൻ മല്ലിക് അവരെ കാണാൻ ഭഗൽപൂരിലേക്ക് ഒളിച്ചോടി. ആയിരത്തിയെണ്ണൂറ്റി എൺപതിൽ ബീഗം റുഖയ ജനിക്കുമ്പോൾ കാളീചരൺ ഗൃദ്ധാമല്ലിക് പിതാമഹന് വയസ്സ് എഴുപത്തഞ്ചോടടുത്തിരുന്നു. അദ്ദേഹത്തിന്റെ ഹൃദയം അപഹരിച്ച ബിനോദിനി ദാഷി ആദ്യമായി അരങ്ങിൽ കയറിയത് അതിനും ആറു വർഷം മുമ്പായിരുന്നു. തെക്കേ അറ്റത്തു നിന്ന് കപ്പലിൽ കയറി കൊൽക്കൊത്തയിലെത്തി കൊള്ളക്കാരനായി തൂക്കിലേറ്റപ്പെട്ട നരേൻ ദാക്കട്ടിനെത്തേടി വന്ന മകൻ അക്കാലത്ത് അരി വ്യാപാരവും ജിംഖാനയും നടത്തിയിരുന്നു. ബീഗം റുഖയ ജനിക്കുന്നതിനു തൊട്ടു മുമ്പുള്ള ഏപ്രിൽ മാസത്തിൽ ബീഗം ഹസ്രത് മഹൽ ബ്രിട്ടീഷുകാർക്കെതിരെ പട പൊരുതി തോറ്റ് അഭയം പ്രാപിച്ച നേപ്പാളിൽ മരണമടഞ്ഞിരുന്നു. കദംബിനി ഗാംഗുലി ബോസ് കൽക്കട്ട യൂണിവേഴ്സിറ്റിയിലേക്കുള്ള പ്രവേശന പരീക്ഷ പാസ്സായിട്ട് രണ്ടു വർഷം കഴിഞ്ഞിരുന്നു.

"ശരി ശരി... കഥയെന്തായിരുന്നു? കേൾക്കട്ടെ?"

സഞ്ജീവ് കുമാർ മിത്ര പരിപാടി അവസാനിപ്പിക്കാൻ ധൃതിപ്പെട്ടു. അയാളുടെ കണ്ണുകൾ വാതിൽക്കലേക്കു പാളി. ബിശ്വജിത് റോയിയുടെ ഇടതുകൈ അയാളുടെ അമ്മയുടെ ചുമലിലേക്കു നീണ്ടു കിടന്നു. എന്റെ വായിൽ രക്തത്തിന്റെ പശിമയും കവർപ്പും വർധിച്ചു. എനിക്ക് ദാഹം അനുഭവപ്പെട്ടു. ഒരു വൈകുന്നേരം നടക്കാനിറങ്ങിയപ്പോൾ സിസ്റ്റർ സാറ എന്ന കൂട്ടുകാരിയെ കണ്ടതും അവരോടൊപ്പം അജ്ഞാത സ്ഥലത്തെത്തിയതു

മായിരുന്നു സുൽത്താനയുടെ സ്വപ്നം. പകൽ സമയത്ത് അങ്ങാടിയിൽ സ്ത്രീകളെ മാത്രം കണ്ടതിനാൽ, പുരുഷൻമാരെവിടെ എന്നു ചോദിച്ചപ്പോഴാണ് താനിപ്പോൾ ഒരു വിചിത്ര ദേശത്താണെന്നും അവിടം ഭരിക്കുന്നതു സ്ത്രീകളാണെന്നും സുൽത്താന തിരിച്ചറിഞ്ഞത്. പുരുഷൻമാരെ പർദ്ദ ധരിപ്പിച്ചു വീടുകൾക്കുള്ളിൽ അടച്ചിടുകയും സ്ത്രീകൾ പുറത്തിറങ്ങി നടക്കുകയുംചെയ്യുന്ന രാജ്യത്തെക്കുറിച്ച് കേട്ട് സുൽത്താന അദ്ഭുതപരതന്ത്രയായി. കൊൽക്കൊത്തയിൽ ഇതൊക്കെ നേരെ തിരിച്ചാണ് എന്നു പറഞ്ഞ സുൽത്താനയോട് കൂട്ടുകാരി ചോദിച്ചു, സുൽത്താനാ, പാവം സ്ത്രീകളെ മുറിക്കുള്ളിൽ അടച്ചിടുകയും അപകടകാരികളായ പുരുഷൻമാരെ അഴിച്ചു വിടുകയും ചെയ്യുന്നത് എന്തൊരു കഷ്ടമാണ്...

കഥ കേട്ട് സഞ്ജീവ് കുമാർ മിത്ര കൃത്രിമമായി ഉറക്കെച്ചിരിച്ചു.

“കൊള്ളാം, ചേതനാദീ, ലോകത്തെ ഏക വനിതാ ആരാച്ചാരുടെ ചുമതല നിർവഹിച്ച ദിവസം പറയാൻ യോജിച്ച കഥ തന്നെ. ആകട്ടെ, യതീന്ദ്രനാഥ് ബാനർജിയുടെ അവസാന നിമിഷങ്ങൾ എങ്ങനെയായിരുന്നു? സി.എൻ.സി. പ്രേക്ഷകർക്കു വേണ്ടി അതൊന്നു കാണിച്ചു തരാമോ? ഇതാ, നിങ്ങൾക്കു വേണ്ടി ഞങ്ങൾ തൂക്കുമരവും കയറും ഒരുക്കിയിട്ടുണ്ട്..”

അയാൾ എഴുന്നേറ്റ് തൂക്കുമരത്തിനടുത്തേക്കു നീങ്ങി. എന്റെ ചെവിക്കുള്ളിൽ പതിനെട്ടു കുതിരകളുടെ കുളമ്പടികൾ ഇടകലർന്നു. സ്വർണക്കുഞ്ചിരോമമുള്ള കുതിരപ്പുറത്ത് കരടിമുഖമുള്ള ഒരു സ്ത്രീ പാഞ്ഞു വന്നു. അവർക്കു പിന്നിൽ പ്രൊതിമാദിയും കോകിലാ ബാനർജിയും വീഴാതെ പരസ്പരം താങ്ങി. നഗരത്തിരക്കിനു നടുവിൽ പൂവരശുകൾ പൂത്തുനിൽക്കുന്ന പാടവരമ്പിലൂടെ ഗ്രാമീണരായ സ്ത്രീകൾ റൈഫിൾ ചൂണ്ടി ഓടി. അവർ ഇടനാഴിയിൽ ഇരുവശത്തും കടും ചുവപ്പു ലിപ്സ്റ്റിക്കിട്ട ചുണ്ടുകൾ വിടർത്തി ചിരിച്ച് കൈകൾ ഇടുപ്പിൽ കുത്തി മുലപ്പാലൊഴുകുന്ന മാറിടങ്ങൾ അനാവൃതമാക്കി വിൽപനയ്ക്കു വച്ച പ്രതിമകൾ പോലെ നിരന്നു. അവരിലൊരുൾ കാക്കിമാ ആയിരുന്നു. കാരണം കാക്കിമായുടെ കഴുത്തിൽ അപ്പോഴും ചോരയിറ്റുന്ന ബോടി തറഞ്ഞിരുന്നു. ഞാൻ സാവധാനം സഞ്ജീവ് കുമാറിനെ അനുഗമിച്ചു. മുട്ടയിടാൻ കാത്തിരിക്കുന്ന സർപ്പത്തെപ്പോലെ വളഞ്ഞിരുന്ന കയർച്ചുറ്റ് അയാൾ എന്റെ കയ്യിൽ വച്ചു തന്നു. വാസ്തവത്തിൽ അതു തൂക്കുകയറായിരുന്നില്ല. എങ്കിലും അതിനു വല്ലാത്ത ഭാരം അനുഭവപ്പെട്ടു. നീണ്ടിടതൂർന്ന മുടി അഴിച്ചിട്ട് പൂർണനഗ്നയായി ഒരു സ്ത്രീ തൂക്കുമരത്തിന്റെ ബലം പരീക്ഷിച്ചു. കൊളുത്തു തൂക്കിയിട്ട മരക്കഷ്ണത്തിനു മുകളിൽ വിരൂപയായ ഒരു വീട്ടമ്മ ഇരുന്നു തംബുരു മീട്ടി. അതു കാളീചരൺ പിതാമഹന്റെ ഭാര്യയായിരുന്നു. കൗമാരം വിടാത്ത ഒരു പെൺകുട്ടി കൊളുത്തിന്റെ ബലം പരിശോധിച്ചു. അവൾ വായ് തുറന്നു ചിരിച്ചപ്പോൾ മുറിഞ്ഞ നാവിന്റെ അറ്റത്തെ ഉണങ്ങിപ്പിടിച്ച രക്തം ഇറ്റു. അവൾ അന്തരീക്ഷത്തിൽ വിരലുയർത്തി 100×10^{22} എന്നെഴുതിയപ്പോൾ ഞാൻ ഖാവ്ന എന്നു നിലവിളിച്ചു. ദേഹമാസകലം മുറിവുകളോടെ ഒരു ആറു വയസ്സുകാരി ഞങ്ങൾക്കിടയിലൂടെ ഓടി. മൂടുപടമിട്ട ഒരു സ്ത്രീ തോക്കു ചൂണ്ടി വെടിവെച്ചു. നവാബ് എന്ന് ആരോ പരിഹസിച്ചു.

"നോക്ക്. നല്ല സ്ട്രോങ് ആണ്. വേണമെങ്കിൽ ഒരാളെ ശരിക്കും തൂക്കിക്കൊല്ലാം.."

തൂക്കുമരത്തിന്റെ അടിയിൽത്തട്ടി സഞ്ജീവ് കുമാർ മിത്ര പറഞ്ഞു.

"ആർക്കു വേണമെങ്കിൽ?"

എനിക്കു മാത്രം ദൃശ്യരായ മനുഷ്യരൂപങ്ങളെ മാറി മാറി നോക്കി ഞാൻ അമ്പരപ്പോടെ ചോദിച്ചു. അതു ശ്രദ്ധിക്കാതെ സഞ്ജീവ് കുമാർ മിത്ര ക്യാമറയെ അഭിമുഖീകരിച്ചു.

"യതീന്ദ്രനാഥ് ബാനർജിയെയാണ് ചേതന ഗൃദ്ധാ മല്ലിക് ഇന്നു പുലർച്ചെ തൂക്കിലേറ്റിയത്. തൂക്കിക്കൊല എങ്ങനെയാണു നടന്നതെന്നും എന്തൊക്കെയാണ് ചേതന അവിടെചെയ്തതെന്നും പ്രേക്ഷകർക്കു കാണാൻ താൽപര്യമുണ്ടാകും. അതു ഞങ്ങൾ ഇവിടെ നിങ്ങൾക്കായി ആവിഷ്കരിക്കുകയാണ്.."

സഞ്ജീവ് കുമാർ മിത്ര ആത്മവിശ്വാസം വീണ്ടെടുക്കാൻ വിഫലമായി ശ്രമിച്ചു.

"വരൂ, മിസ്റ്റർ കാർത്തിക് ബാനർജി. താങ്കളുടെ ജ്യേഷ്ഠ സഹോദരൻ അനുഭവിച്ചത് എന്താണെന്ന് പ്രേക്ഷകർക്കു വ്യക്തമാക്കിക്കൊടുക്കൂ..."

ഞാൻ വിറുങ്ങലിച്ചു നിന്നു. കാർത്തിക് അനുസരണയോടെ എഴുന്നേറ്റു. കൊളുത്തിനു താഴെ വിധേയത്വത്തോടെ നിന്നു. കുടുക്കിടാൻ പാകത്തിൽ തല ചെരിച്ചു പിടിച്ച് അയാൾ എന്നെ നോക്കി മന്ദഹസിച്ചു.

"കടം തീർത്താൽ മണ്ണു തിരിച്ചു കിട്ടും. അതിനാണ് ഈ നാടകം..."

ഒന്നുകിൽ അതു സ്വപ്നമായിരുന്നു. അല്ലെങ്കിൽ ഞാൻ ഭ്രാന്തിയാകുകയായിരുന്നു. എസിയുടെ തണുപ്പിലും എന്നെ വിയർത്തു. കഴുത്തിൽ ഒരു പാടു കയർക്കുരുക്കുകൾ മുറുകി. പതിനെട്ടു കുതിരകൾ എന്നെ പല ദിക്കുകളിൽ കെട്ടിവലിച്ചു.

"ഒരു കഥ പറയൂ, ചേതനാ. സന്തോഷിപ്പിക്കുന്ന ഒരു കഥ.."

കാർത്തിക് കുസൃതിയോടെ എന്നെ നോക്കി കണ്ണിറുക്കി.

"എനിക്ക് പ്രേമ കഥകളാണ് കേൾക്കാനിഷ്ടം.."

ഞാൻ അയാളെ ആദ്യം കാണുന്നതുപോലെ നോക്കി.

"ചേതനാ, വേഗം... സമയമില്ല. നമുക്കു ചർച്ച തുടരണം.."

സഞ്ജീവ് കുമാർ മിത്ര തിരക്കു കൂട്ടി. എന്റെയുള്ളിൽനിന്നു മുടിയഴിച്ചിട്ട് പൂർണ നഗ്നയായ ഒരുവൾ ചാടിയിറങ്ങി. അവൾ എന്നെ തള്ളിയിട്ട് കയർ പിടിച്ചു വാങ്ങി. അവൾ ശക്തയായിരുന്നു. അവളുടെ ശരീരം കത്തുന്ന കാടു പോലെ പൊള്ളി. എന്റെ കോശങ്ങൾ ഉരുകി. ശിരസ്സിൽനിന്ന് ഒരായിരം സർപ്പങ്ങൾ പല വഴി പാഞ്ഞു. അവൾ കുടുക്കു തീർത്തു. കാർത്തിക്കിനെ നോക്കി പുഞ്ചിരിച്ചു. ഭയക്കരുത്, കാർത്തിക് ദാ എന്നു സമാധാനിപ്പിച്ചു. കാർത്തിക്കിന്റെ മന്ദഹാസം കുറച്ചുകൂടി വിടർന്നു. ആ നിമിഷം അവൾ ഉരുകി. അവൾ പിൻവാങ്ങി. അയാളുടെ കണ്ണുകളിൽ സ്നേഹവും എന്റെ കണ്ണുകളിൽ ശാന്തിയും നിറഞ്ഞു.

"ഇതിന്റെ നീളം ശരിയല്ല... ഈ കുടുക്ക് നിങ്ങൾക്കു പാകമല്ല..."

എന്റെ ശബ്ദം ശാന്തമായിരുന്നു. കാർത്തിക് നിരാശയോടെ നിലത്തെ വെളുത്ത വൃത്തത്തിൽനിന്നു നീങ്ങി. കട്ട് കട്ട് എന്ന് ശബ്ദം ഉയർന്നു. ലൈറ്റു

കൾ അണഞ്ഞു. സഞ്ജീവ് കുമാർ മിത്ര അക്ഷമനായി. വേഗം, സമയം അടുത്തു എന്ന് ആരോ ബഹളം വച്ചു.

"എന്താണിത്? ചേതനാ, കിക്ക്.."

സഞ്ജീവ് കുമാർ മിത്ര ചുവന്ന മുഖത്തോടെ അടുത്തുവന്നു.

"ഈ കയറിനു നിങ്ങളാണു ചേരുക, സഞ്ജീവ് കുമാർ മിത്ര..."

ഞാൻ പ്രഖ്യാപിച്ചു. എന്റെ തലമുടി അഴിഞ്ഞുലഞ്ഞു. സിരകളിലൂടെ അഗ്നി പ്രവഹിച്ചു. വീണ്ടും ലൈറ്റുകൾ തെളിഞ്ഞു. സ്റ്റാർട്ട് എന്ന് ആരോ പറഞ്ഞു. ഞാൻ വാതിൽക്കലേക്കു നോക്കി. ത്രൈലോക്യാദേവി ഇരുന്ന കസേര ശൂന്യമായിരുന്നു. എന്റെ ശരീരത്തിലൂടെ ആദ്യത്തെ മിന്നൽ പാഞ്ഞു. കൈകൾ വീണ്ടും ഒരു കുടുക്കിട്ടു. ചുറ്റും പച്ചമരുന്നുകളുടെയും നെയ്യിൽ ചാലിച്ച ലോഹക്കൂട്ടിന്റെയും ഗന്ധം രൂക്ഷമായി. അക്ഷരം പിടിച്ചെഴുതിക്കും പോലെ ഒരു സ്ത്രീയുടെ തണുത്ത കൈ എന്റെ കൈ പിടിച്ചു കുടുക്കുണ്ടാക്കി. പത്തുമക്കളെ പെറ്റതിനിടയിൽ കുടുക്കിടാനും പഠിച്ചെന്ന് എന്റെ കാതുകളിൽ ചിൻമയീദേവിയുടെ ശബ്ദത്തിൽ ഒരു കാറ്റു മൂളി. കെട്ടിത്തൂക്കാൻ എഴുന്നൂറ്റി ഇരുപത്തെട്ടാമത് ഒരു വിധം കൂടിയുണ്ടെന്ന് എന്റെ മുടിയുലച്ച് പിംഗളകേശിനി ഓർമിപ്പിച്ചു. ഏലോകേശീ എന്ന് നീഹാരിക നീട്ടി വിളിച്ചു. 'സൂക്ഷിച്ച് ഛോട്ദീ' എന്ന് ഥാക്കുമാ നിർദ്ദേശിച്ചു. 'വരൂ, ആനന്ദത്തിന്റെ ലോകത്തേക്കു വരൂ' എന്ന് അന്നപൂർണ്ണ ക്ഷണിച്ചു. ഞാൻ മന്ദഹസിച്ചു. എന്റെ കൈകൾ മെനഞ്ഞെടുത്ത പതിമൂന്നു വലയങ്ങളുള്ള കുടുക്ക് ഞാൻ ലോകത്തിനുവേണ്ടി പ്രദർശിപ്പിച്ചു. കയറിന്റെ അറ്റം തൂക്കുമരത്തിലെ കൊളുത്തിൽ കടത്തി വലിച്ചപ്പോൾ കുടുക്ക് വായുവിൽ വായ് പിളർന്നു. അതിന്റെയും നാവ് മുറിക്കപ്പെട്ടിരുന്നു.

"അൽപം മുന്നോട്ടു വരൂ, സഞ്ജീവ് കുമാർ ബാബൂ..."

വരണമാല്യം പോലെ കുടുക്കു നീട്ടി ഞാൻ പ്രലോഭിപ്പിച്ചു. സഞ്ജീവ് കുമാർ അടുത്തു വന്നപ്പോൾ ബൻ കലമിയും റാംസോറും അംഗുലീലൊതയും ചേഹൂർ ലൊതയും പൂത്തുലഞ്ഞു നിന്ന ആ തകർന്ന വീടിന്റെ ഓർമയുണർന്നു. എന്റെ ശരീരം ഒരിക്കൽക്കൂടി തളിർത്തു. അയാളുടെ പരിരംഭണത്തിനു വേണ്ടി കോശങ്ങൾ തുടിച്ചു. മരിക്കുന്നതുവരെ ഞാൻ കൂടെയുണ്ടാകും എന്ന മന്ത്രണം കേൾക്കാൻ കാതുകൾ കൊതിച്ചു.

" ഒരിക്കലെങ്കിലും എനിക്ക് നിങ്ങളെ ഒന്ന് അനുഭവിക്കണം.."

അയാളുടെ കണ്ണട ഊരിയെടുക്കുമ്പോൾ ഞാൻ മന്ത്രിച്ചു.സഞ്ജീവ് കുമാർ മിത്ര കൂടുതൽ വിളറി.

"ബാബൂ.. ആ ടൈ ഒന്നഴിക്കാമോ?"

സഞ്ജീവ് കുമാർ മിത്ര വിറയലോടെ ടൈ അഴിച്ചു. ടൈ കൊണ്ട് ഞാൻ അയാളുടെ കൈകൾ പിന്നിൽ കെട്ടി. ഷർട്ടിന്റെ ആദ്യ രണ്ടു ബട്ടനുകൾ ഊരിക്കൊടുത്തത് ഞാൻതന്നെയാണ്. അയാളുടെ നഗ്നമായ കഴുത്ത് ഞാൻ അനാവരണം ചെയ്തു. വിരൽകൊണ്ട് തൊണ്ടക്കുഴിയിൽ സ്പർശിച്ചു. ആ സമയത്ത് അയാളുടെ മുഖം ദീനമായി. ഞാൻ ത്രൈലോക്യയെയും ഉത്പലവർണയെയും അന്നപൂർണയെയും കണ്ടു. അയാളുടെ അമ്മയുടെ മൈലാഞ്ചിയിട്ട കൈവിരലുകളും കാക്കിമായുടെ അൾട്ടാ പുരട്ടിയ പാദങ്ങളും കണ്ടു.